വേണാടും തിരുവിതാംകൂറും

venadum thiruvithamkurum

•

k sivashankaran nair

•

first edition
july 2017

•

second edition
september 2019

•

typesetting & published
chintha publishers, thiruvananthapuram

•

cover
vinod mangoes

വിതരണം

ദേശാഭിമാനി ബുക്ക് ഹൗസ്

H O തിരുവനന്തപുരം-695 035
phone: 0471-2303026, 6063026
www.chinthapublishers.com
chinthapublishers@gmail.com

ബ്രാഞ്ചുകൾ

ഹെഡ്ഡാഫീസ് ബ്രാഞ്ച് കുന്നുകുഴി • സ്റ്റാച്യു തിരുവനന്തപുരം • കെ എസ് ആർ ടി സി ബസ് സ്റ്റേഷൻ ആലപ്പുഴ • കെ എസ് ആർ ടി സി ബസ് സ്റ്റേഷൻ എറണാകുളം • മച്ചിങ്ങൽ ലെയ്ൻ തൃശൂർ • ഐ ജി റോഡ് കോഴിക്കോട് • മാവൂർ റോഡ് കോഴിക്കോട് • എൻ ജി ഒ യൂണിയൻ ബിൽഡിങ് കണ്ണൂർ • സെൻട്രൽ ബസ് ടെർമിനൽ കോംപ്ലക്സ് താവക്കര കണ്ണൂർ

CR - 2135 / 5136
ISBN - 978-93-86637-13-0

വേണാടും തിരുവിതാംകൂറും

കെ ശിവശങ്കരൻ നായർ

ചിന്ത പബ്ലിഷേഴ്സ്
തിരുവനന്തപുരം-695 035

കെ ശിവശങ്കരൻ നായർ

ജനനം 1928. എഞ്ചിനീയറിങ്ങിൽ ബിരുദാനന്തരബിരുദം. കേരള സർക്കാരിന്റെ പൊതുമരാമത്തു വകുപ്പിൽ സൂപ്രണ്ടിങ് എഞ്ചിനീയർ, കേരള ഹെൽത്ത് റിസർച്ച് ആന്റ് വെൽഫെയർ സൊസൈറ്റി മാനേജിങ് ഡയറക്ടർ എന്നീ നിലകളിൽ പ്രവർത്തിച്ചു. പഠനകാലം മുതൽ ചരിത്രാഖ്യാനങ്ങളിലും ചരിത്രത്തിലും തല്പരനായിരുന്ന ശിവശങ്കരൻ നായർ ഉദ്യോഗത്തിൽനിന്നും വിരമിച്ചശേഷം ചരിത്ര ഗവേഷണത്തിൽ മുഴുകി. ഇന്ത്യൻ ഹിസ്റ്ററി കോൺഗ്രസിലും സൗത്ത് ഇന്ത്യൻ ഹിസ്റ്ററി കോൺഗ്രസിലും പ്രബന്ധങ്ങൾ അവതരിപ്പിച്ചിട്ടുള്ളതിനു പുറമെ ജേർണലുകളിൽ എഴുപത്തിഅഞ്ചിലേറെ ലേഖനങ്ങളും പ്രസിദ്ധീകരിച്ചിട്ടുണ്ട്.

വേണാടിന്റെ പരിണാമം, ന്യൂ ഹാഫ് കണ്ട കേരളം, പ്രാചീനകേരളത്തിന്റെ രാഷ്ട്രീയ ചരിത്രം, മാർത്താണ്ഡവർമ്മ മുതൽ മൺറോ വരെ, വാണിജ്യത്തിലൂടെ പാരതന്ത്ര്യം, പ്രാചീനകേരളത്തിന്റെ ചരിത്രം, കേരളം ഒരു ലന്തക്കാരന്റെ ദൃഷ്ടിയിൽ, പ്രാചീനകേരളം, അനന്തപുരി നൂറ്റാണ്ടുകളിലൂടെ, കാശ്മീരിന്റെ കഥ, Early History of Kerala Upto AD 1500, സംസ്കാരം യുഗങ്ങളിലൂടെ, വേണാടും തിരുവിതാംകൂറും എന്നിവയാണ് പ്രസിദ്ധീകരിച്ച പുസ്തകങ്ങൾ.

ഉള്ളടക്കം

പീഠിക	13
വേണാട് ഒമ്പതാം നൂറ്റാണ്ടുവരെ	19
വേണാടും പെരുമാൾ വാഴ്ചയും	32
ചോളസാമ്രാജ്യത്തിലെ വേണാട്	55
ഉയർച്ചയും പതനവും	80
ദേശിംഗനാട്	93
തൃപ്പാപ്പൂർ സ്വരൂപം	110
ചിറവാ സ്വരൂപങ്ങൾ	120
പെണ്ണരശ്	137
അരാജകത്വം	148
ഫ്യൂഡൽ വ്യവസ്ഥിതിയുടെ അന്ത്യം	168
രാജ്യവികസനം	187
രാജ്യവികസനം, രണ്ടാംഘട്ടം	213
പരിണാമങ്ങൾ	240
മൈസൂറും തിരുവിതാംകൂറും	252
ഋണബാദ്ധ്യതയും കലാപവും	301
ത്രിമൂർത്തികൾ	324
കുഞ്ചുനീലൻ പിള്ള	342
ഒരു സൗഹൃദത്തിന്റെ അന്ത്യം	345
അസ്വസ്ഥതയുടെ നാളുകൾ	377
പുതിയ ഭരണക്രമം	398
ഗ്രന്ഥസൂചി	424

പ്രസാധകക്കുറിപ്പ്

തിരുവിതാംകൂറിന്റെ ചരിത്ര പരിണാമത്തിലെ അവ്യക്തത നിറഞ്ഞ ചില ഘട്ടങ്ങളിലേക്കു വെളിച്ചം വീശിയ ഒരു ചരിത്രകാരനാണ് കെ ശിവശങ്കരൻ നായർ. അദ്ദേഹത്തിന്റെ *വേണാടിന്റെ പരിണാമം, മാർത്താണ്ഡവർമ്മ മുതൽ മൺറോ വരെ* എന്നീ പുസ്തകങ്ങളുടെ സമാഹാരമാണ് *വേണാടും തിരുവിതാംകൂറും* എന്ന ഈ ഗ്രന്ഥം.

വേണാടും തിരുവിതാംകൂറും ഒന്നാണ് എന്നും ആരംഭം മുതൽ അതിന്റെ തലസ്ഥാനം തിരുവനന്തപുരം ആയിരുന്നുവെന്നും ഉള്ള ധാരണ ചരിത്ര ശാസ്ത്രാടിസ്ഥാനത്തിൽ തിരുത്തി വേണാടിന്റെ ഒരു ഭാഗം മാത്രമായിരുന്ന തിരുവിതാംകൂർ എങ്ങനെയാണ് വികസിച്ചുവന്നതെന്നും അങ്ങനെ വികസിച്ച തിരുവിതാംകൂർ എങ്ങനെ ബ്രിട്ടീഷ് സാമ്രാജ്യത്തിന് അധീനമായി എന്നും പരിശോധിക്കുകയാണ് ശിവശങ്കരൻ നായർ ഈ പുസ്തകത്തിൽ.

തുടർ പഠനത്തിനും തിരുവിതാംകൂർ ചരിത്രത്തിന്റെ ഇനിയും വിസ്മൃതമായിരിക്കുന്ന കാലഘട്ടങ്ങളെ അനാവരണം ചെയ്യുന്നതിനും മാർഗ്ഗദർശിയായിത്തീരുന്ന ഈ ഗ്രന്ഥം കർത്തവ്യബോധത്തോടെ ഞങ്ങൾ വിജ്ഞാന ലോകത്തിനു മുന്നിൽ അവതരിപ്പിക്കുന്നു. സ്വീകരിക്കുക.

ചിന്ത പബ്ലിഷേഴ്സ്

ആമുഖം

വേണാടും തിരുവിതാംകൂറും ഒന്നാണെന്നും ആദ്യകാലം മുതൽ അതിന്റെ തലസ്ഥാനം തിരുവനന്തപുരം ആണെന്നുമായിരുന്നു തിരുവിതാംകൂർ ചരിത്രകാരന്മാരുടെ ധാരണ. ഈ ധാരണ തിരുത്താൻ വേണ്ടിയാണ് *വേണാടിന്റെ പരിണാമം* എന്ന ഗ്രന്ഥം ഞാൻ രചിച്ചത്. വേണാടിന്റെ ഒരു ഭാഗം മാത്രമായിരുന്ന തിരുവിതാംകൂർ എങ്ങനെ വേണാടിനോളം വളർന്നുവെന്ന് ഞാൻ അതിൽ വിവരിച്ചിട്ടുണ്ട്. ഇപ്രകാരം വികസിച്ച തിരുവിതാംകൂർ എങ്ങനെ ബ്രിട്ടീഷ് സാമ്രാജ്യത്തിന് അധീനമായി എന്ന് പരിശോധിക്കുകയാണ് *മാർത്താണ്ഡവർമ്മ മുതൽ മൺറോവരെ* എന്ന പുസ്തകത്തിലൂടെ ഞാൻ ചെയ്തത്. ഈ രണ്ടു പുസ്തകങ്ങളുടെയും സമാഹാരമാണ് *വേണാടും തിരുവിതാംകൂറും* എന്ന ഈ ഗ്രന്ഥം.

വേളുകളുടെ നാടാണ് വേണാട്. വേളുകൾ എന്നാൽ സാമന്തന്മാർ എന്നർത്ഥം. പാണ്ഡ്യ സാമന്തന്മാരായ മൂന്നു വേളുകളുടെ കൂട്ടായ്മയാണ് ആദ്യകാലം മുതൽ വേണാട് ഭരിച്ചിരുന്നത്. വടക്കു പെരിയാർ മുതൽ തെക്ക് നാഞ്ചിനാടുവരെയുള്ള പ്രദേശം അതിൽ ഉൾപ്പെട്ടിരുന്നു. നാഞ്ചിനാട് അക്കാലത്ത് പാണ്ഡ്യന്മാരുടെ നേരിട്ടുള്ള ഭരണത്തിലായിരുന്നു. മൂന്നു മേഖലകളായി വേണാട് വിഭജിക്കപ്പെട്ടിരുന്നു. പമ്പാനദിമുഖത്തുള്ള നാക്കിട തലസ്ഥാനമായ ഉത്തരമേഖലയും, കൊല്ലം തലസ്ഥാനമായ മദ്ധ്യമേഖലയും, വിഴിഞ്ഞം തലസ്ഥാനമായ ദക്ഷിണമേഖലയുമായിരുന്നു അവ. ഇതിൽ വിഴിഞ്ഞത്തെ ഭരണാധികാരിയായ വേളിന്റെ വാസസ്ഥലം ഇന്നത്തെ തിരുവനന്തപുരമായിരുന്നു. ആനന്ദപുരം എന്നായിരുന്നു തിരുവനന്തപുരത്തിന്റെ ആദ്യ നാമം. ജൈനമതാനുയായി ആയിരുന്ന വിഴിഞ്ഞത്തെ വേളിന്റെ ആരാധനാമൂർത്തിയായിരുന്ന ആനന്ദന്റെ ക്ഷേത്രം നിലനിന്നിരുന്നതിനാലാണ് ആ പേര് സിദ്ധിച്ചത്. വിഷ്ണുഭക്തനായിരുന്ന നെടുഞ്ചടയൻ എന്ന പാണ്ഡ്യരാജാവ് ക്രി വ 781 ൽ വിഴിഞ്ഞം ആക്ര

മിച്ച് ജൈനമതാനുയായിയായ വേണാട്ടു രാജാവിനെ വധിക്കുകയും വൈഷ്ണവനായ മറ്റൊരു വേളിനെ ഇവിടെ വാഴിക്കുകയും ചെയ്തു. അതേത്തുടർന്ന് ആനന്ദന്റെ ക്ഷേത്രം വിഷ്ണുക്ഷേത്രമായി മാറി. അങ്ങനെ, ആനന്ദപുരം തിരുവാനന്തപുരമായി. അതു കാലക്രമേണ തിരുവനന്തപുരമായി.

വടക്ക് ഇടവാ മുതൽ തെക്ക് നാഞ്ചിനാടുവരെ വിഴിഞ്ഞം തലസ്ഥാനമായ ദേശം തിരുവനന്തപുരത്തെ ശ്രീപത്മനാഭന് സമർപ്പിക്കപ്പെട്ടു. തന്മൂലം, ആ പ്രദേശത്തിന് തൃപ്പാദപുരം എന്നു പേരായി. അതു പിന്നീട് തൃപ്പാപ്പൂർ ആയിത്തീർന്നു. ക്രി വ 1120 ൽ നാഞ്ചിനാട് തൃപ്പാപ്പൂർ സ്വരൂപത്തിന്റെ ഭാഗമായി. അതോടുകൂടി തൃപ്പാപ്പൂരിന്റെ തലസ്ഥാനം വിഴിഞ്ഞത്തിന് തെക്ക് തിരുവിതാംകോട്ടേക്കുമാറി. തൃപ്പാപ്പൂർ സ്വരൂപത്തിന്റെ ഭരണാധികാരിയുടെ താമസവും തിരുവിതാംകോടിന് സമീപമാക്കി. തന്മൂലം, തൃപ്പാപ്പൂരിന്റെ ഭരണാധികാരിയെ തിരുവിതാംകൂർ രാജാവ് എന്നു വിദേശികൾ പരാമർശിച്ചു. തിരുവിതാംകോടു രാജാവിന്റെ രാജ്യം തിരുവിതാംകോട് എന്നും ക്രമേണ തിരുവിതാംകൂർ എന്നും പരാമർശിക്കപ്പെട്ടു.

വേണാട്ടു രാജകുടുംബത്തിന്റെ വാസസ്ഥലം ആറ്റിങ്ങലിൽനിന്ന് ഒൻപതുനാഴിക വടക്കുകിഴക്കുമാറിയുള്ള കീഴ്പേരൂർ എന്ന സ്ഥലത്തായിരുന്നു. പതിമൂന്നാം നൂറ്റാണ്ടിന്റെ പൂർവ്വാർദ്ധത്തിൽ വാസസ്ഥലം ആറ്റിങ്ങലിലേക്കു മാറ്റി. അതിനുശേഷവും വേണാട് രാജകുടുംബം കീഴ്പേരൂർ രാജകുടുംബം എന്നാണ് അറിയപ്പെട്ടിരുന്നത്. അതിന്റെ സംസ്കൃതീകരണമാണ് കൂപകം എന്നത്.

പതിമൂന്നാം നൂറ്റാണ്ടിന്റെ അന്ത്യത്തിൽ, സഹ്യപർവ്വതത്തിനു കിഴക്കുള്ള കളക്കാട് ആസ്ഥാനമായ ജയസിംഹനാട് വേണാടിന്റെ മദ്ധ്യമേഖലയിലെ ഭാഗമായിത്തീർന്നു. വേണാടിന്റെ ഉത്തരമേഖലയിൽ കണ്ടിയൂർ തലസ്ഥാനമായി ഓടനാട് എന്നും, കടുത്തുരുത്തി തലസ്ഥാനമായി വെൺപൊലിനാട് എന്നും രണ്ടു സ്വരൂപങ്ങൾ രൂപപ്പെട്ടു. പിന്നീട് അവ അനേകം ചെറിയ നാടുകളായി വിഭജിക്കപ്പെടുകയും അവയെല്ലാം 14-ാം നൂറ്റാണ്ടിന്റെ ഉത്തരാർദ്ധത്തിൽ വേണാടിൽനിന്നും സ്വതന്ത്രമാകുകയും ചെയ്തു. അതുമൂലം കൊല്ലവും തിരുവിതാംകോടും തലസ്ഥാനങ്ങളായ രണ്ടു സ്വരൂപങ്ങൾമാത്രം വേണാടിൽ അവശേഷിച്ചു. കീഴ്പേരൂർ രാജകുടുംബത്തിന്റെ രണ്ടു ശാഖകളുടെ ഭരണത്തിലായി അവ. കൊല്ലം തലസ്ഥാനമായ ദേശിംഗനാടും (ജയസിംഹനാടും) തിരുവിതാംകൂറും ആയിരുന്നു അവ. രണ്ടു ശാഖകളിലും വച്ച് മൂത്ത ആൾ ശ്രീപത്മനാഭസ്വാമി ക്ഷേത്രത്തിന്റെയും അതിന്റെ കീഴിലുള്ള വസ്തുക്കളുടെയും രക്ഷാധികാരിയായിരുന്നു. അദ്ദേഹത്തിന് തൃപ്പാപ്പൂർ മൂത്തതിരുവടി എന്നായിരുന്നു സ്ഥാനപ്പേർ. അദ്ദേഹത്തിന് രണ്ടു സ്വരൂപങ്ങളുടെയും മേല്ക്കോയ്മ ഉണ്ടായിരുന്നില്ല. തന്മൂലം വേണാട് രാജാവ് എന്ന പദവി 14-ാം നൂറ്റാണ്ടിന്റെ അന്ത്യം മുതൽ ഇല്ലാതായി.

പതിനഞ്ചാം നൂറ്റാണ്ടിൽ കൊട്ടാരക്കരയെന്നും നെടുമങ്ങാട് എന്നും രണ്ടു സ്വരൂപങ്ങൾ കൂടെ കീഴ്പേരൂർ (ആറ്റിങ്ങൽ) രാജകുടുംബത്തിനു കീഴിൽ രൂപപ്പെട്ടു. ക്രി വ 1652 ൽ അവസാനത്തെ പുരുഷാംഗം അന്തരിച്ചതിനാൽ തൃപ്പാപ്പൂർ മൂത്തതിരുവടി എന്ന സ്ഥാനം വഹിക്കാൻ ആൾ ഇല്ലാതായി. സ്ത്രീകൾക്കും ദത്തെടുക്കപ്പെട്ട പുരുഷന്മാർക്കും ആ സ്ഥാനം വഹിക്കാൻ അർഹതയുണ്ടായിരുന്നില്ല. ക്രി വ 1685 ൽ ശ്രീപത്മനാഭസ്വാമിക്ഷേത്രം തീപിടിച്ച് പൂർണ്ണമായി നശിച്ചു. അതുകാരണം കുടുംബത്തലവൻ എന്ന പദവിതന്നെ അപ്രസക്തമായി. അതേത്തുടർന്ന് വേണാട് അനാഥമാകുകയും സാമന്തസ്വരൂപങ്ങൾ സ്വതന്ത്രമാകുകയും ചെയ്തു.

ഈ സ്ഥിതിവിശേഷത്തിന് അന്ത്യം ഉണ്ടായത് ക്രി വ 1729 ൽ തിരുവിതാംകൂർ രാജാവായി ഭരണമേറ്റ അനിഴം തിരുനാൾ മാർത്താണ്ഡവർമ്മയുടെ കാലംമുതലാണ്. അദ്ദേഹം ആറ്റിങ്ങൽ റാണിമാരിൽ ഒരാളുടെ പുത്രനാകയാൽ തൃപ്പാപ്പൂർ മൂത്തതിരുവടിസ്ഥാനത്തിന് അർഹനായിരുന്നു. എന്നാൽ ശ്രീപത്മനാഭസ്വാമിക്ഷേത്രം അന്ന് ഇല്ലാതിരുന്നതിനാൽ അദ്ദേഹത്തിന് തൃപ്പാപ്പൂർ മൂത്തതിരുവടിയാകാൻ കഴിഞ്ഞില്ല. ക്രി വ 1736 ൽ ക്ഷേത്രത്തിന്റെ പണി പൂർത്തിയാക്കിയശേഷം അടുത്തവർഷം അദ്ദേഹം ആ സ്ഥാനം ഏറ്റെടുത്തു. തുടർന്നു സാമന്തസ്വരൂപങ്ങളെ അദ്ദേഹം വരുതിയിലാക്കുകയും തുടർന്ന് 14-ാം നൂറ്റാണ്ടിൽ വേണാടിൽ നിന്നും വിട്ടുപോയ നാടുകളെ തന്ത്രവും ബലവും ഉപയോഗിച്ച് തിരുവിതാംകൂറിനോട് ചേർക്കുകയും ചെയ്തു. ഇങ്ങനെ പണ്ടു വേണാടിന്റെ കീഴിലുണ്ടായിരുന്ന എല്ലാ പ്രദേശവും തിരുവിതാംകൂറിനു കീഴിലായി. ഇങ്ങനെയാണ് വേണാട് തിരുവിതാംകൂറായിത്തീർന്നത്. 1758 ൽ ഭരണമേറ്റ ഒരു മഹാമനസ്കനായിരുന്നു രാമവർമ്മ. തിരുവിതാംകൂറിൽ നിലനിന്നിരുന്ന പ്രഭുഭരണ സമ്പ്രദായം അവസാനിപ്പിച്ച് മാർത്താണ്ഡവർമ്മ ഉദ്യോഗസ്ഥഭരണം ഏർപ്പെടുത്തിയതുമൂലം ഉണ്ടായ വ്യാപകമായ അസമാധാനം മായ്ച്ചുകളയാൻ അദ്ദേഹത്തിനു കഴിഞ്ഞു.

രാമവർമ്മയും അദ്ദേഹത്തിന്റെ ദിവാനായിരുന്ന രാജാകേശവദാസും ഇംഗ്ലീഷ് ഈസ്റ്റിന്ത്യാകമ്പനിയുടെ ഉറ്റമിത്രങ്ങളായിരുന്നു. ക്രി വ 1795 ൽ കമ്പനിയുമായുണ്ടാക്കിയ ഉടമ്പടിയിൽ രാജ്യരക്ഷ കമ്പനിക്കു വിട്ടുകൊടുക്കുകയും പകരം വാർഷിക കപ്പമായി നാലുലക്ഷം രൂപ കൊടുക്കാമെന്നു വ്യവസ്ഥചെയ്യുകയും ചെയ്തു. ഇത് ബ്രിട്ടീഷ് മേധാവിത്വത്തിന്റെ അംഗീകാരമായിരുന്നു എങ്കിലും അന്നത്തെ രാഷ്ട്രീയ സാഹചര്യങ്ങളിൽ അനിവാര്യമായിരുന്നു. ക്രി വ 1798 ൽ അദ്ദേഹത്തെ പിൻതുടർന്ന് 16 വയസ്സ് മാത്രമുള്ള ബാലരാമവർമ്മ സ്ഥാനമേറ്റു. അപക്വമതിയായ അദ്ദേഹം ഒരു ഉപജാപകവൃന്ദത്തിനു വിധേയനായി. രണ്ടുവർഷം കൊണ്ട് നാലു ദിവാന്മാരെ വകവരുത്തി. ക്രി വ 1800 ൽ ഈസ്റ്റിന്ത്യാ കമ്പനിയുടെ പ്രതിനിധിയായി വന്ന കേണൽ മെക്കാളെ രാജകുടുംബത്തെ കടിഞ്ഞാണിടാൻ ശ്രമിച്ചു. അങ്ങനെ 1804 ൽ ദിവാനായിരുന്ന

വേലുത്തമ്പിയെ പിരിച്ചുവിടുന്നതിനെ മെക്കാളെ തടഞ്ഞു. കപ്പത്തുക കൂട്ടുന്നതിനും കൂടുതൽ കർശനമായ വ്യവസ്ഥകൾ ഉൾപ്പെടുത്തി 1795 - ലെ ഉടമ്പടി പുതുക്കാനുമൊക്കെ മെക്കാളെ ദിവാനുമേൽ സമ്മർദ്ദം ചെലുത്തി. നാട്ടിലെ വമ്പിച്ച നായർ പട്ടാളത്തെ വെട്ടിച്ചുരുക്കാതെ കപ്പത്തുക കൂട്ടുക സാദ്ധ്യമായിരുന്നില്ല. പട്ടാളച്ചെലവ് ചുരുക്കാനുള്ള ശ്രമം പട്ടാള വിപ്ലവത്തിനു കാരണമായി. ദിവാനെയും റസിഡന്റിനെയും വധിക്കാനുള്ള ശ്രമം കമ്പനി പട്ടാളം ഇടപെട്ട് പരാജയപ്പെടുത്തി. ഇതിനുശേഷം 1795 ലെ ഉടമ്പടി പുതുക്കാതെ കമ്പനി പട്ടാളം തിരുവിതാംകൂർ വിടുകയില്ലെന്നും ശഠിച്ചു. ഗത്യന്തരമില്ലാതെ ബാലരാമവർമ്മ സമ്മതിച്ചു. വാർഷിക കപ്പം എട്ടുലക്ഷമായി ഉയർത്താനും കപ്പം കുടിശ്ശികയായാൽ തിരുവിതാംകൂർ ഭരണം ഭാഗികമായോ പൂർണ്ണമായോ കമ്പനിക്ക് ഏറ്റെടുക്കാമെന്നും പുതുക്കിയ ഉടമ്പടിയിൽ വ്യവസ്ഥ ചെയ്തു. എന്നാൽ കപ്പം കൂട്ടിക്കൊടുക്കാനോ അതിനുവേണ്ടി പട്ടാളത്തിൽ കുറവു വരുത്താനോ രാജാവ് തയ്യാറായില്ല.

ശത്രുതയിലായ രാജാവിനെയും റസിഡന്റ് മെക്കാളെയെയും അനുനയിപ്പിക്കാൻ ദിവാൻ വേലുത്തമ്പി ശ്രമിച്ചെങ്കിലും പരിപാടി വിജയിച്ചില്ല. ഇതിനിടെ, ബ്രിട്ടീഷുകാരെ ഇന്ത്യയിൽനിന്നും ഒഴിപ്പിക്കാൻ ഫ്രഞ്ച് സൈന്യം വരുമെന്നുള്ള ധാരണയിൽ അവരുമായി ചേർന്ന് ബ്രിട്ടീഷ് സൈന്യത്തെ നേരിടാൻ രാജാവ് തയ്യാറായി. നിരാശനായ ദിവാൻ വേലുത്തമ്പി ഉദ്യോഗം രാജിവയ്ക്കാനും മെക്കാളെയുടെ സഹായത്തോടെ മലബാറിൽ പോയി താമസിക്കാനും തീർച്ചപ്പെടുത്തി. എന്നാൽ കൊച്ചി സർവ്വാധികാരിയായ പാലിയത്തച്ചൻ തിരുവിതാംകൂറിന്റെ സഹായത്തോടെ അന്നു കൊച്ചിയിൽ ഉണ്ടായിരുന്ന മെക്കാളെയെ വധിക്കാൻ പുറപ്പെട്ടിരുന്നതായി അറിഞ്ഞ് ദിവാൻ രാജിശ്രമം ഉപേക്ഷിച്ചു. പാലിയത്തച്ചന്റെ ശ്രമം പരാജയപ്പെട്ടതായി അറിഞ്ഞ് ദിവാൻ തന്റെ ആസ്ഥാനമായ ആലപ്പുഴയിൽനിന്നും തിരുവനന്തപുരത്തെത്തി രാജാവിനെ കണ്ടു. ഇതിനകം രണ്ടു സ്ഥലങ്ങളിൽ വച്ച് ബ്രിട്ടീഷ് സൈന്യവും തിരുവിതാംകൂർ പട്ടാളവും ഏറ്റുമുട്ടി. തിരുവിതാംകൂർ പട്ടാളം പരാജയം വരിച്ചു. രാജാവിന് സ്ഥാനനഷ്ടം ഉണ്ടാകുമെന്ന നില വരികയാൽ അത് ഒഴിവാക്കുവാൻവേണ്ടി വേലുത്തമ്പി യുദ്ധത്തിനു കാരണക്കാരൻ താനാണെന്ന് വരുത്തി മുൻകാലപ്രാബല്യത്തോടുകൂടി രാജാവിന് രാജി സമർപ്പിച്ചു. അങ്ങനെ രാജാവ് സ്ഥാനനഷ്ടത്തിൽനിന്ന് രക്ഷപ്പെട്ടു. തിരുവനന്തപുരത്തെത്തിയ മെക്കാളെയുടെ ഉപദേശപ്രകാരം അദ്ദേഹം വേലുത്തമ്പിയുടെ ശത്രുവായ ഉമ്മിണിത്തമ്പിയെ ദിവാനായി നിയമിച്ചു. ഒളിവിൽ പോയ വേലുത്തമ്പി ഭടന്മാരാൽ പിടിക്കപ്പെടുമെന്നറിഞ്ഞ് ആത്മഹത്യ ചെയ്തു.

യുദ്ധത്തിന് കാരണക്കാരൻ വേലുത്തമ്പി അല്ലെന്നും രാജാവും അദ്ദേഹത്തിന്റെ അനന്തരാവകാശിയായ കേരളവർമ്മയും ആണെന്നും ഇംഗ്ലീഷുകാർക്ക് ബോദ്ധ്യമായി. അതിനാൽ രാജാവിനെയും കേരളവർമ്മയെയും ഒഴിവാക്കാൻ ഇംഗ്ലീഷുകാർ ശ്രമിച്ചു. അതിനുവേണ്ടി കർക്കശസ്വ

ഭാവിയായ മെക്കാളെയെ മാറ്റി തന്ത്രജ്ഞനായ കേണൽ മൺറോയെ റസിഡന്റായി നിയമിച്ചു. മൺറോ തിരുവനന്തപുരത്തെത്തി ചാർജ്ജെടുത്ത് ഏതാനും നാളുകൾക്ക് ശേഷം ദുരൂഹസാഹചര്യത്തിൽ കേരളവർമ്മ നാടുകടത്തപ്പെടുകയും ചെയ്തു. 1805 ലെ ഉടമ്പടി പ്രകാരം കപ്പകുടിശ്ശികയുടെ കാരണം പറഞ്ഞു തിരുവിതാംകൂർ ഭരണം റസിഡന്റ് മൺറോ ഏറ്റെടുത്തു. ലക്ഷ്മിഭായി തമ്പുരാട്ടിയെ റീജന്റായി നിയമിച്ച ശേഷം മൂന്നുവർഷം മൺറോ ഭരണം തുടർന്നു. അതിനകം കപ്പക്കുടിശ്ശിക മുഴുവൻ ഈടാക്കിയതിനാൽ ഭരണം തിരിച്ചേല്പിച്ചെങ്കിലും റസിഡന്റായി തുടർന്ന മൺറോ തിരുവിതാംകൂർ ഭരണത്തിന്റെ ചുക്കാൻ പിടിച്ചു. കുത്തഴിഞ്ഞുകിടന്ന തിരുവിതാംകൂർ ഭരണം ചിട്ടപ്പെടുത്താൻ അദ്ദേഹത്തിനു കഴിഞ്ഞു. പില്ക്കാലത്തും ബ്രിട്ടീഷുകാരാൽ നിയമിതരായ ദിവാന്മാരും റസിഡന്റുമാരും ചേർന്ന് തിരുവിതാംകൂർ ഭരണം നടത്തി. അതു ഈ പുസ്തകത്തിന്റെ വിഷയമല്ല.

ഈ പുസ്തകത്തിന്റെ പുനഃപ്രസിദ്ധീകരണത്തിന് വേണ്ട സഹായം ചെയ്ത എന്റെ ജ്യേഷ്ഠ സഹോദര പുത്രൻ ഡോ. കെ പി വിജയകുമാറിന് എന്റെ ഹൃദയംഗമമായ നന്ദി.

പുസ്തകം മുഴുവൻ പരിശോധിച്ച് സംശുദ്ധി വരുത്തിയ ഡോ. എം ജി ശശിഭൂഷനോടുള്ള കൃതജ്ഞതയും രേഖപ്പെടുത്തട്ടെ.

കെ ശിവശങ്കരൻ നായർ

പീഠിക

പദോല്പത്തി

വേണാട് എന്ന പ്രയോഗം ആദ്യമായി കാണുന്നത് ക്രി വ 982 – ലെ താരിസാപ്പള്ളി ചെപ്പേടുകളിലാണ്. 'വേണാട് വാഴ്കിന്റ അയുനടിക തിരുവടി'ക്കും ചെപ്പേടു നല്കി എന്നാണു പറയുന്നത്.[1] വേൾനാടാണ് വേണാടായത് എന്നു കരുതാൻ സഹായിക്കുന്ന രേഖകൾ അതിനുമുമ്പും അതിനുശേഷവും ഉണ്ടായിട്ടുണ്ട്. ജടിലവർമ്മൻ എന്ന പാണ്ഡ്യരാജാവിന്റെ മദ്രാസ് മ്യൂസിയം ചെപ്പേടിൽ 'വേൺമന്നൻ' എന്നു വേണാടു രാജാവിനെ പരാമർശിക്കുന്നു (ക്രി വ 781).[2] വേൾമന്നൻ തന്നെയാണ് വേൺമന്നൻ. താരിസാപ്പള്ളി ശാസനത്തിൽ ഒന്നാം സാക്ഷിയായ 'വേൾകുലസുന്ദരൻ' വേൾവംശത്തിലെ മറ്റൊരു ചിറ്റരചനാണ്.[3] ഉദയ മാർത്താണ്ഡവർമ്മ എന്ന വേണാട്ടു രാജാവിനെ 'വേളാധിപൻ' എന്നാണ് ക്രി വ 1168 ൽ രചിക്കപ്പെട്ട *സ്യാനന്ദൂരപുരാണ സമുച്ചയം* എന്ന സംസ്കൃത കൃതിയിൽ പറഞ്ഞിട്ടുള്ളത്.[4] 'വേളവിഷയേശൻ' എന്നും അതേ കൃതിയിൽ അദ്ദേഹത്തെ പരാമർശിക്കുന്നത് വേൾരാജ്യത്തിന്റെ അധിപൻ എന്ന അർത്ഥത്തിലാണ്.

വേൾ എന്നാൽ ചിറ്റരചൻ എന്ന അർത്ഥമാണ് പ്രാചീന തമിഴിലുള്ളത്. ചിറ്റരചന്റെ കീഴിലുള്ള ഭൂമിയെയും വേൾ എന്നു പറയും. അതുകൊണ്ടാണ് 'വേൺമന്നൻ', 'വേളാധിപൻ', 'വേളവിഷയേശൻ' എന്നീ പ്രയോഗങ്ങളുണ്ടായത്. വേൾകുലം എന്ന പ്രയോഗത്തിൽ നിന്നു മനസ്സിലാക്കാവുന്നത് ഏതോ ഒരു ചിറ്റരചവംശത്തിൽ പെട്ടവരാണ് മലനാട്ടിലെ വേളുകൾ എന്നാണ്. മലനാട്ടിലെ വേളുകൾ ആയ് വംശജർ അഥവാ യാദവന്മാർ ആയിരുന്നു എന്നു പിന്നീട് വിശദമാക്കുന്നുണ്ട്. മലനാട്ടിലെ ചിറ്റരചന്മാർ എല്ലാം ആയികൾ ആയിരുന്നതുകൊണ്ട് അവരെ ആയ്വേളുകൾ എന്നുപറയാതെ വേളുകൾ എന്നു മാത്രം പറയുക പതിവായി.

വേണാടിന്റെ അതിരുകൾ

ക്രി വ രണ്ടാം നൂറ്റാണ്ടിൽ അലക്സാണ്ഡ്രിയക്കാരനായ ടോളമി രേഖപ്പെടുത്തിയിട്ടുള്ളത് കൊടുങ്ങല്ലൂരിലെ ചേരന്മാരുടെ രാജ്യത്തിനു തെക്ക് കോട്ടാർ (കോട്ടിയറ) വരെ ആയി (അയോയ്) രാജ്യമായിരുന്നു എന്നാണ്. കൊടുങ്ങല്ലൂരിലെ ചേരന്മാരുടെ രാജ്യാതിർത്തി വ്യക്തമാക്കിയിട്ടില്ലെങ്കിലും പമ്പാനദീമുഖത്തെ പുറക്കാട് (ബക്കരെ) ആയ്‌രാജ്യത്തിലെന്നു വ്യക്തമാക്കിയിട്ടുണ്ട്. 11-ാം നൂറ്റാണ്ടിന്റെ അന്ത്യത്തിൽ കൊടുങ്ങല്ലൂരെ ചേരവംശം അന്യംനിന്നു പോകയാലോ മറ്റോ വേണാടു രാജാവായ രാമർ തിരുവടി മഹോദയ ചേരരാജ്യത്തിന്റെ കൂടെ ഭരണകർത്താവാകുകയും കുലശേഖരൻ എന്ന ബിരുദം സ്വീകരിക്കുകയും ചെയ്തു. കുലശേഖരൻ എന്നത് മഹോദയ ചേരന്മാരുടെ ബിരുദമായിരുന്നു. പതിനാലാം നൂറ്റാണ്ടുവരെ കൊടുങ്ങല്ലൂർ ഉൾപ്പെട്ട മണപ്പുറം ദ്വീപ് വേണാടിന്റെ ഭാഗമായിരുന്നു എന്നു പറയാം.

ക്രി വ 1120 ൽ വേണാടു രാജാവ് നാഞ്ചിനാട് കീഴടക്കി വേണാടിന്റെ ഭാഗമാക്കി. ഇപ്പോഴത്തെ തോവാള, അഗസ്തീശ്വരം താലൂക്കുകൾ ഉൾപ്പെട്ട നാഞ്ചിനാട് അതിനുമുമ്പ് വേണാടിന്റെ ഭാഗമായിരുന്നില്ല. ക്രി വ 1312 ൽ പാണ്ഡ്യ ചോളരാജ്യങ്ങൾ കീഴടക്കിയ രവിവർമ്മ സംഗ്രാമധീരന്റെ കാലശേഷം സഹ്യപർവ്വതത്തിനു കിഴക്ക് ഇപ്പോഴത്തെ തിരുനെൽവേലി ജില്ലയുടെ പകുതിയിലേറെ, അതായത് താമ്രപർണ്ണിനദി വരെ, വേണാടിനോടു കൂട്ടിച്ചേർക്കപ്പെട്ടു. പിന്നീട് ആ ഭാഗം നിലനിർത്താൻ വേണ്ടി രണ്ടു നൂറ്റാണ്ടിലേറെക്കാലം വേണാടിനു മധുരയിലെ ഭരണാധികാരികളുമായി പോരടിക്കേണ്ടിവന്നു. ക്രി വ 1543 ൽ വിജയനഗരവുമായി ഉണ്ടായ യുദ്ധത്തിൽ അവിടം വിട്ടൊഴിയേണ്ടിവന്നു എന്നുമാത്രമല്ല, അതിനകം വേണാടിന്റെ വടക്കൻ പ്രദേശത്തുള്ള പുറക്കാട്, തെക്കുംകൂർ, വടക്കുംകൂർ മുതലായ സമാന്തര സ്വരൂപങ്ങളും അവയ്ക്കു വടക്കുള്ള പ്രദേശങ്ങളും നഷ്ടമാവുകയും ചെയ്തു. കായംകുളം സ്വരൂപത്തിന്റെ നേതൃത്വത്തിൽ മറ്റു സ്വരൂപങ്ങളും അവയ്ക്കു വടക്കുള്ള പ്രദേശങ്ങളും നഷ്ടമാവുകയും ചെയ്തു. കായംകുളം സ്വരൂപത്തിന്റെ നേതൃത്വത്തിൽ മറ്റു സ്വരൂപങ്ങളും വിഘടിച്ചു പോകുമെന്ന നിലയിലെത്തുമ്പോഴാണ് വേണാടിന്റെ താവഴിയംഗമായ അനിഴം തിരുനാൾ മാർത്താണ്ഡവർമ്മ (1729–58) വിഘടനത്തെ ചെറുക്കുകയും നഷ്ടപ്പെട്ടുപോയ സ്വരൂപങ്ങളെ ഓരോന്നായി തിരിച്ചുപിടിക്കുകയും ചെയ്തത്. അദ്ദേഹത്തിന്റെ പിൻഗാമിയുടെ കാലത്ത് 1762 ൽ തിരുവിതാംകൂറിന്റെ വടക്കൻ അതിർത്തി പെരിയാറിന്റെ മറുകരവരെ എത്തിച്ചു. സഹ്യനു കിഴക്കുള്ള പ്രദേശം തിരിച്ചുപിടിക്കാനുള്ള ശ്രമം പരാജയപ്പെട്ടതുകൊണ്ട് തിരുവിതാംകൂറിന്റെ കിഴക്കനതിർത്തി സഹ്യപർവ്വതം ആയി തുടർന്നു. പഴയ വേണാട് 14-ാം നൂറ്റാണ്ടിന്റെ അന്ത്യത്തിൽ തൃപ്പാപ്പൂർ ആയതും മാർത്താണ്ഡവർമ്മയുടെ കാലത്ത് തിരുവിതാംകൂറായിത്തീർന്നതുമായിരുന്നു മറ്റു മാറ്റങ്ങൾ. 1949 ൽ

കൊച്ചി രാജ്യവുമായി സംയോജിപ്പിക്കപ്പെടുന്നതുവരെ തിരുവിതാംകൂറിന്റെ അതിർത്തികളിൽ കൂടുതൽ മാറ്റമൊന്നും ഉണ്ടായില്ല.

വേണാടിന്റെ ഭൂമിശാസ്ത്രം

ഗോകർണ്ണവും ഗംഗാവാഡി പുഴയും ഉത്തരാതിർത്തിയായി അറബിക്കടലിനും പശ്ചിമഘട്ടത്തിനും ഇടയ്ക്കുള്ള ഭൂമിയെ മലനാട് എന്നാണ് ദ്രാവിഡഭാഷകളിൽ പറഞ്ഞിട്ടുള്ളത്. തുളുനാട് അതിൽപ്പെട്ടിരുന്നു എങ്കിലും തെക്കേയറ്റത്ത് നാഞ്ചിനാട് ഒരിക്കലും മലനാടിന്റെ ഭാഗമായി കരുതപ്പെട്ടിരുന്നില്ല. ക്രി വ 1706 ലെ ഒരു രേഖയിൽ പോലും നാഞ്ചിനാടും മലനാടും വേർതിരിച്ചാണ് പറഞ്ഞിട്ടുള്ളത്.[5] താരതമ്യേന മഴ വളരെ കുറവായ നാഞ്ചിനാട്ടിന്റെ ഭൂപ്രകൃതിക്ക് സഹ്യനു കിഴക്കു പാണ്ടിയിലെ ഭൂപ്രകൃതിയുമായാണ് സാദൃശ്യം. മലനാട്ടിലെ കുഴിത്തുറയാറിന്റെ പോഷകനദിയായ പറളിയാറിൽ അണകെട്ടി പാണ്ട്യന്മാർ നദീജലം ലഭ്യമാക്കുന്നതുവരെ നാഞ്ചിനാട് ഊഷരഭൂമിയായിരുന്നു. പില്ക്കാലത്ത് നാഞ്ചിനാടിനുമേൽ വേണാട് അവകാശം പുറപ്പെടുവിക്കാൻ കാരണവും ഈ സ്ഥിതിവിശേഷമായിരുന്നു.

ഭൂപ്രകൃതിയനുസരിച്ച് മലനാടിനെ, സാമാന്യമായി, മൂന്നായി വിഭജിക്കാറുണ്ട്. ഉയർന്ന പർവ്വതവും, അതിന്റെ സാനുക്കളുമാണ് കിഴക്കൻ മേഖല. പൊതുവേ നിരപ്പുള്ളതാണ് സമുദ്രതീരം. ഇവയ്ക്കു രണ്ടിനും ഇടയ്ക്കുള്ള ഇടനാട്, കിഴക്കുനിന്നും പടിഞ്ഞാറോട്ടൊഴുകുന്ന അനേകം നദികളാൽ കീറിമുറിക്കപ്പെട്ട ഉയരം കുറഞ്ഞ കുന്നുകൾ നിറഞ്ഞതാണ്. ഈ കുന്നുകളുടെ ചെരിവിൽ തോടുകൾക്കിരുവശവുമായി ആദ്യകാല കുടിയേറ്റക്കാർ ഒരുക്കിയ നെല്പാടങ്ങൾക്കു ചുറ്റുമാണ് അവർ ഗ്രാമങ്ങൾ തീർത്തത്. മലകളിലും മലഞ്ചെരുവുകളിലും ജീവിച്ചിരുന്ന ഗിരിവർഗ്ഗക്കാരാവണം ഒരുപക്ഷേ, ആദ്യത്തെ കുടിയേറ്റക്കാർ. അവർ ഫലമൂലാദികൾ ശേഖരിച്ചും വേട്ടയാടിയും ജീവിച്ചു. സമുദ്രതീരമാകട്ടെ കൃഷിക്കുപയുക്തമല്ലാത്ത മണൽപ്രദേശമായിരുന്നു. ചെറുതും വലുതുമായ കായലുകളും പുഴകളും ചതുപ്പുനിലങ്ങളും കണ്ടൽക്കാടുകളും നിറഞ്ഞ ആ പ്രദേശത്ത് ജനവാസം തീരെ കുറവായിരുന്നു. പുഴകൾ സമുദ്രവുമായി സന്ധിക്കുന്ന ഭാഗങ്ങളിൽ നാവികവൃത്തിയിലും വ്യാപാരത്തിലും ഏർപ്പെട്ടിരുന്നവരുടെ ചെറുപട്ടണങ്ങളുണ്ടായിരുന്നു. പൂർവ്വസമുദ്രത്തിൽ നിന്നും സിംഹളത്തിൽനിന്നും ഈ ചെറുപട്ടണങ്ങളിൽ കുടിയേറിപ്പാർത്തവരാണ് അവരുടെ നാട്ടിൽനിന്നും നാളികേരം മലനാട്ടിലെ തീരപ്രദേശത്തേക്കു കൊണ്ടുവന്നത്. അതാകട്ടെ ക്രി വ 2-ാം നൂറ്റാണ്ടിനുമുമ്പല്ല എന്നു കണ്ടെത്തിയിട്ടുണ്ട്.[6] സമുദ്രതീരത്തെ വ്യാപാരകേന്ദ്രങ്ങളിൽ തൊഴിൽതേടി എത്തിയവരാവണം അവിടം ജനവാസയോഗ്യമാക്കിയതും തെങ്ങുകൃഷി വ്യാപിപ്പിച്ചതും.

തുറമുഖനഗരങ്ങൾ

ക്രിസ്തുവർഷാരംഭത്തിലെ സ്ഥിതിയാണു മേൽവിവരിച്ചത്. അക്കാലത്തു സമുദ്രതീരത്തുണ്ടായിരുന്ന ചെറുപട്ടണങ്ങളെ നാവിക ഗ്രാമങ്ങളെന്നു പറയുകയാവും കൂടുതൽ ശരി. അവിടത്തെ സ്ഥിരതാമസക്കാർ നാവികവൃത്തിയിലല്ലാതെ വ്യാപാരത്തിൽ ഏർപ്പെട്ടിരുന്നില്ല. വ്യാപാരത്തിലേർപ്പെട്ടിരുന്നവർ വിദേശികളായിരുന്നു. പടിഞ്ഞാറ് ചെങ്കടൽ മുതൽ കിഴക്ക് മലാക്ക വരെയുള്ള സമുദ്രതീര വാണിജ്യത്തിലേർപ്പെട്ടിരുന്ന ഈ വിദേശികൾ മലനാട്ടിലെ നാവികസങ്കേതങ്ങളിൽ താവളം അടിച്ചത് കൂടുതലും ശുദ്ധജലത്തിനും ഉണക്കമീൻ, ഉണക്കമാംസം എന്നീ ഭക്ഷ്യപദാർത്ഥങ്ങൾക്കും വേണ്ടിയായിരുന്നു. കൂടാതെ പ്രതികൂല കാലാവസ്ഥയിൽ അഭയസ്ഥാനങ്ങളായും ഈ നാവികകേന്ദ്രങ്ങൾ പ്രയോജനപ്പെട്ടിരുന്നു. മലനാട്ടിൽ നിന്നു കയറ്റുമതിചെയ്യാൻ കുരുമുളക്, ഇഞ്ചി, ഏലം, മഞ്ഞൾ, കറുവാപ്പട്ട, തോൽ, ആനക്കൊമ്പ്, കുരങ്ങ്, മയിൽ എന്നീ വനവിഭവങ്ങളാണുണ്ടായിരുന്നത്. ക്രി മു ഒന്നാം നൂറ്റാണ്ടിലും ക്രി വ ഒന്നാം നൂറ്റാണ്ടിലും ഇന്ത്യയ്ക്കു കിഴക്കും പടിഞ്ഞാറും ശക്തമായ രണ്ടു സാമ്രാജ്യങ്ങളാണ് നിലവിലുണ്ടായിരുന്നത്. സിന്ധുനദീതടംവരെ വ്യാപിച്ച റോമാ സാമ്രാജ്യവും ചൈനയിലെ ഹാൻ സാമ്രാജ്യവുമായിരുന്നു അവ. ഇവ തമ്മിൽ ബന്ധിപ്പിക്കുന്ന വാണിജ്യമാർഗ്ഗം മലനാടിന്റെ തീരം വഴിയായിരുന്നതുകൊണ്ട് മലനാട്ടിലെ വിഭവങ്ങൾക്കു നല്ല വിപണിയാണുണ്ടായിരുന്നത്. എങ്കിലും വ്യാപാരത്തിലുള്ള ലാഭത്തിന്റെ സിംഹഭാഗവും വിദേശികളായ വണിക്കുകൾക്കായിരുന്നു ലഭിച്ചിരുന്നത്.

ഇന്ത്യാതീരത്തെ വ്യാപാരത്തിന്റെ കുത്തക മിക്കവാറും ഗുജറാത്തികൾക്കായിരുന്നു. സമ്പന്നമായ ഉത്തരേന്ത്യയെയും റോമാസാമ്രാജ്യത്തെയും വാണിജ്യംമൂലം ബന്ധിപ്പിച്ചത് ഗുജറാത്തായിരുന്നു എന്നതാണ് കാരണം. അതുകൊണ്ടുതന്നെ ഇന്ത്യയുടെ പശ്ചിമതീരത്തു വാണിജ്യക്കുത്തക സ്ഥാപിക്കാൻ അവർക്കു കഴിഞ്ഞു. ദക്ഷിണേന്ത്യയുടെ തീരപ്രദേശത്ത് കുടിയുറപ്പിച്ച ഗുജറാത്തികളായ ശ്രേഷ്ഠികൾ (കച്ചവടതലവന്മാർ) ആണ് പില്ക്കാലത്ത് ചെട്ടികൾ എന്നറിയപ്പെട്ടത്. കേരളത്തിന്റെ വിവിധ ഭാഗങ്ങളിൽ നിന്നു ലഭിച്ച ഉത്തരേന്ത്യൻ നാണയങ്ങൾ കൊണ്ടുവന്നത് ഗുജറാത്തികളായിരിക്കാനാണ് സാദ്ധ്യത.[7] അതുപോലെതന്നെ കിഴൂർ, മങ്കട, എല്യാൽ, വള്ളുവപ്പള്ളി, പൂഞ്ഞാർ, ഇടമറുക് എന്നീ സ്ഥലങ്ങളിൽ നിന്നു ലഭിച്ച റോമൻ നാണയങ്ങളും.[8]

സമുദ്രവ്യാപാരത്തിന്റെ അഭിവൃദ്ധി വ്യാപാരികൾക്ക് കരയിൽ നല്കുന്ന സംരക്ഷണത്തെയാണ് ആശ്രയിച്ചിരിക്കുന്നത്. ഇന്ത്യയുടെ പശ്ചിമതീരത്തെ തുറമുഖങ്ങളിലെല്ലാം ശക്തന്മാരും അല്ലാത്തവരുമായ നാടുവാഴികളുണ്ടായിരുന്നു. അവരിൽ ബഹുഭൂരിപക്ഷവും യാദവന്മാരായിരുന്നു.[9] അവർ ഗുജറാത്തികളായ വണിക്കുകളുടെ സംരക്ഷണത്തിനായി ദ്വാരകയിൽ നിന്നും മറ്റും വന്ന് കുടിയുറപ്പിച്ചവരാകാം. തമിഴിൽ യാദവന്മാരെ ആയിക്കളന്നാണു പറയുക. 14-ാം നൂറ്റാണ്ടിൽ *തൊൽകാപ്പിയ*

ത്തിനു വ്യാഖ്യാനമെഴുതിയ നച്ചിനാർക്കിനിയർ, ആയികൾ അഗസ്ത്യ മുനിയോടൊപ്പം ദ്വാരകയിൽ നിന്നു വന്ന യാദവന്മാരാണെന്നു പറഞ്ഞിട്ടുണ്ട്.[10] സംഘംകൃതികളിൽ (ഒന്നു മുതൽ മൂന്നു വരെ നൂറ്റാണ്ടുകളിൽ) ആയ് ഭരണാധികാരികളെപ്പറ്റി പരാമർശമുള്ളതുകൊണ്ടും രണ്ടാം നൂറ്റാണ്ടിൽ ടോളമി അവരെപ്പറ്റി പറയുന്നതുകൊണ്ടും യാദവന്മാർ മലനാട്ടിൽ കുടിയുറപ്പിച്ചത് ക്രിസ്തുവിനു വളരെ മുമ്പാണെന്ന് അനുമാനിക്കാം.

കുറിപ്പുകൾ

1. T A Gopinatha Rao. 'Travancore Archeological Series,' Volume II, page 80-82.
2. V Venkayya 'Epigraphia Indica', Vol XXII pp 57-58
3. വേള് കുല സുന്ദരൻ 'മലൈനാട്ടു കണ്ടിയൂർ'ക്കാരനാണെന്നു തിരുനാമല്ലൂർ രാജാദിത്യേശ്വരം ക്ഷേത്രശാസനത്തിൽ കാണുന്നു. (T A S Vol. II, page 112 footnote 3)
4. 'വേളാധിപേന ഗുണരത്ന സദാകരേണ
   മാർത്താണ്ഡ ഇത്യുദയ ശബ്ദപുരസ്സരേണ.'
5. കൊ വ 882 ചിങ്ങം 21-ാം തീയതി ഉളയരാജാവായിരുന്ന രാമവർമ്മയ്ക്ക് (മാർത്താണ്ഡവർമ്മയുടെ മാതുലൻ) നല്കിയ നീട്ട്, M Raja Raja Varma Raja. 'Travancore Dynastic Records', Kerala Society Papers, series 7 പുറം 351.
6. പി കെ ബാലകൃഷ്ണൻ. *ജാതിവ്യവസ്ഥിതിയും കേരളചരിത്രവും* (1987) പുറം 175
7. P L Gupta, *The Early Coins from Kerala*, മഗധ സാമ്രാജ്യത്തിന്റെ ക്രി മു 542-440 കാലം മുതൽ ക്രി മു. 18 വരെയുള്ള ഉത്തരേന്ത്യൻ നാണയങ്ങളാണ് വിവരിക്കപ്പെടുന്നത്.
8. S J Mangalam. *Roman Coins from Kerala*, Studies in South Indian Coins, Vol. II pp 61-68
9. കെ ശിവശങ്കരൻ നായർ. *വാണിജ്യത്തിലൂടെ പാരതന്ത്ര്യം*, പുറം 8-12, മാഹിഷ്മതിയിലെ ഹൈഹയന്മാർ, ദേവഗിരിയിലെ യാദവന്മാർ, ത്രിപുരയിലെ ചേദികൾ, കലമ്പൂരികൾ, മാന്യഖേടത്തിലെ രാഷ്ട്രകൂടർ, ദ്വാരസമുദ്രത്തിലെ ഹൊയ്സളർ, നേത്രയിലെ കടമ്പന്മാർ, ഏഴിമലയിലെ മൂഷികന്മാർ, കൊല്ലത്തെ വേണാടർ, വിഴിഞ്ഞത്തെ ആയികൾ എന്നിവർ പശ്ചിമതീരത്തെ യാദവരായിരുന്നു.
10. ഇളംകുളം പി എൻ കുഞ്ഞൻപിള്ള. *ചില കേരള ചരിത്ര പ്രശ്നങ്ങൾ* (1963), പുറം 83. ആയികൾ യാദവന്മാരാണെന്നകാര്യം ഇളംകുളം നിഷേധിക്കുന്നു. അവർ ദ്രാവിഡരായിരുന്നു എന്നാണ് അദ്ദേഹം പറയുന്നത്. ഉത്തരേന്ത്യക്കാരായ യാദവർ മാത്രമല്ല, മൗര്യന്മാർ, നന്ദന്മാർ, പല്ലവന്മാർ എന്നുവേണ്ട ബ്രാഹ്മണർ പോലും ദക്ഷിണേന്ത്യയിൽ ദ്രാവിഡ വർഗ്ഗത്തിൽ ബാന്ധവംമൂലം ലയിച്ചു ചേർന്നു എന്ന

വിവരം അദ്ദേഹം വിസ്മരിക്കുന്നു. ശകന്മാർ, ഹൂണന്മാർ തുടങ്ങിയവർ ഉത്തരേന്ത്യൻ ജനതയിൽ ലയിച്ച് പഞ്ചാബികൾ, ജാട്ടുകൾ, രജപുത്രർ എന്നിവരായല്ലോ. യാദവർ എന്നവകാശപ്പെടുന്ന വിവിധ വിഭാഗങ്ങൾ ഇപ്പോഴും തെക്കൻ തിരുവിതാംകൂറിലും തമിഴ്നാട്ടിലും ഉണ്ട്. (M G S Narayanan).

വേണാട് ഒമ്പതാം നൂറ്റാണ്ടുവരെ

മലനാട് - ഒന്നും രണ്ടും നൂറ്റാണ്ടുകളിൽ

ക്രിസ്തുവർഷാരംഭത്തിലെ മലനാടിനെപ്പറ്റി വിവരം ലഭിക്കുന്നത് മൂന്ന് യവന ഭൂമിശാസ്ത്രകാരന്മാരിൽനിന്നും സംഘംകൃതികളിൽനിന്നുമാണ്. റോമാക്കാരനായ പ്ലീനിയും (ക്രി വ 77) ഗ്രീക്കുകാരനായ ഒരു അജ്ഞാതനാമാവ് രചിച്ച *എറിത്രിയൻ കടലിലൂടെ ഒരു സാഹസികയാത്ര* (*പെരിപ്ലസ് ഓഫ് ദ എറിത്രിയൻ സീ*) എന്ന കൃതിയും (ക്രി.വ. 80) അലക്സാണ്ഡ്രിയക്കാരനായ ടോളമി (95–162) യും ആണ് സമകാലിക ചരിത്രത്തിൽ വെളിച്ചം വീശുന്നത്.[1] അവർ പരാമർശിക്കുന്ന പല തുറമുഖങ്ങളും ഇപ്പോൾ തിരിച്ചറിയാൻ പ്രയാസമാണ്; എങ്കിലും ഏതാനും പ്രധാന തുറമുഖനഗരങ്ങൾ തിരിച്ചറിയാൻ കഴിയും. നിത്ര (നിട്ര്യാസ്) എന്ന ഇപ്പോഴത്തെ മംഗലാപുരമാണ് ഏറ്റവും വടക്ക്. നൗറ എന്ന് യവനരേഖയിലും, നറവ് എന്ന് സംഘംകൃതിയായ *പതിറ്റുപ്പത്തി*ലും പറയുന്നത് ഏഴിമല ആയിരിക്കാം.[2] *ടിണ്ടിസ്* എന്ന് യവനരേഖയിലും *തൊണ്ടി* എന്നു സംഘകൃതികളിലും പറയുന്ന തുറമുഖനഗരം ഇപ്പോഴത്തെ കടലുണ്ടിയാവാം.[3] അക്കാലത്ത് മലനാട്ടിലെ ഏറ്റവും പ്രധാന തുറമുഖപട്ടണം മുസിറിസ് എന്ന് യവനരേഖകളിലും മുശിറി എന്നു സംഘംകൃതികളിലും പറയുന്ന ഇപ്പോഴത്തെ കൊടുങ്ങല്ലൂരാണ്. കൊടുങ്ങല്ലൂരിനും 500 സ്റ്റേഡിയ (സു 90 കി മീ) തെക്കാണ് ബക്കാറെ (പുറക്കാട്). പുറക്കാട് നിന്ന് സുമാർ 24 കി മീ കിഴക്കു മാറിയാണ് പമ്പാ (ബാരിസ്) നദീമുഖത്തുള്ള നെൽക്കിണ്ട എന്ന രാജസ്ഥാനം. ചുവന്ന കുന്ന് എന്നർത്ഥം വരുന്ന പൈറോസ് ആണ് പുറക്കാടിനു തെക്ക്. അതാണ് കുരക്കേണി കൊല്ലം എന്ന് തരിസാപ്പള്ളി ശാസനത്തിൽ പറയുന്ന തങ്കശ്ശേരി.[4] അതിനു തെക്ക് ബലിത എന്ന തുറമുഖ നഗരത്തെപ്പറ്റി ടോളമി രേഖ

പ്പെടുത്തിയിട്ടുണ്ട്. അത് എട്ടാം നൂറ്റാണ്ടിലെ *കുവലയമാല ചരിത്ര*ത്തിൽ (പ്രാകൃത ഭാഷ) പറയുന്ന വിജയപുരി എന്ന ഇപ്പോഴത്തെ വിഴിഞ്ഞം പട്ടണം ആയിരിക്കണം. പറളിയെന്ന രാജ്യത്തെയും കോട്ടിയറ എന്ന രാജസ്ഥാനെയും പറ്റി ടോളമി പറയുന്നുണ്ടെങ്കിലും അതു വ്യക്തമല്ല.

നാലു നാടുകളായിരുന്നു അക്കാലത്തു മലനാട്ടിലുണ്ടായിരുന്നതായി കാണുന്നത്. നേത്ര തലസ്ഥാനമായ തുളുനാടായിരുന്നു വടക്കേയറ്റം. കടമ്പ് കാവൽമരമായ കടമ്പന്മാരായിരുന്നു തുളുനാട് ഭരിച്ചിരുന്നത്. ഏഴിമലയ്ക്കു സമീപമുള്ള കോലം ആസ്ഥാനമായ മൂഷികരാജവംശമായിരുന്നു തുളുനാടിനു തെക്ക്. കോലം തലസ്ഥാനമായിരുന്നതുകൊണ്ട് കോലത്തുനാട് എന്നു മൂഷികഖണ്ഡത്തിനു പില്ക്കാലത്തു പേരുണ്ടായി. കടമ്പന്മാരും മൂഷികന്മാരും യാദവന്മാരായിരുന്നു. മൂഷികന്മാരെ മൂവന്മാരെന്നാണ് സംഘംകൃതികളിലും തമിഴ് ശാസനങ്ങളിലും പറയുന്നത്.

മൂഷികഖണ്ഡത്തിനു തെക്കുള്ള തൊണ്ടിയിലും മുശിറിയിലും ഭരണം നടത്തിയിരുന്നത് ചേരന്മാരായിരുന്നു എന്ന് പ്ലിനി രേഖപ്പെടുത്തിയത് സംഘംകൃതികളും സാക്ഷ്യപ്പെടുത്തുന്നു. ചേരന്മാരുടെ മുഖ്യ തലസ്ഥാനം കാവേരി നദിയുടെ ശാഖയായ അമരാവതി നദിയുടെ തീരത്തുള്ള കരുവൂർ ആയിരുന്നു. ചേരന്മാരെ കേരളപുത്രന്മാർ എന്നാണ് യവനരേഖകളിലും അശോകശാസനങ്ങളിലും പറയുന്നത്. ചേരന്മാർ എന്നതു ചേരമകൻ എന്നതിന്റെ രൂപഭേദമാണ്. ചേരവംശജർ എന്നാണതിനർത്ഥം. ഇപ്പോഴത്തെ എറണാകുളം, തൃശ്ശൂർ, പാലക്കാട്, കോഴിക്കോട്, മലപ്പുറം ജില്ലകൾ ചേരന്മാരുടെ നിയന്ത്രണത്തിലായിരുന്നു എന്നു സാമാന്യമായി പറയാം. ചേരസാമ്രാജ്യത്തിന്റെ പടിഞ്ഞാറൻ പ്രവിശ്യ എന്ന അർത്ഥത്തിൽ അതിനെ കുടനാട് എന്നു പഴംതമിഴിൽ പറഞ്ഞിരുന്നു. (കുട = പടിഞ്ഞാറ്). ചേരരാജ്യത്തിന് തേരലം എന്നു തമിഴിലും കേരളം എന്ന് ആര്യഭാഷകളിലും പറയുന്നു.

കേരള പുത്രന്മാരുടെ നാടിനു തെക്ക് ആയികളുടെ നാടാണെന്നു ടോളമി രേഖപ്പെടുത്തിയിരുന്നതായി മുമ്പു പറഞ്ഞിരുന്നല്ലോ. ആയ്-വേളുകളുടെ നാടാണ് വേണാട് എന്നും കഴിഞ്ഞ അദ്ധ്യായത്തിൽ പറഞ്ഞിരുന്നു.

ആയ്-വേളുകളുടെ നാട് അഥവാ വേണാട്

നാലു തുറമുഖ നഗരങ്ങളായിരുന്നു പ്രധാനമായും ആയ്-വേളുകളുടെ നാട്ടിലുണ്ടായിരുന്നതായി യവനരേഖകളിൽ പറയുന്നത്. പുറക്കാട്, നെൽക്കിണ്ട, കുരക്കേണിക്കൊല്ലം,[5] വിഴിഞ്ഞം എന്നിവയായിരുന്നു അവ. ഇവയിൽ നെൽക്കിണ്ട, കുരക്കേണിക്കൊല്ലം, വിഴിഞ്ഞം എന്നിവ പ്രധാന വേളുകളുടെ ആസ്ഥാനങ്ങളായിരുന്നു എന്ന് പില്ക്കാല രേഖകളിൽ നിന്നു മനസ്സിലാക്കാം. നെൽക്കിണ്ട രാജസ്ഥാനമായിരുന്നു എന്നും അതു മധുരയിലെ പാണ്ട്യന്മാരുടെ കീഴിലാണെന്നും പ്ലിനി രേഖപ്പെടുത്തിയിട്ടുണ്ട്. വിഴിഞ്ഞത്തെയും കൊല്ലത്തെയും ആയ്‌വേളുകൾ ഒരുപക്ഷേ, അക്കാ

ലത്തു നെൽക്കിണ്ടയുടെ കീഴിലായിരുന്നിരിക്കാം. വിഴിഞ്ഞത്തെയും, കൊല്ലത്തെയും, നെൽക്കിണ്ടയിലെയും വേളുകൾ ഒരേ കുടുംബക്കാരായിരുന്നു എന്നും അവരിൽ മൂത്തയാൾ മുഖ്യവേൾ അഥവാ വേൺമന്നൽ ആയിരുന്നു എന്നും കരുതാൻ ന്യായമുണ്ട്. അക്കാലത്തെ ചേരന്മാരും വിവിധ ശാഖകളായിട്ടാണല്ലോ ഭരണം നടത്തിയിരുന്നത്.[6] ഇത്തരം കൂട്ടായ്മയെ 'കുലസംഘം' എന്നാണ് കൗടില്യന്റെ *അർത്ഥശാസ്ത്ര*ത്തിൽ പറയുന്നത്. ക്രി വ 781 ൽ വിഴിഞ്ഞത്തെ ആയ്വേൾ മുഖ്യവേൾ ആയിരുന്നു എന്നും ക്രി വ 892 ൽ കൊല്ലത്തെ ആയ്വേളായിരുന്നു വേണാടു രാജാവായിരുന്നത് എന്നും രേഖകളിൽനിന്നു കാണാം. അതിനുശേഷം 14-ാം നൂറ്റാണ്ടിന്റെ അന്ത്യംവരെ കൊല്ലംതന്നെയായിരുന്നു വേണാടിന്റെ തലസ്ഥാനം. ഒന്നാം നൂറ്റാണ്ടിലെന്നപോലെ പില്ക്കാലത്തെല്ലാം വേണാട് പാണ്ഡ്യന്മാർക്കധീനമായിരുന്നു. പാണ്ഡ്യമേധാവിത്വത്തെ ധ്വംസിച്ചപ്പോഴെല്ലാം വേണാടിന് ആക്രമണത്തെ നേരിടേണ്ടതായി വന്നിട്ടുമുണ്ട്. പാണ്ഡ്യന്മാരുടെ നാവികശക്തിയാണ് വേണാടിലെ തുറമുഖങ്ങളെ നിയന്ത്രിച്ചിരുന്നതും സംരക്ഷിച്ചിരുന്നതും. മലനാട്ടിലെ നാടുവാഴികൾ സാമ്പത്തികമായി സമുദ്രവാണിജ്യത്തെ ആശ്രയിച്ചിരുന്നതിനാൽ ഏതൊരു നാവികശക്തിക്കും അവരെ നിയന്ത്രിക്കാൻ പ്രയാസമുണ്ടായിരുന്നില്ല. മുശിറിക്കു തെക്കുള്ള തുറമുഖങ്ങളിൽ ചരക്കുകൾ സുലഭമായും കുറഞ്ഞ വിലയ്ക്കും കിട്ടുമെന്നു പാണ്ഡ്യരാജാവിന്റെ പ്രതിനിധി പ്ലിനിയോടു പറഞ്ഞതായി പ്ലിനി രേഖപ്പെടുത്തിയിട്ടുണ്ട്. വേണാടിലെ തുറമുഖങ്ങൾ പാണ്ഡ്യന്റെ നിയന്ത്രണത്തിലായിരുന്നതാണ് അങ്ങനെ പറയാൻ കാരണം.[7]

മേല്പറഞ്ഞ മൂന്ന് ആയ്-വേളുകൾക്കു പുറമെ ഒട്ടേറെ വേളുകൾ വേണാട്ടിൽ ഉണ്ടായിരുന്നതായി സംഘംകൃതികളിൽ നിന്നു മനസ്സിലാക്കാം. അണ്ടിരൻ, തിതിയൻ എന്നു രണ്ട് ആയികളെ വാഴ്ത്തുന്ന പാട്ടുകൾ *അകനാനൂറി*ലും *പുറനാനൂറി*ലും ഉണ്ട്.[8] പൊതിയിൽ മലയിലെ (സഹ്യപർവ്വതം) ആയിക്കുടിയായിരുന്നു ദാനശീലനായ അണ്ടിരന്റെ ആസ്ഥാനം. പുനലൂർ ചെങ്കോട്ട റോഡ് മല കടക്കുന്ന ഭാഗത്താണ് ആയക്കുടി. ആക്രമണകാരികളായ കൊങ്ങുകളെ കടൽത്തീരത്തേക്കു അണ്ടിരൻ ഓടിച്ചുകളഞ്ഞു എന്നു പറയാം (*പുറം* 130). പാണ്ഡ്യസാമന്തനെന്ന നിലയിലായിരിക്കണം കൊങ്ങുകളുമായി അണ്ടിരൻ ഏറ്റുമുട്ടിയത്.

വെളിയന്മാർ ആയികളാണ് എന്ന് 'വെളിയൻ വേൺമാൻ ആയ് എയിനൻ' എന്ന വിശേഷണത്തിൽ നിന്ന് (*അകം* 208) മനസ്സിലാക്കാം. വെളിയശാഖയിൽപ്പെട്ട എയിനൻ എന്ന ആയ്വേൾ എന്നാണു പദാർത്ഥം. പൊന്നാനിക്കും ചേറ്റുവായ്ക്കും ഇടയിലുണ്ടായിരുന്ന വെളിയംകോട് എന്ന പുരാതന തുറമുഖത്തിലെ ഭരണാധികാരികളായിരുന്നു വെളിയന്മാർ എന്ന് ഊഹിക്കപ്പെടുന്നു.[9] കരുവൂരിലെ ചേരന്മാർ അവരുടെ അധികാരം പശ്ചിമതീരം വരെ വ്യാപിപ്പിച്ചപ്പോൾ വെളിയന്മാർ അവർക്കു കീഴടങ്ങിയെന്നും പില്ക്കാലത്ത് അവർ ചേരസാമന്തന്മാരായി കഴിഞ്ഞു

എന്നും ആണ് കരുതേണ്ടത്. ഉതിയൻചേരലിന് നല്ലിനി എന്ന വെളിയ റാണിയിൽ (വെളിയൻ വേണ്മാൾനല്ലിനി) ജനിച്ച പുത്രനാണ് പ്രസിദ്ധ ചേരരാജാവായ നെടുംചേരലാതൻ.[10] നെടുംചേരലാതന്റെ പുത്രൻ നാർമുടിച്ചേരലിന്റെ സേനാനായകനായിരുന്നു. വെളിയനായ ആയ് എയിനൻ. വെളിയന്മാരിൽ പലരും വേണാടിന്റെ പല ഭാഗങ്ങളിലായി താമസിച്ച ദേശവാഴികളായിരുന്നു എന്ന് ചില സ്ഥലനാമങ്ങൾ സൂചന നല്കുന്നു. വെളിയനാട് (പിറവത്തിനു സമീപം), വെളുന്നല്ലൂർ (വെളിയനല്ലൂർ, കൊട്ടാരക്കര താലൂക്ക്), വെളിയം എന്നിവ വെളിയന്മാരായ ആയ്-വേളുകളുടെ ആസ്ഥാനങ്ങളായിരുന്നിരിക്കണം.

ആയ്-വേളുകളുമായുള്ള ബന്ധം സൂചിപ്പിക്കുന്ന ഒട്ടേറെ സ്ഥലനാമങ്ങൾ കേരളത്തിന്റെ വിവിധ ഭാഗങ്ങളിൽ, വിശേഷിച്ചും തിരുവിതാംകൂറിലുണ്ട്. ആയികളെ ആനായർ എന്നും ഇടയരെന്നും പറയുമായിരുന്നു. നാഗരുകോവിലിനു സമീപമുള്ള ഇടലാക്കുടിയുടെ പഴയപേർ ഇടയരാക്കുടി എന്നാണ്; ഇടയരാജാവിന്റെ വാസസ്ഥലമെന്നർത്ഥം. ആമ്പാടി എന്നത് ആയൻ പാടി (ആയി ഗ്രാമം) യുടെ രൂപഭേദമാണ്. അയിര (ആയ് അറ), ആനയറ (ആനായഅറ), ആനാവൂർ (ആനായഊർ) ആനാകോട് (ആനായർകോട്), അയിരൂർ (ആയർഊർ) തുടങ്ങി നിരവധി സ്ഥലനാമങ്ങൾ ആയ് ബന്ധം സൂചിപ്പിക്കുന്നവയാണ്.

വിഴിഞ്ഞത്തെ ആയ്-വേളുകൾ

ടോളമിയുടെ പരാമർശത്തിനുശേഷം വിഴിഞ്ഞത്തെ ഏതെങ്കിലും വിവരം ലഭിക്കുന്നത് 8-ാം നൂറ്റാണ്ടിലാണ്. ക്രി വ 779 ൽ രചിക്കപ്പെട്ട *കുവലയമാലാ* ചമ്പുവിലെ കഥാനായികയായ കുവലയമാല വിജയപുരി രാജാവായ വിജയസേനന്റെ പുത്രിയാണ്. വിജയപുരി എന്നത് വിഴിഞ്ഞം ആണെന്നു ഗ്രന്ഥത്തിന്റെ ഇതിവൃത്തത്തിൽ നിന്നു ഗ്രഹിക്കാം. വിഴിഞ്ഞം ഐശ്വര്യസമൃദ്ധമായ നഗരമായിരുന്നു എന്നാണു സൂചന. ക്രി വ 781 ലെ നെടുംചടയ പാണ്ഡ്യന്റെ മദ്രാസ് മ്യൂസിയം ചെപ്പേട് വിഴിഞ്ഞത്തെ കോട്ടയെയും അതിനകത്തെ സമ്പദ്സമൃദ്ധിയെയും വാനോളം വാഴ്ത്തുന്നുണ്ട്. അന്നു വേൺമന്നനായിരുന്ന വിഴിഞ്ഞം രാജാവിനെ വധിച്ച് അദ്ദേഹത്തിന്റെ ഗജതുരഗാദികളും വമ്പിച്ച സമ്പത്തും പാണ്ഡ്യൻ കൈയടക്കിയതായി ശാസനത്തിൽ പറയുന്നു.

പാണ്ഡ്യ സാമന്തനായിരുന്ന വേണാടു രാജാവിനെ പാണ്ഡ്യൻ എന്തിനാക്രമിച്ചു വധിച്ചു എന്നത് പ്രധാനമാണ്. ഇന്ത്യയിലെ പല യുദ്ധങ്ങൾക്കും കാരണമായ മതവിദ്വേഷം തന്നെയാണ് ഇവിടെയും കാണുന്നത്. ക്രി വ നാലാം നൂറ്റാണ്ടുമുതൽ ഏഴാം നൂറ്റാണ്ടിന്റെ തുടക്കംവരെ തമിഴകത്തു ശക്തമായിരുന്നത് ജൈനമതമായിരുന്നു. കേരളത്തിലെ യാദവന്മാരും പാണ്ഡ്യന്മാരും ജൈനമതക്കാരായിരുന്നു. ഗുജറാത്തിൽനിന്നും കുടിയേറിയ കേരളത്തിലെ വണിക സമൂഹം കൃഷ്ണാരാധനക്കാരായ ജൈനമതക്കാർ ആയിരുന്നു. അങ്ങനെയിരിക്കെയാണ് തമിഴകത്ത് 7-ാം

നൂറ്റാണ്ടിൽ ചോളമണ്ഡലത്തിൽനിന്നുള്ള ശൈവസിദ്ധന്മാർ ശൈവമതത്തിന് വമ്പിച്ച പ്രചാരം നല്കിയത്. തിരുനാവുക്കരശർ (അപ്പർ) എന്ന ശൈവാചാര്യർ മഹേന്ദ്രവർമ്മൻ എന്ന പല്ലവ രാജാവിനെ (600-630) ശൈവമതത്തിലേക്കു ആനയിച്ചു. അടുത്തുതന്നെ ജ്ഞാനസംബന്ധർ എന്ന ശൈവാചാര്യൻ മാരവർമ്മൻ അരി കേസരി (640-70) എന്ന പാണ്ഡ്യ രാജാവിനെ മതപരിവർത്തനം നടത്തുകയും എണ്ണായിരം ജൈനപണ്ഡിതന്മാരെ തൂക്കിലേറ്റുകയും ചെയ്തു. ഏറെത്താമസിയാതെ സുന്ദരമൂർത്തി നായനാർ എന്ന ശൈവാചാര്യർ, മുശിറിയിലെ പെരുമാക്കോത എന്ന ചേരരാജാവിനെ ചേരമാൻ പെരുമാളെന്നപേരിൽ ശൈവ കവിയാക്കി മാറ്റി. അങ്ങനെ തമിഴകത്തെ ഭരണാധികാരികളെല്ലാം ശൈവമതത്തിന്റെ പിടിയിലായിരിക്കെയാണ് പാണ്ട്യരാജാവായ നെടുമാരൻ (710-765) പെരിയാൾമാരന്റെ സ്വാധീനത്തിൽ വൈഷ്ണവമതം സ്വീകരിക്കുന്നത്. അദ്ദേഹം മാളവ രാജകുടുംബത്തിലെ ഭൂസുന്ദരിയെ വിവാഹം ചെയ്തു. ജൈനവൈഷ്ണവമതങ്ങളുടെ സംരക്ഷകരും യാദവന്മാരും ആയിരുന്ന രാഷ്ട്രകൂടരുടെ സാമന്തന്മാരായിരുന്നു മാളവന്മാർ. നെടുമാരനു മാളവ രാജകുമാരിയിൽ ജനിച്ച പുത്രനാണ് ബലശാലിയായ നെടുചടയപാണ്ഡ്യൻ (765-815). അദ്ദേഹം കടുത്ത വിഷ്ണുഭക്തനാണെന്നു തന്റെ ശാസനങ്ങളിൽ എടുത്തുപറയുന്നുണ്ട്. വേണാടിന്റെ വൈഷ്ണവമതത്തിന്റെ പുനരുദ്ധാരണമായിരുന്നു നെടുംചടയന്റെ ആക്രമണ ലക്ഷ്യമെന്ന്, താനൊരു വൈഷ്ണവ ഭക്തനാണെന്നു ശാസനത്തിൽ പറയുന്നതിൽ നിന്നൂഹിക്കാം. ആനന്ദപുരം എന്ന ജൈന സങ്കേതത്തിൽ പത്മനാഭ പ്രതിഷ്ഠ നടത്തി തിരുവനന്തപുരം എന്ന വൈഷ്ണവ സങ്കേതത്തിനു അടിസ്ഥാനമിട്ടത് നെടുംചടയൻ ആയിരുന്നു എന്ന് ഊഹിക്കാം.

ക്രി വ 781 ലെ വിഴിഞ്ഞം ആക്രമണത്തിനുശേഷം അവിടെ ഒരു പാണ്ട്യൻ സൈന്യത്തെ നെടുംചടയൻ നിർത്തിയിരുന്നു. ആയ്വേളുകളുടെ ചെറുത്തുനില്പ് തുടർന്നു. തിരുവട്ടാറിനു സമീപമുള്ള അരുവിയൂർ കോട്ടയിലെ ആയ്വേൾ ആയിരുന്ന ചടയൻ കരുനന്തൻ പാണ്ട്യമേധാവിത്വത്തെ ചെറുത്തു (784). ഇപ്പോൾ അവിടെയുള്ള പ്രസിദ്ധമായ അരുവിക്കര ശിവക്ഷേത്രം സൂചിപ്പിക്കുന്നത് ചടയൻകരുനന്തൻ ഒരു ശൈവഭക്തൻ ആയിരുന്നു എന്നാണ്. അതുകൊണ്ടായിരിക്കാം പാണ്ട്യ സൈന്യം കോട്ട ആക്രമിച്ചത്. ആക്രമണത്തിൽ രണ്ടു പാണ്ട്യസൈന്യ നായകന്മാർ മരണമടഞ്ഞു. അവരുടെ കുടുംബത്തിനു നെടുംചടയൻ അനുവദിച്ച വസ്തുവകകളെപ്പറ്റി പറയുന്നതാണ് ക്രി വ 784 ലെ കഴുകമലശാസനം.[11]

ക്രി വ 792 ൽ ഒരു ചേരസൈന്യം (ചേരമനാർപട) വിഴിഞ്ഞം ആക്രമിച്ച് അവിടെയുണ്ടായിരുന്ന പാണ്ട്യസൈന്യത്തെ ഓടിച്ചു കളയുകയും, ആരുവാമൊഴിക്കു പിൻവാങ്ങിയ പാണ്ട്യസൈന്യത്തെ കരക്കോട്ട എന്ന സ്ഥലത്തുവച്ച് വീണ്ടും ആക്രമിക്കുകയും ചെയ്തു. ആ യുദ്ധത്തിൽ വച്ച് പാണ്ട്യസൈന്യാധിപനായ രണകീർത്തി തഡം മരണമടഞ്ഞതായി

തിരുവനന്തപുരം മ്യൂസിയം ശാസനത്തിൽ പറയുന്നു.[12] പാണ്ഡ്യസൈന്യത്തിനു താല്ക്കാലികമായ തിരിച്ചടികൾ നേരിടേണ്ടിവന്നുവെങ്കിലും പില്ക്കാലത്ത് വേണാട് പാണ്ഡ്യന്മാർക്കു കീഴടങ്ങിയിരുന്നു എന്നു കാണാം. ഇവിടെ പ്രസക്തമായ മറ്റൊരു കാര്യം ക്രി വ 792 ൽ പാണ്ഡ്യ സൈന്യത്തെ നേരിട്ട ചേരമാൻ സൈന്യവുമായി പാണ്ഡ്യനെ നേരിടാൻ വിഴിഞ്ഞത്തെത്തിയെന്നു കരുതാൻ പ്രയാസം. തിരുവട്ടാറിൽ എഴിനി ആതൻ എന്നൊരു ധർമ്മതല്പരനായ ചേരരാജാവുണ്ടായിരുന്നു എന്ന് സംഘംകവി മാങ്കുടി കിഴാർ വാഴ്ത്തുന്നു. (*പുറം* 396)[13]. എഴിനി ആതന്റെ പിൻഗാമികളായ ചേരന്മാർ തിരുവട്ടാറും, അഴകിയപാണ്ഡ്യപുരത്തും, നാഗർകോവിലിനു സമീപമുള്ള വടശ്ശേരിയിലും, തിരുവിതാംകോട്ടും അനേകനൂറ്റാണ്ടുകൾ ജീവിച്ചിരുന്നതായി തെളിവുണ്ട്. അതു പിന്നീടു വിശദീകരിക്കുന്നുണ്ട്. അരുവിയൂർ കോട്ടയിൽവച്ച് പാണ്ഡ്യസൈന്യത്തെ നേരിട്ട ചടയൻ കരുനന്തന്റെ ജാമാതാവോ ഭാഗിനേയനോ ആയിരിക്കണം 792 ൽ പാണ്ടിപ്പടയെ നേരിട്ട 'ചേരമാനാർ.'

ചടയൻ കരുനന്തന്റെ പിൻഗാമികളിലൊരാളാണ് ക്രി വ 866 ൽ പാർത്ഥിവശേഖരപുരംശാല സ്ഥാപിച്ച കരുനന്തടക്കൻ. കുഴിത്തുറയാറിന്റെ തീരത്ത് മുഞ്ചിറയ്ക്കു സമീപമായിരുന്നു 95 വിദ്യാർത്ഥികളെ (ചട്ടന്മാരെ) പഠിപ്പിക്കാൻ സൗകര്യമുള്ള കലാശാല അടക്കൻ സ്ഥാപിച്ചത്. തിരുവനന്തപുരത്തു കിള്ളിയാറിന്റെ തീരത്ത് ആര്യശാലയ്ക്കും വലിയശാലയ്ക്കും ഇടയ്ക്കുണ്ടായിരുന്ന കാന്തളൂർശാലയുടെ മാതൃകയാണ് പാർത്ഥിവശേഖരപുരം ശാലയ്ക്കു സ്വീകരിച്ചത്.[14] പാർത്ഥിവശേഖരപുരം ശാലയുടെ നടത്തിപ്പിനാവശ്യമായ വസ്തുവകകൾ നല്കുന്ന താമ്രശാസനത്തിൽ ശാലയുടെ നിർമ്മാണത്തെപ്പറ്റിയും നടത്തിപ്പിനെപ്പറ്റിയും വിശദീകരിക്കുന്നുണ്ട്.[15] ക്രി വ 815-862 കാലത്ത് പാണ്ഡ്യരാജാവായിരുന്ന ശ്രീമാര ശ്രീവല്ലഭന്റെ സാമന്തനായിട്ടാണ് ക്രി വ 857 ൽ കരുനന്തടക്കൻ ഭരണമേറ്റത്. പാണ്ഡ്യസാമന്തന്മാരുടെ പതിവനുസരിച്ച് അധീശന്റെ പേർ കരുനന്തടക്കൻ തന്റെ പേരിനോടു ചേർത്തുപയോഗിച്ചിരുന്നു. അങ്ങനെ ശ്രീ വല്ലഭൻ എന്ന പേർ ശാസനത്തിലുപയോഗിച്ചിരിക്കുന്നു.[16] പാർത്ഥിവശേഖരൻ എന്നത് പാണ്ഡ്യന്റെ ബിരുദമാണ്.[17] തൃപ്പരപ്പു ശിവക്ഷേത്രത്തിൽ നിന്നു ലഭിച്ച ഒരു താമ്രശാസനവും ക്രി വ 872 ലെ തിരുവിതാംകോടു ശാസനവും, ക്രി വ 871 ലും 879 ലും ഉള്ള തിരുവിടയ്ക്കോടു ശാസനങ്ങളും കരുനന്തടക്കന്റെ കാലത്തുള്ളവയാണ്.

കരുനന്തടക്കന്റെ തൊട്ടടുത്ത പിൻഗാമിയാണ് വിക്രമാദിത്യവരഗുണൻ. അദ്ദേഹത്തിന്റെ പാലിയം ചെപ്പേട് ക്രി വ 898 ലുള്ളതാണെന്നു ഡോ. എം ജി എസ് നാരായണൻ പറയുന്നു.[18] ശ്രീമൂലവാസ ഭട്ടാരകന് വിളവംകോടു താലൂക്കിലെ കുറെ ഭൂസ്വത്ത് സംഭാവന ചെയ്യുന്നതാണ് ശാസനസാരം. ശ്രീമൂലവാസ ഭട്ടാരകന്റെ രക്ഷാപുരുഷൻ വിക്രമാദിത്യവരഗുണന്റെ ബന്ധുവായ ഒരു വീരകോത ആണെന്നു ശാസനത്തിൽ സൂചനയുണ്ട്. ചിരപുരാതനമായ തന്റെ വംശത്തെ സംരക്ഷിച്ചുകൊള്ളേ

ണമേ എന്നു ശാസനദാതാവ് വീരകോതയോടു യാചിക്കുന്നുണ്ട്. രാജ വംശം ഏതോ ഒരു ഭീഷണിയെ നേരിടുകയാണെന്നും അതിൽനിന്നു രക്ഷയ്ക്കായി വീരകോതയുടെ സഹായം അഭ്യർത്ഥിക്കുകയാണെന്നും ശാസനത്തിൽ സൂചനയുണ്ട്. വിക്രമാദിത്യ വരഗുണൻ നേരിടുന്ന ഭീഷണി എന്താണെന്നും വീരകോത ആരാണെന്നും അടുത്ത അദ്ധ്യാ യത്തിൽ വിവരിക്കാം.

വരഗുണന്റെ 15-ാം ഭരണ വർഷത്തിലേതാണ് പാലിയംശാസനം. വരഗുണന്റെ എട്ടാം ഭരണത്തിലെ ഹജൂർ ശാസനത്തിൽ, തെങ്കനാട്ടു കിഴവൻ ചാത്തൻ മുരുകന്റെ മകൾ ആയി വംശജയായ മുരുകൻ ചേന്തിയെ തിരുനന്തിക്കര മഹാദേവക്ഷേത്രത്തിൽ തേവടിച്ചിയായി നിയ മിച്ച് ധാരാളം വസ്തുവകകൾ ചെലവിനു നല്കുന്നു.[19] തിരുനന്തിക്കര ശിവക്ഷേത്രത്തിന്റെ രക്ഷാപുരുഷനാണ് (അടികൾ) വരഗുണൻ എന്നും പറയുന്നു. വരഗുണന്റെ മുൻഗാമിയായ കരുനന്തടക്കൻ വൈഷ്ണവനാ യിരുന്നു. അദ്ദേഹം സ്ഥാപിച്ച പാർത്ഥിവശേഖരപുരംശാല വിഷ്ണുക്ഷേ ത്രത്തോടനുബന്ധിച്ചായിരുന്നു. മുഞ്ചിറ ശിവക്ഷേത്രത്തിന്റെ വകയായ ഉഴക്കുടിവിള എന്ന സ്ഥലം പകരത്തിനു പകരം ഭൂമി നല്കി വാങ്ങി യാണ് ശാല സ്ഥാപിച്ചത്. എന്തുകൊണ്ടു ശിവക്ഷേത്രത്തിന് അനുബ ന്ധമായി ശാല സ്ഥാപിച്ചില്ല എന്ന ചോദ്യം ഉദിക്കുന്നു. ശാല ഒരു വൈഷ്ണവ സ്ഥാപനമായിരുന്നതാണു കാരണം എന്നു വ്യക്തം. രാഷ്ട്രീയ വിപര്യയമാണ് ശൈവമതത്തിലേക്കു വരഗുണനെ തള്ളിവി ട്ടത് എന്നൂഹിക്കേണ്ടിയിരിക്കുന്നു.

നെൽക്കിണ്ടയിലെ ആയ് വേളുകൾ

പ്ലിനിയുടെയും പെരിപ്ലസിലെയും വിവരണങ്ങൾ വച്ചു നോക്കിയാൽ കൊടുങ്ങല്ലൂരിനും പുറക്കാടിനും ഇടയ്ക്കുള്ള പ്രദേശം ഇന്നത്തേതിൽ നിന്നും വളരെ വ്യത്യസ്തം ആയിരുന്നു എന്നു കാണാം. അനേകം ദ്വീപു കൾ ഉള്ള ഉൾക്കടൽ ആയിരുന്നു അവിടെ ഉണ്ടായിരുന്നത്. തൃക്കാക്കര, തൃപ്പൂണിത്തുറ, വൈക്കം, കടുത്തുരുത്തി, ഏറ്റുമാനൂർ, കോട്ടയം, ചങ്ങ നാശ്ശേരി, തിരുവല്ല എന്നീ പ്രദേശങ്ങൾ ഉൾക്കടലിന്റെ അതിരുകളായി രുന്നു. പമ്പാനദി ഇപ്പോഴത്തെ മാന്നാറിനും ഇടത്തുവായ്ക്കും ഇടയിൽ വച്ച് ഉൾക്കടലിൽ പതിച്ചിരുന്നു. ഇപ്പോഴത്തെ പുറക്കാടു വച്ച് ഈ ഉൾക്ക ടൽ സമുദ്രവുമായി സന്ധിച്ചിരുന്നു. ഈ ഉൾക്കടലിനെയും അതിനകത്തെ അനേകം ദ്വീപുകളെയും ചേർത്ത് കുട്ടനാട് എന്നു പറഞ്ഞിരുന്നു. കുട്ട നാട് എന്നാൽ കായലുകളുടെ നാട് എന്നാണ് പഴംതമിഴിൽ അർത്ഥം. ഇന്നത്തെ വേമ്പനാടുകായലും കൊച്ചികായലും കുട്ടനാടിന്റെ ഭാഗങ്ങ ളായിരുന്നു. പമ്പാനദി കുട്ടനാട്ടിൽ പതിക്കുന്ന സ്ഥലത്താണ് യവനരേ ഖകളിലെ നെൽക്കിണ്ട എന്ന രാജസ്ഥാനം സ്ഥിതിചെയ്തിരുന്നത്. നെൽക്കിണ്ടാരാജ്യത്തെ പ്രധാന തുറമുഖമായിരുന്നു പുറക്കാട്. കുട്ട നാടും ഇപ്പോഴത്തെ തിരുവല്ല, ചങ്ങനാശ്ശേരി, കോട്ടയം, വൈക്കം എന്നീ

താലൂക്കുകളും നെൽക്കിണ്ട എന്ന രാജ്യത്തിലുൾപ്പെട്ടിരുന്നു. ഒറ്റത്തടിയിലുള്ള ചെറുവള്ളങ്ങളിലാണ് നെൽക്കിണ്ട രാജ്യത്തുനിന്നും കുരുമുളകും മറ്റും പുറക്കാട് എത്തിച്ചിരുന്നതെന്ന് യവനരേഖകളിൽ പറയുന്നു. കൊടുങ്ങല്ലൂർനിന്നും പുറക്കാടു വഴി സഞ്ചരിച്ചാലും ഉൾനാടൻ ജലാശയത്തിലൂടെ നേരിട്ടു സഞ്ചരിച്ചാലും നെൽക്കിണ്ടയിലേക്ക് 500 സ്റ്റേഡിയ ദൂരമെന്നു പറഞ്ഞിട്ടുണ്ട്. അന്നു കൊച്ചി അഴി ജലഗതാഗതയോഗ്യമായിരുന്നില്ല എന്നുവേണം കരുതാൻ. പുറക്കാട് അഴി അടഞ്ഞുപോവുകയും പമ്പാനദി മീനച്ചലാറിലെയും മൂവാറ്റുപുഴയാറിലെയും ജലം കൊച്ചീക്കായലിലൂടെ സമുദ്രത്തിൽ പതിക്കാൻ തുടങ്ങുകയും ചെയ്തതു മുതലാണ് കൊച്ചിഅഴി കപ്പൽ ഗതാഗതത്തിനു യോഗ്യമായത്. അത് പുതുവയ്പു വർഷം തുടങ്ങിയ ക്രി വ 1341 ൽ ആയിരിക്കാം.

നെൽക്കിണ്ടയിലെ ആയ് വംശം ക്രി വ 1421 വരെയെങ്കിലും അവിടെ നിലനിന്നിരുന്നതായി രേഖയുണ്ട്. ഒന്നാം നൂറ്റാണ്ടിൽ നെൽക്കിണ്ടയിലെ ആയ്വേൾ പാണ്ട്യസാമന്തനായിരുന്നു എന്നുപറയുന്നതിൽ നിന്ന് അക്കാലത്ത് വേണാടു മുഴുവൻ നെൽക്കിണ്ടയുടെ കീഴിലായിരുന്നു എന്നു കരുതേണ്ടിയിരിക്കുന്നു. ക്രി വ 800 നടുപ്പിച്ചുള്ള രാജശേഖരദേവന്റെ വാഴപ്പള്ളി ശാസനത്തിൽനിന്നു മനസ്സിലാക്കാവുന്നത് നെൽക്കിണ്ടയ്ക്ക് അക്കാലത്തു പേര് തിരുവാറ്റുവായ് നാട് എന്നായിരുന്നു എന്നാണ്.[20] ആറ്റുവായ് എന്നാൽ നദീമുഖമെന്നർത്ഥം. അതൊരു ക്ഷേത്രനഗരമായിരുന്നതുകൊണ്ടാവാം തിരുവാറ്റുവായ് എന്നു പേരായത്. ഇപ്പോൾ തിരുവാറ്റുവായ് ക്ഷേത്രം നില്ക്കുന്ന സ്ഥലമായിരിക്കാം അത്. തിരുവാറ്റുവായ് നാട്ടിൽ പതിനെട്ടു ദേശങ്ങളുണ്ടായിരുന്നു. അവയുടെ തലവന്മാരും, തിരുവാറ്റുവായ് പട്ടണത്തിലെ പൗരന്മാരും (ഊരും) കൂടിയിരുന്നാണ് രാജശേഖരദേവൻ വാഴപ്പള്ളി ക്ഷേത്രത്തിനു നിത്യബലിക്കുള്ള വകയിരുത്തിയിരുന്നത്. ബലി മുടക്കുന്നവർ നൂറു ദിനാരം പിഴയായി നല്കണമെന്നു പറയുന്നതിൽനിന്നും തിരുവാറ്റുവായ് ഒരു വാണിജ്യകേന്ദ്രമായിരുന്നു എന്നും പശ്ചിമേഷ്യയുമായി വാണിജ്യബന്ധത്തിലേർപ്പെട്ടിരുന്ന ഒരു തുറമുഖ നഗരമായിരുന്നു എന്നും കരുതാം. വാഴപ്പള്ളിക്കു സമീപമുള്ള പെരുന്ന എന്ന സ്ഥലത്തിന്റെ പഴയ പേർ പെരുന്നെയ്ക്കൽ എന്നായിരുന്നു. നെയ്ക്കൽ എന്നാൽ കടൽത്തീരമെന്നാണർത്ഥം. അടുത്തുതന്നെയുള്ള കടപ്രാ എന്ന സ്ഥലം സൂചിപ്പിക്കുന്നത് അത് പണ്ട് കടപ്പുറം ആയിരുന്നു എന്നാണ്.

ശാസനദാതാവായ രാജശേഖരദേവനെ 'രാജാരാജായിരാജപരമേശ്വരഭട്ടാരകൻ' എന്നു ശാസനത്തിൽ വിശേഷിപ്പിക്കുന്നു. രാജശേഖരദേവൻ കേരളപ്പെരുമാൾ ആയിരുന്നു എന്നു തെറ്റിദ്ധരിക്കാൻ ഈ വിശേഷണം കാരണമായിട്ടുണ്ട്.[21] ശാസനം എഴുതുന്ന ആസ്ഥാന പണ്ഡിതന്മാർ ചെറു രാജാക്കന്മാരെപ്പോലും ചക്രവർത്തിമാരായി ചിത്രീകരിക്കുക പതിവാണ്. പിന്നീട് എൺപതുവർഷമെങ്കിലും കഴിഞ്ഞാണ് കേരളത്തിൽ പെരുമാൾവാഴ്ച ആരംഭിക്കുന്നത്. പെരുമാക്കന്മാർ നാട്ടുകാരെയും പട്ട

ണവാസികളെയും വിളിച്ചുകൂട്ടി ഒരു ക്ഷേത്രത്തിനു കുറെ ഭൂമി നല്കുന്നത് അചിന്ത്യമാണ്. അതു കോയിലധികാരികളോ പ്രാദേശിക നാടുവാഴികളോ ആണു ചെയ്യുക. വിഴിഞ്ഞത്തെയും കൊല്ലത്തെയും മാത്രമല്ല എല്ലാ ആയ് വേളുകളുടെയും തലവൻ ആയിരുന്നു രാജശേഖരദേവൻ എന്നു വരാം.[22]

രാജശേഖരൻ അഥവാ രായിരൻ എന്നത് എല്ലാ തിരുവാറ്റുവായ് നാടുവാഴികളുടെയും മാറാപ്പേരായിരുന്നു. മഹോദയ ചേരന്മാരെ കുലശേഖരന്മാരെന്നും, കോഴിക്കോടു ഭരണാധികാരികളെ സാമൂതിരിമാരെന്നും പറയുമ്പോലെ തിരുവാറ്റുവായ്നാട്ടിലെ ഭരണാധികാരികളെ രാജശേഖരന്മാർ എന്നു പറയുമായിരുന്നു. തിരുവല്ലാ ചെപ്പേടുകളിൽ പറയുന്ന 'ചെന്നിത്തല അടികൾ ഇരായ ചേകരൻ', വാഴപ്പള്ളി ശാസനത്തിലെ രാജശേഖരദേവന്റെ പിൻഗാമികളിലൊരാളാണെന്ന കാര്യത്തിൽ സംശയമില്ല.[23] അക്കാലത്ത് രായിരന്റെ താമസം മാന്നാറിനു സമീപമുള്ള ചെന്നിത്തലയിൽ ആയിരുന്നു എന്നുമാത്രം. പതിനാലാം നൂറ്റാണ്ടിൽ രചിക്കപ്പെട്ട *ഉണ്ണുനീലിസന്ദേശത്തിൽ* 'എപ്പോഴും നിന്നുടമ കലരും രായിരക്ഷോണിപാലം' എന്നു പറയുന്നത് അക്കാലത്ത് കടപ്രായിലുണ്ടായിരുന്ന രായിരനെയാണ്.[24] സന്ദേശവീരനായ വേണാടിലെ ആദിത്യവർമ്മ സർവ്വാംഗനാഥന്റെ ബന്ധുവാണ് രായിരൻ എന്നു പറയുന്നതിൽനിന്നു കൊല്ലത്തെ വേണാടു രാജകുടുംബവും രായിരന്മാരുമായുള്ള ബന്ധുത്വമാണ് സൂചിപ്പിക്കുന്നത്. ഇക്കാര്യം 11-ാം നൂറ്റാണ്ടിലെ *ശുകസന്ദേശത്തിലും* സാക്ഷ്യപ്പെടുത്തിയിരിക്കുന്നു.[25] കൊല്ലത്തു നിന്നു തിരുവല്ലായ്ക്കു പറക്കുന്ന ശുകത്തിന് രണ്ടു പുഴകൾ കടന്നാൽ അവിടൊരിടത്തു കുപന്റെ (വേണാടന്റെ) കൊടിപാറുന്നതുകാണാം എന്നുപറയുന്നു. അതായത്, രായിരന്മാരുടേത് വേണാടിന്റെ താവഴിസ്വരൂപമായിരുന്നു എന്നാണ് വിവക്ഷ. രായിര കുടുംബത്തിന്റെ വളർച്ചയും അതിനു വേണാടുമായുണ്ടായിരുന്ന ബന്ധവും പിന്നീടു വ്യക്തമാക്കുന്നുണ്ട്.

കൊല്ലം പട്ടണത്തിലെ യാദവന്മാർ

പൈറോസ് (ചുവന്നകുന്ന്) എന്ന പേരിൽ കൊല്ലത്തെപ്പറ്റി യവന രേഖകളിൽ പരാമർശമുണ്ടെങ്കിലും അവിടെ ഒരു ഭരണാധികാരി ഉണ്ടായിരുന്നില്ല. ഒരുപക്ഷേ, ക്രി വ ആദ്യ നൂറ്റാണ്ടുകളിൽ വിഴിഞ്ഞവും കൊല്ലവും വാണിജ്യസംഘത്തിന്റെ ഭരണത്തിലായിരുന്നിരിക്കാം. പുരാതനകാലത്ത് വാണിജ്യസംഘങ്ങൾ തന്നെയായിരുന്നല്ലോ നഗരഭരണം നടത്തിയിരുന്നത്. നെൽക്കിണ്ടയിലെ ആയ് രാജാവിന്റെ നിയന്ത്രണത്തിലായിരുന്നിരിക്കാം വാണിജ്യസംഘങ്ങൾ.

ക്രി വ 550 നടുപ്പിച്ച് ഇന്ത്യയും സിംഹളവും സന്ദർശിച്ച കോസ്മോസ് ഇൻഡിക്കോ പ്ലൂസ്റ്റസ് എന്ന ബൈസാന്തിയൻ പുരോഹിതൻ കല്യാണയിൽ ഒരു പേർഷ്യൻ മെത്രാൻ ഉണ്ടായിരുന്നതായി പറയുന്നുണ്ട്. കല്യാണ എന്നത് കൊല്ലമാണെന്നു ചില ചരിത്രാന്വേഷികൾ

തെറ്റിദ്ധരിച്ചിട്ടുണ്ട്. കല്യാന എന്നത് മഹാരാഷ്ട്രയിലെ ഇപ്പോഴത്തെ കല്യാൺ ആണെന്നും കൊല്ലമല്ലെന്നും കോസ്മോസിന്റെ വിവരണങ്ങളിൽ നിന്നു സ്പഷ്ടമാകുന്നുണ്ട്. ചൈനയിലെ ടാങ് വംശകാലത്തെ (618-907) രേഖകളിൽ കൊല്ലത്തെപ്പറ്റി പരാമർശമുണ്ടത്രെ. ചൈനീസ് നാവികരാണ് കൊല്ലത്തെ ഒരു പ്രധാന വാണിജ്യകേന്ദ്രമായി ഉയർത്തിയത് എന്ന കാര്യത്തിൽ സംശയമില്ല. ക്രി വ 857 ൽ ഭാരതത്തെപ്പറ്റി പുസ്തകം രചിച്ച സുലൈമാൻ എന്ന അറബി സഞ്ചാരി, പേർഷയിലേയ്ക്കുള്ള ചൈനീസ് കപ്പലുകൾ പോകുമ്പോഴും വരുമ്പോഴും കൊല്ലം തുറമുഖത്ത് അടുക്കാറുണ്ട് എന്ന് രേഖപ്പെടുത്തിയിരിക്കുന്നു. പരന്ന അടിമട്ടമുള്ള ചൈനീസ് കപ്പലുകൾക്ക് നിർബ്ബാധം തുറമുഖത്തിനടുത്തുവരെ കടന്നു ചെല്ലാൻ കഴിയുമെന്നുള്ളതാണ് അവയുടെ പ്രത്യേകത. പുരാതന കൊല്ലംതുറമുഖം അഷ്ടമുടിക്കായലിനുള്ളിൽ കല്ലടയാറിന്റെ പതനസ്ഥലത്തിനടുത്തായിരുന്നു. കല്ലടയാറിനു സമീപമുള്ള വനങ്ങളിൽ നിന്നു സമൃദ്ധമായ കുരുമുളക് ജലമാർഗ്ഗം അഷ്ടമുടിക്കായലിൽ എത്തിയിരുന്നു. നീണ്ടകര അഴി കടന്ന് കായലിൽ പ്രവേശിക്കാൻ ചൈനാക്കാരുടെ വലിയ കപ്പലുകൾക്ക് മാത്രമെ കഴിയുമായിരുന്നുള്ളു. 18-ാം നൂറ്റാണ്ടുവരെയും കൊല്ലം രാജാക്കന്മാർക്കു കല്ലടയിൽ കൊട്ടാരമുണ്ടായിരുന്നു. പുറംകടലിലൂടെ സഞ്ചരിച്ചിരുന്ന യവന സഞ്ചാരികളുടെ ദൃഷ്ടിയിൽ അത് എത്താതിരുന്നതാവാം. സുലൈമാൻ വിവരിച്ച കൊല്ലം അഷ്ടമുടിക്കായലിൽ ആയിരുന്നു. ക്രി വ 1664 ൽ കൊല്ലത്തെപ്പറ്റി വിവരിച്ച ഡച്ച് ക്യാപ്റ്റൻ ന്യൂഹാഫ് പറഞ്ഞിട്ടുള്ളത് അക്കാലത്തും അഷ്ടമുടിക്കായൽ നാവികസങ്കേതമായിരുന്നു എന്നാണ്. വേലിയേറ്റ സമയത്ത് കായലിന് 18 അടി താഴ്ച ഉണ്ടായിരിക്കുമത്രെ.[26]

പേർഷ്യയിലെ സസ്സാനിയൻ സാമ്രാജ്യത്തിൽ (226-652) നിന്നുള്ള നെസ്തോറിയൻ ക്രിസ്ത്യാനികൾ ചൈനയുമായി വാണിജ്യബന്ധത്തിലേർപ്പെട്ടിരുന്നു.[27] ഇസ്ലാമിന്റെ സമ്മർദ്ദം ഏറിവന്നപ്പോൾ അവർ ഇന്ത്യയിൽ ഒരു സങ്കേതം സ്ഥാപിക്കാൻ ഒരുമ്പെട്ടു. കടലിലേക്ക് ഉന്തിനില്ക്കുന്ന കുരക്കേണികൊല്ലമാണ് അതിനവർ തെരഞ്ഞെടുത്തത്. കിഴക്കും പടിഞ്ഞാറുമായുള്ള വാണിജ്യബന്ധത്തിനു പറ്റിയ സ്ഥലമായിരുന്നു കൊല്ലം. നെസ്തോറിയന്മാരുടെ ഒരു കോളനിയും, പള്ളിയും സ്ഥാപിക്കുകയും പേർഷ്യയിൽനിന്ന് ഒരു മെത്രാനെ അവിടെ വാഴിക്കുകയും ചെയ്തു. ക്രി വ 824-25 ലായിരുന്നു അത്. [28] റോമാസഭയുമായി തെറ്റിപ്പിരിഞ്ഞുവന്ന അവർക്ക് ഡയനീഷ്യസിന്റെ ക്രിസ്തുവർഷം (Anno Domina) സ്വീകാര്യമായിരുന്നില്ല. ഇസ്ലാമിന്റെ ഹിജറയും അപ്രകാരം തന്നെ. പേർഷ്യയിലും ഇന്ത്യയിലും, പൂർവ്വേഷ്യയിലും ശക്തമായ സാന്നിദ്ധ്യം ഉണ്ടായിരുന്ന നെസ്തോറിയന്മാർക്ക് സ്വന്തമായ ഒരു കലണ്ടർ ആവശ്യമായിരുന്നു.

കുരക്കേണിക്കൊല്ലത്ത് ഒരു നെസ്തോറിയൻ കോളനി സ്ഥാപിതമായതുമുതൽ കൊല്ലത്തിന്റെ വളർച്ച ദ്രുതഗതിയിലായി. അഷ്ടമുടിക്കാ

യലിലെ പുരാതന കൊല്ലത്തിനു മങ്ങലേറ്റു. സുലൈമാന്റെ വിവരണത്തിൽനിന്ന് (851) ദക്ഷിണേന്ത്യയിലെ ഏറ്റവും പ്രധാന തുറമുഖം കൊല്ലം ആയിരുന്നു എന്നു തോന്നും തുടർന്നാണ് കൊല്ലം വേണാടിന്റെ മുഖ്യ തലസ്ഥാനവും തിരുവാറ്റവായും വിഴിഞ്ഞവും ഉപതലസ്ഥാനങ്ങളും ആയത്. ക്രി വ 892 ലെ തരിസ്സപ്പള്ളി ചെപ്പേടുകളിൽ നിന്ന് മനസ്സിലാക്കാവുന്നത് ശാസനദാതാവായ അയ്യനടികൾ തിരുവടികൾ വേണാടിന്റെ മുഴുവൻ അധിപനാണെന്നാണ്.[29] അദ്ദേഹത്തിനു മുകളിൽ പെരുമാൾതാണുരവി മാത്രമാണുണ്ടായിരുന്നത്.

കുറിപ്പുകൾ

1. കെ ശിവശങ്കരൻ നായർ. 'പ്രാചീനകേരളത്തിന്റെ രാഷ്ട്രീയ ചരിത്രം', പുറം 19–22
2. പതിറ്റുപ്പത്ത് ആറാംപതികത്തിലെ പത്താം പാട്ടിൽ ചേരലാതൻ നറവിൽ കടൽക്കാറ്റേറ്റ് തരുണിമാരുമായി രസിച്ചിരിക്കുന്നു എന്നു പറയുന്നു.
3. പതിറ്റുപ്പത്ത് ആറാംപതികത്തിലും നറ്റിണൈ 18–ലും തൊണ്ടിയെപ്പറ്റി പരാമർശമുണ്ട്.
4. ചുവന്നകുന്ന് എന്നു പറയുന്നതിൽ നിന്നു വർക്കലയായിരിക്കാം എന്നു ചിലർ സംശയിക്കുന്നു. വർക്കല ഒരിക്കലും തുറമുഖമായിരുന്നിട്ടില്ല. കൊല്ലത്തുനിന്നും ധാരാളം ചുവന്ന വെട്ടുകല്ലുകൾ ഖനനം ചെയ്തിരുന്നതായി 1723 ൽ ഡച്ചുകാരനായ വിഷർ തന്റെ കത്തുകളിൽ വിവരിച്ചിട്ടുണ്ട്. Letter No. 4.
5. കുരക്കേണിയെന്നാൽ മൂന്നുവശത്തും ജലത്താൽ ചുറ്റപ്പെട്ട ഉപദ്വീപ് എന്നാണർത്ഥം. ആദ്യകാലത്ത് കൊല്ലം വളരെ ദൂരം സമുദ്രത്തിലേക്കു തള്ളിനിന്നിരുന്നതായും അതു പിന്നീടു കടലെടുത്തുപോയതായും മിഷനറിമാർ രേഖപ്പെടുത്തിയിട്ടുണ്ട്.
6. ചേരശാഖകൾ കേരളത്തിലെ തൊണ്ടി, മുശിറി, തിരുവട്ടാർ എന്നിവിടങ്ങളിലും തമിഴ്നാട്ടിലെ തകടൂർ, ധാരാപുരം, പഴുവൂർ എന്നിവിടങ്ങളിലും ഉണ്ടായിരുന്നു. കരുവൂർ വഞ്ചിയായിരുന്നു അവരുടെ മൂലകുടുംബം.
7. കൊടുങ്ങല്ലൂരിലെ ചേരന്മാരും പാണ്ഡ്യന്മാരും തമ്മിൽ കടുത്ത വാണിജ്യ മത്സരത്തിലായിരുന്നു. പാണ്ഡ്യരാജാവ് ചേരന്റെ മുശിറി ആക്രമിച്ച് നഗരദേവതയുടെ വിഗ്രഹം എടുത്തുകൊണ്ടുപോയതായി സംഘംകവി തായങ്കണ്ണനാർ (അകം 149) പാടിയിട്ടുണ്ട്.
8. പുറം 127–136, 240– 241, 374, 375, അകം 25, 198, 322.
9. എസ് ശങ്കുഅയ്യർ. *കേരള ചരിത്രത്തിലെ ചില അജ്ഞാതഭാഗങ്ങൾ* പുറം 139–146.
10. പതിറ്റുപ്പത്ത്, രണ്ടാം പതികം
11. T A S Volume I (1988) പുറം 17–18. അരുവിയൂർ കോട്ട നിന്ന സ്ഥല

ത്തിന്റെ ഇപ്പോഴത്തെ പേർ അരുവിക്കര എന്നാണ്. പറളിയാറിന്റെ കരയിലാണ്. Also see K A Nilakanta Sastri. *The Pandyan Kingdom*, p 65.

12. T A S Volume I പുറം 232-35. ഈ ശിലാശാസനം ഇപ്പോൾ പത്മനാഭപുരം മ്യൂസിയത്തിൽ സൂക്ഷിച്ചിരിക്കുന്നു.
13. എഴിനി ആതൻ ആയി ആണെന്നു ഇളംകുളം പറയുന്നതിനെ ശങ്കു അയ്യർ ഖണ്ഡിക്കുകയും എഴിനി ആതൻ ചേരൻ ആണെന്നു സ്ഥാപിക്കുകയും ചെയ്യുന്നു. (*കേരള ചരിത്രത്തിലെ അജ്ഞാതഭാഗങ്ങൾ*) പുറം 23-26.
14. കാന്തളൂർശാലയെ സർവ്വചട്ടാനംമഠം എന്നാണ് കുവലയമാലാചരിതത്തിൽ പറയുന്നത്. സർവ്വകലാശാല എന്നാണതിന്റെ അർത്ഥം. തക്ഷശിലയോടും നളന്ദയോടും കിടപിടിക്കുന്ന മഹാവിദ്യാലയമായിരുന്നു കാന്തളൂർശാല. ഇന്ത്യയുടെ എല്ലാ ഭാഗത്തുനിന്നും വിദ്യാർത്ഥികളെത്തിയിരുന്ന ആ കലാശാലയിൽ സൂര്യനു കീഴിലുള്ള എല്ലാ വിഷയങ്ങളിലും അദ്ധ്യാപനം നടത്തിയിരുന്നതായി വിവരിക്കുന്നു.
15. T A S Volume I പുറം 19-29. പാർത്ഥിവശേഖരപുരം ശാസനം എന്നറിയപ്പെടുന്ന ഈ ശാസനം തിരുവനന്തപുരത്തെ ഹജൂർ കച്ചേരിയിൽ സൂക്ഷിച്ചിരുന്നതുകൊണ്ട് ഹജൂർശാസനം എന്നും പറയുന്നു.
16. കരുനന്തടക്കന്റെ മുൻഗാമിയായ ചടയൻ കരുനന്തൻ പാണ്ട്യരാജാവ് നെടുംചടയന്റെ സാമന്തനായിരുന്നു. അടക്കന്റെ പിൻഗാമിയായ വിക്രമാദിത്യ വരഗുണൻ, വരഗുണവർമ്മൻ എന്ന പാണ്ട്യരാജാവിന്റെ സാമന്തനായിരുന്നു. ശ്രീമാര ശ്രീ വല്ലഭന്റെ പേർ കരുനന്തടക്കൻ സ്വീകരിച്ചത് പാണ്ട്യസാമന്തൻ എന്ന നിലയിൽത്തന്നെ.
17. പാണ്ട്യന്മാർ പാണ്ഡുവിന്റെ സന്തതി പരമ്പരയിൽപ്പെട്ടവർ എന്നാണവകാശപ്പെട്ടിരുന്നത്. പാണ്ഡവന്മാർ പൃഥ (കുന്തി) യുടെ മക്കളെന്ന നിലയിൽ പാർത്ഥിവന്മാർ എന്നറിയപ്പെടുന്നു. പാർത്ഥിവശേഖരൻ പാണ്ട്യകുടുംബത്തിന്റെ തലവൻ ആണ് (ശേഖരൻ = തലവൻ). കരുനന്തടക്കനു ശ്രീ വല്ലഭനെന്നും, പാർത്ഥിവശേഖരനെന്നും പേരുകളുണ്ടായിരുന്നു എന്ന് ഇളംകുളം പറയുന്നത് ശരിയല്ല. പാർത്ഥിവശേഖരപുരം ഇപ്പോൾ പാർത്ഥിവപുരമെന്നാണറിയപ്പെടുന്നത്.
18. M G S Narayanan. *Cultural Symbiosis in Kerala*, pp 1 to 8 Paliyam Plates T A S Vol. I pp 277-282.
19. T A S Vol. I page 42
20. വാഴപ്പള്ളി ചെപ്പേട്, T A S Vol. II pp 13-14
21. ഇളംകുളം കുഞ്ഞൻപിള്ള നല്കുന്ന പെരുമാക്കന്മാരുടെ പട്ടിക നോക്കുക. *ചില കേരള ചരിത്ര പ്രശ്നങ്ങൾ*, പുറം 152-154. രാജശേഖരൻ 820-844 കാലത്തു പെരുമാളായിരുന്നു എന്നു കാണി

ക്കുന്നു.

22. മൂവാറ്റുപുഴയാർ, മീനച്ചിലാർ, പമ്പയാർ, അച്ചൻകോവിലാർ എന്നീ നദികളിലൂടെ ജലമാർഗ്ഗം കുട്ടനാട്ടിൽ വന്നെത്തുന്ന മലഞ്ചരക്കുകൾ പുറക്കാടുവഴിയാണ് വിദേശവിപണിയിലേക്കു പൊയ്ക്കൊണ്ടിരുന്നത്. അതുകൊണ്ടാണ് ചരക്കുകൾ വിലകുറച്ച് മുശിരിയേക്കാൾ പുറക്കാട് ലഭിക്കുമെന്ന് പാണ്ഡ്യരാജാവ് പ്ലിനിയോടു പറഞ്ഞത്. അക്കാരണത്താൽ ക്രി.വ. 825 നു മുമ്പ് വിഴിഞ്ഞത്തെയും കൊല്ലത്തെയുംകാൾ പുറക്കാട് സമ്പന്നമായിരുന്നു എന്നുപറയാം.

23. തിരുവല്ലാ ചെപ്പേടുകൾ : T A S Vol II പുറം 172-203, വരി 102

24. പൂർവ്വസന്ദേശം, ശ്ലോകം 116:
'എപ്പോഴും നിന്നുടമകലരും രായിരക്ഷോണി പാലം
കെല്പാർന്നീടും മഹിത ചിറവാ വീരനെ കണ്ടുപോക'

25. പൂർവ്വഭാഗം, ശ്ലോകം 57:
'രണ്ടാറുണ്ടപ്പുറത്തീയരചരുടെ പുരം വേറെയൊന്നുണ്ടതിങ്കൽ
കൊണ്ടാടും കേളിയാട്ട സ്മരണ ഗുരുകൊടിക്കൂറയാടുന്നകണ്ടാൽ'

26. കെ ശിവശങ്കരൻ നായർ. *ന്യൂഹാഫ് കണ്ട കേരളം.*

27. ക്രി വ 428 ൽ കോൺസ്റ്റാന്റിനേപ്പിളിൽ പാത്രിയാർക്കിസായിരുന്ന നെസ്തോറിയസ് വി. മറിയയെ ദൈവമാതാവായി അംഗീകരിക്കാത്തതിനെ തുടർന്ന് റോമാസഭ 431 ൽ അദ്ദേഹത്തെ പുറംതള്ളി. അദ്ദേഹത്തിന്റെ പേരിൽ സ്ഥാപിക്കപ്പെട്ട സഭയ്ക്കു റോമൻ സാമ്രാജ്യത്തിന്റെ എതിരാളികളായിരുന്ന സസ്സാനിയന്മാർ സ്വാഗതം നല്കി. പേർഷ്യ ഇസ്ലാമിനു കീഴടങ്ങിയ ശേഷം നെസ്തോറിയൻ ക്രിസ്ത്യാനികൾക്കു മതസ്വാതന്ത്ര്യം ലഭിച്ചു. അവർ ഇന്ത്യയിലും പൂർവ്വേഷ്യയിലും സ്വാധീനമുള്ള വ്യാപാരികളായി.

28. കൊല്ലവർഷം സ്ഥാപിച്ചതിനെപ്പറ്റി ധാരാളം കഥകളുണ്ട്. അവയ്ക്കൊന്നിനുംതന്നെ യുക്തിപോരാ. കൊല്ലവർഷം ആരംഭിച്ചത് ക്രിസ്ത്യാനികളാണെന്നു സമ്മതിക്കുന്നതിനുള്ള വൈമനസ്യം ആണ് പ്രശ്നം.

29. തരിസാപ്പള്ളി ശാസനം. T A S Vol. II pp 67-68, 80-82.

വേണാടും പെരുമാൾ വാഴ്ചയും

പെരുമാൾ വാഴ്ചയുടെ തുടക്കം

വിക്രമാദിത്യ വരഗുണൻ വീരകോതയുടെ സഹായം അഭ്യർത്ഥിച്ചതിന്റെ പശ്ചാത്തലം പരിശോധിക്കാം. അദ്ദേഹത്തിന്റെ മേല്ക്കോയ്മയായ വരഗുണ പാണ്ഡ്യൻ (862-880) തമിഴകത്തിന്റെ മേധാവിത്വത്തിനുവേണ്ടി കാഞ്ചീപുരത്തെ പല്ലവരാജാവായ അപരാജിതനുമായി ബലപരീക്ഷണത്തിലേർപ്പെട്ടു. ചോളരാജാവായ ആദിത്യനും (870-907) ഗംഗരാജാവായ പൃഥ്വീപതിയും പല്ലവപക്ഷത്തായിരുന്നു. ചോളമണ്ഡലം പിടിച്ചെടുക്കാനുള്ള ശ്രമത്തിൽ തിരുപുറമ്പിയത്തുവച്ചു നടന്ന യുദ്ധത്തിൽ വരഗുണപാണ്ഡ്യൻ പരാജയപ്പെടുകയും മരണമടയുകയും ചെയ്തു (880). ഒട്ടും താമസിയാതെ ആദിത്യചോളൻ തന്റെ മേല്ക്കോയ്മയായ അപരാജിതനെ തോല്പിച്ചു പല്ലവരാജ്യം (തൊണ്ടമണ്ഡലം) സ്വായത്തമാക്കി. അതോടുകൂടി ഗംഗ രാജാവ് ആദിത്യന്റെ മേല്ക്കോയ്മ അംഗീകരിച്ചു. ചേരരാജാവായ താണുരവി ആദിത്യനുമായി സൗഹൃദം സ്ഥാപിക്കുകയും താണുരവിയുടെ പുത്രി കിഴാനടികൾ ആദിത്യന്റെ പുത്രനും യുവരാജാവുമായ പരാന്തകന്റെ ഭാര്യയാവുകയും ചെയ്തു. താണുരവി ക്രി വ 887 ൽ കേരളപെരുമാളായി തിരുനാവായിൽ വച്ചു വാഴിക്കപ്പെട്ടു.[1] രാഷ്ട്രകൂട സാമന്തനായിരുന്ന മൂഷികരാജാവ് ഈശാനവർമ്മൻ കേരളപെരുമാളിന്റെ മേല്ക്കോയ്മ അംഗീകരിക്കുകയും ആദിത്യചോളന്റെ മകളെ വിവാഹം കഴിക്കുകയും ചെയ്തു.[2] വേണാടു രാജാവായ അയ്യനടികൾ തിരുവടികളും പാണ്ട്യബന്ധം ഉപേക്ഷിച്ച് പെരുമാളിന്റെ മേല്ക്കോയ്മ അംഗീകരിച്ചു എന്ന് തരിസാപ്പള്ളി ശാസനങ്ങളിൽ നിന്നു കാണാം. ചേരവംശജനായ വീരകോതയുടെ സഹായം വിക്രമാദിത്യവരഗുണൻ അഭ്യർത്ഥിക്കുന്നതിന്റെ സാഹചര്യം ഇതാണ്. താണുരവിയുടെ

പുത്രനെന്നു സംശയിക്കാവുന്ന ഒരു രവികോതയുടെ ശാസനങ്ങൾ സൂചിപ്പിക്കുന്നത് രവികോത താണുരവിയുടെ പിൻഗാമിയായ പെരുമാൾ ആയിരുന്നു എന്നാണ്.[3] പാലിയം ചെപ്പേടിൽ പരാമർശിക്കുന്ന വീരകോത ഈ രവികോത തന്നെയെന്നു വരാം.

തരിസാപ്പള്ളി ശാസനങ്ങൾ

താണുരവിയുടെ അഞ്ചാം ഭരണവർഷത്തിൽ (892) വേണാട്ടുരാജാവായ അയ്യനടികൾ തിരുവടികൾ കുരക്കേണി കൊല്ലത്തെ തരിസാപ്പള്ളിക്കുവേണ്ടി നസ്തോറിയൻ മെത്രാനായ മാർസപർ ഈശോയ്ക്ക് ഭൂദാനം ചെയ്യുന്നതാണ് തരിസാപ്പള്ളി ചെപ്പേടുകൾ. കൊല്ലത്തെ വലിയൊരു വാണിജ്യകേന്ദ്രമായി ഉയർത്താനുള്ള ശ്രമഫലമായാണ് ഏറെ ഭൂമി ക്രിസ്ത്യൻ കോളനിക്കു നല്കിയത് എന്നു വ്യക്തം. രണ്ടു പ്രാവശ്യമായി നല്കിയ പട്ടയങ്ങളിൽ രണ്ടും അപൂർണ്ണമാണ്. ഉദ്യോഗസ്ഥന്മാരെയും, നഗര പ്രമാണികളെയും അഞ്ചുവണ്ണം, മണിഗ്രാമം എന്നീ കച്ചവട സംഘങ്ങളെയും പുന്നത്തലപതി, പോളക്കടിപതി എന്നീ മന്ത്രിമാരെയും യുവരാജാവായ രാമർ തിരുവടിയെയും സാക്ഷിയാക്കിയാണ് ശാസനം നല്കുന്നത്. അപൂർണ്ണമായ ഒന്നാം ശാസനത്തിൽ സാക്ഷികളായി വേളകുല സുന്ദരൻ, പെരുമാളിന്റെ പ്രതിനിധിയായ വിജയരാഘവൻ എന്ന കോയിലധികാരികൾ എന്നിവരുടെ പേരുകളുണ്ട്. പട്ടയ വ്യവസ്ഥകളാണ് രണ്ടാം പട്ടയത്തിൽ. അതിൽ പള്ളി കൈക്കാരന്മാർ എന്നു കരുതപ്പെടുന്ന കുറെപ്പേർ പഹ്ലവി, കൂഫിക്, ഹീബ്രു എന്നീ ഭാഷകളിൽ പേരെഴുതി ഒപ്പിട്ടിരിക്കുന്നു. പാലസ്തീൻ, അറേബ്യ, പേർഷ്യ എന്നിവിടങ്ങളിലുള്ളവരാണെന്നു വ്യക്തം. വ്യവസ്ഥകൾ പാലിക്കാൻ വേണാട്ടിലെ 'അറുനൂറ്റവരെ' ചുമതലപ്പെടുത്തിയിരിക്കുന്നതിൽ നിന്ന് അയ്യനടികൾ തിരുവടികൾ വേണാടിന്റെ മുഴുവൻ ഭരണാധികാരിയായിരുന്നു എന്നു മനസ്സിലാക്കാം.

ഇവിടെ ശ്രദ്ധാർഹമായ ഒരു കാര്യം കൊല്ലവർഷം ആരംഭിച്ചിട്ട് 67 വർഷമായിട്ടും പട്ടയത്തിൽ കൊല്ലവർഷം ഉപയോഗിച്ചിട്ടില്ല എന്നതാണ്. ക്രി വ 866 ലുള്ള പാർത്ഥിവശേഖരപുരം ശാസനത്തിൽ കലിവർഷമാണ് ഉപയോഗിച്ചിരിക്കുന്നത്. അക്കാലത്തു പ്രചാരത്തിലിരുന്ന ശകവർഷം പോലും ഉപയോഗിച്ചിട്ടില്ല. പെരുമാളുടെ ഭരണവർഷം മാത്രമാണു പറയുന്നത്. അതിനർത്ഥം ക്രിസ്ത്യാനികൾമാത്രം ഉപയോഗിച്ചിരുന്ന കൊല്ലവർഷം സർക്കാർ അംഗീകരിച്ചിരുന്നില്ല എന്നാണ്. കൊല്ലവർഷം ഉപയോഗിക്കുന്ന ആദ്യത്തെ ശാസനം കൊ വ 149 ലെ (ക്രി വ 973) മാമ്പള്ളിപ്പട്ടയമാണ്.[4] കൊല്ലത്തെ വേണാട്ടു രാജാവായ ശ്രീവല്ലഭൻ കോത നല്കിയ ദേവദാനമാണ് മാമ്പള്ളിപ്പട്ടയം. കൊല്ലവർഷത്തിനു വണിക്കുകൾക്കിടയിൽ നല്ല പ്രചാരം ലഭിച്ചപ്പോൾ അതിനു സർക്കാരിന്റെ അംഗീകാരം ലഭിച്ചിരിക്കാം. അതിനകം പ്രചാരത്തിലായ തിരുവോണം (ശ്രാവണം) വരുന്ന മാസം ആദ്യമാസമായി കണക്കാക്കിയിരിക്കാം.

ശ്രീവല്ലഭൻകോത

തരിസാപ്പള്ളി ശാസനത്തിലെ (892) അയ്യനടിതിരുവടികൾക്കുശേഷം അറിയപ്പെടുന്ന വേണാടു രാജാവ് 973 ലെ മാമ്പള്ളിചെപ്പേടിന്റെ ദാതാവായ ശ്രീവല്ലഭൻ കോതയാണ്. ശ്രീവല്ലഭൻ കോതയുടെ കാലം വേണാടും കേരളവും പ്രത്യേക ശ്രദ്ധയർഹിക്കുന്ന കാലഘട്ടത്തിലായിരുന്നതുകൊണ്ട് കൂടുതൽ പരിഗണനയർഹിക്കുന്നു.

മാമ്പള്ളിപട്ടയത്തിനു പുറമെ തിരുവൻവണ്ടൂർ ക്ഷേത്രത്തിൽ (ചെങ്ങന്നൂരിനു സമീപം) രണ്ടു ശിലാശാസനങ്ങളിലും[5] തിരുക്കടിത്താനം ക്ഷേത്രത്തിലും[6] (ചങ്ങനാശ്ശേരിക്കു സമീപം) ശ്രീവല്ലഭൻകോതയുടെ പേരുകളുണ്ട്. തിരുവൻവണ്ടൂർ ക്ഷേത്രത്തിലെ രണ്ടു ശാസനങ്ങളിലും അന്നത്തെ പെരുമാളിന്റെ പേരു പറയുന്നില്ല. വേണാടു രാജാവ് അന്നു പെരുമാളിൽനിന്നും സ്വതന്ത്രനായിരുന്നു എന്നു കരുതേണ്ടിയിരിക്കുന്നു. അതാണു വസ്തുതയെന്നു പിന്നീട് വിശദമാക്കാം. ഭാസ്കര രവി പെരുമാളിന്റെ 14-ാം ഭരണവർഷത്തിൽ (ക്രി വ 992) ലെ തൃക്കടിത്താനത്തിലെ ഒരു ശാസനത്തിൽ[7] അക്കാലത്തെ നന്റുഴനാടു ഭരണാധികാരി വേണാടിലെ ഗോവർദ്ധനമാർത്താണ്ഡൻ ആണെന്നു പറയുന്നു. തിരുവൻവണ്ടൂരും തൃക്കടിത്താനവും നന്റുഴനാട്ടിലായിരുന്നു.[8] ഭാസ്കര രവിയുടെ കാലത്തെ (ഭരണവർഷം വ്യക്തമല്ല) മറ്റൊരു തൃക്കടിത്താനം ശാസനത്തിലും അന്നു നന്റുഴനാടു ഭരണാധികാരി വേണാടിലെ ഗോവർദ്ധന മാർത്താണ്ഡൻ ആണെന്നു പറയുന്നു.[9]

വേണാട്ടു രാജാവായിരുന്ന ശ്രീവല്ലഭൻകോത തിരുക്കടിത്താനം ക്ഷേത്രത്തിലേർപ്പെടുത്തിയിരുന്ന ഉത്തിരവിഴ (കാർത്തിക മുതൽ ഉത്രം വരെയുള്ള പത്തു ദിവസത്തെ പങ്കുനി ഉത്സവം) എങ്ങനെ നടത്തിക്കേണ്ടതെന്നു നിശ്ചയിക്കുന്നതാണ് ശാസനം.[10] ശാസനകാലത്ത് ശ്രീവല്ലഭൻകോത ജീവിച്ചിരിപ്പുണ്ടെന്ന് അതിനർത്ഥമില്ല. അതുകൊണ്ട്, ശ്രീവല്ലഭൻകോത ഭാസ്കരരവിയുടെ സാമന്തനായിരുന്നു എന്നു പറയാനാവില്ല. നന്റുഴനാടു ഭരണാധികാരിയായിരുന്ന ഗോവർദ്ധന മാർത്താണ്ഡൻ ഭാസ്കരരവിയുടെ സാമന്തനായിരുന്നു എന്നു മാത്രമേ സിദ്ധിക്കുന്നുള്ളൂ. ശ്രീവല്ലഭൻകോതയുടെ മരണശേഷം ഗോവർദ്ധനമാർത്താണ്ഡൻ വേണാടുരാജാവായി എന്നു ക്രി വ 1016 ലെ (ഭാസ്കരരവിയുടെ 38-ാം ഭരണവർഷം) ജൂതശാസനത്തിൽനിന്നു മനസ്സിലാക്കാം. ഭാസ്കരരവിയുടെ 14-ാം ഭരണവർഷത്തിൽ ഗോവർദ്ധന മാർത്താണ്ഡൻ നന്റുഴനാടു ഭരണാധികാരിമാത്രമായിരുന്നു എന്നതിൽ നിന്നു ക്രി വ 992 ലും ശ്രീവല്ലഭൻകോത ജീവിച്ചിരുന്നു എന്നു കരുതാം. എങ്കിലും, അദ്ദേഹം ഭാസ്കരരവിയുടെ മേല്ക്കോയ്മ അംഗീകരിച്ചു എന്നു പറയാനാവില്ല. ക്രി വ 949 നു ശേഷം ചോള സാമ്രാജ്യത്തിനു സംഭവിച്ച ശൈഥില്യവും അതുമൂലം പാണ്ഡ്യനും വേണാടും സ്വതന്ത്രരായതുമാണ് കാരണം.

പെരുമാക്കന്മാരും പാണ്ട്യന്മാരും ചോളന്മാരും

ക്രി വ 887 ൽ ചോള ചക്രവർത്തി ആദിത്യന്റെ പിന്തുണയോടെ താണുരവി കേരളപ്പെരുമാളായി വാഴിക്കപ്പെട്ടു എന്നു പറഞ്ഞല്ലോ. ആദിത്യനുശേഷം അദ്ദേഹത്തിന്റെ പുത്രനും താണുരവിയുടെ ജാമാതാവും ആയ പരാന്തകൻ (907-954) ചോളചക്രവർത്തിയായി. ക്രി വ 880 ലെ തിരുപുറമ്പിയം യുദ്ധത്തിലെ പരാജയവും സരഗുണപാണ്ട്യന്റെ മരണവും മൂലം പാണ്ട്യശക്തി ശിഥിലമായി. വരഗുണപാണ്ട്യനുശേഷം അദ്ദേഹത്തിന്റെ പുത്രനും സാത്വികനുമായ വീരനാരായണൻ (880-900) പാണ്ട്യരാജാവായി. അക്കാലത്താണ് വേണാട് രാജാവ് അയ്യനടികൾ പാണ്ട്യമേധാവിത്വം കൈവിട്ട് പെരുമാൾ താണുരവിയുടെ മേല്ക്കോയ്മ അംഗീകരിച്ചത്. വീരനാരായണനുശേഷം അദ്ദേഹത്തിന്റെ അനുജൻ മാറവർമ്മൻരാജസിംഹൻ പാണ്ട്യരാജാവ് ആയി. സിംഹളരാജാവിന്റെ പിന്തുണയോടുകൂടി ചോള മേധാവിത്വത്തെ ചെറുക്കാൻ രാജസിംഹൻ നടത്തിയ ശ്രമം പരാജയത്തിൽ കലാശിച്ചു (916). രാജസിംഹന് സിംഹളത്തെ അഭയം പ്രാപിക്കേണ്ടിവന്നു. ആ വർഷം തന്നെ രാഷ്ട്രകൂടരും പരാന്തകന്റെ പുത്രൻ രാജാദിത്യന്റെ നേതൃത്വത്തിലുള്ള ചോളസൈന്യവും തമ്മിൽ തിരുവല്ലത്തുവച്ചു നടന്ന യുദ്ധത്തിൽ ചോളസൈന്യം വിജയിച്ചു. ഈ യുദ്ധത്തിൽ താണുരവിയുടെ പുത്രൻ രവികോതയും കേരളത്തിലെ ഏതാനും നാടുവാഴികളും പങ്കെടുത്തു. അവരുടെ പേരുകൾ തിരുനാമനല്ലൂർ എന്ന സ്ഥലത്ത് രാജാദിത്യൻ പണിയിച്ച ക്ഷേത്രത്തിൽ കൊത്തിവച്ചിട്ടുണ്ട്.[11] താണുരവിയെ പിന്തുടർന്ന് രവികോത പെരുമാളായി എന്ന് അദ്ദേഹത്തിന്റെ 8-ാം ഭരണവർഷത്തെ തിരുമിറ്റക്കോടു ശാസനത്തിൽ നിന്നു മനസ്സിലാക്കാം.[12] താണുരവിയുടെ പുത്രനും പരാന്തകചോളന്റെ സ്യാലനുമായ രവികോതയായിരിക്കാം വിക്രമാദിത്യവരഗുണൻ സഹായാഭ്യർത്ഥന നടത്തുന്ന വീരകോത എന്നു മുമ്പു പറഞ്ഞല്ലോ.

രവികോതയ്ക്കുശേഷം അദ്ദേഹത്തിന്റെ പുത്രൻ കോതരവി പെരുമാൾ പദവിയേറ്റു. പെരുമാൾപദവി ഏല്ക്കും മുമ്പ് അദ്ദേഹം വെൺപൊലിനാട്ടു രാജാവായിരുന്നു എന്ന് അദ്ദേഹത്തിന്റെ 17-ാം ഭരണവർഷത്തിലെ നെടുംപുറംതളി ശാസനത്തിൽനിന്നും മനസ്സിലാക്കാം.[13] കോതരവിക്കുശേഷം ഇന്ദുക്കോത 955 ൽ ഭരണമേറ്റു. കോതരവി പെരുമാളായിരിക്കെയാണ് ക്രി വ 949 ൽ തക്കോലത്തുവച്ചു രാഷ്ട്രകൂട സൈന്യവും ചോളസൈന്യവും വീണ്ടും ഏറ്റുമുട്ടിയതും ചോളസൈന്യം പരാജയപ്പെട്ടതും. യുദ്ധത്തിൽ യുവരാജാവായ രാജാദിത്യൻ മരണമടഞ്ഞത് ചോളസാമ്രാജ്യത്തിനു കനത്ത ആഘാതമായി. ഒപ്പം പാണ്ട്യരാജാവ് സ്വാതന്ത്ര്യം പ്രഖ്യാപിച്ചു. പാണ്ട്യന്മാരുമായി എപ്പോഴും ബന്ധുത്വം പാലിച്ചിരുന്ന വേണാടും പെരുമാൾ ഭരണത്തിൽനിന്നു സ്വതന്ത്രമായി എന്നാണു കരുതേണ്ടത്. പരാന്തകചോളനെ പിന്തുടർന്ന കണ്ടരാദിത്യനും (954-59), സുന്ദരചോളനും (959-73), ഉത്തമചോളനും (973-85) പാണ്ട്യനുമേൽ ആധി

പത്യം സ്ഥാപിക്കാൻ സാധിച്ചില്ല. ഇക്കാലമത്രയും വേണാടു പാണ്ഡ്യനൊപ്പം നിന്നിരിക്കാം എന്നു കരുതുന്നതുകൊണ്ടാണ് ശ്രീവല്ലഭൻ കോത (973) സ്വതന്ത്രനായിരുന്നിരിക്കാം എന്നു മുമ്പു പ്രസ്താവിച്ചത്. ശ്രീവല്ലഭൻകോതയുടെ ശാസനങ്ങളിൽ പെരുമാളിന്റെ ഭരണവർഷം പറയാത്തത് അതുകൊണ്ടായിരിക്കണം.[14]

ചോളസാമ്രാജ്യത്തിന്റെ പുനരുദ്ധാരണത്തിനു കാരണമായത് രാജരാജചോളൻ (985-1016) എന്ന ബലശാലിയാണ്. ഭരണം ഏറ്റെടുത്ത ഉടൻതന്നെ അദ്ദേഹം പാണ്ഡ്യനും പാണ്ഡ്യന്റെ സഹായികളായിരുന്ന സിംഹളനും, വേണാടിനും നേരെ പടപുറപ്പെട്ടു എന്നും വിജയം വരിച്ചു എന്നും രാജേന്ദ്രചോളന്റെ തിരുവലങ്ങാടു ശാസനത്തിൽ പറയുന്നു.[15] രാജരാജന്റെ എട്ടാം ഭരണവർഷത്തിലെ ദർശനംകോടു (തോവാള താലൂക്ക്) ശാസനത്തിൽ അദ്ദേഹം വിഴിഞ്ഞം ആക്രമിച്ചു കീഴടക്കിയെന്നും 'കാന്തള്ളൂർ ശാല കലമറുത്തു' എന്നും പറയുന്നു.[16] അതായത്, ക്രി വ 982 വരെ വേണാടു സ്വതന്ത്രമായിരുന്നു എന്നും അടുത്തവർഷമാണ് ചോളനും തന്മൂലം പെരുമാളിനും കീഴടങ്ങിയതെന്നും സിദ്ധിക്കുന്നു. വിഴിഞ്ഞത്തുവച്ചു പരാജയമടഞ്ഞ വേണാട് രാജാവ് ശ്രീവല്ലഭൻ കോത ആയിരിക്കണം. ഭാസ്കരരവിയുടെ 14-ാം ഭരണവർഷത്തിലുള്ള, അതായത് 992 ലുള്ള തിരുക്കടിത്താനം ശാസനത്തിൽ വേണാടിലെ ഇളംകുറും നന്റുഴനാടിന്റെ ഭരണാധികാരിയായിരുന്ന ഗോവർദ്ധന മാർത്താണ്ഡൻ പെരുമാളിന്റെ മേല്ക്കോയ്മ അംഗീകരിച്ചിരുന്നതായി കാണുന്നത് രാജരാജന്റെ വേണാടാക്രമണത്തിന്റെ ഫലമാണ്. ശ്രീവല്ലഭൻ കോതയുടെ മൂന്നു ശാസനങ്ങളിലും (മാമ്പള്ളിപ്പട്ടയം, രണ്ടു തിരുവൻവണ്ടൂർ ശാസനങ്ങൾ) പെരുമാളിന്റെ ഭരണവർഷം പറയുന്നില്ല. പെരുന്നക്ഷേത്രത്തിന്റെ 14-ാം വർഷത്തിലുള്ള, അതായത്, ക്രി വ 976 ലുള്ള ക്ഷേത്രശാസനത്തിൽ നന്റുഴനാടുവാഴുന്ന കോവർത്തന മാർത്താണ്ഡന്റെ പേരുണ്ടെങ്കിലും പെരുമാളിന്റെ ഭരണവർഷമല്ല പറയുന്നത്.[17] എന്നാൽ ക്രി വ 992 മുതലുള്ള ഗോവർധന മാർത്താണ്ഡന്റെ ശാസനങ്ങളിൽ പെരുമാളിന്റെ ഭരണവർഷമുണ്ട്. ഭാസ്കരരവിയുടെ 38-ാം ഭരണവർഷത്തിലെ (1016) ജൂതശാസനത്തിൽ അന്നു ഗോവർദ്ധന മാർത്താണ്ഡൻ വേണാട്ടു രാജാവായിരുന്നു എന്നു പറയുന്നുണ്ട്.[18]

രാജരാജന്റെ കാലത്ത് മലനാടു മുഴുവൻ ചോളസാമ്രാജ്യത്തിനധീനമായിരുന്നു എന്ന് തിരുവലങ്ങാട് ശാസനത്തിൽ പറയുന്നുണ്ട്. (ശ്ലോകം 83). പരശുരാമ നിർമ്മിതവും, നല്ലവരായ ആളുകൾ പാർത്തിരുന്നതും ദുർഗ്ഗമവുമാണ് മലനാടെന്നും പറയുന്നു. രാജരാജന്റെ 20-ാം ഭരണവർഷത്തിലെ (1005) ശേനൂർ ശാസനത്തിൽ അഹങ്കാരിയായ വേണാടനെ വകവരുത്തിയെന്നും, കൊല്ലവും കൊല്ലദേശവും (കോലത്തുനാട്), കൊടുങ്ങല്ലൂരും കീഴടക്കിയെന്നും പറയുന്നു.[19] അഹങ്കാരിയായ വേണാടൻ ശ്രീവല്ലഭൻ കോത ആയിരിക്കാം. 1016 ൽ രാജരാജന്റെ മരണത്തെത്തുടർന്നു വീണ്ടും പാണ്ഡ്യരാജാവും, സിംഹളനും വേണാടും സ്വതന്ത്രരാ

വാൻ ശ്രമം നടത്തിയെന്നാണു തോന്നുന്നത്. അതുകൊണ്ട് ഭരണമേറ്റ ഉടനെതന്നെ രാജരാജന്റെ പിൻഗാമിയായ രാജേന്ദ്രചോളന് അങ്ങോട്ട് ഒരു ജൈത്രയാത്ര വേണ്ടിവന്നു. ആദ്യം പാണ്ഡ്യരാജ്യം കീഴടക്കി തന്റെ പുത്രനായ സുന്ദരചോളനെ പാണ്ഡ്യരാജാവായി വാഴിച്ചു. അടുത്തതായി സിംഹളത്തിലേക്കു പോകുംമുമ്പ് മലനാട്ടിലേക്കാണു പുറപ്പെട്ടത്. അവിടെവച്ചുണ്ടായ അതിഭയങ്കരമായ യുദ്ധത്തിൽ 'കേരളേശ്വരനെ തോല്പിച്ചു' എന്ന് 1017 ലെ തിരുവലങ്ങാട്ടു ശാസനത്തിൽ പറയുന്നു. വേണാടു രാജാവിനെ കേരളേശ്വരൻ എന്നും 'കേരളഭൂപതി' എന്നുമാണു പറയുന്നത്.[20] ചേരരാജാവ് എന്ന അർത്ഥത്തിലാണ് കേരളേശ്വരൻ എന്നും കേരളഭൂപതി എന്നും പരാമർശിക്കുന്നത്. ചേരലൻ എന്നതിന്റെ സംസ്കൃതീകരണമാണ് കേരളൻ. തമിഴ് ശാസനങ്ങളിൽ 'ചേരലൻ ചാലൈ കലമറുത്തു' എന്നും 'ചേരലനൈ ചെരുവിൽ വെന്റു' എന്നും മറ്റുമാണ് വേണാടിനെ യുദ്ധത്തിൽ തോല്പിച്ചതിനെയും കാന്തള്ളൂർശാല കലമറുത്തതിനെയും പറ്റി പറയുന്നത്. വേണാടു രാജകുടുംബവും തിരുവട്ടാറിലെ ചേരകുടുംബവും തമ്മിലുള്ള വിവാഹബന്ധത്തിൽ ജനിക്കുന്നവരെ വേണാടനെന്നും ചേരനെന്നും തമിഴ് ശാസനങ്ങളിൽ പറയുക സാധാരണമാണ്. രാജേന്ദ്രചോളന്റെ ചേര ഭാര്യ ഒരുപക്ഷേ വേണാടു രാജകുടുംബാംഗമായിരിക്കാം. ചേര ഭാര്യ കിഴാനടികൾക്കു താമസിക്കാൻ തന്റെ പുതിയ തലസ്ഥാനമായ ഗംഗൈകൊണ്ട ചോളപുരത്തിൽ പണിയിച്ച കൊട്ടാരത്തിനു 'കേരളൻ മാളിക' എന്നായിരുന്നു പേർ. അവിടെയിരുന്നുകൊണ്ടായിരുന്നു തന്റെ ഭാര്യയായ കിഴാനടികളുടെ ജന്മനാൾ ആണ്ടുതോറും ഉത്സവമായി ആഘോഷിക്കാൻ രാജേന്ദ്രചോളൻ കന്യാകുമാരി ക്ഷേത്രത്തിനു വകയിരുത്തിയത്.[21] രാജേന്ദ്രചോളന്റെ മാതാവും ചേര രാജകുമാരിയായിരുന്നു. തിരുവട്ടാറിനു സമീപമുള്ള തിരുനന്തിക്കര മഹാദേവക്ഷേത്രത്തിൽ രാജരാജന്റെ ജന്മനാളാഘോഷം അല്പശിമാസത്തിലെ ചതയം നക്ഷത്രത്തിൽ അവസാനിക്കുന്ന ഏഴുദിവസത്തെ ഉത്സവമായി ഏർപ്പെടുത്തുകയും അതിനുവേണ്ട ചെലവിനു നാഞ്ചിനാട്ടുനിന്നും ഏറെ വസ്തുക്കൾ വകയിരുത്തുകയും ചെയ്തു. ദാനവിവരം അവിടെ ഗുഹാക്ഷേത്രത്തിൽ കൊത്തിവച്ചിട്ടുണ്ട്.[22] രാജരാജന്റെ ജന്മനാളാഘോഷിക്കാൻ തിരുനന്തിക്കരക്ഷേത്രം തെരഞ്ഞെടുത്തതിൽ നിന്ന് അദ്ദേഹത്തിന്റെ മാതാവ് തിരുവട്ടാറ്റെ ചേര കുടുംബാംഗമായിരുന്നില്ലെന്നു സംശയിക്കണം. ചോളന്മാർ ശൈവന്മാരായതുകൊണ്ടാവണം തിരുവട്ടാറ്റെ വൈഷ്ണവക്ഷേത്രത്തിൽ ഉത്സവം ഏർപ്പെടുത്താതെ അല്പം അകലെ തിരുനന്തിക്കരയിൽ ഉത്സവം ഏർപ്പെടുത്തിയത്. വിഴിഞ്ഞം പട്ടണത്തിനു രാജേന്ദ്രചോള പട്ടണം എന്നു പേരു നല്കിയതും ചോളന്മാർക്കു ദക്ഷിണ കേരളവുമായുള്ള ബന്ധമാണ് സൂചിപ്പിക്കുന്നത്.

1044 ൽ രാജേന്ദ്രചോളന്റെ മരണത്തെ തുടർന്നു പുത്രൻ രാജാധിരാജൻ ഭരണമേറ്റു. 1018 മുതൽ അദ്ദേഹം യുവരാജാവായി, രാജേന്ദ്രന്റെ ജൈത്രയാത്രകൾക്കിടയിൽ ഭരണം നടത്തുകയായിരുന്നു. രാജാധിരാ

ജന്റെ ക്രി വ 1046 ലെ മണിമംഗലം ശാസനത്തിൽ ഇങ്ങനെ പറയുന്നു: "തെന്നവരിൽ മാനാഭരണന്റെ തലവെട്ടി; വീരകേരളനെ ഹസ്തിവാരണം എന്ന ആനയെക്കൊണ്ട് യുദ്ധത്തിൽ ചവിട്ടിച്ചുകൊന്നു; സുന്ദരപാണ്ഡ്യൻ കാട്ടിലേക്ക് ഓടി ഒളിച്ചു; ഓടുന്ന വഴിയിൽ കിരീടം തെറിച്ചുപോയി; അദ്ധ്യക്ഷനായ വേണാടനെ യുദ്ധത്തിൽ വധിച്ചു. കാന്തള്ളൂർ ശാല കലമരുത്തുരുളി. വില്ലവൻ കാട്ടിലൊളിച്ചു. രാമകുടമൂവൻ കീഴടങ്ങി." ഈ സംഭവങ്ങളെല്ലാം രാജേന്ദ്രചോളന്റെ ഭരണകാലത്തു സംഭവിച്ചവയായിരിക്കണം. രാജേന്ദ്രന്റെ നീണ്ട ജൈത്രയാത്രകൾക്കിടയിൽ സാമന്തന്മാർ സ്വതന്ത്രരാവാൻ ശ്രമിച്ചിരിക്കാം. അവരിൽ വേണാടനാണ് ഏറ്റവും ശക്തനെന്നു പറയുന്നു. മാനാഭരണൻ, വില്ലവൻ, വീരകേരളൻ എന്നിവർ പാണ്ഡ്യന്റെ മറ്റു സഹായികളായിരുന്നു. രാമകുടമൂവൻ എന്നത് മൂഷികരാജാവാണ്. രാജേന്ദ്ര ചോളനോടും രാജാധിരാജനോടും യുദ്ധം ചെയ്ത വേണാടു രാജാക്കന്മാർ ആരാണെന്ന് അറിഞ്ഞുകൂടാ.

രാജേന്ദ്രചോളന്റെ കാലശേഷം അരനൂറ്റാണ്ടുകാലം വേണാടിനു നേരെ ആക്രമണമൊന്നും ഉണ്ടായില്ല. 1054 ൽ രാജാധിരാജന്റെ മരണത്തെ തുടർന്ന് അനുജന്മാർ രാജേന്ദ്രദേവനും വീരരാജേന്ദ്രനും 1069 വരെ ഭരണം നടത്തി. വീരരാജേന്ദ്രന്റെ മരണത്തെതുടർന്ന് അദ്ദേഹത്തിന്റെ പുത്രൻ അധിരാജേന്ദ്രനും ഭാഗിനേയനും ചാലൂക്യനുമായ കുലോത്തുംഗനും തമ്മിൽ അവകാശത്തർക്കമുണ്ടായി. കല്യാണയിലെ ചാലൂക്യരാജാവായ വിക്രമാദിത്യൻ VI ഉം ചേരന്മാരും അധിരാജേന്ദ്രന്റെ പക്ഷത്തായിരുന്നു. മന്ത്രിമാർ മിക്കപേരും സഹായിച്ചതുകൊണ്ടു കുലോത്തുംഗനും 1070 ൽ ചോള ചക്രവർത്തിയാകാൻ സാധിച്ചുവെങ്കിലും കേരളം മുഴുവൻ ചോള സാമ്രാജ്യത്തിൽ നിന്നു വിട്ടുനിന്നു. നഷ്ടപ്പെട്ടുപോയ ആന്ധ്ര, കലിംഗ പ്രദേശങ്ങൾ തിരിച്ചുപിടിച്ചശേഷമാണ് ചോള സൈന്യം പാണ്ട്യനും വേണാടിനും നേരെ തിരിഞ്ഞത്. പരാജിതനായ പാണ്ട്യനെ അവിടെ പുനഃപ്രതിഷ്ഠിച്ചു. ആദ്യം കോട്ടാർ പിടിച്ചെടുത്ത് അവിടെ ഒരു ചോള സൈന്യത്തെ നിർത്തി. കോട്ടാറിനു മുമ്മുടി ചോളനല്ലൂർ എന്നു പേരുനല്കി.[23] പിന്നീട് കൊല്ലം ആക്രമിച്ച് അവിടെ കൊള്ളയടിച്ചു. കൊല്ലം ആക്രമിച്ച നരലോകവീരൻ എന്ന സേനാനായകനു 'കൊല്ലം അഴിവുകണ്ടാൻ' എന്ന ബിരുദം നല്കി. കൊല്ലത്തു കൊള്ളയടിച്ച ദ്രവ്യം കൊണ്ട് ചിദംബരം ക്ഷേത്രത്തിൽ പല പണികളും ചെയ്തു.[24] ക്രി വ 1096 ലാണ് കൊല്ലം ആക്രമിച്ചത്. ആ വർഷം മുതൽ കൊല്ലം അഴിന്ത ആണ്ട് എന്നൊരു പുതിയ വർഷമാരംഭിച്ചു.[25] രാമർ തിരുവടി ആയിരുന്നു അന്നു വേണാടു രാജാവ്. കൊല്ലവർഷം 278 ലെ (ക്രി വ 1102) രാമേശ്വരം ശാസനം അദ്ദേഹത്തിന്റെ 13-ാം ഭരണവർഷത്തിലേത് എന്നു പറയുന്നതുകൊണ്ട് ക്രി വ 1090 ൽ രാമർ തിരുവടി ഭരണമേറ്റു എന്നു പറയാം.[26]

രാമർ തിരുവടി പെരുമാളായത്

ക്രി വ 878 ൽ ഭരണമേറ്റ ഭാസ്കരരവി 58 വർഷത്തിലേറെ അധികാരത്തിലിരുന്നു എന്നു രേഖകൾകൊണ്ടു കാണുന്നു. അദ്ദേഹത്തിനു ശേഷം രവിരാമൻ, ആദിത്യൻകോത, എന്നു രണ്ടുപേർ 1036–1089 കാലത്ത് പെരുമാക്കന്മാരായിരുന്നതായി കാണാം.[27] അതിനുശേഷം വേണാടു രാജാവായ രാമർതിരുവടി പെരുമാളായി എന്നാണ് കരുതുന്നത്. കൊല്ലം രാമേശ്വര ക്ഷേത്രത്തിലെ ലിഖിതത്തിൽ അദ്ദേഹത്തെ രാമർ തിരുവടി കോയിലധികാരികൾ കുലശേഖര ചക്രവർത്തികൾ എന്നാണു പറഞ്ഞിട്ടുള്ളത്. അദ്ദേഹം ശാസനം നല്കുന്നത് വേണാട്ടു രാജാക്കന്മാരുടെ വാസസ്ഥലമായി 14-ാം നൂറ്റാണ്ടുവരെയെങ്കിലും ഉണ്ടായിരുന്ന പനങ്കാവിൽ കോവിലകത്തു താമസിച്ചിരുന്നതിനാലാണ് അദ്ദേഹം വേണാടു രാജാവായിരുന്നു എന്നു കരുതുന്നത്. കുലശേഖര കോയിലധികാരികൾ എന്നു പറയുന്നതിൽ നിന്ന് അദ്ദേഹം മഹോദയ ചേരനും ആയിരുന്നു എന്നു കരുതേണ്ടിയിരിക്കുന്നു. മഹോദയപുരചേരന്മാരിൽ മൂത്തയാളെ കുലശേഖരനെന്നും രണ്ടാം സ്ഥാനക്കാരനെ കോയിലധികാരികൾ എന്നുമാണു പറയുക. നാട്ടിലെ ദേവസ്വം ബ്രഹ്മസ്വം കാര്യങ്ങളാണ് കോയിലധികാരികളുടെ ചുമതല. ചക്രവർത്തികൾ എന്ന ബിരുദം ഉപയോഗിച്ചിരുന്നതുകൊണ്ട് അദ്ദേഹം പെരുമാൾ ആയിരുന്നു എന്നു തീർച്ചയാണ്. ഒരാൾ എങ്ങനെ നാല് ഔദ്യോഗിക പദവികൾ ഒരുമിച്ചു വഹിച്ചു എന്നു നോക്കാം.

ക്രി വ 1096 ൽ കുലോത്തുംഗൻ കൊല്ലം ആക്രമിച്ചപ്പോൾ രാമർ തിരുവടി തന്നെയായിരുന്നു വേണാടു രാജാവ് എന്നു മുമ്പ് പറഞ്ഞല്ലോ. പാണ്ഡ്യനെ കീഴടക്കി അയാളെ വീണ്ടും വാഴിച്ചതുപോലെ രാമർ തിരുവടിയെയും വേണാടു രാജാവായി തുടരാൻ അനുവദിച്ചിരിക്കണം. എന്നു മാത്രമല്ല മഹോദയ ചേരന്മാരെ നിഷ്കാസനം ചെയ്ത് അവിടുത്തെ കുലശേഖരസ്ഥാനവും കോയിലധികാരികൾ സ്ഥാനവും കുലോത്തുംഗൻ നല്കിയിരിക്കണം. വേണാടർ യാദവന്മാരായതുകൊണ്ട് രാമർ തിരുവടി എങ്ങനെ മഹോദയചേരന്റെ സ്ഥാനത്തു പ്രതിഷ്ഠിച്ചു എന്ന ചോദ്യമുണ്ടാവാം. രാമർ തിരുവടിയെ ബലശാലിയായ കേരളൻ എന്ന കുലോത്തുംഗ ചോളന്റെ ചിദംബരം ശാസനത്തിൽ പറയുന്നതിൽ നിന്ന് മാതാവിലൂടെയോ പിതാവിലൂടെയോ രാമർ തിരുവടി ചേരനായിരുന്നു എന്നൂഹിക്കാം. കൊടുങ്ങല്ലൂരെ നാലു തളികൾ ചേർന്നു ശുപാർശചെയ്യുന്ന ചേരനെയാണ് ചോളചക്രവർത്തി പെരുമാൾ ആയി നിയമിക്കുന്നത്. കേരളത്തിലെ നാടുവാഴികളെ നിയമിക്കുന്നത് കൊടുങ്ങല്ലൂരെ നാലു തളികളാണെന്നു 11-ാം നൂറ്റാണ്ടിലെ ശുകസന്ദേശത്തിൽ പറയുന്നുണ്ട്.[28] നാലു തളികളുടെയും കുലോത്തുംഗചോളന്റെയും പിന്തുണയോടുകൂടി 1096 നും 1102 നും ഇടയ്ക്കു രാമർ തിരുവടി പെരുമാളായി അവരോധിക്കപ്പെട്ടിരിക്കണം. കുലശേഖരകോയിലധികാരികൾ തന്റെ 10-ാം ഭരണവർഷ

ത്തിൽ നാലു തളികളോടും തിരുക്കുന്റപ്പോഴൻ എന്ന മന്ത്രിയോടും ആലോചിച്ച് നെടിയതളിയിൽ ഇരുന്നുകൊണ്ടു പെരുന്ന ക്ഷേത്രകാര്യം സംബന്ധിച്ച് പട്ടയം നല്കിയതായി കാണുന്നു.[29] ശാസനം നല്കുന്ന സമയത്തു രാമർ തിരുവടി കുലശേഖരനും കോയിലധികാരികളും മാത്രമേ ആയിരുന്നുള്ളൂ. ആ വർഷം കർക്കടക വ്യാഴനാണെന്നു പറയുന്നതുകൊണ്ട് മാമാങ്കവർഷമാണെന്നു സിദ്ധിക്കുന്നു. പെരുന്ന ശാസനം നല്കുന്നത് വൃശ്ചികത്തിലാണ്. മാഘമാസത്തിലാണ് മാമാങ്കം. മാമാങ്കത്തിൽ വച്ചാണ് പെരുമാളെ അവരോധിക്കുന്നത്. അതുകൊണ്ട് ഫെബ്രുവരി മാസത്തിൽ രാമർ തിരുവടി പെരുമാളായി വാഴിക്കപ്പെട്ടു എന്നു കരുതാം. അതുകൊണ്ടാണ് 1102 ലെ രാമേശ്വരം ശാസനത്തിൽ രാമർ തിരുവടിയെ കോയിലധികാരികൾ, കുലശേഖര ചക്രവർത്തികൾ എന്നെല്ലാം വിശേഷിപ്പിക്കുന്നത്.

പെരുമാക്കന്മാരെല്ലാം മഹോദയചേരന്മാരാണെന്ന പ്രൊഫ. ഇളംകുളത്തിന്റെ സങ്കല്പം അടിസ്ഥാനമില്ലാത്തതാണ്. *ലഘുഭാസ്കരീയ* വ്യാഖ്യാനത്തിന്റെ കർത്താവായ ശങ്കരനാരായണന്റെ പുരസ്കർത്താവായ രവികുലശേഖരൻ താണുരവിയാണെന്ന തെറ്റായ സങ്കല്പത്തിലാണ് അദ്ദേഹം താണുരവിയുടെ കാലം നിശ്ചയിച്ചിരിക്കുന്നത്.[30] പരാന്തക ചോളന്റെ ഭാര്യാപിതാവായ താണുരവി പഴുവട്ടരായൻ ആണെന്ന് *അൻപിൽ പട്ടയ*ത്തിൽ പറയുന്നുണ്ട്.[31] അദ്ദേഹത്തിന്റെ പൗത്രനെന്നു കരുതപ്പെടുന്ന കോതരവി പെരുമാളാകും മുമ്പ് വെൺപൊലിനാട്ടുരാജാവായിരുന്നു എന്ന് അദ്ദേഹത്തിന്റെ 17-ാം ഭരണവർഷത്തിലെ *നെടുംപുറം തളിശാസന*ത്തിൽ പറയുന്നു. ഇന്ദുക്കോതയുടെ കുലദേവത ഇന്ദ്രേശ്വരനും ഭാസ്കരരവിയുടെ കുലദേവത ആദിത്യനുമാണ്. രണ്ടുപേരും രണ്ടു ശാഖയിൽ പെട്ട ചേരന്മാരാണെന്നു വ്യക്തം. ഭാസ്കരരവി മഹോദയപുരത്തെ സ്ഥിരതാമസക്കാരനല്ല എന്ന് അദ്ദേഹത്തിന്റെ *ജൂതശാസനം* വ്യക്തമാക്കുന്നു. അദ്ദേഹം മുയിരിക്കോട്ടു താമസിച്ചിരുന്ന കാലത്ത് നല്കിയതാണ് ശാസനം എന്നതിൽ പറയുന്നു. രാമർ തിരുവടി നെടിയതളിയിൽ ഇരുന്നാണ് പെരുന്ന ശാസനം നല്കിയെന്നതിൽനിന്ന് അദ്ദേഹം മഹോദയപുരത്തെ സ്ഥിരതാമസക്കാരനല്ല എന്നു വ്യക്തമാണല്ലോ. വേറെയും വേണാടു രാജാക്കന്മാർ പെരുമാക്കന്മാരായിരുന്നിട്ടുണ്ട്. അതു പിന്നീടു പറയാം. വീരരാഘവചക്രവർത്തി കോലത്തിരിയായിരുന്നു എന്നു കരുതപ്പെടുന്നു. പെരുമാക്കന്മാർ ചേരന്മാരായിരിക്കണമെന്നല്ലാതെ അവരെല്ലാം മഹോദയ ചേരന്മാരായിരിക്കണമെന്നു നിഷ്ഠയില്ലായിരുന്നു. തിരുവാലൂർ ശാസനദാതാവായ കുലശേഖരപ്പെരുമാൾ മാത്രമേ പെരുമാളായ കുലശേഖരൻ ആയി അറിയപ്പെടുന്നുള്ളു.[32] വിവിധ കേരളോല്പത്തിപ്പതിപ്പുകളിൽ അനേകം പെരുമാക്കന്മാരുടെ പേരുകൾ ഉണ്ടെങ്കിലും അവരിൽ ഒരാൾ മാത്രമേ കുലശേഖരപെരുമാൾ ആയിരുന്നുള്ളു. മറ്റെല്ലാവരും തന്നെ വിവിധ ദേശക്കാരായിരുന്നു എന്നാണ് പറയുന്നത്.

ചോളശക്തിക്ഷയം

രാമർ തിരുവടിയുടെ ഭരണം എത്രവർഷം നീണ്ടു എന്നുപറയാനാവില്ല. കുലോത്തുംഗചോളൻ 1118 ൽ അന്തരിക്കുകയും പുത്രൻ വിക്രമ ചോളൻ (1118–1135) ഭരണമേല്ക്കുകയും ചെയ്തു. ഒപ്പം ചോളശക്തി ക്ഷയോന്മുഖമായി. ഈ അവസരം ഉപയോഗിച്ച് വേണാട് രാജാവ് നാഞ്ചിനാട് വേണാടിനോടു ചേർക്കാൻ ശ്രമിച്ചു. അക്കാലംവരെയും നാഞ്ചിനാട് പാണ്ട്യരാജ്യത്തിന്റെ ഭാഗമായിരുന്നു എന്നു നേരത്തെ പറഞ്ഞല്ലോ. ഊഷര പ്രദേശമായിരുന്ന നാഞ്ചിനാടിനെ ഒരു നെല്ലറയാക്കി മാറ്റിയത് പാണ്ട്യന്മാർ ഏർപ്പെടുത്തിയ ജലസേചന പദ്ധതിയാണ്. കുഴിത്തുറയാറിന്റെ ശാഖയായ പറളിയാറിൽ ഒരു അണ നിർമ്മിച്ച് അതിലെ ജലം ഒരു കനാലിലൂടെ നാഞ്ചിനാട്ടിൽ എത്തിച്ചാണ് നാഞ്ചിനാട്ടിൽ ജലസേചനം നിർവ്വഹിച്ചത്. പറളിയാറും അണനില്ക്കുന്ന സ്ഥലവും മലനാട്ടിലായതുകൊണ്ട് വേണാടിന്റെ ഭാഗമായിരുന്നു. വേണാട് പാണ്ട്യന്മാരുടെ സാമന്തന്മാരായിരുന്നതിനാൽ ജലനികുതി ലഭിച്ചിരുന്നില്ല. ഇപ്പോൾ നാഞ്ചിനാട് ചോളസാമ്രാജ്യത്തിന്റെ ഭാഗമായതിനാൽ[33] നാഞ്ചിനാട് പാണ്ടിയിൽ നിന്ന് വേർപെടുത്തി വേണാടിന്റെ ഭാഗമാക്കാനാണ് വേണാട് ശ്രമിച്ചത്. ക്രി വ 1120 ൽ രാജസിംഹൻ എന്ന ഒരു പാണ്ട്യനായിരുന്നു ചോളസാമന്തൻ എന്ന നിലയിൽ നാഞ്ചിനാടിന്റെ തലസ്ഥാനമായ കോട്ടാറിലുണ്ടായിരുന്നത്. നാഞ്ചിനാടു പിടിച്ചടക്കുന്നതിന്റെ മുന്നോടിയായി പറളിയാറിലെ അണ പൊട്ടിച്ചുകളയുകയാണ് വേണാടൻ ആദ്യം ചെയ്തത്. നാഞ്ചിനാടിലെ കൃഷി മുടങ്ങിയാൽ പിന്നെ പാണ്ട്യനെ കോട്ടാറിൽ നിന്നു ബഹിഷ്കരിക്കുക എളുപ്പമായിരുന്നു. കൊ വ 296 ചിങ്ങമാസത്തിൽ നടന്ന ഈ സംഭവത്തെപ്പറ്റിയുള്ള ഒരു പാട്ട് ഇപ്രകാരമാണ്:

'എത്തിശയും പുകൾ പെരുത്ത കൊല്ല-
മിരുനൂറ്റി തൊണ്ണൂറ്റിയാറാമാണ്ട്
വെറ്റിചെയ്യും കുമ്പത്തിൽ വ്യാഴൻ നിന്റു
കൊത്തലരും പൂഞ്ചോലൈ നാഞ്ചിനാടും
കോട്ടാറും കൂപകർകോൻ കോണ്ടവാറെ'[34]

വേണാടു രാജാവിനെയാണ് കൂപകൻ എന്നുപറയുന്നത്. നാഞ്ചിനാടുപിടിച്ചടക്കിയ കൂപൻ രാമർ തിരുവടിയാണെന്നു കരുതാനാവില്ല. ക്രി വ 1126 ൽ വേണാടു രാജാവായിരുന്ന വീരകേരളന്റെ ശാസനം ചോളപുരത്ത് (കോട്ടാർ) ഉണ്ട്.[35] കോത കേരളവർമ്മൻ എന്നുകൂടി പേരുള്ള അദ്ദേഹത്തിന്റെ മറ്റൊരുശാസനം ശുചീന്ദ്രം ക്ഷേത്രത്തിലുമുണ്ട്.[36] യാദവരാജാവായ കോതയാണ് അദ്ദേഹത്തിന്റെ പിതാവെന്നു ക്രി വ 1168 ൽ രചിച്ച *സ്യാനന്ദൂര പുരാണ സമുച്ചയം* എന്ന സംസ്കൃതകൃതിയിലുണ്ട്.[37] കോതയായിരിക്കണം ക്രി വ 1120 ൽ (കൊ വ 296) നാഞ്ചിനാടു പിടിച്ചടക്കിയ കൂപൻ. അദ്ദേഹമാണ് രാമർ തിരുവടിയുടെ പിൻഗാമി.

കൂപകനും പാണ്ഡ്യനും

1118 ൽ ഭരണമേറ്റ വിക്രമചോളന്റെ സാമന്തനായിരുന്നു ജടില പരാന്തകൻ എന്ന പാണ്ഡ്യരാജാവ്. വിക്രമചോളന് ആന്ധ്രയിലേക്കും കലിംഗത്തിലേക്കും പടനയിക്കേണ്ടിവന്നപ്പോൾ ഒപ്പം പരാന്തകപാണ്ഡ്യനും ഉണ്ടായിരുന്നു. ഈ സമയത്താവണം കൂപൻ നാഞ്ചിനാട് കൈവശപ്പെടുത്തിയത്. യുദ്ധാനന്തരം മടങ്ങിയെത്തിയ ജടിലപരാന്തകൻ വേണാടിനുനേരെ പടപുറപ്പെട്ടു. തുടർന്നുണ്ടായ സംഭവങ്ങൾ അദ്ദേഹത്തിന്റെ 9-ാം ഭരണവർഷത്തിലെ *കന്യാകുമാരി ശാസന*ത്തിൽ ഇങ്ങനെ വിവരിക്കുന്നു: "ചേരലനെ (വേണാടനെ) യുദ്ധത്തിൽ തോല്പിച്ചു. കൂപകന്റെ കുലപുരിയായ വിഴിഞ്ഞം കീഴടക്കി. കാന്തള്ളൂർശാല കലമറുത്തു. കൂപകന്റെ മകളെ പാണിഗ്രഹണം ചെയ്തു. അനന്തപുരിയിലെ ദേവന് (ശ്രീപത്മനാഭന്) പത്തു പൊൻവിളക്കുകൾ സമ്മാനിച്ചു." വേണാടിനെ കീഴടക്കിയശേഷം കൂപന്മാരുമായിട്ടുള്ള പഴയ ബന്ധം വിവാഹംമൂലം പുനഃസ്ഥാപിച്ചുവെങ്കിലും നാഞ്ചിനാട് പാട്ടവ്യവസ്ഥയിൽ വേണാടിനുതന്നെ നല്കിയെന്നുമാണ് കരുതേണ്ടത്. നാഞ്ചിനാടിനു വേണ്ടി കപ്പം കൊടുക്കുക എന്ന പതിവു 18-ാം നൂറ്റാണ്ടിന്റെ അന്ത്യംവരെ തുടർന്നുവെന്നും അതിനു മുടക്കം വന്നപ്പോഴൊക്കെ വേണാടിനു നേരെ മധുര സർക്കാർ സൈനിക നടപടി കൈക്കൊണ്ടു എന്നും കാണാം.

പരാന്തക പാണ്ഡ്യന്റെ ആക്രമണം കോതവർമ്മയ്ക്കു നേരെയാണോ അദ്ദേഹത്തിന്റെ പുത്രൻ കോതകേരളനു നേരെയാണോ എന്നു സംശയിക്കേണ്ട ആവശ്യമില്ല. 'ചേരലനൈ ചെരുവിൽവെന്റു' (കേരളനെ യുദ്ധത്തിൽ തോല്പിച്ചു) എന്നുപറയുന്നതിൽ നിന്നു കോത കേരളനെയാണ് തോല്പിച്ചതെന്നും കോതവർമ്മന്റെ പുത്രിയെയാണു വിവാഹം ചെയ്തതെന്നും വ്യക്തമാണ്. കോതവർമ്മ യാദവനാണെന്നു *സ്യാനന്ദൂരപുരാണ*ത്തിൽ പറയുന്നുണ്ടല്ലോ. കോതരവിയുടെ പുത്രൻ ചേരലൻ ആയത് മരുമക്കത്തായപ്രകാരമാണ്. കോതകേരളന്റെ അനുജന്മാരിലൊരാളായ ഉദയമാർത്താണ്ഡവർമ്മയെ 'ചേരതിരുവംശം വിളങ്കി ഉദയമാർത്താണ്ഡ തേവർ' എന്നു ത്രിഭുവനദേവിയുടെ ശാസനത്തിൽ പറയുന്നുണ്ട്.[38] വേണാട്ടു രാജാക്കന്മാർ (മാതൃദായകക്രമ പ്രകാരം) വടശ്ശേരി കുടുംബാംഗങ്ങളാണ് എന്ന് *സ്യാനന്ദൂരപുരാണ സമുച്ചയ*ത്തിൽ പറയുന്നുണ്ട്.[39] വടശ്ശേരി കുടുംബക്കാർ പഴുവട്ടരയ കുടുംബക്കാരായ ചേരന്മാരാണ്.[40]

കൂപകന്മാരും വടശ്ശേരി കുടുംബവും

വേണാടു രാജാക്കന്മാർ കൂപകന്മാരായത് എങ്ങനെയെന്നും ചേരന്മാരായത് എങ്ങനെയെന്നും പരിശോധിക്കാം. വേണാടർ യാദവന്മാരായിരുന്നു എന്നു നേരത്തെ പറഞ്ഞിരുന്നല്ലോ. 11-ാം നൂറ്റാണ്ടിലെ ശുകസന്ദേശത്തിൽ കൊല്ലം കൂപകന്മാരുടെ കുലപുരിയാണെന്നു പറയുന്നു.[41] പരാന്തക പാണ്ഡ്യന്റെ കന്യാകുമാരി ശാസനത്തിൽ ചേരലനെ യുദ്ധ

ത്തിൽ പരാജയപ്പെടുത്തി എന്നും കൂപകന്റെ മകളെ വിവാഹം ചെയ്തു എന്നും പറയുന്നു. കീഴ്പേരൂർ കുടുംബക്കാരനായതുകൊണ്ടാണ് കോതയെ കൂപൻ എന്നുപറയുന്നത്. അദ്ദേഹത്തിന്റെ പുത്രൻ വീരകേരളൻ ചേരലനായത് മാതൃദായകക്രമപ്രകാരമാണ്. വീരകേരളന്റെ അനുജൻ ഉദയ മാർത്താണ്ഡവർമ്മ വടശ്ശേരി കുടുംബക്കാരൻ (വടത്സമാഖ്യ ശ്രേണീകുലം) എന്നു *സ്യാനന്ദൂരപുരാണ സമുച്ചയ*ത്തിൽ പറയുന്നതിൽനിന്ന് കോതവർമ്മയുടെ പുത്രന്മാർ മരുമക്കത്തായവിധിയനുസരിച്ചാണ് ചേരന്മാരായതും വേണാടു രാജാക്കന്മാരായതും. വേണാടു രാജാക്കന്മാർ കൂപകന്മാ (യാദവർ)രും ചേരന്മാരും ആയിരുന്നതു രണ്ടു വ്യവസ്ഥകളും (മക്കത്തായവും മരുമക്കത്തായവും) ഒരുപോലെ പാലിച്ചിരുന്നതുകൊണ്ടാണ്. ചില ഉദാഹരണങ്ങൾ കാണുക.

1. ക്രി വ 781 ൽ നെടുംചടയപാണ്ഡ്യൻ വേൺമന്നനെ വധിച്ചാണ് വിഴിഞ്ഞം കീഴടക്കിയത്. വിഴിഞ്ഞത്തു നിർത്തിയിരുന്ന പാണ്ടിപ്പടയെ തുരത്തിയത് ചേരമനാർ (ചേരൻ) ആണെന്നു ക്രി വ 791 ലെ *തിരുവനന്തപുരം മ്യൂസിയം ശാസന*ത്തിൽ പറയുന്നു. വേണാട്ടു രാജാവിന്റെ പിൻഗാമി ചേരൻ ആയിരുന്നു.
2. രാമേശ്വരം ശാസനത്തിലെ രാമർതിരുവടികൾ കുലശേഖരൻ (മഹോദയചേരൻ) ആയത് അദ്ദേഹത്തിന്റെ മാതാവ് ചേരവംശജയായതുകൊണ്ടാവണം. പിതൃദായകക്രമമനുസരിച്ചു വേണാടു രാജാവും പിതൃദായകക്രമമനുസരിച്ച് കുലശേഖരനും ആയതാവണം.
3. രാമർതിരുവടിയുടെ പുത്രൻ കോതവർമ്മ കൂപനായത് പിതൃദായകക്രമമനുസരിച്ചാവണം.
4. പിതൃദായകക്രമമനുസരിച്ച് കോതവർമ്മയുടെ പുത്രന്മാരായ വീരകേരളൻ, കോതരവി, കോത ആതിച്ചൻ, കോത (ഉദയ) മാർത്താണ്ഡവർമ്മ എന്നിവർ വേണാടു രാജാക്കന്മാരായി എങ്കിലും അവരുടെ മാതാവ് ചേരവംശജയായതുകൊണ്ടാണ് (വടശ്ശേരി കുടുംബത്തിലെ) അവരെ ചേരന്മാർ എന്നു പറയുന്നത്.

കീഴ്പേരൂരും വടശ്ശേരിയും

വടശ്ശേരിഇല്ലം പഴുവെട്ടരയ ചേരശാഖയാണ്. അതു തെക്കൻ തിരുവിതാംകൂറിലെ തിരുവിതാംകോട്ടും തിരുവട്ടാറും നാഗർകോവിലിനു സമീപവും ഉണ്ടായിരുന്നു.[42] ആറ്റിങ്ങൽനിന്ന് ഏതാനും നാഴിക വടക്കു കിഴക്കു സ്ഥിതിചെയ്യുന്ന ഗ്രാമമാണ് കീഴ്പേരൂർ. കീഴ്പേരൂർ കുടുംബക്കാർ യാദവരാണ്. ശ്രീവല്ലഭൻ കോത മുതലുള്ള വേണാട്ടു രാജാക്കന്മാർ കീഴ്പേരൂർ കുടുംബക്കാരാണ്. കൂപകം എന്നത് കീഴ്പേരൂരിന്റെ സംസ്കൃതീകരണമാണ്. വിഴിഞ്ഞത്തും കൊല്ലത്തും കീഴ്പേരൂരിന്റെ ശാഖകളാണുണ്ടായിരുന്നത്. ദേവിദേവേശ്വരം എന്ന ശിവക്ഷേത്രവും തൃപ്പാൽക്കടൽ എന്ന വിഷ്ണുക്ഷേത്രവും സമീപത്തുള്ള കുടുംബക്ഷേത്രങ്ങളായിരുന്നു. ശ്രീവല്ലഭൻകോതയുടെ മാതാവു പണിയിച്ച ദേവീശ്വരം ക്ഷേത്രത്തിനു

ശ്രീവല്ലഭൻ കോത ധാരാളം വസ്തുവകകൾ നല്കി.[43] രണ്ടു ക്ഷേത്രങ്ങൾക്കും ഉണ്ടായിരുന്ന അതിവിപുലമായ ഭൂസ്വത്തു മാത്രമല്ല അവയുടെ പ്രാധാന്യം കുറിക്കുന്നത്. രണ്ടു ക്ഷേത്രങ്ങൾക്കും ഊരാണ്മസഭയും ഉണ്ടായിരുന്നു. അതിൽ തൃപ്പാൽക്കടൽ ക്ഷേത്രത്തിന്റെ ഊരാണ്മസഭയിൽ പറവൂർ, മുഴിക്കുളം, ഐരേണിക്കുളം, ഇരിങ്ങാലക്കുട, പെരുമനം, ചെങ്ങന്നൂർ എന്നീ തളികളുടെ പ്രതിനിധികൾ ഉണ്ടായിരുന്നു. ഇവയിൽ ആദ്യത്തെ നാലു തളികളുടെ പ്രതിനിധികൾ ചേർന്നാണ് 11-ാം നൂറ്റാണ്ടുവരെ കേരളത്തിലെ നാടുവാഴികളെയും പെരുമാളെ തന്നെയും ശുപാർശചെയ്തത് എന്നോർക്കേണ്ടതാണ്. ഈ ആറു തളികളെക്കൂടാതെ വഞ്ചിപ്പുഴ, തിരുവല്ല, മകിഴഞ്ചേരി, ആറന്മുള എന്നീ നാലു നമ്പൂതിരി മാടമ്പിമാരും സഭാംഗങ്ങളായിരുന്നു. കീഴ്പേരൂർ കുടുംബത്തിലെ അംഗങ്ങളാണ് ക്ഷേത്രത്തിന്റെയും ഭൂസ്വത്തിന്റെയും സംരക്ഷകർ. ക്രി വ 1168 ൽ താഴെപ്പറയുന്നവരായിരുന്നു കീഴ്പേരൂർ കുടുംബാംഗങ്ങൾ.

1. ആദിത്യവർമ്മ എന്ന വേണാടുരാജാവ്
2. ഉദയ മാർത്താണ്ഡവർമ്മ എന്ന ഇളംകൂർ (അദ്ദേഹം ആണ് കിളിമാനൂർ ശാസനം പുതുക്കി നല്കിയത്)
3. കീഴ്പേരൂർ മണികണ്ഠൻ മാധവിയാനപിള്ളയാർ (കുമാരി).
4. കീഴ്പേരൂർ കോത ആവണിയാന പിള്ളയാർ (തിരുവോണം തിരുനാൾ കോതവർമ്മ എന്ന രാജകുമാരൻ)
5. തൃപ്പാപ്പൂർ ദേവധരൻ ആവണിയാന പിള്ളയാർ (തൃപ്പാപ്പൂർ താവഴിയിലെ തിരുവോണം തിരുനാൾ ദേവധരൻ എന്ന രാജകുമാരൻ)

വേണാടു രാജകുടുംബത്തിന്റെ ഘടന മനസ്സിലാക്കാൻ ഈ പേരുകൾ പ്രയോജനപ്പെടും. കീഴ്പേരൂർ എന്നതിന്റെ സംസ്കൃതീകരണമാണ് കൂപകം എന്നു സൂചിപ്പിച്ചു. കൂപകന്മാർ മാതാവിലൂടെയോ പിതാവിലൂടെയോ കീഴ്പേരൂർ കുടുംബാംഗമായിരിക്കും. ആദിത്യവർമ്മയുടെയും, ഉദയ മാർത്താണ്ഡവർമ്മയുടെയും പിതാവ് കീഴ്പേരൂർ കുടുംബാംഗമായ കോതവർമ്മയും മാതാവ് വടശ്ശേരി കുടുംബാംഗവും ആയിരുന്നു എന്നു മുമ്പ് പറഞ്ഞിരുന്നല്ലോ. മണികണ്ഠൻ മാധവി മേല്പ്പറഞ്ഞവരുടെ സഹോദരീപുത്രിയും മണികണ്ഠന്റെ മകളുമാണ്. മണികണ്ഠൻ യാദവനോ വടശ്ശേരി കുടുംബാംഗമോ ആയിരിക്കാം. ആദ്യത്തേതാവാനാണ് കൂടുതൽ സാദ്ധ്യത. യാദവന്മാരായ വെൺപൊലിനാടു രാജകുടുംബാംഗങ്ങളായിരുന്നു ആ പേര് പതിവായി ഉപയോഗിച്ചിരുന്നത്. കോത ആവണിയാന പിള്ളയാരും ഭാഗിനേയനാണ്. കോത എന്ന പേര് ചേരബന്ധം സൂചിപ്പിക്കുന്നതാണ്. ദേവധരൻ ആവണിയാനപിള്ളയാർ കീഴ്പേരൂർ കുടുംബത്തിന്റെ താവഴിയായ തൃപ്പാപ്പൂർ ശാഖാംഗമാണ്. തൃപ്പാപ്പൂർ താവഴിയെപ്പറ്റി പിന്നീടു വിവരിക്കുന്നുണ്ട്.

നാലു സഹോദരന്മാർ

വീരകേരളവർമ്മ (കോതകേരളൻ), വീരരവിവർമ്മ, വീര ആദിത്യ

വർമ്മ, ഉദയ മാർത്താണ്ഡവർമ്മ (കോത മാർത്താണ്ഡൻ) എന്നീ നാലു സഹോദരന്മാർ കോതവർമ്മയ്ക്കു ശേഷം ക്രി വ 1126 മുതൽ 1188 വരെ ഒന്നിനു പുറകെ ഒന്നായി വേണാടു ഭരിച്ചിരുന്നതായി കാണാം. അതിൽ വീരകേരളവർമ്മയുടെ കാലത്ത് ശ്രീപത്മനാഭസ്വാമി ക്ഷേത്രം പുതുക്കിപ്പണിതു എന്നു *സ്യാനന്ദപുരാണ സമുച്ചയ*ത്തിൽ പ്രസ്താവമുണ്ട്. ഒമ്പതാം നൂറ്റാണ്ടിൽ നമ്മാൾവാർ എന്ന പ്രസിദ്ധ വൈഷ്ണവ കവി ശ്രീപത്മനാഭനെപ്പറ്റി പത്തുപാട്ടുകൾ രചിച്ചിട്ടുള്ളതിൽ (നാലായിര പ്രബന്ധം) നിന്ന് ക്ഷേത്രത്തിനു പുതുക്കിപ്പണിയുമ്പോൾ 300 വർഷമെങ്കിലും പഴക്കമുണ്ടായിരുന്നു എന്നു കരുതാം.

വീരകേരളന്റെ അനുജൻ വീരരവിവർമ്മയുടെ രണ്ടു ശാസനങ്ങൾ നാഞ്ചിനാട്ടിലെ പുരവശ്ശേരി വിഷ്ണുക്ഷേത്രത്തിലുണ്ട്. ഒന്ന് 1162 ലേത്.[45] മറ്റേത് ആണ്ട് വ്യക്തമല്ല.[46] അദ്ദേഹത്തിന്റെ ശാസനങ്ങൾ ഉദയംപേരൂർ പെരുംതൃക്കോവിലിലും (തൃപ്പൂണിത്തുറയ്ക്കു സമീപം) പറവൂർ ഐരേണിക്കുളത്തും കാണുന്നുണ്ട്. ഉദയംപേരൂർ ശാസനത്തിൽ വേണാടു രാജാവ് കീഴ്പേരൂർ ശ്രീ വീരകോതരവിവർമ്മ എന്നു വ്യക്തമായി പറയുന്നു.[47] വേണാടിന്റെ ഉത്തരാതിർത്തി അക്കാലത്തു പെരിയാർവരെയെങ്കിലും വ്യാപിച്ചിരുന്നു എന്നു കാണാം. ചോള ചക്രവർത്തി രാജരാജൻ രണ്ടാമന്റെ കാലത്ത് (1146–73) കോതരവി ശ്രീരംഗം ക്ഷേത്രത്തിൽ ഒരു മണ്ഡപം പണിയിച്ചതായി 1157 ൽ അവിടെ ലിഖിതമുണ്ട്.[48] ചോളശക്തി ക്ഷയിച്ചിരുന്നുവെങ്കിലും അക്കാലത്തും വേണാടിനും, പാണ്ഡ്യരാജ്യത്തിനും മേൽ ചോളന്മാരുടെ ഒരു നിലപ്പട കോട്ടാറിലുണ്ടായിരുന്നു എന്നും പുരവശ്ശേരി ക്ഷേത്രത്തിനു നല്കേണ്ട നെല്ലിന്റെ ഒരു ഭാഗം നിലപ്പടയ്ക്കു നല്കണമെന്നും കോതരവിയുടെ പുരവശ്ശേരി ശാസനത്തിൽ പറയുന്നുണ്ട്. പാണ്ഡ്യരാജാവായ മാറവർമ്മർ ശ്രീവല്ലഭൻ (1132–69) കോതരവി തന്റെ സാമന്തനാണെന്നു പറയുന്നു.[49] അദ്ദേഹത്തിന്റെ പിൻഗാമിയായ ജടാവർമ്മൻ കുലശേഖരൻ (1169–80) കോതരവി തന്റെ മച്ചുനൻ ആണെന്നു പറയുന്നു.[50] പാണ്ഡ്യന്മാരുമായും ചോളന്മാരുമായും വേണാട് നല്ല ബന്ധം പുലർത്തിയിരുന്നു എന്നാണു മനസ്സിലാക്കേണ്ടത്. വിക്രമ ചോളന്റെ കാലത്ത് (1118–35) രചിക്കപ്പെട്ട *കലിംഗത്തുപ്പരണി* എന്ന പ്രശസ്തകാവ്യത്തിൽ, ചോളസാമന്തനായ വേണാടുരാജാവിനെ 'കലിയെ നിർമ്മാർജനം ചെയ്തവൻ' എന്നു പുകഴ്ത്തിയിരിക്കുന്നു.[51] അത് കോത കേരളവർമ്മയെയായിരിക്കണം.

കോതരവിയുടെ അനുജൻ കോതആദിത്യവർമ്മയുടെ കാലത്താണ് അദ്ദേഹത്തിന്റെ അനുജനും യുവരാജാവുമായിരുന്ന ഉദയമാർത്താണ്ഡവർമ്മ 1168 ൽ കിളിമാനൂർ പട്ടയം നല്കിയത്. വേണാട് രാജകുടുംബത്തിലെ രണ്ടാം സ്ഥാനക്കാരൻ എന്ന നിലയിൽ ഉദയമാർത്താണ്ഡവർമ്മ ക്ഷേത്രകാര്യങ്ങൾ സംബന്ധിച്ച സ്വതന്ത്രഭരണാധികാരിയായിരുന്നു എന്നു കാണാം. യുവരാജാവ് എന്ന നിലയിൽ അദ്ദേഹം തെക്കൻ ദിക്കുകളുടെ ഭരണാധികാരിയായിരുന്നു. തിരുവട്ടാറും തിരുവനന്തപുരവുമാ

യിരുന്നു അദ്ദേഹത്തിന്റെ ആസ്ഥാനങ്ങൾ. തിരുവട്ടാറിലിരുന്നുകൊണ്ടാണ് അദ്ദേഹം തിരുവട്ടാർ ക്ഷേത്രശാസനവും (1173)[52] കിള്ളിയൂർ ക്ഷേത്രശാസനവും[53] നല്കിയത്. തിരുവട്ടാറ്റെ തിരുനന്താവനം കോയിക്കൽ അക്കാലത്തെ വടശ്ശേരി ഇല്ലത്തിന്റെ ആസ്ഥാനമായിരുന്നിരിക്കണം. സമീപത്തു കോതനല്ലൂർ എന്ന സ്ഥലത്തു മറ്റൊരു കൊട്ടാരവും ഉണ്ടായിരുന്നു. കോതനല്ലൂർ അദ്ദേഹത്തിന്റെ പിതാവായ കോതവർമ്മ സ്ഥാപിച്ചതായിരിക്കണം. കുഴിത്തുറയാറിനു കോതയാർ എന്നു പേരു നല്കിയതും അദ്ദേഹംതന്നെയായിരിക്കാം. കിള്ളിയൂർ ശാസനത്തിൽ 'വേണാട്ടിൽ കാര്യം ചെയ്‌വാർകളും ഇന്നാട്ടിൽ കാര്യം ചെയ് വാർകളും'[54] കൂടി ആലോചിച്ചാണ് ശാസനം പുറപ്പെടുവിച്ചതെന്നു പറയുന്നതിൽനിന്ന് വേണാടിനു കീഴിലുള്ള ഒരു സ്വരൂപത്തിന്റെ തലവനായിരുന്നു ഉദയ മാർത്താണ്ഡവർമ്മ എന്നു സിദ്ധിക്കുന്നു. തൃപ്പാക്കടൽ ക്ഷേത്രത്തെ സംബന്ധിക്കുന്ന കിളിമാനൂർ പട്ടയം നല്കുമ്പോൾ (1168) അദ്ദേഹം തിരുവനന്തപുരത്തായിരുന്നു താമസം. ക്രി വ 1172 ലെ തിരുവമ്പാടി ശാസനത്തിൽ, ഉദയ മാർത്താണ്ഡവർമ്മ വേണാട്ട് രാജാവായി കഴിഞ്ഞു എന്നു കാണുന്നു.[56] ക്രി വ 1188 ൽ ദേവിദേവേശ്വരം ക്ഷേത്രത്തെ സംബന്ധിക്കുന്ന കൊല്ലൂർ മഠം ചെപ്പേടു നല്കുമ്പോഴും ഉദയമാർത്താണ്ഡവർമ്മ വേണാട് രാജാവായിരുന്നു. അദ്ദേഹത്തെ സംബന്ധിക്കുന്ന ഒടുവിലത്തെ ശാസനമാണത്.

മണികണ്ഠ രാമവർമ്മയും രാമൻ കേരളവർമ്മയും

ഉദയ മാർത്താണ്ഡവർമ്മയുടെ പിൻഗാമി അദ്ദേഹത്തിന്റെ ഭാഗിനേയനെന്നു കരുതപ്പെടുന്ന മണികണ്ഠ രാമവർമ്മയാണ്. കിളിമാനൂർ ശാസനത്തിലെ മണികണ്ഠൻ മാധവിയുടെ സഹോദരനായ കോത ആവണിയാന പിള്ളയാർ സ്വീകരിച്ച അഭിഷേകനാമമായിരിക്കാം മണികണ്ഠ രാമവർമ്മ എന്നത്. ക്രി വ 1196 ലെ മിത്രാനന്ദപുരം ശാസനത്തിലും,[56] അതേ വർഷം തന്നെയുള്ള വെള്ളായണി ക്ഷേത്രശാസനത്തിലും[57] അദ്ദേഹത്തിന്റെ പേരുണ്ട്. വെള്ളായണി ശാസനത്തിൽ വേണാടിലെ അറുനൂറ്റുവരെപ്പറ്റിയും പതിനെട്ടുവളഞ്ചിയരെപ്പറ്റിയും പരാമർശമുണ്ട്. തരിസാപ്പള്ളിശാസനത്തിലെ അറുനൂറ്റുവർ 300 വർഷത്തിനു ശേഷവും നിലനില്ക്കുന്നുണ്ടായിരുന്നു. വളഞ്ചിയർ കപ്പലുടമകളായിരുന്നു എന്നു തോന്നുന്നു. വെള്ളായണി കായൽ തിരുവനന്തപുരത്തിനു സമീപമുള്ള നല്ലൊരു നാവിക സങ്കേതമായിരുന്നു എന്നു കരുതാൻ ന്യായമുണ്ട്.

മണികണ്ഠ രാമവർമ്മയെ പിന്തുടർന്ന് അദ്ദേഹത്തിന്റെ ഭാഗിനേയൻ രാമൻ കേരളവർമ്മയാണ്. 1209 ലെ ശ്രീപത്മനാഭസ്വാമിക്ഷേത്രശാസനത്തിലും,[58] 1214 ലെ തിരുവെളുന്നല്ലൂർ ശാസനത്തിലും,[59] 1215 ലെ കഠിനംകുളം ക്ഷേത്രശാസനത്തിലും[60] അദ്ദേഹത്തിന്റെ പേരുണ്ട്.

കീഴ്പേരൂർ കുടുംബത്തിന്റെ തൃപ്പാപ്പൂർ താവഴി

കീഴ്പേരൂർ കുടുംബത്തിലെ രണ്ടാം സ്ഥാനക്കാരൻ ശ്രീ പത്മനാഭ സ്വാമി ക്ഷേത്രത്തിന്റെ രക്ഷാപുരുഷനായിരിക്കുക എന്ന പതിവ് ഉദയ മാർത്താണ്ഡവർമ്മയുടെ കാലം മുതലാണ് തുടങ്ങിയതെന്നു തോന്നുന്നു. തൃപ്പാപ്പൂർ എന്നത് ശ്രീപാദപുരം എന്നതിന്റെ രൂപഭേദമാണ്. ശ്രീപാദ പുരം എന്നാൽ ശ്രീപത്മനാഭന്റെ പാദങ്ങളിൽ സമർപ്പിക്കപ്പെട്ട ഭൂമി എന്നാണർത്ഥം. ശ്രീപത്മനാഭൻ കീഴ്പേരൂർ കുടുംബത്തിന്റെ കുലദൈവമായിരുന്നു. അതുകൊണ്ട് വേണാടിലെ എല്ലാ ദേവസ്വങ്ങളും ശ്രീപത്മനാഭസ്വാമി ക്ഷേത്രത്തിന്റെ കീഴീടായി കരുതപ്പെട്ടിരുന്നു. 11-ാം നൂറ്റാണ്ടിലെ ശുകസന്ദേശത്തിലെ ക്ഷേത്രവിവരണങ്ങളെ വച്ചു നോക്കുമ്പോൾ വേണാടിലെ ഏറ്റവും പ്രധാന ക്ഷേത്രം ശ്രീപത്മനാഭക്ഷേത്രമായിരുന്നു എന്നു കാണാം.[61] കോതകേരളവർമ്മ ക്ഷേത്രം പുതുക്കിപ്പണിയിച്ചശേഷം അതിന്റെ ഭരണം ഒരു ക്ഷേത്രസഭയുടെ കീഴിലാക്കി. തുളുനാട്ടുകാരായ ആറുപോറ്റിമാരും സഭഞ്ജിതൻ (കൺവീനർ) ആയ മറ്റൊരു പോറ്റിയും ഉൾപ്പെട്ടതായിരുന്നു ക്ഷേത്രസഭ. ക്ഷേത്രസഭയുടെ അദ്ധ്യക്ഷസ്ഥാനത്ത് വേദപണ്ഡിതമായ ഒരു നമ്പൂതിരി സന്യാസിയേയും നിയമിച്ചു. പോറ്റിമാർ ജൈനമതത്തിൽനിന്നു വന്നവരായതുകൊണ്ട് അവർക്ക് വേദജ്ഞാനം തീരെ കുറവായിരുന്നു എന്നതാണ് കാരണം. പോറ്റിമാർ പാരമ്പര്യക്കാരായിരുന്നു. എന്നാൽ, സഭാദ്ധ്യക്ഷനായ പിഷാര തിരുവടി കാലാകാലങ്ങളിൽ നിയമിക്കപ്പെടുന്ന ബ്രഹ്മചാരിയായിരുന്നു. ക്ഷേത്രസഭയെ തിരുവനന്തപുരം സഭ എന്നാണു രേഖകളിൽ പറയുന്നത്. ആനന്ദൻ വിഷ്ണുവായതുകൊണ്ടാണ് തിരുവനന്തപുരം സഭ എന്നു പേരുണ്ടായത്. സഭയുടെ രക്ഷാപുരുഷൻ കീഴ്പേരൂർ കുടുംബത്തിലെ രണ്ടാം സ്ഥാനക്കാരനായിരിക്കും. തൃപ്പാപ്പൂർ മൂപ്പൻ അഥവാ തൃപ്പാപ്പൂർ മൂത്ത തിരുവടി എന്നാണദ്ദേഹത്തെ പറയുക. അറിയപ്പെടുന്ന ആദ്യത്തെ തൃപ്പാപ്പൂർ മൂപ്പൻ ഉദയമാർത്താണ്ഡവർമ്മയായിരുന്നു.

കൂപകന്മാരുടെ മൂലകുടുംബം കീഴ്പേരൂർ ആയിരുന്നെങ്കിലും അവരുടെ ഭരണതലസ്ഥാനം കൊല്ലവും വിഴിഞ്ഞവും ആയിരുന്നു. അതുകൊണ്ടാണ് കൂപകന്മാരുടെ കുലപുരി കൊല്ലമെന്ന് ശുകസന്ദേശത്തിലും വിഴിഞ്ഞമെന്ന് പരാന്തകപാണ്ഡ്യന്റെ കന്യാകുമാരി ശാസനത്തിലും പറഞ്ഞത്. ഉദയമാർത്താണ്ഡവർമ തൃപ്പാപ്പൂർ മൂപ്പേറ്റതു മുതൽ വിഴിഞ്ഞം തലസ്ഥാനമല്ലാതായി. വിഴിഞ്ഞംശാഖ തൃപ്പാപ്പൂർ ശാഖയായി മാറി. ആ ശാഖയിലെ ആദ്യത്തെ അംഗമാണ് കിളിമാനൂർ പട്ടയത്തിലെ ദേവധരൻ ആവണിയാന പിള്ളയാർ. ദേവധരന്റെ ഭാഗിനേയനായിരുന്നു 1209 ലെ മാമ്പള്ളിപ്പട്ടയ ദാതാവായ ദേവധരൻ കേരളവർമ്മ.[62] വീരകേരളപുരത്തെ ക്ഷേത്രത്തിനു ഭൂമി ദാനം ചെയ്യുന്നതാണ് പട്ടയം. ആറ്റിങ്ങലിനടുത്തുള്ള വീരകേരളപുരമാണ് ഇപ്പോൾ വീരളം എന്നറിയപ്പെടുന്നത്. അദ്ദേഹത്തിന്റെ മാതുലൻ ദേവധരൻ വീരളത്തു സ്ഥാപിച്ച ക്ഷേത്രമാണ്

ആവണീശ്വരം. ദേവധരന്റെ ജന്മനക്ഷത്രം തിരുവോണം (ആവണം) ആയതുകൊണ്ടാണ് ആവണീശ്വരം എന്ന പേരുനല്കിയത്. അതു നില്ക്കുന്ന സ്ഥലം ആവണംചേരി ഇപ്പോൾ അവനവൻചേരി എന്നറിയപ്പെടുന്നു. തൃപ്പാപ്പൂർ ശാഖയുടെ ആസ്ഥാനം വാമനപുരം ആറിന്റെ കരയിലുള്ള വീരളത്തു ഉറപ്പിക്കുകയായിരുന്നു ദേവധരൻ കേരളവർമ്മ ചെയ്തത്. വീരത്തെ ആറ്റിൻകര എന്നാണ് പില്ക്കാലത്തു പറഞ്ഞുപോന്നത്. അതിപ്പോൾ ആറ്റിങ്ങൽ ആയത്. ആറ്റിങ്ങലിന്റെ പ്രാധാന്യം അവിടെനിന്നും ജലമാർഗ്ഗം കൊല്ലത്തേക്കും തിരുവട്ടാറ്റേക്കും തിരുവനന്തപുരത്തേക്കും പോകാമെന്നുള്ളതാണ്. ആറ്റിങ്ങലിൽനിന്നും വാമനപുരം നദിയിലൂടെ അഞ്ചുതെങ്ങുകായലിലേക്കും അവിടെനിന്നും മുതലപ്പൊഴി വഴി കടലിലേക്കും കടൽവഴി കൊല്ലത്തേക്കും പോകാം. ക്രി വ 1663 ഡച്ച് കമാണ്ടർ ക്യാപ്റ്റൻ ജോൺ ന്യൂഹാഫ് കൊല്ലത്തുനിന്ന് ആറ്റിങ്ങലിലേക്കു പോയത് ആ വഴിക്കാണ്. കടൽ വഴി പൂന്തുറവരെ വന്നാൽ അവിടെനിന്നു ജലമാർഗ്ഗം ഇടയാർ കായലിലൂടെ കരമനയാറിലൂടെ കിള്ളിയാറിലൂടെ തിരുവനന്തപുരത്തെത്താം. പൂന്തുറ നിന്ന് തേങ്ങാപ്പട്ടണത്തെത്തിയാൽ അവിടെനിന്നു കുഴിത്തുറയാർ വഴി തിരുവട്ടാറിലേക്കു പോകാം. പൂവാർ വഴി നെയ്യാറിലൂടെ നെയ്യാറ്റിൻകരയ്ക്കും പോകാം. കുഴിത്തുറയാറും നെയ്യാറും വാമനപുരം ആറും സഞ്ചാരയോഗ്യമാംവിധം താഴ്ചയുള്ളതായിരുന്നു.

പതിനെട്ടാം നൂറ്റാണ്ടുവരെയും തൃപ്പാപ്പൂർ താവഴിയുടെ ആസ്ഥാനം ആറ്റിങ്ങൽതന്നെയായിരുന്നു. പരവൂരിനു തെക്കുള്ള പ്രദേശം തൃപ്പാപ്പൂർ മൂപ്പന്റെ ഭരണത്തിലായിരുന്നതിനാൽ അതിനെ തൃപ്പാപ്പൂർ സ്വരൂപം എന്നു പറഞ്ഞുപോന്നു. തൃപ്പാപ്പൂർ മൂപ്പൻ തൃപ്പാപ്പൂർ സ്വരൂപത്തിന്റെ ഭരണാധികാരിയും ശ്രീപത്മനാഭസ്വാമി ക്ഷേത്രത്തിന്റെ രക്ഷാപുരുഷനും ആയിരുന്നു. ശ്രീപത്മനാഭസ്വാമി ക്ഷേത്രത്തിന്റെ രക്ഷാപുരുഷനെന്ന നിലയിൽ വേണാടിലെ ദേവസ്വങ്ങളും ബ്രഹ്മസ്വങ്ങളും തൃപ്പാപ്പൂർ മൂപ്പന്റെ സംരക്ഷണത്തിലായിരുന്നു. ദേവധരൻ കേരളവർമ്മ മാമ്പള്ളിപ്പട്ടയം നല്കുമ്പോൾ അന്നു രാമൻ കേരളവർമ്മയായിരുന്നു വേണാട്ടുരാജാവ്.

ദേവധരൻ കേരളവർമ്മയ്ക്കുശേഷം ഒരു ഇരവി കേരളവർമ്മ തൃപ്പാപ്പൂർ മൂപ്പു വഹിച്ചിരുന്നു എന്ന് ക്രി വ 1218 ലെ കണ്ടിയൂർ ശാസനത്തിൽ നിന്നറിയാം. അതിലദ്ദേഹത്തെ 'വേണാട്ടുടയ കീഴ്പേരൂർ തൃപ്പാപ്പൂർ മൂപ്പുവാഴ്ന്തരുളിന്റെ ഇരവി കേരളവർമ്മ' എന്നാണ് പറഞ്ഞിട്ടുള്ളത്. ഉണ്ണിക്കളത്രം എന്നൊരു തേവടിച്ചി ആവശ്യപ്പെട്ടതനുസരിച്ച് ഇരവി കേരളവർമ്മയുടെ നിർദ്ദേശപ്രകാരം ഓടനാടു ഭരണാധികാരിയായ രാമൻ കോതവർമ്മയുടെ ആഭിമുഖ്യത്തിൽ തൃക്കണ്ടിയൂർ ക്ഷേത്രത്തിന്റെ നവീകരണം കൊ വ 392 തുലാം 17-ാം തീയതി തുടങ്ങി കൊ വ 393 മേടം 8-ാം തീയതി പൂർത്തിയാക്കിയെന്നാണ് ശാസനത്തിൽ പറയുന്നത്.[63] ശാസനകാലത്ത് വേണാടു രാജാവ് ആരെന്നറിഞ്ഞുകൂട.[64] ഒരുപക്ഷേ, രാമൻ കേരളവർമ്മ തന്നെ ആയിരുന്നിരിക്കാം. ക്ഷേത്രസംബന്ധമായ കാര്യ

ങ്ങളിൽ തൃപ്പാപ്പൂർമൂപ്പൻ പരമാധികാരിയായിരുന്നു എന്നാണ് ദേവരധൻ കേരളവർമ്മയുടെ മാമ്പള്ളി ശാസനവും ഇരവി കേരളവർമ്മയുടെ കണ്ടിയൂർ ശാസനവും സൂചിപ്പിക്കുന്നത്. തേവടിച്ചിമാർക്കു സമൂഹത്തിലുണ്ടായിരുന്ന സ്ഥാനമാണ് കണ്ടിയൂർ ശാസനം വെളിവാക്കുന്നത്. ഓടനാട് ഭരണാധികാരി ക്ഷേത്രകാര്യങ്ങളെ സംബന്ധിച്ചിടത്തോളമെങ്കിലും തൃപ്പാപ്പൂർമൂപ്പന്റെ വരുതിയിലായിരുന്നു എന്നു കരുതാം. വേണാടിന്റെ ഘടനയെപ്പറ്റി പ്രതിപാദിക്കുംമുമ്പ് ഇരവി കേരളവർമ്മയ്ക്കെന്തു സംഭവിച്ചു എന്നു നോക്കാം.

ഇരവി കേരളവർമ്മയും ഇരവി മാർത്താണ്ഡവർമ്മയും

ക്രി വ 1224 ൽ ഇരവി കേരളവർമ്മ വേണാടു രാജാവായി കഴിഞ്ഞു എന്ന് അദ്ദേഹത്തിന്റെ തിരുവല്ലം ശാസനത്തിൽ (കൊ.വ. 399) നിന്നു മനസ്സിലാക്കാം.[65] ആ ശാസനത്തിലും ക്രി വ 1236 ലെ മണലിക്കര ശാസനത്തിലും,[66] ക്രി വ 1237 ലും കൽക്കുളം നീലകണ്ഠസ്വാമി ക്ഷേത്ര ശാസനത്തിലും[67] 'വേണാടുവാഴ്ന്തരുളുന്ന കീഴ്പേരൂർ ശ്രീ വീര ഇരവി കേരളവർമ്മ തിരുവടി എന്നുതന്നെ രവി കേരളവർമ്മയെ പറയുന്നു. കോതനല്ലൂർ സഭയുമായും, പൗരജനങ്ങളുമായും (ഊരാർ) സ്ഥലത്തെ അധികാരിയായ കണ്ടൻ ത്രിവിക്രമനുമായും ആലോചിച്ചു കോതനല്ലൂർ ആൾവാർകോവിൽ ശാസനം. മറ്റു രണ്ടു ശാസനങ്ങളും യഥാക്രമം തിരുവല്ലം ക്ഷേത്രത്തിലേക്കും ഇരണിയൽ ക്ഷേത്രത്തിലേക്കുമുള്ള വരവു ചെലവുകൾ ചിട്ടപ്പെടുത്തുന്നവയാണ്.

ഇരവി കേരളവർമ്മയുടെ അനുജൻ എന്നു കരുതാവുന്ന കീഴ്പേരൂർ ശ്രീ വീരഇരവി ഉദയ മാർത്താണ്ഡവർമ്മ 'ചിറവാ മൂത്തവർ' എന്ന ബിരുദം ആദ്യമായി വെളിവാക്കുന്നു.[68] ചിറവാ മൂത്തവർ എന്ന സ്ഥാനപ്പേർ സൂചിപ്പിക്കുന്നത് രവി ഉദയമാർത്താണ്ഡവർമ്മയുടെ ജ്യേഷ്ഠൻ ഇരവി കേരളവർമ്മ അപ്പോഴും ജീവിച്ചിരിപ്പുണ്ടായിരുന്നു എന്നാണ്. ആ വർഷമോ അടുത്ത വർഷമോ രവി ഉദയമാർത്താണ്ഡവർമ്മ വേണാടു രാജാവായെന്ന് അദ്ദേഹത്തിന്റെ വർക്കല ശാസനത്തിൽ നിന്നു (1252) കാണാവുന്നതാണ്.[69] അതിലദ്ദേഹത്തിന്റെ പേർ 'വേണാടുവാണരുളിയ കീഴ്പേരൂർ പത്മനാഭ മാർത്താണ്ഡൻതിരുവടി' എന്നാണ്. വർക്കലയിൽ ക്ഷേത്രം നില്ക്കുന്ന സ്ഥലത്തിനു 'ഉദയമാർത്താണ്ഡപുരം' എന്നുപറഞ്ഞിരിക്കുന്നതിനാൽ ഉദയമാർത്താണ്ഡവർമ്മയും പത്മനാഭമാർത്താണ്ഡവർമ്മയും ഒരാൾ തന്നെ എന്നു തീർച്ചയാക്കാം.

കുറിപ്പുകൾ

1. കെ ശിവശങ്കരൻ നായർ. *പ്രാചീന കേരളത്തിന്റെ രാഷ്ട്രീയ ചരിത്രം* പുറം 141-142; താണുരവി പെരുമാളായത് ക്രി വ 844 ലാകാമെന്ന് ഇളംകുളം കണക്കാക്കിയത് തെറ്റായ ചില സങ്കല്പങ്ങളുടെ അടിസ്ഥാനത്തിലാണ്. താണുരവി മഹോദയചേരനാണെന്ന സങ്കല്പം

തന്നെ തെറ്റാണ്. പരാന്തകചോളന്റെ ഭാര്യാപിതാവായ താണുരവി പഴുവേട്ടരായ ശാഖക്കാരനായ ചേരനാണെന്ന് ചോളശാസനങ്ങളിലുണ്ട്.

2. Ibid pages 142--143
3. Ibid pages 149-150
4. മാമ്പള്ളിപട്ടയം TAS Vol. IV pp. 9-10. മാമ്പള്ളി മഠത്തിൽ നിന്നു കിട്ടിയതുകൊണ്ടാണ് മാമ്പള്ളിപ്പട്ടയം എന്നുപറയുന്നത്. കൊല്ലത്തു പനങ്കാവിൽ കോയിക്കൽ വച്ച് ചെങ്ങന്നൂർ സഭയും മഹാജനങ്ങളുമായി ആലോചിച്ച് അയിരൂരിൽ ക്ഷേത്രപ്രതിഷ്ഠ നടത്തിയ തൃക്കലയപുരത്ത് ആതിച്ചൻ ഉമയമ്മയ്ക്കു ഭൂമി ദാനം ചെയ്യുന്നതാണ് പട്ടയവിഷയം.
5. TAS Vol. II p. 23 and pp. 24-25
6. ഭാസ്കരരവിയുടെ കാലത്ത് (ഭരണവർഷം വ്യക്തമല്ല) ഗോവർദ്ധനമാർത്താണ്ഡൻ നന്റുഴനാടു ഭരിക്കുന്ന കാലത്തുള്ള ശാസനം TAS V p. 189
7. TAS Vol. V pp. 177-178
8. എട്ടും ഒമ്പതും നൂറ്റാണ്ടുകളിൽ തിരുവാറ്റുവായ്നാടിന്റെ ഭാഗമായിരുന്ന ഇപ്പോഴത്തെ ചെങ്ങന്നൂർ, തിരുവല്ല, ചങ്ങനാശ്ശേരി താലൂക്കുകൾ ഉൾപ്പെട്ടതാണ് നന്റുഴനാട്.
9. TAS Vol. V p. 189
10. പങ്കുനിമാസത്തെ ഉത്രം നക്ഷത്രമാണ് ശ്രീവല്ലഭൻ കോതയുടെ ജന്മനാൾ. അന്നവസാനിക്കുന്ന പത്തുദിവസമാണ് ഉത്തിരവിഴ അഥവാ ഉത്രോത്സവം. ഉത്സവത്തിന്റെ ചെലവിനു ഭൂമി നല്കിയിരുന്നു. അതിന്റെ നടത്തിപ്പിന് ഉത്രഗണം എന്ന കമ്മിറ്റിയേയും ഏർപ്പെടുത്തിയിരുന്നു. ക്ഷേത്രം സ്ഥാപിച്ച 14-ാം വർഷമാണ് ഉത്തിരവിഴയുടെ നടത്തിപ്പിനു ഏർപ്പാടു ചെയ്തത്. (TAS Vol. II p. 41. ക്ഷേത്രത്തിന്റെ 14-ാം ഭാസ്കരരവിയുടെ 14-ാം വർഷം എന്നു വ്യാഖ്യാനിച്ചിരിക്കുന്നു.)
11. TAS Vol. III p. 112, Note 3
12. M G S Narayanan. 'Perumals of Kerala', App I, List of Chera inscriptions, A52
13. TAS Vol. VIII pp. 43-45
14. ആദ്യകാല കേരളപെരുമാക്കന്മാർ ചോളസാമ്രാജ്യത്തിലെ വൈസ്രോയിമാരായിരുന്നു. അവർ ചോളന്മാരുമായി നിരന്തരം യുദ്ധത്തിലേർപ്പെട്ടിരുന്നു എന്ന ഇളംകുളത്തിന്റെ പ്രസ്താവനകൾ അടിസ്ഥാനരഹിതമാണ്. *പ്രാചീന കേരളത്തിന്റെ രാഷ്ട്രീയ ചരിത്രം* പുറം 140 മുതൽ 170 വരെ കാണുക.
15. South Indian Inscriptions, Vol. III, Part III No. 205, ശ്ലോകങ്ങൾ 78,79,80

16. ദർശനം കോപ്പ് ക്ഷേത്രലിഖിതം : TAS Vol. I പുറം 346
17. പെരുന്ന ശാസനം TAS Vol. II p. 34. മീനത്തിൽ വ്യാഴൻ നില്ക്കുന്നു എന്നു പറയുന്നതിൽ നിന്ന് ക്ഷേത്രം പണിയിച്ചത് ക്രി വ 962 ലോ 974 ലോ ആണെന്നു വരാം. 974 ലാണെങ്കിൽ ശാസനകാലം 990 എന്നു കണക്കാക്കാം. 14-ാം വർഷമെന്നത് ഭാസ്കരരവിയുടെ 14-ാം വർഷമാണെന്നു വ്യാഖ്യാനിച്ച ഇളംകുളം 962 ൽ ഭരണമാരംഭിച്ച മറ്റൊരു ഭാസ്കരരവികൂടെ ഉണ്ടെന്നു പറഞ്ഞിട്ടുണ്ട്. (*ചില കേരള ചരിത്ര പ്രശ്നങ്ങൾ,* പുറം 156).
18. ജൂതശാസനം : Epigraphica Indica, Vol III pp 68-69 ഭാസ്കരരവി ഈസൂപ്പ്റപ്പാൻ എന്ന അഞ്ചുവണ്ണത്തലവനു നല്കിയ ചെപ്പേടിൽ *വേണാടുടയ കോവർത്തന മാർത്താണ്ഡൻ* സാക്ഷികളിലൊരാളായിരുന്നു.
19. ശേന്നൂർ ശാസനം: Epigraphia Indica, Vol XXII, pp 213-266 Note
20. തിരുവലങ്ങാടുശാസനം, ശ്ലോകങ്ങൾ 96, 97.
21. രാജേന്ദ്രചോളന്റെ കന്യാകുമാരി ശാസനം: TAS Vol. I p. 242. കന്യാകുമാരിയിലെ രാജരാജപ്പെരും ചാലയ്ക്കു വകയിരുത്തിയ ആദായത്തിന്റെ ഒരു ഭാഗമാണ് രാജേന്ദ്രൻ തന്റെ ഭാര്യയുടെ ജന്മനാൾ ആഘോഷിക്കാൻ നീക്കിവച്ചത്.
22. TAS Vol. I p. 414
23. കൊ വ 301 ലെ ചോളപുരം ശാസനം കാണുക : TAS Vol. IV p.17 'കോട്ടാറിനു മുമ്മുടി ചോളനല്ലൂർ' എന്ന പ്രയോഗം കാണുക. മുമ്മുടി ചോളൻ എന്നാൽ ചേരചോളപാണ്ഡ്യ രാജ്യങ്ങൾക്കു നാഥൻ എന്നർത്ഥം.
24. South Indian Inscriptions Vol. I p. 33. ബലശാലിയായ കേരളനെ തോല്പിച്ച് സമുദ്രതീരത്ത് വിജയസ്തംഭം നാട്ടി എന്നു കുലോത്തുംഗന്റെ ശാസനത്തിൽ പറയുന്നു : Epigraphica Vol. V pp.103-4.
25. കൊല്ലം അഴിന്ത ആണ്ട് ഉപയോഗിച്ച ഒരു ലിഖിതം മാത്രമാണ് ലഭിച്ചിട്ടുള്ളത്. ക്രി വ 1223 ൽ മുസ്ലീംസൈന്യം മധുര പിടിച്ചടക്കിയത് കൊ അ ആണ്ട് 227 എന്നു പറയുന്നു. Taylors' Historical Manuscripts, Vol. I p. 203.
26. രാമേശ്വരം ശാസനം : TAS Vol. V pp. 44-46
27. K Sivasankaran Nair and V Jayagopan Nair. 'A New look at Perumal Regime in Kerala', Journal of Kerala Studies, Volumes XVIII to XXI, March - December 1991-93, pp. 117-134.
28. ശുകസന്ദേശം പൂർവ്വഭാഗം ശ്ലോകം 69
29. TAS Vol. V pp. 38-40
30. ഇളംകുളം പി എൻ കുഞ്ഞൻപിള്ള. *കേരള ചരിത്രത്തിലെ ഇരുളടഞ്ഞ ഏടുകൾ,* പുറം 101-112.

31. കാരൂർ ജില്ലയിലെ പഴവൂർ എന്ന സ്ഥലത്തുണ്ടായിരുന്ന ചേരശാഖയിലെ മുഖ്യനെയാണ് പഴവെട്ടരയൻ എന്നു പറയുന്നത്. ചോളന്മാരും ഈ കുടുംബവും തമ്മിൽ നിരന്തരം വിവാഹബന്ധത്തിലായിരുന്നു.
32. തിരുവാലൂർ ശാസനം : TAS Vol. IV pp. 145-146
33. പാണ്ട്യരാജ്യത്തെ ചോളസാമ്രാജ്യത്തിന്റെ ഒരു പ്രവിശ്യയാക്കി അതിനു രാജരാജ പാണ്ട്യനാട് എന്നു പേർ നല്കിയിരുന്നു. നാഞ്ചിനാടിന് മുമ്മുടി ചോളനല്ലൂർ എന്നും അവിടത്തെ മഹാദേവക്ഷേത്രത്തിന് രാജേന്ദ്രചോളേശ്വരം എന്നും പേർ നൽകി. ഉത്തമ ചോളൻ രാജരാജന്റെ പിതൃവ്യനും മുൻഗാമിയും ആയിരുന്നു. നാഞ്ചിനാടിനു ഉത്തമ ചോളവളനാട് എന്നു പേർ നല്കിയതു രാജരാജൻ തന്നെയായിരിക്കാം.
34. ഇളംകുളം പി എൻ കുഞ്ഞൻ പിള്ള. *കേരള ചരിത്രത്തിലെ ഇരുളടഞ്ഞ ഏടുകൾ* പുറം 137-8
35. ചോളപുരം ശാസനം : TAS Vol. IV p. 17 (കൊ വ 301)
36. ശുചീന്ദ്രം ശാസനം : TAS Vol. IV p. 19 (കൊ വ 320)
37. എസ് ശങ്കുഅയ്യർ, *കേരളചരിത്രത്തിലെ ചില അജ്ഞാതഭാഗങ്ങൾ* പുറം 57-67
38. പരാന്തകപാണ്ട്യന്റെ ഭാര്യയും കോതവർമ്മന്റെ മകളും ആയ ത്രിഭുവനദേവി നാഞ്ചിനാട്ടിൽ പണിയിച്ച ഒരു ക്ഷേത്രത്തിന്റെ അവശിഷ്ടത്തിൽ നിന്നു കിട്ടിയ ഒരു അപൂർണ്ണലിഖിതം ഇപ്പോൾ പത്മനാഭപുരം മ്യൂസിയത്തിൽ സൂക്ഷിച്ചിരിക്കുന്നു.
39. 'ദക്ഷേണവേളവിഷയേശ വടതസമാഖ്യാ
ശ്രേണീകുലേദ്ധമണിനാമിത ദക്ഷിണേന'
40. പഴുവൂരിലെ ചേരന്മാരാണല്ലോ പഴുവെട്ടരയന്മാർ. പഴുവൂർ എന്നാൽ ആൽമരത്തിന്റെ നാട് എന്നർത്ഥം. വടശ്ശേരി എന്നാൽ വടവൃക്ഷത്തിന്റെ നാടെന്നാണ്. അതായത് പഴുവൂരാണ് മലയാളത്തിൽ വടശ്ശേരിയായത്. K Maheswaran Nair. *Sanskritic Sources of Travancore History*, pp. 453-464 (unpublished Ph.D. Thesis)
41. 'കുലേഭ്രാന്തീമഥ കുലപുരീം കൂപകാധീശ്വരാണം.' ശ്ലോകം 54
42. പതിനെട്ടാം നൂറ്റാണ്ടിന്റെ അന്ത്യത്തിൽ അതു തിരുവനന്തപുരത്തേയ്ക്കു മാറി. രാജാക്കന്മാർ ആ കുടുംബത്തിൽ നിന്നു വിവാഹം ചെയ്യുക പതിവായിരുന്നതിനാൽ വടശ്ശേരി അമ്മവീട് എന്നാണതിപ്പോൾ അറിയപ്പെടുന്നത്.
43. കൊല്ലൂർമഠം ചെപ്പേട്; TAS Vol. IV pp. 46-65
44. TAS Vol. V pp. 78-85
45. TAS Vol. VII p. 81
46. TAS Vol. VII p. 79
47. TAS Vol. VII p. 99

48. കെ മഹേശ്വരൻ നായർ. *വീരരവിവർമ്മയും സമകാലിക പാണ്ഡ്യ ന്മാരും*, വിജ്ഞാനകൈരളി2.6
49. K A Nilakanta Sastri. 'The Pandyan Kingdom', പുറം 114-6
50. Ibid p. 125
51. K A Neelakanta Sastri. *The Colas*, p. 347.
52. TAS Vol. VII p. 25
53. TAS Vol. I p. 418
54. കാര്യംചെയ്വാർകൾ എന്നാൽ കാര്യക്കാരന്മാർ എന്നർത്ഥം.
55. TAS Vol. III pp. 50-51 ശാസനകാലം കൊല്ലം 371 എന്ന് കെ വി സുബ്രഹ്മണ്യയ്യർ ഗണിക്കുന്നതു ശരിയല്ല. എന്തെന്നാൽ ആ വർഷം മണികണ്ഠ രാമവർമ്മ വേണാടു രാജാവായിക്കഴിഞ്ഞു.
56. TAS Vol. III പുറം 28-29. വ്യാഴന്റെ നിലവച്ചു നോക്കുമ്പോൾ ആണ്ട് കൊ വ 359 ആകാം; അതായത് ക്രി വ 1184.
57. TAS Vol. III pp. 35-36
58. TAS Vol. IV pp. 67-68
59. TAS Vol. V pp. 48-51
60. ശുകസന്ദേശകാരൻ തുല്യപ്രാധാന്യമുള്ള ശുചീന്ദ്രത്തെയും, തിരുവനന്തപുരത്തെയും തിരുവല്ലയെയും വർണ്ണിക്കുമ്പോൾ ശുചീന്ദ്രത്തെപ്പറ്റി രണ്ടു ശ്ലോകവും, തിരുവനന്തപുരത്തെപ്പറ്റി എട്ടു ശ്ലോകവും, തിരുവല്ലയെപ്പറ്റി ഒരു ശ്ലോകവുമാണ് ഉപയോഗിച്ചിരിക്കുന്നത്. 11-ാം നൂറ്റാണ്ടിലും തിരുവനന്തപുരം ഇന്ത്യയിലെതന്നെ പ്രധാന ക്ഷേത്രങ്ങളിലൊന്നായിക്കഴിഞ്ഞു.
62. മാമ്പള്ളിമഠത്തിൽ നിന്നു ലഭിച്ച എല്ലാ പട്ടയങ്ങളെയും മാമ്പള്ളിപ്പട്ടയങ്ങൾ എന്നു പറയും. മാമ്പള്ളിപോറ്റിമാർ വേണാടു രാജാക്കന്മാരുടെ മന്ത്രിമാരായിരുന്നു എന്ന് *ഉണ്ണുനീലിസന്ദേശ*ത്തിൽ സൂചനയുണ്ട്. (പൂർവ്വസന്ദേശം ശ്ലോകം 78).
63. TAS Vol. I pp 408-413 കണ്ടിയൂർ ക്ഷേത്രത്തിലുള്ള മറ്റൊരു ശിലാശാസനത്തിൽ കൊ വ 393 കണ്ടിയൂർ ദേവന്റെയും 396-ാം വർഷമെന്നു പറയുന്നു അതിൽനിന്നു കണ്ടിയൂർ പ്രതിഷ്ഠ നടന്നത് ക്രി വ 823 ലാകാമെന്നു സിദ്ധിക്കുന്നു. അവിടെത്തന്നെയുള്ള മറ്റൊരു സംസ്കൃത ലിഖിതത്തിൽ രാമർ കോതവർമ്മയെ രാമജം കോതവർമ്മ (രാമന്റെ മകൻ കോതവർമ്മ) എന്നു പറയുന്നു. രാമൻ കോതവർമ്മ യാദവനാണെന്നും അതിൽ പറയുന്നു. അതിൽ നിന്നു മനസ്സിലാക്കാവുന്നത് യാദവന്മാർ അപ്പോഴും മക്കത്തായികളായിരുന്നു എന്നാണ്.
64. കണ്ടിയൂർ ശാസനത്തിൽ വേണാട്ടുടയ ഇരവികേരളവർമ്മ എന്നു പറയുന്നതുകൊണ്ട് ഇരവികേരളവർമ്മ വേണാട്ടു രാജാവായിരുന്നു എന്നർത്ഥമില്ല. അദ്ദേഹത്തിന്റെ തന്നെ പിന്നീടുള്ള ശാസനങ്ങളിൽ 'വേണാടുവാഴ്ന്തരുളിയ' എന്നു വ്യക്തമായി പറയുന്നുണ്ട്.

65. TAS Vol. III pp. 40-43
66. Ibid pp. 59-64
67. TAS Vol. VII p. 127
68. TAS Vol. IV pp. 86-88. മലമണ്ഡലകാലത്തു കണ്ണനൂർ ദേശത്തു പൂവംവിളാകത്തു കോയിക്കൽ കണിയാളർ കുളത്തിൽ ശൈവാശാരമായ കാര്യത്തുറൈത്തമ്പി ഇരവികേരള വിക്രമഉടയാർക്കു വീരകേരളപുരം ക്ഷേത്രത്തിന്റെയും സ്വത്തിന്റെയും കോയ്മയും സ്ഥാനമാനങ്ങളും നല്കുന്നതാണ് പട്ടയം. രവി ഉദയമാർത്താണ്ഡവർമ്മയുടെ ജ്യേഷ്ഠൻ രവിഉദയ കേരളവർമ്മയുടെ ശൈവ വെള്ളാളസ്ത്രീയിൽ ജനിച്ച പുത്രനാണ് രവികേരള വിക്രമ ഉടയാർ. ഈ കുടുംബത്തിൽ വേണാടിലെയും തിരുവിതാംകൂറിലെയും രാജാക്കന്മാർ പതിവായി വിവാഹം കഴിക്കുകയും വസ്തുവകകളും സമ്പത്തും നല്കുകയും പതിവായിരുന്നു എന്ന് മറ്റൊരു കൂട്ടം ആറ്റൂർ ചെപ്പേടുകളിൽ നിന്നു കാണാം. (TAS Vol. IV pp. 154-158). പുരുഷന്മാർക്കു തമ്പിസ്ഥാനവും സ്ത്രീകൾക്കു തങ്കച്ചിസ്ഥാനവും താമസസ്ഥലത്തിനു കോയിക്കൽ എന്ന പേരും നല്കപ്പെട്ടിരുന്നു.
69. TAS Vol. IV pp. 151-52. വർക്കല ക്ഷേത്രം പണിയിച്ചതിനെപ്പറ്റിയുള്ള ശിലാഫലകം.

ചോളസാമ്രാജ്യത്തിലെ വേണാട്

ആരാണ് പെരുമാക്കന്മാർ?

വിവിധ ദേശങ്ങളിൽ നിന്ന് കേരളത്തിലെ ബ്രാഹ്മണ പ്രതിനിധികളായ തളിയാതിരിമാർ കൊണ്ടുവന്ന് പന്ത്രണ്ടുവർഷം വീതം കേരളം വാഴാൻ നിയുക്തരായവരാണ് പെരുമാക്കന്മാർ എന്നാണ് കേരളോല്പത്തിയിലെ പ്രസ്താവന. കോയ (ചേര)പ്പെരുമാൾ, പാണ്ടിപ്പെരുമാൾ, ചോളപ്പെരുമാൾ, തുളുവൻ പെരുമാൾ, ബാണപ്പെരുമാൾ എന്നിങ്ങനെ പോകുന്നു അവരുടെ നീണ്ട പട്ടിക. ഓരോരുത്തർക്കും പ്രത്യേകം പ്രത്യേകം തലസ്ഥാനങ്ങളുണ്ടായിരുന്നത്രെ. ഈ കേരളോല്പത്തി കഥയെ അടിസ്ഥാനമാക്കിയാണ് കേരളചരിത്രകാരന്മാർ പെരുമാൾ വാഴ്ച എന്നൊന്നുണ്ടായിരുന്നു എന്നു തീരുമാനിച്ചത്. മഹാകവി ഉള്ളൂരും[1] പ്രൊഫ. ഇളംകുളവും[2] ഡോ. എം ജി എസ് നാരായണനും[3] അവരുടേതായ പട്ടികകളും നല്കുന്നുണ്ട്. പെരുമാക്കന്മാരുടേതെന്ന പേരിൽ ഹാജരാക്കപ്പെട്ട അമ്പതിലേറെ ലിഖിതങ്ങളിൽ ഒന്നിലൊഴികെ മറ്റൊന്നിലും തന്നെ പേരിനോടൊപ്പമോ അല്ലാതെയോ 'പെരുമാൾ' എന്ന ബിരുദം പറയുന്നില്ല. തിരുവാലൂർ ശാസനത്തിലെ കുലശേഖരപ്പെരുമാൾ മാത്രമാണ് ഏക അപവാദം. വാഴപ്പള്ളി ശാസനത്തിൽ രാജശേഖരദേവനെയും താഴക്കാട്ടുപള്ളി ശാസനത്തിൽ രാജശിങ്കനെയും 'പെരുമാനടികൾ' എന്നു പറയുന്നുണ്ടെങ്കിലും 'ദേവദാസൻ' എന്ന അർത്ഥത്തിലാണവ ഉപയോഗിച്ചിരിക്കുന്നത്. കർണ്ണാടക ശാസനങ്ങളിലും പെരുമാനടികൾ എന്ന പ്രയോഗം കാണാം.

എങ്കിലും പെരുമാക്കന്മാർ എന്നു പറയുന്ന പലർക്കും ഒന്നിലധികം നാടുവാഴികളുടെ മേൽ അധീശത്വം ഉണ്ടായിരുന്നു എന്നത് സ്പഷ്ടമാണ്. ഭാസ്കര രവിയുടെ ഒരു ശാസനത്തിൽ 'കോയ്മൈകൊണ്ടാൻകോ'

എന്നുപറയുന്നുമുണ്ട്. രാമകുലശേഖരനെ ചക്രവർത്തി എന്ന് രാമേശ്വരം ശാസനത്തിൽ പറയുന്നുണ്ട്. അതുകൊണ്ട്, ഒട്ടേറെ നാടുവാഴികളുടെ അധീശത്വം ഉണ്ടായിരുന്ന ഭരണാധികാരികൾ ഉണ്ടായിരുന്നു എന്നത് നിഷേധിക്കാനാവാത്തതാണ്. അവരെ പെരുമാക്കൾ എന്നു സൗക ര്യാർത്ഥം പരാമർശിക്കുന്നതിൽ തെറ്റില്ല. പക്ഷേ, അവരെല്ലാം മഹോ ദയ ചേരന്മാരാണെന്ന വാദം അടിസ്ഥാനരഹിതമാണ്. ആ വാദം ശരിയല്ല എന്നത് നേരത്തെ പറഞ്ഞതാണല്ലോ. എങ്കിലും അവരെല്ലാം ചേരന്മാ രായിരുന്നു എന്നത് സത്യമാണ്. തമിഴകത്തെ വിവിധഭാഗങ്ങളിലായി ഒട്ടേറെ ചേരശാഖകൾ ഉണ്ടായിരുന്നു. അവരിൽ നിന്നൊരാളെ പെരുമാ ളായി വാഴിച്ചിരുന്നു എന്നതാണ് സത്യം. അവരെ തെരഞ്ഞെടുക്കുന്ന കാര്യത്തിൽ കേരളത്തിലെ തളികൾക്ക് പങ്കുണ്ടായിരുന്നു എന്നത് വിശ്വാ സ്യമാണ്.

ക്രി വ ഒമ്പതാം നൂറ്റാണ്ടിന്റെ അന്ത്യം മുതൽ 13-ാം നൂറ്റാണ്ടിന്റെ തുടക്കംവരെ പെരുമാക്കന്മാർ ചോളമേധാവിത്വം അംഗീകരിച്ചിരുന്നു എന്നത് അനിഷേധ്യമാണ്. ചോളന്മാർ ഏറ്റവും ശക്തന്മാരായിരുന്ന 12-ാം നൂറ്റാണ്ടിന്റെ തുടക്കംവരെയെങ്കിലും പെരുമാക്കന്മാർ ചോളസാമ്രാജ്യ ത്തിന്റെ പ്രവിശ്യാധിപന്മാർ ആയിരുന്നു എന്നതും നിസ്സംശയമാണ്. മാലി ദ്വീപുമുതൽ ശ്രീവിജയ (മലേഷ്യ) വരെയുള്ള ഇന്ത്യാ സമുദ്രതീരം മുഴു വൻ അധികാരം നടത്തിയിരുന്ന, തമിഴകത്തിന് പുറമേ കർണ്ണാടകവും ആന്ധ്രയും കലിംഗവും അടക്കിവാണ ചോളന്മാരിൽ നിന്ന് സ്വതന്ത്രമായി കൊച്ചു കേരളം നിലനിന്നു എന്നു പറയുന്നത് വിഡ്ഢിത്തമാണ്.[4] കേര ളത്തിന്റെ സാമ്പത്തികാടിത്തറ വിദേശ വാണിജ്യം മാത്രമാണ്. അതു കൊണ്ടു തന്നെ സമുദ്രാധിപത്യം ഉള്ള ഏതൊരുശക്തിക്കും കേരളത്തെ നിയന്ത്രിക്കുക നിഷ്പ്രയാസമാണെന്ന് ചരിത്രം നമ്മെ പഠിപ്പിക്കുന്നു. പെരുമാക്കന്മാർ 11-ാം നൂറ്റാണ്ടു മുഴുവൻ ചോളന്മാരുമായി നിരന്തരം യുദ്ധ ത്തിലേർപ്പെട്ടിരുന്നു എന്നും മറ്റുമുള്ള പ്രസ്താവന അപഹാസ്യമാണ്. പ്രാചീന ഭാരതത്തിലെ ഏറ്റവും ശക്തന്മാരായിരുന്ന രാജരാജചോള ന്റെയും രാജേന്ദ്ര ചോളന്റെയും കാലത്ത് ഭാസ്കര രവിപെരുമാൾ 58-ലധികം വർഷം ഭരണം നടത്തിയത് ചോളന്മാരുടെ പിൻബലം ഒന്നു കൊണ്ടു മാത്രമാണ്. ചോള സാമ്രാജ്യത്തിന്റെ പശ്ചിമ കമാണ്ടർ ആയി രുന്നു ഭാസ്കര രവിയെന്ന് അദ്ദേഹത്തിന്റെ ജൂതശാസനം വ്യക്തമാ ക്കുന്നു.[5] ആ ശാസനത്തിൽ കേരളത്തിലെ നാടുവാഴികളെയും ഉപസേ നാനായകനെയും സാക്ഷിയാക്കുമ്പോൾ സേനാനായകന്റെ പേർ വിട്ടു കളഞ്ഞതെന്തുകൊണ്ട്? ഭാസ്കരരവിയായിരുന്നു സേനാനായകൻ എന്നല്ലേ കരുതേണ്ടത്?

ചേരന്മാരെ പെരുമാക്കന്മാരായി വച്ചതുതന്നെ അവർ ചോളന്മാരുടെ സംബന്ധികളായിരുന്നു എന്നതുകൊണ്ടാണ്. കുലോത്തുംഗ ചോളനു മുമ്പുണ്ടായിരുന്ന എല്ല ചോളന്മാരും ചേരറാണിമാരെ വിവാഹം ചെയ്ത വരോ അല്ലെങ്കിൽ ചേരറാണിമാരുടെ മക്കളോ ആയിരുന്നു. പരാന്തക

ചോളൻ കന്യാകുമാരി, പാർത്ഥിവപുരം, തിരുവല്ല, തൃക്കാക്കര, തിരുമിറ്റക്കോട് എന്നീ ക്ഷേത്രങ്ങൾക്ക് ദാനങ്ങൾ ചെയ്തത് ഈ ബന്ധംമൂലമാണ്. അദ്ദേഹത്തിന്റെ ഭരണകാലത്ത് രാഷ്ട്രകൂടരുമായുള്ള യുദ്ധത്തിൽ മലയാളികളായ നാടുവാഴികൾ പങ്കെടുത്തതും അതുകൊണ്ടുതന്നെ[6]. ചോളന്മാർ ആക്രമിച്ചത് വേണാടിനെ മാത്രമാണ്; അതും 106 വർഷത്തിൽ നാലുപ്രാവശ്യംമാത്രം(990-1096). പെരുമാളിന്റെ മേല്ക്കോയ്മ ഉപേക്ഷിച്ച് പാണ്ട്യരുമായി ചേർന്ന് വേണാടർ ചോളസാമ്രാജ്യത്തെ വെല്ലുവിളിച്ചതാണ് കാരണം. വേണാടരും പാണ്ട്യന്മാരും സംബന്ധികളായിരുന്നു എന്നതാണ് കാരണം. തിരുവനന്തപുരത്തിന് വടക്ക് കേരളത്തിലെങ്ങും ചോളശാസനങ്ങളില്ല എന്നത് ശ്രദ്ധിക്കപ്പെടേണ്ട കാര്യമാണ്. ചോളസൈന്യം പ്രവേശിക്കുന്ന സ്ഥലത്തെല്ലാം ശിവക്ഷേത്രങ്ങളിൽ ദാനകർമ്മങ്ങൾ നടക്കുക പതിവാണ്. ചോളാക്രമണം നടന്ന കൊല്ലത്ത് ബ്രാഹ്മണർക്ക് സംഭവിച്ച ദ്രോഹത്തിന് പ്രായശ്ചിത്തം ചെയ്തത് ചോള പ്രതിനിധിയെന്ന നിലയിൽ രാമർ തിരുവടികളാണ്. രാമർ തിരുവടികളെ കുലശേഖരനാക്കിയതും തുടർന്ന് അടുത്ത മാമാങ്കത്തിൽ വച്ച് കേരള പെരുമാളായി വാഴിച്ചതും കുലോത്തുംഗന്റെ പിന്തുണയോടുകൂടിയാണ്. ക്രി വ 1120 ൽ വേണാട് രാജാവ് കോട്ടാറിൽ നിന്ന് ആട്ടിപ്പായിച്ചത് പാണ്ട്യനെയാണ്, ചോളന്മാരുടെ നിലപ്പടയെയല്ല. തുടർന്നും ചോളന്മാരുടെ നിലപ്പട കോട്ടാറിൽതന്നെ ഉണ്ടായിരുന്നു എന്നും, നിലപ്പടയ്ക്ക് വേണാട് നെല്ല് നൽകിയിരുന്നു എന്നും നാം കണ്ടതാണ്. നാഞ്ചിനാട് ഒരേകാലത്ത് ചോളന്റെയും പാണ്ട്യന്റെയും വേണാടിന്റെയും ശാസനങ്ങൾ ക്ഷേത്രങ്ങളിൽ കാണുന്നതിൽ നിന്ന് മൂന്നുകൂട്ടരും നല്ല ബന്ധമാണ് പുലർത്തിയിരുന്നത് എന്ന് വ്യക്തമാകുന്നു. ക്രി വ 1157 ൽ വേണാടിലെ കോതരവി ശ്രീരംഗം ക്ഷേത്രത്തിൽ മണ്ഡപം പണിയിച്ചത് ചോളമേല്ക്കോയ്മയുടെ അംഗീകാരമാണ്.

പന്ത്രണ്ടാം നൂറ്റാണ്ടിന്റെ അന്ത്യം മുതൽ ചോളശക്തി നാമമാത്രമാവുകയും പാണ്ട്യന്മാർ ചോളമേധാവിത്വത്തെ വെല്ലുവിളിക്കുകയും ചെയ്തു. 1216 ൽ മാറവർമ്മൻ സുന്ദരപാണ്ട്യൻ ചോളനെ പരാജയപ്പെടുത്തി. ഈ അവസരം പ്രയോജനപ്പെടുത്തി കർണ്ണാടകത്തിലെ ഹൊയ്സാളരാജാവ് നരസിംഹൻ II തമിഴകത്ത് പ്രവേശിച്ച് ഇരു രാജ്യങ്ങൾക്കും മേൽ ആധിപത്യം സ്ഥാപിച്ചു. സുന്ദരപാണ്ട്യനും രാജരാജൻ മൂന്നാമനും ഹൊയ്സാള ചക്രവർവർത്തിയായ സോമശേഖരന്റെ പുത്രിമാരെ വിവാഹം ചെയ്തു. 1220 മുതൽ 1245 വരെ തമിഴകം ഹൊയ്സാളരുടെ നിയന്ത്രണത്തിലായിരുന്നു.[7]

രാമകുലശേഖരനുശേഷം പെരുമാൾവാഴ്ച അവസാനിച്ചു എന്നാണ് പ്രൊഫ. ഇളംകുളവും മറ്റും സിദ്ധാന്തിക്കുന്നത്. ഇത് തീരെ ശരിയല്ലെന്നാണ് പില്ക്കാലത്തെ കേരളചരിത്രം തെളിയിക്കുന്നത്. മാമാങ്കം ഉണ്ടായിരുന്നിടത്തോളം കാലം തിരുനാവായയിൽ വാകയൂർ മണ്ഡപത്തിൽ 'പെരുനില' നില്ക്കാൻ ഒരു രാജാവുണ്ടായിരുന്നു. കൊടു

ങ്ങല്ലൂരെ നാലുതളികൾ ചേർന്നു നിശ്ചയിക്കുന്ന ചേരരാജാവിനെ ചോള ന്മാർ പെരുമാളായി അംഗീകരിക്കുകയായിരുന്നു പതിവ്. രാമർ തിരുവടിക്കുശേഷവും ആ അവസ്ഥ തുടർന്നു. ചോളശക്തി ക്ഷയിച്ചുപോയതുകൊണ്ട് പെരുമാക്കന്മാർ ശക്തരായിരുന്നില്ലെന്നു മാത്രം. എങ്കിലും തളികൾ അഭിപ്രായ സമന്വയത്തിലൂടെ തെരഞ്ഞെടുക്കുന്ന രാജാവിനെ പെരുമാളായി എല്ലാ നാടുവാഴികളും അംഗീകരിച്ചു. കേരളൈക്യത്തിന്റെ പ്രതീകമായിരുന്നു പെരുമാൾ പദവി. ക്രി വ 1220 നു ശേഷം പെരുമാൾ പദവിക്ക് ഹൊയ്സാളരുടെ അംഗീകാരമുണ്ടായിരുന്നു എന്നു കരുതാം. ക്രി വ 1225 ലെ വീരരാഘവപട്ടയ ദാതാവായ വീരരാഘവചക്രവർത്തി ഹൊയ്സാളന്റെ അംഗീകാരത്തോടുകൂടി പെരുമാളായി നിയമിതനായ കോലത്തുനാടു രാജാവാകാമെന്നു കരുതുന്നു[8]. മണിഗ്രാമത്തലവനായ ഇരവിഗോവർദ്ധനെ കൊടുങ്ങല്ലൂർ നഗരപിതാവായി നിയമിച്ച് സ്ഥാനമാനങ്ങൾ നല്കുന്ന വീരരാഘവ പട്ടയത്തിൽ വേണാടും സാക്ഷിയാണ്.

പാണ്ഡ്യരാജാവായി ജടാവർമ്മൻ സുന്ദരപാണ്ഡ്യൻ (1253-68) ഭരണമേറ്റതുമുതൽ തമിഴകത്തെ ഹൊയ്സാള മേധാവിത്വം അവസാനിച്ചു. അദ്ദേഹം ഹൊയ്സാളരെയും തെലുങ്കരേയും കീഴടക്കി. ജടാവർമ്മന്റെയും പുത്രൻ മാറവർമ്മൻ കുലശേഖരന്റെയും (1268-1310) കാലത്ത് തമിഴകം മുഴുവൻ പാണ്ഡ്യസാമ്രാജ്യത്തിന് കീഴ്പ്പെട്ടിരുന്നു. പാണ്ഡ്യസാമന്തന്മാരായിരുന്ന വേണാടിലെ രവി ഉദയമാർത്താണ്ഡവർമ്മയും രവിവർമ്മ കുലശേഖരനും പെരുമാക്കന്മാരായി. അക്കാര്യം പിന്നീട് പ്രസ്താവിക്കാം.

ഭരണക്രമം

ഫ്യൂഡൽ ഭരണക്രമമാണ് പെരുമാൾ വാഴ്ചക്കാലത്ത് കേരളത്തിൽ നിലവിലിരുന്നത്. പെരുമാളിന് കീഴിൽ മൂന്ന് രാജാക്കന്മാർ: വേണാട്, മഹോദയ ചേരന്മാരുടെ രാജ്യം, മൂഷികഖണ്ഡം അഥവാ കോലത്തുനാട് എന്നിവയാണ് അവരുടെ രാജ്യങ്ങൾ. ഓരോ രാജ്യത്തിന് കീഴിലും ഏതാനും നാടുവാഴികൾ. നാടുവാഴികൾക്കു കീഴിൽ ഏതാനും ദേശങ്ങളും അവയുടെ ഭരണാധികാരികളായി ദേശവാഴികളും. ദേശവാഴികൾക്ക് കീഴിലുള്ള ഏറ്റവും ചെറിയ ഭരണവിഭാഗമാണ് തറ. ഓരോ ദേശവും നിരവധി തറകളായി വിഭജിക്കപ്പെട്ടിരിക്കുന്നു. തറയെ കരയെന്നോ ഗ്രാമമെന്നോ ഊരെന്നോ പറയാം. കർഷകന് സംരക്ഷണം നല്കുകയാണ് തറനാഥന്റെ ചുമതല. അതിലേയ്ക്കായി ആയുധപരിശീലനം ലഭിച്ച പത്തോ അമ്പതോ കർഷകഭടന്മാർ തറനാഥന്റെ നേതൃത്വത്തിലുണ്ടാവും. തറനാഥന്മാർ മിക്കവാറും പാരമ്പര്യക്കാരനാണെങ്കിലും അവരെ നിയമിക്കുന്നത് ദേശവാഴിയോ നാടുവാഴിയോ ആയിരിക്കും. കർഷകനെ വെള്ളാളനെന്നും അവരിൽ ആയുധപരിശീലനം ലഭിച്ചവരെ നായൻ എന്നും പറയും. നായർ എന്നത് നായൻ എന്നതിന്റെ പൂജകബഹുവചനമാണ്. ദേശവാഴിയുടെയോ നാടുവാഴിയുടെയോ സേവനത്തി

നായി തന്റെ കീഴിലെ നായന്മാരുമായി ചെല്ലുകയാണ് തറനാഥന്റെ ചുമതല. തറനാഥന് ലഭിക്കുന്ന ഭൂമിയുടെ പ്രതിഫലം സൈനികസേവനമാണ്, ഭൂനികുതിയല്ല. ഇതാണ് ഫ്യൂഡൽ വ്യവസ്ഥയുടെ അടിസ്ഥാനം. തറനാഥന്മാരല്ലാതെ ദേശവാഴികളോ നാടുവാഴികളോ രാജാവോ സ്വന്തമായി സൈന്യത്തെ സംരക്ഷിക്കുന്നില്ല.

രാജാവു മുതൽ തറനാഥൻവരെ എല്ലാപേരും ഫ്യൂഡൽ പ്രഭുക്കന്മാരാണ്. പ്രഭു എന്നതിന്റെ തമിഴ് തത്സമമാണ് മാടമ്പി എന്നത്. മാടനമ്പി എന്ന പദത്തിൽ നിന്നുമാണ് തറനാഥൻ ഉല്പത്തി.[9] ശ്രേണിയിൽ ഏറ്റവും താണപടിയിലുള്ളയാളാണ് തറനാഥൻ. ഒരു തറനാഥന് മാത്രമേ ദേശവാഴിയാകാൻ കഴിയുകയുള്ളൂ. അതുപോലെ ഒരു നാടുവാഴി ദേശവാഴികൂടെയായിരിക്കും. തനിക്ക് താഴെയുള്ളവരെ നിയമിക്കാനുള്ള അധികാരം മേലാവിനാണ്. എങ്കിലും താഴെയുള്ളവരുടെ സേവനമില്ലാതെ മേലധികാരിക്ക് ഒന്നും ചെയ്യാനാകില്ല. അങ്ങനെ പരസ്പരാശ്രയത്തിലടിയുറച്ച ഭരണക്രമമാണ് ഫ്യൂഡൽ വ്യവസ്ഥ.

ഫ്യൂഡൽ വ്യവസ്ഥ പൂർണ്ണവളർച്ചയെത്തിയപ്പോഴത്തെ സ്ഥിതിയാണ് മേൽപ്പറഞ്ഞത്. പെരുമാൾ വാഴ്ചയ്ക്ക് തൊട്ടുമുമ്പ് വേണാട് മൂന്നു യാദവ ഭരണാധികാരികളുടെ കീഴിലായിരുന്നു എന്ന് മുമ്പ് പ്രസ്താവിച്ചിരുന്നല്ലോ. വിഴിഞ്ഞത്തും, തിരുവാറ്റുവായിലും ഉണ്ടായിരുന്നത് കൊല്ലത്തിന്റെ കീഴീടുകളായിരുന്നു. ക്രി വ 892 ലെ തരിസാപ്പള്ളി ശാസനത്തിൽ കണ്ടിയൂർ (മാവേലിക്കരയ്ക്ക് സമീപം) കേന്ദ്രമാക്കി മറ്റൊരു നാടും നിലവിൽ ഉണ്ടായിരുന്നതായി കാണുന്നു. വേളകുല സുന്ദരൻ എന്നാണ് കണ്ടിയൂർ നാടുവാഴിയുടെ പേര്. വേളകുലം എന്നത് ആയ്വംശമെന്നതിന്റെ പര്യായമാണ്. കണ്ടിയൂർ തലസ്ഥാനമായിരുന്ന നാടിന്റെ പേര് ഓടനാട് എന്നാണ്. കണ്ടിയൂർ ക്ഷേത്രം പണിയിച്ചത് ക്രി വ 823 ആയതിനാൽ കണ്ടിയൂർ ആയ്വംശം നിലവിൽ വന്നത് അതിന് തൊട്ടടുത്തായിരിക്കണം. ഭരണവംശം നിലവിൽവരുന്നത് ക്ഷേത്രത്തിന്റെ രക്ഷാപുരുഷൻ എന്ന നിലയിലാണല്ലോ. ക്രി വ 1218 ൽ കണ്ടിയൂർ ക്ഷേത്രം പുതുക്കിപ്പണിയിച്ച യാദവനായ രാമൻകോതവർമ്മയെപ്പറ്റി നേരത്തെ പരാമർശിച്ചതാണ്. 1225 ലെ വീരരാഘവ പട്ടയത്തിൽ ഓടനാടിനെ സാക്ഷിയാക്കിയിട്ടുണ്ട്. 14-ാം നൂറ്റാണ്ടിന്റെ തുടക്കത്തിലുള്ള *ഉണ്ണുനീലി സന്ദേശ*ത്തിൽ അന്ന് ഓടനാട് നാടുവാഴിയായിരുന്ന രവിവർമ്മ തൃപ്പാപ്പൂർ മൂപ്പൻ ആദിത്യവർമ്മയെ കാണുമ്പോൾ ശ്രീകൃഷ്ണനെ കണ്ട പാർത്ഥനെപ്പോലെ സന്തോഷിക്കുമെന്ന് പറയുന്നു.[10]

ക്രി വ ഒന്നാം നൂറ്റാണ്ടിലെ നെൽക്കണ്ടരാജ്യം തിരുവാറ്റുവായ് നാട് എന്ന പേരിൽ വാഴപ്പള്ളി ശാസനകാലത്തുണ്ടായിരുന്നു എന്നും രായിരന്മാരാണ് പിന്നീടവിടം ഭരിച്ചിരുന്നതെന്നും മുമ്പ് പറഞ്ഞതാണല്ലോ. *ഉണ്ണുനീലി സന്ദേശ*കാലത്ത് തിരുവാറ്റുവായ് നാടിന്റെ തലസ്ഥാനം കടപ്ര ആയിരുന്നു. സമീപമുള്ള ആലൻതുരുത്തിൽ രായിരന്മാരുടെ മൂലഗൃഹം ഉണ്ടായിരുന്നതായും *ഉണ്ണുനീലി സന്ദേശ*ത്തിൽ സൂചനയുണ്ട്. ചെങ്ങ

ന്നൂർ, തിരുവല്ല, ചങ്ങനാശ്ശേരി പ്രദേശങ്ങൾ ഉൾപ്പെട്ട നന്റുഴനാട് എന്നൊരു നാട് 9-ാം നൂറ്റാണ്ടിന്റെ അന്ത്യത്തിൽ നിലവിൽവന്നതായും വേണാട് രാജകുടുംബക്കാരനായ ഗോവർദ്ധന മാർത്താണ്ഡൻ അതിന്റെ ഭരണാധികാരിയായി ഇരുന്നതായും നാം കണ്ടു. ഭാസ്കരരവിയുടെ 26-ാം ഭരണവർഷത്തിൽ (1004) ഗോവർദ്ധന മാർത്താണ്ഡൻ നന്റുഴനാട് ഭരണാധികാരിയായിരിക്കെ നെടുംപുറത്ത് കുന്ദൻ ഗോവിന്ദനും ഇരവിരാമനും അവിടെ ദേശവാഴി മാടമ്പിമാരായിരുന്നു എന്നു പറയുന്ന ഒരു ലിഖിതം തൃക്കടിത്താനം ക്ഷേത്രത്തിലുണ്ട്.[11] അതിൽ രവിരാമൻ പില്ക്കാലത്ത് നന്റുഴനാട് ഭരണാധികാരിയും അതിനുശേഷം പെരുമാളും ആകുന്നു. രവിരാമന്റെ മൂന്നാം ഭരണവർഷത്തിൽ (1048) നന്റുഴനാട് ഭരണാധികാരിയായത് ഇയക്കൻ ശ്രീകണ്ഠൻ എന്നൊരു നായരാണ്.[12] പില്ക്കാലത്ത് നന്റുഴനാടു തെക്കുംകൂറിൽ ലയിച്ചു. തൃക്കടിത്താനമായിരുന്നു നന്റുഴനാടിന്റെ തലസ്ഥാനമെന്നു തോന്നുന്നു. തൃക്കടിത്താനം വിഷ്ണുക്ഷേത്രം ഒമ്പതാം നൂറ്റാണ്ടിൽ നമ്മാൾവാർ വാഴ്ത്തിയ 13 മലനാട്ടുത്തിരുപ്പതികളിലൊന്നാണ്.

വേണാടിന് കീഴിലുണ്ടായ പുതിയൊരു നാട് വേമ്പനാടു കായലിന്റെ തീരത്തുള്ള കടുത്തുരുത്തി (കടൽത്തുരുത്ത്) തലസ്ഥാനമായ വെൺപൊലിനാടാണ്. തിരുവാറ്റുവായ് നാട്ടിലെ രായിരവംശത്തിന്റെ ഒരു ശാഖയാണ് വെൺപൊലിനാട് രാജവംശം എന്ന് ആറ്റൂർ കൃഷ്ണപിഷാരടി കരുതുന്നു.[13] *ഉണ്ണുനീലി സന്ദേശ*ത്തിൽ വെൺപൊലിനാട് രാജാവിനെ 'രായിരക്ഷോണിപാലൻ' എന്നു വിശേഷിപ്പിക്കുന്നതുകൊണ്ടാണ് അങ്ങനെ കരുതുന്നത്. നെടുംപുറം തളിശാസനത്തിൽ (കോതരവിയുടെ 17-ാം ഭരണവർഷം, ക്രി വ 934) കോതരവി വെൺപൊലിനാട് ഭരണാധികാരിയാണെന്ന് പറയുന്നു.[14] താണുരവിയുടെ പൗത്രനായ ഈ കോതരവിയായിരിക്കാം ഒരുപക്ഷേ ആദ്യത്തെ വെൺപൊലിനാട് ഭരണാധികാരി. ക്രി വ 1016 ലെ ജൂതശാസനത്തിൽ സാക്ഷിയായി ഒരു കോതൈ ശ്രീകണ്ഠനുണ്ട്. വെൺപൊലിനാടുവാണ ഒരു ഇരവി ശ്രീകണ്ഠന്റെ പേർ തിരുവല്ലാ ചെപ്പേടുകളിലുണ്ട്.[15] 11-ാം നൂറ്റാണ്ടിലോ 12-ാം നൂറ്റാണ്ടിലോ വെൺപൊലിനാട് കുടുംബം രണ്ടു ശാഖകളായി പിരിഞ്ഞു. വടക്കുംകൂറും തെക്കുംകൂറും. പഴയ നന്റുഴനാട് തെക്കുംകൂറിൽ ലയിച്ചു. മൂത്ത താവഴിയായ വടക്കുംകൂറിന്റെ തലസ്ഥാനം കടുത്തുരുത്തി തന്നെ. തെക്കുംകൂറിന് കോട്ടയം - ചങ്ങനാശ്ശേരി ഭാഗത്ത് പല തലസ്ഥാനങ്ങളും ഉണ്ടായിരുന്നു. *ഉണ്ണുനീലി സന്ദേശ*കാലത്ത് മണികണ്ഠപുരമായിരുന്നു തലസ്ഥാനമെന്ന് കാണുന്നു. (ശ്ലോകം 1 127) ഉണ്ണുനീലി സന്ദേശത്തിന്റെ കാലത്ത് വടക്കുംകൂറിന്റെ തലസ്ഥാനമായിരുന്ന കടുത്തുരുത്തി സമ്പന്നമായ ഒരു തുറമുഖനഗരമായിരുന്നു എന്ന് അതിലെ വിവരണങ്ങളിൽ കാണുന്നു.

തൃക്കാക്കര തലസ്ഥാനമായി കാക്കരനാട് എന്നു പേരുള്ള നാട്ടിൽ പെരിയാറിന് തെക്ക് എറണാകുളം കായൽവരെയുള്ള പ്രദേശങ്ങൾ

ഉൾപ്പെട്ടിരുന്നു. അവിടംഭരിച്ചിരുന്നത് പുറയശാഖക്കാരായ ചേരന്മാരാണ്. അവർ മഹോദയ ചേരന്മാരുടെ സാമന്തന്മാരായിരുന്നു. രാമർതിരുവടി കുലശേഖരനായപ്പോൾ അവർ വേണാടിന്റെ മേല്ക്കോയ്മ സ്വീകരിച്ചു.[16] 1341-ൽ ഇബ്ൻബത്തൂത്ത ആ വഴിക്ക് കൊല്ലത്തേക്ക് പോകുമ്പോൾ ആ പ്രദേശം വേണാടിന്റെ ഭാഗമായിരുന്നു.[17] വേണാടിലെ വീരകോതരവി വർമ്മയുടെ ശാസനങ്ങൾ പറവൂർ ഐരേണിക്കുളത്തും ഉദയംപേരൂരും കാണാനിടയായത് അവിടം വേണാടിന് കീഴിലായിരുന്നതുകൊണ്ടാണ്. കാക്കരനാട് പുറയന്മാരിൽ നിന്ന് ഇടപ്പള്ളിയിലെ ഇളങ്ങല്ലൂർ നമ്പ്യാതിരിമാരുടെ ഭരണത്തിലായത് എപ്പോഴാണെന്നറിയില്ല.

പെരിയാറിന് വടക്കു ചോറ്റുവായ്ക്ക് തെക്ക് പുല്ലൂറ്റുപുഴയ്ക്ക് പടിഞ്ഞാറ് കടലിന് കിഴക്ക് സ്ഥിതിചെയ്യുന്ന മണപ്പുറം ദ്വീപായിരുന്നു മഹോദയ ചേരന്മാരുടെ രാജ്യം. രാമൻ തിരുവടി കുലശേഖരന്റെ കാലത്ത് അത് വേണാടിന്റെ ഭാഗമായി. മഹോദയചേരൻ നിഷ്കാസനം ചെയ്യപ്പെട്ടിരിക്കണം. കുറെക്കാലം അവിടം നാലു തളികളുടെ ഭരണത്തിലായിരിക്കണം. ക്രി വ 1225 ൽ ഇരവി കോതവർത്തൻ എന്ന ചേരമാൻപെരുംചെട്ടിയെ വീരരാഘവചക്രവർത്തി കൊടുങ്ങല്ലൂരിന്റെ ഭരണാധികാരിയായി നിയമിച്ചു പട്ടയം നല്കി. നാലു തളികളുടെയും തിരുവഞ്ചിക്കുളം ക്ഷേത്രത്തിന്റെയും കോയ്മയും ഇരവി കോവർത്തന് നല്കി. കൊടുങ്ങല്ലൂരിന്റെ നഷ്ടപ്പെട്ട വാണിജ്യപ്രാധാന്യം പുനഃസ്ഥാപിക്കാനായിരിക്കണം മണിഗ്രാമത്തലവനായ ഇരവികോർത്തനെ നഗരാധിപനായി നിയമിച്ചത്. പക്ഷേ, കൊടുങ്ങല്ലൂർ ഒരു വ്യാപാരകേന്ദ്രമായി ഉയർന്നില്ല. എങ്കിലും ഇരവികോവർത്തന്റെ പിന്മുറക്കാർ വിവാഹബന്ധങ്ങൾമൂലം ശക്തന്മാരായ ഭരണാധികാരികളായി ഉയർന്നു.

കാരിക്കോട് തലസ്ഥാനമായ കീഴ്മലനാട് തൊടുപുഴ, മൂവാറ്റുപുഴയുടെ കിഴക്കുഭാഗം, ദേവികുളം എന്നീ താലൂക്കുകൾ ഉൾപ്പെട്ടവയാണത്രെ.[18] തൃക്കടിത്താനം ക്ഷേത്രത്തിലെ ഒരു ശാസനത്തിൽ കീഴ്മലനാട്ടുടയ കണ്ടൻ കുമരനെന്ന മാളുവക്കോൻ, ക്ഷേത്രത്തിൽ തിരുനന്താവിളക്ക് ഏർപ്പെടുത്തിയതായി കാണുന്നു.[19] അതേ കണ്ടൻ കുമാരൻ തന്നെ തിരുവല്ലാ ക്ഷേത്രത്തിൽ മൂന്നുനേരം ശ്രീബലി കൊട്ടുവാൻ നാലു ചെണ്ടയും ഒരു തിമിലയും മറ്റും നല്കിയതായി പറയുന്നു. മാളുവക്കോനുവേണ്ടി ദാനം നല്കിയത് കോടിക്കുളത്ത് ഇയക്കൻ ഗോവിന്ദനും രണ്ട് ഉദ്യോഗസ്ഥന്മാരും കീഴ്മലനാട് അറനൂറ്റവരും മറ്റും ചേർന്നാണ്.[20] കൊ വ 754 ൽ (ക്രി വ 1578) ഒരു മണികണ്ഠൻ എന്ന കീഴ്മലനാടു മന്നനെപ്പറ്റി ഒരു പള്ളിപ്പാട്ടുണ്ട്.[21] പില്ക്കാലത്ത് കീഴ്മലനാട് വടക്കുംകൂറിൽ ലയിച്ചതായിരിക്കാമെന്ന് കരുതുന്നു.

തിരുവല്ലാ ചെപ്പേടിൽ പരാമർശമുള്ള മറ്റൊരു നാടാണ് മുഞ്ഞിനാട്. മുഞ്ഞിനാട്ടുടയ രാമൻ കോതവർമ്മൻ തിരുവല്ലാ ക്ഷേത്രത്തിന് ഭൂദാനം ചെയ്തവരുടെ കൂട്ടത്തിൽപ്പെടുന്നു.[22]

ചിറവായ് സ്വരൂപവും ചിറവായ് മൂപ്പും

ചിറു ആയ് ആണ് ചിറവായ് അഥവാ ചിറവ എന്നു പറയുന്നത്. വേണാടിന് കീഴിലുള്ള യാദവസാമന്തന്മാരെയാണ് ആ പദംകൊണ്ട് വിവക്ഷിക്കുന്നത്. യാദവന്മാരാൽ ഭരിക്കപ്പെട്ട സാമന്തസ്വരൂപങ്ങളെ ചിറവാസ്വരൂപങ്ങളെന്നു പറയുന്നു. വേണാട് കുടുംബാംഗമാണെങ്കിൽ ചിറവാമൂത്തതിരുവടി എന്നും പറയും. മുമ്പു പ്രസ്താവിച്ചവയിൽ ഓടനാട്, തിരുവാറ്റുവായ്നാട്, നന്റുഴനാട്, വെൺപൊലിനാട് എന്നിവ ചിറവാസ്വരൂപങ്ങളായിരുന്നു. കാക്കരനാട് ഭരിച്ചിരുന്നത് പുറയന്മാർ ആയിരുന്നതുകൊണ്ട് അത് ചിറവാസ്വരൂപമായിരുന്നില്ല. കീഴ്മലനാട് ഭരിച്ച മാളുവക്കോൻ മാളവത്തിൽ നിന്നുവന്ന ആളായിരിക്കാം. മാളുവക്കോൻ യാദവനായിരുന്നോ എന്നു തീർച്ചയില്ല.

*ഉണ്ണുനീലി സന്ദേശ*ത്തിൽ തിരുവാറ്റുവായ് നാട്ടിലെ രായരനെ 'ചിറവായ് വീരൻ' എന്നു പറയുന്നു.[23] അതിനു മുമ്പ് തന്നെ ചിറവാ മൂത്തവർ എന്ന സ്ഥാനപ്പേർ ഉപയോഗിച്ചയാളാണ് (ക്രി വ 1251 ലെ ആറ്റൂർ പട്ടയം) രവി ഉദയമാർത്താണ്ഡവർമ്മ. പണ്ടത്തെ വിഴിഞ്ഞത്തെ ആയ് രാജാക്കന്മാരുടെ നാടാണ് ഇരവി മാർത്താണ്ഡവർമ്മയുടെ ചിറവാസ്വരൂപം. ക്രി വ 1120 ൽ നാഞ്ചിനാട് വേണാടിന്റെ ഭാഗമായതുമുതൽ നാടിന്റെ തലസ്ഥാനം വിഴിഞ്ഞത്തുനിന്ന് തിരുവട്ടാറ്റേയ്ക്കു മാറ്റി. അവിടത്തെ തിരുനന്താവനം കോയിക്കൽ ഇരുന്നുകൊണ്ട് മറ്റൊരു ഉദയമാർത്താണ്ഡവർമ്മ കിള്ളിയൂർ ശാസനം നല്കിയതായി നാം കണ്ടു (1178). ആ ശാസനത്തിൽ 'വേണാട്ടിൽ കാര്യംചെയ്വാർകളും ഇന്നാട്ടിൽ കാര്യംചെയ്വാർകളും' കൂടിയാലോചിച്ചാണ് ശാസനം നല്കിയതെന്ന് പറഞ്ഞിരിക്കുന്നു. തിരുവട്ടാർ തലസ്ഥാനമായ ചിറവാ സ്വരൂപത്തെയാണ് ഇന്നാട് എന്നു പറഞ്ഞിരിക്കുന്നത്. ജ്യേഷ്ഠൻ കോത ആദിത്യവർമ്മ വേണാട് രാജാവായിരിക്കെ അനുജൻ ഉദയമാർത്താണ്ഡവർമ്മ ചിറവാ മൂപ്പു വഹിച്ചിരുന്നു. പിന്നീട് രാമൻ കേരളവർമ്മ വേണാടു രാജാവായിരിക്കെ ദേവധരൻ കേരളവർമ്മ തൃപ്പാപ്പൂർ മൂത്തവരായിരുന്നു. തൃപ്പാപ്പൂർ മൂപ്പനു കീഴിൽ രവി ഉദയകേരളവർമ്മ ചിറവാ മൂപ്പു വഹിച്ചു.

രവിഉദയ കേരളവർമ്മ ചിറവാ സ്വരൂപത്തിന്റെ ആസ്ഥാനം, തിരുവിതാംകോടെന്ന ദേശത്ത് മൂത്തളക്കുറിച്ചി എന്ന സ്ഥലത്തിന് വീരകേരളപുരം എന്ന പേരു നല്കി അവിടെ പുതിയേടത്ത് കോയിക്കലും മഹാദേവ ക്ഷേത്രവും പണിയിച്ച് അങ്ങോട്ടു മാറ്റി.[24] രവി ഉദയകേരളവർമ്മ പില്ക്കാലത്ത് തൃപ്പാപ്പൂർ മൂത്തവരായും വേണാട് രാജാവായും പോയപ്പോൾ അനുജൻ രവി ഉദയമാർത്താണ്ഡവർമ്മയായിരുന്നു ചിറവാ മൂത്തവർ.[25] അതിനുശേഷം കീഴ്പേരൂർ രാജകുടുംബത്തിലെ തൃപ്പാപ്പൂർ താവഴിയിലെ മൂത്തയാൾ തൃപ്പാപ്പൂർ മൂത്തവരും രണ്ടാംസ്ഥാനക്കാരൻ ചിറവാ മൂത്തവരും ആവുക പതിവായി. വീരകേരളപുരം പില്ക്കാലത്ത് കേരളപുരം എന്നറിയപ്പെട്ടു. (ഇപ്പോഴും അങ്ങനെതന്നെ). കേരളപുരം ഉൾപ്പെട്ട ദേശത്തിന് തിരുവിതാംകോട് എന്നാണ് പേർ. സമുദ്രം മുതൽ സഹ്യ

പർവ്വതം വരെ വ്യാപിച്ചുകിടന്ന തിരുവിതാംകോട് ദേശം ഏതാണ്ട് ഇപ്പോഴത്തെ കൽക്കുളം താലൂക്കിന് തുല്യമായിരുന്നു. ചിറവാ സ്വരൂപത്തിന്റെ അതിർത്തി കരമനയാർ മുതൽ നാഞ്ചിനാടു വരെ വ്യാപിച്ചു കിടന്നു. എങ്കിലും തലസ്ഥാനം തിരുവിതാംകോട് ആയിരുന്നതിനാൽ ആ സ്വരൂപത്തിന് തിരുവിതാംകോട് സ്വരൂപം എന്നുപേരായി. പോർട്ടുഗീസുകാർ അതിനെ തിരുവിതാംകോടെന്നും[26] ഇംഗ്ലീഷുകാർ അതിനെ ട്രാവൻകൂർ എന്നും രേഖപ്പെടുത്തി.

ദേശവാഴികളും മാടമ്പിമാരും

മേൽവിവരിച്ചത് വേണാടിന്റെ കീഴ്ഘടകങ്ങളായ നാടുകളെ അഥവാ സ്വരൂപങ്ങളെപ്പറ്റിയാണ്. രാജാക്കന്മാരിലും നാടുവാഴികളിലും അധികാരം കേന്ദ്രീകരിച്ചിരുന്നില്ല. രാജാവെന്നത് നാടുവാഴികളുടെ കൂട്ടായ്മയുടെ തലവൻ മാത്രമായിരുന്നു. അതുപോലെ തന്നെ നാടുവാഴികളും ദേശവാഴികളുടെ കൂട്ടായ്മയുടെ തലവൻ മാത്രമെ ആയിരുന്നുള്ളു. അതുകൊണ്ടാണ് നാടുകൾക്ക് വ്യക്തമായ അതിരുകളില്ലാതിരുന്നത്. കീഴ്മലനാട്, മുഞ്ഞിനാട്, നന്റുഴനാട് മുതലായ നാടുകൾ തിരോധാനം ചെയ്തതും ഓടനാട്, വെൺപൊലിനാട് മുതലായ നാടുകൾ പുതുതായി രൂപംകൊണ്ടതും അങ്ങനെയാണ്. ഏതാനും ദേശവാഴികൾ യോജിച്ചാൽ പുതിയൊരു നാടുണ്ടാവും. ഒരേ നാട്ടിലെതന്നെ കുറേ ദേശവാഴികൾ യോജിച്ചാൽ നാടിനെ പിളർത്താൻ കഴിയും. ദേശവാഴികൾ തമ്മിലോ നാടുവാഴികൾ തമ്മിലോ യുദ്ധങ്ങൾ ഉണ്ടാകാറില്ല. മേല്ക്കോയ്മയുടെ സാന്നിദ്ധ്യമാണ് അതിന് കാരണം. ദേശവാഴികളെ കിഴവന്മാർ എന്നാണ് തെക്കൻ വേണാടിൽ പറഞ്ഞിരുന്നത്. കീഴ് + അവൻ ആണ് കിഴവൻ. തെങ്ങാട്ടു കിഴവൻ, ഒമയാട്ടു കിഴവൻ തുടങ്ങിയ ഉദാഹരണങ്ങൾ. തെങ്ങനാട്ടു കിഴവൻ ചാത്തൻ മുരുകന്റെ മകൾ ചേന്തിയെ തിരുനന്തിക്കര ക്ഷേത്രത്തിലെ അടിച്ചിയായി വിക്രമാദിത്യവരഗുണൻ നിയമിച്ച് വസ്തുവകകൾ നല്കിയിരുന്നു.[27] വടക്കൻ വേണാട്ടിൽ നാട്ടാർ എന്നു ദേശവാഴികളെ പറഞ്ഞിട്ടുണ്ട്. തിരുവാറ്റുവായ് നാട്ടിലെ പതിനെട്ടുനാട്ടാരെയും വിളിച്ചുകൂട്ടിയാണ് രാജശേഖരദേവൻ വാഴപ്പള്ളി ക്ഷേത്രത്തിന്റെ നിത്യബലി നിശ്ചയിച്ചത്.

നാടിന്റെ യഥാർത്ഥ ഭരണാധികാരികൾ തറനാഥന്മാരായ മാടമ്പിമാരായിരുന്നു. വേണാടിന്റെ മാത്രമല്ല, കേരളം മുഴുവനും അവരുടെ എണ്ണമാണ് നാടിന്റെ വലിപ്പം നിശ്ചയിച്ചത്. വേണാടിലെ അറുനൂറ്റവർ[28] നന്റുഴനാട് മുന്നൂറ്റവർ[29], കീഴ്മലനാട് അറുനൂറ്റവർ[30] തുടങ്ങിയ ഉദാഹരണങ്ങൾ. ആയുധപരിശീലനം നേടിയ നായന്മാർ ഈ മാടമ്പിമാരുടെ നിയന്ത്രണത്തിലായിരുന്നു. തറകളിലെ നിയമസമാധാനപാലനത്തിനുപുറമെ ദേശവാഴിയുടെയും നാടുവാഴിയുടെയും സഹായത്തിനെത്തേണ്ടതും മാടമ്പിമാരുടെ ചുമതലയാണ്. നാടിനെ പൊതുവേ ബാധിക്കുന്ന എല്ലാ കാര്യങ്ങളും അഭിപ്രായസമന്വയത്തിലൂടെ മാത്രമേ തീരുമാനിച്ചിരുന്നുള്ളു

എന്നു കാണാം. രാജശേഖരദേവന്റെ വാഴപ്പള്ളിശാസനം, മണികണ്ഠ രാമവർമ്മയുടെ വെള്ളായണി ശാസനം, ഇരവി കേരളവർമ്മയുടെ കോത നല്ലൂർ ശാസനം എന്നിവ ചില ഉദാഹരണങ്ങൾ മാത്രം. ജനായത്ത മര്യാദകൾ കേരളത്തിൽ നിഷ്കൃഷ്ടമായി പാലിക്കപ്പെട്ടുപോന്നത് ചോളസാമ്രാജ്യത്തിനു കീഴിൽ പെരുമാൾ വാഴ്ചക്കാലത്താണെന്നത് ഒരു വിരോധാഭാസമായി തോന്നാം.

തറനാഥന്മാരും ദേശവാഴികളും ഉപയോഗിച്ചിരുന്ന ഏതാനും സ്ഥാനപ്പേരുകൾ തിരുവല്ല ശാസനങ്ങളിൽ കാണാം. നായർ, നായൻ, അച്ചൻ, നമ്പ്യാർ എന്നിവയാണവ. അവരുടെ കുടുംബനായികമാരെ നായത്തിമാർ, അച്ചിയാർ, നങ്ങെയാർ, നമ്പിരാട്ടിയാർ എന്നൊക്കെയാണ് പറയുക. ഇയക്കനായൻ, കോമക്കോട്ടുനായർ, കോയിൽപുറത്തു നായത്തിയാർ, മൂലയിൽ നായത്തിയാർ, ഇളംകുന്നനാടു നമ്പിയാർ, ഉളങ്കുന്നനാട് നങ്ങയാർ, ഇടൈവഞ്ചിനങ്ങയാർ, കുന്റപ്പോഴൻ വാഴ്കൈ നങ്ങയാർ, നമ്പിരാട്ടിയാർ, കുളക്കാട്ട് അച്ചിയാർ തുടങ്ങിയവ ഉദാഹരണങ്ങൾ. പില്ക്കാലത്ത് സ്ഥാനപ്പേരുകളുടെ എണ്ണം വളരെക്കൂടി.

ക്ഷേത്ര സംസ്കാരം

ക്ഷേത്രങ്ങൾ പ്രധാനമായും മൂന്നിനമാണ്. അതിൽ ശൈവ, വൈഷ്ണവക്ഷേത്രങ്ങൾ ഉത്തരേന്ത്യൻ സംഭാവനകളാണ്. ദേവി (ഭഗവതി) ക്ഷേത്രങ്ങൾ ആര്യൻ സ്വാധീനത്തിൽ പെട്ട ദ്രാവിഡ ദേവിയായ കൊറ്റവൈയുടെ വിവിധ ഭാവഭേദങ്ങളാണ്. രക്തബലികാരണം ബ്രാഹ്മണർക്ക് ആദ്യകാലത്ത് ഭഗവതി ക്ഷേത്രങ്ങളുമായി ബന്ധമില്ലാതിരുന്നു. അതുകൊണ്ടുതന്നെ ദേവീക്ഷേത്രങ്ങൾക്ക് രാഷ്ട്രീയ സ്വാധീനമില്ലായിരുന്നു. വൈഷ്ണവ ക്ഷേത്രങ്ങളാണ് കേരളത്തിൽ ആദ്യമുണ്ടായത്. തമിഴകത്തെ 108 പ്രധാന വൈഷ്ണവക്ഷേത്രങ്ങൾ 9-ാം നൂറ്റാണ്ടിലുണ്ടായിരുന്നവയിൽ 13 എണ്ണം മലനാട്ടിലായിരുന്നു. അതിൽ തന്നെ 10 എണ്ണം വേണാട്ടിലായിരുന്നു.[31] അതേ കാലഘട്ടത്തിൽ തമിഴകത്തെ 274 പ്രധാന ശൈവക്ഷേത്രങ്ങളിൽ ഒരെണ്ണംമാത്രമേ കേരളത്തിലുണ്ടായിരുന്നുള്ളു. തിരുവഞ്ചിക്കുളംക്ഷേത്രം. അക്കാലത്ത് തിരുവഞ്ചിക്കുളം വേണാടിന്റെ ഭാഗമായിരുന്നില്ല.

ഏഴാം നൂറ്റാണ്ടിൽ പല്ലവ പാണ്ഡ്യ രാജാക്കന്മാർ ശൈവമതം സ്വീകരിച്ചുവെങ്കിലും എട്ടാം നൂറ്റാണ്ടിലാണ് അത് കേരളത്തിൽ സുന്ദരമൂർത്തി നയനാരിലൂടെ തുടക്കം കുറിക്കുന്നത്. അതുകൊണ്ട് ക്രി വ 800 ന് മുമ്പ് തിരുവഞ്ചിക്കുളമല്ലാതെ മറ്റൊരു ക്ഷേത്രം കേരളത്തിലുണ്ടായിരുന്നു എന്നു കരുതാനാവില്ല. 9-ാം നൂറ്റാണ്ടിന്റെ തുടക്കത്തിൽ വാഴപ്പള്ളി ക്ഷേത്രവും ക്രി വ 823 ൽ കണ്ടിയൂർക്ഷേത്രവും സ്ഥാപിക്കപ്പെട്ടതായി കാണുന്നു. ചോള മേധാവിത്വത്തിൻ കീഴിലാണ് ശൈവക്ഷേത്രങ്ങൾ കൂടുതലായി ശ്രദ്ധിക്കപ്പെട്ടത്. എന്നാൽ ക്രിസ്തുവിന് മുമ്പുതന്നെ കേരളത്തിലെ വ്യാപാരികളായി വന്ന ജൈനമതക്കാരിൽനിന്നാണ് വൈഷ്ണ

വമതത്തിന്റെ ഉല്പത്തി. യാദവന്മാരായിരുന്നു അവരുടെ രക്ഷാപുരുഷന്മാർ. യാദവന്മാർ ജൈനമതക്കാരായിരുന്നു. ജൈനമതത്തിലെ 63 ശലാകപുരുഷന്മാരിൽ ഒമ്പത് ബലഭദ്രന്മാരും വൈഷ്ണവാവതാരങ്ങളായി മാറി. വേദങ്ങളെ അംഗീകരിച്ച ജൈനമതക്കാരാണ് വൈഷ്ണവമതത്തിന് രൂപം നല്കിയത്. ജൈനവിഹാരങ്ങളിൽ പലതും അങ്ങനെ വൈഷ്ണവ ദേവാലയങ്ങളായി മാറി. എന്നാൽ കിഴക്ക് നിന്നു വന്ന വൈദിക ബ്രാഹ്മണരാണ് കേരളത്തിലെ ശൈവമതത്തിന്റെ പിൻബലം. അത് എട്ടാം നൂറ്റാണ്ടും അതിനുശേഷവുമായിരുന്നു. കേരളത്തിലെ ആദ്യ ശിവക്ഷേത്രമായ തിരുവഞ്ചിക്കുളം ക്ഷേത്രത്തിൽ പ്രതിഷ്ഠിക്കപ്പെട്ടിരുന്ന ശൈവാചാര്യനായ സുന്ദരമൂർത്തി നായനാർ (എട്ടാം നൂറ്റാണ്ട്) പോലും അബ്രാഹ്മണനായിരുന്നു. സുന്ദരമൂർത്തിയുടെ സുഹൃത്തും ചേരമാൻ പെരുമാൾ നായനാർ എന്നു പെരിയ പുരാണത്തിൽ പ്രകീർത്തിക്കുന്നയാളുമായ കൊടുങ്ങല്ലൂരെ മാക്കോതയുടെ കാലശേഷമാണ് കേരളത്തിലേക്ക് ബ്രാഹ്മണ പ്രവാഹമുണ്ടായത്.

ആദ്യകാല കേരളബ്രാഹ്മണർ വൈദികമത വിശ്വാസികളായിരുന്നു. വൈദിക കാര്യങ്ങൾ ചർച്ചചെയ്ത സ്ഥലികൾ (തളികൾ) ജൈനരുടെ വിഹാരങ്ങൾപോലെയായിരുന്നു. പടിഞ്ഞാറു ദർശനമായുള്ള ശിവലിംഗത്തിന് മുമ്പിലുള്ള തുറന്ന കളമോ, മണ്ഡപമോ ആയിരുന്നു തളികൾ. തളികൾ ക്ഷേത്രങ്ങളായത് പല്ലവ ചോളസംസ്കാരത്തിന്റെ സമ്പർക്കം മൂലമാണ്. ശൈവബ്രാഹ്മണർ വേദപഠനത്തിന് പ്രാമുഖ്യം നല്കിയിരുന്നു. എന്നാൽ ശ്രീവൈഷ്ണവർ (വൈഷ്ണവ ബ്രാഹ്മണരെ അങ്ങനെയാണ് ഇപ്പോഴും പറയുന്നത്). നാമമാത്രമായി മാത്രമേ വേദപഠനം നടത്തിയിരുന്നുള്ളു. അവരുടെ ജൈനപൂർവ്വീകത്വമാണ് അതിന് കാരണം. (ജൈനന്മാർ വേദങ്ങളുടെ ദിവ്യത്വം അംഗീകരിച്ചിരുന്നില്ല) ഇക്കാരണത്താൽ, ശൈവന്മാരായ മലയാള ബ്രാഹ്മണർ (അവരാണ് നമ്പൂതിരിമാരുടെ പൂർവ്വികർ) ശ്രീവൈഷ്ണവരെ (അവരാണ് എമ്പ്രാന്മാർ, പോറ്റിമാർ എന്നിവരുടെ പൂർവ്വികർ) രണ്ടാംകിട ബ്രാഹ്മണരായി മാത്രമേ കരുതിയിരുന്നുള്ളു.[32]

ആദ്യകാല വൈഷ്ണവക്ഷേത്രങ്ങളും ശൈവക്ഷേത്രങ്ങളും രണ്ട് സംസ്കാരങ്ങളെയാണ് പ്രതിനിധാനംചെയ്തത്. വൈഷ്ണവ ക്ഷേത്രങ്ങൾ ജൈനവിഹാരങ്ങളെപ്പോലെ വിദ്യാഭ്യാസ കേന്ദ്രങ്ങൾ കൂടെയായിരുന്നു. തിരുവല്ലാ ക്ഷേത്രത്തിനനുബന്ധമായി ഒരു പഠനകേന്ദ്രം ഉണ്ടായിരുന്നതായി ചെപ്പേടുകളിൽ സൂചനയുണ്ട്.[33] തിരുവനന്തപുരത്തെ കാന്തള്ളൂർ ശാല ആനന്ദക്ഷേത്രത്തിനനുബന്ധമായിരുന്നു എന്നു കരുതാം.[34] തിരുവനന്തപുരത്തിന് തെക്ക് പാർത്ഥിവപുരം വിഷ്ണുക്ഷേത്രത്തിനനുബന്ധമായി കരുനന്തടക്കൻ പണിയിച്ച പാർത്ഥിവശേഖരപുരം ചാല, തലക്കുളം ചാല, കരകണ്ടീശ്വരം ചാല (കടിയപട്ടണം), കന്യാകുമാരിയിലെ ശ്രീവല്ലഭപുരം ചാല എന്നിവയും വൈഷ്ണവശാലകളായിരുന്നു. അവയിൽ കാന്തള്ളൂർശാല തുടങ്ങിവച്ചത് ജൈനമതക്കാരായിരുന്നു.

ജൈനമതക്കാർ എല്ലാ വിഷയങ്ങളിലും അദ്ധ്യാപനം നടത്തിയിരുന്നെങ്കിൽ വൈഷ്ണവശാലകളിൽ വേദവിദ്യാഭ്യാസം മാത്രമേ നടത്തിയിരുന്നുള്ളു എന്ന വ്യത്യാസമുണ്ട്. ശൈവമതക്കാരനായ ബ്രാഹ്മണരാകട്ടെ വിദ്യാലങ്ങൾക്കെതിരായിരുന്നു എന്നു മാത്രമല്ല അബ്രാഹ്മണർ വിദ്യ അഭ്യസിക്കുന്നതിനെ കഠിനമായി എതിർക്കുകയും ചെയ്തിരുന്നു.[35] കാന്തള്ളൂർ ശാല, കരകണ്ടീശ്വരം ശാല[36], തലക്കുളം ശാല[37] എന്നിവിടങ്ങളിൽ ശൈവന്മാരായ ചോളർ 'കലമറുപ്പ്' നടത്തിയതിന്റെ ഉദ്ദേശ്യം അബ്രാഹ്മണർക്ക് വേദാദ്ധ്യാപനം വിലക്കാൻ വേണ്ടിയായിരുന്നു. 'കാന്തള്ളൂർശാല കലമറുത്ത' എന്നത് രാജരാജചോളൻ തന്റെ പ്രധാന ബിരുദമായി 20 വർഷത്തോളം ഉപയോഗിച്ചിരുന്നതായി കാണാം.[38] കന്യാകുമാരിയിലെ ശ്രീവല്ലഭപ്പെരുംചാലയെ രാജരാജപ്പെരുംചാലയാക്കി മാറ്റിയത് അദ്ധ്യാപനത്തിൽ മാറ്റം വരുത്തിയശേഷമായിരിക്കണം. രാജരാജപ്പെരുംചാലയ്ക്കു വകയിരുത്തിയിരുന്ന ഉപ്പുനികുതി പിന്നീട് നല്കാതായി. രാജാധിരാജ ചോളൻ അത് പുനഃസ്ഥാപിച്ചെങ്കിലും വരവിന്റെ പകുതി തന്റെ ഭാര്യയുടെ ഏഴുദിവസത്തെ പിറന്നാളുത്സവം നടത്താനായി വകയിരുത്തി.[39]

ക്ഷേത്രഭരണം ക്ഷേത്രസഭയെ ഏല്പിക്കുന്ന സമ്പ്രദായം ആദ്യം ആരംഭിച്ചത് ശൈവന്മാരായിരുന്നു. ചോളമേധാവിത്വകാലത്താണ് വൈഷ്ണവ ക്ഷേത്രങ്ങളിലും സഭകളുണ്ടാകുന്നത്. ആദ്യകാല ശൈവക്ഷേത്രസഭകൾ ബ്രാഹ്മണസഭകൾ ആയിരുന്നു എന്നു തോന്നുന്നു. കരുനന്തക്കടന്റെ കാലത്തുള്ള (സു. 866) തൃപ്പരപ്പു ചെപ്പേടിൽ തൃപ്പരപ്പു ക്ഷേത്രത്തിന് 24 അംഗ ക്ഷേത്രസഭ ഉണ്ടായിരുന്നു എന്നു കാണുന്നു. അതിൽ കുറഞ്ഞപക്ഷം എട്ടുപേർ പരദേശികളായിരുന്നു. ചാലൂക്യതലസ്ഥാനമായിരുന്ന വാതാപി, കർണ്ണാടകത്തിലെ ഇടത്തറ, പല്ലവരാജ്യത്തെ മുല്ലയൂർ എന്നീ സ്ഥലത്തുള്ളവർ പോലും ഉണ്ടായിരുന്നു. തിരുവല്ല, ഇരിങ്ങാലക്കുട തുടങ്ങിയ സ്ഥലങ്ങളിൽ നിന്നും സഭാംഗങ്ങളുണ്ട്. ബ്രാഹ്മണ കുടിയേറ്റത്തിന്റെ തുടക്കകാലമായിരുന്ന ക്രി വ 866 ലെ പാർത്ഥിവ ശേഖരപുരം ശാസനത്തിൽ മുഞ്ചിറ മഹാദേവക്ഷേത്രത്തിൽ സഭാഭരണമായിരുന്നു എന്നു കാണുന്നു. ശ്രീവല്ലഭൻ കോതയുടെ മാതാവ് പ്രതിഷ്ഠ നടത്തിയ ദേവിദേവേശ്വരം ക്ഷേത്രത്തിന് അപ്പോൾത്തന്നെ സഭയും സ്ഥാപിക്കപ്പെട്ടതായി കിളിമാനൂർ ചെപ്പേടിൽ കാണുന്നു. ബ്രാഹ്മണർക്ക് ദാനം ചെയ്യപ്പെട്ട ഭൂമിയിൽ (ബ്രഹ്മോദയം) ബ്രാഹ്മണർ തന്നെ സൃഷ്ടിച്ചതാണ് ശുചീന്ദ്രം ക്ഷേത്രം. അതുകൊണ്ട് അതിന്റെ ഭരണം 'മൂലവരുടെ' സഭ എന്നറിയപ്പെട്ട ബ്രാഹ്മണസഭയുടെ നിയന്ത്രണത്തിലായിരുന്നു. രാജരാജന്റെ ഭരണകാലത്ത് ക്രി വ 1000 ലാണ് ഭരണത്തിലെ കുറവുകൾ പരിഹരിക്കാൻ ഒരുമഹാസഭയ്ക്ക് മൂലവരുടെ സഭ അധികാരം കൈമാറിയത്.[40] മഹാസഭ ഒരു ബഹുജനസഭയായിരുന്നു.

ചോളസാമന്തന്മാരായ പെരുമാക്കന്മാർ പൊതുവെ ശൈവന്മാരായിരുന്നു. പെരുമാൾ ഭരണകാലത്ത് വൈഷ്ണവ ക്ഷേത്രങ്ങളിലും

ബ്രാഹ്മണ സഭകൾ നിലവിൽ വന്നു. തൃക്കടിത്താനം, തൃപ്പാൽക്കടൽ, തിരുവനന്തപുരം തുടങ്ങിയ ക്ഷേത്രസഭകൾ നിലവിൽവന്നത് പെരുമാൾ ഭരണകാലത്താണ്.[41] പാർത്ഥിവ ശേഖരപുരം വിഷ്ണുക്ഷേത്രം കരുന ന്തടക്കൻ സ്ഥാപിച്ചുവെങ്കിലും (866) അതിനൊരു സഭ ഉണ്ടായിരുന്ന തായി പറയുന്നില്ല. പില്ക്കാലത്ത് അതിന്റെ ഭരണം നിയന്ത്രിച്ചത് 'പെരു മക്കൾ' (മഹാസഭ) മാരായിരുന്നുവെന്ന് കാണാം.[42]

ക്ഷേത്രഭരണ ക്രമത്തിലും ഐകരൂപ്യം ഉണ്ടായിരുന്നു എന്ന് തോന്നുന്നില്ല. മഹാസഭയെയാണ് ഊരാളസഭയെന്നു പറയുന്നത്. ഊരാ ളസഭകൾ ബ്രാഹ്മണസഭകളായിരുന്നു എന്നു തോന്നുന്നില്ല. ബ്രാഹ്മണ സഭാംഗങ്ങൾ പാരമ്പര്യക്കാരായിരുന്നു. എന്നാൽ അബ്രാഹ്മണസഭാംഗ ങ്ങൾ അങ്ങനെയായിരുന്നു എന്നു കരുതാനാവില്ല. സഭയിൽ അവൈദി കരും അബ്രാഹ്മണരുമായുള്ള അംഗങ്ങളുള്ളതുകൊണ്ടാവാം ഒരു വൈദിക ബ്രഹ്മചാരിയെ അംഗമായി വയ്ക്കുന്നത്. തിരുവനന്തപുരം സഭ യിലെ വൈദിക ബ്രഹ്മചാരിയെ പിഷാരതിരുവടികൾ എന്നു പറയുന്നു. ഭട്ടാരക തിരുവടികൾ എന്നതിന്റെ രൂപഭേദമായി പഴാരതിരുവടികൾ എന്നും ചിലപ്പോൾ പ്രയോഗമുണ്ട്. ശ്രീപത്മനാഭസ്വാമി ക്ഷേത്രത്തിൽ പ്രഭാതത്തിനുമുമ്പ് വിഗ്രഹത്തിൽ പുഷ്പമാല്യം ചാർത്തുന്നത് പഴാര തിരുവടികളുടെ ചുമതലയാകയാൽ അദ്ദേഹത്തെ പുഷ്പാഞ്ജലിസ്വാമി കൾ എന്നും പറയുന്നു. ശ്രുതികളും സ്മൃതികളും ഉദ്ധരിക്കേണ്ട ആവ ശ്യത്തിനാണ് പഴാരതിരുവടികൾ സഭയിൽ അദ്ധ്യക്ഷനായിരിക്കുന്നത്. പില്ക്കാലത്ത് അബ്രാഹ്മണപണ്ഡിതൻ ഈ കൃത്യം നിർവ്വഹിക്കാൻ തുടങ്ങി. അയാളെ പിഷാരടികൾ എന്നു പറയുന്നു. പിഷാരടി എന്ന ജാതി അങ്ങനെ ഉണ്ടായതാവണം.[43]

വാര്യർ എന്ന സമുദായത്തിന്റെ ഉല്പത്തിയും മേൽപ്പറഞ്ഞ പ്രകാ രംതന്നെ. ആദ്യകാലത്ത് സഭാംഗങ്ങളായ ബ്രാഹ്മണർ തന്നെ ഊഴംവച്ച് ഒരേസമയം രണ്ടുപേർ ചേർന്നു ക്ഷേത്രത്തിന്റെ ദൈനംദിന ഭരണം നിർവ്വഹിച്ചുപോകുന്നു. അങ്ങനെ ഭരണം നടത്തുന്നതിനെ വാര്യം നട ത്തുകയെന്നാണ് പറഞ്ഞുപോന്നത്. പിന്നീട് ബ്രാഹ്മണർക്ക് ശൂദ്രസ്ത്രീ യിൽ ജനിക്കുന്നവർ ഈ കൃത്യം നിർവ്വഹിക്കാൻ തുടങ്ങി. അങ്ങനെ യാണ് അമ്പലവാസികളായ വാര്യസമുദായത്തിന്റെ ഉത്ഭവം.

സഭയുടെ സെക്രട്ടറിയാണ് പൊതുവാൾ അഥവാ സഭഞ്ജിതൻ. അവരും ആദ്യകാലത്ത് ബ്രാഹ്മണർ തന്നെയായിരുന്നു. പൊതുവാൾ അഥവാ സഭഞ്ജിതൻ സഭാംഗമല്ല; എങ്കിലും സഭാനടപടികൾ രേഖ പ്പെടുത്തുകയും ഇടപാടുകളിൽ സഭയുടെ പ്രതിനിധിയായി വർത്തിക്കു കയും ചെയ്യുന്നത് പൊതുവാളാണ്. തിരുവനന്തപുരം സഭയിലെ സഭ ഞ്ജിതൻ എല്ലാകാലത്തും ഒരു പോറ്റിതന്നെയായിരുന്നു. ശ്രീകാര്യം പോറ്റിയെന്നാണറിയപ്പെട്ടത്. ശ്രീകാര്യം പോറ്റിക്ക് സഭാംഗങ്ങളായ ആറു പോറ്റിമാരേക്കാൾ താണ സ്ഥാനമേ ഉണ്ടായിരുന്നുള്ളു.

സഭയുടെ രജിസ്ട്രാർ ആണ് 'കണക്കൻ.' കണക്ക് എന്നതിന് വര

വുചെലവുകൾ എഴുതുന്ന ആൾ എന്നല്ല അർത്ഥം. ഭരണാധികാരി എന്നാണർത്ഥം. തിരുവാനന്തപുരം സഭയുടെ കണക്കനെ കരണക്കണക്കൻ എന്നും കരണത്താൻകുറുപ്പ് എന്നും പറയുന്നു. വെള്ളാളനോ നായരോ ആയിരിക്കും കണക്കൻ. എങ്കിലും സഭഞ്ജിതനേക്കാൾ ഉയർന്ന സ്ഥാനമാണ് കണക്കനുള്ളത്. ക്ഷേത്രത്തിന്റെ വരവുചെലവുകൾ നിയന്ത്രിക്കാനും സ്വത്തുക്കളിൽനിന്നുള്ള വരവുചെലവുകൾ സൂക്ഷിക്കാനും രണ്ടു സഹായികളും ഉണ്ടാവും എന്നു ശ്രീപത്മനാഭസ്വാമി ക്ഷേത്രരേഖകളിൽ കാണുന്നു. ശ്രീപത്മനാഭസ്വാമി ക്ഷേത്രത്തിലെ രണ്ട് ഉദ്യോഗസ്ഥന്മാരാണ് ആനവാൾ, തിരുമേനികാവൽ എന്നിവർ. ക്ഷേത്രസഭയുടെ ആജ്ഞാനിർവ്വഹനാണ് ആനവാൾ; അതായത് എക്സിക്യൂട്ടീവ് ഓഫീസർ. ക്ഷേത്രത്തിലെ സെക്യൂരിറ്റി ഓഫീസർ ആണ് തിരുമേനികാവൽ. പുലർച്ചയ്ക്ക് മുമ്പ് പെരിയനമ്പി, പഞ്ചഗവ്യത്തുനമ്പി (മേൽശാന്തിയും കീഴ്ശാന്തിയും) എന്നിവരെയും പുഷ്പാഞ്ചലിസ്വാമികളെയും അവരുടെ താമസസ്ഥലത്തുനിന്നും ക്ഷേത്രത്തിലേക്ക് കൂട്ടിക്കൊണ്ടു വരികയും തിരിച്ചുകൊണ്ടുവിടുകയും ചെയ്യേണ്ടത് തിരുമേനികാവലിന്റെ ചുമതലയാണ്. പരശ്ശതം ബ്രാഹ്മണരും അല്ലാത്തവരുമായ ക്ഷേത്രജീവനക്കാരും സന്ദർശകരും പലപ്പോഴും സുരക്ഷിതത്വപ്രശ്നം സൃഷ്ടിക്കുമെന്നതിനാൽ തിരുമേനികാവലിന്റെ ചുമതല പ്രയാസകരമാണ്.

ക്ഷേത്രഭരണം സംബന്ധിച്ച അംഗീകൃത വ്യവസ്ഥകൾ നിലവിലുണ്ടായിരുന്നതായി ക്ഷേത്രശാസനങ്ങളിൽ കാണാം. കച്ചങ്ങൾ എന്നാണ് ഭരണവ്യവസ്ഥകളെ പറയുന്നത്. മൂഴിക്കുളം കച്ചമാണ് കേരളത്തിലങ്ങോളം ഇങ്ങോളം ഏറ്റവും പ്രചാരത്തിലിരുന്നത്. അതിലെ വ്യവസ്ഥകൾ എന്തൊക്കെയാണെന്ന് തീർച്ചയില്ല. മൂഴിക്കുളം തളിയിൽ വച്ചുണ്ടാക്കിയ ചട്ടവരിയോലയാണെന്നു മാത്രം ഊഹിക്കാം. ക്ഷേത്രഭരണത്തെയും ക്ഷേത്രംവക സ്വത്തിനെയും സംരക്ഷിക്കുന്നതിനുള്ള നിയമാവലിയാണ് മുഴിക്കുളം കച്ചം എന്നു കരുതാം. മുഴിക്കുളം കച്ചം കൂടാതെ കടംകാട്ടു കച്ചം, ശങ്കരമംഗലത്തുകച്ചം, കോട്ടുവായിരവേലിക്കച്ചം എന്നിവയും ചില ക്ഷേത്രലിഖിതങ്ങളിൽ കാണുന്നുണ്ട്. എന്നാൽ അവയ്ക്ക് വലിയ പ്രചാരമുണ്ടായിരുന്നതായി തോന്നുന്നില്ല.

കൂത്തച്ചിമാർ

കേരളത്തിന് ചോളസംസ്കാരത്തിന്റെ സംഭാവനയാണ് കൂത്തച്ചി സമ്പ്രദായം. നൃത്തം, നൃത്യം, നാടകം എന്നിവയെയാണ് കൂത്ത് എന്നു പറയുന്നത്. അച്ചൻ എന്നതിന്റെ സ്ത്രീലിംഗരൂപമാണ് അച്ചി അഥവാ അച്ചിയാർ. ഉയർന്ന നിലയിലുള്ള മാടമ്പിയെയാണ് അച്ചൻ എന്നു പറയുക. കൂത്തച്ചി എന്ന പദം ബഹുമാനസൂചകമാണ്. അഭിനയകലയിലും സംഗീത കലയിലും സാഹിത്യത്തിലും പാടവം കൂത്തച്ചിക്ക് നിർബ്ബന്ധമാണ്. അഭിജാതകളായ സ്ത്രീകൾക്കു മാത്രമേ കൂത്തച്ചി സ്ഥാനം ലഭിക്കുകയുള്ളൂ. സംഗീത നൃത്തനൃത്യങ്ങൾ കൊണ്ട് ദേവനെ പ്രസാദിപ്പി

ക്കുന്ന കൂത്തച്ചി ദേവന്റെ കളത്രമായാണ് കരുതപ്പെട്ടത്. വിക്രമാദിത്യ വരഗുണന്റെ 8-ാം ഭരണവർഷത്തിലെ തിരുനന്തിക്കര ചെപ്പേടിൽ തെങ്ങ നാട്ടു കിഴവൻ ചാത്തൻ മുരുകന്റെ മകൾ മുരുകൻ ചേന്തി എന്ന ആയ്കുലമാതേവിയാരെ തിരുനന്തിക്കര മഹാദേവന് തിരുവടിച്ചാർത്തി ധാരാളം വസ്തുവകകൾ നല്കിയത് കൂത്തച്ചിയെ വാഴിക്കുന്നതിന്റെ ഉദാഹരണമാണ്. ക്രി വ 1218 ലെ രവി ഉദയകേരളവർമ്മ തൃപ്പാപ്പൂർ മൂത്ത തിരുവടിയുടെ കണ്ടിയൂർ ക്ഷേത്രശാസനത്തിൽ, കണ്ടിയൂർ തേവിടിച്ചി ഉണ്ണിക്കളത്രത്തിന്റെ ശുപാർശ പ്രകാരവും രവി ഉദയകേരളവർമ്മ നിർദ്ദേശിച്ച പ്രകാരവുമാണ് ഓടനാട്ട് രാജാവ് രാമൻ കോതവർമ്മ കണ്ടിയൂർ ക്ഷേത്രം നവീകരിച്ചതെന്നു പറയുന്നു. ഇതിൽ നിന്നു തേവിടിച്ചിയുടെ സ്ഥാനവലിപ്പം മനസ്സിലാക്കാമല്ലോ.

തിരുവട്ടാറിനു സമീപമുള്ള ആറ്റൂർ (കണ്ണൂർ) പൂവങ്ങാവിളാകം കോയിക്കൽ ക്രി വ 1157 മുതൽ ചിറവാ മൂപ്പന്മാരുടെ ഭാര്യാഗൃഹമായിരുന്നു. കണിയാളൂർ കുലത്തിലെ പെറ്റയിനാർ മകൾ നല്ലായിനാർക്കു വേണ്ടിയാണ് അന്നത്തെ ചിറവാമൂപ്പൻ (കോതരവിവർമ്മ?) ആ വർഷം പൂവങ്ങാവിളാകം കോയിക്കൽ പണിയിച്ചുനല്കിയത്. കണിയാർകുലം എന്നത് സൂചിപ്പിക്കുന്നത് ഗണിക (കൂത്തച്ചി) കളുടെ കുടുംബത്തെയാണ്. കാലാകാലം ഈ കുടുംബത്തിന് ചിറവാമൂപ്പന്മാർ നല്കിയ സമ്പത്തിന്റെയും സമ്മാനങ്ങളുടെയും പട്ടികയാണ് കൊ വ 821 ലെ ആറ്റൂർ പട്ടയത്തിലുള്ളത്.[44] ഈ കുടുംബത്തിലെ അംഗങ്ങൾക്ക് രാജകുടുംബാംഗങ്ങൾക്ക് തുല്യമായ പദവിയാണുണ്ടായിരുന്നത്. അവരുടെ വാസസ്ഥലത്തിന് കോയിക്കലെന്നും, പുരുഷന്മാരെ തമ്പിമാരെന്നും സ്ത്രീകളെ തങ്കച്ചിമാരെന്നും പറയുന്നു. മൂത്തയാളെ കാര്യത്തുറൈത്തച്ചി എന്നുപറയുന്നതുകൊണ്ട് പാരമ്പര്യമായി ഉന്നതാധികാരികളായിരുന്നു അവർ എന്നു കരുതാം. ഒരുപക്ഷേ, കണ്ടിയൂർ ക്ഷേത്രത്തിലെ തേവിടിച്ചി ഉണ്ണിക്കളത്രം ഈ കുടുംബാംഗമായിരിക്കാം. രവി ഉദയകേരളവർമ്മയുടെ പുത്രനും മേല്പ്പറഞ്ഞ കുടുംബാംഗവുമായ രവികേരള വിക്രമഉടയാർ എന്ന കാര്യത്തുറൈത്തച്ചിയെ കേരളപുരം ക്ഷേത്രത്തിന്റെ രക്ഷാധികാരിയായി നിയമിച്ചു സ്ഥാനമാനങ്ങൾ നല്കുന്ന കൊ വ 426 ലെ ആറ്റൂർ പട്ടയം മുമ്പുദ്ധരിച്ചതാണല്ലോ.

കൂത്തച്ചി സമ്പ്രദായത്തിന്റെ അധഃപതനം പിന്നീടുണ്ടായതാണ്. അത് പിന്നീട് വിവരിക്കാം.

മരുമക്കത്തായം

ചോളസാമ്രാജ്യകാലത്ത് കേരളത്തിനു ലഭിച്ച മറ്റൊരു സമ്പ്രദായമാണ് മരുമക്കത്തായം. മരുമക്കത്തായത്തിന്റെ ഉല്പത്തിയെപ്പറ്റി ഒട്ടേറെപ്പേർ ഉപന്യസിച്ചിട്ടുണ്ട്. പ്രധാന കാരണങ്ങളായി പറയുന്നവ താഴെക്കൊടുക്കുന്നു.

1. ബഹുഭർത്തൃത്വം വ്യാപകമായിരുന്നതുകൊണ്ട് പിതൃത്വം നിശ്ചയി

ക്കാൻ പ്രയാസമായിരുന്നു.

2. ബ്രാഹ്മണരിൽ മൂത്ത സഹോദരനൊഴികെ മറ്റുള്ളവർക്ക് സ്വജാതി വിവാഹം പാടില്ലാത്തതുകൊണ്ട് ശൂദ്രസ്ത്രീകളുമായി വേഴ്ച തുടങ്ങി. ബ്രാഹ്മണർക്ക് മൂത്ത സഹോദരനുമാത്രം സ്വത്തവകാശ മായതിനാൽ ശൂദ്രസ്ത്രീയിൽ ജനിക്കുന്നവർക്ക് പിതൃത്വത്തിനവ കാശമില്ല.
3. കുടുംബസ്വത്ത് ഭാഗിച്ചു പോകാതിരിക്കാൻ മാതൃദായക്രമം സ്വീക രിച്ചു.
4. സ്ത്രീപുരുഷ ബന്ധത്തിന് ഉറപ്പില്ലാതിരുന്ന പ്രാകൃത സംസ്കാരം കേരളത്തിലെ ചില ജാതിക്കാരിൽ തുടർന്നു. അവർക്ക് പിതൃദായ ക്രമം സാദ്ധ്യമല്ലാതിരുന്നു.
5. നായന്മാർ യോദ്ധാക്കളായിരുന്നതുകൊണ്ട് അവർക്ക് കുടുംബജീ വിതം അനുവദിക്കപ്പെട്ടിരുന്നില്ല. അതുകൊണ്ട് മാതൃദായക്രമം സ്വീകരിക്കേണ്ടിവന്നു.

മേല്പറഞ്ഞ സംഗതികളൊക്കെ മരുമക്കത്തായത്തെ ദൃഢീകരി ക്കാൻ ഉപകരിക്കാമെന്നല്ലാതെ അവയൊന്നും മരുമക്കത്തായത്തിന്റെ ഉല്പത്തിക്ക് കാരണമായി പറയാനാവില്ല. വേണാട് രാജകുടുംബം മക്ക ത്തായത്തിൽ നിന്ന് മരുമക്കത്തായത്തിലേക്ക് എങ്ങനെ മാറിയെന്നു പരി ശോധിച്ചാൽ മരുമക്കത്തായത്തിന്റെ ഉല്പത്തിയെപ്പറ്റി മനസ്സിലാക്കാൻ കഴിയും. വേണാട് (കീഴ്പേരൂർ) രാജകുടുംബം യാദവകുലത്തിൽപെട്ട മക്കത്തായികളായിരുന്നു. അവർ ചേരകുടുംബവുമായി നിരന്തരം വിവാ ഹബന്ധത്തിൽ ഏർപ്പെടുവാൻ നിർബ്ബന്ധിതരായിരുന്നു എന്നു പറയു ന്നതാവും കൂടുതൽ ശരി. ചേരകുടുംബാംഗങ്ങൾ തമിഴകത്തിന്റെ നാനാ ഭാഗങ്ങളിലും ഉണ്ടായിരുന്നു. ചോളന്മാരും പാണ്ഡ്യന്മാരും പതിവായി വിവാഹബന്ധത്തിലേർപ്പെട്ടിരുന്നത് ചേരകുടുംബാംഗങ്ങളുമായിട്ടായി രുന്നു. ഗംഗന്മാർ, പല്ലവന്മാർ, ചോളന്മാർ, പാണ്ഡ്യന്മാർ, യാദവന്മാർ എന്നി വരെ ബന്ധിപ്പിച്ച് നിർത്തിയത് ചേരകുടുംബംഗങ്ങളായിരുന്നു. അയൽരാ ജ്യവുമായി മൈത്രി സ്ഥാപിക്കാനും അതിന്റെ മേൽ അധീശത്വം സ്ഥാപി ക്കാനും വിവാഹബന്ധം ഉപയോഗിക്കപ്പെട്ടിരുന്നു. ചേരന്മാരായ പെരു മാക്കന്മാർ ചോളന്മാരുടെ സംബന്ധികളായിരുന്നതുപോലെ വേണാടിനെ തങ്ങൾക്കൊപ്പം നിർത്താൻ വിവാഹബന്ധം പെരുമാക്കന്മാർ ഉപയോഗി ച്ചിരുന്നു. (പെരുമാൾ ഭരണം ആരംഭിക്കും മുമ്പുതന്നെ വേണാടും ചേര ന്മാരും സംബന്ധികളായിരുന്നു എന്ന് നെടുംചടയ പാണ്ഡ്യന്റെ ശാസന ങ്ങളിൽ നിന്ന് നാം കണ്ടതാണല്ലോ). ചേരന്മാരും മക്കത്തായികളായി രുന്നു. വേണാട് രാജാക്കന്മാരെ കൂപകനെന്നും ചേരന്മാരെന്നും ഒരേസ മയം പാണ്ഡ്യന്മാർ ശാസനകളിൽ പരാമർശിക്കുന്നതിന്റെ (ഉദാ: പരാന്തക പാണ്ഡ്യന്റെ കന്യാകുമാരി ശാസനം) പൊരുൾ എന്താണെന്നു നോക്കാം. യാദവനായ വേണാടു രാജാവിന്റെ പിൻഗാമി മൂന്നുവിധത്തിലാവാം : (1) ചേരറാണിയിലുള്ള പുത്രൻ, (2) സഹോദരിമാർക്ക് ചേരരാജാവിലുള്ള

പുത്രൻ, (3) ജാമാതാവായ ചേരൻ. വേണാട്ടുരാജാവിന് മാതാവിലൂടെയോ പിതാവിലൂടെയോ ചേരരക്തം ഉണ്ടായിരിക്കണമെന്ന് മേല്ക്കോയ്മ തീരുമാനിക്കുന്നു. 14-ാം നൂറ്റാണ്ടിന്റെ പൂർവാർദ്ധം വരെയും വേണാട് രാജകുടുംബം പൂർണ്ണമായും മരുമക്കത്തായികളായില്ല. ക്രി വ 1312 ൽ ത്രിഭുവന ചക്രവർത്തിയായ സംഗ്രാമധീരൻപോലും തന്റെ പിതാവ് യാദവനായ ജയസിംഹനാണെന്ന് അദ്ദേഹത്തിന്റെ ശാസനങ്ങളിൽ പറയുന്നു. ഉദയമാർത്താണ്ഡവർമ്മയുടെ പിതാവ് യാദവനായ കോതയാണെന്ന് സ്യാനന്ദൂരപുരാണ സമുച്ചയത്തിൽ പറയുമ്പോൾ തന്നെ അദ്ദേഹത്തിന്റെ കുടുംബം വടശേരി ഇല്ലം ആണെന്നു പറയുന്നതിന്റെ പൊരുൾ വ്യക്തമാണല്ലോ. അതായത് മക്കത്തായ പ്രകാരം ഉദയമാർത്താണ്ഡവർമ്മ യാദവനും മരുമക്കത്തായപ്രകാരം ചേരനുമാണ്. 14-ാം നൂറ്റാണ്ടിനുശേഷം മരുമക്കത്തായം സ്ഥിരപ്പെട്ടതുകൊണ്ട് വേണാടർ ചേരന്മാരായി. അതിനുശേഷം കുടുംബത്തിലെ സ്ത്രീകളെ ബ്രാഹ്മണർ (മിക്കവാറും മാമ്പള്ളികുടുംബക്കാർ) വിവാഹം ചെയ്യുക പതിവായി. അതിനുശേഷം വേണാടർ യാദവന്മാരല്ലാതായി. മരുമക്കത്തായം ഉറയ്ക്കുകയും ചെയ്തു.

ഇനി രാജകുടുംബത്തിൽ നിന്ന് മരുമക്കത്തായം താഴോട്ടു വ്യാപിച്ചതെങ്ങനെയെന്നു നോക്കാം. വിവാഹം അനുലോമം എന്നും പ്രതിലോമം എന്നും രണ്ടുവിധമാണ്. ഉന്നതസ്ഥാനീയനായ പുരുഷൻ അത്രതന്നെ ആഭിജാത്യമില്ലാത്ത കുടുംബത്തിലെ സ്ത്രീയെ വിവാഹം കഴിക്കുന്നതാണ് അനുലോമം. മറിച്ചുള്ളതാണ് പ്രതിലോമം. അനുലോമമാണ് അനുവദിക്കപ്പെട്ടത്. പ്രതിലോമം നിഷിദ്ധമായിരുന്നു. ഉദാഹരണം വേണാട് രാജകുടുംബത്തിലെ സ്ത്രീയെ വിവാഹം ചെയ്യാം. മറിച്ച് സാദ്ധ്യമല്ല. വേണാട് രാജകുടുംബത്തിലെ പുരുഷന്മാർക്ക് സാമന്തകുടുംബത്തിലെ സ്ത്രീയിൽ ജനിക്കുന്ന പുത്രൻ വേണാട് രാജകുടുംബാംഗമാവുകയില്ല. മരുമക്കത്തായപ്രകാരം വേണാട് രാജകുടുംബത്തിലെ സ്ത്രീയിൽ ജനിക്കുന്ന പുരുഷന് മാത്രമേ വേണാട് കുടംബാംഗമാകാൻ പാടുള്ളൂ. വേണാട് രാജകുടുംബത്തിലെ പുരുഷന് അനുലോമവിധിപ്രകാരം സാമന്തകുടുംബത്തിലെ സ്ത്രീയിൽ ജനിക്കുന്ന പുത്രന് ചിറവാ മൂപ്പനാകാൻ മാത്രമേ കഴിയൂ. ഇങ്ങനെയാണ് ഓടനാടും തിരുവാറ്റുവായ് നാടും വെൺപൊലിനാടും ചിറവാസ്വരൂപങ്ങളായത്. അവിടത്തെ ചിറവാമൂപ്പന്മാർക്ക് വേണാട് രാജാവാകാൻ കഴിയുകയില്ല.[45] ഇപ്രകാരമാണ് സാമന്തസ്വരൂപങ്ങൾ മരുമക്കത്തായം സ്വീകരിക്കാൻ നിർബ്ബന്ധിതരായത്.

ദേശവാഴി കുടുംബങ്ങളും മാടമ്പി കുടുംബങ്ങളും മരുമക്കത്തായം സ്വീകരിച്ചത് മേല്പറഞ്ഞ പ്രകാരം തന്നെ. ചിറവാ കുടുംബങ്ങൾക്കു കീഴിലുള്ള ദേശവാഴി കുടുംബങ്ങളും മാടമ്പി കുടുംബങ്ങളുമായി അനുലോമവിധിപ്രകാരം ബന്ധത്തിലേർപ്പെടുന്നു.[46] അതിൽ ജനിക്കുന്ന പുത്രനെ കുടുംബത്തലവനായി വാഴിക്കുകയും ചെയ്യുന്നു. ഫ്യൂഡൽ വ്യവസ്ഥിതിയിൽ കുടുംബത്തലവനെ നിശ്ചയിക്കുന്നത് മേലാവാണ്. പ്രായം മാത്രം നോക്കിയല്ല. ആഭിജാത്യവും നോക്കും. അനുലോമവിധി

പ്രകാരം ജനിക്കുന്ന പുത്രന് ആഭിജാത്യം കൂടും. ഇങ്ങനെയാണ് ദേശവാഴികളും മാടമ്പിമാരും മരുമക്കത്തായികളാവുന്നത്.

കേരളത്തിലെ മരുമക്കത്തായ വ്യവസ്ഥയെപ്പറ്റി ആദ്യമായി രേഖപ്പെടുത്തിയത് 1321-1330 കാലത്ത് ഇന്ത്യയിലും കൂടുതൽ കാലം കൊല്ലത്തും മിഷണറി പ്രവർത്തനം നടത്തിയിരുന്ന ജോർദാനൂസ് എന്ന പുരോഹിതനാണ്. രാജാക്കന്മാരും, സമാന്തന്മാരും, മാടമ്പിമാരും (Kings, Princes and Barons) മരുമക്കത്തായ വ്യവസ്ഥയാണ് പാലിച്ചുപോന്നതെന്നാണ് ജോർദാനൂസ് രേഖപ്പെടുത്തിയിരിക്കുന്നത്. മരുമക്കത്തായം ഭരണവർഗ്ഗത്തിൽപെട്ടവർ മാത്രമായി പാലിച്ചിരുന്നു എന്നാണ് വിവക്ഷ. ചൈനീസ് സഞ്ചാരിയായ മാഹ്വൻ (1403-33) കൊച്ചി രാജകുടുംബവും, അബ്ദുൾറസാഖ് (1442) കോഴിക്കോട് രാജകുടുംബവും മരുമക്കത്തായം പാലിച്ചിരുന്നതായി രേഖപ്പെടുത്തിയിട്ടുണ്ട്. അപ്പോഴും മരുമക്കത്തായം സാർവ്വത്രികമായിരുന്നില്ലെന്നാണ് മനസ്സിലാക്കാവുന്നത്.

മരുമക്കത്തായ വ്യവസ്ഥ താഴോട്ട് വ്യാപിക്കുന്നതെങ്ങനെയെന്ന് ഒരു ഉദാഹരണം മൂലം എടുത്തുകാണിക്കാം. ആറ്റൂർ പൂവങ്ങവിളാകം കോയിക്കലെ കണിയാളൂർ കുടുംബത്തിലെ സ്ത്രീകളെ തിരുവിതാംകോടു സ്വരൂപത്തിലെ ചിറവാ മൂപ്പന്മാർ പതിവായി സംബന്ധം ചെയ്തിരുന്നു എന്നു കൊല്ലം 821-ലെ കുടുംബപട്ടയത്തിൽ കാണുന്നുണ്ടല്ലോ. കുടുംബത്തിലെ പുരുഷന്മാർ തമ്പിമാരും സ്ത്രീകൾ തങ്കച്ചികളുമായി. തങ്കച്ചിമാരെ പലരും സംബന്ധം ചെയ്യാറുണ്ടെങ്കിലും ചിറവാ മൂപ്പനു ജനിച്ച പുത്രനുണ്ടെങ്കിൽ അയാൾക്കുമാത്രമേ കുടുംബത്തലവനാകാൻ കഴിയുകയുള്ളൂ. ചിറവാമൂപ്പന്മാരുമായുള്ള ബന്ധം നിലനിർത്തണമെങ്കിൽ - ആ ബന്ധം ഉപേക്ഷിക്കാൻ ആരും തയ്യാറാവുകയില്ല - കുടുംബം മരുമക്കത്തായം സ്വീകരിച്ചേപറ്റൂ. കുടുംബ ശ്രേയസ്സ് നിലനിർത്താൻ വേണ്ടി അനുലോമബന്ധത്തിനു വഴങ്ങിയതാണ് കേരളത്തിലെ ഭരണവർഗ്ഗം മരുമക്കത്തായികളാവാൻ കാരണമെന്നു ചുരുക്കത്തിൽ പറയാം. കൂട്ടുകുടുംബവ്യവസ്ഥ വ്യാപകമായിരുന്നു. ഫ്യൂഡൽ വ്യവസ്ഥയിൽ കൂട്ടുകുടുംബം അനിവാര്യമാണ്. കൂട്ടുകുടുംബത്തിലെ തലവൻ തന്റെ കുടുംബത്തിലെ സ്ത്രീകളെ മേലാളന്മാർക്കു നല്കാൻ എപ്പോഴും തല്പരരായിരുന്നു, സമ്പത്തും അധികാരവും അതുമൂലം നേടാം. മേലാളനിൽ നിന്നു ജനിക്കുന്ന പുത്രനെ കുടുംബത്തലവനായി പങ്കുവയ്ക്കുന്നതിന് പൊതുവേ എതിർപ്പുണ്ടാവുകയില്ല. ഇങ്ങനെയാണ് മരുമക്കത്തായം ജനിക്കുകയും താഴോട്ടു വ്യാപിക്കുന്നതും.

സാമ്പത്തികം

സാമ്പത്തികഭദ്രത തീരെ കഷ്ടിയായിരുന്നു എന്നു സമകാലിക രേഖകൾ പരിശോധിച്ചാൽ മനസ്സിലാകും. നാഞ്ചിനാടൊഴികെ വേണാടിന്റെ മറ്റൊരുഭാഗവും ഭക്ഷ്യസ്വയംപര്യാപ്തതയുള്ളതായിരുന്നില്ലെന്നു വേണം കരുതാൻ. ആണ്ടിൽ ഒമ്പതുമാസത്തോളം മഴപെയ്യുന്ന കേരള

ത്തിലെ കാലാവസ്ഥ നെൽകൃഷിക്ക് ഒട്ടും യോജിച്ചതായിരുന്നില്ല. നിമ്നോന്നതമായ ഭൂമിയിൽ ചെറിയൊരു ഭാഗം മാത്രമേ നെൽകൃഷിക്ക് ഉപയുക്തമായിരുന്നുള്ളു. നെല്ലുല്പാദനത്തിന്റെ സാരമായ ഭാഗം ക്ഷേത്രങ്ങൾക്ക് പോകുന്നു. അതാകട്ടെ മിക്കവാറും ക്ഷേത്രോപജീവികളുടെ ഭക്ഷണത്തിനാണുപയോഗിക്കപ്പെട്ടത്. പുറംനാടുകളിൽ നിന്നുള്ള ബ്രാഹ്മണരുടെ പ്രവാഹം ചോളസാമ്രാജ്യത്തിന്റെ ആദ്യകാലത്ത് ശക്തമായിരുന്നു. ഫ്യൂഡൽവ്യവസ്ഥയെ ചിട്ടപ്പെടുത്താൻ ബ്രാഹ്മണർക്ക് കഴിഞ്ഞിരുന്നെങ്കിലും നാടിന് സാമ്പത്തിക നേട്ടമുണ്ടാക്കാൻ കുടിയേറ്റക്കാരായ അവർക്കും കഴിഞ്ഞിരുന്നില്ല. വേണാടിന്റെ ഭക്ഷ്യസ്വയംപര്യാപ്തതയ്ക്കു വേണ്ടിയായിരിക്കണം ബലപ്രയോഗത്തിലൂടെ നാഞ്ചിനാട് കൈയടക്കാൻ കൂപൻ ശ്രമിച്ചത്. നാഞ്ചിനാട് കൈവശംവയ്ക്കാൻ വേണ്ടി എക്കാലത്തും വേണാട് മധുര സർക്കാരിന് കപ്പം കൊടുക്കേണ്ടിവന്നതിനാൽ വേണാടിന്റെ ഭക്ഷ്യകമ്മി എത്രമാത്രമായിരുന്നു എന്ന് കാണാവുന്നതാണ്. നാഞ്ചിനാട് ഭക്ഷ്യ മിച്ചം ഉള്ള പ്രദേശമാണെങ്കിലും അവിടവും ഐശ്വര്യസമൃദ്ധമായിരുന്നു എന്നു പറയാനാവില്ല. കൃഷിഭൂമി ബഹുഭൂരിപക്ഷവും ബ്രഹ്മദേയമോ ദേവദാനമോ ആയിരുന്നു എന്നു കാണാം. എങ്കിലും നാഞ്ചിനാട്ടിലെ ക്ഷേത്രങ്ങൾ പോലും അത്ര സമ്പന്നമല്ലായിരുന്നു എന്ന് ഓരോ ക്ഷേത്രത്തിനും ലഭിച്ചിരുന്ന നെല്ലിന്റെ അളവു നോക്കിയാൽ മനസ്സിലാകും.

രാജ്യത്തിന്റെ സാമ്പത്തികാടിസ്ഥാനം മലഞ്ചരക്കുകളുടെ കയറ്റുമതിയും തുറമുഖങ്ങളിൽനിന്നുള്ള നികുതിയും മാത്രമായിരുന്നു. കുരുമുളക് പോലും 13-ാം നൂറ്റാണ്ടുവരെ വനോല്പന്നമായിരുന്നതുകൊണ്ടാണ് അതിനെ മലഞ്ചരക്കുകളുടെ കൂട്ടത്തിൽ പെടുത്തിയത്. ഗതാഗതസൗകര്യം വളരെ പരിമിതമായിരുന്നതിനാൽ കച്ചവടങ്ങൾ മിക്കവാറും ജലഗതാഗത സൗകര്യമുള്ളിടത്തു മാത്രമായിരുന്നു. നാഞ്ചിനാട്ടു മാത്രമേ ഉൾനാടൻ വിപണന കേന്ദ്രങ്ങൾ ഉണ്ടായിരുന്നുള്ളു. 12-ാം നൂറ്റാണ്ടിന്റെ തുടക്കംവരെ വേണാടിന് സ്വന്തമായി നാണയം ഉണ്ടായിരുന്നില്ല. കോതകേരളവർമ്മയുടെ (1136-50) കാലത്താണ് വേണാടിന്റേതായ നാണയം ആദ്യമായി കാണുന്നത്. തുടർന്ന് കോതരവിയുടെയും ഉദയമാർത്താണ്ഡവർമ്മയുടെയും നാണയങ്ങൾ പ്രത്യക്ഷപ്പെടുന്നു.[47] നാഞ്ചിനാടും വേണാടിന്റെ ഭാഗമായി തീർന്നതിനെത്തുടർന്നുള്ള സാമ്പത്തികനേട്ടമാണ് നാണയമടിക്കാൻ വേണാട് രാജാക്കന്മാരെ പ്രാപ്തരാക്കിയത്. അതിന് മുമ്പും നിഷ്കം, കഴഞ്ച്, കാണം എന്നീ അളവുകളിൽ സ്വർണ്ണമായിട്ടാണ് ക്ഷേത്രങ്ങൾക്ക് സംഭാവനകൾ നല്കിയത്. മുദ്രനാണയങ്ങളെ അച്ച് എന്നു പറയുന്നു. അച്ച് എന്നത് കേരളീയ നാണയമാണോയെന്ന് വ്യക്തമല്ല. ആനഅച്ച് എന്ന സ്വർണ്ണനാണയം കൊങ്ങുകളുടേതാണെന്നാണ് കരുതപ്പെടുന്നത്. അച്ച് എന്ന നാണയത്തെപ്പറ്റിയുള്ള ആദ്യപരാമർശം വീരകേരളവർമ്മയുടെ വെള്ളായണിശാസനത്തിലാണ്; ക്രി വ 1224[48]. അതിന് മുമ്പുള്ള നാണയപരാമർശം രാജശേഖരദേവന്റെ വാഴപ്പള്ളി

ചെപ്പേടിലാണ്. ക്ഷേത്രത്തിലേക്കുള്ള പ്രായശ്ചിത്തവും, പുരയിടത്തിൽ നിന്നുള്ള പാട്ടവും ദിനാരമായി നല്കണമെന്നാണതിൽ പറയുന്നത്. പശ്ചിമേഷ്യയുമായുള്ള വാണിജ്യത്തെ ആശ്രയിച്ചുള്ള സാമ്പത്തിക വ്യവസ്ഥയിലേക്കാണ് അത് വിരൽചൂണ്ടുന്നത്. 11-ാം നൂറ്റാണ്ടിന്റെ ആദ്യപാദത്തിൽ കേരളം സന്ദർശിച്ച അൽബറുനി രേഖപ്പെടുത്തിയിരിക്കുന്നത് കേരളത്തിന് സ്വർണ്ണത്തിലും വെള്ളിയിലുമുള്ള സ്വന്തം നാണയം ഉണ്ടായിരുന്നു എന്നാണ്[49]. അക്കാലത്ത് കേരളീയ രാജാക്കന്മാരിൽ ഏറ്റവും പ്രഗത്ഭൻ കൊല്ലം രാജാവായിരുന്നു എന്നും അൽബറൂനി രേഖപ്പെടുത്തിയിട്ടുണ്ട്[50].

അതിപ്രാചീന കാലം മുതൽ ചൈനയ്ക്കും പശ്ചിമേഷ്യയ്ക്കും കേരളവുമായി വാണിജ്യബന്ധമുണ്ടായിരുന്നു എന്നറിയാമെങ്കിലും കൊല്ലത്തിന്റെ വാണിജ്യപ്രാധാന്യത്തെപ്പറ്റി ആദ്യം പ്രസ്താവിച്ചതായി കാണുന്നത് സുലൈമാൻ എന്ന അറബി വ്യാപാരിയാണ്. ദക്ഷിണേന്ത്യയിലെ ഏറ്റവും സമ്പൽസമൃദ്ധമായ പട്ടണം കൊല്ലമാണെന്നാണ് സുലൈമാൻ ക്രി വ 851 ൽ രേഖപ്പെടുത്തിയത്. ചൈനയിൽനിന്നും പേർഷ്യയിലേക്ക് പോകുന്ന കപ്പലുകൾ പോകുമ്പോഴും മടങ്ങുമ്പോഴും കൊല്ലത്തടുക്കാറുണ്ടത്രെ. യഹൂദന്മാർ, നെസ്തോറിയൻ ക്രിസ്ത്യാനികൾ, ഗുജറാത്തികൾ എന്നിവർക്ക് കോളനികൾ കൊല്ലത്തുണ്ടായപ്പോൾ ചൈനാക്കാർ കോളനികൾ ഒന്നും കൊല്ലത്ത് സ്ഥാപിച്ചില്ലെന്നാണ് തോന്നുന്നത്. അനേകം പേർക്ക് കുടുംബസഹിതം താമസിക്കാൻ കഴിയുന്ന വലിയ കപ്പലുകളുള്ള ചീനവ്യാപാരികൾക്ക് കരയിൽ തങ്ങളുടെ താവളങ്ങളുടെ ആവശ്യമില്ലായിരുന്നു എന്ന് ഇബൻബത്തൂത്തയുടെ വിവരണത്തിൽനിന്ന് (ക്രി വ 1342) മനസ്സിലാക്കാം[51]. അക്കാരണത്താലായിരിക്കണം, സുദൃഢമായ കച്ചവടബന്ധം ഉണ്ടായിട്ടും ചീനക്കാരുടെ പിന്മുറക്കാർ കൊല്ലത്തില്ലാതെ പോയത്. തമിഴകത്തെ ചെട്ടിമാർ ആദ്യകാല ഗുജറാത്തികളായ ശ്രേഷ്ഠന്മാരുടെ പിൻമുറക്കാരാണ്[52]. യഹൂദന്മാർ റോമാസാമ്രാജ്യത്തിന്റെ പ്രതാപകാലത്ത് ഇന്ത്യയുടെ പശ്ചിമതീരത്ത് കോളനികൾ സ്ഥാപിച്ചിരിക്കാം. യഹൂദരിലെ ഒരു വിഭാഗമെന്ന നിലയിൽ ക്രി വ 313 ന് ശേഷം ക്രിസ്ത്യാനികൾ യഹൂദകോളനികളിൽ കുടിയേറിയിരിക്കാം. ക്രിസ്തുമതത്തിനുമേലുള്ള നിരോധനം ആ വർഷമാണല്ലോ റോമാസാമ്രാജ്യം പിൻവലിച്ചത്. റോമാസാമ്രാജ്യത്തിൽ ക്രിസ്തുമതം നിരോധിക്കപ്പെട്ടിരുന്നപ്പോൾ സസ്സാനിയൻ സാമ്രാജ്യത്തിൽപെട്ട പേർഷ്യയിൽ അതിന് നല്ല പ്രചാരം ഉണ്ടായിരുന്നു. യേശുവിനെ ദൈവപുത്രനായി ക്രി വ 325 ലെ സുനഹദോസിനു ശേഷം റോമാസാമ്രാജ്യം അംഗീകരിച്ചപ്പോൾ ആ വിശ്വാസം സസ്സാനിയൻ സാമ്രാജ്യത്തിൽ നിരോധിക്കപ്പെട്ടു. യേശു ദൈവികത്വമുള്ള മനുഷ്യപുത്രൻ എന്ന നെസ്തോറിയൻ സിദ്ധാന്തം ക്രി വ 431 ൽ റോമാ സാമ്രാജ്യം നിരോധിച്ചപ്പോൾ ആ സിദ്ധാന്തത്തിന് സസ്സാനിയൻ സാമ്രാജ്യത്തിൽ അംഗീകാരം ലഭിച്ചു. സസ്സാനിയൻ സാമ്രാജ്യത്തിന്റെ ഭാഗമായ പേർഷ്യ, അറേബ്യ, പാലസ്തീൻ, സിറിയ എന്നിവിട

ങ്ങളിൽ നെസ്തോറിയൻ ക്രിസ്തുമതത്തിന് നല്ല പ്രചാരം സിദ്ധിച്ചതോടുകൂടി ഇന്ത്യാ സമുദ്രത്തിലെ വാണിജ്യത്തിലും നെസ്തോറിയൻ ക്രിസ്ത്യാനികൾക്ക് നല്ല സ്വാധീനം ലഭിച്ചു[53]. ക്രി വ 637 ൽ ഇസ്ലാമിന്റെ ആക്രമണത്തിൽ സസ്സാനിയൻ സാമ്രാജ്യം നിലംപതിച്ചു. ക്രമേണ നെസ്തോറിയൻ ക്രിസ്ത്യാനികൾക്ക് സിറിയായിലും പാലസ്തീനിലും അറേബ്യയിലും പേർഷ്യയിലുമുള്ള സ്വാധീനം കുറഞ്ഞുതുടങ്ങി. അവരുടെ വാണിജ്യതലസ്ഥാനം ക്രി വ 824-25 ൽ കൊല്ലത്തേക്കു മാറ്റാനുള്ള സാഹചര്യവും ഇതായിരുന്നു, ചൈനയ്ക്കും പശ്ചിമേഷ്യയ്ക്കും ഇടയിലുള്ള ഏറ്റവും പ്രധാന വാണിജ്യകേന്ദ്രമായി കൊല്ലം ഉയർന്നു. ക്രി വ 851 ൽ കൊല്ലം ദക്ഷിണേന്ത്യയിലെ ഏറ്റവും പ്രധാന പട്ടണമായിരുന്നു എന്ന് സുലൈമാൻ രേഖപ്പെടുത്തിയത് ഈ സാഹചര്യത്തിലാണ്. ക്രി വ 892 ൽ കൊല്ലം രാജാവ് അയ്യനടികൾ നെസ്തോറിയൻ ക്രിസ്ത്യാനികൾക്കുവേണ്ടി കുരക്കേണി കൊല്ലത്ത് വിശാലമായ ഭൂമി നല്കിയത് കൊല്ലത്തെ കച്ചവടകേന്ദ്രമായി ഉയർത്താനുള്ള ശ്രമത്തിലാണ്. തരിസാപ്പള്ളിശാസനത്തിൽ ഒപ്പിട്ടിരിക്കുന്നവർ പഹ്ലലി, കുഫിക്, ഹീബ്രു ലിപികൾ ഉപയോഗിച്ചിരിക്കുന്നതിൽ നിന്ന് അവരിൽ പേർഷ്യക്കാരും അറബികളും പാലസ്തീനികളും ഉൾപ്പെട്ടിരുന്നു എന്നു കരുതാം.

അഞ്ചുവണ്ണവും മണിഗ്രാമവും

തരിസാപ്പള്ളി ശാസനത്തിലെ വ്യവസ്ഥകൾ നടപ്പിലാക്കാൻ ചുമതലപ്പെടുത്തിയിരിക്കുന്നവരാണ് അഞ്ചുവണ്ണം, മണിഗ്രാമം എന്നീ രണ്ടു കച്ചവടസംഘങ്ങൾ. ഈ കച്ചവടസംഘങ്ങളിലെ അംഗങ്ങൾ ആരൊക്കെയാണ് എന്നതിനെച്ചൊല്ലി ഇപ്പോൾ വലിയ തർക്കമൊന്നുമില്ല. മണിഗ്രാമം ക്രിസ്ത്യാനികളുടെ സംഘടനയാണെന്നും അഞ്ചുവണ്ണം യഹൂദന്മാരുടെ സംഘടനയാണെന്നും ഗുണ്ടർട്ട്, ലോഗൻ എന്നിവർ ഊഹിച്ചത് മിക്കവാറും അംഗീകരിക്കപ്പെട്ടതുപോലെയാണ്. എന്നാൽ മണിഗ്രാമം ജൈനരും വൈഷ്ണവരും മറ്റും ഉൾപ്പെട്ട സംഘടനയാണെന്നും അവരുടെ മൂലസ്ഥാനം തുളുനാട്ടിലെ മണിഗ്രാമം എന്ന സ്ഥലമായിരിക്കാമെന്നും തെളിയിച്ചിട്ടുണ്ട്[54]. ദക്ഷിണേന്ത്യയിലും പൂർവ്വേഷ്യയിലും സമുദ്രവാണിജ്യത്തിൽ ഏർപ്പെട്ടിരിക്കുന്ന ഗുജറാത്തികളുടെ പിന്മുറക്കാരായ ചെട്ടികളുടെ സംഘടനയായിരിക്കാം അത്. അഞ്ചുവണ്ണത്തലവനായ ഈസുപ്പുറപ്പാൻ എന്ന യഹൂദന് ഭാസ്കരരവി പെരുമാൾ തന്റെ 38-ാം ഭരണവർഷത്തിൽ (1016) നല്കിയ പട്ടയത്തിന് ജൂതശാസനം എന്നു പേരിട്ടിരിക്കുന്നത് ഈസുപ്പുറപ്പാൻ യഹൂദനായതുകൊണ്ടാണ്. അക്കാരണത്താൽ അഞ്ചുവണ്ണം യഹൂദന്മാരുടെ കച്ചവടസംഘടനയാണെന്ന് കരുതപ്പെടുന്നു. ആ നിഗമനം ശരിയാണെന്നു തോന്നുന്നില്ല. പേർഷ്യക്കാരും അറബികളും പാലസ്തീനികളും സുറിയാനികളും ഉൾപ്പെട്ട സംഘടനയാണ് അഞ്ചുവണ്ണം എന്നും, അതിലെ പ്രധാനികളാണ് തരിസാപ്പള്ളി ശാസനത്തിൽ ഒപ്പിട്ടിരിക്കുന്നതെന്നും കരുതുകയാവും കൂടുതൽ യുക്തി

സഹമെന്നു തോന്നുന്നു. തരിസാപ്പള്ളി ശാസനകാലത്ത് നെസ്തോറിയൻ പുരോഹിതനായ മാർസവർ ഈശോ ആയിരുന്നു കൊല്ലത്തെ അഞ്ചുവണ്ണത്തലവനെന്നും, ക്രി വ 1016 ൽ ഔസൂപ്പ് റബ്ബാൻ എന്ന യഹൂദനായിരുന്നു കൊടുങ്ങല്ലൂരെ അഞ്ചുവണ്ണത്തലവൻ എന്നും കരുതാം. അഞ്ചുവണ്ണത്തിലെ അംഗങ്ങൾക്കെല്ലാം കൂടെയാണ് അയ്യനടികൾ കൊല്ലത്തു സ്ഥലം നല്കിയതെന്നും, അല്ലാതെ തരിസാപ്പള്ളിക്കുമാത്രമായി ഭൂമി നല്കിയതല്ലെന്നും കരുതേണ്ടിയിരിക്കുന്നു. ഭൂമി നല്കുന്നതിനു മുമ്പുതന്നെ തരിസാപ്പള്ളി ഉണ്ടായിരുന്നു എന്ന് ശാസനത്തിൽനിന്ന് കാണാം. മണിഗ്രാമക്കാർ പ്രധാനമായും ഇന്ത്യയും പൂർവ്വേഷ്യയുമായി വാണിജ്യത്തിലേർപ്പെട്ടിരുന്നു എന്നും അഞ്ചുവണ്ണക്കാർ ഇന്ത്യയും പശ്ചിമേഷ്യയുമായി വാണിജ്യത്തിലേർപ്പെട്ടിരുന്നു എന്നും കരുതുകയാണ് യുക്തി. 14-ാം നൂറ്റാണ്ടുവരെയും ഇരു സംഘടനകളുടെയും സംഗമസ്ഥാനം കൊല്ലം ആയിരുന്നു എന്നു കരുതാം.

ഗോവമുതൽ കൊല്ലംവരെ ബുദ്ധമതത്തിനു നല്ല സ്വാധീനമായിരുന്നു എന്ന് അൽബിറൂണി (973-1039) പറയുന്നത് ജൈനമതക്കാരായ വണിക്കുകളെ ഉദ്ദേശിച്ചായിരിക്കണം. അവിടെ സ്വർണ്ണത്തിലും വെള്ളിയിലുമുള്ള ഇന്ത്യൻ നാണയങ്ങൾ പ്രചാരത്തിലായിരുന്നു എന്നു പറയുന്നതിൽ നിന്ന് അക്കാലത്ത് വാണിജ്യം അഭിവൃദ്ധിയിലായിരുന്നു എന്നു മനസ്സിലാക്കാം. ക്രി വ 1120 ൽ നാഞ്ചിനാടു കൂടെ വേണാടിന്റെ ഭാഗമായത് സാമ്പത്തികഭദ്രതയ്ക്ക് കാരണമായി.

കുറിപ്പുകൾ

1. Genealogy of Sovereigns of Travancore, Journal of Kerala Studies Vol X, 1983 page 72.
2. *ചില കേരളചരിത്ര പ്രശ്നങ്ങൾ*, പുറം 152-54.
3. '*Perumals of Kerala*', pp. 23-24
4. *രാജാധിരാജന്റെ കന്യാകുമാരി ശാസനങ്ങൾ* നോക്കുക (TASI P. 350 K and L) തന്റെ സാമ്രാജ്യത്തിന്റെ വടക്കെ അതിർ ഗംഗയും തെക്കേ അതിർ ലങ്കയും പടിഞ്ഞാറേ അതിർ മഹോദയും, കിഴക്കെ അതിർത്തി കടാരവും എന്നാണ് പറയുന്നത്. കടാരം ശ്രീവിജയത്തിന്റെ തലസ്ഥാനമാണ്.
5. ജൂത ശാസനം : *Epigraphia Indica*, Vol III pp. 68-69
6. M G S Narayanan. *Perumals of Kerala*, p. 49
7. K.A. Nilakanta Sastri. *A History of South India*, p. 206. ഹൊയ്സാള രാജാവായ സോമശേഖരനെ മാമാടി (മാതുലൻ) എന്നാണ് ചോളനും പാണ്ഡ്യനും ശാസനങ്ങളിൽ പറയുന്നത്.
8. കെ ശിവശങ്കരൻനായർ. *പ്രാചീനകേരളത്തിന്റെ രാഷ്ട്രീയ ചരിത്രം.* പുറം 178-180.
9. മാട്, മാട എന്നീ പദങ്ങൾക്ക് ഉയർന്ന എന്ന അർത്ഥമാണ്. നമ്പി

എന്നാൽ ബഹുമാന്യൻ എന്നർത്ഥം. മാടമ്പി എന്നാൽ ഉന്നതനായ ബഹുമാന്യൻ എന്നാണർത്ഥം. മാടമ്പ് എന്നതിന് സ്ഥാനാരോഹണം എന്നാണർത്ഥം. മാടമ്പു കൊണ്ടവൻ മാടമ്പി.

10. പൂർവ്വ സന്ദേശം ശ്ലോകം 104.
11. T A S Vol. II പുറം 40
12. T A S Vol. V പുറം 174-75
13. *ഉണ്ണുനീലി സന്ദേശം* ഉത്തരസന്ദേശം 24-ാം ശ്ലോകത്തിന്റെ വ്യാഖ്യാനത്തിൽ
14. T A S Vol. VIII pp. 43-45
15. T A S Vol. II p. 175; തിരുവല്ലാ ചെപ്പേട് 5-ാം പ്ലേറ്റ്, ലൈൻ 51-52.
16. കുലശേഖര കോയിക്കലധികാരികളുടെ 10-ാം ഭരണവർഷത്തിലെ പെരുന്ന ശാസനത്തിൽ (T A S V pp. 38-40)ശാസനം നല്കിയത് തിരുക്കുന്റപ്പോഴൻ കാക്കരനാട്ടു ഭരണാധികാരിയായിരുന്നു. (*പ്രാചീന കേരളത്തിന്റെ രാഷ്ട്രീയ ചരിത്രം*, പുറം 229)
17. 1342 ൽ ഇബ്ൻബത്തൂത്ത കോഴിക്കോട്ട് നിന്ന് കൊല്ലത്തേക്ക് പോകവെ അഞ്ചാം ദിവസം കാഞ്ഞിരപ്പുഴയിലെത്തി. അവിടെ ചേന്ന മംഗലം ദ്വീപിന്റെ കിഴക്കുഭാഗത്തുള്ള കുന്നിൽ ഒരു യഹൂദകോളനി ഉണ്ടായിരുന്നു. യഹൂദന്മാരുടെ മുഖ്യൻ കൊല്ലം രാജാവിനാണ് കപ്പം കൊടുത്തിരുന്നത് എന്നെഴുതിയിരുന്നു. (C Achutha Menon. *Cochin State Manual* pp. 122-23 footnote).
18. A S Ramanatha Ayyar. T A S Volume V, p. 181
19. Ibid page 182
20. തിരുവല്ലാ ശാസനങ്ങൾ T.A.S. Vol II p. 182 lines 357-60
21. T A S Volume V p. 181 footnote
22. T A S Vol. II p. 202 lines 533, 534 മുഞ്ഞിനാട്ടിലെ രാമൻ മാതെവിയുടെ പേർ ലൈൻ 538 ലുണ്ട്.
23. എപ്പോഴും നിന്നുടമ കരുതും രായിരക്ഷോണിപാലം കെല്പാർന്നീടും മഹിത ചിറവാ വീരനെക്കണ്ടുപോക, ശ്ലോകം 116
24. ആറ്റിങ്ങലിലും തിരുവിതാംകോട്ടും വീരകേരളപുരങ്ങൾ സ്ഥാപിച്ചത് ഏതാണ്ട് ഒരേ കാലഘട്ടത്തിലാണ്. ഒരുപക്ഷേ, രണ്ടും അന്ന് വേണാട് രാജാവായിരുന്ന രാമൻ കേരളവർമ്മയായിരിക്കാം സ്ഥാപിച്ചത്.
25. രവി ഉദയമാർത്താണ്ഡവർമ്മ ജ്യേഷ്ഠപുത്രനായ തമ്പി ഇരവി കേരളവിക്രമ എടയാരെ കേരളപുരം മഹാദേവക്ഷേത്രത്തിലെ കോയ്മ നല്കി നിയമിക്കുന്നതാണ് കൊ വ 426 ലെ ആറ്റൂർ പട്ടയം.
26. ബർബോസ (1516) പറയുന്നത് തിരുവിതാംകോടൊരു തീരദേശഗ്രാമമാണെന്നാണ്. പോർട്ടുഗീസ് ചരിത്രകാരൻ ഡിബാറോസ് രേഖപ്പെടുത്തിയത് നാട്ടിനും അതിന്റെ തലസ്ഥാനത്തിനും തിരുവിതാംകോട് എന്ന പേരാണെന്നാണ്. M L Dames. *The Book of Durate*

Barbosa, Vol. II p. 102.

27. *തിരുനന്തിക്കര ശാസനം* T A S Vol II p. 42
28. *അയ്യനടിതിരുവടികളുടെ തരിസാപ്പള്ളിശാസനം*, രാമകുലശേഖരന്റെ രാമേശ്വരം ശാസനം (ഈ ശാസനത്തിൽ വേണാടിലെ അറുനൂറ്റ വരും കൊടുങ്ങല്ലൂരെ ആയിരത്തവരും പങ്കാളികളാണ്) മണികണ്ഠ രാമവർമ്മയുടെ *വെള്ളായണിശാസനം.*
29, 30. കണ്ടൻ കുമരൻ മാളുവക്കോന്റെ *തൃക്കടിത്താനം ശാസനം* T A S Vol V p. 182
31. തിരുപ്പതിസാരം, തിരുവട്ടാർ, തിരുവനന്തപുരം, തിരുപ്പുലിയൂർ, തിരു ച്ചെങ്ങന്നൂർ, തിരുവൻവണ്ടൂർ, തിരുവാറന്മുള, തിരുക്കടിത്താനം, തൃക്കാര, തിരുമൂഴിക്കുളം, തിരുനാവായ്, തിരുമിറ്റക്കോട് എന്നിവ യായിരുന്നു; 13 പാടൽപെറ്റ മലനാട് തിരുപ്പതികൾ. അതിൽ ആദ്യത്തെ പത്തെണ്ണം വേണാട്ടിലായിരുന്നു.
32. വൈഷ്ണവക്ഷേത്രമായ തൃക്കാരിയൂർപോലും ശ്രീവൈഷ്ണവരെ ബ്രാഹ്മണരായി അംഗീകരിച്ചിരുന്നില്ല എന്ന് ക്ഷേത്രശാസനത്തിൽ കാണാം; T A S II, No IV p. 47 "പിരാമ്മണരെയും ചിറിവൈണ്ണവ രെയും അമൃതു ചെയ്യിച്ചു".
33. T A S II p. 195, lines 109-110 ദിവസവും 700 നാഴി അരിയുടെ ചോറുണ്ടാക്കുന്നതിൽ പകുതി ചാത്രന്മാർ (വിദ്യാർത്ഥികൾ)ക്കു നല്കണമെന്നു പറയുന്നു.
34. ജൈനരുടെ ഒമ്പത് നാരായണന്മാരിലൊരാളാണ് ആനന്ദൻ. ആന ന്ദനെ വൈഷ്ണവനായി കരുതുന്നു.
35. ശാലകളുടെ 'കലമറുപ്പ്' എന്ന പ്രയോഗം അവർക്ക് നല്കിയിരുന്ന നെല്ലളവിൽ കുറവ് വരുത്തുക എന്ന അർത്ഥത്തിലായിരുന്നു. ശാല കളിൽ വേദേതര പാഠങ്ങൾ പഠിപ്പിക്കുന്നതും അബ്രാഹ്മണരെ പഠി പ്പിക്കുന്നതും നിരുത്സാഹപ്പെടുത്താനാണ് കലമറുപ്പ് നടത്തിയത്.
36, 37. തിരുനന്തിക്കര ക്ഷേത്രത്തിനുള്ള രണ്ടു ദേവദാനങ്ങളിൽ ഒന്ന് 'തലക്കുളത്തു കലമറ്റയാണ്ട്' എന്നും മറ്റേത് 'കറകണ്ടീശ്വരത്ത് കല മറ്റയാണ്ട്' എന്നും പറഞ്ഞിരിക്കുന്നു. T A S III p. 202 and 206.
38. വിഴിഞ്ഞം ആക്രമിച്ചപ്പോഴൊക്കെ ചോളന്മാർ കാന്തള്ളൂർ ശാല കല മറുത്തു എന്നു പറയുന്നതിൽ നിന്ന് വിഴിഞ്ഞത്തെ കച്ചവട സംഘ മാണ് കാന്തള്ളൂർ ശാലയ്ക്ക് ധനസഹായം ചെയ്തിരുന്നത് എന്നു കരുതാം. ജൈനന്മാരും വൈഷ്ണവരുമായിരുന്നു മണിഗ്രാമം എന്ന കച്ചവടസംഘം.
39. T A S Vol p. 241. രാജേന്ദ്രന്റെ ചേരറാണി ഉലകുമുഴുതുടയാർ ദേവിയുടെ പിറന്നാൾ ഉത്സവം ഏർപ്പെടുത്തുന്ന ശാസനം.
40. രാജരാജചോളന്റെ 15-ാം ഭരണവർഷത്തിലുള്ള *ശുചീന്ദ്രംശാസനം* T A S Vol II p. 9.
41. തൃപ്പാക്കടൽ ക്ഷേത്രത്തിലെ സഭയിൽ പറവൂർ, ഐരേണിക്കുളം,

മൂഴിക്കുളം, ഇരിങ്ങാലക്കുട, പെരുവനം, ചെങ്ങന്നൂർ എന്നീ പ്രസിദ്ധ കഴകങ്ങളുടെ പ്രതിനിധികളും, നാലു നമ്പൂതിരിമാടമ്പിമാരും അംഗങ്ങളായത് രാമകുലശേഖരന്റെ കാലത്തിന് ശേഷമായിരിക്കാനാണ് സാദ്ധ്യത. ക്ഷേത്രത്തിന് വമ്പിച്ച ഭൂസ്വത്തു നല്കുന്നത് കോത ആതിച്ചവർമ്മയാണ് (1168).

42. വിക്രമാദിത്യ വരഗുണന്റെ തിരുനന്തിക്കര ശാസനത്തിൽ (T A S Vol I p.42) പാർത്ഥിവശേഖരപുരം പെരുമക്കളെപ്പറ്റിയും കീഴനാടികളുടെ തിരുനന്തിക്കര ശാസനത്തിൽ (T A S Vol IV p.144) തിരുനന്തിക്കര പെരുമാളിനെപ്പറ്റിയും തളിയാൾവാനെപ്പറ്റിയും പറയുന്നു. പെരുമക്കളും തളിയാൾവാനുമെന്നു പറയുന്നതുകൊണ്ട് തളിയും പെരുമക്കളും ഒന്നുതന്നെ എന്നു കരുതണം.
43. ഇളംകുളം പി എൻ കുഞ്ഞൻപിള്ള. *ജന്മിസമ്പ്രദായം കേരളത്തിൽ*, പുറം 26-27.
44. T A S Vol IV pp. 154-155
45. എന്നാൽ തിരുവിതാംകോട്ടു ചിറവാ മൂപ്പന്മാർക്ക് മാത്രം വേണാട് രാജാവാകാൻ കഴിയുമായിരുന്നു. എന്തെന്നാൽ വേണാട് കുടുംബാംഗങ്ങളാണ് തിരുവിതാംകോട് സ്വരൂപത്തിൽ ചിറവാ മൂപ്പു വഹിച്ചിരുന്നത്.
46. സന്തതികൾക്ക് പിതൃസ്വത്തിനവകാശമില്ലാത്ത വിവാബബന്ധത്തെയാണ് സംബന്ധമെന്നു പറയുന്നത്.
47. Beena Sarasam. *A rare coin of early Venad Ruler Kotha Ravi*, Madras Coins Society Chennai, Special Bulletin Vol. VII, 2000, pp. 38-45
48. വെള്ളായണി ശാസനം T.A.S. Vol III pp. 41-42
49. വേലായുധൻ പണിക്കശ്ശേരി. *സഞ്ചാരികൾ കണ്ട കേരളം*, പുറം 102.
50. Ibid. 11-ാം നൂറ്റാണ്ടിന്റെ പൂർവ്വാർദ്ധത്തിൽ അൽബിറൂണിക്ക് ആതിഥ്യം അരുളിയ പണ്ഡിതനായ കൊല്ലം രാജാവ് ആരാണെന്നറിയില്ല.
51. H.A.R. Gibbs. *Selection from Travels of Ibn Batuta*, pp. 235-236
52. കെ ശിവശങ്കരൻനായർ. *വാണിജ്യത്തിലൂടെ പാരതന്ത്ര്യം*, പുറം 8
53. Mc Pherson. Indian Ocean: *A History of People and the Sea*, p. 95.
54. കെ ശിവശങ്കരൻനായർ. *വാണിജ്യത്തിലൂടെ പാരതന്ത്ര്യം*, പുറം 42-45.

ഉയർച്ചയും പതനവും

സാമ്പത്തികനേട്ടം വേണാടിനെ സ്വാതന്ത്ര്യത്തിനടുത്തുവരെ എത്തിച്ചു. ചോളസാമ്രാജ്യത്തിന്റെ ശക്തിക്ഷയവും അതിന് സഹായിച്ചു. ക്രി വ 1225 ലെ വീരരാഘവ പട്ടയത്തിൽ, വേണാടിന്റെ അറിവോടുകൂടിയാണ് അത് നല്കപ്പെട്ടതെന്നു പറയുന്നുണ്ടെങ്കിലും വേണാട് രാജാവ് പട്ടയത്തിന് സാക്ഷ്യം വഹിച്ചു എന്നു പറയുന്നില്ല. പെരുമാൾ പദവി നാമമാത്രമായിരുന്നു എന്നാണ് കരുതേണ്ടത്. ഇരവി കേരളവർമ്മയായിരുന്ന അന്നത്തെ വേണാടു രാജാവ് ക്രി വ 124 ലെ വെള്ളായണി ശാസനത്തിൽ നിന്ന് അദ്ദേഹം വേണാട് രാജാവായിക്കഴിഞ്ഞു എന്നു കാണാം.

രവി ഉദയമാർത്താണ്ഡവർമ്മ

ക്രി വ 1251 ലെ ആറ്റൂർ ചെപ്പേടിൽ രവി ഉദയമാർത്താണ്ഡവർമ്മ ചിറവാമൂത്തവർ ആയിരുന്നു എന്നു കാണുന്നതുകൊണ്ട് അന്ന് ഇരവി കേരളവർമ്മയായിരുന്നു വേണാട് രാജാവ് എന്നൂഹിക്കാം. അടുത്തവർഷം രവി ഉദയമാർത്താണ്ഡവർമ്മ വേണാട് രാജാവായി എന്ന് അദ്ദേഹത്തിന്റെ *വർക്കല ശാസന*ത്തിൽ നിന്ന് ഗ്രഹിക്കാം. ക്രി വ. 1251 ൽ ശക്തനായ ജടാവർമ്മൻ സുന്ദരപാണ്ഡ്യൻ പാണ്ഡ്യരാജാവായി സ്ഥാനമേറ്റു. അദ്ദേഹം വേണാടിനുമേൽ അധീശത്വം ഉറപ്പിച്ചു[1]. തുടർന്ന് കർണ്ണാടകവും തെലുങ്കുദേശവും സിംഹളവും കീഴടക്കിയ സുന്ദരപാണ്ഡ്യൻ പാണ്ഡ്യസാമ്രാജ്യത്തിന്റെ പുനഃസ്ഥാപകനായി. പാണ്ഡ്യചക്രവർത്തിയുടെ പിന്തുണയോടെയായിരിക്കാം രവി ഉദയമാർത്താണ്ഡവർമ്മ പെരുമാളായി വാഴിക്കപ്പെട്ടത്. *ലീലാതിലക*ത്തിലെ തന്നെ മറ്റൊരു ശ്ലോകത്തിൽ രവി ഉദയമാർത്താണ്ഡവർമ്മയ്ക്ക് എട്ട് സാമന്തന്മാർ ഉണ്ടായിരുന്നു എന്നാണു പറയുന്നത്[2]. *ലീലാതിലക*ത്തിലെ തന്നെ മറ്റൊരു ശ്ലോകത്തിൽ ഒരു യാദ

വശിശുവിന്റെ ജനനത്തിൽ അളവറ്റു സന്തോഷിച്ച കോതമാർത്താണ്ഡൻ അർത്ഥികൾക്ക് ദാനം ചെയ്തു കൈ തളർന്നതായി പറയുന്നു[3]. പില്കാലത്ത് സംഗ്രാമധീരൻ എന്ന ഖ്യാതി നേടിയ രവിവർമ്മയുടെ ജനന (1266)മാണ് പരാമർശിക്കപ്പെടുന്നത്.

രവിവർമ്മ കുലശേഖരൻ

കേരളചക്രവർത്തിയായി, ചോളപാണ്ഡ്യരാജ്യങ്ങൾ കീഴടക്കി 1315 ൽ കാഞ്ചീപുരത്തുവച്ചു ത്രിഭുവന ചക്രവർത്തിയായി കിരീടധാരണം നടത്തിയ രവിവർമ്മയാണ് രവിഉദയമാർത്താണ്ഡവർമ്മയുടെ പിൻഗാമി. അദ്ദേഹത്തിന്റെ ജീവിതചരിത്രം അടിസ്ഥാനമാക്കി രചിക്കപ്പെട്ട ഒരു കാവ്യം നഷ്ടപ്പെട്ടുപോയെങ്കിലും അതിലെ ചില ശ്ലോകങ്ങൾ 14–ാം നൂറ്റാണ്ടിന്റെ അന്ത്യത്തിൽ രചിക്കപ്പെട്ട *ലീലാതിലക*ത്തിൽ ഉദ്ധരിക്കപ്പെട്ടിട്ടുണ്ട് (ശ്ലോകങ്ങൾ 64, 190, 203, 205, 206). *ഉണ്ണുനീലി സന്ദേശ*ത്തിലും അദ്ദേഹം പരാമർശിക്കപ്പെടുന്നു. ഇവ കൂടാതെ, തിരുവൊട്ടിയൂർ അരുളാളപ്പെരുമാൾ ക്ഷേത്രത്തിലും, ഗൂഡല്ലൂർ വീരസ്ഥാനേശ്വരം ക്ഷേത്രത്തിലും ശ്രീരംഗത്തെ രംഗനാഥസ്വാമി ക്ഷേത്രത്തിലും മദ്രാസിലെ പൂനമല്ലി ക്ഷേത്രത്തിലും കാഞ്ചീപുരത്തും അദ്ദേഹത്തിന്റേതായുള്ള ലിഖിതങ്ങളിൽ അദ്ദേഹത്തെ സംബന്ധിക്കുന്ന വിവരങ്ങളുണ്ട്. തിരുവനന്തപുരത്തെ വലിയ ശാല ക്ഷേത്രത്തിലും അദ്ദേഹത്തിന്റെ അപദാനങ്ങൾ മാത്രം ഉള്ള ഒരു പൂർണ്ണലിഖിതവുമുണ്ട്. ഇവയിൽനിന്ന് അദ്ദേഹത്തിന്റെ ചരിത്രം താഴെപ്പറയുംവിധം സംഗ്രഹിക്കാം.

യദുവംശജനായ ജയസിംഹന്റെയും, ഉമാദേവിയുടെയും പുത്രനായി ക്രി വ 1266 ൽ രവിവർമ്മ ജനിച്ചു[4]. ജയസിംഹൻ കേരളത്തിലെ ഏതു യാദവ കുടുംബാംഗമാണെന്ന് വ്യക്തമല്ല. ഉമാദേവി രവിഉദയമാർത്താണ്ഡവർമ്മയുടെ സഹോദരിയോ ഭാഗിനേയിയോ ആയിരിക്കാം. രവിവർമ്മ എന്ന് വേണാടുരാജാവായി എന്നു പറയുന്നില്ല. ജടാവർമ്മൻ സുന്ദരപാണ്ട്യന്റെ പുത്രനായ മാരവർമ്മൻ കുലശേഖരൻ (1268–1310) ആയിരുന്നു അക്കാലത്തെ പാണ്ട്യരാജാവ്. കുലശേഖരന്റെ സാമന്തനെന്ന നിലയിലാണ് രവിവർമ്മ കുലശേഖരൻ എന്ന പേർ സ്വീകരിക്കപ്പെട്ടത്. കുലശേഖരന്റെ സഹോദരനായ വിക്രമപാണ്ട്യനെ തടവുകാരനായി പിടിച്ച് പാണ്ട്യരാജാവിനെ ഏല്പിക്കുകയും ചെയ്തു. തുടർന്ന് പാണ്ട്യരാജാവിന്റെ മകളെ അദ്ദേഹം വിവാഹം ചെയ്തു. തന്റെ 33–ാം വയസ്സിൽ അദ്ദേഹം കേരളപ്പെരുമാളായി[5]. പാണ്ട്യന്റെ പിന്തുണയോടുകൂടിയായിരിക്കാം അദ്ദേഹം കേരളപ്പെരുമാളായത്.

ക്രി വ 1310 ൽ മാരവർമ്മൻ കുലശേഖരൻ അന്തരിച്ചു. അതേത്തുടർന്ന് അദ്ദേഹത്തിന്റെ പുത്രന്മാരായ വീരപാണ്ട്യനും സുന്ദരപാണ്ട്യനും തമ്മിൽ അവകാശത്തർക്കത്തിലേർപ്പെട്ടു. തർക്കത്തിലിടപെടാൻ ഹൊയ്സള രാജാവ് ബല്ലാളൻ മൂന്നാമൻ തമിഴകത്തേക്ക് സൈന്യവുമായി പുറപ്പെട്ടു. ആ സമയം ദില്ലി സുൽത്താനത്തിന്റെ സേനാനായകന്മാരിലൊരാളായ മാലിക് കാഫൂർ ദക്ഷിണേന്ത്യൻ ദിഗ്വിജയത്തിലേർപ്പെട്ടിരിക്കുകയായിരുന്നു. മാലിക് കാഫൂർ ഹൊയ്സള തലസ്ഥാനമായ ദ്വാരാസമുദ്രം പിടിച്ചടക്കുകയും ബല്ലാളൻ ദില്ലി സുൽത്താന് കീഴടങ്ങുകയും

ചെയ്തു. തുടർന്ന്, മാലിക് കാഫൂർ പാണ്ഡ്യരാജ്യം ആക്രമിക്കുകയും മധുര പിടിച്ചടക്കുകയും ചെയ്തു. നാടു മുഴുവൻ കൊള്ളയടിക്കപ്പെട്ടു. വീരപാണ്ഡ്യനും സുന്ദരപാണ്ഡ്യനും ഒളിവിൽ പോയി. അവരുടെ പിതൃവ്യനായ വിക്രമപാണ്ഡ്യൻ പാണ്ഡ്യസാമന്തന്മാരെ സംഘടിപ്പിച്ച് മാലിക് കാഫൂറിനെ നേരിട്ടു. കൊള്ളയടിച്ച വമ്പിച്ച ദ്രവ്യവുമായി മാലിക് കാഫൂർ പിൻവാങ്ങി[6]. മാലിക് കാഫൂറിനെതിരെയുള്ള യുദ്ധത്തിൽ വേണാടു സൈന്യം തൃപ്പാപ്പൂർ മൂപ്പനായിരുന്ന ആദിത്യവർമ്മ സർവ്വാംഗനാഥന്റെ നേതൃത്വത്തിൽ പങ്കെടുത്തു എന്ന് *ഉണ്ണുനീലിസന്ദേശം* സൂചിപ്പിക്കുന്നു. സന്ദേശഹരനായ ആദിത്യവർമ്മ സർവ്വാംഗനാഥൻ വെള്ളക്കുതിരമേൽ കയറി യുദ്ധക്കളത്തിലെത്തുമ്പോൾ പ്രാണാപായം സംഭവിച്ച തുലുക്കൻ പടയാളികളുടെ എണ്ണം ദേവന്മാർക്കുമാത്രമേ അറിയൂ എന്നാണ് പറയുന്നത്[7].

ക്രി വ 1311 ലാണ് മാലിക് കാഫൂർ പാണ്ഡ്യരാജ്യം ആക്രമിച്ചതും മടങ്ങിപ്പോയതും. കാഫൂർ മടങ്ങിപ്പോയ ഉടനെ വീരപാണ്ഡ്യൻ മധുരയിൽ ഭരണമേറ്റു. സുന്ദരപാണ്ഡ്യൻ മാറവർമ്മൻ കുലശേഖരന്റെ പട്ടമഹർഷിയിൽ ജനിച്ചയാളാണെങ്കിലും കുലശേഖരൻ പിൻഗാമിയായി നിശ്ചയിച്ചത് വീരപാണ്ഡ്യനെയായിരുന്നു. സുന്ദരപാണ്ഡ്യൻ വീണ്ടും വീരപാണ്ഡ്യന്റെ അധികാരത്തെ ചോദ്യംചെയ്യുകയും പട പുറപ്പെടുകയും ചെയ്തു. സഹോദരന്മാർ തമ്മിലുള്ള പിണക്കം വീണ്ടും മുസ്ലീം ആക്രമണത്തെ വിളിച്ചുവരുത്തുമെന്നുള്ളതിനാലായിരിക്കണം ഇരുവരെയും സ്ഥാനഭ്രഷ്ടരാക്കി പാണ്ഡ്യസാമ്രാജ്യം മുഴുവനും സ്വാധീനമാക്കാൻ രവിവർമ്മ കുലശേഖരൻ തുനിഞ്ഞത്. മാറവർമ്മൻ കുലശേഖരന്റെ ജാമാതാവെന്ന നിലയിൽ ഒരുപക്ഷേ, പാണ്ഡ്യസാമ്രാജ്യത്തിലെ സാമന്തന്മാർ ചക്രവർത്തിയായി രവിവർമ്മയെ സ്വീകരിച്ചിരിക്കാം. അന്ന് കേരളവും ചോളപാണ്ഡ്യരാജ്യങ്ങളും പാണ്ഡ്യസാമ്രാജ്യത്തിന്റെ ഭാഗങ്ങളായിരുന്നു. വീരപാണ്ഡ്യനെ ബഹിഷ്കരിച്ചു എന്നും, അയാൾ കർണ്ണാടകയിലെ (കൊങ്കണം) ഹൊയ്സള ബല്ലാളനെ അഭയം പ്രാപിച്ചുവെന്നും, ചേര, ചോള പാണ്ഡ്യരാജ്യങ്ങൾ കീഴടക്കിയശേഷം തന്റെ 46-ാം വയസ്സിൽ (1312) കാഞ്ചീപുരത്തെ വേഗവതീ തീരത്തുവച്ച് ത്രിഭുവന ചക്രവർത്തിയായി സിംഹാസനാരോഹണം നടത്തിയെന്നും രവിവർമ്മയുടെ ക്ഷേത്രലിഖിതങ്ങൾ പറയുന്നു:[8]. രവിവർമ്മ പാണ്ഡ്യ ചക്രവർത്തിയായത് 1312 ൽ ആണെങ്കിലും വേഗവതീ തീരത്തുവച്ച് കിരീടധാരണം നടത്തിയതും കാഞ്ചീപുരം ശാസനം എഴുതിവച്ചതും അദ്ദേഹത്തിന്റെ നാലാം ഭരണവർഷത്തിലാണെന്നും ആ ലിഖിതത്തിൽ പറയുന്നു. അതിൽനിന്ന് അദ്ദേഹം 1315-16 വരെ വേണാട് രാജാവും പാണ്ഡ്യചക്രവർത്തിയും ആയിരുന്നു എന്നു നിശ്ചയിക്കാം. പാണ്ഡ്യചക്രവർത്തിയായി കഴിഞ്ഞശേഷമാണ് വേഗവതീ തീരത്തുവച്ച് കിരീടധാരണം നടത്തിയത്.

വേണാടും അതിന്റെ തലസ്ഥാനമായ കൊല്ലവും ഏറ്റവും ഉന്നത നിലയിലെത്തിയത് രവിവർമ്മയുടെ കാലത്താണ്. രവിവർമ്മയുടെയും ആദിത്യവർമ്മ സർവ്വാംഗനാഥന്റെയും ശ്രമഫലമായി കൊല്ലം പട്ടണം അമരപുരിക്ക് സമമായി എന്ന് *ഉണ്ണുനീലിസന്ദേശ*ത്തിൽ പറയുന്നു. (പൂർവ്വസന്ദേശം, ശ്ലോകം 69). വലിയശാലയിലെ ഒരു അപൂർണ്ണശിലാ

ലിഖിതത്തിൽ അദ്ദേഹത്തിന്റെ ബിരുദങ്ങൾ കൊത്തിവച്ചിരിക്കുന്നു. കാഞ്ചീപുരത്തെ കിരീടധാരണത്തിന്റെ സ്മാരകമായും, ശ്രീപത്മനാഭ സ്വാമി ക്ഷേത്രദർശനത്തിനെത്തുന്ന അതിവിശിഷ്ടാതിഥികളുടെ താമസത്തിനായും അദ്ദേഹം സ്ഥാപിച്ച 'കാഞ്ചീപുരം തിരുമഠ'ത്തിന്റെ അവശിഷ്ടമായിരിക്കാം ഈ ശിലാലിഖിതം. അദ്ദേഹത്തിന്റെ ബിരുദങ്ങൾ രവിവർമ്മയുടെ വ്യക്തിത്വത്തെപ്പറ്റി ധാരണ നല്കുന്നതാണ്.

> 'ചന്ദ്രകുലമംഗലപ്രദീപ, യാദവനാരായണ, കേരളദേശ പുണ്യ പരിണാമ, മാനാന്തരകർണ, കൂപക സാർവഭൌമ, കുലശിഖരിപ്രതിഷ്ഠാപിത ഗരുഡധ്വജ, കോളംബ പുരവരാധീശ ശ്രീപത്മനാഭപദകമലപരമാരധക, പ്രണതരാജപ്രതിഷ്ഠാചാര്യ, വിമതരാജബന്ദീകാര, ധർമതരുമൂലകന്ദ, സദ്ഗുണാലങ്കാര, ചതുഷ്ടികലാവല്ലഭ, ദക്ഷിണഭോജരാജ, സംഗ്രാമധീര, മഹാരാജാധിരാജപരമേശ്വര, ജയസിംഹ ദേവനന്ദന, ശ്രീമദ്ധർമ്മ മഹാരാജകോമാറവർമ്മരാന ത്രിഭുവന ചക്രവർത്തികൾ, ശ്രീകുലശേഖരദേവർ,'[9]

നല്ലൊരു പണ്ഡിത-കവിസദസ്സ് അദ്ദേഹത്തിനുണ്ടായിരുന്നതുകൊണ്ട് ദക്ഷിണഭോജരാജൻ എന്ന ബിരുദം അന്വർത്ഥമാണ്. അദ്ദേഹത്തിന്റെ നിർദ്ദേശപ്രകാരമാണ് *അലങ്കാരസർവ്വസ്വവ്യാഖ്യാ* എന്ന കൃതി സാധാരണക്കാർക്ക് മനസ്സിലാകുംവിധം വിശദമായ ടിപ്പണിയോടുകൂടി സമുദ്രബന്ധനെക്കൊണ്ട് തയ്യാറാക്കിച്ചത്. നല്ലൊരു കവിയായിരുന്ന രവിവർമ്മ തിരുവനന്തപുരത്തെ ശ്രീപത്മനാഭക്ഷേത്രത്തിലെ ആറാട്ടുദിവസം അവതരിപ്പിക്കാൻ എഴുതിയതാണ് *പ്രദ്യുമ്നാഭ്യുദയം* എന്ന നാടകം. ഒട്ടേറെ ബിരുദങ്ങളുണ്ടെങ്കിലും 'സംഗ്രാമധീരൻ' എന്ന ബിരുദമാണ് അദ്ദേഹത്തിന്റെ സദസ്യരായ കവികൾ കൂടുതലായി ഉപയോഗിച്ചിരുന്നത്. അതുകൊണ്ട് രവിവർമ്മ കുലശേഖരൻ എന്നതിനേക്കാൾ രവിവർമ്മ സംഗ്രാമധീരൻ എന്ന പേരിലാണ് അദ്ദേഹം കൂടുതലും അറിയപ്പെട്ടത്.

സംഗ്രാമധീരന്റെ പിൻഗാമികൾ

ക്രി വ 1316 ലെ വേണാട്ടു രാജാവായ ഉദയമാർത്താണ്ഡവർമ്മയുടെ *കേരളപുരം ശാസനം* അതിന് മുമ്പ് സംഗ്രാമധീരൻ നിര്യാതനായി എന്നു സൂചിപ്പിക്കുന്നു[10]. *കേരളപുരം ശാസനം* ഉദയമാർത്താണ്ഡവർമ്മയുടെ നാലാം ഭരണവർഷത്തിലാണെന്ന് അതിൽ പറയുന്നതുകൊണ്ട് സംഗ്രാമധീരൻ പാണ്ഡ്യചക്രവർത്തിയായ 1312 ൽ തന്നെ ഉദയമാർത്താണ്ഡവർമ്മ യുവരാജാവായി വാഴിക്കപ്പെട്ടു എന്നു സിദ്ധിക്കുന്നു. ശാസനത്തിൽ 'ഉദയമാർത്താണ്ഡവീര പാണ്ഡ്യതേവർ' എന്നു പറയുന്നതുകൊണ്ട് ആ സമയം വീരപാണ്ഡ്യൻ വീണ്ടും പാണ്ഡ്യചക്രവർത്തിയായി എന്നും പാണ്ഡ്യന്റെ മേല്കോയ്മ വേണാട് രാജാവ് അംഗീകരിച്ചു എന്നും കരുതാം. 1315 അവസാനമോ 1316 തുടക്കത്തിലോ സംഗ്രാമധീരൻ അന്തരിച്ചതിനെത്തുടർന്ന് വീരപാണ്ഡ്യൻ ഭരണമേറ്റു എന്നു തീർച്ചയാക്കാം. 1316 ൽ തന്നെ കാഞ്ചീപുരം പാണ്ഡ്യസാമ്രാജ്യത്തിന് നഷ്ടമായി. മുപ്പിടി നായക് എന്ന കാകതീയ സേനാനായകൻ അവിടം കീഴടക്കുകയും മാനവീര എന്ന തെലുങ്കുചോളനെ അവിടെ വാഴിക്കുകയും ചെയ്തു.

പാണ്ഡ്യചക്രവർത്തി പദവി വേണാടിന് നഷ്ടമായെങ്കിലും സഹ്യ പർവ്വതത്തിന് കിഴക്ക് താമ്രപർണ്ണി നദിവരെയുള്ള ഭാഗം ഏറെക്കാലം വേണാടിന്റെ ഭാഗമായി തുടർന്നു. ഈ പ്രദേശത്തെ മുള്ളിനാട് എന്നാണ് പറഞ്ഞിരുന്നത്. മുള്ളിനാടും ഒട്ടേറെ ചിറവാ മൂപ്പന്മാർ ഭരണം നടത്തി യിരുന്നതായി അവിടെയുള്ള ക്ഷേത്രശാസനങ്ങളിൽ കാണാം[12]. അവരെ വേണാട് രാജാക്കന്മാരായി കരുതാൻ പാടില്ല. വേണാട് രാജാക്കന്മാരെ 'വേണാട് വാണരുളുകിന്റ' എന്നു വ്യക്തമായി വിശേഷിപ്പിക്കും. അങ്ങനെ വ്യക്തമായി പേരു പറയുന്ന രണ്ട് വേണാടു രാജാക്കന്മാരെ മാത്രമേ ഉദ യമാർത്താണ്ഡവർമ്മയ്ക്കുശേഷം കാണുന്നുള്ളു. കൊ വ 528 ലെ മതി ലകം ശാഖയിൽ പറയുന്ന ഇരവി ആദിച്ചവർമ്മയാണ് ഒന്നാമൻ[11]. കൊ വ 550 മകരം 15-ാം തീയതിയിലെ (ക്രി വ 1375) മതിലകം രേഖയിൽ കാണുന്ന 'വേണാടു വാണരുളുന്ന കീഴ്പേരൂർ ശ്രീവീരഇരവിവർമ്മ' യാണ് രണ്ടാമൻ[13]. കൊ വ 548 ലെ തിരുവിടയ്ക്കോട്ട് ക്ഷേത്രശാസന ത്തിൽ അദ്ദേഹത്തെ 'വേണാട് വാഴ്ന്തരുളുകിന്റ കീഴ്പേരൂർ ഇരവി ഇര വിവർമ്മൻ തിരുവടി എന്നുപറയുന്നു[14]. കൊ വ 528 ലെ മതിലകം രേഖ യിൽ ആദിച്ചവർമ്മയുടെ ഇളംകൂറായി ഇരവിവർമ്മയെ കാണുന്നു.

കീഴ്പേരൂരിന് രണ്ട് താവഴികൾ

ക്രി വ 1375 ൽ വേണാട് രാജാവായിരുന്ന ഇരവി ഇരവിവർമ്മയ്ക്ക് ശേഷം ആരുംതന്നെ വേണാട് രാജാവെന്ന പേരിൽ അറിയപ്പെട്ടില്ല. കീഴ്പേരൂർ രാജകുടുംബം രണ്ടു താവഴികളായി പിരിഞ്ഞതാണ് അതിനു കാരണം. ആറ്റിങ്ങൽ ആസ്ഥാനമായും, തിരുവിതാംകോട് (കേരളപുരം) ഭരണതലസ്ഥാനമായും ഉണ്ടായിരുന്ന തൃപ്പാപ്പൂർ താവഴിയെപ്പറ്റി കഴിഞ്ഞ അദ്ധ്യായത്തിൽ പറഞ്ഞിരുന്നല്ലോ. കൊല്ലം കീഴ്പേരൂരിന്റെ മറ്റൊരു താവ ഴിയുടെ ആസ്ഥാനമായി മാറി. ജയസിംഗനാട് താവഴിയെന്നും, ചേതുങ്ക നാട് താവഴിയെന്നും ദേശിംഗനാട് താവഴിയെന്നും കൊല്ലം താവഴിക്ക് പേരുകളുണ്ടായി. രവിവർമ്മ സംഗ്രാമധീരനു പാണ്ഡ്യരാജകുമാരിയിൽ ജനിച്ച പുത്രപൗത്രന്മാർ ജയസിംഹന്മാർ എന്നാണറിയപ്പെട്ടത്. അവർ മുള്ളിനാട് ഭരണാധികാരികളായിരുന്നു. മുള്ളിനാട് രവിവർമ്മയ്ക്ക് പാണ്ഡ്യ രാജാവിൽ നിന്നു സ്ത്രീധനമായി ലഭിച്ചതാവാമെന്നു തോന്നുന്നു. മുള്ളി നാടിന് ജയസിംഹനാട് അഥവാ ചേതുങ്കനാട് എന്നു പേരുണ്ടായി. നെടും ചടയപാണ്ഡ്യൻ എട്ടാം നൂറ്റാണ്ടിൽ സ്ഥാപിച്ച കളക്കാടായിരുന്നു ജയ സിംഹനാടിന്റെ തലസ്ഥാനം. ജയസിംഹന്മാർ കീഴ്പേരൂരിന്റെ കൊല്ലം താവഴിയിൽ നിന്നു വിവാഹം കഴിക്കുക പതിവായിരുന്നതിനാൽ ആണ് കൊല്ലം താവഴിക്ക് ചേതുങ്കനാട് താവഴിയെന്ന് പേരായത്. കളക്കാടു തലസ്ഥാനമായി ഒരു ചിറവാസ്വരൂപം രൂപപ്പെട്ടതു മുതൽ നാഞ്ചിനാടും ആ സ്വരൂപത്തിന്റെ കീഴിലായി.

ജയസിംഹനാട് താവഴിയുടെ മുഖ്യതലസ്ഥാനം കൊല്ലവും ഉപതല സ്ഥാനം കളക്കാടും ആയിരുന്നു. മധുരയിൽ മാറിമാറിവരുന്ന സർക്കാ രുകൾ എന്നും നാഞ്ചിനാടിന് ഭീഷണിയായിരുന്നതാണ് കളക്കാട് ഉപ തലസ്ഥാനമായി ഉയരാൻ കാരണമായത്. ക്രി വ 1323 വരെ മധുരയിലെ

പാണ്ഡ്യന്മാരും വേണാടും തമ്മിൽ നല്ല ബന്ധത്തിലായിരുന്നു. ആ വർഷം ദില്ലി സുൽത്താനത്ത് ഉലൂഖ് ഖാന്റെ നേതൃത്വത്തിൽ ഒരു സൈന്യത്തെ അയച്ച് പാണ്ഡ്യനെ മധുരയിൽ നിന്ന് ബഹിഷ്കരിച്ചു. ദില്ലി സുൽത്താനത്തിന്റെ കീഴിൽ മധുര തലസ്ഥാനമായ മാബർ ഒരു പ്രവിശ്യയായി. പ്രവിശ്യാധിപനെ നയിബ് എന്നാണു പറയുന്നത്. 1334-35 ൽ മധുരയിലെ നയിബ് ആയിരുന്ന ജലാലുദ്ദീൻ സ്വാതന്ത്ര്യം പ്രഖ്യാപിച്ച് മധുര സുൽത്താനായി. നാഞ്ചിനാടിനുവേണ്ടി പാണ്ഡ്യന്മാർക്കു നല്കിക്കൊണ്ടിരുന്ന കപ്പം ഈടാക്കാൻ മധുരയിലെ മുസ്ലിം ഭരണാധികാരികൾ ശ്രമിച്ചുകൊണ്ടിരുന്നതിനെ ചെറുക്കാൻ വേണാടിന്റെ ഒരു സ്ഥിരം സൈന്യം കളക്കാട് കോട്ടയിൽ നിലയുറപ്പിക്കേണ്ടി വന്നു. ക്രി വ 1340 ൽ ജലാലുദ്ദീൻ ഗസ്സൻഷാ വധിക്കപ്പെടുകയും അമീറുകളിലൊരാളായ ഉദൌജി മധുര സുൽത്താനാവുകയും ചെയ്തു. ഹൊയ്സള ബല്ലാളനുമായുള്ള യുദ്ധത്തിൽ ഉദൌജി വധിക്കപ്പെടുകയും അയാളുടെ ജാമാതാവ് സുൽത്താനാവുകയും ചെയ്തു. അടുത്തവർഷം അയാളും വധിക്കപ്പെടുകയും രക്തദാഹിയായ ഗിയാസുദീൻ ദംഘനി സുൽത്താനാവുകയും ചെയ്തു. ബല്ലാളന്റെ സമ്പത്തുമുഴുവൻ കൈക്കലാക്കിയശേഷം അയാളുടെ തൊലിയുരിച്ച് അതിൽ വയ്ക്കോൽ നിറച്ച് അത് കോട്ടവാതിലിൽ പ്രദർശിപ്പിച്ചു. ഗിയാസുദീന്റെ ഭാര്യാസഹോദരീ ഭർത്താവായ ഇബ്ൻബതുത്ത 1344 ൽ ഈ വസ്തുത നേരിൽ കാണുകയുണ്ടായി. ക്രി വ 1365-70 കാലത്ത് വിജയനഗരത്തിലെ കമ്പനരാജകുമാരൻ മധുരയിൽ നിന്ന് മുസ്ലിം ഭരണം ബഹിഷ്കരിച്ച് പാണ്ഡ്യന്മാരെ പുനഃസ്ഥാപിച്ചു. എങ്കിലും മധുരയിൽ നിന്ന് വേണാടിനുമേൽ സമ്മർദ്ദം തുടർന്നുകൊണ്ടേയിരുന്നു. അതുകാരണം, കൊല്ലം രാജാക്കന്മാർ അവരുടെ ശ്രദ്ധ കൂടുതലും കളക്കാട്ട് കേന്ദ്രീകരിച്ചു. വടക്കൻ വേണാട്ടിലെ ചിറവാസ്വരൂപങ്ങൾക്കുമേൽ കൊല്ലത്തിനുള്ള സ്വാധീനം കുറയാൻ അത് കാരണമായി.

ക്രി വ 1372-75 കാലത്ത് വേണാട് രാജാവായിരുന്ന ഇരവിവർമ്മയുടെ ഇളംകൂറായി മറ്റൊരു ആദിത്യവർമ്മ സർവ്വാംഗനാഥനെ കാണുന്നു. തൃപ്പാപ്പൂർ മൂത്തവരായിരുന്ന അദ്ദേഹത്തിന്റെ രണ്ട് ശാസനങ്ങൾ ശ്രീപത്മനാഭസ്വാമി ക്ഷേത്രത്തിലും ഒരെണ്ണം വടശ്ശേരി കൃഷ്ണസ്വാമി ക്ഷേത്രത്തിലും ഉണ്ട്[15]. ശ്രീപത്മനാഭസ്വാമി ക്ഷേത്രസമുച്ചയത്തിലെ തിരുവമ്പാടിക്ഷേത്രം നവീകരിച്ചതിനെപ്പറ്റിയുള്ളതാണ് അവിടെയുള്ള ശാസനങ്ങൾ. അതിലൊന്നിൽ ശാസനകാലം ക്രി വ 1375 ന് തുല്യമായ ശകവർഷത്തിലാണെന്നു പറയുന്നു. അദ്ദേഹം ആയുധവിദ്യകളിലും വേദശാസ്ത്രങ്ങളിലും നിപുണനാണെന്നും അതുകൊണ്ടാണ് സർവ്വാംഗനാഥൻ എന്ന ബിരുദം ലഭിച്ചതെന്നും സൂചിപ്പിക്കുന്നു. ഈ സർവ്വാംഗനാഥനാണ് *ഉണ്ണുനീലി സന്ദേശ*ത്തിലെ സന്ദേശഹരനെന്ന് ഉള്ളൂർ എസ് പരമേശ്വരയ്യരും പ്രൊഫ. ഇളംകുളം കുഞ്ഞൻപിള്ളയും കരുതുന്നു. അതുശരിയല്ല[16].

ക്രി വ 1375 നു ശേഷം വേണാട് എന്ന പ്രബല സംസ്ഥാനം തുല്യപദവിയുള്ള രണ്ടു താവഴികളുടെ കീഴിൽ ഒരു കൂട്ടായ്മയായി തീരുകയായിരുന്നു. കൂട്ടായ്മയുടെ തലവൻ ശ്രീപത്മനാഭസ്വാമി ക്ഷേത്രത്തിന്റെ രക്ഷാപുരുഷൻ ആയ തൃപ്പാപ്പൂർ മൂത്തതിരുവടി (തൃ.മു.തി.) യായിരുന്നു.

രണ്ടു താവഴികളിലും വച്ച് ഏറ്റവും പ്രായം കൂടിയ ആൾക്ക് ആ പദവി ലഭിച്ചു. തൃപ്പാപ്പൂർ താവഴിയിലെ മുഖ്യൻ തൃ.മു.തി. ആകുമ്പോൾ ദേശിംഗനാട് താവഴിയിലെ മുഖ്യനെ ദേശിംഗനാട് മൂത്തതിരുവടി എന്നാണ് പറയുക. ദേശിംഗനാട് താവഴിക്കാരനാണ് തൃ.മു.തി. യാവുന്നതെങ്കിൽ തൃപ്പാപ്പൂർ താവഴിയിലെ മുഖ്യനെ ഇളയതൃപ്പാപ്പൂർ മൂത്തതിരുവടി എന്നു പറയും. രണ്ടു താവഴികളിലെയും ഇളംകൂറുകളെ ചിറവാ മൂത്തതിരുവടിമാർ എന്നാണ് പറയുക. തൃപ്പാപ്പൂർ മൂത്തതിരുവടിയും, ദേശിംഗനാട് മൂത്തതിരുവടിയും, ഇളയ തൃപ്പാപ്പൂർ മൂത്തതിരുവടിയും, ചിറവാ മൂത്ത

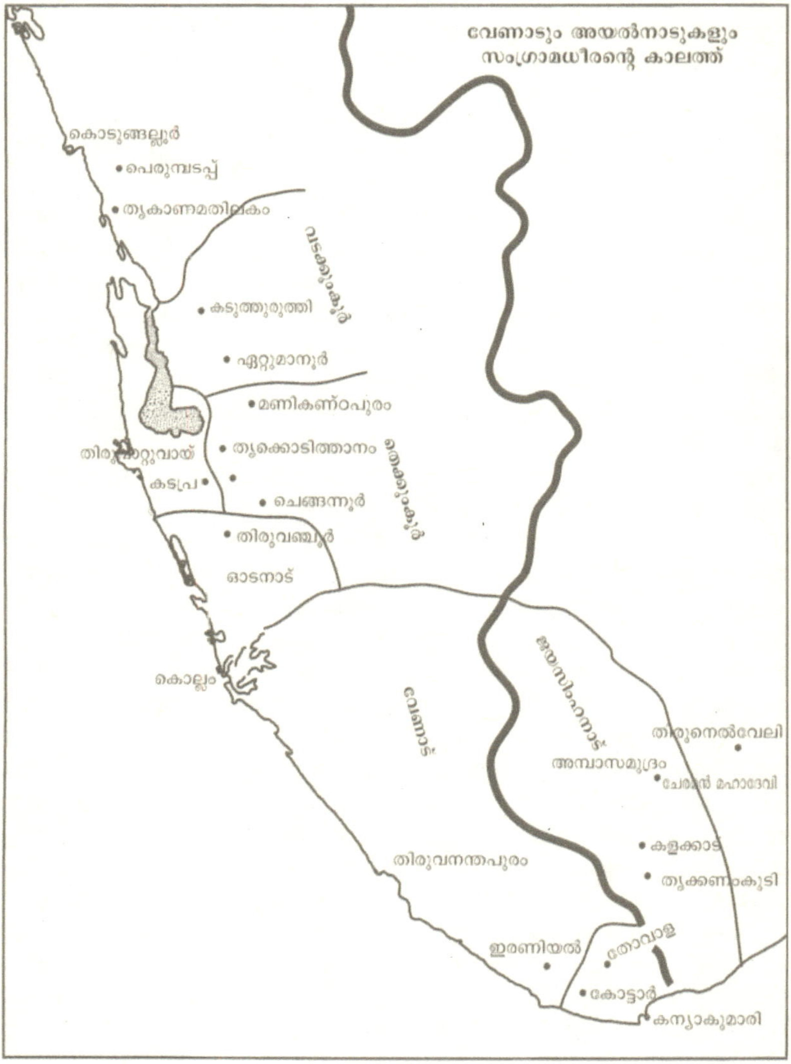

തിരുവടിയും ഉൾപ്പെട്ട പഴയവേണാടിനെ 'തിരുവടിരാജ്യം' എന്നാണ് അയൽരാജ്യക്കാർ പറഞ്ഞത്.

അറിയപ്പെടുന്ന വേണാട് രാജാക്കന്മാരുടെ പട്ടിക താഴെകൊടുക്കുന്നു.

1.	അയ്യനടികൾ തിരുവടികൾ	സുമാർ	892
2.	ശ്രീവല്ലഭൻ കോത	സുമാർ	973
3.	ഗോവർദ്ധനമാർത്താണ്ഡൻ	സുമാർ	1016
4.	രാമർ തിരുവടി കുലശേഖരൻ	1090-1110	
5.	കോതവർമ്മ		1110-1125
6.	കോതകേരളവർമ്മ		1125-1150
7.	കോതരവിവർമ്മ		1150-1165
8.	കോത ആതിച്ചവർമ്മ		1165-1172
9.	ഉദയ മാർത്താണ്ഡവർമ്മ		1172-1185
10.	മണികണ്ഠരാമവർമ്മ		1185-1205
11.	രാമൻ കേരളവർമ്മ		1205-1225
12.	രവികേരളവർമ്മ		1225-1251
13.	രവി ഉദയമാർത്താണ്ഡവർമ്മ		1251-1280
14.	രവിവർമ്മ കുലശേഖരൻ		1280-1315
15.	ഉദയമാർത്താണ്ഡവർമ്മ		1315-1350
16.	ഇരവി ആതിച്ചവർമ്മ		1350-1365
17.	ഇരവി ഇരവിവർമ്മ		1365-1375

കുറിപ്പുകൾ

1. K A Nilakanta Sastri. *A History of South India*, p. 207
2. എണ്ണിക്കൊൾവാനരിയ ഗുണവാ, നെൺമർ ചാമന്തരെന്നും
താരാശ്രേണീനടുവിൽ മറുവില്ലാതെ താരമാണളഃ
മാറ്റാരെന്നും കുഴുമിയ പതംഗാനലോഭൂൽ പുരേസ്മിൻ
കോളംബാം ഭോരുഹദിനമണിഃ കോതമാർത്താണ്ഡപണ്ടു"
(ശ്ലോകം 64)
3. 'തസ്മിൻ കാലേഭുവിയദുശിശോർജന്മമാകിന്റ മാധ്വീം
പീത്വാംത്തോദ്വിജപരിഷദാമർത്ഥിനാം ചേതരോഷം
കൈനോവോളം കഥമപിധനംകൊണ്ടുതർപ്പിച്ചു കാമം
കോരിക്കൊൾകെന്റുടനരുളിനാൻ കോതമാർത്താണ്ഡവീരഃ'
(ലീലാതിലകം ശ്ലോകം 190)
4. 'സ്വസ്തിശ്രീ ജയസിംഹ ഇത്യഭിഹിതഃ സോമാന്വയോത്തം
സകോ
രാജഭൂദിഹ കേരളേഷുവിഷയേനാഥോയദുഷ്മാഭൃതാം
ജാതോ സ്മദ്രവിവർമഭൂപതിരുമാ ദേവ്യാഃ കുമാരശ്ശിവാ-
ദ്ദേഹവ്യാപ്യശകാബ്ദഭാജി സമയയേദേഹീവ വീരോരസഃ
(*ശ്രീരംഗം ലിഖിതം*)

5. 'ദ്രോണായുദ്രുപദം ധനഞ്ജയം ഇവ ക്ഷമാപാലബാലോ ബലീ
വേണാട്ടിന്നുടയോരുവീരരവിവർമ്മാഖ്യോയദുക്ഷ്മാപതിഃ
പാണ്ഡ്യം പിക്രമപൂർവ്വകം പടയിൽവച്ചാട്ടിപ്പിടിച്ചങ്ങനേ
പാണ്ഡ്യേശായ കൊടുത്തുതസ്യതനയാം പത്മനനാം അഗ്രഹീർ'
(*ലീലാതിലകം* ശ്ലോകം 203)
'ക്ഷയം നീത്വാസോയം കലിബലമിവാരാതിനിവഹാൻ
ജയശ്രീവൽകൃത്വാ നിജസഹചരീം പാണ്ഡിതനയാം
ത്രയത്രിം ശദ്വർഷേ യശഇവ യയൌകേരളപദം
രരക്ഷസ്യം രാഷ്ട്രംനഗരമിവ കോളംബമധിപ'
(വീരസ്ഥാനേശ്വരം, ശ്രീരംഗംലിഖിങ്ങൾ)

6. (*ലീലാതിലകം* ശ്ലോകങ്ങൾ 206, 205 കാണുക)
ഏറ്റം തിമിർത്തു തിറമുറ്റണയും നൃപാൻ താൻ
കാറ്റത്തു സംവലിതതുലസമാൻവിതേനേ
ചീറ്റത്തിനാൽ മതിമറന്ന മഹാനുഭാവാൽ
കുറ്റത്തിലും കൊടിയ വിക്രമപാണ്ഡ്യസിംഹഃ-206
'പരമുടനേ പരപൃതനാം
പാണ്ഡ്യനൃപഖണ്ഡയാം ചകാരഗളേ
തുരഗാരൂഢാസ്ത്വരയാ
തുരുതുരെ മണ്ടീതുരുക്കല്ലൊരും' 205.

7. വ്യായാമം കൊണ്ടഴകിലുദിതാമോദമുച്ചൈശ്രവാവി-
ന്നായാസം ചെയ്തമലതുരഗം നീകരേമും ദശായാം,
പ്രാണാപായം കരുതിനതുലിക്കൻ പടക്കോപ്പിനെണ്ണം
ചൊൽവുണ്ടല്ലോ സുരപരിഷദാമപ്പൊടിച്ചാർത്തുയന്റ്" (ഉണ്ണുനീലി സന്ദേശം 1-21)

8. "ജിത്വാംസംഗ്രാമധീരോനൃപതിരധിരണം വിദ്വിഷം വീരപാണ്ഡ്യം
കൃത്വാസൌപാണ്ഡ്യചോളാൻനയഇവ തനുമാൻ കേരലേഭ്യോ ഷ്യധീനാൻ
ഷ്ടചത്വാരിംശബ്ദസ്തടഭുവി മകുടംധാരയൻ വേഗവത്യാഃ
ക്രീഡാം സിംബസനസ്ഥശ്ചിരമകൃതമഹീകീർത്തി പാണീര മാഭീഃ"
"കൃത്വാകേരളപാണ്ഡ്യചോള വിജയംക്ലിപ്താഭിഷേകോത്സവഃ
സംഗ്രാമപജയേനകൊങ്കണഗതം തംവീരപാണ്ഡ്യം രിപും
നീത്വാസ്ഫീത ബലം നതോപി വിപിനം ജിത്വാദിശാമുത്തരാം
കാഞ്ച്യാമത്ര ചതുർത്ഥമബ്ദമലിഖൽ സംഗ്രാമധീരോനൃപഃ"
(കാഞ്ചീപുരം ശാസനം)

9. TAS Vol II pp. 56-57

10. കേരളപുരം ശാസനം, TAS Vol II p. 91

11. ഉള്ളൂർ എസ്. പരമേശ്വരയ്യർ (എഡിറ്റർ). Important Matilakom records, Document No. 24 'വേണാട് വാഴ്ന്നരുളുകിന്റ കീഴ്പേരൂർ ഇരവി ആദിച്ച അടികൾ'

12. നാഞ്ചിനാട്ടെ തേരൂർ എന്ന സ്ഥലത്ത് നിന്നുകിട്ടിയ ഒരു ശിലാസാസനത്തിൽ (1343) ഊരിന് ഉദയമാർത്താണ്ഡനല്ലൂരെന്നും കിണറിന് ഉദയമാർത്താണ്ഡൻ കിണറെന്നും പേർ നല്കിയതായി പറയുന്നു. കേരളപുരം ശാസനത്തിലെ ഉദയമാർത്താണ്ഡവർമ്മയുടെ പേരിലായിരിക്കാം ഇവ സ്ഥാപിക്കപ്പെട്ടത്.
13. T. K. Velu Pillai. 'Travancore State of Manual', Vol II Appendix p. 285, item 4
14. TAS Vol V pp. 142-143
15. TAS Vol I pp. 251-252
16. അദ്ധ്യായാവസാനത്തെ അനുബന്ധം കാണുക.

അനുബന്ധം
സംഗ്രാമധീരനും സർവ്വാംഗനാഥനും

*ഉണ്ണുനീലി സന്ദേശ*ത്തിലെ സന്ദേശഹരനായ ഒരു ആദിത്യവർമ്മ തൃപ്പാപ്പൂർ മൂപ്പനെ സർവ്വാംഗനാഥൻ എന്നു കവി സംബോധന ചെയ്യുന്നുണ്ട്. വടശ്ശേരി ശ്രീകൃഷ്ണസ്വാമി ക്ഷേത്രത്തിലും തിരുവനന്തപുരത്തെ തിരുവമ്പാടി ക്ഷേത്രത്തിലും ശാസനങ്ങളുള്ള ഒരു ആദിത്യവർമ്മ സർവ്വാംഗനാഥനും വേണാട് ചരിത്രത്തിലുണ്ട്. ഈ രണ്ട് കഥാപാത്രങ്ങളും ഒന്നാണോ എന്നതിനെച്ചൊല്ലി വിവാദമുണ്ട്. അതിന് കാരണം *ഉണ്ണുനീലി സന്ദേശ*കാലത്ത് വേണാട് രാജാവായ ഒരു രവിവർമ്മ ഉണ്ടായിരുന്നതുപോലെ തിരുവമ്പാടി ശാസനദാതാവായ ആദിത്യവർമ്മ സംഗ്രാധീരന്റെ കാലത്തും വേണാട് രാജാവായിരുന്നത് ഒരു രവിവർമ്മയാണ്. *ഉണ്ണുനീലിസന്ദേശ*ത്തിലെ രവിവർമ്മ സംഗ്രാമധീരനാണെങ്കിൽ സന്ദേശകാലം 1312 നും 1316 നും ഇടയ്ക്കായിരിക്കണം. രണ്ടാമത്തെ രവിവർമ്മയാണ് *ഉണ്ണുനീലിസന്ദേശ*ത്തിൽ പരാമർശിക്കപ്പെടുന്നതെങ്കിൽ സന്ദേശകാലം 1375 നടുപ്പിച്ചായിരിക്കണം; എന്തെന്നാൽ രണ്ടാം രവിവർമ്മയുടെ പേര് 1375 ലെ തിരുവിടയ്ക്കോട് ശാസനത്തിലും അദ്ദേഹത്തിന്റെ സമകാലികനായ ആദിത്യവർമ്മയുടെ പേർ 1375 ലെ തിരുവമ്പാടി ശാസനത്തിലുമാണ് കാണുന്നത്. പല പണ്ഡിതന്മാരും വ്യത്യസ്ത അഭിപ്രായക്കാരായിരുന്നുവെങ്കിലും പ്രൊഫ. ഇളംകുളം കുഞ്ഞൻപിള്ളയാണ് ഇക്കാര്യത്തിൽ വാശിയോടെ നിലപാടെടുത്തിട്ടുള്ളത്. *ഉണ്ണുനീലിസന്ദേശം* രചിച്ചത് 1362 (കൊ വ 537) മേടം 6-ാം തീയതിയാണെന്നും രണ്ടാം രവിവർമ്മയാണ് അതിൽ പരാമർശിക്കപ്പെടുന്നത് എന്നുമാണ് അദ്ദേഹം സ്ഥാപിച്ചിരിക്കുന്നത്. *ഉണ്ണുനീലിസന്ദേശ*വ്യാഖ്യാനത്തിന്റെ അവതാരികയിൽ ഈ വിഷയം അദ്ദേഹം വിശദമായി ചർച്ച ചെയ്തിട്ടുണ്ട്. അതുകൊണ്ട് തൃപ്തനാകാത്തതുകൊണ്ടെന്നവണ്ണം *ഉണ്ണുനീലിസന്ദേശം ചരിത്രദൃഷ്ടിയിലൂടെ* എന്നൊരു പുസ്തകവും സ്വാഭിപ്രായം സ്ഥാപിക്കാൻ വേണ്ടി പ്രസിദ്ധീകരിച്ചിട്ടുണ്ട്. വിഷയം അപ്രധാനമാണെങ്കിൽ പോലും അദ്ദേഹം ഉന്നയിക്കുന്ന ഒട്ടേറെ വസ്തുതകൾ ചോദ്യം ചെയ്യപ്പെടാവുന്നതായതുകൊണ്ട് ഈ വിഷയം ഈ ഗ്രന്ഥത്തിൽ ചർച്ചചെയ്യപ്പെടേണ്ടതാണെന്നു തോന്നുന്നു.

1. *ഉണ്ണുനീലിസന്ദേശ*ത്തിൽ രവിവർമ്മയെപ്പറ്റിയുള്ള പരാമർശങ്ങൾ സംഗ്രാമധീരനു മാത്രമേ യോജിക്കുകയുള്ളൂ. പാരേറീടും പുകൾ ഇരവിവർമ്മനു രണ്ടാമവൻ ഞാൻ എന്ന് ആദിത്യവർമ്മ സ്വയം ഉണ്ണുനീലിയെ പരിചയപ്പെടുത്തുന്നത് നോക്കുക. (ഉത്തരസന്ദേശം ശ്ലോകം 77). രവിവർമ്മയുടെ ഈ വിശേഷണം രവിവർമ്മ സംഗ്രാമധീരനല്ലാതെ മറ്റാർക്കും യോജിക്കുകയില്ല. രണ്ടാം രവിവർമ്മയാകട്ടെ വേണാട് സംസ്ഥാനത്തിലെ അവസാനത്തെ രാജാവാണ്. അദ്ദേഹത്തിനുശേഷം വേണാട് രണ്ടായി പിരിയുന്നതിൽ നിന്ന് അദ്ദേഹം വേണാടിലെ ഏറ്റവും ദുർബ്ബലനായ രാജാവായിരുന്നു എന്നുവേണം കരുതേണ്ടത്.
2. കൊല്ലംപട്ടണം ഏറ്റവും ഉന്നതിയെ പ്രാപിച്ചത് സംഗ്രാമധീരന്റെ കാലത്താണ്. 'കോലംബപുര പരിഷ്കാരൻ' എന്ന ബിരുദം സംഗ്രാമധീരൻ സ്വീകരിച്ചത് പട്ടണത്തിന്റെ ഉയർച്ചയ്ക്കുവേണ്ടി അദ്ദേഹം ചെയ്ത ശ്രമങ്ങളെ ആസ്പദമാക്കിയാണ്. ഇക്കാര്യം *ഉണ്ണുനീലിസന്ദേശ*ത്തിലും എടുത്തുപറയുന്നുണ്ട്.
"ഏഷാഭൂഷാമണിരിവഭൂവോഹന്ത! വേണാടർകോനും
നീയും പാലിച്ചപഗതഭയം വർദ്ധിതാനാളിൽനാളിൽ
ഇന്ദ്രോപേന്ദ്രക്ഷപിതമിതിജോപദ്രവാമദ്യമന്യേ
നാണിക്കിന്റോളമര നഗരീം നാമമാത്രാവശേഷാം" (പൂർവ്വസന്ദേശം ശ്ലോകം 69)
കനകരത്നങ്ങൾ കാഴ്ചവച്ച് രവിവർമ്മയെ കാണാൻ തിങ്ങിക്കൂടുന്ന നാവികന്മാരുടെ കൂട്ടത്തെപ്പറ്റിയും (ശ്ലോകം 79) കാവ്യത്തിൽ വർണ്ണിക്കുന്നുണ്ട്. ഇത് 'ത്രിഭുവനചക്രവർത്തി'യായ സംഗ്രാമധീര രവിവർമ്മയല്ലാതെ, ചോളപാണ്ട്യദേശങ്ങൾ നഷ്ടപ്പെട്ടു മധുര സുൽത്താന്മാരുടെ സമ്മർദ്ദത്തെ നേരിട്ടുകൊണ്ടിരുന്ന 1375 ലെ രവിവർമ്മയല്ലെന്നു സ്പഷ്ടം.
3. പാണ്ട്യചോള ദേശങ്ങൾ ആക്രമിച്ചു കീഴടക്കിയ 1312 ൽ തന്നെ സംഗ്രാമധീരൻ മരണപ്പെട്ടതുകൊണ്ട് ദിഗ്വിജയത്തിന് ശേഷം അദ്ദേഹം കൊല്ലത്ത് മടങ്ങിയെത്തിയിരിക്കാൻ ഇടയില്ലെന്നും ഇളംകുളം പറയുന്നു. അതു ശരിയല്ല; 1312 ൽ വീരപാണ്ട്യനെ ബഹിഷ്കരിച്ചു പാണ്ട്യചക്രവർത്തിയാവുക മാത്രമാണ് സംഗ്രാമധീരൻ ചെയ്തത്. അതിനുശേഷം നാലാംവർഷത്തിലാണ് സുന്ദരപാണ്ട്യനെ തോല്പിച്ച് ചോളമണ്ഡലം കൈവശപ്പെടുത്തി കാഞ്ചീപുരത്തുവച്ച് ത്രിഭുവനചക്രവർത്തിയായി കിരീടധാരണം നടത്തിയത്. അത് 1315-16 ലാണ്. ഇക്കാര്യം പൂനമല്ലി, കാഞ്ചീപുരം ശാസനങ്ങളിൽ പറയുന്നുണ്ട്. കാഞ്ചീപുരം തിരുമഠം അദ്ദേഹം തിരുവനന്തപുരത്ത് സ്ഥാപിച്ചത് കാഞ്ചീപുരത്തെ കിരീടധാരണത്തിന്റെ സ്മരണയ്ക്കാണ്. അദ്ദേഹത്തിന്റെ വലിയശാല ശാസനത്തിൽ ത്രിഭുവനചക്രവർത്തിയെന്ന ബിരുദം കാണുന്നുമുണ്ട്. 1315-16 കാലത്ത് അദ്ദേഹം തിരുവനന്തപുരത്തുണ്ടായിരുന്നു എന്ന് ഇക്കാര്യം വ്യക്തമാക്കുന്നു. സംഗ്രാമധീരൻ എന്ന ബിരുദം അദ്ദേഹം സ്വീകരിച്ചത് 1312 ൽ പാണ്ട്യചക്രവർത്തിയായതിനു ശേഷമാണ്. ശ്രീപത്മനാഭ

സ്വാമി ക്ഷേത്രത്തിലെ ഉത്സവത്തിന് അവതരിപ്പിക്കാൻ വേണ്ടി അദ്ദേഹം രചിച്ച *പ്രദ്യുമ്നാഭ്യുദയ*ത്തിൽ 'മഹാരാജാധിരാജപരമേശ്വരൻ' എന്നും 'സംഗ്രാമധീരൻ' എന്നും മറ്റും സ്വയം വിശേഷിപ്പിക്കുന്നു. അതിനർത്ഥം 1312-15 കാലത്ത് രവിവർമ്മ സംഗ്രാമധീരൻ വേണാട്ടിലുണ്ടായിരുന്നു എന്നാണ്. ഇക്കാലത്താണ് *ഉണ്ണുനീലിസന്ദേശം* രചിക്കപ്പെട്ടതെന്ന് കരുതാം.

4. ഉണ്ണുനീലിസന്ദേശത്തിലെ ആദിത്യവർമ്മ വെള്ളക്കുതിരയിൽ കയറി രണാങ്കണത്തിലെത്തുമ്പോൾ മുസ്ലീം ഭടന്മാർ കണക്കില്ലാതെ ചത്തുവീഴും എന്ന പ്രസ്താവനയുണ്ട്. 1312 ന് മുമ്പ് വേണാടിന് മുസ്ലീം സേനയുമായി പോരാടാൻ യാതൊരു സാഹചര്യവുമില്ലെന്നും 1365 ൽ സർവ്വാംഗനാഥനും വിക്രമപാണ്ട്യനും ചേർന്ന് മധുരസുൽത്താനെ ആക്രമിച്ച കാര്യമായിരിക്കാം പരാമർശിക്കപ്പെടുന്നത് എന്നുമാണ് ഇളംകുളം പറയുന്നത്. ആശ്ചര്യകരമായ പ്രസ്താവനയാണിത്. ക്രി വ 1311 ൽ മാലിക് കാഫൂർ പാണ്ട്യരാജ്യം ആക്രമിച്ചപ്പോൾ പാണ്ട്യസാമ്രാജ്യത്തിന്റെ കീഴിൽ പ്രവിശ്യാധിപൻ ആയിരുന്ന രവിവർമ്മ കുലശേഖരൻ വെറുതേയിരുന്നു എന്നും മാലിക് കാഫൂർ മടങ്ങിയ ഉടനെ വീരപാണ്ട്യനെ മധുരയിൽ നിന്നു ബഹിഷ്കരിച്ചു പാണ്ട്യരാജ്യം കൈവശപ്പെടുത്തിയെന്നുമാണോ ഇളംകുളം സ്ഥാപിക്കുന്നത്? കൊള്ളയടിക്കുവാൻ മാത്രമായിരുന്നില്ല മാലിക് കാഫൂർ പാണ്ട്യരാജ്യം ആക്രമിച്ചത്. പാണ്ട്യസാമ്രാജ്യം കീഴടക്കി രാമേശ്വരം വരെ മുസ്ലിം ഭരണം വ്യാപിപ്പിക്കാൻ വേണ്ടിയാണ് അയാൾ എത്തിയത്. മാറവർമ്മൻ കുലശേഖരന്റെ അനുജൻ വിക്രമപാണ്ട്യന്റെ നേതൃത്വത്തിൽ പാണ്ഡ്യസാമന്തന്മാർ മാലിക് കാഫൂറിനെ നേരിട്ടെന്നും അതിനെ ചെറുത്തുനില്ക്കുന്നത് ബുദ്ധിയല്ലെന്നു തോന്നി കിട്ടിയ ധനവുമായി കഫൂർ മടങ്ങുകയായിരുന്നു എന്നും പ്രൊഫ. വെങ്കിട്ടരമണ (Early Muslim Expansion of South India) വിവരിച്ചിട്ടുണ്ട്. വിക്രമപാണ്ഡ്യൻ മുസ്ലീം പടയെ നേരിട്ടതിനെപ്പറ്റി രണ്ടു മലയാളം ശ്ലോകം എങ്ങനെ ഉണ്ടായി എന്നും ആലോചിക്കേണ്ടതാണ്. ലീലാതിലകത്തിലെ ആറുശ്ലോകങ്ങൾ രവിവർമ്മ സംഗ്രാമധീരനെപ്പറ്റിയുള്ള ഒരു കാവ്യത്തിൽനിന്നും ഉദ്ധരിക്കപ്പെട്ടതാണെന്ന് സ്പഷ്ടമാണ്. വേണാടിന്റെ സേനാനായകൻ (സർവ്വാംഗനാഥൻ) എന്ന നിലയിൽ വിക്രമപാണ്ട്യനോടൊപ്പം ആദിത്യവർമ്മയും യുദ്ധത്തിൽ പങ്കെടുത്തിരിക്കണമെന്നാണ് ഉണ്ണുനീലിസന്ദേശത്തിലെ ശ്ലോകം സൂചിപ്പിക്കുന്നത്. 1365 ൽ സർവ്വാംഗനാഥനും വിക്രമപാണ്ഡ്യനും ചേർന്ന് മധുരയിലെ മുസ്ലിം പടയെ ആക്രമിച്ചു എന്നു വാദത്തിനുവേണ്ടി സമ്മതിച്ചാൽപോലും 1362 ൽ രചിച്ചതെന്നു ഇളംകുളം കരുതുന്ന ഉണ്ണുനീലിസന്ദേശത്തിൽ അതെങ്ങനെ പരാമർശിക്കപ്പെട്ടു? വെങ്കിട്ടരമണയുടെ പുസ്തകം വായിച്ച പ്രൊഫ. ഇളംകുളം അതിനെ നേരിടാൻ കണ്ടുപിടിച്ചതാണ് 1365 ലെ യുദ്ധം. 1365-69 കാലത്ത് കമ്പനന്റെ നേതൃത്വത്തിൽ വിജയനഗരസൈന്യം മധുര സുൽത്താനുമായി യുദ്ധം ചെയ്തു എന്ന വെങ്കിട്ടരമണയുടെ പുസ്തകത്തിലെ വിവരം ആയിരിക്കണം പുതിയ വാദം

കൊണ്ടുവരാൻ ഇളംകുളത്തെ പ്രേരിപ്പിച്ചത്.

5. തന്റെ വാദത്തിന് ഉപോദ്ബലകമായി ഇളംകുളം ഒരു ചോദ്യം ഉന്നയിച്ചിട്ടുണ്ട്. സംഗ്രാമധീരന്റെ മരണത്തെത്തുടർന്ന് രണ്ടാംസ്ഥാനക്കാരനായ ആദിത്യവർമ്മ വേണാട് രാജാവാകാതെ എങ്ങനെ ഉദയമാർത്താണ്ഡവർമ്മ വേണാടുരാജാവായി എന്നാണ് ചോദ്യം. ഉണ്ണുനീലിസന്ദേശത്തിലെ ആദിത്യവർമ്മ സംഗ്രാമധീരന്റെ ഇളംകൂറായിരുന്നില്ലെന്നു സ്ഥാപിക്കാനാണ് ഈ ചോദ്യം ഉന്നയിക്കുന്നത്. ആദിത്യവർമ്മ തൃപ്പാപ്പൂർ മൂപ്പനായിരിക്കെ തന്നെ 1312 മുതൽ ഉദയമാർത്താണ്ഡവർമ്മ ചിറവമൂപ്പുവഹിച്ചിരുന്നു എന്നാണ് കരുതേണ്ടത്. 1316 ന് മുമ്പ് ആദിത്യവർമ്മ അന്തരിച്ചതുകൊണ്ട് ഉദയമാർത്താണ്ഡവർമ്മ വേണാട് രാജാവായി. ഭരണവർഷം കണക്കാക്കുന്നത് എപ്പോഴും ഇളംകൂറായി സ്ഥാനാരോഹണം ചെയ്യുന്ന നാൾ മുതലാണ്. അങ്ങനെയാണ് 1316 ഉദയമാർത്താണ്ഡവർമ്മയുടെ നാലാം ഭരണവർഷമെന്ന് പറയുന്നത്. ഒരു ഉദാഹരണം പറയാം. രാജേന്ദ്രചോളൻ 1044 വരെ ജീവിച്ചിരുന്നു. പക്ഷേ, അദ്ദേഹത്തിന്റെ പിൻഗാമി ഭരണവർഷം കണക്കാക്കിയിരിക്കുന്നത് 1018 മുതലാണ്.

മറ്റൊരു ചോദ്യം ഇവിടെ പ്രസക്തമാണ്. ക്രി വ 1375 ലെ വേണാട് രാജാവായിരുന്ന രവിവർമ്മയ്ക്കുശേഷം ക്രി വ 1375 ലെ ശാസനത്തിൽ കാണുന്ന ആദിത്യവർമ്മ സംഗ്രാമധീരൻ എന്തുകൊണ്ട് വേണാട് രാജാവായില്ല? രവിവർമ്മയ്ക്ക് ശേഷം ആരെങ്കിലും വേണാട് രാജാവായിരുന്നതായി ഒരു രേഖയുമില്ല. എന്തുകൊണ്ട്? രവിവർമ്മയ്ക്ക്ശേഷം കൊല്ലം രാജാവായത് ദേശിംഗനാട് താവഴിയിലെ മൂത്തയാളായിരുന്നു. രണ്ടുതാവഴിയിലും വച്ച് മൂത്തയാൾക്ക് തൃപ്പാപ്പൂർ മൂത്തതിരുവടി എന്ന പദവി മാത്രമേ ലഭിച്ചുള്ളൂ.

6. *ഉണ്ണുനീലിസന്ദേശ*കർത്താവായ കവി ആദിത്യവർമ്മ സർവ്വാംഗനാഥൻ മുഖേന തന്റെ കടുത്തുരുത്തിയിലെ കാമുകിക്ക് സന്ദേശം അയയ്ക്കുന്ന മാസവും ആഴ്ചയും, തിഥിയും, നക്ഷത്രവും പക്കവും കൃതിയിൽ പറഞ്ഞിട്ടുണ്ട്. (പൂർവ്വസന്ദേശം ശ്ലോകം 35). ആണ്ട് പറഞ്ഞിട്ടില്ലെങ്കിലും നക്ഷത്രവും തിഥിയും മാസവും മറ്റും കണക്കാക്കിയാണ് ഇളംകുളം ആണ്ടു നിശ്ചയിച്ചിരിക്കുന്നത്. വേണാടിലെ രണ്ടാം സ്ഥാനക്കാരനായ ആദിത്യവർമ്മയെ ദൂതനായി കാമുകിയെ കാണാൻ അയച്ചു എന്ന കവി സങ്കല്പം ഒരു ചരിത്രവസ്തുതയായി കരുതുന്നത് യുക്തിക്ക് നിരക്കാത്തതാണ്. ജനിക്കാത്ത കുഞ്ഞിന്റെ ജാതകം എഴുതുംപോലെയാണത്. ശ്ലോകത്തിൽ പറയുന്ന മാസവും തിഥിയും നക്ഷത്രവും ആഴ്ചയുമെല്ലാം ഇതിവൃത്തംപോലെ സാങ്കല്പികമാണ്. മയിലിനെയും കുയിലിനെയും പ്രാവിനെയും മേഘത്തെയും എല്ലാം സന്ദേശമയക്കാൻ ശ്രമിക്കുന്നതുപോലെ അസംഭവ്യമാണ് തൃപ്പാപ്പൂർ മൂത്തതിരുവടിയെ സന്ദേശഹരനാക്കുന്നത്. സംഭവിക്കാത്ത ഒരു കാര്യത്തിന്റെ കാലനിർണ്ണയം വൃഥാശ്രമമാണ്. ജ്യോതിഷത്തിൽ ഇളംകുളത്തിനുള്ള പാണ്ഡിത്യം പ്രകടിപ്പിക്കാൻ മാത്രമേ അതുകൊണ്ട് സാധിക്കൂ.

ദേശിംഗനാട്

ക്രി വ 1575 ലെ ഇരവി ഇരവിവർമ്മയ്ക്കു ശേഷം വേണാട് ഒരു ഏകീകൃത സംസ്ഥാനം അല്ലാതാവുകയും കൊല്ലം ദേശിംഗനാട് താവഴിയുടെ തലസ്ഥാനംമാത്രം ആവുകയും ചെയ്തു എന്ന് മുമ്പ് സൂചിപ്പിച്ചല്ലോ. ആ ശാഖയിലെ ഭരണാധികാരികളെപ്പറ്റി വിവരം ലഭിക്കുന്നത് കൂടുതലും ക്ഷേത്രശാസനങ്ങളിൽ നിന്നാണ്. ക്രി വ 1547 വരെയുള്ള കാലഘട്ടത്തിൽ അവരെപ്പറ്റിയുള്ള 44 രേഖകളാണ് ലഭിച്ചിട്ടുള്ളത്. അതിൽ 37 എണ്ണം ക്ഷേത്രലിഖിതങ്ങളും ഏഴെണ്ണം മതിലകം രേഖകളുമാണ്. 37 ക്ഷേത്രലിഖിതങ്ങളിൽ 35 എണ്ണവും മുള്ളിനാട്ടും നാഞ്ചിനാട്ടും നിന്നുള്ളവയും ഒരെണ്ണം നാവായ്ക്കുളം ക്ഷേത്രത്തിലുള്ളതും മറ്റൊരെണ്ണം കൊല്ലം ഗണപതിനട ക്ഷേത്രത്തിലുള്ളതുമാണ്.[1] രാജാക്കന്മാരിൽ തൃപ്പാപ്പൂർ മൂത്ത തിരുവടിമാരും (തൃ മൂ തി) ദേശിംഗനാട് മൂത്തതിരുവടിമാരും (ദേ മൂ തി) ചിറവാ മൂത്തതിരുവടിമാരും (ചി മൂ തി) ഉണ്ട്. അവരുടെ പേരിന് മുമ്പ് ദേശിംഗനാട് കീഴ്പേരൂർ എന്നു രേഖപ്പെടുത്തിയിരിക്കും. ഉദാഹരണം ദേശിംഗനാട് കീഴ്പേരൂർ രാമമാർത്താണ്ഡവർമ്മ തൃപ്പാപ്പൂർ മൂത്തതിരുവടി (തൃപ്പാപ്പൂർ ശാഖയിലുള്ളവരുടെ പേരിന് മുമ്പ് തൃപ്പാപ്പൂർ കീഴ്പേരൂർ എന്നു രേഖപ്പെടുത്തിയിരിക്കും). മതിലകം രേഖകൾ മാത്രം പരിശോധിച്ച് തിരുവിതാംകൂർ ചരിത്രം രചിച്ചവർ ദേശിംഗനാട് രാജാക്കന്മാരെയെല്ലാം തിരുവിതാംകൂർ (വേണാട്) രാജാക്കന്മാരായാണ് പറഞ്ഞിട്ടുള്ളത്.

രേഖകൾ പരിശോധിച്ചാൽ ദേശിംഗനാട് ഭരണാധികാരികൾ കൂടുതലും ശ്രദ്ധ പതിപ്പിച്ചത് കളക്കാട് സ്വരൂപത്തിലാണെന്നു കാണാം. മാറി മാറി വന്ന മധുര സർക്കാരുകളിൽ നിന്നുള്ള ഭീഷണി നേരിടാനായിരുന്നു അത്. ക്രി വ 1544 ൽ മുള്ളിനാട് മുഴുവൻ ദേശിംഗനാടിന് നഷ്ടമായി.

അതിനുശേഷം താമസിയാതെ നാഞ്ചിനാടും തൃപ്പാപ്പൂർ സ്വരൂപത്തിന് വിട്ടുകൊടുത്തുകൊണ്ട് ദേശിംഗനാട് ശാഖ കൊല്ലത്ത് ഒതുങ്ങിക്കൂടി. അതുവരെയുള്ള ദേശിംഗനാടിന്റെ ഒരു ലഘുചരിത്രമാണ് താഴെ കൊടുക്കുന്നത്.

രാമമാർത്താണ്ഡവർമ്മ ദേശിംഗനാട്ടു മൂത്തതിരുവടി

1335 ലെ ഒരു മതിലകം രേഖയിൽ, ഈ രാജാവ് കളക്കാട് താമസിച്ചുകൊണ്ട് ശ്രീപത്മനാഭസ്വാമി ക്ഷേത്രത്തിലെ പൂവപ്പള്ളി സ്ഥാനിയെ നിയമിക്കുന്നതായി കാണുന്നു. കീഴ്പേരൂർ കുടുംബത്തിലെ മൂത്തയാൾ എന്ന നിലയിൽ അദ്ദേഹം തൃ മൂ തിരുവടിയുടെ പദവികൂടെ വഹിച്ചിരുന്നു എന്നു കരുതാം.

1499 ലെ കരിശൂഴ്ന്തമംഗലം ക്ഷേത്രശാസനത്തിൽ ചേതുങ്കനാടു മാർത്താണ്ഡ അടികൾ എന്നൊരു പേരുണ്ട്. 1435 ലെ കല്ലിടക്കുറിച്ചി കുലശേഖര മുടയാർ ക്ഷേത്രശാസനത്തിൽ കാണുന്ന ഭാരതരാവണ രാമമാർത്താണ്ഡനും മാർത്താണ്ഡഅടികളും ഒന്നുതന്നെയാവാം. അദ്ദേഹം ചിറവാ മൂപ്പൻ ആയിരുന്നിരിക്കാം. അദ്ദേഹത്തിന്റെ കാലത്തായിരിക്കണം വിജയനഗരമഹാമണ്ഡലേശ്വരൻ ദേവരായൻ ദേശിംഗനാടിന് നേരെ പടപുറപ്പെട്ടത്. ദേവരായൻ (1406–22) കൊല്ലം രാജാവിൽനിന്നും കപ്പം ഈടാക്കിയെന്ന് സമകാലികചരിത്രകാരനായ നൂണിസ് രേഖപ്പെടുത്തിയിട്ടുണ്ട്.[2]

വടശ്ശേരി ഇല്ലത്തിൽ കീഴ്പേരൂർ രാമമാർത്താണ്ഡവർമ്മ ദേശിംഗനാട് മൂത്തവർ

1439 ൽ നാവായ്ക്കുളം ക്ഷേത്രം പണിയിച്ചു എന്ന് അവിടത്തെ ക്ഷേത്രശാസനത്തിൽ കാണുന്നു.[3] 1437 ലെ കറിശൂഴ്ന്തമംഗലം ക്ഷേത്രശാസനത്തിലും, 1439 ലെ തേരൂർ (അഗസ്തീശ്വരം) ശിലാശാസനത്തിലും കാണുന്ന ഉദയമാർത്താണ്ഡവർമ്മ ചിറവാ മൂത്തവർ രാമമാർത്താണ്ഡവർമ്മയുടെ ഇളംകൂർ ആയിരിക്കാം. രാമമാർത്താണ്ഡവർമ്മയും ഉദയമാർത്താണ്ഡവർമ്മയും ഒരാൾ തന്നെയായിരിക്കണമെന്നാണ് ഉള്ളൂർ എസ് പരമേശ്വരയ്യർ പറയുന്നത്[4]. ഉദയമാർത്താണ്ഡവർമ്മ 1439 ൽ തേരൂർശാസനം നല്കുമ്പോൾ കളക്കാട് സ്വരൂപത്തിലെ ചേരൻ മഹാദേവിയിലായിരുന്നു താമസം[5]. ആ വർഷംതന്നെ ദേശിംഗനാട് മൂത്തതിരുവടി എന്ന നിലയിൽ കൊല്ലത്തേക്ക് താമസം മാറ്റിയിരിക്കാം. അവിടെ വച്ചായിരിക്കാം നാവായ്ക്കുളം ക്ഷേത്രം പണിയിച്ചതും ശാസനം പുറപ്പെടുവിച്ചതും. 1459-61 കാലത്ത് ശ്രീപത്മനാഭസ്വാമി ക്ഷേത്രം പുതുക്കിപ്പണിയിച്ചത് അദ്ദേഹമാണ്. ശ്രീകോവിലിന് മുമ്പിൽ ആദ്യമായി ഒറ്റക്കൽ മണ്ഡപം സ്ഥാപിച്ചത് അദ്ദേഹമാണ്. ശ്രീപാദതീർത്ഥക്കര കോയിക്കൽ താമസിച്ചുകൊണ്ടാണ് അദ്ദേഹം ക്ഷേത്രനവീകരണത്തിന്റെ ചുമതലവഹിച്ചത്. ക്ഷേത്രം സന്ദർശിക്കുന്ന അതിവിശിഷ്ടാതിഥികൾക്കുവേണ്ടി മാർത്താണ്ഡൻ തിരുമഠം സ്ഥാപിച്ചതും അദ്ദേഹമാണ്. 1461 ലെ മതി

ലകം രേഖയിൽ അദ്ദേഹത്തിന്റെ പേർ ദേ കീ. ശ്രീവീരരാമമാർത്താണ്ഡ വർമ്മ തൃ മൂ തി എന്നാണ് കാണുന്നത്. തൃപ്പാപ്പൂർ മൂത്ത തിരുവടി യെന്ന നിലയിലായിരിക്കണം അദ്ദേഹം ശ്രീപത്മനാഭസ്വാമി ക്ഷേത്ര ത്തിന്റെ നവീകരണം ഏറ്റെടുത്തത്.

ക്രി വ 1468–69 കാലത്തെ ചില മതിലകം രേഖകളിൽ ദേ കീ ശ്രീവീ രരാമമാർത്താണ്ഡവർമ്മ കുലശേഖരപെരുമാൾ എന്ന പേർ കാണുന്നുണ്ട്. ഹിരണ്യ ഗർഭദാനം, തുലാപുരുഷദാനം തുടങ്ങിയ ദാനങ്ങൾകൊണ്ട് ബ്രാഹ്മണപ്രീതി നേടുന്നവർക്ക് ബ്രാഹ്മണർ നല്കുന്ന ബിരുദമാണിത്. കുലശേഖര ചക്രവർത്തിയായി തീർന്ന വേണാട് രാജാവ് രാമൻ തിരുവ ടിക്ക് ലഭിച്ച ബിരുദമാണത്. 1461 ൽ തൃ മൂ തിയായിരുന്ന രാമമാർത്താ ണ്ഡവർമ്മയാണ് 1468 ൽ കുലശേഖരപെരുമാൾ ആയത് എന്നു കരുതാ നാവില്ല; എന്തെന്നാൽ തൃ മൂ തിയ്ക്ക് താഴെയാണ് കുലശേഖരപെരുമാ ളിന്റെ സ്ഥാനം. മാത്രമല്ല 1465–ാം കാലത്ത് തൃപ്പാപ്പൂർതാവഴിയിലെ രവി വർമ്മ എന്നയാൾ തൃ മൂ തിയായി രേഖകളിൽ കാണുന്നുമുണ്ട്.

ചെമ്പകരാമവർമ്മയും ചെമ്പകാതിച്ചവർമ്മയും

രാമമാർത്താണ്ഡവർമ്മയെ തുടർന്നു ദേശിംഗനാട് മൂത്തതിരുവടി യായിരുന്ന ചെമ്പകരാമവർമ്മയെന്ന മാർത്താണ്ഡവർമ്മ 1470 ൽ തൃപ്പാ പ്പൂർ മൂത്തതിരുവടിയായി. 1471 ൽ അദ്ദേഹം ശുചീന്ദ്രം ക്ഷേത്രത്തിൽ ചെമ്പകരാമൻ പൂജ ഏർപ്പെടുത്തുകയും 1478 ൽ അവിടെ മനോഹര മായ ചെമ്പകരാമൻ മണ്ഡപം ഏർപ്പെടുത്തുകയും ചെയ്തു. 1478 ൽ അംബാസമുദ്രം പുരുഷോത്തമപെരുമാൾ ക്ഷേത്രത്തിൽ അദ്ദേഹത്തിന്റെ ശാസനമുണ്ട്. ചെമ്പകരാമവർമ്മ തൃ മൂ തിയായിരിക്കെയാണ് വിജയന ഗര സാമ്രാജ്യത്തിലെ സലുവനരസിംഹരായർ കന്യാകുമാരിവരെ ജൈത്ര യാത്ര നടത്തിയത് (1470–72). യുദ്ധമുണ്ടായി എന്നു തോന്നുന്നില്ല. നര സിംഹരായൻ തിരുവനന്തപുരത്തെ ശ്രീപത്മനാഭസ്വാമി ക്ഷേത്രം സന്ദ ർശിച്ചശേഷമാണ് മടങ്ങിയത്[6]. ശ്രീപത്മനാഭസ്വാമി ക്ഷേത്രത്തിനോടനു ബന്ധമായി രാമവർമ്മൻ തിരുമഠം എന്ന അതിഥിമന്ദിരം പണിയിച്ചത് ഇതോടനുബന്ധമായിരിക്കണം. കൊല്ലത്തെ ഒരു തെരുവിന് 1478 ൽ ചെമ്പകരാമൻ തെരുവ് എന്നുപേരിട്ടു.

ചെമ്പകരാമവർമ്മയുടെ ഇളംകൂർ ആയിരുന്ന ചെമ്പകാതിച്ച വർമ്മയെ ദേ കീ ആദിത്യവർമ്മ ചിറവാമൂത്തവർ എന്നാണ് 1472 ലെ മതിലകം ശാസനത്തിൽ പറയുന്നത്. വടശ്ശേരി ശ്രീകൃഷ്ണസ്വാമി ക്ഷേത്രത്തിൽ 1464 ൽ അദ്ദേഹം ശിവപ്രതിഷ്ഠ നടത്തി. വൈഷ്ണവ ക്ഷേത്രത്തിൽ ശിവപ്രതിഷ്ഠ നടത്തുന്നത് വിജയനഗരസാമ്രാജ്യത്തിന്റെ സ്വാധീനംമൂലമായിരിക്കണം. തിരുക്കണംകൂടി വിഷ്ണുക്ഷേത്രത്തിന് അദ്ദേഹം നല്കിയ വലിയ മണിയിൽ ആ വിവരം കൊത്തിവച്ചിട്ടുണ്ട്. 'ജയസിംഹാന്വയ'ത്തിലെ ചിറവാ മണ്ഡലേന്ദ്രനാണ് താനെന്നു പറയുന്ന ശ്ലോകത്തിൽ 'വഞ്ചിപാലൻ' എന്നും സ്വയം വിശേഷിപ്പിക്കുന്നു. 'വഞ്ചി

പാലൻ' എന്ന ബിരുദം ഉപയോഗിക്കുന്ന ആദ്യത്തെ വേണാട് രാജാവ് അദ്ദേഹമാണെന്നു തോന്നുന്നു. 1480 നടുപ്പിച്ച് ചെമ്പകരാമവർമ്മ അന്തരിച്ചതിനെത്തുടർന്ന് ആദിത്യവർമ്മ ദേ മൂ തിയാവുകയും അദ്ദേഹത്തിന്റെ അനുജൻ രാമവർമ്മ ചിറവാമൂപ്പേല്കുകയും ചെയ്തു. 1484 ലെ ശുചീന്ദ്രം ശാസനത്തിൽ 'ആദിത്യവർമ്മ ചേതുങ്കനാട് മൂത്തവരും അവർ തിരുത്തമ്പിയാർ രാമവർമ്മ ചിറവാമൂത്തവരും' ചേർന്ന് ദേവദാനം നിർവ്വഹിച്ചതായി പറയുന്നു.

ജയസിംഹകേരളവർമ്മ

ക്രി വ 1486 മുതൽ 1516 വരെയുള്ള നിരവധി ക്ഷേത്രശാസനങ്ങളിൽ (തിരുപ്പുവനം പുഷ്പവനേശ്വരക്ഷേത്രം, കൊല്ലം ഗണപതിനട ക്ഷേത്രം, കല്ലിടക്കുറിച്ചി ബഗലി കുട്ടർക്ഷേത്രം, പള്ളാക്കൽ വെങ്കിടാചലപതി ക്ഷേത്രം, മേലെച്ചെവ്വാൽ വരുണേശ്വരക്ഷേത്രം) ജയസിംഹകേരളവർമ്മ ദേവദാനങ്ങൾ നടത്തിയതായി പറയുന്നു. അദ്ദേഹത്തിന്റെ 1486 ലെ ഇടലാക്കുടിശാസനത്തിൽ ഇടങ്കയ്യന്മാരായ ചാലിയന്മാർക്ക് മേൽജാതിക്കാരിൽ നിന്ന് ശല്യങ്ങളുണ്ടാകാതെ വ്യവസ്ഥ ചെയ്യുന്നതായി കാണുന്നു. തമിഴ്നാട്ടിൽ നിന്ന് വേണാടിലേക്ക് ചാലിയന്മാരെ കുടിയിരുത്താനുള്ള ശ്രമത്തിന്റെ തുടക്കമാണിതെന്നു തോന്നുന്നു. 1488 ലെ മതിലകം രേഖകളിൽ ജയസിംഹ കേരളവർമ്മയെ ജേ കീ കേരളവർമ്മ ദേ മൂ തിരുവടി എന്നാണ് പറഞ്ഞിരിക്കുന്നത്. 1512 ൽ അന്ന് തൃ മൂ തി ആയിരുന്ന തൃപ്പാപ്പൂർ താവഴിയിലെ മറ്റൊരു കേരളവർമ്മയുടെ നിര്യാണത്തെ തുടർന്നു തൃ മൂ തി സ്ഥാനം ഏറ്റെടുക്കാൻവേണ്ടി യുദ്ധഭൂമിയിൽ നിന്നുവന്ന് ഇരണിയൽ കോട്ടാരത്തിൽ താമസിച്ചു എന്ന് മതിലകം രേഖയിൽ പറയുന്നു[7].

1513 ൽ ഇരണിയലിലേക്കു വരുമ്പോൾ കേരളവർമ്മ കളക്കാട് സ്വരൂപത്തിൽ യുദ്ധത്തിലേർപ്പെട്ടിരിക്കുകയായിരുന്നു എന്നു പറയുന്നത് ചരിത്രവസ്തുതയാണ്. 1436 മുതൽ അദ്ദേഹം കൂടുതൽ സമയവും കിഴക്കൻ അതിർത്തിയിലാണ് ചെലവഴിച്ചതെന്ന് രേഖകളിൽ നിന്ന് വ്യക്തമാണല്ലോ. 1496 ൽ വിജയനഗരത്തിലെ തുളുവ ശാഖയിലെ നരസിംഹ നായ്ക്കൻ കന്യാകുമാരിവരെ ജൈത്രയാത്ര നടത്തി[8]. കളക്കാട് സ്വരൂപത്തിൽക്കൂടി മാത്രമേ കന്യാകുമാരിക്ക് പോകാൻ കഴിയൂ. കന്യാകുമാരിയിലേക്കുള്ള ജൈത്രയാത്ര വേണാടിന്റെ മേലുള്ള അധീശത്വം ഉറപ്പിക്കാൻ വേണ്ടിയാണെന്നു സ്പഷ്ടമാണ്. വേണാട് വിജയനഗരസാമ്രാജ്യത്തിന് കീഴടങ്ങിയിരിക്കാമെന്നുള്ളത് തീർച്ചയാണ്.

വിജയനഗരമഹാമണ്ഡലേശ്വരായ കൃഷ്ണദേവരായരുടെ കാലത്ത് 1509 ലും വേണാടിനുമേൽ ജൈത്രയാത്ര നടന്നു. വിജയനഗര സാമന്തന്മാരെയെല്ലാം ജിഞ്ജിക്കോട്ടയിൽ വിളിച്ചുവരുത്തി അവരുമായുള്ള ഇടപാടുകൾ രായർ തിട്ടപ്പെടുത്തി. പിന്നീടാണ് ചോളമണ്ഡലത്തിലും പാണ്ടിയിലും, വേണാടിലും അദ്ദേഹത്തിന്റെ തീർത്ഥയാത്ര നടന്നത്. ദേശിംഗ

നാട്ടിലെ ശങ്കരനയിനാർ കോയിൽ, തെങ്കാശി, കുറ്റാലം, പൊതിയിൽമല (ആയക്കുടി), തൃക്കണംകുടി, കന്യാകുമാരി, നാഗർകോവിൽ എന്നിവിടങ്ങളിലെ ക്ഷേത്രങ്ങൾ കൃഷ്ണദേവരായർ സന്ദർശിച്ചു. എങ്കിലും പോർച്ചുഗീസ് ഗവർണർ (1509-1515) ആൽബുക്കർക്ക് രേഖപ്പെടുത്തിയത് കേരളവർമ്മ വിജയനഗരസാമ്രാജ്യത്തെ ശക്തിയായി പ്രതിരോധിച്ചു എന്നാണ്. വേണാടിന്, 20,000 കുതിരകളും, 60,000 വില്ലാളിമാരും ഉണ്ടായിരുന്നത്രേ. അതൊന്നും വിജയനഗരശക്തിയെ പ്രതിരോധിക്കാൻ മതിയാവില്ലെന്ന് പോർച്ചുഗീസുകാർക്ക് അറിയില്ലല്ലോ.

കേരളവർമ്മയുടെ കാലത്താണ് പോർച്ചുഗീസ് കപ്പലുകൾ വാണിജ്യാർത്ഥം ആദ്യമായി കൊല്ലത്തുവന്നത്. കേരളവർമ്മ കൂടുതൽ കാലവും കളക്കാട്ടു സ്വരൂപത്തിലായിരുന്നതുകൊണ്ട് കുടുംബനായികയായ റാണിയാണ് കൊല്ലത്ത് ഭരണകാര്യങ്ങൾ നിർവ്വഹിച്ചിരുന്നത്. ക്രി വ 1500 ൽ കബ്രാൾ കൊച്ചിയിലെത്തിയപ്പോൾ കബ്രാളിന് സന്ദേശവുമായി റാണി ദൂതന്മാരെ അയച്ചു. കുറഞ്ഞ വിലയ്ക്ക് ആവശ്യമുള്ള ചരക്കുകൾ കൊല്ലത്തുനിന്നു നല്കാമെന്നായിരുന്നു സന്ദേശം. എന്നാൽ, കൊച്ചിയിൽ നിന്നും ആവശ്യത്തിനുള്ള ചരക്കുകൾ കിട്ടിയതുകൊണ്ടും പെട്ടെന്ന് നാട്ടിലേക്ക് മടങ്ങാൻ നിർബ്ബന്ധിതനായതുകൊണ്ടും കബ്രാൾ ആ ക്ഷണം സൗമനസ്യത്തോടെ നിരസിക്കുകയായിരുന്നു. 1502 ൽ വാസ്കോ ഡ ഗാമ വീണ്ടും കൊച്ചിയിലെത്തിയപ്പോൾ സാമൂതിരിയിൽനിന്നും മുസ്ലീം വ്യാപാരികളിൽനിന്നുമുള്ള എതിർപ്പുമൂലം കൊച്ചിയിൽനിന്ന് ആവശ്യമുള്ള ചരക്കുകൾ ലഭിച്ചില്ല. അപ്പോഴാണ് റാണിയിൽനിന്നും വീണ്ടും കൊല്ലത്തേക്ക് ക്ഷണം ലഭിച്ചത്. കൊല്ലവുമായി പറങ്കികൾ കച്ചവടത്തിലേർപ്പെടുന്നത് കൊച്ചിരാജാവിന് പഥ്യമായിരുന്നില്ലെങ്കിലും പ്രത്യേക സാഹചര്യത്തിൽ രാജാവ് അതിനു സമ്മതിച്ചു. അങ്ങനെ ഗാമ രണ്ടു കപ്പലുകൾ കൊല്ലത്തേക്കയച്ചു. കൊല്ലത്തുനിന്നും കായംകുളത്തുനിന്നും നിറയെ ചരക്കുമായി കപ്പലുകൾ മടങ്ങി. എന്നാൽ കേരളക്കരയിൽ നിന്നും പോർച്ചുഗീസുകാർക്ക് ചരക്കുകൾ നല്കുന്നതിനെ സാമൂതിരിയും അറബികളും ചെറുത്തതുകാരണം 1503 സെപ്തംബറിൽ കൊച്ചിയിൽ വന്ന അൽഫോൻസോ ഡി ആൽബുക്കർക്കിന് അവിടെ നിന്നും വേണ്ടത്ര ചരക്കുകൾ ലഭിക്കാൻ പ്രയാസമായി. അതുകൊണ്ട് റാണിയിൽ നിന്ന് നേരത്തെയുള്ള ക്ഷണം അനുസരിച്ച് രണ്ടു കപ്പലുകൾ കൊല്ലത്തേക്കയച്ചു. കൊല്ലത്ത് മുസ്ലീം വ്യാപാരികളുടെ എതിർപ്പുമൂലം ചരക്കുകയറ്റാൻ പ്രയാസമായി. മന്ത്രിമാരും രണ്ടു ചേരിയായി തിരിഞ്ഞു. മുഖ്യസചിവനായ നമ്പ്യാതിരി കേരളവർമ്മയുടെ ഉത്തരവു വാങ്ങാൻ ദൂതന്മാരെ അയച്ചു. റിലേ ഓട്ടക്കാരായ ദൂതന്മാർ രാജാവിന്റെ ഉത്തരവുമായി എത്തിയതനുസരിച്ച് പോർച്ചുഗീസ് കപ്പലുകൾ നിറയ്ക്കുംവരെ മറ്റാർക്കും കുരുമുളകു നല്കേണ്ട എന്നു വിലക്കി. കപ്പലുകൾ നിറച്ചു. ഒരു പറങ്കി വ്യാപാരിയുടെ കീഴിൽ കൊല്ലത്ത് ഒരു പോർച്ചുഗീസ് വ്യാപാരശാല തുറന്നു. ക്യാപ്റ്റൻ പച്ചീക്കോയുടെ കീഴിൽ 100 പറങ്കിപ്പടയാളികളെയും ഒരു പറ

ങ്കിപുരോഹിതനേയും കൊല്ലത്ത് താമസിപ്പിച്ചു. കൊല്ലത്തെ സുറിയാനി ക്രിസ്ത്യാനികളുടെ ആവശ്യപ്രകാരമാണ് പറങ്കി പുരോഹിതനെ താമസിപ്പിച്ചത് (1504 ജനുവരി).

സാമൂതിരിയും പോർച്ചുഗീസുകാരും തമ്മിൽ യുദ്ധമുണ്ടായതുകാരണം പച്ചീക്കോയും കപ്പലും കൊച്ചിയിലേക്ക് പോയി. ഈ അവസരം ഉപയോഗിച്ച് മുസ്ലീം വ്യാപാരികൾ കൊല്ലത്തെ വ്യാപാരം കൈയടക്കി. പിള്ളമാരിൽ ചിലരും രഹസ്യമായി മുസ്ലീങ്ങളെ പിന്തുണച്ചു. വിവരമറിഞ്ഞ പച്ചീക്കോ നാവികപ്പടയുമായി കൊല്ലത്ത് പാഞ്ഞെത്തി. നമ്പ്യാതിരിയുടെ അനുവാദത്തോടുകൂടി പച്ചീക്കോ മുസ്ലീം കപ്പലുകളിൽ നിന്നു ചരക്കുകൾ പിടിച്ചെടുത്തു. പച്ചീക്കോ കൊച്ചിയിലേക്ക് മടങ്ങിപ്പോയ ശേഷം മുസ്ലീങ്ങൾ പോർച്ചുഗീസ് വ്യാപാരശാലയിലെ 13 ജീവനക്കാരെ ഒന്നടങ്കം കൊന്നുകളഞ്ഞു. 1505 അവസാനം പോർച്ചുഗീസ് വൈസ്രോയി കൊച്ചിയിലെത്തിയ ഫ്രാൻസിസ്കോഡ അൽമെയ്ഡ കൊല്ലത്തെ ദുരന്തകഥയറിഞ്ഞ് തന്റെ മകൻ ലോറൻസോയുടെ നേതൃത്വത്തിൽ ഒരു കപ്പൽപടയെ അങ്ങോട്ടയച്ചു. കരാറനുസരിച്ചുള്ള കുരുമുളക് തരികയാണെങ്കിൽ തെറ്റ് ക്ഷമിക്കാമെന്നും അല്ലെങ്കിൽ കൊല്ലത്തെ ശിക്ഷിക്കാനുമായിരുന്നു ലോറൻസോയ്ക്ക് നിർദ്ദേശം നല്കിയിരുന്നത്. മുസ്ലീങ്ങളുടെ 27 കപ്പലുകൾ കൊല്ലത്തുനിന്നും ചരക്കുകയറ്റുന്നതായി ലോറൻസോ കണ്ടു. അവയെല്ലാം മുക്കിക്കളഞ്ഞു. അവയ്ക്ക് തീകൊളുത്തിയെന്നും അതിന്റെ പ്രകാശത്തിൽ പറങ്കികൾ അത്താഴം കഴിച്ചുവെന്നും മറ്റൊരു കഥയും ഉണ്ട്.

പോർച്ചുഗീസുകാർ കൊല്ലവുമായുള്ള വാണിജ്യബന്ധം ഉപേക്ഷിച്ചു. മുസ്ലീങ്ങളും പേടിച്ച് അങ്ങോട്ടു വരാതായി. പോർച്ചുഗീസുകാരെ അനുനയിപ്പിക്കാൻ കേരളവർമ്മ ആവതും ശ്രമിച്ചു. അശ്വസേനയ്ക്ക് കുതിരകളെ കിട്ടാതായത് വലിയ പ്രശ്നമായി. സാമ്പത്തികത്തകർച്ച അതിഭയങ്കരം. കേരളവർമ്മയുടെ കിരീടത്തിലെ രണ്ട് അമൂല്യരത്നങ്ങൾ പോർച്ചുഗീസ് രാജാവിന് സമ്മാനിച്ചാൽ വാണിജ്യം പുനരാരംഭിക്കുന്നതിനെപ്പറ്റി ആലോചിക്കാമെന്ന് പോർച്ചുഗീസ് പക്ഷത്തുനിന്ന് സന്ദേശമുണ്ടായി. പാരമ്പര്യസിദ്ധമായ രത്നങ്ങൾ കൈവിടാൻ കേരളവർമ്മ തയ്യാറായില്ല. അതുകാരണം 1515 വരെ പത്തുവർഷം കൊല്ലം തുറമുഖം സ്തംഭനാവസ്ഥയിലായിരുന്നു. കിഴക്കൻ തീരത്തെ കായൽ പട്ടണം അഭിവൃദ്ധിപ്രാപിക്കാൻ ഇത് കാരണമായി. 1515 ൽ വൈസ്രോയിയായി വന്ന ലോപൊസോറസ് കൊല്ലവുമായി വാണിജ്യബന്ധം പുനരാരംഭിക്കാൻ തയ്യാറായി. അന്ന് കൊല്ലത്തുണ്ടായിരുന്നത് രാജമാതാവായ തമ്പുരാട്ടിയും ഒരു ഇളയതമ്പുരാട്ടിയും ബാലനായ മാർത്താണ്ഡവർമ്മയുമായിരുന്നു. തൃമൂ തി ആയിക്കഴിഞ്ഞ കേരളവർമ്മയും ചിറവാമൂത്തവരായ മറ്റൊരു മാർത്താണ്ഡവർമ്മയും കളക്കാട്ടായിരുന്നു. മുഖ്യസചിവൻ നമ്പ്യാതിരിക്കു പുറമേ 36 പിള്ളമാർ വേറെയുണ്ടായിരുന്നു. ഇളയറാണിയും ഒരു വിഭാഗം പിള്ളമാരും പോർച്ചുഗീസുകാരുമായി കുത്തക കരാറുണ്ടാക്കുന്നതിൽ

എതിരായിരുന്നു. എന്നാൽ, മൂത്തതമ്പുരാട്ടിയും ചാണാക്കിപ്പിള്ളയും പറങ്കികളുമായി കരാറുണ്ടാക്കുന്നതിനെ അനുകൂലിച്ചു ക്രി വ 1516 സെപ്തംബറിൽ മൂത്തറാണിയും പോർച്ചുഗീസുകാരുമായി കരാറുണ്ടാക്കി. കുരുമുളകും സുഗന്ധദ്രവ്യങ്ങളും കൊച്ചിയിലെ വിലയ്ക്കു നല്കും. പറങ്കികളുടെ അനുവാദത്തോടുകൂടിമാത്രമേ മറ്റുള്ളവർക്ക് ചരക്കുകൾ നല്കാവൂ. യുദ്ധമുണ്ടായാൽ പരസ്പരം സഹായിക്കണം. ക്രിസ്തുമതം സ്വീകരിക്കാൻ തയ്യാറുള്ളവരെ അതിൽ നിന്നു വിലക്കരുതെന്നും മറ്റുമായിരുന്നു വ്യവസ്ഥ.

പറങ്കികളിൽനിന്ന് കുരുമുളകിന് മൂത്തതമ്പുരാട്ടി മുൻകൂർ പണം വാങ്ങിയിരുന്നു. എന്നാൽ വ്യാപാരിമാർ പർവ്വതം കടന്ന് ചരക്കുകൾ കായൽപട്ടണംവഴി കയറ്റിഅയയ്ക്കുക പതിവായിരുന്നതിനാൽ കരാറനുസരിച്ച് ചരക്കുകൾ നല്കാൻ സർക്കാരിന് കഴിഞ്ഞില്ല. താനൊരു യുദ്ധത്തിലേർപ്പെട്ടിരിക്കയാണെന്നും അതുകൊണ്ട് ചരക്കുകൾ നല്കാൻ അല്പം സാവകാശം വേണമെന്നും റാണി ആവശ്യപ്പെട്ടു. ഹെയ്ട്ടർ റോഡ്റിഗ്സ് ആയിരുന്നു പോർച്ചുഗീസ് കച്ചവടത്തലവൻ. താൻ കാത്തിരിക്കാമെന്നും അതുവരെ സുരക്ഷിതമായി താമസിക്കാൻ ഒരു പണ്ടികശാല പണിയാൻ അനുവാദം വേണമെന്നും റോഡ്റിഗ്സ് ആവശ്യപ്പെട്ടു, മനസ്സില്ലാമനസ്സോടെയാണെങ്കിലും അതിന് സമ്മതിച്ചു. പണ്ടികശാലയുടെ പേരിൽ റോഡ്റിഗ്സ് ഒരു കോട്ട പണിയുകയായിരുന്നു[9]. റാണി ആറ്റിങ്ങലിലേക്കുപോയതിനാൽ ഇളയറാണിയും കുറെ പിള്ളമാരും ചേർന്നു പണി തടഞ്ഞു. പക്ഷേ, പറങ്കികൾ പീരങ്കികളുടെ പിൻബലത്തിൽ പണിതുടർന്നു. കോട്ടയുടെ പണിതീരുംവരെ റോഡ്റിഗ്സ് കുരുമുളകിന്റെ കാര്യത്തിൽ തിടുക്കം കാണിച്ചില്ല. പണിതീർന്നയുടനെ (1819 സെപ്തംബറിൽ) കുരുമുളകിന്റെ കാര്യം റോഡ്റിഗ്സ് റാണിയെ ഓർമ്മിപ്പിച്ചു. പക്ഷേ, റാണി നിസ്സഹായയായിരുന്നു. എന്തെന്നാൽ ചരക്കു മുഴുവൻ മലകടത്തി കൂടിയ വിലയ്ക്ക് കായൽപട്ടണം വഴി കയറ്റിയയയ്ക്കുകയായിരുന്നു. ഈ കള്ളക്കടത്തിൽ ഏർപ്പെട്ടിരുന്നത് തമിഴ്ബ്രാഹ്മണരായിരുന്നതുകൊണ്ട് ശിക്ഷണനടപടി അസാദ്ധ്യമായിരുന്നു. കാളപ്പുറത്തുകയറ്റിയായിരുന്നു ചരക്കുകൾ മല കടത്തിയത്. ഈ സമയം മുസ്ലീങ്ങളുടെ ഏഴു കപ്പലുകൾ ചരക്കുകളുമായി തുറമുഖം വിടാൻ ഒരുങ്ങുകയായിരുന്നു, റോഡ്റിഗ്സ് അവ പിടിച്ചെടുത്തു. മുസ്ലീങ്ങൾ റാണിയോട് പരാതിപ്പെട്ടു. റാണി റോഡ്റിഗ്സിനെ കൊട്ടാരത്തിലേക്ക് വിളിപ്പിച്ചു. റോഡ്റിഗ്സ് ചതി ഭയന്ന് അങ്ങോട്ടുപോയില്ല. പിള്ളമാർ കോട്ടവളഞ്ഞ് പറങ്കികളെ ദാഹജലംപോലും നല്കാതെ പട്ടിണിക്കിട്ടു. വിവരമറിഞ്ഞ് കൊച്ചിയിൽ നിന്ന് ആഹാരവും വെള്ളവും കോട്ടയിലെത്തിച്ചു. തുടർന്ന് യുദ്ധം കഠിനമായി. റാണി കൊച്ചിയിലേക്ക് സമാധാന ദൂതനെ അയച്ചു. ഇതറിഞ്ഞ ഇളയറാണി കൊച്ചിക്കാളി എന്നൊരു ക്രിസ്ത്യൻ വനിതയെ കോട്ടയ്ക്കകത്തേക്ക് ദൂതയച്ചു. പക്ഷേ, ചാണാക്കിപ്പിള്ളയോടല്ലാതെ മറ്റാരോടും താൻ ചർച്ചചെയ്യുകയില്ലെന്ന് റോഡ്റിഗ്സ് ശഠിച്ചു. അതിൻപ്രകാരം

ചാണാക്കിപ്പിള്ള കോട്ടയ്ക്കകത്തേക്കു പോയി. ഇതിനകം ചാണാക്കിപ്പിള്ള ഇളയറാണിയുടെ വശംചേർന്നു കഴിഞ്ഞു. അനർത്ഥങ്ങൾക്കെല്ലാം കാരണം മൂത്തറാണിയാണെന്നയാൾ കുറ്റപ്പെടുത്തി. ധാരണയുടെ ഫലമായി ഉപരോധം പിൻവലിക്കപ്പെട്ടു. പണത്തിന്റെ ശക്തി എത്രമാത്രമാണെന്ന് പറങ്കികൾക്കറിയാമായിരുന്നു. മൂത്തറാണി കൊച്ചിയിലേക്കയച്ച ദൂതിന്റെ ഫലമായി ചെറിയമരയ്ക്കാരെന്നും പാത്തുമരയ്ക്കാരെന്നും രണ്ടു തരകന്മാരെ കൊച്ചിയിൽനിന്നും കൊല്ലത്തേക്കയച്ചു. രണ്ടുമരയ്ക്കാന്മാരുമായി കൊല്ലത്തെത്തിയ പെരേരായ്ക്ക് മരയ്ക്കാന്മാരിൽ അവിശ്വാസമായി; അവരെ കൊച്ചിയിലേക്ക് തിരിച്ചയച്ചു. ചർച്ചകൾ നീണ്ടുപോയെങ്കിലും 1520 നവംബറിൽ ഉടമ്പടി ഉണ്ടായി. വ്യവസ്ഥകൾ 1516 ലേതു തന്നെ. പോർച്ചുഗീസുകാർ ചുങ്കം നല്കേണ്ടതില്ല. മറ്റുള്ളവരുടെ കയറ്റുമതിക്ക് പോർച്ചുഗീസ്കർത്താസ് (പാസ്) ആവശ്യമാണ്. അന്നു കൊല്ലത്തു മൂവായിരത്തോളം ക്രിസ്ത്യാനികളുണ്ടായിരുന്നു. അവരെ വിചാരണ ചെയ്യാനുള്ള അധികാരം കൊല്ലത്തെ പോർച്ചുഗീസ് തലവനായിരിക്കും. ഫലത്തിൽ ക്രിസ്ത്യാനികൾ പോർച്ചുഗീസ് പ്രജകളാവുകയായിരുന്നു.

ഭൂതലവീര ഉദയമാർത്താണ്ഡവർമ്മ

ക്രി വ 1516 നുശേഷം കേരളവർമ്മയെ സംബന്ധിക്കുന്ന ശാസനങ്ങൾ നാഞ്ചിനാട്ടിലും മുള്ളിനാട്ടിലും കാണുന്നില്ല. അവിടങ്ങളിൽ പിന്നീട് കാണുന്നത് ഉദയമാർത്താണ്ഡവർമ്മയുടെ പേരാണ്. 'ശങ്കരനാരായണ വെന്റുമൺകൊണ്ട ഭൂതല വീരഉദയമാർത്താണ്ഡവർമ്മ' എന്നാണ് ക്ഷേത്രശാസനങ്ങളിൽ അദ്ദേഹത്തിന്റെ പേര്. ബ്രഹ്മദേശം കൈലാസനാഥക്ഷേത്രത്തിലും (1516), അംബാസമുദ്രം കാശീക്ഷേത്രത്തിലും (1517, 1519) മന്നർ കോവിൽ ഗോപാലസ്വാമി ക്ഷേത്രത്തിലും അദ്ദേഹത്തിന്റെ ശാസനങ്ങളുണ്ട്. 1526 ൽ തെങ്കാശി വിശ്വനാഥസ്വാമി ക്ഷേത്രത്തിലും, 1531 ലും 1532 ലും കല്ലിടക്കുറിച്ചി കുലശേഖരമുടയാർ ക്ഷേത്രത്തിലും അദ്ദേഹത്തിന്റെ ശാസനങ്ങളുണ്ട്. ഹിന്ദുമത സംരക്ഷണം മുഖ്യലക്ഷ്യമാക്കിയിരുന്ന വിജയനഗര സാമ്രാജ്യത്തിന്റെ സ്വാധീനമായിരിക്കാം ക്ഷേത്രകാര്യങ്ങളിൽ ഉദയമാർത്താണ്ഡവർമ്മ പ്രത്യേക താല്പര്യം എടുക്കാൻ കാരണം. 'ശങ്കരനാരായണ' എന്ന ബിരുദം ശൈവവൈഷ്ണവ മതങ്ങളുടെ ഏകോപനത്തിനുള്ള ശ്രമത്തിന്റെ സൂചകമാണ്. വേണാട് രാജകുടുംബം വൈഷ്ണവം ആയിരുന്നപ്പോൾ വിജയനഗരം ശൈവമതക്കാരുടേതായിരുന്നു. ഇസ്ലാമിനെതിരെ പൊരുതാൻ ശൈവവൈഷ്ണവ മതങ്ങളെ വിജയനഗരസാമ്രാജ്യം ഏകോപിപ്പിക്കുകയായിരുന്നു. ദേശിംഗനാട് ശാഖയിലെ പല നാടുവാഴികളും 'ശങ്കരനാരായണ' എന്ന ബിരുദം വഹിച്ചിരുന്നതായി കാണാം.

1526 ലെ കന്യാകുമാരി മുട്ടം ശിലാശാസനം പ്രത്യേക പരിഗണനയർഹിക്കുന്നു[10]. 1516 ലും 1520 ലും പോർച്ചുഗീസുകാരും ജയസിംഹ

കേരളവർമ്മയുമായുണ്ടാക്കിയ ഉടമ്പടി പ്രകാരം പോർച്ചുഗീസ് മിഷണറിമാർക്ക് വേണാടിലെവിടെയും മതപരിവർത്തനം നടത്താനുള്ള അനുവാദമുണ്ടായിരുന്നു. അതനുസരിച്ച് കൊച്ചീ കായലിന് തെക്ക് കന്യാകുമാരിവരെയും, കന്യാകുമാരി മുതൽ തൂത്തുക്കുടിവരെയും സമുദ്രതീരത്തെ മുക്കുവർ ധാരാളമായി മതപരിവർത്തനം ചെയ്യപ്പെട്ടു. പ്രധാന മീൻപിടുത്ത കേന്ദ്രങ്ങളിൽ പോർച്ചുഗീസ് പാതിരിമാർ പള്ളിപണിയിച്ച് താമസം ഉറപ്പിച്ചു. മുമ്പ് ഗ്രാമത്തലവനു നല്കിക്കൊണ്ടിരുന്ന നികുതികൾ പള്ളികൾക്കു കൊടുക്കാൻ തുടങ്ങിയതു മുക്കുവരെ രണ്ടു ചേരിയിലാക്കി. ഗ്രാമപ്രധാനി ക്രിസ്ത്യാനികളിൽനിന്നു നികുതി പിരിക്കാൻ ശ്രമിച്ചതിനെ പള്ളികൾ ചെറുത്തു. ഗ്രാമപ്രധാനി മുക്കുവരിൽ നിന്നു നികുതി പിരിക്കുന്നതിനെ വിലക്കുന്നതാണ് കന്യാകുമാരിക്ക് സമീപമുള്ള മുട്ടത്തെ ശിലാശാസനം. വേണാടിന് പോർച്ചുഗീസുകാരോടുണ്ടായിരുന്ന വിധേയത്വമാണ് ശാസനത്തിൽ പ്രകടമാകുന്നത്.

ക്രി വ 1526 വരെയും ഉദയമാർത്താണ്ഡവർമ്മ ചിറവാ മൂപ്പൻ മാത്രമേ ആയിരുന്നുള്ളൂ. ജയസിംഹ കേരളവർമ്മ അപ്പോഴും ജീവിച്ചിരിപ്പുണ്ടായിരുന്നു എന്നാണ് കരുതേണ്ടത്. 1527 ലെ മതിലകം രേഖയിൽ അദ്ദേഹത്തിന്റെ പേര് ദേ കീ ശ്രീ വീരരാമ മാർത്താണ്ഡവർമ്മ തൃപ്പാപ്പൂർ മൂത്ത പണ്ടാരം എന്നാണ് കാണുന്നത്. അന്നദ്ദേഹം തിരുക്കണംകുടിയിലാണു താമസിച്ചിരുന്നതെങ്കിലും 1535 ൽ അന്തരിക്കുംവരെ അദ്ദേഹത്തിന്റെ സ്ഥിരവാസം കളക്കാടു പുതിയേടത്തു കോയിക്കലായിരുന്നു. ഉദയമാർത്താണ്ഡവർമ്മ എങ്ങനെ രാമമാർത്താണ്ഡവർമ്മ ആയി എന്നു നോക്കാം. ഉദയ എന്നും കോത (കോ ഉതയ) എന്നുമുള്ള ഉപസർഗ്ഗം സാധാരണ ചേരവംശജർ (ഉദയശാഖക്കാർ) ഉപയോഗിക്കുന്നതാണ്. രാമമാർത്താണ്ഡൻ എന്നതിലെ രാമൻ പിതാവിന്റെയോ മാതുലന്റെയോ പേരാണ്. ക്രി വ 1508 ലെ അമ്പാസമുദ്രം ലക്ഷ്മീനാരായണ ക്ഷേത്രലിഖിതത്തിൽ ഭൂതല വീരരാമൻ എന്നൊരു നാടുവാഴിയുടെ പേരുണ്ട്. ഭൂതലവീരരാമൻ ജയസിംഹ കേരളവർമ്മയുടെ സാമന്തൻ ആയിരുന്നു എന്നു തോന്നുന്നു. ഭൂതലവീരരാമന്റെ മകനോ ഭാഗിനേയനോ ആയിരിക്കണം രാമമാർത്താണ്ഡവർമ്മ എന്ന ഉദയമാർത്താണ്ഡവർമ്മ. ജയസിംഹൻ പൂർണ്ണമായും മരുമക്കത്തായികളായിത്തീർന്നോ എന്ന കാര്യം സംശയമാണ്.

ഭൂതലവീര ഉദയമാർത്താണ്ഡവർമ്മയുടെ കാലത്ത് വേണാടും വിജയനഗരവുമായി വീണ്ടും സംഘട്ടനമുണ്ടായി. 1529 ൽ കൃഷ്ണദേവരായരുടെ മരണത്തെതുടർന്ന് അനുജൻ അച്ചുതദേവരായർ (1529-42) ഭരണമേറ്റു. ആഭ്യന്തരവും വൈദേശികവുമായ കുഴപ്പങ്ങൾകൊണ്ട് അച്ചുതദേവരായരുടെ ഭരണം ക്ലിഷ്ടമായിരുന്നു. സാമന്തന്മാർക്കിടയിൽ സ്വതന്ത്രരാവാനുള്ള പ്രവണത ഏറിവന്നു. ചോളമണ്ഡലാധിപതിയായിരുന്ന സാലുവവീര നരസിംഹൻ വിജയനഗരത്തിലെ മറ്റു സാമന്തന്മാരെ കൂട്ടുപിടിച്ച് വിജയനഗരസാമ്രാജ്യത്തിൽനിന്നും മോചനം നേടാൻ ശ്രമിച്ചു.

അതുമായി സഹകരിക്കാത്ത പാണ്ഡ്യരാജാവിനെ നിഷ്കാസനം ചെയ്ത് അയാൾ മധുരയിലെ ഭരണം പിടിച്ചെടുത്തു. ഉദയമാർത്താണ്ഡവർമ്മയുടെ ഒത്താശ സാലുവനരസിംഹനുണ്ടായിരുന്നു[11]. അച്ചുതരായൻ തന്റെ സ്യാലനായ സലകരാജ തിരുമലയ്യ ദേവന്റെ നേതൃത്വത്തിൽ ഒരു സൈന്യത്തെ മധുരയ്ക്ക് നേരെ അയച്ചു. സാലുവനരസിംഹൻ മധുര വിട്ട് ഉദയമാർത്താണ്ഡവർമ്മയെ അഭയം പ്രാപിച്ചു. വേണാടിന്റെ അതിർത്തിയായ താമ്രപർണ്ണി നദിക്കരയിൽ വച്ച് വേണാടിന്റെയും നരസിംഹന്റെയും സംയുക്ത സൈന്യം വിജയനഗര സൈന്യവുമായി ഏറ്റുമുട്ടി. വിജയനഗര സൈന്യം വിജയിക്കുകയും സാലുവനരസിംഹൻ തടവുകാരനായി പിടിക്കപ്പെടുകയും ചെയ്തു[12]. പാണ്ഡ്യരാജാവിനെ മധുരയിൽ വീണ്ടും വാഴിക്കുകയും പാണ്ഡ്യപുത്രിയെ അച്ചുതരായർ വിവാഹം കഴിക്കുകയും ചെയ്തു. 1531 ലായിരുന്നു സംഭവം. തുടർന്നു ഉദയമാർത്താണ്ഡവർമ്മ വിജയനഗരസാമന്തനായി തുടർന്നു.

നാഞ്ചിനാട്ടെയും മുള്ളിനാട്ടിലെ മിക്കവാറും എല്ലാ പ്രധാന ക്ഷേത്രങ്ങൾക്കും ഉദയമാർത്താണ്ഡവർമ്മ ദേവദാനം നിർവ്വഹിച്ചിരുന്നു. പഴയാറിൽ ഒരു അണകെട്ടി നാഞ്ചിനാട്ടിൽ ജലസേചനസൗകര്യം വർദ്ധിപ്പിക്കുക എന്നൊരു നല്ല കാര്യവും അദ്ദേഹം ചെയ്തിട്ടുണ്ട്. വീരപ്പുല അണയെന്നാണ് അണയുടെ പേര്. മാർത്താണ്ഡവർമ്മയുടെ കൊടിയടയാളം പുലിയായിരുന്നു. വടക്ക് കായംകുളം മുതൽ കിഴക്ക് കായൽപട്ടണം വരെ അദ്ദേഹത്തിന്റെ അധികാരത്തിൽ പെട്ടിരുന്നു എന്നും കേരളത്തിലെ ഏറ്റവും കരുത്തനായ ഭരണാധികാരിയായിരുന്ന അദ്ദേഹത്തിന് സിലോണിൽ നിന്നുപോലും കപ്പം കിട്ടിയിരുന്നു എന്നും പോർച്ചുഗീസ് ചരിത്രകാരന്മാരായ ബർബോസയും ഡിബറോസും രേഖപ്പെടുത്തിയിട്ടുണ്ട്. ധനുർവിദ്യ അഭ്യസിച്ച 500 സ്ത്രീകൾ ഉണ്ടായിരുന്നു എന്നും പറഞ്ഞിരിക്കുന്നു. വിജയനഗരത്തിന്റെ ആക്രമണം നേരിടുന്ന വേണാട് അതിനെ ശക്തിയായി ചെറുത്തുനിന്നു എന്നും പറയുന്നു. വിവരണങ്ങൾ കൂടുതലും മുൻഗാമിയായ ജയസിംഹ കേരളവർമ്മയുടെ കാലത്തെപ്പറ്റിയാണ്.

ഉദയമാർത്താണ്ഡവർമ്മയുടെ പിൻഗാമികൾ

ക്രി വ 1535 ലെ മതിലകം രേഖയിൽ, ശ്രീവീര രാമമാർത്താണ്ഡവർമ്മ കളക്കാട് കോയിക്കൽ ഇരിക്കെ ഉണ്ണിക്കേരളവർമ്മയെ ചിറവാമൂപ്പുവാഴിച്ചതായി പറയുന്നു[13]. അതിനു ശേഷം ഭൂതലവീരഉദയമാർത്താണ്ഡവർമ്മയുടെ ലിഖിതങ്ങളൊന്നും മുളനാട്ടിലും നാഞ്ചിനാട്ടിലും കാണുന്നില്ല[14]. അദ്ദേഹം കൊല്ലത്തേക്കോ തിരുവനന്തപുരത്തേക്കോ താമസം മാറിയിരിക്കാം. ക്രി വ 1537 ലെ മതിലകം ഗ്രന്ഥവരിയിൽ ദേശിംഗനാട് കീഴ്പേരൂശ്രീവീരരാമ കേരളവർമ്മ ചിറവാമൂത്തവർ തിരുക്കുറം കുടിയിൽ താമസിക്കുന്നതായി പറയുന്നു. ഉണ്ണി കേരളവർമ്മയെയാണ് രാമ കേരളവർമ്മ എന്നു പറയുന്നത്. ഉണ്ണി കേരളവർമ്മയുടെ ശാസനങ്ങൾ

അതിനുശേഷം മുള്ളിനാട്ടും നാഞ്ചിനാട്ടും കാണുന്നില്ല. ഉദയമാർത്താണ്ഡവർമ്മ അന്തരിച്ചുവെന്നും ഉണ്ണിക്കേരളവർമ്മ ദേശിംഗനാട് മൂത്തതിരുവടിയായി കൊല്ലത്തേക്കു പോയി എന്നുമാണ് തോന്നുന്നത്. 1543-44 കാലത്ത് ഉണ്ണികേരളവർമ്മയാണ് തിരുവിതാംകൂർ രാജാവെന്ന് സെന്റ് സേവ്യർ രേഖപ്പെടുത്തിയിരിക്കുന്നതിൽ നിന്ന് അതിനുമുമ്പ് ഉണ്ണികേരളവർമ്മ തൃ മൂ തിയായി എന്നു കരുതാം. തൃ മൂ തിയെ ട്രാവൻകൂർ രാജാവാണെന്നാണ് പോർച്ചുഗീസുകാർ രേഖപ്പെടുത്തിയത്. ഉണ്ണികേരളവർമ്മയുടെ ഇളംകൂറുകളായ നാലു രാജാക്കന്മാരുടെ പേരുകൾ മുള്ളിനാടും നാഞ്ചിനാടും ക്ഷേത്രശാസനങ്ങളിലുണ്ട്. (അനുബന്ധത്തിലെ 37 മുതൽ 44 വരെ ഐറ്റങ്ങൾ കാണുക).

ദേശിംഗനാട്ടിലെ മറ്റു നാടുവാഴികൾ (1) ചേതുങ്കനാട്ടുവെന്റുമൺകൊണ്ട ഭൂതലവീര രവിവർമ്മ, (2) ചേതുങ്കനാട്ടു ശങ്കരനാരായണവെൻറുമൺകൊണ്ട ഭൂതലവീര രാമവർമ്മ, (3) ശങ്കരനാരായണ ഭൂതലവീര ഉദയമാർത്താണ്ഡവർമ്മ ചിറവാ മൂത്തവർ, (4) ചേതുങ്കനാട്ടു ശങ്കരനാരായണ വെന്റുമൺകൊണ്ട് ചങ്കിലിവീര മാർത്താണ്ഡവർമ്മ എന്നിവരാണ്. ഇതിൽ ചങ്കിലിവീര മാർത്താണ്ഡവർമ്മ ഭൂതലവീര ഉദയമാർത്താണ്ഡവർമ്മ ഒന്നാമന് ഭാര്യ ചോളകുലവല്ലിയിൽ ജനിച്ച പുത്രനാണെന്നു തോന്നുന്നു. ഉദയമാർത്താണ്ഡവർമ്മ പുത്രൻ വീരമാർത്താണ്ഡനുമായി ആലോചിച്ച് രാജ്യകാര്യങ്ങൾ നിർവഹിച്ചതായി 1526 ലെ തെങ്കാശി വിശ്വനാഥ ക്ഷേത്രത്തിലെ ശാസനത്തിൽ പറയുന്നുണ്ട്. മകൻ ചങ്കിലി വീരമാർത്താണ്ഡവർമ്മയായിരിക്കാം. അങ്ങനെ ഊഹിക്കാൻ കാരണമുണ്ട്; ചങ്കിലിവീരമാർത്താണ്ഡവർമ്മയും ഭൂതല രവിവർമ്മയും തമ്മിൽ അവകാശത്തർക്കം ഉണ്ടായതായും, തൃപ്പാപ്പൂർ താവഴിയിലെ സകലകലാ മാർത്താണ്ഡവർമ്മ തന്റെ ഭാഗിനേയൻ പലകാല ആദിത്യവർമ്മയെ കഴക്കൂട്ടത്തുപിള്ളയുടെ നേതൃത്വത്തിൽ സൈന്യവുമായി രവിവർമ്മയെ സഹായിക്കാൻ നിയോഗിച്ചതായും അഞ്ചുതമ്പുരാൻ പാട്ടെന്ന സമകാലിക കൃതിയിൽ ഒരു പാട്ടിൽ പറയുന്നു. മകനും ഭാഗിനേയനും തമ്മിൽ അവകാശത്തർക്കമായിരിക്കാം യുദ്ധകാരണം[15]. യുദ്ധത്തിൽ രവിവർമ്മ വിജയിച്ചു എന്ന് അഞ്ചുതമ്പുരാൻ പാട്ടിൽ പറയുന്നുണ്ടെങ്കിലും 1546 ലും ചങ്കിലി വീരമാർത്താണ്ഡവർമ്മ ചിറവായ് മൂത്തവരായി ഇരിക്കുന്നു എന്ന് അദ്ദേഹത്തിന്റെ തിരുനെൽവേലി നെല്ലിയപ്പർ ക്ഷേത്രശാസനത്തിൽ കാണുന്നു.

വിജയനഗരവുമായി അവസാനയുദ്ധം

തുടക്കത്തിൽ പോർച്ചുഗീസുകാരും വിജയനഗരവുമായി വളരെ നല്ല ബന്ധമായിരുന്നു ഉണ്ടായിരുന്നത്. മുസ്ലീം വ്യാപാരിമാർ ബഹ്മാനി സുൽത്താന്മാരോടു കൂറുള്ളവരായിരുന്നതിനാൽ മുസ്ലീങ്ങളുടെ എതിരാളികളായ പോർച്ചുഗീസുകാരുടെ സൗഹാർദ്ദം വിജയനഗരത്തിന് അത്യാവശ്യമായിരുന്നു, എന്നാൽ ദക്ഷിണേന്ത്യയിലെ സമുദ്രതീരത്തെല്ലാം മത

പരിവർത്തനത്തിനുവേണ്ടി അവരോടൊപ്പം വന്ന മിഷണറിമാർ കാട്ടിക്കൂട്ടിയ അതിക്രമങ്ങൾ ഹിന്ദുമത സംരക്ഷകരായിരുന്ന വിജയനഗരഭരണാധികാരികളുടെ അസ്വാരസ്യത്തിനു കാരണമായി. 1542-ൽ കൊച്ചിയിലെ പോർച്ചുഗീസ് ഗവർണ്ണറായി നിയമിതനായ അൽഫോൺസോ ഡിസൂസ കിഴക്കും പടിഞ്ഞാറും തീരങ്ങളിലെ ക്ഷേത്രങ്ങൾ കൊള്ളയടിക്കാൻ പരിപാടിയിട്ടു. വമ്പിച്ച സ്വത്തുണ്ടെന്നു കരുതപ്പെട്ട തേവക്കര ക്ഷേത്രം കൊള്ളയടിക്കുകയായിരുന്നു ആദ്യ പരിപാടി. 12,000 പവൻ കൊള്ളയടിക്കാതിരിക്കാൻ നല്കാമെന്നു നാട്ടുകാർ പറഞ്ഞിട്ടും ഡിസൂസ വഴങ്ങിയില്ല. പക്ഷേ, കാര്യമായൊന്നും ക്ഷേത്രത്തിൽ നിന്നും കിട്ടിയില്ല. വഴിയിൽ വച്ചു മറ്റൊരു ക്ഷേത്രത്തിൽ നിന്നും കുറെ വെള്ളി കിട്ടിയെങ്കിലും നാട്ടുകാരുടെ ആക്രമണത്തിൽ കനത്ത ആൾനാശം നേരിടേണ്ടിവന്നു. ദേശിംഗനാട്ടിലെ ഒരു രാജകിങ്കരനെ വിലങ്ങുവച്ച് പിടിച്ചുകൊണ്ടുപോകാൻ വരെ പോർച്ചുഗീസുകാർ ധൈര്യപ്പെട്ടു. 1543–44 കാലഘട്ടത്തിൽ പൂവാർ മുതൽ കന്യാകുമാരി വരെയും, കന്യാകുമാരി മുതൽ മണപ്പാടു വരെയും പ്രേഷണ പ്രവൃത്തിയിലേർപ്പെട്ടിരുന്ന സെന്റ് ഫ്രാൻസിസ് സേവ്യർ പോർച്ചുഗീസ് ഉദ്യോഗസ്ഥന്മാർ കാട്ടുന്ന അതിക്രമത്തിൽ വേദനിച്ചു. പക്ഷേ, സമുദ്രതീരത്തെ ഹിന്ദുക്ഷേത്രങ്ങളെ അശുദ്ധമാക്കുന്നതിൽ സെന്റ് ഫ്രാൻസിസ് സേവ്യറും മടിച്ചിരുന്നില്ല. മാന്നാർ ഉൾക്കടലിൽ നിന്നു മുത്തു വാരുന്ന മുക്കുവർ (പരതവർ) ക്രിസ്ത്യാനികളായതു മുതൽ നികുതി നല്കുന്നതു പള്ളികൾക്കായതുകാരണം പാണ്ഡ്യന് ലഭിക്കേണ്ട വമ്പിച്ച നികുതി നഷ്ടപ്പെട്ടു. ക്രിസ്തുമതം സ്വീകരിച്ചവർ പോർച്ചുഗീസ് രാജാവിന്റെ പ്രജകളാണെന്നാണ് കരുതപ്പെട്ടത്. അൽഫോൺസോ ഡിസൂസ ലക്ഷ്യമിട്ടത് കാഞ്ചീപുരത്തെ സമ്പന്നമായ ക്ഷേത്രങ്ങൾ കൊള്ളയടിക്കാനാണ്. നാഗൂറിലെത്തി അവിടെയുള്ള രംഗനാഥക്ഷേത്രം കൊള്ളയടിച്ചു നശിപ്പിച്ചു. അപ്പോഴേക്കും വിജനഗര സൈന്യം വരുന്നുവെന്നറിഞ്ഞ് ഡിസൂസ കൊച്ചിയിലേക്ക് മടങ്ങി.

വമ്പിച്ച വിജയനഗര സേനയെ നയിച്ചത് വിജയനഗരത്തിലെ ഭരണം കൈയടക്കിവച്ചിരുന്ന അളിയ രാമരായരുടെ ബന്ധുവായ ചിന്നതിമ്മയായിരുന്നു. തീരദേശത്തെ പോർച്ചുഗീസ് മിഷണറിമാരുടെ അതിക്രമങ്ങൾ അവസാനിപ്പിക്കുകയെന്നതിനു പുറമേ ചോളമണ്ഡലത്തെയും പാണ്ടിയിലെയും വേണാടിലെയും ഭരണാധികാരികളെ ഒരു പാഠം പഠിപ്പിക്കുകയായിരുന്നു വിജയനഗരസൈന്യത്തിന്റെ ലക്ഷ്യം. തമിഴകത്തെ ഭരണാധികാരികളെല്ലാം വിജയനഗരത്തിന്റെ മേല്ക്കോയ്മയിൽ നിന്ന് സ്വതന്ത്രരായി നില്ക്കുകയായിരുന്നു. വിജയനഗരത്തോടു കൂറുണ്ടായിരുന്ന പാണ്ഡ്യരാജാവിനെ കയത്താറിലെ ബെട്ടുംപെരുമാൾ സ്ഥാനഭ്രഷ്ടനാക്കിയിരുന്നു. പോർച്ചുഗീസുകാർ നശിപ്പിച്ച നാഗൂറിലെ രംഗനാഥക്ഷേത്രം പുതുക്കിപ്പണിയാൻ ഏർപ്പാട് ചെയ്തശേഷം തഞ്ചാവൂർ, പുതുക്കോട്ട നാടുവാഴികളിൽ നിന്നു കപ്പക്കുടിശ്ശിക ഈടാക്കി, കയത്താർ ഭരണാധികാരിയെ ബഹിഷ്കരിച്ച് പാണ്ഡ്യരാജാവിനെ മധുരയിൽ പുനഃപ്രതി

ഷ്ഠിച്ചു. വലിയ എതിർപ്പൊന്നും കൂടാതെ മുള്ളിനാട് കീഴടക്കി ആരുവാമൊഴിവഴി തോവാളയിൽ പ്രവേശിച്ചു. അവിടെവച്ചു അഞ്ചു തിരുവടിമാരുടെ നേതൃത്വത്തിൽ വേണാട് സൈന്യം വിജയനഗരസൈന്യവുമായി ഏറ്റുമുട്ടി പരാജയം വരിച്ചു[15]. ഉണ്ണിക്കേരളവർമ്മയായിരുന്നു അന്ന് രാഷ്ട്രത്തലവനായ തൃ മു തി. അദ്ദേഹത്തിന്റെ ദൂതൻ ചിന്നത്തമ്പിയുമായുണ്ടാക്കിയ സന്ധിക്കരാറനുസരിച്ച് നാഞ്ചിനാടും മുള്ളിനാട്ടിലെ ഏതാനും പ്രദേശങ്ങളും ദേശിംഗനാടിന് വിട്ടുകൊടുക്കുകയും അവയ്ക്കുവേണ്ടി നല്കേണ്ട കപ്പം തീരുമാനിക്കുകയുംചെയ്തു[16]. അതിനുശേഷം ചിന്നതിമ്മ തിരുവനന്തപുരത്തുപോയി ശ്രീപത്മനാഭ ദർശനം നടത്തിയശേഷമാണ് മടങ്ങിയത്. വിജയനഗരസാമ്രാജ്യത്തിന്റെ കീഴിൽ തമിഴകത്തെ ഒരു പ്രവിശ്യയാക്കിവച്ച് പ്രവിശ്യാധിപതിയായി തന്റെ അനുജൻ വിത്തലനെ നിയമിച്ചശേഷമാണ് ചിന്നതിമ്മൻ മടങ്ങിയത്. തമിഴകം മുഴുവൻ കീഴടക്കിയതിന്റെ സൂചകമായി കന്യാകുമാരിയിൽ ഒരു വിജയസ്തംഭം പണിയിച്ചു. 1543-44 ലാണ് ഈ സംഭവങ്ങളെല്ലാം നടന്നത്. ശുചീന്ദ്രം ക്ഷേത്രത്തിലെ ഗോപുരം വിത്തലും സഹോദരനും ചേർന്ന് ദേവപ്രീതിക്കായി പണിയിച്ചു എന്ന് അവിടത്തെ ശിലാശാസനത്തിൽ പറയുന്നു (1544). അവിടെ ആണ്ടുതോറും വിത്തലന്റെ ജന്മനാളായ രോഹിണി നക്ഷത്രത്തിൽ വിശേഷാൽ പൂജ നടത്തുന്നതിന് ഭൂമി ദാനംചെയ്തതായി പറയുന്നുണ്ട്. 1547 ൽ കരിശുഴ്ന്തമംഗലം ക്ഷേത്രത്തിന് ചിന്നത്തിമ്മയ്യദേവന്റെ സ്ഥാനപതിയായ ശിങ്കരായൻ നല്കിയ ദേവദാനഭൂമി രാമവർമ്മയിൽനിന്നും ദാനമായി ലഭിച്ചതാണെന്ന് പറയുന്നു. ഇത് സൂചിപ്പിക്കുന്നത് മുള്ളിനാട്ടിലെ ഏതാനും ദേശങ്ങൾ അപ്പോഴും ദേശിംഗനാട്ടിന്റെ നിയന്ത്രണത്തിലായിരുന്നു എന്നാണ്[17].

കളക്കാടുസ്വരൂപത്തിന്റെ അന്ത്യം

രവിവർമ്മ സംഗ്രാമധീരന്റെ കാലം മുതൽ ദേശിംഗനാട് രാജാക്കന്മാർ ഒട്ടേറെ ഗ്രാമങ്ങൾ മുള്ളിനാട്ടിൽനിന്നും നാഞ്ചിനാട്ടിൽനിന്നും ശ്രീപത്മനാഭസ്വാമി ക്ഷേത്രത്തിന് നല്കിയിരുന്നു. 1543-44 ലെ യുദ്ധത്തിന് ശേഷം പത്മനാഭസ്വാമി ക്ഷേത്രത്തിന് നല്കപ്പെട്ട ഗ്രാമങ്ങൾ ഒഴികെ ബാക്കിയുള്ളതെല്ലാം (മുള്ളിനാട്ടിൽ) ദേശിംഗനാടിന് നഷ്ടമായി. തിരുനെൽവേലി ജില്ലയിലെ മറവന്മാരുടെയും കള്ളന്മാരുടെയും ശല്യങ്ങൾ മൂലം നല്ലൊരു സൈന്യത്തിന്റെ സഹായമില്ലാതെ ക്ഷേത്രഭൂമി നിലനിർത്തുക പ്രയാസമായിത്തീർന്നു. ദേശിംഗനാട് ശാഖയിലും തൃപ്പാപ്പൂർ ശാഖയിലും വേണ്ടത്ര പുരുഷപ്രജകളില്ലാതെ വന്നത് പ്രശ്നം ഗുരുതരമാക്കി.

1544 മുതൽ 1554 വരെ തൃപ്പാപ്പൂർ സ്വരൂപത്തിൽ ചിറവാ മൂത്തവരായിരുന്ന ഉദയമാർത്താണ്ഡവർമ്മയാണ് 1547 ലെ തിരുപ്പുടമരുതൂർ പൂതർഗണേശക്ഷേത്രശാസനത്തിലെ ശങ്കരനാരാണ ഭൂതലവീര ഉദയമാർത്താണ്ഡവർമ്മ ചിറവാമൂത്തവർ. അദ്ദേഹം രണ്ടു ശാഖയിലെയും ഏക ഭര

ണാധികാരിയായിരുന്നു. 1554 ൽ ഉണ്ണിക്കേരളവർമ്മയുടെ ഭരണത്തെ തുടർന്നാവാം ഒരു വഞ്ചി ആദിത്യവർമ്മയെ തൃപ്പാപ്പൂർ ശാഖയിലെ ചിറവാ മൂപ്പനായി വാഴിച്ച ശേഷം ദേശിംഗനാട് മൂത്തവരും തൃപ്പാപ്പൂർ മൂത്തവരും ആയത്. അദ്ദേഹത്തെ തൃ കീ ഉദയമാർത്താണ്ഡവർമ്മ തൃ മു തീ എന്നും ദേ കീ ഉദയമാർത്താണ്ഡവർമ്മ തൃ മൂ തി എന്നും *മതിലകം രേഖ*കളിൽ പറയുന്നു. തൃപ്പാപ്പൂർ താവഴിയിലെ രവിവർമ്മ 1577 ൽ അന്തരിച്ചപ്പോൾ ഉദയമാർത്താണ്ഡവർമ്മ രണ്ടു ശാഖകളിലും കൂടെ ഏകനായി. 1578 ൽ പേരകത്താവഴിയിൽ നിന്ന് മറ്റൊരു ഉദയമാർത്താണ്ഡവർമ്മയെ തൃപ്പാപ്പൂർ താവഴിയിലേക്ക് ദത്തെടുത്തു. അതേത്തുടർന്ന് മുള്ളിനാട്ടിൽ അവശേഷിച്ച ദേശങ്ങളും നാഞ്ചിനാടും തൃപ്പാപ്പൂർ താവഴിയിലേക്ക് കൈമാറ്റം ചെയ്തു. അതിനുശേഷം കൊല്ലം പട്ടണവും സമീപപ്രദേശങ്ങളും മാത്രമേ ദേശിംഗനാടിന്റെ നേരിട്ടുള്ള ഭരണത്തിലുണ്ടായിരുന്നുള്ളു. എങ്കിലും തൃ മൂ തി എന്ന നിലയിൽ വേണാടിലെ ചിറവാ സ്വരൂപങ്ങളെല്ലാം ദേശിംഗനാടിന്റെ നിയന്ത്രണത്തിലായിരുന്നു. 1595 ൽ ഉദയമാർത്താണ്ഡവർമ്മ അന്തരിച്ചശേഷം ആ ശാഖയിൽ പുരുഷസന്തതിയില്ലാതെ പോവുകയാൽ സ്ത്രീകളും ദത്തെടുക്കപ്പെട്ടവരുമാണ് കൊല്ലത്തെ ഭരണം നടത്തിയത്.

കുറിപ്പുകൾ

1. ദേശിംഗനാട്ടിനെ സംബന്ധിക്കുന്ന രേഖകളുടെ ഒരു പട്ടിക അദ്ധ്യായാവസാനം അനുബന്ധമായി നല്കിയിട്ടുണ്ട്.
2. K A Nilakanta Sastri. *A Histroy of South India*, p. 260
3. T.A.S. Vol. I, p. 423
4. Ulloor S. Parameswara Iyer *The Geneology of the Sovereigns of Travancore*, Journal of Kerala Studies, Vol. X 1983, pp. 102-103
5. S Chidambara Krishna Iyer. 'Kalakkad Raja,' Kerala Society Papers, Vol. I pp. 262-65
6. M.H. Rama Sarma. *History of Vijaya Nagar Empire*, Edited by M.H. Gopal, Vol. II, p. 76.
7. മതിലകം ചുരുണ്ണ 1719 ഓല 66 m. Doc XLV of appendix to Travancore State Manual Volume II (T.K. Velu Pillai).
8. K A Nilakanta Sastri. *A History of South India*, p. 265.
9. 1518 ൽ വൈസ്രോയ് ലോപോ ഡി സെക്വീറയുടെ നിർദ്ദശപ്രകാരം റാണിക്കും ചാണാക്കി പിള്ളയ്ക്കും 4000 പണം വീതം സമ്മാനം നല്കി കോട്ടപണിയാൻ റോഡ്റിഗ്സ് രഹസ്യ അനുവാദം വാങ്ങിയിരുന്നത്രെ.
10. T A S Vol. VI p.181
11. ഉദയമാർത്താണ്ഡവർമ്മയുടെ ഭാര്യ 'ചോളകുലവല്ലി' ഒരുപക്ഷേ,

ചെല്ലപ്പ എന്നും കൂടി പേരുള്ള സാലുവ നരസിംഹന്റെ സഹോദ രിയോ പുത്രിയോ ആയിരിക്കാം.

12. സകലരാജ തിരുമല തിരുവനന്തപുരത്തെ ശ്രീപത്മനാഭസ്വാമി ക്ഷേത്രം സന്ദർശിച്ചു എന്ന് രാജനാഥന്റെ അച്യുതാഭ്യുദയത്തിൽ പറയുന്നു. അച്യുതാഭ്യുദയത്തിൽ പറയുന്നതെല്ലാം കള്ളമാ ണെന്നും തിരുവിതാംകൂർ തോറ്റില്ലെന്നും ടി കെ വേലുപ്പിള്ള പറ യുന്നു. (State Manual, vol. II pp. 1661-71) ഉദയമാർത്താണ്ഡവർമ്മ തിരുവിതാംകൂർ രാജാവാണെന്നും അദ്ദേഹത്തിന്റെ തലസ്ഥാനം പത്മനാഭപുരമാണെന്നും മറ്റുമാണ് സ്റ്റേറ്റ്മാനുവൽകാരന്റെ ധാരണ. ഉദയമാർത്താണ്ഡവർമ്മ തൃ മൂ തി ആയെങ്കിലും അദ്ദേഹത്തിന്റെ ആസ്ഥാനം കൊല്ലം ആയിരുന്നു. 170 വർഷങ്ങൾക്കു ശേഷമാണ് പത്മനാഭപുരം തിരുവിതാംകൂർ സ്വരൂപത്തിന്റെ തലസ്ഥാനമാകു ന്നത്.

13 M. Doc. XLIX appendix page 49 of *Travancore State Manual*, Vol. II (T K Velu Pillai)

14. 1547 ലെ തിരുപ്പുട മരുതൂർ പൂതർ ഗണേശക്ഷേത്രശാസനത്തിൽ ഒരു ശങ്കരനാരായണ ഭൂതലവീര ഉദയമാർത്താണ്ഡവർമ്മയുടെ പേരുണ്ട്. അത് ഉണ്ണികേരളവർമ്മയുടെ ഇളംകൂറായ ചിറവാ മൂത്ത വരാണ്.

15. വേണാടിന്റെയും വിജയനഗരത്തിന്റെയും സൈന്യങ്ങൾ തമ്മിൽ കോട്ടാറിൽ വച്ച് ഏറ്റുമുട്ടിയപ്പോൾ സെന്റ് ഫ്രാൻസിസ് സേവ്യർ ഇടപെട്ട് കുരിശുകാട്ടി വിജയനഗരസേനയെ ഓടിച്ചു എന്ന് ചില മിഷണറിമാർ എഴുതിവച്ചിട്ടുണ്ട്. ഉണ്ണിക്കേരളവർമ്മയുടെ ബ്രാഹ്മ ണദൂതന് ചിന്നത്തിമ്മനെ കാണാൻ മണപ്പാട്ടു നിന്ന് തൂത്തുക്കു ടിക്ക് പോകാൻ സേവ്യർ തോണി ഏർപ്പാടുചെയ്തുകൊടുത്തു എന്ന് സേവ്യർതന്നെ രേഖപ്പെടുത്തിയിട്ടുണ്ട്. അതിനപ്പുറം ഒന്നും ഉണ്ടായില്ല എന്നതാണ് സത്യം.

16. വിജയനഗര സേനയെ നേരിട്ട അഞ്ചുതിരുവടിമാരിൽ നാലുപേർ ദേശിംഗനാട് താവഴിക്കാരും ഒരാൾ തൃപ്പാപ്പൂർ താവഴിയിലെ ആദി ത്യവർമ്മയുമായിരിക്കണം. ഉണ്ണിക്കേരളവർമ്മ യുദ്ധത്തിൽ പങ്കെടു ത്തുവെന്ന് തോന്നുന്നില്ല. അദ്ദേഹം ദൂതനെ തൂത്തുക്കുടിയിലേക്ക യച്ചു ചിന്നത്തിമ്മയുമായി സന്ധിയുണ്ടാക്കിയിരുന്നു. അദ്ദേഹ ത്തിന്റെ ക്ഷണപ്രകാരമായിരിക്കണം ചിന്നത്തിമ്മ തിരുവനന്തപുരം സന്ദർശിച്ചത്.

17. ആഴ്വാർ തിരുനഗരി ക്ഷേത്രത്തിന് ചിന്നത്തിമ്മ നല്കിയ ദേവദാ നഭൂമി ഉദയമാർത്താണ്ഡവർമ്മയോടു വിലയ്ക്കു വാങ്ങിയതാണെന്ന് പറയുന്നതിൽ നിന്ന് 1547 ൽ മുഴുവൻ മുള്ളിനാടും ദേശിംഗനാടിന് നഷ്ടപ്പെട്ടില്ലെന്നാണ് കരുതേണ്ടത്.

അനുബന്ധം
ദേശിംഗനാടു സ്വരൂപത്തെ സംബന്ധിക്കുന്ന ശാസനങ്ങളും മറ്റും

നമ്പർ	വർഷം ക്രി വ	രേഖ എവിടെ നിന്നെന്ന്	ഭരണാധികാരിയുടെ പേര്
1.	1335	മതിലകം ഗ്രന്ഥവരി	രാമ മാർത്താണ്ഡവർമ്മ ചേതുങ്കനാടു മൂത്തതിരുവടി (കളക്കാട്)
2.	1399	കരിശൂഴ്ന്തമംഗലം ക്ഷേത്രശാസനം	ചേതുങ്കനാടു മാർത്താണ്ഡ അടികൾ
3.	1435	കല്ലിടക്കുറിച്ചി കുലശേഖര മുടയാർ ക്ഷേത്രശാസനം	ഭാരതരാവണരാമ മാർത്താണ്ഡൻ
4.	1437	കരിശൂഴ്ന്തമംഗലം ക്ഷേത്രം	ഉദയമാർത്താണ്ഡ ചിറവാ മൂത്തവർ
5.	1439	അഗസ്തീശ്വരം (തേരൂർ) ശിലാശാസനങ്ങൾ	ഉദയമാർത്താണ്ഡ ചിറവാ മൂത്തവർ
6.	1439	നാവായ്ക്കുളം ക്ഷേത്രശാസനം	വടശ്ശേരിഇല്ലത്തിൽ കീഴ്പേരൂർ രാമമാർ ത്താണ്ഡവർ ചേതുങ്കനാടു മൂത്തവർ
7.	1460	വടശ്ശേരി കൃഷ്ണസ്വാമി ക്ഷേത്രശാസനം	ചെമ്പകാതിച്ചവർമ്മ
8.	1461	മതിലകം രേഖ	ദേശിംഗനാടു കീഴ്പേരൂർ രാമമാർത്താ ണ്ഡവർമ്മ തൃപ്പാപ്പൂർ മൂത്തതിരുവടി
9.	1469	തിരുക്കുറംകുടി (തൃക്കണംകുടി) ക്ഷേത്രത്തിലെ മണിയിലുള്ള സംസ്കൃതശ്ലോകം	ദേശിംഗനാടു ആദിത്യവർമ്മ ചിറവാമൂത്തവർ
10.	1470	മതിലകം രേഖ	ചേതുങ്കനാടു കീഴ്പേരൂർ മാർത്താണ്ഡവർമ്മ (തൃക്കണംകുടി)
11.	1471	ശുചീന്ദ്രം ക്ഷേത്രശാസനം	ചെമ്പകരാമൻ തൃ മൂ തി
12.	1472	മതിലകം ഗ്രന്ഥവരി	ദേ.കീ. ആദിത്യവർമ്മ ചി മൂ
13.	1478	അമ്പാസമുദ്രം പുരുഷോത്തമ സ്വാമി ക്ഷേത്രം	ചെമ്പകരാമന് തൃ മൂ തി
14.	1478	ശുചീന്ദ്രം ക്ഷേത്രത്തിലെ ശ്ലോകം	രാമവർമ്മ വഞ്ചിഭൂപാല ചൂഡാമണി
15.	1478	കൊല്ലം തരകുകോണം (ചെമ്പകരാമൻ തെരുവ്)	ചെമ്പകരാമൻ തിരുവടി
16.	1484	ശുചീന്ദ്ര ക്ഷേത്രശാസനം	ആദിത്യവർമ്മ ചേതുങ്കനാടു മൂത്തവരും അവർ തിരുത്തമ്പിയാർ രാമവർമ്മ ചിറവാ മൂത്തവരും
17.	1486	തിരുപ്പൂവനം പുഷ്പവനേശ്വരം ക്ഷേത്രം	കേരളവർമ്മയുടെ പേരിൽ വീരകേരള ശാന്തിപൂജ
18.	1486	ഇടലാക്കുടി പരശുരാമപ്പെരുന്തെരുവ്	ജയസിംഹദേവ ചേതുങ്കനാടു മൂത്തതിരുവടി
19.	1488	മതിലകം രേഖ	ദേശിംഗനാടു കീഴ്പേരൂർ കേരളവർമ്മ ദേ മൂ തി
20.	1495	കൊല്ലം ഗണപതിനട ശാസനം	ജയസിംഹ കേരളവർമ്മ
21.	1495	കല്ലിടക്കുറിച്ചി ബഗലികട്ടർ ക്ഷേത്രം	ഭൂതലവീര രാമവർമ്മ ചേതുങ്കനാട് മൂത്തവർ
22.		പള്ളക്കാൽ വെങ്കിടാചലപതി ക്ഷേത്രം	ഉദയ മാർത്താണ്ഡവർമ്മ

23.	1505	മേലെച്ചെവ്വാൽ വരുണേശ്വരക്ഷേത്രം	കേരളവർമ്മയുടെ പേരിൽ വീരകേരളനല്ലൂർ
24.	1508	അമ്പാസമുദ്രം ലക്ഷ്മീ നാരായണ ക്ഷേത്രശാസനം	ഭൂതലവീരരാമൻ
25.	1514	മതിലകം ഗ്രന്ഥവരി	കേരളവർമ്മ തൃ മൂ തി ആകുന്നു
26.	1516	മേലെച്ചെവ്വാൽ ക്ഷേത്രശാസനം	ജയതുങ്കനാടു മൂത്തവർ (കേരളവർമ്മ)
27.	1516	ബ്രഹ്മദേശം കൈലാസനാഥക്ഷേത്രം	ശങ്കരനാരായണ വെന്റുമൺകൊണ്ട ഭൂതലവീര ഉദയമാർത്താണ്ഡവർമ്മ
28.	1517	അംബാസമുദ്രം	
Do			
	1519	കാശീശ്വരക്ഷേത്രം	
29.	1523	മണ്ണാർകോവിൽ	Do
	1524	ഗോപാലസ്വാമി ക്ഷേത്രം	
30.	1525	അംബാസമുദ്രം കാശീശ്വരക്ഷേത്രം (4)	Do
31.	1526	കന്യാകുമാരി മുട്ടം	Do
32.	1527	മതിലകം ഗ്രന്ഥവരി	ദേ കീ ശ്രീവീരരാമ മാർത്താണ്ഡവർമ്മ തൃ മൂ പണ്ടാരം (തിരുക്കുറംകടി)
33.	1531	കല്ലിടക്കുറിച്ചി കുലശേഖര	
Do			
	1532	മുടയാർ ക്ഷേത്രം	
34.	1535	മതിലകം രേഖ	ഉദയമാർത്താണ്ഡവർമ്മ അന്തരിച്ചു. ഉണ്ണിക്കേരളവർമ്മ ചിറവാ മൂപ്പേറ്റു
35.	1536	മണപ്പടവീടു മുണ്ടീശ്വര മുടയാർ കോവിൽ	ചേതുങ്കനാടു ശങ്കരനാരായണ വെന്റു മൺകൊണ്ട ഭൂതലവീര ശ്രീവീരവർമ്മൻ
36.	1537	മതിലകം ഗ്രന്ഥവരി	ചേതുങ്കനാടു കീഴ്പേരൂർ ശ്രീവീരരാമ കേരളവർമ്മ ചി.മൂത്തവർ (തിരുക്കുറംകടി)
37.	1537	ശുചീന്ദ്രത്തും വടിവീശ്വരത്തുമുള്ള ക്ഷേത്രശാസനങ്ങൾ	ചേതുങ്കനാടു വെന്റുമൺകൊണ്ട ഭൂതലവീര രവിവർമ്മ
38.	1541	പള്ളക്കാൽ വെങ്കിടാചലപതിക്ഷേത്രം	വെന്റുമൺകൊണ്ട ഭൂതലവീര രാമവർമ്മ
39.	1545	അംബാസമുദ്രം	
Do			
	1546	കാശീശ്വക്ഷേത്രം	
40.	1546	തിരുനൽവേലി നെല്ലിയപ്പർ ക്ഷേത്രം	Do ചിങ്കലിവീര മാർത്താണ്ഡവർമ
41.	1547	തെങ്കാശി വിശ്വനാഥക്ഷേത്രം	Do രാമവർമ്മ
42.	1547	കരിശൂഴ്ന്തമംഗലംക്ഷേത്രം	
Do			
43.	1547	ശുചീന്ദ്രം ക്ഷേത്രശാസനം	ശങ്കരനാരായണമൂർത്തി വേലക്കാരൻ വെന്റുമൺകൊണ്ട ഭൂതലവീര രാമവർമ്മ വിത്തല മഹാരാജാവിന്റെ ജന്മനാളിന് ബലിവഴിപാടു നടത്തി
44.	1547	തിരുപ്പൂട മരുതൂർ പുതർ ഗണേശക്ഷേത്രം ശാസനം	ശങ്കരനാരായണ ഭൂതലവീര ഉദയ മാർത്താണ്ഡവർമ ചിറവാ മൂത്തവർ

തൃപ്പാപ്പൂർ സ്വരൂപം

ഒടുവിലത്തെ വേണാടുരാജാവായ ഇരവി ഇരവിവർമ്മയുടെ സമകാലികനായ ആദിത്യവർമ്മ സർവ്വാംഗനാഥനും അന്തരിച്ചശേഷം നാട്ടിൽ കുഴപ്പങ്ങൾ ധാരാളമായിരുന്നു എന്നു തോന്നുന്നു. കൊല്ലം രാജാക്കന്മാരുടെ ശ്രദ്ധ മുഴുവൻ മുള്ളിനാട്ടിലായിരുന്നതുകൊണ്ടായിരിക്കാം അത്. കുഴപ്പക്കാരെ അടക്കിനിർത്താത്തതിന് ശ്രീപത്മനാഭസ്വാമി ക്ഷേത്രസഭയായ തിരുവനന്തപുരം സഭ രാജാക്കന്മാർക്ക് പ്രായശ്ചിത്തം വിധിച്ചതായി ധാരാളം മതിലകം രേഖകൾ കാണുന്നു. ആരു കുറ്റം ചെയ്താലും പ്രായശ്ചിത്തം നല്കേണ്ടത് തൃ മൂ തി യാണ്. ഇപ്രകാരം പ്രായശ്ചിത്തം വിധിക്കപ്പെട്ട തൃപ്പാപ്പൂർ നാടുവാഴികളെപ്പറ്റിയുള്ള മതിലകം രേഖകളിൽ നിന്നാണ് തൃപ്പാപ്പൂർ ശാഖയിലെ ഭരണാധികാരികളെപ്പറ്റി കൂടുതലായി അറിയുന്നത്.

തൃപ്പാപ്പൂർ കീഴ്പേരൂർ ഉദയമാർത്താണ്ഡവർമ്മ

തൃ കീ ഉദയമാർത്താണ്ഡവർമ്മയാണ് ആദിത്യവർമ്മ സർവ്വാംഗനാഥനുശേഷം തൃ മൂ തിയായത്. ക്രി വ 1376 ൽ അദ്ദേഹം തൃ മൂ തിയായിരുന്നതായി മതിലകം രേഖയുണ്ട്[1]. ശ്രീപത്മനാഭസ്വാമിക്ഷേത്രത്തിൽ ഉത്സവത്തിന് കൊടിയേറിയശേഷം ആറാട്ടിന് മുമ്പ് നാട്ടിൽ ശിക്ഷാവിധികൾ നടപ്പിലാക്കിയതിനാണ് ശിക്ഷാവിധി. ക്ഷേത്രത്തിൽ ഉത്സവത്തിന് കൊടിയേറിക്കഴിഞ്ഞാൽ പത്തുദിവസത്തേക്ക് ശ്രീപത്മനാഭന്റെ വകയായ തൃപ്പാപ്പൂർ സ്വരൂപത്തിൽ ശിക്ഷാവിധികൾ പാടില്ലെന്നതാണ് അലിഖിത നിയമം. അത് ലംഘിച്ചതിനും മാത്തൂർ, ചിറയിൻകീഴ് എന്നീ സ്ഥലങ്ങളിൽ ഉദ്യോഗസ്ഥന്മാർ കൈയേറ്റം നടത്തിയതിനുമായി 5000 പണമാണ് 1582 ൽ ക്ഷേത്രസഭ പ്രായശ്ചിത്തം വിധിച്ചത്. തൃ മൂ തി ക്ഷേത്രത്തിന്റെ രക്ഷാപുരുഷനാണെന്നത് വേറെ കാര്യം.

ശ്രീവീര ഇരവിവർമ്മ

ശ്രീവീര ഇരവിവർമ്മയാണ് ഉദയമാർത്താണ്ഡവർമ്മയുടെ പിൻഗാമിയായ തൃ മൂ തി അദ്ദേഹത്തെപ്പറ്റി മതിലകം ഗ്രന്ഥവരി ഇപ്രകാരം പറയുന്നു.

> 592-ാമാണ്ട് തനു ഞായർ 10-ാം തീയതി ശ്രീ വീരഇരവിവർമ്മ രായ തൃ മൂ തി മൂന്നാൾ കരുവേലംകുളത്ത് നിത്യനട ഉൾപ്പെട്ട ദേശങ്ങളിലും മനുക്ഷ്യം ഒഴിച്ചതിനും മുറിഞ്ഞ മനുക്ഷ്യം ആറുക്കു വെള്ളിക്കുടം ആറു കൊന്നതിന് ഇരുത്തിന ആന ഉരു ഒന്ന്. കരുവക്കെട്ടിനു കിഴി അഞ്ചിൽ കെട്ടി വച്ചപണം 5000. മുന്നാൾ കരുവ ഇല്ലം 5000 ഉം മേപ്പടിയാന്റെ വസ്തുവിനു ഒഴിഞ്ഞുകൊടുത്ത നീട്ട് ഒന്നു.

ഒരാളെ മുറിവേൽപ്പിച്ചാൽ ഒരു വെള്ളിക്കുടം പിഴ. ഒരാളെ കൊന്നാൽ ഒരാന നടയ്ക്കിരുത്തണം. ബ്രാഹ്മണന്റെ മുതൽ പിടിച്ചെടുത്താൽ അതു മടക്കിക്കൊടുക്കണം; ശ്രീപത്മനാഭന് പിഴയും നല്കണം. ആയിരം പണം വീതമുള്ള കിഴികളിലാണ് പിഴയടയ്ക്കേണ്ടത്. കരുവക്കെട്ട് ഖജനാവിൽ പണം അടയ്ക്കലാണ്. കരുവേലം കുളം മുള്ളിനാട്ടിൽ ശ്രീപത്മനാഭ സ്വാമി ക്ഷേത്രം വക ഗ്രാമമാണ്. ഈ സംഭവത്തെ അടിസ്ഥാനമാക്കി ചരിത്രകാരന്മാരായ ശങ്കുണ്ണിമേനോനും[2], ടി കെ വേലുപ്പിള്ളയും[3], ഇളംകുളം കുഞ്ഞൻപിള്ളയും[4] സ്വന്തം മനോധർമ്മംപോലെ കഥകൾ രചിച്ചിട്ടുണ്ട്.

കൊല്ലം ആശ്രാമം കോയിക്കൽനിന്ന് ഒരു ആദിത്യവർമ്മയെ വൈക്കം ക്ഷേത്രത്തിന്റെ രക്ഷാപുരുഷനായി ക്ഷേത്രസഭ നിശ്ചയിച്ചതായും, 1409 ൽ ഊരാണ്മക്കാരുടെ സാന്നിദ്ധ്യത്തിൽ ആറ്റിങ്ങൽ വച്ച് ആദിത്യവർമ്മ സ്ഥാനമേറ്റതായും വൈക്കം ഗ്രന്ഥവരിയിലുണ്ട്. ആദിത്യവർമ്മ ദേശിംഗനാട് ശാഖയിലെയോ തൃപ്പാപ്പൂർ ശാഖയിലേയോ ഒരു ഇളംകൂർ ആയിരുന്നിരിക്കാം. ഗ്രന്ഥവരിയിലെ പ്രസ്താവനയുടെ വിശ്വാസ്യതയിലും ഉറപ്പില്ല.

കീഴ്പേരൂർ ശ്രീവീര രാമമാർത്താണ്ഡവർമ്മ

കീഴ്പേരൂർ ശ്രീവീര രാമമാർത്താണ്ഡവർമ്മ തൃ മൂ തിയുടെ പേർ 1425 നും 1460 നും ഇടയ്ക്ക് മതിലകം രേഖകളിൽ ധാരാളം കാണാം. തിരുവിതാംകോടായിരുന്നു അദ്ദേഹത്തിന്റെ ഭരണതലസ്ഥാനം. തിരുവനന്തപുരത്ത് വരുമ്പോൾ അദ്ദേഹം തെക്കും ഗോപുരവാതുക്കലുള്ള കുളത്തൂർ വീട്ടിൽ കോയിക്കലായിരുന്നു താമസം. കുളത്തൂർപിള്ള എന്ന മാടമ്പിയുടെ കുടുംബത്തിൽനിന്ന് വിവാഹം കഴിച്ച സ്ത്രീക്ക് താമസിക്കാൻ വേണ്ടി തൃ മൂ തി പണിയിച്ചതാവണം കുളത്തൂർ വീട്ടിൽ കോയിക്കൽ. ഇദ്ദേഹത്തിന്റെ കാലത്താണ് ദേശിംഗനാടുകാരനായ രാമമാർത്താ

ണ്ഡവർമ്മ കുലശേഖരപ്പെരുമാൾ ശ്രീ പത്മനാഭസ്വാമി ക്ഷേത്രം പുതുക്കിപ്പണിയിച്ചത്.

ക്രി വ 1444 വരെ 62 വർഷം രാജ്യം ഭരിച്ച ഒരു ചേര ഉദയ മാർത്താണ്ഡവർമ്മയെപ്പറ്റി പാച്ചുമൂത്തതും പില്കാല തിരുവിതാംകൂർ ചരിത്രകാരന്മാരും രേഖപ്പെടുത്തിയിട്ടുണ്ട്. 'കേരളവർമ്മ കുലശേഖരപ്പെരുമാൾ സൊർക്ക പ്രാപ്തിയായി ചേര ഉദയമാർത്താണ്ഡ കുലശേഖരപ്പെരുമാൾ പനയങ്കാവിൽ ഇരുന്നു ഇളങ്ങല്ലൂർ നമ്പിയാതിരിയേയും വരുത്തി ചേരമാൻ മൂപ്പുകൊള്ളുവാൻ കുലശേഖരപട്ടവും വച്ച് മൂപ്പുനടത്തി' എന്നു പറയുന്ന ഒരു മതിലകം ഗ്രന്ഥവരിയുണ്ട്[5]. അതിൽ കാലം പറയുന്നില്ല. രാമമാർത്താണ്ഡവർമ്മ കുലശേഖരപ്പെരുമാളായിരിക്കാം പരാമർശിക്കപ്പെടുന്നത്. അദ്ദേഹം ദേശിംഗനാട്ടു ശാഖയിൽപെട്ട ആളായതുകൊണ്ട് പനങ്കാവിൽ കൊട്ടാരത്തിൽ താമസിച്ചിരുന്നിരിക്കാം. ഇക്കാലത്ത് ഇളംകൂറായിരുന്ന ഒരു കേരളമാർത്താണ്ഡവർമ്മയുടെ ശാസനങ്ങൾ ഇരണിയലിനു സമീപമുള്ള ആഴ്വാർ കോവിലിലും (1403), ശുചീന്ദ്രത്തും (1410), മുഞ്ചിറ തിരുമല ക്ഷേത്രത്തിലും (1434) കാണുന്നു[5b].

തൃ കീ ഉദയമാർത്താണ്ഡവർമ്മ തൃമൂതി യാണ് വീരരാമമാർത്താണ്ഡവർമ്മയ്ക്കു ശേഷം തൃപ്പാപ്പൂർ താവഴിയിൽ നിന്ന് തൃ മൂ തി ആവുന്നത്. 1483 ലെ മതിലകം രേഖയിൽ അദ്ദേഹത്തിന്റെ പേരുണ്ട്[6]. 1488 ലെ മതിലകം ഗ്രന്ഥവരിയിൽ അദ്ദേഹം ഹിരണ്യസിംഹനല്ലൂർ (ഇരണിയൽ) വിക്രമപുരം കൊട്ടാരത്തിൽ താമസിക്കുന്നതായി പറയുന്നു. അദ്ദേഹം ചിറവാമൂപ്പനായിരിക്കെ 1451 ൽ തിരുവട്ടാറിനു സമീപമുള്ള അരുവിക്കരയും മാത്തൂർ ദേശത്തുമുള്ള മാടമ്പിമാരെ ഭടന്മാരെ അയച്ച് ആക്രമിച്ചതിന് പ്രായശ്ചിത്തം ചെയ്തതായി മതിലകം രേഖയുണ്ട്[7].

ഇരവി ഇരവിവർമ്മ തൃ മൂ തി 1487 ൽ ചിറവാ മൂത്തവരായിരുന്നു. 1488 മുതൽ 1512 വരെ അദ്ദേഹം തൃ മൂ തി ആയിരുന്നതായി മതിലകം രേഖകളിൽ കാണാം. ശ്രീപത്മനാഭസ്വാമി ക്ഷേത്രസംബന്ധമായ കണക്കുകളും മറ്റു രേഖകളും സൂക്ഷിക്കാൻ ഒരു കണക്കുപുര മതിലകത്തു വടക്കുപടിഞ്ഞാറേ മൂലയിൽ അദ്ദേഹം പണിയിച്ചു[8]. ഒരു കരണക്കണക്കനും, ഒരു പണ്ടാരക്കണക്കനും, ഒരു കരുവേല കണക്കനും അവിടെ നിയമിക്കപ്പെട്ടു. വളരെ ശുഷ്കാന്തിയോടെ സൂക്ഷിക്കപ്പെട്ട മൂന്നുലക്ഷം രേഖകളെങ്കിലും അവിടെ പില്ക്കാലത്തുണ്ടായിരുന്നു.

ഉരുക്കുമുഷ്ടികൊണ്ടു രാജ്യം ഭരിച്ച ആദ്യത്തെ വേണാട് ഭരണാധികാരി അദ്ദേഹമായിരുന്നു. അദ്ദേഹത്തിന്റെ അധികാരികൾക്ക് നിരവധി മാടമ്പിമാരുമായി സംഘട്ടനത്തിലേർപ്പെടേണ്ടിവന്നിട്ടുണ്ട്. അതിനെല്ലാം അദ്ദേഹത്തിന് ക്ഷേത്രസഭ പ്രായശ്ചിത്തം വിധിച്ചിട്ടുമുണ്ട്. 1498 ൽ അദ്ദേഹത്തിന്റെ ഭടന്മാർ ക്ഷേത്രജീവനക്കാരുമായി ഏറ്റുമുട്ടിയതിന്റെ ഫലമായി ഏതാനുംപേർ മരിക്കുകയും നിരവധിപേർക്കു പരിക്കേല്ക്കുകയും ചെയ്തു. അതിനു വമ്പിച്ച പിഴയാണ് ക്ഷേത്രസഭ വിധിച്ചത്[9]. ക്രി വ 1500 ൽ ചിറയിൻകീഴും നാട്ടിന്റെ പലഭാഗത്തും അദ്ദേഹത്തിന്റെ അധി

കാരികൾ ആക്രമണം അഴിച്ചുവിട്ടതിനു 15,000 പണവും ഒരു വെള്ളിക്കുടവും കരുവക്കെട്ടു നല്കേണ്ടിവന്നു[10]. 1491 ൽ നാഞ്ചിനാട്ടെ വീരനാരായണശേരിയിൽ ആഞ്ഞപ്പേർ നമ്പിയാതിരിയുടെ മഠം രവിവർമ്മയുടെ ഭടന്മാർ ആക്രമിച്ചതിന് നാലു നായന്മാരെ തൂക്കിലിടാൻ ക്ഷേത്രയോഗം വിധിച്ചു. മൂന്നു നായന്മാർ വധിക്കപ്പെട്ടു[11]. നായന്മാർ സംഘടിച്ച് തിരുവനന്തപുരത്തുനിന്ന് തിരുവിതാംകോട്ടേക്ക് പോകുന്ന രാജാവിനെ വഴിതടഞ്ഞു പരാതിപ്പെടാൻ ഒരുങ്ങി നെയ്യാറ്റിൻകരയിൽ കൂട്ടംകൂടി. രാജാവ് പൂന്തുറയിൽ നിന്നു തോണിയിൽ കയറി കടൽമാർഗ്ഗം തിരുവിതാംകോട്ടേക്കു പോയി[12]. 1506 ൽ ദേശിംഗനാടിലുൾപ്പെട്ട വേമ്പന്നൂർ ദേശത്ത് രവിവർമ്മയുടെ അധികാരികൾ ആക്രമണം നടത്തിയതിനും പ്രായശ്ചിത്തം ചെയ്യേണ്ടിവന്നു.

രാജാവിന്റെ അധികാരികൾക്ക് പലപ്പോഴും ആക്രമണത്തിന് ന്യായീകരണമുണ്ടായിരുന്നു. മാടമ്പിമാർ പ്രാദേശിക ഭരണാധികാരികളായിരിക്കുന്നത് യുദ്ധാവശ്യത്തിന് കർഷകഭടന്മാരായ നായന്മാരുമായി രാജാവിനെ സഹായിക്കാനാണ്. വേണാടും വിജയനഗരവുമായുള്ള യുദ്ധങ്ങളിൽ പങ്കെടുക്കാൻ മുള്ളിനാട്ടു പോകാൻ മാടമ്പിമാർ ഇഷ്ടപ്പെട്ടില്ല. അവർ താന്താങ്ങളുടെ ഭൂമി ക്ഷേത്രത്തിന്റേതായോ ബ്രാഹ്മണന്റേതായോ എഴുതിവച്ച് ദേവസ്വത്തിന്റെയും ബ്രഹ്മസ്വത്തിന്റെയും കാരാളനായി തുടരും. അങ്ങനെ ചെയ്താൽ രാജാവിനുവേണ്ടി യുദ്ധത്തിനു പോകാതെ രക്ഷപ്പെടാം. ഇത്തരം നടപടികൾ രാജാവിന്റെ അധികാരികൾ അനുവദിക്കുകയില്ല. അങ്ങനെയാണ് സംഘട്ടനങ്ങളുണ്ടാവുന്നത്. ദേവസ്വം ബ്രഹ്മസ്വം വസ്തുക്കൾ സംരക്ഷിക്കുന്നതിൽ ശുഷ്ക്കാന്തി കാണിച്ച ക്ഷേത്രസഭ ഇത്തരം ആക്രമണങ്ങളെ ശിക്ഷാർഹമായി കണ്ടു. ക്ഷേത്രസഭയുടെ വിധി അന്യായമാണെങ്കിൽ കൂടി രാജാവിന് അതിനെ അംഗീകരിക്കേണ്ടതുണ്ട്.

ഇരവി ഇരവിവർമ്മയുടെ പിൻഗാമികൾ

ഇരവി ഇരവിവർമ്മയുടെ പിൻഗാമികൾ ഇരവി രാമവർമ്മയും, ഇരവി ആതിച്ചവർമ്മയും, ഇരവി കേരളവർമ്മയും ആയിരുന്നു. ഇവരിൽ ആദ്യത്തെ രണ്ടുപേരുടെയും പേരുകൾ 1512 വരെ മതിലകം രേഖകളിൽ കാണുന്നു. 1513 ൽ ഇരവികേരളവർമ്മ തൃ മൂ തി അന്തരിച്ചുവെന്നും ദേശിംഗനാട്ടിലെ ജയസിംഹ കേരളവർമ്മ തൃ മൂ തി സ്ഥാനം ഏറ്റെടുക്കാൻവേണ്ടി കളക്കാട്ടുനിന്നും ഇരണിയൽ കൊട്ടാരത്തിൽ എത്തിയെന്നും മതിലകം രേഖയിൽ കാണുന്നു[13]. അതിനുശേഷം നൂറുവർഷത്തോളം കാലം ദേശിംഗനാടു ശാഖയിലുള്ളവർ മാത്രമാണ് തൃ മൂ തിമാരായിരുന്നത്. അവരെല്ലാം ദേശിംഗനാട് ശാഖക്കാരായിരുന്നെങ്കിലും തൃ മൂ തി മാരായിരുന്നതുകൊണ്ട് പോർച്ചുഗീസുകാർ ട്രാവൻകൂർ രാജായെന്നും കൊല്ലം രാജായെന്നുമാണ് അവരെ രേഖപ്പെടുത്തിയത്.

1495 ലെ ഇടലാക്കുടി ശാസനം തൃപ്പാപ്പൂരിലെ ഒരു സകലകലാ

മാർത്താണ്ഡവർമ്മയുടേതാണെന്ന് സ്റ്റേറ്റ്മാനുവൽകാരനായ നാഗമയ്യ കരുതുന്നു[14]. അത് ജയസിംഹ കേരളവർമ്മയുടേതാണെന്ന് നേരത്തെ പറഞ്ഞിരുന്നല്ലോ. ഇടലാക്കുടി സ്ഥിതിചെയ്യുന്ന നാഞ്ചിനാട് അക്കാലത്ത് ദേശിംഗനാട് സ്വരൂപത്തിന്റെ ഭാഗമായിരുന്നു. ദേശിംഗനാടിനെയും തൃപ്പാപ്പൂരിനെയും ഒന്നാകെ തിരുവിതാംകൂർ എന്നാണ് ശങ്കുണ്ണിമേനോനും തിരുവിതാംകൂർ മാനുവൽകാരന്മാരും കരുതിയത്. സകലകലാമാർത്താണ്ഡവർമ്മയുടെ പേർ അഞ്ചുതമ്പുരാൻപാട്ട് എന്ന തെക്കൻ പാട്ടിൽനിന്നാണ് ലഭിക്കുന്നത്. അഞ്ച് രാജാക്കന്മാരെ സംബന്ധിക്കുന്ന പാട്ടുകളായതുകൊണ്ടാണ് അഞ്ചുതമ്പുരാൻപാട്ടെന്ന് പറയുന്നത്. അതിലെ ഒരു പാട്ടിൽ, കളക്കാട് സ്വരൂപത്തിലെ ചങ്കിലിവീരമാർത്താണ്ഡവർമ്മയും ഭൂതലരവിവർമ്മയും തമ്മിലുള്ള പോരാട്ടത്തിൽ തൃപ്പാപ്പൂർ സ്വരൂപത്തിലെ സകലകലാമാർത്താണ്ഡവർമ്മ, രവിവർമ്മയുടെ സഹായത്തിനായി, കഴക്കൂട്ടത്തുപിള്ളയുടെ നേതൃത്വത്തിൽ ഒരു സൈന്യത്തെ സ്വന്തം ഭാഗിനേയനായ ആദിത്യവർമ്മയുടെ കൂടെ അയച്ചുകൊടുത്തുവെന്നാണ് കഥ. വിജയപൂർവ്വം മടങ്ങിയെത്തിയ ആദിത്യവർമ്മ ആഭിചാര ക്രിയയിലൂടെ തന്റെ മാതുലനെ വധിച്ചശേഷം തൃപ്പാപ്പൂരിൽ ചിറവാമൂപ്പേല്ക്കുന്നു എന്നും ദുഃഖിതനായ കഴക്കൂട്ടത്തുപിള്ള രാജസേവ ഉപേക്ഷിച്ചുവെന്നും പറയുന്നു. ഇതിലെ ആദിത്യവർമ്മ 1732 ൽ ചി മൂ ആയിരുന്നു എന്ന് മതിലകം രേഖയുണ്ട്[15]. അതുകൊണ്ട് സകലകലാ മാർത്താണ്ഡവർമ്മയുടെ കാലം അതിനുമുമ്പാണെന്നു വരുന്നു. ഒരുപക്ഷേ, അദ്ദേഹം ജയസിംഹ കേരളവർമ്മയ്ക്കുശേഷം ഭൂതലവീര ഉദയമാർത്താണ്ഡവർമ്മയ്ക്കുമുമ്പ് തൃ മൂ തി ആയിരുന്നു എന്നുവരാം. ആദിത്യവർമ്മ ചി മൂ മുതലുള്ള തൃപ്പാപ്പൂർ ശാഖയിലെ ചിറവാമൂപ്പന്മാരുടെ പേരുകൾ കൃത്യമായി ലഭിച്ചിട്ടുണ്ട്[16]. അവരുടെ പേരുകളും കാലവും താഴെ കൊടുക്കുന്നു.

1.	പലകാല ആദിത്യവർമ്മ	1532-44
2.	മാർത്താണ്ഡവർമ്മ	1544-54
3.	വഞ്ചി ആദിത്യവർമ്മ	1554-75
4.	രവിവർമ്മ	1575-77
5.	ഉദയമാർത്താണ്ഡവർമ്മ	1578-92
6.	രവിവർമ്മ കുലശേഖരപെരുമാൾ	1592-1609
7.	രാമവർമ്മ	1609-1610
8.	ആദിത്യവർമ്മ	1610
9.	ഇളയരാമവർമ്മ	1610
10.	രവിവർമ്മ	1610-1662
11.	രാമവർമ്മ	1662-1671
12.	ആദിത്യവർമ്മ	1671-1677

പട്ടികയിൽ ഒന്നാം പേരുകാരനായ പലകാല ആദിത്യവർമ്മയാണ് തന്റെ മാതുലൻ സകലകലാ മാർത്താണ്ഡവർമ്മയെ വധിച്ച് ചിറവാ മൂപ്പേറ്റത്. 1543-44 ൽ വിജയനഗരസേനയെ നേരിട്ട അഞ്ചുതിരുവടിമാരിൽ

ഒരാൾ അദ്ദേഹം ആയിരിക്കാം. യുദ്ധത്തിലോ അതിനു തൊട്ടടുത്തോ അദ്ദേഹം അന്തരിച്ചതാവാം. അദ്ദേഹം മരിച്ച സമയം പറയുന്നുണ്ടെങ്കിലും എവിടെവച്ചു മരിച്ചെന്ന് രേഖയിൽ പറയുന്നില്ല. ആദിത്യവർമ്മ മരിച്ച ദിവസം തന്നെ മാർത്താണ്ഡവർമ്മ ആറ്റൂരുള്ള വിളവൂർമഠത്തിൽവച്ച് ഭരണമേറ്റു. അദ്ദേഹത്തിന്റെ പിൻഗാമിയായ വഞ്ചി ആദിത്യവർമ്മ 1554 ൽ ഭരണമേറ്റെങ്കിലും മാർത്താണ്ഡവർമ്മ അന്തരിച്ചതായി രേഖയിൽ പറയുന്നില്ല. വഞ്ചി ആദിത്യവർമ്മ കരുവൂർ വഞ്ചിയിൽ നിന്ന് ദത്തെടുക്കപ്പെട്ടയാളായിരിക്കാം. തെക്കൻ തിരുവിതാംകൂറിലെ വടശ്ശേരി ഇല്ലത്തിൽ നിന്ന് ദത്തുവന്ന ആളാണെന്നും വരാം. മാർത്താണ്ഡവർമ്മ ദേശിംഗനാട്ടേക്ക് പോവുകയും തൃ മൂ തി ആവുകയും ചെയ്തിരിക്കാമെന്ന് മുമ്പ് പ്രസ്താവിച്ചിരുന്നല്ലോ. വഞ്ചി ആദിത്യവർമ്മ ചിറവാ മൂപ്പനായി സത്യപ്രതിജ്ഞചെയ്തത് തിരുവിതാംകോട് മഹാദേവർ ക്ഷേത്രത്തിൽ വച്ചായതുകൊണ്ടാണ് അദ്ദേഹം ദത്തുവന്നയാളെന്ന് കരുതുന്നത്. വഞ്ചി ആദിത്യവർമ്മയ്ക്കുശേഷം (1575) ചിറവാ മൂപ്പേറ്റ രവിവർമ്മ 1577 ൽ അന്തരിച്ചപ്പോൾ ചിറവാ (തിരുവിതാംകോട്) സ്വരൂപത്തിൽ പിൻഗാമികളില്ലായിരുന്നു. 1757 ൽ സ്ഥാനമേറ്റയുടനെ അദ്ദേഹം ആറ്റിങ്ങൽ രാജകുടുംബത്തിൽ നിന്ന് ഒരു റാണിയെയും രാജകുമാരനെയും ദത്തെടുത്തിരുന്നു. രവിവർമ്മയ്ക്കുശേഷം ഒന്നരവർഷക്കാലം ദത്തെടുക്കപ്പെട്ട മാർത്താണ്ഡവർമ്മ 1578 ൽ ഭരണമേറ്റു. ക്രി വ 1587 ൽ ദേ കീ ഉദയമാർത്താണ്ഡവർമ്മ തൃ മൂ തി വാർദ്ധക്യം മൂലമാകാം തൃപ്പാപ്പൂരിലെ മാർത്താണ്ഡവർമ്മയെ ഇളയ തൃ മൂ തിയായി വാഴിച്ചു.

രവിവർമ്മ കുലശേഖര പെരുമാൾ

ഉദയമാർത്താണ്ഡവർമ്മയെ ഇളയ തൃ മൂ തിയായി വാഴിച്ച ഉടനെ തന്നെ ഇളംകൂറായിരുന്ന രവിവർമ്മയെ ചിറവാമൂത്തവരായും വാഴിച്ചു. ഇതോടൊപ്പമാണ് നാഞ്ചിനാടും മുള്ളിനാട്ടിലെ അവശേഷിച്ച ദേശങ്ങളും തൃപ്പാപ്പൂർ സ്വരൂപത്തിന് വിട്ടുകൊടുത്തത്. 1592 ൽ ഇളയ തൃ മൂ തിയായിരുന്ന ഉദയമാർത്താണ്ഡവർമ്മ അന്തരിച്ച ഉടനെ തൃപ്പാപ്പൂർ സ്വരൂപത്തിന്റെ മുഴുവൻ ഭരണവും രവിവർമ്മയുടെ കീഴിലായി. 1595 ലെ ദേ കീ ഉദയമാർത്താണ്ഡവർമ്മ തൃ മൂ തി അന്തരിച്ചപ്പോൾ ആ ശാഖയിലെ തന്നെ രാമമാർത്താണ്ഡവർമ്മ തൃ മൂ തിയായി. ക്രി വ 1600 നടുപ്പിച്ചു രവിവർമ്മ ഷോഡശദാനങ്ങൾ നിർവ്വഹിച്ചശേഷം കുലശേഖരപെരുമാൾ എന്ന ബിരുദം നേടി[17]. 1605 ൽ അദ്ദേഹവും തൃ മൂ തിയും ഇളംകൂറുകളായ (അവർ പേരകത്താവഴിയിൽ നിന്നു ദത്തുവന്നവരാണ്) രാമവർമ്മ ആദിത്യവർമ്മ എന്നിവരും കൂടിയാലോചിച്ച് ശ്രീപത്മനാഭസ്വാമി ക്ഷേത്രം നവീകരിക്കാൻ ഒരു പദ്ധതിയിട്ടു. 6,48,000 പണമാണ് അടങ്കൽ നിശ്ചയിച്ചത്. 9000 പണം വീതമുള്ള 72 പത്തി (ഓഹരി)കളായി അടങ്കൽ തുകയെ വിഭജിച്ച് പിരിവെടുത്തു. തൃ മൂ തി 20 ഓഹരിയും, കുലശേഖരപെരുമാൾ 13 ഓഹരി, പെരിയനമ്പിയും പഞ്ചഗവ്യത്തുനമ്പിയും ഈരണ്ടോ

ഹരി വീതവും പോറ്റിമാരും പുഷ്പാഞ്ചലി സ്വാമികളും കരണത്താ കുറുപ്പും ഓരോ ഓഹരിവീതവും മറ്റു ബഹുജനങ്ങളിൽനിന്ന് തരാതരം പോലെയും പിരിവെടുത്ത് ക്ഷേത്രം പണി തുടങ്ങി[18]. ഒപ്പം തിരുവട്ടാർ ആദികേശവപെരുമാൾ ക്ഷേത്രത്തിന്റെ നവീകരണവും ആരംഭിച്ചു. അതിനും കുലശേഖരപെരുമാളും, രണ്ടു ഭാര്യമാരും, ഇളംകൂർ രാമ വർമ്മയും രാമവർമ്മയുടെ ഭാര്യയും എല്ലാം പിരിവു നല്കിയതായി കാണുന്നു.

മുള്ളിനാട്ടിൽ നിന്ന് സൈന്യത്തെ പിൻവലിച്ചത് മുതൽ നാഞ്ചിനാട്ടിന്റെ സംരക്ഷണത്തിനായി കൽക്കുളത്ത് ഒരു സൈനിക പാളയം തീർത്തിരുന്നു. പടവീടെന്നാണതിനെ പറഞ്ഞിരുന്നത്.പടവീടിന് ചുറ്റും കോട്ട നിർമ്മിച്ച് അതിലേക്ക് തിരുവിതാംകൂറിന്റെ ആസ്ഥാനം കുലശേഖരപെരുമാൾ 1601 ൽ മാറ്റി. അടുത്തുതന്നെയുള്ള പുലിയൂർ കുറിച്ചിക്കുന്നിന് ചുറ്റും മറ്റൊരു കോട്ട നിർമ്മിച്ച് സൈനിക പാളയം അങ്ങോട്ടു മാറ്റി. അതിനെ ഉദയഗിരിക്കോട്ടയെന്നും പേരുനല്കി[19]. കോട്ടനിർമ്മിക്കുന്നതിനുള്ള ചെലവ് നാഞ്ചിനാട്ട് കർഷകരിൽ നിന്ന് കോട്ടപ്പണം എന്ന പേരിൽ കൊയ്ത്തുകാലത്ത് പിരിച്ചെടുക്കാൻ ഏർപ്പാട് ചെയ്തു.

മധുരയിലെ നായ്ക്കരുമായി കുലശേഖരപ്പെരുമാളിന് നല്ല ബന്ധമാണുണ്ടായിരുന്നത്. 1607 ൽ മുത്തു വീരപ്പനായ്ക്കന്റെ കല്യാണത്തിൽ പങ്കെടുത്ത അദ്ദേഹം 40 കുതിരകളെയും വാങ്ങിയാണ് മടങ്ങിയത്[20]. അതിന് ഏതാനും ആഴ്ചമുമ്പാണ് അക്കാലത്ത് തൃ മൂ തിയായിരുന്ന ദേശിംഗനാട്ടെ രാമമാർത്താണ്ഡവർമ്മ കൊട്ടാരക്കരവച്ച് അന്തരിച്ചത്. അതേത്തുടർന്നുണ്ടായ ഏതോ തർക്കത്തെതുടർന്ന് കൊട്ടാരക്കരയുമായി യുദ്ധമുണ്ടായി[21]. അതിലേക്കായിരുന്നു മധുരയിൽനിന്ന് കുതിരപ്പടയെ സംഘടിപ്പിച്ചത്.

രവിവർമ്മ കുലശേഖരപ്പെരുമാളിന്റെ പിൻഗാമികൾ

കുലശേഖരപ്പെരുമാൾ തുടങ്ങിവച്ച ശ്രീപത്മനാഭസ്വാമി ക്ഷേത്രം നവീകരണം പൂർത്തിയാക്കാൻ അദ്ദേഹത്തിന് കഴിഞ്ഞില്ല. അദ്ദേഹത്തിന്റെ പിൻഗാമികളായിരുന്നത് പേരകത്താവഴിയിൽ നിന്ന് ക്രി വ 1579 ൽ ദത്തെടുക്കപ്പെട്ട രാമവർമ്മ, ആദിത്യവർമ്മ എന്നിവരാണ്. രണ്ടുപേരും ഒരുവർഷത്തിനകം അന്തരിച്ചു. അവരെത്തുടർന്നുവന്ന ഇളയരാമ വർമ്മയും ഏതാനും മാസമേ ജീവിച്ചിരുന്നുള്ളു. തുടർന്നാണ് 52 വർഷം തൃപ്പാപ്പൂർ ഭരിച്ച രവിവർമ്മ (1610-62) ഭരണമേറ്റത്. 1620 ൽ ക്ഷേത്രനവീകരണം പൂർത്തിയായി. ദേശിംഗനാട്ടെ ഉണ്ണിക്കേരളവർമ്മയെ തൃപ്പാപ്പൂർ മൂത്തതിരുവടിയായി വാഴിച്ചശേഷമാണ് ക്ഷേത്രത്തിന്റെ കലശമാട്ടു കർമ്മം നിർവ്വഹിച്ചത്[22]. ഉണ്ണിക്കേരളവർമ്മ കൊച്ചി വെള്ളാരപ്പള്ളി കോവിലകത്തു നിന്ന് ദത്തെടുക്കപ്പെട്ടയാളായിരുന്നു. അദ്ദേഹത്തിന്റെ ഭാഗിനേയന്മാരായ രാമവർമ്മ, ആദിത്യവർമ്മ, എന്നിവരെ 1630 ൽ തൃപ്പാപ്പൂർ സ്വരൂപത്തിലേക്ക് ദത്തെടുത്തു (1630)[23].

മധുര സൈന്യത്തിന്റെ ആക്രമണമാണ് രവിവർമ്മയുടെ കാലത്തെ പ്രധാന സംഭവം. 1629 ൽ മധുരയിൽ ഭരണാധികാരമേറ്റ തിരുമലനായ്ക്കർ നാഞ്ചിനാടിന് വേണ്ടി നല്കിയിരുന്ന കപ്പം കുടിശ്ശിക ആയിരുന്നതിനാൽ 1633 ൽ വേലയ്യൻ എന്ന സേനാനായകനെ നാഞ്ചിനാട്ടേക്കയച്ചു. രവിവർമ്മയുടെ അനുജൻ മാർത്താണ്ഡവർമ്മയായിരുന്നു അന്ന് കൽക്കുളത്തെ ചിറവാ മൂത്തവർ. തിരുവിതാംകോട്ട് ആണുങ്ങളുള്ളകാലം കപ്പം കെട്ടുകയില്ലെന്ന് രാജാവിന്റെ വിശ്വസ്തനായിരുന്ന ഇരവിക്കുട്ടിപ്പിള്ളയുടെ ഉപദേശപ്രകാരം രാജാവ് തീരുമാനിച്ചു. ഇരവിക്കുട്ടിപ്പിള്ളയുടെ നേതൃത്വത്തിൽ വേലയ്യനെ ചെറുക്കുകയും യുദ്ധത്തിൽ വേലയ്യൻ മരിക്കുകയും ചെയ്തു. അടുത്തവർഷം ദളവാ രാമപ്പയ്യന്റെ നേതൃത്വത്തിൽ മധുരപ്പട നാഞ്ചിനാട്ടിലെത്തി. മധുരപ്പടയെ നേരിടുന്നത് നിഷ്പ്രയോജനമെന്ന് മനസ്സിലാക്കിയ പടനായകന്മാരായ എട്ടുമാടമ്പിമാർ നെറ്റിക്കൈ (പടത്തലവൻ സ്ഥാനം) ഏറ്റെടുക്കുന്നതിൽ നിന്നൊഴിഞ്ഞതിനാൽ യുവാവായ ഇരവിക്കുട്ടിപ്പിള്ളയാണ് സൈന്യത്തെ നയിച്ചത്. മന്ത്രിമാരായ ഇടത്തറപ്പോറ്റി, ഇളമ്പയിൽ പണ്ടാല, എട്ട് മാടമ്പിമാർ എന്നിവരും ഉപനായകന്മാരായി പടയിൽ പങ്കെടുത്തു. വേലയ്യന്റെ മരണത്തിനു കാരണക്കാരനും നായ്ക്കർക്ക് കപ്പം നല്കുന്നതിനെ ശക്തിയുക്തം എതിർത്തയാളുമായ ഇരവിക്കുട്ടിപ്പിള്ളയുടെ തലയുംകൊണ്ട് മധുരപ്പട മടങ്ങത്തക്കവണ്ണം മാടമ്പിമാർ രാമപ്പയ്യനുമായി രഹസ്യധാരണയുണ്ടാക്കിയെന്നാണ് 'ഇരവിക്കുട്ടിപ്പിള്ളപോർ' എന്ന തെക്കൻ പാട്ടിൽ പറയുന്നത്. അങ്ങനെ തന്നെ സംഭവിക്കുകയും ചെയ്തു. അതിശക്തനായ തിരുമലനായ്ക്കരെ നേരിടാൻ ചിറവാമൂത്തവരായ മാർത്താണ്ഡവർമ്മയെ പ്രേരിപ്പിച്ചത് രാജാവിന്റെ വാത്സല്യഭാജനമായ ഇരവിക്കുട്ടിപ്പിള്ളയുടെ അതിസാഹസികതയാണെന്നും മാടമ്പിമാർ പ്രായോഗികബുദ്ധിയുള്ളവരായിരുന്നു എന്നുമാണ് കരുതേണ്ടത്.

'ചെന്റുപടൈവീട്ടുതന്നിലെ
ചേരനല്ല തുരൈകളുണ്ടാകിലോ
പണ്ടുള്ളതോർകപ്പപ്പണത്തിലെ
പഴങ്കാശുകിടയാതെകാണുമേ' എന്നാണ് ഇരവിക്കുട്ടിപ്പിള്ള വീരവാദം മുഴക്കിയതത്രെ[24]. മധുരപ്പടകൊണ്ടുപോയ ഇരവിക്കുട്ടിപ്പിള്ളയുടെ തല മടക്കിവാങ്ങാൻ കപ്പത്തുക കുടിശ്ശിക ഉൾപ്പെടെ നല്കിയിരിക്കും എന്ന് ഊഹിക്കാവുന്നതേയുള്ളൂ.

നാഞ്ചിനാടുകർഷകർ[25]

വടുകപ്പട നാഞ്ചിനാട്ടിൽ നിന്ന് പിൻവാങ്ങിയെങ്കിലും നാഞ്ചിനാട് ഒരു പ്രശ്നപ്രദേശമായി മാറുകയാണുണ്ടായത്. തിരുവിതാംകൂർ സർക്കാരിന്റെ കാര്യക്കാരന്മാരും പത്മനാഭസ്വാമി ക്ഷേത്രത്തിലെ ഉദ്യോഗസ്ഥന്മാരും നിരന്തരം കർഷകരെ പീഡിപ്പിച്ചുകൊണ്ടിരുന്നു. ദിവസവും ആയിരക്കണക്കിന് ബ്രാഹ്മണരെയും ജീവനക്കാരെയും തീറ്റിപ്പോറ്റിയ പത്മ

നാഭസ്വാമി ക്ഷേത്രത്തിന്റെ ഭൂസ്വത്തു കൂടുതലും നാഞ്ചിനാടും മുള്ളി നാടും ആയിരുന്നു. തിരുവിതാംകൂർ സർക്കാർ മധുരസർക്കാരിന് നല്കേണ്ട കപ്പം ഈടാക്കാൻ ആണ്ടിൽ രണ്ടുപ്രാവശ്യം കൊയ്ത്തു സമയത്ത് വടുകപ്പട നാഞ്ചിനാട്ടിലെത്തുമായിരുന്നു. തിരുവിതാംകൂറിലെ കാര്യക്കാരന്മാരുടെയും ക്ഷേത്രം വിചാരിപ്പുകാരുടെയും വടുകപ്പടയു ടെയും അതിക്രമങ്ങൾ നേരിടാൻ കർഷകർ 'പിടാക'കൾ ആയി സംഘ ടിച്ചിരുന്നു. പിടാകകൾക്കു തലവനായി അഴകിയ പാണ്ഡ്യപുരത്തെ പെരി യവീട് മുതലിയാർ കുടുംബം ഉണ്ടായിരുന്നു. അതിക്രമം ഉണ്ടായാൽ മുരശ് അടിച്ചും, കാഹളം മുഴക്കിയും പിടാകകളിൽ നിന്ന് കർഷകരെ ക്കൂട്ടി ശത്രുവിനെ ചെറുക്കും. ശ്രീപത്മനാഭസ്വാമി ക്ഷേത്രത്തിനോടനു ബന്ധിച്ചുള്ള ആറു മഠങ്ങളിലൊന്നായ മാർത്താണ്ഡമഠത്തിലെ വിചാരി പ്പുകാരനെതിരെ കർഷകർ സംഘടിച്ചു. മാർത്താണ്ഡമഠത്തിൽ പിള്ളയുടെ ഭടന്മാർ മുരശിനെ പൊട്ടിച്ചുകളയുകയും കാഹളം പിടിച്ചെ ടുത്തുകൊണ്ടുപോവുകയും ചെയ്തു. തുടർന്നുണ്ടായ സംഘട്ടനങ്ങ ളിൽ മാർത്താണ്ഡമഠം കർഷകർ നശിപ്പിച്ചു. കർഷകർക്ക് മേൽ സർക്കാർ ശിക്ഷണ നടപടിക്ക് മുതിർന്നപ്പോൾ അവർ കൃഷി മുടക്കി നാടുവിട്ട് ആരുവാമൊഴിയിൽ താവളമടിച്ചുകിടന്നു. നാഞ്ചിനാട്ടെ കൃഷിമുടങ്ങിയാൽ തിരുവിതാംകൂർ മുഴുവനും, ക്ഷേത്രങ്ങൾ വിശേഷിച്ചും, കഷ്ടത്തിലാ വും. അതുകൊണ്ട് രാജദൂതന്മാർ ആരുവാമൊഴിയിൽ പോയി കർഷകരെ അനുനയിപ്പിച്ചു മടക്കിക്കൊണ്ടുവന്നു. അവർക്ക് വെള്ളിച്ചിലങ്കകൾ കെട്ടിയ രണ്ടുവലിയ വെങ്കലമുരശും ഒരു കാഹളവും രാജാവു സമ്മാ നിച്ചു[26] (1657).

രവിവർമ്മ ക്രി വ 1662 ൽ അന്തരിച്ചു.അതിനുമുമ്പുതന്നെ മാർത്താ ണ്ഡവർമ്മ ചിറവാ മൂത്തവർ അന്തരിച്ചു. ആ സമയം രണ്ടു താവഴികളി ലുമായി ആകെ അവശേഷിച്ചത് മൂന്നു തമ്പുരാട്ടിമാരും 1630 ൽ കൊച്ചി യിലെ വെള്ളാരപ്പള്ളി കോവിലകത്തുനിന്നും ദത്തെടുത്ത രാമവർമ്മ, ആദി ത്യവർമ്മ എന്നിവരും മാത്രമായിരുന്നു. ദത്തെടുത്ത പുരുഷന് കുടുംബ ത്തലവൻ ആകാൻ പാടില്ലാത്തതുകൊണ്ട് മൂത്തതമ്പുരാട്ടിയായ മകയിരം തിരുനാൾ കൊല്ലം റാണിയായും രാമവർമ്മ തിരുവിതാംകൂറിലെ ചിറ വാമൂപ്പനായും ഭരണമേറ്റു.

കുറിപ്പുകൾ

1. മതിലകം ചുരുണ 2600 ഓല 62.
2. *തിരുവിതാംകൂർ ചരിത്രം* (മലയാളം പരിഭാഷ സി കെ കരിം) പുറം 75.
3. *Travancore State Manual*, Vol II p. 128
4. *ലീലാതിലകം* (SPCS പതിപ്പ്) മുഖവുര
5. മതിലകം ചുരുണ 2693 ഓല 328
6. മതിലകം ചുരുണ 1722 ഓല 26

7. Do 1720 ഓല 175
8. Do 1722 ഓല 4
9. Do 1722 ഓല 5
10. മതിലകം ചുരുണ 1722 ഓല 30,31. കരുവക്കെട്ടു എന്നാൽ ഖജനാവിൽ പണമടയ്ക്കുക എന്നാണ്.
11. മതിലകം ചുരുണ 1722 ഓല 3
12. Do ചുരുണ 1719 ഓല 70. പൂന്തുറയെ കണ്ടുകൊണ്ടാൻതുറ എന്നാണ് രേഖയിൽ പറഞ്ഞിട്ടുള്ളത്. പൂന്തുറയിൽ നിന്ന് കടൽവഴി കുളച്ചൽപോയി അവിടെനിന്നും തിരുവിതാംകോട്ടേക്ക് പോകാം.
13. മതിലകം ചുരുണ 1719 ഓല 66. തിരുവട്ടാർ തോണിമൺ കോയിക്കൽ വച്ചാണ് രവികേരളവർമ്മ മരണമടഞ്ഞത്.
14. 'Travancore State Manual', Vol II pp. 133-34
15. മതിലകം ചുരുണ 1719 ഓല 105
16. M. Raja Raja Varma Raja. Some Travancore Dynastic Records, Kerala Society Papers, Vol I pp. 7- 12.
17. 1592–1640 കാലത്തു കേരളം സന്ദർശിച്ച ഫെറിയ വൈസൂസ, എന്ന പോർച്ചുഗീസ് സഞ്ചാരി 1649 ൽ രചിച്ച *ഏഷ്യാ പോർച്ചുഗീസ് ഗ്രന്ഥ*ത്തിൽ രവിവർമ്മ കുലശേഖരപെരുമാൾ ആയതിനെ വിവരിച്ചിട്ടുണ്ട്.
18. മതിലകം ചുരുണ 1719 ഓല 34
19. Desi Vinayagom Pillai. *Ancient Forts of Kalkulam and Udayagiri*, Kerala Society Papers, series 6, pp. 313-316
20. മതിലകം ചുരുണ 1438 ഓല 95
21. മതിലകം ചുരുണ 1673 ഓല 71
22. M. Raja Raja Varma. *Some Travancore Dynastic Records*, Kerala Society Papers, Vol I Doc. XV pp. 24-25.
23. Do. Series two, Document No E p. 127
24. ചെന്റുപടൈവീട് പത്മനാഭപുരത്തിന്റെ പഴയ പേരാണ്. തുരൈകൾ = കാര്യക്കാരന്മാർ, മാടമ്പിമാർ, പഴങ്കാശ് = വിലപ്പോകാത്ത പഴയ നാണയം. പണ്ടുള്ള തോർകപ്പപ്പണം = പണ്ടുമുതൽ കൊടുത്തുവന്ന കപ്പണം.
25. മധുരയിലെ നായ്ക്കന്മാരെയും അവരുടെ കീഴിലെ പ്രഭുക്കന്മാരെയും വടുകന്മാർ എന്നാണ് നാട്ടുകാർ വെറുപ്പോടെ പറഞ്ഞിരുന്നത്. വടക്കൻ എന്നതിന്റെ രൂപഭേദമാണ് വടുകൻ. വിജയനഗര സാമ്രാജ്യത്തിലെ ഗവർണ്ണർമാരായ നായ്ക്കന്മാരും പടനായകന്മാരും കർണ്ണാടകക്കാരും തെലുങ്കന്മാരും ആയിരുന്നു.
26. S. Desi Vinayagom Pillai. *The Mudaliar Manuscripts*, Kerala Society Papers, Vol II, series, Document 4, p. 26.

ചിറവാ സ്വരൂപങ്ങൾ

പതിമൂന്നാം നൂറ്റാണ്ടുവരെയുണ്ടായിരുന്ന ചിറവാ സ്വരൂപങ്ങളെപ്പറ്റിയാണ് നാലാം അദ്ധ്യായത്തിൽ പ്രതിപാദിച്ചത്. ജനസംഖ്യയിലും സാമ്പത്തിക സ്ഥിതിയിലും വന്ന വ്യത്യാസങ്ങളുടെ അടിസ്ഥാനത്തിൽ സ്വരൂപങ്ങൾ രൂപംകൊള്ളുകയും ഇല്ലാതാവുകയും ചെയ്തുകൊണ്ടിരുന്നു. സ്വരൂപ ഭരണാധികാരികളെല്ലാം തന്നെ യാദവ - ചേര പാരമ്പര്യങ്ങൾ അവകാശപ്പെട്ടവരാണ്. അക്കാരണത്താൽ അവരെല്ലാം ബന്ധുക്കളായിരുന്നു. 14-ാം നൂറ്റാണ്ടോടുകൂടി എല്ലാ സ്വരൂപികളും അവരുടെ കീഴിലുള്ള ദേശവാഴി മാടമ്പിമാരും മരുമക്കത്തായം പൂർണ്ണമായും സ്വീകരിച്ചിരുന്നു[1]. മരുമക്കത്തായ കുടുംബങ്ങൾ താവഴികളായി പിരിയുകയും താവഴി സ്വരൂപങ്ങൾ രൂപംകൊള്ളുകയും ചെയ്യും. മരുമക്കത്തായ വ്യവസ്ഥയിൽ താവഴികൾ രണ്ടോ മൂന്നോ തലമുറകൾ കഴിയുമ്പോൾ അന്യം നിന്നുപോവുക പതിവായിരുന്നു. അന്യം നിന്നുപോകുന്ന താവഴികൾ പരസ്പരം ദത്തുകൾ മൂലം പുനരുജ്ജീവിപ്പിക്കുകയായിരുന്നു പതിവ്. ഇത്തരം ദത്തുകൾ പലപ്പോഴും പ്രശ്നങ്ങൾ സൃഷ്ടിക്കാറുണ്ട്. പെരുമാക്കന്മാർ ശക്തന്മാരായിരുന്ന കാലത്ത് കലഹങ്ങൾ വളരെ വിരളമായിരുന്നു എന്നുപറയാം. വിദേശശക്തികളുടെ പിൻബലമാണ് പെരുമാക്കന്മാരെ കരുത്തന്മാരാക്കിയത്. എന്നാൽ രവിവർമ്മ സംഗ്രാമധീരനു ശേഷം കരുത്തന്മാരായ പെരുമാക്കന്മാരുണ്ടായില്ല.

രവിവർമ്മ സംഗ്രാമധീരന്റെ കാലത്ത് തമിഴകത്തെ മുസ്ലീം ആക്രമണംമൂലം അവിടെ സാമ്രാജ്യമുണ്ടായിരുന്നില്ല. ചോകിരം പന്നിയൂർ ഗ്രാമയോഗങ്ങൾ ചേർന്ന് അഭിപ്രായ സമന്വയത്തിലൂടെ നിശ്ചയിക്കുന്ന കേരളീയ നാടുവാഴികളാണ് പിന്നീട് മാമാങ്കത്തിൽ അദ്ധ്യക്ഷം വഹിച്ചത്. അദ്ധ്യക്ഷം വഹിക്കുന്നയാൾ അടുത്ത മാമാങ്കംവരെ പെരുമാക്കന്മാരായി

ആദരിക്കപ്പെട്ടുപോന്നു. 14–ാം നൂറ്റാണ്ടിന്റെ അവസാനം മുസ്ലീംപ്രവർത്തകരുടെ സഹായത്തോടുകൂടി സാമൂതിരി തിരുനാവായും മാമാങ്കാധ്യക്ഷസ്ഥാനവും കൈയടക്കുംവരെ ഇതായിരുന്നു സ്ഥിതി. അതിനുശേഷം മുസ്ലീം കച്ചവടസംഘങ്ങളുടെ ഒത്താശയോടുകൂടി സാമൂതിരി കേരളതീരത്ത് സമുദ്രാധിപത്യം പുലർത്തി. അതുമൂലം കേരളത്തിലെ നാടുവാഴികളുടെയും സ്വരൂപികളുടെയും മേൽ ആധിപത്യം സ്ഥാപിക്കാൻ സാമൂതിരിക്ക് കഴിഞ്ഞു. പോർച്ചുഗീസുകാർ കേരളത്തിലെത്തുമ്പോഴത്തെ സ്ഥിതി ഇതായിരുന്നു.

വേണാട്ടിലെ രണ്ടു താവഴികൾ

വേണാട് രാജകുടുംബം രണ്ടു താവഴികളായി പിരിഞ്ഞശേഷം തിരുവിതാംകോട് സ്വരൂപംമാത്രം തൃപ്പാപ്പൂർ താവഴിയുടെ കീഴിലും മറ്റു സ്വരൂപങ്ങൾ എല്ലാം ദേശിംഗനാടു താവഴിയുടെ കീഴിലുമായിരുന്നു. തൃപ്പാപ്പൂർ താവഴിയുടെ തലവന്റെ കീഴിൽ വടക്ക് പരവൂർ മുതൽ കരമനയാർ വരെയുള്ള ദേശങ്ങളാണ് ഉണ്ടായിരുന്നത്. ശ്രീപത്മനാഭസ്വാമി ക്ഷേത്രഭരണമായിരുന്നു മുഖ്യചുമതല. ദേശിംഗനാട് താവഴിക്കാർ തൃ മൂ തിയായിരിക്കുമ്പോൾ പോലും ക്ഷേത്രത്തിന്റെ ദൈനംദിന ഭരണം തൃപ്പാപ്പൂർ താവഴിയുടെ തലവന് ആയിരുന്നു. അദ്ദേഹത്തിന്റെ കീഴിൽ ഒന്നോ അതിലധികമോ ഇളംകൂറുകളുണ്ടാവാം. അവരിൽ മൂത്തയാളെ ചി മൂ തി എന്നുപറയുന്നു. അദ്ദേഹത്തിന്റെ ആസ്ഥാനം 1601 ൽ കൽക്കുളത്തേക്ക് മാറുംവരെ കേരളപുരമായിരുന്നു. തിരുവട്ടാർ, ഇരണിയൽ, തിക്കുറിശ്ശി എന്നിവിടങ്ങളിലും അവർക്ക് കൊട്ടാരങ്ങളുണ്ടായിരുന്നു. തൃപ്പാപ്പൂർ സ്വരൂപത്തെ ഒന്നാകെ തിരുവിതാംകൂർ എന്നാണ് വിദേശികൾ രേഖപ്പെടുത്തിയത്. കേരളത്തിലെ ഏറ്റവും ശക്തനായ രാജാവ് തിരുവിതാംകൂർ രാജാവാണെന്നാണ് 1585 ൽ ഷേക്സൈനുദ്ദീൻ (തുഹ്ഫത്തുൽ മുജാഹിദീൻ) രേഖപ്പെടുത്തിയത്. എന്തെന്നാൽ, അപ്പോഴേക്കും ദേശിംഗനാട് രാജാവ് നാഞ്ചിനാടും മുള്ളിനാടും തൃപ്പാപ്പൂരിന് വിട്ടുകൊടുത്ത് കൊല്ലത്ത് ഒതുങ്ങിക്കഴിഞ്ഞിരുന്നു.

ദേ മൂ തി യുടെ ഇളംകൂറുകളായി ഒട്ടേറെപ്പേർ ഉണ്ടായിരുന്നതായി കാണാം. ദേശിംഗനാടിന്റെ ഭാഗമായ കളക്കാടു സ്വരൂപത്തിൽ തന്നെ ഒരേസമയം (1544 ൽ) നാലു ചിറവാ മൂപ്പന്മാർ ഉണ്ടായിരുന്നതായി നാം കണ്ടു. അതിനുപുറമെ, കൊട്ടാരക്കരയിലും നെടുമങ്ങാടും രണ്ട് ഇളംകൂർ സ്വരൂപങ്ങൾ ഉണ്ടായിരുന്നു. കൊട്ടാരക്കര തലസ്ഥാനമായി ഉണ്ടായിരുന്നത് കുന്നുമ്മേൽ താവഴിയാണ്. 1547 ൽ കുന്നുമ്മേൽ താവഴിയിലെ കേരളവർമ്മയെപ്പറ്റി മതിലകം ശാസനത്തിൽ പരാമർശമുണ്ട്. പില്ക്കാലത്ത് ഇളയിടത്തു സ്വരൂപം എന്നാണ് കൊട്ടാരക്കര സ്വരൂപത്തെ പറഞ്ഞുപോന്നത്. പേരകത്താവഴിയാണ് നെടുമങ്ങാട് സ്വരൂപം ഭരിച്ചിരുന്നത്. കൊട്ടാരക്കരയും നെടുമങ്ങാടും പലപ്പോഴും ഒരേ ഭരണാധികാരിയുടെ കീഴിലായിരുന്നു. കുന്നുമ്മേൽ താവഴി രണ്ടായി പിരിഞ്ഞതാകാം കൊട്ടാ

രക്കരയിലും നെടുമങ്ങാടും ഉണ്ടായിരുന്നത്. ചിലപ്പോൾ ഈ രണ്ടു സ്വരൂപങ്ങളും ദേശിംഗനാടിന്റെ നേരിട്ടുള്ള ഭരണത്തിൻകീഴിലായിരുന്നു എന്നു കാണാം.

വടക്കൻ സ്വരൂപങ്ങൾ

ഇതുവരെ പറഞ്ഞ സ്വരൂപങ്ങൾ ഭരിച്ചിരുന്നത് കീഴ്പേരൂരിന്റെ താവഴിക്കാരാണ്. കൊല്ലത്തിന് വടക്കുള്ള സ്വരൂപങ്ങൾ ഭരിച്ചിരുന്നത് കീഴ്പേരൂരിന്റെ ബന്ധുക്കളായിരുന്നെങ്കിലും കീഴ്പേരൂർ കുടുംബാംഗങ്ങളല്ല. ഈ കുടുംബാംഗങ്ങളും കീഴ്പേരൂരും തമ്മിൽ ആവശ്യം വരുമ്പോൾ പരസ്പരം ദത്തുകൾ നടക്കാറുണ്ടായിരുന്നു എന്നുമാത്രം.

ഓടനാട് സ്വരൂപമാണ് അതിവേഗം വളർച്ച പ്രാപിച്ച ഒരു വടക്കൻ സ്വരൂപം. അഷ്ടമുടിക്കായലിനും കൊച്ചിക്കായലിനും ഇടയ്ക്കുള്ള ദീർഘമായ സമുദ്രതീരത്തെ വാണിജ്യസാദ്ധ്യതയാണ് പല താവഴി സ്വരൂപങ്ങളായി ഓടനാട് വിഭജിക്കപ്പെടാൻ കാരണം. പുറക്കാട് പ്രദേശം ആലപ്പുഴവരെ തിരുവാറ്റുവായ് നാടിന്റെ ഭാഗമായി തുടർന്നു. കരുനാഗപ്പള്ളിയിലെ തൃക്കുന്നപ്പുഴയിലും, ചേർത്തലയിലെ മുട്ടത്തും തുറമുഖ സൗകര്യങ്ങളുണ്ടായിരുന്നതാണ് അവിടങ്ങൾ കേന്ദ്രമായി താവഴി സ്വരൂപങ്ങൾ രൂപംകൊള്ളാൻ കാരണമായത്. അവയിൽ ഏറ്റവും നല്ല തുറമുഖം കായംകുളം ആയിരുന്നതുകൊണ്ട് ഓടനാടിന്റെ നാലു താവഴികളിൽ വച്ച് മൂത്ത താവഴിയായത് കായംകുളം ആയിരുന്നു. മരുതൂർകുളങ്ങര കേന്ദ്രമായ കരുനാഗപ്പള്ളി ഭരിച്ചത് കരിമ്പുഴക്കൂർ ആയിരുന്നു. ആലപ്പുഴ മുതൽ കൊച്ചിക്കായൽ വരെയുള്ള പ്രദേശത്തെ മാടത്തിൻകരയെന്നാണ് പറഞ്ഞിരുന്നത്. അതു കൊച്ചി രാജ്യത്തിന്റെ ഭാഗമാകുന്നതുവരെ ഓടനാടിന് കീഴിലായിരുന്നു.

തുറമുഖസൗകര്യം ഇല്ലാത്തതുകൊണ്ടായിരിക്കാം തൃക്കണ്ടിയൂരിലെ ഓടനാടിന്റെ മൂലഗൃഹം ഇല്ലാതായത്. 15-ാം നൂറ്റാണ്ടിന്റെ പൂർവാർദ്ധംവരെയും കണ്ടിയൂർ തന്നെയായിരുന്നു ഓടനാടിന്റെ ആസ്ഥാനം. ഉണ്ണുനീലി സന്ദേശകാലത്ത് (1312-15) രവിവർമ്മയായിരുന്നു ഓടനാടു രാജാവ്. രവിവർമ്മ തൃപ്പാപ്പൂർ മൂപ്പൻ ആദിത്യവർമ്മയുടെ ബന്ധുവാണെന്നു കാവ്യത്തിൽ സൂചനയുണ്ട്[2]. രവിവർമ്മയുടെ പിൻഗാമികൾ വീര ഇരവിമാർത്താണ്ഡവർമ്മയും, വീര ഇരവി ആതിച്ചവർമ്മയുമാണ്. ഇതിൽ ഇരവി ആതിച്ചവർമ്മ മൂപ്പേറ്റത് 1380 ൽ ആണ്. അദ്ദേഹത്തിന്റെ പിൻഗാമികളായ വീരരായിരൻ മാർത്താണ്ഡവർമ്മ, രായിരൻ രവിവർമ്മ എന്നിവർ തിരുവാറ്റുവായിലെ രായിര കുടുംബത്തിൽ നിന്ന് ദത്തെടുക്കപ്പെട്ടവരാണ്. ഇവരിൽ മൂന്നാമൻ 1421 ൽ മൂപ്പേറ്റു എന്നുപറയുന്നതുകൊണ്ട് ഓടനാട്ടടികൾ കണ്ടിയൂരിൽ തന്നെ 1450 വരെയെങ്കിലും ഉണ്ടായിരുന്നു എന്നു കരുതാം[3].

ഒരുപക്ഷേ തിരുവാറ്റുവായ് രായിരവംശം അപ്പാടെ ഓടനാട്ടേക്ക് ദത്തുപോയിരിക്കാം. എന്തെന്നാൽ തിരുവാറ്റുവായ് നാട് അപ്പാടെ ബ്രാഹ്മ

ണകുടുംബത്തിന്റെ ഭരണത്തിലാണെന്നാണ് പോർച്ചുഗീസ് രേഖകളിൽ കാണുന്നത്. ചെമ്പകശ്ശേരി ഇല്ലക്കാരായ ഈ ബ്രാഹ്മണ കുടുംബത്തിന്റെ ഭരണതലസ്ഥാനം അമ്പലപ്പുഴയും മുഖ്യ തുറമുഖം പുറക്കാടും ആയിരുന്നു. കോട്ടയത്തിനു സമീപമുള്ള കുടമാളൂരായിരുന്നു ചെമ്പകശ്ശേരി ഇല്ലത്തിന്റെ ആസ്ഥാനം. ചെമ്പകശ്ശേരി ഇല്ലക്കാർ എങ്ങനെ തിരുവാറ്റുവായ് നാട് കൈവശപ്പെടുത്തി എന്നതിനെപ്പറ്റി ഐതിഹ്യം മാത്രമേ ഉള്ളൂ. ആ ഐതിഹ്യത്തിനാകട്ടെ വിശ്വാസ്യത തീരെ കുറവാണ്. രാജപദവി നേടുംമുമ്പ് ചെമ്പകശ്ശേരി ഇല്ലക്കാർ കുമാരനല്ലൂർ ക്ഷേത്രത്തിന്റെ ഊരാണ്മ സഭാംഗങ്ങളായിരുന്നത്രേ. 1528 ൽ പുറക്കാട് പോർച്ചുഗീസുകാർ കൊള്ളയടിച്ചതിനെത്തുടർന്നാണത്രെ തലസ്ഥാനം അമ്പലപ്പുഴയിലേക്ക് മാറ്റിയത്. കുരുമുളകും മറ്റു സുഗന്ധദ്രവ്യങ്ങളും അമ്പലപ്പുഴ സ്വരൂപത്തിൽ ഇല്ലെങ്കിലും അവ ഏറ്റവും സുലഭമായ തെക്കുംകൂറിൽനിന്നു പുറംലോകത്തേക്ക് അയച്ചിരുന്നത് പുറക്കാടുവഴിയായിരുന്നു. അതുകൊണ്ട് ചെമ്പകശ്ശേരിയും തെക്കുംകൂറും തമ്മിൽ എപ്പോഴും മൈത്രിയിൽ ആയിരുന്നു. അതേസമയം പുറക്കാടും കായംകുളവും തമ്മിൽ എപ്പോഴും വാണിജ്യമത്സരത്തിലേർപ്പെട്ടിരുന്നു. എന്തെന്നാൽ രണ്ടും നല്ല തുറമുഖങ്ങളായിരുന്നു.

തിരുവല്ലാ ക്ഷേത്രത്തിന് ചുറ്റുമുള്ള പ്രദേശങ്ങൾ മുഴുവൻ ക്ഷേത്രത്തിന് കാലാകാലം നല്കപ്പെട്ടവയായിരുന്നതിനാൽ അവിടം മുഴുവൻ ക്ഷേത്രംവകയായിരുന്നു. ക്ഷേത്രംവക ഭൂമിയിൽ അയൽ രാജ്യങ്ങളിലെ ഭടന്മാർക്കു പ്രവേശനമില്ലാതിരുന്നതുകൊണ്ട് അവിടം ഒരു അഭയാർഥി കേന്ദ്രമായിരുന്നു. 18-ാം നൂറ്റാണ്ടിൽ കരുനാഗപ്പള്ളി റാണിയും ഇളയിടത്തു റാണിയും അവിടെ അഭയം പ്രാപിച്ചതായി രേഖകളുണ്ട്. ക്ഷേത്രയോഗത്തിന് ഏതു രാജാവിനെ വേണമെങ്കിലും രക്ഷാപുരുഷനായി നിശ്ചയിക്കാം. 18-ാം നൂറ്റാണ്ടിൽ പെരുമ്പടപ്പു മൂപ്പന്മാരായിരുന്നു രക്ഷാപുരുഷന്മാർ.

വടക്കുംകൂറും തെക്കുംകൂറും വെൺപൊലിനാടിന്റെ രണ്ടു താവഴി സ്വരൂപങ്ങളായിരുന്നു എന്നു നേരത്തെ പറഞ്ഞിരുന്നല്ലോ. വടക്കുംകൂറിന്റെ തലസ്ഥാനമായ കടുത്തുരുത്തി ഒരൊന്നാന്തരം വാണിജ്യകേന്ദ്രമാണെന്നാണ് ഉണ്ണുനീലി സന്ദേശത്തിലെ വിവരണം. ഒരു കപ്പലിലെ ചരക്കുമുഴുവൻ അപ്പാടെ വാങ്ങാൻ കഴിവുള്ള വണിക്കുകൾ അവിടെ ഉണ്ടായിരുന്നത്രെ. കുരുമുളകും പാക്കും കയറ്റിയ ചൊങ്കുകൾ (ചൈനീസ് നൗകകൾ) സമുദ്രാന്തരവാണിജ്യത്തിൽ ഏർപ്പെട്ടിരുന്നുവത്രെ. കൊച്ചി കായൽ വഴിയാണോ പുറക്കാടു വഴിയാണോ അവ പുറംകടലിൽ പോയിരുന്നത് എന്നു വ്യക്തമല്ല.

തൃക്കാക്കര കേന്ദ്രമായ കാക്കരനാട് ആണ് ഇടപ്പള്ളി സ്വൂരപം ആയത്. ഇളങ്ങല്ലൂർ ഇല്ലക്കാരായ നമ്പ്യാതിരിമാരാണ് ഇടപ്പള്ളി ഭരണാധികാരികൾ. കാക്കരനാട് ചേരന്മാരായ പുറയൻമാരുടെ ഭരണത്തിലിരിക്കെ തൃക്കാക്കര ക്ഷേത്രത്തിലെ പൂജാരിമാരായിരുന്നത്രെ ഇളങ്ങല്ലൂർ

ഇല്ലക്കാർ. ഏങ്ങനെയാണ് അവർ കാക്കരനാടിന്റെ ഭരണം കയ്യടക്കിയത് എന്നതിനെപ്പറ്റി ഒരു ഐതിഹ്യംപോലുമില്ല[4]. കേരളത്തിലെ നാടുവാഴികളെ ക്ഷത്രിയരാക്കുന്ന കർമ്മപരിപാടികൾ അവർക്ക് വശമായിരുന്നു എന്നു തോന്നുന്നു. കേരളത്തിന്റെ നാനാഭാഗത്തും അവർ ദേശങ്ങൾ സമ്പാദിച്ചത് ആ വിധത്തിലായിരിക്കണം. അവർ കൊടുങ്ങല്ലൂരെ ചേരരാജാക്കന്മാരുടെ തേവാരികളായിരുന്നു എന്നുപറയപ്പെടുന്നു. വേണാടിലെ ചേരഉദയമാർത്താണ്ഡവർമ്മയ്ക്ക് കുലശേഖരപട്ടം നല്കാൻ ഇളങ്ങല്ലൂർ നമ്പ്യാതിരിയെ വരുത്തിയതായി മതിലകം ഗ്രന്ഥവരിയിൽ പറയുന്നുണ്ടല്ലോ. ആലങ്ങാട്, പറവൂർ എന്നീ സ്വരൂപങ്ങൾക്ക് തെക്ക് മട്ടാഞ്ചേരി വരെയുള്ള ദേശങ്ങൾ ഇടപ്പള്ളി സ്വരൂപത്തിന്റെ ഭാഗമായിരുന്നത്രെ. പെരുമ്പടപ്പു രാജകുടുംബത്തിലെ ഒരു സ്ത്രീയെ ഇടപ്പള്ളി നമ്പ്യാതിരി വിവാഹം ചെയ്തെന്നും അതിൽ ജനിച്ച സന്തതിക്ക് മട്ടാഞ്ചേരിയും പുതുവയ്പും എറണാകുളവും മറ്റും നല്കിയെന്നും കേരളോല്പത്തിയിൽ പറയുന്നു. നമ്പ്യാതിരിമാരുടെ പിൻഗാമികൾ പെരുമ്പടപ്പിൽ നിന്ന് അവ തിരിച്ചുപിടിക്കാൻ ശ്രമിച്ചു. അതുമുതൽ പെരുമ്പടപ്പും ഇടപ്പള്ളിയും തമ്മിൽ എക്കാലത്തും ശത്രുതയിലായിരുന്നു. പെരുമ്പടപ്പും സാമൂതിരിയും തമ്മിലുള്ള പിണക്കങ്ങളിൽ ഇടപ്പള്ളി സാമൂതിരിപക്ഷത്തായിരുന്നു. അതുകാരണം, പെരുമ്പടപ്പിന്റെ പക്ഷത്തുനിന്ന് പോർച്ചുഗീസുകാരായ അൽഫോൻസോ ഡി അൽബുക്കർക്ക് 1503 ലും, പച്ചീക്കോ 1504 ലും, മാർട്ടിൻ ഡിസൂസ 1536 ലും ഇടപ്പള്ളി ആക്രമിച്ചു കൊള്ളയടിച്ചു. കേരളത്തിന്റെ വിവിധ ഭാഗങ്ങളിലായി ഇടപ്പള്ളിക്ക് 244 ദേവസ്വങ്ങൾ ഉണ്ടായിരുന്നത്രെ. 14-ാം നൂറ്റാണ്ടിന്റെ അന്ത്യത്തിൽ സാമൂതിരി സമുദ്രമേധാവിത്വം സ്ഥാപിക്കുംവരെയെങ്കിലും ഇടപ്പള്ളി വേണാടിന്റെ കീഴിലായിരുന്നു.

കാക്കരനാടിന് വടക്ക് പെരിയാറിനു തെക്ക് സ്ഥിതിചെയ്തിരുന്ന രണ്ടു സ്വരൂപങ്ങളാണ് പറവൂരും ആലങ്ങാടും. പടിഞ്ഞാറു ഭാഗത്തുള്ള പറവൂരിനെ പിണ്ടിനവട്ടത്തു സ്വരൂപമെന്നും ആലങ്ങാടിനെ മങ്ങാട് സ്വരൂപം എന്നും പറയുന്നു. പിണ്ടിനിവട്ടം നാടുവാഴികൾ നമ്പൂതിരിമാരാണ്. മങ്ങാട്ടു ഭരണാധികാരികൾ കൈമൾമാരാണ്. പിണ്ടിനിവട്ടം ബ്രഹ്മസ്വമാകയാൽ സ്വതന്ത്രസ്വരൂപമായിരുന്നു എങ്കിലും ക്രി വ 1625 നടുപ്പിച്ചുള്ള പറവൂർ ഗ്രന്ഥവരിയിൽ പറയുന്നത് 'സാമന്തർ പുണ്ഡരീക കോട്ടത്തു സ്വരൂപം' എന്നാണ്. തൃപ്പാപ്പൂരിന്റെ മേല്ക്കോയ്മ അംഗീകരിച്ചിരുന്നു എന്നാണ് സൂചന[5]. രണ്ടു സ്വരൂപങ്ങളും എപ്പോൾ രൂപം കൊണ്ടു എന്നു പറയാനാവില്ല. ചേന്ദമംഗലത്തെ (വില്ലാർവട്ടം) യഹൂദമുഖ്യൻ കൊല്ലം രാജാവിനാണ് കപ്പം നല്കുന്നത് എന്ന് ക്രി വ 1342 ൽ ഇബ്ൻബതൂത്ത രേഖപ്പെടുത്തിയിരിക്കുന്നതിൽ നിന്ന് പെരിയാർ വരെയുള്ള പ്രദേശങ്ങൾ എങ്കിലും അക്കാലത്തു വേണാടിന്റെ ഭാഗമായിരുന്നു എന്നു കരുതാം. ഉളിയന്നൂർ ശിവക്ഷേത്രത്തിലുള്ള കീഴ്പേരൂർ ശ്രീവീരകോട രവിവർമ്മൻ വേണാട്ടടികളുടെ (1150-65) ശാസനം പറവൂർ പ്രദേശം

വേണാടിന്റെ ഭാഗമായിരുന്നു എന്ന് ഉറപ്പാക്കുന്നു[6].

ക്രി വ 1225 ലെ വീരരാഘവ പട്ടയംമൂലം ഇരവിഗോവർദ്ധനൻ എന്ന ചേരമാൻ പെരുംചെട്ടിയെ കൊടുങ്ങല്ലൂരിന്റെ ഭരണാധികാരിയായി നിയമിക്കുംവരെ അവിടം വേണാടിന്റെ ഭാഗമായിരുന്നു എന്നു കരുതാമെന്നു മുമ്പു പറഞ്ഞല്ലോ. അതിനും 150 വർഷം മുമ്പു കൊടുങ്ങല്ലൂരെ ചേര ശാഖ അന്യംനിന്നു പോയി എന്നും, വേണാടിലെ രാമർ തിരുവടി ആ പ്രദേശത്തിന്റെകൂടെ ഭരണാധികാരിയായി എന്നും മുമ്പു സൂചിപ്പിച്ചല്ലോ. 14-ാം നൂറ്റാണ്ടിൽ രചിക്കപ്പെട്ടതെന്നു കരുതുന്ന ശിവവിലാസം എന്ന കൃതിയിലാണ് കൊടുങ്ങല്ലൂർ പെരുമ്പടപ്പ് രാജകുടുംബത്തിന്റെ ആസ്ഥാനം എന്നുപറയുന്നത്. പെരുമ്പടപ്പ് ചേരവംശത്തിന്റെ പിന്തുടർച്ചക്കാരാണെന്നു പറയുന്നതുകൊണ്ട് ചേരമാൻ ഇരവി ഗോവർദ്ധനന്റെ പിന്തുടർച്ചക്കാരാണെന്നുവരാനാണ് ന്യായം[7]. പതിനാലാം നൂറ്റാണ്ടിന്റെ അന്ത്യത്തിൽ രചിക്കപ്പെട്ടത് എന്നു കരുതുന്ന കോകസന്ദേശത്തിൽ തിരുവഞ്ചിക്കുളത്തിന്റെ രക്ഷാപുരുഷസ്ഥാനം മാടഭൂപനാണെന്ന് സൂചിപ്പിക്കുന്നു. എങ്കിലും മാടഭൂപൻ അവിടെ താമസം ഉണ്ടെന്നു പറയുന്നില്ല. തൃക്കണാമതിലകത്ത്, സാമൂതിരിയുടെ രണ്ടാം സ്ഥാനിയായ ഏറാൾപ്പാട് താമസമുണ്ട് എന്നു ശോകസന്ദേശത്തിൽ പറയുന്നതുകൊണ്ട് സാമൂതിരിയുടെ ദിഗ്വിജയം പെരിയാർ വരെയെത്തിയെന്നും മാടഭൂപൻ വയ്പുദ്വീപിലേക്കോ കൊച്ചിയിലേക്കോ താമസം മാറ്റിയെന്നും കരുതാം.

പെരുമ്പടപ്പ് മൂപ്പന് മാടഭൂപൻ എന്ന പേര് ലഭിക്കുന്നത് മാടത്തിൻകീഴിന്റെ ആധിപത്യം ലഭിച്ചതുകൊണ്ടാണ്. മാടത്തിൻകീഴ് എന്നത് അരൂർ മുതൽ കന്നേറ്റിവരെയുള്ള തീരദേശമാണ്. അത് മുമ്പ് ഓടനാടിന്റെ ഭാഗമായിരുന്നു. അവിടെയുള്ള ക്ഷേത്രങ്ങളുടെ രക്ഷാപുരുഷസ്ഥാനം പെരുമ്പടപ്പു മൂപ്പന് ലഭിച്ചതുകൊണ്ടാണ് ആ പ്രദേശം പെരുമ്പടപ്പിന്റെ ഭാഗമായത് എന്നാണ് തൃപ്പൂണിത്തുറ ഗ്രന്ഥവരിയിലെ സൂചന. 'മാടത്തുംകീഴ് സ്വരൂപം ക്ഷയിച്ചു പോകകൊണ്ട് എളയതാവഴിയിന്നു ദത്തുപൂക്കു മാടത്തിൻകീഴ്സ്വരൂപത്തിങ്കലേക്ക് കന്നേറ്റിവരെയും ക്ഷേത്രം പ്രമാണമായിട്ടും അല്ലാതെയും മേല്ക്കോയ്മ സ്ഥാനമുണ്ട്' എന്നാണ് പറയുന്നത്. ഏതു രീതിയിലായാലും ആലപ്പുഴ വാടയ്ക്കലിനു വടക്കുഭാഗം അരൂർവരെയും പെരുമ്പടപ്പിന്റെ ഭാഗമായിരുന്നു. ഈ പ്രദേശത്തെ മാടത്തിൻകര എന്നു സർക്കാർ രേഖകളിലും മൗട്ടൺ എന്ന് പാശ്ചാത്യരേഖകളിലും പറയുന്നു. അങ്ങനെയാണ് പെരുമ്പടപ്പു മൂപ്പൻ മാടഭൂപൻ ആയത്. ചേരമാൻ ഇരവി ഗോവർദ്ധന്റെ പിൻഗാമികൾ പല മാർഗ്ഗങ്ങളിലൂടെയാണ് കൊച്ചി സംസ്ഥാനം രൂപീകരിച്ചതെന്നു കാണാം. മൂലകുടുംബം വന്നേരിയാണെന്ന് അവകാശപ്പെടുന്നതിൽ നിന്ന് വന്നേരിയിലെ ഒരു മാടമ്പി കുടുംബവുമായി വിവാഹബന്ധത്തിലേർപ്പെടുകയും മരുമക്കത്തായവിധിപ്രകാരം ചേരമാൻ കുടുംബം വന്നേരിക്കാർ ആയി മാറുകയും ചെയ്തിരിക്കണം. ആ കുടുംബം പൊന്നാനിയിലെ പെരുമ്പടപ്പു ഇല്ലവുമായി വിവാഹബന്ധത്തിലേർപ്പെടുകയും ആ കുടുംബത്തിൽ നിന്ന്

തിരുവഞ്ചിക്കുളം ക്ഷേത്രത്തിന്റെ രക്ഷാപുരുഷസ്ഥാനം നേടുകയും ചെയ്തു. നമ്പൂതിരി ഇല്ലം അന്യം നിന്നപ്പോൾ ഇല്ലത്തിന്റെ പേരും സമ്പത്തും വന്നേരികുടുംബത്തിന് കിട്ടി. പിന്നീടാണ് ഇളങ്ങല്ലൂർ ഇല്ലത്തിലെ ഒരു നമ്പൂതിരി പെരുമ്പടപ്പു കുടുംബത്തിൽ നിന്ന് വിവാഹം കഴിച്ചത്. മട്ടാഞ്ചേരിയും വയ്പ്പുദ്വീപും എറണാകുളവും ഇളങ്ങല്ലൂർ കുടുംബത്തിൽനിന്നു ലഭിച്ചതാണത്രെ. സാമൂതിരിയിൽനിന്നുള്ള സമ്മർദ്ദം മൂലം വന്നേരിയും മണപ്പുറവും (കൊടുങ്ങല്ലൂർ) ഒഴിഞ്ഞുപോരേണ്ടിവന്നുവെങ്കിലും കൊച്ചി കായലിന് ചുറ്റുമുള്ള പ്രദേശങ്ങളിൽ പെരുമ്പടപ്പു സ്വതന്ത്രഭരണാധികാരികളായി.

ഭൂമിശാസ്ത്രപരമായി സംഭവിച്ച മാറ്റമാണ് കൊച്ചിയെ തുണച്ചത്. പമ്പ, അച്ചൻകോവിലാറുകളിലെ ജലം കുട്ടനാടു കായലിൽക്കൂടി ഒഴുകി പുറക്കാടുവഴിയാണ് സമുദ്രത്തിൽ പതിച്ചിരുന്നത്. പുറക്കാട് അഴി സ്ഥിരമായി പൊഴിയിട്ടുപോയതുകൊണ്ട് ആ ജലം വേമ്പനാട് കായലിൽകൂടി ഒഴുകി കൊച്ചി കായൽ വഴി കടലിലേക്കൊഴുകാൻ തുടങ്ങി. പെരിയാറിന്റെ ഒരു ശാഖയും ആലുവായിൽ നിന്നു തെക്കോട്ടൊഴുകി കൊച്ചി കായലിൽ പതിച്ചു.കൊച്ചിയിൽ ആഴമുള്ളതും വിശാലവുമായി ഒരു അഴി തന്മൂലമുണ്ടായി. വലിയ കപ്പലുകൾക്കും കൊച്ചിക്കായലിൽ നങ്കൂരമിട്ടു കിടക്കാമെന്ന സ്ഥിതിവന്നപ്പോൾ അവിടം കേരളത്തിലെ ഏറ്റവും നല്ല തുറമുഖമായി വളർന്നു. പെരുമ്പടപ്പു മൂപ്പൻ കൊടുങ്ങല്ലൂർനിന്നും കൊച്ചിയിലേക്ക് ആസ്ഥാനം മാറ്റാൻ ഇതും കാരണമായിരുന്നിരിക്കാം. വടക്കുംകൂറിൽനിന്നും തെക്കുംകൂറിൽനിന്നുമുള്ള സമൃദ്ധമായ മലഞ്ചരക്കുകൾ വേമ്പനാട്ടു കായൽവഴി നേരിട്ടു കൊച്ചിയിലെത്തിക്കാമെന്നായി. ഇതു കൊച്ചിയും വടക്കുംകൂറും തെക്കുംകൂറും തമ്മിലുള്ള ബന്ധം ദൃഢമാക്കി. വേണാടിന് ഈ പ്രദേശങ്ങൾക്കുമേലുള്ള നിയന്ത്രണം അയഞ്ഞു. കിഴക്കനതിർത്തിയിൽ വിജയനഗരത്തിനെതിരെ ശ്രദ്ധകേന്ദ്രീകരിച്ച വേണാട് വടക്കൻ സ്വരൂപങ്ങൾ നഷ്ടമാകുന്നത് കാര്യമാക്കിയില്ല. പുറക്കാട്ടെ തുറമുഖ സൗകര്യം ഇല്ലാതായത് ചെമ്പകശ്ശേരിയെ ക്ഷീണിപ്പിച്ചു. കായംകുളത്തിന്റെ വളർച്ചയും ചെമ്പകശ്ശേരിയെ ക്ഷയിപ്പിച്ചു. ചെമ്പകശ്ശേരിയും കൊച്ചിയും തമ്മിലുള്ള ബന്ധവും തണുപ്പനായി.

ക്രി വ 1405-53 കാലത്ത് കൊച്ചിയിലുണ്ടായിരുന്ന ചൈനീസ് വ്യാപാരിയായ മാഹ്വാൻ രേഖപ്പെടുത്തിയതു കൊച്ചി രാജാവ് ചൈനയ്ക്ക് കപ്പം കൊടുക്കുന്നു എന്നാണ്. സാമൂതിരിയുടെ അടിമത്തത്തിൽ നിന്നു കൊച്ചിയെ 1406 ൽ മോചിപ്പിച്ച് ഷെങ്ഹോ എന്ന ചൈനീസ് നാവിക മേധാവി മുഖാന്തരമായിരിക്കാം കപ്പം നല്കിയത്. 1433 ൽ ഷെങ്ഹോ അന്തരിച്ചതിനുശേഷം കൊച്ചി രാജാവ് വീണ്ടും സാമൂതിരിയുടെ സാമന്തനായി. ഒപ്പം വടക്കുംകൂറും ഇടപ്പള്ളിയും സാമൂതിരിയുടെ പക്ഷത്തായി. വടക്കുംകൂറിൽ സാമൂതിരി കുടുംബത്തിലേക്ക് ദത്തെടുക്കപ്പെട്ടയാൾ ഏറാൾപ്പാടാകും എന്ന നിലവരെയെത്തി. അപ്പോഴാണ് ക്രി വ 1500 ൽ പെഡ്രോ അൽവാരീസ് കബ്രാൾ എന്ന പോർച്ചുഗീസ് നാവിക

ത്തലവൻ കൊച്ചിയിലെത്തിയത്. സാമൂതിരിയുടെ മേല്ക്കോയ്മയിൽ നിന്നും മോചനം നേടാൻ വേണ്ടി, 1504 ൽ പോർച്ചുഗീസ് രാജാവിന്റെ മേല്ക്കോയ്മ അംഗീകരിക്കാനും പോർച്ചുഗീസ് രാജാവിന്റെ ചിഹ്നമുള്ള കിരീടം പോർച്ചുഗീസ് പള്ളിയിൽ വച്ചു ധരിക്കാനും കൊച്ചിരാജാവു തയ്യാറായി. പോർച്ചുഗീസ് സംരക്ഷണത്തിൽ കൊച്ചിരാജാവ് കരുത്തുനേടി. അയൽ സ്വരൂപങ്ങളായ പറവൂർ, ആലങ്ങാട്, വടക്കുംകൂർ, ചെമ്പകശ്ശേരി എന്നിവ കൊച്ചിയുടെ മേധാവിത്വം അംഗീകരിക്കാൻ നിർബ്ബന്ധിതമായി. കൊച്ചിയുടെ വളർച്ചയിൽ ചെമ്പകശ്ശേരി രാജാവിന് അമർഷമുണ്ടായിരുന്നു എങ്കിലും അതു പുറത്തുകാട്ടിയില്ല.

ക്രി വ 1513 ൽ പോർച്ചുഗീസുകാരും സാമൂതിരിയും തമ്മിൽ സൗഹാർദ്ദക്കരാർ ഒപ്പിട്ടതോടുകൂടി കേരളതീരത്തു പോർച്ചുഗീസ് മേധാവിത്വം പൂർണ്ണമായി. അതേത്തുടർന്നാണ് 1516 ൽ ദേശിംഗനാടും പോർച്ചുഗീസുകാരുമായി വാണിജ്യക്കരാറുണ്ടാക്കിയത്. കുരുമുളകിന്റെ കുത്തക അവർക്കായി. മറ്റു കപ്പലുകൾക്ക് ഇന്ത്യാ സമുദ്രത്തിലെവിടെയും പോർച്ചുഗീസ് കർത്താസ് വേണമെന്നായി. 16-ാം നൂറ്റാണ്ടിന്റെ അന്ത്യത്തിൽ കളക്കാടും നാഞ്ചിനാടും വിട്ടൊഴിഞ്ഞതുമുതൽ ദേശിംഗനാട് തൃ മൂ തി യുടെ കീഴിലുള്ള ഏറ്റവും ദുർബ്ബലമായ സ്വരൂപമായി മാറി. എല്ലാ സ്വരൂപങ്ങളും പോർച്ചുഗീസുകാരുമായി പ്രത്യേകം പ്രത്യേകം വാണിജ്യ ഉടമ്പടി ചെയ്തതുകാരണം സ്വരൂപങ്ങളുടെ മേൽ തൃ മൂ തി യ്ക്കുള്ള സ്വാധീനം നാമമാത്രമായി. 1662 ൽ രവിവർമ്മയുടെ മരണത്തെത്തുടർന്ന് ആറ്റിങ്ങൽ റാണി തൃപ്പാപ്പൂർ മൂപ്പു വഹിക്കാൻ ഇടയായത് സ്ഥിതിഗതികൾ കൂടുതൽ വഷളാക്കി. ഒപ്പം ഡച്ചുകാരുടെ വരവും കുഴപ്പങ്ങൾ ഗുരുതരമാക്കി.

ലന്തക്കാർ കേരളത്തിൽ

ക്രി വ 1597 ൽ സ്ഥാപിതമായ ഡച്ച് ഈസ്റ്റിന്ത്യാ കമ്പനി (വി ഒ സി) ഇന്ത്യയിൽ പൂർവ്വതീരത്തെ പുലിക്കാട്ടാണ് ആദ്യഫാക്ടറി സ്ഥാപിച്ചത്, 1610 ൽ. 1619 ൽ ജാവാദ്വീപ് പിടിച്ചടക്കി ബറ്റേവിയായിൽ കമ്പനിയുടെ കേന്ദ്രം സ്ഥാപിച്ചു. 1644 ൽ അവർ പോർച്ചുഗീസുകാരുമായി സമാധാനം സ്ഥാപിച്ചതുമൂലം കണ്ണൂരിലെ ആലിരാജാവ്, സാമൂതിരി പുറക്കാട് രാജാവ് (ചെമ്പകശ്ശേരി), കായംകുളം രാജാവ്, കൊല്ലം രാജാവ് എന്നിവരുമായി വാണിജ്യബന്ധം സ്ഥാപിച്ചു. 1656 ൽ പോർച്ചുഗീസുകാരിൽ നിന്നു കൊളമ്പും തുടർന്ന് ജാഫ്ന, തൂത്തുക്കുടി, നാഗപട്ടണം എന്നീ വാണിജ്യകേന്ദ്രങ്ങളും ഡച്ചുകാർ പിടിച്ചടക്കി. അവയെല്ലാം കൊളമ്പ് കേന്ദ്രമായി ഒരു ഗവർണ്ണറുടെ കീഴിലാക്കി. പിന്നീടാണ് പോർച്ചുഗീസുകാരെ കേരളത്തിൽനിന്നും പുറത്താക്കി അവിടെ കച്ചവടകുത്തക സ്ഥാപിക്കാൻ അവർക്ക് മോഹമുദിച്ചത്. അതിന് സാഹചര്യം ഒരുക്കിയത് പറങ്കികൾ തന്നെ.

അഞ്ചു താവഴികളുള്ള കൊച്ചി രാജകുടുംബത്തിൽ ഏറ്റവും മൂത്ത

യാൾ (പെരുമ്പടപ്പുമൂപ്പൻ) ക്ഷേത്രകാര്യങ്ങളിൽ മാത്രം ശ്രദ്ധിക്കുകയും രണ്ടാംസ്ഥാനക്കാരൻ കൊച്ചിരാജാവെന്ന നിലയിൽ ഭരണം നടത്തുകയുമായിരുന്നു പതിവ്. 1656 ൽ പെരുമ്പടപ്പു മൂപ്പൻ അന്തരിച്ചപ്പോൾ അന്ന് കൊച്ചിരാജാവായിരുന്ന ഇളയതാവഴി അംഗം പെരുമ്പടപ്പുമൂപ്പനും മൂത്ത താവ്ഴിയിലെ കേരളവർമ്മ കൊച്ചിരാജാവും ആകേണ്ടതായിരുന്നു. എന്നാൽ മൂത്തതാവഴിക്കാർ സാമൂതിരിയുമായി സൗഹാർദ്ദത്തിലായിരുന്നതിനാൽ കേരളവർമ്മയെ കൊച്ചിരാജാവായി വാഴിക്കാൻ പോർച്ചുഗീസുകാർ കൂട്ടാക്കിയില്ല. ഇളയതാവഴിക്കാരൻ കൊച്ചി രാജാവായി തുടരാൻ അനുവദിക്കപ്പെട്ടു. മാത്രമല്ല, മൂത്തതാവഴിയെ സ്ഥിരമായി അധികാരത്തിൽ നിന്നൊഴിച്ചു നിർത്താൻ വേണ്ടി വെട്ടത്തുനാട്ടിൽ നിന്ന് നാലു രാജാക്കന്മാരെ ഇളയതാവഴിയിലേക്ക് ദത്തെടുക്കുകയും ചെയ്തു. സാമൂതിരിയുടെ സാമന്തസ്വരൂപമായിരുന്നു വെട്ടത്തുനാട്. കൊച്ചിയിലേക്ക് ദത്തുപോയ രാജകുമാരന് വെട്ടത്തുനാട്ടിൽ മൂപ്പുലഭിക്കുമ്പോൾ വെട്ടത്തുനാട് കൊച്ചിരാജ്യത്തിന്റെ ഭാഗമാകും എന്ന ഭയം സാമൂതിരിക്കുണ്ടായിരുന്നതിനാൽ ദത്തിനെ സാമൂതിരിയും എതിർത്തിരുന്നു. സാമൂതിരിയുടെയും കേരളവർമ്മയുടെയും ദൂതന്മാർ കൊളമ്പിൽ ചെന്ന് ഡച്ചു ഗവർണ്ണറുടെ സഹായം അഭ്യർത്ഥിച്ചതിൻപ്രകാരം ഡച്ച് നാവികസേന കൊല്ലത്തെത്തി പോർച്ചുഗീസ് കോട്ട ആക്രമിച്ചു. എതിർപ്പൊന്നും കൂടാതെ പോർച്ചുഗീസുകാർ കൊച്ചിയിലേക്ക് പിൻവാങ്ങി (1658). ഡച്ചുകാർക്കു വാണിജ്യക്കുത്തക നല്കാൻ കൊല്ലം റാണി വിസമ്മതിച്ചു. കൊല്ലം ഒരു സ്വതന്ത്ര വാണിജ്യകേന്ദ്രമായിരിക്കാനാണ് റാണി നിശ്ചയിച്ചത്. അതിൻപ്രകാരം കൊല്ലത്തുള്ള ഒരു ചെറിയ വ്യാപാരശാല സ്ഥാപിച്ച് അതിന്റെ സംരക്ഷണത്തിന് ഒരു ചെറുസൈന്യത്തെയും നിർത്തിയിട്ടാണ് ഡച്ച് ഗവർണർ വാൻഗൂൺസ് കൊളമ്പിലേക്ക് മടങ്ങിയത്. കൊച്ചി ആക്രമിക്കാനുള്ള പരിപാടി തല്ക്കാലം ഉപേക്ഷിച്ചു (1658).

ആ വർഷം ഡിസംബർ മാസത്തിൽ കൊച്ചി രാജാവ് അന്തരിച്ചപ്പോൾപോലും കേരളവർമ്മയുടെ അവകാശം അവഗണിച്ചുകൊണ്ടു വെട്ടത്തുനാട്ടിൽ നിന്നു ദത്തുവന്നവരിൽ മൂത്തയാളെ പോർച്ചുഗീസുകാർ കൊച്ചി രാജാവായി വാഴിച്ചു. കീഴ്നടപ്പിന് വിരുദ്ധമായി പോർച്ചുഗീസ് പള്ളിയിൽ വച്ച് പോർച്ചുഗീസ് ഗവർണറായിരുന്നു കിരീടധാരണം നിർവ്വഹിച്ചത്. കൊച്ചിയുടെ പ്രധാന സാമന്തന്മാരായ പറവൂർ, ആലങ്ങാട്, വടക്കുംകൂർ, പുറക്കാട് ഭരണാധികാരികളും പ്രഭുക്കന്മാരും കിരീടധാരണച്ചടങ്ങിൽ നിന്നു വിട്ടുനിന്നു.

1659 ഏപ്രിൽ മാസത്തെ ഒരു ഞായറാഴ്ച കൊല്ലത്തെ വ്യാപാരശാലയിലെ ഡച്ച് തലവനും ജീവനക്കാരും അടുത്തുള്ള സുറിയാനി പള്ളിയിൽ ആരാധനയ്ക്ക് പോയപ്പോൾ ആക്രമിക്കപ്പെടുകയും വധിക്കപ്പെടുകയും ചെയ്തു[8]. തുടർന്ന് റാണിയുടെ കീഴിലെ നായന്മാർ ഡച്ചുകാരുടെ അധീനതയിലായിരുന്ന പോർച്ചുഗീസ് കോട്ട ഉപരോധിച്ചു. വിവരം അറിഞ്ഞ് കൊളമ്പിൽനിന്നെത്തിയ ഡച്ച് നാവികപ്പട കോട്ടയിൽ

നിന്ന് ഡച്ചു ഭടന്മാരെ ഒഴിപ്പിച്ചു കൊണ്ടുപോയി. പുതിയ ഡച്ച് ഗവർണർ പോർച്ചുഗീസുകാരുമായി യുദ്ധത്തിനു തയ്യാറായില്ല. കൊല്ലം റാണി കാട്ടിയ ബുദ്ധിശൂന്യമായ നടപടിക്ക് കാരണം ഉണ്ടായിരുന്നു. കൊച്ചിയിലെ വെള്ളാരപ്പള്ളി കോവിലകത്തുനിന്ന് ദത്തെടുക്കപ്പെട്ട ഉണ്ണിക്കേരളവർമ്മ ദേ മൂ ത യുടെ പിൻഗാമിയായിരുന്നു അവർ. 1630 ൽ തിരുവിതാംകൂറിലേക്ക് ദത്തെടുക്കപ്പെട്ട രാമവർമ്മ, ആദിത്യവർമ്മ എന്നിവരും ഉണ്ണിക്കേരളവർമ്മയുടെ ഭാഗിനേയന്മാരായിരുന്നല്ലോ. വെള്ളാരപ്പള്ളി കോവിലകം പോർച്ചുഗീസ് പക്ഷപാതികളായ ഇളയതാവഴിയുടെ പക്ഷക്കാരായിരുന്നു. ദേശിംഗനാടും തൃപ്പാപ്പൂരും ഭരണാധികാരികൾ ഡച്ചു വിരുദ്ധരാവാൻ കാരണമിതായിരുന്നു.

1661 ൽ വാൻഗൂൺസ് സിലോൺ ഗവർണ്ണറായി മടങ്ങിയെത്തി. സാമൂതിരിയുമായും കേരളവർമ്മയുമായും കൊച്ചിയിലെ പാരമ്പര്യമന്ത്രിയായിരുന്ന പാലിയത്തച്ചനുമായും കൂടിയാലോചിച്ചശേഷം ആ വർഷം ഡിസംബർ മാസത്തിൽ ഡച്ച് നാവികപ്പട കൊല്ലത്തിറങ്ങി. റാണിയുടെ നായന്മാർ ശക്തിയായി എതിർത്തെങ്കിലും ഡച്ചുസൈന്യം റാണിയുടെ കൊട്ടാരം തീവച്ചുനശിപ്പിക്കുകയും റാണി കല്ലട കൊട്ടാരത്തിലേക്ക് രക്ഷപെട്ടു പോവുകയും ചെയ്തു. പറങ്കികൾ കാര്യമായ എതിർപ്പൊന്നും കൂടാതെ കോട്ട ഒഴിഞ്ഞുപോയി. കോട്ടയ്ക്കകത്ത് ഒട്ടേറെ സന്ന്യാസിമഠങ്ങളും പള്ളികളും ഉണ്ടായിരുന്നതിൽ സുറിയാനി പള്ളി മാത്രം നിലനിർത്തി[9]. പോർച്ചുഗീസ് കമാൻഡറുടെ ഗംഭീരമായ എടുപ്പ് ഡച്ച് കമാൻഡറായി അവിടെ നിയമിതനായ ക്യാപ്റ്റൻ ന്യൂഹാഫിന്റെ വസതിയായി.

ഡച്ചുകാരും തൃപ്പാപ്പൂരും

1663 ജനുവരിക്കുമുമ്പ് കൊടുങ്ങല്ലൂർ, പള്ളിപ്പുറം, കൊച്ചി കോട്ടകൾ, ഡച്ചുകാർ പോർച്ചുഗീസുകാരിൽ നിന്നു പിടിച്ചെടുത്തു. കേരളവർമ്മ കൊച്ചിരാജാവായി വാഴിക്കപ്പെട്ടു. വെട്ടത്തുനാട്ട് രാജാക്കന്മാർ നാലുപേരിൽ മൂന്നുപേരും വധിക്കപ്പെട്ടു. നാലാമനായ ഗോദവർമ്മ മുറിവേറ്റു ചികിത്സയ്ക്കായി കൊല്ലത്ത് താമസമായി. ഗോദവർമ്മയുടെ സഹായിയായിരുന്ന ചെമ്പകശ്ശേരിരാജാവ് ദേവനാരായണൻ പിടികൂടപ്പെട്ടുവെങ്കിലും ഡച്ചുകാർ ആവശ്യപ്പെട്ടവണ്ണം വാണിജ്യ ഉടമ്പടിയിൽ ഒപ്പിട്ടുകൊടുത്തു രക്ഷപ്പെട്ടു. കരുനാഗപ്പള്ളി, കായംകുളം, ദേശിംഗനാട്, കൊട്ടാരക്കര, നെടുമങ്ങാട് തുടങ്ങിയ സ്വരൂപങ്ങളുമായി കരാറുണ്ടാക്കുംമുമ്പ് ആറ്റിങ്ങൽ റാണിയുടെ അംഗീകാരം ആവശ്യമായിരുന്നു. ഡച്ച് ക്യാപ്റ്റൻ ആറ്റിങ്ങലിലെത്തിയപ്പോൾ തിരുവിതാംകൂർ രാജാവിന്റെ അംഗീകാരമില്ലാതെ ആറ്റിങ്ങൽ റാണിയുടെ അംഗീകാരംകൊണ്ട് പ്രയോജനമില്ലെന്നു മനസ്സിലായി. തിരുവിതാംകൂർ രാജാവ് രാമവർമ്മയാകട്ടെ ചില നിബന്ധനകൾ മുന്നോട്ടുവച്ചു. ഗോദവർമ്മയെ കേരളവർമ്മയുടെ ഇളംകൂറായിട്ടെങ്കിലും കൊച്ചിയിൽ അംഗീകരിക്കണമെന്നതാണ് പ്രധാന ആവശ്യം.

ഡച്ചുകാർക്കു കുരുമുളകു വ്യാപാരം കുത്തകയായി നല്കുന്നതിനും രാമവർമ്മ എതിരായിരുന്നു. 1644 മുതൽ ഇംഗ്ലീഷ് ഈസ്റ്റിന്ത്യാക്കമ്പനിയുടെ ഒരു വ്യാപാരശാല വിഴിഞ്ഞത്തു പ്രവർത്തിച്ചുവരികയായിരുന്നു. ഗോദവർമ്മയ്ക്ക് ഇളംകൂർ സ്ഥാനം നല്കുന്നതിന് കേരളവർമ്മ വിസമ്മതിച്ചു. തൃപ്പാപ്പൂരുമായി വാണിജ്യ ഉടമ്പടി ഉണ്ടാക്കിയെങ്കിലും അവിടെ കുരുമുളകിന്റെ കുത്തകവ്യാപാരം നല്കപ്പെട്ടിട്ടില്ല. എങ്കിലും തൃപ്പാപ്പൂരിന്റെ സാമന്തസ്വരൂപങ്ങൾ ഡച്ചുകാർക്ക് കുത്തകവ്യാപാരം അനുവദിച്ചു കരാറുണ്ടാക്കി. ഇത് തൃപ്പാപ്പൂരിന് സാമന്തസ്വരൂപങ്ങളുടെ മേലുണ്ടായിരുന്ന അധികാരത്തെ ദുർബ്ബലമാക്കി. സാമന്തസ്വരൂപങ്ങൾക്ക് ഡച്ചുകാരുടെ പിൻബലമുണ്ടായിരുന്നു. ഡച്ചുകാരും തൃപ്പാപ്പൂരും തമ്മിലുള്ള ബന്ധം അക്കാരണത്താൽ ഒരിക്കലും ഊഷ്മളമായിരുന്നില്ല.

മരുമക്കത്തായ വ്യവസ്ഥയിൽ കുടുംബങ്ങൾ അന്യംനിന്നുപോവുക പതിവാണെന്നു മുമ്പ് പറഞ്ഞല്ലോ. ദത്തുകൾ മൂലമാണ് അതിന് പരിഹാരം കാണുന്നത്. സാമന്തസ്വരൂപങ്ങളിലേക്കുള്ള ദത്തുനിശ്ചയിക്കാനുള്ള അധികാരം മേല്ക്കോയ്മയ്ക്കാണ്. അവകാശത്തർക്കമുണ്ടാകുമ്പോഴും മേല്ക്കോയ്മയാണ് തീരുമാനമെടുക്കുന്നത്. ഈയവസരങ്ങളിൽ പോർച്ചുഗീസുകാർ തങ്ങളോട് കൂറുള്ളവരെ പിൻഗാമികളാക്കാൻ ശ്രദ്ധിച്ചിരുന്നു. അപ്രകാരമാണ് അവർ സ്വരൂപങ്ങളെ തങ്ങളോടൊപ്പം നിർത്തിയത്. ഈ തന്ത്രം തന്നെ ഡച്ചുകാരും പിന്തുടർന്നത് തൃപ്പാപ്പൂരിന് തലവേദനയുണ്ടാക്കി.

1661 ഡിസംബർ മാസത്തിലാണ് ഡച്ചുകാർ കൊല്ലം പിടിച്ചടക്കിയത്. അന്നവിടെ റാണിയായിരുന്ന മകയിരം തിരുനാൾ ആറ്റിങ്ങലിലെ രണ്ടാംമുറ തമ്പുരാട്ടിയായിരുന്നു. വൃദ്ധനായ രവിവർമ്മ (1610-1662) തൃപ്പാപ്പൂർ മൂത്തതിരുവടി ആഗസ്തു മാസത്തിൽ നിര്യാതനായി. തൃപ്പാപ്പൂർ (ആറ്റിങ്ങൽ) ശാഖയിൽ പുരുഷസന്തതി ഇല്ലാതിരുന്നതിനാൽ ആയില്യം തിരുനാൾ മൂത്തതമ്പുരാട്ടി തൃപ്പാപ്പൂർ മൂപ്പേറ്റു. 1630 ൽ വെള്ളാരപ്പള്ളി കോവിലകത്തുനിന്നു ദത്തെടുക്കപ്പെട്ട രാമവർമ്മ തൃപ്പാപ്പൂർ കുടുംബാംഗം അല്ലാതിരുന്നതുകൊണ്ട് തിരുവിതാംകൂർ (കൽക്കുളം) രാജാവായിരിക്കാൻ മാത്രമേ കഴിഞ്ഞുള്ളൂ[10]. അദ്ദേഹം വൃദ്ധയായ റാണിയുടെ ഉപദേഷ്ടാവ് കൂടെയായിരുന്നു. ആ സാഹചര്യത്തിലാണ് ക്യാപ്റ്റൻ ജോൺ ന്യൂഹാഫ് കൊല്ലത്തുനിന്ന് ആറ്റിങ്ങൽ വന്ന് രാമവർമ്മയുമായി വാണിജ്യക്കരാറുണ്ടാക്കാൻ ശ്രമിച്ചത്. (1664). രാമവർമ്മയുടെ മാതൃഗൃഹമായ വെള്ളാരപ്പള്ളി കോവിലകം പോർച്ചുഗീസ് പക്ഷത്തായിരുന്നതിനാൽ ഡച്ചുകാരുമായി രാമവർമ്മയുടെ ബന്ധം ഊഷ്മളമായിരുന്നില്ല. കൂടാതെ, അദ്ദേഹം വിദേശിയായിരുന്നതിനാൽ തിരുവിതാംകൂറിലും അദ്ദേഹത്തിന്റെ സ്വാധീനം ശക്തമായിരുന്നില്ല. ആറ്റിങ്ങലിലെ സ്ഥിതിയും വളരെ വ്യത്യസ്തമായിരുന്നില്ല. രണ്ടിടത്തും പിള്ളമാരും മാടമ്പിമാരുമായിരുന്നു യഥാർത്ഥ ഭരണാധികാരികൾ.

നാലു പിള്ളമാരായിരുന്നു ആറ്റിങ്ങൽ റാണിയുടെ കീഴിൽ ഭരണം

നടത്തിയിരുന്നത്. ആറ്റിങ്ങൽ, കാപ്പിൽ, വാമനപുരം, തിരുവനന്തപുരം എന്നീ നാലുവിഭാഗങ്ങളായിരുന്നു നാലുപിള്ളമാരുടെ കീഴിൽ[11]. കരമന യാറാണ് ആറ്റിങ്ങലിന്റെയും തിരുവിതാംകൂറിന്റെയും അതിർത്തിയെന്നു തോന്നുന്നു. നാലുപിള്ളമാരിൽ ശക്തന്മാർ വഞ്ചിമുട്ടം, കൊടുമൺ എന്നീ കുടുംബക്കാരായിരുന്നു. പിള്ളമാർക്ക് കീഴിൽ നിരവധി മാടമ്പിമാരുണ്ടാ യിരുന്നു. ഭരണകാര്യങ്ങളിൽ റാണിയെ സഹായിക്കാൻ അണ്ണാവി എന്ന ഉദ്യോഗസ്ഥനും ഉണ്ടായിരുന്നു. അപ്രകാരം തന്നെ തിരുവിതാംകൂറിൽ ദേശവാഴികളായ 12 മാടമ്പിമാരും അവർക്കുകീഴിൽ ചെറു മാടമ്പിമാരും ഉണ്ടായിരുന്നു. ഇളമ്പയിൽ പണ്ടാൽ, ഇടത്തറപ്പോറ്റിയെന്ന രണ്ടു പാരമ്പ ര്യക്കാരായിരുന്നു തിരുവിതാംകൂറിലെ മന്ത്രിമാർ. വാണിജ്യക്കരാറുണ്ടാ ക്കാൻ ആറ്റിങ്ങലിലെത്തിയ ന്യൂഹാഫ് കരാർ വ്യവസ്ഥകൾ തിരുവിതാം കൂർ രാജാവുമായി ചർച്ചചെയ്തുവെങ്കിലും കരാർ അംഗീകരിക്കപ്പെട്ടില്ല. കൽക്കുളത്തേക്ക് മടങ്ങി സ്വന്തം മാടമ്പിമാരും മന്ത്രിമാരുമായി ആലോ ചിച്ചു തീരുമാനിക്കാമെന്ന് പറഞ്ഞ് രാമവർമ മടങ്ങുകയാണ് ചെയ്ത്. ഈ സമയം കരാറുണ്ടാക്കാൻ റാണിയും ആറ്റിങ്ങലിലെ പിള്ളമാരും തയ്യാറായെങ്കിലും തിരുവിതാംകൂർ രാജാവും കൂടെ അംഗീകരിക്കാതെ കരാറുണ്ടാക്കുന്നതിൽ അർത്ഥമില്ലെന്ന് ന്യൂഹാഫ് കരുതി. ഈ സമയം ഡച്ചുകാരെപ്പറ്റി പരാതികളുമായി കൊല്ലം റാണി മകയിരം തിരുനാളും ആറ്റിങ്ങലിലെത്തിയിരുന്നു. എല്ലാ കാര്യങ്ങളും പിള്ളമാരുമായി ആലോ ചിച്ച് രാമവർമ്മ രണ്ടു പ്രതിനിധികളെ കൊല്ലത്തേക്കയയ്ക്കുകയും അവർ ന്യൂഹാഫുമായി കരാറുണ്ടാക്കുകയുമാണ് ചെയ്തത്. പിന്നീട് കരുനാ ഗപ്പള്ളി, ചെമ്പകശ്ശേരി രാജാക്കന്മാരുമായി ന്യൂഹാഫ് കരാറുണ്ടാക്കിയ പ്പോഴും കാര്യക്കാരന്മാരുമായി സുദീർഘമായി ചർച്ച ചെയ്തശേഷമാണ് വ്യവസ്ഥകൾ അംഗീകരിക്കപ്പെട്ടത്. എല്ലാ നാടുവാഴികളും വ്യവസ്ഥാ പിത ഭരണാധികാരികൾ മാത്രമായിരുന്നുവെന്നും, പിള്ളമാരും മാടമ്പി മാരും ഭരണക്രമത്തിൽ ശക്തമായ സ്വാധീനം ചെലുത്തിയിരുന്നുവെന്നും കാണാം. മാടമ്പിമാരും അവരുടെ അധികാരപരിധിയിലുള്ള നാട്ടുകൂട്ട ങ്ങൾക്ക് സ്വീകാര്യമല്ലാത്ത ഒരു വ്യവസ്ഥയും അംഗീകരിച്ചിരുന്നില്ലെന്ന് 1677 ൽ വാൻ റീഡ് എന്ന ഡച്ച് ഗവർണ്ണർ രേഖപ്പെടുത്തിയിട്ടുണ്ട്[12].

ക്രി വ 1671 ൽ (കൊ വ 847 കന്നി 12) രാമവർമ്മ അന്തരിച്ചതിനെ ത്തുടർന്ന് അദ്ദേഹത്തോടൊപ്പം ദത്തെടുക്കപ്പെട്ട അനുജൻ ആദിത്യവർമ്മ തിരുവിതാംകൂർ രാജാവായി. രാമവർമ്മയുടെ ശേഷക്രിയകൾ ചെയ്യാനും തന്റെ പിൻഗാമിയായിരിക്കാനും വെള്ളാരപ്പള്ളി കോവിലകത്തെ തന്റെ ഭാഗിനേയനായ രാമരം കോയിൽ എന്ന രവിവർമ്മയെ ദത്തെടുക്കണ മെന്ന് ആദിത്യവർമ്മ ആറ്റിങ്ങൽ അമ്മ തമ്പുരാനോടാവശ്യപ്പെട്ടു. ഇക്കാ ര്യത്തെപ്പറ്റി ആലോചിക്കാൻ ആയില്യം തിരുനാൾ മൂത്ത തമ്പുരാനും, മകയിരം തിരുനാൾ ഇളയതമ്പുരാട്ടിയും, അശ്വതിതിരുനാൾ മൂന്നാംമുറ തമ്പുരാട്ടിയും, ആദിത്യവർമ്മയും തിരുവനന്തപുരത്ത് സന്ധിച്ചു. പേര കത്താവഴിയിലെ രാമവർമ്മ അദ്ദേഹത്തിന്റെ ഭാഗിനേയൻ കേരളവർമ്മ

യ്ക്കുവേണ്ടി ചർച്ചയിൽ പങ്കെടുത്തു. തന്റെ ഭാഗിനേയനെ തിരുവിതാംകൂറിന്റെ ഇളമുറയായി ദത്തെടുക്കണമെന്നതായിരുന്നു അദ്ദേഹത്തിന്റെ ആവശ്യം. അങ്ങനെ ആവശ്യപ്പെടാൻ അദ്ദേഹത്തിന് ഒരു ന്യായീകരണവുമുണ്ടായിരുന്നു. 1621 ലെ (കൊല്ലം 797 ധനു 9-ാം തീയതി) ഒരു ഉടമ്പടി പ്രകാരം തൃപ്പാപ്പൂർ രാജകുടുംബത്തിലെ രവിവർമ്മ, മാർത്താണ്ഡവർമ്മ, അത്തംതിരുനാൾ തമ്പുരാട്ടി, ആയില്യം തിരുനാൾ ഇളയതമ്പുരാട്ടി എന്നിവരെ പേരകത്താവഴിയിലേക്കും, പേരകത്താവഴിയിലെ കേരളവർമ്മ (മൂലം തിരുനാൾ) യെ തൃപ്പാപ്പൂരിലേക്കും പരസ്പരം ദത്തെടുത്തിരുന്നു[13]. അന്നത്തെ ആയില്യം തിരുനാൾ ഇളയതമ്പുരാട്ടിയാണ് ഇപ്പോൾ ആറ്റിങ്ങൽ മൂത്ത തമ്പുരാട്ടി. അന്നത്തെ മൂലം തിരുനാൾ കേരളവർമ്മയുടെ ഭാഗിനേയനാണ് ഇപ്പോൾ പേരകത്താവഴിയിലെ രാമവർമ്മ. ദത്തുകൾ മൂലം പരസ്പരം ബന്ധപ്പെട്ടിരുന്നതിനാൽ തിരുവിതാംകൂറിലുണ്ടാകുന്ന ഒഴിവിൽ പേരകത്താവഴിയിലെ അംഗത്തിന് ന്യായമായും അവകാശം ഉള്ളതാണ്. പക്ഷേ, തീരുമാനം പേരകത്താവഴിക്കെതിരായിരുന്നു. വെള്ളാരപ്പള്ളി കോവിലകത്തെ രാമരം കോയിലിനെ (രവിവർമ്മ) തിരുവിതാംകൂറിലെ ഇളംകൂറായി ഇരണിയൽ കൊട്ടാരത്തിൽ വാഴിക്കാനായിരുന്നു തീരുമാനം[14].

പിന്തുടർച്ചത്തർക്കം

ക്രി വ 1673-77 കാലത്ത് കൊച്ചിയിലെ ഡച്ച് കമാൻഡർ ആയിരുന്ന വാൻ റീഡ് 1677 ൽ രേഖപ്പെടുത്തിയ മെമ്മോറിയൽ ആറ്റിങ്ങലിലും തിരുവിതാംകൂറുമായുള്ള ബന്ധത്തെ പരാമർശിക്കുന്നുണ്ട്. കൊച്ചിയിൽനിന്നു ദത്തുവന്ന ആളായതുകൊണ്ട് തിരുവിതാംകൂറിലെ പ്രഭുക്കന്മാരുടെ പ്രീതി നേടാൻ ആദിത്യവർമ്മയ്ക്ക് ഭാഗ്യമുണ്ടായില്ലെന്നും ആറ്റിങ്ങലിലെ റാണിമാരോട് എതിർത്തുനില്ക്കാൻ അദ്ദേഹത്തിന് തീരെ ത്രാണിപോരായെന്നുമാണ് പറയുന്നത്. അന്ന് ആറ്റിങ്ങൽ കുടുംബത്തിലെ മൂന്നു റാണിമാരിൽ രണ്ടാം മുറയായിരുന്ന മകയിരം തിരുനാൾ കൊല്ലം റാണിയായി കല്ലടയിലായിരുന്നു താമസം. മൂന്നാം മുറയായിരുന്ന അശ്വതി തിരുനാൾ ഉമയമ്മ റാണിയായിരുന്നു വൃദ്ധയായ ആയില്യംതിരുനാൾ മൂത്ത തമ്പുരാട്ടിയെ ഭരണകാര്യങ്ങളിൽ സഹായിച്ചുകൊണ്ടിരുന്നത്. അവരെപ്പറ്റി വാൻ റീഡ് ഇങ്ങനെ പറയുന്നു:

> മൂത്തറാണിയോടൊപ്പം ഒരു ഇളയറാണിയും ഉണ്ട്. 'പൗരുഷവും' കുലീനതയും നിറഞ്ഞ അവരെ എല്ലാപേർക്കും ഭയവും ബഹുമാനവുമാണ്. ഒരു സ്ത്രീയായതുകൊണ്ടും മൂത്ത റാണിയോടുള്ള ബഹുമാനംകൊണ്ടും അവർ ആദരിക്കപ്പെടുന്നു. അതറിയാവുന്നതുകൊണ്ട് അവർ ആറ്റിങ്ങലിനെ മാത്രമല്ല തിരുവിതാംകൂറിനെയും ഭരിക്കുന്നു. അവിടത്തെ ആചാരപ്രകാരം ആറ്റിങ്ങൽ തമ്പുരാട്ടിമാർക്ക് തിരുവിതാംകൂറിൽ കടക്കാൻ പാടില്ലെന്നുമാത്രമല്ല കരമ

> നയാറ് കടന്നാൽ ഭ്രഷ്ടിന് കാരണമാവുകയും ചെയ്യും. എന്നാൽ ഈ താടകയാകട്ടെ അതെല്ലാം ലംഘിക്കുന്നു എന്നുമാത്രമല്ല, അവരുടെ മുമ്പിൽ (ആദിത്യവർമ്മ) വിരണ്ടോടുകയും ചെയ്യുന്നു.

ഉമയമ്മറാണി തിരുവിതാംകൂർ ഭരണത്തിൽ നിരന്തരം ഇടപെട്ടുകൊണ്ടിരുന്നു എന്നും അവരെ ചെറുക്കാൻ ആദിത്യവർമ്മയ്ക്ക് കഴിഞ്ഞിരുന്നില്ലെന്നുമാണ് സൂചന. ആദിത്യവർമ്മ തനിക്കുവേണ്ടി മദ്ധ്യസ്ഥത വഹിക്കാൻ വാൻ റീഡിനോട് അഭ്യർത്ഥിച്ചിരുന്നു എന്നും വാൻ റീഡ് ഒഴിഞ്ഞുമാറിയെന്നും സുചനയുണ്ട്. അങ്ങനെ മദ്ധ്യസ്ഥത വഹിച്ചുകൊണ്ട് കമ്പനിക്കു പ്രയോജനമൊന്നുമില്ലെന്നും അയൽക്കാർ പിണക്കത്തിൽ കഴിയുന്നതാണ് കമ്പനിക്ക് കൂടുതൽ നല്ലതെന്നും വാൻ റീഡ് രേഖപ്പെടുത്തി.

ഡച്ചുകാർക്ക് ആറ്റിങ്ങലിനോടും തിരുവിതാംകൂറിനോടും ഒരുപോലെ ഈർഷ്യ തോന്നാൻ കാരണമുണ്ടായിരുന്നു. തൃപ്പാപ്പൂരിന്റെ കീഴിലുള്ള ചിറവാ സ്വരൂപങ്ങളുൾപ്പെടെ കേരളത്തിലെ മിക്കവാറും എല്ലാ സ്വരൂപങ്ങളുമായും ഡച്ചുകാർ കച്ചവടക്കുത്തക സ്ഥാപിക്കുന്ന കരാറുകളുണ്ടാക്കിയിരുന്നു. എന്നാൽ ആറ്റിങ്ങലും തിരുവിതാംകൂറും മാത്രം ഡച്ചുകാർക്ക് വ്യാപാരക്കുത്തക അനുവദിച്ചിരുന്നില്ല. രണ്ടു കാരണങ്ങളാണ് അതിനുണ്ടായിരുന്നത്. ഒന്നാമത്തേത് ഇംഗ്ലീഷ് ഈസ്റ്റിന്ത്യാക്കമ്പനിക്ക് റാണിയുടെയും തിരുവിതാംകൂറിന്റെയും മേലുണ്ടായിരുന്ന സ്വാധീനമാണ്. കേരളത്തിൽ നിന്നാകമാനം പോർച്ചുഗീസുകാരുടെ സഖികളായിരുന്ന ഇംഗ്ലീഷുകാരെയും കൊച്ചി കോട്ടയിൽ നിന്നു പുറത്താക്കിയിരുന്നു. എന്നാൽ തൃപ്പാപ്പൂരിന്റെ കടൽതീരത്തു പോർച്ചുഗീസ് പാതിരിമാരുടെ സ്വാധീനം പിന്നീടും ശക്തിയായി അവശേഷിച്ചു. അതുകാരണം ഡച്ചു കപ്പലുകൾക്ക് ആറ്റിങ്ങലിന്റെയും തിരുവിതാംകൂറിന്റെയും തീരപ്രദേശത്ത് തണുത്ത സ്വീകരണമാണ് ലഭിച്ചത്. അതേസമയം, ഇംഗ്ലീഷുകാർക്ക് അവിടെ ഊഷ്മളമായ സ്വീകരണം ലഭിക്കുകയും ചെയ്തു. മറ്റൊരു കാരണം, കൊച്ചിയിലെ വെള്ളാരപ്പള്ളി കോവിലകം പോർച്ചുഗീസ് പക്ഷപാതികളായിരുന്നു എന്നതാണ്. അവിടെനിന്ന് ദത്തുവന്ന രാമവർമ്മ കൊച്ചിയിലെ ആഭ്യന്തരകലഹത്തിൽ ഇളയതാവഴിയെയും പോർച്ചുഗീസുകാരെയും സഹായിച്ചിരുന്നു. രാമവർമ്മയുടെ ഭാഗിനേയനായ രവിവർമ്മയെ തിരുവിതാംകൂറിലെ അനന്തരാവകാശിയായി ദത്തെടുത്തതും ഡച്ചുകാർക്ക് ഹിതകരമായിരുന്നില്ല. അവർക്ക് വാണിജ്യക്കുത്തകയുള്ള നെടുമങ്ങാട്ടെ പേരകത്താവഴിയംഗം തിരുവിതാംകൂറിലെ രാജാവാകുന്നതായിരുന്നു അവരുടെ താല്പര്യം.

ക്രി വ 1677 ൽ (കൊ വ 852 കുംഭം) ആദിത്യവർമ്മ കൽക്കുളം കൊട്ടാരത്തിൽ വച്ച് നിര്യാതനായി[15]. അതേത്തുടർന്ന് ഉമയമ്മറാണി കൽക്കുളത്തുപോയി രവിവർമ്മയെ അവിടെ ചിറവാ മൂത്തവരായി വാഴിച്ചു. ഏതാനും നാൾ അവിടെ താമസിച്ച് ഭരണകാര്യങ്ങൾ അന്വേ

ഷിച്ച് കണക്കുകൾ പരിശോധിച്ചു. ഭരണകാര്യങ്ങളും കണക്കുകളും മേലിൽ ആറ്റിങ്ങലിൽ കൊണ്ടുവന്നു തന്നെ ബോദ്ധ്യപ്പെടുത്തണമെന്ന് ഏർപ്പാടു ചെയ്തു. ഭരണകാര്യങ്ങളിൽ ഇളയറാണിയുടെ ഇടപെടൽ രുചിക്കാത്തതുകൊണ്ടോ രവിവർമ്മയെ അംഗീകരിക്കാൻ കഴിയാത്തതു കൊണ്ടോ മന്ത്രിമാരും പിള്ളമാരും ചേർന്ന് പേരകത്താവഴിയിലെ കേരളവർമ്മയെ വരുത്തി തിരുവിതാംകൂർ രാജാവായി വാഴിച്ചു. നാഞ്ചിനാടിനെ സംബന്ധിച്ചിടത്തോളം തിരുവിതാംകൂറിന്റെ മേല്ക്കോയ്മയായ മധുരസർക്കാരിന്റെ അംഗീകാരവും കേരളവർമ്മ നേടി. ഈ വിവരം അറിഞ്ഞ ഉമയമ്മറാണി ആറ്റിങ്ങലിലെ പിള്ളമാരുടെ നേതൃത്വത്തിൽ പടയുമായി രവിവർമ്മയോടൊപ്പം തിരുവിതാംകൂറിലേക്ക് പുറപ്പെട്ടു. തിരുവിതാംകൂറിന് സഹായകമായി ചിദംബരനാഥ പിള്ളയുടെ നേതൃത്തിൽ കുതിരപ്പടയും കാലാൾപ്പടയും മധുരയിൽ നിന്നെത്തിയിരുന്നു. ഇരു സൈന്യവും കരമനയാറിന്റെ തീരത്തുവച്ച് ഏറ്റുമുട്ടിയതിൽ റാണിയുടെ പക്ഷം പരാജയപ്പെട്ടു. റാണിയും പടയും പിൻവാങ്ങിയെങ്കിലും തിരുവിതാംകൂർ സൈന്യം അവരെ പിന്തുടർന്നതിനാൽ റാണി ആറ്റിങ്ങൽ നിന്നു വർക്കലയിലേക്ക് പോയി.

ഇതിനകം ആയില്യം തിരുനാൾ മൂത്തതമ്പുരാട്ടി നിര്യാതയായതിനാൽ മകയിരം തിരുനാൾ (കൊല്ലം റാണി) മൂത്തതമ്പുരാട്ടിയായി സ്ഥാനമേറ്റിരുന്നു. അതിനെത്തുടർന്ന് കൊട്ടാരക്കര രാജാവും തിരുവിതാംകൂറിലെ മന്ത്രിമാരായ ഇടത്തറപോറ്റി, ഇളമ്പയിൽ പണ്ടാൽ എന്നിവരും റാണിയെ സന്ദർശിച്ച് ഒത്തുതീർപ്പുണ്ടാക്കി. അതിൻപ്രകാരം, പേരകത്താവഴിയിലെ കേരളവർമ്മ തിരുവിതാംകൂർ രാജാവായി തുടർന്നു. രവിവർമ്മ കൊല്ലം രാജാവായി നിയമിക്കപ്പെട്ടു. എങ്കിലും അടുത്തവർഷം (1678) മകയിരം തിരുനാൾ തിരുവനന്തപുരത്തുവച്ച് നിര്യാതയായതുകാരണം വീണ്ടും കലഹമുണ്ടായി. അശ്വതി തിരുനാൾ ഉമയമ്മറാണി ആറ്റിങ്ങൽ മൂത്തതമ്പുരാട്ടിയായി സ്ഥാനമേറ്റതുമൂലം രവിവർമ്മയെ വീണ്ടും തിരുവിതാംകൂർ രാജാവായി വാഴിക്കാൻ തീരുമാനമായി. ഇത്തവണ ആറ്റിങ്ങൽ സ്വരൂപത്തിലെ മാത്രമല്ല കൊട്ടാരക്കര സ്വരൂപത്തിലെ പിള്ളമാരും റാണിയെ സഹായിക്കാനെത്തി. മധുരയിൽ നിന്ന് വടുകപ്പട തിരുവിതാംകൂറിന്റെ സഹായത്തിനെത്തിയതുമില്ല[16]. അതുകാരണം കൽക്കുളം കോട്ട പിടിച്ചെടുക്കാനും രവിവർമ്മയെ തിരുവിതാംകൂർ രാജാവായി വാഴിക്കാനും റാണിക്ക് കഴിഞ്ഞു. എന്നാൽ, കേരളവർമ്മ സമീപത്തുള്ള മണലിക്കര കൊട്ടാരത്തിൽ താമസിച്ചുകൊണ്ട് കോട്ട ഉപരോധിക്കാൻ നേതൃത്വം നൽകി. തിരുവിതാംകൂർ ഭരണം സ്തംഭനാവസ്ഥയിലായി.

കുറിപ്പുകൾ

1. കേരളത്തിലെ രാജാക്കന്മാരും, നാടുവാഴികളും (princess), ദേശവാഴികളും (barons) മരുമക്കത്തായികളായിരുന്നെന്ന് 1321 ലും 1324 ലും കൊല്ലത്തു മിഷണറിയായിരുന്ന ഫ്രയർ ജോർസാനൂസ് രേഖ

പ്പെടുത്തിയിട്ടുണ്ട്.

2. പൂർവ്വസന്ദേശം, ശ്ലോകം 104
3. കെ മഹേശ്വരൻ നായർ. *അജ്ഞാതരായ ചില ഓടനാട്ടടികൾ*, വിജ്ഞാനകൈരളി 6.3
4. അബ്രാഹ്മണ കുടുംബത്തിലെ സ്ത്രീകളെ തുടർച്ചയായി ഏഴുതലമുറക്കാലം ബ്രാഹ്മണർ വിവാഹം ചെയ്താൽ ഏഴാമത്തെ തലമുറയിലെ സ്ത്രീപുരുഷന്മാർക്ക് ബ്രാഹ്മണരാകാമെന്ന് വിധിയുണ്ട്. രായിരന്മാരും, പുറയന്മാരും മറ്റും ബ്രാഹ്മണരായത് അങ്ങനെയാവാം.
5. T K Velu Pillai. 'Travancore State Manual', Vol II, App. C V R Document No. CXVI pp. 82-83
6. ഉളിയന്നൂർ ക്ഷേത്രശാസനം T.A.S.Vol VI പുറം 65. രവിവർമ്മയുടെ നിർദ്ദേശപ്രകാരം ക്ഷേത്രമണ്ഡപം തീർത്തു എന്നു ലിഖിതം.
7. കെ ശിവശങ്കരൻ നായർ. *പ്രാചീന കേരളത്തിന്റെ രാഷ്ട്രീയ ചരിത്രം*, പുറം 231-233.
8. 1653 ലെ കൂനൻകുരിശു സത്യത്തിനുശേഷം സുറിയാനിസഭ രണ്ടായി പിരിഞ്ഞു. റോമാസഭയുടെ കീഴിലുള്ള പഴയ കൂറ്റുകാരും സ്വതന്ത്രസഭയായ പുത്തൻ കൂറ്റുകാരും. പഴയ കൂറ്റുകാരുടെ പള്ളി കൊല്ലത്തെ കോട്ടയ്ക്ക് പുറത്തുണ്ടായിരുന്നു. ഡച്ചുകാർ പോർച്ചുഗീസ് വിരുദ്ധരായ പുത്തൻ കൂറ്റുകാരുടെ പള്ളിയിൽ പോയതിനെയാണ് പോർച്ചുഗീസ് പക്ഷപാതികൾ എതിർത്തത്.
9. കോട്ടയ്ക്കകത്തുണ്ടായിരുന്നത് പഴയ കൂറ്റുകാരുടെ സുറിയാനി പള്ളിയായിരുന്നു എങ്കിലും അവർ കൂറുമാറാൻ സമ്മതിച്ചിരിക്കണം.
10. തൃപ്പാപ്പൂർ മൂപ്പന്റെ കീഴിലുള്ള നിരവധി ചിറവ സ്വരൂപങ്ങളിൽ ഒന്നുമാത്രമായിരുന്നു തിരുവിതാംകൂർ. ഇക്കാര്യം ഡച്ച്, ഇംഗ്ലീഷ് രേഖകളിൽ നിന്ന് വ്യക്തമാണ്. തിരുവിതാംകൂർ ചരിത്രകാരന്മാർ മിക്കവാറും ഇക്കാര്യം അംഗീകരിച്ചില്ല. തിരുവിതാംകൂർ രാജകുടുംബത്തിന്റെ ഒരു ശാഖമാത്രമാണ് ആറ്റിങ്ങൽ രാജകുടുംബം എന്നാണവർ കരുതിയത്. യഥാർത്ഥത്തിൽ തിരുവിതാംകൂർ രാജകുടുംബം എന്നൊന്നില്ലായിരുന്നു. ആറ്റിങ്ങൽ രാജകുടുംബാംഗങ്ങളോ അതിലേക്ക് ദത്തെടുത്തവരോ മാത്രമായിരുന്നു തിരുവിതാംകൂർ രാജാക്കന്മാർ.
11. Leena More. 'English East India Company and the local Rulers in Kerala : A case study of Attingal and Travancore', p. 28. ദേശവാഴികളെയായിരിക്കണം പിള്ളമാർ എന്നുപറയുന്നത്.
12. Memoir of Henrik Van Rheede, 1677 quoted by Leena More op. cit p. 31.
13 M Raja Raja Varma Raja. 'Travancore Dynastic Records', Kerala Society Papers, Vol. II, series 3, Document B pp. 124-5
14. Do. Document 'G' pp. 130-33

15. Ibid, Volume I, page 12, item 13. എട്ടുവീട്ടിൽപിള്ളമാർ ചേർന്നു തിരുവനന്തപുരത്തു വച്ച് ആദിത്യവർമ്മയ്ക്ക് വിഷം നല്കി കൊന്നു എന്ന തിരുവിതാംകൂർ ചരിത്രത്തിലെ പ്രസ്താവന ശരിയല്ലെന്ന് കാണുക.

16. കർണ്ണാടകക്കാരെയും തെലുങ്കന്മാരെയുമാണ് വടുകന്മാർ എന്ന് തമിഴരും മലയാളികളും പറഞ്ഞുപോന്നത്. വടക്കൻ എന്നതിന്റെ നിന്ദാസൂചകമായ രൂപമാണ് വടുകൻ എന്നത്. വിജയനഗര സാമ്രാജ്യത്തിലെ ഗവർണ്ണർമാർ ആയിരുന്നു മധുരയിലെ നായക്കന്മാർ. നായക്കന്മാർ കർണാടകക്കാർ ആയിരുന്നു. നായക്കന്മാരുടെ കീഴിലുള്ള ഉയർന്ന ഉദ്യോഗസ്ഥന്മാരും സേനാനായകന്മാരും കർണ്ണാടകക്കാരോ തെലുങ്കരോ ആയിരുന്നു. അവരെയാണ് നിന്ദാപൂർവ്വം നാട്ടുകാർ വടുകന്മാർ എന്നുവിളിച്ചത്.

പെണ്ണരശ്

ആയിരത്തി അറുനൂറ്റി എഴുപത്തി എട്ട് മുതൽ 1698 വരെ നീണ്ട ഉമയമ്മറാണിയുടെ ഭരണം സംഭവബഹുലമായിരുന്നു. ഡച്ച് ഈസ്റ്റിന്ത്യാക്കമ്പനിയും ഇംഗ്ലീഷ് ഈസ്റ്റിന്ത്യാക്കമ്പനിയും തമ്മിലുണ്ടായിരുന്ന വാണിജ്യമത്സരം എല്ലാ സംഭവങ്ങളുടെയും പിന്നിലുണ്ടായിരുന്നു. സാമന്തസ്വരൂപങ്ങളായ ദേശിംഗനാട്, കൊട്ടാരക്കര, നെടുമങ്ങാട്, കരുനാഗപ്പള്ളി, കാർത്തികപ്പള്ളി, കായംകുളം എന്നിവ മിക്കവാറും ഡച്ചുകാരുടെ സ്വാധീന വലയത്തിലായിരുന്നു. ആറ്റിങ്ങൽ രാജകുടുംബത്തിൽ പുരുഷസന്തതികളില്ലാത്തതു കാരണം ദത്തെടുത്ത പുരുഷന്മാരെ തിരുവിതാംകൂർ രാജാക്കന്മാരായി വാഴിക്കേണ്ടിവന്നു. നാഞ്ചിനാട്ടിനു വേണ്ടി മധുര സർക്കാരിന് ആണ്ടിൽ രണ്ടു പ്രാവശ്യമായി കപ്പം കൊടുക്കേണ്ടതുണ്ടായിരുന്നു. അതു പിരിച്ചെടുക്കാൻ വേണ്ടി കൊയ്ത്തുകാലത്ത് വടുകപ്പട സ്ഥിരമായി വന്ന് അതിക്രമങ്ങൾ കാട്ടുക പതിവായിരുന്നു. അതുകൊണ്ട് കരുത്തനായ ഒരു ഭരണാധികാരി തിരുവിതാംകൂറിന് ആവശ്യമായിരുന്നു. സഹ്യനു കിഴക്ക് പഴയ കളക്കാട് സ്വരൂപത്തിൽ ദേവസ്വംവകയായ 12 ദേശങ്ങളാണ് തൃപ്പാപ്പൂരിനുണ്ടായിരുന്നത്. അവിടെനിന്നു നികുതിപിരിക്കാൻ വള്ളിയൂരിൽ ഒരു കാര്യക്കാരും ഖജനാവും തൃപ്പാപ്പൂരിന്റെ വകയായി ഉണ്ടായിരുന്നു. അവിടെ നികുതി പിരിവ് അസാദ്ധ്യമായതുകൊണ്ട് ഖജനാവ് അടച്ചുപൂട്ടേണ്ടിവന്നു. ഈ പ്രശ്നങ്ങളെല്ലാം അസാധാരണ വൈഭവത്തോടെയാണ് ഉമയമ്മറാണി കൈകാര്യം ചെയ്തത്. സമ്പൂർണ്ണമായ അരാജകത്വത്തിൽ നിന്ന് നാടിനെ രക്ഷിക്കാൻ കഴിഞ്ഞത് ഈ വൈഭവം ഒന്നുകൊണ്ടുമാത്രമാണ്.

തിരുവിതാംകൂറിൽ സമാധാനം

തിരുവിതാംകൂറിലെ ഭരണസ്തംഭനം ഒഴിവാക്കാൻ റാണി ആദ്യമായി നടപടിയെടുത്തു. ആറ്റിങ്ങലിലെ മന്ത്രിയായ കൊടുമൺപിള്ളയും തിരുവിതാംകൂറിലെ മന്ത്രിയായ ഇളമ്പയിൽ പണ്ടാലും തമ്മിൽ സംസാരിച്ച് ഇക്കാര്യത്തിൽ ഒത്തുതീർപ്പുണ്ടാക്കി. അതിൻപ്രകാരം കേരളവർമ്മയ്ക്ക് നാഞ്ചിനാട്ടിലും മലനാട്ടിലുമായി ഒട്ടേറെ വസ്തുക്കളിൽ നിന്നുള്ള പാട്ടം അടുത്തൂണായി നല്കി (കൊ.വ. 856 ധനു 17)[1].

കേരളവർമ്മയെ നെടുമങ്ങാട്ടു മടക്കി അയയ്ക്കുന്നതിനു കാരണമുണ്ടായിരുന്നു. വടുകപ്പടയിൽ നിന്ന് നാഞ്ചിനാടിനെ രക്ഷിക്കാൻ കരുത്തനായ ഒരു രാജകുമാരനെ റാണി നോക്കിയിരിക്കെയാണ് പുറവഴിനാട്ടിൽ നിന്ന് കേരളവർമ്മയെന്നൊരു രാജകുമാരൻ സമുദ്രതീരം വഴി രാമേശ്വരത്തേക്ക് തീർത്ഥയാത്രയായി പോകുംവഴി വർക്കലയിലെത്തിത്. നല്ലൊരു അഭ്യാസിയും കവിയും പണ്ഡിതനുമായ കേരളവർമ്മയെ ക്ഷേത്രത്തിലെ പൂജാരി ഉമയമ്മറാണിയുടെ സവിധത്തിലേക്ക് പറഞ്ഞയച്ചു. കേരളവർമ്മയെ റാണിക്ക് നന്നേ ബോധിച്ചു[2]. ദുർബ്ബലനായ രവിവർമ്മയ്ക്ക് കേരളവർമ്മ നല്ലൊരു സഹായിയായിരിക്കും എന്നു കരുതി അദ്ദേഹത്തെ ഇരണിയൽ രാജകുമാരനായി ദത്തെടുത്തു (1681). അതേത്തുടർന്നാണ് പേരകത്താവഴിയിലെ കേരളവർമ്മയെ അടുത്തൂൺ കൊടുത്ത് പറഞ്ഞുവിട്ടത്. പുറവഴിനാട്ടു കേരളവർമ്മയെ കോട്ടയം കേരളവർമ്മ എന്നാണ് പാശ്ചാത്യ രേഖകളിൽ പറയുന്നത്. പുറവഴി നാടിന്റെ തലസ്ഥാനം കോട്ടയമായിരുന്നു.

സകലകലാവല്ലഭനായിരുന്നു കോട്ടയം കേരളവർമ്മയെങ്കിലും അദ്ദേഹം അധികാര ദുർമോഹിയായിരുന്നു. ഏറെക്കാലമായി സ്വതന്ത്രരായിരുന്ന തിരുവിതാംകൂറിലെ ഫ്യൂഡൽ പ്രഭുക്കന്മാർക്ക് കേരളവർമ്മയുമായി ഒത്തുപോകാൻ പ്രയാസമായിരുന്നു. അതുപോലെ തന്നെ രവിവർമ്മയ്ക്കും കേരളവർമ്മയെ ഉൾക്കൊള്ളാൻ കഴിഞ്ഞില്ല. എന്നാൽ ഉമയമ്മറാണിക്ക് കോട്ടയം കേരളവർമ്മയെ ഏറെ പഥ്യമായിരുന്നു[3]. അതുകൊണ്ട് പിള്ളമാരും മാടമ്പിമാരും കേരളവർമ്മയെപ്പറ്റി റാണിയോടു പരാതിപ്പെട്ടെങ്കിലും അവരതു വകവച്ചില്ല. എന്നുമാത്രമല്ല, അവർ 1684 ൽ (കൊ വ 860 തുലാം 15) രവിവർമ്മയെ കൊല്ലം രാജാവായി വാഴിക്കുകയും[4] കേരളവർമ്മയെ തിരുവിതാംകൂർ രാജാവാക്കുകയും ചെയ്തു.

ഉമയമ്മറാണിയും ശ്രീപത്മനാഭസ്വാമി ക്ഷേത്രവും

എട്ടരയോഗം കാലാകാലം വിധിച്ച പിഴകൾ ഈടാക്കാതെ വന്നതുമൂലം 1632 മേടമാസത്തിനുശേഷം ശ്രീപത്മനാഭസ്വാമി ക്ഷേത്രത്തിൽ വാർഷികോത്സവം നടന്നില്ല. വാർഷികോത്സവത്തിന്റെ 10-ാം ദിവസം ആറാട്ടിന് തൃപ്പാപ്പൂർ മൂത്ത തിരുവടി ആഘോഷപൂർവ്വം ശ്രീപത്മനാഭവിഗ്രഹത്തിനു ക്ഷേത്രം മുതൽ സമുദ്രംവരെ അകമ്പടി സേവിക്കും. നാട്ടിലെ സ്ഥാനികളെല്ലാം തൃ മൂ തിരുവടിക്ക് ആ സമയം അകമ്പടി

സേവിക്കും. തൃ മൂ തിരുവടിയുടെ പദവി അംഗീകരിക്കപ്പെടുന്നത് ആറാട്ടുദിവസമാണ്. ഉത്സവം നടക്കാതിരുന്നാൽ അത് സ്വരൂപത്തിന്റെ അന്തസ്സിന് ഗ്ലാനിയാണ്. അങ്ങനെയിരിക്കെയാണ് യോഗക്കാർ തമ്മിലുള്ള കലഹംമൂലം നിത്യപൂജ പോലും നിർത്തിവയ്ക്കേണ്ടിവന്നത്. 1662 ൽ ക്ഷേത്രംവക വിളക്കും, ധൂപക്കുറ്റിയും പൊന്നുകൊണ്ടുള്ള ഗരുഡന്റെ കൈയും മോഷണം പോയതുകൊണ്ടു ക്ഷേത്രംവക ദ്രവ്യങ്ങളുടെ മഹസ്സർ തയ്യാറാക്കിയശേഷം മാത്രം പൂജകൾ നടത്തിയാൽ മതി എന്നു വാര്യക്കാരനായ നെയ്തശ്ശേരി ശഠിച്ചതാണ് പൂജ മുടങ്ങാൻ കാരണം. അടുത്തമാസംമുതൽ കന്നിമാസംവരെ പൂജമുടങ്ങിക്കിടന്നു. അപ്പോൾ നെയ്തശ്ശേരിയുടെ വാര്യം അവസാനിച്ച് കൂപക്കര പോറ്റിയുടെ വാര്യം ആരംഭിച്ചതുകാരണം പൂജകൾ വീണ്ടും തുടങ്ങാമെന്നു കരുതി. പക്ഷേ, മഹസർ തയ്യാറാക്കാതെ താൻ വാര്യം ഒഴിയുകയില്ലെന്ന് നെയ്തശ്ശേരി ശഠിച്ചതുകാരണം പൂജ മുടങ്ങി നടയടച്ചുകിടന്നു. 1677 ൽ ആദിത്യവർമ്മയുടെ മരണത്തെത്തുടർന്ന് ഉമയമ്മ റാണി ഇടപെട്ട് പൂജകൾ വീണ്ടും ആരംഭിച്ചുവെങ്കിലും അവർ യുദ്ധത്തിൽ പരാജയപ്പെട്ട് വർക്കലയ്ക്ക് പോയതു മുതൽ വീണ്ടും പൂജമുടങ്ങി. 1678 മേടം മാസത്തിൽ ഉമയമ്മറാണി ആറ്റിങ്ങൽ മൂപ്പേറ്റതു മുതൽ പൂജകൾ പുനരാരംഭിച്ചുവെങ്കിലും വാർഷികോത്സവം മുടങ്ങിത്തന്നെകിടന്നു. പേരകത്താവഴിയിലെ കേരളവർമ്മയുമായി സഹകരിച്ചു എന്ന കാരണംപറഞ്ഞ് തന്ത്രി തരണനല്ലൂരിനെ റാണി പിരിച്ചുവിട്ടു എന്നതാണ് കാരണം. തന്ത്രിയെ നിയമിക്കാൻ തൃപ്പാപ്പൂർ മൂത്ത തിരുവടിക്കുമാത്രമേ അധികാരമുള്ളൂ. യോഗക്കാരിലും പഞ്ചദേശങ്ങളിലും ഒരു വിഭാഗം ഉമയമ്മറാണിയെ തൃപ്പാപ്പൂർ മൂപ്പായി അംഗീകരിച്ചില്ല. 1678 മേടമാസം ഒന്നാംതീയതി പൂജകൾ തുടങ്ങിയതുപോലും അനധികൃതമാണ് എന്നു രേഖപ്പെടുത്തിയശേഷം 1682 ൽ വീണ്ടും പൂജകൾ മുടക്കി. പെരിയനമ്പിയുടെമേൽ മോഷണക്കുറ്റം ആരോപിക്കപ്പെട്ടതിനാൽ അദ്ദേഹം മുഞ്ചിറയിലേക്ക് ഓടിപ്പോയി. അദ്ദേഹത്തെ മടക്കിക്കൊണ്ടുവരാൻ രാജദൂതന്മാർ അങ്ങോട്ടു പുറപ്പെട്ടെങ്കിലും ജനം അവരെ നെയ്യാറ്റിൻകര വച്ച് തടഞ്ഞു. കോട്ടയം കേരളവർമ്മയ്ക്കെതിരെ റാണിയോടു പരാതിപ്പെടാൻ ജനം അവിടെ കോട്ടയ്ക്കു പുറത്ത് സംഘടിച്ചു കിടക്കുകയായിരുന്നു. പുഷ്പാഞ്ചലി സ്വാമികളുടെ കാലാവധി കഴിഞ്ഞതിനാൽ ആ സ്ഥാനവും ഒഴിഞ്ഞുകിടക്കുകയായിരുന്നു. പുഷ്പാഞ്ചലി സ്വാമികളെ നിയമിക്കാൻ തൃപ്പാപ്പൂർ മൂത്ത തിരുവടിക്കു മാത്രമേ അധികാരമുള്ളു.

ക്ഷേത്രകാര്യങ്ങൾ ചിട്ടപ്പെടുത്തുന്നതിനുവേണ്ടി രവിവർമ്മയെ തൃപ്പാപ്പൂർ മൂത്ത തിരുവടിയായി വാഴിക്കാൻ ഉമയമ്മ റാണി നിശ്ചയിച്ചു. അതിന്റെ ആദ്യനടപടിയെന്ന നിലയിലാണ് അദ്ദേഹത്തെ കൊ വ 860 തുലാം 15-ാം തീയതി ദേശിംഗനാട് രാജാവായി വാഴിച്ചത്. പിന്നീട് തൃപ്പാപ്പൂർ മൂത്ത തിരുവടിയായി വാഴിക്കേണ്ടത് തിരുവനന്തപുരത്ത് ശ്രീപത്മനാഭസ്വാമി ക്ഷേത്രത്തിൽ വച്ചാണെങ്കിലും അവിടെ പൂജകൾ മുടങ്ങി

നടയടച്ചു കിടന്നതിനാൽ ആ കർമ്മം തിരുവനന്തപുരത്തിനു വടക്ക് തൃപ്പാദപുരം ക്ഷേത്രത്തിൽവച്ചു നടത്താൻ തീരുമാനിച്ചു. അതിൻപ്രകാരം രവിവർമ്മയെ തൃപ്പാപ്പൂർ ക്ഷേത്രത്തിൽ ആഘോഷമായി എഴുന്നള്ളിച്ചുകൊണ്ടുപോയി കൊ വ 860 മകരം മൂന്നാം തീയതി (1685 ജനുവരി) തൃപ്പാപ്പൂർ മൂപ്പുവാഴിച്ചു[5]. രവിവർമ്മ തൃപ്പാപ്പൂർ മൂപ്പേറ്റെങ്കിലും അദ്ദേഹം നിയമിച്ച തന്ത്രിയെ ക്ഷേത്രപുരോഹിതന്മാർ അംഗീകരിച്ചില്ല. തന്ത്രിയെക്കൊണ്ടു നവകപൂജ നടത്തിച്ചശേഷംമാത്രമേ പൂജകൾ പുനരാരംഭിക്കാൻ കഴിയുകയുള്ളൂ. അക്കാരണത്താൽ പൂജകൾ പുനരാരംഭിക്കാനുള്ള ശ്രമവും വിഫലമായി. ക്ഷേത്രഭാരവാഹികൾക്കിടയിലെ പിണക്കങ്ങൾക്കു കാരണക്കാർ കരണക്കണക്കനും ശ്രീ പണ്ടാരക്കാരനുമാണെന്ന് കരുതി അവരെ തടവിലാക്കാൻ ഉത്തരവായി. ബ്രാഹ്മണരെ ശിക്ഷിക്കാൻ രാജാവിനധികാരമില്ലല്ലോ. ഈ സംഭവത്തെത്തുടർന്ന് 1686 ൽ (861 മകരം ഒന്നാംതീയതി) പ്രഭാതത്തിനു മുമ്പ് ശ്രീകോവിലും അഭിശ്രവണമണ്ഡപവും ഉൾപ്പെടെ ക്ഷേത്രം ഒന്നാകെ അഗ്നിക്കിരയായി. അംഗഭംഗം വന്ന ദേവവിഗ്രഹം മറ്റൊരിടത്തേക്ക് മാറ്റി. തീപിടിത്തം യാദൃച്ഛികമല്ലെന്നു വ്യക്തമായിരുന്നു. അടുത്ത 47 വർഷം ശ്രീപത്മനാഭസ്വാമി ക്ഷേത്രം പ്രവർത്തനരഹിതമായിക്കിടന്നു. അതുകൊണ്ടുതന്നെ എട്ടരയോഗവും തൃപ്പാപ്പൂർ മൂത്തതിരുവടി എന്ന സ്ഥാനവും അപ്രസക്തമായിത്തീർന്നു. രവിവർമ്മയുടെ പേര് ചരിത്രരേഖകളിൽ നിന്ന് അപ്രത്യക്ഷമാകാൻ കാരണം അതാണ്.

കോട്ടയം കേരളവർമ്മ

കോട്ടയം കേരളവർമ്മ ഇളയരാജാവെന്ന നിലയിൽ ഇരണിയൽ വാഴുമ്പോൾത്തന്നെ തിരുവിതാംകൂറിലെ ഭരണം കൈയടക്കുകയും പിള്ളമാരുടെയും മാടമ്പിമാരുടെയും എതിർപ്പുകളെ നേരിടുകയും ചെയ്തു. കേരളവർമ്മയ്ക്കെതിരെ പരാതിയുമായി പിള്ളമാരും മാടമ്പിമാരും നെയ്യാറ്റിൻകരയിൽ കൂട്ടംകൂടിയിരുന്നുവെങ്കിലും റാണി അതൊന്നും കാര്യമാക്കിയില്ല കൊ വ 860 തുലാമാസത്തിൽ രവിവർമ്മ കൊല്ലം രാജാവായും ആ വർഷം മകരമാസത്തിൽ തൃപ്പാപ്പൂർ മൂത്ത തിരുവടിയായും വാഴിക്കപ്പെട്ടതോടുകൂടി കേരളവർമ്മ തിരുവിതാംകൂർ രാജാവായി. അദ്ദേഹം തിരുവിതാംകൂർ രാജാവായി വാഴിക്കപ്പെട്ടതിനു രേഖയൊന്നും കാണുന്നില്ലെങ്കിലും അദ്ദേഹത്തെ സംബന്ധിക്കുന്ന രേഖകളിൽ വീരകേരളവർമ്മ ചിറവാ മൂത്തവർ എന്നാണ് പറഞ്ഞുകാണുന്നത്. പേരകത്താവഴിയിലെ കേരളവർമ്മയുടെ നേതൃത്വത്തിൽ ഒരു വിഭാഗം പിള്ളമാർ അദ്ദേഹത്തെ എതിർത്തുകൊണ്ടിരുന്നുവെങ്കിലും ആ എതിർപ്പുകളെ നേരിടുന്നതിൽ അദ്ദേഹം വിജയിച്ചു. പിള്ളമാരുടെയും മാടമ്പിമാരുടെയും സഹായം അദ്ദേഹത്തിനു ലഭിക്കാതിരുന്നതുകൊണ്ട് ഒരു സംസ്ഥാന സൈന്യത്തിന് കേരളവർമ്മ രൂപം നല്കി. കേരളത്തിൽ ഒരു രാജാവ് സ്വന്തം സൈന്യം സംഘടിപ്പിക്കുന്നത് ഇത് ആദ്യമാണ്.

അതിന് പണം നേടാൻ വേണ്ടി അദ്ദേഹം വാണിജ്യ നികുതികൾ വർദ്ധിപ്പിക്കുകയും സ്വന്തമായി നാണയമടിക്കുന്ന കമ്മട്ടം ഏർപ്പെടുത്തുകയും ചെയ്തു[6].

1694 ൽ ഇളയിടത്തു സ്വരൂപത്തിന്റെ ഭരണം ഉമയമ്മ റാണിയുടെ നേരിട്ടുള്ള നിയന്ത്രണത്തിലായി. ആ സമയം കേരളവർമ്മയും അനുകൂലികളും കൊട്ടാരക്കര ചെന്ന് അവിടത്തെ ഭരണകാര്യത്തിൽ റാണിയെ സഹായിച്ചതായി കാണുന്നു[7]. 1696 ഏപ്രിൽ മാസത്തിൽ കരുനാഗപ്പള്ളി രാജാവ് അന്തരിക്കുകയും ആ സ്വരൂപത്തിന്റെ നിയന്ത്രണം ഏറ്റെടുക്കാൻ കായംകുളം രാജാവ് പട പുറപ്പെടുകയുംചെയ്തു. കോട്ടയം കേരളവർമ്മ തിരുവിതാംകൂർ സൈന്യവുമായി ചെന്ന് ആ സമരത്തെ പരാജയപ്പെടുത്തി. തൃപ്പാപ്പൂർ സ്വരൂപത്തിലെ പിള്ളമാരും ഇക്കാര്യത്തിൽ കേരളവർമ്മയെ സഹായിച്ചു[8].

കോട്ടാറിൽ മിഷണറിപ്രവർത്തനം നടത്തിയിരുന്ന പീറ്റർ മാർട്ടിൻ എന്ന പാതിരി 1700 ൽ എഴുതിയ കത്തിൽ കേരളവർമ്മയെപ്പറ്റി പറയുന്നു[9]. തിരുവിതാംകൂർ ആക്രമിച്ചു കീഴടക്കിയ ഒരു മുഗൾസർദാറെപ്പറ്റി (മുകിലൻ) തിരുവിതാംകൂർ ചരിത്രങ്ങളിൽ പറയുന്നുണ്ട്. അത് വെറും കെട്ടുകഥയാണ്. അതിന്റെ യാഥാർത്ഥ്യം ഫാദർ പീറ്റർ മാർട്ടിൻ പറയുന്നുണ്ട്. അതിങ്ങനെയാണ്, ആണ്ടുതോറും കപ്പം പിരിക്കാൻ എത്തുന്ന വടുകപ്പടയുടെ നായകനായ ഒരു പട്ടാളക്കാരനെക്കൊണ്ട് തന്റെ ശത്രുക്കളായ മാടമ്പിമാരെ വധിക്കാൻ കോട്ടയം കേരളവർമ്മ ഇടപാടുചെയ്തു. പാളയക്കാരനെയും പടയെയും കേരളവർമ്മ എതിർക്കുമെന്നും, തുടർന്ന് കൽക്കുളം കോട്ട പാളയക്കാർ കൈവശപ്പെടുത്തണമെന്നും, പിന്നീട് നാട്ടിലെ പതിനെട്ടു മാടമ്പിമാരെയും വരുത്തി അവരെ വധിക്കണമെന്നും, അതിനുശേഷം കപ്പം മുഴുവൻ കേരളവർമ്മ നല്കുമെന്നുമായിരുന്നു ധാരണ. അതിൻപ്രകാരം, യുദ്ധത്തിൽ തോറ്റതായി ഭാവിച്ച് കേരളവർമ്മ കോട്ട ഒഴിഞ്ഞുപോവുകയും പാളയക്കാരൻ കോട്ടയിൽ പ്രവേശിക്കുകയും ചെയ്തു. തുടർന്ന് ഓരോരുത്തരായി പതിനെട്ടുപിള്ളമാരെയും വിളിപ്പിച്ചു. അവരിൽ കപ്പം നല്കാൻ വിസമ്മതിച്ച രണ്ടുപേരെ വധിച്ചപ്പോൾ മറ്റുള്ളവർ കപ്പം നല്കാൻ തയ്യാറായി. അങ്ങനെ പിള്ളമാരുമായി സഹകരിച്ച് കൽക്കുളത്തു തുടരാൻ പാളയക്കാരൻ നിശ്ചയിച്ചു. താൻ വഞ്ചിക്കപ്പെട്ടുവെന്നു മനസ്സിലാക്കിയ കേരളവർമ്മ ഒരു ദിവസം രാത്രി അനുചരന്മാരോടൊപ്പം കോട്ടയ്ക്കത്തു പ്രവേശിച്ച് ഉറങ്ങിക്കിടന്ന വടുകപ്പടയുടെമേൽ മിന്നലാക്രമണം നടത്തി ഒന്നടങ്കം വധിച്ചു[10]. ഈ നീചകൃത്യത്തിന് മധുരസർക്കാരിൽനിന്നും ശിക്ഷണനടപടി ഉണ്ടാകുമെന്ന് മാടമ്പിമാർ ഉമയമ്മറാണിയെ ധരിപ്പിച്ചു. എങ്കിലും കരുനാഗപ്പള്ളിയുടെ കാര്യത്തിൽ കേരളവർമ്മയുടെ സഹായം ആവശ്യമായിരുന്നതിനാൽ റാണി നടപടിയൊന്നും എടുത്തില്ല.

മണ്ണാപ്പേടിയും പുലപ്പേടിയും നിരോധിച്ചത്

കേരളത്തിൽ നൂറ്റാണ്ടുകളായി നിലനിന്ന ആചാരമായിരുന്നു മണ്ണാപ്പേടി, പുലപ്പേടി, പറപ്പേടി എന്നിവ. എല്ലാ വർഷവും ഏതാനും ആഴ്ചക്കാലം സന്ധ്യക്കുശേഷം വീട്ടിനു പുറത്തുപോകുന്ന മേൽജാതി സ്ത്രീകളെ തീണ്ടാൻ പുലയർക്കും മണ്ണാന്മാർക്കും പറയർക്കും അവകാശം നല്കുന്നതാണ് ആ ആചാരം. അപ്രകാരം തീണ്ടപ്പെടുന്ന സ്ത്രീ ജാതിഭ്രഷ്ടയായി തീണ്ടൽജാതിക്കാരോടൊപ്പം പോകേണ്ടതാണ്. കമ്പുകൊണ്ടോ, കല്ലെറിഞ്ഞുകൊള്ളിച്ചോ തൊട്ടാലും തീണ്ടലായി. തൊഴിലാളി വർഗ്ഗത്തിന് വംശനാശം വരാതിരിക്കാനും അപഥസഞ്ചാരം നടത്തുന്ന സ്ത്രീകളെ ശിക്ഷിക്കാനും ഉദ്ദേശിച്ചുകൊണ്ടുള്ളതായിരുന്നു ഈ ആചാരം. ഈ ആചാരം ക്രമേണ ദുരുപയോഗം ചെയ്യപ്പെട്ടു. രാത്രി ഉറങ്ങിക്കിടക്കുന്ന സ്ത്രീകളെപ്പോലും പുലയർ അതിക്രമിച്ചുകയറി തീണ്ടുക പതിവായിരുന്നു എന്ന് ക്രി വ 1516 ൽ പോർച്ചുഗീസുകാരനായ ബർബോസ രേഖപ്പെടുത്തിയിട്ടുണ്ട്[11]. ക്രൂരമായ ഈ ആചാരത്തെ കേരളവർമ്മ ഒരു വിളംബരംമൂലം നിരോധിച്ചു[12]. തീണ്ടപ്പെട്ട സ്ത്രീ ഉടൻ കുളിച്ചുകഴിഞ്ഞാൽ തീണ്ടൽ മാറുമെന്ന് വിളംബരം മൂലം വിധിച്ചു. തീണ്ടുന്ന പുലയരെ കൊന്നുകളയാനും ഏർപ്പാടാക്കി[13]. ഇപ്രകാരം പുലയരെ കൊന്നുകളയുന്നതിനെ മാടമ്പിമാർ എതിർത്തു. അങ്ങനെ എതിർത്തവർ കഠിനമായി ശിക്ഷിക്കപ്പെട്ടു. മാടമ്പിമാരുടെ നേർക്കുള്ള ശിക്ഷണനടപടികൾ വ്യാപകമായപ്പോൾ തിരുവിതാംകൂറിലെ മന്ത്രിമാരായ ഇളമ്പയിൽ പണ്ടാൻ, ഇടത്തറപ്പോറ്റി എന്നിവരും പതിനാറുപിള്ളമാരും ചേർന്ന് കേരളവർമ്മയെ വധിക്കാൻ തീരുമാനിച്ചു. അതിന് റാണിയുടെ മൗനാനുവാദവും ഉണ്ടായിരുന്നു എന്നാണ് പുതവാതപ്പാട്ടിലെ സൂചന. തിരുവനന്തപുരത്തുവച്ച് റാണിയുമായി ചർച്ചയ്ക്കുശേഷം രാത്രി കേരളവർമ്മ തന്റെ കൊട്ടാരമായ പുല്ലിക്കോട്ടു കോയിക്കലേക്കു മടങ്ങുമ്പോൾ കൊട്ടാര വാതില്ക്കൽ വച്ച് എല്ലാപേരും ചേർന്ന് അദ്ദേഹത്തെ കുത്തിയും വെട്ടിയും കൊല്ലുകയായിരുന്നു[14].

ഉമയമ്മറാണിയും ഇംഗ്ലീഷുകാരും

1678 ൽ ഭരണമേറ്റതുമുതൽ റാണി ഡച്ചുകാരുമായി ലോഹ്യത്തിലായിരുന്നില്ല. രവിവർമ്മയെ തിരുവിതാംകൂറിൽ വാഴിക്കുന്നതിനെതിരെ പേരകത്താവഴിയിലെ കേരളവർമ്മയ്ക്ക് ഡച്ചുകാരുടെ പിന്തുണ ഉണ്ടായിരുന്നിരിക്കാം. പക്ഷേ, കേരള തീരത്തെ കപ്പൽ ഗതാഗതം അപ്പാടെ ഡച്ചുനിയന്ത്രണത്തിലായിരുന്നു. ഡച്ചുകാരുടെ പാസില്ലാതെ ചരക്കുകൾ കപ്പൽമാർഗ്ഗം കടത്തിക്കൊണ്ടുപോവുക അസാദ്ധ്യമായിരുന്നു. ഈ സ്ഥിതിക്ക് ഒരറുതിവരുത്തണമെന്നുകരുതി 1678 ൽ ഭരണമേറ്റ ഉടനെ തന്നെ റാണി ഇംഗ്ലീഷ് ഈസ്റ്റിന്ത്യാക്കമ്പനിയെ തൃപ്പാപ്പൂരിലേക്ക് ക്ഷണിച്ചു. ഇംഗ്ലീഷ് ഈസ്റ്റിന്ത്യാക്കമ്പനിയേക്കാൾ എട്ടിരട്ടി മൂലധനമുള്ള

ഡച്ച് ഈസ്റ്റിന്ത്യാക്കമ്പനിയുമായി ഒരു ബലപരീക്ഷണത്തിന് ഇംഗ്ലീഷു കാർ മടിച്ചു. മുഗൾ ചക്രവർത്തിയുമായുള്ള യുദ്ധത്തിലേറ്റ പരാജയവും ഇംഗ്ലീഷ് കമ്പനിയെ തളർത്തി. 1891 ലാണ് കേരളതീരത്തു ഫാക്ടറി കൾ സ്ഥാപിക്കാൻ ഇംഗ്ലീഷുകാർ തയ്യാറായത്. വിഴിഞ്ഞം, പൂന്തുറ എന്നി വിടങ്ങളിലും വീട്ടൂരും ഫാക്ടറികൾ സ്ഥാപിക്കാൻ പരിശോധന നടത്തി. 1693 ൽ വിഴിഞ്ഞത്തെ കുന്ന് 1400 രൂപാ വിലയ്ക്ക് റാണിയിൽ നിന്നു വാങ്ങി. അവിടെ കോട്ട പണിയാനായിരുന്നു പദ്ധതി. തൃപ്പാപ്പൂർ സ്വരൂപ ത്തിലെ വാണിജ്യകുത്തക നേടാനും, ചരക്കുകൾക്ക് നികുതിയിളവ് നേടാ നും, കോട്ടയ്ക്കുള്ളിൽ ഇംഗ്ലീഷുകാരുടെ പരമാധികാരം സ്ഥാപിക്കാനും ഇംഗ്ലീഷുകാർക്ക് മോഹമുണ്ടായിരുന്നുവെങ്കിലും അതെല്ലാം റാണി യേയും പിള്ളമാരേയും കൊണ്ടു സമ്മതിപ്പിക്കുക എളുപ്പമല്ലായിരുന്നു. ഇതിനിടെ തിരുവിതാംകൂർ രാജാവായ കോട്ടയം കേരളവർമ്മയുടെ പ്രേര ണയിൽ അഞ്ചുതെങ്ങിലും തേങ്ങാപ്പട്ടണത്തും ഫാക്ടറികൾ സ്ഥാപി ക്കാൻ ഡച്ചുകാർക്ക് അനുവാദം നല്കപ്പെട്ടിരുന്നു. 1694 ൽ ഈ രണ്ടു ഫാക്ടറികളും കേരളവർമ്മയുടെ എതിരാളികളായ പിള്ളമാർ തീവച്ചു നശിപ്പിക്കുകയും തേങ്ങാപ്പട്ടണത്തെ ഫാക്ടറി ചീഫിനെ വധിക്കുയും ചെയ്തു. 80,000 കലിയൻ പണം (4,80,000 രൂപ) ആണ് ഡച്ചുകാർ ഇതിന് നഷ്ടപരിഹാരം ആവശ്യപ്പെട്ടത്. നഷ്ടപരിഹാരം നല്കാൻ റാണി വിസ മ്മതിച്ചു.

മേല്പറഞ്ഞ സാഹചര്യത്തിൽ ഏറ്റവും അനുകൂലമായ വ്യവസ്ഥ കളോടെ റാണിയുമായി വാണിജ്യക്കരാറുണ്ടാക്കാൻ ജോൺ ബ്രാബോൺ എന്നയാൾ നിയോഗിക്കപ്പെട്ടു. വിഴിഞ്ഞത്ത് ഒരു കോട്ട കെട്ടാനുള്ള അനുവാദം ആയിരുന്നു പ്രധാന ആവശ്യം. റാണിക്കും പിള്ള മാർക്കും വമ്പിച്ച കോഴകൾ നല്കാൻ ബ്രാബോൺ തയ്യാറായി. പക്ഷേ, കോട്ട കെട്ടാൻ അനുവാദം നല്കുന്ന കാര്യത്തിൽ പിള്ളമാർ അനുകൂല മായിരുന്നില്ല. ഈ സമയം റാണി കൊട്ടാരക്കരയിലായിരുന്നു. ദേശിംഗ നാടുമായി വക്കാണത്തിലായിരുന്നതുകൊണ്ട് റാണി ഒരു തീരുമാനത്തി ലെത്തിയില്ല. എത്രയും കൂടുതൽ സംഭാവന നേടുന്നതിനായി റാണി ഡച്ചുകാരോടും ചർച്ചകൾ നടത്തി. റാണിക്കും പിള്ളമാർക്കും വമ്പിച്ച സംഭാവനകൾ നല്കിയശേഷം 1694 ജൂലൈ 9-ാം തീയതി റാണിയു മായി ബ്രാബോൺ കരാറുണ്ടാക്കി[15]. അതിൻപ്രകാരം അഞ്ചുതെങ്ങി ലാണ് പണ്ടികശാല പണിയാൻ അനുവാദം നല്കപ്പെട്ടത്. കുരുമുളകു വ്യാപാരത്തിൽ കുത്തകയും നല്കപ്പെട്ടു.

പടിഞ്ഞാറു കടലിനും കിഴക്ക് അഞ്ചുതെങ്ങ് പുഴയ്ക്കും ഇടയിലുള്ള അല്പം ഉയർന്ന സ്ഥലമാണ് ഫാക്ടറിക്കായി അനുവദിക്കപ്പെട്ടത്. ശുദ്ധ ജലം വർക്കലയിൽ നിന്നു കൊണ്ടുവരണമെന്ന ബുദ്ധിമുട്ടുണ്ടായിരുന്നു. കുത്തക ലഭിച്ചെങ്കിലും റാണിക്കും പിള്ളമാർക്കും പാരിതോഷികങ്ങളും നികുതികളും ഉയർന്നതോതിൽ തന്നെ വ്യവസ്ഥചെയ്തിരുന്നു. താമസ ത്തിനും വ്യാപാരശാലകൾക്കുമുള്ള സ്ഥലം മാത്രമാണ് നല്കപ്പെട്ടത്.

ആ വർഷം നവംബർ മാസത്തോടുകൂടി സ്ഥലത്തിനുചുറ്റും ഒരു കുറ്റിക്കോട്ട നിർമിച്ചു[16]. ഡച്ചുകാർ പടക്കപ്പലുമായി കൊല്ലത്തെത്തി ഇംഗ്ലീഷുകാരെ ഭീഷണിപ്പെടുത്തി. ഇംഗ്ലീഷുകാരെ പുറത്താക്കണമെന്നു കാണിച്ച് റാണിക്ക് കത്തയച്ചെങ്കിലും അതുകൊണ്ട് പ്രയോജനമൊന്നും ഉണ്ടായില്ല. ഡച്ചുകാരുടെ ഭീഷണിയെ നേരിടാനെന്ന മട്ടിൽ ചുറ്റും കരിങ്കൽ കൊണ്ടു കോട്ടകെട്ടാൻ ബ്രാബോൺ പദ്ധതിയിട്ടു. കോട്ട കെട്ടുന്നതിന് പിള്ളമാർ എതിരാണെന്നറിയാമായിരുന്നുവെങ്കിലും 1696 ഒക്ടോബർ മാസത്തിൽ കൽക്കോട്ടയ്ക്ക് തറക്കല്ലിട്ടു[17]. സാമ്പത്തിക വൈഷമ്യങ്ങൾമൂലം കരാറനുസരിച്ചുള്ള കുരുമുളക് മുഴുവൻ വാങ്ങാൻ ഇംഗ്ലീഷുകാർക്ക് കഴിഞ്ഞിരുന്നില്ല. എന്നിട്ടാണ് കോട്ടപണി ആരംഭിച്ചത്. കുരുമുളക് മുഴുവൻ വാങ്ങാൻ ഇംഗ്ലീഷുകാർക്ക് കഴിയാതിരുന്നതുകൊണ്ട് അത് ഡച്ചുകാർക്ക് നല്കാൻ റാണി നിർബ്ബന്ധിതയായി. ഇംഗ്ലീഷുകാരോട് റാണിക്ക് അതൃപ്തി തോന്നാനും അതുകാരണമായി. കൂടുതൽ കുരുമുളക് വാങ്ങാൻ കോർട്ട് ഓഫ് ഡയറക്ടേഴ്സ് നിർബ്ബന്ധിച്ചുകൊണ്ടിരുന്നുവെങ്കിലും ബോംബെയിലെ കമ്പനി അധികൃതർ കോട്ടപണിയിലാണ് കൂടുതൽ താല്പര്യം കാട്ടിയത്.

കുരുമുളക് വാങ്ങാൻ പോലും പണമില്ലാതിരിക്കെ കോട്ടപണിയാൻ തുടങ്ങിയതിന് കാരണമുണ്ട്. രണ്ടുമാസത്തിനു മുമ്പ് (1696 ആഗസ്ത്) ആണ് തിരുവിതാംകൂർ രാജാവ് കേരളവർമ്മ വധിക്കപ്പെട്ടത്. അതുകാരണം, റാണി തിരുവിതാംകൂറിന്റെ ഭരണം ഏറ്റെടുത്തു[18]; ആറ്റിങ്ങലിലെ ഭരണം പൂർണ്ണമായും പിള്ളമാരുടെ നിയന്ത്രണത്തിലായി. കോട്ട കെട്ടാൻ റാണി അനുവദിക്കുകയില്ലായിരുന്നു. കോട്ടയുടെ പണി പിള്ളമാർ തടസ്സപ്പെടുത്തിക്കൊണ്ടിരുന്നുവെങ്കിലും അവരെ പാരിതോഷികങ്ങൾ നല്കി ബ്രാബോൺ പ്രീതിപ്പെടുത്തിക്കൊണ്ടിരുന്നു[19]. കോട്ടയുടെ പണി പുരോഗമിച്ചുകൊണ്ടിരിക്കെ തന്നെ ഇംഗ്ലീഷുകാരുടെ അതിക്രമങ്ങൾ വർദ്ധിച്ചുകൊണ്ടിരുന്നു. റാണിക്ക് കടൽ ചുങ്കം നല്കാതായി. കോട്ടയുടെ പണി നിർത്തിവയ്ക്കുന്നതിനും ചുങ്കത്തെപ്പറ്റി സംസാരിക്കുന്നതിനും തിരുവനന്തപുരത്തുവച്ചു തന്നെക്കാണാൻ റാണി ബ്രാബോണിനെ ക്ഷണിച്ചുവെങ്കിലും ഓരോ കാരണങ്ങൾ പറഞ്ഞ് അയാൾ ഒഴിഞ്ഞുമാറി. കോട്ടയുടെ പണി പകുതിയായപ്പോൾ തന്നെ അവയ്ക്ക് മുകളിൽ വലിയ തോക്കുകൾ കയറ്റിവച്ചതിനാൽ ബലമായി പണി നിർത്തിവയ്പ്പിക്കാനും കഴിയാതായി. എങ്കിലും കോട്ടയ്ക്ക് പുറത്തുപോകുന്ന കമ്പനി ജോലിക്കാരെ ഹിംസിക്കാനും പുറത്തുനിന്നും സാധനസാമഗ്രികൾ കോട്ടയ്ക്കകത്തു ലഭിക്കാതിരിക്കാനും പിള്ളമാർ ഏർപ്പാടു ചെയ്തു. ഒടുവിൽ, കൊള്ളക്കാരെ തന്റെ നാട്ടിൽ ആവശ്യമില്ലെന്ന് പറഞ്ഞ് അഞ്ചുതെങ്ങ് വിട്ടുപോകാൻ റാണി ബ്രാബോണിനെഴുതി (ആഗസ്ത് 1679). ശക്തനായ വഞ്ചിമുട്ടംപിള്ളയും അത്രതന്നെ ശക്തനല്ലാത്ത കൊടുമൺപിള്ളയും തമ്മിലുള്ള അധികാരമത്സരമാണ് ഇംഗ്ലീഷുകാർക്ക് തല്ക്കാലം രക്ഷയായത്. കൊടുമൺ പിള്ള റാണിയോടു കൂടുതൽ അടുത്തപ്പോൾ വഞ്ചി

മുട്ടം പിള്ള ഇംഗ്ലീഷുകാർക്ക് തുണയായി. എങ്കിലും നാലായിരത്തോളം പേർവരുന്ന ഒരുപട 1697 നവംബറിൽ കോട്ടയ്ക്ക് നേരെ പുറപ്പെട്ടു. കോട്ടയിൽ നിന്നുള്ള വെടി അവരെ പിന്തിരിപ്പിച്ചു. സമീപത്തുള്ള ഡച്ചു ഫാക്ടറിക്ക് പിന്നിൽ നാട്ടുകാർ ഒളിച്ചു. അവർക്കു നേരെ പ്രയോഗിച്ച ഗ്രനേഡ് വീണ് ഡച്ചുഫാക്ടറി തീപിടിച്ചു നശിച്ചു. അപകടം സംഭവിച്ചതിന് ബ്രാബോൺ ഡച്ചുകാരോട് മാപ്പു പറഞ്ഞുവെങ്കിലും ഡച്ചുകാർ അതുകൊണ്ട് തൃപ്തരായില്ല. നാട്ടുകാരായ കച്ചവടക്കാരും ഡച്ചുകാരും ഒരു പോലെ ഇംഗ്ലീഷുകാരുടെ ശത്രുക്കളായി. കോട്ടയുടെ അവസാനത്തെ കല്ലും പൊളിച്ചുകളയാതെ താൻ അടങ്ങുകയില്ലെന്ന് റാണി ശപഥം ചെയ്തെങ്കിലും അത് സാദ്ധ്യമല്ലെന്ന് റാണിക്ക് ക്രമേണ ബോധ്യമായി. പുറത്തുനിന്നും സാധനസാമഗ്രികൾ കോട്ടയ്ക്കകത്ത് കൊണ്ടുപോകാൻ കഴിയുമായിരുന്നില്ല എങ്കിലും കടലിൽ നിന്നു കോട്ടയ്ക്കകത്ത് നേരിട്ട് പ്രവേശനമുണ്ടായിരുന്നു. അതുവഴി വഞ്ചിമുട്ടം പിള്ള ഇംഗ്ലീഷുകാർക്ക് സഹായം എത്തിച്ചുകൊടുത്തിരുന്നു. ഇംഗ്ലീഷുകാരോട് സമാധാനം സ്ഥാപിക്കുന്നതാണ് നല്ലതെന്ന് വഞ്ചിമുട്ടം പിള്ള റാണിയെ ബോദ്ധ്യപ്പെടുത്തി. വാർദ്ധക്യവും റാണിയെ തളർത്തിയിരുന്നു. സന്ധിസംഭാഷണങ്ങൾ നടന്നുകൊണ്ടിരിക്കവെ റാണി 1698 ജൂലൈ മാസത്തിൽ അന്തരിച്ചു. തുടർന്ന് പുതിയ റാണിയുടെ അധികാരമേൽക്കലും അനിശ്ചിതത്വങ്ങളും ഉടമ്പടി പുതുക്കുന്നതിന് തടസ്സമായി. 1699 തുടക്കത്തിൽ കോട്ടയുടെ പണി പൂർത്തിയായി[20]. ആകെ ചെലവ് രൂപാ 56,425/-.

കുറിപ്പുകൾ

1. M Raja Raja Varma Raja. 'Some Travancore Dynastic Records', Kerala Society Papers, Series 6, Document No. 4, pp. 350-351.
2. കോട്ടയം കേരളവർമ്മയുടെ ചരിത്രമാണ് പുതുവാതപ്പാട്ട് എന്ന തെക്കൻപാട്ട്. കലഹപ്രിയനായ കേരളവർമ്മ നാട്ടിൽ കലാപമുണ്ടാക്കിയതിനെത്തുടർന്ന് അമ്മയുടെ ഉപദേശപ്രകാരം തീർത്ഥയാത്ര പുറപ്പെട്ടതാണത്രെ.
3. നാട്ടുനടപ്പനുസരിച്ച് ആറ്റിങ്ങൽ റാണിമാരും ബഹുഭർത്തൃത്വം പാലിച്ചിരുന്നു. കോട്ടയം കേരളവർമ്മ റാണിയുമായി ഉറക്കറ പങ്കിട്ടു എന്ന് ഡച്ചു രേഖകളിൽ പറയുന്നു. റാണിമാരുടെ ബഹുഭർത്തൃത്വത്തെപ്പറ്റി ഇംഗ്ലീഷുകാരും രേഖപ്പെടുത്തിയിട്ടുണ്ട്.
4. 'Some Travancore Dynastic Records' Kerala Society Papers Series 6, Documents 'd' pages 341-342.
5. 'Some Travancore Dynastic Records', Kerala Society Papers series 6, Documents, e, f, g, h and i pages 342--347. ഈ രേഖയുടെ അടിസ്ഥാനത്തിൽ രവിവർമ്മ തിരുവിതാംകൂർ രാജാവായി വാഴിക്കപ്പെട്ടത് കൊ വ 860 ലായിരുന്നുവെന്നും അതുവരെ അദ്ദേഹത്തിന് മൂപ്പെത്തിയിരുന്നില്ലെന്നും തിരുവിതാംകൂർ ചരിത്രകാര

ന്മാരെല്ലാം രേഖപ്പെടുത്തിയിട്ടുള്ളത് ശരിയല്ല. കൊ വ 852 ൽ ആദിത്യവർമ്മയുടെ മരണത്തെത്തുടർന്ന് അദ്ദേഹം ചിറവാ മൂപ്പേറ്റതാണ്. ചിറവാ മൂത്തവർ എന്ന നിലയിൽ കൊ വ 855 മകരം 29-ാം തീയതി രവിവർമ്മ ഇളമുറയായി കോലത്തുനാട്ടിൽ നിന്ന് ദത്തെടുക്കപ്പെട്ട രാമവർമ്മയ്ക്ക് വസ്തുവകകൾ നല്കി നീട്ടെഴുതിയതായി രേഖയുണ്ട്. (Travancore Dynastic Records', Kerala Society Papers Series 6, Document No. 3 p. 350) കൊ.വ. 860 മകരമാസം രവിവർമ്മ തൃ.മൂ.തിരുവടിയായി വാഴിക്കപ്പെടുകയായിരുന്നു. തൃ.മൂ.തിരുവടിയുടെ കീഴിൽ ചിറവാ മൂത്തതിരുവടിയാണ് തിരുവിതാംകൂർ രാജാവ്.

6. Mark de Lannony. *The Kulasekhara Perumals of Travancore*, p. 13.
7. 'Some Travancore Dynastic Records', Kerala Society papers Series 3 Document H, p. 133.
8. Mark de Lannoy. op. cit. p. 16.
9. R Sathyanatha Iyer. *The History of the Nayakas of Madura*, p. 370.
10. മധുരനായ്ക്കന്മാരുടെ കീഴിൽ 72 പാളയക്കാരന്മാർ ഉണ്ടായിരുന്നതായി 'ഇരവിക്കുട്ടിപ്പിള്ളപ്പോര്' എന്ന തെക്കൻപാട്ടിൽ പറയുന്നു. പാളയക്കാരന്മാരിൽ പലരും മുസ്ലീങ്ങളായിരുന്നു. ഒരു മുസ്ലിം പാളയക്കാരനായിരിക്കാം മുകിലൻ എന്ന പേരിൽ ചരിത്രകാരന്മാർ പരാമർശിച്ചത്. കോട്ടയം കേരളവർമ്മയുടെ കഥയായ പുതുവാതപ്പാട്ടിൽ ഈ സംഭവത്തെപ്പറ്റി പരാമർശമില്ല. കരുത്തനായ ഒരു ഭരണാധികാരിയായാണ് ഫാദർ പീറ്റർ മാർട്ടിൻ കേരളവർമ്മയെ പരാമർശിക്കുന്നത്. നായ്ക്കന്മാരുടെ ഭരണകാലത്ത് അവരുടെ ഒത്താശയില്ലാതെ ഒരു ഉത്തരേന്ത്യൻ മുഗളന് തിരുവിതാംകൂറിൽ പടയോട്ടം നടത്താൻ സാധിക്കുകയില്ല.
11. വേലായുധൻ പണിക്കശ്ശേരി. *സഞ്ചാരികൾ കണ്ട കേരളം* പുറം 255-56.
12. കൊ.വ. 871-ലെ തിരുവിതാംകോട് ശാസനം: *Travancore Archeological Series, Vol. VII,* പുറം 27-29. നിരോധനം കന്യാകുമാരി മുതൽ കണ്ണേറ്റിവരെ ബാധകമായിരിക്കും എന്നാണ് പറഞ്ഞിട്ടുള്ളത്. അതായത് ഉമയമ്മറാണിയുടെ അധികാരപരിധി മുഴുവൻ ബാധകമാകും എന്നും കേരളവർമ്മയുടെ അധികാരപരിധി കടക്കുന്നു എന്നും സാരം.
13. പുലയരെ വധിക്കാൻ വലിയകേശി എന്നൊരാളെ രാജാവ് നിയമിച്ചിരുന്നു. പുലയർ സംഘടിച്ചു നായർ പ്രമാണിയുടെ ഒത്താശയോടെ വലിയ കേശിയെ വധിക്കുന്നതാണ് വലിയകേശിക്കഥ എന്ന

തെക്കൻപാട്ടിന്റെ ഇതിവൃത്തം. *വലിയകേശിക്കഥ*, Ed. ജി ത്രിവിക്രമൻ തമ്പി.

14. 'Travancore Dynastic Records', Kerala Society Papers, Series 3, പുറം 133
15. Leena More. op cit. p. 54-55
16. മരക്കുറ്റികൾ നാട്ടി അവയെ മണ്ണുകൊണ്ട് പൊതിഞ്ഞുണ്ടാക്കുന്ന കോട്ടയെയാണ് കുറ്റിക്കോട്ട (pagger) എന്നു പറയുന്നത്. പീരങ്കി ഉണ്ടകൾ തടുക്കാൻ ഇത്തരം കോട്ടയ്ക്ക് ശക്തിയില്ല. പൊളിഞ്ഞു പോയാലും അതിവേഗം പുനർനിർമ്മിക്കാൻ കഴിയുമെന്നതാണ് മേന്മ.
17. Leena More, op. cit. p. 69. കോട്ട കെട്ടാൻ റാണി ഇംഗ്ലീഷുകാർക്ക് അനുവാദം നല്കിയിരുന്നു എന്നു ഗ്രന്ഥകർത്രി പറയുന്നത് (പുറം 58) ശരിയല്ല. 1494 ലെ കരാറിൽ അനുവാദം നല്കിയതായി പറയുന്നില്ല; എന്നു മാത്രമല്ല, വിഴിഞ്ഞത്ത് കമ്പനി റാണിയോടു വിലയ്ക്ക് വാങ്ങിയ സ്ഥലത്തുപോലും കോട്ടകെട്ടാൻ റാണി അനുവദിക്കുകയില്ലെന്ന് കൊടുമൺ പിള്ള കമ്പനിയെ അറിയിക്കുന്നുമുണ്ട്. (പുറം 50).
18. കോട്ടയം കേരളവർമ്മയുടെ മരണശേഷം തിരുവിതാംകൂർ ഭരണം റാണിയുടെ നേരിട്ടുള്ള നിയന്ത്രണത്തിലായിരുന്നുവെന്നും അവർ പിള്ളമാർക്ക് വിധേയയായി ഭരണം നടത്തിയെന്നും ഫാദർ പീറ്റർ മാർട്ടിനൻ രേഖപ്പെടുത്തിയിരിക്കുന്നു.
19. Leena More, op. cit, p. 70
20. Leena More, op. cit, p. 80

അരാജകത്വം

കേരളവർമ്മയുടെ പിൻഗാമികൾ

ആയിരത്തി അറുനൂറ്റി തൊണ്ണൂറ്റി മൂന്നിൽ പേരകത്താവഴിയിലെ കേരളവർമ്മ നിര്യാതനാവുകയും അദ്ദേഹത്തിന്റെ അനുജൻ നെടുമങ്ങാട്ട് രാജാവാകുകയും ചെയ്തു. 1696 ആഗസ്ത് മാസത്തിൽ കോട്ടയം കേരളവർമ്മ മരണമടഞ്ഞപ്പോൾ നെടുമങ്ങാട് രാജാവ് തനിക്കാണ് തിരുവിതാംകൂർ രാജ്യാവകാശം എന്ന് അവകാശപ്പെട്ടു. ഉമയമ്മറാണി അത് സമ്മതിച്ചുകൊടുത്തില്ല. കോട്ടയം കേരളവർമ്മയുടെ മരണത്തിന് മുമ്പ് കോലത്തുനാട്ടിൽ നിന്ന് രണ്ട് രാജകുമാരിമാരെയും രണ്ട് രാജകുമാരന്മാരെയും അവരുടെ മാതാപിതാക്കളോടൊപ്പം തിരുവിതാംകൂറിലേക്ക് വരുത്തിയിരുന്നു. അവരിൽ മൂത്തയാളായ ആദിത്യവർമ്മയാണ് കോട്ടയം കേരളവർമ്മയുടെ ശേഷക്രിയകൾ ചെയ്തത്[1]. അവരെ നാലുപേരെയും ആറ്റിങ്ങൽ കുടുംബത്തിലേക്ക് റാണി ദത്തെടുത്തു. എങ്കിലും റാണി നേരിട്ടുതന്നെ തിരുവിതാംകൂറിലെ മാടമ്പിമാരുടെ സഹായത്തോടുകൂടി ഭരണം നിയന്ത്രിച്ചു. 1685 ൽ തൃപ്പാപ്പൂർ മൂപ്പുവാണ രവിവർമ്മ 1704 ൽ മരണമടയുംവരെ സന്ന്യാസിയായി കഴിഞ്ഞുവെന്നാണ് തോന്നുന്നത്. അവസാന നാളുകളിൽ റാണിക്ക് സാമന്ത സ്വരൂപങ്ങളുടെമേൽ കാര്യമായ നിയന്ത്രണമുണ്ടായിരുന്നില്ല.

1698 ജൂലൈ മാസത്തിൽ ഉമയമ്മറാണി നിര്യാതയായതിനെത്തുടർന്ന് കോലത്തുനാട്ടിൽനിന്നും ദത്തുവന്ന നാലു തമ്പുരാട്ടിമാരിൽ രണ്ടാമത്തെയാൾ ആറ്റിങ്ങൽ റാണിയായി വാഴിക്കപ്പെട്ടു. (മൂത്തതമ്പുരാട്ടി അതിന് മുമ്പേ മരണമടഞ്ഞുപോയിരുന്നു). കോലത്തുനാട്ടിൽ നിന്ന് ദത്തുവന്ന ആദിത്യവർമ്മ രാമവർമ്മ എന്നിവരിൽ മൂത്തയാളെ തിരുവിതാംകൂർ രാജാവായി വാഴിക്കാൻ ശ്രമമുണ്ടായിയെങ്കിലും മാടമ്പിമാരിൽ

ഒരു വിഭാഗത്തിന്റെയും നെടുമങ്ങാട് രാജാവിന്റെയും എതിർപ്പുമൂലം അതു സാധിച്ചില്ല. അക്കാരണത്താൽ മന്ത്രിമാരുടെയും മാടമ്പിമാരുടെയും സ്വതന്ത്രഭരണമാണ് തിരുവിതാംകൂറിൽ നടന്നതെന്ന് 1700 ജൂൺ മാസത്തിൽ ഫാദർ പീറ്റർ മാർട്ടിൻ മധുരയിലേക്കെഴുതി[2]. ആ വർഷം ഡിസംബർ മാസത്തിൽ കൊച്ചിയിലെ ഡച്ച് കമാൻഡർ ബറ്റേവിയായിലേക്കെഴുതിയ കത്തിലും അതുതന്നെ പറഞ്ഞിരുന്നു[3]. റാണിക്ക് തിരുവിതാംകൂറിലെ പിള്ളമാരുടെമേൽ യാതൊരു നിയന്ത്രണവുമില്ലെന്ന് സൂചിപ്പിക്കുന്ന ഒരു സംഭവം 1704 ൽ ഉണ്ടായി. ഇംഗ്ലീഷ് ഈസ്റ്റിന്ത്യാക്കമ്പനി വക നെപ്ട്യൂൺ എന്നു പേരുള്ള കപ്പൽ കന്യാകുമാരിക്ക് സമീപമുള്ള മണക്കിടിയിൽ വച്ച് ചേതപ്പെട്ടു. ആറ്റിങ്ങൽ റാണിയും കമ്പനിയുമായി 1694 ലുണ്ടാക്കിയ ഉടമ്പടി പ്രകാരം കമ്പനിവക കപ്പൽ തൃപ്പാപ്പൂരിന്റെ തീരത്തുവച്ച് ചേതപ്പെട്ടാൽ അതിലെ ചരക്കുകൾ കമ്പനിയും റാണിയും തുല്യമായി പങ്കുവയ്ക്കേണ്ടതാണ്. ഇതാണ് കേരളത്തിലെ സാധാരണ പതിവ്. എന്നാൽ നെപ്ട്യൂണിലെ ചരക്കു മുഴുവൻ പിള്ളമാർ കൈയടക്കുകയാണ് ചെയ്തത്. റാണിക്കോ കമ്പനിക്കോ ഒന്നുംകിട്ടിയില്ല[4].

1704 ൽ രവിവർമ്മ തൃപ്പാപ്പൂർ മൂത്തതിരുവടിയുടെ മരണത്തെത്തുടർന്ന് കോലത്തുനാട്ടിൽ നിന്നുവന്ന ആദിത്യവർമ്മ തിരുവിതാംകൂറിന്റെ ഭരണമേല്ക്കാൻ ശ്രമം നടത്തി. എന്നാൽ തിരുവിതാംകൂറിലെ മന്ത്രിമാരും മാടമ്പിമാരും ചേർന്ന് നെടുമങ്ങാട് രാജാവിനെ വരുത്തി 1705 ഫെബ്രുവരി മാസത്തിൽ തിരുവിതാംകൂർ രാജാവായി വാഴിച്ചു. അതിനെ ചെറുക്കാൻ വേണ്ടി ആദിത്യവർമ്മ കരുനാഗപ്പള്ളി രാജാവിന്റെ സഹായം തേടി. തിരുവിതാംകൂറിനെ സഹായിക്കാൻ കഴിയുന്ന നിലയിലായിരുന്നില്ല കരുനാഗപ്പള്ളി രാജാവ്. കോട്ടയം കേരളവർമ്മയുടെ മരണശേഷം കരുനാഗപ്പള്ളിക്ക് തിരുവിതാംകൂറിന്റെ സഹായം കിട്ടുന്നില്ലായിരുന്നു. അതുകൊണ്ട് കരുനാഗപ്പള്ളി രാജാവ് ഡച്ച് കമ്പനിയുടെ മിത്രമായിരുന്ന കായംകുളം രാജാവിന്റെ സംരക്ഷണം തേടി. ഇത് കരുനാഗപ്പള്ളിയിലെ പിള്ളമാരെ പ്രകോപിപ്പിച്ചു. അതുകാരണം കരുനാഗപ്പള്ളി രാജാവിന് കായംകുളത്ത് അഭയംപ്രാപിക്കേണ്ടിവന്നു (1706). മാത്രമല്ല, കായംകുളം രാജാവിന്റെ ഭാഗിനേയനെ തന്റെ പിൻഗാമിയായി ദത്തെടുക്കുകയും ചെയ്തു. പക്ഷേ, കരുനാഗപ്പള്ളിയിലെ പിള്ളമാരെ അമർച്ചചെയ്യാൻ കായംകുളം രാജാവ് കരുനാഗപ്പള്ളി രാജാവിനെ സഹായിച്ചില്ല. കരുനാഗപ്പള്ളിയുമായുള്ള വേഴ്ചമൂലം കായംകുളം അതീവശക്തനായിത്തീർന്നത് ഉത്തരദേശത്തെ പുറക്കാട്, തെക്കുംകൂർ, കൊച്ചി എന്നീ രാജാക്കന്മാരെ ഈർഷ്യാകുലരാക്കി. അവരുടെ പ്രേരണയിൽ കരുനാഗപ്പള്ളി രാജാവും അവിടത്തെ മാടമ്പിമാരും തമ്മിൽ ഒത്തുതീർപ്പുണ്ടാക്കി. അതിൻപ്രകാരം കരുനാഗപ്പള്ളി രാജാവ് നാട്ടിലേക്ക് മടങ്ങുകയും കായംകുളം രാജാവിന്റെ ഭാഗിനേയനെ ദത്തെടുത്തത് റദ്ദാക്കുകയും ചെയ്തു[5] (1707). അതിനെത്തുടർന്ന് കരുനാഗപ്പള്ളി രാജാവ് ആറ്റിങ്ങൽ രാജകുടുംബത്തിൽ നിന്ന് ഇളയറാണിയെയും രണ്ടു പുത്രന്മാരെയും കരുനാഗ

പ്പള്ളിയിലേക്ക് ദത്തെടുത്തു. പില്കാലത്ത് പ്രസിദ്ധിയാർജ്ജിച്ച അനിഴം തിരുനാൾ മാർത്താണ്ഡവർമ്മയും അദ്ദേഹത്തിന്റെ ജ്യേഷ്ഠനുമായിരുന്നു ആ പുത്രന്മാർ. രണ്ടുപേരും ബാലന്മാരായിരുന്നു. 1707 സെപ്തംബർ മാസത്തിൽ കരുനാഗപ്പള്ളി രാജാവ് അന്തരിക്കുകയും ആദിത്യവർമ്മയുടെ സഹോദരി തന്റെ പുത്രന്മാർക്ക് വേണ്ടി ഭരണമേൽക്കുകയും ചെയ്തു[5].

കരുനാഗപ്പള്ളിയുമായുള്ള വേഴ്ചയിൽ ശക്തിയാർജ്ജിച്ച ആദിത്യവർമ്മ കൂടുതൽ കരുത്താർജ്ജിക്കാൻ വേണ്ടി കണ്ണൂരിലെ അറയ്ക്കൽ രാജകുടുംബത്തിൽ നിന്ന് മമ്മാലികിടാവ്, കുഞ്ഞുകോയാമു എന്ന രണ്ടു നാവികപ്രമാണിമാരെ തിരുവിതാംകൂറിലേക്ക് വരുത്തി. ആദിത്യവർമ്മയുടെ പൂർവ്വകുടുംബമായ കോലത്തിരി കുടുംബവും അറയ്ക്കൽ കുടുംബവും തമ്മിൽ ബന്ധുത്വത്തിലായിരുന്നു. കടിയപട്ടണത്ത് ഒരു നാവികസങ്കേതം സ്ഥാപിച്ച് അവിടെ ഇരുവരെയും കുടിയിരുത്തി. തിരുവിതാംകൂർ തീരത്ത് സമുദ്രവാണിജ്യത്തിന് സംരക്ഷണം നല്കാനായിരുന്നു മമ്മാലി കിടാവിനെയും സഹോദരനെയും വരുത്തിയത് (1707). അവർ ഒരു നാവികപ്പട സംഘടിപ്പിച്ച് ആദിത്യവർമ്മയെ ശക്തനാക്കും മുമ്പ് രാജാവിന് കടുത്തവെല്ലുവിളി നേരിടേണ്ടിവന്നു.

1707 ൽ നെടുമങ്ങാട് രാജാവ് അന്തരിക്കുകയും ആ രാജകുടുംബത്തിലെ മറ്റൊരാൾ നെടുമങ്ങാട് രാജാവാകുകയും ചെയ്തു. പുതിയ നെടുമങ്ങാട് രാജാവ് (1707–1711) തൃപ്പാപ്പൂർ മൂപ്പ് അവകാശപ്പെടുകയും കുലശേഖരപ്പെരുമാൾ എന്ന ബിരുദം നേടുകയും ചെയ്തു[6]. മധുരനായ്ക്കർ അദ്ദേഹത്തെ തൃപ്പാപ്പൂർ മൂപ്പനായി അംഗീകരിച്ചു. തിരുവിതാംകൂറിലെ പിള്ളമാർ വടുകപ്പടയുടെ സഹായത്തോടുകൂടി ആദിത്യവർമ്മയെ കൽക്കുളത്തു നിന്നു ബഹിഷ്കരിച്ചു. ഇതുമൂലം തിരുവിതാംകൂറിന്റെ നാവികസേനാധിപൻ എന്ന പദവി നഷ്ടപ്പെട്ട മമ്മാലിയും സഹോദരനും കടൽക്കൊള്ളയ്ക്ക് മുതിർന്നു. നികുതി നല്കാൻ വിസമ്മതിച്ച കായംകുളത്തും പുറക്കാട്ടും നിന്നുള്ള ഏതാനും കപ്പലുകൾ പിടിച്ചെടുത്തു. ഡച്ചുകമ്പനിയുടെ പാസുള്ളതിനാൽ ആ കപ്പലുകൾ ആർക്കും നികുതി നല്കേണ്ട ആവശ്യമില്ലായിരുന്നു. ഡച്ചുകാർ ആദിത്യവർമ്മയോടു പരാതിപ്പെട്ടുവെങ്കിലും രാജാവ് നിസ്സഹായനായിരുന്നു. ഡച്ചുകാരുടെ പാസ് തിരുവിതാംകൂറിൽ മാനിക്കപ്പെടുകയില്ലെന്ന് മനസ്സിലാക്കിയ പുറക്കാട്ടെയും കായംകുളത്തെയും വ്യാപാരിമാർ ഇംഗ്ലീഷുകാരുമായി ബന്ധപ്പെടുകയും തിരുവിതാംകൂറുമായുള്ള ബന്ധം അവസാനിപ്പിക്കുകയും ചെയ്തു. അത് തിരുവിതാംകൂറിന് വലിയ തിരിച്ചടിയായി. തിരുവിതാംകൂറിലെ പിള്ളമാർ ഈ അപകടം മനസ്സിലാക്കി ആദിത്യവർമ്മയുടെ പക്ഷം ചേരുകയും മധുരനായ്ക്കർക്കുള്ള കപ്പക്കുടിശ്ശിക തീർക്കാൻ ആദിത്യവർമ്മയെ സഹായിക്കുകയും ചെയ്തു. അവരുടെ ഉപദേശപ്രകാരം മമ്മാലികിടാവിനെയും സഹോദരനെയും ആദിത്യവർമ്മ തിരുവിതാംകൂറിന് പുറത്താക്കി (1708). ആ വർഷം ഡിസംബർ മാസത്തിൽ കൊച്ചി കടന്നുപോകവെ മമ്മാലികിടാവും സഹോദരനും ഡച്ചു

കാരാൽ പിടിക്കപ്പെട്ടു. എങ്കിലും അവർ താമസിയാതെ രക്ഷപ്പെട്ടു.

1709 ൽ പിള്ളമാർ വീണ്ടും നെടുമങ്ങാട് പക്ഷത്തേക്ക് കൂറുമാറി. നെടുമങ്ങാട് രാജാവ് മധുരപ്പടയുടെ സഹായത്തോടുകൂടി ആദിത്യ വർമ്മയെ തിരുവിതാംകൂറിൽ നിന്ന് ബഹിഷ്കരിച്ചു. ആദിത്യവർമ്മ കൊല്ലത്തേക്ക് പോയി. കൊല്ലം രാജാവിന്റെയും കരുനാഗപ്പള്ളിയുടെയും കായംകുളത്തിന്റെയും ഡച്ചുകാരുടെയും സഹായം അദ്ദേഹം അപേക്ഷി ച്ചുവെങ്കിലും ഫലമുണ്ടായില്ല. മധുരപ്പട തിരുവിതാംകൂറിൽ നിന്ന് പിൻവാ ങ്ങിയശേഷം നെടുമങ്ങാട് രാജാവിനും തിരുവിതാംകൂറിലെ പിള്ളമാർ തലവേദനയായി. അതിന് കാരണം നെടുമങ്ങാട് രാജാവ് ചുങ്കപ്പിരിവ് ഇംഗ്ലീഷുകാർക്ക് നല്കിയതും, ഇംഗ്ലീഷുകാർ മമ്മാലി സഹോദരന്മാരേ ക്കാൾ കർക്കശമായി ചുങ്കപ്പിരിവ് നടത്തിയതും മാടമ്പിമാർ അതിനെ ചെറുത്തതുമാണ്.

നെടുമങ്ങാട് രാജാവും ആദിത്യവർമ്മയും തമ്മിലുള്ള പിണക്കം തിരുവിതാംകൂറിലെ മാടമ്പിമാർക്കും മധുരനായ്ക്കന്മാർക്കും ഒരുപോലെ പ്രയോജനകരമായിരുന്നു. തങ്ങൾക്ക് ഏറ്റവും പ്രയോജനകരമായ നില പാട് മാറിമാറി അവർ സ്വീകരിച്ചുകൊണ്ടിരുന്നു. ആഭ്യന്തരയുദ്ധം തീരും വരെ ഡച്ചുകാർ തിരുവിതാംകൂറിൽ നിന്നു മാറിനില്ക്കാൻ തീരുമാനിച്ചു. ഈ അവസരം പ്രയോജനപ്പെടുത്താൻ കായംകുളം രാജാവു ശ്രമിച്ചു. ആദിത്യവർമ്മയുടെ ഭാഗിനേയനായ കരുനാഗപ്പള്ളി രാജാവും അവിടത്തെ മൂത്ത തമ്പുരാട്ടിയും തമ്മിൽ അഭിപ്രായവ്യത്യാസം ഉണ്ടായി. കായം കുളം രാജാവ് കരുനാഗപ്പള്ളി ആക്രമിച്ചാൽ സഹായത്തിനെത്താൻ ആദി ത്യവർമ്മയ്ക്ക് കഴിയുകയില്ലെന്നും അതുകൊണ്ട് കായംകുളവുമായി നല്ല ബന്ധം സ്ഥാപിക്കുന്നത് നല്ലതാണെന്നും റാണി കരുതി. അതിനെ അനു കൂലിക്കാൻ കരുനാഗപ്പള്ളി രാജാവിന് കഴിഞ്ഞില്ല. അതുകാരണം കായം കുളത്തെ അഭയം പ്രാപിക്കാൻ റാണി തയ്യാറായി. തനിക്ക് കരുനാഗ പ്പള്ളി രാജാവിൽ നിന്ന് സംരക്ഷണം നല്കണമെന്ന് ഡച്ചുകാർക്ക് കത്തെഴുതാൻ കായംകുളം രാജാവ് ഉപദേശിച്ചു. ഡച്ചുകാരുടെ സഹാ യത്തോടുകൂടി കായംകുളം രാജാവ് കരുനാഗപ്പള്ളിയുടെമേൽ ആധി പത്യം സ്ഥാപിക്കുമെന്ന അറിവ് ആദിത്യവർമ്മയുടെയും നെടുമങ്ങാട് രാജാവിനെയും ഒരുപോലെ വിഷമിപ്പിച്ചു. കായംകുളം രാജാവ് ശക്ത നായതിനാൽ അടുത്ത് നെടുമങ്ങാടിനുമേലും ആധിപത്യത്തിന് ശ്രമിക്കും. അതുകൊണ്ട് 1711 ൽ ആദിത്യവർമ്മയും നെടുമങ്ങാടും തമ്മിൽ സന്ധി ചെയ്തു. നെടുമങ്ങാട് രാജാവിനെ തൃപ്പാപ്പൂർ മൂപ്പനായി അംഗീകരി ക്കാനും ആദിത്യവർമ്മ ഇളംകൂർ എന്ന നിലയിൽ തിരുവിതാംകൂർ രാജാവ് ആയിരിക്കാനുമായിരുന്നു ധാരണ.

മൂന്നുമാസം കഴിഞ്ഞ് (1711 മേയ്) സ്ഥിതി മാറി. നെടുമങ്ങാട് രാജാവ് അന്തരിച്ചതുകൊണ്ട് ആദിത്യവർമ്മ തൃപ്പാപ്പൂർ മൂപ്പനും അന്തരിച്ച നെടു മങ്ങാട് രാജാവിന്റെ അനുജൻ ചിത്തിരതിരുനാൾ ഇളംകൂറുമായി. ചിത്തി രതിരുനാളിനെതിരെ മറ്റൊരാൾ കായംകുളത്തിന്റെ സഹായത്തോടുകൂടി

അവകാശവാദവുമായി മുന്നോട്ടുവന്നു. എന്നാൽ കായംകുളത്തെ എതിർത്ത നെടുമങ്ങാട് മാടമ്പിമാരുടെ സഹായത്തോടുകൂടി ചിത്തിര തിരുനാൾ അധികാരം ഉറപ്പിച്ചു. രാജാക്കന്മാർ തമ്മിലുള്ള പിണക്കങ്ങളുടെ പരിണതഫലം തൃപ്പാപ്പൂരും നെടുമങ്ങാട്ടും കരുനാഗപ്പള്ളിയിലും മാടമ്പിമാർ കരുത്തുനേടി എന്നതാണ്.

ആദിത്യവർമ്മ (1711-1721)

ആഭ്യന്തരയുദ്ധം താല്ക്കാലികമായെങ്കിലും അവസാനിച്ചതുകാരണം ഡച്ചുകാർ തേങ്ങാപ്പട്ടണത്തെ വ്യാപാരസ്ഥാപനം പുനഃസ്ഥാപിക്കാൻ ഏർപ്പാടു ചെയ്തു. കായംകുളം രാജാവ് കരുനാഗപ്പള്ളി ആക്രമിച്ച് രാജാവിനെ പുറത്താക്കി. ആദിത്യവർമ്മ സൈന്യവുമായി കരുനാഗപ്പള്ളിയിലെത്തി. പുറക്കാടിന്റെയും കൊച്ചിയുടെയും തെക്കുകൂറിന്റെയും സഹായം തിരുവിതാംകൂറിന് ലഭിച്ചു. കായംകുളത്തിന്റെ സൈനികശക്തിയെ അവർക്കെല്ലാം ഭയമായിരുന്നു. സഖ്യസൈന്യം കായംകുളം സൈന്യത്തെ പുറത്താക്കുകയും കരുനാഗപ്പള്ളി രാജാവിനെ വീണ്ടും വാഴിക്കുകയും ചെയ്തു. കായംകുളത്തിനെതിരായ വിജയം ആദിത്യവർമ്മയെ കരുത്തനാക്കി. രാജാവ് കരുത്തനാവുന്നത് മാടമ്പിമാർ എപ്പോഴും സംശയദൃഷ്ടിയോടെയാണ് കണ്ടത്. എന്തെന്നാൽ കരുത്തനായ രാജാവ് സ്വേച്ഛാധികാരിയാവാനുള്ള സാദ്ധ്യതയുണ്ട്. രാജാവിന്റെ കരുത്ത് കുറയ്ക്കുന്നതിന്റെ ആദ്യപടിയായി മാടമ്പിമാർ തേങ്ങാപ്പട്ടണത്തെ ഡച്ച് ഫാക്ടറി ആക്രമിച്ച് അവിടത്തെ റസിഡണ്ടിനെ തടവുകാരനാക്കി. നികുതി പിരിവുകാരായ പിള്ളമാരെ അവഗണിച്ച് വിദേശവണിക്കുകൾ രാജാവുമായി നേരിട്ട് ഇടപാടുകൾ നടത്തുന്നതാണ് പിള്ളമാരെയും മാടമ്പിമാരെയും പ്രകോപിപ്പിക്കുന്നത്. മുമ്പ് രാജാക്കന്മാർ പിള്ളമാരോടും മാടമ്പിമാരോടും ആലോചിച്ചാണ് വിദേശികളുമായി ഇടപാടുകളിലേർപ്പെട്ടിരുന്നത്. ഈ സംഭവത്തെതുടർന്ന് നാട്ടിൽ വീണ്ടും ശത്രുതകൾ തലപൊക്കുകയും ആദിത്യവർമ്മ ബുദ്ധിമുട്ടിലാവുകയും ചെയ്തു. ഈ തക്കംനോക്കി കായംകുളം രാജാവ് വീണ്ടും കരുനാഗപ്പള്ളി ആക്രമിച്ചു. കായംകുളം രാജാവിന്റെ ഭാഗിനേയിയും ഒരു ഭാഗിനേയനെയും ദത്തെടുക്കാൻ കരുനാഗപ്പള്ളി രാജാവ് നിർബ്ബന്ധിതനായി. ഈ സംഭവവികാസം തൃപ്പാപ്പൂർ സ്വരൂപത്തിലെ മാടമ്പിമാരെ ഉൽക്കണ്ഠാകുലരാക്കി. കായംകുളവും തൃപ്പാപ്പൂരുമായുള്ള സന്തുലിതാവസ്ഥ നിലനിർത്താൻ വേണ്ടി അവർ ആദിത്യവർമ്മയോടു കൂറുകാട്ടി. 1712 ൽ അവർ ആദിത്യവർമ്മയുമായുണ്ടാക്കിയ ധാരണയനുസരിച്ച് മാടമ്പിമാർ അവരുടെ കീഴിലുള്ള നായന്മാരെ അയച്ച് രാജാവിനെ സഹായിക്കാൻ തയ്യാറാവുകയും മധുരയിൽനിന്നുള്ള കൂലിപ്പട്ടാളത്തെ രാജാവ് മടക്കി അയക്കാൻ തീരുമാനിക്കുകയും ചെയ്തു. മാടമ്പിമാർ രാജാവ് ആവശ്യപ്പെടുമ്പോഴൊക്കെ നായന്മാരെ അയച്ചുകൊടുക്കാൻ ബാദ്ധ്യസ്ഥരാണ്. എന്നാൽ, രാജാവിന്റെ കുടുംബഛിദ്രങ്ങൾ കാരണം ഉണ്ടാകുന്ന യുദ്ധങ്ങളിൽ പങ്കെടു

ക്കാൻ ദൂരസ്ഥലങ്ങളിൽ പോകുന്നതിന് മാടമ്പിമാർ തയ്യാറാവുകയില്ല. അതിലേക്ക് മധുരപ്പടയുടെ കീഴിലുള്ള കൂലിപ്പട്ടാളത്തെ അയയ്ക്കാൻ രാജാവ് നിർബ്ബന്ധിതനാവുന്നു. കൂലിപ്പട്ടാളത്തിന് പണം നല്കാൻ വിദേശ കമ്പനികളിൽ നിന്ന് മുൻകൂർ പണം വാങ്ങുന്നു. എന്നാൽ മുൻകൂർ വാങ്ങിയ തുകയ്ക്ക് കുരുമുളകും മറ്റും നല്കാൻ മാടമ്പിമാരുടെ ഒത്താശയില്ലാതെ രാജാവിന് കഴിയുകയില്ല. അങ്ങനെയാണ് രാജാവും മാടമ്പിമാരും തമ്മിലും, മാടമ്പിമാരും വണിക്കുകളും തമ്മിലും പിണക്കങ്ങളാകുന്നത്. കൂലിപ്പട്ടാളത്തെ ഉപയോഗിച്ച് യുദ്ധം ചെയ്യുകയെന്ന പതിവ് കേരളത്തിലാദ്യമായിട്ട് കോട്ടയം കേരളവർമ്മയാണ് ആരംഭിച്ചത്. ഈ പതിവ് അവസാനിപ്പിക്കുകയാണ് ആദിത്യവർമ്മയും മാടമ്പിമാരും തമ്മിലുള്ള ധാരണമൂലം സംഭവിച്ചത്.

1717 ൽ നെടുമങ്ങാട്ടെ ചിത്തിരതിരുനാൾ അന്തരിച്ചത് വീണ്ടും കുഴപ്പങ്ങൾക്ക് കാരണമായി. ആദിത്യവർമ്മ തൃ മൂ തി യായി അദ്ദേഹത്തിന്റെ അനുജൻ രാമവർമ്മ ഇളങ്കൂറായി മൂപ്പേറ്റു. തന്റെ സഹോദരിയെയും പുത്രൻ ചിത്തിരതിരുനാൾ രണ്ടാമനെയും ആദിത്യവർമ്മ നെടുമങ്ങാട് വാഴിക്കാൻ ശ്രമിച്ചു. ദേശിംഗനാടും കായംകുളവും അതിനെ എതിർത്തു. 1707 ൽ അന്തരിച്ച നെടുമങ്ങാട് രാജാവ് കുലശേഖരപ്പെരുമാളിന്റെ ഭാഗിനേയനാണ് ഇപ്പോൾ കായംകുളം രാജാവ്. അതുകൊണ്ട് നെടുമങ്ങാട് തനിക്കവകാശപ്പെട്ടതാണെന്നാണ് കായംകുളം രാജാവിന്റെ വാദം. അതുപോലൊരു അവകാശവാദം ദേശിംഗനാടു രാജാവിനും പറയാനുണ്ടായിരുന്നു. തന്റെ സഹോദരിയെ നെടുമങ്ങാട് വാഴിക്കാനായിരുന്നു ദേശിംഗനാട് രാജാവിന്റെ ശ്രമം. ഇതിന്റെയൊക്കെ ഫലം ചിത്തിരതിരുനാൾ രണ്ടാമന് നെടുമങ്ങാട് കടക്കാൻ തന്നെ പ്രയാസമായി. ചിത്തിരതിരുനാൾ രണ്ടാമനെ തിരുവിതാംകൂറിൽ ഇളംകൂറായി വച്ചുകൊണ്ട് രാമവർമ്മയെ നെടുമങ്ങാട് രാജാവായി വാഴിക്കാനായിരുന്നു കൂറെ മാടമ്പിമാർ ശ്രമിച്ചത്. ഇത് ജ്യേഷ്ഠാനുജന്മാർ തമ്മിൽ ശത്രുതയ്ക്ക് കാരണമായി. ജ്യേഷ്ഠാനുജന്മാർ തമ്മിലുള്ള പിണക്കം കായംകുളം രാജാവിന് കരുത്തുനല്കുമെന്ന് മനസ്സിലാക്കിയ അവർ ഒത്തുതീർപ്പിലെത്തി. 1714 അവസാനം ചിത്തിരതിരുനാൾ രണ്ടാമൻ നെടുമങ്ങാടും രാമവർമ്മ തിരുവിതാംകൂറിലും ഇളംകൂറുകളായി.

കായംകുളം രാജാവ് കരുനാഗപ്പള്ളിയിൽ കുഴപ്പങ്ങളുണ്ടാക്കാൻ അവിടത്തെ മാടമ്പിമാരെ പ്രോത്സാഹിപ്പിച്ചു. അതുകാരണം ആദിത്യവർമ്മ തന്റെ ഇളയ സഹോദരിയെയും രണ്ടു ഭാഗിനേയന്മാരെയും 1715 ൽ കരുനാഗപ്പള്ളിയിലേക്കയച്ചു. രണ്ടാത്തെ ഭാഗിനേയനായ മാർത്താണ്ഡവർമ്മയ്ക്ക് അന്ന് ഒമ്പതുവയസ്സ് പ്രായമായിരുന്നു. ആദിത്യവർമ്മയും രാമവർമ്മയും കൊച്ചിരാജാവിനെ സന്ദർശിച്ച് കായംകുളത്തിനെതിരെ കരുനാഗപ്പള്ളിക്കുവേണ്ടി സഹായം അഭ്യർത്ഥിച്ചു. അതിനുശേഷം കൊച്ചി കോട്ടയിൽ ചെന്ന് ഡച്ച് കമാണ്ടറെ സന്ദർശിച്ച് വാണിജ്യബന്ധത്തിന് വേണ്ടി ക്ഷണിച്ചു. അതിന്, തിരുവിതാംകൂർ അന്തഃഛിദ്രത്തിന്റെ

അർബുദം പിടിപെട്ടുകിടക്കുകയാണെന്ന് കമാണ്ടർ തുറന്നടിച്ചു. ഇംഗ്ലീഷുകാരും മധുരനായ്ക്കനും ചികിത്സിച്ചാൽ ഈ അർബ്ബുദം ഭേദമാവുകയില്ലെന്നും കമാണ്ടർ പറഞ്ഞു. എത്രപറഞ്ഞിട്ടും ഡച്ചുകാർ കരുനാഗപ്പള്ളിയുമായും തൃപ്പാപ്പൂരുമായും സഹകരിക്കാൻ തയ്യാറായില്ല. ദേശിംഗനാടും നെടുമങ്ങാടും കീഴടക്കാൻ ഡച്ച് സഹായം അഭ്യർത്ഥിച്ചു. നെടുമങ്ങാട് കച്ചവടക്കുത്തക നല്കാമെന്നു പറഞ്ഞെങ്കിലും ഡച്ചുകാർ ദേശിംഗനാടിനെയും സഹായിക്കാൻ തയ്യാറായില്ല. 1721 ൽ ആദിത്യവർമ്മ അന്തരിച്ചു.

നാഞ്ചിനാട്ടെ കർഷകർ

മധുരയിലെ നായ്ക്കന്മാരുടെ കീഴിൽ 72 പാളയക്കാരന്മാർ ഉണ്ടായിരുന്നു. കോട്ടകെട്ടി കോട്ടയ്ക്കകത്തു സ്വന്തമായി സൈന്യത്തെ പുലർത്തുന്നവരാണ് പാളയക്കാരന്മാർ. ഈ സൈന്യത്തെ കൂലിക്കുവിട്ടുകൊടുക്കുന്ന പതിവും പാളയക്കാരന്മാർക്കുണ്ടായിരുന്നു. തൃപ്പാപ്പൂരിന്റെ യുദ്ധയത്നങ്ങളിൽ മാടമ്പിമാർ സഹകരിക്കാതെ വന്നപ്പോൾ മധുരയിൽ നിന്നു പാളയക്കാരന്മാരുടെ കുതിരപ്പടയെ കൂലിക്കെടുക്കുക എന്ന പതിവ് കോട്ടയം കേരളവർമ്മ ആദ്യമായി ആരംഭിച്ചു. പലപ്പോഴും കൂലിപ്പട്ടാളത്തിനു കരാറനുസരിച്ചുള്ള കൂലി നല്കാൻ തിരുവിതാംകൂറിനു കഴിഞ്ഞിരുന്നില്ല. നെടുമങ്ങാടു രാജാക്കന്മാരും പട്ടാളത്തെ കൂലിക്കെടുക്കാൻ തുടങ്ങി. തങ്ങൾക്കുള്ള കൂലി കിട്ടാതെ പാളയക്കാരന്മാർ നാഞ്ചിനാട്ടിൽ കൊള്ളയടിക്കുക പതിവായി. അതിനുപുറമേയാണ്, മധുര സർക്കാരിനുള്ള വാർഷിക പാട്ടം കൊടുക്കാതെ വരുമ്പോൾ സർക്കാർ പ്രതിനിധികൾ പടയുമായി വന്ന് നെല്ല്, വെങ്കലപാത്രങ്ങൾ, കന്നുകാലികൾ എന്നിവ പിടിച്ചുകൊണ്ടുപോകുന്നത്. ക്രി വ 1677 ൽ ആദിത്യവർമ്മയുടെ മരണത്തെ തുടർന്ന് ഇത്തരം വാർഷിക സന്ദർശനം പതിവായിരുന്നു എന്നാണ് രേഖകൾ പറയുന്നത്[7].

മംഗലം അണ മുതൽ മണക്കുടിക്കായൽ വരെയുള്ള ഭാഗത്തെയാണ് നാഞ്ചിനാട് എന്നു പറഞ്ഞിരുന്നത്. അതിനെ തെക്കൻ നാഞ്ചിനാട്, വടക്കൻ നാഞ്ചിനാട് എന്ന് രണ്ടായി വിഭജിച്ചിരുന്നു. ഓരോ വിഭാഗത്തെയും പിടാകകളായി തിരിച്ചിരുന്നു. മദ്ധ്യകേരളത്തിലെ തറയ്ക്കു തുല്യമാണ് നാഞ്ചിനാട്ടെ പിടാക. ഓരോ പിടകാകയ്ക്കും പ്രത്യേകം പ്രമാണിയുണ്ടായിരിക്കും. പെരിയവീട്ടു മുതലിയാരെയായിരുന്നു നാഞ്ചിനാടിനു മുഴുവൻ പ്രമാണിയായി രാജാവ് അംഗീകരിച്ചിരുന്നത്. കേരളത്തിന്റെ ഇതര ഭാഗങ്ങളിൽ തറനാഥന്മാരായി മാടമ്പിമാരുടെ കീഴിൽ ആയുധപരിശീലനം നേടിയ നായന്മാരുണ്ടായിരുന്നതുപോലെയുള്ള സംവിധാനം നാഞ്ചിനാട്ടിലില്ലായിരുന്നു. അതുകൊണ്ട് പുറത്തുനിന്നുള്ള ആക്രമണങ്ങളെ നേരിടാൻ ഉദയഗിരിക്കോട്ടയിലെ നിലപ്പടയെ ആശ്രയിക്കാതെ മറ്റു മാർഗ്ഗമില്ലായിരുന്നു. അതാകട്ടെ മിക്കാവാറും കിട്ടാക്കനിയായിരുന്നു. മധുരപ്പട വന്നു മടങ്ങിപ്പോയാൽ പിടാക പ്രതിനിധികൾ കൂടി

പ്രമേയം പാസാക്കി രാജാവിനയച്ചു കൊടുക്കാൻ മാത്രമേ ഇത്തരം നാട്ടുകൂട്ടങ്ങൾക്ക് കഴിഞ്ഞിരുന്നുള്ളു. ഒരു മാർഗ്ഗവുമില്ലാതെവരുമ്പോൾ കൃഷി മുടക്കി നാടുവിട്ടുപോകാനും അവർ മടിച്ചിരുന്നില്ല. കൊ വ 873 (ക്രി വ 1697) മുതൽ കൊ വ 900 (ക്രി വ 1725) വരെയുള്ള ചില കരണങ്ങൾ കാണുക.

1. കൊ വ 873 വൃശ്ചികമാസത്തിൽ വടശ്ശേരി ശിലാലിഖിതം: കൊ വ 852 മുതൽ മധുരപ്പട വരുത്തിയ നാശങ്ങൾ കണക്കിലെടുത്തു നികുതികൾ പുനർനിർണ്ണയിച്ചിരിക്കുന്നു.
2. കൊ വ 878 തുലാമാസത്തിൽ വടശ്ശേരിയിൽ വച്ചുകൂടിയ നാട്ടുകൂട്ടം പാസാക്കിയ പ്രമേയം (വര്യോല): കിഴക്കുനിന്നും സ്വരൂപത്തിൽനിന്നും ഉണ്ടായ ശല്യങ്ങൾ നമ്മുടെ ഐക്യമില്ലായ്മകൊണ്ടു ചെറുത്തുനിൽക്കാൻ പറ്റിയില്ല. മേലിൽ ഇത്തരം സംഭവങ്ങളുണ്ടായാൽ നമ്മൾ ഒന്നായി നിന്ന് അവയെ ചെറുക്കുമെന്ന് പ്രതിജ്ഞയെടുക്കുന്നു.
3. കൊ വ 889 ധനു 14-ാം തീയതി ആശ്രാമം ക്ഷേത്രത്തിൽ വച്ച് നാട്ടുകൂട്ടം കൂടി പാസ്സാക്കിയ വരിയോല : (രവിവർമ്മ) കുലശേഖരപ്പെരുമാളിന്റെ കാലം മുതൽ കൊടുത്തുവരുന്ന കോട്ടപ്പണം മേലിൽ കൊടുക്കേണ്ടതില്ല. അഞ്ജലിയും മേൽവാരവുമല്ലാതെ അധിക നികുതികൾ നല്കേണ്ടതില്ല. കാലാകാലം കുതിരപ്പടയും, കാലാളും വരുത്തിയ നാശങ്ങളെ അനുസ്മരിക്കുന്നു. സർക്കാരയയ്ക്കുന്ന അണ്ണാവിക്ക് (രാജപ്രതിനിധി) 12 നാഴിയും കൂടെ വരുന്ന നായ്ക്കന്മാർക്ക് 9 നാഴിയും (അരി) മാത്രം കൊടുത്താൽ മതി. ഏതെങ്കിലും ഒരു പിടാകയെ ശല്യം ചെയ്താൽ എല്ലാ പിടാകക്കാരും കൂട്ടായി ചെറുക്കണം.
4. കൊ വ 892-94 കാലത്ത് തിരുവിതാംകൂർ രാജാവ് (ആദിത്യവർമ്മ) നാഞ്ചിനാട്ടുകാർക്കയച്ച നിനവ്: അനത്തോജിനായ്ക്കർ നാഞ്ചിനാട് ആക്രമിച്ചത് എന്റെ അറിവോടെയല്ല. അതുകൊണ്ട് മേലിൽ അങ്ങനെയുണ്ടായാൽ നിങ്ങൾതന്നെ യോജിച്ച് ആക്രമണത്തെ ചെറുക്കണം.
5. കൊ വ 894 മേടം 15-ാം തീയതി ഈശാന്തി മംഗലത്തുകൂടിയ നാട്ടുകൂട്ടം പാസാക്കിയ മൊഴിയോല : കൊ വ 882 ൽ മധുരപ്പട വന്ന് അന്യായമായ പിരിവുകൾ നടത്തി. ക്ഷേത്രസങ്കേതങ്ങളിൽനിന്നും പിരിവെടുത്തു. സ്വരൂപത്തിലെ പിള്ളമാരും മാടമ്പിമാരും ഒന്നും ചെയ്തില്ല. മേലിൽ ഇപ്രകാരം ഉണ്ടാവുകയാണെങ്കിൽ നമ്മൾ യോജിച്ചു നാടുവിട്ടു പോകണം.
6. കൊ വ 894 കുംഭം 26-ാം തീയതി തിരുവിതാംകൂർ രാജാവ് നാഞ്ചിനാട്ടുകാർക്ക് നല്കിയ നീട്ട് : മധുരയിൽ നിന്നു വന്ന കുതിരപ്പടയെയും കാലാൾപ്പടയെയും പറഞ്ഞയച്ചുവെന്നും തിരുവട്ടാർ വന്ന് നമ്മെ കണ്ട് നിങ്ങൾ മടങ്ങി കൃഷി ആരംഭിക്കണമെന്നും അമ്മാവ

ന്മാരുടെ കാലത്തെന്നപോലെ മേലിലും കാര്യങ്ങൾ നടക്കുമെന്നും പറയുന്നു.

7. കൊ വ 898 വൃശ്ചികം 16-ാം തീയതി കടുക്കറയിൽ കൂടിയ നാട്ടുകൂട്ടം പാസാക്കിയ പ്രമേയം : കൊല്ലം 895 കുംഭകൊയ്ത്തുകാലത്ത് സർക്കാരിന്റെ ഭാഗത്തുനിന്നുണ്ടായ അതിക്രമംമൂലം നാഞ്ചിനാട്ടിലെ കർഷകർ കൃഷിയുപേക്ഷിച്ചു നാഞ്ചിനാട്ടിന് കിഴക്കുപോയി. അതറിഞ്ഞു രാജാവും പോറ്റിമാരും പണ്ടാലമാരും (മന്ത്രിമാർ) സ്വരൂപജനങ്ങളും (മാടമ്പിമാർ) ഭൂതപ്പാണ്ടിയിലെത്തി കർഷകരെ മടക്കിവിളിച്ചു. പല ഇളവുകളും പ്രഖ്യാപിക്കുകയും കുറ്റക്കാരെ ശിക്ഷിക്കാമെന്ന് പറയുകയും ചെയ്തു. രാജാവെടുത്ത പല അനന്തരനടപടികളും നാഞ്ചിനാട്ടുകർഷകർക്ക് ദോഷകരമായിരുന്നു. അവ പരിഹരിച്ചുതരണമെന്നാവശ്യപ്പെട്ടിട്ടും രാജാവോ രാജപ്രതിനിധികളോ ഒന്നും ചെയ്തില്ല. അതുകൊണ്ട് കർഷകർ കൃഷിയുപേക്ഷിച്ച് കടുക്കറയിൽ കൂടിയിരുന്നു. മൂത്തപിള്ളയുടെ നേതൃത്വത്തിൽ സൈന്യം കടുക്കറ വളഞ്ഞു നിന്നതിനാൽ ഗ്രാമവും കർഷകരും പട്ടിണിയിലായി. കുന്നുകയറി പോകാൻ കർഷകരെ മൂത്തപിള്ളയും സൈന്യവും അനുവദിച്ചില്ല. അതുകാരണം ചെമ്പകരാമൻ പുത്തൂരിലെ കൽമണ്ഡപത്തിൽ കർഷകർ കൂടിയിരുന്നു തങ്ങളുടെ ആവശ്യങ്ങൾ അംഗീകരിക്കുംവരെ സർക്കാരുമായി സഹകരിക്കുകയില്ലെന്ന് പ്രതിജ്ഞചെയ്തു.

8. കൊ വ 898 മിഥുനമാസം 25-ാം തീയതിയിലെ രാജകീയ നീട്ട്: അപ്പയ്യന്റെ നേതൃത്വത്തിൽ തൃശ്ശിനാപ്പള്ളിയിൽനിന്നും വന്ന നായ്ക്കപ്പട ഇത്തംകുടിയിൽ താമസിച്ചുകൊണ്ട് നാട്ടിൽ ഏറെ കൊള്ളകൾ നടത്തി. അതിനുപരിഹാരമായി എല്ലാ നികുതികളുടെയും മുക്കാൽ ഭാഗം നല്കിയാൽ മതി.

9. മൂന്നു മഴവരായന്മാർ അഞ്ജാലി നികുതി ഭാഗികമായി നല്കണമെന്ന രാജാവ് ആവശ്യപ്പെടുന്ന കൊ വ 899 മകരം 5-ാം തീയതിയിലെ നീട്ട്: രാജാവ് നേരിട്ടുവന്ന് അവരുടെ പരാതികൾ പരിഹരിച്ചശേഷം ബാക്കി അഞ്ജാലി നികുതി തന്നാൽ മതിയെന്നുപറയുന്നു. പിടാകയുടെ തലവനാണ് മഴവരായൻ.

10. കൊ വ 899 മിഥുന മാസത്തിൽ 20-ാം തീയതിയിലെ രാജകീയ നീട്ട് : മധുരപ്പട നാഞ്ചിനാട്ടിലെ ഇത്തൻകാടും, ശുചീന്ദ്രത്തിന് കിഴക്കുള്ള വഴുക്കം പാറയിലും, ഇരണിയലുള്ള വീരവിളയിലും പാളയമടിച്ചുകിടന്നു സങ്കേതം വക വസ്തുക്കൾ കൊള്ളയടിച്ചതുകൊണ്ട് എല്ലാ നികുതികളിലും നാലിലൊന്ന് ഇളവനുവദിച്ചിരിക്കുന്നു.

11. കൊ വ 900 ലെ നികുതി ഇളവ് പ്രഖ്യാപനം: നായ്ക്ക സൈന്യത്തിന്റെ തലവൻ അളകപ്പ മുതലി കുതിരകാലാൾപ്പടയോടൊപ്പം കൊ വ 897 മകരം 22-ാം തീയതി മുതൽ ഇടവം 25-ാം തീയതിവരെ തിരുപ്പതിസാരത്തെ പെരുവിളയിലും ദർശനം കോപ്പിലും പുലി

യൂർ കുറിച്ചിയിലെ പിലാവിളയിലും ഇരണിയലെ കിഴക്കെ ചാലിൻവിളയിലും പാളയമടിച്ചുകിടന്നുകൊണ്ട് നാഞ്ചിനാട്ട് മംഗലം മുതൽ മണക്കുടിവരെ പലയിടത്തും യുദ്ധമുണ്ടാകകൊണ്ട് കൊല്ലം 897 കൊയ്ത്തുകാലം മുതൽ നാളിതുവരെയുള്ള നികുതികൾ റദ്ദാക്കിയിരിക്കുന്നു.

രാമവർമ്മ (1721-29)

കൊ വ 895-ലെ കൊയ്ത്തുകാലത്ത് തിരുവിതാംകൂറിലെ ഉദ്യോഗസ്ഥന്മാർ കാട്ടിയ അതിക്രമങ്ങളിൽ പ്രതിഷേധിച്ച് കർഷകർ നാഞ്ചിനാടുവിട്ട് പോവുകയും രാജാവും മന്ത്രിമാരും മാടമ്പിമാരും ചേർന്ന് അവരെ തിരികെ വിളിച്ചു സമാധാനിപ്പിക്കാൻ ശ്രമിക്കുകയും ചെയ്തതായി 898 ലെ കടുക്കറ പ്രമേയത്തിൽ പറഞ്ഞിട്ടുണ്ടല്ലോ. ആദിത്യവർമ്മയുടെ മരണത്തെത്തുടർന്ന് രാമവർമ്മ മീനം ഒന്നാംതീയതി സ്ഥാനാരോഹണം നടത്തിയശേഷമാണ് സമാധാനശ്രമമുണ്ടായത്[8]. സ്ഥാനാരോഹണം തിരുവട്ടാറ്റുവച്ചായിരുന്നു. മേടമാസം 5-ാം തീയതിയാണ് അദ്ദേഹം നാഞ്ചിനാട്ടേക്ക് പോയത്. ഒപ്പം സ്വരൂപജനങ്ങൾ (അധികാരികൾ) പതിനാറു പേരും ഉണ്ടായിരുന്നു. ആറാംതീയതി ഭൂതപ്പാണ്ടിയിൽ വച്ചായിരുന്നു ആദ്യചർച്ച. അടുത്തദിവസം ദർശനം കോപ്പു ക്ഷേത്രമണ്ഡപത്തിലിരുന്നുകൊണ്ടാണ് കർഷകപ്രമാണികളുമായി ചർച്ച നടത്തിയത്. എല്ലാവിധ നികുതികളും തിട്ടപ്പെടുത്തി സ്വരൂപജനങ്ങളും കർഷകപ്രതിനിധികളും സമ്മതിച്ച് വര്യോല എഴുതിവച്ചു. അടുത്തായി മേടം 13-ാം തീയതി ആശ്രാമത്തുവച്ച് വീണ്ടും സങ്കടങ്ങൾ കേട്ടു പരിഹാരമുണ്ടാക്കാമെന്നു നിശ്ചയിച്ചു. പക്ഷേ, അതുനടന്നില്ലെന്നാണ് കൊ വ 898 വൃശ്ചികം 16-ാം തീയതിയിലെ കടുക്കറ പ്രമേയം സൂചിപ്പിക്കുന്നത്. ആറ്റിങ്ങലിലുണ്ടായ സംഭവവികാസങ്ങൾ രാജാവിന്റെ ശ്രദ്ധ അങ്ങോട്ടുതിരിച്ചുവിട്ടു,

ആറ്റിങ്ങലും അഞ്ചുതെങ്ങും

ക്രി വ 1713 ൽ ആറ്റിങ്ങൽ റാണിയും പുത്രൻ ചിത്തിരതിരുനാൾ രണ്ടാമനും നെടുമങ്ങാട്ടേക്ക് പോയശേഷം പകരം മറ്റൊരു റാണിയെ ആറ്റിങ്ങൽ വാഴിച്ചില്ല. മന്ത്രിമാരായ കൊടുമൺപിള്ളയും വഞ്ചിമുട്ടം പിള്ളയും തമ്മിലുള്ള കിടമത്സരമാണ് അതിനുകാരണം. തന്റെ മറ്റൊരു സഹോദരിയെ ആറ്റിങ്ങൽ റാണിയായി വാഴിക്കണമെന്ന് ആദിത്യവർമ്മയ്ക്ക് ആഗ്രഹമുണ്ടായിരുന്നുവെങ്കിലും വഞ്ചിമുട്ടം പിള്ളയുടെ എതിർപ്പുകൊണ്ടാണെന്നു തോന്നുന്നു അത് നടക്കാതെ പോയത്. ദേശിംഗനാട്ടെ ഉണ്ണിക്കേരളവർമ്മയുടെ സഹോദരി കല്ലടയിലെ റാണിയെ നെടുമങ്ങാട്ട് വാഴിക്കാൻ ശ്രമിച്ചത് നടക്കാതെ പോയതുകൊണ്ട് അവരെയിപ്പോൾ ആറ്റിങ്ങൽ റാണിയായി വാഴിക്കാൻ ഉണ്ണിക്കേരളവർമ്മയ്ക്ക് താല്പര്യമുണ്ടായി. ഒരുപക്ഷേ, വഞ്ചിമുട്ടം പിള്ള അതിനെ അനുകൂലിച്ചിരിക്കാം. ഏതായാലും ഭരണം പൂർണ്ണമായും വഞ്ചിമുട്ടം പിള്ളയുടെയും

കൊടുൺപിള്ളയുടെയും നിയന്ത്രണത്തിലായിരുന്നു.

എങ്കിലും, അഞ്ചുതെങ്ങിലെ ഇംഗ്ലീഷുകാർ ആണ്ടുതോറും നല്കാറുള്ള കപ്പവും, സമ്മാനങ്ങളും 1713 മുതൽ നല്കാറില്ലായിരുന്നു. റാണിയില്ലാത്തതാണ് കാരണമായി അവർ പറഞ്ഞത്. അതൊരു കാരണമായി പറഞ്ഞുവെങ്കിലും, പൊതുവെ ധാർമ്മികബോധം തീരെയില്ലാത്ത 'ലണ്ടൻ തെരുവിലെ മാലിന്യങ്ങൾ' ആണ് ആദ്യകാലത്ത് ഇംഗ്ലീഷ് ഈസ്റ്റിന്ത്യാക്കമ്പനിയിൽ നാവികരായും കച്ചവടക്കാരായും സേവനം അനുഷ്ഠിച്ചത്. ചരക്കു കയറ്റിപ്പോകുന്ന ഡച്ചുകപ്പലുകളെപ്പറ്റി കടൽക്കൊള്ളക്കാരായ മുസ്ലീങ്ങൾക്ക് വിവരം നല്കി കൊള്ളയടിക്കുക ഇംഗ്ലീഷുകാർ പതിവാക്കിയിരുന്നു എന്ന് കാന്റർവിഷർ എന്ന ഡച്ചുപാതിരി (Letters from Malabar) രേഖപ്പെടുത്തിയിട്ടുണ്ട്. തിരുവിതാംകൂറിനെ സംബന്ധിച്ചിടത്തോളമെങ്കിലും ഇതുശരിയാണ്. ഡച്ചു പാസുള്ള കപ്പലിനെ കൊള്ളയടിച്ചതിന് ആദിത്യവർമ്മ 1708 ൽ മമ്മാലി കിടാവിനെയും കുഞ്ഞുകോയാമുവിനെയും പിരിച്ചുവിട്ടല്ലോ. ആ വർഷം ഡിസംബർ മാസത്തിൽ ഡച്ചുകാർ കൊച്ചിക്ക് സമീപംവച്ച് അവരെ പിടികൂടി. എങ്കിലും ഇംഗ്ലീഷുകാർ അവരെ രക്ഷപ്പെടുത്തി അഞ്ചുതെങ്ങിൽ കൊണ്ടുവന്നു കുറേക്കാലം താമസിപ്പിച്ചു. പിന്നീട് ആദിത്യവർമ്മയുടെ തന്നെ അനുവാദം വാങ്ങി മമ്മാലി കിടാവിനെയും മാണിക്കുരുക്കളെയും തേങ്ങാപ്പട്ടണത്തു സ്ഥാപിച്ചു (1714). ഡച്ചു പാസുള്ള കപ്പലുകളിൽ നിന്ന് അധികനികുതി ഈടാക്കാനും കപ്പലുകൾ കൊള്ളയടിക്കാനും അവർ തുടങ്ങി. ഒടുവിൽ രാജാവിന്റെ കപ്പലിനെ കൊള്ളയടിക്കാൻപോലും അവർ ധൈര്യപ്പെട്ടു, അഞ്ചുതെങ്ങിലെ ഇംഗ്ലീഷുകാരുടെ പിൻബലമായിരുന്നു മമ്മാലികിടാവിനും മാണിക്കുരുക്കൾക്കും ധൈര്യം നല്കിയത്.

1721 ൽ അഞ്ചുതെങ്ങു കോട്ടയിലെ ചീഫ് ആയിരുന്ന ഗിഫോർഡ് ഒരു ദുരാഗ്രഹിയായിരുന്നു. ചതിയനായ അയാളെ ഇടപാടുകാർ വെറുത്തു. അയാളുടെ ദ്വിഭാഷിയായിരുന്ന ഇഗ്നേഷ്യോ ശാർക്കര ദേവീക്ഷേത്രം വക കോട്ടത്തളി എന്ന തോപ്പ് ബലമായി പിടിച്ചെടുത്തു. ആറ്റിങ്ങലിലെ മാടമ്പിമാരും അഞ്ചുതെങ്ങിലെ ഇംഗ്ലീഷുകാരും തമ്മിലുള്ള ബന്ധം വഷളായിരിക്കെ ഒരു ദിവസം മൂന്നു ഹിന്ദുവ്യാപാരിമാർക്ക് അഞ്ചുതെങ്ങിൽ താമസിക്കേണ്ടിവന്നു. അന്ന് ഭസ്മ ലേപനബുധനാഴ്ച (Shrove Wednesday) ആയിരുന്നതിനാൽ ഒരു കത്തോലിക്കാ വനിത അവരുടെ മേൽ ചാരം പുരട്ടി. വ്യാപാരിമാരിലൊരാൾ സ്ത്രീയെ മുറിവേല്പിച്ചു. അയാളെ കഠിനമായി ശിക്ഷിച്ചുകൊണ്ട് ഗിഫോർഡ് തനിക്ക് വ്യാപാരിമാരോടുള്ള പകപോക്കി, ഇതറിഞ്ഞ കൊടുമൺ പിള്ള ഒരു ഇംഗ്ലീഷ് കപ്പലിന് തീവച്ചു. ബോംബെയിൽ നിന്ന് ഒരു കപ്പലിൽ കുറെ ഭടന്മാരെത്തിയതുകൊണ്ട് കൂടുതൽ കുഴപ്പങ്ങളുണ്ടാകാതെ കഴിഞ്ഞു. ഇതേത്തുടർന്ന് കൊടുമൺപിള്ളയും വഞ്ചിമുട്ടം പിള്ളയും തമ്മിൽ ഒത്തുതീർപ്പുണ്ടാക്കി ദേശിംഗനാടു രാജാവിന്റെ സഹോദരി കല്ലടയിലെ റാണിയെ ആറ്റിങ്ങൽ റാണിയായി സ്വീകരിച്ചു.

ആറ്റിങ്ങൽ റാണി ഭരണമേറ്റതോടുകൂടി അവരെക്കണ്ട് കുടിശ്ശിക പ്പണം നല്കാനും റാണിക്കും മാടമ്പിമാർക്കും സമ്മാനങ്ങൾ നല്കി പ്രീതിപ്പെടുത്താനും ഉദ്ദേശിച്ച് ഗിഫോർഡും അഞ്ചുതെങ്ങിലെ എല്ലാ ജീവ നക്കാർക്കും ജലമാർഗ്ഗം ആറ്റിങ്ങലേക്ക് പുറപ്പെട്ടു. സ്ത്രീകളും കുട്ടികളും യാത്രചെയ്യാൻ കഴിയാത്തവരുമായ കുറെപ്പേരും മാത്രമേ കോട്ടയിൽ അവശേഷിച്ചുള്ളു. 140 പേരോടൊപ്പം ആഘോഷപൂർവ്വമായിരുന്നു പുറ പ്പാട്; 1721 ഏപ്രിൽ 11-ാം തീയതി കരയ്ക്കിറങ്ങിയ ഉടനെ ആചാരവെടി വച്ചപ്പോൾ തോക്കുകൾ വള്ളത്തിൽ വച്ചിട്ടുപോരാൻ നിർദ്ദേശിക്കപ്പെട്ടു. വഞ്ചിമുട്ടംപിള്ള മദ്യലഹരിയിലായിരുന്നതിനാൽ കൊടുമൺപിള്ളയായി രുന്നു ഗിഫോർഡിനെയും മറ്റും സ്വീകരിച്ചത്. പിള്ളമാർക്കും മറ്റും നല്കേണ്ട പാരിതോഷികങ്ങളെപ്പറ്റി കണക്കുപറഞ്ഞ് സമയം നീണ്ടു പോയി. മനഃപൂർവ്വം സമയം ദീർഘിപ്പിക്കുകയാണെന്ന് രണ്ടാം സ്ഥാന ക്കാരനായ കൗസെയ്ക്ക് മാത്രം സംശയം തോന്നി. നേരത്തെ സ്ഥലം വിടാൻ അയാൾ ഗിഫോർഡിനെ ഉപദേശിച്ചെങ്കിലും ഗിഫോർഡ് അത് ചെവിക്കൊണ്ടില്ല. നായന്മാർ വാളുമേന്തി ഇംഗ്ലീഷുകാരെ സ്വീകരിക്കാ നെത്തിയത് നായന്മാരുടെ കീഴ്‌വഴക്കമാണെന്ന് സമാധാനിച്ചു. രാത്രി യായതോടുകൂടി നായന്മാർ നിരായുധരായ ഇംഗ്ലീഷുകാരുടെമേൽ ചാടി വീണു. എല്ലാവരെയും കൊന്നു. ഗിഫോർഡിന്റെ നാക്ക് പിഴുതെടുത്ത് ഒരു തടിയിൽ അയാളുടെ ശരീരം ആണിയടിച്ച് തറച്ച് വാമനപുരം നദി യിൽ ഒഴുക്കി. ദ്വിഭാഷിയായ ഇഗ്നേഷ്യോയുടെ നാക്കും പിഴുതെടുത്ത് കൈകാലുകൾ മുറിച്ചു കളഞ്ഞശേഷമാണ് വധിച്ചത് മലയാളി വേഷ ത്തിൽ രക്ഷപ്പെട്ട് അഞ്ചുതെങ്ങിലേക്ക് പോയ കൗസെയെ വഴിയിൽവച്ച് ഒരാൾ പിടികൂടി. അയാൾ കൗസെയോട് പണം കടംവാങ്ങിയിരുന്നു. അത് തിരികെ നല്കേണ്ടെന്ന് കൗസ പറഞ്ഞെങ്കിലും അയാൾ വധിക്ക പ്പെടുക തന്നെ ചെയ്തു.

ആറ്റിങ്ങലെ ദാരുണസംഭവത്തെപ്പറ്റി അഞ്ചുതെങ്ങുകോട്ടയിൽ അറി വുകിട്ടിയ ഉടനെ അവിടെയുണ്ടായിരുന്ന ഗണ്ണൻ സാമുവൽ ഇൻസെ കോട്ട യുടെ സംരക്ഷണം ഏറ്റെടുത്തു. വെടിമരുന്നു മുഴുവൻ കത്തിച്ചുകളഞ്ഞു. സ്ത്രീകളെയും കുട്ടികളെയും കടലിലുണ്ടായിരുന്ന 'പ്രോസ്പറസ്' എന്ന കപ്പലിൽ കയറ്റിവിട്ടു. 14-ാം തീയതി ഒരു വമ്പിച്ച നായർപട മാടമ്പിമാ രുടെ നേതൃത്വത്തിൽ കോട്ടവളഞ്ഞു. കോട്ടയിൽ നിന്ന് പീരങ്കികൾ തുരു തുരെ വെടിഉയർത്തിയതിനാൽ അവർക്ക് കോട്ടയ്ക്കകത്ത് കടക്കാൻ കഴിഞ്ഞില്ല. അനേകംപേർ മരിച്ചുവീണു. കോട്ടയ്ക്ക് പുറത്തുള്ള വീടു കൾ കൊള്ളയടിച്ച് തീവച്ചശേഷം നായന്മാർ മടങ്ങിപ്പോയി. തലശ്ശേരി യിൽ നിന്ന് സഹായമെത്തിയതുകൊണ്ട് കോട്ടയ്ക്കുനേരെ പിന്നീടാക്ര മണമുണ്ടായില്ല. കൊല്ലം രാജാവ് അഞ്ചുതെങ്ങിലെ കൂട്ടക്കൊലയിൽ അനുശോചിച്ചു. അഞ്ചുതെങ്ങിൽനിന്നുള്ള സ്ത്രീകളെയും കുട്ടികളെയും കൊല്ലത്തേക്ക് ക്ഷണിച്ചു. കുറ്റവാളികളെ ശിക്ഷിക്കാൻ 500 ഭടന്മാരെ അയച്ചുകൊടുക്കാമെന്ന് പറഞ്ഞു. പക്ഷേ, അഭയാർത്ഥികളെയും കൊണ്ട്

പ്രോസപറസ് കൊല്ലത്തേക്ക് പോയില്ല. എന്തെന്നാൽ കൊല്ലംരാജാവ് ഡച്ചുപക്ഷപാതിയാണെന്ന് ഇംഗ്ലീഷുകാർക്കറിയാം. ദേശിംഗനാട് കോട്ടയ്ക്കുള്ളിൽ കടലിനോടുചേർന്നാണ് ഡച്ചുകോട്ട സ്ഥിതിചെയ്തിരുന്നത്. വെള്ളവും ഭക്ഷണവും ഇല്ലെങ്കിലും കപ്പൽ സിലോണിലേക്ക് പോയി. തനിക്ക് നേരെ ഇംഗ്ലീഷുകാർക്കുള്ള സംശയം തീർക്കാൻ റാണി 10 ബ്രാഹ്മണരടങ്ങിയ ഒരു സംഘത്തെ തലശ്ശേരിയിലേക്കയച്ചു. തലശ്ശേരിയുടെ കീഴിലായിരുന്നു ഇംഗ്ലീഷുകാരുടെ കേരളത്തിലെ വാണിജ്യസ്ഥാപനങ്ങൾ. ദേശിംഗനാട്ടെ ഉണ്ണിക്കേരളവർമ്മ ആറ്റിങ്ങൽ വന്നു സഹോദരിയോടൊപ്പം താമസമാക്കി. തിരുവിതാംകൂറിലെ രാമവർമ്മയാകട്ടെ ആറ്റിങ്ങലെ കൂട്ടക്കൊലയ്ക്ക് ആറ്റിങ്ങൽ റാണിയെയും സഹോദരൻ ഉണ്ണിക്കേരളവർമ്മയെയുമാണ് കുറ്റപ്പെടുത്തിയത്. തന്റെ സഹോദരിമാരിലൊരാളെ ആറ്റിങ്ങൽ റാണിയായി വാഴിക്കുന്നതിന് ഇംഗ്ലീഷുകാരുടെ സഹായം തേടുകയായിരുന്നു അദ്ദേഹത്തിന്റെ തന്ത്രം.

വീണ്ടും കുഴപ്പങ്ങൾ

1721 ലെ ഓണക്കാലം വരെ പിന്നീട് കുഴപ്പങ്ങളൊന്നും ഉണ്ടായില്ല. കരുനാഗപ്പള്ളിയിൽ രാമവർമ്മയുടെ സഹോദരി രണ്ടു പുത്രന്മാരുമായി ഭരണം നടത്തുകയായിരുന്നു. അന്യംനിന്നുപോയ കാർത്തികപ്പള്ളിയും കരുനാഗപ്പള്ളിയുടെ ഭാഗമായി. ദേശിംഗനാട് സ്വരൂപവും ആറ്റിങ്ങൽ സ്വരൂപവും ഉണ്ണിക്കേരളവർമ്മയുടെ ഭരണത്തിലായിരുന്നു. രാമവർമ്മയുടെ മൂത്ത സഹോദരി, പുത്രൻ ചിത്തിരതിരുനാൾ രണ്ടാമനൊപ്പം നെടുമങ്ങാട് ഭരണം നിർവഹിച്ചു. കൊട്ടാരക്കരയും പേരകത്താവഴിയുടെ കീഴിലായിരുന്നു. കുഴപ്പങ്ങൾ ആരംഭിച്ചത് കരുനാഗപ്പള്ളി സഹോദരന്മാരിൽ മൂത്തയാളെ രാമവർമ്മ തന്റെ രണ്ടാം സ്ഥാനക്കാരനായി നിശ്ചയിച്ച് നെയ്യാറ്റിൻകര രാജാവായി വാഴിച്ചതുമൂലമാണ്. ചിത്തിരതിരുനാൾ രണ്ടാമൻ നെയ്യാറ്റിൻകര രാജാവിനേക്കാൾ മൂത്തതായതുകൊണ്ട് താൻ തൃപ്പാപ്പൂർ സ്വരൂപത്തിൽ രണ്ടാംസ്ഥാനക്കാരനാണെന്ന് അദ്ദേഹം അവകാശപ്പെട്ടു. ചിത്തിരതിരുനാൾ കുഷ്ഠരോഗിയാണെന്നു പറഞ്ഞാണ് അദ്ദേഹത്തിന് രണ്ടാംസ്ഥാനം നിഷേധിച്ചത്. അവകാശത്തർക്കം സഹോദരീപുത്രന്മാർ തമ്മിലായിട്ടും അത് യുദ്ധത്തിന് കാരണമായി. ഈ യുദ്ധത്തിലും മാടമ്പിമാർ രാമവർമ്മയെ സഹായിക്കാത്തതുകൊണ്ട് മധുരനായ്ക്കന്റെ സൈനികസഹായം രാമവർമ്മ അഭ്യർത്ഥിച്ചു. 500 കുതിരക്കാരെയും 5000 കാലാളിനെയും മധുരയിൽ നിന്നുവരുത്തി. എങ്കിലും പ്രയോജനമുണ്ടായില്ല. ചിത്തിരതിരുനാളിനെ രണ്ടാംസ്ഥാനക്കാരനും നെയ്യാറ്റിൻകര രാജാവിനെ മൂന്നാംസ്ഥാനക്കാരനും മാർത്താണ്ഡവർമ്മയെ നാലാംസ്ഥാനക്കാരനായി ഇരണിയലും അംഗീകരിക്കേണ്ടിവന്നു. മധുരപ്പടയ്ക്ക് പണം നല്കി തിരിച്ചയയ്ക്കാൻ കഴിയാത്തതുകൊണ്ട് ദളവാ അപ്പയ്യന്റെ നേതൃത്വത്തിൽ മധുരപ്പട ഇത്തംകുടിയിൽ താവളമടിച്ചു കൊള്ളകൾ നടത്തി[9]. 1721 ഡിസംബർ മാസത്തിൽ ചിത്തിരതിരുനാൾ അന്തരിച്ചതുകൊണ്ട്

യുദ്ധവും തന്മൂലമുണ്ടായ കഷ്ടനഷ്ടങ്ങളും വൃഥാവിലായി.

നെടുമങ്ങാടും കൊട്ടാരക്കരയും കരുനാഗപ്പള്ളിയും രാമവർമ്മയുടെ നിയന്ത്രണത്തിലായത് ഉണ്ണിക്കേരളവർമ്മയെ ഉൽക്കണ്ഠാകുലനാക്കി. അദ്ദേഹം കൊല്ലത്തേക്കുപോയി കായംകുളം രാജാവുമായി സന്ധിചെയ്തു. കായംകുളത്തുനിന്നും രണ്ട് രാജകുമാരന്മാരെയും ഒരു രാജകുമാരിയെയും അദ്ദേഹം ആറ്റിങ്ങലേക്കു ദത്തെടുത്തു. (1722). അതേത്തുടർന്ന് കല്ലടറാണിയെ ആറ്റിങ്ങൽ നിന്നു നിഷ്കാസനം ചെയ്യാൻ രാമവർമ്മയെ പിള്ളമാരും മാടമ്പിമാരും സഹായിച്ചു. മുൻ ആറ്റിങ്ങൽ റാണിയെ നെടുമങ്ങാട്ടു നിന്ന് വീണ്ടും ആറ്റിങ്ങൽ കൊണ്ടുവന്നു വാഴിച്ചു. നെടുമങ്ങാട്ടു നിന്ന് റാണി പിന്മാറിയതോടുകൂടി കായംകുളം രാജാവ് തന്റെ ഭാഗിനേയനെ അവിടെ വാഴിച്ചു. മാർത്താണ്ഡവർമ്മയും ജ്യേഷ്ഠനും തിരുവിതാംകൂറിലേക്ക് മടങ്ങിയതോടുകൂടി കരുനാഗപ്പള്ളിയിൽ അവരുടെ മാതാവിന് തുണയില്ലാതായി. അക്കാലത്ത് കോലത്തിരി കുടുംബത്തിലെ ഒരംഗം അവിടെ നിന്ന് സ്ഥാനഭ്രഷ്ടനാക്കപ്പെട്ട് തലശ്ശേരിയിലെ ഇംഗ്ലീഷുകാരെ അഭയം പ്രാപിച്ചിരുന്നു. ഇംഗ്ലീഷുകാരുടെ സഹായത്തോടുകൂടി അദ്ദേഹം തിരുവിതാംകൂറിലെ തന്റെ ബന്ധുവായ രാമവർമ്മയുടെ സഹായം അഭ്യർത്ഥിച്ചു. തലശ്ശേരിയിൽനിന്നു വന്നതുകൊണ്ട് അദ്ദേഹത്തെ തലശ്ശേരി രാജകുമാരൻ എന്നാണ് പറഞ്ഞുപോന്നത്. തലശ്ശേരി രാജകുമാരനെയും അദ്ദേഹത്തിന്റെ സഹോദരിയെയും 1722 ൽ രാമവർമ്മ തൃപ്പാപ്പൂരിലേക്ക് ദത്തെടുത്ത് കരുനാഗപ്പള്ളിയിലേക്കയച്ചു[10]. നാഞ്ചിനാട്ടിലെ വിവിധ ഭാഗങ്ങളിലായി പാളയമടിച്ചു കിടന്ന അയ്യപ്പന്റെ നേതൃത്വത്തിലുള്ള മധുരപ്പടയെ ശുചീന്ദ്രത്തുവച്ച് 1723 മാർച്ച് 26-ാം തീയതി തിരുവിതാംകൂർ സൈന്യം തോല്പിച്ചോടിച്ചു. ഇതിനെത്തുടർന്നാണ് നാഞ്ചിനാട്ടു കർഷകർക്ക് നികുതിയിളവുകൾ പ്രഖ്യാപിച്ചുകൊണ്ട് രാമവർമ്മ കൊ വ 898 മിഥുനം 25-ാം തീയതി നീട്ടയച്ചത്[11].

മധുരപ്പടയെ നാഞ്ചിനാട്ടിൽ നിന്ന് നിഷ്കാസനം ചെയ്തശേഷം അഞ്ചുതെങ്ങിലെ ഇംഗ്ലീഷുകാരുമായി നല്ല ബന്ധം സ്ഥാപിക്കാൻ നെയ്യാറ്റിൻകര രാജാവ് തന്റെ മാതുലനുവേണ്ടി ശ്രമിച്ചു. അന്ന് അഞ്ചുതെങ്ങിലെ ചീഫ് ആയിരുന്ന ഡോ. അലക്സാണ്ടർ ഓം തലശ്ശേരി ഈസ്റ്റിന്ത്യാക്കമ്പനിയുടെ തലവൻ ആഡംസിന്റെ സ്യാലനായിരുന്നു. ആഡംസ് കോലത്തിരിയുടെ മിത്രമായിരുന്നു. അതുപോലെ കോലത്തിരി കുടുംബക്കാരനായ തന്നോടും ഓംസ് മിത്രമായിരിക്കണമെന്ന് 1723 ആഗസ്ത് 15-ാം തീയതി നെയ്യാറ്റിൻകര രാജാവ് എഴുതി. ഒപ്പം ഒരു ഉടമ്പടിയും ഒപ്പിട്ടു കൊടുത്തയച്ചു[12]. അതിനുമുമ്പ് 1723 ഏപ്രിൽ 25-ാം തീയതി കുളച്ചൽ ഒരു കോട്ട പണിയാനും കൽക്കുളത്തുനിന്നും കമ്മട്ടം അങ്ങോട്ടുമാറ്റാനും ഇംഗ്ലീഷുകാരുമായി നെയ്യാറ്റിൻകര രാജാവ് മാതുലനുവേണ്ടി ഡോ. അലക്സാണ്ടർ ഓമുമായി കരാർ ചെയ്തിരുന്നു[13].

ഇംഗ്ലീഷുകാരുമായി ഉടമ്പടി ചെയ്ത് ബന്ധം സ്ഥാപിച്ചശേഷം ഒരു മറവപ്പടയെ സംഘടിപ്പിക്കാൻ രാമവർമ്മയും ഭാഗിനേയൻ മാർത്താണ്ഡ

വർമ്മയും ശ്രമിച്ചു. അഞ്ചുതെങ്ങിലെ ഇംഗ്ലീഷുകാരെ കൂട്ടക്കൊല ചെയ്ത് മാടമ്പിമാരെ വകവരുത്തുകയായിരുന്നു മറവപ്പടയുടെ ഉദ്ദേശ്യം. ഒരുകൂട്ടം മാടമ്പിമാർക്കെതിരെ യുദ്ധം ചെയ്യാൻ മറ്റൊരുകൂട്ടം മാടമ്പിമാർ എത്തുകയില്ലെന്നതാണ് കാര്യം. നായ്ക്കന്റെ പടയെ വരുത്തിയാൽ അവർ നാഞ്ചിനാടിനുവേണ്ടി കിട്ടാനുള്ള കപ്പം ഈടാക്കാൻ വേണ്ടി മടങ്ങിപ്പോകാതെ തങ്ങിയേക്കാം. 1723 മാർച്ച് മാസത്തിൽ മധുരപ്പടയെ ശുചീന്ദ്രത്തുവച്ച് പരാജയപ്പെടുത്തിയതുകൊണ്ട് ഇനി അവരുടെ സേവനം കിട്ടുകയില്ല. മറവന്മാരുടെ കൂലിപ്പട്ടാളമാണെങ്കിൽ ആവശ്യം കഴിഞ്ഞു മടക്കി അയയ്ക്കാം. അവർക്ക് കൊടുക്കാനുള്ള പണം മാടമ്പിമാരെ കൊള്ളയടിച്ച് ഈടാക്കുകയും ചെയ്യാം. നെടുമങ്ങാട്, ദേശിംഗനാട്, കായംകുളം എന്നീ സ്വരൂപങ്ങൾക്കുനേരെ പട പുറപ്പെടാനായിരുന്നു പരിപാടി. അതിനുമുമ്പ് വഞ്ചിമുട്ടം പിള്ളയെ കുടുക്കാൻ ഒരു ശ്രമം നടത്തി. അയാളെ അഞ്ചുതെങ്ങ് കോട്ടയിലേക്ക് ക്ഷണിക്കുകയും അവിടെചെന്നാൽ അറസ്റ്റ്ചെയ്ത് തിരുവിതാംകൂറിനെ ഏല്പിക്കുകയായിരുന്നു പദ്ധതി. ചതി മനസ്സിലാക്കിയ വഞ്ചിമുട്ടം അഞ്ചുതെങ്ങിലേക്ക് പോയില്ലെന്നു മാത്രമല്ല മധുരനായ്ക്കനെ തിരുവിതാംകൂർ ആക്രമിക്കാൻ പ്രേരിപ്പിക്കുകയും ചെയ്തു. 1724 ഫെബ്രുവരിയിൽ കുടിശ്ശികയായി തിരുവിതാംകൂർ നായ്ക്കന് 4 ലക്ഷം കലിയൻ പണവും (ഒരു കലിയൻ പണം ഉദ്ദേശ്യം 5 രൂപ) രണ്ടാനയും നല്കാനുണ്ടായിരുന്നു. നായ്ക്കരുടെ സൈന്യത്തിന് ശുചീന്ദ്രത്തുവച്ചുണ്ടായ പരാജയത്തിനു ഹേതു ഇരണിയൽ രാജകുമാരനായ മാർത്താണ്ഡവർമ്മയായിരുന്നു. അതുകൊണ്ട് ഇരണിയലിലേക്കായിരുന്നു പുറപ്പാട്. പടയെ നയിച്ചത് വഞ്ചിമുട്ടം തന്നെയായിരുന്നു. വമ്പിച്ച മധുരപ്പടയെ നേരിടുക പ്രയാസമായതുകൊണ്ട് പ്രയാസപ്പെട്ടെങ്കിലും പണം സമാഹരിച്ചു നല്കാനാണ് രാമവർമ്മ നിശ്ചയിച്ചത്. കോട്ടാറിലെ വ്യാപാരിമാരും അഞ്ചുതെങ്ങിലെ ഇംഗ്ലീഷുകാരും രാജാവിന് കടം നല്കി. ഇംഗ്ലീഷുകാരാണ് രാമവർമ്മയെ സംരക്ഷിക്കുന്നതെന്ന് മനസ്സിലാക്കിയ പിള്ളമാർ അവരെ തിരുവിതാംകൂറിൽ നിന്നോടിച്ച് കളയാൻ ശ്രമിച്ചു. ആദ്യപടിയായി അവർ കൊളച്ചലെ ഇംഗ്ലീഷുകാരുടെ വ്യാപാരശാല തീവച്ചു നശിപ്പിച്ചു. നശിച്ചുപോയ വ്യാപാരശാലയ്ക്ക് പകരം കടിയപട്ടണത്തു വേറൊരു വ്യാപാരശാല സ്ഥാപിക്കാനും അതിനുവേണ്ടി തന്റെ പുതിയ കൊട്ടാരം നല്കാനും രാമവർമ്മ തയ്യാറായി. തിരുവിതാംകൂറിൽ മറ്റൊരു വിദേശ കമ്പനിക്കും വ്യാപാരശാല അനുവദിക്കുകയില്ലെന്നും രാജാവ് ഇംഗ്ലീഷുകാർക്ക് ഉറപ്പുകൊടുത്തു (1724 ജൂലൈ 30)[14].

ആറ്റിങ്ങലെ മന്ത്രിമാരായ കൊടുമൺപിള്ളയും വഞ്ചിമുട്ടം പിള്ളയും തമ്മിൽ ഒട്ടും ലോഹ്യത്തിലായിരുന്നില്ല. വഞ്ചിമുട്ടം പിള്ളയാണ് തിരുവിതാംകൂർ രാജാവിനെതിരായി അവിടത്തെ മാടമ്പിമാർക്ക് നേതൃത്വം നല്കിക്കൊണ്ടിരുന്നത്. തിരുവിതാംകൂർ രാജാവിനെയും ആറ്റിങ്ങൽ റാണി പൂരുരുട്ടാതി തിരുനാളിനെയും ഒരുമിച്ച് നിർത്താനും അഞ്ചുതെങ്ങിലെ അലക്സാണ്ടർ ഓം ശ്രമം നടത്തി. ആറ്റിങ്ങൽ റാണി രാമവർമ്മയുടെ

സഹോദരിയായിരുന്നുവെങ്കിലും അവർ പിള്ളമാർക്ക് വിധേയയായിരുന്നു. 1725 ൽ ഇംഗ്ലീഷുകാർ കുളച്ചലെ വ്യാപാരശാല പുനരാരംഭിച്ചു. അടുത്തവർഷം മാർച്ച് 18-ാം തീയതി ഇടവായിൽ ഫാക്ടറി തുടങ്ങാൻ ഇംഗ്ലീഷുകാർക്ക് അനുവാദം നല്കിക്കൊണ്ട് റാണി നീട്ടുനൽകി[15]. സർവ്വാധികാരി കൃഷ്ണനണ്ണാവി എഴുതിയുണ്ടാക്കിയ കരാറിന് വഞ്ചിമുട്ടം പിള്ള, കൊടുമൺപിള്ള എന്നിവരുടെ ഒത്താശയും ഉണ്ടായിരുന്നു. പാരിതോഷികമായി റാണിക്ക് 5000 പണവും ഇളയറാണി കാർത്തികതിരുനാളിന് 2000[16] പണവും കൃഷ്ണനണ്ണാവിക്ക് 1000 പണവും ആദിച്ചൻ കുഞ്ചുപിള്ളയ്ക്ക് (രായസം) 200 പണവും നല്കപ്പെട്ടു. ഓരോരുത്തരുടെയും അധികാരത്തോതു നിശ്ചയിക്കാൻ പാരിതോഷിക തുകകൾ സഹായിക്കും.

മേല്പറഞ്ഞ കരാർ റാണിയും പിള്ളമാരും ഇംഗ്ലീഷുകാരും തമ്മിലുള്ള ബന്ധം ക്രമീകരിക്കാൻ പ്രയോജനപ്പെട്ടില്ല. ചുങ്കപ്പിരിവിന്റെ ഒരു വിഹിതം കൂടെ തനിക്കു കിട്ടണമെന്ന് വഞ്ചിമുട്ടംപിള്ള ഇംഗ്ലീഷുകാരോടാവശ്യപ്പെട്ടു. പാരിതോഷികത്തിന് പിള്ളമാർക്കവകാശമുണ്ടെങ്കിലും ചുങ്കത്തിന്റെ വിഹിതം പിള്ളയ്ക്ക് നല്കിയാൽ കൊടുമൺപിള്ളയും അതുപോലെ ആവശ്യം ഉന്നയിക്കും. ഇക്കാരണത്താൽ ചുങ്കപ്പണം ഇംഗ്ലീഷുകാർ റാണിക്ക് നല്കിയില്ല. അതു നല്കണമെങ്കിൽ രസീതിൽ വഞ്ചിമുട്ടത്തിന്റെ ഒപ്പുകൂടെ ഉണ്ടായിരിക്കണമെന്ന് അവർ ആവശ്യപ്പെട്ടു. ചുങ്കം നല്കാതിരിക്കുന്നതിന് 1722 ലെ ഉടമ്പടിക്കെതിരാണെന്നു റാണി ചൂണ്ടിക്കാട്ടി. പക്ഷേ, ഫലമുണ്ടായില്ല. ആറ്റിങ്ങൽ റാണിയും തിരുവിതാംകൂർ രാജാവും ഒരു വശത്തും രണ്ടു സ്വരൂപങ്ങളിലെയും പിള്ളമാരും മാടമ്പിമാരും എതിർചേരിയിലുമായതുകാരണം ഇംഗ്ലീഷുകാർ ചുങ്കപ്പിരിവ് റാണിക്കും രാജാവിനും നല്കാതായി. ഇത് റാണിയെയും രാജാവിനെയും ബുദ്ധിമുട്ടിലാക്കി. രാജാവ് ഡച്ചുകാരെയും ഫ്രഞ്ചുകാരെയും മാത്രമല്ല ബൽജിയംകാരെപ്പോലും കച്ചവടത്തിനായി ക്ഷണിച്ചു. പക്ഷേ, അവരും സുരക്ഷിതത്വമില്ലായ്മ കാരണം ഒഴിഞ്ഞുമാറി.

ആറ്റിങ്ങലിലെയും തിരുവിതാംകൂറിലെയും പിള്ളമാർക്കും മാടമ്പിമാർക്കും നേതൃത്വം നല്കിയത് വഞ്ചിമുട്ടം പിള്ളയായിരുന്നു. കൊടുമൺ പിള്ളയും മത്സരം വെടിഞ്ഞ് വഞ്ചിമുട്ടത്തോട് സഹകരിച്ചു. ആറ്റിങ്ങൽ സുരക്ഷിതമല്ലെന്നുകണ്ട് ഇളയറാണി കാർത്തികതിരുനാൾ ശിശുക്കളായ രണ്ടു പുത്രന്മാരോടൊപ്പം തിരുവനന്തപുരത്തെ പുത്തൻകോട്ടയിലേക്ക് താമസം മാറി. ഈ തക്കം നോക്കി വഞ്ചിമുട്ടം പിള്ള ദേശിംഗനാട്ടെ ഉണ്ണിക്കേരളവർമ്മയുമായി കൂടിയാലോചിച്ച് അവിടെനിന്ന് ഒരു തമ്പുരാട്ടിയെ ആറ്റിങ്ങൽ ഇളയറാണിയായി വാഴിക്കാൻ ശ്രമം നടത്തി. 1722 ൽ കായംകുളത്തുനിന്ന് ദത്തുവന്ന കൊച്ചുതമ്പുരാട്ടിയെ ആറ്റിങ്ങൽ ഇളയറാണിയായി വാഴിക്കാനായിരുന്നു ശ്രമം. ഈ വിവരമറിഞ്ഞ കാർത്തികതിരുനാൾ ഇളയതമ്പുരാട്ടി തന്റെ അവകാശം പുനഃസ്ഥാപിക്കാൻ തിരുവനന്തപുരത്തുനിന്ന് ആറ്റിങ്ങലിലേക്ക് മടങ്ങാൻ തീരുമാനിച്ചു. അതിനെ ചെറുക്കാൻ വഞ്ചിമുട്ടംപിള്ള കഴക്കൂട്ടത്ത് തന്റെ

ആൾക്കാരെ നിർത്തിയിരുന്നു. വഞ്ചിമുട്ടംപിള്ളയ്ക്ക് ഇളയറാണിയോട് പകതോന്നാൻ കാരണമുണ്ടായിരുന്നു. 1727 മേയ് മാസത്തിൽ ഇളയറാണിയുടെ സഹോദരനായ തലശ്ശേരി രാജകുമാരൻ (കരുനാഗപ്പള്ളി രാജാവ്) വഞ്ചിമുട്ടത്തിന്റെ പള്ളിച്ചലുള്ള (തിരുവനന്തപുരത്തിന് തെക്ക്) മൂലഗൃഹം ആക്രമിച്ചു തറവാട് കൊള്ളയടിക്കുകയും കുടുംബാംഗങ്ങളെ വധിക്കുകയും ചെയ്തിരുന്നു. ഇതിന് പ്രതികാരം ചെയ്യാനായിരുന്നു ദേശിംഗനാടും കായംകുളവുമായി ആലോചിച്ച് മറ്റൊരാളെ ആറ്റിങ്ങൽ ഇളയറാണിയായി വാഴിക്കാൻ വഞ്ചിമുട്ടം തീരുമാനിച്ചത്.

1727 ൽ നവംബർ മാസത്തിലായിരുന്നു കാർത്തിക തിരുനാൾ തിരുവനന്തപുരത്ത് നിന്ന് ആറ്റിങ്ങലിലേക്ക് പുറപ്പെട്ടത്. ഭർത്താവായ കിളിമാനൂർ കോയിപ്പണ്ടാലയുടെ നേതൃത്വത്തിൽ 100 നായന്മാരും കുറേ സ്ത്രീകളുമായിരുന്നു ഇളയറാണിയോടൊപ്പം ഉണ്ടായിരുന്നത്. അവരെ ചെറുക്കാൻ വഞ്ചിമുട്ടം പിള്ളയുടെ ആൾക്കാർ കഴക്കൂട്ടത്ത് കാത്തുനില്ക്കുന്നുണ്ടെന്നറിഞ്ഞതിനാൽ മറ്റൊരു വഴിയിലൂടെ അർദ്ധരാത്രിയാണ് റാണിയും അകമ്പടിക്കാരും ആറ്റിങ്ങൽ എത്തിയത്. അവിടെ കൊട്ടാരവാതില്ക്കൽ വച്ച് വഞ്ചിമുട്ടത്തിന്റെ ആൾക്കാർ റാണിയെ തടഞ്ഞു. തുടർന്നുണ്ടായ സംഘട്ടനത്തിൽ റാണിയുടെ ഭർത്താവ് വധിക്കപ്പെട്ടു. എന്നാൽ ഊരിപ്പിടിച്ച വാളുമായി റാണി പല്ലക്കിൽ നിന്നു ചാടിയിറങ്ങിയപ്പോൾ അവരെ ആരും തടയാൻ ശ്രമിച്ചില്ലെന്നാണ് അഞ്ചുതെങ്ങിലെ ഇംഗ്ലീഷുകാർ രേഖപ്പെടുത്തിയത്[17]. എന്നാൽ ഡച്ചുരേഖകളിൽ മറ്റൊരു വിധത്തിലാണ് സംഭവം വിവരിച്ചിരിക്കുന്നത്. റാണിയെ അവരുടെ ഭർത്താവിന്റെ മൃതശരീരത്തിലൂടെ വലിച്ചിഴച്ചുവെന്നും അവരുടെ തലമുടി ഭർത്താവിന്റെ രക്തത്തിൽ കുതിർന്നുവെന്നുമാണ് ഡച്ചുരേഖ[18]. ഇളയറാണി കാപ്പിൽ എന്ന സ്ഥലത്തെ കൊട്ടാരത്തിലേക്ക് താമസം മാറ്റി. എന്നാൽ വഞ്ചിമുട്ടത്തിന്റെ ഭാഗിനേയന്റെ നേതൃത്വത്തിൽ നായന്മാർ കൊട്ടാരം ആക്രമിച്ചതുകാരണം അവർ തിരുവനന്തപുരത്തേക്ക് മടങ്ങിപ്പോയി.

കാപ്പിൽ കൊട്ടാരം നശിപ്പിക്കപ്പെട്ടതിനെപ്പറ്റി ഇംഗ്ലീഷുകാരെ അറിയിച്ച ആറ്റിങ്ങൽ റാണി പിള്ളമാരുടെ ഭീഷണി നേരിടാൻ തനിക്ക് ആയുധസഹായം നല്കണമെന്നും 2000 പണം ഉടനെ നല്കണമെന്നും ആവശ്യപ്പെട്ടു. എന്നാൽ വഞ്ചിമുട്ടത്തെ ഭയന്ന് ഇംഗ്ലീഷുകാർ മൗനം ഭജിച്ചു. ഇതിനിടെ നെയ്യാറ്റിൻകര രാജകുമാരൻ സൈന്യവുമായി ആറ്റിങ്ങലിലേക്ക് പുറപ്പെട്ടു. എന്നാൽ വഞ്ചിമുട്ടത്തിന്റെ നേതൃത്വത്തിൽ ആറ്റിങ്ങലിലെ പിള്ളമാർ അതിനെ നേരിടുകയും നെയ്യാറ്റിൻകര രാജകുമാരൻ തോറ്റു പിൻവാങ്ങുകയും ചെയ്തു. അതോടുകൂടി താനാണ് ആറ്റിങ്ങലിലെ മുഖ്യഭരണാധികാരിയെന്നും ആണ്ടുതോറും തനിക്ക് 10000 പണം പാരിതോഷികമായി നല്കണമെന്നും ഇല്ലെങ്കിൽ ഇടവായിലെ ഫാക്ടറി നശിപ്പിക്കുമെന്നും വഞ്ചിമുട്ടം ഇംഗ്ലീഷുകാരെ അറിയിച്ചു. വഞ്ചിമുട്ടത്തിനെതിരെ തങ്ങളെ സഹായിക്കാൻ റാണിക്ക് കഴിയുകയില്ലെന്ന് മനസ്സി

ലാക്കിയ ഇംഗ്ലീഷുകാർ വഞ്ചിമുട്ടവുമായി സൗഹാർദ്ദം സ്ഥാപിച്ചു. അതു കാരണം തേങ്ങാപ്പട്ടണത്തു കുരുമുളകു നല്കാമെന്ന് രാമവർമ്മ ഡച്ചുകാർക്കെഴുതി. കുരുമുളക് കൊല്ലത്തെത്തിച്ചാൽ തങ്ങൾ വാങ്ങിക്കൊള്ളാമെന്ന് ഡച്ചുകാർ മറുപടി നല്കിയതിനാൽ ഇടപാടു നടന്നില്ല. തുടർന്ന്, കുളച്ചൽവച്ച് കുരുമുളക് നല്കാമെന്ന് രാമവർമ്മ മാഹിയിലെ ഫ്രഞ്ചുകാർക്കെഴുതി. ഫ്രഞ്ചുകാർ രാജാവിന്റെ ക്ഷണം സ്വീകരിച്ച് ഒരു ഉടമ്പടിയുടെ നക്കലും സമ്മാനങ്ങളുമായി കൽക്കുളത്തെത്തിയെങ്കിലും തന്റെ ഇളമുറയായ തലശ്ശേരി രാജകുമാരന്റെ സാന്നിദ്ധ്യം കൂടെ ആവശ്യമായിരുന്നതിനാൽ കരാറുണ്ടായില്ല. അന്ന് കരുനാഗപ്പള്ളി രാജാവായിരുന്ന തലശ്ശേരി രാജകുമാരൻ കായംകുളവുമായി യുദ്ധത്തിലേർപ്പെട്ടിരിക്കുകയായിരുന്നു. മറ്റു സംഭവവികാസങ്ങൾമൂലം കരാറൊപ്പിടൽ നീണ്ടുപോയി.

ആറ്റിങ്ങലിലെ പിള്ളമാർക്കെതിരെ നടപടിയെടുക്കുന്നതിന് തൃശ്ശിനാപ്പള്ളിയിൽ ചെന്ന് നായ്ക്കരുടെ സഹായം നേടുന്നതിന് രാമവർമ്മയ്ക്കും നെയ്യാറ്റിൻകര രാജകുമാരനും കഴിഞ്ഞു. പ്രതിവർഷം 3000 രൂപ കപ്പം കൊടുത്തുകൊള്ളാമെന്നുള്ള കരാറിലാണ് സൈനിക സഹായം തേടിയത്. വെങ്കിടപതി നായ്ക്കരുടെ കീഴിൽ 1000 കുതിരക്കാരെയും തിരുപ്പതിനായ്ക്കരുടെ കീഴിൽ 2000 കാലാൾപ്പടയുമാണ് സമ്പാദിച്ചത്. 3000 ഭടന്മാരുമായി നെയ്യാറ്റിൻകര രാജകുമാരൻ 1728 നവംബർ 11-ാം തീയതി ആറ്റിങ്ങലേക്കു കടന്നു. വമ്പിച്ച സൈന്യത്തെ നേരിടാനാകാതെ പിള്ളമാർ ചിതറിയോടി. 15 പിള്ളമാർ വധിക്കപ്പെട്ടു. ബാക്കിയുള്ളവരും മാടമ്പിമാരും സമാധാനത്തിനപേക്ഷിച്ചു. കാപ്പിൽ കൊട്ടാരം പുതുക്കിപ്പണിയാൻ 6000 പണം നല്കാൻ അവർ സമ്മതിച്ചു. വഞ്ചിമുട്ടം പിള്ള ദേശിംഗനാട് രാജാവിനെ അഭയംപ്രാപിച്ചു. വിജിഗീഷുവായ നെയ്യാറ്റിൻകര രാജകുമാരൻ അഞ്ചുതെങ്ങ്കോട്ടയിലെത്തി. അവിടെ അദ്ദേഹം ആചാരവെടികളോടെ സ്വീകരിക്കപ്പെട്ടു. ഈ സാഹചര്യത്തിലാണ് കൽക്കുളത്ത് സമ്മാനങ്ങളുമായി എത്തിയ ഫ്രഞ്ചുകാരുമായി വാണിജ്യക്കരാറുണ്ടാക്കൻ രാജാവ് മടിച്ചത്. ഡച്ചുകാരും തേങ്ങാപ്പട്ടണത്തു വ്യപാരശാല പുന:സ്ഥാപിക്കാൻ തയ്യാറായി മുന്നോട്ടുവന്നു. എന്നാൽ ഇംഗീഷുകാരുമായി വാണിജ്യബന്ധം സ്ഥാപിക്കാനാണ് തിരുവിതാംകൂർ രാജാവ് മുൻഗണന നല്കിയത്.

അഞ്ചുതെങ്ങിലെ ഇംഗ്ലീഷുകാരുമായി വാണിജ്യക്കരാർ പുതുക്കാൻ ചർച്ചകൾ നടക്കവെ 1729 ഫെബ്രുവരി 9-ാം തീയതി രാമവർമ്മ അന്തരിച്ചു. ഉടനെതന്നെ തലശ്ശേരി രാജകുമാരൻ കരുനാഗപ്പള്ളിയിൽ നിന്നു കൽക്കുളത്തെത്തി ചിറവാ മൂപ്പേറ്റു. 19 ദിവസം കഴിഞ്ഞ് അദ്ദേഹവും മരണമടയുകയാൽ അടുത്ത ഇളമുറയായ നെയ്യാറ്റിൻകര രാജകുമാരൻ ചിറവാ മൂപ്പേറ്റു (28-2-1729). തലശ്ശേരി രാജകുമാരൻ അന്തരിക്കുകയും നെയ്യാറ്റിൻകര രാജകുമാരൻ കൽക്കുളത്തേക്ക് പോവുകയും ചെയ്തതോടുകൂടി ആറ്റിങ്ങലെ പിള്ളമാർ വീണ്ടും തലയുയർത്തി. അവർ ദേശിം

ഗനാട് രാജാവും നെടുമങ്ങാടു രാജാവുമായി സഖ്യം സ്ഥാപിച്ചു. ഇംഗ്ലീഷുകാർ മാർച്ചുമാസത്തിൽ ദേശിംഗനാട് രാജാവിനും വഞ്ചിമുട്ടം പിള്ളയ്ക്കും തോക്കുകളും വെടിക്കോപ്പുകളും നല്കി. ഏപ്രിൽ മാസത്തിൽ വഞ്ചിമുട്ടം പിള്ളയുമായുണ്ടാക്കിയ കരാറിൻപ്രകാരം ധാരാളം വെടിക്കോപ്പുകൾ കുരുമുളകിന് പകരമായി നല്കാമെന്ന് ഇംഗ്ലീഷുകാർ വഞ്ചിമുട്ടവുമായി കരാറുണ്ടാക്കി. ഈ സാഹചര്യത്തെ നേരിടാൻ ഇരണിയൽ രാജകുമാരനായിരുന്ന മാർത്താണ്ഡവർമ്മ നെയ്യാറ്റിൻകര രാജകുമാരനായി സ്ഥാനമേറ്റു. നേരത്തെ പിള്ളമാരിൽ നിന്നു പിടിച്ചെടുത്ത വമ്പിച്ച ദ്രവ്യവും അദ്ദേഹം കൈവശം വച്ചു.

മാർത്താണ്ഡവർമ്മയുടെ സാമീപ്യം ആറ്റിങ്ങൽ റാണിയെ പിള്ളമാരിൽ നിന്നു സ്വതന്ത്രയാക്കി. ഏപ്രിൽ 20-ാം തീയതി റാണിയും അഞ്ചുതെങ്ങിലെ ചീഫുമായി വാണിജ്യക്കരാറുണ്ടാക്കി[19]. അതിൻപ്രകാരം പ്രതിവർഷം 75 വെനീഷ്യൻ റാണിക്ക് പാരിതോഷികം നല്കാനും കുരുമുളക് കണ്ടി ഒന്നിന് 5 രാശി (50 ചക്രം) നികുതി നല്കാനും വ്യവ്യസ്ഥയുണ്ടായിരുന്നു. നികുതി പിരിവിന്റെ അഞ്ചിലൊന്ന് ഇംഗ്ലീഷുകാർക്കെടുക്കാം. പാരിതോഷികവും നികുതിയും റാണിക്കല്ലാതെ മറ്റാർക്കും കൊടുക്കരുതെന്നും വ്യവസ്ഥചെയ്തു. പിള്ളമാരിൽനിന്നും തിരുവിതാംകൂർ രാജാവിൽ നിന്നും റാണി സ്വതന്ത്രയായിരുന്നു എന്നാണത് വ്യക്തമാക്കുന്നത്.

1729 ആഗസ്ത് 30-ാം തീയതി ജ്യേഷ്ഠന്റെ മരണത്തെത്തുടർന്ന് മാർത്താണ്ഡവർമ്മ തിരുവിതാംകൂർ രാജാവായി സ്ഥാനമേറ്റു.

കുറിപ്പുകൾ

1. M Raja Raja Varma Raja. *Some Travancore Dynastic Records*, Kerala Society Papers, series 3, Documents 'H', p. 133.
2. R Sathyanatha Iyer. *History of Nayaks of Madura*, p. 370.
3. Mark de Lannoy op. cit. p. 18
4. Mark de Lannoy op. cit. p. 19
5. Mark de Lannoy op. cit. p. 19
6 Ibid p. 21
7. പെരിയവീട്ടു മുതലിയാരുടെ ഗ്രന്ഥപ്പുരയിൽനിന്നാണ് രേഖകൾ കണ്ടെടുത്തത്. (S Desivinayagam Pillai. The Mudaliar Manuscripts, Kerala Society Papers Vol. II, Series 7, pp. 19-40, Also TAS Vol V Documents 71 - 80.
8. M Raja Raja Varma Raja. *Some Travancore Dynastic Records*, Kerala Society Papers Vol I, series 6, Documents 'I', pp. 347-349.
9. കൊ വ 898 വൃശ്ചികം 16-ാം തീയതിയിലെ കടുക്കറ പ്രമേയം മധുരപ്പടയുടെ ഈ ആക്രമണത്തിന് ശേഷമുണ്ടായതാണ്. (Mudaliar Manuscripts Document No. 7)

10. പില്കാലത്ത് മാർത്താണ്ഡവർമ്മയുടെ പിൻഗാമിയായ രാമവർമ്മ യുടെ മാതാവായിരുന്ന തലശ്ശേരി രാജകുമാരനൊപ്പം ദത്തെടുക്ക പ്പെട്ട സഹോദരി. തലശ്ശേരി രാജകുമാരനെ നെയ്യാറ്റിൻകര രാജാ വിന്റെ ജ്യേഷ്ഠനായാണ് ദത്തെടുത്തത്.
11. TAS Vol. V Document No. 77
12. Logan. 'Malabar', Vol III, page 11 Document No. XII
13. Logan. 'Malabar', Vol III, Document No. XI, p. 9
14. Leena More. op. cit. p.119
15. Logan. 'Malabar', Vol III pp. 13-14
16. തലശ്ശേരി രാജകുമാരനോടൊപ്പം 1718 ൽ തൃപ്പാപ്പൂരിലേക്ക് ദത്തെ ടുക്കപ്പെട്ട അദ്ദേഹത്തിന്റെ സഹോദരിയാണ് കാർത്തികതിരുനാൾ ആറ്റിങ്ങൽ ഇളയറാണി. അവരുടെ പുത്രനായിരുന്നു പില്കാലത്ത് മാർത്താണ്ഡവർമ്മയുടെ പിൻഗാമിയായ രാമവർമ്മ.
17. 'Letters to Tellicherry', Vol I പുറം 15, 20
18. Mark de Lannoy. op. cit. p. 42, 8
19. Logan. 'Malabar', Vol III pp. 17-18
20. Mark de Lannoy op. cit. p. 432 note 246

ഫ്യൂഡൽ വ്യവസ്ഥിതിയുടെ അന്ത്യം

മധുരപ്പടയുമായുള്ള പ്രശ്നങ്ങൾ

ഭരണമേറ്റ മാർത്താണ്ഡവർമ്മയ്ക്ക് ആദ്യം നേരിടേണ്ടിവന്ന പ്രശ്നം മധുരപ്പടയിൽനിന്നുമായിരുന്നു. 1727 ഫെബ്രുവരി മുതൽ മെയ് മാസം വരെ ആറ്റിങ്ങലിനെതിരായി നടന്ന യുദ്ധത്തിൽ മധുരപ്പടയാണ് തിരുവിതാംകൂർ ഉപയോഗിച്ചത്. രാമവർമ്മയും ഭാഗിനേയൻ നെയ്യാറ്റിൻകര രാജാവും തൃശ്ശിനാപ്പള്ളിയിൽ ചെന്ന് മൂത്തവീരപ്പനായ്ക്കരെ കണ്ടു സൈനിക സഹായത്തിന് അപേക്ഷിച്ചപ്പോൾ ആദ്യം നായ്ക്കർ അത് നിഷേധിക്കുകയാണ് ചെയ്തത്. വാർഷികകപ്പം നല്കുന്നതിൽപ്പോലും ശുഷ്ക്കാന്തി കാണിക്കാത്ത തിരുവിതാംകൂറിന് വാടകസൈന്യത്തെ അയച്ചുകൊടുക്കുന്നതിൽ നായ്ക്കർക്ക് താല്പര്യമില്ലായിരുന്നു. നായ്ക്കർക്ക് 10000 പവൻ പാരിതോഷികം നല്കിയതിനുപുറമേ സൈന്യത്തിന് ആണ്ടൊന്നുക്ക് 90000 കലിയൻപണം വാടക നല്കാമെന്നും പിള്ളമാരെ കൊള്ളചെയ്ത് കിട്ടുന്നതിൽ നിന്ന് ഒരുലക്ഷം കലിയൻപണം വേറെയും നല്കാമെന്നും വാഗ്ദാനം ചെയ്തപ്പോഴാണ് നായ്ക്കർ സൈന്യത്തെ അയച്ചുകൊടുക്കാമെന്നു സമ്മതിച്ചത്[1]. ആറ്റിങ്ങലിനെതിരായ യുദ്ധത്തിൽ മധുരപ്പട പരാജയം വരിക്കുകയാണ് ചെയ്തതെന്ന് നേരത്തെ പറഞ്ഞല്ലോ. മലനാട്ടിൽ വിവിധഭാഗങ്ങളിലായി ചിന്നിച്ചിതറി വസിക്കുന്ന മാടമ്പിമാരെ കൊള്ളയടിക്കുന്നത് മധുരസൈന്യത്തിന് എളുപ്പമല്ലായിരുന്നു. അതുകാരണം വാഗ്ദാനംചെയ്ത തുക നല്കാൻ തിരുവിതാംകൂറിന് സാധിച്ചില്ല. നാഞ്ചിനാട്ടിലെ കർഷകരിൽ നിന്ന് വിളവിന്റെ ഒന്നു പകുതി പിരിച്ചെടുത്തു വാടകസൈന്യത്തിനു നല്കാമെന്നു രാമവർമ്മ നിശ്ചയിച്ചു. ഇത് സാർവ്വത്രികമായ എതിർപ്പിന് കാരണമായി. തിരുവിതാംകൂറിലെ പാരമ്പര്യ മന്ത്രിമാരായ ഇളമ്പയിൽ പണ്ടാലും ഇട

ത്തറപോറ്റിയും എട്ടു മാടമ്പിമാരോടൊപ്പം തങ്ങളുടെ പദവികൾ ഉപേക്ഷിച്ച് തിരുവിതാംകൂർ വിട്ടു. അവർ ആറ്റിങ്ങലിലെ മാടമ്പിമാരോട് ചേരുമോയെന്ന് ഇംഗ്ലീഷുകാർ സംശയിച്ചു.

രാമവർമ്മ അന്തരിക്കുമ്പോൾ വമ്പിച്ച കുടിശ്ശികയാണ് മധുരപ്പടയ്ക്ക് നല്കാനുണ്ടായിരുന്നത്. നായ്ക്കർക്ക് നല്കാനുള്ള 90,000 പണത്തിൽ വെറും 8,000 പണം മാത്രമേ നല്കിയിരുന്നുള്ളു. അതിനുപുറമെ മൂന്നു മാസത്തെ ശമ്പളക്കുടിശ്ശിക സൈന്യത്തിന് നല്കാനുമുണ്ടായിരുന്നു. മാർത്താണ്ഡവർമ്മ നാഗരുകോവിലിൽ എത്തിയപ്പോൾ വാടകസൈന്യം കൊട്ടാരവാതുക്കൽ 'മറിപ്പ്' (സത്യഗ്രഹം) ഇരുന്നു. ദളവാ ആറുമുഖം പിള്ളയാണ് നിങ്ങളോട് ഉടമ്പടിചെയ്തതെന്നും തനിക്കതിൽ ബന്ധമൊന്നും ഇല്ലെന്നും രാജാവ് പറഞ്ഞൊഴിഞ്ഞു. മധുരയിൽ നിന്നുവന്ന മുസ്ലിം അശ്വസൈന്യം ആറുമുഖംപിള്ളയുടെ മുമ്പിലും മറിപ്പിരുന്നു, അതുകൊണ്ട് പ്രയോജനമില്ലെന്നുകണ്ട് ആറുമുഖംപിള്ളയെ ബന്ദിയായി പിടിച്ചുകൊണ്ടുപോയി തൃക്കണംകുടിയിൽ പാർപ്പിച്ചു. ദളവായെ മോചിപ്പിച്ചു കൊണ്ടുവരാൻ 500 മറവന്മാരെയും കൂട്ടി കുമാരസ്വാമിപ്പിള്ളയെ തൃക്കണംകുടിക്കയച്ചു. ദളവായെ വിട്ടുതരണമെന്നും റാവുത്തർമാരോട് പറഞ്ഞുവെങ്കിലും അവർ വഴങ്ങിയില്ല[2]. രാത്രി രഹസ്യമായി ആറുമുഖംപിള്ളയെ മോചിപ്പിച്ചു കൊണ്ടുപോന്നു. അതിനുശേഷം ആറുമുഖംപിള്ള നായകനായും അനുജൻ താണുപിള്ള ഉപനായകനായും മാർത്താണ്ഡവർമ്മ ഒരു രാജകീയസേന കേരളചരിത്രത്തിൽ ആദ്യമായി രൂപീകരിച്ചു. തിരുനൽവേലിക്കാരായ ആറുമുഖംപിള്ളയും താണുപിള്ളയും സൈന്യാധിപന്മാർ എന്ന നിലയിലും ഭരണാധികാരികൾ എന്ന നിലയിലും പരിചയസമ്പന്നരായിരുന്നു.

മാർത്താണ്ഡവർമ്മയും തമ്പിമാരും

രാമവർമ്മയുടെ പുത്രന്മാരായ തമ്പിരാമൻ, തമ്പിരാമൻ ആതിച്ചൻ എന്നീ രണ്ടുപേരെ തിരുവിതാംകൂർ ചരിത്രകാരന്മാർ പപ്പുതമ്പി, രാമൻ തമ്പി എന്നീ പേരുകൾ നല്കി രണ്ടു ദുഷ്ടകഥാപാത്രങ്ങളായി ചിത്രീകരിച്ചിട്ടുണ്ട്. അവരുടെ പേരുകൾ അവർ മക്കത്തായികളായിരുന്നു എന്ന് സൂചിപ്പിക്കുന്നുണ്ട്. എന്തെന്നാൽ അവരുടെ മാതുലന്റെ പേർ കൊച്ചുകുമാരപിള്ള എന്നാണ് ഔദ്യോഗിക രേഖയിൽ[3]. അവരുടെ മാതാവ് ശൈവവെള്ളാള സ്ത്രീയും അവർ മക്കത്തായികളും ആയിരുന്നു എന്നു സ്പഷ്ടം. അവർ രാജ്യാവകാശം ഉന്നയിച്ചു എന്നത് അവരെ വധിച്ച മാർത്താണ്ഡവർമ്മയെ സാധൂകരിക്കാൻ രാജഭക്തന്മാരായ ചരിത്രകാരന്മാർ നിർമ്മിച്ച കെട്ടുകഥയാണ്. രാമവർമ്മയ്ക്കുശേഷം തലശ്ശേരിക്കാരനായ ഒരാളും നെയ്യാറ്റിൻകര രാജാവും ഭരണമേറ്റപ്പോൾ കിരീടാവകാശം ഉന്നയിക്കാത്ത തമ്പിമാർ മാർത്താണ്ഡവർമ്മയ്ക്കെതിരായി അവകാശവാദം ഉന്നയിച്ചു എന്നുപറയുന്നതിൽ യുക്തിയില്ല. പലകൂട്ടം കാര്യങ്ങൾ കൊണ്ട് രാജാവുമായി പിണങ്ങി എന്നു മാത്രമേ ഔദ്യോഗിക രേഖയിൽ

പറയുന്നുള്ളൂ[4]. മധുരയിലെ ദളവാ അഴകപ്പാ മുതലിയാർ അവരുടെ അവകാശവാദത്തിൽ ന്യായമുണ്ടെന്ന് കണ്ടതും അതു വകവച്ചുകൊടുക്കാൻ മാർത്താണ്ഡവർമ്മ തയ്യാറായി എന്നതും തമ്പിമാരുടെ പക്ഷത്ത് ന്യായമുണ്ടായിരുന്നു എന്നാണ് സൂചിപ്പിക്കുന്നത്. ആറ്റൂർ പട്ടയങ്ങളിൽ പറയുമ്പോലെ രാജാവിന്റെ മക്കൾക്ക് ധാരാളം സ്വത്തും സ്ഥാനമാനങ്ങളും തമ്പിമാരുടെ കുടുംബത്തിന് നല്കപ്പെട്ടിരുന്നു എന്നും ഫ്യൂഡൽ പ്രഭുത്വം അപ്പാടെ അവസാനിപ്പിച്ച മാർത്താണ്ഡവർമ്മ കൂട്ടത്തിൽ തമ്പിമാരുടെ പിള്ളസ്ഥാനം എടുത്തുകളഞ്ഞു എന്നുമാണ് കരുതേണ്ടത്. മാർത്താണ്ഡവർമ്മയാൽ ശിക്ഷിക്കപ്പെട്ട ആറുപിള്ളമാരുടെ കൂട്ടത്തിലാണ് രേഖകളിൽ തമ്പിമാരുടെ പേരുള്ളത്. ആറുകൂട്ടം പിള്ളമാർ കുളത്തൂർ കണക്കുകാളി കാളിയും, കഴക്കൂട്ടം കണക്കുരാമൻ ഈച്ചുവരനും ചിറയിൻകീഴ് വടക്കേ വീട്ടിൽ കണക്കു ചെരുപള്ളി മാർത്താണ്ഡൻ അനന്തനും, പരക്കോട്ടു കണക്ക് അയ്യപ്പൻ വിക്കിരമനും, കണക്കുതമ്പി രാമൻ രാമനും പാണ്ടിക്കൂട്ടത്തിൽ കണക്കു ശങ്കരനാരായണൻ അയ്യപ്പനും ആണ്. പേരിനുമുമ്പിൽ കണക്ക് എന്നു ചേർത്തിരിക്കുന്നതുകൊണ്ട് തമ്പി രാമൻ രാമൻ പിള്ളമാരിലൊരാൾ ആയിരുന്നു എന്നു വ്യക്തമാണ്[5].

തമ്പിമാരുടെ പിതാവായ രാമവർമ്മയ്ക്ക് അദ്ദേഹം ഇളംകൂർ ആയിരിക്കെ വമ്പിച്ച സ്വത്താണ് യാപ്യക്കൂർ (ഇളംകൂറിന് നല്കുന്ന ഭരണം) ആയി. കൊ വ 882 ചിങ്ങം 21-ാം തീയതി (1706 സെപ്തംബർ) നല്കപ്പെട്ടത്[6]. രാമവർമ്മ ചിറവാമൂപ്പേറ്റശേഷം ഇതിൽ ഏതെങ്കിലും ഭാഗം തന്റെ മകന്റെ കുടുംബത്തിനു നല്കിയിരിക്കാം. മാർത്താണ്ഡവർമ്മയുടെ ജ്യേഷ്ഠപുത്രനായ ഒരു തമ്പിയും മാർത്താണ്ഡവർമ്മയ്ക്കെതിരെ കലഹിച്ചുവെന്ന് 1742 മാർച്ച് 23-ാം തീയതി പാലിയത്തച്ചനെഴുതിയ കത്തിൽ അദ്ദേഹം കുറ്റപ്പെടുത്തിയിട്ടുണ്ട്[7]. തമ്പിമാരുടെ സഹോദരിയെ മാർത്താണ്ഡവർമ്മയുടെ ജ്യേഷ്ഠൻ മുറപ്രകാരം വിവാഹം ചെയ്തിരുന്നു എന്നും അതിൽ ജനിച്ച പുത്രൻ (തമ്പി) തന്റെ മാതുലന്മാരുടെ വധത്തിനുശേഷം മധുരയിൽ നായ്ക്കന്മാരോടൊപ്പം ഡച്ചുകാരോടും ചേർന്നു മാർത്താണ്ഡവർമ്മയ്ക്കെതിരെ ദ്രോഹങ്ങൾ തുടർന്നു എന്നുമാണ് പാലിയത്തച്ചനെഴുതിയ കത്തിൽ നിന്ന് മനസ്സിലാക്കാവുന്നത്. മതിലകം ഗ്രന്ഥവരിയിലും ഡച്ചുരേഖകളിലും നിന്ന് തമ്പിമാരുമായുള്ള പിണക്കത്തെ താഴെപ്പറയും പ്രകാരം സംഗ്രഹിക്കാം.

തമ്പിമാരും പാർശ്വവർത്തികളായ പിള്ളമാരും ചേർന്ന് 1730 ജനുവരി 20-ാം തീയതി ഇരണിയൽകോട്ട ആക്രമിച്ചു. ഈ കോട്ടയും കൊട്ടാരവും രാമവർമ്മയ്ക്ക് യാപ്യക്കൂറായി നല്കിയിരുന്നതാണ്. യുവരാജാവായിരിക്കെ മാർത്താണ്ഡവർമ്മ അവിടം തന്റെ ആസ്ഥാനമാക്കിയിരുന്നു. തുറമുഖ നഗരമായ കൊളച്ചലിനും വാണിജ്യകേന്ദ്രമായ കോട്ടാറിനും ഇടയ്ക്കുള്ള ഇരണിയൽകോട്ട വളരെ തന്ത്രപ്രധാനമായിരുന്നു. തമ്പിമാരെ പരാജയപ്പെടുത്താൻ മാർത്താണ്ഡവർമ്മയ്ക്ക് കഴിഞ്ഞു[8]. തന്ത്രപ്രധാനമായ ഇരണിയൽകോട്ട കൈവശം വയ്ക്കാൻ കഴിഞ്ഞത് മാർത്താ

ണ്ഡവർമ്മയുടെ മേൽ മതിപ്പുളവാക്കി. തിരുവിതാംകൂറിനെതിരെ നില കൊണ്ട അഞ്ചുതെങ്ങിലെ അലക്സാണ്ടർ ഓം ഫെബ്രുവരി 15-ാം തീയതി മാർത്താണ്ഡവർമ്മയെ സന്ദർശിച്ച് കച്ചവടബന്ധം പുനസ്ഥാപി ക്കാൻ താല്പര്യം പ്രദർശിപ്പിച്ചു[9].

യുദ്ധാവസാനം ഇരണിയൽ താമസമായിരുന്ന ജ്യേഷ്ഠഭാര്യയെയും പുത്രൻ രാമൻ തമ്പിയെയും മാർത്താണ്ഡവർമ്മ വീട്ടുതടങ്കലിൽവച്ചു. അവർ രക്ഷപ്പെട്ട് തമ്പിസഹോദരന്മാരോടൊപ്പം ചേർന്നു. തമ്പിസഹോ ദരന്മാർ മധുരയിൽ ചെന്ന് ദളവാ അഴകപ്പാ മുതലിയാരോടു പരാതിപ്പെട്ടു. അതിൻപ്രകാരം അഴകപ്പാ മുതലിയാർ കുതിരപ്പടയും കാലാൾപ്പടയു മായി നാഞ്ചിനാട്ടു പാളയമടിച്ചു. മാതുലന്റെ ശ്രാദ്ധച്ചടങ്ങുകളിൽ വ്യാപൃ തനായിരുന്ന മാർത്താണ്ഡവർമ്മ മധുരപ്പടയെ നേരിട്ടില്ല. ശ്രാദ്ധം കഴി ഞ്ഞശേഷം കോട്ടാർ കീഴടക്കിവച്ചിരുന്ന മധുരപ്പടയെ തിരുവിതാംകൂർ സൈന്യം നേരിട്ടു. കോട്ടയും മധുരപ്പടയെ സഹായിച്ച ഡച്ച് വ്യാപാര ശാലയുടെ തലവന്റെ വാസസ്ഥലവും തിരുവിതാംകൂർ സൈന്യം നശി പ്പിച്ചു. എന്നാൽ കടിയപട്ടണത്തും തേങ്ങാപ്പട്ടണത്തും മധുരപ്പട കൊള്ള കൾ നടത്തി. ഈ സമയം മധുരപ്പടയെ നയിച്ച കാനിമിയാ, ചൊക്കലിം ഗംപിള്ള എന്നീ കമാൻഡർമാരുമായി മാർത്താണ്ഡവർമ്മ സമാധാനചർച്ച നടത്തി.

മാർത്താണ്ഡവർമ്മയുടെ സ്ഥാനഭ്രംശം

സമാധാനചർച്ചയുടെ ഫലമായി മധുരസർക്കാരിനും തമ്പിമാർക്കും നല്കാനുള്ള ധനം മുഴുവൻ തീർത്തു നല്കാനും അതുവരെ സ്ഥാന മൊഴിയാനും മാർത്താണ്ഡവർമ്മ സമ്മതിച്ചു. കൊല്ലത്തുപോയി താമ സിക്കാനും, പോകുംവഴി ശത്രുക്കളിൽ നിന്ന് സംരക്ഷണത്തിനുവേണ്ടി മധുരപ്പട അകമ്പടി സേവിക്കാനും ധാരണയായി. കാനിമിയാവിന്റെ നേതൃ ത്വത്തിൽ കുറെ ഭടന്മാരാണ് രാജാവിനൊപ്പം പോയത്. ആറ്റിങ്ങലിലെ മന്ത്രിമാരും റാണിയും അനുകൂലികളല്ലാതിരുന്നതിനാൽ നെയ്യാറ്റിൻകര നിന്നു നെടുമങ്ങാടുവഴി കൊല്ലത്തു വടയാറ്റുപിള്ളയുടെ കോട്ടയിലേക്ക് പോകാനായിരുന്നു പരിപാടി. നെയ്യാറ്റിൻകര എത്തിയപ്പോഴേക്കും തിരു വനന്തപുരത്തുനിന്ന് ദത്തുസഹോദരിയായ കാർത്തികതിരുനാളിന്റെ സന്ദേശം മാർത്താണ്ഡവർമ്മയ്ക്ക് ലഭിച്ചു. തിരുവനന്തപുരത്തു കിള്ളി യാറ്റിന്റെ കരയിലുള്ള പുത്തൻകോട്ടയിൽ ശിശുക്കളായ രണ്ടു പുത്രന്മാ രുമൊത്തു താമസിക്കുകയായിരുന്നു ആറ്റിങ്ങൽ ഇളയറാണി. ഒരുവർഷം മുമ്പ് സഹോദരനായ തലശ്ശേരി രാജകുമാരൻ കരുനാഗപ്പള്ളിയിൽനിന്ന് കൽക്കുളത്തുവന്ന് തിരുവിതാംകൂർ രാജാവായതുകാരണം, ഇളയറാണി കരുനാഗപ്പള്ളിവിട്ട് തിരുവനന്തപുരത്ത് വന്ന് താമസിക്കുകയായിരുന്നു. ഇപ്പോൾ അവരെ കൂട്ടിക്കൊണ്ടുപോകാൻ ആറ്റിങ്ങലിലെ മന്ത്രിമാരായ വഞ്ചിമുട്ടംപിള്ള, കൊടുമൺപിള്ള, കരകുളംപിള്ള എന്നിവർ തിരുവന ന്തപുരത്തെത്തിയിരിക്കുകയാണ്. ഇളയറാണിക്ക് അവരെ സംശയമായി

രുന്നതിനാൽ, മാർത്താണ്ഡവർമ്മയുടെ അനുവാദമില്ലാതെ താൻ ആറ്റിങ്ങലിലേക്ക് വരികയില്ലെന്നവർ പറഞ്ഞു. ഇക്കാര്യമാണ് ദൂതൻവഴി മാർത്താണ്ഡവർമ്മയെ അറിയിച്ചത് (1730 മേയ് 15). മാർത്താണ്ഡവർമ്മ, അതിൻപ്രകാരം തിരുവനന്തപുരത്തേക്ക് പോയി.

ആറ്റിങ്ങലെ മന്ത്രിമാർ മൂന്നുപേരും ദേശിംഗനാട് ഉണ്ണികേരളവർമ്മയുടെയും കായംകുളത്തുനിന്നു ദത്തുവന്ന ആറ്റിങ്ങൽ റാണിയുടെയും പാർശ്വവർത്തികളായിരുന്നു. മാർത്താണ്ഡവർമ്മ ഭരണമേറ്റയുടനെ തന്നെ ദേശിംഗനാട് രാജാവായി 1729 ഒക്ടോബർ 25-ാം തീയതി ഒരു ധാരണയിലെത്തിയിരുന്നു. കല്ലടയെപ്പറ്റി ഉണ്ടായിരുന്ന തർക്കമാണ് പരിഹരിക്കപ്പെട്ടത്. കിഴക്കെ കല്ലട തൃപ്പാപ്പൂരിന്റെയും പടിഞ്ഞാറെ കല്ലട ദേശിംഗനാടിന്റെയും വകയായിരുന്നു. കായംകുളത്തുനിന്നു ദത്തെടുപ്പു നടന്നശേഷം, കായംകുളത്തിന്റെ സഹായത്തോടുകൂടി കിഴക്കെ കല്ലട ദേശിംഗനാട് രാജാവ് പിടിച്ചെടുത്തിരുന്നു. ഒക്ടോബർ മാസത്തിലുണ്ടായിരുന്ന ധാരണയനുസരിച്ച് കിഴക്കെ കല്ലടയ്ക്കുവേണ്ടി 6500 കലിയൻ പണവും ഒരാനയും ദേശിംഗനാട് രാജാവ് ആണ്ടുതോറും തൃപ്പാപ്പൂരിന് നല്കാൻ സമ്മതിച്ചു. കായംകുളത്തുനിന്ന് ദത്തെടുക്കപ്പെട്ട രണ്ടു രാജകുമാരന്മാരിൽ മൂത്തയാൾ (ആറ്റിങ്ങൽ റാണിയുടെ സഹോദരൻ) ദേശിംഗനാട് രാജാവായി. ഇപ്പോൾ ആറ്റിങ്ങലെ മന്ത്രിമാർ തിരുവനന്തപുരത്തെത്തിയിരിക്കുന്നത് എന്തിനാണെന്ന് മാർത്താണ്ഡവർമ്മയ്ക്ക് മനസ്സിലായില്ല. എന്നാൽ കാർത്തിക തിരുനാൾ തമ്പുരാട്ടിയെ ആറ്റിങ്ങൽ ഇളയറാണിയായി അംഗീകരിക്കാൻ മന്ത്രിമാർ തയ്യാറായിരുന്നു. അതിൻപ്രകാരം ഇളയറാണിയെ ആറ്റിങ്ങൽ കൊണ്ടുപോയി മൂത്തതമ്പുരാട്ടിയെ സന്ദർശിച്ചശേഷമാണ് മാർത്താണ്ഡവർമ്മ കൊല്ലത്തേക്ക് പോയത്.

കൽക്കുളത്തെ ഭരണം അഴകപ്പമുതലിയാരും തമ്പിരാമൻ രാമനും ഏറ്റെടുത്തു. ദ്രവ്യശേഖരണമായിരുന്നു മുഖ്യപരിപാടി. തേങ്ങാപ്പട്ടണത്തെ ഡച്ച്വ്യാപാരശാലയിൽ നിന്ന് 10,000 കലിയൻ പണം ആവശ്യപ്പെട്ടെങ്കിലും ഡച്ച്കമാൻഡർ ഭീഷണിക്ക് വഴങ്ങിയില്ല[10]. ശ്രീപത്മനാഭസ്വാമി ക്ഷേത്രത്തിൽനിന്നും ദ്രവ്യം കൈവശപ്പെടുത്താൻ ശ്രമിച്ചെങ്കിലും വഞ്ചിമുട്ടംപിള്ളയുടെ നിർദ്ദേശപ്രകാരം നാട്ടുകാർ ആ ശ്രമം പരാജയപ്പെടുത്തി[11]. നാട്ടുകാരിൽ നിന്ന് എതിർപ്പ് ശക്തമായപ്പോൾ ഭരണം തമ്പിമാരെ ഏല്പിച്ചശേഷം മുതലിയാർ നാട്ടിലേക്ക് മടങ്ങി.

മാർത്താണ്ഡവർമ്മയുടെ തിരിച്ചുവരവ്

വടയാറ്റുപിള്ളയുടെ അതിഥിയായിട്ടാണ് മാർത്താണ്ഡവർമ്മ കൊല്ലത്തു താമസിച്ചത്. 1730 ജൂൺ മാസം ഒന്നാം തീയതി, നാട്ടിലെ പിള്ളമാരുടെയും മാടമ്പിമാരുടെയും അധികാരങ്ങളെടുത്തു കളയാനും ഒരു സൈനികസഖ്യം രൂപീകരിക്കാനും മാർത്താണ്ഡവർമ്മ കായംകുളം, വടക്കുംകൂർ രാജാക്കന്മാരെ കൊല്ലത്തേക്ക് ക്ഷണിച്ചു. മാർത്താണ്ഡവർമ്മയെ വിശ്വാസമില്ലാഞ്ഞിട്ടാവാം രണ്ടുപേരും എത്തിയില്ല[12]. ഈ

സമയം തിരുവിതാംകൂറിൽ കാര്യങ്ങൾ മാർത്താണ്ഡവർമ്മയ്ക്ക് അനുകൂലമായി നീങ്ങുകയായിരുന്നു. മധുരസർക്കാരിന്റെ പണപ്പിരിവിൽ മടുത്ത പിള്ളമാർ യോജിച്ച് മധുരപ്പടയെ ഓടിച്ച് ആരുവാമൊഴി കടത്തി. അതുകാരണം മാർത്താണ്ഡവർമ്മയ്ക്ക് കൽക്കുളത്തുനിന്നും തമ്പിമാരെ ഓടിച്ചുകളയാനും ഭരണം വീണ്ടെടുക്കുവാനും കഴിഞ്ഞു. എങ്കിലും, തമ്പിമാരെ സഹായിക്കാൻ അഴകപ്പാമുതലിയാർ വീണ്ടും പടയുമായി എത്തി. തിരുപ്പതിസാരത്തും, ശുചീന്ദ്രത്തും, വടുകൻ കോട്ടയിലും വച്ച് മധുരപ്പടയും തിരുവിതാംകൂർ സൈന്യവും തമ്മിൽ ഏറ്റുമുട്ടി. ഇതിനിടയ്ക്ക് ധർമ്മപുരത്ത് പെരിയ പണ്ടാരത്തിന്റെ മദ്ധ്യസ്ഥതയിൽ രാജാവും മുതലിയാരും തമ്മിൽ ഒത്തുതീർപ്പുണ്ടാക്കി. അതിൻപ്രകാരം തമ്പിമാർക്ക് നഷ്ടപരിഹാരത്തിന്റെ ഒരു ഭാഗം അപ്പോൾതന്നെ കൊടുക്കാനും ബാക്കി പിന്നീട് നല്കാനും മാർത്താണ്ഡവർമ്മ സമ്മതിച്ചു. മേലിൽ രാജാവിനോട് കൂറുള്ളവരായിരിക്കണമെന്നും എപ്പോഴും വന്നു സഹായിക്കാൻ തനിക്കാവില്ലെന്നും തമ്പിമാരെ ഉപദേശിച്ചശേഷം മുതലിയാരും പടയും മടങ്ങിപ്പോയി.[13]

പക്ഷേ, തമ്പിമാർക്ക് ബാക്കി പണം നല്കാൻ രാജാവിനുദ്ദേശ്യമുണ്ടായിരുന്നില്ല. അദ്ദേഹം തമ്പിമാരെ എങ്ങനെ കൈകാര്യം ചെയ്തുവെന്ന് കൊട്ടാരം ഗ്രന്ഥവരി ഉദ്ധരിച്ച് എം രാജരാജവർമ്മ രാജ ഇങ്ങനെ എഴുതുന്നു: 'തമ്പിമാരെ അനുനയത്തിൽ വരുത്തി നാഗർകോവിൽ കൊട്ടാരത്തിൽ വച്ച് വധിക്കാനായിരുന്നു പരിപാടി. ജ്യേഷ്ഠൻ തമ്പി തന്നെ വന്നുകാണുമ്പോൾ തന്നോടു കയർത്തു സംസാരിക്കാൻ ചില പ്രമാണിമാരെ രാജാവ് ഏർപ്പാടു ചെയ്തിരുന്നു. അനുജനെയും പരിജനങ്ങളെയും പുറത്തു നിർത്തിയിട്ട് തനിയെയാണ് ജ്യേഷ്ഠൻതമ്പി രാജാവിനെ കണ്ടത്. ആ സമയം രാജാവിനോട് ചിലർ കയർത്തു സംസാരിക്കുന്നതുകണ്ട് തമ്പി അവരോട് കയർത്തു. അവർ തമ്മിലുള്ള യുദ്ധത്തിൽ തമ്പിക്ക് വെട്ടേറ്റു. അകത്ത് ബഹളം കേട്ട് ഓടിയെത്തിയ അനുജൻ തമ്പിയെ രാജാവ് പിന്നിൽനിന്ന് കഠാരകൊണ്ട് കുത്തിക്കൊന്നു. രാജാവിനെ വധിക്കാൻ തമ്പിമാർ ശ്രമിച്ചുവെന്നും ആ ശ്രമത്തിൽ അവർ വധിക്കപ്പെട്ടുവെന്നും രാജസേവകർ ജനങ്ങളെ ധരിപ്പിച്ചു. തമ്പിമാരുടെ പാർശ്വവർത്തികളായിരുന്ന 82 പേരെ പിടികൂടി മേക്കാമണ്ഡപത്തിൽവച്ച് തൂക്കിക്കൊന്നു. അവരുടെ കുടുംബാംഗങ്ങളായ പുരുഷന്മാരെ വധിക്കുകയും സ്ത്രീകളെയും കുട്ടികളെയും മുക്കുവർക്ക് വില്ക്കുകയും ചെയ്തു.[14] കൊ വ 906 തുലാമസത്തിലായിരുന്നു ഈ സംഭവങ്ങൾ.'[15]

ഫ്യൂഡൽ വ്യവസ്ഥിതിയുടെ അന്ത്യം

തമ്പിമാരുടെ വധത്തെതുടർന്ന് രാജാവിനെ വധിക്കാനും കൊല്ലം രാജാവിനെ തിരുവിതാംകൂർ രാജാവായി വാഴിക്കാനും ആറ്റിങ്ങൽ വച്ച് ഒരു ഗൂഢാലോചനയുണ്ടായതായി അഞ്ചുതെങ്ങ് രേഖകളിൽ പറയുന്നു. രാജാവ് ഗൂഢാലോചനക്കാരിൽ ചിലരെ പിടികൂടി വധിച്ചുവെന്നും അവ

രുടെ സ്ത്രീകളെയും കുട്ടികളെയും മറ്റൊരു തീരുമാനം ഉണ്ടാകുംവരെ അഞ്ചുതെങ്ങ് കോട്ടയിൽ സൂക്ഷിക്കാൻ ഏല്പിച്ചുവെന്നും, അവരുടെ ചെലവ് രാജാവ് തന്നെ വഹിക്കുമെന്നും അഞ്ചുതെങ്ങ് രേഖയിൽ പറയുന്നു.[16] ആറ്റിങ്ങൽ സ്വരൂപത്തിലെ എട്ടു മാടമ്പിമാരുടെ .പേരുകൾ മതിലകം രേഖകളിൽ പറയുന്നു. (ചുരണ 83, ഓല 37). അവരെയും മറ്റു കുറേപ്പേരെയും കൊ വ 912 ൽ ശിക്ഷിച്ചു എന്നും, അവരുടെ വകയിൽ ഒള്ള പെണ്ണുംപിള്ളയെ ഒക്കെയും തുറപ്പിറത്തും, കൊട്ടപ്പടിയിലായിട്ടും കയ്യാളിക്കയും ചെയ്തു എന്നുമാണ് പറയുന്നത്. പക്ഷേ, വടയാറ്റുപിള്ള ഒഴികെയുള്ള തൃപ്പാപ്പൂരിലെ എല്ലാ മാടമ്പിമാരെയും മാർത്താണ്ഡവർമ്മ കൊല്ലുകയോ നാട്ടിൽനിന്ന് ഓടിച്ചുകളയുകയോ ചെയ്തു എന്നാണ് മാർത്താണ്ഡവർമ്മയുടെ സമകാലികനായ കൊച്ചിയിലെ ഡച്ചുകമാൻഡർ ഗൊള്ളനെസ്സി 1743 ൽ രേഖപ്പെടുത്തിയത്.[17] അതാണ് വസ്തുതയും.

മാർത്താണ്ഡവർമ്മ ഫ്യൂഡൽപ്രഭുക്കന്മാരെ ഒഴിച്ച് എങ്ങനെ അധികാരം ഉറപ്പിച്ചുവെന്നതിനെപ്പറ്റിയുള്ള മതിലകം രേഖ പരിശോധിക്കാം. നാല്പത്തിനാലു വർഷമായി തീപിടിച്ച് അനാഥമായി കിടന്ന ശ്രീപത്മനാഭസ്വാമി ക്ഷേത്രം പുനഃസൃഷ്ടിക്കുന്നതിനാണ് മാർത്താണ്ഡവർമ്മ മുന്തിയ പരിഗണന നല്കിയത്. ആഭ്യന്തരവും ബാഹ്യവുമായ പ്രശ്നങ്ങൾ അതിൽനിന്ന് അദ്ദേഹത്തെ പിന്തിരിപ്പിച്ചില്ല. ഭക്തിയാണോ, രാജ്യതന്ത്രജ്ഞതയാണോ അതിന് പ്രേരകമായത് എന്നു വ്യക്തമല്ല. ക്ഷേത്രം പുനരുദ്ധരിച്ച് പഴയ പ്രതാപം കൈവരിച്ചാൽ രാജാവിനോടുള്ള മതിപ്പ് ജനങ്ങളിൽ വർദ്ധിക്കുമെന്ന് തീർച്ചയായും അദ്ദേഹം മനസ്സിലാക്കിയിരുന്നു. ഏതു പദ്ധതിയും വലിയ തോതിൽ തന്നെ കാണാൻ കഴിഞ്ഞ അദ്ദേഹം വലിയതോതിൽ തന്നെ ക്ഷേത്രംപണിയാനും പദ്ധതിയിട്ടു. തയ്ക്കാട്ട് കേശവൻ ഭവത്രാതൻ എന്ന നമ്പൂതിരി രൂപകല്പന ചെയ്ത പ്രകാരം തമിഴ്നാട്ടിൽ നിന്നുവന്ന ശില്പികളാണ് പണി നിർവ്വഹിച്ചത്. 1730 ഫെബ്രുവരിയിൽ (കൊ വ 905 കുംഭം 7) പണിയാരംഭിച്ചു. '908-ാം മാണ്ട് മീനമാസം 2-ാം തീയതിവരേക്ക് ശ്രീകോവിലും ഒറ്റക്കൽ മണ്ഡപവും തെക്കേടവും അഭിശ്രവണമണ്ഡപവും തിരുവോലക്ക മണ്ഡപവവും ചുറ്റുനാലമ്പലവും ബലിക്കൽ പുരയും വിളക്കുമാടവും വാനം മുതൽ തൂശിവരെയ്ക്കും കല്പണിയും മരപ്പണിയും ചെമ്പുപണിയും ചെയ്യിച്ചു'. പഴയ ദർഭക്കുളത്തെ നീളവും, വീതിയും, താഴ്ചയും കൂട്ടി ചുറ്റും കല്ലുകെട്ടി ഭംഗിയാക്കി. 908 കുംഭമാസം 11-ാം തീയതി കലശം ആട്ടുകർമ്മം നിർവ്വഹിച്ച് മൂന്നുനേരം പൂജയും ഏർപ്പെടുത്തി. കൊ വ 911 തുലാമാസത്തിൽ ഒരു നൂറ്റാണ്ടിലേറെ കാലമായി മുടങ്ങിക്കിടന്ന ഉത്സവം പുനരാരംഭിച്ചു.

നാട്ടിലെ മാടമ്പിമാരും പിള്ളമാരും ചേർന്ന് ആറാട്ടുദിവസം രാജാവിനെ വധിക്കാൻ കായംകുളം രാജാവുമായി ഗൂഢാലോചന നടത്തിയെന്നും, അത് രാജാവിന്റെ ചാരന്മാർ കണ്ടുപിടിച്ച് ഓലയുമായിപ്പോയ ദൂതന്മാരെ എറുമ്പുംകാൽ മണ്ഡപത്തിൽ വച്ച് പിടികൂടിയെന്നും, ആറാ

ട്ടുകഴിഞ്ഞ ഉടനെ ഗൂഢാലോചനക്കാരെ മുഴുവൻ പിടികൂടി വിസ്തരിച്ച് ശിക്ഷിച്ചുവെന്നും മറ്റുമാണ് *മതിലകം രേഖ*[18]. തിരുവിതാംകൂർ ചരിത്രകാരന്മാരെല്ലാം തന്നെ ഈ കഥ ഒരു ചരിത്രരേഖയായി അംഗീകരിച്ചിട്ടുണ്ട്. സൂക്ഷ്മമായി വായിച്ചാൽ ഇത് വെറുമൊരു കെട്ടുകഥയാണെന്ന് മനസ്സിലാക്കാൻ പ്രയാസമില്ല. 1732 ലാണല്ലോ ആദ്യമായി ക്ഷേത്രത്തിൽ ഉത്സവം നടന്നത്. 1731 മുതൽ 1740 വരെ തിരുവിതാംകൂറും കായംകുളവുമായി നടന്ന യുദ്ധങ്ങളെപ്പറ്റി പറഞ്ഞശേഷം ആറാട്ടുകഴിഞ്ഞു നാനാഭാഗങ്ങളിൽനിന്നും പിടികൂടിയ രാജദ്രോഹികളെ കൊ വ 912 ൽ (ക്രി വ 1736–37) ശിക്ഷിച്ചു എന്നാണ് പറയുന്നത്[19]. കൊ വ 912 ൽ മാടമ്പിമാരെ ശിക്ഷിക്കണമെങ്കിൽ ആ വർഷം തുലാമാസത്തിലെ (1736 ഒക്ടോബർ-നവംബർ) ആറാട്ടിനെങ്കിലും മാടമ്പിമാരെ പിടികൂടിയിരിക്കണമല്ലോ. അക്കാലത്ത് കായംകുളം രാജാവായിരുന്നു ദേശിംഗനാടിന്റെ കൂടെ ഭരണാധികാരി. 1735 മേയ് 22–ാം തീയതി ദേശിംഗനാട് - കായംകുളം രാജാവ് മാർത്താണ്ഡവർമ്മയുമായി ഉണ്ടാക്കിയ ഉടമ്പടിപ്രകാരം പ്രതിവർഷം 25,000 കലിയൻ പണം കപ്പം തിരുവിതാംകൂറിന് നല്കിവരികയായിരുന്നു. ഡച്ചുകാരുടെ സഹായം കൂടാതെ ഒരു സൈനിക നീക്കം നടത്താൻ അന്ന് കായംകുളം - ദേശിംഗനാട് രാജാവിന് കഴിയുമായിരുന്നില്ല. അത്തരം ഒരു സാഹസത്തിന് മുതിരാൻ കഴിയാത്ത നിലയിലായിരുന്നു ഡച്ചുകാർ.1736 ഒക്ടോബറിൽ മാർത്താണ്ഡവർമ്മ നെടുമങ്ങാടു രാജാവിനെ തടവിലാക്കിയിരുന്നു. കൂടാതെ ദേശിംഗനാടിന് വടക്കു കരുനാഗപ്പള്ളിയും കിഴക്ക് വടയാറ്റുപിള്ള, തിരുവിതാംകൂർകുറുപ്പ് എന്നിവരും തിരുവിതാംകൂർ പക്ഷത്തായിരുന്നു എന്ന് പിന്നീട് കാണാം. ഈ സാഹചര്യത്തിൽ കായംകുളം രാജാവ് സൈന്യവുമായിവന്ന് ആറാട്ടുദിവസം മാർത്താണ്ഡവർമ്മയെ വധിക്കാനെത്തുമെന്ന് തൃപ്പാപ്പൂർ സ്വരൂപത്തിലെ മാടമ്പിമാർ പ്രതീക്ഷിക്കുമോ? 1740 ൽ കായംകുളം സൈന്യം ഡച്ചുകാരുടെ പൂർണ്ണ സഹകരണത്തോടെ ആറ്റിങ്ങൽവരെ എത്തിയതും അവിടെ വച്ചുണ്ടായ യുദ്ധത്തിൽ എണ്ണായിരം വരുന്ന കായംകുളം സൈന്യത്തിന്റെ ഒന്നുപകുതിയും മരിച്ചുവീണതും നിരാശനായി കായംകുളം രാജാവ് ആത്മഹത്യയ്ക്ക് ഒരുങ്ങിയതും വരുന്ന അദ്ധ്യായത്തിൽ വിവരിക്കാം.

നൂറ്റാണ്ടുകളായി തിരുവിതാംകൂറിനെ സേവിച്ച മന്ത്രിമാരായിരുന്നു ഇടത്തറ പോറ്റിയും ഇളമ്പയിൽ പണ്ടാലും കഴക്കൂട്ടത്ത് പിള്ളയും കുളത്തൂർ പിള്ളയും. കോലത്തുനാട്ടിൽ നിന്ന് ദത്തുവന്ന സഹോദരീസഹോദരന്മാരുടെ അടുത്ത തലമുറയിൽ പെട്ടയാളാണ് മാർത്താണ്ഡവർമ്മ പാരമ്പര്യക്കാരായ മന്ത്രിമാരെയും മാടമ്പിമാരെയും പിള്ളമാരെയും വധിക്കാനും അവരുടെ കുടുംബങ്ങൾ ഉന്മൂലനംചെയ്യാനും എന്തെങ്കിലും ന്യായീകരണം വേണമെന്നു *മതിലകം ഗ്രന്ഥവരി* എഴുതിയവർക്കു തോന്നിയിരിക്കാം. അതിനുവേണ്ടി കെട്ടിച്ചമച്ചതാവണം ഗൂഢാലോചനയുടെ കഥ. പക്ഷേ, ജീർണ്ണിച്ചുപോയ ഫ്യൂഡൽ വ്യവസ്ഥയെ തുടച്ചു

മാറ്റി ചിട്ടയായ ഭരണം സ്ഥാപിക്കാൻ മാർത്താണ്ഡവർമ്മ ശ്രമിച്ചതിന് മതിയായ ന്യായീകരണമുണ്ട്.

മാർത്താണ്ഡവർമ്മ തൃപ്പാപ്പൂർ മൂപ്പേറ്റത്

ക്രി വ 1730 അവസാനത്തോടുകൂടി മിക്കവാറും എല്ലാ പ്രതിലോമ ശക്തികളെയും മാർത്താണ്ഡവർമ്മ നശിപ്പിച്ചു എന്നും അവശേഷിച്ചവരെ ഒഴിവാക്കുകയെന്ന പദ്ധതി കൊ വ 912 ൽ (1736–37) പൂർത്തിയാക്കി യെന്നും വേണം കരുതാൻ. അതുവരെ തിരുവിതാംകൂറും ആറ്റിങ്ങലും രണ്ടു വ്യത്യസ്ത സ്വരൂപങ്ങളായാണ് വർത്തിച്ചത്. തമ്പിമാരുടെ മരണ ത്തോടുകൂടി തിരുവിതാംകൂറിലെ എതിർപ്പുകൾ കെട്ടടങ്ങി. മന്ത്രിമാരായ ഇടത്തറ പോറ്റിയെയും ഇളമ്പയിൽ പണ്ടാലിനെയും ഒഴിവാക്കി. ആറു മുഖംപിള്ളയ്ക്ക് സൈനികഭരണാധികാരിയുടെ സ്ഥാനമാണ് നല്കിയത്. 1730 ഡിസംബർ ആദ്യം ഗൂഢാലോചനക്കാരായ ആറ്റിങ്ങൽ സ്വരൂപവും മാർത്താണ്ഡവർമ്മയുടെ നിയന്ത്രണത്തിലായി. പൂരുരുട്ടാതി തിരുനാൾ നാമമാത്രമായി അധികാരത്തിൽ തുടർന്നു. ആറ്റിങ്ങലിലെ സർവ്വാധികാ രിയായിരുന്ന കൃഷ്ണനണ്ണാവി മാർത്താണ്ഡവർമ്മയുടെ ആജ്ഞാനു വർത്തിയായാണ് ആറ്റിങ്ങലിലെ ഭരണകാര്യങ്ങൾ നിർവ്വഹിച്ചത്. 1726 ൽ ഇടവായിൽ വ്യാപാരശാല ഇംഗ്ലീഷുകാർക്ക് നല്കിക്കൊണ്ട് റാണി ക്കുവേണ്ടി കരാർ ചെയ്തത് കൃഷ്ണനണ്ണാവിയായിരുന്നു. പില്ക്കാലത്ത് ദളവാമാർ സൈനികകാര്യങ്ങൾ നിർവ്വഹിച്ചപ്പോൾ സിവിൽ ഭരണത്തിന്റെ തലവൻ കൃഷ്ണനണ്ണാവിയായിരുന്നു എന്ന് രേഖകളിൽ കാണാം[20].

ആറ്റിങ്ങൽ സ്വരൂപത്തിന്റെ നിയന്ത്രണം കൂടെ മാർത്താണ്ഡവർ മ്മയ്ക്ക് ലഭിച്ചതോടുകൂടി പഴയ തൃപ്പാപ്പൂർ സ്വരൂപം വീണ്ടും നിലവിൽ വന്നു. തൃപ്പാപ്പൂർ സ്വരൂപത്തിന്റെ തലവൻ തിരുവിതാംകൂർ രാജാവായ തുകൊണ്ട് തൃപ്പാപ്പൂർ സ്വരൂപത്തെ തിരുവിതാംകൂർ എന്നുതന്നെ വിദേ ശികളും തിരുവിതാംകൂർ ചരിത്രകാരന്മാരും പരാമർശിച്ചു. പൂരുരുട്ടാതി തിരുനാൾ ജീവിച്ചിരുന്നതുകൊണ്ട് മാർത്താണ്ഡവർമ്മ തൃ മൂ തി എന്ന സ്ഥാനം സ്വീകരിച്ചില്ല. ക്രി വ 1748 മേയ്മാസത്തിലെ (കൊ വ 923 മേടം 11) ഒരു മതിലകം രേഖയിൽപോലും പൂരുരുട്ടാതി തിരുനാളിനെ ആറ്റി ങ്ങൽ ഇളയപണ്ടാരം എന്നും മാർത്താണ്ഡവർമ്മയെ തൃപ്പാപ്പൂർ കീഴ്പേ രൂർ ശ്രീവീരബാല മാർത്താണ്ഡവർമ്മ ചിറവായ് മൂത്തതിരുവടിയെന്നു മാണ് പറയുന്നത്[21]. എങ്കിലും തൃ മൂ തി യുടെ എല്ലാ അധികാരങ്ങളും രാജാവ് ഒരു വെള്ളിയോലയിൽ എഴുതിവാങ്ങി എന്നാണ് ക്യാപ്റ്റൻ അല ക്സാണ്ടർ ഹാമിൽട്ടൺ (A New Account of the East) രേഖപ്പെടുത്തി യിരിക്കുന്നത്. ആറ്റിങ്ങൽ റാണി ഡച്ചുകാർക്ക് നല്കാമെന്നു 1781 ൽ സമ്മതിച്ച 80,000 കലിയൻ പണം, ആറ്റിങ്ങൽ രാജ്യം തിരുവിതാംകൂറിന്റെ ഭാഗമായതുകൊണ്ട് തിരുവിതാംകൂർ നല്കണമെന്ന് 1781 ൽ കൊച്ചിയിലെ ഡച്ച് കമാണ്ടർ രേഖപ്പെടുത്തിയിട്ടുണ്ട്[22]. ആറ്റിങ്ങൽ രാജ്യം തിരുവിതാം കൂറിനോട് ചേർത്തത് കൊ വ 912 ൽ ആണെന്ന് സർക്കാർ രേഖയിൽ

പറയുന്നു[23]; അതായത് പിള്ളമാരുടെയും മാടമ്പിമാരുടെയും അധികാരങ്ങൾ പൂർണ്ണമായും എടുത്തുകളഞ്ഞ വർഷം. ആറ്റിങ്ങൽ റാണിയുടെ ഉപജീവനത്തിനായി ചിറയിൻകീഴ് താലൂക്കിലെ ഏതാനും ദേശങ്ങൾ അതുമുതൽ റാണിക്കു വിട്ടുകൊടുത്തു. 1729 ലെ കരാറിൻ പ്രകാരം ഇംഗ്ലീഷുകാർ അഞ്ചുതെങ്ങിന്റെ പാട്ടംവകയിൽ ആണ്ടൊന്നിന് 150 വെനീഷ്യൻ (ഒരു വെനീഷ്യൻ = 4 1/6 രൂപ) നല്കിവന്നതും റാണിക്ക് വിട്ടുകൊടുത്തു. 1748 ഒക്ടോബർ 27–ാം തീയതി ഈ തുക രാജാവിന് നല്കണമെന്ന് അഞ്ചുതെങ്ങിൽ നിർദ്ദേശം വന്നത്[24] ഒരുപക്ഷേ, പൂരുരുട്ടാതി തിരുനാൾ അന്തരിച്ചതുകൊണ്ടാവാം. ആറ്റിങ്ങൽ റാണിമാരുടെ ചെലവിന് നല്കിയ ദേശങ്ങളെ ശ്രീപാദം ഭൂമിയെന്നാണ് പറയുന്നത്. തിരുവനന്തപുരത്തെ ശ്രീപാദം കൊട്ടാരത്തിൽ റാണിമാർ താമസം തുടങ്ങിയതുകൊണ്ടായിരിക്കാം അത്. ശ്രീപാദം ഭൂമിയുടെ ഭരണകർത്താവും സർക്കാരിന്റെ കീഴിലുള്ള ഒരു കാര്യക്കാർ ആയിരുന്നു.

ഭൂമി മുഴുവൻ മാടമ്പിമാരിൽ നിന്ന് സർക്കാർ ഏറ്റെടുത്തത്

മാടമ്പിത്വം പൂർണ്ണമായി അവസാനിപ്പിച്ചതോടുകൂടി ദേവസ്വം, ബ്രഹ്മസ്വം അല്ലാതുള്ള ഭൂമി മുഴുവൻ സർക്കാരിന്റെ നേരിട്ടുള്ള നിയന്ത്രണത്തിലായി. ഇപ്രകാരം സർക്കാരിന്റെ കൈവശം വന്ന ഭൂമിയെ ചേരിക്കൽ ഭൂമിയെന്നു പറയും. ഭൂമിയിൽ കൃഷിയും മറ്റനുഭവങ്ങളും മുടങ്ങാതിരിക്കേണ്ടതിന് അവ വിഭജിച്ച് കാണപ്പാട്ടമായി കർഷക കുടുംബങ്ങൾക്കു നല്കി. ഭൂമിയിൽനിന്നുള്ള ആദായത്തിന്റെ അടിസ്ഥാനത്തിൽ ഒരു നിശ്ചിത തുക കർഷകനിൽനിന്നും സർക്കാർ ഈടാക്കുന്നു. ആ നിശ്ചിതതുകയെ കാണം എന്നാണ് പറയുന്നത്. ആ തുകയ്ക്ക് പലിശ നിശ്ചയിച്ച് ആ പലിശ വാർഷികപ്പാട്ടത്തിൽ നിന്നും കുറയ്ക്കുന്നു. ഇപ്രകാരം നല്കുന്ന പാട്ടവ്യവസ്ഥയെയാണ് കാണപ്പാട്ടം എന്നുപറയുന്നത്. ഓരോ കുടുംബത്തിനും വിഭജിച്ചു നല്കിയ ഭൂമിയുടെ അതിരുകളും ആദായവും അതിന് സർക്കാരിന് നല്കേണ്ട നികുതിയും നിശ്ചയിച്ചതിനെ 'കണ്ടെഴുത്ത്' എന്നാണ് പറയുന്നത്. ഭൂമിയുടെ അളവ് നിശ്ചയിച്ചത് വിസ്തീർണ്ണം നോക്കിയല്ല, അവിടെനിന്നുകിട്ടുന്ന ആദായത്തിന്റെ അടിസ്ഥാനത്തിലായിരുന്നു. അതുകൊണ്ടാണ് കണ്ടെഴുത്തെന്ന് പറയുന്നത്. അതുകൊണ്ടുതന്നെ നികുതികൾ വിസ്തീർണ്ണത്തെ അടിസ്ഥാനമാക്കിയല്ല ആദായത്തെ അടിസ്ഥാനമാക്കിയായിരുന്നു. കർഷകൻ ഭൂമി കൈവശക്കാരൻ മാത്രമായിരുന്നു; ഭൂമിയുടെ ഉടമസ്ഥത ആർക്കും നല്കിയിട്ടില്ല. 26 തരം കൈവശാവകാശങ്ങൾ ഉണ്ടായിരുന്നതായി *മതിലകം രേഖ*യിൽ പറയുന്നു[25]. ഭൂമി നല്കിയത് സർക്കാരിനോട് കൂറുകാട്ടിയവർക്ക് മാത്രമായിരുന്നതിനാൽ സർക്കാരിനോട് വിധേയത്വം പുലർത്താൻ ഭൂമി കൈവശക്കാർ ബാദ്ധ്യസ്ഥരായിരുന്നു.

മല്ലൻ ശങ്കരൻ എന്നയാളായിരുന്നു കണ്ടെഴുത്തിന്റെ ചുമതലക്കാരൻ. കൊ വ 914 ൽ തൃപ്പാപ്പൂരിലെ കണ്ടെഴുത്ത് മുഴുവൻ പൂർത്തിയാക്കി.

ശ്രീപത്മനാഭസ്വാമി ക്ഷേത്രത്തിന് നേരിട്ടും ക്ഷേത്രത്തിനോടനുബന്ധമായുള്ള ആറു മഠങ്ങൾക്ക് വെവ്വേറെയും ധാരാളം ഭൂസ്വത്തുണ്ടായിരുന്നു. ആറുമഠത്തിലെ വിചാരിപ്പുകാരായിരുന്നു അതാതു മഠത്തിന്റെ സ്വത്ത് കൈകാര്യം ചെയ്തത്. മഠത്തിൽപിള്ളമാരെ പിരിച്ചുവിട്ടു, മഠം വക സ്വത്ത് കൈകാര്യം ശ്രീപത്മനാഭസ്വാമി ക്ഷേത്രത്തിന്റെ വകയാക്കി. ശ്രീ പണ്ടാരവക എന്നാണ് ശ്രീപത്മനാഭസ്വാമി ക്ഷേത്രത്തിന്റെ സ്വത്തിനെ പറയുന്നത്. അതിന്റെ ഭരണാധികാരിയായി കരുവുകരത്തുകണനെ നിയമിച്ചു. മല്ലൻ ശങ്കരനെ ആ സ്ഥാനത്ത് നിയമിച്ചു.

നിയമസമാധാന പാലനത്തിനും നികുതികൾ പിരിക്കാനും അധികാരിമാർ, കാര്യക്കാരന്മാർ എന്നിവരെ നിയമിച്ചു. അവർക്കു മുകളിൽ സർവ്വാധികാരിയായി കൃഷ്ണനണ്ണാവി നിയമിതനായി. മാടമ്പിമാരുടെ കീഴിൽ സേവനം അനുഷ്ഠിച്ചിരുന്ന നായന്മാരെ ചേർത്ത് സംസ്ഥാന സൈന്യം രൂപീകരിക്കപ്പെട്ടു. ദളവയായിരുന്നു സർവ്വസൈന്യാധിപൻ. കാര്യക്കാരന്മാർ, സൈന്യനായകന്മാർ കൂടെ ആയിരുന്നു. ഉദ്യോഗസ്ഥന്മാരും ഭടന്മാരും ആയി നിയമിക്കപ്പെട്ടത് തൃപ്പാപ്പൂരിലെ മാടമ്പി കുടുംബങ്ങളിലെ അംഗങ്ങളായിരുന്നതിനാൽ പില്ക്കാലത്ത് രാജാധികാരത്തെ ധിക്കരിക്കാൻ ആരും ഒരുമ്പെട്ടില്ല. രാജാവ് നിരന്തരം യുദ്ധത്തിലേർപ്പെട്ടിരുന്നതിനാൽ സൈനികവൃത്തിയിലേർപ്പെട്ടിരുന്നവർക്ക് സ്ഥിരമായി തൊഴിൽ ലഭിച്ചു. യുദ്ധമില്ലാത്തപ്പോഴും സൈനികർ മാസംതോറും അധികാരിയുടെ മുമ്പിൽ ചെന്ന് അഭ്യാസബലം പ്രകടിപ്പിച്ച് മാസപ്പടി വാങ്ങി പോകാൻ ഏർപ്പാടുണ്ടായിരുന്നു. ഇക്കാരണങ്ങളാൽ ഫ്യൂഡൽ വ്യവസ്ഥിതിയിൽ നിന്നു രാജാധിപത്യത്തിലേക്കുള്ള മാറ്റം തൃപ്പാപ്പൂർ സ്വരൂപത്തിൽ വലിയ പ്രശ്നങ്ങളുണ്ടാക്കിയില്ല.

ഫ്യൂഡൽ വ്യവസ്ഥയ്ക്ക് ഒരു ചരമക്കുറിപ്പ്

മേൽക്കോയ്മയെ സേവിക്കാൻ ഭൂമി നല്കപ്പെടുന്നതാണല്ലോ ഫ്യൂഡൽ വ്യവസ്ഥ അഥവാ മാടമ്പി വ്യവസ്ഥ. സൈനികസേവനമാണ് പ്രധാനമായും കോയ്മ ആവശ്യപ്പെടുന്നത്. കോയ്മയ്ക്ക് സൈനികസേവനം ചെയ്യാൻ നിയുക്തനായ പ്രാദേശിക ഭരണാധികാരിയെ മാടമ്പിയെന്നു പറയുന്നു. യൂറോപ്പിലെ knight എന്ന പദവിക്ക് തുല്യമായി മാടമ്പി അല്ലെങ്കിൽ നായർ എന്ന പദം ചില വിദേശികൾ ഉപയോഗിച്ചിരുന്നു. അതിനാൽ കോയ്മയും മാടമ്പിയും പരസ്പരം ആശ്രയിച്ചാണ് പ്രവർത്തിച്ചിരുന്നത്. കീഴിലുള്ളവരുമായി ആലോചിക്കാതെ ഒരു കാര്യവും ഭരണാധികാരികൾ നിർവ്വഹിച്ചിരുന്നില്ലെന്ന് കേരളത്തിലെ ആദ്യശാസനമായ വാഴപ്പള്ളി ശാസനം മുതൽ തരിസ്സാപ്പള്ളിശാസനം, രാമേശ്വരം ശാസനം, യൂദശാസനം, കോതനല്ലൂർ ശാസനം എന്നിവയെല്ലാം വ്യക്തമാക്കുന്നു. ഒരു മാതൃകാജനാധിപത്യ വ്യവസ്ഥയായിരുന്നു ആദ്യകാല ഫ്യൂഡൽവ്യവസ്ഥ എന്നുകാണാം.

ഭൂമി മാത്രമായിരുന്നു സമ്പത്ത് എന്നതാണ് അധികാരം ഒരു തല

ത്തിലും കേന്ദ്രീകരിക്കാതിരിക്കാൻ കാരണം. ഈ വ്യവസ്ഥിതിക്ക് കോട്ടം തട്ടിത്തുടങ്ങിയത് വിദേശവാണിജ്യത്തിലൂടെ പണം നാട്ടിലേക്ക് ഒഴുകിയതുമുതലാണ്. പണം ഉച്ചനീചത്വങ്ങളുളവാക്കി. പണത്തിനോടുള്ള ആർത്തി മാനുഷിക ബന്ധങ്ങളെ ഉലച്ചു. നാടുവാഴിക്കും ദേശവാഴിക്കും മാടമ്പിമാർക്കും പണത്തിനോടുള്ള കൂറുകാരണം പരസ്പരം ഉണ്ടായിരുന്ന കൂറുനഷ്ടമായി. 15-ാം നൂറ്റാണ്ടിൽ സമുദ്രവാണിജ്യം മുസ്ലീങ്ങളുടെ കുത്തകയായതോടുകൂടി ഈ പ്രവണത ആരംഭിച്ചുവെങ്കിലും പോർച്ചുഗീസുകാരുടെ വരവോടുകൂടിയാണ് ഈ പ്രവണത ശക്തിപ്പെട്ടത്. നാടുവാഴിമാർ താന്താങ്ങളുടെ അതിമോഹങ്ങൾ സംരക്ഷിക്കാൻ വേണ്ടി നാടിന്റെ സുരക്ഷയെ പറങ്കികൾക്ക് അടിയറവച്ച സംഭവങ്ങൾ ഏറെയാണ്. സാമൂതിരിയെപ്പോലെ ശക്തനാകാൻവേണ്ടി ജനഹിതം അവഗണിച്ചുകൊണ്ട് കൊച്ചിരാജാവ് പോർച്ചുഗലിന്റെ സാമന്തപദവി സ്വീകരിച്ചകഥ; പറങ്കികളോട് പണംവാങ്ങി കൊല്ലത്ത് കോട്ടകെട്ടാൻ അവർക്ക് രഹസ്യാനുവാദം റാണി നല്കിയതും മാടമ്പിമാർ അതിനെ എതിർത്തതുമായ സംഭവം; മുള്ളിനാടിനുവേണ്ടി വിജയനഗരവുമായി നിരന്തരം പോരാടാനും അതിനുവേണ്ടി നാടിനെ പറങ്കികൾക്ക് അടിമപ്പെടുത്താനും തയ്യാറായ സംഭവം; ഇങ്ങനെ എത്ര ഉദാഹരണങ്ങൾ വേണമെങ്കിലും പറയാം. ഡച്ചുകാരും ഇംഗ്ലീഷുകാരും രംഗത്തെത്തിയതോടുകൂടി നാടുവാഴികൾ തമ്മിലും, നാടുവാഴികളും മാടമ്പിമാരും തമ്മിലും, നാടുവാഴി കുടുംബങ്ങൾക്കുള്ളിൽ തന്നെയും കലഹങ്ങൾ നിത്യസംഭവങ്ങളായി. കുടുംബത്തിലെ ദത്തുകളിൽ വിദേശികൾ സ്വാധീനം ചെലുത്തിയത് അന്തഃഛിദ്രങ്ങൾക്ക് കാരണമായി. അയൽനാടുകൾക്കുമേൽ ആധിപത്യം ഉറപ്പിക്കാൻ ശ്രമിക്കുന്ന നാടുവാഴികളെ മാടമ്പിമാർ തുണയ്ക്കാതായി. നാടുവാഴികൾ അനാവശ്യമായ കലഹങ്ങളിലേർപ്പെടുമ്പോൾ മാടമ്പിമാരും പിള്ളമാരും സൗകര്യംപോലെ കക്ഷിചേരുന്നതും, കക്ഷിചേരാതിരിക്കുന്നതും പതിവായി. ഇതിൽ ഫ്യൂഡൽ പ്രഭുക്കന്മാരെ കുറ്റംപറഞ്ഞിട്ട് കാര്യമില്ല.

അധികാരം പിടിച്ചെടുക്കുന്ന ഫ്യൂഡൽ പ്രഭുക്കന്മാരുടെ സഹായം കിട്ടാതെ വരുമ്പോഴോ അതു മതിയാകാതെ വരുമ്പോഴോ വാടകസൈന്യത്തെ വിളിക്കുക എന്ന പതിവ് ആദ്യമായി തുടങ്ങിയത് തിരുവിതാംകൂറിലാണ്. പേരകത്താവഴിയിലെ കേരളവർമ്മ ആറ്റിങ്ങൽ റാണിയോടു യുദ്ധം ചെയ്യാൻ ചിദംബരനാഥപിള്ളയുടെ നേതൃത്വത്തിലുള്ള മധുരപ്പടയെ ആശ്രയിച്ചത് ഒരു തുടക്കമായിരുന്നു. കോട്ടയം കേരളവർമ്മ കരുനാഗപ്പള്ളിക്കുവേണ്ടി കായംകുളം രാജാവിനെതിരെ യുദ്ധം ചെയ്യാനും വിദേശസേനയെ കടമെടുത്തു. വാടകസൈന്യത്തിന് പ്രതിഫലം നല്കാൻ മാടമ്പിമാരെ കൊള്ളയടിക്കുകയെന്നതും കോട്ടയം കേരളവർമ്മ തുടങ്ങിവച്ച പരിപാടിയാണ്; അല്ലെങ്കിൽ വിദേശവ്യാപാരികളിൽ നിന്ന് ചുങ്കം മുൻകൂറായി വാങ്ങി മാടമ്പിമാരുടെ പങ്ക് അപഹരിക്കുകയെന്നതായി മറ്റൊരു പരിപാടി. മാടമ്പിമാരും രാജാവുമായുള്ള വേർപിരിയൽ

അതിന്റെ മൂർദ്ധന്യദിശയിലെത്തിയത് കോട്ടയം കേരളവർമ്മയുടെ കാലത്തായിരുന്നു. അദ്ദേഹത്തോളം ശക്തനല്ലെങ്കിലും അദ്ദേഹത്തിന്റെ പിൻഗാമിയായിരുന്ന ആദിത്യവർമ്മയ്ക്ക് രാജത്വത്തെപ്പറ്റിയുള്ള ധാരണ ഫ്യൂഡൽവ്യവസ്ഥിതിക്ക് ഒട്ടും അനുയോജ്യമല്ലായിരുന്നു. അദ്ദേഹത്തിനുവേണ്ടി അനുജൻ രാമവർമ്മ 1715 ഏപ്രിൽ 17-ാം തീയതി കൊച്ചിയിലെ ഡച്ച് കമാൻഡറോട് ഇങ്ങനെ പരാതിപ്പെട്ടു.

'മാടമ്പിമാർക്ക് അവർ പറയുംപോലെ പ്രവർത്തിക്കുന്ന രാജാവിനെയാണ് വേണ്ടത്. രാജാവ് ഒരു ബൊമ്മയെപ്പോലെ സിംഹാസനത്തിൽ മിണ്ടാതിരിക്കണം. അതായത് രാജാവ് രാജ്യകാര്യങ്ങളിൽ ഇടപെടരുത്. അത് സാമാന്യനീതിക്കെതിരാണ്. അതുകൊണ്ട്, അവരെ അടിച്ചമർത്താനും അവരുടെ പരിപാടികളെ പൊളിക്കാനും വേണ്ടി ഞാൻ ഇംഗ്ലീഷുകാർക്ക് കോട്ട കെട്ടാൻ അനുവാദം നല്കാൻപോലും തയ്യാറായി. എന്റെയും എന്റെ അധികാരങ്ങളുടെയും സംരക്ഷണത്തിന് അതാവശ്യമാണ്[26]'.

അന്നോളം വേണാടിൽ നിലനിന്ന ഫ്യൂഡൽ വ്യവസ്ഥിതിയെപ്പറ്റി അറിവില്ലാത്തതുകൊണ്ടാണ് കോലത്തുനാട്ടിൽ നിന്ന് ദത്തുവന്ന രാമവർമ്മ ഇങ്ങനെ പറഞ്ഞത്. ജനഹിതം അനുസരിച്ച് ഭരിക്കുകയെന്നതാണ് ഫ്യൂഡൽ വ്യവസ്ഥിതിയുടെ സത്ത. ഇംഗ്ലീഷുകാർക്ക് അനാവശ്യമായ സൗജന്യം നല്കിയും പ്രഭുക്കന്മാരെ അടിച്ചമർത്തിയും സ്വന്തം ഹിതംപോലെ നാടുഭരിക്കുകയെന്നതാണ് രാമവർമ്മ ധരിച്ചിരുന്ന രാജധർമ്മം. ഇംഗ്ലീഷുകാരിൽ നിന്ന് പണംവാങ്ങി വാടകസൈന്യത്തെ വരുത്തി ആറ്റിങ്ങൽ, നെടുമങ്ങാട്, ദേശിംഗനാട്, കരുനാഗപ്പള്ളി എന്നീ സ്വരൂപങ്ങൾക്കുമേൽ ആധിപത്യം സ്ഥാപിക്കുകയെന്നതാണ് രാമവർമ്മ രാജധർമ്മമായി കരുതിയത്. നാടുവാഴിക്ക് മാടമ്പിമാരെയും പിള്ളമാരെയും നിയമിക്കാൻ അനുവാദം ഉണ്ടായിരുന്നതുപോലെതന്നെ ഫ്യൂഡൽ വ്യവസ്ഥിതിയിൽ മാടമ്പിമാർക്ക് അവരുടെ ഇംഗിതങ്ങളെ മാനിക്കുന്ന നാടുവാഴിയെ വച്ചുപുലർത്താനും അവകാശമുണ്ട്. ദിവസം എന്നോണം നാടുവാഴികൾ തമ്മിലുള്ള ബന്ധങ്ങൾ മാറിക്കൊണ്ടിരിക്കുമ്പോൾ അതിനൊത്തവണ്ണം മാടമ്പിമാർക്കും മാറിക്കൊണ്ടിരിക്കാൻ കഴിയുകയില്ല. ഇതാണ് മാർത്താണ്ഡവർമ്മ ഭരണമേല്ക്കുന്നതിന് മുമ്പുണ്ടായിരുന്ന അരാജകത്വത്തിന് പ്രധാന കാരണം.

ഫ്യൂഡൽ വ്യവസ്ഥയുടെ തകർച്ചയ്ക്കിടയാക്കിയ മറ്റൊരു കാരണം ക്രി വ 1662 മുതൽ 1729 വരെ തൃപ്പാപ്പൂർ സ്വരൂപത്തിൽ ഭരണം നടത്തിയ രാജാക്കന്മാരാരും തന്നെ മണ്ണിന്റെ മക്കളല്ലായിരുന്നു എന്നതാണ്. രാമവർമ്മ, ആദിത്യവർമ്മ, രവിവർമ്മ എന്നിവർ കൊച്ചിയിൽനിന്ന് ദത്തുവന്നവരും കോട്ടയം കേരളവർമ്മ പുറവഴിനാട്ടിൽനിന്നു വന്നയാളുമായിരുന്നു. കേരളവർമ്മയുടെ പിൻഗാമികളായ ആദിത്യവർമ്മ, രാമവർമ്മ, തലശ്ശേരി രാജകുമാരൻ എന്നിവർ കോലത്തിരി കുടുംബക്കാരായിരുന്നു. മാർത്താണ്ഡവർമ്മയും അദ്ദേഹത്തിന്റെ ജ്യേഷ്ഠനുമാണ് 1662 നുശേഷം

തൃപ്പാപ്പൂർ സ്വരൂപത്തിൽ ആദ്യമായി ജനിച്ചുവളർന്നവർ. ഫ്യൂഡൽ വ്യവസ്ഥിതിയുടെ വിജയത്തിന് ഏറ്റവും ആവശ്യം രാജാവ് മുതൽ താഴെയറ്റംവരെയുള്ളവർ ഒരേ സമൂഹത്തിൽ പെട്ടവരായിരിക്കണമെന്നുള്ളത്. മറ്റൊരു രീതിയിൽ പറഞ്ഞാൽ 1662 മുതൽ 1724 വരെ തൃപ്പാപ്പൂർ സ്വരൂപം വിദേശഭരണത്തിലായിരുന്നു എന്നതാണ് വസ്തുത. ഒന്നോ രണ്ടോ തലമുറയെങ്കിലും കഴിയാതെ വിദേശ ഭരണാധികാരികൾക്ക് ഭാരതീയരുമായി ആശയപ്പൊരുത്തം ഉണ്ടാവുകയില്ല. ഫ്യൂഡൽ വ്യവസ്ഥിതിയിൽ രാജാവ് ശക്തനായിരിക്കണമെന്നില്ല. ജനഹിതം മാനിക്കാനുള്ള കഴിവാണ് രാജാവിന് വേണ്ടത്. ഭരണം അഭിപ്രായസമന്വയത്തിലൂടെയായതുകൊണ്ട് ഒരിക്കലും ദുർഭരണം നിലനില്ക്കില്ല.

ഭരണീയരിൽ നിന്നു ഭരണാധികാരികൾ അകന്നുപോയതാണ് ഫ്യൂഡൽ വ്യവസ്ഥിതിയുടെ തകർച്ചയ്ക്ക് മറ്റൊരു കാരണം. കേരളത്തിലെ ആദ്യകാല ഭരണാധികാരികൾ യാദവരുടെയും ചേരന്മാരുടെയും പിന്മുറക്കാരായിരുന്നു. പരസ്പരവിവാഹം മൂലം സ്വത്വം നഷ്ടപ്പെട്ട സങ്കരവർഗ്ഗമായിരുന്നു പില്ക്കാല ഭരണാധികാരികൾ. അവർക്ക് കീഴിൽ ഭരണം നടത്തിയത് അടിസ്ഥാനപരമായി കർഷകരാണ്. അവരെ വെള്ളാളർ എന്നാണ് പറഞ്ഞിരുന്നത്. അതൊരു ജാതി നാമമായിരുന്നില്ല. ക്രി.വ. 892 ലെ തരിസ്സാപ്പള്ളി ശാസനത്തിലും ക്രി വ 101 ലെ തിരുനെല്ലി പട്ടയത്തിലും അവരെപ്പറ്റി പരാമർശിക്കുന്നതിൽനിന്ന് അവർ കേരളത്തിലുടനീളം ഉണ്ടായിരുന്നു എന്നു കാണാം. അവരിൽനിന്ന് ആയുധപരിശീലനം നേടി ദേശസേവനത്തിനായി വാളെടുത്തവരെ നായർ എന്നു പറഞ്ഞിരുന്നു. അതും ജാതിനാമമായിരുന്നില്ല. ശൂദ്രന്മാർ എന്ന് ബ്രാഹ്മണർ പേരുനല്കിയ വിഭാഗത്തിൽപെട്ടവരായിരുന്നു വെള്ളാളനും നായരും. ചേര യാദവ വിഭാഗത്തിൽപെട്ട നാടുവാഴികൾക്ക് കീഴിൽ ദേശവാഴികളും തറനാഥന്മാരും ആയത് നായന്മാരായിരുന്നു. അനുലോമ വിധിപ്രകാരമുള്ള വിവാഹങ്ങൾമൂലം ചേരനും, യാദവനും, നായരും ഒന്നായി ഒരു സങ്കര വർഗ്ഗം രൂപംകൊണ്ടു. അപ്രകാരം രൂപംകൊണ്ട ഭരണവർഗ്ഗം അടിസ്ഥാനപരമായി നായർ ആയിരുന്നു. 14-ാം നൂറ്റാണ്ടുവരെയും യാദവനെന്നോ ചേരനെന്നോ നാടുവാഴികൾ അറിയപ്പെട്ടുവെങ്കിലും പിന്നീടാരും യാദവനെന്നവകാശപ്പെട്ടില്ല. ചില നാടുവാഴികൾ ചേരപൈതൃകം അവകാശപ്പെട്ടത് ചേരന്മാർ ക്ഷത്രിയരായിരുന്നു എന്ന മിഥ്യാധാരണ മൂലമാണ്. ദ്രാവിഡനും ക്ഷത്രിയനാവാൻ കഴിയുകയില്ല. എന്നാൽ ജന്മംകൊണ്ട് എല്ലാവരും ശൂദ്രന്മാരാണെന്നും സംസ്കാരംകൊണ്ടാണ് അയാൾ ബ്രാഹ്മണനോ ക്ഷത്രിയനോ വൈശ്യനോ ആകുന്നതെന്നും വിധിയുണ്ട്[27]. വിധിപ്രകാരം ഒരാൾ ക്ഷത്രിയനായാൽ തന്നെ അയാളുടെ ഭാഗിനേയനും ജന്മംകൊണ്ട് ക്ഷത്രിയനാകാൻ സാധിക്കുകയില്ല. ഇപ്രകാരം ക്ഷത്രിയരായവരാണ് രാമർ തിരുവടി കുലശേഖര ചക്രവർത്തിയും, ദേ കി രാമമാർത്താണ്ഡവർമ്മ കുലശേഖരപ്പെരുമാളും, രവിവർമ്മ കുലശേഖരപ്പെരുമാളും. അനിഴം തിരുനാൾ മാർത്താണ്ഡവർമ്മ ജാതിയിൽ

നായരാണെന്ന് 1743 ൽ ഡച്ച് കമാൻഡർ ഗൊള്ളനെസ്സി രേഖപ്പെടുത്തി യിട്ടുണ്ട്[28]. പില്ക്കാലത്ത് ഹിരണ്യഗർഭദാനംമൂലം അദ്ദേഹം ക്ഷത്രിയത്വം നേടിയെന്നു മാത്രമല്ല ഷോഡശ ദാനങ്ങളിലൂടെ കുലശേഖരപ്പെരുമാൾ എന്ന ബിരുദവും അദ്ദേഹം ബ്രാഹ്മണരിൽ നിന്നുനേടി. അതുകൊണ്ടു മാത്രം അദ്ദേഹത്തിന്റെ പിൻഗാമിക്ക് ക്ഷത്രിയനാകാൻ കഴിഞ്ഞില്ലെന്ന് 1781 ൽ ഡച്ച് കമാൻഡർ മൂൺസ് രേഖപ്പെടുത്തി[29]. രാമവർമ്മ എങ്ങനെ ക്ഷത്രിയനായി എന്നും മൂൺസ് വിവരിച്ചിട്ടുണ്ട്. തന്റെ പിൻഗാമികൾ കൂടി ക്ഷത്രിയനാകത്തക്കവണ്ണം അദ്ദേഹം വിപുലമായതോതിൽ ഹിര ണ്യഗർഭദാനം നടത്തിയെങ്കിലും പിൻഗാമികളായ ബാലരാമവർമ്മ, സ്വാതി തിരുനാൾ എന്നിവർ അദ്ദേഹത്തിന്റെ ഭാഗിനേയരല്ലാത്തതുകൊണ്ട് അവരും ഹിരണ്യഗർഭദാനം നടത്തിയാണ് ക്ഷത്രിയത്വം നേടിയത്.

ഇപ്രകാരം ക്ഷത്രിയത്വമോ സാമന്തത്വമോ (അർദ്ധക്ഷത്രിയർ) നേടാനുള്ള ശ്രമമാണ് നാടുവാഴികളെ മാടമ്പിമാരിൽ നിന്നകറ്റിയത്. അതുകാരണം, നാടുവാഴികളും മാടമ്പിമാരും തമ്മിലുള്ള ബന്ധത്തിന് ദൃഢതയില്ലായിരുന്നു. എത്ര ഉന്നതനായാലും ഒരു മാടമ്പിക്ക് നാടുവാഴി യാകാൻ കഴിയുകയില്ലായിരുന്നു. വടയാറ്റുപിള്ള, ഇളമ്പയിൽ പണ്ടാല തുടങ്ങിയ ഉന്നതസ്ഥാനീയർക്കുപോലും തൃപ്പാപ്പൂർ സ്വരൂപത്തിലേക്ക് ദത്തെടുക്കപ്പെടാൻ കഴിയാതിരിക്കെയാണ് കൊച്ചിയിൽനിന്നും കോല ത്തുനാട്ടിൽ നിന്ന് അഭയാർത്ഥികളെപ്പോലെ വന്ന രവിവർമ്മ, കോട്ടയം കേരളവർമ്മ, ആദിത്യവർമ്മ, രാമവർമ്മ, തലശ്ശേരി രാജകുമാരൻ എന്നിവർ തിരുവിതാംകൂർ രാജാക്കന്മാരായത്. തൃപ്പാപ്പൂർ സ്വരൂപത്തിലെ മാടമ്പിമാർ ജാതിമേന്മ അംഗീകരിച്ചു കൊടുത്തുവെങ്കിലും നൂറ്റാണ്ടുകളായി അവർ അനുഭവിച്ചുപോന്ന സ്വാതന്ത്ര്യം ബലികൊടുക്കാൻ അവർ തയ്യാറായില്ല.

ഈ സാഹചര്യത്തിൽ തകർന്നുപോയ ഫ്യൂഡൽ പ്രഭുത്വം അവ സാനിപ്പിച്ചത് ന്യായീകരിക്കാവുന്നതാണ്. എങ്കിലും, മാർത്താണ്ഡവർമ്മ നശിപ്പിച്ച മൂന്നു ഫ്യൂഡൽ പ്രഭുക്കന്മാരുടെ സേവനപാരമ്പര്യം ഉദ്ധരി ക്കുന്നത് പ്രസക്തമാണെന്ന് തോന്നുന്നു.

1. ഇളമ്പയിൽ പണ്ടാലമാർ

സാമന്ത ക്ഷത്രിയരാണ്. മൂലകുടുംബം ആറ്റിങ്ങലിന് സമീപം. ക്രി വ, 1634 മുതലെങ്കിലും പണ്ടാലമാർ തിരുവിതാംകൂറിലെ പാരമ്പര്യ മന്ത്രി മാരായിരുന്നതായി കാണുന്നു. ആ വർഷം ഇളംകൂറായിരുന്ന ആദിത്യ വർമ്മയ്ക്ക് ഇളമ്പയിൽ പല്പനാവൻ പല്പനാവൻ പ്രതിവർഷം 120 പണം കപ്പം നല്കിയിരുന്നതായി കാണുന്നു[30]. അടുത്തവർഷം ഇളമ്പ യിൽ മാർത്താണ്ഡവർമ്മ കണിയാകുളം പോരിൽ പങ്കെടുത്തതായി കാണുന്നു[31]. തിരുവിതാംകൂറിന്റെ പ്രതിനിധിയെന്ന നിലയിൽ ഇളമ്പേൽ മാർത്താണ്ഡൻ കേരളനും ആറ്റിങ്ങലിലെ മന്ത്രി കൊടുമൺപിള്ളയുമായി ഉണ്ടാക്കിയ ഒത്തുതീർപ്പുപ്രകാരം (കൊ വ 856 ധനു) പേരകത്താവഴി യിലെ കേരളവർമ്മയ്ക്ക് അടുത്തൂൺ അനുവദിച്ചു[32]. ശ്രീപത്മനാഭസ്വാമി

ക്ഷേത്രത്തിലെ പൂജകൾ പുനരാരംഭിക്കാൻ 1685 ൽ ഇളമ്പേൽ പത്മനാഭൻ കേരളൻ പിള്ളമാരോടൊപ്പം വേണ്ട ഏർപ്പാടുകൾ ചെയ്തു[33]. ഇളമ്പേൽ മാർത്താണ്ഡനിരവിയാണ് 1730 ൽ മാർത്താണ്ഡവർമ്മയാൽ ശിക്ഷിക്കപ്പെട്ടത്.

2. ഇടത്തറപോറ്റിമാർ

കരുനന്തടക്കന്റെ കാലത്ത് തൃപ്പരപ്പു ക്ഷേത്രത്തിൽ ഊരാണ്മ സഭയിലുണ്ടായിരുന്നുവെന്ന് തൃപ്പരപ്പുശാസനത്തിൽ കാണുന്നു[34]. പരമേശ്വരഭട്ടൻ എന്നായിരുന്നു അന്നത്തെ പോറ്റിയുടെ പേർ. ക്രി വ 1634 ലെ കണിയാകുളം പോരിൽ തിരുവിതാംകൂറിലെ മന്ത്രിയെന്ന നിലയിൽ ഇടത്തറത്തേവൻ തോക്കുമായി പങ്കെടുത്തു. ക്രി വ 1662 ൽ രവിവർമ്മ അന്തരിച്ചപ്പോൾ ചടങ്ങുകൾക്ക് സാരഥ്യം വഹിച്ചത് ഇടത്തറതേവൻ വിക്രമനായിരുന്നു[35]. ക്രി വ 1678 ൽ വെള്ളാരപ്പള്ളി രാമൻകോയിലിനെ (രവിവർമ്മ) ദത്തെടുത്തപ്പോൾ അദ്ദേഹത്തെ കൽക്കുളത്തു നിന്ന് തിരുവനന്തപുരത്തേക്ക് കൂട്ടിക്കൊണ്ടുവന്നത് തേവൻ വിക്രമൻ തന്നെയായിരുന്നു[36]. എങ്കിലും പേരകത്താവഴിയിലെ കേരളവർമ്മയെ 1677 ൽ ചിറവാമൂപ്പുവാഴിക്കാൻ തേവൻ വിക്രമൻ സഹായിച്ചു. പക്ഷേ, അന്ന് ചിറവാമൂപ്പു വഹിച്ചിരുന്ന രവിവർമ്മ 1684 ലും 1685 ലും ഇടത്തറമഠത്തിൽ താമസിച്ചിരുന്നതായി കാണുന്നു. സ്വന്തം മഠത്തിലെ കലവറയിൽ ഒളിച്ചിരുന്ന ഇടത്തറ ത്രിവിക്രമൻ ത്രിവിക്രമനെ രാമയ്യന്റെ ഭടന്മാർ മഠത്തോടൊപ്പം ചുട്ടുകൊന്നു എന്നാണ് ഐതിഹ്യം.

3. കഴക്കൂട്ടത്തുപിള്ളമാർ

16-ാം നൂറ്റാണ്ടിന്റെ ആദ്യപാദത്തിൽ തൃപ്പാപ്പൂർ മൂപ്പു വഹിച്ചിരുന്ന സകലകലാമാർത്താണ്ഡവർമ്മയുടെ വിശ്വസ്ത സചിവനായിരുന്നു കഴക്കൂട്ടത്ത് തെങ്കലയത്തു പെരുമാൾ എന്ന് അഞ്ചുതമ്പുരാൻ പാട്ടിൽ കാണാം. തന്റെ ഭാഗിനേയൻ ആദിത്യവർമ്മ മുള്ളിനാട്ടിൽ ചിങ്കിലിവീരമാർത്താണ്ഡവർമ്മയോടു പടയ്ക്ക് പോയപ്പോൾ പടനയിക്കാൻ നിയുക്തനായതു കഴക്കൂട്ടത്തുപിള്ളയായിരുന്നു[37]. കണിയാകുളം പോരിൽ പങ്കെടുത്ത കമാൻഡർമാരിൽ കലയപെരുമാൾ എന്ന കഴക്കൂട്ടത്തുപിള്ളയും ഉണ്ടായിരുന്നു. 1685 ൽ രവിവർമ്മയെ തൃപ്പാപ്പൂർ മൂപ്പുവാഴിക്കാൻ തൃപ്പാപ്പൂര ക്ഷേത്രത്തിലേക്ക് എഴുന്നള്ളിച്ചുകൊണ്ടുപോയ മൂന്നുപിള്ളമാരിൽ ഒരാൾ കഴക്കൂട്ടത്തു കണക്കു പെരുമാൾ കണ്ടൻ ആയിരുന്നു[38]. 1730 ൽ മാർത്താണ്ഡവർമ്മയാൽ വധിക്കപ്പെട്ട കണക്കുരാമൻ ഈശ്വരന്റെ പേരിലുള്ള ആരോപണം എന്താണെന്ന് വ്യക്തമല്ല. ഒരുപക്ഷേ, അയാൾ തമ്പി സഹോദരന്മാർക്കൊപ്പം മാർത്താണ്ഡവർമ്മയ്ക്കെതിരെ പ്രവർത്തിച്ചിരിക്കാം.

കുറിപ്പുകൾ

1. വമ്പിച്ച ചെലവുചെയ്ത് രാജാവ് പടയൊരുക്കം നടത്തുന്നതുകണ്ട് തങ്ങൾക്കുനേരെയും യുദ്ധമുണ്ടാകുമോയെന്ന് ഇംഗ്ലീഷുകാർ സംശയിച്ചു. (Letters to Tellicherry Vol I പുറം 31) പാച്ചുമൂത്തതിന്റെ തിരുവിതാംകൂർ ചരിത്രം (1986) പുറം 35 കാണുക.
2. പാച്ചുമൂത്തത്. *തിരുവിതാംകൂർ ചരിത്രം*, പുറം 37-38 റാഹുത്തർ എന്നത് മുസ്ലീം പടയാളികളെയാണ്.
3. രാജ്യകാര്യ ചുരുണ M.Doc CXXX, ഓല 29 p. 117 of App. to vol II, T.K.Velu Pillai
4. Do. ഓല 25, p. 115
5. പിള്ളമാരുടെ പേരിനുമുമ്പിൽ കണക്ക് എന്ന സ്ഥാനപ്പേരുണ്ടാവും. പിള്ളമാർ പാരമ്പര്യക്കാരായ രാജപ്രതിനിധികളാണ്. അവർ സ്ഥാനമേൽക്കുമ്പോൾ രാജാവ് സ്വന്തം മുദ്രയുള്ള മോതിരം അവർക്ക് നല്കുന്നു. മാടമ്പിമാർ ഇതിൽ നിന്ന് വ്യത്യസ്തരാണ്. അവരെ നിയമിക്കുന്നതും രാജാവാണ്. മാടമ്പിമാർ പ്രാദേശിക ഭരണാധികാരികളാണ്. അവരെ വാഴിക്കുമ്പോൾ രാജാവ് വാൾ സമ്മാനിക്കുന്നു. ഔദ്യോഗിക ചുമതല നിർവഹിക്കുമ്പോൾ അവർ വാൾ ധരിക്കണം.
6. M Raja Raja Varma Raja. *Travancore Dynastic Records*, Kerala Society Papers, Series 7, പുറം 351
   'ഇരണിയൽ ചിങ്ങനല്ലൂർ കോട്ടയം, കോയിക്കലും ടിയിൽ തേവൻ ചേരിവകയും, ടിയിൽ കടയും, പാകോട്ടു ഊട്ടുപുരയും, ആളൂരും ടി കോട്ടയും ഇലങ്കത്തു... ചെമ്പകരാമ പുരുരും, ആൾവാർ കോവിൽ ശ്രീകാര്യക്കണക്കും, കുന്നത്തൂർ കാപ്പുകാട്ട് വകയും, ചാന്നുവകയും കെട്ടിറ ചിറ്റിറ ഈരകീഴ്ഭോഗവും കണ്ടുകാഴ്ചകാട്ട് തലപ്പണവും വകയും തെങ്കനാട്ടുചിറവാ... ഒള്ളിടിവക പണവകയും, വിളപ്പിൽശാല വകയും, തിരുവനന്തപുരത്ത് ശ്രീവരാഹത്തു കോവിക്കലും കഠിനംകുളത്തു മഹാദേവർ കോവിൽ ശ്രീകാര്യക്കണക്കും മറ്റും മലൈനാടുവക നെൽവകൈപണവകൈ എപ്പേർപ്പെട്ടതും, നാഞ്ചിനാട്ടിൽ വലികൊല്ലി കിഴാരമംഗലം ഉള്ളിട്ട പറ്റിൽ കോട്ടപണം വിശേഷാൽ കാണിക്കയും, മൂപ്പുവ കൈഉഴവു ഉടവും, നീങ്കലാക ഉള്ളമേൽവാരവും, അഞ്ചാലിയും പണവക പിറകത്തെ കൈകറത്തെണ്ടും വകയും, നയിനാർ മധുസൂദനപ്പെരുമാൾ കോവിലിൽ ശ്രീകാര്യം ശ്രീകാര്യക്കണക്കും, വടശ്ശേരി തോവാള ഉൾപ്പെട്ട ചിറവായി കൂറുവക ആയവും, ഉഴവുപാട്ടവും, വെങ്കുളം... നീങ്കലാക 883-ാം മാണ്ട് പണവക എപ്പേർപെട്ടതും രാമവർമ്മ ഉണ്ണി..."
7. Mark de Lannoy op.cit. p. 45 note 3, ഈ കത്തിന്റെ പകർപ്പ് ലെയ്ഡൻ യൂണിവേഴ്സിറ്റിയിൽ നിന്നു മാർക് ഡിലനോയ് ഗ്രന്ഥകർത്താവിന് അയച്ചുതന്നു.

8. Do. p. 46 note 6
9. Do. p. 46 note 8
10. Mark de Lannoy, പുറം 47
11. മതിലകം രാജ്യകാര്യച്ചുരുണ 83, ഓല 27
12. Mark de Lannoy, p. 48
13. മതിലകം ചുരുണ 83 ഓല 28-29
രാജാവിന്റെ പ്രതിനിധികളായ രാമയ്യനും നാരായണയ്യരും തിരുവിതാംകൂറിലെ മരുമക്കത്തായ വ്യവസ്ഥയെപ്പറ്റി മുതലിയാരെ സമർത്ഥമായി ഉദ്ബോധിപ്പിച്ചതിന്റെ ഫലമായാണ് മുതലിയാർ മടങ്ങിപ്പോയതെന്നാണ് നാഗമയ്യ (Travancore State Manual Vol. I P. 335) പറയുന്നത്. മധുരയിലെ പാരമ്പര്യക്കാരനായ ദളവായാണ് മുതലിയാർ. മുതലിയാർക്ക് തിരുവിതാംകൂറിലെ പിന്തുടർച്ചാവകാശത്തെപ്പറ്റി രാമയ്യനെക്കാൾ നല്ല നിശ്ചയമുണ്ട്. രാമയ്യൻ തിരുവിതാംകൂറിൽ വന്ന പരദേശിയായിരുന്നു.
14. എം രാജരാജവർമ്മ. *ശ്രീവഞ്ചി രാജ്യചരിത്രം*, പുറം 43-46
15. മതിലകം ചുരുണ 83, ഓല 28
16. ആറ്റിങ്ങൽ സ്വരൂപത്തിലെ എട്ടു മാടമ്പിമാർ, ഇടത്തറപോറ്റി, ഇളമ്പയിൽ പണ്ടാൽ, തമ്പിമാർ ഉൾപ്പെടെ ആറുപിള്ളമാർ, മറ്റേതാനും ചെറുമാടമ്പിമാർ എന്നിവരുടെ പേരുകളാണ് മതിലകം ഓലകളിലുള്ളത്.
17. Galleti, A Vanderburg and P. Groot. 'The Dutch in Malabar' p. 53
18. മതിലകം ചുരുണ 83, ഓല 35-38
19. Do. 83 ഓല 33-35.
20. പില്ക്കാലത്ത് മാർത്താണ്ഡവർമ്മയുടെ യുദ്ധകാര്യ മന്ത്രിയായിരുന്ന രാമയ്യൻ ദളവായ്ക്ക് തിരുവിതാംകൂർ ചരിത്രകാരന്മാർ അമിതപ്രാധാന്യം നല്കിയപ്പോൾ തിരുവിതാംകൂറിലെ സിവിൽ ഭരണത്തലവനായിരുന്ന കൃഷ്ണനണ്ണാവി അവഗണിക്കപ്പെടുകയാണുണ്ടായത്.
21. M Doc. CXXXIV, App. page 135 of Travancore State Manual by T K Velu Pillai.
22. Galletti et al. *Dutch in Malabar*, pp. 118-119
23. R Mahadeva Iyer. 'Travancore Revenue Manual', Vol IV para 17
24. Anjengo Consultation, Vol II p. 93.
25. മതിലകം ചുരുണ 83, ഓല 38
26. Mark de Lannoy. op. cit p. 28. കൊച്ചിയിലെ ഡച്ച് കമ്മോഡോർ ബെരൻ കേറ്റലും, തിരുവിതാംകൂറിലെ ആദിത്യവർമ്മയും രാമവർമ്മയും തമ്മിലുണ്ടായ ചർച്ചയിൽവച്ച് പറഞ്ഞത്.

27. ജന്മനാ ജായതേ ശൂദ്രഃ
സംസ്കാരേണ ദ്വിജോത്തമഃ
യതിധർമ്മസംഗ്രഹം, പുറം 23
28. Galletti et al. 'Dutch in Malabar', p. 53; 16-ാം നൂറ്റാണ്ടായപ്പോഴേക്കും നായർ എന്നത് ഒരു ജാതിനാമമായിക്കഴിഞ്ഞു.
29. Do page 110; Also see note 2.
30. Travancore Dynastic Records, Kerala Society Papers, series 6, പുറം 349
31. തിക്കുറിശ്ശി ഗംഗാധരൻ, ed. 'കണിയാകുളം പോര്', വരികൾ 85-86.
32. *Travancore Dynastic Records*, Kerala Society Papers, series 6, Document 4.
33. മതിലകം ക്ഷേത്രകാര്യചുരുണ (848-860), ഓല 12
34. തൃപ്പരപ്പു ശാസനം TAS Vol I, പുറം 291-298.
35. *Travancore Dynastic Records*, Kerala Society Papers, series 6, Doc. b page 338
36. Do. series 3, Doc. G പുറം 131.
37. ഉള്ളൂർ എസ് പരമേശ്വരയ്യർ. *കേരളസാഹിത്യ ചരിത്രം*, വാല്യം ഒന്ന്, പുറം 239-242.
38. *Travancore Dynastic Records*, Kerala Society Papers, series 6, p. 343.

രാജ്യവികസനം*

തയ്യാറെടുപ്പ്

ആയിരത്തി എഴുന്നൂറ്റി മുപ്പത് അവസാനത്തോടുകൂടി പ്രതിലോമകാരികളായ പിള്ളമാരുടെയും മാടമ്പിമാരുടെയും എതിർപ്പുകൾ മിക്കവാറും അവസാനിക്കുകയും തൃപ്പാപ്പൂരിന്റെ മുഴുവൻ നിയന്ത്രണവും കൈവശം വരികയും ചെയ്തെങ്കിലും വടക്കൻ ജൈത്രയാത്ര ഉടൻ മാർത്താണ്ഡവർമ്മ ആരംഭിച്ചില്ല. കൂനിന്മേൽ കുരുവെന്നപോലെയുള്ള മധുരനായ്ക്കരുടെ നിലപാടായിരുന്നു അതിനു കാരണം. 1731 ആരംഭത്തിൽ വിജയരംഗചൊക്കനാഥനായ്ക്കർ അന്തരിച്ചു. നായ്ക്കർക്ക് സന്തതിയില്ലാത്തതുകൊണ്ട് ഭാര്യ മീനാക്ഷിയമ്മാൾ ഭരണം ഏറ്റെടുത്തു. മറ്റൊരു ശാഖയിലെ ഒരു ബാലനെ മീനാക്ഷി നായ്ക്കരുടെ പിൻഗാമിയായി ദത്തെടുത്തു. ആ ബാലന്റെ പിതാവ് തിരുമല മീനാക്ഷിയിൽ നിന്ന് അധികാരം പിടിച്ചെടുക്കാൻ ശ്രമിച്ചുകൊണ്ടിരുന്നത് ഭരണസ്തംഭനത്തിന് കാരണമായി. അങ്ങനെ ആ ഭാഗത്തുനിന്ന് ശല്യം തിരുവിതാംകൂറിന് തൽക്കാലം ഒഴിവായി. പൊന്നുപാണ്ട്യ തേവർ എന്ന പാളയക്കാരന്റെ നേതൃത്വത്തിൽ 1000 പേരടങ്ങിയ ഒരു മറവപ്പടയെ രാജാവ് വാടകയ്ക്കെടുത്തു. കുതിരപ്പടയും കാലാളും ഉൾപ്പെട്ടതാണ് മറവപ്പട.

ദേശിംഗനാടിനു നേരെ

1703 മാർച്ച് മാസത്തിൽ ഉണ്ണിക്കേരളവർമ്മ അന്തരിച്ചതു നിമിത്തം കായംകുളത്തുനിന്നും 1722 ൽ ദത്തെടുക്കപ്പെട്ട രണ്ടുപേരിൽ മൂത്തയാൾ ദേശിംഗനാടു രാജാവായി എന്നു പറഞ്ഞിരുന്നല്ലോ. 1732 മാർച്ചിൽ

* ഈ അദ്ധ്യായത്തിലെ സംഭവങ്ങൾ മതിലകം ചുരുണ 83-ലെയും ഡച്ചുരേഖകളിലെയും വിവരണങ്ങളെ അടിസ്ഥാനമാക്കിയുള്ളതാണ്.

മാർത്താണ്ഡവർമ്മയും സൈന്യവും ദേശിംഗനാടിനു നേരെ പുറപ്പെട്ടു. വഴിയിൽവച്ച് കരകുളംപിള്ള സൈന്യത്തെ തടയാൻ ശ്രമിച്ചുവെങ്കിലും കരകുളം പിള്ളയെയും അയാളുടെ നായന്മാരെയും ഉന്മൂലനം ചെയ്തു കൊണ്ട് തിരുവിതാംകൂർ സൈന്യം ദേശിംഗനാടിലൂടെ കല്ലടയാർ കടന്നു. അതോടുകൂടി നെടുമങ്ങാടും കൊട്ടാരക്കരയും നിന്ന് കൊല്ലത്തേക്കുള്ള ചരക്കു ഗതാഗതം തിരുവിതാംകൂറിന്റെ നിയന്ത്രണത്തിലായി. അതിൽ ഉൽക്കണ്ഠാകുലനായ ഡച്ച് കമാൻഡർ ഒരു ദൂതനെ തിരുവിതാംകൂർ രാജാവിനെ കാണാൻ അയച്ചുവെങ്കിലും പ്രയോജനമുണ്ടായില്ല. മാർച്ച് മാസം 22-ാം തീയതി കല്ലടയ്ക്ക് സമീപം വച്ചുണ്ടായ യുദ്ധത്തിൽ കായം കുളത്തിന്റെയും ദേശിംഗനാടിന്റെയും സംയുക്തസൈന്യം പൂർണ്ണമായി പരാജയപ്പെട്ടുപോയി. എങ്കിലും ദേശിംഗനാട് രാജാവ് രക്ഷപ്പെട്ടു കൊല്ലം കോട്ടയിലെത്തി. മാർച്ച് 26-ാം തീയതി തിരുവിതാംകൂർ സൈന്യം പെരി യനാട് ക്ഷേത്രസങ്കേതം കൊള്ളയടിച്ചത് ദേശിംഗനാട് രാജാവിനെ ഭയ വിഹ്വലനാക്കി. ക്ഷേത്രസങ്കേതത്തിൽ ശത്രുക്കൾക്കുപോലും കാലുകു ത്താൻ പാടില്ലാത്തതാണ് എന്ന കേരള നിയമം മറവപ്പടയ്ക്ക് ബാധക മായിരുന്നില്ല. മാർച്ച് 29-ാം തീയതി സഹോദരിയേയും ഇളയസഹോദ രനേയും കൊല്ലത്തെ ഭരണം ഏല്പിച്ചിട്ട് ദേശിംഗനാട് രാജാവ് കായം കുളത്തേക്ക് പോയി'. മാർച്ച് 31-ാം തീയതി കച്ചവട ഉടമ്പടിക്കായി മാർത്താണ്ഡവർമ്മയെ സമീപിച്ചു. തിരുവിതാംകൂറും കായംകുളവും തമ്മിൽ സമാധാനം സ്ഥാപിക്കാനാണ് ഡച്ച് പ്രതിനിധി ശ്രമിച്ചത്. വമ്പിച്ച കപ്പക്കുടിശ്ശികയും നഷ്ടപരിഹാരവുമാണ് തിരുവിതാംകൂർ ആവശ്യപ്പെ ട്ടത് എന്നതുകൊണ്ട് സന്ധിയുണ്ടായില്ല.

ഇതിനിടയിൽ പുതിയ ദേശിംഗനാട് രാജാവും സഹോദരിയും മാർത്താണ്ഡവർമ്മയുടെ മേൽക്കോയ്മ അംഗീകരിച്ച് സമാധാനം സ്ഥാപിച്ചു. പുതിയ ദേശിംഗനാട് രാജാവുമൊത്ത് മാർത്താണ്ഡവർമ്മ കരുനാഗപ്പള്ളിയിലെ പ്രധാന തുറമുഖമായ പണ്ടാരത്തുരുത്ത് ആക്ര മിച്ചു. ഏപ്രിൽ 9-ാം തീയതി, ഡച്ചുകാരുടെ മദ്ധ്യസ്ഥതയിൽ കായംകുളം രാജാവ് തിരുവിതാംകൂറുമായി സന്ധിചെയ്തു. ഉടമ്പടി വ്യവസ്ഥയനു സരിച്ച് 51,200 കൊല്ലംപണം പകിടിയായും 12,00 കൊല്ലംപണം വാർഷിക കപ്പമായും നല്കാൻ കായംകുളം സമ്മതിച്ചു. (രണ്ട്കൊല്ലംപണം = 1 രൂപ). കൂടാതെ രണ്ടാനയും കരുനാഗപ്പള്ളിയിൽ നിന്നു പിടിച്ചെടുത്തി രുന്ന ഏതാനും ദേശങ്ങളും നല്കപ്പെട്ടു. കാർത്തിക തിരുനാൾ ആറ്റി ങ്ങൽ ഇളയതമ്പുരാട്ടിയെ കരുനാഗപ്പള്ളിയിൽ വാഴിച്ചു. കൊല്ലത്തെ ദേശിം ഗനാട്ടുവക കോട്ട ഇടിച്ചു കളയുകയും ദേശിംഗനാട് രാജാവിനെ തിരുവ നന്തപുരത്തുകൊണ്ടുപോയി പാർപ്പിക്കുകയും ചെയ്തു. കിഴക്കെ കൊല്ല ത്തുള്ള തൃപ്പാപ്പൂർ വക കോട്ടയിൽ ദളവാ ആറുമുഖം പിള്ളയെ സൈന്യ സമേതം താമസിപ്പിച്ചശേഷമാണ് മാർത്താണ്ഡവർമ്മ മടങ്ങിപ്പോയത്.

ഏതാനും മാസങ്ങൾ കഴിഞ്ഞിട്ടും ഉടമ്പടി പ്രകാരമുള്ള തുകകൾ കായംകുളം രാജാവ് തിരുവിതാംകൂറിന് നല്കിയില്ല. എന്നുമാത്രമല്ല തിരു

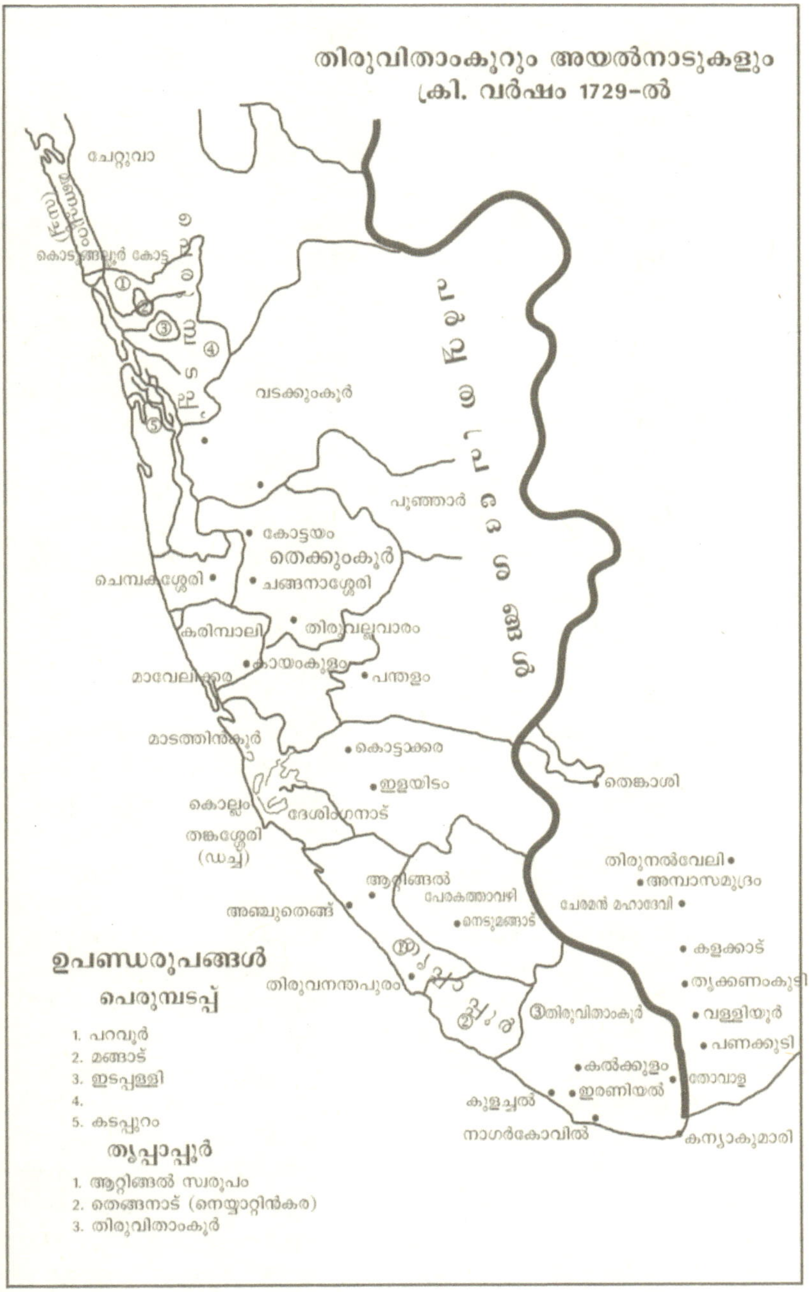
തിരുവിതാംകൂറും അയൽനാടുകളും
ക്രി. വർഷം 1729-ൽ
ചേറ്റുവാ
കൊടുങ്ങല്ലൂർ കോട്ട
വടക്കുംകൂർ
പൂഞ്ഞാർ
കോട്ടയം
തെക്കുംകൂർ
ചെമ്പകശ്ശേരി
ചങ്ങനാശ്ശേരി
കരിമ്പാലി
തിരുവല്ലവാരം
കായംകുളം
പന്തളം
മാവേലിക്കര
മാടത്തിൻകൂർ
കൊട്ടാക്കര
ഇളയിടം
തെങ്കാശി
കൊല്ലം
ദേശിംഗനാട്
തങ്കശ്ശേരി
(ഡച്ച്)
തിരുനൽവേലി
അമ്പാസമുദ്രം
ആറ്റിങ്ങൽ
പേരകത്താവഴി
ചേരമൻ മഹാദേവി
അഞ്ചുതെങ്ങ്
നെടുമങ്ങാട്
കളക്കാട്
തിരുവനന്തപുരം
തൃക്കണംകുടി
തിരുവിതാംകൂർ
വള്ളിയൂർ
പണക്കുടി
കൽക്കുളം
ഇരണിയൽ
തോവാള
കുളച്ചൽ
നാഗർകോവിൽ
കന്യാകുമാരി
ഉപബന്ധരൂപങ്ങൾ
പെരുമ്പടപ്പ്
1. പറവൂർ
2. മങ്ങാട്
3. ഇടപ്പള്ളി
4.
5. കടപ്പുറം
തൃപ്പാപ്പൂർ
1. ആറ്റിങ്ങൽ സ്വരൂപം
2. തെങ്ങനാട് (നെയ്യാറ്റിൻകര)
3. തിരുവിതാംകൂർ

വനന്തപുരത്തായിരുന്ന ദേശിംഗനാട് രാജാവിനെ രഹസ്യമായി കൊല്ല ത്തുകൊണ്ടുവരികയും പൊളിച്ച കോട്ട പുതുക്കി പണിയുകയും ചെയ്തു. കൊച്ചിരാജാവിന്റെയും ഡച്ചുകാരുടെയും പിന്തുണ ദേശിംഗനാടിനുണ്ടാ യിരുന്നു. ദേശിംഗനാട് കോട്ടയ്ക്കുള്ളിലായിരുന്നു തങ്കശ്ശേരിയിലെ ഡച്ചു കോട്ട. ആറുമുഖം പിള്ള ദേശിംഗനാട് കോട്ട ആക്രമിച്ചെങ്കിലും ഡച്ചു കോട്ടയിൽ നിന്നുള്ള വെടികാരണം കോട്ട പിടിക്കാൻ കഴിഞ്ഞില്ല. കൊല്ലത്തെ സ്ഥിതിയറിഞ്ഞ മാർത്താണ്ഡവർമ്മ കൽക്കുളത്തുനിന്ന് പട യുമായി കൊല്ലത്തെത്തി. എങ്കിലും, കോട്ട പിടിക്കാൻ കഴിഞ്ഞില്ല. എന്നാൽ തിരുവിതാംകൂറുമായി നേരിട്ടൊരു യുദ്ധത്തിന് ഡച്ചുകാർ ഒരു ക്കമല്ലായിരുന്നു. ഡച്ചുകാരും, കൊച്ചിയുടെയും, ചെമ്പകശ്ശേരിയുടെയും, നെടുമങ്ങാടിന്റെയും പ്രതിനിധികളും കിഴക്കെ കൊല്ലത്തുള്ള പടയാറ്റു പിള്ളയുടെ കോട്ടയിൽ വച്ച് 1732 ഡിസംബർ 16-ാം തീയതി മാർത്താ ണ്ഡവർമ്മയുമായി സന്ധിക്കരാറുണ്ടാക്കി[2]. നീണ്ടുനില്ക്കുന്ന ഒരു യുദ്ധ ത്തിന് മാർത്താണ്ഡവർമ്മ തയ്യാറല്ലായിരുന്നതുകൊണ്ടാണ് സമാധാന സന്ധിക്ക് സമ്മതിച്ചത്. ശ്രീപത്മനാഭസ്വാമി ക്ഷേത്രത്തിലെ പണികൾ ത്വരിതഗതിയിയിൽ നടക്കുന്നതുകൊണ്ടും, ധനപരമായ ബുദ്ധിമുട്ടുകൾ കൊണ്ടുമാണ് യുദ്ധവിരാമത്തിന് മാർത്താണ്ഡവർമ്മ ഒരുങ്ങിയത്. 1733 ഫെബ്രുവരിയിൽ മധുരസൈന്യം നാഞ്ചിനാട്ടു പ്രവേശിക്കുകയും ചെയ്തു.

കരുനാഗപ്പള്ളിക്ക് വേണ്ടി യുദ്ധം

1732 ഏപ്രിൽ 9-ാം തീയതിയിലെ ഉടമ്പടി നടപ്പിലാക്കാൻ മാർത്താ ണ്ഡവർമ്മ ഏറെ ശ്രമിച്ചെങ്കിലും കായംകുളം വഴങ്ങിയില്ല. കൊച്ചിയുടെ കുത്തിത്തിരുപ്പുകളാണ് കാരണം. മറ്റുനാടുവാഴികളെ തമ്മിലടിപ്പിച്ച് കൊച്ചിയുടെ പ്രാമാണ്യം നിലനിർത്തുക ചില കൊച്ചിരാജാക്കന്മാരുടെ പതിവായിരുന്നു. അനാവശ്യമായ യുദ്ധങ്ങൾ ഒഴിവാക്കാൻ ഡച്ചുകാർ ആവതും ശ്രമിച്ചുവെങ്കിലും കൊച്ചിയുടെ കുസൃതികൾ അതിനനുവദി ച്ചില്ല. തിരുവിതാംകൂറിന്റെ വർദ്ധിച്ചുവരുന്ന ശക്തിയെ ചെറുക്കാൻ കായം കുളവുമായി സഖ്യമുണ്ടാക്കുകയാണ് കൊച്ചിരാജാവ് ചെയ്തത്. കായം കുളവും തിരുവിതാംകൂറുമായുള്ള ശത്രുതകൾ മൂക്കുമ്പോൾ ഡച്ചുകാ രുടെ വ്യാപാരം തടസ്സപ്പെടുകയും അവർ തിരുവിതാംകൂറിനെതിരെ തിരി യുകയും ചെയ്യുമെന്ന് കൊച്ചിരാജാവ് കരുതി. 1733 ഏപ്രിൽ 13-ാം തീയതി 3000 ഭടന്മാരുമായി കൊച്ചിയിലെ രണ്ടു മന്ത്രിമാർ കായംകുളത്തിന്റെ സഹായത്തിനെത്തി. പക്ഷേ, കരുനാഗപ്പള്ളി കീഴടക്കി കായംകുളം രാജാവ് ശക്തനാകുന്നതും കൊച്ചിക്കിഷ്ടമില്ലായിരുന്നു. അതുകൊണ്ട് തന്റെ സാമന്തനായ തെക്കുംകൂർ കൈമളെ കരുനാഗപ്പള്ളി പിടിച്ചടക്കാൻ കൊച്ചിരാജാവ് ഏർപ്പാടുചെയ്തു. അതറിഞ്ഞ കായംകുളം രാജാവ് 1733 മേയ് മാസത്തിൽ കരുനാഗപ്പള്ളി ആക്രമിച്ചു. അക്കാരണത്താൽ തെക്കും കൂർ കൈമൾ കരുനാഗപ്പള്ളി റാണിയുടെ പക്ഷംചേർന്ന് കായംകുളത്തെ

ചെറുത്തു. കരുനാഗപ്പള്ളിയുടെയും തെക്കുംകൂറിന്റെയും സംയുക്തമായ സൈന്യത്തെ സുശിക്ഷിതമായ കായംകുളം സൈന്യം തോല്പിച്ചു. 1732 ഏപ്രിൽ 9-ാം തീയതി തിരുവിതാംകൂറിന് വിട്ടുകൊടുത്ത പ്രദേശങ്ങൾ വീണ്ടും കൈയടക്കി (1733 മെയ്). റാണി പുത്രന്മാരോടൊപ്പം ആറ്റിങ്ങലിലേക്ക് പോയി രക്ഷപ്പെട്ടു. മധുരയിൽനിന്നുള്ള സമ്മർദ്ദം മൂലവും സാമ്പത്തിക ബുദ്ധിമുട്ടുകൾ മൂലവും മാർത്താണ്ഡവർമ്മ തല്ക്കാലം കരുനാഗപ്പള്ളിയിൽ ഇടപെട്ടില്ല. ദേശിംഗനാട് രാജാവ് കൊല്ലം കോട്ട ശക്തിപ്പെടുത്തുകയും തിരുവിതാംകൂറിൽ നിന്ന് സ്വതന്ത്രനാവുകയും ചെയ്തു.

കായംകുളത്തിനുനേരെ യുദ്ധം വീണ്ടും

1739 മാർച്ച് മാസത്തിൽ മധുരപ്പടയെ തിരിച്ചയക്കാൻ മാർത്താണ്ഡവർമ്മയ്ക്ക് കഴിഞ്ഞു. അതിനുവേണ്ട പണം ഇംഗ്ലീഷുകാർ നല്കി. വിഴിഞ്ഞം തുറമുഖത്തിനു സമീപം ശംഖുവാരാനുള്ള അവകാശം ഇംഗ്ലീഷുകാർക്ക് പ്രതിഫലമായി നല്കപ്പെട്ടു. ഏപ്രിൽ 11-ാം തീയതി തിരുവിതാംകുറിന്റെ മുന്നണിപ്പട ദേശിംഗനാട് അതിർത്തി കടന്നു. മേയ്മാസം 9-ാം തീയതി ദേശിംഗനാട് ഇളയരാജാവും (കായംകുളം മുന്നാംകൂർ) മൂത്ത സഹോദരിയും കായംകുളത്തേക്ക് ഓടിപ്പോയി. കല്ലടവച്ചുനടന്ന യുദ്ധത്തിൽ ദേശിംഗനാട് സൈന്യം പരാജയപ്പെട്ടതാണ് കാരണം. കൊച്ചി രാജാവ് ആവശ്യപ്പെട്ടതനുസരിച്ച്, ഡച്ചുകാരുടെ മദ്ധ്യസ്ഥതയിൽ തിരുവിതാംകൂറും ദേശിംഗനാടും തമ്മിൽ മേയ് 26-ാം തീയതി സന്ധിക്കരാറുണ്ടാക്കി. അതിൻപ്രകാരം ദേശിംഗനാട് രാജാവ് പ്രതിവർഷം 9000 കൊല്ലംപണം (4500 രൂപ) തിരുവിതാംകൂറിന് കപ്പം കൊടുക്കുവാൻ സമ്മതിച്ചു. മാത്രമല്ല തിരുവിതാംകൂറും കായംകുളവും തമ്മിലുണ്ടാകാവുന്ന യുദ്ധത്തിൽ ദേശിംഗനാട് നിഷ്പക്ഷത പാലിക്കാമെന്നും സമ്മതിച്ചു. കരുനാഗപ്പള്ളിയിലെ പണ്ടാരത്തുരുത്തിൽ ഒരു പാണ്ടികശാല പണിയിക്കാൻ ഡച്ചുകാർക്ക് അനുവാദം നല്കപ്പെട്ടു. കരുനാഗപ്പള്ളി സ്വരൂപം അപ്പോഴും കായംകുളത്തിന്റെ നിയന്ത്രണത്തിലായിരുന്നതിനാൽ ഡച്ചുകാർ തിരുവിതാംകൂറിന്റെ അവകാശം അംഗീകരിച്ചുകൊടുക്കുകയാണ് അതുമൂലം ചെയ്തത്.

1734 മെയ് 26-ാം തീയതി ഒരു വമ്പിച്ച സൈന്യശേഖരവുമായി മാർത്താണ്ഡവർമ്മ മാവേലിക്കരയിലെത്തി[3]. ഡച്ചുകാരുടെ പ്രതിനിധിയായി എശക്കിയൽ റബ്ബി എന്ന യഹൂദവ്യാപാരി കായംകുളം രാജാവുമായി ചർച്ചനടത്തി. കായംകുളവും തിരുവിതാംകൂറും തമ്മിൽ യുദ്ധം ഒഴിവാക്കണമെന്നും, കരുനാഗപ്പള്ളിയിൽനിന്നു കായംകുളം രാജാവ് പിടിച്ചടക്കിയ ദേശങ്ങൾ ഒഴിഞ്ഞുകൊടുക്കണമെന്നും, അങ്ങനെ ഒഴിഞ്ഞുകൊടുത്താൽ പാട്ടവ്യവസ്ഥയിൽ ആ ദേശങ്ങൾ തിരുവിതാംകൂർ കായംകുളത്തിനു നല്കുമെന്നുമായിരുന്നു വ്യവസ്ഥകൾ. ചർച്ചകൾ ആശാവഹമായി പുരോഗമിച്ചുകൊണ്ടിരിക്കെ ജൂൺ 1-ാം തിയതി കാലത്ത് തിരുവിതാംകൂറിന്റെ കുതിരപ്പട കായംകുളം കോട്ടയാക്രമിച്ചു. ചാത്തനാട്

മാടമ്പിയുടെ ഉപദേശപ്രകാരം കായംകുളം രാജാവ് ഊരിയവാളുമായി കുതിരപ്പടയെ നേരിട്ടു. തത്സമയം ചാത്തനാട്ടു മാടമ്പിയും ആൾക്കാരും കാലുമാറിയതുകാരണം രാജാവ് പടനിലത്തിൽ മരിച്ചുവീണു. യുദ്ധത്തിൽ രാജാവിനെ വധിക്കുന്നത് കേരളീയാചാരപ്രകാരം അധർമ്മമാണ്. അതിനു പകരംവീട്ടാൻ അന്തരിച്ച രാജാവിന്റെ അംഗരക്ഷകരായ ചാവേറുകൾ മരണംവരെയും പോരാടും[4]. മുന്നൂറു ചാവേറുകളാണ് കായംകുളം രാജാവിനുണ്ടായിരുന്നത്. അവർ ഓരോരുത്തരും മരണംവരെ പോരാടാൻ പ്രതിജ്ഞയെടുത്തു. ആളറിയാതെ സംഭവിച്ചുപോയതാണെന്ന് മാർത്താണ്ഡവർമ്മയും ഡച്ചുകാരും പറഞ്ഞുനോക്കിയെങ്കിലും പ്രയോജനം ഉണ്ടായില്ല. മറവന്മാരായ അശ്വഭടന്മാർ കേരളാചാരത്തെപ്പറ്റി അറിയാതെപോയതായിരിക്കാം രാജാവിന്റെ വധം. നാണക്കേടോടെ മാർത്താണ്ഡവർമ്മ പിന്മാറിയെങ്കിലും എല്ലാ ചാവേറുകളും പോരാടി മരിച്ചു. തിരുവിതാംകൂറും കായംകുളവും തമ്മിൽ ഉടമ്പടി ഉണ്ടാകാതിരിക്കാൻ കൊച്ചി രാജാവിന്റെ ഏജന്റായി ചാത്തനാട് മാടമ്പി പറ്റിച്ച പണിയാണ് രാജാവിന്റെ വധത്തിൽ കലാശിച്ചതെന്ന് പറയപ്പെടുന്നു.

കായംകുളം രാജാവിന്റെ മരണത്തെതുടർന്ന് ദേശിംഗനാട് രാജാവായിരുന്ന കായംകുളത്തെ ഇളംകൂർ കായംകുളം രാജാവാകുകയും അദ്ദേഹത്തിന്റെ അനുജൻ കൊല്ലം ഭരണാധികാരിയാവുകയും ചെയ്തു. ചെമ്പകശ്ശേരി രാജാവും തെക്കുംകൂർ രാജാവും ചാവേറുകളെ അയക്കുന്നതിനെതിരെ കായംകുളത്തെ വിലക്കിയെങ്കിലും കായംകുളം അത് ചെവിക്കൊണ്ടില്ല. അതുകാരണം ചാവേറുകളെ നേരിടാതെ മാർത്താണ്ഡവർമ്മ 1734 ഒക്ടോബർ മാസത്തിൽ തിരുവനന്തപുരത്തേക്ക് പോയി.

1735 ഫെബ്രുവരി മാസത്തിൽ മാർത്താണ്ഡവർമ്മ ദേശിംഗനാടിനും കായംകുളത്തിനും നേരെ വീണ്ടും പടപുറപ്പെട്ടു. കായംകുളം രാജാവ് സഹായാഭ്യർത്ഥനയുമായി മന്ത്രി ഈശ്വരപട്ടരെ കൊച്ചിയിലേക്കയച്ചു. കൊച്ചിരാജാവ് മുഖാന്തരം ഡച്ച് സഹായം തേടുകയായിരുന്നു ദൗത്യം. നാടുവാഴികൾ തമ്മിലുള്ള നിരന്തരമായ പിണക്കങ്ങളിൽ ഇടപെടാൻ ഡച്ച് കമാൻഡർ ഗൊള്ളനെസ്സി വിസമ്മതിച്ചു. എങ്കിലും, ഡച്ച് കമ്പനിയുടെ പ്രതിനിധിയായി ജോഹന്നസ് മുയൂർഡിനെ സമാധാനം സ്ഥാപിക്കാനായി പറഞ്ഞയച്ചു. തന്റെ മാതുലനെ വധിച്ചതിന് പ്രായശ്ചിത്തമായി കരുനാഗപ്പള്ളിയിൽ കായംകുളം കൈവശം വച്ചിരുന്ന ദേശങ്ങൾ വിട്ടുകിട്ടണമെന്നതായിരുന്നു കായംകുളം രാജാവിന്റെ ആവശ്യം. 1732 ലെ ഉടമ്പടി കായംകുളം രാജാവ് ലംഘിച്ചതും കരുനാഗപ്പള്ളിയിൽനിന്നും ആറ്റിങ്ങൽ ഇളയറാണിയെ ഓടിച്ചതും തിരുവിതാംകൂറിന് എടുത്തുപറയാനുണ്ടായിരുന്നു. നയതന്ത്രജ്ഞനായ മാർത്താണ്ഡവർമ്മ 1000 കണ്ടി കുരുമുളക് നല്കി 300 യൂറോപ്യൻ ഭടന്മാരുടെ സേവനം ഡച്ചുകാരിൽ നിന്ന് സമ്പാദിച്ചതോടുകൂടി കീഴടങ്ങാൻ ദേശിംഗനാട് നിർബ്ബന്ധിതമായി. 1735 മേയ് 22-ാം തീയതിയിലെ ഉടമ്പടിപ്രകാരം പ്രതിവർഷം 25,000 കലിയൻപണം കപ്പമായി നല്കാൻ ദേശിംഗനാട് സമ്മതിച്ചു. പകരം മുൻ

കുടിശ്ശിക തിരുവിതാംകൂർ റദ്ദാക്കി. ദേശിംഗനാടിനോട് തൊട്ടുകിടക്കുന്ന ചെറിയതളിയുടെ ഭാഗം കരുനാഗപ്പള്ളിയിൽനിന്ന് ദേശിംഗനാടിന് വിട്ടുകൊടുക്കുകയും ചെറുകോൽ തിരുവിതാംകൂറിന് നല്കുകയും ചെയ്തു. ഈ ഉടമ്പടിക്ക് ശേഷം ഡച്ചുകാരുമായി ദേശിംഗനാട് ശത്രുതയിലാവുകയും ദേശിംഗനാടിനെ ഒരു പാഠം പഠിപ്പിക്കുമെന്ന് ഡച്ചുകാർ തീരുമാനിക്കുകയും ചെയ്തു.

പേരകത്താവഴി

കായംകുളവും ദേശിംഗനാടും ഒരു വശത്തും തിരുവിതാംകൂർ മറുവശത്തുമായി നീണ്ടുനിന്ന ശത്രുതകൾ നെടുമങ്ങാടിന്റെയും കൊട്ടാരക്കരയുടെയും ഭരണാധികാരിയായിരുന്ന പേരകത്താവഴിയിലെ കേരളവർമ്മയെയാണ് കുഴപ്പത്തിലാക്കിയത്. നെടുമങ്ങാട്ടെയും കൊട്ടാരക്കരയിലെയും ചരക്കുകൾ കയറ്റുമതി ചെയ്യേണ്ടത് കൊല്ലം തുറമുഖത്തിലൂടെയായിരുന്നു. അതുകൊണ്ട് ദേശിംഗനാടുമായിട്ടുള്ള സൗഹാർദ്ദം കേരളവർമ്മയ്ക്ക് അനുപേക്ഷണീയമായിരുന്നു. മാത്രമല്ല, ഡച്ചുകാരുടെ പ്രേരണയിൽ കൊച്ചിരാജകുടുംബത്തിലെ കരപ്പുറം ശാഖയിൽനിന്നു ദത്തുവന്ന ആളായിരുന്നു കേരളവർമ്മ. അതിനും പുറമെ തിരുവിതാംകൂർ സൈന്യത്തിന് കായംകുളത്തേക്ക് നേരിട്ടുപോകാൻ കൊട്ടാരക്കര സ്വരൂപത്തിലൂടെ വേണം സഞ്ചരിക്കാൻ. തിരുവിതാംകൂറിന്റെ ഇടപെടലില്ലാതെ ചരക്കുകൾ കൊല്ലത്തെത്തിക്കേണ്ടതിന് ഡച്ചുകാരുടെ സൈനികസഹായം ആവശ്യപ്പെട്ടുകൊണ്ട് കേരളവർമ്മ 1736 ഏപ്രിൽ കൊച്ചിയിലേക്കെഴുതി. ഈ കത്ത് ഡച്ചുകമാൻഡർ മാർത്താണ്ഡവർമ്മയ്ക്ക് അയച്ചുകൊടുത്തു. കേരളവർമ്മയെയും കുടുംബത്തെയും പിടികൂടി ബന്ധികളാക്കിവയ്ക്കാൻ ഇത് ധാരാളം മതിയായിരുന്നു. കേരളാചാരപ്രകാരം രാജാവിനെ തടവിലാക്കുന്നത് അധാർമ്മികമാണെങ്കിലും തമിഴ്നാട്ടുകാരായ ആറുമുഖംപിള്ളയും രാമയ്യനും മുഖ്യ ഉപദേഷ്ടാക്കളായിരിക്കെ മാർത്താണ്ഡവർമ്മ അതൊന്നും കാര്യമാക്കിയില്ല. കേരളവർമ്മയുമായി കരാറുണ്ടാക്കി അദ്ദേഹത്തെ തുടരാൻ അനുവദിച്ചാലും അതുകൊണ്ട് പ്രയോജനമുണ്ടാകില്ല എന്നതും വസ്തുതയാണ്. തടവിലായിരുന്നപ്പോഴും കേരളവർമ്മയെ പേരകത്താവഴി രാജാവായി മാർത്താണ്ഡവർമ്മ അംഗീകരിച്ചു; തിരുവിതാംകൂറിന്റെ നിർദ്ദേശങ്ങൾ എല്ലാം കേരളവർമ്മ സ്വീകരിക്കണമെന്നുമാത്രം. 1736 ഒക്ടോബറിൽ പേരകത്താവഴിയിലെ കുരുമുളകു മുഴുവൻ വാങ്ങാനുള്ള അവകാശം ഒരു മഹാദേവ ചെട്ടിയാർക്ക് 80,000 കലിയൻപണത്തിന് വിറ്റു. ചെട്ടിയാർ മുഴുവൻ കുരുമുളകും മലകടത്തി കിഴക്കൻ തീരത്ത്, കൂടിയ വിലയ്ക്ക് വിറ്റതിനാൽ ഡച്ചുകാർക്ക് അവിടെനിന്നും കുരുമുളക് കിട്ടാതായി. കായംകുളത്തെയും ദേശിംഗനാടിലെയും കരുനാഗപ്പള്ളിയിലെയും കുരുമുളക് അതിനു മുമ്പുതന്നെ ഡച്ചുകാർക്ക് കിട്ടാതായി.

മാർത്താണ്ഡവർമ്മയും ഡച്ചുകാരും

തൃപ്പാപ്പൂരിന്റെ പഴയ സാമന്തസ്വരൂപങ്ങളെല്ലാം വീണ്ടും തിരുവിതാംകൂറിന്റെ പൂർണ്ണനിയന്ത്രണത്തിലായി. കയറ്റുമതിച്ചരക്കുകളായ കുരുമുളകിനും തുണിത്തരങ്ങൾക്കും ഗൾഫ് മേഖലയിൽ വമ്പിച്ച വിപണന സാദ്ധ്യതയുണ്ടാവുകയും കൂടിയ വിലയ്ക്ക് അവ ആർക്കും വില്ക്കാൻ സാദ്ധ്യമാവുകയും ചെയ്തു. അതോടുകൂടി തിരുവിതാംകൂർ സാമ്പത്തികമായും സൈനികമായും ഭദ്രതയാർജ്ജിച്ചു. കേരളത്തിലെ ഉത്തരദേശത്തിലെ നാടുവാഴികളും ഡച്ചുകാരും തിരുവിതാംകൂറിനെ ഭയബഹുമാനങ്ങളോടുകൂടിയാണ് വീക്ഷിച്ചത്. നാടുവാഴികൾ തമ്മിലുള്ള കലഹങ്ങളിൽ ഇടപെടാതിരിക്കുകയെന്ന ഡച്ചുകാരുടെ നയം ഒരു പരാജയമായിത്തുടങ്ങി. ആപത്തുകാലത്ത് തങ്ങളെ തുണയ്ക്കാൻ ഡച്ചുകാരുണ്ടാവില്ലെന്ന തോന്നൽ കാരണം നാടുവാഴികൾ ഡച്ചുകാരുമായുള്ള വാണിജ്യബന്ധത്തിൽ നിന്നും ഒഴിഞ്ഞുമാറിത്തുടങ്ങി[5]. അതുകാരണം നിഷ്പക്ഷതാനയം ഉപേക്ഷിക്കാൻ ഡച്ച് കമാൻഡർ ഗൊള്ളനസി ആലോചിച്ചു തുടങ്ങി. അന്ന് സിലോണിലെ ഡച്ച് ഗവർണ്ണർ ആയിരുന്ന വാൻ ഇംഹോഫ് സൈനിക നടപടിക്കു മുന്നോടിയായി മാർത്താണ്ഡവർമ്മയെ സന്ദർശിച്ച് ഒരു ധാരണയിലെത്താൻ ശ്രമിച്ചു. അതിനുമുമ്പ് ഡച്ചുകാരുടെ നാവികശക്തി കേരളത്തിലെ നാടുവാഴികളെ ബോദ്ധ്യപ്പെടുത്തണമെന്ന് ഇംഹോഫ് കരുതി. പശ്ചിമതീരത്ത് ആധിപത്യം പുലർത്തിയിരുന്ന ആംഗ്രിയ എന്ന മറാഠി നാവികവീരനുമായി ഒരു ബലപരീക്ഷണത്തിന് നിയോഗിക്കപ്പെട്ട നാവികപ്പടയെ നിരീക്ഷിക്കാനെന്ന മട്ടിലായിരുന്നു വടക്കോട്ടുള്ള പുറപ്പാട്. യഥാർത്ഥ ഉദ്ദേശ്യം കൊച്ചിരാജാവുമായി ഒരു ദൃഢമായ യുദ്ധസഖ്യത്തിലേർപ്പെടുകയെന്നതായിരുന്നു; ഒപ്പം ഡച്ചുകാരുടെ നാവികശക്തി കേരളത്തിലെ നാടുവാഴികൾക്ക് കാണിച്ചുകൊടുക്കുകയും. വലിയൊരു നാവികപ്പട ഇംഹോഫിനൊപ്പം ഉണ്ടായിരുന്നു. കൊച്ചിരാജാവുമായി സഖ്യം ഉറപ്പാക്കിയശേഷം കായംകുളവും കൊല്ലവും സന്ദർശിച്ചശേഷമാണ് ഇംഹോഫ് തെക്കോട്ട് നീങ്ങിയത്. തേങ്ങാപ്പട്ടണത്തുവച്ച് മാർത്താണ്ഡവർമ്മ ഇംഹോഫിനെ കാണാൻ സമ്മതിച്ചു. 1739 ഫെബ്രുവരി 25 രാത്രിയായിരുന്നു കൂടിക്കാഴ്ച. പരസ്പരം സമ്മാനങ്ങൾ കൈമാറിയശേഷം ചർച്ച നടന്നു.

1691 ലും 1732 ലും തിരുവിതാംകൂറും ഡച്ചുകാരും തമ്മിൽ വാണിജ്യക്കരാറുണ്ടാക്കിയിട്ടും ഇപ്പോഴും തിരുവിതാംകൂറിൽനിന്നോ സാമന്തസ്വരൂപങ്ങളിൽ നിന്നോ ഡച്ചുകാർക്ക് കുരുമുളകു കിട്ടുന്നില്ല. അതുകൊണ്ട് വർഷംതോറും ഒരു നിശ്ചിത അളവ് കുരുമുളക് നല്കാൻ തിരുവിതാംകൂർ സമ്മതിക്കണമെന്നതായിരുന്നു ഇംഹോഫിന്റെ ആവശ്യം. കരാറുകൾ പാലിക്കാൻ കഴിയാത്തതിനുകാരണം ഡച്ചുകാർ തന്നെയാണെന്ന് മാർത്താണ്ഡവർമ്മ പറഞ്ഞു. ഒരു നിശ്ചിത അളവ് കുരുമുളക് തരാൻ തിരുവിതാംകൂറിന് സാധിച്ചെന്നുവരില്ല; എന്തെന്നാൽ കുരുമുളകിന്റെ ലഭ്യത മുൻകൂട്ടി പറയാനാവില്ല. എങ്കിലും, കായംകുളത്തും കൊല്ലത്തും നിന്ന് കുരുമുളക് ഉള്ളതുപോലെ നല്കാൻ തയ്യാറാണ്. അതിനു പകരമായി ആർക്കാട്ടു നവാബിന്റെ പ്രതിനിധിയായ ചണ്ടാസാ

ഹിബിനെതിരെ ഡച്ചുകാരുടെ സഹായം ഉണ്ടാകണം. ആർക്കാട്ടു നവാബിന്റെ മരുമകനും സൈന്യാധിപൻമാരിലൊരാളുമായ ചണ്ടാസാഹിബ് 1735 ൽ മീനാക്ഷിയെ ചതിയിൽ തടവുകാരിയാക്കി തൃശ്ശിനാപ്പള്ളിയിലും മധുരയിലും അധികാരം കൈയ്യടക്കിയിരുന്നു. ചെങ്കോട്ടയുടെ ഉടമസ്ഥതയെച്ചൊല്ലി തിരുവിതാംകൂറുമായി ചണ്ടാസാഹിബ് പിണങ്ങിക്കഴിഞ്ഞു. തനിക്ക് നഷ്ടമൊന്നുമില്ലാതെ തന്നെ, പ്രബലനായ ഒരു ശത്രുവിനെ നേരിടാൻ പ്രബലനായ ഒരു മിത്രത്തെ സമ്പാദിക്കാനായിരുന്നു മാർത്താണ്ഡവർമ്മയുടെ ശ്രമം. വളരെ വിനയപൂർവ്വം സംസാരിക്കുമ്പോഴും താനാരുടെ ഭീഷണിക്കും വഴങ്ങുകയില്ലെന്ന സൂചന തന്ത്രജ്ഞനായ അദ്ദേഹം നല്കിയിരുന്നു. നാലുമണിക്കൂർ നേരത്തെ ചർച്ചകൊണ്ട് തീരുമാനമൊന്നും ആകാത്തതുകാരണം മാർച്ച് 14-ാം തീയതി കൊല്ലത്തുവച്ച് ചർച്ച തുടരാം എന്നു പറഞ്ഞാണ് മാർത്താണ്ഡവർമ്മ പിരിഞ്ഞത്. രാജാവ് പിരിഞ്ഞശേഷം അദ്ദേഹത്തിന് 10,000 കഴഞ്ചു സ്വർണ്ണം വേണമെന്ന് ഒപ്പം വന്ന കാര്യക്കാരന്മാർ ഇംഹോഫിനെ അറിയിച്ചു. രാജാവിന് ക്ഷത്രിയനാകാനുള്ള ചടങ്ങിന് രണ്ടുലക്ഷം കഴഞ്ചു സ്വർണ്ണം വേണമെന്നും അതിലൊരുപങ്ക് ഡച്ചുകാർ നല്കണമെന്നുമായിരുന്നു വിവക്ഷ[6]. ക്ഷുഭിതനായ ഇംഹോഫ് ഭിക്ഷ നല്കുന്നതിനൊപ്പം എട്ടുകഴഞ്ച് സ്വർണ്ണം നല്കി. അങ്ങനെ സന്ധിയുണ്ടാക്കാനുള്ള ശ്രമം പൊളിഞ്ഞു.

മാർത്താണ്ഡവർമ്മ - ഇംഹോഫ് ചർച്ച പൊളിഞ്ഞതറിഞ്ഞ കൊല്ലം രാജാവ് തിരുവിതാംകൂറിനെതിരായ യുദ്ധത്തിന് ഡച്ചുസഹായം ആവശ്യപ്പെട്ടു. 1739 ജൂലൈയിൽ വാൻ ഇംഹോഫ് ബറ്റേവിയായിലേക്കയച്ച കത്തിൽ (ബറ്റേവിയാ ആയിരുന്നു ഡച്ച ഗവർണ്ണർ ജനറലിന്റെ ആസ്ഥാനം) കൊച്ചിയും വടക്കുംകൂറും ദേശിംഗനാടുമായി യോജിച്ച് കരുനാഗപ്പള്ളിയും നെടുമങ്ങാടും പിടിച്ചടക്കുകയാണ് വേണ്ടതെന്ന് എഴുതി. താൻ ഇംഹോഫുമായി സഖ്യത്തിലാണെന്നും 100 കണ്ടി കുരുമുളകിന് പകരം വെടിക്കോപ്പുകൾ നല്കാൻ ഇംഹോഫ് സമ്മതിച്ചിട്ടുണ്ടെന്നും തന്ത്രജ്ഞനായ മാർത്താണ്ഡവർമ്മ ഭാവിച്ചു. അദ്ദേഹം ഇംഹോഫിന് സെപ്തംബർ 10-ാം തീയതി അയച്ച കത്തിൽ, താനും ഡച്ചുകമ്പനിയുമായുള്ള സൗഹൃദം കൊച്ചിയിലെ ഡച്ച് കമാൻഡർ മനസ്സിലാക്കുന്നില്ലെന്നും അയാൾ തന്റെ ശത്രുക്കൾ പറയുന്നതാണ് കേൾക്കുന്നതെന്നും പരാതിപ്പെട്ടു. അതിന് ഇംഹോഫ് അയച്ച മറുപടിയിൽ തന്റെ അമർഷം പ്രകടമായിരുന്നു.

ലന്തക്കാരും തിരുവിതാംകൂറുമായുള്ള യുദ്ധങ്ങൾ

പിണക്കങ്ങൾക്ക് തുടക്കം കുറിച്ചത് ദേശിംഗനാട് രാജാവായിരുന്നു. നെടുമങ്ങാട് കാട്ടിൽനിന്നു തിരുവിതാംകൂർ പിടിച്ച നാല് ആനകൾ തനിക്കവകാശപ്പെട്ടതാണ് എന്ന് ദേശിംഗനാട് രാജാവ് പറഞ്ഞത് നെടുമങ്ങാടിനുമേൽ തനിക്കവകാശമുണ്ടെന്ന് തിരുവിതാംകൂറിനെ അറിയിക്കാൻവേണ്ടിയായിരുന്നു (1739 ആഗസ്റ്റ്). ആനകളെ കൊണ്ടുവരാൻ ദേശിംഗനാട് 300 ഭടന്മാരെ അയച്ചപ്പോൾ 3000 ഭടന്മാരെ അയച്ച് തിരുവിതാംകൂർ ആന

കളെ മോചിപ്പിച്ചു. തിരുവിതാംകൂർ സൈന്യം അതിനുശേഷം കിഴക്കെ കല്ലട ദേശിംഗനാട്ടുനിന്ന് പിടിച്ചെടുത്തു. കിഴക്കെ കല്ലട പണ്ടുമുതൽക്കെ ശ്രീപത്മനാഭസ്വാമി ക്ഷേത്രം വകയാണെന്നാണ് തിരുവിതാംകൂറിന്റെ വാദം. ഡച്ചുകാർ ഇടപെടാതിരിക്കാൻ വേണ്ടി ഈ വിവരം മാർത്താണ്ഡ വർമ്മ സെപ്തംബർ നാലാം തീയതി കൊച്ചിയിലെ ഡച്ച് കമാൻഡറെ അറിയിക്കുകയും ചെയ്തു. സെപ്തംബർ 21-ാം തീയതി ഡച്ചുകാരും, കൊച്ചിരാജാവും പുറക്കാടും തെക്കുംകൂറും ദേശിംഗനാടും ചേർന്ന ഒരു സൈനിക സഖ്യം ഉണ്ടാക്കി. അതറിഞ്ഞ ഉടനെതന്നെ തിരുവിതാംകൂർ സൈന്യം ദേശിംഗനാട് കോട്ട ഉപരോധിച്ചു. ഒക്ടോബർ 6-ാം തീയതി 300 ഡച്ച് ഭടന്മാർ ദേശിംഗനാട് കോട്ടയുടെ പ്രതിരോധത്തിനെത്തി. യുദ്ധ ത്തിന് ഗവർണ്ണറുടെ അനുവാദം ആവശ്യമായതുകൊണ്ട് സമാധാന ദൗത്യവുമായി ഡച്ച് കമാൻഡറുടെ പ്രതിനിധിയെ കൊല്ലത്തേക്കയച്ചു. ദേശിംഗനാട് കോട്ടയുടെ തെക്കുഭാഗത്തുള്ള തിരുവിതാംകൂർ വക കോട്ട യിൽ വടയാറ്റുപിള്ളയും തിരുവിതാംകൂർ കുറുപ്പും തിരുവിതാംകൂർ സൈന്യത്തെ നയിച്ചു. ദേശിംഗനാട് കോട്ടയ്ക്കുള്ളിലെ ഡച്ചു കോട്ടയിൽ നിന്നും ആരും പുറത്തുപോകാതിരിക്കാൻ തിരുവിതാംകൂർ കോട്ടയിൽ പീരങ്കികൾ നിരത്തി.

മാർത്താണ്ഡവർമ്മ സൈനിക സഹായത്തിനുവേണ്ടി മാഹിയിലെ ഫ്രഞ്ചുകാർക്കെഴുതി; തിരുവിതാംകൂറിൽ എവിടെയെങ്കിലും ഫാക്ടറി സ്ഥാപിക്കാൻ സൗകര്യം വാഗ്ദാനം ചെയ്യപ്പെട്ടു. ഒക്ടോബർ മദ്ധ്യത്തിൽ ദേശിംഗനാടിന് വേണ്ടി യുദ്ധം ചെയ്യാൻ സിലോൺ ഗവർണ്ണറുടെ അനു വാദം ഡച്ച് കമാൻഡർക്ക് ലഭിച്ചു. ഒപ്പം രണ്ട് കമ്പനി യൂറോപ്യൻ പട്ടാ ളക്കാരും രണ്ടുകമ്പനി ഇന്ത്യൻ പട്ടാളക്കാരുമായി ക്യാപ്റ്റൻ ഹാക്കെർട്ട് സിലോണിൽ നിന്ന് കൊല്ലത്തെത്തി. ദേശിംഗനാട് കോട്ടയിൽ പ്രവേ ശിച്ച തിരുവിതാംകൂർ പട്ടാളം അവിടെ നിന്ന് 12 പീരങ്കികളും ഒരു ഔഷ ധപേടകവും എടുത്തുകൊണ്ടുപോയി. അവ തിരികെ നല്കി താൻ മട ങ്ങിപ്പോകാമെന്ന് മാർത്താണ്ഡവർമ്മ ഡച്ചുകാരെ അറിയിച്ചുവെങ്കിലും പടയൊരുക്കം ശക്തിപ്പെടുത്തുകയാണ് അവർ ചെയ്തത്. അതുകൊണ്ട് തിരുവിതാംകൂർ കോട്ടയിലേക്ക് ഡച്ചു കോട്ടയിൽ നിന്ന് വെടി ഉതിർത്തു കൊണ്ടിരുന്നു. നവംബർ 12-ാം തീയതി ഡച്ചുകോട്ടയിൽ നിന്നും ഒരു പീരങ്കിഉണ്ട തിരുവിതാംകൂറിന്റെ വെടിമരുന്നു ശാലയിൽ വീണ് കോട്ട യ്ക്കകം അപ്പാടെ തകർന്നു. തിരുവിതാംകൂർ പട്ടാളം കനത്ത നാശ ത്തോടെ കോട്ടയൊഴിഞ്ഞുപോയി.

സഖ്യസൈന്യം കൊല്ലത്ത് സംഘടിച്ചു. കൊച്ചിയിൽ നിന്ന് പാലി യത്തച്ചന്റെ നേതൃത്വത്തിൽ ഒരു സൈന്യവും കുറെ കപ്പലുകളും കൊല്ല ത്തെത്തി. ദേശിംഗനാട് കായംകുളം സൈന്യത്തിൽ 8000 പേർ ഉണ്ടായി രുന്നു. കൊല്ലത്തഭയം പ്രാപിച്ചിരുന്ന വഞ്ചിമുട്ടം പിള്ളയും ചെറുസൈ ന്യവുമായി ഒപ്പം ഉണ്ടായിരുന്നു. ക്യാപ്റ്റൻ ഹാക്കർട്ട് ആയിരുന്നു സൈന്യത്തെ നയിച്ചത്. 1739 നവംബർ 24-ാം തീയതി സംയുക്ത

സൈന്യം പരവൂറിലേക്ക് പോയി അവിടെ പാളയം അടിച്ചു. 5000 പേർ വരുന്ന തിരുവിതാംകൂർ സൈന്യം ആറുപീരങ്കികളും 70 കുതിരക്കാരുമായി വർക്കലയിൽ പാളയമടിച്ചു കിടക്കുകയായിരുന്നു. തിരുവിതാംകൂറിനെ സഹായിച്ചാൽ അഞ്ചുതെങ്ങ് ആക്രമിക്കുമെന്ന് ഡച്ചുകാർ ഇംഗ്ലീഷുകാരെ ഭീഷണിപ്പെടുത്തിയിരുന്നെങ്കിലും 50 ഇംഗ്ലീഷ് ഭടന്മാരും തിരുവിതാംകൂർ പാളയത്തിലുണ്ടായിരുന്നതായി അറിവുകിട്ടി.

രണ്ടു കമ്പനി ഇന്ത്യൻ പട്ടാളക്കാരെയും ദേശിംഗനാടു സൈന്യത്തെയും പരവൂർ നിർത്തിയിട്ട് ക്യാപ്റ്റൻ ഹാക്കർട്ട് പ്രധാന ലന്തപ്പടയുമായി കൊല്ലത്തേക്കു മടങ്ങി. അവിടെവച്ച് പാലിയത്തച്ചൻ നയിച്ച കൊച്ചി സൈന്യവുമായി യോജിച്ചു കൊട്ടാരക്കരയ്ക്ക് നേരെ പുറപ്പെട്ടു. ഇതിനകം പേരകത്താവഴിയിലെ കേരളവർമ്മയോടൊപ്പം തടവിലായിരുന്ന അദ്ദേഹത്തിന്റെ സഹോദരി തടവിൽ നിന്ന് രക്ഷപ്പെട്ട് തെക്കുംകൂറിൽ എത്തിയിരുന്നു. കായംകുളം പക്ഷപാതികളായ ഒരു കൂട്ടം പിള്ളമാർ അവരെ ഇളയടത്തു റാണിയായി അംഗീകരിച്ചു. തിരുവിതാംകൂർ പക്ഷപാതികളായ പിള്ളമാരെ നേരിടാനായിരുന്നു സഖ്യസൈന്യത്തിന്റെ പുറപ്പാട്. സഖ്യസൈന്യം കുണ്ടറ എത്തിയപ്പോൾ തിരുവിതാംകൂർ പക്ഷപാതികളായ പിള്ളമാർ അവിടെയെത്തി. അവർ റാണിയെ അംഗീകരിച്ചുകൊള്ളാമെന്ന് വാഗ്ദാനം ചെയ്തതുകൊണ്ട് മടങ്ങിപ്പോകാൻ പാലിയത്തച്ചനും ദേശിംഗനാട് രാജാവും ക്യാപ്റ്റൻ ഹാക്കർട്ടിനെ നിർബ്ബന്ധിച്ചു. മനസ്സില്ലാമനസ്സോടെ എല്ലാപേരും പരവൂറിലേക്ക് മടങ്ങി[7].

ഡിസംബർ 22-ാം തീയതി സംയുക്ത സൈന്യം വർക്കല ആക്രമിച്ചു കീഴടക്കി. കിഴക്ക് ചണ്ടാസാഹിബ് പടയുമായി എത്തിയതുകൊണ്ട് മാർത്താണ്ഡവർമ്മ അങ്ങോട്ടേയ്ക്കുപോയിരിക്കുകയായിരുന്നു. ഡിസംബർ 27-ാം തീയതി ദേശിംഗനാട് രാജാവ് വർക്കലയിൽനിന്നും നാവായ്ക്കുളത്തേക്കുപോയി. 1439 ൽ തന്റെ പൂർവികർ പണിയിച്ച ക്ഷേത്രത്തിന്റെ കോയ്മ തിരിച്ചുപിടിക്കാനായിരുന്നു പുറപ്പാട്. അവിടെവച്ച് തിരുവിതാംകൂർ സൈന്യത്തിന്റെ എതിർപ്പ് നേരിടേണ്ടിവന്നുവെങ്കിലും തിരുവിതാംകൂർ സൈന്യം പിൻവാങ്ങി ആറ്റിങ്ങലെ വീരളം കോട്ടയിൽ സംഘടിച്ചു. അവിടെ കാർത്തിക തിരുനാൾ ആറ്റിങ്ങൽ ഇളയതമ്പുരാട്ടിയും, 16 വയസ്സായ മകൻ രാമവർമ്മയും, കൃഷ്ണൻ അണ്ണാവി, മാർത്താണ്ഡപിള്ള എന്നിവരും കോട്ടസംരക്ഷിക്കാനുണ്ടായിരുന്നു.

വർക്കലനിന്നും സഖ്യസൈന്യം ഇടവാവഴി തീരദേശം കൊള്ളയടിച്ചുകൊണ്ട് അയിരൂർ എന്ന സ്ഥലത്ത് കുറ്റിക്കോട്ട പണിയിച്ചു അവിടെ താവളം അടിച്ചു. ഇടവായിലെ ഇംഗ്ലീഷുകാരുടെ പ്രതിഷേധം വകവയ്ക്കാതെ ഇംഗ്ലീഷ് ഫാക്ടറിയും കൊള്ളയടിക്കപ്പെട്ടു. 1740 ജനുവരി 24-ാം തീയതി മണമ്പൂരിന് സമീപംവച്ച് തിരുവിതാംകൂർ സൈന്യം ഡച്ചു സൈന്യത്തെ ആക്രമിച്ചുവെങ്കിലും തോറ്റുപിൻവാങ്ങി. ഫെബ്രുവരി 20-ാം തീയതി വാമനപുരം നദികടന്ന് സഖ്യസൈന്യം വീരളം കോട്ട ആക്രമിച്ചു. യുദ്ധത്തിൽ മറവപ്പടയുടെ നേതാവ് മരിക്കുകയും തിരുവിതാംകൂർ

സൈന്യം ചിതറി ഓടുകയും ചെയ്തു. ഡച്ചുകാരുടെ ഭീഷണിയെത്തുടർന്ന് ഇംഗ്ലീഷുകാർ തിരുവിതാംകൂറിനെ സഹായിക്കാതിരിക്കുകയായിരുന്നു. അവരുടെ ഇടവാ ഫാക്ടറി ഡച്ചുകാർ നശിപ്പിച്ചതോടുകൂടി അവർ തിരുവിതാംകൂറിനെ സഹായിക്കാൻ തീരുമാനിച്ചു. 150 ഇംഗ്ലീഷ് ഭടന്മാർ 500 തോക്കുകളും ആറു ബാരൽ വെടിമരുന്നുമായി കോട്ടയ്ക്കകത്ത് കാത്തുനില്പുണ്ടായിരുന്നു. 8000 വരുന്ന ദേശിംഗനാട് സൈന്യം കൊട്ടാരത്തിനകത്ത് കടക്കാൻ ശ്രമിച്ചു. അകത്തുനിന്ന് അപ്രതീക്ഷിതമായുണ്ടായ വെടിവയ്പ്പിൽ 800 പേർ ഒഴികെ മറ്റുള്ളവർ മുഴുവൻ നദിയിൽ ചത്തുവീഴുകയോ ഓടിപ്പോവുകയോ ചെയ്തു. നാണക്കേടുമൂലം ദേശിംഗനാട് രാജാവ് ആത്മഹത്യയ്ക്ക് ശ്രമിച്ചെങ്കിലും ക്യാപ്റ്റൻ ഹാക്കർട്ട് അത് തടഞ്ഞു. വെടിവച്ചത് ഇംഗ്ലീഷുകാരാണെന്ന് പിന്നീട് ഡച്ചുകാർ കുറ്റപ്പെടുത്തിയെങ്കിലും അതിന് തെളിവുണ്ടായിരുന്നില്ല. സഖ്യസൈന്യം അയിരൂരിലേക്ക് പിൻവാങ്ങി.

ചന്ദാസാഹിബിന്റെ ആക്രമണം

നായ്ക്കന്മാരുടെ തലസ്ഥാനമായിരുന്ന തൃശ്ശിനാപ്പള്ളി കോട്ടയിൽ മീനാക്ഷി അമ്മാളും തിരുമലയും തമ്മിൽ അധികാര വടംവലി നടന്നതായി മുമ്പു പറഞ്ഞിരുന്നല്ലോ. മീനാക്ഷി ആർക്കാട് നവാബിന്റെ സഹായം അഭ്യർത്ഥിച്ചു. നവാബ് തന്റെ മരുമകനും ദിവാനുമായിരുന്ന ചന്ദാസാഹിബിനെ സൈന്യസമേതം തൃശ്ശിനാപ്പള്ളിക്കയച്ചു. 1735 ൽ ചന്ദാസാഹിബ് മീനാക്ഷിയെ തടവിലാക്കി അധികാരം പിടിച്ചെടുത്തു. പിന്നീട് നായ്ക്ക സംസ്ഥാനത്തിന്റെ കീഴിലുള്ള പാളയക്കാരന്മാരെ ഓരോരുത്തരെയായി കീഴടക്കാൻ സാഹിബ് പുറപ്പെട്ടു. മുള്ളിനാടിലെ ചില ഗ്രാമങ്ങളെയും നാഞ്ചിനാടിനെയും സംബന്ധിച്ചിടത്തോളം തിരുവിതാംകൂറും പാളയക്കാരിൽ ഒരാളായിട്ടാണ് കരുതപ്പെട്ടത്. 1740 മേയ് ആദ്യവാരം ചന്ദാസാഹിബും പടയും കന്യാകുമാരിയിലെത്തി. മാർത്താണ്ഡവർമ്മയെ അവിടെവച്ച് മുകിലപ്പടയെ നേരിട്ടെങ്കിലും പ്രയോജനമുണ്ടായില്ല[8]. 2,13,60,000 രൂപയും 12 ആനകളുമാണ് ചന്ദാസാഹിബ് ആവശ്യപ്പെട്ടത്. 6 ലക്ഷം രൂപയും ആറാനകളും നല്കാമെന്ന് പറഞ്ഞെങ്കിലും അതുകൊണ്ട് മുകിലൻ തൃപ്തിപ്പെട്ടില്ല. അതിനിടയിൽ ഇളയരാജാവ് രാമവർമ്മ സൈന്യവുമായി ആറ്റിങ്ങലിൽ നിന്നെത്തി. ശുചീന്ദ്രം ക്ഷേത്രം കൊള്ളയടിക്കാനായിരുന്നു ചന്ദാസാഹിബിന്റെ അടുത്ത നീക്കം. ക്ഷേത്രസംരക്ഷകരായ മഹാസഭ ആയുധമെടുത്തു തിരുവിതാംകൂർ സൈന്യത്തോടൊപ്പം ഇത്തങ്കാട്ടുവച്ച് മുകിലപ്പടയെ നേരിട്ടുവെങ്കിലും പരാജയപ്പെട്ടു. മുകിലപ്പട ക്ഷേത്രത്തിന്റെ പ്രസിദ്ധമായ തേര് തീവച്ച് നശിപ്പിക്കുകയും ക്ഷേത്രഭണ്ഡാരം കൊള്ളയടിക്കുകയും ചെയ്തു. ചന്ദാസാഹിബിന്റെ വരവിനു പിന്നിൽ നാടുവിട്ടോടിയ പിള്ളമാരും ഉണ്ടായിരുന്നു എന്നാണ് കരുതപ്പെടുന്നത്. മാർത്താണ്ഡവർമ്മയുടെ ജ്യേഷ്ഠപുത്രനായ തമ്പിയായിരുന്നു അവരെ നയിച്ചത്. ഈ സമയം തിരുമല മഹാരാഷ്ട്ര

രുമായി സൈനിക സഹായത്തിനുവേണ്ടി ചർച്ചനടത്തിക്കൊണ്ടിരുന്നതിനാൽ ചന്ദാസാഹിബിന് ഏറെനാൾ തിരുവിതാംകൂറുമായി യുദ്ധത്തിലേർപ്പെടാൻ കഴിയുമായിരുന്നില്ല. അതുകൊണ്ട് മാർത്താണ്ഡവർമ്മ നല്കിയ തുകയും വാങ്ങി പിൻവാങ്ങുകയാണുണ്ടായത്. എത്രനല്കിയെന്നറിഞ്ഞുകൂടാ. ഏതായാലും, മുകിലൻ ആവശ്യപ്പെട്ടതിന്റെ പകുതിയിൽ കൂടുതൽ നല്കിയിട്ടുണ്ടാവണം[9].

ചന്ദാസാഹിബിനു നല്കാൻ പണത്തിനുവേണ്ടി മാർത്താണ്ഡവർമ്മ വീണ്ടും മാഹിയിലെ ഫ്രഞ്ചുകാരെ തിരുവിതാംകൂറിലേക്ക് ക്ഷണിച്ചു. ഡച്ചുകാർക്കെതിരായി തിരുവിതാംകൂറിനെ തുറന്നുസഹായിക്കാൻ ഇംഗ്ലീഷുകാർക്ക് ഭയമായിരുന്നു. 1740 മാർച്ച് 13-ാം തീയതി മൂന്നു ഫ്രഞ്ചുകപ്പലുകളും നാവികഭടന്മാരും കൊളച്ചൽ എത്തി. മാർത്താണ്ഡവർമ്മ അവരെ ഹൃദ്യമായി വരവേറ്റു. പെഡ്രോ കൊറിയ എന്ന കൊളച്ചലെ ജസ്യൂട്ട് പാതിരിയുമായി ഫ്രഞ്ചുകാർ സമ്പർക്കം പുലർത്തി. കടൽവഴി ഡച്ചുകാരും കരവഴി ചന്ദാസാഹിബും തിരുവിതാംകൂറിനെ ആക്രമിക്കുകയാണെന്ന് മനസ്സിലാക്കിയ ഫ്രഞ്ചുകാർ തിരുവിതാംകൂറുമായി വാണിജ്യബന്ധം സ്ഥാപിക്കാതെ മടങ്ങിപ്പോവുകയാണുണ്ടായത്.

നെടുമങ്ങാടും കരുനാഗപ്പള്ളിയും

ആറ്റിങ്ങൽ ആക്രമണത്തിനുമുമ്പ് അയിരൂരിൽ ഡച്ചുകാർ 'ഹോളണ്ടിയ' എന്നപേരിൽ ഒരുകോട്ട കെട്ടിയിരുന്നു. ആറ്റിങ്ങൽ നിന്നു മടങ്ങിവന്നശേഷം പരവൂരിലും ഒരു കോട്ട കെട്ടി അതിന് സീബർഗ്ഗ് എന്ന പേരും നല്കി. പരവൂരിൽ നിന്ന് ഡച്ചുസൈന്യവും ദേശിംഗനാട് സൈന്യവും കരുനാഗപ്പള്ളിയിലേക്ക് പുറപ്പെട്ടു. മെയ് 24-ാം തീയതി കരുനാഗപ്പള്ളിയിൽ സഖ്യസൈന്യം പ്രവേശിച്ചു. കാർത്തികതിരുനാൾ ആറ്റിങ്ങൽ ഇളയറാണി അവിടെനിന്നും ആറ്റിങ്ങലേയ്ക്ക് പോയശേഷം മാർത്താണ്ഡവർമ്മ തന്റെ മറ്റൊരു സഹോദരിയെ കരുനാഗപ്പള്ളിയിലെ ഭരണം ഏല്പിച്ചിരിക്കുകയായിരുന്നു. യഥാർത്ഥ ഭരണം തിരുവിതാംകൂറിലെ കാര്യക്കാരന്മാരുടെ കൈകളിലായിരുന്നു. സഖ്യസൈന്യം കരുനാഗപ്പള്ളിയിൽ പ്രവേശിച്ചപ്പോൾ ചെറുത്തുനില്ക്കാൻ ശ്രമിക്കാതെ അവർ തെക്കുംകൂറിലെ നെടുമ്പുറം ക്ഷേത്രസങ്കേതത്തിലേക്ക് ഓടിപ്പോയി. ക്ഷേത്രസങ്കേതത്തിൽ അയൽരാജ്യങ്ങളിലെ ഭടന്മാർക്ക് പ്രവേശനമില്ലാത്തതുകൊണ്ട് അവർ അവിടെ സുരക്ഷിതരായിരുന്നു.

ഇളയിടത്തു റാണിക്ക് കൊട്ടാരക്കരയിലെയും നെടുമങ്ങാട്ടെയും പിള്ളമാരുടെ ബഹുമാനം ആർജ്ജിക്കാൻ കഴിഞ്ഞിരുന്നില്ല. അതുകാരണം അവർ കല്ലടയിലെത്തി ദേശിംഗനാട് രാജകുടുംബത്തോടൊപ്പം താമസമാക്കിയിരുന്നു. 1740 ഏപ്രിൽ 19-ാം തീയതി ഡച്ച് ക്യാപ്റ്റൻ ബെർജറുടെ നേതൃത്വത്തിൽ 3000-4000 കായംകുളം ഭടന്മാരും 150 ഡച്ച് ഭടന്മാരും കൊട്ടാരക്കരയ്ക്ക് പുറപ്പെട്ടു. സമ്മർദ്ദംമൂലം കൊട്ടാരക്കരയിലെ പിള്ളമാരും മാടമ്പിമാരും ഇളയിടത്തുറാണിയെ അംഗീകരിക്കാൻ തയ്യാ

റായി കല്ലടയിലെത്തി. കൊട്ടാരക്കരയിലെയും നെടുമങ്ങാട്ടെയും കുരുമുളക് ഡച്ചുകാർക്ക് നല്കാൻ പിള്ളമാർ സമ്മതിച്ചു. ഇളയിടത്തുറാണിയുടെ ജ്യേഷ്ഠൻ കേരളവർമ്മ അപ്പോഴും ജീവിച്ചിരുന്നതിനാൽ അവർ ദേശിംഗനാട് - കായംകുളം രാജാവിന്റെ സ്വാധീനത്തിലായിരുന്നു. ഇളയിടത്തുറാണി കൊച്ചിരാജകുടുംബാംഗമായിരുന്നതിനാൽ ദേശിംഗനാട് രാജാവിന്റെ സ്വാധീനത്തിലായത് കൊച്ചിരാജാവിനിഷ്ടമായില്ല. അതുകൊണ്ട് കൊച്ചിരാജാവിനെ തൃപ്തിപ്പെടുത്താൻ കൊച്ചിരാജകുടുംബത്തിൽ നിന്ന് രണ്ടുപേരെ കരുനാഗപ്പള്ളിയിലേക്ക് ദത്തെടുത്തു (മെയ് 1740).

കുളച്ചൽ യുദ്ധം

ഡച്ചുകാർക്കു നഷ്ടപ്പെട്ട കുരുമുളക് കുത്തക അവർക്ക് തിരിച്ചു കിട്ടിയതിലും മാർത്താണ്ഡവർമ്മയുടെ ഉയർച്ചയ്ക്ക് കടിഞ്ഞാണിട്ടതിലും സന്തുഷ്ടരായിരിക്കെയാണ് 1740 ആഗസ്ത് അവസാനം മാർത്താണ്ഡവർമ്മയും ഫ്രഞ്ചുകാരുമായി കുളച്ചൽ ഒരു ഫാക്ടറി സ്ഥാപിക്കുന്നതിനെ സംബന്ധിച്ച് കരാറായതായി അറിവുകിട്ടിയത്. ചന്ദാസാഹിബിന്റെ ജ്യേഷ്ഠൻ ബന്ധാസാഹിബാണ് ഫ്രഞ്ചുകാരും തിരുവിതാംകൂറും തമ്മിലുള്ള പുത്തൻ ബന്ധത്തിന്റെ സൂത്രധാരൻ. മറാഠികൾ ആർക്കാട്ടു നവാബിന്റെ സംസ്ഥാനം കീഴടക്കിയപ്പോൾ ചന്ദാസാഹിബിന് തിരുവിതാംകൂറിന്റെ സൗഹൃദം ആവശ്യമായി തോന്നി. അതുകാരണമാണ് ചന്ദാസാഹിബിന്റെ സുഹൃത്തായ പോണ്ടിച്ചേരിയിലെ ഫ്രഞ്ചുഗവർണ്ണർ തിരുവിതാംകൂറുമായി സഖ്യമുണ്ടാക്കാൻ തീരുമാനിച്ചത്. കേരളത്തിൽ മറ്റേതൊരു സ്ഥലത്തേക്കാളും തെക്കൻ തിരുവിതാംകൂർ തുണിത്തരങ്ങൾക്ക് ഏറെ പ്രസിദ്ധമായിരുന്നു. അതുകൊണ്ടുതന്നെ കുളച്ചലിൽ ഫ്രഞ്ചുകാർ ഫാക്ടറി പണിയുന്നത് ഇംഗ്ലീഷുകാർക്കും ഡച്ചുകാർക്കും കനത്ത ആഘാതമായിരിക്കും.

വർഷകാലം കഴിഞ്ഞാലുടനെ തിരുവിതാംകൂറിന്റെ തീരപ്രദേശം കന്യാകുമാരിവരെ നിയന്ത്രണത്തിൽ കൊണ്ടുവരാനും അതുമൂലം തിരുവിതാംകൂറിന്റെ സാമ്പത്തിക ഭദ്രതയെ തകർക്കാനും ഡച്ചുകാർ പദ്ധതിയിട്ടു. 1740 സെപ്തംബർ മാസത്തിൽ ഇളയിടത്തു റാണി തിരുവിതാംകൂറിന്റെ സമ്മർദ്ദത്തിനെതിരെ സൈനികസഹായം ആവശ്യപ്പെട്ടെങ്കിലും അതൊന്നും ഡച്ചുകാർ പരിഗണിച്ചില്ല. നവംബർ 26-ാം തീയതി ഡച്ചുകപ്പലുകളിൽ നിന്ന് കൊളച്ചൽ പട്ടണത്തിനുനേരെ വെടിയുണ്ട ഉതിർത്തു. പട്ടണവാസികൾ ഓടിപ്പോയി. ഉടൻതന്നെ 2000 ഭടന്മാരെ അയച്ച് രാജാവ് നെയ്ത്തുകാരെ പുനരധിവസിപ്പിച്ചു. കൊല്ലം മുതൽ കന്യാകുമാരിവരെ ഡച്ച്നാവികസേന ഉപരോധം ഏർപ്പെടുത്തിയത് ഇംഗ്ലീഷുകാരെയും കഷ്ടത്തിലാക്കി. അവർ പ്രതിഷേധിച്ചെങ്കിലും ഡച്ചുകാർ കൂട്ടാക്കിയില്ല. അഞ്ചുതെങ്ങുകോട്ടപോലെ കൊളച്ചൽ ഒരു കോട്ട പണിത് തിരുവിതാംകൂറിന്റെ സമുദ്രവാണിജ്യത്തെയും വാണിജ്യകേന്ദ്ര

ങ്ങളായ ഇരണിയൽ, കോട്ടാർ എന്നിവയെയും നിയന്ത്രിക്കുകയായിരുന്നു ഡച്ചുപദ്ധതി.

1741 ഫെബ്രുവരി 9-ാം തീയതി കൊച്ചിയിൽ നിന്ന് കമാൻഡർ ഗൊള്ളനെസ്സിയുടെ നേതൃത്വത്തിൽ പുറപ്പെട്ട വമ്പിച്ച നാവികപ്പട 19-ാം തീയതി കൊളച്ചൽ എത്തി. തിരുവിതാംകൂർ സൈന്യം കിടങ്ങുകൾ തീർത്ത് അവിടെ കാത്തിരിപ്പുണ്ടായിരുന്നു. ഗ്രനേഡിയർമാരും ഇന്ത്യൻ ഭടന്മാരുമുൾപ്പെടെ 400 പേർ കരയ്ക്കിറങ്ങി. അവരുടെ ആക്രമണത്തിൽ തിരുവിതാംകൂർ ഭടന്മാർ പിൻവാങ്ങി. കുടിലുകൾക്ക് തീവച്ചതിനാൽ സ്ഥലവാസികളായ മുക്കുവർ സ്ഥലംവിട്ടു. കൊളച്ചലെ കത്തോലിക്കാ പള്ളി പിടിച്ചെടുത്ത് അവിടത്തെ ജസ്യൂട്ട് പാതിരിമാരെ പിടിച്ച് കപ്പലിൽ കൊണ്ടുപോയി. പാതിരിമാർ മുഖാന്തരം മുക്കുവരെ മടക്കിവിളിക്കാനും മാർത്താണ്ഡവർമ്മയ്ക്ക് ദൂതയയ്ക്കാനും ആയിരുന്നു ഉദ്ദേശിച്ചത്. കൊളച്ചൽ കോട്ട പണിയിക്കാൻ മുക്കുവരെ ആവശ്യമുണ്ടായിരുന്നു. പക്ഷേ, അവർ രാജാവിനെ പേടിച്ച് വരികയില്ലെന്ന് പാതിരിമാർ പറഞ്ഞു. രാജാവിന് ഭീഷണികളടങ്ങിയ സന്ദേശം എത്തിക്കാൻ പാതിരിമാർക്ക് ഭയമായിരുന്നു.

അയിരൂരും പരവൂരും കോട്ടകൾ പണിയിച്ച ലെസ്ലോറന്റ് എന്ന എൻജിനീയറുടെ പ്ലാൻ അനുസരിച്ച് കൊളച്ചൽകോട്ട പണിയാൻ മാർച്ചുമാസം മൂന്നാം തീയതി തീരുമാനിച്ചു. ഇതിനിടെ തിരുവിതാംകൂറിലെ വാണിജ്യകേന്ദ്രങ്ങളായ തേങ്ങാപ്പട്ടണം, ഇരണിയൽ, കോട്ടാർ എന്നിവ ആക്രമിച്ച് നശിപ്പിക്കാൻ ഡച്ചുകാർ പിരിപാടിയിട്ടു. മാർച്ച് 18-ാം തീയതി ഇരണിയൽ ആക്രമിച്ചെങ്കിലും അതിനുമുമ്പ് കച്ചവടക്കാർ അവിടം ഒഴിഞ്ഞു പോയിരുന്നു. 26-ാം തീയതി തേങ്ങാപ്പട്ടണത്തുവച്ച് ഡച്ച് വ്യാപാരശാല ആക്രമിക്കുകയും, കച്ചവടത്തലവനെ വധിക്കുകയും രണ്ടു കപ്പലുകൾ പിടിച്ചെടുക്കുകയും ചെയ്തതിന്റെ നഷ്ടപരിഹാരം ആറ്റിങ്ങൽ റാണി നല്കാമെന്ന് പറഞ്ഞിരുന്നെങ്കിലും നാളിതുവരെ അത് നല്കിയില്ല. അതിന് പ്രതിക്രിയ ചെയ്യുകയും നഷ്ടപരിഹാരം ഈടാക്കുകയുമാണ് ഇപ്പോൾ ചെയ്തത്. കോട്ടയുടെ പണി ഉദ്ദേശിച്ചത്ര വേഗത്തിൽ തീർക്കാൻ ഡച്ചുകാർക്ക് കഴിഞ്ഞില്ല. കുടിവെള്ളം ഇല്ലാത്തതാണ് മറ്റൊരു പ്രശ്നം. ആറ്റിങ്ങൽ യുദ്ധത്തിൽ മരണമടഞ്ഞ മറവരുടെ തലവൻ പൊന്നുപാണ്ഡ്യതേവരുടെ മകൻ ഇന്നാമി കുമാരതേവർ തിരുവിതാംകൂറിനുവേണ്ടി ഒരു ആത്മഹത്യാ പടയാളിസംഘവുമായി എത്തിയിട്ടുണ്ടെന്ന വാർത്തയും ആശങ്കയുളവാക്കി.

ക്യാപ്റ്റൻ ഹാക്കർട്ടിനെ തിരുവിതാംകൂറിന് നേർക്കുള്ള ആക്രമണത്തിന്റെ കമാൻഡറായി നിയമിച്ചശേഷം ഏപ്രിൽ 11-ാം തീയതി ഗൊള്ളനസ്സി വടക്കോട്ടുപോയി. ഒപ്പം 200 ഡച്ചു ഭടന്മാരെ കൂടെ കൊണ്ടുപോയതിനെ ഹാക്കർട്ട് എതിർത്തുവെങ്കിലും ഗൊള്ളനസ്സി അത് അവഗണിച്ചു. ഇളയിടത്തു റാണിയുടെയും ദേശിംഗനാടിന്റെയും സംയുക്തസേന അയിരൂരിനടുത്തുവച്ച് ഏപ്രിൽ 6-ാം തീയതി തിരുവിതാംകൂർ

സൈന്യത്തെ തോല്പിച്ചതിൽ സന്തുഷ്ടനായാണ് ഗൊള്ളനെസ്സി കൊല്ലത്തേക്കും കരുനാഗപ്പള്ളിയിലേക്കും പുറക്കാട്ടേക്കും കൊച്ചിയിലേക്കും പോയത്. കാലവർഷം തുടങ്ങും മുമ്പേ കൊളച്ചൽകോട്ട പൂർത്തിയാക്കാൻ ശ്രമിക്കവെയാണ് ഏപ്രിൽ 20,21 തീയതികളിൽ അസാധാരണമായ കൊടുങ്കാറ്റും പേമാരിയും ഉണ്ടായത്. ഡച്ചുകപ്പലുകൾ കൊടുങ്കാറ്റിൽ തകരുമെന്ന നിലയിലായി. ഈയവസ്ഥയിലാണ് കൊളച്ചലിലെ മുന്നണി ഭടന്മാരുമായി കൊല്ലത്തെത്തുവാനും അവിടെ കൊല്ലത്തെയും കൊട്ടാരക്കരയിലെയും സേനകളുമായി ഒന്നിക്കാനും ഹാക്കർട്ടിന് കമാൻഡർ ഗൊള്ളനെസ്സിയുടെ നിർദ്ദേശം ലഭിച്ചത്. കൊളച്ചൽ കോട്ടയുടെ ചുമതല റിഷ്ടലിനെ ഏല്പിച്ചശേഷം മെയ് 3-ാം തീയതി ഹാക്കാർട്ട് കൊളച്ചൽ വിട്ടു. പക്ഷേ, പോയത് കൊല്ലത്തേക്കല്ല തൂത്തുക്കുടിയിലേക്കായിരുന്നു. തൂത്തുക്കുടിയിൽ നിന്ന് അയാൾ ഗവർണർക്കയച്ച കത്തിൽ തന്റെ കീഴിലുള്ള പടയെ കേരളത്തിനു വെളിയിൽ എവിടെയെങ്കിലും അയയ്ക്കണമെന്നെഴുതി. എങ്കിലും, അയാൾ ഗൊള്ളനെസ്സിക്കെഴുതിയ കത്തിൽ കൊളച്ചൽ കോട്ടയുടെ പണി പൂർത്തിയായെന്നും അവിടം യുദ്ധസജ്ജമാണെന്നുമായിരുന്നു പറഞ്ഞത്. ഗൊള്ളനെസ്സിയും ഹാക്കർട്ടും തമ്മിലുള്ള ബന്ധം തീരെ ഊഷ്മളമായിരുന്നില്ല. അതുകൊണ്ടുതന്നെ ഹാക്കർട്ടിനെ തിരികെ കൊളച്ചലിലേക്ക് വിളിക്കുകയാണുണ്ടായത്.

ഇതിനിടയിൽ ഇംഗ്ലീഷുകാരിൽ നിന്ന് വെടിക്കോപ്പുകളും കോട്ടപിടിക്കാനുള്ള ഉപകരണങ്ങളും തിരുവിതാംകൂറിന് കിട്ടി. അവ ഉപയോഗിച്ച് കോട്ടയ്ക്ക് നേരെയുള്ള ആക്രമണം ശക്തിപ്പെടുത്താൻ 1741 മെയ് 27-ാം തീയതി ആരംഭിച്ചു. അന്നുകാലത്ത് തിരുവട്ടാർ ആദികേശവനെ വന്ദിച്ചശേഷമാണ് അദ്ദേഹം കൊളച്ചലേക്ക് പുറപ്പെട്ടത്. തിരുവിതാംകൂറിന്റെ ആക്രമണത്തെ നയിച്ചത് ദുയ്‌വൻ ഷോട്ട് എന്ന ജർമ്മൻ കമാൻഡറായിരുന്നു. അയാൾ മുമ്പ് ഡച്ച് സൈന്യത്തിൽ നിന്ന് തിരുവിതാംകൂറിലേക്ക് കൂറുമാറിയതായിരുന്നു. അയാളോടോപ്പം ഡച്ച് സൈന്യത്തിൽ നിന്ന് കൂറുമാറിയവർ വേറെയും ഉണ്ടായിരുന്നു. ആധുനിക യുദ്ധമുറകൾ പരിചയമുള്ള യൂറോപ്യന്മാരെ എന്തുവില നല്കിയും ആകർഷിക്കാൻ മാർത്താണ്ഡവർമ്മ തയ്യാറായിരുന്നു. ഡച്ചുസൈന്യത്തിൽനിന്ന് കൂറുമാറ്റത്തിന് ഇംഗ്ലീഷുകാരും ജസ്യൂട്ട് പാതിരിമാരും പ്രോത്സാഹനം നല്കി. പ്രൊട്ടസ്റ്റന്റുകാരായ ഡച്ചുകാർക്ക് കീഴിൽ കത്തോലിക്കരായ യൂറോപ്യന്മാർക്ക് നല്ല പരിഗണന ലഭിച്ചിരുന്നില്ലെന്നതാണ് കാര്യം. ജൂൺ 6-ാം തീയതി കൊളച്ചൽ കോട്ടയ്ക്കു നേരെ കനത്ത പീരങ്കിപ്രയോഗമാണ് നടന്നത്. മൺകോട്ടകൾ അതിവേഗത്തിലാണ് തിരുവിതാംകൂർ സൈന്യം പണിയിച്ചത്. അവയിന്മേൽ കയറ്റിവച്ച പീരങ്കികൾ കാരണം കോട്ടയ്ക്കകത്തുള്ളവർക്ക് പുറത്തുപോകാനും ആഹാരസാധനങ്ങൾ കൊണ്ടുവരാനും കഴിയാതായി. ഇതിനുമുമ്പൊരിക്കലും ഒരു ഇന്ത്യൻ ഭരണാധികാരിയും ഒരു യൂറോപ്യൻ കോട്ട വളയാൻ ഇത്ര തന്റേടം കാട്ടിയിട്ടില്ലെന്ന് ജൂൺ 25-ാം തീയതി റിഷ്ടൽ കൊച്ചിയിലേക്കെഴുതി.

കൊളച്ചൽ കോട്ട കെട്ടി അവിടെനിന്നും ഇരണിയലും കൽക്കുളവും കീഴടക്കുകയെന്ന പരിപാടി നടപ്പില്ലായെന്ന് തൂത്തുക്കുടി കൗൺസിൽ തീരുമാനിച്ചു. അതുകൊണ്ട് കന്യാകുമാരിയിൽ താവളമടിച്ച് കോട്ടാറിന് നേരെ ഭീഷണി ഉയർത്തുകയെന്നു തീരുമാനിച്ചു. കുളച്ചലിന് നേരെയുള്ള സമ്മർദം കുറയ്ക്കാൻ അതുകൊണ്ട് കഴിയുമെന്ന് പ്രതീക്ഷിച്ചു. പ്രതികൂല കാലാവസ്ഥ കാരണം കടൽയാത്ര ദുഷ്കരമായിരുന്നു. പോരെങ്കിൽ ജീവനക്കാരിൽ പകുതിയിലധികംപേരും രോഗബാധിതരുമാണ്. എങ്കിലും ജൂലൈ ഒന്നാംതീയതി സൈനികരോടൊപ്പം ഹാക്കാർട്ട് കന്യാകുമാരിയിലെത്തി. രണ്ടുവർഷം മുമ്പ് ആരംഭിച്ചതാണ് കന്യാകുമാരി ഫാക്ടറി. അവിടെ ജീവിതസൗകര്യങ്ങൾ തീരെ കുറവായിരുന്നു. കൂലിക്കാർക്കിടയിൽ വസൂരി സാധാരണമായതുകൊണ്ട് ആളെ കിട്ടാനും പ്രയാസമായിരുന്നു. അസുഖമില്ലാത്ത, ചെറുപ്പക്കാരായ ഭടന്മാർപോലും രണ്ടുവർഷമായുള്ള നിരന്തരമായ യുദ്ധങ്ങൾമൂലം ക്ഷീണിതരായിരുന്നു. കുളച്ചലിലും കന്യാകുമാരിയിലും മുക്കുവരിൽനിന്നുള്ള നിസ്സഹകരണവും പ്രശ്നമായിരുന്നു. ആഹാരസാധനങ്ങളും യുദ്ധസാമഗ്രികളും കന്യാകുമാരിയിലും കൊളച്ചലിലും ഒരുപോലെ ദുർല്ലഭമായി. കൊളച്ചലിലുള്ള 12000 ലധികം വരുന്ന തിരുവിതാംകൂർ സേനയെ നേരിടുന്നത് ദുഷ്കരമായതിനാൽ കന്യാകുമാരിയിൽ നിന്ന് കോട്ടാറിനെ ആക്രമിക്കാൻ പരിപാടിയിട്ടു.

ചന്ദാസാഹിബ് പിൻവാങ്ങിയ ഉടനെ കോട്ടകൾ കെട്ടി ആരുവാമൊഴിയിലൂടെയും കന്യാകുമാരിയിലൂടെയും നാഞ്ചിനാട്ടു കടക്കാനുള്ള വഴികൾ തിരുവിതാംകൂർ സൈന്യം അടച്ചിരുന്നു. കന്യാകുമാരിയെ പുറത്താക്കിക്കൊണ്ട് കിഴക്കൻ സമുദ്രം മുതൽ പടിഞ്ഞാറൻ സമുദ്രംവരെ നെടുംകോട്ട കെട്ടി. കടുക്കറ മുതൽ കന്യാകുമാരി വരെയുള്ള അതിർത്തിയിൽ മൺകോട്ടയും കല്ലുകൊണ്ട് കൊത്തളങ്ങളും തീർത്ത് പട്ടാളത്തെ കാവലും ഇട്ടു. രണ്ടു കോട്ടകളും വട്ടക്കോട്ടയിൽ സന്ധിച്ചു. വട്ടക്കോട്ടയിൽ സൈനികത്താവളമുണ്ടായിരുന്നു. രണ്ടു കോട്ടകളിൽ എവിടെ ആക്രമണമുണ്ടായാലും നിമിഷങ്ങൾക്കകം വട്ടക്കോട്ടയിൽ വിവരമറിയാനുള്ള സംവിധാനം ഏർപ്പെടുത്തി. ഇതറിയാതെ നെടുംകോട്ടയിൽ ഒരിടത്ത് ഡച്ച് സൈന്യം വെടിപൊട്ടിച്ചപ്പോൾ നിമിഷങ്ങൾക്കകം പ്രത്യാക്രമണമുണ്ടാവുകയാൽ ഹാക്കർട്ടിന് സൈന്യത്തെ പിൻവലിക്കേണ്ടിവന്നു. വീണ്ടും ആക്രമിക്കുന്നതിനെ സംബന്ധിച്ച് കന്യാകുമാരി കൗൺസിലിൽ അഭിപ്രായ ഐക്യമുണ്ടായിരുന്നില്ല.

ജൂലൈ 28-ാം തീയതി വീണ്ടും കൊളച്ചൽ കോട്ടയ്ക്ക് നേരെ തിരുവിതാംകൂറിന്റെ ശക്തിയായ ആക്രമണമുണ്ടായി. ഡച്ചുകാർ അതിനെ ശക്തിയായി നേരിട്ടു. ആക്രമണങ്ങളും പ്രതിരോധവും തുടരെത്തുടരെ ഉണ്ടായത് ഇരുകക്ഷികളെയും ദുരിതത്തിലാക്കി. കനത്ത മഴ കാരണം അയിരൂരിൽനിന്നും കന്യാകുമാരിയിൽനിന്നും സഹായമെത്തിയില്ല. ആഗസ്ത് ഒന്നാംതീയതി കൊളച്ചലെ ഡച്ചുകമാൻഡർ റിഷ്ടെലിന് മുറി

വേല്ക്കുകയും അയാൾ മരണപ്പെടുകയും ചെയ്തു. അതോടെ സൈനികർ ചാരായം കുടിച്ച് ഉന്മത്തരായി കോട്ടമേൽ കയറി നിന്ന് എന്തൊക്കെയോ വിളിച്ചുകൂവി. അവർ കീഴടങ്ങാൻ തയ്യാറാണെന്ന് തിരുവിതാംകൂർ സൈന്യത്തെ വിളിച്ചറിയിക്കുകയായിരുന്നുവെങ്കിലും തിരുവിതാംകൂർ സൈന്യത്തിന് അത് മനസ്സിലായില്ല. വിവരമറിഞ്ഞു മാർത്താണ്ഡവർമ്മ നേരിട്ടെത്തി. 31 ലന്തപ്പടയാളികൾ രാജാവിന് മുമ്പിൽ കീഴടങ്ങി. കീഴടങ്ങിയാൽ ആയുധസമേതം അവരെ കന്യാകുമാരിയിൽ പോകാനനുവദിക്കാമെന്നു രാജാവ് സമ്മതിച്ചു.

ആഗസ്ത് 7-ാം തീയതി നെടുങ്കോട്ട പിടിക്കാൻ കന്യാകുമാരിയിൽ നിന്നും ഒരുശ്രമം കൂടെ നടന്നു. ഇത്തവണ ശ്രമം വിജയിച്ചു. കോട്ട കാവൽക്കാർ ചിതറിയോടിയെങ്കിലും അവർ വീണ്ടും ഒത്തുകൂടി ഡച്ചുകാരെ ആക്രമിച്ചുകൊണ്ടിരുന്നു. അതുകൊണ്ട് കോട്ട കൈവശം വയ്ക്കുന്നത് ബുദ്ധിയല്ലെന്നു മനസ്സിലാക്കിയ ഹാക്കർട്ട് അടുത്തദിവസം കോട്ട ഉപേക്ഷിച്ച് കന്യാകുമാരിയിലേക്ക് മടങ്ങി. അതിനടുത്തദിവസം (ആഗസ്ത് 9) ആണ് കൊളച്ചൽ യുദ്ധത്തിന്റെ അന്ത്യം ഉണ്ടായത്. പള്ളിക്കകത്ത് സൂക്ഷിച്ചിരുന്ന 600 പൗണ്ട് വെടിമരുന്നിൽ തിരുവിതാംകൂർ സൈന്യം എയ്തുവിട്ട ഒരു തീയുണ്ടവന്നു പതിച്ച് കോട്ടയ്ക്കകം അപ്പാടെ നശിച്ചു. പ്രകമ്പനത്തിൽ രണ്ടുനാഴിക അകലെ കടലിൽ കിടന്ന പോർക്ക് എന്ന ഡച്ച് കപ്പൽ ഇളകിയാടി. കുടിവെള്ളം കിട്ടിയിരുന്ന ചതുരക്കിണർ മനുഷ്യപ്രേതങ്ങൾകൊണ്ട് മൂടി. പൊട്ടിത്തെറി ഉണ്ടായി ഏതാനും മണിക്കൂറുകൾക്കുള്ളിൽ രാജപ്രതിനിധിയായി യൂസ്റ്റേഷ് ഡിലനോയ് എന്ന ഡച്ചുകാരൻ കോട്ടയ്ക്കു മുന്നിലെത്തി.

കന്യാകുമാരിയിൽ ഹാക്കർട്ടിന്റെ കീഴിൽ പ്രവർത്തിച്ചിരുന്ന ഒരു എർസൈൻ ആയിരുന്നു യൂസ്റ്റേഷ്. ആഗസ്ത് രണ്ടാം തീയതി ഡച്ച് സേവനം ഉപേക്ഷിച്ച് കൽക്കുളത്തെത്തിയ ഡിലനോയ് അതിവേഗം മാർത്താണ്ഡവർമ്മയുടെ വിശ്വാസം ആർജ്ജിച്ചു. ദുയ്‌വൻഷോട് ആയിരിക്കണം മാധ്യസ്ഥം വഹിച്ചത്. അന്നുതന്നെ കൊളച്ചൽ കോട്ടയിൽ നിന്ന് കീഴടങ്ങിയ ഡച്ചുകാരുമായി ചർച്ച നടത്താൻ ഡിലനോയ് നിയോഗിക്കപ്പെട്ടു. ആഗസ്ത് 12-ാം തീയതി ഡച്ചുകാർ ഔദ്യോഗികമായി കീഴടങ്ങി കോട്ടയുടെ താക്കോൽ തിരുവിതാംകൂറിനെ ഏല്പിച്ചു. ആഗസ്ത് 15-ാം തീയതി മാർത്താണ്ഡവർമ്മ തന്റെ ജന്മനാൾ ആഘോഷിക്കാൻ കൊളച്ചൽ കോട്ടയിലെത്തിയെങ്കിലും ശവശരീരങ്ങളുടെ ദുർഗ്ഗന്ധം കാരണം പെട്ടെന്ന് മടങ്ങിപ്പോയി. കീഴടങ്ങിയവരെ കന്യാകുമാരിയിലേക്കയക്കാമെന്ന് രാജാവ് വാഗ്ദാനം ചെയ്തെങ്കിലും അവരെ ആദ്യം ഇരണിയലും പിന്നീട് ഉദയഗിരിയിലുമാണ് പാർപ്പിച്ചത്. പിന്നീട് സമാധാന ചർച്ചയുണ്ടാകുമ്പോൾ അവരെ ഒരു തുറുപ്പുചീട്ടായി ഉപയോഗിക്കാമെന്ന് കരുതപ്പെട്ടു.

കന്യാകുമാരിയിൽ ക്യാപ്റ്റൻ ഹാക്കർട്ടിന്റെ നില പരിതാപകരമായിരുന്നു. 1741 മാർച്ച് ചണ്ടാസാഹിബിനെ തടവുകാരനാക്കി മറാഠികൾ

തൃശ്ശിനാപ്പള്ളി പിടിച്ചെടുത്തു. അപ്പയ്യനായക് മധുരയിലെ ഗവർണ്ണറായി നിയമിക്കപ്പെട്ടു. അയാൾക്കെതിരെ കലഹിച്ച അയാളുടെ അനന്തിരവനെ പിന്തുടർന്ന് അപ്പാനായക്കുമായി ഉടമ്പടി ഉണ്ടാക്കുന്നത് ആത്മഹത്യാപരമായിരിക്കുമെന്ന് അറിയാമായിരുന്ന ഹോകർട്ട് കഷ്ടിച്ച് രക്ഷപ്പെട്ടു. അതു കഴിഞ്ഞയുടനെ കന്യാകുമാരിയിലെ ഡച്ചുഭടന്മാരിൽ ഒരു വിഭാഗം ലഹളയ്ക്കൊരുങ്ങി. ഹാക്കർട്ട് കൊല്ലത്തേക്ക് വിളിക്കപ്പെട്ടു. ഡച്ചുകാരുടെ കൊച്ചി കൗൺസിൽ കൊളച്ചൽ പരാജയത്തിനു കാരണങ്ങൾ വിലയിരുത്തി. ഹാക്കർട്ടിന്റെ നിരുത്തരവാദപരമായ പ്രവർത്തനമാണ് സുപ്രധാന കാരണമെന്ന് കണ്ടെത്തപ്പെട്ടു. അയാളെ തടവിലാക്കി ബറ്റേവിയായിലേക്കയച്ചു.

ഒരു മഹാസഖ്യത്തിന്റെ അന്ത്യം

കൊളച്ചൽ സംഭവിച്ച പരാജയം ലന്തക്കാരുടെ അന്തസ്സിനേറ്റ കനത്ത ആഘാതമായിരുന്നു. ഇംഗ്ലീഷുകാരും ഫ്രഞ്ചുകാരും ഈ വാർത്തയ്ക്ക് വമ്പിച്ച പ്രാധാന്യം നല്കി പ്രചരിപ്പിച്ചു. പാമ്പുകടിച്ചവനെ തേളു കുത്തിയമാതിരിയായിരുന്നു ഈ സംഭവം. ജാവയിലെ ചൈനീസ് കുടിയേറ്റക്കാർ അവിടത്തെ ഡച്ച് സർക്കാരിനെതിരെ ലഹളയുണ്ടാക്കി. ഡച്ച് ഗവർണ്ണർ ജനറൽ അതിനെ അതിക്രൂരമായാണ് കൈകാര്യം ചെയ്തത്. സിലോൺ ഗവർണ്ണർ ആയിരുന്ന വാൻ ഇംഹോഫ് ബറ്റേവിയായിലെ സുപ്രീം കൗൺസിൽ അംഗം കൂടെയായിരുന്നു. ഡച്ച് റിപ്പബ്ലിക്കിലെ ഒരു ഭരണാധികാരിയായ ഗവർണ്ണർ ജനറൽ പൈശാചികമായി ജനങ്ങളെ മർദ്ദിക്കുന്നതിനെ ഇംഹോഫ് വിമർശിക്കുകയും എതിർക്കുകയും ചെയ്തു. ഗവർണ്ണർ ജനറൽ ഇംഹോഫിനെ പിരിച്ചുവിടുകയും തടവിലാക്കുകയും ചെയ്തു. എന്നാൽ ഇംഗ്ലീഷുകാരും ഫ്രഞ്ചുകാരും പ്രചരിപ്പിച്ചത് ചൈനീസ് വിപ്ലവകാരികൾ ജാവയിലെ ഡച്ചുഗവണ്മെന്റിനെ അട്ടിമറിച്ചുവെന്നും ഡച്ച് ഈസ്റ്റിന്ത്യാകമ്പനി പൊളിഞ്ഞു എന്നുമാണ്. കേരളത്തിലെ ഭരണാധികാരികൾ മിക്കവരും ഡച്ചുകാരെ അവജ്ഞയോടെയാണ് നോക്കിയത്. വളർന്നുവരുന്ന തിരുവിതാംകൂറിന്റെ ശക്തിയെ തടഞ്ഞുനിർത്താൻ ഡച്ചുകാർക്ക് കഴിയുകയില്ലെന്നു ബോദ്ധ്യമായി. ഓരോരുത്തരായി ഡച്ചുകാരെ കൈയൊഴിയാൻ തുടങ്ങി.

ആദ്യത്തെ മനംമാറ്റം ഡച്ചുകാരുടെ സംരക്ഷിതരാജ്യമായ കൊച്ചിയിൽനിന്നാണ്. തനിക്ക് വയസ്സായെന്നും ഖജനാവ് കാലിയാണെന്നും പറഞ്ഞ് കൊച്ചിരാജാവ് യുദ്ധസന്നാഹങ്ങളിൽ നിന്ന് പിന്മാറി. ചുമതലകൾ തിരുവിതാംകൂർ പക്ഷക്കാരനായിരുന്ന അനന്തരാവകാശിയെ ഏല്പിച്ചു. ഡച്ചുകാരിൽ നിന്ന് സമ്മർദ്ദമുണ്ടായപ്പോൾ നാട്ടിലെ പ്രധാന സചിവന്മാരെ വിളിച്ചുകൂട്ടി തിരുമാനമെടുക്കാമെന്ന് രാജാവ് സമ്മതിച്ചു. സമ്മേളനം വിളിച്ചുകൂട്ടിയപ്പോൾ മുഖ്യസേനാധിപനായ പാലിയത്തച്ചനും ആലങ്ങാട് കൈമളും ഇളയരാജാവിന്റെ പക്ഷത്താണെന്നും തെളിഞ്ഞു.

കൊച്ചിയുടെ മനംമാറ്റം അറിഞ്ഞപ്പോൾ കരുനാഗപ്പള്ളിയിലെ പിള്ള

മാരും മാടമ്പിമാരും പൊടുന്നനെ തിരുവിതാംകൂർ പക്ഷത്തേക്ക് ചാഞ്ഞു. അതുകൊണ്ട് കരുനാഗപ്പള്ളിയെ കീഴടക്കാൻ മാർത്താണ്ഡവർമ്മയ്ക്ക് പ്രയാസമുണ്ടായില്ല. പക്ഷേ, തന്നെ അനുകൂലിച്ച മാടമ്പിമാരോട് പ്രത്യേക ഔദാര്യം ഒന്നും മാർത്താണ്ഡവർമ്മ കാണിച്ചില്ല. തൃപ്പാപ്പൂർ സ്വരൂപത്തി ലെന്നപോലെ മാടമ്പിത്വം കരുനാഗപ്പള്ളിയിലും അവസാനിപ്പിച്ചു. എതിർത്തവരെ തിരുവിതാംകൂറിലെന്നപോലെ ഉന്മൂലനം ചെയ്തു. സഹ കരിച്ചവരെ ജന്മിമാരായി തുടരാൻ അനുവദിച്ചു. അവരുടെ മാടമ്പിത്വം അവസാനിപ്പിച്ചു എന്നുമാത്രം. ഭരണാധികാരങ്ങൾ ഉദ്യോഗസ്ഥന്മാരെ ഏല്പ്പിച്ചു. കൊച്ചു മൂസ്സത് എന്നയാളെ സർവ്വാധികാരിയായി നിയമിച്ചു.

1741 ഒക്ടോബറിൽ തിരുവിതാംകൂറിനെതിരെ സഹായവാഗ്ദാനവു മായി അപ്പയ്യനായക്കിന്റെ രണ്ടു പ്രതിനിധികൾ കൊല്ലത്തെത്തി ഗൊള്ള നെസ്സിയെ സന്ദർശിച്ചു. കൊളച്ചൽകോട്ട ആക്രമിക്കുന്നതിന് നായക് 1000 അശ്വസൈനികരെ അയച്ചുകൊടുത്തിരുന്നു. അശ്വസൈനികരുടെ സേവനം ആവശ്യമില്ലാതെവന്നതുകൊണ്ട് പ്രതിമാസം 60000 രൂപ ചെല വുള്ള അശ്വസേനയെ മാർത്താണ്ഡവർമ്മ തിരിച്ചയച്ചു. ഇതാണ് മാർത്താ ണ്ഡവർമ്മയ്ക്കെതിരെ നായക് തിരിയാൻ കാരണമായത്. നായക് നയ വഞ്ചകനായ അത്യാഗ്രഹിയാണെന്ന് അറിയാമായിരുന്നതുകൊണ്ട് സഹായം സ്വീകരിക്കപ്പെട്ടില്ല. 1742 ജനുവരിയിൽ വീണ്ടും യുദ്ധം തുട ങ്ങാൻ തീരുമാനിച്ചതുകൊണ്ട് മാർത്താണ്ഡവർമ്മ വീണ്ടും നായക്കിനെ സമീപിച്ചു. കുടിശ്ശിക കപ്പം ഒന്നരലക്ഷം കലിയൻപണം കൊടുത്തു തീർത്തശേഷം 300 പേരുള്ള അശ്വസൈന്യത്തെ വാടകയ്ക്കെടുത്തു. മഞ്ചണാസാഹിബ് എന്നയാളായിരുന്നു അശ്വസൈന്യത്തെ നയിച്ചത്. മഞ്ചണാസാഹിബിന്റെ പിതാവ് രണ്ടുവർഷംമുമ്പ് ഡച്ചുകാരുമായുള്ള യുദ്ധത്തിൽ മരണമടഞ്ഞതുകൊണ്ട് ഡച്ചുകാരോട് പകരംവീട്ടാൻ ഇതൊ രവസരമായി അയാൾ കരുതി. ഇംഗ്ലീഷുകാരും ഫ്രഞ്ചുകാരും ആയുധ സഹായവുമായി മുന്നോട്ടുവന്നു. കൊളച്ചൽകോട്ട കെട്ടാൻ ഫ്രഞ്ചു കാർക്ക് അനുവാദം നല്കിയെങ്കിലും പോണ്ടിച്ചേരിയിൽ നിന്ന് ഉത്തരവ് ലഭിക്കാത്തതിനാൽ ഒന്നും നടന്നില്ല.

യുദ്ധസന്നാഹത്തിലേർപ്പെട്ടിരിക്കെ തന്നെ ഡച്ചുകാരുമായി സമാ ധാന ചർച്ചയും നടന്നു. ഡച്ചുകാരുടെ വാണിജ്യപ്രതിനിധി എസക്കി യെൽറബ്ബിയും രാജാവിന്റെ പ്രതിനിധി പൂവാറ്റുകാരൻ പോക്കുമൂസായു മായിരുന്നു. 1691 ലെയും 1732 ലെയും ഉടമ്പടികളുടെ കാര്യം ഡച്ചുകാർ വീണ്ടും ഉന്നയിച്ചു. 1691 ലെ ഉടമ്പടിയുണ്ടാക്കിയ കോട്ടയം കേരളവർമ്മ തിരുവിതാംകൂർ രാജാവായിരുന്നില്ലെന്നും നിയമാനുസരണമല്ലാതെ അധി കാരം കൈയടക്കിയ ആളാണെന്നും രാജാവ് പ്രസ്താവിച്ചു. കൊളച്ചൽ നിന്നു പിടിച്ചെടുത്ത ആയുധസാമഗ്രികളും ആളുകളെയും തിരിച്ചുകിട്ട ണമെന്ന് ഡച്ചുകാർ വാദിച്ചു. തനിക്കുണ്ടായ നഷ്ടങ്ങൾക്ക് പരിഹാര മാണ് ആയുധസാമഗ്രികളെന്ന് രാജാവ് പറഞ്ഞു. തടവുകാരിൽ മടങ്ങി പ്പോകാൻ തയ്യാറുള്ളവരെ മടക്കിനല്കാമെന്നും തന്നെ അഭയം പ്രാപി

ച്ചവരെ വിട്ടുകൊടുക്കില്ലെന്നും രാജാവ് പറഞ്ഞു. ശക്തിയുടെ ഭാഷയിൽ സംസാരിക്കാൻ ഡച്ചുകാർക്ക് കോപ്പില്ലാതിരുന്നതുകൊണ്ട് ഒരു സൗജന്യത്തിനും രാജാവ് തയ്യാറല്ലായിരുന്നു.

ശക്തിയുടെ ഭാഷ മാത്രമേ മാർത്താണ്ഡവർമ്മയ്ക്ക് മനസ്സിലാകൂ എന്നു കരുതിയ ഗൊള്ളനെസ്സി വീണ്ടും ഒരു സാഹസത്തിന് തയ്യാറായി. കിളിമാനൂരിലും ആറ്റിങ്ങലും ഉള്ള ജനങ്ങൾക്ക് മാർത്താണ്ഡവർമ്മയെ മടുത്തുവെന്നും ഇതൊരു നല്ല അവസരമാണെന്നും വഞ്ചിമുട്ടംപിള്ള ഗൊള്ളനെസ്സിയെ അറിയിച്ചു. അതു വിശ്വസിച്ച ഗൊള്ളനെസ്സി മൂന്നു കുപ്പിണി ഡച്ചു സൈനികരും 3000 ദേശിംഗനാട് സൈനികരുമായി 1742 ഡിസംബർ അവസാനം കൊല്ലത്ത് നിന്ന് കിളിമാനൂരിലേക്ക് പുറപ്പെട്ടു. കിളിമാനൂർകോട്ടയിൽ താവളം ഉറപ്പിച്ചശേഷം ആറ്റിങ്ങൽ ആക്രമിക്കാനായിരുന്നു പരിപാടി. കിളിമാനൂർകോട്ട കൈവശപ്പെടുത്തി അവിടെയിരുന്നുകൊണ്ട് ചർച്ച നടത്തിയാൽ കൂടുതൽ ഫലപ്രദമാകുമെന്ന് ഗൊള്ളനെസ്സി കരുതി. അതുകൊണ്ട് ഫെബ്രുവരി ഒന്നുമുതൽ താല്ക്കാലിക യുദ്ധവിരാമം ഏർപ്പെടുത്തിക്കൊണ്ട് കിളിമാനൂർ കോട്ടയിൽ നിന്ന് ഒരു നക്കൽകരാർ മാർത്താണ്ഡവർമ്മയ്ക്ക് അയച്ചുകൊടുത്തു: (1) കൊളച്ചൽ കോട്ടയിൽ നിന്നു പിടിച്ചെടുത്ത ആയുധങ്ങളും ആളുകളും പ്രമാണങ്ങളും ഉടനെ തിരിച്ചു നല്കുക; (2) കൊളച്ചലിലും തേങ്ങാപ്പട്ടണത്തും രണ്ടു ഫാക്ടറികൾ തിരുവിതാംകൂറിന്റെ ചെലവിൽ നിർമ്മിച്ചു നല്കണം; (3) പ്രതിവർഷം 1000 കണ്ടി കുരുമുളക് ഡച്ചുകാർക്ക് നല്കണം; (4) തുണിത്തരങ്ങളുടെ കുത്തക ഡച്ചുകാർക്ക് നല്കണം; (5) 1694 ൽ തേങ്ങാപ്പട്ടണം ഫാക്ടറി കൊള്ളയടിച്ചതിൽ വന്ന നഷ്ടം പരിഹരിക്കണം; (6) തിരുവിതാംകൂറിലെ ക്രിസ്ത്യാനികളുടെമേലുള്ള നിയമവാഴ്ച ഡച്ചുകാർക്ക് നല്കണം; (7) തിരുവിതാംകൂറും ദേശിംഗനാടും തമ്മിലുള്ള തർക്കങ്ങൾ ഒരു നിഷ്പക്ഷ കമ്മീഷന്റെ പരിഗണനയ്ക്ക് വിടണം. ഈ ആവശ്യങ്ങൾക്കെല്ലാം ശരിയായ മറുപടി നല്കാൻ പോക്കുമൂസ്സായ്ക്ക് കഴിഞ്ഞതുകൊണ്ട് എസക്കിയൽ റാബ്ബി നിരാശനായി മടങ്ങി (ഫെബ്രുവരി 17).

ദേഹസുഖമില്ലെന്നുപറഞ്ഞ് ഫെബ്രുവരി 21 ന് ഗൊള്ളനെസ്സി കിളിമാനൂർ നിന്ന് കൊച്ചിയിലേക്ക് പോയി. ക്യാപ്റ്റൻ ബെർജറെ സൈന്യത്തിന്റെ നേതൃത്വം ഏല്പിച്ചു. 12000 വരുന്ന തിരുവിതാംകൂർ സൈന്യം വർക്കലയ്ക്കടുത്തുള്ള വെച്ചൂർ കീഴടക്കിയെന്നറിഞ്ഞ് ബെർജർ സൈന്യവുമായി അയിരൂരിലേക്ക് പോയി. വെച്ചൂർ തിരുവിതാംകൂറിന്റെ നിയന്ത്രണത്തിലായത് പരവൂർ, അയിരൂർ, തോട്ടയ്ക്കാട്, കിളിമാനൂർ എന്നീ ഡച്ച് സങ്കേതങ്ങൾക്ക് ഭീഷണിയായി. മാർത്താണ്ഡവർമ്മ ഏർപ്പെടുത്തിയിരുന്ന ഒരു മറവപ്പട തെങ്കാശിവഴി മാർച്ച് 21-ാം തീയതി കായംകുളം ആക്രമിക്കുകയും രാജാവിന്റെ മൂലഗൃഹം പിടിച്ചെടുക്കുകയും ചെയ്തു. ജാവയിലെ ചൈനീസ് വിപ്ലവം കാരണം ഡച്ചുകാർക്ക് കൂടുതൽ സൈനികസഹായം എത്തിയില്ല. പോരാത്തതിന് ദേശിംഗനാട് രാജാവ് പണത്തി

നുവേണ്ടി ഡച്ചുകാരെ ഞെരിച്ചുകൊണ്ടിരുന്നു. മാർച്ച് അവസാനം തിരുവിതാംകൂർ സൈന്യം കിളിമാനൂർകോട്ട വളഞ്ഞു. ഏപ്രിൽ 5 മുതൽ കോട്ടയ്ക്കകത്തുനിന്ന് ദേശിംഗനാട് സൈനികർ കൂട്ടമായി ഒഴിഞ്ഞുപോകാൻ തുടങ്ങി. ബഹളത്തിനിടയിൽ ദേശിംഗനാട് രാജാവും ചെറിയൊരകമ്പടിയോടുകൂടി തോട്ടക്കോട്ടയിലേക്ക് പോയി. അവിടെയും സുരക്ഷിതമല്ലായിരുന്നു; എന്തെന്നാൽ ഡച്ചുകാർ ഏപ്രിൽ മദ്ധ്യത്തോടുകൂടി ധാരാളം ഭക്ഷ്യപദാർത്ഥങ്ങളും യുദ്ധസാമഗ്രികളും ഉപേക്ഷിച്ച് അവിടം വിട്ട് അയിരൂരിലേക്ക് പോയി. ദേശിംഗനാടിലെ മാടമ്പിമാർ രണ്ടുചേരിയിലായി, കായംകുളം രാജാവിന്റെ (ദേശിംഗനാട് മൂത്തതമ്പുരാൻ)കുചേഷ്ടിതങ്ങളായിരുന്നു കാരണം. വിമതർ ഇളയരാജാവിന്റെ പക്ഷം ചേർന്നു. ഇളയരാജാവാകട്ടെ തിരുവിതാംകൂർ പക്ഷക്കാരനായിരുന്നു.

നെടുമങ്ങാടിലെ സ്ഥിതിയും വ്യത്യസ്തമായിരുന്നില്ല. ഇളയിടത്തു റാണിയോട് ആർക്കും തന്നെ ബഹുമാനം ഉണ്ടായിരുന്നില്ല. മാർത്താണ്ഡവർമ്മ എന്ന വീരപുരുഷൻ നെടുമങ്ങാട്ടെ മാടമ്പിമാരുടെ ആദരം ആർജ്ജിച്ചു. ആദ്യം പത്തു മാടമ്പിമാർ തിരുവിതാംകൂറിന് കീഴടങ്ങി. തുടർന്ന് ഏപ്രിൽ 13 ന് തിരുവിതാംകൂർ സൈന്യം കൊട്ടാരക്കര പിടിച്ചെടുത്തു. റാണി തെക്കുംകൂറിലെ നെടുംപുറത്തേക്ക് പോയി രക്ഷപ്പെട്ടു.

കൊട്ടാരക്കരനിന്നു തിരുവിതാംകൂർ സൈന്യം അയിരൂരിലേക്ക് പോയി. സ്ഥലവാസികൾ തിരുവിതാംകൂറിന് കീഴടങ്ങുകയോ കൊല്ലത്തേക്ക് ഓടിപ്പോവുകയോ ചെയ്തു. ദുയ്‌വൻ ഷോടിന്റെ നേതൃത്വത്തിൽ, ഹോളണ്ടിയയിലെ കമാൻഡറെ കീഴടങ്ങാൻ തിരുവിതാംകൂർ സൈന്യം ആവശ്യപ്പെട്ടു. തന്നെ കൊല്ലത്തേക്ക് പോകാൻ അനുവദിക്കണമെന്ന വ്യവസ്ഥയിൽ കമാൻഡർ കീഴടങ്ങി. പക്ഷേ, കീഴടങ്ങിയ കമാൻഡറെ യുദ്ധത്തടവുകാരനാക്കുകയാണ് തിരുവിതാംകൂർ ചെയ്തത്.

ഇപ്പോൾ എല്ലാം നഷ്ടപ്പെട്ട നിലയിലായി ഡച്ചുകാർ. കായംകുളം - ദേശിംഗനാട് രാജാവ് തിരുവല്ലാ ക്ഷേത്രസങ്കേതത്തിലേക്ക് ഓടിപ്പോയി. അവിടെനിന്ന് ദൂതനെ അയച്ച് കായംകുളം രാജാവ് സമാധാനാഭ്യർത്ഥന നടത്തി. തന്റെ കുടുംബസ്വത്തെങ്കിലും വിട്ടുതരണമെന്നായിരുന്നു അഭ്യർത്ഥന. സമാധാനചർച്ച നീട്ടിക്കൊണ്ടുപോയി രാജാവിനെ പിടികൂടാൻ മാർത്താണ്ഡവർമ്മ ഏർപ്പാടുചെയ്തു. അത് സാധിക്കാതെ വന്നപ്പോൾ രാജാവിന്റെ സ്വന്തം ഭൂമി മുഴുവൻ നശിപ്പിച്ചുകളയാൻ മാർത്താണ്ഡവർമ്മ ദുയ്‌വൻഷോടിനെ ഏർപ്പെടുത്തി. കൊട്ടാരങ്ങളും അമ്പലങ്ങളും പള്ളികളും എല്ലാം നശിപ്പിക്കപ്പെട്ടു[10]. ഏതെങ്കിലും രീതിയിൽ കായംകുളം രാജാവ് സ്വന്തം ഭൂമിയിൽ മടങ്ങിയെത്തിയാൽ പ്രശ്നമുണ്ടാകും എന്നതാണ് കാര്യം.

പുറക്കാട്

പുറക്കാട് രാജാവ് മുമ്പിനാലെ തന്നെ കായംകുളവുമായി നല്ല സൗഹൃദത്തിലായിരുന്നില്ല. അതുകൊണ്ടുതന്നെ ദേവനാരായണന്മാർ

തിരുവിതാംകൂർ പക്ഷപാതികളായിരുന്നു. പുതിയ സാഹചര്യത്തിൽ, അവർ ഡച്ചുകാരുമായുള്ള വാണിജ്യബന്ധം അവസാനിപ്പിച്ചു. മാത്രമല്ല കായംകുളത്തുനിന്നു രക്ഷപ്പെട്ട് പുറക്കാട്ടുവന്ന് ഡച്ച് റസിഡന്റിനെ പിടിച്ചു തടവിലാക്കുകയും ചെയ്തു (മെയ് 1742). മാർത്താണ്ഡവർമ്മ കായംകുളം ആക്രമിച്ചപ്പോൾ 50 നൗകകൾ നല്കി പുറക്കാട് രാജാവ് തിരുവിതാംകൂറിനെ സഹായിക്കുകയും, തിരുവിതാംകൂർ പട്ടാളം തന്റെ നാട്ടിൽക്കൂടെ കടന്നുപോകുന്നതിന് അനുവാദം നല്കുകയും ചെയ്തു. തിരുവിതാംകൂറിന് കീഴടങ്ങാൻ പുറക്കാട് രാജാവ് കൊച്ചിയെ ഉപദേശിക്കുകയും ചെയ്തു.

കൊല്ലത്തിനുനേരെയായിരുന്നു മാർത്താണ്ഡവർമ്മയുടെ അടുത്ത പുറപ്പാട്. ദുയ്‌വൻ ഷോടിന്റെ നേതൃത്വത്തിലുള്ള സുശിക്ഷിതമായ 1000 ഭടന്മാരുമായാണ് 1742 ജൂൺ 13-ാം തീയതി കൊല്ലം കോട്ട ഉപരോധിച്ചത്. അച്ചുതവാര്യർ എന്ന ധീരസേനാനായകന്റെ നേതൃത്വത്തിൽ 3000 വരുന്ന ദേശിംഗനാട് സൈന്യം കോട്ട പ്രതിരോധിച്ചു. അതുകാരണം ഉപരോധം നീണ്ടുപോയി. ഡച്ചുസൈനികർ ലഹളയുണ്ടാക്കുമെന്ന പതനംവരെ എത്തി. യുദ്ധം അവസാനിപ്പിക്കാൻ അവർക്ക് ബറ്റേവിയായിൽ നിന്ന് അനുവാദം ലഭിച്ചു. എങ്കിലും കുറ്റവിമുക്തനാക്കപ്പെട്ട ഇംഹോഫ് ബറ്റേവിയായിലെ ഗവർണ്ണർ ജനറൽ ആയി നിയമിക്കപ്പെട്ടു എന്ന അറിവ് അവരിൽ ശുഭപ്രതീക്ഷയുളവാക്കി. ആ വാർത്ത തിരുവിതാംകൂറിലും ഫ്രഞ്ചുകാരിലും കുണ്ഠിതം ഉളവാക്കുകയും ചെയ്തു. ആഗസ്ത് 3-ാം തീയതിക്ക് മുമ്പ് ആറായിരത്തോളം തിരുവിതാംകൂർ ഭടന്മാർ മരിച്ചുവീണു. കരയിൽ നിന്ന് തിരുവിതാംകൂർ സേന കോട്ട ഉപരോധിച്ചുവെങ്കിലും കടലിൽനിന്നു കോട്ട ഉപരോധിക്കാൻ കഴിയാത്തതിനാൽ ദേശിംഗനാടിന് പിടിച്ചുനിൽക്കാൻ കഴിഞ്ഞു. കടലിൽ നിന്ന് കോട്ട ഉപരോധിക്കാൻ ഫ്രഞ്ചുകാരോടും ഇഗ്ലീഷുകാരോടും മാർത്താണ്ഡവർമ്മ ആവശ്യപ്പെട്ടു. ഫ്രഞ്ചുകാർ അന്ന് മലബാറിൽ പ്രശ്നങ്ങളെ നേരിട്ടുകൊണ്ടിരുന്നതിനാൽ സഹായത്തിനെത്തിയില്ല. ഇംഗ്ലീഷുകാരാകട്ടെ യുദ്ധം അവസാനിപ്പിക്കാൻ തിരുവിതാംകൂറിനെ ഉപദേശിക്കുകയാണ് ചെയ്തത്. അതുകൊണ്ട് ഒരു പരാജയം ഒഴിവാക്കി ഇരുകൂട്ടരും യുദ്ധം അവസാനിപ്പിച്ചു. ദുയ്‌വൻ ഷോട് രോഗബാധിതനായതും ഒരു കാരണമായിരുന്നു. കായംകുളത്തുനിന്നും കൊള്ളയടിച്ചുകിട്ടിയ വമ്പിച്ച ദ്രവ്യം ഇതിനകംതന്നെ കടുത്ത അന്ധവിശ്വാസിയായ മാർത്താണ്ഡവർമ്മ ബ്രാഹ്മണർക്കും ക്ഷേത്രങ്ങൾക്കുമായി നല്കി ഖജനാവ് കാലിയാക്കിക്കഴിഞ്ഞു[11].

ഒന്നാം മാവേലിക്കരകരാർ

1742 നവംബർ ആദ്യം ഡച്ചുകാരുടെ ആവശ്യപ്രകാരം കൊച്ചി രാജാവിന്റെയും തെക്കുംകൂർ രാജാവിന്റെയും പ്രതിനിധികൾ തിരുവിതാംകൂറുമായി സമാധാന ചർച്ച നടത്തി. കൊച്ചിയുടെയും തെക്കുംകൂറിന്റെയും കുത്തിത്തിരിപ്പുകളാണ് എല്ലാ പ്രശ്നങ്ങൾക്കും കാരണമെന്നും, കൊച്ചി

രാജാവ്, രാജാവെന്ന പദവിക്ക് തന്നെ അപമാനമാണെന്നും മറ്റും കൊച്ചി രാജപ്രതിനിധിയായ ചേരാവള്ളി കൈമളോട് രാജാവ് പരിഹാസമായി പറഞ്ഞു. ഒരിക്കൽ താൻ അവരെ രണ്ടുപേരെയും ശിക്ഷിക്കുമെന്നും പറയാതിരുന്നില്ല. 1743 തുടക്കത്തിൽ സ്റ്റീൻവാൻ ഗൊള്ളനെസ്സി കമാൻഡർ പദവിയൊഴിയുകയും എന്തുവിലകൊടുത്തും സമാധാനം സ്ഥാപിക്കണമെന്ന നിർദ്ദേശത്തോടുകൂടി സിയർസ്മാ കൊച്ചി കമാൻഡറായി വരികയും ചെയ്തു. ദ്വിഭാഷി ക്യാപ്റ്റൻ സിൽവ മെന്റസും, എസക്കിയേൽ റാബിയും ഡച്ചുപ്രതിനിധികളായി മാവേലിക്കരയെത്തി. തിരുവിതാംകൂറുമായി ദീർഘമായ ചർച്ചകൾക്കുശേഷം 1743 മെയ് 22-ാം തീയതി വാണിജ്യസൗഹൃദ കരാറുണ്ടാക്കി. കരാറിൻപ്രകാരം ഡച്ചുകാരായ തടവുകാരെ കൊച്ചിയിൽ കൊണ്ടുവന്ന് താമസിപ്പിക്കാനും അവരെ ശിക്ഷിക്കില്ലെന്ന വ്യവസ്ഥയിൽ ഡച്ച് സൈന്യത്തിൽ തിരിച്ചെടുക്കാനും തീരുമാനിച്ചു. പ്രതിവർഷം 1200 കണ്ടി കുരുമുളക് കണ്ടി ഒന്നിന് 54 രൂപാവിലയ്ക്ക് നല്കാമെന്ന് തിരുവിതാംകൂർ സമ്മതിച്ചു. കുരുമുളക് കരുനാഗപ്പള്ളിയിലെ പണ്ടാരത്തുരുത്തിലുള്ള വ്യാപാരശാലയിൽ എത്തിക്കണം. കൊളച്ചൽ ഒരു ഫാക്ടറി തുടങ്ങാൻ തിരുവിതാംകൂർ സഹായിക്കും[12]. പകരം ആയുധസാമഗ്രികൾ ന്യായവിലയ്ക്ക് തിരുവിതാംകൂറിന് നല്കണം. എവിടെനിന്നും തുണിത്തരങ്ങൾ വാങ്ങാൻ കമ്പനിക്ക് അവകാശമുണ്ടായിരിക്കും. കോട്ടാറിലും തേങ്ങാപ്പട്ടണത്തിലും അതിനുവേണ്ട സൗകര്യങ്ങൾ ചെയ്തുകൊടുക്കും. യൂറോപ്യൻ കത്തോലിക്കാ പുരോഹിതരെ നാട്ടിൽ നിരോധിക്കും. സ്വന്തം നിലയിൽ 200 കണ്ടി കുരുമുളക് കയറ്റി അയയ്ക്കാൻ ഡച്ചുകാർ തിരുവിതാംകൂറിന് പാസ് നല്കും. ഫ്രഞ്ചുകാരിൽനിന്നും ആർക്കാട് നവാബിൽനിന്നും ശത്രുതകളുണ്ടായാൽ കമ്പനി രാജാവിനെ സഹായിക്കും. മേലിൽ ദേശിംഗനാടും തിരുവിതാംകൂറും തമ്മിൽ യുദ്ധമുണ്ടായാൽ ഡച്ചുകാർ നിഷ്പക്ഷത പാലിക്കും.

മൂന്നുദിവസത്തിനുശേഷം മാർത്താണ്ഡവർമ്മയും സിയർസ്മായും ചെമ്പകശ്ശേരി രാജാവിന്റെ അമ്പലപ്പുഴ കൊട്ടാരത്തിൽവച്ച് നേരിട്ടു കണ്ടു സൗഹൃദം സ്ഥാപിച്ചു. പക്ഷേ ബറ്റേവിയായിലെ ഡച്ച് കൗൺസിൽ കരാർ അംഗീകരിച്ചില്ല. രണ്ടു കാരണങ്ങളാണുള്ളത്. ഒന്ന്, ദേശിംഗനാട് കോട്ടയ്ക്കകത്താണ് ഡച്ചുകോട്ട നിന്നിരുന്നത്. ദേശിംഗനാട് കോട്ട തിരുവിതാംകൂറിന്റെ നിയന്ത്രണത്തിലായാൽ ഡച്ചുകോട്ടയ്ക്ക് അത് നിത്യ ഭീഷണി ആവും; രണ്ട്, കുളച്ചലിനുവേണ്ടി ഫ്രഞ്ചുകാരുമായി ഏറ്റുമുട്ടേണ്ടിവരുന്നത് കമ്പനിക്ക് അപകടകരമാണ്. ആർക്കാട് നവാബ് ഇംഗ്ലീഷുകാരുടെ മിത്രമാണ്. മുള്ളിനാടിനുവേണ്ടി നവാബും തിരുവിതാംകൂറും ശത്രുതയിലാണ്. നവാബിനെതിരെ പുറപ്പെട്ടാൽ ഇംഗ്ലീഷുകാരുമായി യുദ്ധം ചെയ്യേണ്ടിവരും. കരാർ നടപ്പിലായില്ലെങ്കിലും തിരുവിതാംകൂറിന് വലിയ ദോഷമൊന്നുമില്ല. രൂ. 54 വച്ച് 1200 കണ്ടി കുരുമുളക് നല്കുന്നത് ഡച്ചുകാർക്ക് കപ്പം കൊടുക്കുന്നതിന് തുല്യമാണ്. അതിൽനിന്ന്

ഒഴിവാക്കാൻ കഴിഞ്ഞുവെന്നത് ചെറിയ കാര്യമല്ല. അതേസമയം നിഷ്പക്ഷതാനയം സ്വീകരിക്കാൻ ഡച്ചുകാർ നിർബ്ബന്ധിതരായി എന്നതൊരു വലിയ കാര്യമാണ്. പില്ക്കാലത്ത് തിരുവിതാംകൂറിന്റെ എതിരാളികളെ ഡച്ചുകാർ സഹായിച്ചില്ലെന്നു മാത്രമല്ല ശത്രുതാനടപടികൾക്ക് മുതിർന്നവരെ നിരുത്സാഹപ്പെടുത്തുകപോലും ചെയ്തു.

കുറിപ്പുകൾ

1. നേരത്തെ ദേശിംഗനാടിനെ അഭയംപ്രാപിച്ചിരുന്ന വഞ്ചിമുട്ടം പിള്ളയും ഒപ്പം കായംകുളത്തേക്ക് പോയി.
2. *Mark de Lannoy*. Op. cit. p. 57, note 65. എന്നാൽ മാർത്താണ്ഡവർമ്മ സ്വയം യുദ്ധം അവസാനിപ്പിച്ച് തിരുവനന്തപുരത്തേക്ക് മടങ്ങിയെന്നാണ് മതിലകം ഗ്രന്ഥവരിയിൽ പറയുന്നത് (ചുരുണ 83, ഓല 32). കൊ വ 908 മീനം 11-ാം തീയതി ശ്രീപത്മനാഭസ്വാമിക്ഷേത്രം കലശമാട്ടു നടക്കേണ്ടുന്നതിന് മീനം 2-ാം തീയതി കൊല്ലത്തു നിന്ന് മടങ്ങിയെന്നാണ് പറയുന്നത്.
3. പഴയ ഓടനാടിന്റെ കീഴിൽ അന്യംനിന്നുപോയ സ്വരൂപങ്ങളാണ് കാർത്തികപ്പള്ളിയും മാവേലിക്കരയും. അതിൽ മാവേലിക്കര കായംകുളത്തിന്റെയും കാർത്തികപ്പള്ളി കരുനാഗപ്പള്ളിയുടെയും ഭാഗമായി. 1732 ഏപ്രിൽ 9-ാം തീയതിയിലെ ഉടമ്പടി പ്രകാരം ഈ രണ്ട് സ്വരൂപങ്ങളും കരുനാഗപ്പള്ളിയുടെ ഭാഗമായിത്തീർന്നു.
4. ചാവേർ സമ്പ്രദായം ഇന്ത്യയിലെ ഒരു പ്രാചീന സമ്പ്രദായമാണ് ഒരു രാജാവ് കിരീടധാരണം കഴിഞ്ഞയുടനെ വലിയൊരു സദ്യ നടത്തുന്നു. സദ്യയിൽനിന്ന് ഓരോ ഉരുളച്ചോർ രാജാവ് സ്വന്തം കൈകൊണ്ട് തന്റെ അംഗരക്ഷകരെ ഊട്ടുന്നു. അങ്ങനെ ഉരുളച്ചോർ കഴിക്കുന്നവർ ജീവൻ ബലിയർപ്പിച്ചും രാജാവിന്റെ ജീവൻ രക്ഷിക്കാൻ പ്രതിജ്ഞാബദ്ധരാണ്. അതിന് കഴിയാതെ വന്നാൽ മരണം വരെയും അവർ എതിരാളികളോട് പൊരുതും. ചാവേറുകൾക്ക് സേവനത്തിനായി നല്കപ്പെടുന്ന ഭൂമിയെ ചാവേറ്റു വിരുത്തി എന്നു പറയും. രാജാവ് മരിച്ചാൽ ചാവേറുകൾ തലമുണ്ഡനം ചെയ്യുകയും പുരികംപോലും വടിച്ചുകളയുകയും ചെയ്യുമത്രേ. (K P Padmanabha Menon. *History of Kerala*, Volume III p. 257).
5. 1738 അവസാനം ഡച്ചുകാരിൽ നിന്ന് ഭീഷണി ഉണ്ടായിട്ടും അവർക്ക് കുരുമുളക് നല്കാൻ വടക്കുംകൂർ വിസമ്മതിച്ചു.
6. ഹിരണ്യഗർഭദാനത്തിനുവേണ്ടിയായിരുന്നു രണ്ടുലക്ഷം കഴഞ്ച് സ്വർണ്ണം വേണ്ടിവന്നത്. സ്വർണ്ണംകൊണ്ട് ഒരു പശുവിനെ ഉണ്ടാക്കി അതിനകത്ത് രാജാവ് പ്രവേശിക്കുകയും ബ്രാഹ്മണരുടെ മന്ത്രോച്ചാരണത്തിനുശേഷം പുറത്തുവരികയും ചെയ്യുമ്പോൾ രാജാവിന്റെ രണ്ടാം ജന്മമായി എന്നാണ് സങ്കല്പം. പശുവിന്റെ വിഗ്രഹം പൊട്ടിച്ച് സ്വർണ്ണനാണയമാക്കി ബ്രാഹ്മണർക്ക് ദാനം ചെയ്യുമ്പോൾ ബ്രാഹ്മണർ രാജാവിനെ പൂണൂൽ അണിയിച്ച് ക്ഷത്രിയനാക്കുന്നു.

അതോടൊപ്പം രാജാവ് ക്ഷത്രിയനാവുകയും കുലശേഖരപെരുമാൾ എന്ന ബിരുദം സ്വീകരിക്കുകയും ചെയ്യുന്നു. ഡച്ചുകാർ സ്വർണം നല്കിയില്ലെങ്കിലും മാർത്താണ്ഡവർമ്മ ഹിരണ്യഗർഭദാനവും മറ്റു 15 ദാനങ്ങളും നിർവ്വഹിച്ചു.

7. തെക്കുംകൂറിൽ നിന്ന് ഇളയിടത്ത് റാണിയെ കൊട്ടാരക്കരയിൽ കൊണ്ടുവന്നു വാഴിക്കാൻ പാലിയത്തച്ചൻ അങ്ങോട്ടുപോയി എന്നാണ് തോന്നുന്നത്. എന്തെന്നാൽ വർക്കലയിലും ആറ്റിങ്ങലും നടന്ന യുദ്ധങ്ങളിൽ പാലിയത്തച്ചൻ പങ്കെടുത്തതായി ഹാക്കർട്ടിന്റെ ഡയറിയിൽ പറയുന്നില്ല.

8. ആർക്കാട്ട് നവാബ്, ദില്ലി പാദുഷായുടെ കീഴിലെ വൈസ്രോയ് (സുബേദാർ) ആയ നൈസാമിന്റെ കീഴിലെ ഒരു ഗവർണ്ണർ ആയിരുന്നതുകൊണ്ട് മുഗളൻ (മുകിലൻ) എന്നാണറിയപ്പെട്ടത്. വിജയനഗരത്തിന്റെ ഭരണാധികാരി എന്ന അർത്ഥത്തിൽ കർണ്ണാടിക് നവാബെന്നും പറയും.

9. 1740 മെയ് മാസത്തിൽ മറാത്ത സൈന്യം കർണ്ണാടകം ആക്രമിച്ച് യുദ്ധത്തിൽ നവാബ് ദോസ്ത് ആലിയെ വധിച്ചു. ചണ്ടാസാഹിബ് പോണ്ടിച്ചേരിയിൽ ഫ്രഞ്ചുകാരെ അഭയംപ്രാപിച്ചു. മറാത്തികൾ സഫ്ദാർ ആലിയെ കർണാടിക് നവാബായി വാഴിച്ചു. നവംബർ 10-ാം തീയതി ചണ്ടാസാഹിബ് തൃശ്ശിനാപ്പള്ളിയിലേക്ക് മടങ്ങി. 1741 ൽ ചണ്ടാസാഹിബിനെ പിടികൂടി ബന്ദിയാക്കിയ മറാഠികൾ 40 ലക്ഷം രൂപാ കിട്ടുംവരെ അയാളെ തടവിൽ വയ്ക്കാൻ തീരുമാനിച്ചു.

10. എല്ലാ നാടുവാഴികളും ദേശവാഴികളും പ്രാഥമികമായി ഒരു തറയുടെ നാഥനാണ്. തറയിൽ നിന്നുള്ള വരുമാനമാണ് സ്ഥിരം വരുമാനം. നികുതികളിൽനിന്നുള്ള വരുമാനം പിള്ളമാരാണ് കൈകാര്യം ചെയ്യുന്നത്. കൂടാതെ രാജാവിന് പലതരത്തിലുള്ള പാരിതോഷികങ്ങളും കിട്ടും. വെറുമൊരു മാടമ്പിയായിരിക്കാനാണ് കായംകുളം രാജാവ് ആഗ്രഹിച്ചത്. അതുപോലും മാർത്താണ്ഡവർമ്മ അനുവദിച്ചില്ല.

11. ബ്രാഹ്മണർക്ക് വേണ്ടി അവരുടെ ഉപദേശപ്രകാരം രാജ്യം ഭരിച്ചയാൾ എന്നാണ് മാർത്താണ്ഡവർമ്മയെക്കുറിച്ച് ലഫ്റ്റനന്റ് വാർഡ്, കോണർ എന്നിവർ 1816 ൽ രേഖപ്പെടുത്തിയത്. ('A Memoir of the Survey of the Travancore and Cochin States', Vol I p. 92.)

12 കൊളച്ചൽ ഒരു ഫാക്ടറി പണിയിക്കാൻ ഫ്രഞ്ചുകാരുമായി തിരുവിതാംകൂർ ഉണ്ടാക്കിയ ധാരണയിൽ നിന്ന് പിന്നീട് തിരുവിതാംകൂർ പിന്മാറി. കൊല്ലം കോട്ട സമുദ്രത്തിൽ നിന്ന് ഉപരോധിക്കാൻ ഫ്രഞ്ചുകാർ തിരുവിതാംകൂറിനെ സഹായിച്ചില്ല എന്നതാണ് കാരണമായി പറഞ്ഞത്. അവിടെ ഫാക്ടറി പണിയിക്കാൻ ഡച്ചുകാരെ അനുവദിച്ചുകൊണ്ട് ഡച്ചുകാരെയും ഫ്രഞ്ചുകാരെയും തമ്മിലടിപ്പിക്കാനും തിരുവിതാംകൂറിന് കഴിഞ്ഞു.

രാജ്യവികസനം, രണ്ടാംഘട്ടം

തിരുവിതാംകൂറിന്റെ കിഴക്കതിർത്തി

മാവേലിക്കര ഉടമ്പടി (മേയ് 1743) കഴിഞ്ഞ് ഒന്നരവർഷത്തോളം സംഘട്ടനങ്ങളൊന്നും ഉണ്ടായില്ല. കായംകുളം ദേശിംഗനാട് സ്വരൂപങ്ങൾ പൂർണ്ണമായും കീഴടങ്ങിയില്ലെങ്കിലും, കിഴക്കനതിർത്തിയിലെ സംഭവവികാസങ്ങൾ മാർത്താണ്ഡവർമ്മയുടെ ശ്രദ്ധ അങ്ങോട്ടുതിരിച്ചു. ആ വർഷം ഡക്കാൺ സുബേദാർ സൈനാമുൾമുൾക്ക് വലിയൊരു സൈന്യവുമായി വന്ന് തൃശിനാപ്പള്ളിയിൽ നിന്ന് മറാഠികളെ ബഹിഷ്കരിച്ചു. തുടർന്ന് അൻവാറുദ്ദീൻ തൃശിനാപ്പള്ളിയിൽ കർണാടിക് നവാബായി (ജൂൺ 1744) അൻവാറുദ്ദീൻ ചണ്ടാസാഹിബിന്റെ പ്രതിയോഗിയായിരുന്നു. ചണ്ടാസാഹിബ് മറാഠികളുടെ ബന്ദിയായിക്കഴിയുകയായിരുന്നെങ്കിലും മധുര, തിരുനെൽവേലി ഭാഗങ്ങൾ അപ്പോഴും ചണ്ടാസാഹിബിന്റെ വിശ്വസ്തരായ മൂന്നുപത്താൻ ഭരണാധികാരികളുടെ കീഴിലായിരുന്നു. അവർ മൂന്നുപേരും ചണ്ടാസാഹിബിനെ മോചിപ്പിക്കാനാവശ്യമായ മോചനദ്രവ്യം സംഭരിക്കുന്നതിൽ വ്യാപരിക്കുകയായിരുന്നു. അവരിൽ മൂഡേമിയ എന്നയാൾ മാർത്താണ്ഡവർമ്മയുമായി ബന്ധപ്പെട്ടു. മാത്രമല്ല, പത്താന്മാരെ ഒഴിപ്പിക്കാൻ അൻവാറുദ്ദീൻ ഇംഗ്ലീഷുകാരുടെ സഹായത്തോടെ ശ്രമിച്ചുവരികയായിരുന്നു. ഈ അവസരം ഉപയോഗിച്ച് മൂഡേമിയായ്ക്ക് ദ്രവ്യം (പിഷ്കേഷ്) നല്കി. മാർത്താണ്ഡവർമ്മ മുള്ളിനാട്ടിലെ പണകുടി, വള്ളിയൂർ, കളക്കാട്, തൃക്കണംകുടി, ചെങ്കോട്ട, കമ്പം തുടങ്ങിയ ദേശങ്ങൾ കൈവശപ്പെടുത്തി. അവയുടെ സംരക്ഷണത്തിനായി 2000 വരുന്ന സൈന്യത്തെ കളയ്ക്കാട് കോട്ടയിൽ കാവലുമിട്ടു. തിരുവിതാംകൂറിനെ അവിടെനിന്ന് ബഹിഷ്കരിക്കാൻ അൻവാറുദ്ദീൻ ഡച്ച് സഖ്യം തേടിയെങ്കിലും ഡച്ചുകാർ അതിനു സമ്മതിച്ചില്ല (ആഗസ്ത് 1744)

വീണ്ടും കായംകുളത്തിന് നേരെ

തിരുവിതാംകൂറിന്റെ ശ്രദ്ധ കിഴക്കനതിർത്തിയിൽ കേന്ദ്രീകരിച്ചപ്പോൾ തിരുവിതാംകൂറിൽ നിന്ന് പൂർണ്ണമായി മോചനം നേടാൻ കായംകുളം ആലോചന തുടങ്ങി. കായംകുളത്തിനെ സഹായിക്കാതിരിക്കാൻ കൊച്ചി രാജാവിന് വിലപിടിപ്പുള്ള പാരിതോഷികങ്ങൾ നല്കി മാർത്താണ്ഡവർമ്മ പ്രീതിപ്പെടുത്തിയെങ്കിലും കൊച്ചിയുടെ സാമന്തനായ തെക്കുംകൂർ രാജാവ് കായംകുളത്തെ സഹായിച്ച് തിരുവിതാംകൂറിന്റെ വളർച്ചയെ ചെറുക്കാൻ തന്നെ തീരുമാനിച്ചു. ഏറ്റവും കൂടുതൽ കുരുമുളക് ഉല്പാദിപ്പിക്കുന്ന സ്വരൂപങ്ങളെന്ന നിലയിൽ തെക്കുംകൂറിനെയും വടക്കുംകൂറിനെയും സഹായിക്കാൻ ഡച്ചുകാർ തല്പരരായിരുന്നു. അതുകാരണം, മാവേലിക്കര കരാറിനു വിരുദ്ധമായി കായംകുളം രാജാവിന് 1745 ജനുവരിയിൽ കുറെ ആയുധസാമഗ്രികൾ വില്ക്കാൻ ഡച്ചുകാർ തയ്യാറായി. ആ ഇടപാട് തെക്കുംകൂറിന്റെ പ്രേരണ മൂലമാണെന്ന് മനസിലാക്കിയ (കായംകുളം കുരുമുളക് ഉല്പാദിപ്പിക്കുന്ന രാജ്യമായിരുന്നില്ല) മാർത്താണ്ഡവർമ്മ തെക്കുംകൂറിനെ ഒരു പാഠം പഠിപ്പിക്കാൻ പുറപ്പെട്ടു.

നാലു കൈമൾമാരും (ദേശവാഴികൾ) അവരുടെ കീഴിൽ പതിനെട്ടു മാടമ്പിമാരുമായിരുന്നു തെക്കുംകൂർ രാജാവിന് കീഴിൽ ഭരണം നടത്തിയിരുന്നത്. കോട്ടയം ആയിരുന്നു അന്ന് തെക്കുംകൂറിന്റെ തലസ്ഥാനം. മാവേലിക്കര ഉടമ്പടി ചൂണ്ടിക്കാട്ടി ഡച്ചുകാർ തെക്കുംകൂറിനെ സഹായിക്കാതിരിക്കാൻ മാർത്താണ്ഡവർമ്മ ഏർപ്പാട് ചെയ്തു. 1745 ഫെബ്രുവരി 8-ാം തീയതി തെക്കുംകൂറിലെ കർത്താക്കന്മാരെ (കൈമൾമാർ) തിരുവിതാംകൂർ സൈന്യം ആക്രമിച്ചു. തെക്കുംകൂറിലെ ഇളംകൂർ കർത്താക്കന്മാരെ പിന്തുണച്ചുവെങ്കിലും 25000 വരുന്ന തിരുവിതാംകൂർ സൈന്യത്തെ നേരിടാൻ അവർക്ക് കഴിഞ്ഞില്ല. അതേത്തുടർന്ന് തെക്കുംകൂർ രാജാവ് സമാധാന ചർച്ചകൾക്കായി മുന്നോട്ട് വന്നു.

വടക്കുംകൂറും തെക്കുംകൂറും വെൺപൊലിനാടു രാജകുടുംബത്തിന്റെ രണ്ടു താവഴികളാണെന്ന് മുമ്പു പറഞ്ഞിരുന്നല്ലോ. അതുകൊണ്ട് വടക്കുംകൂറിന്റെ കൂടെ അംഗീകാരമില്ലാതെ തെക്കുംകൂറുമായി ഉടമ്പടി ഉണ്ടാക്കുന്നതിൽ അർത്ഥമില്ല. വടക്കുംകൂറിലാകട്ടെ മൂന്ന് പേർ തമ്മിലുള്ള തർക്കം രൂക്ഷമായിരുന്നു. അവരിൽ മൂത്തയാൾ മനോരോഗിയായതുകൊണ്ട് രണ്ടാമനും (അനുജൻ) മൂന്നാമനും (ഭാഗിനേയൻ) ചേർന്ന് മൂത്തയാളെ ഭരണത്തിൽനിന്നു മാറ്റിനിർത്തി. രണ്ടാമൻ ജ്യേഷ്ഠനു വേണ്ടി ഭരണംതുടങ്ങിയപ്പോൾ മൂന്നാമന് അത് രസിച്ചില്ല. ഡച്ചുകാരുടെ സഹായത്തോടുകൂടി രണ്ടാമനെ അധികാരഭ്രഷ്ടനാക്കിയിട്ട് (1740) മൂന്നാമൻ ഭരണം നടത്തുകയായിരുന്നു. സ്വാഭാവികമായും രണ്ടാമൻ മാർത്താണ്ഡവർമ്മയുടെ സഹായം അഭ്യർത്ഥിക്കുകയും മാർത്താണ്ഡവർമ്മ അഭ്യർത്ഥന സ്വീകരിക്കുകയും ചെയ്തു. 1741 ൽ രണ്ടാമനെ അധികാരത്തിലേറ്റാൻ മാർത്താണ്ഡവർമ്മ സഹായിച്ചു. പക്ഷെ, വീണ്ടും ഡച്ചുകാ

രുടെ സഹായത്തോടുകൂടി മൂന്നാമൻ അധികാരം പിടിച്ചെടുത്തു. പ്രതിഫലമായി മൂന്നാമൻ ഡച്ചുകാർക്ക് വേമ്പനാട്ടുകായൽ തീരത്തെ വെച്ചൂരിൽ കുറെ സ്ഥലം നല്കുകയും അവരവിടെ ഒരു ഫാക്ടറി പണിയിക്കുകയും ചെയ്തു. വടക്കുംകൂറിലെ മൂന്നാമൻ മാർത്താണ്ഡവർമ്മക്കെതിരെ തെക്കുംകൂറിനെ സഹായിച്ചു എന്ന കാരണത്താൽ 6000 പേർ വരുന്ന ഒരു സൈന്യത്തെ മാർത്താണ്ഡവർമ്മ വടക്കുംകൂറിന് നേരെ അയച്ചു. മൂന്നാമൻ തിരുവിതാംകൂറിനോടു സഹായ അഭ്യർത്ഥന നടത്തി. 1745 സെപ്തംബറിൽ മാവേലിക്കരവച്ചുണ്ടായ ഉടമ്പടികളിൽ വടക്കുംകൂറും തെക്കുംകൂറും അവരുടെ അതിർത്തിയിൽ കോട്ടകെട്ടാൻ തിരുവിതാംകൂറിന് സ്ഥലങ്ങൾ നല്കി. ഈ കോട്ടയിൽ നിലയുറപ്പിച്ചുകൊണ്ട് തിരുവിതാംകൂറിന് രണ്ട് സ്വരൂപങ്ങളെയും നിയന്ത്രിക്കാൻ കഴിയും. അതിനുപുറമെ തെക്കുംകൂർ രാജാവ് 10000 കലിയൻ പണം തിരുവിതാംകൂറിന് നഷ്ടപരിഹാരം നല്കുകയും ചെയ്തു. ഇപ്രകാരം നേടിയ ദ്രവ്യം കർണ്ണാടിക് നവാബിന് നല്കി മാർത്താണ്ഡവർമ്മ മുള്ളിനാട്ടിലെ ദേശങ്ങളുടെ മേലുള്ള അവകാശം സ്ഥാപിച്ചെടുത്തു. അതുകാരണം കായംകുളത്തിനും ദേശിംഗനാടിനും നേരെ ശ്രദ്ധതിരിക്കാൻ രാജാവിന് കഴിഞ്ഞില്ല.

1745 ഒക്ടോബർ മാസത്തിൽ തിരുവിതാംകൂർ സൈന്യം പുറക്കാടും കരുനാഗപ്പള്ളിയും വഴി കായംകുളത്ത് പ്രവേശിച്ചു. അവിടെ നിന്ന് സൈന്യം കൊല്ലത്തേക്ക് നീങ്ങി. കായംകുളം രാജാവ് വേഷപ്രച്ഛന്നനായി കൊല്ലം വിട്ടു. കൊല്ലത്തിന്റെ പ്രതിരോധം അച്യുതവാര്യരെ ഏല്പിച്ചു. രാജാവിന്റെ തിരോധാനം പടയാളികളിൽ മാനസിക വിഭ്രാന്തിക്ക് കാരണമായി. ആദ്യം തെക്കുംകൂറിലേക്കും പിന്നീട് കൊച്ചിയിലേക്കുമാണ് കായംകുളം രാജാവ് പോയത്. കൊച്ചിയിലെ ഡച്ചു ഗവർണ്ണറെ മൂന്നുപ്രാവശ്യം സന്ദർശിച്ച് സഹായത്തിനുവേണ്ടി കരഞ്ഞപേക്ഷിച്ചു. എന്നാൽ മാർത്താണ്ഡവർമ്മയുമായി നേരിട്ടൊരു സംഘട്ടനത്തിന് ഡച്ചുകാർ ഒരുക്കമല്ലായിരുന്നു. ഏതായാലും മാർത്താണ്ഡവർമ്മയ്ക്ക് പെട്ടെന്ന് അസുഖം പിടിപെട്ടതുകാരണം യുദ്ധം അവസാനിപ്പിച്ച് ആറ്റിങ്ങലേക്ക് മടങ്ങി. അതുകാരണം കൊല്ലത്തേക്ക് മടങ്ങിപ്പോകാൻ കായംകുളം രാജാവിനെ ഡച്ചുകമാൻഡർ ഉപദേശിച്ചു. 1746 മാർച്ച് 23-ാം തീയതി കായംകുളം രാജാവ് കൊല്ലത്ത് മടങ്ങിയെത്തിയത് അദ്ദേഹത്തിന്റെ സൈനികരിൽ ആശ്വാസം പകർന്നു. ഡച്ചുകാരുടെ സഹായമുണ്ടെങ്കിൽ താൻ ജീവൻ കളഞ്ഞും പോരാടുമെന്ന് തന്റെ സൈനികരോട് അദ്ദേഹം പറഞ്ഞു. ഉടൻതന്നെ കിഴക്കെ കൊല്ലത്തേക്ക് പടനയിച്ച് തിരുവിതാംകൂറിന്റെ വിശ്വസ്തനായ വടയാറ്റുപിള്ളയെ ആക്രമിച്ചു. വടയാറ്റുപിള്ള ക്ഷേത്രോത്സവത്തിൽ ഏർപ്പെട്ടിരിക്കുകയായിരുന്നു. ഉത്സവം മുടക്കിയതിനു പ്രതികാരം ചെയ്യാൻ മാർത്താണ്ഡവർമ്മ 1000 സൈനികരോടൊപ്പം രാമയ്യൻ ദളവായെ അയച്ചു. രാമയ്യൻ ദേശിംഗനാട്ടെയും കായംകുളത്തെയും അനേകം ക്ഷേത്രങ്ങൾ കൊള്ളയടിച്ചു. അതിനുപുറമെ തിരു

വല്ല ക്ഷേത്രം വക നെല്പാടങ്ങളിൽ കയറി ബലമായി കൊയ്ത്തുനടത്തി. കൊച്ചിരാജാവായിരുന്നു അക്കാലത്ത് തിരുവല്ലാക്ഷേത്രത്തിന്റെ രക്ഷാപുരുഷൻ. കൊച്ചിയുടെ മേൽക്കോയ്മയെ വെല്ലുവിളിക്കുകയായിരുന്നു ഈ നടപടിയുടെ അർത്ഥം. തിരുവല്ലാ ക്ഷേത്രസഭ കൊച്ചി രാജാവിൽ നിന്നു സംരക്ഷണം ആവശ്യപ്പെടുകയും കൊച്ചി രാജാവ് 300 ഭടന്മാരെ അയച്ചുകൊടുക്കുകയും ചെയ്തു. കായംകുളത്തെ ക്ഷേത്രങ്ങൾ കൊള്ളയടിച്ചതും വ്യാപകമായ അക്രമങ്ങൾ നടത്തിയതും രാമയ്യൻ നയിച്ച തിരുവിതാംകൂർ സൈന്യത്തിനെതിരെ ജനരോഷം വ്യാപകമാക്കി. ജനം സംഘടിച്ച് രാമയ്യനെയും സൈന്യത്തെയും ഓടിച്ച് പരവൂർവരെ എത്തിച്ചു.

രാമയ്യന്റെ പരാജയം മാർത്താണ്ഡവർമ്മയെ രോഷാകുലനാക്കി. അദ്ദേഹം നെടുമങ്ങാട്ടെയും കൊട്ടാരക്കരയിലെയും മാടമ്പിമാരെ തിരുവനന്തപുരത്തു വരുത്തി ദേശിംഗനാടിനും കായംകുളത്തിനും നേരെ പട പുറപ്പെടാൻ ആവശ്യപ്പെട്ടു. തിരുവിതാംകൂറിന്റെയും നെടുമങ്ങാട്ടെയും സംയുക്തസൈന്യം 1746 നവംബർ 29-ാം തീയതി ആറ്റിങ്ങലിൽനിന്ന് കൊല്ലത്തിന് നേരെ വീണ്ടും പുറപ്പെട്ടു. ഡിലനോയിയുടെ നേതൃത്വത്തിലുള്ള യൂറോപ്യന്മാർ തിരുവിതാംകൂർ സൈന്യത്തോടൊപ്പം ഉണ്ടായിരുന്നതുകൊണ്ട് ഇത്തവണ കൊല്ലംകോട്ട തകർക്കാൻ സാധിക്കുമെന്ന് ഡച്ചുകാർ ഭയന്നു. അവർ രഹസ്യമായി ദേശിംഗനാടിനെ വെടിക്കോപ്പുകൾ നല്കി സഹായിച്ചു. ആറുവെടിക്കാരെയും നല്കി. ദേശിംഗനാട് കോട്ട പിടിച്ചെടുത്താൽ അത് ഡച്ചുകോട്ടയ്ക്ക് ഭീഷണിയാവും എന്നതാണ് കാര്യം.

തിരുവിതാംകൂർസൈന്യം നാട്ടിൽനിന്ന് കർശനമായ പിരിവുകൾ നടത്തി. പണം നല്കാത്തവരെ കൊള്ളയടിച്ചു. ഇത്തരം പ്രവൃത്തികൾ തെക്കുംകൂർ, വടക്കുംകൂർ, കൊച്ചി എന്നിവിടങ്ങളിലെ ഭരണാധികാരികളെ ഉൽക്കണ്ഠാകുലരാക്കി. പുറക്കാടും ഒരു ശക്തമായ വിഭാഗം മാടമ്പിമാർ രാജാവിന്റെ തിരുവിതാംകൂർ അനുകൂലനിലപാടിനെതിരെ നിലകൊണ്ടു. ഒടുവിൽ പുറക്കാട്ട് രാജാവും ആ വിഭാഗത്തിന് വഴങ്ങി. 1747 മാർച്ച് മാസത്തിൽ തിരുവിതാംകൂർ പക്ഷപാതിയായ മന്ത്രി കൊച്ചുമേനോനെ പുറക്കാട് രാജാവ് പിരിച്ചുവിട്ടു. തിരുവിതാംകൂറും ഡച്ചുകാരുമായുള്ള കരാറിൻപ്രകാരം തെക്കുംകൂറും വടക്കുംകൂറും കുരുമുളക് ഡച്ചുകാർക്ക് നല്കേണ്ടതായി വന്നു. അവർ അത് നിർത്തി തൊടുപുഴ - കാരിക്കോടുവഴി മലകടത്തി തമിഴ്നാട്ടിൽ എത്തിക്കാൻ തുടങ്ങി.

ഡിലനോയിയുടെ നേതൃത്വത്തിലുള്ള കൊല്ലം ആക്രമണം 1747 ഏപ്രിൽ ഒന്നു മുതൽ ആറുമാസത്തിനുമേൽ നീണ്ടുനിന്നു. ഒക്ടോബർ 10-ാം തീയതി ദേശിംഗനാട് കോട്ട ഭേദിച്ച് തിരുവിതാംകൂർസൈന്യം അകത്തുകടന്നു. കോട്ട പ്രതിരോധിച്ച ധീരനായകനായ അച്യുതവാര്യർ യുദ്ധത്തിൽ മരിച്ചുവീണു. കായംകുളം രാജാവ് നേരത്തെ കോട്ടവിട്ടിരുന്നു. ഇളംകൂർ രാജാവ് ഡച്ചുകോട്ടയിൽ അഭയംതേടി. അദ്ദേഹത്തെ പിടികൂ

ടാൻ തിരുവിതാംകൂർ സൈന്യം ശ്രമിച്ചെങ്കിലും ഡച്ചുകോട്ടയിൽനിന്നുള്ള വെടി അതിനെ ചെറുത്തു. എങ്കിലും, സാമന്തസ്വരൂപങ്ങളുടെ മേലുള്ള തൃപ്പാപ്പൂർ സ്വരൂപത്തിന്റെ അധീശത്വം ഉറപ്പായി.

തിരുവിതാംകൂറും കൊച്ചിയും

പുറക്കാട്, തെക്കുംകൂർ, വടക്കുംകൂർ എന്നീ സ്വരൂപങ്ങൾ പണ്ട് വേണാടിന്റെ ഭാഗമായിരുന്നവ, പില്ക്കാലത്ത് പോർച്ചുഗീസുകാരുടെ സ്വാധീനംമൂലം കൊച്ചിയുടെ സാമന്ത പദവി സ്വീകരിച്ചതാണെന്ന് മുമ്പു പറഞ്ഞിരുന്നല്ലോ. ഇപ്പോൾ കൊച്ചിയുടെ കൈവശമുള്ള ഭാഗങ്ങൾ പോലും ഒരുകാലത്ത് വേണാടിന്റെ ഭാഗമായിരുന്നു എന്ന വസ്തുത മാർത്താണ്ഡവർമ്മയ്ക്കറിയാത്തതല്ല. അവയെല്ലാം തിരിച്ചുപിടിച്ച് പഴയ വേണാടിനെ പുനഃസൃഷ്ടിക്കുക എന്ന പദ്ധതി അദ്ദേഹത്തിനുണ്ടായിരുന്നു എന്ന കാര്യം അദ്ദേഹം 1753 ൽ ഡച്ചുകാരുമായി മാവേലിക്കര വച്ചുണ്ടാക്കിയ ഉടമ്പടിയിൽനിന്നും വ്യക്തമാവും. മേല്പറഞ്ഞ സ്വരൂപങ്ങളെ ഒന്നൊന്നായി കീഴടക്കാൻ എന്തെങ്കിലും ന്യായം കണ്ടെത്തേണ്ട കാര്യമേ അദ്ദേഹത്തിനിപ്പോഴുള്ളൂ. ആ സ്വരൂപങ്ങൾ തന്നെ അതിനുള്ള വഴിയൊരുക്കി.

ദേശിംഗനാട് കായംകുളം സ്വരൂപങ്ങളിലെ മാടമ്പിവ്യവസ്ഥ അവസാനിപ്പിച്ച് അവിടെ ഉദ്യോഗസ്ഥ ഭരണം ഏർപ്പെടുത്തുന്നതിന് ബലപ്രയോഗം ആവശ്യമായിരുന്നു. അല്പകാലം തിരുവിതാംകൂറിനെതിരായ നിലപാട് പുറക്കാട് രാജാവും കൈക്കൊണ്ടുവെങ്കിലും കായംകുളത്തിന്റെ പതനത്തോടുകൂടി വേഗം ആ നിലപാട് മാറ്റി. തിരുവിതാംകൂർ പക്ഷപാതിയായ കൊച്ചുമേനോനെ വീണ്ടും മുഖ്യസചിവനായി നിയമിക്കുകയും കായംകുളത്തെ മാടമ്പിമാരെ ഒതുക്കുന്നതിന് 400 ഭടന്മാരെ തിരുവിതാംകൂറിന്റെ സഹായത്തിനയച്ചുകൊടുക്കുകയും ചെയ്തു.

വടക്കുംകൂറിൽ തിരുവിതാംകൂറിന് കീഴടങ്ങിയിരുന്ന മൂന്നാമൻ 1747 ഡിസംബറിൽ അന്തരിച്ചു. അതുകാരണം രണ്ടാമൻ അധികാരത്തിൽ തിരിച്ചുവരുന്നതിനെ തടയാൻ നാലാമൻ ഡച്ചുകാരുടെ സഹായം തേടി. താൻ മാർത്താണ്ഡവർമ്മയ്ക്ക് കപ്പം നല്കിയില്ലെങ്കിൽ രണ്ടാമനെ രാജാവായി വാഴിക്കുമെന്ന് തിരുവിതാംകൂർ പറഞ്ഞതായി നാലാമൻ കൊച്ചിയിൽ ചെന്ന് ഡച്ച് കമാൻഡറോട് പറഞ്ഞു (1748 മാർച്ച് 13). എന്നാൽ ഡച്ചുകാർ തർക്കത്തിലിടപെടാൻ തയ്യാറായിരുന്നില്ല. രണ്ടാമനുമായി യോജിച്ച് തിരുവിതാംകൂറിനെ ചെറുക്കാനായിരുന്നു കമാൻഡർ നാലാമനെ ഉപദേശിച്ചത്.

1748 ഏപ്രിൽ മാസത്തിൽ തെക്കുംകൂർ രാജാവ് അന്തരിച്ചു. ഭാഗിനേയൻ ഭരണം ഏറ്റു. എന്നാൽ മറ്റൊരു ഭാഗിനേയൻ തിരുവിതാംകൂറിന്റെ പിൻബലത്തോടെ മുന്നോട്ടുവന്നു. അദ്ദേഹം തിരുവിതാംകൂറിന്റെ സഹായംതേടി തിരുവനന്തപുരത്തേക്ക് പോയി. ഈസമയം കൊല്ലം കോട്ട ഒഴിഞ്ഞുപോയ കായംകുളം രാജാവ് കൊച്ചി രാജ്യത്തിൽ അഭയം

പ്രാപിച്ചിരിക്കുകയായിരുന്നു. അദ്ദേഹത്തെയും അദ്ദേഹം കൊണ്ടുപോയ വമ്പിച്ച ദ്രവ്യവും വിട്ടുകിട്ടണമെന്ന് മാർത്താണ്ഡവർമ്മ കൊച്ചിരാജാവിനോടാവശ്യപ്പെട്ടു. കൊച്ചിരാജാവിനെ ഭീഷണിപ്പെടുത്തി അദ്ദേഹത്തെ തെക്കുംകൂറിൽ ഇടപെടുന്നതിനെ വിലക്കുകയായിരുന്നു തന്ത്രം. കൊച്ചിരാജാവ് തന്റെ ദൂതന്മാരായ പള്ളിയിൽ ഇടിക്കേളമേനോൻ, കുഞ്ഞുക്കുറുപ്പ് എന്നിവരെ തെക്കുംകൂറിലേക്കയച്ചു എതിരാളികൾക്കിടയിൽ സമാധാനം സ്ഥാപിച്ചു. തെക്കുംകൂറിലെ ഇളംകൂർ തിരുവിതാംകൂറിൽ നിന്നും മടങ്ങാനും അദ്ദേഹത്തിന് 80,000 കലിയൻ പണം വാർഷിക അലവൻസും അതിനു പുറമെ നെല്ലും പണവും മാസച്ചെലവിന് നല്കാനും തീരുമാനമായി. അതിൻപ്രകാരം തെക്കുംകൂറിലെ രണ്ടാമൻ തിരുവിതാംകൂർ നല്കിയ 10 ഭടന്മാരുടെ അകമ്പടിയോടുകൂടി 1749 ആഗസ്ത് 18-ാം തീയതി തിരുവിതാംകൂറിൽ നിന്ന് സ്വന്തം നാട്ടിലേക്ക് മടങ്ങി. തെക്കുംകൂറിലെ മൂത്ത തമ്പുരാൻ അദ്ദേഹത്തെ പിടികൂടി രഹസ്യമായി വധിച്ചു. ഇതറിഞ്ഞ മാർത്താണ്ഡവർമ്മ തെക്കുംകൂറിലേക്ക് പടപുറപ്പെട്ടു. പുറക്കാട് രാജാവ് 50 തോണികളിൽ ഭടന്മാരെയും ആഹാരസാധനങ്ങളും ആയുധസാമഗ്രികളും നല്കി. പുറക്കാട് സൈന്യം പടിഞ്ഞാറ് നിന്നും തിരുവിതാംകൂർ സൈന്യം തെക്കുനിന്നും തെക്കുംകൂറിനെ ആക്രമിച്ചു. ആഗസ്ത് 30-ാം തീയതിയോടുകൂടി തെക്കുംകൂറിന്റെ നല്ലൊരുഭാഗം തിരുവിതാംകൂറിന്റെ നിയന്ത്രണത്തിലായി. തെക്കുംകൂർ രാജാവ് സമാധാനത്തിനപേക്ഷിച്ച് തിരുവിതാംകൂറിന് കീഴടങ്ങി. 2 ലക്ഷം കലിയൻ പണം നഷ്ടപരിഹാരമായി തിരുവിതാംകൂറിന് നല്കി. തെക്കുംകൂറിന്റെ വക തോക്കുകൾ വഹിച്ച എല്ലാ സൗകര്യങ്ങളും തിരുവിതാംകൂറിന് വിട്ടുകൊടുത്തു. തിരുവിതാംകൂർ സൈന്യത്തിന് കൊച്ചികായലിൽ കടക്കാൻ തടസ്സമായി വേമ്പനാട്ടുകായലിൽ വിന്യസിക്കപ്പെട്ടിരുന്ന ഈ സായുധ നൗകകൾ തിരുവിതാംകൂറിന് ലഭിച്ചതോടുകൂടി കൊച്ചി ആക്രമിക്കാൻ തിരുവിതാംകൂറിന് തടസ്സം നീങ്ങികിട്ടി.

തെക്കുംകൂറിൽ ആഭ്യന്തര കലഹം നടക്കവെതന്നെ വടക്കുംകൂറിലും കലഹങ്ങൾ ഉണ്ടായി. രാജാവിന് ചിത്തഭ്രമം ആണെന്നു പറഞ്ഞ് അനുജൻ ഭരണം പിടിച്ചെടുക്കാൻ ശ്രമിച്ചു. ഇരുവരുടെയും ഭാഗിനേയനായ മൂന്നാംകൂർ രാജകുമാരൻ ഇരുവരുടെയും മാധ്യസ്ഥം വഹിച്ച് യഥാർത്ഥ ഭരണാധികാരിയാവാൻ ശ്രമിച്ചു. രണ്ടാംകൂർ രാജാവാകട്ടെ ഏറ്റവും കൂടുതൽ കുരുമുളക് വിളയുന്ന കുറുമലക്കൂർ പിടിച്ചടക്കുകയും അവിടത്തെ മാടമ്പിമാർ അദ്ദേഹത്തെ അംഗീകരിക്കുകയും ചെയ്തു. 1749 സെപ്തംബർ 8-ാം തീയതി രണ്ടാം കൂറും മൂന്നാംകൂറും തമ്മിൽ ഒരു ഒത്തുതീർപ്പുണ്ടാക്കി. അതിനുശേഷം മൂന്നാംകൂർ ഡച്ചുകാരുടെ സഹായം അഭ്യർത്ഥിച്ചെങ്കിലും അത് ലഭിച്ചില്ല. അതേത്തുടർന്ന് അദ്ദേഹം മാർത്താണ്ഡവർമ്മയുടെ സഹായം തേടുകയും തിരുവിതാംകൂറിന് കപ്പം നല്കാൻ സമ്മതിക്കുകയും ചെയ്തു. രണ്ടാംകൂറിൽ നിന്നും രക്ഷയ്ക്കായി 50 പേരടങ്ങിയ ഒരു പട്ടാളത്തെ തിരുവിതാംകൂർ മൂന്നാംകൂറിനയച്ചുകൊടുത്തു.

അങ്ങനെ വടക്കുംകൂർ രാജാവായി തിരുവിതാംകൂർ അംഗീകരിച്ചത് മൂന്നാംകൂറിനെയാണ്.

വേമ്പനാട്ടുകായലിൽ കൂടിയുള്ള ചരക്കുഗതാഗതം തിരുവിതാംകൂറിന്റെ നിയന്ത്രണത്തിലായതോടുകൂടി ഏതുസമയത്തും തിരുവിതാംകൂറിന് കൊച്ചിരാജ്യം പിടിച്ചടക്കാമെന്ന നിലയിലായി. മട്ടാഞ്ചേരിയിലെ കച്ചവടക്കാരായ യഹൂദന്മാർ ഭയന്ന് കൊച്ചി കോട്ടയിലേക്ക് താമസം മാറ്റി. കൊച്ചിയിൽ ഇടപെടാൻ അവസരം നോക്കിയിരുന്ന മാർത്താണ്ഡവർമ്മയ്ക്ക് ആ രാജകുടുംബത്തിലുണ്ടായ ഒരു തർക്കം അവസരം നല്കി. 1749 ഡിസംബറിൽ ഇളയ താവഴിക്കാരനായ കൊച്ചിരാജാവ് അന്തരിക്കുകയും ആ താവഴിയിലെ തന്നെ രാമവർമ്മ കൊച്ചിരാജാവാകുകയും ചെയ്തു. ഒപ്പം, പെരുമ്പടപ്പ് മൂപ്പും അദ്ദേഹം ഏറ്റെടുത്തു. പെരുമ്പടപ്പ് മൂപ്പന് ക്ഷേത്രങ്ങളിൽ കോയ്മയിലൂടെ ധാരാളം വരുമാനം ഉണ്ടായിരുന്നു. മുമ്പ് അഞ്ചുതാവഴികളിലും വച്ച് ഏറ്റവും പ്രായംകൂടിയ ആൾക്ക് പെരുമ്പടപ്പു മൂപ്പും രണ്ടാമന് കൊച്ചിരാജ്യത്തിന്റെ ഭരണവുമാണുണ്ടായിരുന്നത്. എന്നാൽ 1638 – 1722 കാലത്ത് കൊച്ചിരാജാവും പെരുമ്പടപ്പു മൂപ്പും വഹിച്ചിരുന്ന ഇളയതാവഴിയിലെ രാമവർമ്മ രണ്ടുസ്ഥാനവും ഇളയതാവഴിക്ക് സ്ഥിരമായി നല്കാൻ വ്യവസ്ഥ ചെയ്തു. അദ്ദേഹം ചാഴൂർ താവഴിയിൽ നിന്ന് ഇളയതാവഴിയിലേക്ക് ദത്തുവന്ന ആളായതുകൊണ്ട് അത് സാദ്ധ്യമായി. മാത്രമല്ല, ചാഴൂർ താവഴിക്കുണ്ടായ നഷ്ടത്തിന് പരിഹാരമായി ആലങ്ങാട് ദേശം ചാഴൂർ താവഴിക്ക് നല്കുകയും ചെയ്തു. എന്നാൽ 1749 ൽ ചാഴൂർ താവഴിയിലെ മൂപ്പു വഹിച്ചിരുന്ന (ചാഴൂർ തമ്പാൻ) ആൾ തനിക്ക് ഇളയതാവഴിയിലെ രാമവർമ്മയെക്കാൾ പ്രായം കൂടുതലുള്ളതുകൊണ്ട് പെരുമ്പടപ്പു മൂപ്പ് തനിക്ക് കിട്ടണമെന്ന് ആവശ്യപ്പെട്ടു. അതിനുപുറമെ ആലങ്ങാടിനുമേലുള്ള അവകാശം നിലനിർത്താനും ആഗ്രഹിച്ചു. ഈ തർക്കം കാരണം നാട്ടിലെ ദേശവാഴികൾ രണ്ടുപക്ഷത്തെയും വകവയ്ക്കാതെ സ്വതന്ത്രരെപ്പോലെ പെരുമാറാൻ തുടങ്ങി. രാമവർമ്മയും ചാഴൂർ തമ്പാനും ഡച്ചുകാരുടെ സഹായം ആവശ്യപ്പെട്ടെങ്കിലും അവരോട് യോജിച്ച് നില്ക്കാനും ഒന്നായി മാർത്താണ്ഡവർമ്മയെ നേരിടാനും ആണ് ഡച്ചുകാർ ഉപദേശിച്ചത്. എന്നാൽ ചാഴൂർ തമ്പാൻ വടക്കുംകൂറിലെ മൂന്നാംകൂറിന്റെ മിത്രമായിരുന്നു. മൂന്നാംകൂർ തിരുവിതാംകൂറിന്റെ സാമന്തനായിരുന്നതുകൊണ്ട് ചാഴൂർ തമ്പാനുവേണ്ടി തർക്കത്തിൽ ഇടപെടാൻ മാർത്താണ്ഡവർമ്മയ്ക്ക് അവസരം ലഭിച്ചു.

1750 ഏപ്രിൽ മാസത്തിൽ ചാഴൂർ തമ്പാനുവേണ്ടി ഇടപെടാമെന്ന് മാർത്താണ്ഡവർമ്മ സമ്മതിച്ചു. ഒരുലക്ഷം കൊച്ചി പണവും (രൂ. 5,500) നാല് ആനയും തിരുവിതാംകൂറിന് നല്കി. എന്നാൽ മാർത്താണ്ഡവർമ്മ രോഗബാധിതനായതുകൊണ്ട് പെട്ടെന്ന് നടപടികളൊന്നും ഉണ്ടായില്ല[2]. ജൂലൈ മാസത്തിൽ രോഗം ഭേദമായതിനെത്തുടർന്ന് മാർത്താണ്ഡവർമ്മ കൊച്ചിക്കുനേരെ സൈനികനീക്കമാരംഭിച്ചു. പുറക്കാട്, തെക്കുംകൂർ, വട

ക്കുംകൂർ സ്വരൂപങ്ങൾ തിരുവിതാംകൂറുമായി മൈത്രിയിലായിരുന്നുവെങ്കിലും അവയുടെ മേൽക്കോയ്മയായിരുന്ന കൊച്ചിയെ തിരുവിതാംകൂർ ആക്രമിക്കുന്നത് ആ സ്വരൂപങ്ങൾക്ക് ഇഷ്ടമായില്ല. എല്ലാ യുദ്ധങ്ങളിലും തിരുവിതാംകൂറിനെ സഹായിച്ച പുറക്കാട് പോലും തന്റെ നാട്ടിലൂടെ തിരുവിതാംകൂർ സൈന്യം കടന്നുപോകുന്നത് എതിർത്തു. അതുകൊണ്ട്, ഉടൻ പുറക്കാടുമായി ഒരു യുദ്ധത്തിനുതുനിയാതെ തെക്കുംകൂർവഴി കൊച്ചിയിലേക്ക് കടക്കാനാണ് തിരുവിതാംകൂർ പദ്ധതിയിട്ടത്. അതിനുവേണ്ടി ആദ്യപടിയെന്നവണ്ണം വമ്പിച്ച ഭൂസ്വത്തുള്ള തിരുവല്ല ക്ഷേത്രം പിടിച്ചെടുക്കുകയാണ് തിരുവിതാംകൂർ ചെയ്തത്. (1750 ജൂലൈ) തിരുവല്ലാ ക്ഷേത്രസങ്കേതം തെക്കുംകൂറിലാണെങ്കിലും അതിന്റെ രക്ഷാപുരുഷസ്ഥാനം പെരുമ്പടപ്പു മൂപ്പനാണ്[3]. ക്ഷേത്രസങ്കേതം കൈയടക്കുകമൂലം തെക്കുംകൂറിനെയും പെരുമ്പടപ്പുമൂപ്പനെയും ഒരേസമയം വെല്ലുവിളിക്കുകയാണ് തിരുവിതാംകൂർ ചെയ്തത്.

അടുത്തായി തിരുവിതാംകൂർ സൈന്യം തെക്കുംകൂറിലും വടക്കുംകൂറിലും കയറി എതിർത്തവർക്കുനേരെ കഠിനമായ മർദ്ദനമുറകൾ അഴിച്ചുവിട്ടു. കീഴടങ്ങിയവരിൽ നിന്നും ക്രമാതീതമായി ധനം ശേഖരിച്ചു. സമ്പദ്സമൃദ്ധമായ കാഞ്ഞിരപ്പള്ളി, ഈരാറ്റുപേട്ട, എരമല്ലൂർ, പൂവരണി, ചങ്ങനാശ്ശേരി എന്നീ അങ്ങാടികളിൽ നിന്ന് ധാരാളം ദ്രവ്യം ശേഖരിച്ചു. നാട്ടിൽ നെടുംകോട്ടകളും കുറ്റിക്കോട്ടകളും നിർമ്മിക്കാൻ ബലമായി ജനങ്ങളെ പണിയെടുപ്പിച്ചു. കുറ്റിക്കോട്ടകളിൽ സൈന്യത്തെ പാർപ്പിച്ചു. കൊള്ളകളിൽനിന്ന് ദേവാലയങ്ങളെപ്പോലും ഒഴിവാക്കിയില്ലെന്ന് പോളിനോസ് ബർത്തലോമിയോ എന്ന പാതിരി രേഖപ്പെടുത്തിയിട്ടുണ്ട് (A Voyage of the East India). കൈയേറ്റം നടന്ന ക്ഷേത്രങ്ങളിലൊന്ന് (ചങ്ങനാശ്ശേരി) സാമൂതിരിയുടെ മേൽക്കോയ്മയിലുള്ളതുകൊണ്ട് സാമൂതിരി ആളും അർത്ഥവും ആയുധവും നല്കി തെക്കുംകൂറിനെ സഹായിച്ചു. തിരുവിതാംകൂർ സൈന്യത്തിന്റെ അതിക്രമങ്ങളും സന്നാഹങ്ങളും തെക്കുംകൂറിനെയും വടക്കുംകൂറിനെയും പുറക്കാടിനെയും ഭയചകിതരാക്കി. പുറക്കാട് രാജാവ് തിരുവിതാംകൂറിനോട് വീണ്ടും കൂറുപ്രഖ്യാപിച്ചു. തിരുവിതാംകൂറിനെതിരെ നിലകൊണ്ട അവിടത്തെ മന്ത്രിയെ മാർത്താണ്ഡവർമ്മ തടവിലാക്കി. വടക്കുംകൂറിലെ രണ്ടാംകൂർ തിരുവിതാംകൂറിനോട് കൂറുപ്രഖ്യാപിക്കുകയും മൂന്നാംകൂർ രാജ്യം തിരുവിതാംകൂറിന് വിട്ടുകൊടുക്കുകയും ചെയ്തു. 1750 നവംബർ മാസത്തിനുമുമ്പ് മൂന്ന് സ്വരൂപങ്ങളും തിരുവിതാംകൂറിന്റെ നിയന്ത്രണത്തിലായി.

തന്റെ പ്രതിനിധിയായ പോക്കുമൂസയെ കൊച്ചിയിലെ ഡച്ച് കമാൻഡറുടെ അടുത്തേക്കയച്ച് ചാഴൂർ തമ്പാനും രാമവർമ്മയും തമ്മിൽ ഒത്തുതീർപ്പുണ്ടാക്കാൻ മാർത്താണ്ഡവർമ്മ ആവശ്യപ്പെട്ടു. താൻ കൊച്ചിയെ ആക്രമിക്കുകയാണെങ്കിൽ ഡച്ചുകാരെ നിഷ്പക്ഷരായി നിർത്താനുള്ള തന്ത്രമായിരുന്നു അത്. ഡച്ചു കമാൻഡർ നിർബ്ബന്ധിച്ചിട്ടും ചാവൂർ തമ്പാനെ കാണാൻ കൊച്ചി രാജാവ് സമ്മതിച്ചില്ല. അതുകാരണം ബല

പ്രയോഗമല്ലാതെ വേറെ പോംവഴിയില്ലെന്ന് മാർത്താണ്ഡവർമ്മ ഡച്ച് കമാൻഡറെ അറിയിച്ചു, ഡച്ചു കമാൻഡറിൽ നിന്നുള്ള സമ്മർദ്ദം ശക്തമായപ്പോൾ ഒരു ത്രികക്ഷി ചർച്ചയ്ക്ക് കൊച്ചിരാജാവ് സമ്മതിച്ചു. തുറവൂർവച്ച് നടന്ന ചർച്ചയിൽ കൊച്ചിയിലെ ഇളയരാജാവും രണ്ട് ഡച്ച് പ്രതിനിധികളും പോക്കുമൂസാ, രാമയ്യൻദളവാ എന്നിവരും പങ്കെടുത്തു. ചാഴൂർ തമ്പാന്റെ അവകാശവാദത്തെപ്പറ്റി വൈക്കം ക്ഷേത്രയോഗത്തിന്റെ അന്വേഷണത്തിനു വിടാമെന്ന് പറഞ്ഞ് ചർച്ച അവസാനിപ്പിച്ചു. (നവംബർ 1750). വൈക്കംസഭ 1751 സെപ്തംബറിലാണ് ചാഴൂർ തമ്പാന്റെ പ്രശ്നം ചർച്ചചെയ്തത്. അതിനുമുമ്പുതന്നെ (1751)തിരുവിതാംകൂർ സൈന്യം കരപ്പുറത്തെ ചേർത്തലയും കൊച്ചിരാജാവിന്റെ മാതൃഗൃഹം സ്ഥിതിചെയ്തിരുന്ന തൃപ്പൂണിത്തുറയും കൈവശപ്പെടുത്തി ഏതുസമയത്തും കൊച്ചിരാജ്യം കീഴടക്കാൻ തയ്യാറായി നിന്നു. 1751 സെപ്തംബറിൽ വൈക്കം സഭ പാഴൂർ തമ്പാന്റെ അവകാശവാദം അംഗീകരിച്ചുകൊടുത്തുവെങ്കിലും തമ്പാൻ അതുകൊണ്ടു തൃപ്തിപ്പെട്ടില്ല. തിരുവിതാംകൂറിന്റെ പിൻബലത്തോടുകൂടി കൊച്ചിരാജാവാവുകയായിരുന്നു അദ്ദേഹത്തിന്റെ പുതിയ ആഗ്രഹം. കന്നിമാസം 5-ാം തീയതി (1751 സെപ്തംബർ) ചേർത്തല വച്ചുണ്ടായ യുദ്ധത്തിൽ കൊച്ചിസൈന്യം തോറ്റു പിന്മാറി. വടക്കുംകൂറും തിരുവിതാംകൂറിനൊപ്പം ചാഴൂർ തമ്പാന്റെ സഹായത്തിനെത്തി. അപ്പോഴേക്കും ഡച്ച് കമാൻഡർ ക്യൂൺസ് ഇടപെട്ട് സന്ധിയാലോചന തുടങ്ങി.

രണ്ടാം മാവേലിക്കര ഉടമ്പടി

1753 ആഗസ്ത് 15-ാം തീയതി മാവേലിക്കര വച്ചായിരുന്നു കൂടിയാലോചന. ഇപ്പോൾ കൊച്ചിരാജാവിന്റെ അവസ്ഥയേക്കാൾ ദയനീയമായിരുന്നു ഡച്ചുകാരുടെ അവസ്ഥ. പുറക്കാട്, തെക്കുംകൂർ, വടക്കുംകൂർ സ്വരൂപങ്ങൾ തിരുവിതാംകൂറിന്റെ പൂർണ്ണനിയന്ത്രണത്തിലായിരുന്നതു കാരണം[4] അവിടെനിന്നും ഡച്ചുകാർക്ക് കുരുമുളക് കിട്ടുന്നില്ല. തിരുവിതാംകൂറിന്റെ പ്രതിനിധികളായ കൃഷ്ണനണ്ണാവി, രാമയ്യൻ ദളവാ എന്നിവരും, കൊച്ചിരാജാവിന്റെ പ്രതിനിധികളായി ഇളയരാജാവ്, നാഗരശമല്ലൻ, അനന്തനാരായണപ്പട്ടർ എന്നിവരും ഡച്ച് കമാൻഡർ ക്യൂൺസും ആയിരുന്നു ചർച്ചയ്ക്കെത്തിയത്. ഡച്ചുകാരും തിരുവിതാംകൂറും തമ്മിലുള്ള ചർച്ചയിൽ കൊച്ചിരാജാവിന്റെ പ്രതിനിധികൾ പങ്കെടുക്കേണ്ടതില്ലെന്ന് തിരുവിതാംകൂർ പ്രതിനിധികൾ ശഠിച്ചു. എങ്ങനെയും ഒരു ഉടമ്പടി ഉണ്ടാക്കേണ്ടത് ഡച്ചുകാരുടെ ആവശ്യമായിരുന്നതിനാൽ കമാൻഡർ ക്യൂൺസ് ആ നിർബ്ബന്ധത്തിന് വഴങ്ങി. കൊച്ചിരാജാവിന് എന്തെങ്കിലും ഉറപ്പുകൊടുക്കാൻ തിരുവിതാംകൂർ തയ്യാറായിരുന്നില്ല. കൊച്ചിയെ സഹായിക്കുന്നതിൽനിന്നും ഡച്ചുകാരെ സ്ഥിരമായി ഒഴിച്ചുനിർത്താൻ മാത്രമായിരുന്നു ഉടമ്പടിയെന്നും വ്യക്തമായിരുന്നു.

25 വകുപ്പുകളുള്ള ഉടമ്പടിയിൽ താഴെപ്പറയുന്നവയാണ് പ്രധാനം.

(4) രാജാവിന്റെ അധീനതയിൽ ഇപ്പോഴുള്ള പ്രദേശത്ത് നിന്ന് കമ്പനിക്ക് ആണ്ടൊന്നിന് 3000 കണ്ടി കുരുമുളകും ഇനി പിടിച്ചെടുക്കുന്ന നാടുകളിൽ നിന്ന് 2000 കണ്ടി കുരുമുളകും തിരുവിതാംകൂർ നല്കണം; (5) ഇപ്പോഴുള്ള നാട്ടിൽനിന്നും നല്കുന്ന കുരുമുളകിന് കണ്ടിക്ക് 65 രൂപ വിലയും ചുങ്കം നാലുരാശിയും ആയിരിക്കും; (6) മേലിൽ ഒതുക്കുന്ന നാടുകളിൽ നിന്ന് നല്കുന്ന കുരുമുളകിന് കണ്ടിക്ക് 55 രൂപയും ചുങ്കം മേൽപ്പറഞ്ഞതായിരിക്കും. (9) രാജാവു യുദ്ധം ചെയ്യാൻ ആഗ്രഹിക്കുന്ന ഏതൊരു രാജാവിനോടും പ്രമാണിയോടും കമ്പനി മുമ്പുണ്ടായിരുന്ന കരാറുകളിൽ നിന്ന് പിന്മാറേണ്ടതും, രാജാവിന്റെ എതിരാളികളെ തുണയ്ക്കാൻ പാടില്ലാത്തതുമാണ്; (20) കമ്പനി 12,000 രൂപ വിലയ്ക്കുള്ള തോക്കുകൾ, വെടിമരുന്ന്, തീക്കല്ല് എന്നിവയും മറ്റു യുദ്ധോപകരണങ്ങൾ തിരുവിതാംകൂറിന് ആണ്ടുതോറും നല്കേണ്ടതാണ്. (25) കൊടുങ്ങല്ലൂരിനും ചേറ്റുവായ്ക്കും ഇടയ്ക്കുള്ള മണപ്പുറം ദ്വീപ് മേലിലും കമ്പനിയുടെ വകയായിരിക്കും. കമ്പനിയുടെ വകയായ മണപ്പുറം ദ്വീപ് ഒഴികെ കേറലത്തിലെ ഏത് നാടും ആക്രമിക്കാൻ തിരുവിതാംകൂറിനവകാശമുണ്ടെന്നും അതിന് കമ്പനി എതിര് നില്ക്കരുതെന്നുമാണ് ഉടമ്പടിയിലെ കാതലായ കാര്യം. കമ്പനിക്ക്, ന്യായവിലയിൽ പത്തുരൂപ കുറച്ച് കുരുമുളക് കിട്ടുമെന്നുള്ളതിനാൽ കൂടുതൽ രാജ്യങ്ങൾ തിരുവിതാംകൂർ കീഴടക്കുന്നതിൽ കമ്പനിക്ക് താല്പര്യം ഉണ്ടാവുകയും ചെയ്യും. കീഴടക്കുന്ന രാജ്യങ്ങളിൽ നിന്ന് കൊച്ചിയെ ഒഴിവാക്കണമെന്ന് കമാൻഡർ ക്യൂൺസ് ആവശ്യപ്പെട്ടെങ്കിലും കൊച്ചിയെ ആക്രമിക്കുകയില്ലെന്ന് വാക്കാൽ ഉറപ്പു നല്കുകയല്ലാതെ അക്കാര്യം ഉടമ്പടിയിൽ ഉൾപ്പെടുത്താൻ തിരുവിതാംകൂർ സമ്മതിച്ചില്ല.

വയലാറിൽ വച്ച് കൊച്ചിയിലെ ഇളയരാജാവും രാജപ്രതിനിധികളും തിരുവിതാംകൂറിന്റെ പ്രതിനിധികളുമായി ചർച്ച തുടർന്നു. ഒരു കരാറിന്റെ നക്കൽ എഴുതിയുണ്ടാക്കി. അതിൻപ്രകാരം യുദ്ധത്തിൽ വന്ന നഷ്ടത്തിന് കൊച്ചി രൂ. 25000 തിരുവിതാംകൂറിന് നല്കണം; കൊച്ചിയിലുണ്ടാകുന്ന കുരുമുളക് മുഴുവൻ 500 കണ്ടി ഒഴികെ തിരുവിതാംകൂറിന് വാങ്ങാൻ അവകാശമുണ്ടായിരിക്കും; വടക്കുംകൂർ, തെക്കുംകൂർ, ചെമ്പകശ്ശേരി രാജാക്കന്മാരെ തിരുവിതാംകൂർ ശല്യംചെയ്യരുത്; കരപ്പുറം ദേശം ഒഴിഞ്ഞുകൊടുക്കണം. ചാഴൂർ തമ്പാന്റെ അവകാശക്കാര്യം വീണ്ടും വൈക്കം സഭയുടെ പരിഗണനയ്ക്ക് വിടാം. ഈ കരാർ നക്കലായി അവശേഷിച്ചതല്ലാതെ ഇരുകൂട്ടരും ഒപ്പിട്ട് കൈമാറിയില്ല. ഈ ഉടമ്പടി തിരുവിതാംകൂർ അംഗീകരിക്കാത്തത് മനപ്പൂർവ്വമായിരിക്കാം. ചിരകാല സുഹൃത്തായ കൊച്ചിയോട് ഡച്ചുകാർ കാട്ടിയ വഞ്ചനയെപ്പറ്റി പരാതിപ്പെട്ടു കൊച്ചിരാജാവ് ബറ്റേവിയായിലേക്ക് കത്തയച്ചുവെങ്കിലും പ്രയോജനമൊന്നും ഉണ്ടായില്ല. വാണിജ്യത്തിൽ ശ്രദ്ധിച്ചാൽ മതിയെന്നും കേരളത്തിന്റെ മേൽക്കോയ്മ തങ്ങൾക്കാണെന്നും ഡച്ചുകാർ കരുതി.

കൊച്ചിയുടെ ഭാഗത്തുനിന്നു ശല്യമൊന്നും ഉണ്ടാകാതിരുന്നതിനാൽ

താൻ കൊച്ചിയെ ആക്രമിക്കുകയില്ലെന്ന് മാർത്താണ്ഡവർമ്മ ഡച്ച് കമാൻഡർക്ക് വാക്കാൽ നല്കിയ ഉറപ്പ് ഒരുപക്ഷേ ആത്മാർത്ഥതയുള്ളതായിരിക്കാം. ചെമ്പകശ്ശേരി, തെക്കുംകൂർ, വടക്കുംകൂർ എന്നിവയുടെ മേല്ക്കോയ്മ മാത്രമേ തിരുവിതാംകൂർ ആഗ്രഹിച്ചിരുന്നുള്ളു. എന്നാൽ യുക്തിക്ക് ചേരാത്തതായിരുന്നു കൊച്ചിയുടെ നിലപാട്. സ്വന്തം നാട്ടിലെ കുരുമുളക് 500 കണ്ടിയൊഴികെ, മുഴുവനും തിരുവിതാംകൂറിന് നല്കാമെന്ന് പറഞ്ഞതിനർത്ഥം കൊച്ചി രാജ്യം തിരുവിതാംകൂറിന് പണയപ്പെടുത്തുകയെന്നതാണ്. അങ്ങനെ സ്വന്തം രാജ്യതാല്പര്യം പണയപ്പെടുത്തിയും തങ്ങളുടെ പഴയ സാമന്തരാജ്യങ്ങളുടെ സ്വാതന്ത്ര്യം നിലനിർത്തുകയെന്നത് യുക്തിക്ക് നിരക്കാത്ത നിലപാടാണ്. ഇതു പ്രായോഗികമല്ലെന്നും തിരുവിതാംകൂറിനറിയാം. എന്തെന്നാൽ കൊച്ചിയിലെ മാടമ്പിമാരിൽനിന്നും ബലപ്രയോഗത്തിലൂടെയല്ലാതെ, കുരുമുളക് സംഭരിക്കാൻ കഴിയുകയില്ലെന്ന് മാർത്താണ്ഡവർമ്മയ്ക്കറിയാം. അങ്ങനെ വാങ്ങുന്ന കുരുമുളക് കുറഞ്ഞവിലയ്ക്ക് ഡച്ചുകാർക്ക് നല്കുകയും വേണം. അതുകൊണ്ട് കൊച്ചിയുമായി വയലാറിൽ വച്ചുണ്ടായ ഉടമ്പടി വെറും നക്കലായി അവശേഷിച്ചതേയുള്ളു.

ഡച്ചുകാരിൽനിന്ന് യാതൊരു സഹായവും ഉണ്ടാവുകയില്ലെന്ന് ബോദ്ധ്യമായതോടുകൂടി വടക്കുംകൂർ, തെക്കുംകൂർ, ചെമ്പകശ്ശേരി രാജാക്കന്മാരുമായി കൂടിയാലോചിച്ചു തിരുവിതാംകൂറുമായി യുദ്ധം ചെയ്യാൻ കൊച്ചിയുടെ നേതൃത്വത്തിൽ സഖ്യമുണ്ടാക്കി. പള്ളിയിൽ ഇടിക്കേളമേനോന്റെ നേതൃത്വത്തിലുള്ള സഖ്യസൈന്യത്തിൽ പാലിയത്തുകോമി അച്ചൻ, കോടശ്ശേരി അഞ്ചാം കൈമൾ, പനമുക്കത്തു മൂന്നാംകൈമൾ, ചങ്ങരംകോത മൂത്തകൈമൾ, ഇടിക്കേളമേനോൻ, തോട്ടശ്ശേരി തലച്ചെന്നവരുടെ അനന്തരവൻ ശ്രീരാമനുണ്ണി എന്നിവരും പടനായകന്മാരായുണ്ടായിരുന്നു. പുറക്കാടിന്റെ തെക്കനതിർത്തിയായ ആനന്ദേശ്വരത്ത് കടൽ മുതൽ കായൽവരെ കുറ്റിക്കോട്ടയും ഇട്ട് തിരുവിതാംകൂർ സൈന്യത്തിന്റെ വരവുംകാത്ത് സഖ്യസൈന്യം അമ്പലപ്പുഴയിൽ പാളയമടിച്ചുകിടന്നു. 1753 ഡിസംബർ മാസത്തിൽ (കൊ.വ. 929 ധനു 12) ആയിരുന്നു യുദ്ധം. യുദ്ധത്തിൽ സഖ്യസൈന്യം പരാജയപ്പെട്ടു[5]. സൈനിക നായകന്മാർ തിരുവിതാംകൂറിന്റെ പിടിയിലായി. ഇടിക്കേളമേനോനും, ശ്രീരാമനുണ്ണിയും വധിക്കപ്പെട്ടു. മറ്റുനാലുപേരെയും തിരുവനന്തപുരത്ത് കൊണ്ടുപോയി താമസിപ്പിച്ചശേഷം മോചനദ്രവ്യം വാങ്ങി വിട്ടയച്ചു. തിരുവനന്തപുരത്തു താമസിക്കവെ പാലിയത്ത് കോമിഅച്ചൻ തിരുവിതാംകൂർ രാജകുടുംബവുമായും ഉയർന്ന ഭരണാധികാരികളുമായും മൈത്രി സമ്പാദിച്ചു. കൊച്ചിയിൽ മടങ്ങിയെത്തിയ പാലിയത്തുകോമിഅച്ചൻ മുഖ്യസചിവനായി. പിന്നീട് പാലിയത്തച്ചന്മാർ പാരമ്പര്യസേനാനായകന്മാരായി. പാലിയത്തച്ചന്മാർ എല്ലാപേരും തിരുവിതാംകൂറിനോട് കൂറുകാട്ടി.

പുറക്കാട് യുദ്ധത്തിനുശേഷം ചെമ്പകശ്ശേരി രാജാവിനെ ആലപ്പുഴയിൽനിന്നും കുടമാളൂരിലെ ഇല്ലത്തിൽ വീട്ടുതടങ്കലിൽ പാർപ്പിച്ചു.

അദ്ദേഹം അവിടെനിന്നും രക്ഷപ്പെട്ട് സാമൂതിരിയുടെ സംരക്ഷണയിൽ തൃശ്ശിവേപ്പൂർ താമസമാക്കി. കരപ്പുറം ദേശം ധനു 30-ാം തീയതിക്ക് മുമ്പ് കൈവശപ്പെടുത്തിയ തിരുവിതാംകൂർ സൈന്യം കൊച്ചിക്കായലിന്റെയും വേമ്പനാട്ട് കായലിന്റെയും സംഗമസ്ഥലമായ അരുക്കുറ്റിയിൽ പാളയമടിച്ചു. കിഴക്കുനിന്നു വന്ന തിരുവിതാംകൂർ സൈന്യം കൊച്ചിരാജാവിന്റെ വക പൂന്തോട്ടകോവിലകം, കിരീക്കാട്ടു കോവിലകം, തെക്കുംഭാഗത്തു കോവിലകം എന്നിവ തീവച്ചുനശിപ്പിച്ചു. തൃപ്പൂണിത്തുറയ്ക്ക് കിഴക്കുള്ള മാമലപ്പാലം മുതൽ ഉദയംപേരൂർ വരെയുള്ള പ്രദേശങ്ങൾ കീഴടക്കിയ തിരുവിതാംകൂർ സൈന്യം 931 വരേക്ക് പമ്പാ അഴീക്കും കൈതപ്പുഴയ്ക്കും തെക്കുള്ള രാജ്യം ഒക്കെയും, കരുനാടും, കുന്നത്തുനാടും ഒതുക്കുകയും ചെയ്തു എന്നാണ് തൃപ്പൂണിത്തുറ ഗ്രന്ഥവരിയിൽ പറയുന്നത്[6]. ഡച്ചു കോട്ടയ്ക്ക് 10 നാഴിക ചുറ്റളവിലുള്ള പ്രദേശങ്ങൾ തങ്ങളുടെ സംരക്ഷണയിലായതുകൊണ്ട് അവിടെ ആക്രമണം നടത്തരുതെന്ന് ഡച്ചു കമാൻഡർ തിരുവിതാംകൂറിനോടപേക്ഷിച്ചു. എന്നാൽ അവിടെ താമസിക്കുന്നവരുടെ സ്വത്ത് അതിനുപുറത്തുള്ളത് ആക്രമിക്കാൻ തിരുവിതാംകൂറിന് തടസ്സമില്ലായിരുന്നു. 1755 സെപ്തംബർ മാസത്തിൽ തിരുവിതാംകൂറിന്റെ കിഴക്കനതിർത്തിയിൽ കർണ്ണാടിക് നവാബുമായി യുദ്ധമുണ്ടായത് കൂടുതൽ ആക്രമണങ്ങൾ ഒഴിവാക്കാൻ കാരണമായിരിക്കാം. ആ വർഷം സാമൂതിരി 3000 ഭടന്മാരുമായി മണപ്പുറം ദ്വീപിൽ പ്രവേശിച്ച് ഡച്ചുകാരിൽനിന്നും അവിടം പിടിച്ചെടുത്തതും, ആലങ്ങാടും, പറവൂരും സാമൂതിരിപക്ഷം ചേർന്നതും, ഡച്ചുകാരെയും കൊച്ചിക്കാരെയും കൂട്ടി തിരുവിതാംകൂറിനെതിരെ ഒരു മഹാസഖ്യം ഉണ്ടാക്കാൻ ശ്രമിച്ചതും തിരുവിതാംകൂറിന്റെ മുന്നോട്ടുള്ള നീക്കത്തിന് തടസ്സമായിത്തീർന്നിരിക്കാം. 1756 ജനുവരിയിൽ രാമയ്യൻ ദളവാ അന്തരിച്ചതും ഒരു കാരണമായിരിക്കാം. എങ്കിലും ഫെബ്രുവരി മാസത്തിൽ വടക്കുംകൂറിലെ പ്രധാന വ്യാപാരകേന്ദ്രമായ തൊടുപുഴ പിടിച്ചത് വടക്കുംകൂറിനെ സാമ്പത്തികമായി തളർത്തി. വടക്കുംകൂറിന്റെ മുൻനിരപടയാളികൾ രാജാവിനെ കൈവിടാൻ അതുകാരണമായി. തൊടുപുഴയിലും കോട്ടയത്തും ചങ്ങനാശേരിയിലും കോട്ടകൾകെട്ടി അവിടങ്ങളിൽ തിരുവിതാംകൂർ സേനാവിഭാഗങ്ങളെ പാർപ്പിച്ചത് വടക്കുംകൂർ സ്വരൂപങ്ങളുടെ മേലുള്ള തിരുവിതാംകൂറിന്റെ നിയന്ത്രണം ശക്തമാക്കി.

കർണ്ണാടിക് നവാബും തിരുവിതാംകൂറും

1748 ജൂലൈയിൽ മറാഠാ സർക്കാരിന് മോചനദ്രവ്യം നല്കി ഫ്രഞ്ചുകാർ ചണ്ടാസാഹിബിനെ മോചിപ്പിച്ചു. തുടർന്ന് ഫ്രഞ്ചുകാരുടെ സഹായത്തോടുകൂടി അൻവാർ ആലിയിൽനിന്നു കർണ്ണാടിക് നവാബ് പദവി പിടിച്ചെടുക്കാൻ ചണ്ടാസാഹിബ് ശ്രമിച്ചു. 1749 സെപ്തംബർ മാസത്തിൽ ആംബൂർ എന്ന സ്ഥലത്തുവച്ച് നടന്ന യുദ്ധത്തിൽ കർണ്ണാടിക് സൈന്യം പരാജയപ്പെടുകയും അൻവാർ ആലി വധിക്കപ്പെടുകയും

ചെയ്തു. നവാബിന്റെ മൂത്തപുത്രൻ മഹ്ഫുസ്ഖാൻ ഹൈദരാബാദിലെ നൈസാമുൽ മുൽക്കിന്റെ സഹായംതേടി ഓടിപ്പോയി. ആ അവസരം നോക്കി ഇംഗ്ലീഷുകാരുടെ പിന്തുണയോടെ രണ്ടാമത്തെ പുത്രൻ മുഹമ്മദ് ആലി തൃശ്ശിനാപ്പള്ളി കോട്ട കൈയടക്കി. ചണ്ടാസാഹിബ് ഫ്രഞ്ചുകാരുടെ സഹായത്തോടുകൂടി കോട്ടവളഞ്ഞു(1751 മാർച്ച്). മുഹമ്മദ് ആലി മൈസൂർ ദളവാ നഞ്ജരാജായുടെ സഹായം അഭ്യർത്ഥിച്ചു. സഹായിച്ചാൽ താൻ മൈസൂറിന്റെ കീഴിൽ ജഗീർദാറായിരുന്നുകൊള്ളാമെന്ന് സമ്മതിച്ചു. നഞ്ജരാജാ ശ്രീരംഗത്തെത്തി ക്ലൈവിന്റെ നേതൃത്വത്തിലുള്ള ബ്രിട്ടീഷ് സൈന്യവുമായി ചേർന്ന് ചണ്ടാസാഹിബിനെ യുദ്ധത്തിൽ തോല്പിച്ചു. തടവുകാരനായ ചണ്ടാസാഹിബ് വധിക്കപ്പെട്ടു (ജൂൺ 1752). മുഹമ്മദ് അലി മൈസൂറിനെ വഞ്ചിച്ചു. തന്നെ കർണ്ണാടിക് നവാബായി നിയമിച്ചുകൊണ്ടുള്ള മുഗൾചക്രവർത്തിയുടെ ഫർമാൻ തനിക്കുകിട്ടിയിട്ടുണ്ടെന്നും അതുകൊണ്ട് മൈസൂറിന്റെ കീഴിൽ ജഗീർദാരായിരിക്കേണ്ട ആവശ്യം തനിക്കില്ലെന്നും മുഹമ്മദ് ആലി നഞ്ജരാജായെ അറിയിച്ചു. അന്ന് അധികാരമൊന്നുമില്ലാതെ ദില്ലിയിൽ കഴിഞ്ഞിരുന്ന മുഗൾചക്രവർത്തിയിൽ നിന്നും ഫർമാൻ സമ്പാദിച്ചുകൊടുത്തത് ഇംഗ്ലീഷുകാരായിരുന്നു. മുഹമ്മദ് ആലിയോടു പകയുമായാണ് നഞ്ജരാജാ മൈസൂറിലേക്ക് മടങ്ങിയത്. ഹൈദരാലി ഖാൻ അന്ന് മൈസൂർ സൈന്യത്തിലൊരാളായിരുന്നു. മധുരയിൽ നിന്നും, ചണ്ടാസാഹിബിന്റെ പ്രതിനിധിയായ മുഡേമിയായെ ബഹിഷ്കരിച്ച് അവിടെ തന്റെ ജ്യേഷ്ഠനായ മഹഫൂസ് ഖാനെ പ്രതിഷ്ഠിക്കുകയായിരുന്നു മുഹമ്മദ് ആലിയുടെ അടുത്ത ശ്രമം. അതിന് ഇംഗ്ലീഷുകാരുടെ സഹായം ആവശ്യമായിരുന്നു. മധുരയിൽനിന്ന് കർണ്ണാടിക് നവാബിന് നല്കേണ്ട വാർഷിക കപ്പമായ 15 ലക്ഷം രൂപയിൽ പകുതി ഇംഗ്ലീഷുകാർക്ക് നല്കാമെന്ന വ്യവസ്ഥയിൽ മഹ്ഫൂസ്ഖാൻ മധുരയിലെ റെന്റർ (renter) ആയി നിയമിക്കപ്പെട്ടു. കേണൽ ഹെറൺ തലവനായി ഒരു ഇംഗ്ലീഷ് സൈന്യം സഹായത്തിനായി നിയോഗിക്കപ്പെട്ടു (1755 മാർച്ച്). മൂഡേമിയായെ സഹായിക്കാൻ തിരുവിതാംകൂറും, നെല്ലിത്തങ്കവിളയിലെ പുലിത്തേവർ, പാഞ്ചാലംകുറിച്ചിയിലെ കട്ടബൊമ്മൻ എന്നീ പാളയക്കാരും ഉണ്ടായിരുന്നു. പക്ഷേ, ഇംഗ്ലീഷ് സൈന്യത്തിനായിരുന്നു വിജയം. കളക്കാട്ടുനിന്ന് തിരുവിതാംകൂർ സൈന്യം തോവാളയ്ക്കു പിൻവാങ്ങി (സെപ്തംബർ 1755). എന്നാൽ ചില അതിക്രമങ്ങൾ കാരണം കുറ്റവിചാരണയ്ക്കായി കേണൽ ഹെറൺ മദ്രാസിലേക്ക് തിരിച്ചുവിളിക്കപ്പെട്ടു. കേണൽ ഹെറൺ പോയ തക്കം നോക്കി പുലിത്തേവരുടെയും തിരുവിതാംകൂറിന്റെയും 3000 പട്ടാളക്കാരുടെയും സഹായത്തോടുകൂടി മഹ്ഫൂസ്ഖാൻ കളക്കാട് കോട്ടയിൽനിന്ന് ബഹിഷ്കരിക്കപ്പെട്ടു (ഒക്ടോബർ 1755). യൂസ്റ്റേഷ് ഡിലനോയിയുടെ നേതൃത്വത്തിലുള്ള തിരുവിതാംകൂർ സൈന്യത്തിന് യുദ്ധസാമഗ്രികളും കുതിരകളും കാളകളും ഒട്ടേറെ ലഭിച്ചു.

മുഹമ്മദ് ആലിയെയും മഹ്ഫൂസ്ഖാനെയും ഫ്രഞ്ചുകാരുടെയും

പാളയക്കാരുടെയും സഹായത്തോടുകൂടി നിഷ്കാസനം ചെയ്യാനായി ഹൈദർ ആലിഖാൻ നായക്കിനെ നഞ്ജരാജാ നിയമിച്ചു. മധുരയ്ക്കും തൃശ്ശിനാപ്പള്ളിക്കും ഇടയ്ക്കുള്ള ദിണ്ടുക്കൽ ആയിരുന്നു ഫൗജ്ദാർ ആയ ഹൈദർഖാന്റെ ആസ്ഥാനം. കേണൽ ഹെറണു പകരം യൂസഫ്ഖാൻ എന്ന കഴിവുറ്റ ഒരു സേനാനായകനൻ മഹ്ഫൂസ്ഖാനെ സഹായിക്കാനെത്തി. പക്ഷേ, അവർ തമ്മിൽ യോജിപ്പിലായിരുന്നില്ല. അതുകൊണ്ട് അവർ പരാജയം നേരിട്ടു. ഈ യുദ്ധത്തിൽ ഒട്ടേറെ പാളയക്കാരന്മാർ മൈസൂർ ഫ്രഞ്ച് കൂട്ടുകെട്ടിനെ സഹായിച്ചു; എങ്കിലും തിരുവിതാംകൂർ അവരുടെ സഹായത്തിനെത്തിയില്ല. കളക്കാട് കൈവശം കിട്ടിയതുകൊണ്ട് തിരുവിതാംകൂർ തൃപ്തിപ്പെട്ടു. തിരുവിതാംകൂറിന്റെ നിലപാട് മുഡേമിയായേയും ഹൈദർഖാനെയും രോഷാകുലനാക്കി. ഭാവിയിൽ തിരുവിതാംകൂറിനോട് പകവച്ചു പുലർത്താൻ ഇത് കാരണമായി.

യൂസഫ്ഖാനും മഹ്ഫൂസ്ഖാനും തമ്മിൽ പൊരുത്തപ്പെടാത്തതുകൊണ്ട് മഹ്ഫൂസ്ഖാനെ മടക്കിവിളിക്കാനും യൂസഫ്ഖാനെ മധുരയിലെ റെന്റർ ആയി നിയമിക്കാനും ഇംഗ്ലീഷുകാർ മുഹമ്മദ് ആലിയെ നിർബ്ബന്ധിച്ചു. എന്നാൽ സ്ഥാനം ഒഴിഞ്ഞുകൊടുക്കാൻ മഹ്ഫൂസ്ഖാൻ തയ്യാറായില്ല. മഹ്ഫൂസ്ഖാൻ ഇംഗ്ലീഷുകാർക്ക് എതിരായതുകാരണം ഏതാനും പാളയക്കാരന്മാർ അയാളെ സഹായിക്കാൻ തയ്യാറായി. അവരുടെ സഹായത്തോടുകൂടി മഹ്ഫൂസ്ഖാൻ മധുരയിൽ നിന്നു മുഡേമിയായെ ബഹിഷ്കരിക്കുകയും ചെയ്തു. അതുകൊണ്ട് യൂസഫ്ഖാനുവേണ്ടി സ്ഥാനം ഒഴിഞ്ഞുകൊടുക്കാൻ അയാൾ വിസമ്മതിച്ചു. അതോടുകൂടി മൈസൂറും ഫ്രഞ്ചുകാരും മൂഡേമിയായെ സഹായിച്ച പാളയക്കാരന്മാരും ഇപ്പോൾ മഹ്ഫൂസ്ഖാന്റെ പക്ഷം ചേർന്നു. എങ്കിലും യൂസഫ്ഖാന്റെ നേതൃത്വത്തിലുള്ള സൈന്യം 1757 സെപ്തംബറിൽ മഹ്ഫൂസ്ഖാനെ മധുരയിൽ നിന്ന് ഒഴിപ്പിച്ചു. യൂസഫ്ഖാൻ മധുരയിൽ റെന്റർ ആയി സ്ഥാനമേറ്റു. മഹ്ഫൂസ്ഖാന്റെ സഹായാഭ്യർത്ഥന മൂലം, തൃശ്ശിനാപ്പള്ളി ആക്രമണത്തിൽ ഏർപ്പെട്ടിരുന്ന ഹൈദർഖാൻ മധുരയ്ക്ക് നേരെ പുറപ്പെട്ടുവെങ്കിലും അടുത്തമാസം ഹൈദർഖാനെ മൈസൂറിലേക്ക് തിരിച്ചുവിളിച്ചതുകാരണം യുദ്ധം തുടർന്നില്ല. മഹാരാഷ്ട്രർ മൈസൂർ ആക്രമിച്ചതാണ് ഹൈദർഖാനെ തിരിച്ചുവിളിക്കാൻ കാരണം. യൂസഫ്ഖാനുമായി ഒരു യുദ്ധത്തിന് തയ്യാറാകാതെ തിരുവിതാംകൂർ സൈന്യം കളക്കാട്ടുനിന്ന് പിന്മാറി.

ഇംഗ്ലീഷുകാരുമായി രമ്യതയിൽ കാര്യം നേടാൻ മാർത്താണ്ഡവർമ്മ ശ്രമിച്ചു. മദ്രാസ് ഗവർണ്ണർക്ക് ഒരു കത്തുമായി ഗണപതി ശാസ്ത്രികൾ എന്ന ദൂതനെ അങ്ങോട്ടയച്ചു. ഇംഗ്ലീഷുകാർ ഇടപെട്ട് തങ്ങൾക്ക് ന്യായമായി അവകാശപ്പെട്ട കളക്കാട്, നാങ്ങുണേരി, വിജയപുരം, ധാരാപുരം, പണകുടി, വള്ളിയൂർ, തിരുക്കണംകുടി, വിജയനാരായണം എന്നീ ദേശങ്ങൾ തിരികെ തരുവിക്കണമെന്നായിരുന്നു അപേക്ഷ. കേണൽ ഹെറണുമായി യുദ്ധമൊഴിവാക്കാൻ വേണ്ടിയാണ് തിരുവിതാംകൂർ

പട്ടാളം കളക്കാടു വിട്ട് പോന്നതെന്നും, ഇപ്പോൾ ഈ ദേശങ്ങൾ ഇംഗ്ലീഷ് സൈന്യത്തിന്റെ നിയന്ത്രണത്തിലായിരിക്കുന്നതിൽ തനിക്ക് സന്തോഷമുണ്ടെന്നും, മുമ്പിനാലെ മധുര സർക്കാരിന് നല്കിവന്ന കപ്പം തുടർന്നും നല്കാമെന്നും കത്തിലെഴുതിയിരുന്നു. ഇക്കാര്യത്തിൽ ഒരു കരാറുണ്ടാക്കാൻ താൻ ഗണപതിശാസ്ത്രികളെ ചുമതലപ്പെടുത്തിയിരിക്കയാണെന്നും കത്തിൽ പറഞ്ഞിരുന്നു. ഇക്കാര്യത്തിൽ തീരുമാനമെടുക്കാൻ മദ്രാസ് സർക്കാരിന് പ്രയാസമുണ്ടെങ്കിൽ തർക്കം അഞ്ചുതെങ്ങിലെ ചീഫ് ജോൺ സ്പെൻസറുടെ മാധ്യസ്ഥത്തിന് വിടാൻ തയ്യാറാണെന്നു കൂടി മാർത്താണ്ഡവർമ്മ എഴുതിയിരുന്നു.

മാർത്താണ്ഡവർമ്മയുടെ കത്തുമായി ഗണപതിശാസ്ത്രികൾ നേരെ അഞ്ചുതെങ്ങിൽചെന്ന് ജോൺ സ്പെൻസറുടെ ശുപാർശ കത്തുമായാണ് മദ്രാസിലേക്ക് പുറപ്പെട്ടത്. ജോൺ സ്പെൻസറുടെ കത്തിൽ മാർത്താണ്ഡവർമ്മയെപ്പറ്റി കടുത്ത വിമർശനമാണുണ്ടായിരുന്നത്. തർക്ക സംഗതിയെപ്പറ്റി തനിക്കൊന്നും അറിയില്ലാത്തതുകൊണ്ട് മാധ്യസ്ഥത്തിൽ നിന്ന് തന്നെ ഒഴിവാക്കണമെന്ന് സ്പെൻസർ എഴുതി. ഇംഗ്ലീഷുകാരും മാർത്താണ്ഡവർമ്മയും തമ്മിലുള്ള ബന്ധത്തെപ്പറ്റി വളരെ വിശദമായി പ്രതിപാദിച്ച കത്തിൽ മാർത്താണ്ഡവർമ്മ വിശ്വസിക്കാൻ കൊള്ളാവുന്ന ഒരു സുഹൃത്തല്ലെന്ന് സൂചിപ്പിച്ചിരുന്നു. കമ്പനിയുടെ സഹായംകൊണ്ടാണ് താൻ അധികാരം ഉറപ്പിച്ചതെന്ന് അറിയാമായിരുന്നിട്ടും മാർത്താണ്ഡവർമ്മയുടെ പ്രവൃത്തികളിൽ ആ നന്ദി കാണുന്നില്ല. കരാർ പ്രകാരമുള്ള കുരുമുളക് കമ്പനിക്ക് നല്കാതെ അത് കൂടിയ വിലയ്ക്ക് പർവ്വതത്തിന് അപ്പുറത്ത് അയച്ച് വില്ക്കുകയാണ് ചെയ്യുന്നത്. പത്ത് വർഷമായി കരുമുളകിന്റെ കുത്തക വ്യാപാരം തിരുവിതാംകൂർ ഏറ്റെടുത്തിരിക്കുന്നതിനാൽ വ്യാപാരികളിൽ നിന്ന് അത് വാങ്ങാൻ കിട്ടുന്നില്ല. കുരുമുളക് തന്നാൽത്തന്നെ കരാർ വിലയിൽ കൂടുതലാണ് ചോദിക്കുന്നത്. അതേസമയം തിരുവിതാംകൂറിന് ആയുധസാമഗ്രികൾ വളരെ കുറഞ്ഞ വിലയ്ക്ക് നല്കുകയും വേണം. ജോൺ സ്പെൻസറുടെ കത്ത് 1757 സെപ്തംബർ 8-ാം തീയതിയും, മാർത്താണ്ഡവർമ്മയുടെ കത്ത് ഒക്ടോബർ 20-ാം തീയതിയും മദ്രാസ് കൗൺസിൽ പരിശോധിച്ചു[5]. മാർത്താണ്ഡവർമ്മയുടെ അപേക്ഷ നിരസിക്കപ്പെട്ടു എന്നുപറയേണ്ടതില്ലല്ലോ. മാർത്താണ്ഡവർമ്മ അടുത്തവർഷം അന്തരിക്കുമ്പോൾ ഇതായിരുന്നു മുള്ളിനാട്ടിലെ സ്ഥിതി.

തിരുവിതാംകൂറും കൊച്ചിയും സാമൂതിരിയും

പുറക്കാട്ടെ പരാജയത്തിനുശേഷം വടക്കുംകൂർ, തെക്കുംകൂർ, പുറക്കാട് രാജാക്കന്മാർ ഓരോരുത്തരായി സാമൂതിരിയെ അഭയം പ്രാപിച്ചു. രാമയ്യൻ ദളവയുടെ നേതൃത്വത്തിൽ തിരുവിതാംകൂർ സൈന്യം അരുങ്കുറ്റിയിലും യുവരാജാവ് രാമവർമ്മയുടെ നേതൃത്വത്തിൽ മറ്റൊരു സൈന്യം ഉദയംപേരൂരും എത്തി പാളയമടിച്ചുകിടന്നു. 1755 ജൂലൈ മാസത്തിൽ

കൊച്ചിരാജാവ് കൈവശമുള്ള എല്ലാ ദ്രവ്യങ്ങളുമായി വടക്കോട്ടു പോയി. കൊച്ചിപിടിച്ചടക്കിക്കഴിഞ്ഞാൽ തിരുവിതാംകൂർ തന്റെ നേർക്ക് പുറപ്പെടുമെന്ന് കരുതിയ സാമൂതിരി അതിനെ ചെറുക്കാൻ പടയുമായി തെക്കോട്ടു പുറപ്പെട്ടു. ഡച്ചുകാരുമായും കൊച്ചിയുമായും യോജിച്ച തിരുവിതാംകൂറിനെ ചെറുക്കാൻ ആലോചനകൾ നടത്തി. എന്നാൽ ഡച്ചുകാർ തിരുവിതാംകൂറിനെതിരെ ഒരു സഖ്യമുണ്ടാക്കാൻ തയ്യാറായിരുന്നില്ല. അതുകൊണ്ട്, കൊടുങ്ങല്ലൂർ കോട്ട ഒഴികെ അതിന് വടക്ക് ഡച്ചുകാർക്കുണ്ടായിരുന്ന എല്ലാ ദേശങ്ങളും സാമൂതിരി കൈയടക്കി. അതോടൊപ്പം ആലങ്ങാടും പറവൂരും സാമൂതിരിയുടെ മേൽക്കോയ്മ അംഗീകരിച്ചു. ഇത്രയുമായപ്പോൾ എസക്കിയൽ റബ്ബി ഡച്ചുകാർക്ക് വേണ്ടിയും കൊച്ചിക്കുവേണ്ടിയും സമാധാന ദൗത്യവുമായി കോഴിക്കോട്ട് എത്തി (1756 ഒക്ടോബർ). തിരുവിതാംകൂറിനെതിരെ സഖ്യത്തിൽ ചേരുകയാണെങ്കിൽ ആണ്ടൊന്നിന് 2000 കണ്ടി കുരുമുളക് ഡച്ചുകാർക്ക് നല്കാമെന്ന് സാമൂതിരി പറഞ്ഞു. തിരുവിതാംകൂറിനെതിരെയുള്ള യുദ്ധത്തിനുള്ള ചെലവ് കൊച്ചി വഹിക്കണമെന്നും പതിനെട്ടരയാളം എന്ന ദേശം സാമൂതിരിക്ക് നല്കണമെന്നുമാണ് കൊച്ചിയോടാവശ്യപ്പെട്ടത്. കൊച്ചിയും തിരുവിതാംകൂറും തമ്മിൽ കരാറുണ്ടാക്കുന്നതാണ് കൂടുതൽ അഭികാമ്യമെന്ന് ഡച്ചുകാർ കൊച്ചിയെ ഉപദേശിച്ചതിനാൽ സാമൂതിരിയുമായി കരാറൊന്നും ഉണ്ടായില്ല.

ഈസമയം തിരുവിതാംകൂറുമായി സമാധാന കരാറുണ്ടാക്കാനാണ് പാലിയത്തച്ചൻ ശ്രമിച്ചുകൊണ്ടിരുന്നത്. തിരുവിതാംകൂറിലെ ഇളയരാജാവ് രാമവർമ്മയുമായി അദ്ദേഹത്തിനുണ്ടായിരുന്ന അടുപ്പം അതിന് പ്രയോജനപ്പെട്ടു. അതിന്റെ ഫലമായി മാർത്താണ്ഡവർമ്മയും, കൊച്ചിരാജാവും ഡച്ചു പ്രതിനിധിയുടെ സാന്നിദ്ധ്യത്തിൽ തൃപ്പുണിത്തുറ ക്ഷേത്രത്തിൽവച്ച് 1757 മാർച്ച് മാസത്തിൽ ചർച്ച നടത്തി. സാമൂതിരിയുടെ സൈന്യം പെരിയാറിന്റെ വടക്കേകരവരെ എത്തുകയും പറവൂരും ആലങ്ങാടും സാമൂതിരിയുടെ മേൽക്കോയ്മ സ്വീകരിക്കുകയും ചെയ്തതുകാരണം കൊച്ചിയെ രക്ഷിക്കുക പ്രയാസമുള്ള കാര്യമാണ്. അതുകൊണ്ട് വയലാറിൽ വച്ചുണ്ടായ നക്കൽ ഉടമ്പടി തിരുവിതാംകൂറിന് ഇപ്പോൾ സ്വീകാര്യമല്ല. പുറക്കാട്, തെക്കുംകൂർ, വടക്കുംകൂർ എന്നീ സ്വരൂപങ്ങൾ തിരുവിതാംകൂറിന് വിട്ടുകൊടുക്കുകയെന്നതിന് പുറമേ ആലങ്ങാടും പറവൂരും കൂടെ തങ്ങൾക്ക് വിട്ടുനല്കണമെന്നതായിരുന്നു തിരുവിതാംകൂറിന്റെ ആവശ്യം. അതിൽ ആലങ്ങാടും പറവൂരും ഇപ്പോൾതന്നെ സാമൂതിരിയുടെ മേൽക്കോയ്മ അംഗീകരിച്ചവയാണ്. കൊച്ചിയുടെ ഇതരഭാഗങ്ങളിൽ നിന്ന് സാമൂതിരിയെ ഒഴിപ്പിക്കുമ്പോൾ ആലങ്ങാടും പറവൂരും തിരുവിതാംകൂറിന് വിട്ടുകിട്ടണമെന്നാവശ്യപ്പെട്ടതിൽ യുക്തിഭംഗം ഒന്നുമില്ലെങ്കിലും കൊച്ചിയുടെ എല്ലാ സാമന്തസ്വരൂപങ്ങളും കൊച്ചിക്ക് നഷ്ടമാകുന്നു എന്നത് കൊച്ചിയെ വേദനിപ്പിച്ചു. മാത്രമല്ല കൊച്ചിയുടെ തലസ്ഥാനം തിരുവിതാംകൂറിനാൽ പൂർണ്ണമായും ചുറ്റപ്പെടും എന്നതും

വേദനാജനകമാണ്. അതുകൊണ്ട് തീരുമാനമൊന്നും ആകാതെ തന്നെ തൃപ്പൂണിത്തുറ ചർച്ച അവസാനിപ്പിച്ചു.

തൃപ്പൂണിത്തുറ ചർച്ച അലസിപ്പിരിഞ്ഞത് കൊച്ചിയുടെ പതനത്തിന് വേഗം കൂട്ടി. പാലിയത്തച്ചനും എറണാകുളത്തെ അഞ്ചികൈമൽമാരിൽ ചേരാനല്ലൂർ കർത്താവും ഒഴികെ കൊച്ചിയിലെ എല്ലാ മാടമ്പിമാരും സാമൂതിരിയോട് കൂറ് പ്രഖ്യാപിച്ചു. സാമൂതിരി തൃശ്ശിവപേരൂർ തന്റെ രണ്ടാം തലസ്ഥാനമാക്കി. ഇപ്പോഴത്തെ കണയന്നൂർ താലൂക്ക് ഒഴികെ എല്ലാ ദേശങ്ങളും കൊച്ചിക്ക് 1758 ന് മുമ്പ് നഷ്ടമായി. ഡച്ചുകാരുടെ സഹായത്തോടുകൂടി ഗോറില്ലാ സമരങ്ങളിലൂടെ ഡച്ചുകാരും കൊച്ചിയിലെ ഇളയരാജാവും പാലിയത്തച്ചനും കോഴിക്കോടിനെതിരെ ചില നേട്ടങ്ങൾ ഉണ്ടാക്കി. എങ്കിലും ഒരു ദിവസം രാത്രി സാമൂതിരിയുടെ പ്രതിനിധി ഡച്ചുകമാൻഡറെ കണ്ട് തിരുവഞ്ചിക്കുളത്തുവച്ച് സമാധാനക്കരാർ രഹസ്യമായി ഉണ്ടാക്കി (1758 മാർച്ച് 6). ഡച്ചുകാരിൽ നിന്ന് പിടിച്ചെടുത്ത ദേശങ്ങൾ ഒഴിഞ്ഞുകൊടുക്കാമെന്ന് സാമൂതിരി സമ്മതിച്ചതുകൊണ്ട് ഡച്ച് സൈന്യം പെട്ടെന്ന് പിന്മാറുകയായിരുന്നു. ഡച്ചുകാരെ ഒഴിവാക്കി തിരുവിതാംകൂറിന് നേരെ ശ്രദ്ധ കേന്ദ്രീകരിക്കാമെന്നതായിരുന്നു സാമൂതിരിയുടെ പദ്ധതി. പക്ഷേ, അത് ഫലവത്തായില്ല. കൃത്യം രണ്ട് മാസം കഴിഞ്ഞ ഉടനെ ശക്തൻ സാമൂതിരി നിര്യാതനായി. രണ്ട് മാസം കഴിഞ്ഞ് (1758 മിഥുനം 27) മാർത്താണ്ഡവർമ്മയും നിര്യാതനായി. അല്പകാലത്തേക്ക് തിരുവിതാംകൂറിൽ നിന്നുള്ള സമ്മർദ്ദം ഒഴിവായി കിട്ടിയതിനാൽ പുതിയ സാമൂതിരിക്ക് നേരെ ചില ചില്ലറ വിജയങ്ങൾ കൊച്ചിക്ക് നേടാൻ കഴിഞ്ഞു.

മാർത്താണ്ഡവർമ്മയുടെ ചരമാനന്തരക്രിയകൾ കഴിഞ്ഞശേഷം 1759 ൽ പാലിയത്തച്ചൻ തിരുവിതാംകൂർ രാജാവ് രാമവർമ്മയുമായി സമാധാന ചർച്ചകൾ നടത്തി. ചർച്ചകൾ നീണ്ടുപോയി. 1760 ആഗസ്ത് മാസത്തിൽ കൊച്ചിരാജാവ് അന്തരിച്ചതുമൂലം ചർച്ചകൾ വീണ്ടും നീണ്ടുപോയി. 1761 ഡിസംബറിലാണ് (കൊ വ 93 ധനു 12) അവസാനമായി കരാർ രൂപംകൊണ്ടത്. കരാർ വ്യവസ്ഥകൾ താഴെപ്പറയുന്നവയാണ്.

(1) മുൻ കരാറിൽ പറഞ്ഞമാതിരി കൊച്ചി രാജ്യത്തിൽ ഉല്പാദിപ്പിക്കുന്ന കുരുമുളകിൽ 500 കണ്ടി ഒഴികെ ബാക്കി മുഴുവൻ വാങ്ങാൻ തിരുവിതാംകൂറിനവകാശമുണ്ടായിരിക്കും. (2) ചെമ്പകശ്ശേരി രാജാവിന് തുടർന്നും തൃശൂരിൽ താമസിക്കാം, എങ്കിലും കൊച്ചിരാജാവ് ചെമ്പകശ്ശേരി രാജാവുമായുള്ള എല്ലാ ബന്ധങ്ങളും ഉപേക്ഷിക്കണം. (3) കരപ്പുറം ദേശം തിരുവിതാംകൂറിന്റെ ഭാഗമായി തുടരും; സാമൂതിരിയെ ബഹിഷ്കരിച്ചശേഷം ആലങ്ങാടും പറവൂരും തിരുവിതാംകൂറിന് കീഴിലായിരിക്കും; (4) വടക്കു പൂക്കൈതയ്ക്കും കിഴക്ക് ചിറ്റൂരിനും ഇടയ്ക്കുള്ള മുഴുവൻ ഭൂവിഭാഗവും തിരുവിതാംകൂർ സാമൂതിരിയിൽ നിന്ന് ഒഴിപ്പിച്ച് കൊച്ചിക്ക് നല്കണം. (5) സാമൂതിരിയെ ഒഴിപ്പിച്ചശേഷം തിരുവിതാംകൂർ സൈന്യം പെരുമ്പടപ്പു വിട്ടുപോകുംവരെ നാടിന്റെ വരുമാനത്തിൽ

ഒന്നുപകുതി തിരുവിതാംകൂറിലെ ഉദ്യോഗസ്ഥന്മാരെ ഏല്പിക്കണം; (6) പെരുമ്പടപ്പിൽനിന്നും നേരത്തെ തിരുവിതാംകൂർ കൈവശപ്പെടുത്തിയ ദേശങ്ങൾ (കുരുനാട്) തിരുവിതാംകൂറിന്റെ കൈവശം തുടരും; (7) തിരുവിതാംകൂറിലെന്നപോലെ കൊച്ചിയിലെയും മാടമ്പിമാരിൽ മാറ്റേണ്ടവരെ മാറ്റാനും നിലനിർത്തേണ്ടവരെ നിലനിർത്താനും തിരുവിതാംകൂർ തന്നെ ചെലവ് ചെയ്ത് ഏർപ്പാടുകൾ ഉണ്ടാക്കണം[6].

ഫലത്തിൽ കൊച്ചിരാജ്യത്തിന്റെ ഭരണം തിരുവിതാംകൂറിലെ ഉദ്യോഗസ്ഥന്മാരെ ഏല്പിക്കുന്നതാണ് ഈ കരാർ. തിരുവിതാംകൂറിന്റെ ദൗത്യം പൂർണ്ണമാകുന്നതുവരെ രാജ്യത്തിന്റെ നികുതി പിരിവ് തിരുവിതാംകൂറിന്റെ നിയന്ത്രണത്തിലായിരിക്കും. അതുകഴിഞ്ഞാലും രാജ്യത്തിലെ കുരുമുളക് ശേഖരിക്കാനുള്ള അധികാരം തിരുവിതാംകൂറിലെ ഉദ്യോഗസ്ഥന്മാർക്കായിരിക്കും. വളരെ കുറഞ്ഞ വിലയ്ക്ക് കുരുമുളക് തിരുവിതാംകൂറിന് വാങ്ങാമെന്ന വ്യവസ്ഥ തിരുവിതാംകൂറിന് കപ്പം കൊടുക്കുന്നതിന് തുല്യം ആണ്. പ്രത്യക്ഷത്തിൽ ഏകപക്ഷീയമാണ് കരാറെന്നു തോന്നാമെങ്കിലും ഈ കരാർ ഇല്ലായിരുന്നു എങ്കിൽ കൊച്ചിരാജ്യം ഭൂപടത്തിൽ നിന്ന് അപ്രത്യക്ഷമാകുമായിരുന്നു എന്ന കാര്യം ഓർക്കേണ്ടതാണ്.

ഉടമ്പടി പ്രകാരം നെടിയിരുപ്പിന് (സാമൂതിരി രാജ്യം) നേരെ സൈനിക നടപടി ആരംഭിച്ചത് 1762 ജനുവരി 25-ാം തീയതി ആയിരുന്നു. രാമയ്യന്റെ മരണശേഷം ദളവാ പദവി ഏറ്റ അയ്യപ്പൻ മാർത്താണ്ഡപിള്ളയായിരുന്നു പടനായകൻ. അദ്ദേഹത്തിന്റെ കീഴിൽ വലിയ കപ്പിത്താൻ എന്ന സ്ഥാനം വഹിച്ചിരുന്നത് ഡിലനോയ് അയിരുന്നു. അഞ്ചികൈമളിൽ (എറണാകുളം) നിന്നാണ് പടപുറപ്പെട്ടത്. 40 പടവുകളിലായാണ് തിരുവിതാംകൂർ സൈന്യം വടക്കോട്ട് പുറപ്പെട്ടത്. ക്ലീൻ വില്യം എന്ന ഡച്ചുകപ്പൽ അഴീക്കൽ കാത്ത് കിടപ്പുണ്ടായിരുന്നു. മാർച്ച്മാസം 26-ാം തീയതിക്കുമുമ്പ് നെടിയിരുപ്പ് സൈന്യം ആലങ്ങാടും പറവൂരും വിട്ടൊഴിഞ്ഞ് വടക്കോട്ടു പോയി. പറവൂർ വച്ച് തിരുവിതാംകൂർ സൈന്യം രണ്ടായി പിരിഞ്ഞ്, ഒരുവിഭാഗം ദളവായുടെ നേതൃത്വത്തിൽ കരുപടന്ന വഴി തൃശൂരേക്കും മറ്റേവിഭാഗം വലിയകപ്പിത്താന്റെ നേതൃത്വത്തിൽ പടിഞ്ഞാറൻവഴി ചാവക്കാട്ടേയ്ക്കും പുറപ്പെട്ടു. ആലങ്ങാടും പറവൂരും നിന്നു പോയ നെടിയിരിപ്പു സൈന്യം കൊടുങ്ങല്ലൂരും മാപ്രാണത്തും താവളമടിച്ചുകിടക്കുകയായിരുന്നു. മാപ്രാണത്തുനിന്ന് നെടിയിരുപ്പുസൈന്യത്തെ ദളവായുടെ നേതൃത്വത്തിൽ ഓടിച്ചു. നെടിയിരിപ്പുസൈന്യം മാപ്രാണത്തുനിന്ന് തൃശൂരേക്ക് പിൻവാങ്ങി. തൃശൂർവച്ച് തിരുവിതാംകൂർ സൈന്യവും കൊച്ചി സൈന്യവും യോജിച്ച് നെടിയിരുപ്പിന് കനത്ത പ്രഹരം ഏല്പിച്ചു. വമ്പിച്ച നഷ്ടത്തോടുകൂടി നെടിയിരുപ്പുസൈന്യം ചേലക്കരയിലും കുന്നംകുളം കോട്ടയിലേക്കും പിന്മാറി. കൊടുങ്ങല്ലൂർ നിന്ന് നെടിയിരുപ്പ് സൈന്യത്തെ തുരത്തി ചേറ്റുവായ് കടത്തിയശേഷം വലിയകപ്പിത്താൻ ഏനാമ്മാക്കൽവച്ച് ദളവായുടെ സൈന്യവുമായി

സന്ധിച്ചു. പിന്നീട് രണ്ടുവിഭാഗവും യോജിച്ച് ചേലക്കര നിന്നും സാമൂതിരി സൈന്യത്തെ കൊച്ചിയുടെ അതിർത്തി കടത്തി. പിന്നീട് ഇരുവിഭാഗങ്ങളും യോജിച്ച് കുന്നംകുളത്തു നിന്ന് നെടിയിരുപ്പ് സൈന്യത്തെ പൊന്നാനിയിലേക്ക് ഓടിച്ചു. വലിയകപ്പിത്താൻ നെടിയിരിപ്പിൽ പ്രവേശിക്കാൻ തുനിഞ്ഞപ്പോൾ സാമൂതിരി സമാധാനത്തിനപേക്ഷിച്ചു (ഒക്ടോബർ 1762). എങ്കിലും യുദ്ധം തുടർന്നുകൊണ്ടുപോകാൻ കണ്ണൂരിലെ ആലിരാജാവ് സാമൂതിരിയെ പ്രേരിപ്പിച്ചുകൊണ്ടിരുന്നു. കർണ്ണാടിക് നവാബിന്റെ പ്രേരണ മൂലമായിരുന്നു ആലിരാജാവ് അപ്രകാരം ചെയ്തത്. തിരുവിതാംകൂർ സൈന്യത്തെ വടക്കനതിർത്തിയിൽ തളച്ചിടാനായിരുന്നു കർണാടിക് നവാബിന്റെ ഉദ്ദേശ്യം. യുദ്ധം തുടരാനും നെടിയിരിപ്പു കീഴടക്കാനും ഡിലനോയിക്കും താല്പര്യമുണ്ടായിരുന്നു. സാമൂതിരിയെ മുസ്ലീങ്ങളുടെ ആശ്രിതനാക്കുന്നതിൽ താല്യപര്യമില്ലാതിരുന്ന ഡച്ചുകാരുടെ ഉപദേശപ്രകാരം തിരുവിതാംകൂർ സാമൂതിരിയുടെ സമാധാനാഭ്യർത്ഥന സ്വീകരിച്ചു. 1763 ജൂൺമാസത്തിൽ (കൊ വ 938 ഇടവം 26) സാമൂതിരിപ്പാട് പത്മനാഭപുരത്തുവച്ചുണ്ടാക്കിയ ഉടമ്പടിപ്രകാരം ഒരുലക്ഷത്തി അമ്പതിനായിരം രൂപാ യുദ്ധച്ചെലവ് നല്കാൻ സമ്മതിച്ചു.

കൊച്ചിയുമായുണ്ടാക്കിയ കരാറിൻപ്രകാരം പറവൂരും പറക്കടവും തത്തപ്പള്ളിയും 1764 മാർച്ച് മാസത്തിലും (939 മീനം 2) മങ്ങാട് അഥവാ ആലങ്ങാട് 1764 മേടമാസം 14-ാം തീയതിയും തിരുവിതാംകൂറിനു വിട്ടുകൊടുത്തു. കൂടാതെ ദളവാ അയ്യപ്പൻമാർ മാർത്താണ്ഡപിള്ളയുടെ സേവനത്തിൽ സന്തുഷ്ടനായ കൊച്ചിരാജാവ് പുത്തൻചന്ത എന്ന ഗ്രാമം ദളവായ്ക്ക് ദാനമായി നല്കി. ദളവാ അത് അപ്പോൾത്തന്നെ തിരുവിതാംകൂർ സർക്കാരിന് എഴുതിക്കൊടുത്തു.

തിരുവിതാംകൂർ കർണ്ണാടിക് നവാബിന്റെ സാമന്തനാകുന്നു

ചണ്ടാസാഹിബിന്റെ ആക്രമണത്തിനുശേഷം തിരുവിതാംകൂറിന്റെ കിഴക്കനതിർത്തിയിൽ കടുക്കറ മുതൽ കന്യാകുമാരിക്ക് സമീപമുള്ള വട്ടക്കോട്ടവരെയും അവിടെനിന്ന് പടിഞ്ഞാറ് കടൽവരെയും കോട്ടകൾ കെട്ടി മാർത്താണ്ഡവർമ്മ തിരുവിതാംകൂറിനെ സ്വതന്ത്ര സംസ്ഥാനമാക്കിത്തീർത്തു. കന്യാകുമാരിയെ പുറത്താക്കിയത് അതുവഴിയുള്ള ശത്രുക്കളുടെ പ്രവേശനം തടയാൻ വേണ്ടിയായിരുന്നു. അതിനുശേഷം മുള്ളിനാട്ടിലെ കുറെ ദേശങ്ങൾ മാർത്താണ്ഡവർമ്മ മുഡേമിയായിൽ നിന്നു വാങ്ങിയത് അദ്ദേഹത്തിന്റെ മരണത്തിന് മുമ്പുതന്നെ നഷ്ടപ്പെടുകയും ചെയ്തു. പണ്ട് ദേശിംഗനാട് കളക്കാട് സ്വരൂപം കൈവശം വയ്ക്കാൻ ശ്രമിച്ചത് ഏറെ കഷ്ടനഷ്ടങ്ങൾക്ക് കാരണമായി എന്ന് മുന്നദ്ധ്യാങ്ങളിൽ വിവരിച്ചതാണല്ലോ. വേണാടിന്റെ വടക്കൻ സ്വരൂപങ്ങളും ഒടുവിൽ കളക്കാട് സ്വരൂപവും ദേശിംഗനാടിന് നഷ്ടമായി. തിരുവിതാംകൂറിലെ രാമവർമ്മ വീണ്ടും കളക്കാടും സമീപപ്രദേശങ്ങളും കൈവശപ്പെടുത്താൻ ശ്രമിച്ചത് തിരുവിതാംകൂറിനെയാകെ വീണ്ടുമൊരു സാമന്തരാജ്യമാക്കാൻ

കാരണമായി. കളക്കാട്ടിലേക്ക് ശ്രദ്ധ പതിപ്പിക്കാതിരുന്നെങ്കിൽ ഒരുപക്ഷേ അദ്ദേഹത്തിന് കേരളം മുഴുവൻ കീഴടക്കാൻ കഴിയുമായിരുന്നു. നെടിയിരുപ്പ് മുഴുവൻ കീഴടക്കാൻ കഴിയുമായിരിക്കെയാണ് തിരുവിതാംകൂർ സൈന്യം അവിടെനിന്ന് പിൻവാങ്ങിയത്. നെടിയിരുപ്പു കീഴടക്കിയാൽ കോലത്തുനാട് പിന്നൊരു പ്രശ്നമേ ആയിരുന്നില്ല. പോരെങ്കിൽ കോലത്തുനാട് രാമവർമ്മ രാജാവിന്റെ മാതൃഭൂമിയായിരുന്നു. രാമവർമ്മ രാജാവ് തന്റെ ശ്രദ്ധ കളക്കാട്ടേയ്ക്ക് തിരിച്ചില്ലെങ്കിൽ ഒരുപക്ഷേ, കേരളചരിത്രം മറ്റൊന്നാകുമായിരുന്നു.

1757 സെപ്തംബർ മാസത്തിൽ മഹ്ഫൂസ്ഖാസ് ഖാൻ മധുരയിൽ നിന്ന് നിഷ്കാസനം ചെയ്യപ്പെടുകയും സൂസഫ് ഖാൻ മധുരയിലെ റെന്റ്റായി സ്ഥാനമേല്ക്കുകയും ചെയ്തു; ഒപ്പം തിരുവിതാംകൂർ സൈന്യം കളക്കാട്ടുനിന്ന് പിന്മാറുകയും ചെയ്തു. ഗണപതിശാസ്ത്രികളുടെ ദൗത്യം പരാജയപ്പെട്ടതുകാരണം, 1759 ജൂലൈ മാസത്തിൽ മാർത്താണ്ഡവർമ്മയുടെ ചരമവാർഷികംവരെ തിരുവിതാംകൂറിന്റെ ഭാഗത്തുനിന്ന് യാതൊരുനീക്കവും ഉണ്ടായില്ല. ഫ്രഞ്ചുകാരും മൈസൂറും വടകരയിലെ പുലിത്തേവരുടെ നേതൃത്വത്തിലുള്ള ഏതാനും പാളയക്കാരും ചേർന്ന് യൂസഫ്ഖാനെ മധുരയിൽനിന്ന് നിഷ്കാസനം ചെയ്യാനും മഫ്ഫൂസ്ഖാനെ വീണ്ടും അവിടെ വാഴിക്കാനും ശ്രമം തുടങ്ങി. ഈ സംരംഭത്തിനു തിരുവിതാംകൂറിന്റെ സഹായമുണ്ടാവണമെന്നും, അങ്ങനെയുണ്ടായാൽ തിരുവിതാംകൂറിന്റെ കൈവശമിരുന്ന ദേശങ്ങൾ അവർക്കുതന്നെ നല്കാമെന്നും കാണിച്ച് പുലിത്തേവർ രാമവർമ്മയ്ക്ക് ഒരു രഹസ്യസന്ദേശം അയച്ചു. ബ്രിട്ടീഷ് പട്ടാളനായകനായ യൂസഫ് ഖാനോട് യുദ്ധംചെയ്യുന്നത് രാമവർമ്മയ്ക്ക് ഹിതമായിരുന്നില്ല[8]. 1740 ഫെബ്രുവരി 20-ാം തീയതി ആറ്റിങ്ങലിലെ വീരളം കോട്ടയിൽനിന്നും തന്നെയും തന്റെ മാതാവിനെയും ഡച്ച്-കായംകുളം സംയുക്തസൈന്യത്തിൽനിന്നും രക്ഷിച്ച് ഇംഗ്ലീഷുകാരോട് തന്റെ മരണംവരെയും വിധേയത്വമാണ് രാമവർമ്മ വച്ചുപുലർത്തിയത്. അതുകൊണ്ട് പുലിത്തേവരുടെ സന്ദേശം രാമവർമ്മ യൂസഫ്ഖാന് കൈമാറി. സുശിക്ഷിതമായ തിരുവിതാംകൂർ സൈന്യത്തിന്റെ സഹായം യൂസഫ്ഖാനും ആവശ്യമായിരുന്നു. അതുകൊണ്ട്, കളക്കാട് പ്രദേശങ്ങൾ തിരുവിതാംകൂറിന് നല്കാമെന്നും മഹ്ഫൂസ്ഖാനെതിരെ തങ്ങൾക്കൊപ്പം നില്ക്കണമെന്നും കാണിച്ച് 1759 നവംബർ മാസത്തിൽ യൂസഫ്ഖാനും തിരുവിതാംകൂറും തമ്മിൽ കരാറുണ്ടാക്കി. അങ്ങനെ വീണ്ടും തിരുവിതാംകൂർ കിഴക്കനതിർത്തിയിലേക്ക് ശ്രദ്ധതിരിച്ചു.

കരാറിൻപ്രകാരം 1000 പേർവരുന്ന തിരുവിതാംകൂർ പട്ടാളം പുലിത്തേവരുടെ സഹായിയായ ഈശ്വരത്തേവരുടെ വടകരക്കോട്ട ആക്രമിച്ചു. മൂന്നുദിവസത്തെ യുദ്ധത്തിനുശേഷം ഈശ്വരത്തേവർ വടകരവിട്ട് 20 നാഴിക അകലെയുള്ള നെല്ലിത്തങ്കവിളയിലേക്ക് മാറി. 1000 വരുന്ന തിരുവിതാംകൂർ പട്ടാളം കുമാരൻ ചെമ്പകരാമന്റെ നേതൃത്വത്തിൽ യൂസ

ഫ്ഖാനോടൊപ്പം ചേർന്ന് നെല്ലിത്തങ്കവിള ആക്രമിച്ചു. കോട്ടവളഞ്ഞു കിടന്ന തിരുവിതാംകൂർ സൈന്യത്തെ നവംബർ 20-ാം തീയതി രാത്രി പുലിത്തേവർ മിന്നലാക്രമണം നടത്തി നാശംവിതച്ചു. അകലെനിന്നും യൂസഫ്ഖാന്റെ സൈന്യം സഹായത്തിനെത്തുംമുമ്പ് പുലിത്തേവന്മാരുടെ കീഴിലുള്ള കള്ളന്മാർ സ്ഥലംവിട്ടുകഴിഞ്ഞു[9]. രണ്ടു പീരങ്കികളും കുറെ വെടിക്കോപ്പുകളും ഇംഗ്ലീഷുകാരിൽ നിന്ന് തിരുവിതാംകൂറിന് ലഭിച്ചു. ഡിസംബർ ആറാം തീയതി സംയുക്തസൈന്യം വാസവനല്ലൂരിലെ കോട്ട വളഞ്ഞു. ഡിസംബർ 26-ാം തീയതി പുലിത്തേവർ 3000 ഭടന്മാരുമായി വാസവനല്ലൂരിലെത്തി സംയുക്ത സൈന്യത്തെ നേരിട്ടു. കോട്ടയ്ക്കകത്തുനിന്നും പുറത്തുനിന്നും ഒരേസമയം ആക്രമണം ഉണ്ടായതുകാരണം അടുത്തദിവസം രാവിലെ സംയുക്തസൈന്യം വാസവനല്ലൂരിൽ നിന്ന് പിന്മാറി[10].

നവാബ് മുഹമ്മദ് അലിയും യൂസഫ്ഖാനും തമ്മിൽ നല്ല യോജിപ്പിലായിരുന്നില്ല. കളക്കാട് പ്രദേശം നവാബിന്റെ അനുവാദം കൂടാതെ യുസഫ്ഖാൻ തിരുവിതാംകൂറിന് വിട്ടുകൊടുത്തത് നവാബിന് ഇഷ്ടമായില്ല. തിരുവിതാംകൂറിന്റെ സഹായത്തോടുകൂടി യൂസഫ്ഖാൻ ശക്തനാകുന്നതും നവാബിനിഷ്ടമായിരുന്നില്ല. അതുകൊണ്ട് യൂസഫ്ഖാനെ മധുരയിൽനിന്ന് പിൻവലിക്കണമെന്ന് നവാബ് ഇംഗ്ലീഷുകാരോട് ആവശ്യപ്പെട്ടു. തിരുവിതാംകൂറിനെതിരെ യുദ്ധം തുടരാൻ രാജാവ് സാമൂതിരിയുടെ മേൽ സമ്മർദ്ദം ചെലുത്തിയതും നവാബിന്റെ പ്രേരണമൂലമായിരുന്നു. തന്നെ മധുരയിൽനിന്നു പിൻവലിക്കുകയാണെങ്കിൽ അതിനെ എതിർക്കാൻ യൂസഫ്ഖാൻ ആലോചനകൾ തുടങ്ങി. ഫ്രഞ്ചുകാരും, മൈസൂറും ഏതാനും പാളയക്കാരന്മാരും യൂസഫ്ഖാനെ പിന്തുണയ്ക്കാൻ തയ്യാറായി. യൂസഫ്ഖാനെ മാറ്റുന്നത് ഇംഗ്ലീഷുകാർക്ക് സമ്മതമായിരുന്നില്ലെങ്കിലും, അയാളെ പിന്തുണയ്ക്കാൻ എതിരാളികൾ ഉണ്ടെന്നറിഞ്ഞപ്പോൾ, 1762 ആഗസ്ത് മാസത്തിൽ യൂസഫ്ഖാനെ മദ്രാസ് ഗവർണ്ണർ മടക്കിവിളിച്ചു. നവാബ് മുഹമ്മദ് ആലിയുടെ ഉപദേശപ്രകാരം താൻ ശിക്ഷിക്കപ്പെട്ടേക്കുമെന്നറിഞ്ഞ യൂസഫ്ഖാൻ മദ്രാസിലേക്ക് പോകാൻ കൂട്ടാക്കിയില്ല. പോണ്ടിച്ചേരിയിലെ ഫ്രഞ്ച് ഗവർണ്ണറുടെ സ്വാധീനത്തിൽ ഡക്കാൺ സൂബേദാർ നൈസാംഅലി യൂസഫ്ഖാനെ മധുരയിലെ നവാബായി അംഗീകരിച്ചു[11]. ഇംഗ്ലീഷുകാരിൽനിന്നും നവാബ് മുഹമ്മദ് ആലിയിൽനിന്നും സ്വതന്ത്രനായ യൂസഫ്ഖാൻ ഫ്രഞ്ചു പക്ഷപാതിയും മധുര, തിരുനൽവേലി പ്രദേശങ്ങളുടെ ഭരണാധികാരിയുമായി ത്തീർന്നു.

യൂസഫ്ഖാൻ ഫ്രഞ്ചുപക്ഷത്തേക്കു കൂറുമാറിയപ്പോൾ ഇംഗ്ലീഷുകാർക്ക് വിധേയനായ തിരുവിതാംകൂർ രാജാവ് അയാളെ മധുര നവാബായി അംഗീകരിച്ചില്ല. തിരുവിതാംകൂറിനെ ഒരു പാഠം പഠിപ്പിക്കാൻ യൂസഫ്ഖാൻ കളക്കാടിന് നേരെതിരിഞ്ഞു. ഈസമയം കൊച്ചിരാജ്യാതിർത്തിയിൽനിന്ന് സാമൂതിരിയെ നിഷ്കാസനം ചെയ്തശേഷം

തിരുവിതാംകൂർ സൈന്യം നെടിയിരുപ്പിലേക്ക് കടക്കാൻ തയ്യാറെടുക്കുകയായിരുന്നു. 1762 നവംബർ 14-ാം തീയതി യൂസഫ്ഖാന്റെ ആക്രമണത്തെപ്പറ്റി തിരുവിതാംകൂർ രാജാവ് മദ്രാസ് ഗവർണ്ണർക്കെഴുതി. ഇംഗ്ലീഷുകാരിൽനിന്നു സഹായമൊന്നും ലഭിച്ചില്ലെങ്കിലും പാഞ്ചാലം കുറിച്ചിയിലെ കട്ടബൊമ്മനും ശിവഗിരിയിലെ പാളയക്കാരനും തിരുവിതാംകൂറിനെ സഹായിച്ചു. എങ്കിലും വടകരയിലെ പുലിത്തേവരും മറ്റുചില പാളയക്കാരന്മാരും സഹായിച്ചതുകൊണ്ട് വിജയം യൂസഫ്ഖാനുതന്നെയായിരുന്നു. ഉത്തരാതിർത്തിയിൽ നിന്ന് പിൻവലിച്ച തിരുവിതാംകൂർ സൈന്യത്തെ കളക്കാട് പ്രദേശത്തേക്ക് വിന്യസിച്ചു. 1762 നവംബർ 14 നും 1763 ജനുവരി 22 നും ഇടയ്ക്കുണ്ടായ പത്തുസംഘട്ടനങ്ങളിൽ മിക്കതിലും തിരുവിതാംകൂർ പക്ഷത്തിനായിരുന്നു ജയം. 1761 ൽ ഹൈദരാലിഖാൻ മൈസൂർ ഭരണാധികാരിയായി. തുടർന്ന് മൈസൂറിൽനിന്നും ഫ്രഞ്ചുകാരിൽനിന്നും യൂസഫ്ഖാന് വമ്പിച്ച ആയുധസഹായം ലഭിച്ചു. അതുകാരണം തിരുവിതാംകൂറിന് കനത്ത പ്രഹരം നല്കാൻ യൂസഫ്ഖാന് കഴിഞ്ഞു. ആരുവാമൊഴിക്ക് കിഴക്കുള്ള എല്ലാ പ്രദേശങ്ങളും തിരുവിതാംകൂറിന് വിട്ടൊഴിയേണ്ടിവന്നു. യൂസഫ്ഖാന്റെ സൈന്യം നാഞ്ചിനാട് കൊള്ളയടിച്ചശേഷം മുന്നേറിയപ്പോൾ തിരുവിതാംകൂർ കീഴടങ്ങി സമാധാനാഭ്യർത്ഥന നടത്തി. 1763 ഫെബ്രുവരി 16-ാം തീയതി കീഴടങ്ങൽ കരാറിൽ ഒപ്പുവച്ചു. തിരുവിതാംകൂർ രാജാവായ നാം, മധുരയിലെ യൂസഫ്ഖാൻ ബഹദൂർ സമക്ഷം എഴുതിക്കൊടുത്ത കരാറ്; അങ്ങയുടെ അധികാരാതിർത്തിയിൽ കടന്ന് നാം മേലിൽ യാതൊരു അക്രമങ്ങളും കാട്ടുകയില്ല. എക്കാലത്തും സ്നേഹത്തോടും യോജിപ്പോടും കഴിഞ്ഞുകൊള്ളാം - ഇതായിരുന്നു രാമവർമ്മ രാജാവ് എഴുതിക്കൊടുത്ത കരാർ.

തിരുവിതാംകൂറിനെ സംബന്ധിച്ചിടത്തോളം അഭികാമ്യമായിരുന്നു ഈ കരാർ. എന്തെന്നാൽ, നാഞ്ചിനാടിന് വേണ്ടി നൂറ്റാണ്ടുകളായി തിരുവിതാംകൂർ മധുരസർക്കാരിന് നല്കിക്കൊണ്ടിരുന്ന കപ്പം തുടർന്നു നല്കണമെന്ന് യൂസഫ്ഖാൻ ആവശ്യപ്പെട്ടില്ല. എന്നാൽ വീണ്ടും കാര്യങ്ങൾ തിരുവിതാംകൂറിനനുകൂലമായി നീങ്ങിയപ്പോൾ ഈ കരാർ ലംഘിക്കാൻ തിരുവിതാംകൂർ മടിച്ചില്ല. കേരളത്തിലെ നാടുവാഴികൾ എഴുതിക്കൊടുക്കുന്ന കാരാറുകൾക്ക് അവയുടെ കടലാസിന്റെ വിലപോലും ഇല്ലെന്ന് 1743ൽ ഡച്ച് കമാൻഡർ ഗൊള്ളനെസ്സി രേഖപ്പെടുത്തിയത് സത്യമാവുകയായിരുന്നു[12]. തിരുവിതാംകൂർ രാജാവ് യൂസഫ്ഖാനെഴുതിക്കൊടുത്ത കീഴടങ്ങൽ കരാറെഴുതുന്നതിന് ആറുദിവസം മുമ്പ് യൂറോപ്പിൽ ഫ്രഞ്ചുകാരും ഇംഗ്ലീഷുകാരും തമ്മിൽ നടന്നുവന്ന സപ്തവത്സരയുദ്ധം അവസാനിപ്പിച്ച് ഇരുകൂട്ടരും കരാറുണ്ടാക്കിയിരുന്നു. ഈ കരാറിലെ വ്യവസ്ഥകൾ മധുരയിൽ മടങ്ങിച്ചെന്ന് ഏതാനുംനാൾ കഴിഞ്ഞാണ് യൂസഫ്ഖാൻ മനസ്സിലാക്കിയത്. ഇന്ത്യയിൽ ഇംഗ്ലീഷുകാരും ഫ്രഞ്ചുകാരും യുദ്ധകാലത്ത് പരസ്പരം പിടിച്ചെടുത്ത സ്ഥലങ്ങൾ മടക്കികൊടുക്കാൻ

കരാറിൽ വ്യവസ്ഥയുണ്ടായിരുന്നു. അതിൻപ്രകാരം മധുരയിൽനിന്ന് ഫ്രഞ്ചുപട്ടാളം ഒഴിഞ്ഞുപോകേണ്ടതായിരുന്നു. അപ്പോൾ ബ്രിട്ടീഷ് സൈന്യം മധുരയിലെ കോട്ടവളഞ്ഞുകിടക്കുകയായിരുന്നു. കരാറിൻപ്രകാരം യൂസഫ്ഖാനെ സഹായിച്ചില്ലെന്നുമാത്രമല്ല നേരത്തെ കൈവശം ഉണ്ടായിരുന്ന കളക്കാട് പ്രദേശങ്ങൾ തിരുവിതാംകൂർ വീണ്ടും കൈയേറുകയുംചെയ്തു. പുറത്തുനിന്ന് സഹായം ലഭിക്കാതെവന്ന യൂസഫ്ഖാൻ 1763 സെപ്തംബർ മാസത്തിൽ സമാധാനാഭ്യർത്ഥന നടത്തി. നിരുപാധികം കീഴടങ്ങാൻ ഇംഗ്ലീഷുകാർ ആവശ്യപ്പെട്ടത് യൂസഫ്ഖാൻ ചെവിക്കൊണ്ടില്ല. അദ്ദേഹത്തിന്റെ മന്ത്രിയായ ശ്രീനിവാസറാവുവും കമാൻഡറായിരുന്ന ഫ്രഞ്ചുകാരനും കൂറുമാറി അദ്ദേഹത്തെ തടവുകാരനാക്കുകയും ഒക്ടോബർ 15-ാം തീയതി വധിക്കുകയും ചെയ്തു.

തിരുവിതാംകൂർ മുള്ളിനാട്ടിലെ ദേശങ്ങൾ കൈയടക്കിയത് നവാബ് മുഹമ്മദാലിക്ക് സ്വീകാര്യമായില്ല. രാമവർമ്മ രാജാവ് യുസഫ്ഖാന് എഴുതിക്കൊടുത്ത കരാറിന് വിരുദ്ധമായിരുന്നു തിരുവിതാംകൂറിന്റെ പ്രവൃത്തി. ഇംഗ്ലീഷ് ഈസ്റ്റിന്ത്യാക്കമ്പനി തന്റെ സുഹൃത്തായതുകൊണ്ട് അവർ ഇടപെട്ട് തന്റെ അവകാശവാദം അംഗീകരിച്ചുതരുമെന്ന് രാമവർമ പ്രതീക്ഷിച്ചു. ആ പ്രതീക്ഷ അസ്ഥാനത്തായിരുന്നു. മദ്രാസിലെ കമ്പനി സർക്കാരിന് തിരുവിതാംകൂറിനേക്കാൾ നവാബിനോടായിരുന്നു കൂടുതൽ താല്പര്യം. കമ്പനിയിലെ മുതിർന്ന ഉദ്യോഗസ്ഥന്മാരോടെല്ലാം നവാബ് ധാരാളം പണം കടംവാങ്ങിയിട്ടുണ്ടായിരുന്നു. അതിനുവേണ്ടി പല പ്രധാന ജില്ലകളും കമ്പനി ഉദ്യോഗസ്ഥന്മാർക്ക് നവാബ് പാട്ടത്തിന് കൊടുത്തിരുന്നു. അക്കാരണത്താൽ കമ്പനി ഉദ്യോഗസ്ഥന്മാർക്ക് നവാബിനോടായിരുന്നു താല്പര്യം. തിരുവിതാംകൂറിന് കച്ചവടബന്ധമുണ്ടായിരുന്നത് ബോംബെയിലെ കമ്പനി സർക്കാരിനു കീഴിലുള്ള തലശ്ശേരിയിലെ കമ്പനി പ്രതിനിധിയുമായിട്ടായിരുന്നു. അതുകൊണ്ട് മദ്രാസിലെ കമ്പനി സർക്കാരിന് തിരുവിതാംകൂറിനോട് അമിതമായ താല്പര്യം തോന്നേണ്ട കാര്യമുണ്ടായിരുന്നില്ല. എങ്കിലും, മേജർ കാൾ എന്നയാളെ തിരുവിതാംകൂറും കർണ്ണാടിക് നവാബുമായി ഒത്തുതീർപ്പുണ്ടാക്കാൻ മദ്രാസ് ഗവർണർ നിയോഗിച്ചു. 1764 ജനുവരിയിൽ നവാബിന്റെ പ്രതിനിധിയും മേജർ കാളും തിരുവനന്തപുരത്തെത്തി രാജാവുമായി കൂടിയാലോചന നടത്തിയെങ്കിലും പ്രയോജനമുണ്ടായില്ല. ഇംഗ്ലീഷുകാരുടെ ഔദാര്യം പ്രതീക്ഷിച്ച രാജാവിന് നിരാശയായിരുന്നു ഫലം.

ബ്രിട്ടീഷ്-കർണ്ണാടിക് സഖ്യത്തിനെതിരെ സമരംചെയ്ത ചില പാളയക്കാരന്മാരെ ഒതുക്കിയശേഷം ബ്രിട്ടീഷ് സൈന്യത്തിലെ മേജർ ഡൊണാൾഡ് ക്യാംബൽ മെയ്മാസത്തിൽ പാളയംകോട്ടയിൽ താവളമടിച്ചുകിടന്നു. ജൂൺ 15 ന് ക്യാംബെൽ സൈന്യസമേതം കളക്കാട് കോട്ടയ്ക്ക് നേരെ പുറപ്പെട്ടു. കളക്കാട് കോട്ടയിൽ 2000 തിരുവിതാംകൂർ ഭടന്മാർ താവളമുറപ്പിച്ചിരുന്നു. ഇംഗ്ലീഷുകാരുമായി ഒരു സംഘട്ടനത്തിന് തയ്യാറാകാതെ അവർ തൃക്കണംകുടിയിലേക്ക് മാറി. അവിടേ

യ്ക്കും ഇംഗ്ലീഷ് സൈന്യം പിന്തുടർന്നപ്പോൾ മറ്റൊരു മാർഗ്ഗവും കാണാതെ തിരുവിതാംകൂർ സൈന്യം നാട്ടിലേക്ക് മടങ്ങി. തുടർന്ന്, പാളയംകോട്ടയിൽ വച്ച് നവാബിന്റെയും തിരുവിതാംകൂറിന്റെയും പ്രതിനിധികൾ തമ്മിൽ മേജർ ക്യാംബെല്ലിന്റെ മദ്ധ്യസ്ഥതയിൽ സമാധാന ചർച്ച നടന്നു. നീണ്ടുനിന്ന ചർച്ചയ്ക്കുശേഷം 1764 ഡിസംബർ 14-ാം തീയതി തിരുവിതാംകൂർ രാജാവ് സമ്മതിച്ചെഴുതിക്കൊടുത്ത ഫർമാൻ (കൈച്ചീട്ട്) ഇപ്രകാരമായിരുന്നു.

കർണ്ണാടക സംസ്ഥാനത്തിലെ ആശ്രിതനും മലബാറിലെ ജമീൻദാരുമായ രാമരാജാവെന്ന ഞാൻ, മുമ്പുചെയ്തുപോയ അക്രമങ്ങളിൽ പശ്ചാത്തപിച്ചുകൊണ്ട്, നവാബ് വലാജ ഉമറുൾഹിന്ദ്, ഉംദത്തുൾ മൊളെക്ക്, സിരാജ് ഉദ് ദൗള, ആനുവർദിഖാൻ ബഹദൂർ മൻസൂർജംഗ് സർക്കാർ സമക്ഷം സാദരം സമർപ്പിക്കുന്നതെന്തെന്നാൽ,

അങ്ങയുടെ ഇച്ഛയ്ക്കും സന്തോഷത്തിനും വിരുദ്ധമായി യാതൊന്നും പ്രവർത്തിക്കുകയില്ലെന്ന് ഇതിനാൽ സത്യം ചെയ്യുന്നു. സഖ്യത്തിലും അനുസരണയിലും ഞാൻ എക്കാലവും കഴിഞ്ഞുകൊള്ളാം. മധുരയിലും തിരുനൽവേലിയിലും അങ്ങയുടെ അമുൽദാരന്മാരെ ഞാൻ വേണ്ടവണ്ണം സഹായിച്ചുകൊള്ളാം. ചെങ്കോട്ടയൊഴികെ പർവ്വതത്തിനപ്പുറം ഒരിഞ്ചു ഭൂമിപോലും ഞാൻ അവകാശപ്പെടുകയില്ല. കളക്കാടു മുതലായ ദേശങ്ങൾ ഒരിക്കലും എനിക്കവകാശപ്പെട്ടതല്ല. തിരുനൽവേലിയിലെ കച്ചവടക്കാർക്കായി ചെങ്കോട്ടവഴി, ആര്യങ്കാവു മലയിടുക്കിലൂടെ ഒരു വഴി അനുവദിച്ചുതരണം. സർക്കാരിന്റെ ശത്രുക്കളും മിത്രങ്ങളും എന്റെയും ശത്രുക്കളും മിത്രങ്ങളുമായിരിക്കും. മദ്രാസിലെ മനെക്ഷാപണ്ഡിറ്റും നീലകണ്ഠ ഠാക്കൂറും മുഖേന രണ്ടുലക്ഷം തിരുവിതാംകൂർ രൂപ ഞാൻ തന്നുകൊള്ളാമെന്ന് ഇതിനാൽ സത്യം ചെയ്യുന്നു. അതിൽ ഒന്നര ലക്ഷം രൂപ കപ്പക്കുടിശ്ശികയും അര ലക്ഷം രൂപാ കളക്കാട് ദേശം കൊള്ള ചെയ്തതിനുള്ളതുമാണ്. ചെങ്കോട്ടയും കന്യാകുമാരിയും വിട്ടു തരുന്നതിനുള്ള പിഷ്കേഷും (പാരിതോഷികം), ദർബാറിന് തിരുച്ചിറപ്പള്ളി രാജാക്കന്മാരുടെ (നായ്ക്കന്മാരുടെ) കാലത്തെന്നപോലെയുള്ള സംഭാവനകളും ഇതിനുപുറമേയായിരിക്കും. അക്കാര്യത്തിൽ യാതൊരു വീഴ്ചയും വരുത്തുകയുമില്ല. നവാബ് ഉംദത്തൂൽ ഉംറാ ബഹദൂറിന്റെയും സന്തതികളുടെയും നേരെ എന്നും ഞാൻ അത്യന്തം വിശ്വാസമുള്ളവനായിരിക്കും. ഇതെന്റെ സ്വമനസ്സാലെ, പൂർണ്ണസമ്മതത്തോടും നല്കുന്നതാണ്. ശ്രീപത്മനാഭനാണെ സത്യം[13] മേല്പറഞ്ഞ കൈച്ചീട്ടു കിട്ടിയ ദിവസം തന്നെ (ഹിജിറ 1180 രണ്ടാം മാസം 11-ാം തീയതി) കർണാടകം സംബന്ധിച്ചു മലയാളത്തിന്റെ ജമീന്ദാരായ രാമരാജ എന്നിവരുടെ പേർക്ക് കർണ്ണാടകത്തിന്റെ ഉടയവരായിരിക്കുന്ന മമ്മതലിഖാൻ കൈച്ചീട്ടിലെ വ്യവസ്ഥകൾ അംഗീകരിച്ചുകൊണ്ട് മറുപടി നല്കി[14]. ഈ ഉടമ്പടി മൂലം കർണ്ണാടിക് നവാബിന്റെ കീഴിലുള്ള ജമീന്ദാർമാരിലൊരാളായി തിരുവിതാകൂർ രാജാവ് തരംതാണു എന്നതാണ്

വസ്തുത. കർണ്ണാടിക് നവാബ് ഇംഗ്ലീഷ് ഈസ്റ്റ് ഇന്ത്യാ കമ്പനിയുടെ ആശ്രിതനായിരുന്നതുമൂലം തിരുവിതാംകൂറും പരോക്ഷമായി ഇംഗ്ലീഷ് ഈസ്റ്റിന്ത്യാ കമ്പനിയുടെ സംരക്ഷിത രാജ്യമായിത്തീർന്നു. മാർത്താണ്ഡവർമ്മ ഒരു സ്വതന്ത്രപരമാധികാര രാജ്യമായി വളർത്തിയെടുത്ത തിരുവിതാംകൂറിന് ആറുവർഷത്തിനുശേഷം സംഭവിച്ച ഈ ദുർഗ്ഗതി ഭാവിയിൽ വരാൻപോകുന്ന ദുരവസ്ഥകൾക്കെല്ലാം കാരണമായി.

ഇരുകൂട്ടരും തമ്മിൽ കൈമാറിയ കൈച്ചീട്ടുകളുടെ പരിണതഫലം ഇപ്രകാരമാണ്. (1) മുൻകാല കപ്പകുടിശ്ശികയിനത്തിൽ ഒന്നരലക്ഷം രൂപയും, മുള്ളിനാട്ടിൽ നടത്തിയ കൊള്ളകളുടെ പ്രായശ്ചിത്തമായി അരലക്ഷം രൂപയും നവാബിന് നല്കണം; (2) നേരത്തേ കൈവശം വച്ചിരുന്ന ചെങ്കോട്ടയും പുതുതായി കന്യാകുമാരിയും തിരുവിതാംകൂറിന് കൈവശം വയ്ക്കാം; അതിൽ കന്യാകുമാരിക്കുവേണ്ടി 700 വെള്ളിച്ചക്രവും ചെങ്കോട്ടയ്ക്കുവേണ്ടി 3000 വെള്ളിച്ചക്രവും നജർ (വാർഷിക കപ്പം) ആയി നല്കണം; (3) തിരുവിതാംകൂറിൽ നിന്നും നായ്ക്കന്മാർക്ക് മുമ്പിനാലെ നല്കിയിരുന്ന 4000 വെള്ളിച്ചക്രം വാർഷിക കപ്പം തുടർന്നും നല്കണം; കൂടാതെ സാമന്ത പദവിയുടെ സൂചകമായി ആണ്ടുതോറും ഒരു തലയെടുപ്പുള്ള ആന നവാബിന് കാഴ്ചവയ്ക്കണം; (4) നവാബിന്റെ കീഴിലുള്ള അമുൽദാരന്മാർക്ക് വിപ്ലവകാരികളിൽ നിന്നുണ്ടാകുന്ന - അക്കാലത്ത് വിപ്ലവകാരികൾ ധാരാളമായിരുന്നു - എതിർപ്പുകളെ നേരിടാൻ സൈനിക സഹായം നല്കണം; (5) മൈസൂറിലെ ഹൈദർ നായ്ക്കൻ കർണ്ണാടകം ആക്രമിക്കുകയാണെങ്കിൽ സൈന്യത്തെ അയച്ച് നവാബിനെ സഹായിക്കണം (തിരുവിതാംകൂറിന് ശത്രുക്കളെ നേരിടാൻ സഹായം നല്കാമെന്ന് നവാബ് ഏറ്റില്ല); ഹൈദർനായ്ക്കനെതിരെ നവാബിനെ സഹായിക്കാമെന്ന വ്യവസ്ഥ പില്ക്കാലത്ത് മൈസൂറിന്റെ ശത്രുത തിരുവിതാംകൂറിനെതിരെ വിളിച്ചുവരുത്തുന്നതായിരുന്നു.

പൊങ്ങച്ചക്കാരനായ തിരുവിതാംകൂർ രാജാവിന് ഉന്നതബിരുദങ്ങളും ദില്ലി ചക്രവർത്തിയിൽ നിന്ന് നവാബ് വാങ്ങിക്കൊടുത്തു. ശ്രീപത്മനാഭദാസ വഞ്ചിപാല, കുലശേഖര കിരീടപതി, മന്നേസുൽത്താൻ മഹാരാജ രാമരാജ ബഹദൂർ, ഷംഷേർജംഗ് എന്നതായിരുന്നു ബിരുദം. ഇപ്രകാരം മഹാരാജാ എന്ന ബിരുദം നല്കി തന്നെ മറ്റു രാജാക്കന്മാരേക്കാൾ ബഹുമാനിച്ചതിന് മഹാരാജാവ് നവാബിനോടും ഡക്കാൺ സുബേദാർ നൈസാം ആലിയോടും ദില്ലി പാദുഷയോടും നന്ദി രേഖപ്പെടുത്തി[15]. കൂടാതെ മുഗൾ സൈന്യത്തിലെ 5000 ഭടന്മാരുടെ തലവൻ എന്ന പദവിയും (പഞ്ച്സാരി) രാജാവിന് സിദ്ധിച്ചു. ദില്ലി പാദുഷായ്ക്ക് സ്തുതിഗീതം പാടുന്നതിനായി ഒമ്പത് മേളങ്ങളുള്ള നൗബാത് എന്ന ഓർക്കെസ്ട്രായും പാദുഷായുടെ കൊടിയും മേളക്കാരായ ഒമ്പത് പഠാണികളെയും മഹാരാജാവിന് നല്കി. മഹാരാജാവിന്റെ എഴുന്നള്ളത്തിനു മുമ്പ് പതിവായി ഈ മേളം ഉപയോഗിച്ചു പോന്നു. ഒമ്പതു വാദ്യങ്ങളിൽ നഗരാ, എലത്താളം, എന്നിവ മാത്രമേ ഇപ്പോൾ ഉപയോഗിക്കുന്നുള്ളൂ[16]. 1857 ൽ

ദില്ലി പാദുഷായും 1801 ൽ കർണ്ണാടിക് നവാബും ഇല്ലാതായെങ്കിലും അവരുടെ കൊടി ഉപേക്ഷിക്കപ്പെട്ടില്ല.

കുറിപ്പുകൾ

1. ഓരോ താവഴിക്കും വെവ്വേറെ ദേശങ്ങളും, ചുമതലകളും അധികാരങ്ങളും ഉണ്ടായിരുന്നു. കരപ്പുറം അഥവാ മാടത്തിൻകീഴിന്റെ കോയ്മയായിരുന്നു ചാഴൂർ താവഴിക്ക് അന്നുണ്ടായിരുന്നത്.
2. 1747 മുതൽ പല പ്രാവശ്യവും മാർത്താണ്ഡവർമ്മ അരയ്ക്ക് കീഴെ തളർവാതം പിടിപെട്ടു കിടപ്പിലാകാറുണ്ടായിരുന്നു. രണ്ടുപേരുടെ തോളിൽ കൈവച്ചാണ് അപ്പോഴൊക്കെ അദ്ദേഹം നടന്നത്. ബ്രഹ്മഹത്യ, ക്ഷേത്രധ്വംസനം എന്നിവ കാരണമാണ് ഈ അസുഖമെന്ന് പലരും പറഞ്ഞത് അദ്ദേഹം വിശ്വസിച്ചു. അതുകാരണം ബ്രാഹ്മണർക്കും ക്ഷേത്രങ്ങൾക്കും വേണ്ടി അദ്ദേഹം കൈയയച്ചു ചെലവഴിച്ചു.
3. ക്ഷേത്രത്തിന്റെ രക്ഷാപുരുഷസ്ഥാനം നിശ്ചയിച്ചിരുന്നത് ക്ഷേത്രയോഗമാണ്. ക്ഷേത്രയോഗങ്ങൾ ക്ഷേത്രസങ്കേതത്തിന്റെ സ്വാതന്ത്ര്യം നിലനിർത്താൻ വേണ്ടി ദൂരസ്ഥലത്തുള്ള നാടുവാഴികളെ രക്ഷാപുരുഷന്മാരായി വയ്ക്കുക പതിവായിരുന്നു. പെരുമ്പടപ്പു മൂപ്പൻ തിരുവഞ്ചിക്കുളത്തെയും തൃക്കുന്നപ്പുഴയിലെയും രക്ഷാപുരുഷനായത് ഇപ്രകാരമാണ്. കായംകുളം രാജാവ് ഇരിങ്ങാലക്കുട ക്ഷേത്രത്തിന്റെയും സാമൂതിരി വടക്കുംനാഥ ക്ഷേത്രത്തിന്റെയും ചങ്ങനാശ്ശേരി ക്ഷേത്രത്തിന്റെയും രക്ഷാപുരുഷനായത് ഇപ്രകാരമാണ്.
4. 1752 ഒക്ടോബറിൽ പുറക്കാടു രാജാവിനെ സ്ഥാനഭ്രഷ്ടനാക്കി പുറക്കാടിന്റെ ഭരണം ഒരു തിരുവിതാംകൂർ കാര്യക്കാരനെ ഏല്പിച്ചു. രാജാവ് സന്ന്യാസിയെപ്പോലെ കുടുമാളൂരുള്ള സ്വഭവനത്തിൽ കഴിഞ്ഞു.
5. ആദ്യയുദ്ധത്തിൽ ചെമ്പകശ്ശേരി സൈന്യം വിഷലിപ്തമായ അമ്പെയ്തതുകൊണ്ട് രാമയ്യന്റെ നേതൃത്വത്തിലുള്ള തിരുവിതാംകൂർ സൈന്യം പിൻവാങ്ങിയെന്നും തെക്കേടത്തു ഭട്ടതിരി, മാത്തൂർ പണിക്കർ എന്നിവരുടെ ചതിമൂലമാണ് പിന്നീട് ചെമ്പകശ്ശേരി സൈന്യം പരാജയപ്പെട്ടതെന്നും ഒരു ഐതിഹ്യമുണ്ട്. ഇത് വിശ്വസനീയമാണെന്നു തോന്നുന്നില്ല. എന്തെന്നാൽ ചെമ്പകശ്ശേരിയിലെ ഭൂരിപക്ഷം പ്രമാണികളും തുടക്കംമുതലേ തിരുവിതാംകൂർ പക്ഷപാതികളായിരുന്നു. അരിക്കച്ചവടക്കാരാണ് തിരുവിതാംകൂറിനെതിരെ നിലകൊണ്ടത്. തെക്കേടത്ത് ഭട്ടതിരിയും മാത്തൂർ പണിക്കരും യുദ്ധത്തിൽ നിന്ന് വിട്ടുനിന്നിരിക്കാം. ഈ രണ്ടു കുടുംബക്കാരും പില്ക്കാലത്ത് തിരുവിതാംകൂറിന്റെ പ്രീതിപാത്രങ്ങളായിരുന്നതുകൊണ്ട് അമ്പലപ്പുഴക്കാർ അവർക്കെതിരെ പ്രചരിപ്പിച്ചതായിരിക്കാം ഐതിഹ്യം.

6. കെ പി പത്മനാഭമേനോൻ. *കൊച്ചിരാജ്യചരിത്രം*, പുറം 462
5. V Nagam Aiya. *Travancore State Manual*, Vol I പുറം 355-358
6. ഈ വ്യവസ്ഥകൾ കൃത്യമായി പാലിച്ചുകൊള്ളാമെന്ന് കൊച്ചിരാജാവ് 937 കർക്കടകം 27 ന് ശുചീന്ദ്രം ക്ഷേത്രത്തിൽവച്ച് സത്യപ്രതിജ്ഞ ചെയ്തു. C V R Document 159, Appendix p. 166, T.K. Velu Pillai. *Travancore State Manual*, Vol. II.
7. C. Doc. 158, p. 168 T K Velu Pillai. *App. to Travancore State Manual*, Vol. II.
8. കർണ്ണാടിക് നവാബിന്റെ കുതിരപ്പടയിൽ മൃഗവൈദ്യനായിരുന്ന മരുതനായകം പിള്ള എന്നയാളാണ് ഇസ്ലാം മതം സ്വീകരിച്ചു യൂസഫ്ഖാൻ ആയതും ബ്രിട്ടീഷുകാരുടെ കീഴിൽ കരുത്തനായ പടനായകനായതും.
9. മറവന്മാരുടെ നായകനായിരുന്നു പുലിത്തേവർ. കള്ളന്മാർ കൊള്ള തൊഴിലാക്കിയ ഹീനജാതിക്കാരായിരുന്നു.
10. T K Velu Pillai. *Travancore State Manual*', Vol. II, Appendix C V R Document 151, 152, 153 കാണുക.
11. ദില്ലിയിലെ നാമമാത്ര ചക്രവർത്തിയായ ഷാ ആലത്തിന്റെ കീഴിൽ ഡക്കാൺ വൈസ്രോയി ആയിരുന്നു നൈസാം ആലി. ദ്രവ്യം നല്കുന്നവർക്ക് നവാബ് (ഗവർണ്ണർ) സ്ഥാനം ചക്രവർത്തിയും വൈസ്രോയിയും നല്കുമായിരുന്നു.
12. Galletti, et al. *Dutch in Malabar*, p. 51
13. B Sobhanan. *Rama Varma of Travancore*, pp. 12-13
14. T K Velu Pillai, *Travancore State Manual*, Vol. II, App.pp 171-172 Document No. 168
15. B Sobhanan, op. cit. pp. 14-15
16. വി നരസിംഹൻ തമ്പി. *തിരുവിതാംകൂർ രാജവംശവും വലിയ കൊട്ടാരവും*, പുറം 117-118.

പരിണാമങ്ങൾ

ഭരണസംവിധാനം

മൂന്നുവിധത്തിലുള്ള പരിണാമങ്ങളാണ് വേണാടിന് സംഭവിച്ചത്. (i) വേണാടിന്റെ അതിർത്തികളിൽ വന്ന മാറ്റം; (II) വേണാടിന്റെ ഘടനയിൽ വന്ന മാറ്റം. (iii) ഫ്യൂഡൽ വ്യവസ്ഥിതിയിൽ നിന്ന് രാജാധിപത്യത്തിലേക്കുള്ള മാറ്റം.

(i) അതിർത്തികളിൽ വന്ന മാറ്റം

ക്രിസ്തുവർഷാരംഭത്തിൽ മൂന്നോ അതിലധികമോ ആയ്നാട് വാഴികളുടെ കൂട്ടായ്മയായിരുന്നു വേണാട്. കൊടുങ്ങല്ലൂരെ ചേരന്മാരുടെ നാടിന് തെക്ക് നാഞ്ചിനാടിന് വടക്ക് സമുദ്രത്തിനും സഹ്യപർവ്വതത്തിനും ഇടയ്ക്കുള്ളതായിരുന്നു ആയ് വേളുകളുടെ നാട്. ഒന്നാം നൂറ്റാണ്ടിൽ അതിന്റെ ഉത്തര അതിർത്തി കൊച്ചി കായൽ വരെ ആയിരുന്നിരിക്കാം. എന്നാൽ പതിനൊന്നാം നൂറ്റാണ്ടിന്റെ അവസാന ദശകത്തിൽ, മഹോദയ ചേര കുടുംബം അന്യം നില്ക്കുകയും വേണാട് രാജാവ് കൊടുങ്ങല്ലൂരിന്റെ ഭരണാധികാരി കൂടെ ആവുകയും ചെയ്തതുമുതൽ വേണാടിന്റെ ഉത്തരാതിർത്തി ചേറ്റുവാ വരെയങ്കിലും ആയിത്തീർന്നു.

ക്രി.വ. 1120 ൽ വേണാട് രാജാവ് നാഞ്ചിനാട് കൂടെ കൈവശപ്പെടുത്തിയപ്പോൾ തെക്കനതിർത്തി മണക്കുടി കായൽവരെ നീണ്ടു. അപ്പോഴും പുറത്തായ നാടെന്നു പേരുള്ള കന്യാകുമാരി പ്രദേശം വേണാടിന്റെ ഭാഗമായിരുന്നില്ല. ക്രി.വ. 1225-ൽ വീരരാഘവപെരുമാൾ ചേരമാൻ പെരുംചെട്ടിയായ ഇരവിഗോവർദ്ധനനെ കൊടുങ്ങല്ലൂരിന്റെ ഭരണാധികാരിയായി നിയമിച്ചത് വേണാടിന്റെ കൂടെ അംഗീകാരത്തോടു കൂടിയാണെങ്കിലും, പെരിയാറിന് വടക്കുള്ള ദേശങ്ങൾ അപ്പോഴേക്കും വേണാടിന്റെ നിയ

ന്ത്രണത്തിൽനിന്ന് വിട്ടുപോയി എന്നു കരുതാം. ക്രി വ 1299 ൽ വേണാട് രാജാവ് രവിവർമ്മകുലശേഖരൻ പാണ്ഡ്യന്റെ മകളെ വിവാഹം ചെയ്തതു മുതലായിരിക്കാം ജയസിംഹനാട് എന്നു പേരുള്ള കളക്കാട് പ്രദേശം വേണാടിന്റെ ഭാഗമായത്. കൊല്ലം രാജാക്കന്മാർ കളക്കാടിന്റെ പ്രതിരോധത്തിൽ ദത്തശ്രദ്ധരായിരുന്ന കാലത്ത്, 14-ാം നൂറ്റാണ്ടുമുതൽ പെരിയാറിനു തെക്കുള്ള നാടുകൾ ഓരോന്നായി സ്വതന്ത്രമാവുകയായിരുന്നു. 16-ാം നൂറ്റാണ്ടിൽ പോർച്ചുഗീസ് സംരക്ഷണയിൽ കൊച്ചി രാജാവ് പ്രാബല്യം നേടിയപ്പോൾ പറവൂർ, ആലങ്ങാട്, വടക്കുംകൂർ, തെക്കുംകൂർ, പുറക്കാട്, കരപ്പുറം എന്നീ നാടുകൾ കൊച്ചിയുടെ മേൽക്കോയ്മ അംഗീകരിച്ച് വേണാടിന് പുറത്തായി. ക്രി വ 1543 - 44 കാലത്ത് വിജയനഗരവുമായുള്ള യുദ്ധത്തിൽ പരാജയം വരിച്ചതുമുതൽ കളക്കാട്ട് പ്രദേശം ക്രമേണ വേണാടിന് നഷ്ടമായി. ക്രി വ 1672 ൽ ആരംഭിച്ച രാഷ്ട്രീയാനിശ്ചിതത്വംമൂലം കായംകുളം, കാർത്തികപ്പള്ളി, മാവേലിക്കര സ്വരൂപങ്ങൾ കായംകുളത്തിന്റെ നേതൃത്വത്തിൽ വിഘടിക്കുകയും ദേശിംഗനാട്, കരുനാഗപ്പള്ളി, കൊട്ടാരക്കര, നെടുമങ്ങാട് എന്നീ സ്വരൂപങ്ങളെ കൂടെ ഒപ്പം നിർത്താൻ കായംകുളം ശ്രമം തുടരുകയുംചെയ്തു. ഈ ശ്രമങ്ങളെ ഫലപ്രദമായി തടയാനും കൊച്ചിക്കായൽവരെ ഉണ്ടായിരുന്ന പഴയ വേണാടിനെ പുനഃസ്ഥാപിക്കാനും 1729 ൽ ഭരണമേറ്റ തിരുവിതാംകൂർ രാജാവ് മാർത്താണ്ഡവർമ്മയ്ക്ക് കഴിഞ്ഞു. പിന്നീട് ആലങ്ങാടും പറവൂരും കൂടെ തിരുവിതാംകൂറിനോട് ചേർത്തു ആധുനിക തിരുവിതാംകൂറിന്റെ ഉത്തരാതിർത്തി ഉറപ്പിച്ചത് ക്രി വ 1762 ൽ രാമവർമ്മയായിരുന്നു. കളക്കാട് സ്വരൂപം കൂടെ തിരുവിതാംകൂറിന്റെ ഭാഗമാക്കി വയ്ക്കാൻ മാർത്താണ്ഡവർമ്മയും രാമവർമ്മയും ശ്രമിച്ചത് ഫലിച്ചില്ല. പക്ഷേ, കന്യാകുമാരിയും ചെങ്കോട്ടയും പാട്ടവ്യവസ്ഥയിൽ നേടാൻ കഴിഞ്ഞു. പിന്നീട് 1949 വരെ തിരുവിതാംകൂറിനു രൂപഭേദം ഉണ്ടായില്ല.

(ii) ഭരണഘടനയിൽ വന്ന മാറ്റം

ഒമ്പതാം നൂറ്റാണ്ടിനു മുമ്പുവരെ മൂന്നു യാദവ (ആയ്) നാടുവാഴികളുടെ കൂട്ടായ്മയായിരുന്നു വേണാട്. വിഴിഞ്ഞവും കൊല്ലവും പമ്പാനദിമുഖത്തുള്ള തിരുവാറ്റുവായും ആയിരുന്നു അവരുടെ തലസ്ഥാനങ്ങൾ (ഒന്നാം നൂറ്റാണ്ടിൽ നെൽക്കിണ്ട എന്നാണ് തിരുവാറ്റുവായെ യവനഭൂമിശാസ്ത്രകാരന്മാർ പറഞ്ഞിരുന്നത്). മൂപ്പനുസരിച്ചായിരിക്കണം കൂട്ടായ്മയുടെ തലവൻ നിശ്ചയിക്കപ്പെട്ടത്. കൂട്ടായ്മയുടെ തലവൻ പാണ്ഡ്യസാമന്തനായിരുന്നു. ക്രി വ 825 ൽ നെസ്തോറിയൻ ക്രിസ്ത്യാനികൾ കൊല്ലം പട്ടണം അവരുടെ ഇന്ത്യാ സമുദ്രത്തിലെ മുഖ്യ വാണിജ്യകേന്ദ്രമായി നിശ്ചയിച്ചതു കാരണം മറ്റു രണ്ടു തലസ്ഥാനങ്ങൾക്കും മുകളിലായി കൊല്ലത്തിന്റെ സ്ഥാനം. അവിടം ഭരിച്ച കീഴ്പേരൂർ (കൂപക) കുടുംബത്തിനു മറ്റു രണ്ടു നാടുകളുടെയും നായകത്വം ലഭിച്ചു. തിരുവാറ്റുവായ് നാടിലെ ഭരണാധികാരികളായിരുന്ന രായിരന്മാർ കൂപകന്മാരുടെ

ബന്ധുക്കളും വിഴിഞ്ഞത്തുണ്ടായിരുന്നത് കൂപകന്മാരുടെ ശാഖക്കാരും ആയിരുന്നു. ക്രി വ 1120 ൽ നാഞ്ചിനാട് വേണാടിന്റെ ഭാഗമായപ്പോൾ വിഴിഞ്ഞത്തെ കൂപകശാഖയുടെ ആസ്ഥാനം തിരുവിതാംകോട്ടേയ്ക്കു മാറ്റി.

രവിവർമ്മ സംഗ്രാമധീരന്റെ കാലത്ത് (1299-1315) തിരുവനന്തപുരത്തെ ശ്രീപത്മനാഭനെ കൂപകന്മാരുടെ കുലദൈവമായി അംഗീകരിക്കുകയും വേണാടു മുഴുവൻ ശ്രീപത്മനാഭന്റെ വകയാണെന്നു സങ്കല്പിക്കുകയും ചെയ്തു. കൂപക കുടുംബത്തിലെ രണ്ടാം സ്ഥാനക്കാർ ശ്രീപത്മനാഭന്റെയും വേണാടിലെ ദേവസ്വം ബ്രഹ്മസ്വം കാര്യങ്ങളുടെ രക്ഷാപുരുഷനായി. പരവൂറിനു തെക്കുള്ള ദേശങ്ങൾ മുഴുവൻ രണ്ടാം സ്ഥാനക്കാരന്റെ നേരിട്ടുള്ള ഭരണത്തിലാക്കി തൃപ്പാപ്പൂർ മൂത്തവർ എന്ന സ്ഥാനപ്പേരും നൽകി. ക്രി വ 1375 നു ശേഷം തൃപ്പാപ്പൂർ എന്നത് കീഴ്പേരൂരിന്റെ ഒരു താവഴി സ്വരൂപമായി. അതു മുതൽ വേണാടു രാജാവ് എന്ന പദവി ഇല്ലാതായി. കൊല്ലത്തെ മൂത്തതാവഴിക്കാർ കളക്കാട്ടെ ജയസിംഹന്മാരുമായുള്ള വിവാഹബന്ധംമൂലം ജയസിംഹനാടു (ദേശിംഗനാടു) താവഴി എന്ന പേരിലാണറിയപ്പെട്ടത്. തൃപ്പാപ്പൂർ സ്വരൂപം ഒഴികെ മറ്റെല്ലാ സ്വരൂപങ്ങളും അർദ്ധസ്വതന്ത്രങ്ങളായ ചിറവായ് സ്വരൂപങ്ങളായി. രണ്ടു താവഴികളിലും വച്ച് മൂത്തയാൾ തൃപ്പാപ്പൂർ മൂത്തതിരുവടി എന്ന പേരിൽ രാഷ്ട്രത്തലവനായി. ശ്രീ പത്മനാഭസ്വാമി ക്ഷേത്രത്തിന്റെ രക്ഷാപുരുഷസ്ഥാനവും ചിറവാ സ്വരൂപങ്ങളുടെ മേലുള്ള അധീശത്വവും തൃപ്പാപ്പൂർ മൂത്തതിരുവടിക്കായിരുന്നു. തിരുവിതാംകോട്, നെടുമങ്ങാട്, കൊട്ടാരക്കര, കരുനാഗപ്പള്ളി, കായംകുളം, കാർത്തികപ്പള്ളി, മാവേലിക്കര എന്നിവയായിരുന്നു തൃപ്പാപ്പൂർ മൂത്തതിരുവടിയുടെ കീഴിലുള്ള ചിറവാ സ്വരൂപങ്ങൾ. അവയിൽ തിരുവിതാംകോടിന്റെ ഭരണം എപ്പോഴും തൃപ്പാപ്പൂർ താവഴിയിലെ രണ്ടാം സ്ഥാനക്കാരനായിരിക്കും. തൃപ്പാപ്പൂർ താവഴിയുടെ ആസ്ഥാനം ആറ്റിങ്ങൽ ആയിരുന്നു. പരവൂർ മുതൽ കരമനയാർ വരെയുള്ള ആറ്റിങ്ങൽ സ്വരൂപം തൃപ്പാപ്പൂർ ശാഖാ തലവന്റെ നേരിട്ടുള്ള ഭരണത്തിലായിരുന്നു. അതുപോലെ പടിഞ്ഞാറെ കൊല്ലം ദേശിംഗനാടു മൂത്ത തിരുവടിയുടെ നേരിട്ടുള്ള ഭരണത്തിലായിരുന്നു.

1672 നു ശേഷം തൃപ്പാപ്പൂർ താവഴിയിൽ പുരുഷന്മാരില്ലായിരുന്നു. അതിനുമുമ്പു തന്നെ ദേശിംഗനാടു താവഴി അന്യം നിന്നുപോയിരുന്നു. ദത്തുവന്ന പുരുഷന്മാർക്ക് തൃപ്പാപ്പൂർ മൂത്ത തിരുവടി ആകാൻ പാടില്ല; അവർക്കു ചിറവാ മൂപ്പു വഹിക്കുവാൻ മാത്രമേ പാടുള്ളൂ. അതുകൊണ്ട് ആറ്റിങ്ങൽ റാണിമാരാണ് 1672 മുതൽ തൃപ്പാപ്പൂർ മൂപ്പ് വഹിച്ചിരുന്നത്, തൃപ്പാപ്പൂർ ശാഖയിൽ ജനിച്ച മാർത്താണ്ഡവർമ്മ 1729 ൽ തിരുവിതാംകോട്ടെ ചിറവാ മൂപ്പേറ്റു. അദ്ദേഹം തൃപ്പാപ്പൂർ മൂപ്പേല്ക്കുന്നത് കായംകുളത്തിന്റെ പാർശ്വവർത്തികൾ എതിർത്തതാണ് യുദ്ധങ്ങൾക്കു കാരണമായത്. 1737 ൽ അദ്ദേഹം ആറ്റിങ്ങൽ റാണിയിൽനിന്നും തൃപ്പാപ്പൂർ മൂപ്പേറ്റു. അതുമുതൽ അദ്ദേഹവും പിൻഗാമികളും തൃപ്പാപ്പൂർ മൂത്തതി

രുവടിയായി. എങ്കിലും അവരെ തിരുവിതാംകൂർ രാജാക്കന്മാരായിട്ടാണ് വിദേശികൾ രേഖപ്പെടുത്തിയത്. ആറ്റിങ്ങലിലെ തൃപ്പാപ്പൂർ രാജകുടുംബം തിരുവിതാംകൂർ രാജകുടുംബമായിത്തീർന്നു.

(iii) ഭരണവ്യവസ്ഥയിൽ വന്ന മാറ്റം

പെരുമാൾ മുതൽ താഴെയറ്റത്തു തറനാഥൻവരെ പല തട്ടുകളിലായി അധികാരം വികേന്ദ്രീകൃതമായിരുന്നതായാണ് ഒമ്പതാം നൂറ്റാണ്ടു മുതൽ ഉള്ള ലിഖിതങ്ങളിൽ കാണുന്നത്. പൊതുജനങ്ങളെ ബാധിക്കുന്ന എല്ലാ തീരുമാനങ്ങളും ബന്ധപ്പെട്ടവരുമായി ആലോചിച്ചുമാത്രമേ എടുത്തിരുന്നുള്ളു എന്നു കാണാം. തരിസ്സാപ്പള്ളി ശാസനം അധികാരവികേന്ദ്രീകരണത്തിന്റെ ഉത്തമോദാഹരണമാണ്. പെരുമാളുടെ പ്രതിനിധിയുടെ സാന്നിദ്ധ്യത്തിലും, ഇളംകൂർ രാജാവ്, സാമന്തന്മാർ, (ഓടനാടു വേള കുല സുന്ദരൻ തുടങ്ങിയവർ), സ്ഥലത്തെ ദേശവാഴികൾ (പുന്നത്തല പതി, പോളക്കുടി പതി), നാട്ടുക്കൂട്ടം (പ്രകൃതി), വണിക് സംഘടനകൾ (അഞ്ചുവണ്ണം, മണിഗ്രാമം), തറനാഥന്മാരായ അറുനൂറ്റുവർ എന്നിവരുമായി ആലോചിച്ചുമാണ് വേണാടു രാജാവ് അയ്യനടികൾ ശാസനം നല്കിയത്. ജനായത്തത്തിന്റെ ഈറ്റില്ലം എന്നറിയപ്പെടുന്ന ഇംഗ്ലണ്ടിൽ രാജാവിൽ നിന്നു പൗരോഹിത്യവും, ഫ്യൂഡൽ പ്രഭുക്കന്മാരും, കച്ചവടക്കാരും ചേർന്നു ബലമായി നേടിയെടുത്ത പരിമിതമായ പൗരാവകാശങ്ങൾ (മാഗ്നാകാർട്ട) 323 വർഷങ്ങൾക്കു ശേഷമാണെന്നു കാണേണ്ടതാണ്. ജനായത്ത മൂല്യങ്ങൾ നിഷ്കൃഷ്ടമായി പാലിക്കപ്പെട്ടിരുന്നു എന്നു കാണിക്കുന്നവയാണ് ക്ഷേത്രശാസനങ്ങൾ. ക്ഷേത്രങ്ങളുടെ ഭരണം എട്ടോ അതിലധികമോ അംഗങ്ങൾ ഉള്ള ബ്രാഹ്മണസഭകളാണ് നിയന്ത്രിച്ചിരുന്നത്. കരുനന്തടക്കന്റെ കാലത്തുള്ള (857-885) തൃപ്പരപ്പു ചെപ്പേടിൽ കാണുന്നത് ക്ഷേത്രഭരണത്തിൽ 74 അംഗസഭ ഉണ്ടായിരുന്നു എന്നാണ്. അതിൽ തന്നെ എട്ടുപേർ വിദൂരദേശങ്ങളിൽ നിന്നുള്ളവരാണ്. ക്ഷേത്രഭരണം ശുദ്ധവും കാര്യക്ഷമവുമായിരിക്കാൻ കച്ചം എന്ന പേരുള്ള നിയമാവലി ഉണ്ടായിരുന്നു. വടക്കു രാമന്തളി മുതൽ തെക്കു തിരുനന്തിക്കര വരെ മൂഴിക്കുളത്തു കച്ചം പാലിക്കപ്പെട്ടിരുന്നതായി കാണാം. അഞ്ചുവണ്ണം, മണിഗ്രാമം തുടങ്ങിയ കച്ചവടസംഘങ്ങളാണ് നഗരങ്ങളിൽ വാണിജ്യകാര്യങ്ങൾ നിയന്ത്രിച്ചിരുന്നത്. നഗരഭരണവും വണിക് സംഘങ്ങളിൽ നിക്ഷിപ്തമായിരുന്നു.

മാതൃകാപരമായ ഈ ജനായത്ത ഭരണത്തിന് ഊനംതട്ടിയത് യൂറോപ്യൻ കച്ചവട താല്പര്യങ്ങൾ അധികാരികളെ സ്വാധീനിച്ചതുമുതലാണ്. ബന്ധപ്പെട്ടവരുമായി അഭിപ്രായ സമന്വയമുണ്ടാക്കാതെ ഭരണാധികാരികൾ വിദേശികളുമായി വാണിജ്യബന്ധം സ്ഥാപിച്ചത് കീഴ്ഘടകങ്ങളുടെ ശക്തമായ എതിർപ്പിനു കാരണമായി എന്ന് 16-ാം നൂറ്റാണ്ടിന്റെ തുടക്കം മുതൽ നാം കണ്ടതാണ്. നാടുവാഴികൾ മാടമ്പിമാരിൽനിന്നു അകലാൻ കാരണമായി. നാടുവാഴി കുടുംബങ്ങൾക്കുള്ളിൽ തന്നെ പിണക്കങ്ങൾക്ക്

ബാഹ്യസ്വാധീനങ്ങൾ കാരണമായി. നാടുവാഴി കുടുംബത്തിലെ ഭിന്നതകൾ ഫ്യൂഡൽ പ്രഭുക്കന്മാർക്കിടയിൽ ചേരിതിരിവിനു കാരണമായി. രാജാക്കന്മാരും ഫ്യൂഡൽ പ്രഭുക്കന്മാരും ഏക സമുദായത്തിലെ അംഗങ്ങളായിരിക്കേണ്ടത് ഫ്യൂഡൽ വ്യവസ്ഥയുടെ വിജയത്തിനാവശ്യമാണ്. എന്നാൽ ഭരണവർഗ്ഗം പൗരോഹിത്യത്തിന്റെ സഹായത്തോടുകൂടി സാമന്തനെന്നും ക്ഷത്രിയനെന്നും മറ്റുമുള്ള ജാതിമേന്മകൾ നേടിയതും ഫ്യൂഡൽ വ്യവസ്ഥയുടെ പതനത്തിനും രാജാധിപത്യത്തിന്റെ സ്ഥാപനത്തിനും കാരണമായി.

മാടമ്പിമാർ മേലാളന്റെ അനാവശ്യമായ സേവനങ്ങൾക്കു തയ്യാറാകാത്തത് അവരുടെ സേവനം അവസാനിപ്പിക്കാനും വാടക സൈന്യത്തിന്റെ സഹായം തേടാനും നാടുവാഴികളെ പ്രേരിപ്പിച്ചു. അങ്ങനെയാണ് ഫ്യൂഡൽ വ്യവസ്ഥ അവസാനിപ്പിച്ച് രാജാധിപത്യം സ്ഥാപിക്കാനും ഉദ്യോഗസ്ഥന്മാരുടെയും സൈന്യാധിപന്മാരുടെയും സഹായത്തോടെയുള്ള ഭരണം ഏർപ്പെടുത്താനും മാർത്താണ്ഡവർമ്മ പ്രേരിതനായത്. നാടുവാഴികളിൽ നിന്നും, ദേശവാഴികളിൽ നിന്നും, തറനാഥന്മാരിൽ നിന്നും അദ്ദേഹം രാഷ്ട്രീയാധികാരം മുഴുവൻ പിടിച്ചെടുത്തു. തന്നെ അനുകൂലിച്ചവരെ ഉദ്യോഗസ്ഥന്മാരായും, സൈനികരായും, കർഷകരായും യോഗ്യതാനുസരണം നിയമിച്ചു.

പുതിയ ഭരണവ്യവസ്ഥ

ജനനായക ഭരണമാണ് ഫ്യൂഡൽ വ്യവസ്ഥ. രാജാധിപത്യത്തിൽ രാജാവു ദൈവദത്തമായ അധികാരമുള്ളയാൾ എന്നാണു സങ്കല്പം. രാജ്യം മുഴുവൻ ശ്രീപത്മനാഭന്റെ വകയാണെന്നും ശ്രീപത്മനാഭന്റെ പ്രതിനിധിയായാണ് രാജാവ് രാജ്യം ഭരിക്കുന്നതെന്നുമാണ് വിശ്വസിച്ചിരുന്നത്. മുമ്പ് തൃപ്പാപ്പൂർ സ്വരൂപം മാത്രമാണ് ശ്രീപത്മനാഭന്റെ വകയായി സങ്കല്പിച്ചിരുന്നത്. അതുകൊണ്ട് പിന്നീടു പിടിച്ചടക്കിയ നാടുകൾ മാർത്താണ്ഡവർമ്മ 1750 ൽ തൃപ്പടിദാനമായി ശ്രീപത്മനാഭനു സമർപ്പിച്ചു. ശ്രീപത്മനാഭദാസൻ എന്ന പേരും സ്വയം സ്വീകരിച്ചു. അതുപോലെ ആലങ്ങാടും പറവൂരും നേടിയപ്പോൾ രാമവർമ്മ ശ്രീപത്മനാഭനു സമർപ്പിച്ചു. ബ്രാഹ്മണർ ഭൂമിയിലെ ദേവന്മാരാണെന്നായിരുന്നു സങ്കല്പം. അതുകൊണ്ട് ബ്രാഹ്മണപ്രീതിക്കുവേണ്ടിയുള്ള എല്ലാ സംവിധാനവും ഏർപ്പെടുത്തി. ബ്രാഹ്മണർക്കുവേണ്ടി അവരുടെ ഉപദേശപ്രകാരം ധനവിനിയോഗം നടത്തിയ ആൾ എന്നാണ് 1816 ൽ മദ്രാസ് സർക്കാർ നിയമിച്ച സർവ്വേയർമാരായ വാർഡ്, കോണർ എന്നീ ലഫ്റ്റനന്റുമാർ മാർത്താണ്ഡവർമ്മയെപ്പറ്റി രേഖപ്പെടുത്തിയത്. നൂറ്റാണ്ടുകളായി നിലനിന്നിരുന്ന ചട്ടവട്ടങ്ങളാണ് പ്രാദേശിക ഭരണാധികാരികളായിരുന്ന ഫ്യൂഡൽ പ്രഭുക്കന്മാർ പാലിച്ചുപോന്നത്. അവയുടെ സ്ഥാനത്ത് സംസ്ഥാനത്തിന് ഏകീകൃത നിയമാവലി ബ്രാഹ്മണരുമായി ആലോചിച്ച് എഴുതി ഉണ്ടാക്കി.

ഫ്യൂഡൽ പ്രഭുത്വം അവസാനിപ്പിച്ചതിനുശേഷം അക്കാലത്തു മൈസൂറിൽ നിലവിലിരുന്ന ഭരണക്രമമാണ് തിരുവിതാംകൂറിലും നടപ്പിലാക്കിയത്. രാജാവിനു കീഴിൽ ദളവാ, സർവ്വാധികാരി എന്നു രണ്ടു മന്ത്രിമാരുണ്ടായിരിക്കും. അതിൽ ദളവായ്ക്ക് സൈന്യം, വിദേശബന്ധം എന്നിവയുടെ ചുമതലയാണ്. സിവിൽ ഭരണത്തിന്റെ തലവനാണ് സർവ്വാധികാരി. രണ്ടു പദവികളും പാരമ്പര്യപ്രകാരമുള്ളതല്ല. മാർത്താണ്ഡവർമ്മയുടെ മാതുലൻ രാമവർമ്മ തിരുനൽവേലിക്കാരനായ ആറുമുഖം പിള്ളയുടെ നേതൃത്വത്തിലാണ് ഒരു സംസ്ഥാന സൈന്യത്തിനു രൂപം നല്കിയത്. തമിഴ്നാട്ടുകാരായ കുതിരക്കാരും കാലാളുകളുമാണ് അതിലുണ്ടായിരുന്നത്. അവരെ പിരിച്ചുവിട്ടെങ്കിലും ആറുമുഖംപിള്ളയെ മാർത്താണ്ഡവർമ്മ തിരുവിതാംകൂറിൽ തുടരാൻ അനുവദിച്ചു. മാടമ്പിമാരുടെ കീഴിൽ പരിശീലനം നേടിയിരുന്ന നായന്മാരെയാണ് ആദ്യത്തെ സംസ്ഥാന സൈന്യത്തിൽ സേവനത്തിനെടുത്തത്. ആറുമുഖംപിള്ളയും അനുജൻ താണുപിള്ളയും പരിശീലനം നല്കിയ ആദ്യസൈന്യത്തെ കുഞ്ചുകൂട്ടം എന്നാണ് പറഞ്ഞിരുന്നത്. കുഞ്ചു എന്നത് ഇളയരാജാവായ രാമവർമ്മയുടെ യഥാർത്ഥ നാമമായിരുന്നു. മുൻപതിവനുസരിച്ച് രാജകുടുംബത്തിലെ രണ്ടാം സ്ഥാനക്കാരനായിരുന്നു സർവ്വസൈന്യാധിപൻ. കുതിരക്കാരായും വെടിക്കാരായും തമിഴ്നാട്ടിൽ നിന്നും മറവന്മാരെ (തേവർ) വാടകയ്ക്കു കിട്ടുമായിരുന്നു. തോക്കിന്റെ ഉപയോഗം നായന്മാർ വളരെ വേഗം വശമാക്കിയെങ്കിലും നല്ല തോക്കുകൾ കിട്ടുക എളുപ്പമായിരുന്നില്ല.

എതിരാളികൾക്കു ഡച്ചുകാരുടെ സഹായമുണ്ടായിരുന്നതുകൊണ്ട് ആധുനിക യുദ്ധമുറകൾക്ക് പരിചയമുള്ള ഒരു സൈന്യത്തിനു രൂപം നല്കാൻ മാർത്താണ്ഡവർമ്മ ഏറെ ശ്രദ്ധിച്ചു. ഭാഗ്യാന്വേഷികളായി വരുന്ന യൂറോപ്യൻ ഭടന്മാരുടെ സേവനം സമ്പാദിക്കാൻ മാർത്താണ്ഡവർമ്മ ഏറെ ശ്രമിച്ചു. ഡച്ചു കമ്പനിയിൽ സേവനം അനുഷ്ഠിച്ചിരുന്ന പലരും ശമ്പള ക്കൂടുതൽ നല്കിയാൽ വരാൻ തയ്യാറായിരുന്നു. ഡച്ചുകാർ പ്രോട്ടസ്റ്റന്റുകളായിരുന്നതുകൊണ്ട് അവരുടെ കീഴിൽ കത്തോലിക്കർ സംതൃപ്തരായിരുന്നില്ല. ഇംഗ്ലീഷുകാരുടെയും പോർച്ചുഗീസുപാതിരിമാരുടെയും സഹായത്തോടുകൂടി അത്തരക്കാരെ ചാക്കിട്ടു പിടിക്കുകയായിരുന്നു മാർത്താണ്ഡവർമ്മയുടെ തന്ത്രം. അങ്ങനെ ലഭിച്ചതാണ് ദുയ്വൻഷോട്ട് എന്ന ജർമ്മൻകാരൻ. നായന്മാരെ ആധുനിക യുദ്ധമുറകൾ അഭ്യസിപ്പിക്കുന്നതിൽ ദുയ്വൻഷോട്ടിന്റെ സേവനം മികച്ചതായിരുന്നു. കൊളച്ചൽ വച്ച് ഡച്ചുകാരെ നേരിടാൻ മാർത്താണ്ഡവർമ്മ ധൈര്യപ്പെട്ടത് ദുയ്വൻഷോട്ടിന്റെ നേട്ടമായിരുന്നു. കന്യാകുമാരിയിലെ ഡച്ചു പാളയത്തിൽ നിന്നു കൽക്കുളത്തുവന്ന മാർത്താണ്ഡവർമ്മയെ അഭയം പ്രാപിച്ചവരാണ് യൂസ്റ്റേഷ് ഡിലനോയ്, ഡൊണാൾഡ് എന്നിവർ. നെതർലാന്റിലെ ഫ്ലാന്റേഴ്സ് പ്രവിശ്യക്കാരനായ ഡിലനോയ് യഥാർത്ഥത്തിൽ ഫ്രഞ്ച് (ഫ്ളമിഷ്) കാരനായിരുന്നു. അവർ ഇരുവരും തിരുവിതാംകൂർ സൈന്യത്തെ പരി

ശീലിപ്പിച്ച് കേരളത്തിലെ ഏറ്റവും സുശിക്ഷിത സേനാവ്യൂഹമാക്കി. ദുയ്വൻഷോട്ടിനു ശേഷം ഡിനലോയ് തിരുവിതാംകൂർ സൈന്യത്തിലെ വലിയ കപ്പിത്താൻ ആയി. മാർത്താണ്ഡവർമ്മയുടെ യുദ്ധവിജയങ്ങൾക്കു പിന്നിൽ വിദേശികൾ നല്കിയ പരിശീലനവും നേതൃത്വവും വളരെ പ്രധാനമായിരുന്നു.

ആറുമുഖംപിള്ളയുടെ മരണശേഷം അനുജൻ താണുപിള്ള ദളവായായി. ഇതിനകം മാർത്താണ്ഡവർമ്മയുടെ വിശ്വസ്തനും കൂർമ്മ ബുദ്ധിക്കാരനുമായ രാമയ്യൻ ദളവയായി താണുപിള്ളയെ പിന്തുടർന്നു. 1756 ൽ രാമയ്യന്റെ നിര്യാണമായിരിക്കണം വടക്കോട്ടുള്ള പ്രയാണം നിർത്തിവയ്ക്കാൻ മാർത്താണ്ഡവർമ്മയെ പ്രേരിപ്പിച്ചത്. അയ്യപ്പൻ മാർത്താണ്ഡപിള്ളയായിരുന്നു അടുത്ത ദളവാ. ഇളയ രാജാവായിരുന്ന രാമവർമ്മയും, അയ്യപ്പൻമാർത്താണ്ഡപിള്ളയും, ഡിലനോയിയും ചേർന്നു മാർത്താണ്ഡവർമ്മയുടെ കരങ്ങൾക്കു ശക്തി പകർന്നു.

സിവിൽ ഭരണത്തിന്റെ തലവൻ സർവ്വാധികാരിയായിരുന്നു എന്നു പറഞ്ഞല്ലോ. സർവ്വാധികാർ എന്നു കർണ്ണാടകത്തിൽ. 1684 ൽ ആറ്റിങ്ങൽ റാണിയുടെ കീഴിൽ സർവ്വാധികാരി ഉണ്ടായിരുന്നതായി കാണുന്നു. ക്രി 1726 ൽ ഇംഗ്ലീഷുകാർക്ക് ഇടവായിൽ ഒരു ഫാക്ടറി അനുവദിച്ചു കൊണ്ടുള്ള കരാറിൽ ആറ്റിങ്ങൽ റാണിയെ പ്രതിനിധീകരിച്ച കൃഷ്ണ നണ്ണാവിയാണ് മാർത്താണ്ഡവർമ്മയുടെ കീഴിലെ ആദ്യത്തെ സർവ്വാധികാര്യക്കാർ. മാർത്താണ്ഡവർമ്മയുടെ അവസാനകാലത്ത് സർവ്വാധികാരിയുടെ കീഴിൽ 24 മണ്ഡപത്തിൻ വാതിലുകൾ ഉണ്ടായിരുന്നു. അവ പിന്നീട് രാമവർമ്മയുടെ കാലത്ത് മുപ്പതായി വർദ്ധിച്ചു. ഓരോ മണ്ഡപത്തിൻ വാതിലിലെയും ഭരണാധികാരി കാര്യക്കാർ ആയിരുന്നു. സർവ്വാധികാരിമാരുടെ എണ്ണത്തിലും പില്ക്കാലത്ത് വർദ്ധനവുണ്ടായി. ചുമതലകളുടെ വർദ്ധനവനുസരിച്ച് ഒരു സമയം പത്തു സർവ്വാധികാരിമാരുണ്ടായിരുന്നു എന്നു കാണം. അവർക്കു മുകളിൽ ഉണ്ടായിരുന്ന ഒരു വലിയ സർവ്വാധികാരിയണ് സിവിൽ ഭരണത്തിന്റെ തലവൻ. നിയമസമാധാന പാലനവും നികുതികൾ പിരിക്കലുമായിരുന്നു സർവ്വാധികാരിമാരുടെയും കാര്യക്കാരന്മാരുടെയും ചുമതലകൾ. ഓരോ മണ്ഡപത്തിൻ വാതിലും അനേകം കേൾവികളായി വിഭജിച്ചിരുന്നു. പ്രവർത്തിക്കാർ അഥവാ അധികാരിമാരായിരുന്നു കേൾവികളുടെ ചുമതലക്കാർ. ഓരോ ഉദ്യോഗസ്ഥന്റെയും അധികാരങ്ങളും ചുമതലകളും വ്യക്തമായി വര്യോലകൾ മൂലം നിർവ്വചിച്ചിരുന്നു. മിക്കവാറും ഒരു ദേശവാഴിയുടെ അധികാരാതിർത്തിയാണ് അധികാരിക്കു നല്കിയത്. നിയമ സമാധാനപാലനത്തിന് ഓരോ കാര്യക്കാരുടെയും കീഴിലും പട്ടാളം ഉണ്ടായിരുന്നു. എല്ലാ മണ്ഡപത്തിൻ വാതില്ക്കലും കോട്ടകളുണ്ടായിരുന്നു. അതിലാണ് പട്ടാളത്തെ പാർപ്പിച്ചിരുന്നത്. ഈ വട്ടക്കോട്ടകൾക്കു പുറമെ നെടുങ്കോട്ടകളിലും പട്ടാളത്തെ പാർപ്പിച്ചിരുന്നു. ചരക്കുകളുടെ കള്ളക്കടത്തു തടയാൻ അതിർത്തികളിലാണ് നെടുങ്കോട്ടകൾ പണിയിച്ചിരുന്നത്. വാണിജ്യനികുതികൾ പിരി

ക്കാൻ ഈ നെടുങ്കോട്ടകളിൽ ചൗക്കകൾ സ്ഥാപിച്ചിരുന്നു. ചരക്കു ഗതാഗതം കൂടുതലും ജലമാർഗ്ഗമായിരുന്നതുകൊണ്ട് പൂപ്പകൾക്കരുകിലും ധാരാളം ചൗക്കകളുണ്ടായിരുന്നു.

രാജ്യത്തിന്റെ പ്രധാന ധനാഗമം വാണിജ്യത്തിൽ നിന്നായിരുന്നതിനാൽ ഒരു വാണിജ്യ-ധനകാര്യമന്ത്രിയെയും മാർത്താണ്ഡവർമ്മ നിയമിച്ചിരുന്നു. പൂവാർ സ്വദേശിയായ പോക്കുമൂസാ എന്ന മുസ്ലീം ആയിരുന്നു ആദ്യത്തെ വാണിജ്യകാര്യമന്ത്രി. വ്യാപാരികൾ നല്കേണ്ട ആദായനികുതി അതാതു പട്ടണത്തിലെ കച്ചവടസംഘവുമായി ആലോചിച്ചു പോക്കുമൂസയാണു നിശ്ചയിച്ചത്. പോക്കു മൂസായുടെ കാലശേഷം ആ സ്ഥാനത്തു നിയമിതരായവരെ മുളകുമടിശ്ശീല സർവ്വാധികാരി എന്നാണു പറഞ്ഞുപോന്നത്. കുരുമുളകിൽ നിന്നുള്ള നികുതിയായിരുന്നു പ്രധാന വരുമാനമാർഗ്ഗം എന്നതിനാലാണ് വാണിജ്യകാര്യമന്ത്രിയെ അങ്ങനെ പറഞ്ഞത്.

1747 ൽ തിരുവിതാംകൂറിലെ കുരുമുളകു വ്യാപാരം സർക്കാർ ഏറ്റെടുത്തു. ഏതാണ്ടു പതിനഞ്ചു രൂപ കണ്ടിയൊന്നിനു വില നല്കി കർഷകരിൽനിന്നു വാങ്ങിയ കുരുമുളക് അറുപത്തിയഞ്ചു രൂപയോളം വിലയ്ക്കാണ് യൂറോപ്യൻ കമ്പനികൾക്ക് നല്കിയത്. അതിനു കണ്ടിയൊന്നിനു നൂറുരൂപയ്ക്കു മേൽ തമിഴ്നാട്ടിൽ വിലകിട്ടും. അതുകൊണ്ട് കുരുമുളകു കള്ളക്കടത്തു വളരെ വ്യാപകമായിരുന്നു. തോളിലും, തലയിലും, കാളപ്പുറത്തും ആണ് കുരുമുളകു മലമുകളിൽ കൂടെ കടത്തിയത്. പിടികൂടിയാൽ ചെവിയും മൂക്കും ചെത്തിക്കളയുക തുടങ്ങിയ കഠിനശിക്ഷകളാണ് നല്കപ്പെട്ടിരുന്നത്. എങ്കിലും വമ്പിച്ച ലാഭം മൂലം സാഹസികതയ്ക്ക് ഒട്ടും കുറവില്ലായിരുന്നു, പുകയില, ഉപ്പ് എന്നിവയുടെ കച്ചവടവും ദേശസാല്ക്കരിക്കപ്പെട്ടു. പുകയില സിലോണിൽനിന്നാണ് ഇറക്കുമതിചെയ്തത്. അതിന്റെ കള്ളക്കടത്തു വെള്ളക്കാരാണ് നടത്തിയത്. ഉപ്പ് കന്യാകുമാരിക്ക് സമീപമുള്ള അളങ്ങളിൽ നിന്നാണുല്പാദിപ്പിച്ചിരുന്നത്. 1765 വരെ കന്യാകുമാരി തിരുവിതാംകൂറിന്റെ ഭാഗമായിരുന്നില്ല. അതുകൊണ്ടാണ് കള്ളക്കടത്ത് തടയാൻ കന്യാകുമാരിക്കും തിരുവിതാംകൂറിനും ഇടയ്ക്കു നെടുങ്കോട്ട കെട്ടിയത്. മണക്കുടി കായലിൽ പതിക്കുന്ന പഴയാറിൽ ഒരു അണ കെട്ടി അതിലെ വെള്ളം അഗസ്തീശ്വരത്തെ കർഷകർക്കു നല്കി അവരിൽ നിന്നു പിരിച്ച ജലനികുതി ആരുവാമൊഴിക്കോട്ടയിലെയും, വട്ടക്കോട്ടയിലെയും, നെടുങ്കോട്ടയിലെയും കാവൽക്കാരായ ഭടന്മാർക്കു ചെലവിനു വകയിരുത്തി. മാർത്താണ്ഡവർമ്മയുടെ കാലത്തെ ഏക വികസന പ്രവർത്തനം ഇതായിരുന്നു.

സാമൂഹികം

ഫ്യൂഡൽ വ്യവസ്ഥിതിയുടെ തിരോധാനംമൂലം സമൂഹത്തിൽ അടിസ്ഥാനപരമായ മാറ്റങ്ങളാണുണ്ടായത്. ഭൂവുടമാസമ്പ്രദായത്തിൽ വന്ന മാറ്റമാണ് സമൂഹത്തെ കാര്യമായി ബാധിച്ചത്. നാലുവിധത്തിലുള്ള ഭൂവു

ടമാസമ്പ്രദായമാണ് നിലവിൽ വന്നത്. (1) ക്ഷേത്രംവക ഭൂമി അഥവാ ദേവസ്വം, (2) ബ്രാഹ്മണരുടെ വക ഭൂമി അഥവാ ബ്രഹ്മസ്വം, (3) പണ്ടാര വക അഥവാ സർക്കാർ ഭൂമി, (4) ഫ്യൂഡൽ കുടുംബങ്ങൾ നിലനിന്നവ യുടെ ഭൂമി അഥവാ ഇടവകഭൂമി. ആറ്റിങ്ങൽ രാജകുടുംബം വക ശ്രീപാദംഭൂമി, വഞ്ചിപ്പുഴ മഠം വക ഭൂമി, പന്തളം, പൂഞ്ഞാർ രാജകുടും ബങ്ങൾ വക ഭൂമി, ഇങ്ങല്ലൂർ (ഇടപ്പള്ളി) കുടുംബംവക ഭൂമി എന്നിവ യാണ് ഇടവകകൾ.

ഫ്യൂഡൽ വ്യവസ്ഥിതി അവസാനിപ്പിച്ചപ്പോൾ ദേവസ്വം, ബ്രഹ്മസ്വം ഭൂമികൾ സർക്കാർ ഏറ്റെടുത്തില്ല. ഈ വക ഭൂമികൾക്ക് ക്ഷേത്രങ്ങൾക്കും ബ്രാഹ്മണർക്കും ജന്മിത്വം നല്കപ്പെട്ടു. അവ കുടിയാന്മാർക്കു പാട്ടവ്യവ സ്ഥയിൽ നല്കപ്പെട്ടു. കുടിയാന്മാരിൽനിന്നും ഇഷ്ടംപോലെ പാട്ടം ഈടാക്കാനും ഇഷ്ടമുള്ളവർക്ക് പാട്ടമായി നല്കാനും ജന്മിക്കവകാശ മുണ്ട്. എന്നാൽ കുടിയാന്മാരുടെ മേൽ കൊല്ലുംകൊലയ്ക്കുമുള്ള അധി കാരം ജന്മിക്കില്ല. കുടിയാന്മാരുടെ മേൽ ശിക്ഷണനടപടി എടുക്കാൻ സർക്കാരിന്റെ സഹായം ആവശ്യമായിരുന്നു. എന്നാൽ സർക്കാർ ഉദ്യോ ഗസ്ഥന്മാർ മിക്കവാറും അബ്രാഹ്മണർ - കൂടുതലും നായന്മാർ-ആ യിരുന്നതുകൊണ്ട് നായന്മാരായ കുടിയാന്മാരുടെ മേൽ ശിക്ഷണനടപടി എടുക്കുന്നത് അത്ര എളുപ്പമായിരുന്നില്ല. നമ്പൂതിരിമാർ സർക്കാരുദ്യോഗം സ്വീകരിക്കാതെ ജന്മിമാരായി കഴിയുകയാണ് ചെയ്തത്. അതുകൊണ്ടു തന്നെ അവർക്കു സർക്കാരിൽ വലിയ പിടിപാടുണ്ടായിരുന്നില്ല. ശ്രീ പത്മ നാഭസ്വാമിക്ഷേത്രം വക ഭൂമിയെ ശ്രീപണ്ടാരവകയെന്നാണു പറഞ്ഞി രുന്നത്.

മുമ്പ് മാടമ്പിമാരുടെ നിയന്ത്രണത്തിലിരുന്ന ഭൂമിയാണ് സർക്കാർ ഏറ്റെടുത്ത് പണ്ടാരവക എന്നു പറഞ്ഞത്; സർക്കാർ ഖജനാവ് (ഭണ്ഡാരം) വക എന്നാണതിനർത്ഥം. ഈ ഭൂമി വീതിച്ച് കുടുംബങ്ങൾക്ക് പാട്ടമായി നല്കുകയായിരുന്നു. കുടുംബത്തിനല്ലാതെ വ്യക്തികൾക്കു ഭൂമി നല്കിയില്ല. വീതിച്ചു നല്കിയ ഭൂമിയിലെ വാർഷികാദായം കണ്ടെ ഴുത്തിലൂടെ നിശ്ചയിച്ചു. വാർഷികാദായത്തിനു അനുപാതമായി ഒരു നിശ്ചിത തുക സർക്കാരിനു നല്കുന്നവർക്കുമാത്രമേ ഭൂമി നല്കിയി രുന്നുള്ളൂ. ഇങ്ങനെ സർക്കാരിനു നല്കുന്ന തുകയെ കാണം എന്നു പറയും. പാട്ടം ഒഴിയുമ്പോൾ മടക്കിക്കൊടുക്കേണ്ട നിരതദ്രവ്യമാണത്. അതിനു പലിശയുണ്ട്. ആ പലിശ പാട്ടത്തിൽ കുറച്ചു ബാക്കി തുക പാട്ടമായി നല്കിയാൽ മതിയാകും. ഇതിനെ കാണപ്പാട്ടം എന്നുപറയുന്നു. സർക്കാർ വക തരിശുഭൂമിയെ വെട്ടിത്തെളിച്ചെടുക്കുന്ന പാട്ടക്കാരന് അതിനു ചെലവായ തുകയെയും കാണമായി കണക്കാക്കും. ഭൂമിയുടെ ഉടമസ്ഥത പാട്ടക്കാരനില്ലെങ്കിലും കാണം തിരികെ കൊടുക്കാനുള്ള ബാദ്ധ്യത സർക്കാരിനുള്ളതുകൊണ്ടു കാണപ്പാട്ടം ഭൂമി ഒരിക്കലും കുടി യാന് ഒഴിഞ്ഞുകൊടുക്കേണ്ടിവരില്ല. കാണാവകാശം കുടിയാനു കൈമാറ്റം ചെയ്യാവുന്നതാണ്. ഇപ്രകാരം കാണമായി പിരിച്ചെടുത്ത

വമ്പിച്ച തുകകൊണ്ടാണ് മാർത്താണ്ഡവർമ്മ ദിഗ്‌വിജയങ്ങൾക്കും ക്ഷേത്രകാര്യങ്ങൾക്കും പണം കണ്ടത്.

ദേവസ്വം ബ്രഹ്മസ്വം ഭൂമികളും മേല്പറഞ്ഞവിധം കാണപ്പാട്ട വ്യവസ്ഥയിലാണ് കുടിയാന്മാർക്കു നല്കിയത്. പാട്ടക്കാർ ബഹുഭൂരിപക്ഷവും പഴയ മാടമ്പി കുടുംബക്കാരായ നായന്മാരായിരുന്നു. നായന്മാരാകട്ടെ ഒരിക്കലും നല്ല കർഷകരായിരുന്നില്ല. ആദ്യകാല കർഷകർ തമിഴ് ശൂദ്രർ എന്നറിയപ്പെട്ട വെള്ളാളർ ആയിരുന്നു. വെള്ളാളരിൽ അനുലോമ സംബന്ധംമൂലം കുലീനത്വം ലഭിച്ച കുടുംബങ്ങൾ ആണ് ആയുധവിദ്യയിൽ പ്രാവീണ്യം നേടി നായന്മാരായത്. അത്തരം കുടുംബത്തിലെ അംഗങ്ങളായ നായന്മാർ ആയുധവിദ്യമാത്രം കുലത്തൊഴിലാക്കിയവരാണ്. പട്ടിണികിടന്നാൽപ്പോലും അവർ മറ്റൊരു തൊഴിലിൽ ഏർപ്പെടുകയില്ല. തുച്ഛമായ കൂലിക്കുവേണ്ടി ക്ഷേത്രങ്ങളിലും കോട്ടകളിലും അവർ കാവൽക്കാരായി പണിയെടുക്കുമായിരുന്നു. ചരക്കുമായി സഞ്ചരിക്കുന്ന കച്ചവടക്കാർക്കു കാവൽഭടന്മാരായും അവർ പണിയെടുത്തിരുന്നു. ഇപ്രകാരം കൂട്ടം ചേർന്നു കാവൽപ്പണിക്കുപോകുന്ന നായന്മാരുടെ സംഘടനയെ ചങ്ങാത്തം എന്നാണ് പറയുക. ചങ്ങാത്തത്തിൽ ചേർന്നു കാവൽ പണിക്കുപോയാലും അവർ കൃഷിപ്പണിയിൽ ഏർപ്പെടുമായിരുന്നില്ല. അതിന് ഈഴവരും പുലയരും പറയരും മറ്റുമാണ് ഏർപ്പെട്ടിരുന്നത്. ഉല്പാദനം വർദ്ധിപ്പിച്ച് ആദായം മെച്ചപ്പെടുത്താൻ നായന്മാർക്ക് ഒരിക്കലും താല്പര്യമുണ്ടായിരുന്നില്ല. എന്നാൽ ഭൂമിക്കു നികുതി നല്കേണ്ടിവന്നപ്പോൾ അവർ കൃഷിയിൽ കൂടുതൽ ശ്രദ്ധിക്കാൻ തുടങ്ങി. നായന്മാരിൽ നിന്നു കാണപ്പാട്ടാവകാശം വാങ്ങിയ മദ്ധ്യതിരുവിതാംകൂറിലെയും ഉത്തര തിരുവിതാംകൂറിലെയും ക്രിസ്ത്യാനികൾ കൃഷിയിലൂടെ നേട്ടമുണ്ടാക്കിയത് നായന്മാരുടെ കണ്ണുതുറപ്പിക്കുകയും ചെയ്തു. പോർച്ചുഗീസുകാരും ഡച്ചുകാരും ഇംഗ്ലീഷുകാരും കൃഷിയിലൂടെ വലിയ നേട്ടമുണ്ടാക്കാമെന്നു കാണിച്ചുകൊടുത്തിരുന്നു. അവരുമായുള്ള സമ്പർക്കമാണ് ക്രിസ്ത്യാനികളെ നല്ല കർഷകരാക്കിയത്.

ക്ഷേത്രകാര്യങ്ങൾ

കൂർമ്മബുദ്ധിയും നിഷ്ഠുരനും നിർഭയനുമായിരുന്നു മാർത്താണ്ഡവർമ്മയെങ്കിലും കടുത്ത മതഭക്തിയും പൗരോഹിത്യവും അദ്ദേഹത്തെ ശക്തിയായി സ്വാധീനിച്ചിരുന്നു. എങ്കിലും, ക്ഷേത്രധ്വംസനവും ബ്രഹ്മഹത്യയും അദ്ദേഹം ഒഴിവാക്കിയില്ല. തിരുവിതാംകൂറിന്റെ പാരമ്പര്യമന്ത്രിമാരായിരുന്ന ഇടത്തറപോറ്റിമാരുടെ ഇല്ലം പോറ്റിയോടൊപ്പം ചുട്ടുകരിച്ചതും, തെക്കുംകൂർ രാജാവിന്റെ ബ്രാഹ്മണരായ ഭടന്മാരെ യുദ്ധത്തിൽ വധിച്ചതും, മഹാബ്രാഹ്മണനായിരുന്ന ചെമ്പകശ്ശേരി ഇല്ലത്തെ ദേവനാരായണനെ സ്ഥാനഭ്രഷ്ടനാക്കിയതും ഏറ്റവും ഹീനമായ കൃത്യങ്ങളായി കരുതപ്പെട്ടു. ഏതു ഹീനകൃത്യത്തിനും പ്രായശ്ചിത്തം പരിഹാരമായിരുന്നു. ഹിരണ്യഗർഭദാനം, തുലാപുരുഷദാനം തുടങ്ങിയ പതി

നാറുവിധ മഹാദാനങ്ങൾ വമ്പിച്ച ധനം ചെലവുചെയ്തു നിർവ്വഹിക്കപ്പെട്ടു. പതിനാറുരീതിയിൽ ബ്രാഹ്മണർക്ക് സ്വർണ്ണം ദാനം ചെയ്യാനുള്ള ഉപായമായിരുന്നു ഷോഡശദാനങ്ങൾ. അവയിൽ ഹിരണ്യഗർഭദാനം ക്ഷത്രിയനാകാനുള്ള മാർഗ്ഗമായിരുന്നു. പതിനാറു ദാനങ്ങളും നിർവ്വഹിച്ചാൽ കുലശേഖരപെരുമാൾ എന്ന ബിരുദം ബ്രാഹ്മണർ രാജാവിനു നല്കും. കുലശേഖരപ്പെരുമാൾ ആയ രാമൻ തിരുവടിക്ക് 11-ാം നൂറ്റാണ്ടിലെ അന്ത്യദശകത്തിൽ ലഭിച്ച പദവിയാണത്. ശ്രീപത്മനാഭസ്വാമി ക്ഷേത്രം നവീകരിച്ച ദേശിംഗനാട്ടെ മാർത്താണ്ഡവർമ്മ, തൃപ്പാപ്പൂർ ശാഖയിലെ രവിവർമ്മ എന്നിവർക്കു മാത്രമേ പിന്നീട് ആ പദവി ലഭിച്ചിട്ടുള്ളൂ.

പതിനേഴാം നൂറ്റാണ്ടിൽ വേണാടിൽ നടമാടിയ അരാജകത്വം മൂലം പല മഹാക്ഷേത്രങ്ങളും അവഗണിക്കപ്പെട്ടുപോയി. ഫ്യൂഡൽ വ്യവസ്ഥയുടെ അധഃപതനകാലത്ത് ബ്രാഹ്മണർക്കുണ്ടായിരുന്ന സ്വാധീനം നഷ്ടമായതും ക്ഷേത്രങ്ങളുടെ ദുരവസ്ഥയ്ക്ക് കാരണമായി. നായന്മാരായ നാടുവാഴികൾക്കും തറനാഥന്മാർക്കും അവരുടേതായ കുടുംബക്ഷേത്രങ്ങളുണ്ട്. അവ ഭഗവതിക്ഷേത്രങ്ങളോ ശാസ്താ ക്ഷേത്രങ്ങളോ സർപ്പക്കാവുകളോ ആയിരുന്നു. നാടുവാഴികളും ബ്രാഹ്മണരുമാണ് ശൈവ വൈഷ്ണവ ക്ഷേത്രങ്ങൾ സംരക്ഷിച്ചുപോന്നത്. ഈ ക്ഷേത്രങ്ങളുടെ ജീർണ്ണോദ്ധാരണത്തിലും പൂജാദികൾ പുനഃസ്ഥാപിക്കുന്നതിലും മാർത്താണ്ഡവർമ്മ അതിയായ ശ്രദ്ധ ചെലുത്തി. ഏങ്കിലും കുലദൈവമായ ശ്രീപത്മനാഭന്റെ ക്ഷേത്രത്തിലാണ് അദ്ദേഹം ഏറെ ശ്രദ്ധ പതിപ്പിച്ചത്. രാജാവിന്റെ കരുത്തും പ്രതാപവും കുലക്ഷേത്രത്തിന്റെ മഹിമയിലൂടെയാണ് ജനം കണ്ടത്. 14-ാം നൂറ്റാണ്ടുവരെ ശ്രീപത്മനാഭസ്വാമിക്ഷേത്രത്തിനുണ്ടായിരുന്ന അഗ്രിമസ്ഥാനത്തേക്കു അതിനെ തിരിച്ചുകൊണ്ടുവരുവാൻ രാജാവ് ആവതു ശ്രമിച്ചു. നിത്യബലിയും ത്രികാലപൂജയും വിശേഷാൽ ചടങ്ങുകളും ക്ഷേത്രത്തിലേർപ്പെടുത്തി. ആണ്ടിൽ രണ്ടുപ്രാവശ്യം പത്തുദിവസം നീണ്ടുനില്ക്കുന്ന ഉത്സവം ഏർപ്പെടുത്തിയത് സഞ്ചാരികളെയും കലാകാരന്മാരെയും ആകർഷിക്കാനായിരുന്നു. ആറു വർഷത്തിലൊരിക്കൽ നടക്കുന്ന മുറജപം വമ്പിച്ച ചെലവുള്ളതും കേരളത്തിലെയും തമിഴ്നാട്ടിലെയും വൈദിക ബ്രാഹ്മണരെയും ധാരാളമായി ആകർഷിക്കാനുള്ളതുമായിരുന്നു. അമ്പത്തിയാറു ദിവസം നീണ്ടുനില്ക്കുന്ന മുറജപക്കാലത്തു പങ്കെടുക്കാനെത്തുന്ന എല്ലാ ബ്രാഹ്മണർക്കും താമസസൗകര്യവും ആഹാരവും ദക്ഷിണയും മുടങ്ങാതെ നല്കും. 56-ാം ദിവസം ലക്ഷംദീപങ്ങൾകൊണ്ട് ക്ഷേത്രം അലങ്കരിക്കും.

ഒട്ടേറെ നാടുവാഴികളെ ആശ്രയിച്ചുകഴിഞ്ഞിരുന്ന കവികൾക്കും കലാകാരന്മാർക്കും ഇപ്പോൾ ഏക ആശ്രയം തിരുവിതാംകൂർ രാജാവു മാത്രമാണ്. മാർത്താണ്ഡവർമ്മ ഒരു കലാരസികനായി അറിയപ്പെട്ടിരുന്നില്ല എങ്കിലും തന്നെ ആശ്രയിച്ച എല്ലാ കവികളെയും കലാകാരന്മാരെയും അദ്ദേഹം നിർലോപം സഹായിച്ചു. യുവരാജാവായിരുന്ന രാമവർമ്മ നല്ലൊരു കവിയും കലാരസികനും ആയിരുന്നതായിരിക്കാം

അതിനു കാരണം. രാമപുരത്തു വാര്യർ, കുഞ്ചൻ നമ്പ്യാർ എന്നിവർ ഇപ്രകാരം തിരുവനന്തപുരത്തു വന്നവരാണ്. കൊട്ടാരക്കര കേരളവർമ്മ രൂപം നല്കിയ രാമനാട്ടം എന്ന കലാരൂപത്തിനു തിരുവനന്തപുരത്തെ ശ്രീപത്മനാഭസ്വാമി ക്ഷേത്രമായിരുന്നു ഏകാശ്രയം.

മൈസൂറും തിരുവിതാംകൂറും

ഹൈദർ മലബാറിൽ

ക്രി 1758 അവസാനം ദിണ്ടുക്കൽനിന്നും ശ്രീരംഗപട്ടണത്തേക്കു തിരിച്ചു വിളിക്കപ്പെട്ട ഹൈദർ അടുത്തവർഷം മൈസൂറിലെ സർവ്വസൈന്യാധിപൻ അഥവാ ദളവയായിത്തീർന്നു. ആ വർഷംതന്നെ തന്റെ വിശ്വസ്തനായിരുന്ന ഖണ്ടേറാവുവിനെ സർവ്വാധികാരി (ദിവാൻ) ആക്കിവച്ചു ഹൈദർ ദളവയായിത്തുടർന്നു. 1760 ൽ തന്റെ അഭ്യുദയകാംക്ഷിയായിരുന്ന ഹൈദരെ അപായപ്പെടുത്താൻ ആ വിശ്വസ്തൻ രഹസ്യമായി ശ്രമിച്ചു. കഷ്ടിച്ചു രക്ഷപ്പെട്ട ഹൈദർ അടുത്തവർഷം ഫ്രഞ്ചുകാരുടെ സഹായത്തോടുകൂടി ഖണ്ടേറാവുവിനെ പിടികൂടി കഠിനമായി ശിക്ഷിച്ചു. നഞ്ചരാജയെ വീണ്ടും സർവ്വാധികാരിയാക്കി അവരോധിച്ചുവെങ്കിലും 1762 ൽ മൈസൂറിലെ മുഖ്യഭരണാധികാരിയായി ഹൈദർ ഉയർന്നു. മൈസൂർ രാജാവ് വെറും ഒരു അലങ്കാരവസ്തുവായിത്തീർന്നു.

1762 അവസാനത്തിൽ കാനറയിലെ റീജന്റായിരുന്ന റാണിയെ നിഷ്കാസനം ചെയ്ത് യഥാർത്ഥ അവകാശിയായ രാജകുമാരനെ ഹൈദർ അധികാരത്തിലേക്കുയർത്തി. പക്ഷേ, യഥാർത്ഥ ഭരണം ഹൈദരുടെ കൈയിൽ തന്നെ സ്ഥിതിചെയ്തു. ഗോവയിലെ പോർട്ടുഗീസുകാരുടെ സഹായത്തോടുകൂടി സ്വതന്ത്രനാകാൻ ശ്രമിച്ച രാജകുമാരന് നാടുവിട്ടോടേണ്ടി വന്നു. അപ്രകാരം കാനറയും മൈസൂറിന്റെ ഭാഗമായിത്തീർന്നു. വളരെയേറെ സമ്പന്നമായ കാനറയിലെ സമ്പത്തുകൊണ്ട് അവിടെ കോട്ടകൾ പണിയിക്കാനും ഒരു നല്ല നാവിക സൈന്യത്തെ സംഘടിപ്പിക്കാനും ഹൈദർക്കു കഴിഞ്ഞു. ഈ സന്നാഹങ്ങൾ മലബാറിലെ നാടുവാഴികളെ ഭയാകുലരാക്കി. അതിനു കാരണവും ഉണ്ടായിരുന്നു. കോലത്തുനാട്ടിലെ വളപട്ടണം പുഴ മുതൽ വടക്കോട്ട് കാനറയുടെ

അതിർത്തിവരെയുള്ള ഭാഗങ്ങൾ 1732 മുതൽ 49 വരെ ബദനൂരിലെ ഇക്കേരിനായ്ക്കന്മാരുടെ കൈവശമായിരുന്നു. കാനറയുടെ ഭരണാധികാരികളായിരുന്ന ഇക്കേരി നായ്ക്കന്മാർ പിന്നീട് 20,000 പഗോഡ നസറാണ (കപ്പം) നല്കണമെന്ന വ്യവസ്ഥയിൽ . നീലേശ്വരം ഉൾപ്പെട്ട ആ പ്രദേശങ്ങൾ അനുഭവിച്ചുകൊള്ളാൻ കോലത്തിരിമാരെ അനുവദിച്ചിരുന്നു. എന്നാൽ ഇക്കേരിനായ്ക്കന്മാർക്ക് മേല്പറഞ്ഞ വാർഷിക നസറാണ ഒരിക്കലും നല്കപ്പെട്ടിരുന്നില്ല. ശാഖകൾ തമ്മിലുള്ള കിടമത്സരം കോലത്തിരി കുടംബത്തിന്റെ തീരാശാപമായിരുന്നു.അതു മുതലെടുത്തു കൊണ്ട് സമാന്തനായ കണ്ണൂരിലെ ആലിരാജാവ് ഏറെ നേട്ടങ്ങൾ കൈവരിച്ചു. ആലിരാജാവിന്റെ മിത്രമായിരുന്ന, കോലത്തിരി കുടുംബാംഗമായ കാപ്പുത്തമ്പാനിൽനിന്നും ആലിക്കുന്നുകോട്ട 1765 ആഗസ്തുമാസത്തിൽ ആലിരാജ കൈവശപ്പെടുത്തി.[1] ആലി രാജാവ് കാനറയിലുണ്ടായിരുന്ന ഹൈദറുമായി സമ്പർക്കത്തിലേർപ്പെട്ടു. കോലത്തു നാട്ടിൽ ഇടപെടാൻ കാനറയുടെ ഭരണാധികാരിയായിത്തീർന്ന ഹൈദർക്ക് അവകാശമുണ്ടെന്ന് അദ്ദേഹം ഹൈദരെ ധരിപ്പിച്ചു. കപ്പക്കുടിശ്ശികയുടെ പേരിൽ കോലത്തുനാട് പിടിച്ചടക്കാൻ ഹൈദർക്കു പ്രയാസമുണ്ടായില്ല. 1766 ഫെബ്രുവരിയിൽ കോലത്തുനാടും കീഴ്ഘടകങ്ങളും ഹൈദർക്ക് അധീനമായി. രാജകുടുംബാംഗങ്ങൾ തലശ്ശേരിയിലെ ഇംഗ്ലീഷുകാരെ അഭയം പ്രാപിച്ചു. അവരെ വിട്ടു കിട്ടണമെന്ന് ഹൈദർ ഇംഗ്ലീഷുകാരോട് ആവശ്യപ്പെട്ടു. തിരുവിതാംകൂറിനെപ്പോലെതന്നെ കോലത്തുനാടും ഇംഗ്ലീഷ് ഈസ്റ്റ്ഇന്ത്യാക്കമ്പനിയുടെ സുഹൃത്തായിരുന്നു. കോലത്തിരി കുടുംബത്തിന്റെ സംരക്ഷണത്തിനായി ഇംഗ്ലീഷുകാർ ഹൈദരെ നേരിടാൻ ഒരുമ്പെട്ടുവെങ്കിലും അവർ ദയനീയമായി പരാജയപ്പെട്ടു. തലശ്ശേരിയിലെ ഒരു ക്ഷേത്രത്തിൽ താവളമടിച്ചിരുന്ന കോലത്തിരി കുടുംബത്തിലെ തെക്കളംകൂറിനെയും മറ്റും ഒരു കപ്പലിൽ കയറ്റി തിരുവിതാംകൂറിലേക്കു ഇംഗ്ലീഷുകാർ അയച്ചു. തിരുവിതാംകൂർ രാജാവ് അവരെയല്ലാം പറവൂരിൽ താമസിപ്പിച്ചു. തനിക്കു ലഭിക്കേണ്ട ധനവുമായാണ് ഇവർ തിരുവിതാംകൂറിലേക്കു പോയതെന്നും തിരുവിതാംകൂർ രാജാവ് അവർക്ക് അഭയം കൊടുത്തത് ശരിയല്ലെന്നും ആയിരുന്നു ഹൈദരുടെ വാദം. കോലത്തുനാടിന്റെ താല്ക്കാലിക ഭരണാധികാരിയായി ആലിരാജാവിന്റെ അനുജനെ ഹൈദർ നിയമിച്ചു.

സാമൂതിരിപ്പാടിന്റെ നെടിയിരിപ്പു സ്വരൂപം ആക്രമിക്കാൻ ഹൈദർക്കു മതിയായ കാരണം ഉണ്ടായിരുന്നു. ഹൈദർ ദിണ്ടുക്കൽ ഫൗജ്ദാർ ആയിരിക്കവെയാണ് അതു സംഭവിച്ചത്. സാമൂതിരി പാലക്കാട്ടു രാജ്യം ആക്രമിക്കുകയും പാലക്കാട്ട് അച്ചൻ ഹൈദരുടെ സഹായം അഭ്യർത്ഥിക്കുകയും ചെയ്തു. ഹൈദർ സൈന്യവുമായി വന്നു സാമൂതിരിയുടെ സൈന്യത്തെ പാലക്കാട്ടുനിന്നും ഓടിച്ചശേഷം നെടിയിരിപ്പിനെ ആക്രമിക്കാൻ ഒരുമ്പെട്ടു. മൂന്നുലക്ഷം രൂപ നഷ്ടപരിഹാരം നല്കാമെന്ന വ്യവസ്ഥയിൽ സാമൂതിരി സമാധാനം വിലയ്ക്കുവാങ്ങി.[2] ഈ

തുക വാങ്ങാൻ ചെന്ന ഹരിസിങ്ങിനു ഒന്നും നല്കാതെ സാമൂതിരി മടക്കി അയച്ചു. 1758 ലായിരുന്നു ഈ സംഭവം. ഈ തുക പിരിച്ചെടുക്കാനുള്ള അവകാശം മൈസൂറിലെ ദളവയായിരുന്ന ദേവരാജയ്ക്കു നല്കിയ ശേഷം പകരം 3 ജില്ലകളുടെ ഉടമസ്ഥാവകാശം ഹൈദർ നേടിയിരുന്നു. എങ്കിലും ഹൈദർഖാൻ മൈസൂറിലെ നവാബായതോടുകൂടി ആ തുക മൈസൂറിനാണെന്നു അവകാശപ്പെട്ടു. തലശ്ശേരിയിൽ താവളമടിച്ചുകൊണ്ടു സാമൂതിരിക്കു ഹൈദർഖാൻ ദൂതന്മാരെ അയച്ചു. സാമൂതിരി യുദ്ധം ചെയ്യാനാണു തീരുമാനിച്ചത്. മയ്യഴിപ്പുഴയുടെ തെക്കേക്കരയിൽ കടത്തനാടു വാഴുന്നവരുടെ സൈന്യവും സാമൂതിരിയുടെയും മറ്റു സാമന്തന്മാരുടെയും സൈന്യങ്ങളും സംഘടിച്ചു. പ്രയോജനരഹിതമായ സാമൂതിരിയുടെ ചെറുത്തുനില്പിനുശേഷം ഹൈദറും പടയും ഏപ്രിൽ മാസത്തിൽ കോഴിക്കോട്ടു പ്രവേശിച്ചു. 20 ലക്ഷം രൂപ നസറാണ നല്കണമെന്ന വ്യവസ്ഥയിൽ സാമൂതിരിയെ സാമന്തനായി വാഴാൻ ഹൈദർ അനുവദിച്ചുവെങ്കിലും അസാദ്ധ്യമായ ഈ നിർദ്ദേശത്തിനു വഴിപ്പെടാനാകാതെ സ്വന്തം കോവിലകത്തിനു തീ കൊളുത്തി സാമൂതിരി ആത്മഹത്യ ചെയ്യുകയാണുണ്ടായത്. ഇളംകൂറായ ഏറാൾപ്പാടും സിൽബന്ധികളും തിരുവിതാംകൂർ രാജാവിന്റെ സംരക്ഷണയിൽ പറവൂർ താമസമാക്കി. ഈ സമയം മഹാരാഷ്ട്രരിൽനിന്നും മൈസൂറിനു നേരെ ഭീഷണി ഉയർന്നതിനെത്തുടർന്ന് തന്റെ സൈന്യത്തിന്റെ ഭൂരിഭാഗവും ഹൈദർ നാട്ടിലേക്കയച്ചു. ഏറാൾപ്പാടിനെ പറവൂർനിന്നും വിളിച്ചുവരുത്തി കപ്പം തന്നു സാമന്തനായി ഭരിച്ചുകൊള്ളാൻ ഏർപ്പാടുചെയ്ത ശേഷം ഹൈദർ നാട്ടിലേക്കു മടങ്ങി.

ഹൈദർ തിരുവിതാംകൂറിനുനേരെ

ഹൈദർ കോഴിക്കോട്ടായിരുന്നപ്പോൾ കൊച്ചിയിലെ ഡച്ച് കമാന്റർ മൂൺസ് അദ്ദേഹത്തെ അഭിനന്ദിക്കാനും സൗഹൃദം സ്ഥാപിക്കാനുമായി രണ്ടു പ്രതിനിധികളെ അയച്ചു. നെടിയിരിപ്പിൽ ഡച്ചുകാർക്കുണ്ടായിരുന്ന വാണിജ്യബന്ധം നിലനിർത്താനും തിരുവിതാംകൂറിലെയും കൊച്ചിയിലെയും രാജാക്കന്മാർ ഡച്ചു കമ്പനിയുടെ സഖികളാണെന്ന കാര്യം ഓർമ്മിപ്പിക്കുവാനുമായിരുന്നു ദൗത്യം. കൊടുങ്ങല്ലൂരിനും ചേറ്റുവായ്ക്കും ഇടയ്ക്കുള്ള മണപ്പുറം ഡച്ചുകാരുടെ വകയാണെന്നതിനാൽ അവിടെ ഹൈദർ പ്രവേശിക്കരുതെന്നും പ്രതിനിധികൾ ആവശ്യപ്പെട്ടു. വളരെ സൗമ്യമായിട്ടാണ് അവർക്കുനേരെ ഹൈദർ പെരുമാറിയത്. ഡച്ച് ഈസ്റ്റിന്ത്യാക്കമ്പനിയുമായി ശാശ്വത സൗഹൃദം സ്ഥാപിക്കാൻ ഹൈദർ ഒരുക്കമായിരുന്നു. കമ്പനിക്കാവശ്യമാണെങ്കിൽ 30,000 വരുന്ന മൈസൂർ പടയുടെ സേവനം അവർക്ക് നല്കുവാനും തയ്യാർ. പകരം ഹൈദർ തെക്കോട്ടു (തിരുവിതാംകൂറിനുനേരെ) പുറപ്പെടുകയാണെങ്കിൽ 1000 ഡച്ചു ഭടന്മാരെ കമ്പനി നല്കണം. അതിന്റെ ചെലവു മൈസൂർ വഹിക്കും. മണപ്പുറംവഴി തെക്കോട്ടു പോവുകയാണെങ്കിൽ കമ്പനിയുടെ ആൾക്കാരെയോ വസ്തുക്കളെയോ ശല്യം ചെയ്യുകയില്ല. കമ്പനിയോടുള്ള മൈത്രി പരിഗണിച്ച്

കൊച്ചി രാജാവിന്റെ നാട്ടിലും ശല്യംചെയ്യുകയില്ല. പശ്ചിമതീരത്തു ഹൈദരുടെ നിയന്ത്രണത്തിൽ വരുന്ന നാടുകളിലൊക്കെ ഡച്ചുകാർക്കു ശല്യം ചെയ്യാതിരിക്കുന്നതിനു ചില വ്യവസ്ഥകളും ഉന്നയിക്കപ്പെട്ടു. മലബാറിൽ ഹൈദർക്കുണ്ടായ സൈനിക ചെലവിന്റെ ഒരു ഭാഗം കൊച്ചീ രാജാവു നല്കണം. കമ്പനി മാദ്ധ്യസ്ഥം വഹിക്കുകയും വേണം. നാലു ലക്ഷം രൂപയും എട്ടാനയും കൊച്ചിയിൽനിന്നും പതിനഞ്ചു ലക്ഷം രൂപയും മുപ്പതാനയും തിരുവിതാംകൂറിൽനിന്നും ലഭിക്കണമെന്നായിരുന്നു ഹൈദരുടെ ആവശ്യം. തിരുവിതാംകൂർ വഴങ്ങിയില്ലെങ്കിൽ താനവിടം 'സന്ദർശിക്കും' എന്നും ഭീഷണിയുണ്ടായിരുന്നു. ഇക്കാര്യത്തിൽ വേണ്ടതു ചെയ്യാമെന്നു പറഞ്ഞു ഡച്ചു പ്രതിനിധികൾ കൊച്ചിയിലേക്കു മടങ്ങി.

തിരുവിതാംകൂറിനു നേരെ ഹൈദർക്കു ശത്രുത തോന്നാൻ കാരണമായി ചില ചരിത്രകാരന്മാർ കല്പിക്കുന്ന സംഭവം ഇപ്രകാരമാണ്.

1757 ൽ ഹൈദർ മൈസൂർ സൈന്യത്തിലെ ഒരു ഉദ്യോഗസ്ഥനായിരുന്ന കാലത്തു തന്നെ അദ്ദേഹത്തിന്റെ ശ്രദ്ധ ഇങ്ങോട്ടു തിരിഞ്ഞിരുന്നു. അന്നു തിരുവിതാംകൂർ രാജാവായിരുന്ന മാർത്താണ്ഡവർമ്മ തന്റെ നായർ പ്രഭുക്കന്മാരെ അമർച്ച ചെയ്യുന്നതിനുവേണ്ടി ഹൈദരാലിയുടെ സഹായത്തിനപേക്ഷിച്ചു. പ്രബലമായ ഒരു സേനയെ തിരുവിതാംകൂറിലേക്കയക്കാമെന്നു ഹൈദർ സമ്മതിക്കുകയും തുടർന്ന് അതിനുള്ള ഒരുക്കങ്ങൾ നടത്തുകയും ചെയ്തു. ഹൈദരാലിയുടെ സഹായ വാഗ്ദാനത്തെക്കുറിച്ചുള്ള വാർത്ത ഈ പ്രഭുക്കന്മാരെ സംഭീതരാക്കുകയും അവർ വിളംബരം കൂടാതെ മഹാരാജാവിനു കീഴടങ്ങുകയുമുണ്ടായി. തിരുവിതാംകൂറിലെ നായർ പ്രഭുക്കന്മാർ കീഴടങ്ങിയതുമൂലം ഒരു ആഭ്യന്തര കലാപത്തിൽനിന്നും രാജാവ് രക്ഷനേടുകയും അങ്ങനെ ഹൈദരാലിയുടെ സഹായം ആവശ്യമില്ലാതായിത്തീരുകയും ചെയ്തു. ഈ സംഗതി മഹാരാജാവ് ഹൈദരാലിയെ അറിയിച്ചെങ്കിലും സൈന്യശേഖരത്തിനു വന്ന ഭീമമായ ചെലവു തിരുവിതാംകൂർ മഹാരാജാവ് നല്കണമെന്നു നിർബ്ബന്ധിക്കുകയാണ് ഹൈദരാലി ചെയ്തത്. ഈ ആവശ്യം മഹാരാജാവു തള്ളിക്കളഞ്ഞു. അന്നുമുതൽ പ്രതികാരത്തിനു തക്കംപാത്തിരിക്കുകയായിരുന്നു ഹൈദരാലി.[3] പല കാരണങ്ങളാലും അവിശ്വസനീയമാണ് ഈ കഥ. 1755 മുതൽ 1758 വരെയാണ് ഹൈദർ ദിണ്ടുക്കൽ ഫൗജ്ദാറായിരുന്നത്. മുഹമ്മദാലി നവാബിനെതിരെ ആദ്യം മഹ്ഫൂസ്ഖാനെയും പിന്നീട് യൂസഫ്ഖാനെയും സഹായിക്കുകയായിരുന്നു ഹൈദരുടെ പ്രധാന ദൗത്യം. ഇക്കാലത്ത് തിരുവിതാംകൂർ സൈന്യവും കളക്കാടു പ്രദേശങ്ങൾ കൈവശപ്പെടുത്തി കളക്കാട്ടു കോട്ടയിൽ താവളമടിച്ചുകിടക്കുകയായിരുന്നു. ഹൈദരാലിയും മാർത്താണ്ഡവർമ്മയും മുഹമ്മദാലി നവാബിന്റെ ശത്രുക്കളെന്ന നിലയിൽ ഒരുപക്ഷേ, ധാരണയുണ്ടായിരുന്നിരിക്കാം. പുലിത്തേവർ തുടങ്ങിയ പാളയക്കാരന്മാർ അതിനു മാദ്ധ്യസ്ഥം വഹിച്ചു എന്നു കരുതാനും ന്യായമുണ്ട്. മാർത്താണ്ഡവർമ്മയുടെ ഇംഗ്ലീഷ് പ്രേമമായിരിക്കാം അതിനു കാരണം.

ഹൈദർഖാന് തിരുവിതാംകൂറിനോടു മുൻ വിരോധം ഉണ്ടായിരുന്നു എങ്കിൽ തീർച്ചയായും അതിനു കാരണം കർണാട്ടിക് നവാബുമായുള്ള എതിർപ്പിൽ രണ്ടു പ്രാവശ്യം തിരുവിതാംകൂർ മൈസൂറിനെ 'വഞ്ചിച്ച'താണ്.

ക്രി. 1755–58 കാലത്തു വിദേശസൈനിക സഹായം ആവശ്യപ്പെടുന്ന അവസ്ഥയിലായിരുന്നില്ല തിരുവിതാംകൂർ. ഏതുനിമിഷം വേണമെങ്കിലും എറണാകുളവും മട്ടാഞ്ചേരിയും തൃപ്പൂണിത്തുറയും പിടിച്ചെടുക്കാവുന്ന സ്ഥിതിയിലായിരുന്നു അന്നു തിരുവിതാംകൂർ. അന്ന് അങ്ങനെ ചെയ്യാത്തതു മറ്റെന്തോ പരിഗണനയിലാണെന്നു കൊച്ചിയിലെ ഡച്ച്കമാന്റർ രേഖപ്പെടുത്തിയിരുന്നു.[4] തിരുവിതാംകൂർ സൈന്യം കളക്കാട്ട് നിലയുറപ്പിച്ചിരുന്നു. പോരെങ്കിൽ സ്വന്തം പ്രജകളെ അടിച്ചമർത്താൻ വിദേശ സൈനിക സഹായം ആവശ്യപ്പെടാൻമാത്രം മൂഢനായിരുന്നില്ല മാർത്താണ്ഡവർമ്മ. ദിണ്ടുക്കൽ നിന്ന് ഉത്തര തിരുവിതാംകൂറിലേക്കു സേനയെ നയിക്കുക എന്നതും എളുപ്പമുള്ള കാര്യമല്ല എന്ന് അന്നത്തെ രാഷ്ട്രീയസ്ഥിതിയും ഭൂമിശാസ്ത്രവും മനസ്സിലാക്കിയാൽ അറിയാവുന്നതേയുള്ളൂ. മാർത്താണ്ഡവർമ്മ ഹൈദരാലിയെ തിരുവിതാംകൂറിലേക്കു ക്ഷണിച്ചില്ല എന്നു തീർത്തു പറയാമെങ്കിലും ഹൈദർക്കു തിരുവിതാംകൂറിനോടു പൂർവ്വ വിരോധം ഉണ്ടായിരുന്നില്ല എന്നു പറയാനാവില്ല. അപ്രകാരം ഉണ്ടായിരുന്നുവെങ്കിൽ അതിനു കാരണം തിരുവിതാംകൂറിന്റെ തെറ്റായ നയംമൂലമായിരുന്നു എന്നു വേണം കരുതാൻ. പക്ഷേ, മാർത്താണ്ഡവർമ്മയെപ്പോലെതന്നെ സ്ഥിരം ശത്രുക്കളും മിത്രങ്ങളും ഹൈദർക്കും ഇല്ലായിരുന്നു. രണ്ടുപേർക്കും അധികാരവും ധനവും ആയിരുന്നു പ്രധാന ലക്ഷ്യങ്ങൾ. അന്നത്തെ ദക്ഷിണേന്ത്യയിലെ സ്ഥിതിഗതികൾ വച്ചുനോക്കുമ്പോൾ ധനത്തിൽ കൂടെയല്ലാതെ അധികാരം നേടാനും ഉറപ്പിക്കാനും സാദ്ധ്യമല്ല എന്നു കാണാം. മൈസൂറിനെ നിരന്തരം കൊള്ളയടിച്ചിരുന്ന മഹാരാഷ്ട്രർക്കു ദശലക്ഷങ്ങളാണ് ഓരോതവണയും നല്കേണ്ടിയിരുന്നത്. അതിനുള്ള ധനം അയൽനാടുകളിൽ നിന്നും നേടിയെടുക്കുക എന്നതായിരുന്നു ഹൈദരുടെ പരിപാടി. തിരുവിതാംകൂറിൽ നിന്നും 15 ലക്ഷം രൂപ നസറാണ ആവശ്യപ്പെട്ടത് പൂർവ്വ വൈരാഗ്യംകൊണ്ടല്ല, ഹൈദരുടെ അമിതമായ ധനമോഹം ഒന്നുകൊണ്ടുമാത്രമാണ് എന്നാണ് കരുതേണ്ടിയിരിക്കുന്നത്. ഹൈദർ ഈ ആവശ്യം ഉന്നയിച്ചപ്പോൾ തിരുവിതാംകൂറും കർണാടകവുമായി ഇംഗ്ലീഷുകാരുടെ മദ്ധ്യസ്ഥതയിൽ സമാധാന ചർച്ചകൾ നടത്തുകയായിരുന്നു. കർണ്ണാടക നവാബിന്റെ ഉദ്ദേശ്യവും അതിൽ ഉണ്ടായിരുന്നിരിക്കാം. കർണ്ണാടക നവാബുമായി കീഴടങ്ങൽ ഉടമ്പടി ഒപ്പുവയ്ക്കുന്നതിന് എട്ടുമാസം മുമ്പാണ് ഹൈദർ തിരുവിതാംകൂറിന്റെ സൗഹൃദം ആവശ്യപ്പെട്ടത്. അതായത് ഹൈദർ തിരുവിതാംകൂറിന്റെ സൗഹൃദം ആവശ്യപ്പെട്ട് എട്ടു മാസത്തിനു ശേഷമാണ് തിരുവിതാംകൂർ കർണ്ണാടക നവാബിന്റെ സാമന്ത പദവി സ്വീകരിച്ചത്.

കൊച്ചിയിലെ ഡച്ച് ഗവർണ്ണർ ഹൈദരുടെ ആവശ്യങ്ങൾ തിരുവിതാംകൂറിനെയും കൊച്ചിയെയും അറിയിച്ചു. തന്റെ ഉപദേശപ്രകാരമല്ല

ഹൈദർ മലബാർ ആക്രമിച്ചതെന്നും അതുകൊണ്ടു നഷ്ടപരിഹാരം ചെയ്യാൻ താൻ ബാദ്ധ്യസ്ഥനല്ലെന്നുമായിരുന്നു തിരുവിതാംകൂർ രാജാവിന്റെ പ്രതികരണം. താനിപ്പോഴും കർണ്ണാടക നവാബിനു കപ്പം കൊടുത്തുവരുന്ന സ്ഥിതിക്കു മറ്റൊരാൾക്കു കൂടെ കപ്പം നല്കാനാവില്ല എന്നു അദ്ദേഹം പറഞ്ഞു. കോലത്തിരിയെയും സാമൂതിരിയെയും വീണ്ടും വാഴിക്കുകയാണെങ്കിൽ അവർ നല്ലൊരു സംഖ്യ ഹൈദർക്കു നല്കാൻ തയ്യാറാകും. പക്ഷേ, അതിനുള്ള തുക ഡച്ച് കമ്പനി അവർക്ക് മുൻകൂറായി നല്കണം. ഈ വ്യവസ്ഥകൾ ഹൈദരുമായി സംസാരിക്കാൻ തിരുവിതാംകൂറിന്റെ പ്രതിനിധിയോടൊപ്പം ഒരു ഡച്ച് പ്രതിനിധിയെക്കൂടി അയയ്ക്കണമെന്നും രാജാവു നിർദ്ദേശിച്ചു. കൊച്ചിരാജാവിന്റെ പ്രതികരണമാകട്ടെ ഡച്ചുകമ്പനി പറയുംപോലെ പ്രവർത്തിക്കാമെന്നു മാത്രമായിരുന്നു. കോലത്തുനാടും നെടിയിരിപ്പും കോലത്തിരിക്കും സാമൂതിരിക്കും തിരികെ നല്കണമെന്ന് കൊച്ചീരാജാവും വാദിച്ചു. നടക്കാത്ത ഈ വ്യവസ്ഥകളുമായി ഹൈദരെ സമീപിക്കുന്നതിൽ പ്രയോജനമില്ലെന്നു കരുതിയ ഡച്ച് ഗവർണർ മാദ്ധ്യസ്ഥത്തിൽനിന്നും ഒഴിഞ്ഞുമാറാൻ ശ്രമിക്കുകയാണ് ചെയ്തത്. ഹൈദരുടെ വ്യവസ്ഥകൾ രാജാക്കന്മാരെ അറിയിച്ചിട്ടുണ്ടെന്നു മാത്രം ഒരു സന്ദേശം ഹൈദർക്കു നല്കി ഗവർണർ മൗനം പാലിച്ചു. മഹാരാഷ്ട്രർ മൈസൂരിൽ പ്രവേശിക്കാൻ തയ്യാറാകുന്നതായി വിവരം ലഭിച്ചതുകൊണ്ടാകാം കാത്തിരുന്നു കാണാം എന്നു ഡച്ചുകാർ തീരുമാനിച്ചത്. കോലത്തിരിയെയും സാമൂതിരിയെയും വാഴിക്കാൻ സഹായിക്കുമെങ്കിൽ അവരുടെ നാട്ടിലെ കുരുമുളകു മുഴുവൻ കണ്ടിക്ക് 70 രൂപാവച്ച് ഡച്ചുകമ്പനിക്കു നല്കാൻ ഏർപ്പാടുചെയ്യാമെന്നു തിരുവിതാംകൂർ രാജാവ് വാഗ്ദാനം ചെയ്തെങ്കിലും ഹൈദർക്കുള്ള നസറാണ മുൻകൂറായി ഡച്ചുകാർ നല്കണമെന്ന ആവശ്യം ഡച്ചുകാർക്കു സ്വീകാര്യമായിരുന്നില്ല.

കാലവർഷം അടുത്തതിനാൽ തല്ക്കാലം തെക്കോട്ടുള്ള പ്രയാണം ഹൈദർ വേണ്ടെന്നു വച്ചു. പാലക്കാട്ടച്ചനും കോയമ്പത്തൂർ രാജാവും ഹൈദരെ അനുമോദിച്ചു, കോയമ്പത്തൂരിനു സമീപം മദുക്കരയിൽ ഒരു വിഭാഗം സൈന്യത്തെ നിർത്തിയശേഷം മേയ്മാസത്തിൽ ഹൈദർ ശ്രീരംഗപട്ടണത്തേക്കു മടങ്ങി. കാലവർഷം ആരംഭിച്ചതോടെ ചിറയ്ക്കലെയും കടത്തനാട്ടെയും മാടമ്പിമാർ ഒളിവിൽ നിന്ന് പുറത്തുവന്ന് മൈസൂരിന്റെ ഭരണസിരാകേന്ദ്രങ്ങൾ ഓരോന്നായി തിരിച്ചുപിടിച്ചു. വിവരം അറിഞ്ഞു മദുക്കരയിൽനിന്നും റാസാ സാഹിബിന്റെ കീഴിലുള്ള സൈന്യം മലബാറിലേയ്ക്കു പുറപ്പെട്ടുവെങ്കിലും പേമാരിമൂലം കരകവിഞ്ഞൊഴുകിയ പുഴകൾമൂലം അപകടസ്ഥിതിയിലായി. ഈ വിവരമറിഞ്ഞ് 3000 കുതിരക്കാരും 1000 കാലാളുകളും അടങ്ങിയ ഒരു വലിയ സൈന്യവുമായി ഹൈദർ മലബാറിലേക്കു പാഞ്ഞെത്തി. സുശിക്ഷിതരായ മൈസൂർ പടയുമായി എതിർത്തുനില്ക്കാൻ കഴിയാത്ത 'ലഹളക്കാർ' വീണ്ടും ഒളിവിൽ പോയി. എങ്കിലും കിട്ടിയവരെ 'മാതൃകാപരമായി' ശിക്ഷിക്കാൻ ഹൈദർ മടിച്ചില്ല. ലഹളക്കാരായ നായന്മാരെ സമുദായത്തിലെ താണ

വരാക്കിക്കൊണ്ടു ഹൈദർ വിളംബരം പുറപ്പെടുവിച്ചു എന്നൊരു കഥയുണ്ട്. ഹൈദർ വളരെ നിർദ്ദയനായിരുന്നുവെങ്കിലും തനിക്കു ലാഭമില്ലാത്ത ഒരു ക്രൂരകൃത്യവും അദ്ദേഹം ചെയ്തിരുന്നില്ല എന്നതാണു വസ്തുത. അദ്ദേഹത്തിന്റെ മതസഹിഷ്ണുത ഇംഗ്ലീഷുകാർപോലും സമ്മതിച്ചിട്ടുള്ളതാണ്.

മലബാറിലെ കലാപങ്ങൾക്കു തിരുവിതാംകൂറിന്റെ ധാർമ്മികമായ പിന്തുണയുണ്ടായിരുന്നു എന്നത് നിസ്സംശയമാണ്. കോലത്തിരി കുടുംബത്തിലെ എല്ലാ ശാഖകളും തിരുവിതാംകൂറിന്റെ വിവിധ ഭാഗങ്ങളിലായി താമസമാക്കിയിരുന്നു. കോലത്തിരി കുടുംബത്തിൽനിന്നും ആറ്റിങ്ങലിലേക്കു ദത്തെടുക്കപ്പെട്ട കാർത്തികതിരുനാൾ പാർവ്വതീഭായി തമ്പുരാട്ടിയുടെ പുത്രനാണ് തിരുവിതാംകൂർ രാജാവായ രാമവർമ്മ എന്നും ഓർക്കേണ്ടതാണ്. കാർത്തികതിരുനാൾ അന്നു ആറ്റിങ്ങൽ റാണിയായിരുന്നു. കോലത്തുനാടിന്റെ സുസ്ഥിതിയിൽ തിരുവിതാംകൂർ രാജാവ് എത്രമാത്രം തല്പരനായിരുന്നു എന്നത് ഊഹിക്കാവുന്നതേയുള്ളൂ. 1766 ജൂലൈ മാസത്തിലും ആഗസ്തിലും തിരുവിതാംകൂർ രാജാവ് ബോംബെ ഗവർണ്ണർക്കയച്ച കത്തുകളിൽ, കോലത്തു നാട്ടിലെ കാര്യങ്ങളിൽ അദ്ദേഹം എത്രമാത്രം ഉൽക്കണ്ഠാകുലനായിരുന്നു എന്നു വ്യക്തമാകും. മലബാറിനെ അടിച്ചമർത്തുന്നതിൽ ഹൈദർക്കു ഡച്ചുകാരുടെ ഒത്താശയുണ്ടെന്നു കൂടെ അദ്ദേഹം എഴുതിച്ചേർത്തു. കോലത്തിരിയെയും സാമൂതിരിയെയും പുനരധിവസിപ്പിക്കാൻ സഹായിച്ചാൽ അവരുടെ നാട്ടിലെ കുരുമുളകു മുഴുവനും കുത്തകയായി കണ്ടിക്ക് 70 രൂപാ വിലവച്ച് ഇംഗ്ലീഷുകാർക്കു നല്കാമെന്നും രാജാവ് ഉറപ്പു നൽകി. ഈ ഉറപ്പ് രാജാവ് ഡച്ചുകാർക്കും നല്കിയതാണെങ്കിലും അവരതു സ്വീകരിച്ചില്ല എന്നു നാം കണ്ടതാണ്. മലബാറിലെ കലാപകാരികൾക്ക് തിരുവിതാംകൂർ പ്രോത്സാഹനം നല്കുന്നതിലും ഡച്ചുകാർ സന്തുഷ്ടരല്ലായിരുന്നു. അനാവശ്യമായി ഹൈദരെ പ്രകോപിപ്പിക്കരുതെന്നായിരുന്നു അവരുടെ നയം. 1766 ഒക്ടോബർ മാസം 14-ാം തീയതി തിരുവിതാംകൂർ ദളവാ സുബ്ബയ്യൻ കൊച്ചിയിൽ ചെന്നു ഡച്ചു ഗവർണ്ണറുമായി നടത്തിയ സംഭാഷണത്തിൽ നിന്നും ഡച്ചുകാരുടെ നയം വ്യക്തമാകുന്നു. രേഖപ്പെടുത്തിയ സംഭാഷണം ഇപ്രകാരമാണ്.

ദളവാ: തൃപ്പാപ്പിൽ സ്വരൂപവും ബഹുമാനപ്പെട്ട കുമ്പഞ്ഞിയുമായിട്ടുള്ള ചേർപ്പ് വിഘ്നം വരുത്തത്തക്കവണ്ണം ചില ദുഷ്ടന്മാര് ഏറിയോരു കളവും ഉരുട്ടുകളും ബഹുമാനപ്പെട്ട കുമുദവരോടു[5] വന്നു പറയുകയും ചെയ്യും. ആയത് ഒന്നും വിശ്വസിക്കരുതെന്നു തിരുമനസ്സുകൊണ്ടു അപേക്ഷിക്കുക ആകുന്നത്.

ഗവർണ്ണർ : കൊടുത്തയച്ച തിരുവെഴുത്തു വായിച്ചതിന്റെ മറുപടി ഉടനെ അങ്ങോട്ടു കൊടുത്തയക്കുകയും ചെയ്യുമെന്നും ദുഷ്ടന്മാർ പറയുന്ന കളവും ഉരുട്ടുകളും നോം ഒരു നാളും വിശ്വസിക്കുകയില്ലായെന്നും മലയാളത്തിലുള്ള രാജാക്കന്മാർ ബഹുമാനപ്പെട്ട കുമ്പഞ്ഞിയോടു നല്ല മനസ്സോടുകൂടെയിരിക്കുന്ന കാര്യം പോലെ ബഹുമാനപ്പെട്ട കുമ്പഞ്ഞി

അങ്ങോട്ടേയ്ക്കും അവ്വണ്ണം തന്നെ ഇരിക്കുകയും ചെയ്യും.

ദളവാ : അയിതലിനായ്ക്കൻ[6] നാലുവഴിയായിട്ടു അത് ആകുന്നത് മണപ്പുറം വഴിക്കും തൃശ്ശിവപേരുരു വഴിക്കും തെക്കുംമലവഴിക്കും കടൽ വഴിക്കും കൂടെവരത്തക്കവണ്ണം ഭാവം ആകുന്നു എന്ന് കേൾപ്പാനുണ്ട്. ആയതുകൊണ്ട് ബഹുമാനപ്പെട്ട കുമുദവരുമായിട്ടു വിചാരിച്ച് അങ്ങേ രാജ്യത്തിന്റെയും പ്രജകളുടെയും ഗുണത്തിനു ഒരു നില ഉറയ്ക്കത്തക്കവണ്ണം തിരുമനസ്സുകൊണ്ട് കല്പിച്ചയച്ചിട്ടുമുണ്ട്.

ഗവർണ്ണർ : അയിതലിനായ്ക്കൻ തെക്കോട്ടേയ്ക്കു വരുമെന്നുള്ള പ്രകാരം ബഹുമാനപ്പെട്ട കുമുദവരു കൂടെ കേൾക്കുകയും ചെയ്തു. എന്നിട്ട് അതിന്റെ സൂക്ഷ്മം ഇമ്മിയോളം ഗ്രഹിച്ചിട്ടുമില്ല. അയതിലനായ്ക്കൻ മണപ്പുറം വഴിക്കും കടൽ വഴിക്കും വരത്തക്കവണ്ണം പുറപ്പെട്ടാൽ ആ വഴിക്കു വരാതെ കണ്ടു ബഹുമാനപ്പെട്ട കുമുദവര് ഏറിയ പ്രയത്നം ചെയ്തിട്ടു നിറുത്തുകയും ചെയ്യും. അതിനിടയിൽ ബത്താവിൽ ഇരിക്കുന്ന എജമാനൻമാരുടെ കല്പന ഇവിടെ വരികയും ചെയ്യും. എന്നാൽ അയിതലിനായ്ക്കനും രാജാക്കളും തമ്മിൽ യോജിപ്പിക്കത്തക്കവണ്ണം ഉത്സാഹിക്കുകയും ചെയ്യും.

ഹൈദരലിയേയും തിരുവിതാംകൂർ കൊച്ചി രാജാക്കന്മാരേയും തമ്മിൽ യോജിപ്പിക്കാൻ വേണ്ട ശ്രമം ചെയ്യാമെന്നു ഡച്ചു ഗവർണ്ണർ ഉറപ്പുനല്കിയെങ്കിലും അതിനു തിരുവിതാംകൂർ യാതൊരു വിലയും കല്പിച്ചിരുന്നില്ല. ഹൈദർഖാനെ പ്രകോപിപ്പിക്കുന്ന നടപടികൾ തിരുവിതാംകൂർ തുടർന്നുകൊണ്ടിരുന്നു. 1762 ൽ ഹൈദർ കാനറായിൽ പ്രവേശിക്കുകയും മലബാറിൽ വരാൻ സാദ്ധ്യതയുണ്ടെന്നു മനസ്സിലാക്കുകയും ചെയ്ത ഉടനെ തന്നെ പെരുമ്പടപ്പിനെ രണ്ടായി വിഭജിച്ചുകൊണ്ട് പടിഞ്ഞാറു കുരിയാപ്പള്ളി മുതൽ കിഴക്കു ചെറുപുത്തുമല വരെ 30 നാഴിക നീളത്തിൽ നെടുംകോട്ട കെട്ടിയിട്ടുണ്ടായിരുന്നു. അയ്യപ്പൻ മാർത്താണ്ഡപിള്ള ദളവായുടെയും ഡിലനോയിയുടെയും മേൽനോട്ടത്തിൽ നിർമ്മിക്കപ്പെട്ട ആ കോട്ടയ്ക്കും കൊടുങ്ങല്ലൂർ പുഴയ്ക്കും ഇടയ്ക്ക് അല്പം ഭാഗം ഗതാഗതയോഗ്യമായിട്ടുണ്ടായിരുന്നു. 1766 ജൂലൈ മാസത്തിൽ ആ ഭാഗം കൂടെ ഒരു കോട്ട കെട്ടി അടച്ചു. തന്മൂലം കൊച്ചി രാജ്യത്തിലുള്ളവർക്കു തെക്കുനിന്നും വടക്കോട്ടും വടക്കുനിന്നു തെക്കോട്ടും പോകണമെങ്കിൽ തിരുവിതാംകൂർ സൈന്യത്തിന്റെ നിയന്ത്രണത്തിലുള്ള കോട്ടവാതിലുകളിൽ കൂടെ മാത്രമേ സാദ്ധ്യമാവൂ. തിരുവിതാംകൂറിന്റെ ആശ്രിതനായിരുന്ന കൊച്ചിരാജാവിനുപോലും ഇതു പ്രയാസങ്ങൾ സൃഷ്ടിച്ചു. ഡച്ചുകാർ ഇതിൽ ശക്തിയായി പ്രതിഷേധിച്ചു. എന്തെന്നാൽ ഇനിമേൽ ഹൈദർക്ക് തെക്കോട്ടു കടക്കണമെങ്കിൽ ഡച്ചുകാരുടെ വകയായ മണപ്പുറം വഴി മാത്രമേ സാദ്ധ്യമാവുമായിരുന്നുള്ളൂ. മണപ്പുറം ദ്വീപിന്റെ വടക്കേയറ്റം ചേറ്റുവാക്കോട്ടയും തെക്കേയറ്റം കൊടുങ്ങല്ലൂർ കോട്ടയും അവരുടെ വകയായിട്ടുണ്ടായിരുന്നുവെങ്കിലും മണപ്പുറം ദ്വീപിനെപ്പറ്റി അവകാശത്തർക്കം നിലവിലുണ്ടായിരുന്നു. 1717 ൽ അന്യായമായ മാർഗ്ഗത്തി

ലൂടെ സാമൂതിരിയിൽനിന്നും കൈവശപ്പെടുത്തിയതായിരുന്നു ആ പ്രദേശം. സാമൂതിരിരാജ്യം ഹൈദരുടെ നിയന്ത്രണത്തിലായതോടുകൂടി മണപ്പുറത്തിനുമേൽ സ്വാഭാവികമായും ഹൈദർ അവകാശവാദം ഉന്നയിക്കാനിടയുണ്ട്. തിരുവിതാംകൂറും മൈസൂറുമായി സഖ്യമുണ്ടാക്കാൻ ശ്രമിച്ചുകൊണ്ടിരിക്കുന്ന ലന്തക്കാർക്കും തിരുവിതാംകൂറിന്റെ നടപടി പ്രയാസങ്ങൾ സൃഷ്ടിച്ചു. ഇംഗ്ലീഷുകാരുടെ ഉപദേശപ്രകാരം മാത്രമാണ് തിരുവിതാംകൂർ ഇത്തരം പ്രവൃത്തികളിലേർപ്പെട്ടിരുന്നതെന്നു പരക്കെ അറിവുള്ളതാണ്. അതുകൊണ്ടാണ് തിരുവിതാംകൂർ ദളവാ ഡച്ചു ഗവർണ്ണറോട് 'തൃപ്പാപ്പൂർ സ്വരൂപവും ലന്തക്കമ്പനിയുമായുള്ള സൗഹാർദ്ദത്തിനു തുരങ്കം വയ്ക്കാൻ ചില ദുഷ്ടന്മാർ ഏറിയോരു നുണകൾ പറയുന്നത് കമ്പനി വിശ്വസിക്കരുത്' എന്നു പറഞ്ഞത്.

തിരുവിതാംകൂറിലെ ദളവായും ഡച്ച് ഗവർണറും തമ്മിൽ സംഭാഷണം കഴിഞ്ഞു സുമാർ രണ്ടുമാസം കഴിഞ്ഞാണ് കർണ്ണാടക നവാബിന്റെ കീഴിൽ ജമീന്ദാരായി സ്വയം തരംതാഴ്ത്തിക്കൊണ്ടു തിരുവിതാംകൂർ രാജാവ് അഞ്ചുകൈച്ചീട്ടുകൾ എഴുതിക്കൊടുത്തത്. അതിൽ ഹൈദർഖാനെതിരെ ആവശ്യമുള്ള സൈന്യത്തെ നല്കി നവാബിനെ സേവിച്ചുകൊള്ളാമെന്നു രാജാവ് ശ്രീപത്മനാഭനെക്കൊണ്ട് സത്യം ചെയ്തു പറഞ്ഞു. അന്നു ഹൈദർഖാൻ മലബാറിലുണ്ടായിരുന്നു. ഒക്ടോബർ മാസത്തിൽ ഹൈദർഖാൻ തിരുവിതാംകൂറിനെതിരെ പുറപ്പെടുമെന്നു ബലമായ ശ്രുതിയും ഉണ്ടായിരുന്നു. എങ്കിൽപ്പോലും ഹൈദർക്കെതിരെ തിരുവിതാംകൂറിനെ സഹായിക്കാമെന്നു നവാബ് സമ്മതിച്ചിരുന്നുമില്ല. ഒരുപക്ഷേ, അത്തരം ഒരു ഉറപ്പിന്റെ ആവശ്യമില്ലായിരിക്കാം. കാരണം നവാബ് സൈനികമായി തിരുവിതാംകൂറിനേക്കാൾ വളരെ ദുർബ്ബലനായിരുന്നു. ഇംഗ്ലീഷുകാരുടെ കാരുണ്യം കൊണ്ടുമാത്രം നിലനില്ക്കുന്ന ആളുമായിരുന്നു. തിരുവിതാംകൂറിന്റെ ഉപദേഷ്ടാക്കൾ രാജാവിനെ ഒറ്റുകൊടുത്തു എന്നു സംശയിക്കേണ്ടിയിരിക്കുന്നു. ഇംഗ്ലീഷുകാരുടെ നയതന്ത്രവിജയമായിരുന്നു തിരുവിതാംകൂർ രാജാവിനെ തങ്ങളുടെ ആശ്രിതന്റെ ആശ്രിതനാക്കി നിർത്തിയത്. ഡച്ചുകാർക്കും സ്വാർത്ഥതാല്പര്യങ്ങൾ ഉണ്ടായിരുന്നുവെങ്കിലും ഹൈദരെയും തിരുവിതാംകൂറിനെയും യോജിപ്പിച്ചു നിർത്താനായിരുന്നു അവരുടെ ശ്രമം. അനന്തര സംഭവങ്ങൾ അതു തെളിയിക്കുന്നു.

1767 ജനുവരി മാസത്തിൽ മഹാരാഷ്ട്രരും ഹൈദരാബാദിലെ നൈസാമും ഇംഗ്ലീഷുകാരും യോജിച്ച് മൈസൂരിനെ ആക്രമിക്കാൻ പുറപ്പെട്ടിട്ടുണ്ടെന്നറിഞ്ഞു ഹൈദർഖാൻ അങ്ങോട്ടേയ്ക്കു പോയി. ഫെബ്രുവരി 10-ാം തീയതി മൈസൂറിന്റെ നാവികപ്പടയിലെ 28 പടക്കപ്പലുകൾ കൊച്ചി അഴിമുഖത്ത് കോട്ടമതിലിനരികെ നങ്കൂരമിട്ടുകിടന്നു. മഹാരാഷ്ട്രരുടെ പടക്കപ്പലുകളെപ്പറ്റി അന്വേഷിക്കാൻ എത്തിയതായിരുന്നു കപ്പൽപ്പട. പിറ്റേദിവസംതന്നെ അവർ വടക്കോട്ട് മടങ്ങിപ്പോവുകയും ചെയ്തു. ഈ വിവരം തിരുവിതാംകൂറിനെയും കൊച്ചിയെയും ഡച്ച്

ഗവർണ്ണർ അറിയിച്ചു. താൻ നല്കിയ ഉറപ്പിന്മേലാണ് അവർ മടങ്ങിപ്പോയതെന്നായിരുന്നു ഗവർണർ പറഞ്ഞത്. വിവരം അറിഞ്ഞ ഉടനെ ദളവാ സുബ്ബയ്യൻ കൊച്ചിയിലെത്തി പാലിയത്തച്ചനുമൊത്ത് കൊച്ചിക്കോട്ടയിൽ ചെന്ന് ഗവർണറെ കണ്ടു. സംഭാഷണം ഇപ്രകാരമായിരുന്നു.[7]

ദളവാ : നവാബിന്റെ (ഹൈദരുടെ) പാളയം മലയാളത്തിൽ വന്നിട്ട് ഒരുകാലമായി. ദേവബ്രാഹ്മണരോടും രാജാക്കന്മാരോടും ഏറിയ ഉപദ്രവം ചെയ്തുകൊണ്ട് അവർ ഒക്കെയും എഴുന്നള്ളി ഇരിക്കുന്നേടത്തു വന്നു പാർക്കുന്നു. അവർക്കു നിദാനത്തിന് ഏറിയ ദ്രവ്യം ചെലവ് ആയി. ഇനിയും ചെലവിടാൻ ഏറിയ പരാധീനം തന്നെ ആകുന്നു. കോലത്തിരി രാജാവും സാമൂതിരിപ്പാടും അവരുടെ രാജ്യത്തിൽ കടന്നിരിക്കാൻ ഇപ്പോൾ നല്ല സമയം ആകുന്നു. എന്ന് അവരു പറയുന്നു. ആയതു കൊണ്ടു ബഹുമാനപ്പെട്ട കുമ്പഞ്ഞിയുടെ ഭാവം എന്തെല്ലാം?

ഗവർണ്ണർ : മലയാളത്തിലെ രാജാക്കൻമാരു പടവെട്ടുന്നതിന് കുമ്പഞ്ഞികൂടെ എറങ്ങി പ്രയത്നംചെയ്യാൻ കല്പന ഇല്ല. പെരുമ്പടപ്പിൻ സ്വരൂപത്തിന്റെയും തൃപ്പാപ്പിൽ സ്വരൂപത്തിന്റെയും കാര്യത്തിനു അന്യോന്യം[8] ആയിട്ടു പറഞ്ഞ് ഒരു നില വരുത്തത്തക്കവണ്ണം പ്രയത്നം ചെയ്യാൻ കല്പന ഉണ്ട് എന്നതുകൊണ്ടു വടക്കേ ദിക്കിലെ സ്വരൂപങ്ങൾക്കു വേണ്ടി എറങ്ങാൻ നമുക്കു കല്പന ഇല്ല. പടതുടങ്ങിയാൽ ജയവും തോൽവിയും ഇന്നവർക്കെന്നു നിശ്ചയമില്ലല്ലോ. ആയവർക്കു വേണ്ടി തൃപ്പാപ്പൂർ സ്വരൂപത്തിങ്കേന്നു ചിലവിട്ടു വരുന്നുവല്ലോ. ആ ഉപകാരത്തിനു പ്രത്യുപകാരം അവർ ചെയ്യേണ്ടിവരും.

ദളവാ : നവാബ് പെരുമ്പടപ്പിൽ സ്വരൂപത്തോടും തൃപ്പാപ്പിൽ സ്വരൂപത്തോടും എറങ്ങി ഏറ്റം പ്രവർത്തിച്ചാൽ കുമ്പഞ്ഞീടെ ഭാവം എന്തെല്ലാം?

ഗവർണ്ണർ : ബഹുമാനപ്പെട്ട കുമ്പഞ്ഞി ആ കാര്യത്തിനു തെൽപിടി ആയിട്ട് ഇങ്ങോട്ടു ഒരു ഏറ്റം ചെയ്യാതെ കണ്ടിരിക്കത്തക്കവണ്ണം നവാബിനോടു പറയുകയും ചെയ്യും. എന്നാൽ അവ്വണ്ണം തന്നെ നവാബ് സമ്മതിക്കുമെന്നു നമുക്കു തോന്നുന്നു. നവാബിന്റെ ഉരുക്കൾ ഇവിടെ വന്നാറെ പരൂക്ഷിച്ചാറെ നമ്മുടെ കല്പനയ്ക്കു അവരു മാറിപ്പോകയും ചെയ്തുവല്ലോ.

ദളവാ : കുമ്പഞ്ഞീടെ കല്പന നവാബ് സമ്മതിച്ചില്ലെന്നു വരികിൽ കുമ്പഞ്ഞീടെ ഭാവം എന്തെല്ലാം?

ഗവർണ്ണർ : നവാബിനോട് അങ്ങോട്ട് ഒരു ഏറ്റത്തിനു പോകാണ്ട് ഇരുന്നാൽ നവാബ് ഇങ്ങോട്ടു കടക്കുകയുമില്ല എന്നു നിശ്ചയിച്ചിട്ടുണ്ട്. അതു കവിഞ്ഞു ചെയ്തെന്നുവന്നാൽ അതുമേൽ വരുന്ന മേൽദോഷങ്ങൾ ഒക്കെയും നവാബ് തന്നെ അനുഭവിക്കുകയും ചെയ്യും.

ദളവാ : കോലത്തിരി രാജാവ് നമ്മുടെ ഒപ്പമാകകൊണ്ട് അവിടെ കൊണ്ടുചെന്നു ഇരുത്തണമെന്ന് നമ്മോട് അപേക്ഷിക്കുന്നു. അതു കൊണ്ട് എങ്ങനെ വേണ്ടു.

ഗവർണ്ണർ : അക്കാര്യത്തിനു തൃപ്പാപ്പിൽ സ്വരൂപത്തുങ്കൽ മൂത്തതമ്പുരാന്റെ ബുദ്ധിയും വിചാരവുംപോലെ ആയിക്കൊള്ളുകേ വേണ്ടു.

എന്നാൽ അതുകൊണ്ട് നവാബുമായിട്ട് ചില അനർത്ഥങ്ങൾ ഉണ്ടാവാൻ വഴി വന്നുകൂടും.

സംഭാഷണം വീണ്ടും തുടർന്നു. കോലത്തിരിയെയും സാമൂതിരിയെയും വീണ്ടും വാഴിക്കാനും ഹൈദരെ തിരിച്ചു പറഞ്ഞയയ്ക്കാനും കമ്പനി വേണ്ടതു ചെയ്യുമോ എന്നായിരുന്നു അടുത്ത ചോദ്യം. നവാബ് ഇപ്പോൾ എവിടെയാണെന്നറിയില്ല. അറിഞ്ഞാൽ വേണ്ടതുപോലെ എഴുതിയയ്ക്കാമെന്നായിരുന്നു മറുപടി. തിരുവിതാംകൂർ രാജാവ് സ്വന്തം നിലയിൽ കോലത്തിരിക്കും സാമൂതിരിക്കും വേണ്ടി പട പുറപ്പെട്ടാൽ കമ്പനി സഹായിക്കുമോ എന്നായിരുന്നു അടുത്ത ചോദ്യം. അങ്ങനെ പുറപ്പെട്ടാൽ അതിന്റെ ഗുണദോഷങ്ങൾ രാജാവുതന്നെ അനുഭവിക്കേണ്ടിവരും. കമ്പനി സഹായിക്കാൻ വരുകയില്ല എന്നായിരുന്നു മറുപടി. ഒരുലക്ഷം രൂപ കമ്പനിയിൽനിന്നും കടം ചോദിച്ചതിന് കുരുമുളക് നല്കുന്നതനുസരിച്ച് പണം തരാമെന്നല്ലാതെ മുൻകൂർതരുന്ന പ്രശ്നമില്ല എന്നു ഗവർണ്ണർ മറുപടി നല്കി. ഹൈദർക്കെതിരെ സൈന്യത്തെ അയച്ചു സഹായിക്കാമെന്ന് കർണ്ണാടക നവാബുമായി കരാറു ചെയ്തു രണ്ടുമാസത്തിനകമാണ് ഹൈദരുമായി യുദ്ധം ചെയ്യാൻ ഡച്ചുകാരുടെ സഹായം തിരുവിതാംകൂർ യാചിക്കുന്നത് എന്നത് വിസ്മയകരമായിരിക്കുന്നു. ഇംഗ്ലീഷുകാരുടെ ഇംഗിതപ്രകാരം തിരുവിതാംകൂർ ഓരോ വിഡ്ഢിത്തങ്ങൾ കാട്ടുന്നുവെന്നുമാത്രമേ കരുതാനാവൂ.

മഹാരാഷ്ട്രരുമായും നൈസാമുമായും 1767 ജനുവരിയിൽ യുദ്ധത്തിലേർപ്പെട്ട ഹൈദർ എതിരാളികളുമായി സമാധാനം സ്ഥാപിക്കാനും ശ്രമം നടത്തി. നവാബ് മുഹമ്മദാലിയുടെ ജ്യേഷ്ഠൻ മഹ്ഫൂസ്ഖാൻ മെക്കായ്ക്കു പോകുന്നുവെന്നുപറഞ്ഞ് ഹൈദരെ സമീപിച്ചു. മഹാരാഷ്ടരുമായും നൈസാംആലിയുമായും സന്ധിയുണ്ടാക്കാൻ മഹ്ഫൂസ്ഖാനെ ഹൈദർ ഉപയോഗിച്ചു. 32ലക്ഷം രൂപ നല്കി പ്രതിയോഗികളുമായി സന്ധിയുണ്ടാക്കുന്നതിൽ മഹ്ഫൂസ്ഖാൻ വിജയിച്ചു.[9] ഇംഗ്ലീഷുകാരുമായും കർണ്ണാടക നവാബുമായും ഒറ്റയ്ക്കു പൊരുതാൻ ഇതു സഹായകമായി. ഇംഗ്ലീഷുകാരുടെ പ്രേരണമൂലം മലബാറിൽ പ്രഭുക്കന്മാർ വീണ്ടും കലാപം ആരംഭിച്ചു. മംഗലാപുരം കോട്ടയും കണ്ണൂർ കോട്ടയും അവർ പിടിച്ചടക്കിയിരുന്നു. ബാംഗ്ലൂർ കോട്ട അവർ ഉപരോധിച്ചു. മഹാരാഷ്ട്രരുമായി സന്ധിയുണ്ടാക്കിയതിനു ശേഷം ഹൈദർ തിരിച്ചടി ആരംഭിച്ചു. ടിപ്പുവിന്റെ കീഴിലുള്ള സൈന്യം മദ്രാസ് ഗവർണ്ണറുടെ വസതിയിൽവരെ ഇരച്ചുകയറി. മംഗലാപുരം കോട്ടയും കണ്ണൂർ കോട്ടയും ഹൈദർ തിരിച്ചു പിടിച്ചു. മലബാറിലെ പ്രഭുക്കന്മാർക്കും അധികനാൾ ചെറുത്തുനില്ക്കാൻ സാധിച്ചില്ല. 1769 ൽ ഏപ്രിൽ മാസത്തിൽ മംഗലാപുരത്തു വച്ചുണ്ടായ ഉടമ്പടിയോടുകൂടി ഇംഗ്ലീഷുകാരും മൈസൂറുമായുള്ള ആദ്യത്തെ യുദ്ധപരമ്പര അവസാനിച്ചു. ആ കരാറിന്റെ ആദ്യ ഖണ്ഡികയിൽ തിരുവിതാംകൂർ രാജാവ് മുഹമ്മദാലി നവാബിന്റെ മിത്രമായതുകൊണ്ട് അദ്ദേഹത്തോട് ശല്യം കാട്ടരുതെന്ന് വ്യവസ്ഥ ചെയ്തു.

തിരുവിതാംകൂറിന്റെ സാമന്തപദവി മാത്രമേ അന്നു കൊച്ചിക്കുണ്ടായിരുന്നുള്ളുവെങ്കിലും[10] മംഗലാപുരം സന്ധിയിൽ കൊച്ചിയുടെ പേരില്ലായിരുന്നു. തന്മൂലം കൊച്ചിയെ മൈസൂറിന്റെ സാമന്തരാജ്യമാക്കാൻ ഹൈദറിനും പ്രയാസമുണ്ടായില്ല. 1773 സെപ്തംബർ മാസംവരെ ഹൈദർ വീണ്ടും മഹാരാഷ്ട്രരുമായി യുദ്ധത്തിലായിരുന്നതിനാൽ കൊച്ചിയുടെ നേരെ തിരിഞ്ഞില്ല. ആ വർഷം ഡിസംബർ മാസത്തിൽ പാലക്കാടു കോട്ടയിൽനിന്നും ശ്രീനിവാസറാവുവിന്റെ നേതൃത്വത്തിൽ മൈസൂർ പട കൊച്ചിയുടെ നേരെ പുറപ്പെട്ടു. കൊച്ചിയെ സഹായിക്കാൻ ഡച്ചുകാരോ തിരുവിതാംകൂറോ സന്നദ്ധരായിരുന്നില്ല. അതുകൊണ്ട് കീഴടങ്ങുകയല്ലാതെ അവർക്കു മറ്റു മാർഗ്ഗമൊന്നുമുണ്ടായിരുന്നില്ല. നേരത്തെ ആവശ്യപ്പെട്ട നാലു ലക്ഷം രൂപ പകുതിയായി കുറയ്ക്കാൻ ശ്രീനിവാസറാവു തയ്യാറായി. കൂടുതൽ ചർച്ചയിൽ അത് ഒരു ലക്ഷം രൂപയായി കുറച്ചുകൊടുത്തു. തിരുവിതാംകൂർ രാജാവും മൈസൂറിനു കീഴടങ്ങാൻ പെരുമ്പടപ്പിനെ പ്രേരിപ്പിക്കുകയാണുണ്ടായത്. അപ്രകാരം ചെയ്താൽ തിരുവിതാംകൂർ സുരക്ഷിതമായിരിക്കുമെന്നായിരുന്നു പ്രതീക്ഷ. അതുകൊണ്ടു ഒരു ലക്ഷം തികയ്ക്കാൻ ആവശ്യമായ തുക കൊച്ചി രാജാവിനു തിരുവിതാംകൂർ മുൻകൂർ നല്കുകയും ചെയ്തു.[11]

മൈസൂറിന്റെ മേൽക്കോയ്മ സ്വീകരിച്ചതു കൊച്ചിരാജ്യത്തിന്റെ ചരിത്രത്തിൽ ഏറ്റവും ശുഭകരമായ സംഗതിയായി എന്നു വേണം പറയാൻ. ശക്തനായ ഒരു മേൽക്കോയ്മയുടെ കീഴിൽ 15 വർഷക്കാലം സമാധാനം അനുഭവിക്കാൻ ഇതുമൂലം പെരുമ്പടപ്പിനു സാധിച്ചു. വിശ്വസ്തരോടു ഔദാര്യം കാട്ടിയിരുന്ന ഹൈദർ പെരുമ്പടപ്പിന്റെ പ്രശ്നങ്ങൾക്കു പരിഹാരമുണ്ടാക്കുകയും ചെയ്തു. പാലക്കാടുമായി പെരുമ്പടപ്പിനുണ്ടായിരുന്ന അതിർത്തിത്തർക്കം കൊച്ചിക്കനുകൂലമായി തീരുമാനിക്കപ്പെട്ടു. വന്നേരി ഗ്രാമത്തെപ്പറ്റി പെരുമ്പടപ്പും നെടുവിരിപ്പും തമ്മിലുണ്ടായിരുന്ന തർക്കവും പെരുമ്പടപ്പിനനുകൂലമായി തീരുമാനിക്കപ്പെട്ടു. അനേകവർഷം മുമ്പു പെരുമ്പടപ്പിൽനിന്നും സാമൂതിരി പിടിച്ചടക്കിയ പ്രദേശമായിരുന്ന കൊടുങ്ങല്ലൂർ മുതൽ ചേറ്റുവാ വരെയുള്ള മണപ്പുറം ദ്വീപ്, കൊടുങ്ങല്ലൂർ സ്വരൂപവും പഴയഞ്ചേരിനായന്മാരുടെ കീഴിലുള്ള പാപ്പിനിവട്ടവും മണപ്പുറം ദ്വീപിലായിരുന്നു. 1717 ൽ ഡച്ചുകാർ സാമൂതിരിയിൽ നിന്നും മണപ്പുറം കൈവശപ്പെടുത്തി. പാപ്പിനിവട്ടം പിടിച്ചടക്കിയ മൈസൂർ സൈന്യം അതു നെടിയിരിപ്പിന്റെ ഭാഗമാക്കി. കൊടുങ്ങല്ലൂർ സ്വരൂപം 50,000 രൂപ പ്രതിവർഷം മൈസൂറിനു നല്കണമെന്നും അതു കൊച്ചി രാജാവു മുഖാന്തരം വേണമെന്നും മൈസൂർ സ്ഥാനപതി നിർദ്ദേശിച്ചു. ഫലത്തിൽ കൊടുങ്ങല്ലൂരിനെ പെരുമ്പടപ്പിന്റെ ഭാഗമാക്കുകയും കൊച്ചിയുടെ കപ്പം 1,50,000 ആക്കുകയുമാണ് ഹൈദർ ചെയ്തത്.[12] ഈ നിലയിൽ ആധുനിക കൊച്ചി രാജ്യത്തിന്റെ സ്രഷ്ടാവ് ഹൈദർഖാനായിരുന്നു എന്നു പറയുന്നതിൽ തെറ്റില്ല. പെരുമ്പടപ്പിൽനിന്നും തിരുവിതാംകൂർ അന്യായമായി കൈയടക്കിയ ആലങ്ങാടും പറവൂരും കുന്നത്തുനാടും കൂടെ തിരിച്ചെടുത്തു പെരുമ്പട

പ്പിനു നല്കുവാൻ ഹൈദർക്കു മോഹമുണ്ടായിരുന്നുവെങ്കിലും തല്ക്കാലം അദ്ദേഹം അതിനു മുതിർന്നില്ല. ആ കൃത്യം തന്റെ സാഹസികനായ പുത്രനുവേണ്ടി നീക്കിവച്ചു എന്നു തോന്നുന്നു.

തന്റെ മേൽക്കോയ്മയ്ക്കായി തിരുവിതാംകൂർ രാജാവ് അംഗീകരിച്ച കർണ്ണാടക നവാബിൽനിന്നും അദ്ദേഹത്തിനുണ്ടായ അനുഭവം ഇതിനു നേരെ വിപരീതമായിരുന്നു. രാമവർമ്മ രാജാവ് പില്ക്കാലത്ത് തന്റെ ദിവാൻ കേശവപിള്ളയ്ക്കെഴുതിയ കത്തിലെ ചില ഭാഗങ്ങൾ കാണുക.

> എത്തുപാർക്കന്റെ വീതങ്ങൾ ഒക്കെയും എഴുതിയിട്ടുണ്ടല്ലോ. ഏറെ മമതയായിട്ടു ഇരിക്കുകയും നിത്യശല്യങ്ങളായിട്ടു ഓരോ കാര്യങ്ങൾ ഒണ്ടാക്കിക്കൊണ്ടിരിക്കുകയും അങ്ങനെയല്ലോ വന്നു കൂടിക്കിടക്കുന്നതു.... കച്ചവടക്കാരുടെ വക ചരക്കുകൾ അരമന യാളും പാളയക്കാരും കൂടെ നിന്നു പിടിച്ചു പറിക്ക എന്നു വന്നാൽ കുറഞ്ഞോരു മനസ്സു മുട്ടും അല്ലോ.... ആയിക്കുടിയിൽ നാം വച്ച കിരാമം കൊള്ളയിട്ടതിൽ പിന്നെ ആ മുതൽ ഇത്രയും നേരവും കൊടുപ്പിച്ചില്ലല്ലോ. പാളയക്കാററൊക്കെയും തലയെടുത്തു തങ്ങ ളിൽ പിണക്കവും തുടങ്ങിയിട്ടുണ്ടല്ലോ. എത്തുപാർക്കാൻ തന്നെ പണത്തിനു ആഗ്രഹിച്ചു തങ്ങളിൽ പടവെട്ടിക്കയെന്നത്രേ തോന്നു ന്നതു. പഞ്ചഗ്രാമത്തിൽ ചിന്നമരുതനും പെരിയമരുതനും ഇരു ന്നുംകൊണ്ടു മതുരശീമയിൽ കോറേച്ച കൊള്ളയടിക്കുന്ന പ്രകാരം വരുന്ന ആളുകൾ പറഞ്ഞു കേൾക്കുന്നു. നവാബ് നമ്മോട് ഒരു കാര്യം (ചെയ്വാൻ) തുടങ്ങിയെന്നും അതു കെവർണർ പറഞ്ഞു നിർത്തിക്കളഞ്ഞു എന്നും എഴുതിയിട്ടുണ്ട ല്ലോ. അത് എന്തോരു കാര്യമെന്ന് എഴുതിയിട്ടില്ല. പണം ഇടപെ ട്ടിട്ടുതന്നെയെന്നു തോന്നുന്നു. ഇംഗ്ലീഷു കുമ്പഞ്ഞിയും നാമും ഇപ്പഴ് ഇരിക്കുന്ന ചേർച്ചകൊണ്ട് നവാബിന്റെ മനസ്സിൽ കുറ ഞ്ഞോന്നു ദുശ്ശങ്കയുള്ള പ്രകാരം എല്ലാ കാര്യങ്ങളിലും കുറേച്ച അറിയാനുണ്ട്.[13]

നവാബ് മുഹമ്മദാലിയുടെ നാട്ടിൽ തികഞ്ഞ അരാജകത്വമാണ് നട മാടിയിരുന്നത്. അതിനുള്ളിൽ തിരുവിതാംകൂറിനു നല്കിയിരുന്ന ചെങ്കോ ട്ടയിൽ നവാബിന്റെ പ്രതിനിധിയായ എത്തുപാർക്കനും ചില പാളയ ക്കാരും നിരന്തരം ഒളിഞ്ഞും തെളിഞ്ഞും കൊള്ളകൾ നടത്തിയിരുന്നു. 1766 ലെ കരാറിൻപ്രകാരം തിരുനൽവേലിയിൽനിന്നും ആര്യങ്കാവിലേക്കു കച്ചവടക്കാർക്കു നികുതിയില്ലാതെ ചരക്കുകൾ കൊണ്ടുപോകാൻ അനു വദിച്ചിരുന്നു. എന്നാൽ, പിന്നീട് കച്ചവടക്കാരോട് ബലമായി നികുതിയീ ടാക്കാൻ നവാബിന്റെ ആൾക്കാരും പാളയക്കാരന്മാരും മടിച്ചില്ല. ഈ അവസരം ഇംഗ്ലീഷുകാരും മുതലെടുത്തു. നവാബ് തിരുവിതാംകൂറിനു നേരെ ചില കടുംകൈകൾ കാട്ടാൻ തുനിഞ്ഞുവെന്നും മദ്രാസ് ഗവർണ്ണർ അതു തടഞ്ഞുവെന്നും രാജാവിനെ ധരിപ്പിച്ചു. ഇത് അവരുടെ മാത്രം

തന്ത്രമായിരുന്നു. സ്വന്തം നിലയിൽ എന്തെങ്കിലും ബലപ്രയോഗം നടത്താൻ നവാബ് എക്കാലത്തും അശക്തനായിരുന്നു. തിരുവിതാംകൂർ രാജാവിനെ ഭയപ്പെടുത്തുവാൻ കർണ്ണാടക നവാബിനെ ഇംഗ്ലീഷുകാർ ഉപയോഗിക്കുകയായിരുന്നു. ഹൈദർഖാന്റെ മേൽക്കോയ്മ സ്വീകരിച്ച പെരുമ്പടപ്പിന്റെ തീരുമാനം കർണ്ണാടക നവാബിന്റെ മേൽക്കോയ്മ സ്വീകരിച്ച തിരുവിതാംകൂറിന്റെ നടപടിയേക്കാൾ എത്രയും ബുദ്ധിപൂർവ്വമാണെന്നുള്ളത് സ്പഷ്ടമാണ്.

മൈസൂറും ഡച്ചുകാരും തിരുവിതാംകൂറും

തിരുവിതാംകൂറും മൈസൂറുമായി സമാധാനം ഉണ്ടാക്കാൻ ശ്രമിക്കാമെന്നും, തിരുവിതാംകൂർ വടക്കോട്ടുകടന്നു ശല്യം ചെയ്യുകയില്ലെന്നും തിരുവിതാംകൂർ ദളവയ്ക്ക് 1767 ഫെബ്രുവരിയിൽ ഉറപ്പു നല്കിയ ഡച്ചു ഗവർണ്ണർക്ക് അതിനു രണ്ടുമാസം മുമ്പു തിരുവിതാംകൂറും കർണ്ണാടക നവാബുമായുണ്ടാക്കിയ കരാറിനെപ്പറ്റി അറിയില്ലായിരുന്നു. ഹൈദർഖാനെതിരെ കർണ്ണാടക നവാബിനു സൈന്യസഹായം ചെയ്യാമെന്നുള്ള അതിലെ വ്യവസ്ഥ രഹസ്യമാക്കിവച്ചുകൊണ്ടാണ് കോലത്തിരിയെയും സാമൂതിരിയെയും വീണ്ടും വാഴിക്കാൻ ഡച്ചുകാരുടെ സഹായം ദളവ ആവശ്യപ്പെട്ടത്. അത്തരം പ്രകോപനപരമായ നടപടികളിൽ തങ്ങൾക്കുള്ള എതിർപ്പ് ഗവർണ്ണർ വ്യക്തമാക്കുകയും ചെയ്തിരുന്നു. മേല്പറഞ്ഞ കരാറിന്റെ കാര്യം ഡച്ചുകാർ മനസ്സിലാക്കിയതുമുതൽ അവർ തിരുവിതാംകൂറുമായുള്ള സൗഹാർദ്ദം ഉപേക്ഷിച്ചതുമാതിരിയായി. ഒന്നാം മൈസൂർ യുദ്ധകാലത്ത് മൈസൂറിന്റെ സാമന്തനായി വാഴിക്കപ്പെട്ട സാമൂതിരി ഹൈദർക്കുണ്ടായ പല പരാജയങ്ങളും കണക്കാക്കി മൈസൂറിന്റെ മേൽക്കോയ്മ ഉപേക്ഷിച്ചു. ഇതു തിരുവിതാംകൂർ രാജാവിന്റെ ധാർമ്മിക പിന്തുണയോടുകൂടിയായിരുന്നു എന്ന് ഡച്ചുകാർക്കും മൈസൂറിനും അറിയാമായിരുന്നു. മലബാറിലെ എല്ലാ നാടുവാഴികളും അക്കാലത്തു തിരുവിതാംകൂർ രാജാവിനോടു സഹകരിച്ചാൽ തങ്ങൾക്കു മണപ്പുറത്തുള്ള ബാക്കിഭാഗങ്ങളും ഹൈദർ പിടിച്ചെടുക്കുമെന്ന് ഡച്ചുകാർ ഭയന്നു. ഹൈദരുടെ പ്രീതിക്കുവേണ്ടിയായിരിക്കാം തിരുവിതാംകൂറിനെതിരെ വലിയ പ്രകോപനമൊന്നും ഇല്ലാതെ തന്നെ ഡച്ചുകാർ ഒരു സൈനിക നടപടി കൈക്കൊണ്ടു. മൂന്നു വർഷം മുമ്പു തിരുവിതാംകൂർ പണിയിച്ച കുരിയാപ്പള്ളിക്കോട്ടയിൽ 1769 നവംബർ മാസത്തിൽ (945 വൃശ്ചികം 7) പെട്ടെന്ന് ആക്രമിച്ച് ജയമാനനെ[14] കൊലപ്പെടുത്തുകയും കോട്ടപിടിച്ചെടുക്കുകയും ചെയ്തു. ഈ കോട്ടപ്പണിക്കെതിരെ അന്നുതന്നെ ഡച്ചുകാർ പ്രതിഷേധിച്ചിരുന്നുവെങ്കിലും മൂന്നു കൊല്ലത്തിനുശേഷം ഇപ്രകാരം ഒരു ആക്രമണം നടത്താൻ ന്യായീകരണമൊന്നും ഇല്ലായിരുന്നു. 1769 ഫെബ്രുവരിയിൽ സ്ഥാനമൊഴിഞ്ഞ ഗവർണ്ണർ കോർണീലിയസ് ബ്രേക്കോപ്തിനു ശേഷം നിയമിതനായ മൂൺസ് ഈ സമയം കൊച്ചിയിലുണ്ടായിരുന്നില്ല. ഈ സമയത്ത് മംഗലാപുരം ഉടമ്പടി ഉണ്ടാവുകയും

ഡച്ചുകാരുടെ നടപടി പ്രയോജനരഹിതമാവുകയും ചെയ്തു.

ക്രി. 1773 ലെ തീരുമാനമനുസരിച്ചുള്ള കപ്പം കൊച്ചിയും കൊടുങ്ങല്ലൂരും 1775 വരെയും മുടക്കമില്ലാതെ കൊടുത്തിരുന്നില്ല. തന്മൂലം ഒരു സൈനിക നടപടിക്ക് കോഴിക്കോട്ടു മിലിട്ടറി ഗവർണ്ണറായിരുന്ന സർദാർഖാൻ ഒരുങ്ങിയെങ്കിലും ഡച്ചുകാർ ഇടപെട്ടു വീണ്ടും സമാധാനം സ്ഥാപിച്ചു. 1.50 ലക്ഷം എന്നത് 1,20,000 രൂപയാക്കി കുറയ്ക്കുകയും ചെയ്തു. ഇക്കാര്യത്താൽ മൈസൂർ തങ്ങളോട് സൗഹൃദത്തിൽ പെരുമാറുമെന്ന് ഗവർണർ മൂൺസ് പ്രതീക്ഷിച്ചു. പ്രതീക്ഷ അസ്ഥാനത്തായിരുന്നു. 1775 ഒക്ടോബർ മാസത്തിൽ മണപ്പുറത്തെ - കൊടുങ്ങല്ലൂർ സ്വരൂപത്തിനു വടക്കുള്ള ഭാഗം - 12 വർഷത്തെ ആദായത്തിന്റെ കണക്കു തനിക്കു കാണണമെന്ന് സർദാർഖാൻ ആവശ്യപ്പെട്ടു. 12 വർഷമായി ഈ പ്രദേശത്തിന്റെ ആദായം പഴയഞ്ചേരിനായ്ക്കന്മാരിൽനിന്നും ഈടാക്കിയതു മുഴുവൻ നെടിയിരിപ്പിനു ചെല്ലേണ്ടതാണെന്നായിരുന്നു ഖാൻ പറഞ്ഞത്. ഇക്കാലമത്രയും തങ്ങൾക്ക് പാട്ടം തന്നിരുന്നില്ല എന്നു പറഞ്ഞ് ഡച്ചുകാർ കണക്ക് കാണിച്ചു. എങ്കിലും സർദാർഖാന് അതു ബോദ്ധ്യമായില്ല. മണപ്പുറം ദ്വീപിന്റെ വടക്കെ അറ്റത്തുള്ള ചേറ്റുവാക്കോട്ട ഡച്ചുകാരിൽനിന്നും പിടിച്ചെടുക്കുകയും പാപ്പിനിവട്ടം മുഴുവൻ കീഴടക്കി കൊള്ളകൾ നടത്തുകയും ആണ് ഖാൻ പിന്നീട് ചെയ്തത്. ഡച്ചുകാർ പ്രതിഷേധിച്ചു. ഡച്ചുകാരോടു തങ്ങൾക്കു സ്നേഹമേ ഉള്ളൂവെന്നും, മൈസൂർ സൈന്യത്തിനു കൊച്ചിയിലേയ്ക്കു കടക്കുവാനും തിരുവിതാംകൂർ ആക്രമിക്കുവാനും മണപ്പുറം വഴി തങ്ങൾക്കു ആവശ്യമാണെന്നുമായിരുന്നു സർദാർഖാന്റെ മറുപടി. നെടുങ്കോട്ടയും കുര്യാപ്പള്ളികോട്ടയുംമൂലം തങ്ങളുടെ സാമന്തരാജ്യമായ പെരുമ്പടപ്പിന്റെ തെക്കുഭാഗത്തുപോകാൻ മൈസൂറിനു അസാദ്ധ്യമാണെന്നുള്ളതാണ് കാരണം. തിരുവിതാംകൂറിന്റെയും കൊച്ചിയുടെയും സഹായത്തോടു കൂടി മൈസൂർ പടയുടെ തെക്കോട്ടുള്ള പോക്കു തടയാൻ തന്നെ ഡച്ചുകാർ തീരുമാനിച്ചു. കൊടുങ്ങല്ലൂർ അഴിക്കു തെക്കുഭാഗത്തു വയ്പ് ദ്വീപിന്റെ വടക്കേ അറ്റത്തുള്ള മുനമ്പത്ത് (അഴിക്കോട്) പെട്ടെന്നു തന്നെ ഒരു കോട്ട അവർ പണിതു. അതാണു പില്ക്കാലത്തു തർക്കകാരണമായിത്തീർന്ന അഴിക്കോട്ട അഥവാ ആയക്കോട്ട. കോട്ടയ്ക്കുള്ളിൽ തിരുവിതാംകൂർ സൈന്യത്തെയും പാർപ്പിച്ചു. പക്ഷേ, മൈസൂർപ്പട എതിർവശത്തുള്ള കൊടുങ്ങല്ലൂർ കോട്ടയുടെ സമീപത്തെത്തിയപ്പോൾ തന്നെ തിരുവിതാംകൂർ സൈന്യം അഴിക്കോട്ട ഉപേക്ഷിച്ചു പോകാനൊരുങ്ങി. എന്നാൽ 'വെർ വാഗ് തിങ്' എന്ന പടക്കപ്പലിൽ ഡച്ച് നാവിക ഭടന്മാർ വന്നെത്തിയതുകൊണ്ട് മൈസൂർ സൈന്യം പുഴ കടന്നില്ല. മണപ്പുറത്തെ മൈസൂർപ്പടയ്ക്കെതിരെ ഒരു പ്രത്യാക്രമണം നടത്താൻ തിരുവിതാംകൂറിന്റെയും കൊച്ചിയുടെയും സഹായം ഡച്ചുകാർ ആവശ്യപ്പെട്ടുവെങ്കിലും പ്രതിരോധത്തിനല്ലാതെ ആക്രമണത്തിന് തങ്ങൾ തയ്യാറില്ലെന്നു പറഞ്ഞ് അവർ ഒഴിഞ്ഞുകളഞ്ഞു.

തിരുവിതാംകൂറിന്റെയും കൊച്ചിയുടെയും സഹായമില്ലാതെ സ്വന്തം

നിലയിൽ ചേറ്റുവായിൽനിന്നും മൈസൂർ പടയെ ഒഴിപ്പിക്കാൻ ഡച്ചുകാർ ശ്രമിച്ചത് വമ്പിച്ച ദുരന്തത്തിലവസാനിച്ചു. ഡച്ച് സൈന്യത്തിന്റെ കമാന്റർ ഉൾപ്പെടെ എല്ലാ പേരും മൈസൂർ സൈന്യത്തിന്റെ പിടിയിലായി. ഈ അടിയന്തരഘട്ടത്തിലെങ്കിലും തിരുവിതാംകൂറും കൊച്ചിയും തങ്ങളെ സഹായിക്കുമെന്ന് ഡച്ചുകാർ പ്രതീക്ഷിച്ചു. അവർ സഹായിച്ചില്ലെങ്കിലും വീണ്ടും തങ്ങൾ ചേറ്റുവാ ആക്രമിച്ചു തടവിലായവരെ മോചിപ്പിക്കുമെന്ന് ഗവർണ്ണർ പറഞ്ഞുനോക്കി. തങ്ങൾ പരാജയപ്പെട്ടാൽ തിരുവിതാംകൂറിന്റെ നില അപകടത്തിലാകുമെന്നും അവർ ഓർമ്മിപ്പിച്ചു, അതിന്, തിരുവിതാംകൂറിന്റെ വാണിജ്യപ്രതിനിധിയായ അനന്തമല്ലൻ വശം രാജാവിന്റെ അടിയന്തര സന്ദേശം ഗവർണ്ണർക്കു ലഭിച്ചു[15]. രാജാവ് നേരിട്ടു കൊച്ചിയിൽ വന്നു സംസാരിക്കാൻ ആഗ്രഹിക്കുന്നുവെന്നും മാതാവിന് അസുഖമായതുകൊണ്ട് ഉടൻ വന്നെത്താൻ പ്രയാസമാണെന്നും താൻ വരുന്നതുവരെ സാഹസത്തിനൊന്നും ഒരുമ്പെടരുതെന്നും സന്ദേശം. ഏതാനും ദിവസങ്ങൾക്കുശേഷം മറ്റൊരു സന്ദേശവും ലഭിച്ചു. തന്റെ മുഖ്യമന്ത്രി കാട്ടിയ ഒരു ദുഷ്പ്രവൃത്തികാരണം ഉടൻ തനിക്ക് പുറപ്പെടാൻ നിവർത്തിയില്ല എന്നും അതുകൊണ്ട് കുറെക്കൂടെ കാത്തിരിക്കണമെന്നുമായിരുന്നു അതിൽ പറഞ്ഞിരുന്നത്[16]. എങ്കിലും പിന്നീടൊരിക്കലും രാജാവു കൊച്ചിയിലേക്കു പോയില്ല. ഡച്ചുകാർ മൈസൂറിനെതിരെ യുദ്ധത്തിനു പോകുന്നതു തടയാൻ ഉപയോഗിച്ച ഉപായം മാത്രമായിരുന്നു അത്.

മേല്പറഞ്ഞ സംഭവത്തിൽ തിരുവിതാംകൂർ ഡച്ചുകാരെയും ഡച്ചുകാർ തിരുവിതാംകൂറിനെയും കബളിപ്പിക്കുകയായിരുന്നു. ഡച്ചുകാർ പറഞ്ഞുപരത്തിയതുപോലെ തിരുവിതാംകൂറിനെ ആക്രമിക്കാൻ മൈസൂറിനു അക്കാലത്ത് പരിപാടിയുണ്ടായിരുന്നില്ല. അന്യായമായി സാമൂതിരിയിൽനിന്നും 1717 ൽ കൈക്കലാക്കിയ മണപ്പുറം തുടർന്നും കൈവശം വയ്ക്കുന്നതിനു തിരുവിതാംകൂറിനു നേരെയുള്ള മൈസൂറിന്റെ ഭീഷണി കുറെയൊക്കെ ഡച്ചുകാരുടെ കെട്ടുകഥയാണ്. 1769 ലെ മംഗലാപുരം ഉടമ്പടി ഇംഗ്ലീഷുകാർ പരോക്ഷമായെങ്കിലും തുരങ്കം വച്ചുവെങ്കിലും ആ കരാർ ലംഘിക്കാതെതന്നെ ആലങ്ങാടും പറവൂരും തിരുവിതാംകൂറിൽനിന്നും മോചിപ്പിക്കുവാൻ ഹൈദർക്കു കഴിയുമായിരുന്നു. മലബാറിൽനിന്നും വമ്പിച്ച ദ്രവ്യവുമായി തിരുവിതാംകൂറിൽ വന്നു താമസമാക്കിയ നാടുവാഴികളെയും പ്രഭുക്കന്മാരെയും തിരുവിതാംകൂർ സഹായിച്ചിരുന്നു എന്നതിൽ ഹൈദർക്ക് ന്യായമായ പ്രതിഷേധമുണ്ടായിരുന്നു. പക്ഷേ, അക്കാരണംകൊണ്ടു തിരുവിതാംകൂറിനെ ആക്രമിക്കാൻ ബുദ്ധിമാനായ അദ്ദേഹം ഒരുമ്പെട്ടില്ല. 1773 ൽ ഹൈദരുടെ മേൽക്കോയ്മ അംഗീകരിച്ച ശേഷവും ദുർബ്ബലനായ കൊച്ചി രാജാവ് തിരുവിതാംകൂർ രാജാവിന്റെ ഉപദേശപ്രകാരമാണ് പ്രവർത്തിച്ചിരുന്നത്. കൊച്ചിയിലെ പ്രധാനമന്ത്രിയും പ്രബലനുമായ പാലിയത്തു കോമിയച്ചൻ തിരുവിതാംകൂറിന്റെ ഹിതാനുവർത്തിയായിരുന്നതാണ് ഇതിനു കാരണം. ഇളയ രാജാവായിരുന്ന ശക്തൻ തമ്പുരാന് ഈ ബന്ധം ഇഷ്ടപ്പെട്ടിരുന്നില്ല എങ്കിലും

തന്റെ മാതുലനെ ധിക്കരിക്കാനുള്ള അവിവേകം അദ്ദേഹത്തിനില്ലായിരുന്നു. പെരുമ്പടപ്പിൽനിന്നും തിരുവിതാംകൂർ അന്യായമായി കൈവശപ്പെടുത്തിയ ആലങ്ങാടും പറവൂരും മൈസൂറിന്റെ സഹായത്തോടുകൂടി തിരിച്ചെടുക്കാൻ ശക്തൻതമ്പുരാനെപ്പോലെ പെരുമ്പടപ്പിലെ പ്രമാണിമാരിൽ പലർക്കും താല്പര്യമുണ്ടായിരുന്നു[17]. ഡച്ചുകാരിൽനിന്നും 1769–70 കാലഘട്ടത്തിൽ പെരുമ്പടപ്പിനു നേരെ നിരവധി ഉപദ്രവങ്ങൾ ഉണ്ടാവുകയും തിരുവിതാംകൂർ രാജാവ് ഇടപെട്ടു അതിനു പരിഹാരമുണ്ടാക്കുകയും ചെയ്തതിനാൽ തിരുവിതാംകൂറിനെതിരായി ആവലാതിപ്പെട്ടിരുന്നില്ല എന്നു മാത്രം. കൊച്ചി രാജാവിനെ തിരുവിതാംകൂറിന്റെ സ്വാധീനവലയത്തിൽനിന്നും മോചിപ്പിക്കുന്നതിനു നെടുങ്കോട്ടയും കുര്യാപ്പള്ളികോട്ടയും വിലങ്ങുതടിയായി നില്ക്കുന്നു. മണപ്പുറം വഴി പറവൂരിൽ കടന്നാൽ പറവൂരും ആലങ്ങാടും കീഴടക്കി പെരുമ്പടപ്പിനു നല്കാനും നെടുങ്കോട്ട ഇടിച്ചുകളയാനും കൊച്ചി രാജാവിനെ തന്റെ ചൊല്പടിക്കു നിർത്താനും ഹൈദർ ഖാനു സാധിക്കുമായിരുന്നു. ഇത്രയും സാധിച്ചു കഴിഞ്ഞാൽ ഒരുപക്ഷേ, തിരുവിതാംകൂറിന്റെ മേൽ കൂടുതൽ സമ്മർദ്ദം ചെലുത്താനും ഭാവിയിൽ മൈസൂറിനു സാധിക്കുമായിരുന്നു. അതല്ലാതെ 1769 ലെ മംഗലാപുരം ഉടമ്പടി ലംഘിച്ച് തിരുവിതാംകൂറിനെ കീഴടക്കാനുള്ള ഉദ്ദേശം ഹൈദരാലിക്ക് എപ്പോഴെങ്കിലും ഉണ്ടായിരുന്നോ എന്നു സംശയമാണ്. അപ്രകാരം പ്രവർത്തിച്ചാൽ ഇംഗ്ലീഷുകാരുടെയും കർണ്ണാടക നവാബിന്റെയും ഹൈദരാബാദിലെ നൈസാമിന്റെയും ആക്രമണങ്ങൾ വിളിച്ചുവരുത്തുവാനും, അവസരം നോക്കിയിരിക്കുന്ന മഹാരാഷ്ട്രരുടെകൂടെ ശത്രുത നേടാനും ഇടയാക്കുമെന്ന് ഹൈദർക്കറിയാം. ഹൈദർ ഒരിക്കലും ഒരു അതിസാഹസികനായിരുന്നില്ല. അദ്ദേഹം മൈസൂറിലേയ്ക്കു പിടിച്ചുകൊണ്ടുപോയ ഡച്ചു സൈനികരെയും കമാന്ററേയും ഔദാര്യപൂർവ്വം തിരിച്ചയച്ചു.

തിരുവിതാംകൂറിൽനിന്നും സഹായം ലഭിക്കുകയില്ലെന്നു കണ്ട്, സ്വന്തം നിലയിൽ മണപ്പുറവും ചേറ്റുവാക്കോട്ടയും പിടിച്ചെടുക്കാൻ ഡച്ചുകാർ ഒരുങ്ങി. ഹൈദർ മഹാരാഷ്ട്രരുമായി യുദ്ധത്തിലേർപ്പെട്ടിരുന്ന തക്കം നോക്കി 1778 ജനുവരിയിൽ കൊടുങ്ങല്ലൂർ കൊട്ടാരത്തിലുണ്ടായിരുന്ന മൈസൂർ ഭടന്മാരെ അവിടെനിന്നും ഓടിച്ചുകളഞ്ഞശേഷം ചേറ്റുവാക്കോട്ട ഡച്ചുസൈന്യം ഉപരോധിച്ചു. ശക്തിയായ വെടിവയ്പുണ്ടായെങ്കിലും കോട്ടയ്ക്കുള്ളിൽ മൈസൂർ സൈന്യം തുല്യശക്തിയിൽ പിടിച്ചുനിന്നു. ഏഴുദിവസത്തെ ഉപരോധത്തിനുശേഷം ഡച്ചുകാർ ആ ശ്രമം ഉപേക്ഷിച്ചു. കുറെ തോക്കുകളും അവർ ഉപേക്ഷിച്ചു. നെടിയിരിപ്പിലെ നായന്മാർ മൈസൂർ പടയുമായി ഗോറില്ല സമരം നടത്തിക്കൊണ്ടിരുന്നതുകൊണ്ട് ഒരു ശ്രമംകൂടെ നടത്താൻ ഡച്ചുകാർ ഒരുങ്ങി. എന്നാൽ 500 കുതിരക്കാരും 3000 കാലാളുമായി മൈസൂർ സൈന്യം മാർച്ചു മൂന്നാം തീയതി ലന്തപ്പടയെ നേരിട്ടു. ഡച്ചുകാർ കൊടുങ്ങല്ലൂർ കോട്ടയിലേക്കു മടങ്ങി. തിരുവിതാംകൂറിനു അടിയന്തര സന്ദേശം അയച്ചതിനു വലിയ സർവ്വാധികാര്യക്കാർ

കുമാരൻ ചെമ്പകരാമൻ കൊച്ചിയിൽ വന്നു ഗവർണ്ണറെ സന്ദർശിച്ചു[18]. തിരുവിതാംകൂറിന്റെ രക്ഷയ്ക്കു വേണ്ടിയാണു മണപ്പുറം കൈവശം വയ്ക്കാൻ ഡച്ചുകാർ പ്രയത്നിക്കുന്നതെന്നും അതുകൊണ്ടു അതിനു വേണ്ടിവരുന്ന ചെലവിന്റെ പകുതി തിരുവിതാംകൂർ വഹിക്കണമെന്നും ഗവർണ്ണർ മന്ത്രിയെ ഉദ്ബോധിപ്പിച്ചു. ഡച്ചുകാർക്ക് ഇന്ത്യയിലും വിദേശത്തും ധാരാളം ദേശങ്ങളുണ്ടെന്നും മണപ്പുറം നഷ്ടപ്പെട്ടാലും അവരുടെ ശക്തിക്കു ഊനമില്ലെന്നും എന്നാൽ തിരുവിതാംകൂറിന്റെ നില അതല്ലെന്നും കൂടെ ഗവർണ്ണർ പറഞ്ഞു. പക്ഷേ, നിശ്ശബ്ദമായി ഇതെല്ലാം കേട്ടിരുന്നതല്ലാതെ മന്ത്രി ഒന്നും പ്രതികരിച്ചില്ല. തന്മൂലം, പോയതുപോകട്ടെ, അഴിക്കോട്ടയും കൊടുങ്ങല്ലൂർ കോട്ടയും വേണ്ടും വണ്ണം സംരക്ഷിച്ചു കൊണ്ടു കാത്തിരിക്കാം എന്ന് ഡച്ചുകാർ കരുതി.

ടിപ്പുവും തിരുവിതാംകൂറും

ഹൈദരുമായി സൗഹാർദ്ദം സ്ഥാപിക്കാനുള്ള ഡച്ചുകാരുടെ ശ്രമങ്ങളെല്ലാം പരാജയപ്പെട്ടപ്പോൾ വരുന്നതുവരട്ടെ എന്നു കല്പിച്ചു തയ്യാറായിരിക്കാൻ ഡച്ചുകാർ നിശ്ചയിച്ചു. തിരുവിതാംകൂറിന്റെ വക നെടുംകോട്ടയും കുര്യാപ്പള്ളിക്കോട്ടയും അറ്റകുറ്റങ്ങൾ തീർത്തു തയ്യാറാക്കാൻ വിദഗ്ദ്ധന്മാരുടെ സേവനം ഡച്ചുകാർ തിരുവിതാംകൂറിനു വിട്ടുകൊടുത്തു. ആലുവാപ്പുഴയുടെ തീരത്തു പല ദിക്കിലായി ആറു കോട്ടകൾ കൂടെ തിരുവിതാംകൂർ നിർമ്മിച്ച് അവിടെയല്ലാം സൈന്യങ്ങളെ പാർപ്പിച്ചു. ഇംഗ്ലീഷുകാരും ഹൈദരും തമ്മിൽ ശത്രുതകളാരംഭിക്കാൻ ഇടയായതാണ് ഈ ഒരുക്കങ്ങൾക്കെല്ലാം കാരണം. ശത്രുതകൾ പുനരാരംഭിക്കാൻ രണ്ടു കാരണങ്ങളാണുണ്ടായത്. ഒന്നാമത്തെ കാരണം മഹാരാഷ്ട്രർ മൈസൂറിനെ ആക്രമിച്ചപ്പോൾ ഇംഗ്ലീഷുകാർ ഹൈദരെ സഹായിച്ചില്ല എന്നതാണ്. 1769 ലെ മംഗലാപുരം സന്ധിയനുസരിച്ച് ഹൈദരെ സഹായിക്കാൻ ഇംഗ്ലീഷുകാർക്ക് ബാദ്ധ്യതയുണ്ടായിരുന്നു. 1778 മാർച്ചു മാസത്തിൽ അമേരിക്കൻ ഐക്യനാടുകൾ സ്വാതന്ത്ര്യം പ്രഖ്യാപിച്ചപ്പോൾ ഫ്രാൻസ് അതിനെ അംഗീകരിച്ചത് ഇംഗ്ലീഷുകാരും ഫ്രഞ്ചുകാരുമായുള്ള ശത്രുത പുനരാരംഭിക്കുവാൻ കാരണമായി. ഹൈദർക്കു ഫ്രഞ്ചുകാരുമായി പ്രത്യേക സൗഹൃദം ഒന്നും ഉണ്ടായിരുന്നില്ലെങ്കിലും ഇംഗ്ലീഷുകാരുടെ ചെയ്തികൾ ഹൈദർഖാനെ ഫ്രഞ്ചുകാരോടടുപ്പിച്ചു. പടിഞ്ഞാറെ തീരത്തെ മാഹിയിലെ ഫ്രഞ്ചുകാർ മുഖേനയായിരുന്നു മൈസൂറിലേക്കാവശ്യമായ വിദേശായുധങ്ങൾ ഹൈദർഖാൻ നേടിയിരുന്നത്. 1779 ൽ മാഹി ഇംഗ്ലീഷുകാർ പിടിച്ചെടുത്തത് ഹൈദർക്ക് താങ്ങാവുന്നതിലധികമായിരുന്നു. ഇംഗ്ലീഷുകാരും, ഡച്ചുകാരും, ഫ്രഞ്ചുകാരും തന്റെ നാട്ടിൽ ഒരുപോലെ കച്ചവടത്തിലേർപ്പെട്ടിരിക്കുന്നവരാണെന്നും അവരെയെല്ലാം സംരക്ഷിക്കേണ്ടതു തന്റെ ചുമതലയാണെന്നും അതുകൊണ്ട് ഇംഗ്ലീഷുകാർ മാഹി വിട്ടൊഴിയണമെന്നും ഹൈദർ വാദിച്ചു. ഹൈദരുമായി ഒരു സംഘട്ടനത്തിനു നില്ക്കാതെ നവംബർ മാസത്തിൽ

മാഹിയിൽനിന്നും ഇംഗ്ലീഷുകാർ തലശേരിയിലേക്കു പിൻവാങ്ങി.

ഇംഗ്ലീഷുകാരുടെ തലശേരിക്കോട്ട 1780 ൽ മൈസൂർ സൈന്യം വളഞ്ഞു. ജൂലൈ മാസത്തിൽ മറ്റൊരു വിഭാഗം സൈന്യവുമായി ഹൈദർ കർണ്ണാടകത്തിൽ പ്രവേശിച്ചു. ഇത്തവണ മഹാരാഷ്ട്രരും, നൈസാമും, ഫ്രഞ്ചുകാരും ഹൈദരുടെ സഹായത്തിനുണ്ടായിരുന്നു. അതുകൊണ്ടു കിഴക്കൻ തീരത്തു സംയുക്തസൈന്യത്തിനു ഇംഗ്ലീഷുകാരുടെ മേൽ പല വിജയങ്ങളും നേടാൻ സാധിച്ചു. എന്നാൽ പടിഞ്ഞാറേ തീരത്തെ സ്ഥിതി അതായിരുന്നില്ല. കടത്തനാടും, സാമൂതിരിയും, കോട്ടയവും തല ശേരിയിലെ ഇംഗ്ലീഷുകാരെ സഹായിച്ചു. 1769 ൽ കോലത്തിരിയായി വാഴിക്കപ്പെട്ടയാൾ മാത്രം മൈസൂറിന്റെ ഭാഗത്തുണ്ടായിരുന്നു. മേജർ അബിംഗ്ടണിന്റെ കീഴിൽ ബോംബേയിൽനിന്നും വന്ന ഇംഗ്ലീഷുപട്ടാളം തല ശ്ശേരി ഉപരോധിച്ച സർദാർഖാനുമായി ഏറ്റുമുട്ടി. 18 മാസത്തെ ഉപരോധത്തിനുശേഷം മൈസൂർ സൈന്യം പിൻവാങ്ങി. സംഘട്ടനത്തിൽ സർദാർഖാൻ തടവിലാക്കപ്പെടുകയും ചെയ്തു. (1782 ഫെബ്രുവരി). മക്ദൂം ആലിയുടെ നേതൃത്വത്തിൽ മറ്റൊരു സൈന്യം മൈസൂറിൽ നിന്നും മലബാറിലെത്തി. കേണൽ ഹംബർസ്ടോണിന്റെ കീഴിൽ ബ്രിട്ടീഷ്സൈന്യം മക്ദൂം ആലിയെ നേരിട്ടു. മലബാറിലെ കലാപകാരികളും തിരുവിതാംകൂറിന്റെ ഒരു വിഭാഗ സൈന്യവും ഹംബർസ്ട്രോണിനൊപ്പം ചേർന്നു. ഇരു വിഭാഗവും കോഴിക്കോടിനു സമീപം തൃക്കാളൂർ വച്ചു ഏറ്റുമുട്ടി. യുദ്ധത്തിൽ മൈസൂർ പട പരാജയപ്പെടുകയും മക്ദൂം ആലി വധിക്കപ്പെടുകയും ചെയ്തു.

1780 മുതൽ തിരുവിതാംകൂർ സൈന്യം ഇംഗ്ലീഷുകാർക്കൊപ്പം മലബാറിൽ പ്രവർത്തിച്ചിരുന്നു. തലശ്ശേരിയിൽ വച്ച് സർദാർഖാനെയും ആയിരം മൈസൂർ പട്ടാളക്കാരേയും തടവിൽപിടിച്ചത് തിരുവിതാംകൂർ പട്ടാളത്തിന്റെ സഹായത്തോടുകൂടിയായിരുന്നു. തൃക്കളത്തൂർ യുദ്ധത്തിനുശേഷം തിരുവിതാംകൂർ സൈന്യം ബ്രിട്ടീഷ് ഓഫീസറുടെ നേതൃത്വത്തിൽ പാലക്കാട്ടു കോട്ട പിടിക്കാനായി അങ്ങോട്ടു പോയി. എന്നാൽ, ടിപ്പുവിന്റെ നേതൃത്വത്തിൽ ഒരു വമ്പിച്ച മൈസൂർപ്പട പാലക്കാട്ടേക്കു വരുന്നതായി അറിഞ്ഞ കേണൽ മാക്‌ലിയോഡിന്റെ കീഴിലുള്ള ബ്രിട്ടീഷ് സൈന്യവും തിരുവിതാംകൂർ സൈന്യവും തലശേരിക്കു പിൻവാങ്ങി തുടങ്ങി. ടിപ്പുവും സൈന്യവും അതിവേഗം അവരെ പിന്തുടർന്നു. മാക്‌ലിയോഡും സൈന്യവും ഒരു വിധം പൊന്നാനിപ്പുഴ കടന്നു മറുകരയെത്തി. ടിപ്പുവിന്റെ സൈന്യം പുഴ കടക്കാനുള്ള പദ്ധതിയുമായി ഇങ്ങേക്കരയിൽ താവളമടിച്ചു. 1782 നവംബർ 7-ാം തീയതി ടിപ്പുവിന് അവിടെവച്ചു ലഭിച്ച സന്ദേശത്തിൽ ഹൈദർഖാൻ അന്തരിച്ചുവെന്നും സുൽത്താൻ ഉടൻതന്നെ ശ്രീരംഗപട്ടണത്തെത്തണമെന്നും അറിയിപ്പുണ്ടായി. കിഴക്കൻ മേഖലയിലെ യുദ്ധത്തിലേർപ്പെട്ടിരുന്ന ഹൈദറിനു ശ്രീരംഗപട്ടണത്തേയ്ക്കു മടങ്ങുന്ന വഴിക്കായിരുന്നു മരണം സംഭവിച്ചത്.

ടിപ്പു സുൽത്താൻ പൊന്നാനിയിൽ നിന്നും ശ്രീരംഗപട്ടണത്തേയ്ക്കു

മടങ്ങിയപ്പോൾ പാലക്കാടുകോട്ടയൊഴികെ മലബാർ മുഴുവനും മൈസൂറിനു നഷ്ടമായിരുന്നു. മലബാറിനെ മൈസൂറിൽ നിന്നു മോചിപ്പിക്കുന്നതിൽ തിരുവിതാംകൂർ സൈന്യത്തിന്റെ പങ്ക് ചെറുതായിരുന്നില്ല. വടക്കൻകാനറ വരെ ഇംഗ്ലീഷുകാരോടൊപ്പം തിരുവിതാംകൂർ സൈന്യവും പ്രവർത്തനത്തിലേർപ്പെട്ടിരുന്നു. സൈന്യത്തെ മാത്രമല്ല ആവശ്യമായ ധനവും ഭക്ഷണവും തിരുവിതാംകൂർ ഉദാരമായി നല്കി. മലബാറിലെ സൈന്യാധിപൻ കേണൽ ഹാംബർസ്റ്റോണും, ബ്രിട്ടീഷ് സർവ്വസൈന്യാധിപൻ സർ അയർക്യൂട്ടും, മദ്രാസ് ഗവർണർ ചാറൽസ് സ്മിത്തും തിരുവിതാംകൂർ രാജാവിനെ മുക്തകണ്ഠം പ്രശംസിക്കുകയും നന്ദി പറയുകയും ചെയ്തു. പ്രശംസകളിൽ തല്പരനായിരുന്ന രാജാവ് കൂടുതൽ സഹായം നല്കുവാൻ സന്നദ്ധനായി. പ്രശംസകളിൽ മതിമറന്ന രാജാവ് തന്റെ പ്രവർത്തിയിലെ അധാർമ്മികത വിട്ടുകളഞ്ഞു. ഹൈദർക്കെതിരായി കർണ്ണാടക നവാബിനെ സഹായിക്കാൻ തിരുവിതാംകൂർ ബാദ്ധ്യസ്ഥമായിരുന്നെങ്കിലും ഇംഗ്ലീഷുകാർക്കുവേണ്ടി മലബാറിൽ പോയി യുദ്ധം ചെയ്യാൻ തിരുവിതാംകൂറിനു യാതൊരു ബാദ്ധ്യതയും ഇല്ലായിരുന്നു. പതിനാറു വർഷം ഹൈദർഖാൻ മലബാർ വാണുവെങ്കിലും മൈസൂർപട ഒരു ദിവസംപോലും തിരുവിതാംകൂറിന്റെ മണ്ണിൽ കാലുകുത്തിയിരുന്നില്ല. ആ നിലയ്ക്ക് തിരുവിതാംകൂർ ചെയ്തത് മൈസൂറിന്റെ നേരെയുള്ള കടന്നാക്രമണമായിരുന്നു. മൈസൂറിന്റെ മുഖ്യസൈന്യാധിപന്മാരിൽ ഒരാൾ തടവിലാവുകയും മറ്റൊരാൾ വധിക്കപ്പെടുകയും ചെയ്തത് അഭിമാനിയായ ടിപ്പു സുൽത്താനെ വേദനിപ്പിച്ചിരുന്നു. അദ്ദേഹം പാലക്കാടു വിട്ട ഉടനെ തന്നെ കേണൽ ഫുള്ളർട്ടിന്റെ നേതൃത്വത്തിൽ തിരുവിതാംകൂർ സൈന്യം പാലക്കാടുകോട്ടയും പിടിച്ചടക്കി. പാലക്കാടുകോട്ട വീണ്ടും വാഴിക്കപ്പെട്ട സാമൂതിരിക്കു കൈമാറപ്പെട്ടു. തിരുവിതാംകൂർ മലബാർ വിട്ടു പാളയംകോട്ടയെത്തി. അവിടെ കർണ്ണാടക നവാബിനെ എതിർത്ത സേതുപതിയെയും പാളയക്കാരന്മാരെയും വകവരുത്തുവാൻ നടപടികളാരംഭിച്ചു.

മൈസൂറിലെ നവാബായി സ്ഥാനമേറ്റ ടിപ്പു സുൽത്താൻ തന്റെ പിതാവു സംരക്ഷിച്ചുപോന്ന നാടുകൾ വീണ്ടെടുക്കാനുള്ള ശ്രമങ്ങൾ ആരംഭിച്ചു. സുൽത്താൻ ശ്രീരംഗപട്ടണത്തിലായിരുന്നപ്പോൾ മംഗലാപുരം കോട്ട റസ്റ്റംആലിബേഗിൽനിന്നും ജനറൽ മാത്യൂസ് പിടിച്ചെടുത്തു. ആലിബേഗ് രഹസ്യധാരണയിലൂടെ കോട്ട ഒഴിഞ്ഞു കൊടുത്തതാണെന്നു സുൽത്താൻ സംശയിച്ചു. കേണൽ ക്യാംബലിന്റെ കീഴിൽ ഒരു സൈന്യം കോട്ടയിൽ താവളമടിച്ചുകിടന്നു. കണ്ണൂർ കോട്ടയും ഇംഗ്ലീഷുകാർ കൈവശപ്പെടുത്തിയിരുന്നു. ടിപ്പുവിന്റെ സൈന്യം ആദ്യമായി പാലക്കാടുകോട്ട തിരിച്ചുപിടിക്കാൻ അങ്ങോട്ടു പോയി. സാമൂതിരിയുടെ ഒരു സൈന്യവിഭാഗമാണ് കോട്ട രക്ഷിച്ചിരുന്നത്. അവർക്കു യുദ്ധപരിചയം തീരെ കുറവായിരുന്നതിനാൽ നാലു ബറ്റാലിയൻ തിരുവിതാംകൂർ സൈന്യത്തെ അങ്ങോട്ടയച്ചു. മൈസൂർ സൈന്യത്തിന്റെ വരവിനെപ്പറ്റി

കേട്ടുഭയന്ന സാമൂതിരിയുടെ സൈന്യം തിരുവിതാംകൂർ സൈന്യം വന്നെത്തും മുമ്പേ കോട്ടയൊഴിഞ്ഞു ഓടിക്കളഞ്ഞു. പാലക്കാടുകോട്ട പിടിച്ചശേഷം മൈസൂർപ്പട കോഴിക്കോടിനു നേരെ പോയി. മലബാറിന്റെ പൂർണ്ണ നിയന്ത്രണം വീണ്ടെടുക്കാൻ ടിപ്പുവിനു കഴിഞ്ഞില്ല. എങ്കിലും മംഗലാപുരം കോട്ടയ്ക്കു നേരെ 1783 ൽ ആരംഭിച്ച ഉപരോധം ഒമ്പതു മാസം നീണ്ടു നിന്നു. കേണൽ ക്യാംബലിന്റെ കീഴിൽ അവിടെയുണ്ടായിരുന്ന ബ്രിട്ടീഷ് സൈന്യവും പട്ടിണികിടന്നു മരണത്തോടടുത്തു. ഈ സമയം കേണൽ ഫുള്ളർട്ടിന്റെ കീഴിലുള്ള ഒരു ബ്രിട്ടീഷ് സൈന്യം ശ്രീരംഗപട്ടണത്തെ സമീപിച്ചുവെങ്കിലും ക്യാംബലിന്റെയും കൂടെയുണ്ടായിരുന്നവരുടെയും ജീവൻ രക്ഷിക്കാൻ വേണ്ടി 1784 ജനുവരി 26-ാം തീയതി മംഗലാപുരത്തു ടിപ്പുവുമായി വീണ്ടും സമാധാനസന്ധിയിൽ ഒപ്പുവയ്ക്കേണ്ടിവന്നു. ഇംഗ്ലീഷുകാരെ സംബന്ധിച്ചിടത്തോളം വളരെ നിരാശാവഹമായിരുന്നു രണ്ടാം മംഗലാപുരം ഉടമ്പടി. ആ ഉടമ്പടിയിലും തിരുവിതാംകൂറിനെ കർണ്ണാടക നവാബിന്റെ സുഹൃത്തായി പറഞ്ഞിട്ടുണ്ടായിരുന്നു. മലബാറിലെ എല്ലാ സ്വരൂപങ്ങളും വീണ്ടും മൈസൂറിനു വിട്ടുകൊടുത്തു. കാനറയും കൊച്ചിയും വീണ്ടും മൈസൂറിന്റെ നിയന്ത്രണത്തിലായി. ഇങ്ങനെ രണ്ടാം മൈസൂർ യുദ്ധം അവസാനിച്ചുവെങ്കിലും പാമ്പിനെ നോവിച്ചു വിട്ട ആളിന്റെ സ്ഥിതിയിലായി തിരുവിതാംകൂർ.

മംഗലാപുരം ഉടമ്പടി മൂലമുണ്ടായ മാനഹാനിയുമായി പൊരുത്തപ്പെടാൻ ഇംഗ്ലീഷുകാർക്കുള്ള വിഷമം വളരെ വലുതായിരുന്നു. അതിലേറെ അവരെ വിഷമിപ്പിച്ചത് ടിപ്പുവിന്റെ അസാധാരണമായ ശക്തിവർദ്ധനയായിരുന്നു. ടിപ്പുവിന്റെ കീഴിലുണ്ടായിരുന്ന സൈന്യം ഇന്ത്യയിലേറ്റവും സുശിക്ഷിതവും മികച്ചതുമായിരുന്നു. 1786 ൽ മഹാരാഷ്ട്രരുടെയും നൈസാമിന്റെയും സംയുക്തസൈന്യത്തെ അത്യന്തം പ്രതികൂലമായ സാഹചര്യത്തിൽ പരാജയപ്പെടുത്താൻ സാധിച്ചത് ഇന്ത്യയിലെ ഏറ്റവും കരുത്തനായ ഭരണാധികാരിയെന്ന അംഗീകാരം അദ്ദേഹത്തിനു നേടിക്കൊടുത്തു. നിയമപരമായി ദില്ലിയിലെ പാദുഷായുടെ കീഴിൽ ഡക്കാൺ സുബേദറായ നൈസാമിന്റെ കീഴിലുള്ള ഒരു നവാബു മാത്രമായിരുന്നു ടിപ്പു സുൽത്താൻ. എങ്കിലും പാദുഷായുടെ നാമമാത്രമായ മേൽക്കോയ്മ പോലും സുൽത്താൻ അംഗീകരിച്ചില്ല. ദില്ലിയിലെ പാദുഷായെ മഹാരാഷ്ടരുടെ ഒരു പെൻഷൻകാരനായി മാത്രമേ ടിപ്പു കരുതിയുള്ളൂ. ഗ്വാളിയാറിലെ സിന്ധ്യയിൽനിന്നും പ്രതിമാസം 15,000 രൂപ നസറാണ കൈപ്പറ്റിയിരുന്നതുകൊണ്ടാണ് സുൽത്താൻ പാദുഷയെ പുച്ഛിച്ചുതള്ളിയത്. വെള്ളിയാഴ്ച ദിവസങ്ങളിൽ ഇന്ത്യയിലെ എല്ലാ മുസ്ലീംപള്ളികളിലും ഖുത്ബായിൽ പാദുഷയായ ഷാ ആലാമിന്റെ പേരിൽ പ്രാർത്ഥന നടത്തിയിരുന്നത് മൈസൂറിനുള്ളിൽ സുൽത്താൻ വിലക്കി. പാദുഷായ്ക്കു പകരം തന്റെ പേർ ഉപയോഗിക്കണമെന്ന് സുൽത്താൻ നിർദ്ദേശിച്ചു. [19] മുസ്ലീം രാഷ്ട്രങ്ങളുടെ കാലിഫ് ആയ തുർക്കി സുൽത്താന്റെ ദർബാറിൽ മൈസൂറിന്റെ പ്രതിനിധിയെ നിയമിച്ചു, ഫ്രഞ്ചു രാജാവിന്റെ സദ

സ്സിലും ടിപ്പുവിന്റെ പ്രതിപുരുഷൻ ഉണ്ടായിരുന്നു. ഇപ്രകാരം ലോകത്തിലെ ശക്തന്മാരിൽ ഒരാളായി ബ്രിട്ടീഷ് പാർലമെന്റിൽ പോലും ടിപ്പു അംഗീകരിക്കപ്പെട്ടു. ഈയവസ്ഥയിലുള്ള ഒരാൾ ദുർബ്ബലനായ കർണ്ണാടക നവാബിന്റെ സാമന്തനായ തിരുവിതാംകൂർ രാജാവിൽനിന്നും കൂടുതൽ ആദരവ് പ്രതീക്ഷിച്ചതിൽ അത്ഭുതപ്പെടാനില്ല.

മംഗലാപുരം സന്ധി ലംഘിക്കണമെന്നു ടിപ്പുവിനു താല്പര്യമില്ലായിരുന്നുവെങ്കിലും ഇംഗ്ലീഷുകാർ പ്രകടമായും അതിൽ അസ്വസ്ഥരായിരുന്നു. വാണിജ്യകാര്യത്തിൽ ടിപ്പുവിനുണ്ടായിരുന്ന അസാമാന്യമായ നൈപുണ്യം മൂലം സാമ്പത്തികമായും മൈസൂർ വളരെയേറെ അഭിവൃദ്ധിപ്പെട്ടു. ടിപ്പുവിന്റെ ക്രമാതീതമായ ശക്തിവർദ്ധനവ് മഹാരാഷ്ട്രരെയും, നൈസാമിനെയും, ഇംഗ്ലീഷുകാരെയും ഒരുപോലെ ഭയപ്പെടുത്തി. ഈ വളർച്ചയ്ക്കു തടയിടാൻ അവസരം പാർത്തിരുന്ന ഇംഗ്ലീഷുകാർക്ക് മംഗലാപുരം ഉടമ്പടിയെ പരോക്ഷമായെങ്കിലും ലംഘിക്കാതെ മറ്റുവഴികളൊന്നുമില്ലായിരുന്നു. 1786 ൽ മൈസൂറും നൈസാമുമായിട്ടുള്ള യുദ്ധത്തിൽ ഇംഗ്ലീഷുകാർ നൈസാമിന് ആയുധം നല്കി. അതിനവർക്ക് ന്യായീകരണമുണ്ടെങ്കിലും അതു 1784 ലെ മംഗലാപുരം ഉടമ്പടിയുടെ ലംഘനമായിരുന്നു. എങ്കിലും ഇംഗ്ലീഷുകാരോട് ശത്രുതയ്ക്കു ടിപ്പു സുൽത്താൻ മുതിർന്നില്ല. മൈസൂറിനെതിരെ കടത്തനാട്, കോട്ടയം എന്നിവിടങ്ങളിലെ നാടുവാഴികളും അനേകം പ്രഭുക്കന്മാരും കലാപം ആരംഭിച്ചപ്പോൾ അവയ്ക്കു പിന്നിൽ ഇംഗ്ലീഷുകാരുടെ പിന്തുണയുണ്ടെന്നു സുൽത്താൻ മനസ്സിലാക്കി. സുൽത്താൻ അനുവർത്തിച്ച മതധ്വംസനമാണ് കലാപത്തിനു കാരണമെന്ന് ഇംഗ്ലീഷുകാർ പ്രചരണം നടത്തി. എന്നാൽ വസ്തുത ഇതു രണ്ടുമായിരുന്നില്ല. തിരുവിതാംകൂറിൽ നേരത്തെ നടപ്പിലാക്കിയതുപോലെ ഫ്യൂഡൽ പ്രഭുക്കന്മാരുടെ അധികാരങ്ങൾ മലബാറിലും എടുത്തു കളഞ്ഞതായിരുന്നു പ്രശ്നം. രാഷ്ട്രീയാധികാരമില്ലാതെ പ്രഭുക്കന്മാർക്കു തങ്ങളുടെ കീഴിലുള്ള കുടിയാനവന്മാരുടെ മേൽ നിയന്ത്രണമില്ലാതായി. പരമ്പരാഗതമായി നിലവിലില്ലായിരുന്ന പുതിയ നികുതി വ്യവസ്ഥകൾ പ്രഭുക്കന്മാരെ ശ്വാസം മുട്ടിച്ചു. അവർ കിട്ടിയ മുതലുമായി തിരുവിതാംകൂറിലേക്കു പ്രയാണം ആരംഭിച്ചു. മൈസൂറിന്റെ പുതിയ ഭരണക്രമവുമായി തീരെ പൊരുത്തപ്പെടാനാകാതെ വന്നത് ബ്രാഹ്മണ ജന്മിമാർക്കായിരുന്നു[20]. അതുകൊണ്ടു മതധ്വംസനം മൂലം അവർ നാടുവിട്ടതായി ഇംഗ്ലീഷുകാർ പ്രചാരണം നടത്തി. തനിക്കു ലഭിക്കേണ്ട ധനവുമായി തിരുവിതാകൂറിലേക്കു പോയവരെ 'കള്ളന്മാർ' എന്നാണ് സുൽത്താൻ വിളിച്ചത്. കള്ളന്മാർക്കു അഭയം നല്കിയ തിരുവിതാംകൂറിനോട് വിദ്വേഷത്തിന് ഇത് കാരണമായി. 1788 ൽ കലാപം അടിച്ചമർത്താൻ ടിപ്പു സുൽത്താൻ സൈന്യവുമായി മലബാറിൽ പ്രവേശിച്ചത് തിരുവിതാംകൂറിലേക്കുള്ള ജനപ്രവാഹത്തിന്റെ ആക്കം വർദ്ധിപ്പിച്ചു. നാടുവിട്ടു പോകുന്ന നായന്മാർക്കു ഒരു സഹായവും ചെയ്യരുത് എന്ന് 1786 ഫെബ്രുവരിയിൽ തലശ്ശേരിയിലെ ഇംഗ്ലീഷുകാരോടു

സുൽത്താൻ നിർദ്ദേശിച്ചുവെങ്കിലും അതുകൊണ്ട് പ്രയോജനമുണ്ടായില്ല.

തിരുവിതാംകൂറുമായി പ്രശ്നങ്ങൾ പറഞ്ഞൊതുക്കണമെന്നല്ലാതെ തിരുവിതാംകൂറുമായി യുദ്ധത്തിനു പുറപ്പെടണമെന്നു ടിപ്പുവിനു ഉദ്ദേശ്യമില്ലായിരുന്നു. ഇക്കാര്യത്തിൽ മാദ്ധ്യസ്ഥം വഹിക്കുവാൻ തിരുവിതാംകൂറുമായി സൗഹൃദത്തിലിരുന്ന കൊച്ചി രാജാവിനെയാണ് ടിപ്പു കണ്ടത്. ഉടൻതന്നെ തന്നെ വന്നു കാണണമെന്നു സുൽത്താൻ കൊച്ചിരാജാവിനു സന്ദേശമയച്ചു. സന്ദേശം കണ്ടു ഭയപ്പെട്ടുപോയ രാജാവ് തിരുവിതാംകൂർ രാജാവുമായും കൊച്ചിയിലെ ഡച്ച് ഗവർണ്ണറുമായും കൂടിയാലോചിച്ചശേഷം ഇളയരാജാവായ ശക്തൻ തമ്പുരാനെയാണയച്ചത്. 1788 മേയ് 26-ാം തീയതി പാലക്കാടുകോട്ടയിൽ വച്ചു ശക്തൻ തമ്പുരാൻ ടിപ്പുവിനെ സന്ദർശിച്ചു. അവർ തമ്മിലുണ്ടായ സംഭാഷണം കൃത്യമായി അറിയാൻ നിവൃത്തിയില്ല. സംഭാഷണത്തെപ്പറ്റി തമ്പുരാൻ തന്റെ മാതുലനെ അറിയിച്ചതിപ്രകാരമാണ്: പെരുമ്പടപ്പിൽനിന്നും തിരുവിതാംകൂർ പിടിച്ചെടുത്ത ആലങ്ങാടും പറവൂരും തമ്പുരാൻ തിരുവിതാംകൂർ രാജാവിനോട് തിരികെ ചോദിക്കണം. വിട്ടുതന്നില്ലെങ്കിൽ അവ ബലമായി പിടിച്ചെടുക്കണം. അതിനു സുൽത്താന്റെ സഹായവുമുണ്ടായിരിക്കും. അപ്രകാരം പ്രവർത്തിക്കുന്നത് ന്യായമല്ല എന്നു ശക്തൻ തമ്പുരാൻ പറഞ്ഞതായാണ് അദ്ദേഹത്തിന്റെ റിപ്പോർട്ട്. അതു ശരിയാണെന്ന് കരുതാൻ പ്രയാസം. ആലങ്ങാടും പറവൂരും തിരുവിതാംകൂർ അന്യായമായി വച്ചിരിക്കുകയാണെന്നും അവ പെരുമ്പടപ്പിനു തിരികെ കിട്ടേണ്ടതുമാണെന്നുമാണ് ശക്തൻ തമ്പുരാൻ പില്ക്കാലത്തു വാദിച്ചത്. അദ്ദേഹത്തിന്റെ വ്യക്തിപരമായ അഭിപ്രായം എന്തു തന്നെയായാലും അദ്ദേഹത്തിന്റെ മാതുലൻ തിരുവിതാംകൂറിന്റെ ആജ്ഞാനുവർത്തിയായിരുന്നു. താനിക്കാര്യത്തിൽ നിസ്സഹായനാണെന്നും സുൽത്താൻ നേരിട്ടു സ്ഥാനപതിമാരെ അയയ്ക്കുന്നതാവും നല്ലതെന്നും ഒരുപക്ഷേ, തമ്പുരാൻ പറഞ്ഞിരിക്കാം.

1788 ജൂൺ നാലാം തീയതി അന്നമനട എന്ന സ്ഥലത്തുണ്ടായിരുന്ന തിരുവിതാംകൂർ രാജാവിനെ സന്ദർശിച്ചു കൊച്ചി രാജാവ് ദൗത്യത്തെപ്പറ്റി ചർച്ചചെയ്തു. സുൽത്താന്റെ ദൗത്യവുമായി വക്കീലന്മാർ (പ്രതിനിധികൾ) ഉടൻ വന്നെത്തുമെന്നും രാമവർമ്മ രാജാവിനോടു കൊച്ചി രാജാവ് പറഞ്ഞു. എല്ലാ വിദേശകാര്യങ്ങളും ഇംഗ്ലീഷുകാരുടെ ഉപദേശപ്രകാരം ചെയ്യണമെന്നു നിർബ്ബന്ധമുള്ള രാമവർമ്മരാജാവ് ഇക്കാര്യം ഉടൻതന്നെ ഇംഗ്ലീഷുകാരെ അറിയിച്ചു. മൈസൂർ പ്രതിനിധികൾ സന്ദർശിക്കാനെത്തുമ്പോൾ തന്നെ സഹായിക്കാൻ ഈസ്റ്റിന്ത്യാ ക്കമ്പനിയുടെ ഒരു പ്രതിനിധികൂടെ ഉണ്ടായിരിക്കണമെന്നും അദ്ദേഹം എഴുതി[21]. അതിൻപ്രകാരം അക്കാലത്തു പാളയംകോട്ടയിൽ ഉണ്ടായിരുന്ന മേജർ ബാനർമാൻ തിരുവിതാംകൂറിലെത്തി. പറവൂർ വച്ച് മേജർ ബാനർമാന്റെ സാന്നിദ്ധ്യത്തിൽ മൈസൂറിന്റെ പ്രതിനിധിയായ ഗുലാം മുഹിയദ്ദീനും ദാദാറാവുവും തിരുവിതാംകൂർ രാജാവിനെ സന്ദർശിച്ച് സമ്മാനങ്ങൾ കൈമാറി. ടിപ്പുവിന്റെ സന്ദേശം ഇതായിരുന്നു.

> അവിടുന്നു ഗുണവാനും മഹാനുമായ ഒരു രാജാവാണെന്നും നമ്മുടെ സർക്കാരുമായി സ്നേഹിച്ചിരിക്കുന്നതിനും ഇച്ഛിക്കുന്നു എന്നും കൊച്ചിയിലെ രാമവർമ്മ രാജാവ് പറഞ്ഞ് ഞാൻ അറിയുന്നു. അവിടുന്ന് ബുദ്ധിമാനും കാര്യങ്ങളെ നല്ലവണ്ണം അറിഞ്ഞിരിക്കുന്ന ആളുമാകയാൽ എന്റെ സഖ്യം അവിടുത്തേയ്ക്കു എത്ര മാത്രം പ്രയോജനം ഉള്ളതായിരിക്കുമെന്നും അവിടുന്ന് അറിഞ്ഞിരിക്കണം. ഈ എഴുത്തു കൊടുത്ത് എന്റെ വിശ്വസ്തന്മാരായ ഗുലാം മുഹിയദ്ദീനെയും ദാദാറാവുവിനെയും അയയ്ക്കുന്നു. ഇവര് എന്റെ സമ്മാനമായി ഒരു ഉടുപ്പും ഏതാനും ആഭരണങ്ങളും ഒരു കുതിരയും അവിടുത്തെ അടുക്കൽ ഏല്പിക്കും, ശേഷം വസ്തുതകൾ മുഴുവൻ ഇവർ മുഖദാവിൽ പറയും.[22]

പെരുമ്പടപ്പിന്റെ വകയായ ആലങ്ങാടും പറവൂരും അവർക്കു തിരികെ നല്കണമെന്നും പെരുമ്പടപ്പിനുള്ളിൽ പണിതിരിക്കുന്ന നെടുങ്കോട്ട പൊളിച്ചുകളയണമെന്നുമായിരുന്നു ആവശ്യപ്പെട്ടത്. മലബാറിലെ രാജാക്കന്മാരെ തിരുവിതാംകൂറിൽനിന്നും തിരിച്ചയക്കണമെന്നുള്ളതായിരുന്നു മറ്റൊരാവശ്യം. ബ്രിട്ടീഷ് പ്രതിനിധികളെ സന്ദർശന സമയത്തു വരുത്തിയതിന്റെ കാരണവും ചോദ്യം ചെയ്യപ്പെട്ടു[23]. ദിവാൻ കേശവപിള്ളയും ബ്രിട്ടീഷ് പ്രതിനിധികളുമായി കൂടിയാലോചിച്ചശേഷം രാജാവ് ഇപ്രകാരം മറുപടി നല്കി. ആലങ്ങാടും പറവൂരും അവിടത്തെ രാജാക്കന്മാർ എഴുതിത്തന്നതാണ്. കൊച്ചി രാജാവ് ഉടമ്പടിയിൽ അത് അംഗീകരിച്ചിട്ടുമുണ്ട്. കുരുമുളകിന്റെ കള്ളക്കടത്ത് നിയന്ത്രിക്കാൻ നെടുങ്കോട്ട ആവശ്യമാണ്. ബ്രിട്ടീഷ് പ്രതിനിധികളെ വരുത്തിയത് മുമ്പിനാലെ തിരുവിതാംകൂറും ഇംഗ്ലീഷുകാരുമായുള്ള സ്നേഹവിശ്വാസങ്ങൾ മൂലമാണ്. ഇവയൊന്നും യുക്തിസഹമായ മറുപടികളല്ലായിരുന്നതുകൊണ്ട് ദൗത്യം പരാജയപ്പെടുകയാണുണ്ടായത്.

തിരുവിതാംകൂറിനു നേരെ യുദ്ധത്തിനു പുറപ്പെട്ട ടിപ്പു സുൽത്താനെ വെറും ഒരു ആക്രമണകാരിയായി ചിത്രീകരിച്ച ചരിത്രകാരന്മാർ അക്കാര്യത്തിൽ ടിപ്പുവിനുണ്ടായിരുന്ന ന്യായീകരണം തീരെ പരിഗണിച്ചില്ല. ടിപ്പുവിന്റെ മതപീഡനത്തിനിരയായവരാണ് തിരുവിതാംകൂറിലേക്കു പോന്നതെന്നും അവരെ സംരക്ഷിക്കേണ്ടത് തിരുവിതാംകൂറിന്റെ കടമയാണെന്നും വാദിക്കുന്നവരുണ്ടാകാം. എന്നാൽ നാട്ടിലെ ധനവുമായി ഒളിച്ചോടിപ്പോവുകയും ദൂരെ നിന്നുകൊണ്ടു നാട്ടിലെ ലഹളകൾക്കു പ്രേരണ നല്കുകയും ചെയ്ത ചെറുനാടുവാഴികളെ കള്ളന്മാരായി മാത്രമേ ടിപ്പു കരുതിയുള്ളു. കുരുമുളകിന്റെ കള്ളക്കടത്തു തടയാനാണ് നെടുങ്കോട്ട കെട്ടിയതെന്ന വാദവും ബാലിശമാണ്. കൊച്ചി രാജാവ് മൈസൂറിന്റെ മേല്ക്കോയ്മ സ്വീകരിക്കുന്നതിനു മുമ്പ് കൊച്ചിയുടെ ഒത്താശയോടെ കെട്ടിയതാണ് നെടുങ്കോട്ടയെന്നും തിരുവിതാംകൂർ വാദിച്ചു. കൊച്ചിയിൽ നിന്നുള്ള കുരുമുളകിനു തിരുവിതാംകൂറിന് അവകാശമുണ്ടായിരുന്നപ്പോൾ കെട്ടിയ കോട്ടയ്ക്കു ഇപ്പോൾ പ്രസക്തിയില്ലല്ലോ.

കൊച്ചിയുടെ മേല്ക്കോയ്മയായ സുൽത്താൻ ആവശ്യപ്പെട്ടപ്പോൾ ആ കോട്ട പൊളിച്ചുമാറ്റാൻ തിരുവിതാംകൂർ ബാദ്ധ്യസ്ഥമായിരുന്നു. പറവൂരും (പിണ്ടിനിമറ്റം) ആലങ്ങാടും (മങ്ങാട്) തിരുവിതാംകൂർ വിട്ടൊഴിയണമെന്നാവശ്യപ്പെട്ടതിലും ന്യായീകരണമുണ്ട്. പെരുമ്പടപ്പു സംസ്ഥാനത്തിനുള്ളിൽ സ്ഥിതി ചെയ്യുന്നവയാണ് ആ സ്വരൂപങ്ങൾ. പെരുമ്പടപ്പുമായി പിണങ്ങിയ അവിടത്തെ സാമന്തന്മാർ ആദ്യം തിരുവിതാംകൂറിന്റെ മേല്ക്കോയ്മ സ്വീകരിക്കാൻ തയ്യാറായതാണ്. രാമയ്യന്റെ താല്പര്യമുണ്ടായിട്ടുപോലും ഇക്കാര്യത്തിൽ ബുദ്ധിമാനായ മാർത്താണ്ഡവർമ്മ ഇടപെടാതിരുന്നതാണ്. ഭാവിയിൽ അതു അനാവശ്യമായ ബാദ്ധ്യതയാവും എന്നു കാണാനുള്ള ദീർഘദൃഷ്ടി അദ്ദേഹത്തിനുണ്ടായിരുന്നു. അതുമൂലമാണ് ആ സ്വരൂപങ്ങൾ നെടുവിരിപ്പിന്റെ മേല്ക്കോയ്മ സ്വീകരിച്ചത്. നെടുവിരിപ്പിന്റെ അധീനതയിലിരിക്കെയാണ് ഈ സ്വരൂപങ്ങളെ കൊച്ചി രാജാവ് തിരുവിതാംകൂറിന് സംഭാവന ചെയ്തത്. ഇപ്പോൾ പെരുമ്പടപ്പും നെടുവിരിപ്പും മൈസൂറിന്റെ സാമന്തപദവി സ്വീകരിക്കുകകൊണ്ട് ആലങ്ങാടും പറവൂരും വിട്ടുകിട്ടണമെന്നാവശ്യപ്പെടാൻ ടിപ്പുവിനു അവകാശമുണ്ട്. കൊച്ചിയിൽനിന്നും സാമൂതിരി പിടിച്ചെടുക്കുകയും സാമൂതിരിയിൽ നിന്നും ഡച്ചുകാർ കൈവശപ്പെടുത്തുകയുംചെയ്ത കൊടുങ്ങല്ലൂർ സ്വരൂപം പെരുമ്പടപ്പിനെപ്പോലെ തിരുവിതാംകൂറും മൈസൂറിന്റെ മേല്ക്കോയ്മ അംഗീകരിച്ചിരുന്നെങ്കിൽ കളക്കാടു സ്വരൂപം തിരുവിതാംകൂറിനു വിട്ടുകൊടുപ്പിക്കാൻ തീർച്ചയായും ഹൈദരും ടിപ്പുവും ഒരുങ്ങുമായിരുന്നു.

മൈസൂറിന്റെ ദൗത്യത്തെപ്പറ്റി തിരുവിതാംകൂറിൽനിന്നും അറിവു കിട്ടിയ ഉടനെ തന്നെ മദ്രാസ് ഗവർണ്ണർ ടിപ്പുവിനെഴുതി. അതിൽ, തിരുവിതാംകൂറിനു മൈസൂറിന്റെ പുറപ്പാടിനെപ്പറ്റി ഭയമാണെന്നും അദ്ദേഹത്തിന്റെ നാടുകൈയേറുന്നതു മംഗലാപുരം ഉടമ്പടിയുടെ ലംഘനമായിരിക്കുമെന്നും അറിയിച്ചു. അതിനുള്ള മറുപടിയിൽ താനൊരു കാലത്തും വിശ്വാസഭംഗം വരുത്തിയിട്ടില്ലെന്നും ഇനിയും അങ്ങനെ ഉണ്ടാവുകയില്ല എന്നും, മംഗലാപുരം ഉടമ്പടി താൻ ആദരിക്കുമെന്നും ടിപ്പു എഴുതി. ഇക്കാര്യത്തിൽ ഇംഗ്ലീഷുകാർക്ക് സംശയം തോന്നിയതുതന്നെ വിസ്മയകരമാണെന്നും കത്തിൽ പറഞ്ഞു. മലയാളത്തിൽ തന്റെ വകദേശങ്ങളിൽ തന്റെ ആധിപത്യത്തെ അനുസരിക്കാത്ത നായന്മാരെയും മാപ്പിളമാരെയും അമർച്ച ചെയ്യുന്നതിനു മാത്രമാണ് താൻ മലബാറിൽ സൈന്യത്തെ അയച്ചതെന്നും സുൽത്താന്റെ കത്തിലുണ്ടായിരുന്നു. തന്റെ സംസ്ഥാനത്തിനും തിരുവിതാംകൂറിനും ഇടയ്ക്കു കൊച്ചി രാജ്യമുള്ളതുകൊണ്ടു ഇരു കൂട്ടരും തമ്മിൽ വാദങ്ങൾക്കു കാരണമില്ലെന്നും കൂടെ സുൽത്താൻ എഴുതി. [24]

മൈസൂറിന്റെ ഭാഗത്തുനിന്നും ഇത്രയൊക്കെ അനുനയപൂർവ്വമായ പെരുമാറ്റം ഉണ്ടായിട്ടും തിരുവിതാംകൂറിന്റെ ഭാഗത്തുനിന്നുമുള്ള പ്രതികരണം ശത്രുതാപരമായിരുന്നു. തിരുവിതാംകൂറിന്റെ രണ്ടുനടപടികൾ സുൽത്താനു പ്രകോപനപരമായിരുന്നു. ആദ്യത്തേതു ക്യാപ്റ്റൻ നോക്സിന്റെയും പേമാസ്റ്റർ പൌണിയുടെയും കീഴിൽ രണ്ടു ബ്രിട്ടീഷ്

ബറ്റാലിയനുകൾ തിരുവിതാംകൂറിന്റെ ചെലവിൽ പറവൂരിൽ കൊണ്ടുവന്നത്. മറ്റൊന്ന്, ഡച്ചുകാരുടെ വകയായ കൊടുങ്ങല്ലൂർ കോട്ടയും അഴിക്കോട്ടയും തിരുവിതാംകൂർ വിലയ്ക്കുവാങ്ങിയതും അവിടെ തിരുവിതാംകൂർ സൈന്യത്തെ നിർത്തിയതും. വെള്ളക്കാരും തൊപ്പിക്കാരും (യൂറോപ്യന്മാർ) ആയ ധാരാളം പേർ തിരുവിതാംകൂർ സൈന്യത്തിൽ ഡിലനോയിയുടെ കാലം മുതൽ സേവനം അനുഷ്ഠിച്ചു വന്നിരുന്നുവെങ്കിലും, ഡിലനോയിയുടെ മരണശേഷം തിരുവിതാംകൂർ സേനയെ നയിക്കാൻ നാലു ബ്രിട്ടീഷ് ആഫീസർമാരെയും എട്ടു സാർജന്റുമാരെയും അയച്ചു തരണമെന്നു തിരുവിതാംകൂർ മദ്രാസ് ഗവർണ്ണറോട് എഴുതിച്ചോദിച്ചു. ബ്രിട്ടീഷ് ആഫീസറന്മാരെ നാട്ടുരാജ്യങ്ങളിൽ സേവനത്തിനയക്കുന്ന പതിവ് കമ്പനിക്കില്ലെന്നും വേണമെങ്കിൽ ഒന്നോ രണ്ടോ ബറ്റാലിയനുകളെ രാജ്യരക്ഷയ്ക്കായി അയച്ചുതരാൻ തയ്യാറാണെന്നും അതിന്റെ ചെലവു തിരുവിതാംകൂർ സർക്കാർ വഹിച്ചാൽ മതിയെന്നും അതിനു മദ്രാസ് ഗവർണ്ണർ മറുപടി നല്കി. ഈ നിർദ്ദേശത്തിലന്തർഭവിച്ച അപകടം മനസ്സിലാക്കിക്കൊണ്ടുതന്നെ രാമവർമ്മരാജാവ് ഇപ്രകാരം എഴുതി അറിയിച്ചു.[25] ഇംഗ്ലീഷുകമ്പനിയുമായി എനിക്കുള്ള സ്നേഹവും ബന്ധവും ലോകപ്രശസ്തമാണ്. ദൈവത്തെ സാക്ഷിനിർത്തി ഞാനാവർത്തിക്കട്ടെ, കമ്പനിയുടെ പിന്തുണ ഒന്നുമാത്രമാണ് എന്റെ ആശ്രയമെന്ന്. അതുകൊണ്ടു കമ്പനിയുടെ ചില ബറ്റാലിയനുകളെ ഇവിടെ നിർത്താമെന്ന ആലോചന ഞാൻ സന്തോഷത്തോടുകൂടി സ്വീകരിക്കുകയാണ്. ഇപ്രകാരമാണ് ബ്രിട്ടീഷ് പട്ടാളം തിരുവിതാംകൂറിൽ എത്തിയത്. അതിന്റെ പേമാസ്റ്ററായിരുന്ന പൗണി കമ്പനിയുടെ ആദ്യത്തെ സ്ഥാനപതി (റസിഡന്റ്)യായി. പിന്നീടു തിരുവിതാംകൂറിന്റെ വിദേശനയത്തെ നിയന്ത്രിച്ചത് ഈ റസിഡന്റുമാരാണ്.

നെടുംകോട്ടയും കുരിയാപ്പള്ളികോട്ടയും കാരണം, മൈസൂർ സൈന്യത്തിനു തെക്കോട്ടു പുറപ്പെടണമെങ്കിൽ അതു കൊടുങ്ങല്ലൂർ കോട്ടയുടെ സമീപത്തുകൂടി വേണമായിരുന്നു. കൊടുങ്ങല്ലൂർ സ്വരൂപവും, പാപ്പിനിവട്ടവും, ചേറ്റുവായും നഷ്ടപ്പെട്ട സ്ഥിതിക്കു കൊടുങ്ങല്ലൂർ കോട്ട നിലനിർത്തേണ്ട ആവശ്യം ഡച്ചുകാർക്കില്ലായിരുന്നു. അപ്രകാരം തന്നെ മുനമ്പത്തെ അഴിക്കോട്ടയും. ഈ കോട്ടകൾ വിലയ്ക്കുവിറ്റാൽ അനാവശ്യമായ ഒരു ബാദ്ധ്യത ഒഴിയുകയും കുറെ ധനം സമ്പാദിക്കാൻ സാധിക്കുകയും ചെയ്യുമെന്നു ഡച്ചുകാർ കണ്ടു. തിരുവിതാംകൂറിന്റെ സംരക്ഷണത്തിനു വേണ്ടി മാത്രമാണ് തങ്ങൾ ഈ കോട്ടകൾ സംരക്ഷിക്കുന്നതെന്നു അവർ തിരുവിതാംകൂർ ദിവാൻ കേശവപിള്ളയെ അറിയിച്ചു. അതുകൊണ്ടവയുടെ സംരക്ഷണം തിരുവിതാംകൂർ ഏറ്റെടുക്കണമെന്ന് ഡച്ച് ഗവർണ്ണർ ആവശ്യപ്പെട്ടു. അതിനു ദിവാൻജിയുടെ മറുപടി ഇപ്രകാരമായിരുന്നു. “കോട്ടകൾ ഡച്ചുകാരുടെ വകയായതിനാൽ മൈസൂർ നവാബ് ആക്രമിക്കുമ്പോൾ ഇംഗ്ലീഷുകാർ സഹായത്തിനെത്തുകയില്ല. എന്നാൽ കോട്ടകൾ തിരുവിതാംകൂറിനു കൈമാറിയാൽ അവയെ സംരക്ഷിക്കാനുള്ള ഉത്തരവാദിത്വം ഇംഗ്ലീഷുകാർക്കും ഉണ്ടാവും.”[26] ഇതു

തന്നെയാണ് ഡച്ചുകാർ ആഗ്രഹിച്ചതും. ബ്രിട്ടീഷ് പ്രതിനിധിയായ പൗണിയും ഈ കോട്ടകൾ തിരുവിതാംകൂർ വാങ്ങുന്നതിനെ അനുകൂലിച്ചു. എന്നാൽ ടിപ്പു സുൽത്താനുമായി പിണക്കത്തിനിടയാക്കുന്ന ഒന്നും ചെയ്യരുതെന്നു മദ്രാസ് ഗവർണർ തിരുവിതാംകൂർ രാജാവിനെ 1788 മാർച്ച് മാസത്തിൽ ശക്തിയായി വിലക്കിയതിന്റെ[27] ലംഘനമായിരുന്നു കോട്ട വാങ്ങൽ. കോട്ടകൾ നിന്നിരുന്നത് 1717 ൽ സാമൂതിരിയിൽനിന്നും ഡച്ചുകാർ കൈവശപ്പെടുത്തിയ സ്ഥലത്തായിരുന്നു. ഡച്ചുകാർക്ക് യുദ്ധത്തിൽ വന്ന നഷ്ടത്തിനു പരിഹാരമായി അനുഭവത്തിനു നല്കിയ മണപ്പുറം ദ്വീപിലാണ് കൊടുങ്ങല്ലൂർ കോട്ട. പോർട്ടുഗീസുകാരിൽനിന്നും പിടിച്ചെടുത്തതാണ് കൊടുങ്ങല്ലൂർ കോട്ടയെങ്കിലും അതു നിന്ന സ്ഥലം ആദ്യം പെരുമ്പടപ്പിന്റെയും പിന്നീടു നെടിയിരിപ്പിന്റെയും വകയായിരുന്നു. പോർട്ടുഗീസുകാരും ഡച്ചുകാരും ആ സ്ഥലത്തിനു ആർക്കും പാട്ടം നല്കിയിരുന്നില്ല എന്നതു ശരിയാണ്. പക്ഷേ, അതു കൊണ്ടുമാത്രം അവ കൈമാറ്റം ചെയ്യാൻ ഡച്ചുകാർക്ക് അവകാശം ലഭിക്കുന്നില്ല എന്നതായിരുന്നു മൈസൂറിന്റെ നിലപാട്.

ക്രി. 1789 ജൂലൈ 31-ാം തീയതി കോട്ടകളും തൊട്ടുള്ള വസ്തുവകകളും, കോട്ടയ്ക്കുള്ളിലെ ആയുധസാമഗ്രികളും കൂടെ 3 ലക്ഷം സൂറത്ത് രൂപയ്ക്കു തിരുവിതാംകൂറിനു വിറ്റു. 50,000 രൂപ രൊക്കമായും ബാക്കി തുക നാലു തുല്യ ഗഡുക്കളായി കുരുമുളകായും നല്കാനായിരുന്നു വ്യവസ്ഥ. രണ്ടുകോട്ടകൾക്കും ഇടയിലുള്ള പുഴയിൽകൂടെ കൊച്ചിയുടെയും ലന്തക്കമ്പനിയുടെയും ഉരുക്കൾക്ക് ചുങ്കം നല്കാതെ കടന്നു പോകാനും അനുവദിച്ചിരുന്നു.[28] ഇടപാടു കഴിഞ്ഞ ഉടനെ തിരുവിതാംകൂർ സൈന്യത്തെ രണ്ടു കോട്ടകളിലുമായി പാർപ്പിച്ചു. ഈ വിവരം അറിഞ്ഞ സുൽത്താൻ, തന്റെ അനുവാദം കൂടാതെ കോട്ടകൾ കൈമാറിയത് അസാധുവാണെന്നും അതുകൊണ്ടു അവിടെനിന്നും തിരുവിതാംകൂർ സൈന്യത്തെ ഉടനെ പിൻവലിക്കണമെന്നും മദ്രാസ് ഗവർണറോട് ആവശ്യപ്പെട്ടു. മദ്രാസ് ഗവർണ്ണറും ടിപ്പുവിന്റെ അഭിപ്രായത്തോടുകൂടി യോജിക്കുകയും ഈ പ്രവൃത്തികളുടെ അനന്തരഫലത്തിനു കമ്പനി ഉത്തരവാദികളായിരിക്കുകയില്ല എന്നറിയിക്കുകയും ചെയ്തു. അതിനെപ്പറ്റി താൻ കൂടുതൽ അന്വേഷണം നടത്തുകയാണെന്നും അതുവരെ സുൽത്താൻ സാഹസത്തിനൊന്നും ഒരുങ്ങരുതെന്നും ഗവർണ്ണർ ടിപ്പുവിനെ എഴുതി അറിയിച്ചു.

സമാധാനപരമായി കാര്യങ്ങൾ ഒതുക്കിത്തീർക്കുന്നതിനുള്ള ശ്രമം അപ്പോഴും സുൽത്താൻ ഉപേക്ഷിച്ചില്ല. കൊച്ചിരാജാവിനെ അയച്ചു ഒത്തുതീർപ്പുണ്ടാക്കാനാണ് ശ്രമിച്ചത്. കൊടുങ്ങല്ലൂർകോട്ടയിൽനിന്നും അഴിക്കോട്ടയിൽനിന്നും തിരുവിതാംകൂർ സൈന്യത്തെ പിൻവലിപ്പിക്കാനും അതിനു തിരുവിതാംകൂർ രാജാവ് വഴങ്ങിയില്ലെങ്കിൽ നെടുങ്കോട്ട പൊളിച്ചുകളയണമെന്നു തിരുവിതാംകൂറിനോടു ആവശ്യപ്പെടാനുമായിരുന്നു ഉദ്ദേശ്യം. 1789 സെപ്തംബർ മാസത്തിൽ ഇതിലേക്കായി തന്നെ വന്നുകാണണമെന്നു കോയമ്പത്തൂരിരുന്നുകൊണ്ടു കൊച്ചി രാജാവിനു സന്ദേശമയച്ചു. തിരു

വിതാംകൂർ രാജാവിനോടും ഡച്ചു ഗവർണ്ണറോടും ആലോചിച്ചശേഷം കോയമ്പത്തൂരേക്കുപോകേണ്ട എന്നു തന്നെ രാജാവു തീരുമാനിച്ചു. തനിക്കു നല്ല ദേഹസുഖമില്ലെന്നും പിന്നീടു വന്നു കണ്ടുകൊള്ളാമെന്നും അദ്ദേഹം സുൽത്താനെ അറിയിച്ചു. ഇതിന്റെ നിജസ്ഥിതി അറിയാനായി, സുൽത്താൻ തന്റെ പ്രതിനിധിയായി അബ്ദുൾഖാദർ ഖാൻ എന്ന സൈന്യാധിപനെ കൊച്ചിയിലേക്കയച്ചു. ഖാൻ ആദ്യം തൃപ്പൂണിത്തുറയിലെത്തി രാജാവിനെ കാണാൻ ശ്രമിച്ചുവെങ്കിലും അസുഖം ഭാവിച്ചു കിടന്ന രാജാവിനെ കാണാൻ സാധിച്ചില്ല. തന്റെ സാമന്തനായ കൊച്ചി രാജാവു പോലും തന്നെ ധിക്കരിച്ചു തുടങ്ങിയത് സുൽത്താനെ കുപിതനാക്കി.

ഖാദർ ഖാൻ തൃപ്പൂണിത്തുറ നിന്നും കൊച്ചിയിൽ ചെന്നു ഡച്ച് ഗവർണർ ഏഞ്ജൽ ബക്കിനെ സന്ദർശിച്ച് സുൽത്താന്റെ സന്ദേശം കൈമാറി. സന്ദേശം ഇപ്രകാരമായിരുന്നു:

> നാലു ദിക്കിലും കല്പന നടത്തുറവരാന, ആരുടെ നാവാലും സ്തുതിക്കപ്പെട്ടവരാന, എല്ലാവർക്കും കല്പന നടത്തുറവരാന, നാൾക്കുനാൾ ജയം വർദ്ധിച്ചു വരുകിറവരാന ടിപ്പു സുൽത്താൻ ഭാദർഷാ[29] നമ്മാൽ രക്ഷിക്കപ്പെട്ടവരാക കൊച്ചിയിൽ ഇരിക്കും ലന്തക്കച്ചവടക്കാരുടെ അറിയവേണ്ടിയതാവിതു. ഇപ്പോൾ നീർ സർക്കാരോടെ സ്നേഹമാക ബകു നാളാക കൊച്ചിരാജശീമയിൽ കൊടുങ്ങല്ലൂർ കോട്ടയിൽ, കോഴിക്കോട്ടിൽ നമ്മുടെ കുടിയാനവന്മാരെപ്പോലെ നീരും കൊടുങ്ങല്ലൂരിൽ ഉമ്മുടെ ആളുകളും ആക ഇരുന്തൂർകളെ, ഇപ്പോതു അന്ത ഇടത്തിൽ നീർരാമരായരുടെ[30] ആളുകൾക്ക് എടം കൊടുത്തു അവർ കോഴിക്കോട്ടിലുള്ള കള്ളർക്ക് ആശരണ കൊടുത്തു സർക്കാരുശീമയിൽ തണ്ടത്തനം ചെയ്വിത്തു കൊണ്ടു ഇരിക്കിരീർ.[31] അതിനാലെ ഉമ്മുടയസ്നേഹത്തുക്കും സേവവിരുത്തിക്കും വിഘ്നം വന്തു പോച്ചിതു. കൊച്ചി രാജാകാലാരഭ്യമാക സർക്കാരെ ആശരണ ചെയ്തു വരികിറ വരുടെയ ശീമയിൽ നീരും ഇരിപ്പതാൽ സർക്കാരുടെ കുടിയാനവനാച്ചിതെ. ആകയാൽ നീർ സർക്കാരിക്കു ചെയ്തു വരികിറ സേവക വിരുത്തിയിൽ സന്തോഷം വരുത്തി വച്ചുകൊള്ളും പടിയാക നടന്തു കൊള്ളവും അതു ഉമുക്കു നന്മയാക ഇരിക്കവും ചെയ്യും. ഇപ്പോതു അബ്ദർക്കാതരെ അവിടത്തക്കു അനുപ്പിവിച്ചിരിക്കിറോം. അവനുടെ മുകവചനത്താൽ സകലതും വിചിതമാകുമേ. ആന പടിയിനാലെ കൊടുങ്ങല്ലൂർ കോട്ടയിൽ ഇരിക്കും രാമരാജാറാണുക്കളെ പുറത്താക്കിവിച്ചു ഉമ്മുടെ ആളുകളെ മാനൂർ പടിക്കു വൈത്തു നടത്തിക്കൊണ്ടു സർക്കാരു ശീമയിൽ ഇരിന്തു ഒളിച്ചു വരികിറ പേരിക്കു എടം കൊടുക്കാതെ നടന്തുകൊണ്ടാൽ നമ്മുടെ ദയാവു ഉമക്കു ഉണ്ടാവുകയും ചെയ്യും.

ദൗത്യവുമായി അബ്ദുൾഖാദർ ഖാൻ കൊച്ചിയിലെത്തിയപ്പോൾ

കോട്ടകൾ കൈമാറ്റം ചെയ്യപ്പെട്ട വിവരം സുൽത്താന് അറിയില്ലായിരുന്നു. അവിടെ തിരുവിതാംകൂർ സൈന്യം താമസമാക്കിയെന്നും മലബാറിലെ 'കള്ളന്മാരായ' നാടുവാഴികൾ അവിടെ ഇരുന്നുകൊണ്ടു മലബാറിൽ പല വിധമായ അക്രമങ്ങൾ (തണ്ടത്തനം) കാട്ടുന്നു എന്നും മാത്രമേ അദ്ദേഹത്തിനറിയാമായിരുന്നുള്ളൂ. അതുകൊണ്ടു മലബാറിലെ അക്രമങ്ങൾക്കു കൂട്ടു നില്ക്കുന്ന തിരുവിതാംകൂർ സൈന്യത്തെ കോട്ടകളിൽ നിന്നും ഒഴിപ്പിക്കണമെന്നു മാത്രമേ സുൽത്താൻ ഡച്ചു ഗവർണ്ണറോടു ആവശ്യപ്പെട്ടുള്ളൂ. ഗവർണ്ണർ ഏഞ്ജൽബക്ക് നല്കിയ മറുപടിയിൽ ഇപ്രകാരം പറഞ്ഞു:

> കൊടുങ്ങല്ലൂർകോട്ടയുടെ കാര്യം കൊണ്ടു എഴുതി വന്തതു ശരിയെ. അന്ത എടം രാമരാജാ അവർകൾക്കു ക്രയപ്പെടുത്തിപ്പോച്ചിതു. അവിടത്തിലെ ഇഷ്ടർക്ക് എടം കൊടുക്കായ്കിലും അവർകൾ സമ്മതിക്കമാട്ടാർകൾ, ആകിലും ഇതു കാര്യത്തിൽ നമ്മാലായതു മട്ടും.... രാമരാജാ അവർകൾക്കു എഴുതി അനുപ്പിവിച്ചു ഇരിക്കിറോം.... കൊച്ചിക്കോട്ടയിൽ നവംബർ മാസം 10 നു 1789 മാണ്ട് എഴുത്തു.

തന്നെ വന്നു കാണുകയോ തന്റെ ദൂതനെ കാണുകയോ ചെയ്യാൻ കൂട്ടാക്കാത്ത പെരുമ്പടപ്പു മൂപ്പന്റെ ധിക്കാരം ടിപ്പുവിനെ കോപാന്ധനാക്കി. തിരുവിതാംകൂറിന്റെ പിൻബലം ഒന്നു കൊണ്ടുമാത്രമാണ് കൊച്ചീരാജാവ് ഇത്ര ധൈര്യം കാട്ടുന്നതെന്നു ടിപ്പുവിനു ബോദ്ധ്യമായി. ഇളയരാജാവും സമർത്ഥനുമായ ശക്തൻ തമ്പുരാൻ നിസ്സഹായനാണെന്നും മൂത്ത രാജാവ് തിരുവിതാംകൂറിന്റെ വെറും ആജ്ഞാനുവർത്തിമാത്രമാണെന്നുമുള്ള വസ്തുതയും ടിപ്പു മനസ്സിലാക്കി. രാജാവിനെ ഒരു പാഠം പഠിപ്പിക്കാൻ തന്നെ ടിപ്പു നിശ്ചയിച്ചു. നവംബർ മാസത്തിൽ 30,000 കാലാൾപ്പടയോടും 5000 കുതിരപ്പടയാളികളോടും 20 പീരങ്കികളോടും ഒത്ത് പെരുമ്പടപ്പിന്റെ അതിർത്തിയിൽ പ്രവേശിച്ച സുൽത്താൻ ഡിസംബർ 24-ാം തീയതി തൃശ്ശൂരിലെത്തി. അവിടെ നിന്നും തെക്കോട്ടു പുറപ്പെട്ടു നെടുങ്കോട്ടയ്ക്കു വടക്കുള്ള വിവിധ സ്ഥലങ്ങൾ കൊള്ളയിട്ടു. ഡിസംബർ 24-ാം തീയതി തലക്കോട്ടിൽ പാളയമടിച്ചു. പിറ്റേദിവസം തന്നെ കോട്ടയ്ക്കെതിരെ തന്റെ സൈന്യത്തെ അണിനിരത്തി. ഡിസംബർ 28 നു രാത്രി സുൽത്താൻ തന്നെ 14,000 കാലാളോടും 500 പണിക്കാരോടും ഒത്തു നെടുങ്കോട്ടയുടെ കിഴക്കെ അറ്റത്തുള്ള ചെറുപുത്തു മല കയറി മറുവശത്തെത്തി. കോട്ടയുടെ തെക്കുവശത്തുകൂടെ പടിഞ്ഞാറോട്ടു ഒമ്പതു നാഴിക പോയാൽ അവിടെയുള്ള കോട്ടവാതിൽ തകർത്ത് തന്റെ സൈന്യങ്ങളെ അകത്തോട്ടു കടത്താനായിരുന്നു പദ്ധതി. എന്നാൽ അതു ദുഷ്കരമെന്നുകണ്ടു രണ്ടു മൂന്നു നാഴിക പടിഞ്ഞാറോട്ടു നീങ്ങിയശേഷം അവിടെ അല്പം ബലഹീനമായ കോട്ടയുടെ ഭാഗം ഇടിച്ചു നിരത്തി വടക്കുവശത്തുള്ള കിടങ്ങു നികത്താൻ കല്പന നല്കി. പക്ഷേ, സുൽത്താന്റെ പട മുന്നോട്ടു നീങ്ങും

തോറും തിരുവിതാംകൂർ സൈന്യത്തിന്റെ എതിർപ്പു ശക്തിപ്പെട്ടുവന്നു. ഒരു വെടിപ്പുരയിൽ സൂക്ഷിച്ചിരുന്ന പീരങ്കിയിൽനിന്നും തിരുവിതാംകൂർ സൈന്യം ഉതിർത്ത ഉണ്ടകൾ സുൽത്താന്റെ പടയ്ക്കു വലിയ നാശങ്ങളുണ്ടാക്കി. അതേസമയം ഒളിവിലിരുന്ന മറ്റു കുറെ തിരുവിതാംകൂർ ഭടന്മാർ എതിർവശത്തുനിന്നും മൈസൂർ സൈന്യത്തിനുനേരെ വെടി തുടങ്ങി. അതേത്തുടർന്നുണ്ടായ കുഴപ്പത്തിൽ സുൽത്താനു തന്റെ സേനയുടെ നിയന്ത്രണം നഷ്ടപ്പെടുകയുംചെയ്തു. ഇരുവശത്തുനിന്നുമുള്ള വെടി മൂലം ഇരുഭാഗത്തേക്കും ഓടിയ മൈസൂർ ഭടന്മാർ ധാരാളമായി അപകടത്തിൽപെട്ടു മരിച്ചു. അല്പം ഭേദിച്ച കോട്ടയിലെ വിടവിൽകൂടെ കടക്കാനുള്ള തിരക്കിൽ ധാരാളം പേർക്കു മുറിവേറ്റു. അല്പംമാത്രം നികത്തിയ കിടങ്ങു കടത്തി സുൽത്താനെ രക്ഷിക്കാൻ അംഗരക്ഷകർ കഠിനശ്രമം നടത്തി. എങ്കിലും നിയന്ത്രണം വിട്ട ഭടന്മാരുടെ തിരക്കിൽപെട്ടു സുൽത്താനും പല്ലക്കിൽനിന്നും കിടങ്ങിലേക്കു വീണു. ശവങ്ങളെക്കൊണ്ടു നികന്ന ഭാഗത്തുകൂടെ സുൽത്താനെ തോളിലേറ്റി കിടങ്ങു കടത്താൻ ശ്രമിച്ചതിനിടയിൽ അദ്ദേഹം വീണ്ടും താഴെ വീണു സുൽത്താനു കാലിൽ മുറിവു പറ്റി.[32] സുൽത്താൻ രക്ഷപ്പെട്ടുവെങ്കിലും അദ്ദേഹത്തിന്റെ പല്ലക്കും രാജമുദ്രകളും ആഭരണങ്ങളും തിരുവിതാംകൂർ സൈന്യം കൈവശപ്പെടുത്തി. സേനാനായകന്മാരായ ജമാഉൽബേഗ് കൊല്ലപ്പെടുകയും വീർകമറുദ്ദീനു മുറിവേല്ക്കുകയും ചെയ്തു. ബൂട്ടയ്യൻ എന്ന ബ്രാഹ്മണ ഉദ്യോഗസ്ഥനും, ജീവണ്ണറാവുവും ഒരു രജപുത്രനും അഞ്ചു വെള്ളക്കാരും തിരുവിതാംകൂറിന്റെ തടവുകാരായി.[33] കൂടുതൽ സന്നാഹങ്ങൾക്കുവേണ്ടി കോട്ടയാക്രമണം തല്ക്കാലം ഉപേക്ഷിക്കപ്പെട്ടു.

ടിപ്പുവിന്റെ സൈന്യം ആക്രമണത്തിൽ നിന്നു പിൻവാങ്ങിയ ഉടനെ തന്നെ സംഭവത്തെപ്പറ്റി (1790 ജനുവരി രണ്ടാം തീയതി) അഞ്ചു തെങ്ങിലേയ്ക്കു തിരുവിതാംകൂർ രാജാവെഴുതി. 15,000 പേർ ആക്രമണത്തിനെത്തിയിരുന്നുവെന്നും 3000 പേർ കോട്ട അതിക്രമിച്ചുകടന്നു എന്നും അറിയിച്ചു. ടിപ്പുവിന്റെ സൈന്യം വീണ്ടും ആക്രമണം നടത്തുമെന്നും പറവൂരുള്ള ബ്രിട്ടീഷ് സൈന്യത്തെ അയച്ചുതരണമെന്നും രാജാവ് മദ്രാസിലേക്കെഴുതി. എന്നാൽ മദ്രാസിലെ താല്ക്കാലിക ഗവർണ്ണർ ഹോളണ്ടിന് തിരുവിതാംകൂറിന്റെ നടപടിയോടു യോജിപ്പില്ലായിരുന്നു. തിരുവിതാംകൂർ അനാവശ്യമായി ടിപ്പുവിനെ പ്രകോപിപ്പിക്കുകയാണ് എന്ന് മദ്രാസ് കൗൺസിൽ 1789 നവംബർ 13-ാം തീയതി എടുത്ത തീരുമാനത്തിൽ ഉറച്ചുനില്ക്കുകയായിരുന്നു ഹോളണ്ട്. കൗൺസിലിന്റെ നിലപാട് ഗവർണർ കൽക്കത്തയിലേക്കു എഴുതി അറിയിക്കുകയും അതിന്റെ അടിസ്ഥാനത്തിൽ ഗവർണ്ണർ ജനറൽ കോൺവാലിസ് 1789 ഡിസംബർ 15-ാം തീയതി പൗണിയെ ശാസിക്കുകയും ചെയ്തു. ഈ പശ്ചാത്തലത്തിൽ തിരുവിതാംകൂറിന്റെ സഹായാഭ്യർത്ഥനകൾക്കു മദ്രാസ് ഗവർണ്ണർ ചെവി കൊടുക്കാതിരിക്കുകയാണ് ചെയ്തത്. 1790 ജനുവരി ഒന്നാം തീയതി ടിപ്പു മദ്രാസ് ഗവർണ്ണർക്കയച്ച കത്തിൽ കമ്പനി ഇടപെട്ടു തർക്കങ്ങൾ

രമ്യമായി പരിഹരിക്കണമെന്നെഴുതിയിരുന്നു.[34] തന്റെ മൂന്നാവശ്യങ്ങളും അദ്ദേഹം ആവർത്തിച്ചു. (1) മലബാറിലെ നാടുവാഴികളെ സഹായിക്കുന്നതിൽനിന്നും തിരുവിതാംകൂറിനെ പിൻതിരിപ്പിക്കണം. (2) കൊടുങ്ങല്ലൂർ കോട്ടയിൽനിന്നും അഴിക്കോട്ടയിൽനിന്നും തിരുവിതാംകൂർ സൈന്യം പിന്മാറണം. (3) നെടുങ്കോട്ട ഇടിച്ചു നിരത്തണം. ഇതിനൊന്നും പരിഹാരമുണ്ടാക്കാൻ പോകുന്നില്ലെന്നു മനസ്സിലാക്കിയ സുൽത്താൻ വീണ്ടും ഒരാക്രമണത്തിനു വട്ടംകൂട്ടി. തന്റെ കീഴിൽ പലയിടങ്ങളിലായി കിടന്നിരുന്ന സേനകളെ പെരുമ്പടപ്പിലേക്കു നീങ്ങാൻ അദ്ദേഹം ആജ്ഞാപിച്ചു. ഇതുകണ്ടു പരിഭ്രമിച്ച തിരുവിതാംകൂർ രാജാവ് സഹായത്തിനായി മദ്രാസ് ഗവർണ്ണറെ ഓർമ്മിപ്പിച്ചുകൊണ്ടിരുന്നു. രാജാവിന്റെ പ്രവൃത്തികളോടു തീരെ അനുകൂലം അല്ലാതിരുന്ന ഗവർണ്ണർ ഹോളണ്ട് സൈന്യച്ചെലവിനുള്ള പണം മുൻകൂറായി അടയ്ക്കാൻ ആവശ്യപ്പെടുകയാണുണ്ടായത്.

മാർച്ച് ആരംഭത്തിൽ നെടുങ്കോട്ടയിലെ മേലൂർ കവാടത്തിനു നേരെ ആക്രമണത്തിനു സുൽത്താൻ ഒരുങ്ങി. മാർച്ച് 6-ാം തീയതി മൈസൂറിന്റെ പീരങ്കികൾ മേലൂർ കവാടത്തിലെ പീരങ്കികളെ നിശ്ശബ്ദമാക്കി. ഏപ്രിൽ 12-ാം തീയതി രാവും പകലും കോട്ടയ്ക്കു നേരെ നിരന്തരം വെടിയുതിർത്തു. 15-ാം തീയതി കോട്ടയ്ക്കുമുകളിൽ മൈസൂർ പതാക ഉയർത്തി. തിരുവിതാംകൂർ ഭാഗത്തെ നാലായിരം പേർ കൊല്ലപ്പെടുകയോ മുറിവേല്ക്കുകയോ ചെയ്തു. ഇതിനിടയിൽ പലേടത്തുനിന്നുമായി ഒരു ലക്ഷം രൂപ കടം വാങ്ങി രാജാവു ഇംഗ്ലീഷുകാരെ ഏല്പിച്ചു. അതിനു ശേഷവും തിരുവിതാംകൂർ ഭടന്മാർ ജീവനും കൊണ്ടു പായുന്നത് ബ്രിട്ടീഷ് പട്ടാളം നോക്കിനിന്നു ചിരിക്കുകയാണുണ്ടായത്. പറവൂരിലെത്തി നിന്ന ക്യാപ്റ്റൻ നോക്സിനു യുദ്ധം ചെയ്യാൻ അനുവാദം ലഭിച്ചില്ലത്രേ. എല്ലാം തുലഞ്ഞുവെന്നും ഇനി പത്മനാഭൻമാത്രം തുണയെന്നും രാമവർമ്മ രാജാവു വിലപിച്ചു. ഏകദേശം മുക്കാൽ നാഴിക നീളത്തിൽ നെടുങ്കോട്ട പൊളിച്ചു സുൽത്താൻ തന്റെ അരിശം തീർത്തു.

നെടുങ്കോട്ട പൂർണ്ണമായും ഇടിച്ചു നിരത്തിയ മൈസൂർ പടയുടെ ഒരു വിഭാഗം തെക്കോട്ടു നീങ്ങി അങ്കമാലിയും കുന്നത്തുനാടും കൊള്ളയടിച്ചു. പരിഭ്രാന്തരായ തിരുവിതാംകൂർ സൈന്യം പലവഴിക്കായി ഓടി. ലാലി എന്ന ഫ്രഞ്ചു സേനാനായകന്റെ കീഴിൽ മറ്റൊരു മൈസൂർ സൈന്യം കൊടുങ്ങല്ലൂർ കോട്ടയ്ക്കു നേരെ നീങ്ങി. ക്യാപ്റ്റൻ ഫ്ളോറിയുടെ കീഴിൽ തിരുവിതാംകൂർ സൈന്യത്തിന്റെ ഒരു വിഭാഗം അവിടെ ഉണ്ടായിരുന്നു. ഓടിപ്പോകുന്നവരെ കൊന്നുകളയാൻ ക്യാപ്റ്റൻ ഫ്ളോറി തന്നെ ആജ്ഞനല്കിയതുകൊണ്ടു അവർ ഓട്ടം നിർത്തി. അങ്ങിങ്ങായി കയറ്റി വച്ച പീരങ്കികളിൽനിന്നും മൈസൂർ സൈന്യം കൊടുങ്ങല്ലൂർ കോട്ടയ്ക്കുനേരെ ഉണ്ടകൾ വർഷിക്കുകമൂലം കോട്ടയിൽ പലയിടത്തും കേടുപറ്റി. ഈ സമയം (ഏപ്രിൽ 25) കേണൽ ഹാർട്ട്‌ലിയുടെ നേതൃത്വത്തിൽ ഒരു ബ്രിട്ടീഷ് പട്ടാളം കൊടുങ്ങല്ലൂർ കോട്ടയ്ക്കു സമീപം എത്തി

യിട്ടുണ്ടായിരുന്നു. കോട്ടയ്ക്കു നേരെ നടന്ന ആക്രമണത്തെ അവരും നോക്കിനിന്നതേയുള്ളൂ. പിന്നീടവർ അഴിക്കോട്ടയിലേക്കു പോയി. കേടു പാടുകൾ പറ്റിയ കോട്ട വീണ്ടും ഉപയോഗയോഗ്യമാണോ എന്നു പരി ശോധിക്കുവാൻ ഒരു എഞ്ചിനീയറെ അയച്ചുതരണമെന്ന് ക്യാപ്റ്റൻ ഫ്ളോറി കേണൽ ഹാർട്ട്‌ലിയോടപേക്ഷിച്ചു. അതിൻ പ്രകാരം അയച്ചു കൊടുത്ത എഞ്ചിനീയർ കോട്ട പ്രതിരോധയോഗ്യമല്ല എന്നു റിപ്പോർട്ടു ചെയ്തതു കൊണ്ട് ക്യാപ്റ്റൻ ഫ്ളോറിയും തിരുവിതാംകൂർ സൈന്യവും മേയ് 7-ാം തീയതി കൊടുങ്ങല്ലൂർ കോട്ട ഒഴിഞ്ഞുപോയി. ഉടൻ തന്നെ ലാലി കോട്ട കൈവശപ്പെടുത്തുകയുംചെയ്തു.

കൊടുങ്ങല്ലൂർ കോട്ടയുടെ പതനത്തോടുകൂടി കൊച്ചി രാജാവ് തന്റെ കുടുംബത്തെ തിരുവിതാംകൂറിലേക്കയച്ച് ടിപ്പുവിന്റെ ശിക്ഷയും പ്രതീ ക്ഷിച്ചിരുന്നു. മൈസൂർ സൈന്യം പള്ളിപ്പുറത്തേക്കു പുറപ്പെട്ടതും കേണൽ ഹാർട്ട്‌ലി അഴിക്കോട്ട ഒഴിഞ്ഞുപോയി. പള്ളിപ്പുറം കോട്ട കൈവ ശപ്പെടുത്തിയ ശേഷവും പറവൂരും ആലങ്ങാടും മൈസൂർ പട്ടാളം നിർബ്ബാധം കൊള്ളയടിച്ചു. അക്കാലത്തു വാരാപ്പുഴ രൂപതയിൽ പാതി രിയായിരുന്ന പൗളിനോസ് ബർത്തലോമിയോ മൈസൂർ ആക്രമണത്തെ പ്പറ്റി ഇപ്രകാരം എഴുതിയിരുന്നു.

> കണ്ണിൽ കണ്ടവരെയൊക്കെ നിർദ്ദയമായി വെട്ടിക്കൊല്ലുന്നവരായ 30,000 ക്രൂരന്മാർ മുമ്പിലും അതിന്റെ പിന്നിൽ ജനറൽ ലാലിയുടെ കീഴിൽ പീരങ്കികളോടു കൂടിയ ഒരു സംഘം വെടിക്കാരും പൊയ്ക്കൊണ്ടിരുന്നു. തൊട്ടുപിന്നിലായി 30,000 വരുന്ന മറ്റൊരു സേനയും ഉണ്ടായിരുന്നു. കോഴിക്കോടുകാരുടെ നേരെ പ്രവർ ത്തിച്ച ക്രൂരകൃത്യങ്ങൾ അതിഭയങ്കരമായിരുന്നു.[35] സ്ത്രീപുരുഷ ന്മാരിൽ അധികം പേരെയും കഴുവിലേറ്റി. ആദ്യമായി അമ്മമാരെ കഴുവിലേറ്റി അവരുടെ കഴുത്തിൽ മക്കളെ കെട്ടിത്തൂക്കി. ആ ക്രൂര നായ ദുഷ്ടൻ ക്രിസ്ത്യാനികൾ, ഹിന്ദുക്കൾ മുതലായവരെ നഗ്ന രാക്കി തന്റെ മുമ്പിൽ വരുത്തിയിട്ടു അവരുടെ കൈകാലുകളെ ആനക്കാലുകളോടു കൂട്ടിക്കെട്ടി അവരുടെ അവയവങ്ങൾ ചീന്തി പ്പോകുന്നതുവരെയും അങ്ങോട്ടുമിങ്ങോട്ടും വലിപ്പിച്ചു. പള്ളിക ളെയും ക്ഷേത്രങ്ങളെയും എല്ലാം തീവച്ചോ പൊളിച്ചോ നിര ത്തിയോ ഏതു വിധമെങ്കിലും നശിപ്പിച്ചുകളയുവാൻ ആജ്ഞാ പിച്ചു. ക്രിസ്ത്യാനി സ്ത്രീകളെയും ഹിന്ദു സ്ത്രീകളെയും മുസൽ മാന്മാരെ കല്യാണം കഴിക്കുവാൻ നിർബ്ബന്ധിച്ചു. പുരുഷന്മാരെ ക്കൊണ്ടു മുസൽമാൻ സ്ത്രീകളെയും നിർബ്ബന്ധിച്ചു കല്യാണം കഴിപ്പിച്ചു. ഹിന്ദുക്കളുടെ ജാതിസൂചകമായ കുടുമ മുറിച്ചു കളഞ്ഞു. വഴിയിൽ കണ്ട ക്രിസ്ത്യാനികളെയെല്ലാം മാർഗ്ഗം കൂട്ടു കയോ കൊല്ലുകയോ ചെയ്തു. ഇതെല്ലാം 1789-ാമാണ്ടു ഞാൻ വാരാപ്പുഴ ഇരിക്കുമ്പോഴാണ് നടന്നത്. നിർദ്ദയനായ ഈ ദുഷ്ടന്റെ

പിടിയിൽ നിന്ന് ഭാഗ്യവശാൽ രക്ഷപ്പെട്ടു പോന്ന പല ക്രിസ്ത്യാനികളോടും ഹിന്ദുളോടും നേരിട്ടു സംസാരിച്ച് സംഗതികളറിവാൻ എനിക്കു അന്നു തരമായി. വാരാപ്പുഴ കടന്നു രക്ഷപ്പെടുവാനായി ഇവരിൽ പലർക്കും ഞാൻ വഞ്ചികൾ ഉണ്ടാക്കിക്കൊടുത്തു സഹായിച്ചു. ഈ തരത്തിലുള്ള ദുഷ്ട പ്രവൃത്തികൾ 1790-മാണ്ട് ഏപ്രിൽ 15-ാം തീയതി വരെ നടന്നു പോന്നു. അന്നേക്കു ഞാൻ മലയാളക്കര വിട്ടുപോന്നു എങ്കിലും ടിപ്പു സുൽത്താൻ തിരുവിതാംകൂർ രാജാവിന്റെ വക നെടുങ്കോട്ടയും ലംഘിച്ചു വാരാപ്പുഴ വരെ എത്തി എന്നും അവിടത്തെ ബിഷപ്പും വികാരിയും എനിക്കു അറിവു തന്നു. 1790 മേയ് മാസം 23-ാം തീയതി ബിഷപ്പ് അയച്ചു തന്ന ഒരു കത്തിൽ സുൽത്താൻ വാരാപ്പുഴയോളം എത്തിയിട്ടുണ്ടെന്നും ചില വീടുകൾ തീയിട്ടു ചുട്ടു എന്നും തുരുത്തിൽ പ്രവേശിക്കാൻ കഴിഞ്ഞില്ലെന്നും എന്നാൽ കൊള്ളക്കാരായ കുറെ ഭടന്മാർ വന്നു പള്ളിയിലും വിദ്യാലയത്തിലും സന്ന്യാസി മഠത്തിലും കയറി അവിടെ കൊള്ളക്കാരുടെ ഇരിപ്പിടമാക്കിത്തീർത്തിരിക്കുന്നു എന്നും അവർ കൈയിൽ കിട്ടിയതെല്ലാം കൊള്ളയടിക്കുന്നു. അവരുടെ ദൃഷ്ടിയിൽനിന്നും ഒരു സാധനവും എടുത്തുമാറ്റാൻ സാധിക്കുന്നില്ലെന്നും ദൈവാനുകൂല്യംകൊണ്ടും പള്ളിയുടെ രക്ഷകനായ ഔസേപ്പു പുണ്യവാളന്റെ കൃപകൊണ്ടും സുൽത്താന്റെ ഭടന്മാരുടെ കഠിന ക്രൗര്യത്തിനു നമ്മുടെ പള്ളിയും സന്ന്യാസിമഠവും പാത്രമായി അഗ്നിക്കിരയായില്ല എന്നും എഴുതിയിരിക്കുന്നു.[36]

കേട്ടറിവിൽനിന്നും എഴുതിയ ഈ വിവരണത്തിൽ അല്പമൊക്കെ അതിശയോക്തി ഉണ്ടാവാം. ജനീവാ കൺവെൻഷനു 150 വർഷം മുമ്പു ആക്രമണകാരികൾ എല്ലാം ഇതിലേറെ കൊള്ളകൾ നടത്തിയിരുന്നു എന്നതാണ് വസ്തുത. ഇതേ പരാതിതന്നെ മാർത്താണ്ഡവർമ്മയുടെ തെക്കുംകൂർ ആക്രമണത്തെ വിവരിക്കുന്നതു നോക്കുക: "ചങ്ങനാശ്ശേരി രാജാവിനെ പരാജയപ്പെടുത്തിയ അദ്ദേഹം രാജ്യം വാളിനും കൊള്ളിക്കും ഇരയാക്കുകയും കൊട്ടാരങ്ങൾ മാത്രമല്ല, ചില ആരാധനാലയങ്ങൾ കൂടി തകർക്കുകയും ചെയ്തു. അവിടത്തേയും അയൽപ്രദേശങ്ങളിലെയും ചെറുകിട രാജാക്കന്മാരെയെല്ലാം തടവുകാരാക്കി." ഒരേ തരത്തിൽപെട്ട ആക്രമണകാരികളെ രണ്ടു രീതിയിൽ ചിത്രീകരിക്കുന്നതു ഇന്ത്യാചരിത്രത്തിന്റെ പ്രത്യേകതയാണ്. ചിലർ വെറും ക്രൂരന്മാരായ കൊള്ളക്കാരായും മറ്റു ചിലർ വീരപുരുഷന്മാരുമായി പ്രത്യക്ഷപ്പെടുന്നത് വീക്ഷണ വ്യത്യാസംകൊണ്ടു മാത്രമാണ്. ദേശഭക്തന്മാർ ചരിത്രമെഴുതുമ്പോൾ വീരകഥകൾക്കു നിറക്കൂട്ടു നല്കുന്നതും സ്വാഭാവികമാണ്. ടിപ്പു സുൽത്താൻ ആലുവായിൽനിന്നും പിന്മാറിയതിനെപ്പറ്റിയുള്ള കഥയും അത്തരത്തിലൊന്നാണ്. പെരിയാറിലെ മലയിടുക്കിലെ അണ പൊട്ടിച്ചു നദിയിൽ വെള്ളപ്പൊക്കമുണ്ടാക്കി സുൽത്താനെയും സൈന്യത്തെയും വെള്ളത്തിലാക്കിയതായിട്ടാണ് ഒരു കഥ. വേലിയേറ്റം തടഞ്ഞു നിർത്തിയ

ബണ്ടിനെ പെട്ടെന്നു പൊട്ടിച്ചുകളഞ്ഞു പുഴയിൽ വെള്ളം കയറ്റി സുൽത്താനെയും സൈന്യത്തെയും വെള്ളം കുടിപ്പിച്ചു എന്നതാണ് മറ്റൊരു കഥ.[37] ടിപ്പു സുൽത്താനും പടയും ആലുവായിലെത്തിയെന്നും അവിടെ വച്ചു അതിഘോരമായ കാലവർഷംമൂലം ഏറെ കഷ്ടത്തിലായി എന്നും തന്മൂലം തന്റെ സാഹസികതയെക്കുറിച്ച് പശ്ചാത്തപിച്ചു വളരെ കഷ്ട നഷ്ടങ്ങളോടെ മടങ്ങിപ്പോയിയെന്നും ശ്രീ. ശങ്കുണ്ണിമേനോൻ വിവരിക്കുന്നു.[38] കുറച്ചു മുമ്പു രാമവർമ്മ രാജാവ് വളരെയേറെ ചെലവു ചെയ്ത് ആലുവായിൽ വച്ചു ഒരു മഹായജ്ഞം നടത്തിയിരുന്നു. അതിന്റെ ഫലമായി അക്കൊല്ലം കാലവർഷം നേരത്തെ ആരംഭിച്ചു എന്നും അതു അതിഭയങ്കരമായിരുന്നുവെന്നും അദ്ദേഹം സൂചിപ്പിക്കുന്നു. ഇതൊക്കെ ഭാവനാവിലാസങ്ങളാണെന്ന് പറയേണ്ടതില്ലല്ലോ. മേയ് 23-ാം തീയതി വരെ വാരാപ്പുഴയ്ക്കടുത്തുവരെമാത്രമേ സുൽത്താനും പടയ്ക്കും എത്താൻ കഴിഞ്ഞുള്ളുവെന്നും അന്നുവരെ അവർക്കു കാലവർഷക്കെടുതിയൊന്നും ഉണ്ടായില്ലായെന്നും ആ ദിവസം പൗളിനോസ് പാതിരിക്കയച്ച കത്തിൽനിന്നു കാണാം. ഇംഗ്ലീഷുകാർ മൈസൂറിനെതിരെ യുദ്ധം പ്രഖ്യാപിച്ച വിവരം പിറ്റേ ദിവസം സുൽത്താന് അറിവു കിട്ടുകയും 24-ാം തീയതി തന്നെ അദ്ദേഹവും സൈന്യവും പിൻവാങ്ങുകയും ചെയ്തു. അന്നേദിവസം തന്നെ സുൽത്താൻ മദ്രാസ് ഗവർണ്ണർക്കയച്ച കത്ത് 26-ാം തീയതി മദ്രാസിൽ കിട്ടിയതായും രേഖയുണ്ട്. പിന്നെങ്ങനെയാണ് സുൽത്താൻ വെള്ളപ്പൊക്കത്തിൽ പെട്ടുപോവുക? മേയ് 24-ാം തീയതി കാലവർഷം തുടങ്ങിയെന്നു സമ്മതിച്ചാൽ പോലും അന്നു തന്നെ പെരിയാറ്റിൽ വെള്ളപ്പൊക്കം ഉണ്ടാവുക എന്നത് തീർത്തും അസംഭാവ്യമാണ്.

മൂന്നാം മൈസൂർയുദ്ധവും ഇംഗ്ലീഷുകാരുടെ ചതിയും

ടിപ്പു നെടുങ്കോട്ട ആക്രമിച്ചപ്പോൾ കേണൽ ഹാർട്ട്ലിയുടെ നേതൃത്വത്തിലുള്ള ബ്രിട്ടീഷ് സൈന്യം കൊടുങ്ങല്ലൂർ കോട്ടയിൽ എത്തിയിരുന്നു. ടിപ്പുവിന്റെ സൈന്യം കൊടുങ്ങല്ലൂരിനു നേരെ തിരിഞ്ഞപ്പോൾ കേണൽ ഹാർട്ട്ലി അഴിക്കോട്ടയിലേക്ക് മാറി. മൈസൂർ സൈന്യം പറവൂരിനു നേരെ തിരിഞ്ഞപ്പോൾ ബ്രിട്ടീഷ് സൈന്യം ചേറ്റുവായിലേക്കു മടങ്ങിപ്പോയി. അതിൽനിന്നും മനസ്സിലാവുന്നത് ഇതിനകം ഹാർട്ട്ലി ചേറ്റുവാ പിടിച്ചെടുത്തു കഴിഞ്ഞു എന്നാണ്. മൈസൂർ സൈന്യത്തിൽ നിന്നും ചേറ്റുവാ പിടിച്ചെടുത്ത ബ്രിട്ടീഷ് സൈന്യം മുൻ കരാറനുസരിച്ച് എന്തു കൊണ്ട് തിരുവിതാംകൂറിനെ സഹായിച്ചില്ലാ എന്ന ചോദ്യം ഉദിക്കുന്നു. മൈസൂറിന്റെ കീഴിലുള്ള ഭൂവിഭാഗങ്ങൾ പിടിച്ചെടുക്കുക എന്നതല്ലാതെ തിരുവിതാംകൂറിനെ രക്ഷിക്കണമെന്ന ആശയം ഇംഗ്ലീഷുകാർക്കില്ലായിരുന്നു എന്നാണ് തോന്നുക. മഹാരാഷ്ട്രരും നൈസാമും ആയി ആലോചിച്ച് ടിപ്പുവിന്റെ വർദ്ധിച്ചു വന്ന ശക്തിയെ ഒതുക്കുക എന്ന പദ്ധതിക്ക് ഇംഗ്ലീഷുകാർ നേരത്തെ തന്നെ രൂപംനല്കിയിരുന്നു.

എങ്കിലും, 1784 ലെ മംഗലാപുരം ഉടമ്പടി ലംഘിച്ചു ടിപ്പുവും ആയി യുദ്ധത്തിനു പോവാൻ ഒരു കാരണം കണ്ടെത്തേണ്ടിയിരുന്നു. 'ടിപ്പുവിന്റെ തിരുവിതാംകൂർ ആക്രമണം' അതിനു സഹായകമായി എന്നുമാത്രം. നെടുങ്കോട്ട സ്ഥിതി ചെയ്തത് പൂർണ്ണമായും കൊച്ചി സംസ്ഥാനത്തിലായിരുന്നു. കൊടുങ്ങല്ലൂർ കോട്ടയാകട്ടെ മൈസൂർ സാമന്തനായ കൊടുങ്ങല്ലൂർ രാജാവിന്റെ നാട്ടിലും. പറവൂരും ആലങ്ങാടും സാമൂതിരിയുടെ കീഴിലായിരുന്നപ്പോൾ കൊച്ചി രാജാവ് നിയമവിരുദ്ധമായി തിരുവിതാംകൂറിന് സമ്മാനിച്ചതാണ്. അതുകൊണ്ട് അവ തർക്കപ്രദേശങ്ങളായിട്ടാണ് കരുതപ്പെട്ടത്. ആ പ്രദേശങ്ങൾ സാമൂതിരിക്കു ചെല്ലേണ്ടതാണ് എന്നു പില്ക്കാലത്തു മലബാർ കമീഷണർമാർ കണ്ടെത്തുകയും ചെയ്തു. ഈ സാഹചര്യത്തിൽ മൈസൂർ പട തിരുവിതാംകൂറിൽ പ്രവേശിച്ചു എന്നു കരുതാനാവില്ല. ഇടപ്പള്ളി രാജാവുപോലും അക്കാലത്തു തിരുവിതാംകൂറിന്റെ കീഴിലായിരുന്നില്ല.

മദ്രാസിലെ ആക്ടിങ് ഗവർണ്ണറായിരുന്ന ഹോളണ്ട് ടിപ്പു പക്ഷപാതിയായിരുന്നു എന്നൊരാരോപണം ഉണ്ട്. അതു ശരിയല്ല. കൊടുങ്ങല്ലൂർ കോട്ടയും അഴിക്കോട്ടയും തിരുവിതാംകൂർ വാങ്ങുന്നതിനെ മദ്രാസ് ഗവർണ്ണറായിരുന്ന ആർക്കിബാൾഡ് ക്യാംബൽ അന്നു തന്നെ എതിർത്തതാണ്. അതിനു മദ്രാസ് കൗൺസിലിന്റെ അംഗീകാരവും ഉണ്ടായിരുന്നു. 1789 ജനുവരിയിൽ ക്യാംബൽ സ്ഥാനം ഒഴിഞ്ഞപ്പോൾ കൗൺസിൽ അംഗമായിരുന്ന ഹോളണ്ടിന് താല്ക്കാലികമായി ഗവർണ്ണറുടെ ചുമതല നല്കുകയാണുണ്ടായത്. മദ്രാസ് കൗൺസിലിൽ അംഗമായിരുന്ന ഹിപ്പിസ്ളി (John Coke Hippisley) എന്നയാൾ ഉദ്യോഗം ഒഴിഞ്ഞശേഷം ബ്രിട്ടീഷ് പാർലമെന്റിൽ പ്രതിപക്ഷാംഗമായിരുന്നുകൊണ്ട് തിരുവിതാംകൂറിന്റെ നടപടിയെ ശക്തിയുക്തം എതിർക്കുകയും ചെയ്തിരുന്നു.[39] കൂടാതെ മദ്രാസ് കൗൺസിലിന്റെ പ്രമേയം അംഗീകരിച്ചുകൊണ്ട് ഗവർണ്ണർ ജനറലും തിരുവിതാംകൂറിനെ വിമർശിക്കുകയും താക്കീത് നല്കുകയും ചെയ്തിരുന്നു. ഈ പശ്ചാത്തലത്തിൽ ഗവർണ്ണർ ഹോളണ്ടിനു തിരുവിതാംകൂറിനെ തുണയ്ക്കാൻ സാധിക്കുമായിരുന്നില്ല. എങ്കിലും ഹോളണ്ടിനെ തിരുവിതാംകൂറിന്റെ സഹായത്തിനെത്താത്തതിന് കഠിനമായി ശാസിക്കുകയും[40] ഗവർണ്ണറുടെ ചുമതലകളിൽനിന്ന് മാറ്റി മറ്റൊരു കൗൺസിൽ അംഗമായ ജനറൽ മെഡോവ്സിനെ തല്സ്ഥാനത്തു നിയമിക്കുകയും ചെയ്തു.

ഗവർണ്ണർ ജനറൽ കോൺവാലീസ് പ്രഭു താരതമ്യേന സത്യസന്ധനും സമാധാനകാംക്ഷിയും ആയിരുന്നെങ്കിലും ഒരു യുദ്ധത്തിലൂടെ അമേരിക്കയിൽ നഷ്ടപ്പെട്ട ബ്രിട്ടന്റെ അന്തസ്സിനെ ഉയർത്തിപ്പിടിക്കേണ്ടത് അദ്ദേഹത്തിന്റെ ആവശ്യമായിരുന്നു. 1790 ജനുവരിയിൽ ആദ്യത്തെ നെടുങ്കോട്ട ആക്രമണത്തിൽ നിന്നു ടിപ്പു പിന്മാറിയെങ്കിലും വീണ്ടും ആക്രമണം ഉണ്ടാവുമെന്ന പ്രതീക്ഷയിൽ യുദ്ധത്തിനു തയ്യാറാകാനും മഹാരാഷ്ട്രരുടെയും നൈസാമിന്റെയും സഹായം നേടാനും അദ്ദേഹം ശ്രമം

നടത്തി. ജനുവരി 27-ാം തീയതി പൂനയിലെയും ഹൈദരാബാദിലെയും ബ്രിട്ടീഷ് പ്രതിപുരുഷന്മാർക്ക് ഗവർണ്ണർ ജനറൽ ഇപ്രകാരം എഴുതി: "നമ്മുടെ സഖ്യകക്ഷികളിലൊന്നായ തിരുവിതാംകൂർ രാജാവിനെതിരായി നീങ്ങുന്ന ടിപ്പു സുൽത്താൻ ഈ കത്തു കിട്ടുമ്പോഴേയ്ക്കും തന്നെ ആക്രമണം നടത്തിയിരിക്കും. നമ്മുടെ ഉടമ്പടിക്കു വിധേയനായ രാജാവിനെതിരെയുള്ള യുദ്ധം കമ്പനിക്കെതിരായ യുദ്ധമായി കരുതി അടിയന്തരമായി ഊർജ്ജിത നടപടികൾ കൈക്കൊള്ളണം'.[41] മാർച്ച് ആറാം തീയതിയായിരുന്നു നെടുങ്കോട്ടയ്ക്കു നേരെ രണ്ടാം ആക്രമണം ഉണ്ടായത്. ടിപ്പുവിനെതിരായി യുദ്ധം ചെയ്യുന്നതിന് ഇംഗ്ലീഷുകാരുമായി സഖ്യ കരാറുണ്ടാക്കുന്നതിന് മലബാറിലെ നാടുവാഴികളെ ആഹ്വാനം ചെയ്തുകൊണ്ടും അതിനായി ഒരു നക്കൽ അയച്ചു കൊടുത്തു കൊണ്ടും മേയ് 4-ാം തീയതിക്കു മുമ്പേ തന്നെ തലശ്ശേരി ഫാക്ടറിയുടെ തലവൻ റോബർട്ട് ടയ്ലർ നീട്ടുകളയച്ചു.[42]

ഇത്രയും ഒരുക്കങ്ങൾ ചെയ്ത ശേഷവും ബ്രിട്ടീഷ് സൈന്യം തിരുവിതാംകൂറിനെ സഹായിക്കാത്തത് മനപ്പൂർവ്വമായിരിക്കണം. ടിപ്പു സുൽത്താൻ തിരുവിതാംകൂറിൽ കാലുകുത്താതെ മടങ്ങിപ്പോയാൽ ഇംഗ്ലീഷുകാർക്കു ഇടപെടാൻ ന്യായീകരണവുമില്ലല്ലോ. ഒരുപക്ഷേ, ടിപ്പുവിനെ തിരുവിതാംകൂറിലേക്കാകർഷിക്കാൻ വേണ്ടിയായിരിക്കും കേണൽ ഹാർട്ട്ലി കൊടുങ്ങല്ലൂർനിന്നു അഴിക്കോട്ടയിലേക്കു പോയത്. താൻ തിരുവിതാംകൂറിൽ പ്രവേശിക്കാത്തിടത്തോളം കാലം ഇംഗ്ലീഷുകാർ തനിക്കെതിരെ ഒന്നും ചെയ്യുകയില്ലെന്ന ധാരണ ടിപ്പുവിനുണ്ടായി. അങ്ങനെ ഒരു ബ്രിട്ടീഷ് കെണിയിൽ സുൽത്താൻ വീഴുകയായിരുന്നു.

പറവൂരും ആലങ്ങാടും പിടിച്ചെടുക്കാനും പറ്റുമെങ്കിൽ കൊച്ചി രാജാവിനെ പിടികൂടി ഒരു പാഠം പഠിപ്പിക്കാനും മാത്രമേ ടിപ്പുവിനു ലക്ഷ്യമുണ്ടായിരുന്നുള്ളൂ എന്നു വ്യക്തമാണ്.[43] തന്റെ പിതാവിനോളം ബുദ്ധിമാനല്ലെങ്കിലും, ജൂൺ മാസത്തിൽ കാലവർഷം തുടങ്ങുമെന്നും അതിനു മുമ്പു ലക്ഷ്യം നേടണമെന്നും തീരുമാനിക്കാനുള്ള ബുദ്ധിശക്തി സുൽത്താനുണ്ടായിരുന്നു. അത്രയും ചെയ്യുന്നതിനെ ഇംഗ്ലീഷുകാർ എതിർക്കുകയില്ല എന്ന ധാരണ കേണൽ ഹാർട്ട്ലിയും ക്യാപ്റ്റൻ കോക്സും വടക്കോട്ടു പോയതിൽ നിന്നു സുൽത്താനുണ്ടായിക്കാണണം. മലബാറിലെ കലാപകാരികൾ കൂടുതലായി താവളം അടിച്ചിരുന്നത് ആലങ്ങാട്ടും പറവൂരും ആയിരുന്നു. അവരെ ഒരു പാഠം പഠിപ്പിക്കാനും ആഗ്രഹം സുൽത്താനുണ്ടായിരുന്നിരിക്കാം. എന്നാൽ ഗവർണ്ണർ ജനറൽ മദ്രാസിലെത്തിയെന്നും, മദ്രാസ് ഗവർണ്ണറായി ജന. മെഡോവ്സിനെ നിയമിച്ചുവെന്നും സർവ്വസൈന്യാധിപന്റെ ചുമതലകൾ കോൺവാലീസ് എറ്റെടുത്ത് ജന. മെഡോവ്സിനെ ഉപസേനാനായകനായി നിയമിച്ചു എന്നും മൈസൂറിനെതിരെ ഗവർണർ ജനറൽ യുദ്ധം പ്രഖ്യാപിച്ചുവെന്നും വാരാപ്പുഴ വച്ചാണ് സുൽത്താന് അറിവു കിട്ടിയത്. ഉടൻതന്നെ യുദ്ധം പ്രഖ്യാപിച്ചത് അനീതിയാണെന്നും കാര്യങ്ങൾ പറഞ്ഞുതീർ

ക്കാൻ വക്കീലന്മാരെ അയക്കണമെന്നും അദ്ദേഹം മദ്രാസ് ഗവർണ്ണർക്കെഴുതി. 26-ാം തീയതി മദ്രാസിൽ കിട്ടിയ സന്ദേശത്തിനു ഉടൻ തന്നെ ജന. മെഡോവ്സ് മറുപടി നല്കി. സുൽത്താൻ യുദ്ധം ആരംഭിച്ചപ്പോൾ തന്നെ യുദ്ധപ്രഖ്യാപനം നടന്നുവെന്നും ഇനി അതു പിൻവലിക്കുന്ന പ്രശ്നമില്ലെന്നുമായിരുന്നു മറുപടി. മലബാർ പിടിച്ചടക്കാൻ ജനറൽ അബർ ക്രോംബിയെ കോൺവാലീസ് നിയോഗിച്ചു. അബർ ക്രോംബിയുമായി സന്ധിക്കാനായിരുന്നു കേണൽ ഹാർട്ട്ലി ആയക്കോട്ടയിൽ നിന്നു വടക്കോട്ടു പോയത്. പോകുന്ന വഴിക്കുതന്നെ ചേറ്റുവാ മൈസൂർ സൈന്യത്തിൽ നിന്നു പിടിച്ചെടുത്തു.[44]

നെടുങ്കോട്ടയുടെ പതനത്തിനു ശേഷം ടിപ്പുവിനെ നേരിടാൻ ഒരു ശ്രമവും നടത്താതെ പലവഴിക്കായി ഓടിപ്പോയ തിരുവിതാംകൂർ സൈന്യത്തിന്റെ ഗതിയോർത്തു വിലപിച്ചുകൊണ്ട് തിരുവിതാംകൂർ രാജാവ് തിരുവനന്തപുരത്തുനിന്നും പത്മനാഭപുരത്തേക്കു പോയി. ബോംബെയിൽ നിന്നു ജന. അബർ ക്രോംബി സുസജ്ജമായി എത്തിയപ്പോഴാണ് രാജാവിനു ഒരുവിധം സമാധാനമുണ്ടായത്. മലബാർ പിടിച്ചടക്കുന്നതിനു തന്നെ സഹായിക്കാൻ വരണമെന്ന് കേണൽ ഹാർട്ട്ലി ദിവാൻ കേശവദാസിനോട് ആവശ്യപ്പെട്ടു. വലിയ യജമാൻ കുമാരൻ ചെമ്പകരാമൻപിള്ളയുടെ നേതൃത്വത്തിൽ തിരുവിതാംകൂർ സൈന്യത്തെ മുഴുവൻ മലബാറിലേക്കയയ്ക്കാൻ രാജാവ് ഒട്ടും മടിച്ചില്ല. അഞ്ഞൂറുപേർ മാത്രം കൂടെയുണ്ടായിരുന്ന കേണൽ ഹാർട്ട്ലിക്കു വമ്പിച്ച തിരുവിതാംകൂർ സൈന്യത്തിന്റെ സഹായത്തോടുകൂടി മലബാറിൽ പല അത്ഭുതങ്ങളും കാട്ടാൻ കഴിഞ്ഞു. കൊടുങ്ങല്ലൂർ മുതൽ കുടകു വരെയുള്ള ദേശം മുഴുവൻ ഇംഗ്ലീഷുകാർക്കു കീഴടക്കിക്കൊടുക്കാൻ തിരുവിതാംകൂർ സൈന്യത്തോടൊപ്പം ദിവാൻ കേശവപിള്ളയും കൂടെപ്പോയി. തിരുവിതാംകൂർ സൈന്യത്തിനാവശ്യമായ പണവും, ഭക്ഷണസാധനങ്ങളും, വെടിക്കോപ്പുകളും അദ്ദേഹമാണു നല്കിയത്. ബോംബെയിൽനിന്നും കൊടുങ്ങല്ലൂർ അഴിമുഖത്തെത്തിയ കേണൽ ഹാർട്ട്ലി കരയ്ക്കിറങ്ങാത്തത് സൈന്യത്തിന്റെ ചെലവു മുൻകൂർ കൊടുക്കാത്തതുകൊണ്ടാണെന്ന കാര്യം തിരുവിതാംകൂർ വിസ്മരിച്ചു. തിരുവിതാംകൂറിനു കൂടുതലായി വരുന്ന ചെലവു കമ്പനി തന്നെ വഹിച്ചുകൊള്ളാമെന്ന മദ്രാസ് ഗവർണ്ണറുടെ കരാർ കാണിച്ചു കൊടുത്തശേഷവും ഹാർട്ട്ലി സൈന്യത്തെ ഇറക്കാൻ കൂട്ടാക്കിയിരുന്നില്ല. ആ വഞ്ചനയ്ക്കു തിരുവിതാംകൂർ ചെയ്ത പ്രതികാരം സുസജ്ജമായ സൈന്യത്തെ ഹാർട്ട്ലിയോടൊപ്പം കുടകു വരെ അയയ്ക്കുക എന്നതായിരുന്നു.

ഇംഗ്ലീഷുകാരുടെ വഞ്ചന അവിടെ കൊണ്ടും അവസാനിച്ചില്ല. 1792 ഫെബ്രുവരിയിൽ സംയുക്ത സൈന്യത്തിനു ടിപ്പു സുൽത്താൻ കീഴടങ്ങി. ശ്രീരംഗപട്ടണത്തുവച്ച് സമാധാന ചർച്ച ആരംഭിച്ചപ്പോൾ അവിടെ നിന്നും രണ്ടുദിവസത്തെ യാത്ര ദൂരെയായി കുടകിൽ ദിവാൻജിയും തിരുവിതാംകൂർ സൈന്യവും നിലകൊള്ളുകയായിരുന്നു. നൈസാമിനെയും മഹാരാഷ്ട്രരെ

യുംകാൾ ഇംഗ്ലീഷുകാരെ യുദ്ധത്തിൽ സഹായിച്ചത് തിരുവിതാംകൂർ ആയിരുന്നു എന്നതാണ് വസ്തുത. പക്ഷേ, നൈസാമിനെയും മഹാരാഷ്ട്രരുടെയും പ്രതിനിധികൾക്കൊപ്പം ശ്രീരംഗപട്ടണത്തിലെ ചർച്ചകളിൽ പങ്കെടുക്കുവാൻ ദിവാൻ കേശവപിള്ളയെ അനുവദിച്ചില്ല. ഉടമ്പടി പ്രകാരം മൈസൂറിന്റെ ഒരു പകുതി ഇംഗ്ലീഷുകാരും നൈസാമും മഹാരാഷ്ട്രരുമായി പങ്കിട്ടു. അതിനു പുറമെ മൂന്നുകോടി മുപ്പതുലക്ഷം രൂപ യുദ്ധച്ചെലവിലേക്കായും വാങ്ങി. മലബാർ മുഴുവനും ബാരാമഹാളും (കോയമ്പത്തൂർ സേലം ജില്ലകൾ) ഇംഗ്ലീഷുകാർക്ക് ലഭിച്ചു. കൊച്ചിരാജാവിനു സ്വാതന്ത്ര്യം ലഭിച്ചു[45] തിരുവിതാംകൂറിനാകട്ടെ വീണ്ടും കണ്ണുനീർ മാത്രം.

ആപത്ഘട്ടത്തിൽ തങ്ങളെ കൈവെടിഞ്ഞവരാണ് ഇംഗ്ലീഷുകാരെങ്കിലും മലബാറിൽനിന്നും ടിപ്പുവിന്റെ സൈന്യത്തെ കെട്ടുകെട്ടിക്കാൻ തിരുവിതാംകൂറിന്റെ മുഴുവൻ ശക്തിയും പ്രയോഗിച്ചത് വമ്പിച്ച പ്രതീക്ഷകളോടെയായിരുന്നു. മലബാറിലെ നാടുവാഴികളെല്ലാം സാമൂതിരിയുടെയോ കോലത്തിരിയുടെയോ കൂറ്റുകാരായിരുന്നു. മൈസൂറിൽനിന്നും അവരെയെല്ലാം മോചിപ്പിച്ചാൽ അവരെല്ലാം തിരുവിതാംകൂറിന്റെ മേലധികാരം അംഗീകരിച്ചുകൊണ്ടു കൊച്ചീരാജാവിനെപ്പോലെ കഴിഞ്ഞു കൊള്ളുമെന്നായിരുന്നു തിരുവിതാംകൂർ രാജാവിന്റെ മോഹം. അവരോടെല്ലാം വളരെ ഉദാരമായി പെരുമാറിയിരുന്ന രാജാവിന്റെ നേർക്ക് അവർക്കു വളരെ ബഹുമാനമായിരുന്നു എന്നതും സത്യമാണ്. തിരുവിതാംകൂറിന്റെ അതിമോഹങ്ങളെപ്പറ്റി അറിവുണ്ടായിരുന്ന റസിഡന്റ് പൗണി 1790 അവസാനം കൊച്ചീരാജാവിനെ ഈസ്റ്റിന്ത്യാക്കമ്പനിക്കു വിധേയനാക്കുന്ന ഒരു ഉടമ്പടിക്കു രൂപം നല്കിയിരുന്നു. തിരുവിതാംകൂർ സൈന്യത്തിന്റെ സഹായത്തോടുകൂടി തിരിച്ചുപിടിച്ച മലബാറിലെ ഓരോ നാട്ടുരാജ്യത്തിന്റെ നാടുവാഴികളുമായും ഈസ്റ്റിന്ത്യാക്കമ്പനി അത്തരം ഉടമ്പടികളുണ്ടാക്കി. സൈന്യത്തോടൊപ്പം കുടകു വരെ എത്തിയ ദിവാൻ കേശവപിള്ളയുടെ ഉദ്ദേശ്യം അവസാന ഉടമ്പടിയിൽ തിരുവിതാംകൂറും പങ്കാളിയാകണമെന്നതായിരുന്നു. ഇതു മനസ്സിലാക്കിയ പൗണി കേശവപിള്ള ശ്രീരംഗപട്ടണത്തേയ്ക്കു പോകുന്നതു തടഞ്ഞു. അതിന്റെ ഫലമായി 1792 ഫെബ്രുവരിയിലെ ശ്രീരംഗപട്ടണത്തെ ഉടമ്പടിയിൽ തിരുവിതാംകൂറിന്റെ പേരുപോലും പരാമർശിക്കപ്പെട്ടില്ല. മൂന്നാം മൈസൂർ യുദ്ധത്തിൽ കാര്യമായ പങ്കു വഹിക്കാത്ത മഹാരാഷ്ട്രർക്കു പോലും മൈസൂറിലെ കുറെ ജില്ലകൾ നല്കപ്പെട്ടു. നൈസാമിന്റെ കുത്തഴിഞ്ഞ സൈന്യം ഇംഗ്ലീഷുകാർക്കു സഹായമെന്നതിലുപരി വലിയൊരു ബാദ്ധ്യതയായിരുന്നുവെങ്കിലും നൈസാമിനും മൈസൂറിന്റെ കുറെയേറെ ജില്ലകൾ ലഭിച്ചു. മലബാറും കുടകും പിടിച്ചെടുക്കാൻ സഹായിച്ച തിരുവിതാംകൂറിന്റെ സൈന്യമായിരുന്നു ഇംഗ്ലീഷുകാർക്കു ഏറ്റവും ശക്തമായ തുണയായിരുന്നത്. ബ്രിട്ടീഷ് സൈന്യാധിപന്മാരെല്ലാം തിരുവിതാംകൂറിന്റെ സഹായത്തെ പ്രശംസിക്കുകയും ചെയ്തു. പക്ഷേ, അതെല്ലാം വെറും അധരസേവനമായിരുന്നു. രാമവർമ്മരാജാവു വളരെ നിരാശനാ

യിരുന്നു. അദ്ദേഹം കോൺവാലീസ് പ്രഭുവിന്റെ സന്ദേശത്തിനയച്ച മറുപടിയിൽ ഇപ്രകാരം രേഖപ്പെടുത്തി: ഉടമ്പടിയിൽ എന്നെ ഉൾപ്പെടുത്താത്തതു മറ്റുള്ളവരുടെ ദൃഷ്ടിയിൽ അപമാനത്തിന്റെ മേഘത്തിൽ എന്നെ മൂടുന്നു. ഞാൻ ചെയ്തതും എനിക്കു ലഭിച്ചതുമായ സംഗതികളെക്കുറിച്ച് പര്യാലോചിക്കുമ്പോൾ, എന്റെ ആത്മാർത്ഥതയ്ക്കും ഉത്സാഹത്തിനും മതിയായ പ്രതിഫലം എനിക്കു ലഭിച്ചില്ല എന്നു റസിഡണ്ട് പൗണിയെയും അദ്ദേഹം കുറ്റപ്പെടുത്തി. പക്ഷേ, ഇംഗ്ലീഷുകാരോടുള്ള വിധേയത്വത്തിന് അദ്ദേഹം ഇതിലും വലിയ ശിക്ഷയാണനുഭവിക്കേണ്ടിവന്നത്.

തിരുവിതാംകൂറിനു ശനിദശ

തിരുവിതാംകൂറിന്റെ രക്ഷയ്ക്കാണ് മൂന്നാം മൈസൂർ യുദ്ധം ആരംഭിച്ചതെന്നാണല്ലോ ഇംഗ്ലീഷുകാർ പറഞ്ഞു പരത്തിയത്. അങ്ങനെയാണെങ്കിൽ ശ്രീരംഗപട്ടണം സന്ധിയിൽ എന്തുകൊണ്ടു തിരുവിതാംകൂറിനെക്കൂടെ ഉൾപ്പെടുത്തിയില്ല എന്നു ന്യായമായും ചോദിക്കാവുന്നതാണ്. അപ്രകാരം ചോദിച്ചതിന് തിരുവിതാംകൂർ കടുത്ത ശിക്ഷ അനുഭവിക്കേണ്ടിവന്നു. യുദ്ധം തിരുവിതാംകൂറിനു വേണ്ടിയാകയാൽ അതിന്റെ ചെലവിലെ ഒരു പങ്ക് തിരുവിതാംകൂർ വഹിക്കണമെന്നായിരുന്നു ഈസ്റ്റിന്ത്യാക്കമ്പനിയുടെ തീരുമാനം. യുദ്ധാവസാനം മദ്രാസ് ഗവർണ്ണറായി നിയമിതനായ ചാറത്സ് ഓക്‌ലി[47] കമ്പനിയുടെ തീരുമാനം രാജാവിനെ അറിയിച്ചു. തിരുവിതാംകൂറിന്റെ വാർഷിക വരുമാനത്തിന്റെ അഞ്ചിലൊന്നു തിരുവിതാംകൂറിനു നല്കാമെന്നും ബാക്കി മുഴുവനും കമ്പനിക്കു നല്കണമെന്നുമായിരുന്നു ഗവർണ്ണർ ആവശ്യപ്പെട്ടത്. എന്നാൽ, മൂന്നാം മൈസൂർ യുദ്ധത്തിനുവേണ്ടി തിരുവിതാംകൂർ ചെലവിട്ട സൈനികച്ചെലവു തിരുവിതാംകൂർതന്നെ വഹിക്കുകയാണെങ്കിൽ വാർഷിക വരുമാനത്തിന്റെ പകുതി നല്കിയാൽ മതിയെന്നും മറ്റൊരു നിർദ്ദേശവും ഗവർണ്ണർ മുന്നോട്ടുവച്ചു. ബ്രിട്ടീഷ് പ്രേമിയായ രാജാവ് ഈ നിർദ്ദേശങ്ങൾ കേട്ടു അന്ധാളിച്ചുപോയി. 1788 ൽ രണ്ടു ബറ്റാലിയൻ ബ്രിട്ടീഷ് പട്ടാളം തിരുവിതാംകൂറിന്റെ രക്ഷയ്ക്കായി നല്കിയിട്ടുള്ള കരാറിൽ മദ്രാസ് ഗവർണ്ണർ ക്യാംബൽ ഇപ്രകാരം വ്യക്തമായി പറഞ്ഞിട്ടുള്ളതായിരുന്നു. : "താങ്കളുടെ രാജ്യസംരക്ഷണത്തിന് അത്യാവശ്യമായി, യൂറോപ്യൻ സൈന്യത്തെയോ ഇന്ത്യൻ സൈന്യത്തെയോ കൂടുതലായി ആവശ്യം വരുകയാണെങ്കിൽ ആ വകയ്ക്കു വരുന്ന ചെലവു മുഴുവനും കമ്പനി വഹിക്കുന്നതാണ്." എന്നാൽ സംഭവിച്ചത് നേരെ മറിച്ചാണ്. തിരുവിതാംകൂറിന്റെ ചെലവിൽ നിർത്തിയിരുന്ന സബ്സിഡിയറി സൈന്യം പോലും ആവശ്യം വന്നപ്പോൾ ഉപകരിക്കാതിരിക്കുകയാണ് ചെയ്തത്. അതുപോകട്ടെ തിരുവിതാംകൂറിന്റെ ആവശ്യത്തിനല്ലാതെ മലബാറിലും, കുടകിലും, പാലക്കാട്ടും, ഡിണ്ടിഗലും മറ്റും യുദ്ധം ചെയ്യാൻ തിരുവിതാംകൂറിനെ അയയ്ക്കുകയുണ്ടായി. ഇത് 1788 ലെ കരാറിൽ പറഞ്ഞിട്ടുള്ളതല്ല. ഇതിനെല്ലാമുപരി കിട്ടാവുന്നിടത്തുനിന്നൊക്കെ കടംവാങ്ങിയും,

തലവരി (തൊഴിൽ നികുതി) എന്നീ യുദ്ധനികുതികൾ പിരിച്ചും പതിനാലുലക്ഷം രൂപ യുദ്ധചെലവിലേക്കായി തിരുവിതാംകൂറിൽനിന്നും കമ്പനിക്കു നല്കുകയും ചെയ്തു. ഇംഗ്ലീഷുകാർക്കുവേണ്ടി യുദ്ധത്തിലേർപ്പെട്ട തിരുവിതാംകൂർ സൈന്യത്തിന്റെ ചെലവു ഇതിനുപുറമെയാണ്. മൂന്നു കോടി മുപ്പതുലക്ഷം രൂപയും രാജ്യത്തിന്റെ ഒന്നു പകുതിയും മൈസൂറിൽനിന്നും വസൂലാക്കിയതും യുദ്ധച്ചെലവിന്റെ പേരിലാണ്. (നാട്ടുരാജ്യങ്ങൾ പിടിച്ചെടുക്കുന്നത് 1784 ലെ ഇന്ത്യാ ആക്ട് കമ്പനിയെ കർശനമായി നിരോധിച്ചിരുന്നു). രാമവർമ്മ രാജാവ് സ്വന്തം ദിവാന് ഇപ്രകാരമെഴുതി:

> യുദ്ധചെലവിലേക്കു എന്തെങ്കിലും കൊടുക്കേണ്ട ബാദ്ധ്യത നമുക്കില്ല. എങ്കിലും കമ്പനി പണത്തിനുവേണ്ടി ശാഠ്യം പിടിക്കുകയാണ്. ഞാൻ കടം മേടിച്ച് 14 ലക്ഷം രൂപ കൊടുത്തുകഴിഞ്ഞു. എന്നിട്ടും അവർ കൂടുതൽ ആവശ്യപ്പെടുകയാണ്. എന്റെ പഴയ കടങ്ങൾ ഇതുവരെ ഞാൻ കൊടുത്തു തീർത്തിട്ടില്ല. ഞാനൊരിക്കലും ചെയ്യരുതാത്തതുചെയ്താണ് പണമുണ്ടാക്കിയത്. പണ്ടൊരിക്കലും അനുഭവപ്പെട്ടിട്ടില്ലാത്ത ഉൽക്കണ്ഠയും ക്ലേശവും ഞാനനുഭവിക്കുന്നു. കമ്പനി അവരുടെ സുഹൃത്തിനേക്കാൾ കൂടുതൽ സ്നേഹിക്കുന്നതു പണത്തെയാണ്.

സൈന്യച്ചെലവു ചോദിക്കുന്നതിലെ അന്യായവും തന്റെ പരാധീനതകളും വിവരിച്ചുകൊണ്ടു രാമവർമ്മ രാജാവ് ഗവർണ്ണർ ജനറലിനു പരാതിയയച്ചു. അതിനെപ്പറ്റി അന്വേഷണം നടത്തിയ മലബാർ കമീഷണർമാരിലൊരാളായ മേജർ അലക്സാണ്ടർ ഡോവ് രാജാവിനെ അതികഠിനമായി വിമർശിച്ചുകൊണ്ടാണ് റിപ്പോർട്ടെഴുതിയത്. ദിവാൻജിക്കു ധനം വാരിക്കൂട്ടുകയല്ലാതെ മറ്റൊരു ഉദ്ദേശ്യവുമില്ലെന്നും, രാജാവിന്റെ പക്കൽ വമ്പിച്ച ധനശേഖരമുണ്ടെന്നും, കരാറനുസരിച്ചു കമ്പനിക്കു നല്കാനുള്ള കുരുമുളകുപോലും തരാതെ അതു കൂടിയ വിലയ്ക്കു തമിഴ്നാട്ടിൽ വില്ക്കുകയാണെന്നും, ബാദ്ധ്യതകളിൽനിന്നും ഒഴിഞ്ഞുമാറാനുള്ള വ്യഗ്രതയാണ് രാജാവും ദിവാനും കാട്ടുന്നതെന്നും അദ്ദേഹം വിവരിച്ചു. കോൺവാലീസ് പ്രഭുവിന്റെ പിൻഗാമിയായിവന്ന സർ ജോൺഷോർ എല്ലാ കാര്യങ്ങളും പരിശോധിച്ചശേഷം കരാറനുസരിച്ചുള്ള കുരുമുളകു നല്കാതിരുന്നത് സൗഹൃദത്തിന് ഭംഗം ഉണ്ടാക്കുമെന്നുമാത്രം എഴുതിവിട്ടു. പണത്തിനു വേണ്ടി രാജാവിന്റെ മേൽ സമ്മർദ്ദം ചെലുത്തിയത് മറ്റൊരുദ്ദേശ്യത്തോടുകൂടിയായിരുന്നു. കർണ്ണാടക നവാബിന്റെ സാമന്തനായിരുന്ന തിരുവിതാംകൂർ രാജാവിനെ സുഹൃത്തെന്ന നിലയിൽ നിന്നും ഇംഗ്ലീഷുകാരുടെ സംരക്ഷിത രാജ്യം - ഫലത്തിൽ സാമന്തൻ - ആക്കിത്തീർക്കാനുള്ള ശ്രമമായിരുന്നു ഇംഗ്ലീഷുകാരുടേത്. തിരുവിതാംകൂറിനു കഴിയാത്ത കാര്യത്തിനു വേണ്ടി ഞെരുക്കിയാൽ കഴിയുന്നതെന്തും സമ്മതിച്ചുകൊടുക്കും എന്ന നയതന്ത്ര വിശാരദന്മാരായ ഇംഗ്ലീഷുകാർക്കറി

യാമായിരുന്നു. ദീർഘകാലമായി കമ്പനിയോടു ഏറ്റവും അടുത്ത മൈത്രി പുലർത്തുന്ന തിരുവിതാംകൂർ രാജാവിനെ ഒരു സഖി എന്ന നിലയിലേയ്ക്കു ഉയർത്തേണ്ടതു ആവശ്യമാണെന്നു നാം കരുതുന്നു എന്നു ഗവർണ്ണർ ജനറൽ രേഖപ്പെടുത്തി. കമ്പനിയുടെ ശാശ്വത സുഹൃത്തും സഖിയുമായി നിലനിർത്തുന്ന ഒരു കരാറുണ്ടാക്കുന്നതിനെ ശുദ്ധാത്മാവായ രാജാവു സ്വാഗതം ചെയ്തു. ഒരുപക്ഷേ, മറ്റൊരു പോംവഴിയും അദ്ദേഹത്തിനില്ലായിരുന്നു. കമ്പനി മുന്നോട്ടുവച്ച വ്യവസ്ഥകൾ അംഗീകരിച്ചുകൊണ്ടു 1796 ഫെബ്രുവരി മൂന്നാം തീയതി കരാറിൽ ഗവർണർ ജനറലിന്റെ കൗൺസിലിൽ വച്ചു അംഗീകരിച്ചശേഷം ഇംഗ്ലണ്ടിലെ ബോർഡ് ഓഫ് കൺട്രോളിനയച്ചുകൊടുത്തു. അവിടെനിന്നും അംഗീകാരത്തോടുകൂടി വീണ്ടും കൽക്കത്താ കൗൺസിലിനയച്ചു കൊടുത്തു. അവിടെ ഗവർണ്ണർ ജനറലും കൗൺസിലർന്മാരും ഒപ്പുവച്ചശേഷം (1797 ഇടവം 18) തിരുവിതാംകൂറിലേയ്ക്കയച്ചു. ഉടമ്പടിയുടെ നക്കൽ 1795 ൽ തന്നെ എഴുതപ്പെട്ടതായതുകൊണ്ട് 1795 ലെ ഉടമ്പടിയെന്നാണ് പില്ക്കാലത്ത് ഇതറിയപ്പെട്ടത്. 12 വകുപ്പുകളുള്ള ഈ കരാറിലെ വകുപ്പുകൾ താഴെപ്പറയുന്നവയാണ്[48] :

1. ശ്രീരംഗപട്ടണത്തെ ഉടമ്പടിപ്രകാരം ആലങ്ങാട്, പറവൂർ, കുന്നത്തുനാട് എന്നീ താലൂക്കുകൾ സുൽത്താൻ ഈസ്റ്റിന്ത്യാക്കമ്പനിക്കു വിട്ടുകൊടുത്തതു തിരുവിതാംകൂറിന്റെ വകയാണെന്ന് കണ്ട് രാമവർമ്മരാജാവിനു വിട്ടുകൊടുത്തിരിക്കുന്നു.
2. വിദേശരാജ്യത്തിൽ നിന്നുള്ള ആക്രമണങ്ങളിൽ തിരുവിതാംകൂറിനെ രക്ഷിക്കും.
3. അതിനുവേണ്ടി കമ്പനിയിൽനിന്നുള്ള മൂന്നു പട്ടാളത്തെയും (ബറ്റാലിയൻ) ഒരു കമ്പനി ആർട്ടിലറിയെയും, ഒരു കമ്പനി യൂറോപ്യന്മാരെയും, രണ്ടു കമ്പനി ലക്സറന്മാരെയും നിയോഗിക്കുന്നതും യുദ്ധകാലത്തും സമാധാന കാലത്തും അതിന്റെ ചെലവ് രാജാവ് അഞ്ചു തെങ്ങിൽ ഏല്പിക്കേണ്ടതുമാണ്.[49]
4. ഇപ്രകാരം നിയോഗിക്കപ്പെടുന്ന സൈന്യം (സബ്സിഡിയറി സേന) തിരുവിതാംകൂറിനകത്തോ പുറത്തോ രാജാവിന്റെ ഇഷ്ടാനുസരണം പാർപ്പിക്കപ്പെടാം. സൈന്യനായകൻ യുദ്ധത്തിലേർപ്പെടുംമുമ്പ് അദ്ദേഹത്തിനു മുകളിലുള്ള ബ്രിട്ടീഷ് കമാണ്ടറുടെ അനുവാദം വാങ്ങിയിരിക്കണം. എന്നാൽ അടിയന്തര ഘട്ടങ്ങളിൽ രാജാവിന്റെ നിയോഗപ്രകാരം പ്രവർത്തിക്കാനും അനുവാദമുണ്ട്. രാജ്യരക്ഷയ്ക്കു കൂടുതൽ സൈന്യത്തിന്റെ ആവശ്യമുണ്ടെങ്കിൽ അതിന്റെ ചെലവു കമ്പനി തന്നെ വഹിച്ചുകൊള്ളും.
5. വിദേശരാജ്യവുമായി വിവാദവും സബ്സിഡിയറി സേനയുടെ ഉപയോഗവും ഈസ്റ്റിന്ത്യാക്കമ്പനിയുടെ തീരുമാനത്തിനു വിധേയമായിരിക്കും.
6. ഇംഗ്ലീഷുകാരോടു ശത്രുതയുള്ള വിദേശരാജ്യങ്ങളിൽനിന്നും

ആരെയും തിരുവിതാംകൂറിന്റെ സേവനത്തിനെടുക്കുകയോ താമസിപ്പിക്കുകയോ പാടില്ല.

7. കമ്പനിയുടെ ആവശ്യത്തിനു വേണ്ടി വന്നാൽ തിരുവിതാംകൂർ സൈന്യത്തിലെ കുതിര കാലാളുകളെ മധുര മുതൽ കോഴിക്കോടുവരെയുള്ള ഭാഗങ്ങളിൽ അയച്ചുകൊടുക്കണം. (കോഴിക്കോട് എന്നത് കാവാ നദിവരെ എന്നു പിന്നീടു തിരുത്തപ്പെട്ടു.)
8. കുരുമുളകു സംബന്ധിച്ച ഉടമ്പടി ഇരുകൂട്ടരും തമ്മിൽ ഉണ്ടാക്കുന്ന വ്യവസ്ഥകൾക്കു വിധേയമായി നടന്നുകൊള്ളേണ്ടതാണ്.
9. തിരുവിതാംകൂറിന്റെ ആഭ്യന്തര കാര്യങ്ങളിൽ കമ്പനി ഇടപെടുകയില്ല. ആ ഉടമ്പടി വിദേശ ശത്രുക്കൾക്കെതിരായിമാത്രം ഉള്ളതാകയാൽ തിരുവിതാംകൂറും ആർക്കോട് സുബ (കർണ്ണാടകം) യുമായുള്ള ഉടമ്പടിയെ ഇതു ബാധിക്കയില്ല.
10. മൂന്നാം മൈസൂർ യുദ്ധത്തിനുവേണ്ടിയുള്ള പടച്ചെലവിനെ സംബന്ധിച്ച തർക്കം പരസ്പരം കൊടുക്കൽ വാങ്ങലില്ലാതെ ഒത്തു തീർന്നു.[50]
11. കമ്പനിയുടെ സുഹൃദ് രാജ്യങ്ങളിൽനിന്നും രാജാവിന് അനർത്ഥങ്ങളൊന്നും ഉണ്ടാവില്ല. കമ്പനിയുടെയും രാജാവിന്റെയും ശത്രുക്കളെ പരസ്പരം പിടിച്ചു കൈമാറും.
12. രാജാവിന്റെ വക കപ്പലുകൾ കമ്പനി വക തുറമുഖങ്ങളും കമ്പനിവക കപ്പലുകൾ തിരുവിതാംകൂറിലെ തുറമുഖങ്ങളും ഉപയോഗിക്കുന്നതിനു പരസ്പരം സൗകര്യങ്ങൾ ചെയ്തു കൊടുക്കേണ്ടതാണ്.

ഇത്തരം ഒരു ഉടമ്പടിയിൽ തിരുവിതാംകൂറിനെ കെട്ടിയിടുന്നതിനാവശ്യമായ സമ്മർദ്ദം ചെലുത്തുന്നതിനുവേണ്ടി മാത്രമാണ് തിരുവിതാംകൂറിൽ നിന്നും യുദ്ധച്ചെലവു ഇംഗ്ലീഷുകാർ ആവശ്യപ്പെട്ടത്. ടിപ്പുവിൽ നിന്നും ഈടാക്കിയ മൂന്നു കോടി മുപ്പതുലക്ഷം രൂപയുടെ പങ്ക് തിരുവിതാംകൂറിനു നല്കാതിരിക്കാനും അതുകൊണ്ടു സാധിച്ചു. തിരുവിതാംകൂറിനെതിരെ മറ്റൊരു കെണിയും ഇംഗ്ലീഷുകാർ ഒപ്പിച്ചിരുന്നു. ശ്രീരംഗപട്ടണ ഉടമ്പടി ചർച്ചയിൽനിന്നും ദിവാൻ കേശവപിള്ളയെ ഒഴിച്ചു നിർത്തിയതും അതിനുവേണ്ടിയായിരുന്നു. ടിപ്പു സുൽത്താൻ മഹാരാഷ്ട്രർക്കും, നൈസാമിനും, ഇംഗ്ലീഷുകാർക്കുമായി വിട്ടുകൊടുത്ത പ്രദേശങ്ങളുടെ വിശദമായ പട്ടികയിൽ തിരുവിതാംകൂറിലെ പറവൂർ, ആലങ്ങാട്, കുന്നത്തുനാട് എന്നീ പ്രദേശങ്ങൾ ഇംഗ്ലീഷുകാർക്കു വിട്ടുകൊടുക്കാനായിരുന്നു ഉൾപ്പെടുത്തിയത്. ഇതും റസിഡണ്ട് പൗണി പറ്റിച്ച പണിയായിരുന്നു. തിരുവിതാംകൂറിന്റെ മേൽ സമ്മർദ്ദം ചെലുത്താനുള്ള മറ്റൊരുപായം. ഇതിനെപ്പറ്റി അറിവുകിട്ടിയപാടെ അന്നു കൊച്ചി രാജാവായിരുന്ന ശക്തൻ തമ്പുരാൻ – അദ്ദേഹം 1790 ആഗസ്ത് മാസത്തിൽ മൂപ്പേറ്റു – പ്രസ്തുത പ്രദേശങ്ങൾ പെരുമ്പടപ്പിനു കിട്ടേണ്ടതാണെന്ന വാദം ഉന്നയിച്ചു. തിരുവിതാംകൂറിനോടു ചേർക്കപ്പെടുന്നതിനു മുമ്പു ആലങ്ങാട്ടെയും പറവൂരെയും ഭരണാധികാരികൾ സാമൂതിരിയുടെ മേല്ക്കോയ്മയിലായിരുന്നതിനാലാണ് ആ പ്രദേശങ്ങൾ മലബാറിന്റെ ഭാഗമായി

ടിപ്പുവും ഇംഗ്ലീഷുകാരും അംഗീകരിച്ചത്. ടിപ്പു ആ അവകാശവാദം ഉന്നയിച്ചാണ് പ്രസ്തുത പ്രദേശങ്ങൾ 1790 ൽ പിടിച്ചടക്കിയത്. താൻ തിരുവിതാംകൂറിനെ ആക്രമിച്ചില്ല എന്നു പറയാൻ കാരണവും അതായിരുന്നു. ആ പ്രദേശങ്ങൾ ടിപ്പുവിൽനിന്നും എഴുതിവാങ്ങിയ ഇംഗ്ലീഷുകാർ, ടിപ്പു തിരുവിതാംകൂറിനെ ആക്രമിച്ചില്ല എന്ന വാദം പരോക്ഷമായി അംഗീകരിക്കുകയാണ് ചെയ്തത്. അതുമൂലം മൂന്നാം മൈസൂർ യുദ്ധംതന്നെ അന്യായമായ നടപടിയായിരുന്നു എന്നു വെളിപ്പെടുത്തുകയാണ് ചെയ്തത്.

ഇംഗ്ലീഷുകാരുടെ നടപടിയെയും കൊച്ചിയുടെ വാദത്തെയും ദിവാൻ കേശവപിള്ള ശക്തിയായി എതിർത്തു. സാമൂതിരിയോടു കൂറു പ്രഖ്യാപിക്കുന്നതിനു മുമ്പു ആലങ്ങോട്ടു പറവൂർ രാജാക്കന്മാർ പെരുമ്പടപ്പിന്റെ സാമന്തന്മാരായിരുന്നു എന്നതു ശരി തന്നെ. പക്ഷേ, പെരുമ്പടപ്പിൽ നിന്നും സാമൂതിരിയെ ഒഴിപ്പിച്ചുകൊടുക്കുന്നതിനു പകരമായി ആ പ്രദേശങ്ങൾ കൊ. 937 ലെ ഉടമ്പടി പ്രകാരം കൊച്ചി രാജാവുതന്നെ തിരുവിതാംകൂറിനു വിട്ടുകൊടുത്തിട്ടുള്ളതാണ് എന്നതാണ് കേശവപിള്ളയുടെ വാദം. ഇതിനു എതിരായി ശക്തൻ തമ്പുരാന് ഒരു മുട്ടുന്യായം പറയാനുണ്ടായിരുന്നു. കുശാഗ്രബുദ്ധിയും സൂത്രശാലിയുമായ അദ്ദേഹം ഭരണമേല്ക്കുന്നതിനു 21 വർഷം മുമ്പു മുതല്ക്കേ, തിരുവിതാംകൂറിലെ മാർത്താണ്ഡവർമ്മയെപ്പോലെ തന്നെ, ഭരണകാര്യങ്ങളിൽ സുപ്രധാനമായ പങ്കു വഹിച്ചിരുന്ന ആളായിരുന്നു. പുരാതന കാലം മുതൽ കൊച്ചിയുടെ ഭാഗമായിരുന്ന എല്ലാ പ്രദേശങ്ങളും സാമൂതിരിയിൽനിന്നും വീണ്ടെടുത്തു കൊടുത്തുകൊള്ളാമെന്നായിരുന്നു 1762 ൽ തിരുവിതാംകൂർ കരാർ ചെയ്തിരുന്നതെന്നും എന്നാൽ ആ കരാർ പൂർണ്ണമായും നിറവേറ്റപ്പെട്ടിരുന്നില്ല എന്നും അതുകൊണ്ട് ആ കരാർ പൂർണ്ണമായും അസാധുവായിപ്പോയി എന്നുമായിരുന്നു ശക്തൻ തമ്പുരാന്റെ വാദം. ചിത്രകൂടം എന്ന ഗ്രാമത്തെപ്പറ്റിയായിരുന്നു ശക്തൻ പറഞ്ഞത്. കൊച്ചി രാജാക്കന്മാർ കിരീടധാരണം നടത്തിയിരുന്നതു അവിടെവച്ചായിരുന്നു എന്നതുകൊണ്ടു രാജകുടുംബത്തിന് വൈകാരികമായി ആ പ്രദേശത്തോടുള്ള ബന്ധം ഊഹിക്കാവുന്നതേയുള്ളു. പെരുമ്പടപ്പിന്റെയും നെടിയിരിപ്പിന്റെയും അതിർത്തിയിലായിരുന്നു ഈ ഗ്രാമം. സാമൂതിരിയെ പെരുമ്പടപ്പിൽനിന്നും ഓടിച്ചുകളഞ്ഞശേഷവും ഈ ഗ്രാമം പെരുമ്പടപ്പിനു വിട്ടുകൊടുത്തിരുന്നില്ല. അതുകൊണ്ട് ആലങ്ങാടും പറവൂരും വിട്ടു കൊടുക്കുന്ന നടപടിയും റദ്ദായിപ്പോയി എന്ന വിചിത്രമായ വാദമായിരുന്നു കൊച്ചിയുടേത്. എന്നാൽ അദ്ദേഹം വിസ്മരിച്ച ഒരു കാര്യമുണ്ട്. ചിത്രകൂടം പെരുമ്പടപ്പിന്റെയോ നെടിയിരിപ്പിന്റെയോ ഭാഗമായിരുന്നില്ല. കേരളത്തിൽ ഉടനീളം ഉണ്ടായിരുന്ന അനേകം സ്വതന്ത്രബ്രാഹ്മണ ഊരുകളിൽപ്പെട്ടവയായിരുന്നു വന്നേരിയും ചിത്രകൂടവും.[51] മൈസൂർ ഭരണകാലത്തു ഊരാണ്മക്കാരായ നമ്പൂതിരിമാർ നാടുവിട്ടു പോയി. കൊച്ചി രാജാവിന്റെ അപേക്ഷയനുസരിച്ച് ചിത്രകൂടം പെരുമ്പടപ്പിലേക്കു നല്കിക്കൊണ്ട് സുൽത്താൻ ഉത്തരവായി.

ഏതായാലും ഇക്കാര്യത്തിൽ ഒരു തീരുമാനമുണ്ടാക്കാൻ മലബാർ

കമ്മീഷണർമാരോട് കമ്പനി സർക്കാർ ആവശ്യപ്പെട്ടു. അതനുസരിച്ചു ബന്ധപ്പെട്ടവരിൽനിന്നെല്ലാം തെളിവെടുപ്പാരംഭിച്ചു. റസിഡന്റായിരുന്ന മി. പൗണിയുടെ മൊഴി തിരുവിതാംകൂറിനനുകൂലമായിരുന്നു. തിരുവിതാംകൂറിന്റെ ശത്രുവായ ടിപ്പു മനപ്പൂർവ്വം ആ പ്രദേശങ്ങൾ തർക്കവിഷയമാക്കിയതാണെന്നാണു പൗണിയുടെ മൊഴി. അതിൻപ്രകാരം മലബാർ കമ്മീഷണർമാർ സുൽത്താനോടും വസ്തുതയുടെ നിജസ്ഥിതി ആരാഞ്ഞു. സുൽത്താനാകട്ടെ അർത്ഥശങ്കയ്ക്കിടയില്ലാത്ത വിധം ആ പ്രദേശങ്ങൾ പെരുമ്പടപ്പിന്റേതാണെന്നു എഴുതിയയച്ചു. ശക്തൻ തമ്പുരാൻ ഇളയരാജാവായിരിക്കെ ആ പ്രദേശങ്ങൾ തിരിച്ചുചോദിക്കുവാനും തന്നില്ലെങ്കിൽ ബലമായി പിടിച്ചെടുക്കാനും സുൽത്താൻ അദ്ദേഹത്തോടു നിർദ്ദേശിച്ചതാണ്. അവിടം കൊച്ചിയുടെ വകയാണെന്ന സങ്കല്പത്തിലാണല്ലോ സുൽത്താൻ അതിക്രമിച്ചു കയറിയത്. തെളിവു ശേഖരണം ഇപ്രകാരം പുരോഗമിച്ചുകൊണ്ടിരിക്കെ രണ്ടു കാര്യത്തിൽ കമ്മീഷണർമാരായ പേജും ബോഡാമും തീരുമാനമെടുത്തു. ഒന്ന്, കഴിഞ്ഞ 35 വർഷമായി ആ പ്രദേശങ്ങൾ തിരുവിതാംകൂറിന്റെ കീഴിലായിരുന്നു. രണ്ട്, കൊ. 937 ലെ കരാർ പൂർണ്ണമായും തിരുവിതാംകൂർ പാലിച്ചിട്ടില്ല. മൂന്നാമതൊരുകാര്യം കൂടെ തീരുമാനിക്കുകയുണ്ടായിരുന്നു. 937 നു ശേഷം ഈ പ്രദേശങ്ങൾ തിരിച്ചുകിട്ടണമെന്നു കൊച്ചി രാജാവ് തിരുവിതാംകൂറിനോട് ആവശ്യപ്പെട്ടിരുന്നോ എന്നും അങ്ങനെ ആവശ്യപ്പെട്ടിരുന്നുവെങ്കിൽ അതിനു തെളിവ് ഹാജരാക്കണമെന്നും കമ്മീഷണർമാർ തമ്പുരാനോടാവശ്യപ്പെട്ടു. അതിനു മറുപടി കിട്ടാതിരുന്നതുകൊണ്ട് അവസാന തീരുമാനമാകാതെ കിടന്നു. പെട്ടെന്നൊരു ദിവസം കമ്മീഷണർമാരുടെ മുമ്പിൽ കണ്ണീർ വാർത്തുകൊണ്ട് തമ്പുരാൻ സമ്മതിച്ചു. തന്റെ പൂർവ്വീകന്മാർ തിരുവിതാംകൂറിനു വിട്ടുകൊടുത്ത പ്രദേശങ്ങളാണവയെന്നും അതുകൊണ്ടു തന്റെ വാദം പിൻവലിച്ചിരിക്കുന്നു എന്നും.[52] അങ്ങനെയാണ് ആലങ്ങാടും പറവൂരും കുന്നത്തൂരും തിരുവിതാംകൂറിന്റെ ഭാഗമായിരിക്കുമെന്നു 1795 ലെ കരാറിലെ ആദ്യത്തെ വകുപ്പിൽത്തന്നെ പറഞ്ഞത്. ആ ഉടമ്പടിക്കു തിരുവിതാംകൂർ തയ്യാറാവുന്നതുവരെ ഒരു സമ്മർദ്ദ തന്ത്രമായി ഈ തർക്കത്തെ ഇംഗ്ലീഷുകാർ ഉപയോഗിച്ചു എന്നു വേണം കരുതാൻ.

അവസാന നിമിഷം ശക്തൻ തമ്പുരാനു മനം മാറ്റമുണ്ടാവാൻ കാരണമുണ്ടായിരുന്നു. ഇംഗ്ലീഷുകാരും കൊച്ചിയുമായി 1791 ൽ ഉണ്ടാക്കിയ കരാറിൽ കൊടുങ്ങല്ലൂരിനെ കൊച്ചിയുടെ ഭാഗമായി വ്യവസ്ഥ ചെയ്തിരുന്നു. ഇതു വാസ്തവത്തിൽ മി. പൗണിയെ തെറ്റിദ്ധരിപ്പിച്ചു സമ്മതിപ്പിച്ചതാണ്. കൊടുങ്ങല്ലൂർ രാജാവു രണ്ടു നൂറ്റാണ്ടിനപ്പുറം ഒരിക്കലും കൊച്ചിയുടെ സാമന്തനായിരുന്നില്ല. ഈ തെറ്റു കണ്ടുപിടിക്കപ്പെട്ടപ്പോൾ അതു തിരുത്താൻ ബോംബെ ഗവർണ്ണർ ഡങ്കൻ ശക്തൻ തമ്പുരാനെ നിർബ്ബന്ധിച്ചു. രാജാവ് ഒപ്പിട്ട കരാർ തിരുത്തുകയില്ലെന്നും പറഞ്ഞു ഒഴിഞ്ഞുമാറുകയായിരുന്നു. ആലങ്ങാടിനും പറവൂരിനും വേണ്ടി തർക്കം പുറ

പ്പെടുവിച്ചാൽ കൊടുങ്ങല്ലൂർ കൂടെ നഷ്ടപ്പെട്ടേക്കുമെന്ന് ഭയന്നാണ് മനം മാറ്റമുണ്ടായത്. തന്നെ തെറ്റിദ്ധരിപ്പിച്ചതിന് പൗണിയും രാജാവിനോട് വിദ്വേഷത്തിലായിരുന്നു എന്നതു മറ്റൊരു കാര്യം.

മൂന്നാം മൈസൂർ യുദ്ധത്തെതുടർന്ന് ദിവാൻ കേശവപിള്ളയെ ബുദ്ധിമുട്ടിച്ച മറ്റൊരു സംഭവം ഉണ്ടായിരുന്നു. 1791 ൽ മൈസൂർ സൈന്യം മലബാറിൽനിന്നും പൂർണ്ണമായും നിഷ്കാസിതമായശേഷം അവിടത്തെ രാജാക്കന്മാരെ പുനരധിവസിപ്പിക്കുന്നതിന് നിയുക്തരായ മലബാർ കമ്മീഷണർമാരെ സഹായിക്കാൻ ഗവർണ്ണർ മെഡോവ്സ് തിരുവിതാംകൂർ രാജാവിനോടാവശ്യപ്പെട്ടു. മലബാറിലെ നാടുവാഴികളെല്ലാം ദീർഘകാലം - ചിലർ 25 വർഷമായി - തിരുവിതാംകൂറിന്റെ സൗജന്യം അനുഭവിച്ച വരായതുകൊണ്ട് അദ്ദേഹത്തിന്റെ സ്വാധീനം പ്രയോജനപ്പെടുത്തുകയായിരുന്നു ഗവർണറുടെ ഉദ്ദേശ്യം. രാജാവു ഇതിൻ പ്രകാരം ദിവാൻ കേശവപിള്ളയെ മലബാറിലേക്കു നിയോഗിച്ചു. നാടുവാഴികൾക്കുവേണ്ടി തിരുവിതാംകൂർ സർക്കാർ ചെലവിട്ട വമ്പിച്ച ധനത്തിന്റെ ഒരു പങ്കെങ്കിലും പുനരധിവസിക്കപ്പെട്ട രാജാക്കന്മാരിൽനിന്നും ഈടാക്കാൻ ഈ അവസരം ദിവാൻജി പ്രയോജനപ്പെടുത്തി.[53] കൂട്ടത്തിൽ നെടിയിരിപ്പിൽ നിന്നും ഒരു തുക ഈടാക്കിയതു പരാതിക്കു കാരണമായി. മലബാർ വീണ്ടെടുക്കപ്പെട്ടശേഷവും വൃദ്ധനായ സാമൂതിരി തിരുവനന്തപുരത്തു മടങ്ങിപ്പോകാതെ ശിഷ്ടജീവിതം ശ്രീപത്മനാഭ ഭക്തനായി കഴിയാനാണ് തീരുമാനിച്ചത്. എന്നാൽ ഏറാൾപ്പാടായിരുന്ന പടിഞ്ഞാറേ കോവിലകം രാജാവിനെ പകരം വാഴിക്കാതെ നാലാംമുറയായിരുന്ന കിഴക്കേകോവിലകം രാജാവിനെയാണ് സാമൂതിരിയായി ഇംഗ്ലീഷുകാർ നിശ്ചയിച്ചത്. ഇത് കുടുംബ കലഹത്തിന് കാരണമായി. മുഖ്യമന്ത്രിയായിരുന്ന സ്വാമിനാഥപട്ടർ മുഖേനയാണ് ദിവാൻജി പണം ഈടാക്കിയത്. സാമൂതിരിയായി നിയമിക്കപ്പെട്ടയാൾ ഇതിനെപ്പറ്റി കമ്മീഷണർ മുമ്പാകെ പരാതിപ്പെട്ടു. ദിവാൻജിയുടെ സ്വാധീനം ഇഷ്ടപ്പെടാതിരുന്ന കമ്മീഷണർമാർ അദ്ദേഹത്തിന്റെ പേരിലുള്ള ആരോപണം ശരിയാണെന്നുതന്നെ രേഖപ്പെടുത്തി. സാമൂതിരിയുടെ നിയമനത്തിനു കൂടുതലർത്ഥമൊന്നും കല്പിക്കേണ്ടതില്ലെന്നും തിരുവിതാംകൂറിന്റെ നിർദ്ദേശമനുസരിച്ചു കാര്യങ്ങൾ നടക്കട്ടെയെന്നും മദ്രാസ് ഗവർണ്ണർ തീരുമാനിക്കയാൽ ദിവാൻജി അപമാനത്തിൽനിന്നും രക്ഷപ്പെട്ടു.

കുറിപ്പുകൾ

1. അഞ്ചു ശാഖകളുള്ള ചിറയ്ക്കൽ രാജകുടുംബത്തിലെ ഏറ്റവും മൂത്തയാൾ കോലത്തിരിയായും മറ്റ് ശാഖകളിലെ മൂപ്പന്മാർ ഇളംകൂറുകളായും വാഴുക എന്നതായിരുന്നു കീഴ്വഴക്കം. നീലേശ്വരം, പുറവഴിനാട് (കോട്ടയം) കടത്തനാട് എന്നിവ കോലത്തുനാടിന്റെ കീഴ്ഘടകങ്ങളായിരുന്നു. നിരവധി പ്രഭുക്കന്മാർ അതിനു പുറമേയും.

2. സാമൂതിരി 12 ലക്ഷം രൂപ നല്കാമെന്നേറ്റിരുന്നതായി ഡോ. സി കെ കരീം പറയുന്നു. *ഹൈദരാലിയുടെയും ടിപ്പുവിന്റെയും കേരളം*, പുറം 19. സമകാലികനായ കേണൽ വിൽക്സിന്റെ ലിഖിതമാണ് സ്വീകാര്യമെന്നു തോന്നുന്നു. South Indian History Vol. 1
3. *ഹൈദരാലിയുടെയും ടിപ്പുവിന്റെയും കേരളം*, പുറം 22. എസ് കെ സിൻഹയേയും പി ശങ്കുണ്ണിമേനോനേയും ആധാരമാക്കിയിരിക്കുന്നു.
4. *കൊച്ചി രാജ്യചരിത്രം*, പുറം 477. കമാന്റർ ഡി. ജോങ്ങിന്റെ രേഖയിൽനിന്നും ഉദ്ധരണം.
5. കുമുദവർ = കമാന്റർ. കൊച്ചിയിലെ ഗവർണറെ Commander എന്നേ പറയാറുള്ളൂ.
6. അയിതലി നായ്ക്കൻ = നവാബ് ഹൈദരാലി. ദില്ലിയിലെ പാദുഷയിൽനിന്നും ഹൈദർ നവാബ് പട്ടം നേടിയിരുന്നു. പക്ഷേ, അതു 1767 ൽ ആയിരുന്നു. നൈസാമിന്റെ ശുപാർശപ്രകാരം.
7. *കൊച്ചി രാജ്യചരിത്രം*. പുറം 504-505
8. അന്യോന്യം = ഉഭയസമ്മതം
9. ഈ സന്ധിക്കുശേഷമാണ് ഡക്കാൺ സുബേദാരായ ഹൈദരാബാദിലെ നൈസാമിന്റെ ശുപാർശപ്രകാരം ഹൈദർഖാന് നവാബ് സ്ഥാനം ലഭിച്ചത്. മുഹമ്മദാലി മാപ്പു നല്കിയ ജ്യേഷ്ഠൻ മഹ്ഫുസ്ഖാനായിരുന്നു ഇതിനു മാദ്ധ്യസ്ഥം വഹിച്ചത്.
10. പെരുമ്പടപ്പിലെ കുരുമുളകിന്റെ കുത്തക തിരുവിതാംകൂറിനു നല്കിയതു കപ്പം കൊടുക്കുന്നതിനു തുല്യമായിരുന്നു.
11. ഹൈദരാലിയെപ്പറ്റി ഗവർണ്ണർ മൂൺസിന്റെ ലേഖനം. *Dutch in Malabar*. പുറം 156
12. പില്ക്കാലത്തു ഇതു 1,20,000 രൂപയായി വീണ്ടും കുറച്ചു, ഒരുലക്ഷം രൂപ പെരുമ്പടപ്പു സ്വരൂപത്തിനും 20,000 രൂപ കൊടുങ്ങല്ലൂർ സ്വരൂപത്തിനും (Dutch in Malabar. പുറം 158) വേണ്ടിയിരുന്നു.
13. C V R Document No. 176 dated 965 ആവണി 3. Appendix പുറം 180-87, *Travancore State Manual*, Vol. II (T.K. Velu Pillai).
14. കോട്ടയ്ക്കുള്ളിലെ സൈന്യത്തിന്റെ നായകനാണ് 'യജമാനൻ'. ഖില്ലേദാർ എന്നു ഹിന്ദുസ്ഥാനി. ഒരു ക്യാപ്റ്റന്റെയോ മേജറുടെയോ റാങ്കുള്ളയാൾ. 'വലിയ യജമാനൻ' മേജറുടെ റാങ്കുള്ളയാളാണ്.
15. കൊങ്ങിണി അനന്തമല്ലൻ എന്ന ഉദ്യോഗസ്ഥനെപ്പറ്റി ഗവർണ്ണർ തന്റെ മെമ്മോറാണ്ടത്തിൽ പരാമർശിച്ചിട്ടുണ്ട്. ഏതു കൊടുക്കൽ വാങ്ങലിനും അയാൾക്കു കമ്മീഷൻ കൊടുക്കണമായിരുന്നത്രേ.
16. വലിയ സർവ്വാധികാര്യക്കാർ കുമാരൻ ചെമ്പകരാമനെപ്പറ്റിയാണ് രാജാവ് എഴുതിയത്. അന്നു ദളവായായിരുന്നയാൾ സംശയകരമായ സാഹചര്യത്തിൽ മരിച്ചതാണ് സംഭവം. കാരണക്കാരൻ കുമാരൻ ചെമ്പകരാമൻ ആയിരുന്നു എന്നു രാജാവിനറിയാമായിരുന്നു.

17. മൂന്നാം മൈസൂർ യുദ്ധത്തിനു ശേഷം ശക്തൻ തമ്പുരാൻ ആല ങ്ങാടിനും പറവൂരിനും വേണ്ടി ശക്തിയായി വാദം ഉന്നയിച്ചു.
18. 1777 ൽ തിരുവിതാംകൂർ ദളവയുടെ സംശയകരമായ മരണത്തിനു ശേഷം കുമാരൻ ചെമ്പകരാമൻ മുഖ്യമന്ത്രിയായി. എന്തുകൊണ്ടോ അദ്ദേഹം ദളവാ എന്ന ഉദ്യോഗപ്പേരു സ്വീകരിച്ചില്ല. വലിയ സർവ്വാ ധികാര്യക്കാർ എന്ന ഉദ്യോഗപ്പേരു തന്നെ അദ്ദേഹം തുടർന്നും വഹിച്ചു. അടുത്തടുത്തു രണ്ടു ദളവാമാർ അന്തരിച്ചതുകൊണ്ടുള്ള അന്ധവിശ്വാസംമൂലം ആ പദവി സ്വീകരിച്ചില്ല എന്നാണു ഗവർണർ മൂൺസ് രേഖപ്പെടുത്തിയിരിക്കുന്നത്.
19. തന്നെ പാദുഷയായി അംഗീകരിക്കണമെന്നു മഹാരാഷ്ട്രത്തിലെ നാനാഫഡ്നാവിസിനോടു ടിപ്പു ആവശ്യപ്പെട്ടതായും അറിയപ്പെടുന്നു. സ്വന്തം പേരിനോടു 'ബാർച്ച' എന്നു കൂടെ ചേർത്തത് പാദുഷാ അഥവാ ബാദ്ഷാ എന്നതിന്റെ രൂപഭേദമായിരിക്കണം.
20. 30,000 ബ്രാഹ്മണർ മലബാറിൽനിന്നും തിരുവിതാംകൂറിലേക്കു കട ന്നതായാണ് കണക്ക്. നായന്മാർ കുറെയൊക്കെ എതിർത്തു നില്ക്കു കയും ഒളിവിൽ പോവുകയും ചെയ്തു. മാർത്താണ്ഡവർമ്മ മുറ ജപം ആരംഭിച്ചതു മുതൽ കേരളീയ ബ്രാഹ്മണരുടെ ആശാകേന്ദ്രം തിരുവിതാംകൂറായിരുന്നു. തിരുവിതാംകൂറിലെ ഇളയരാജാവ് 1786 ൽ രണ്ടു പ്രാവശ്യം മട്ടാഞ്ചേരിയിൽ ചെന്നു ഇവരുടെ കാര്യം കൊച്ചി രാജാവുമായി ചർച്ചചെയ്തു.
21. ഏതു കനപ്പെട്ട രാജ്യകാര്യങ്ങളും കൈകാര്യംചെയ്യാൻ പോന്നവ രായ ഉദ്യോഗസ്ഥന്മാർ തിരുവിതാംകൂറിലുണ്ടെന്ന് 1781 ൽ ഡച്ച് ഗവർണർ മൂൺസ് രേഖപ്പെടുത്തിയിട്ടുണ്ട്. എങ്കിലും വിദേശകാര്യ ങ്ങൾ ഇംഗ്ലീഷുകാരുടെ ഉപദേശപ്രകാരംമാത്രമേ രാജാവു ചെയ്തി ട്ടുള്ളൂ. പില്ക്കാലത്തു തിരുവിതാംകൂറിലുണ്ടായ കെടുതികൾ ക്കെല്ലാം കാരണം രാമവർമ്മ രാജാവിന്റെ ഈ നയമായിരുന്നു.
22. *കൊച്ചി രാജ്യ ചരിത്രം*, പുറം 563. ടിപ്പുവിന്റെ പ്രതിനിധി ഒരു 'പൗശി' യായിരുന്നു എന്നാണ് വലിയ ജയമാനൻ മാർത്താണ്ഡൻ ചെമ്പക രാമൻ രേഖപ്പെടുത്തിയിട്ടുള്ളത്. ഫൗജ്ദാർ മുഹിയദ്ദീനെയായിരി ക്കണം ഉദ്ദേശിച്ചത്.
23. മേജർ ബാനർമാൻ മാത്രമല്ല പേമാസ്റ്റർ പൗണിയും ചർച്ചയിൽ പങ്കെടുത്തു എന്നാണ് മാർത്താണ്ഡൻ ചെമ്പകരാമന്റെ പ്രസ്താ വന. അവരോടൊപ്പം രണ്ടു ബറ്റാലിയൻ ഇംഗ്ലീഷ് പടയും പറവൂർ എത്തിയതാണ് സ്ഥാനപതികളെ പ്രകോപിപ്പിച്ചത്.
24. *കൊച്ചി രാജ്യ ചരിത്രം*, പുറം 565
25 പി ശങ്കുണ്ണിമേനോൻ, *തിരുവിതാംകൂർ ചരിത്രം* (മലയാള പരിഭാഷ) പുറം 170-71
26. ബി ശോഭനൻ. *Rama Varma of Travancore*, പുറം 37
27. ബി ശോഭനൻ. *Rama Varma of Travancore*, പുറം 33. ബ്രിട്ടീഷ്

റിക്കാർഡുകളിൽനിന്നും ഉദ്ധരണം.

28. Document No. 175, Appendix പുറം 177-79, *Travancore State Manual*, Vol II (T. K. Velu Pillai)
29. ഭാദർഷാ = പാദുഷാ, ബാർച്ച എന്നും ചിലേടത്തു പറഞ്ഞിരുന്നു.
30. രാമരായൻ = തിരുവിതാംകൂറിലെ രാമവർമ്മ രാജാവ്
31. മൈസൂറിന്റെ വക കോഴിക്കോടു ജില്ലയിൽ മോഷ്ടാക്കളായ നാടുവാഴികൾ ആക്രമങ്ങൾ കാട്ടുന്നു എന്നു സാരം.
32. ആ യുദ്ധത്തിൽ പറ്റിയ മുറിവുമൂലം സുൽത്താൻ ജീവിതകാലം മുഴുവൻ മുടന്തനായിരുന്നു എന്ന് സമകാലികനായ കേണൽ വിൽക്സ് പറയുന്നു.
33. C V R Document No. 177 കൊ. 965 കുംഭം 17-ാം തീയതിയിലെ അറിവു പ്രകാരം തടവുകാരെ പത്മനാഭപുരത്തും ഉദയഗിരിയിലുമായി താമസിപ്പിക്കാൻ ഏർപ്പാട്. Appendix പുറം 182, *Travancore State Manual*,' Vol II (T. K.Velu Pillai)
34. *ഹൈദരാലിയുടെയും ടിപ്പുവിന്റെയും കേരളം*, പുറം 108 Note 79.
35. കോഴിക്കോടുകാർ എന്നു പറയുന്നതു മലബാറുകാരെയാണ്. മലബാറിൽ നിന്നുവന്നവർ ആലങ്ങാടും പറവൂരും താവളമാക്കി മലബാറിൽ അക്രമങ്ങൾക്കു പ്രോത്സാഹനം നല്കുന്നു എന്ന ടിപ്പുവിന്റെ ആരോപണം ശരിയാണ് എന്നാണ് ഈ പ്രസ്താവന സൂചിപ്പിക്കുന്നത്.
36. കെ പി പത്മനാഭമേനോൻ, 'കൊച്ചിരാജ്യചരിത്രം', (1989)
37. T K Velu Pillai. *Travancore State Manual*, Vol II പുറം 419. നെടുങ്കോട്ടയുടെ മുമ്പിലുണ്ടായിരുന്ന കിടങ്ങിൽ പെട്ടെന്നു വെള്ളം പൊങ്ങിയതും സുൽത്താൻ അവിടെ വീണുപോയതും സമകാലിക ചരിത്രകാരനായ കിർമാനി വിവരിച്ചിട്ടുണ്ട്. പെരിയാർ കടക്കാൻ ശ്രമിക്കവെ സുൽത്താനു അപകടം പറ്റിയതായി ശ്രീ. വേലുപ്പിള്ള തെറ്റിദ്ധരിച്ചിരിക്കുകയാണ്. സുൽത്താൻ സ്വയം പിന്മാറിയതല്ല അപകടം മൂലം പിന്മാറിയതാണ് എന്നാണു സൂചന.
38. *തിരുവിതാംകൂർ ചരിത്രം* (മലയാള പരിഭാഷ) പുറം 183-184
39. P G Edwin. 'A Debate on Travancore in British Parliament', Journal of Kerala Studies Vol. IV Part II and III p. 341-362
40. Lt. Col. Mark Wilkes. *Historical Sketch of South India*, Vol. III പുറം 118
41. *ഹൈദരാലിയുടെയും ടിപ്പുവിന്റെയും കേരളം* പുറം 118
42. *ഹൈദരാലിയുടെയും ടിപ്പുവിന്റെയും കേരളം* പുറം 116
43. ക്രി. 1770ൽ ഡച്ചുകാരുമായുണ്ടായ ഒരു തർക്കത്തെ തുടർന്ന് കൊച്ചി രാജാവിന്റെ ആസ്ഥാനം മട്ടാഞ്ചേരിയിൽനിന്നു അഞ്ചിക്കൈമളിലേയ്ക്കു (എറണാകുളം) മാറ്റിയിരുന്നു.
44. ബി ശോഭനൻ. *Rama Varma of Travancore*, പുറം 44-45. ടിപ്പു

വിന്റെ തിരുവിതാംകൂർ ആക്രമണവും ഇംഗ്ലീഷുകാരുടെ മൈസൂർ ആക്രമണവും തമ്മിൽ ബന്ധമില്ലെന്നും പാർലമെന്റിനു മുമ്പിൽ തന്റെ നടപടി ന്യായീകരിക്കാൻ വേണ്ടി കോൺവാലീസ് ഒരു കാരണം കണ്ടെത്തുകയായിരുന്നു എന്നുമാണ് ഡോ. ശോഭനന്റെ അഭിപ്രായം.

45. 1791 ജനുവരി 6-ാം തീയതി കൊച്ചിരാജാവും ഈസ്റ്റിന്ത്യാ കമ്പനിയുമായുണ്ടാക്കിയ കരാറനുസരിച്ച്, രാമവർമ്മ രാജാവിനു മേല്പറഞ്ഞ പ്രദേശങ്ങൾ സിദ്ധിക്കുന്നതു മുതൽ അവിടുന്നു ഇംഗ്ലീഷ് ഈസ്റ്റിന്ത്യാ കമ്പനിയുടെ കീഴിൽ ഖണ്ഡാധിപതിയായിരിക്കും എന്നു നാലാം ഖണ്ഡികയിൽ പറഞ്ഞിട്ടുണ്ട്.

46. *Rama Varma of Travancore* പുറം 50

47. തിരുവിതാംകൂറിന്റെ സഹായത്തിനെത്താത്തതിന് ഹോളണ്ടിനെ പിരിച്ചുവിട്ട് മെഡോവ്സിനെ ഗവർണ്ണറാക്കി എന്നാണ് തിരുവിതാംകൂർ ധരിച്ചത്. അതുശരിയല്ല. ആർക്കിബാൾഡ് ക്യാംബൽ പോയ ശേഷം ഗവർണ്ണറുടെ ചുമതല വഹിച്ച കൗൺസിലംഗം മാത്രമായിരുന്നു ഹോളണ്ട്. മൈസൂർ യുദ്ധം ആരംഭിച്ചതുകൊണ്ട് മറ്റൊരു കൗൺസിലറും സേനാപതിയുമായ ജന. മെഡോവ്സിനെ ഗവർണ്ണറുടെ ചുമതലകൾ ഏല്പിച്ചു എന്നു മാത്രം. ചാറത്സ് ഓക്ലി സ്ഥിരം ഗവർണ്ണറായിരുന്നു.

48. ഉടമ്പടിയുടെ പൂർണ്ണരൂപത്തിലുള്ള മലയാള വിവർത്തനം CVR Document No. 183 ആയി തിരുവിതാംകൂർ സ്റ്റേറ്റ് മാനുവലിൽ (T K Velu Pillai) വാല്യം II കൊടുത്തിരിക്കുന്നു.

49. സബ്സിഡിയറി സേനയുടെ വലിപ്പം കൂട്ടുന്നതിനെ തിരുവിതാംകൂർ ശക്തിയായി എതിർത്തിരുന്നു. പക്ഷേ, ഫലിച്ചില്ല.

50. തിരുവിതാംകൂറിനോട് യുദ്ധച്ചെലവ് ആവശ്യപ്പെട്ടതുതന്നെ സമ്മർദ്ദം ചെലുത്തി ഈ ഉടമ്പടി ഒപ്പിട്ടു വാങ്ങാനായിരുന്നു എന്ന് ആ വകുപ്പ് വ്യക്തമാക്കുന്നു.

51. ആര്യനാട്, നെടുംപുറം, തൃക്കുന്നപ്പുഴ, കുടമാളൂർ, വൈക്കം, പുണ്ഡരീകപുരം, ചൊവ്വര, ഇരിങ്ങാലക്കുട, പന്നിയൂർ, പെരുമനം തുടങ്ങിയവ സ്വതന്ത്ര ഊരുകളായിരുന്നു. ഊരുകളുടെ രക്ഷാധികാരിയായി ഇഷ്ടമുള്ള നാടുവാഴികളെ ഊരാണ്മക്കാർ നിശ്ചയിച്ചിരുന്നു. ചെമ്പകശ്ശേരിയും ഇടപ്പള്ളിയും പറവൂരും മറ്റും ഇത്തരം ഊരാണ്മകൾ നാടുവാഴികളായിത്തീർന്നതാണ്.

52. പുത്തേഴത്തു രാമൻമേനോൻ. *ശക്തൻ തമ്പുരാൻ*, പുറം 278

53. സാമൂതിരിപ്പാട് 1762 ലെ ഉടമ്പടിയനുസരിച്ചു തിരുവിതാംകൂറിനു നല്കാമെന്നു സമ്മതിച്ചിരുന്ന രൂപ 50,000 ൽ മൈസൂറിന്റെ ആക്രമണകാലത്തും രൂപ 46994 ബാക്കി നല്കാനുണ്ടായിരുന്നു. അതു മാത്രമായിരിക്കണം തിരുവിതാംകൂറിനു ലഭിച്ചത്.

ഋണബാദ്ധ്യതയും കലാപവും

മാർത്താണ്ഡവർമ്മയുടെ സാമ്പത്തിക നയം

കർഷകസംരക്ഷണം ആയിരുന്നല്ലോ ഫ്യൂഡൽ വ്യവസ്ഥിതിയുടെ അടിസ്ഥാനം. ഫ്യൂഡൽ പ്രഭുക്കന്മാരെ ഒഴിവാക്കിയതോടെ ഭരണനിർവ്വഹണത്തിനായി ശക്തമായ സൈന്യവും ഉദ്യോഗസ്ഥന്മാരുടെ വിപുലമായ ഒരു ശ്രേണിയും ആവശ്യമായി വന്നു. ഇവ രണ്ടും ചെലവുള്ള കാര്യങ്ങളായിരുന്നു. അതിനു ധനമുണ്ടാക്കേണ്ടത് കർഷകരിൽനിന്നു തന്നെയാണ്. പലതരത്തിലും ഇതു ഈടാക്കിവന്നു. ഇക്കാലത്തു ക്രൂരമെന്നു തോന്നാവുന്നവയാണ് മാർഗ്ഗങ്ങൾ പലതും.

സൈന്യത്തെ പോറ്റിയത് എങ്ങനെയെന്നു നോക്കാം. കർഷകനിൽനിന്നു പിരിച്ചെടുക്കുന്ന നികുതികൊണ്ടു വമ്പിച്ച ഒരു സൈന്യത്തെ പുലർത്താനാവില്ല. ഏതെങ്കിലും കാരണങ്ങളുണ്ടാക്കി അയൽനാടുകളിൽ നിന്ന് അത് വസൂലാക്കേണ്ടിയിരിക്കുന്നു. തന്മൂലം 1734 മുതൽ മരണം വരെ മാർത്താണ്ഡവർമ്മ നിരന്തരം യുദ്ധങ്ങളിൽ ഏർപ്പെട്ടിരുന്നു. എതിർത്ത നാടുവാഴികളുടെയും പ്രഭുക്കന്മാരുടെയും സമ്പത്തുമുഴുവൻ കൊള്ളചെയ്യപ്പെട്ടു. എതിർക്കാതെ കീഴടങ്ങിയ ദേശങ്ങളിൽനിന്നു ഖജനാവിലേക്കു കിട്ടേണ്ട ധനം കണക്കന്മാരെവച്ചു നിശ്ചയിച്ചു. പോക്കു മൂസാ മരയ്ക്കാർ ഇപ്രകാരം പലദേശങ്ങളിൽനിന്നും ലഭിക്കേണ്ട നികുതി നിശ്ചയിച്ചതായി കാണാം. ആണ്ടുതോറും നല്കേണ്ട നികുതികൾ ഇതിനു പുറമെയാണ്. അയൽരാജ്യങ്ങൾ കീഴടക്കിയതുകൊണ്ടു നാടിനു യാതൊരു ഗുണവും ലഭിക്കുന്നില്ല എന്നും അത് രാജാവിന്റെ അന്തസ്സു വർദ്ധിപ്പിക്കാൻ മാത്രമെ പ്രയോജനപ്പെടുന്നുള്ളുവെന്നും ആർക്കാണറിഞ്ഞുകൂടാത്തത്? ആക്രമണങ്ങൾ എപ്പോഴും ലാഭകരമായിരിക്കണമെന്നില്ല. ഒരു ഭാഗ്യച്ചിട്ടിപോലെയാണത്. ധനനഷ്ടവും മാനഹാനിയും മാത്ര

മായിരിക്കും ചിലപ്പോൾ ഫലം. കേരളത്തിനുള്ളിൽ മാർത്താണ്ഡവർമ്മ ഏർപ്പെട്ട യുദ്ധങ്ങൾ ലാഭകരമായിരുന്നുവെങ്കിലും കളക്കാടു പ്രദേശത്തു അദ്ദേഹത്തിന്റെ സൈനികനടപടികൾ വമ്പിച്ച നഷ്ടത്തിലാണ് കലാശിച്ചത്.

ഉദ്യോഗസ്ഥന്മാരുടെ നിയമനവും രാജാവിന് ആദായമാർഗ്ഗമാണ്. നിയമനം ലഭിക്കുന്നയാൾ സ്ഥാനവലിപ്പം അനുസരിച്ച് രാജാവിന് പാരിതോഷികം നല്കുന്നു. അതിനു പുറമെ ജന്മനാൾ തുടങ്ങിയ വിശേഷദിവസങ്ങളിൽ വേറെയും പാരിതോഷികങ്ങൾ ഉണ്ട്. ഉദ്യോഗസ്ഥന്മാർക്കു ശമ്പളമില്ല. വരവിന്റെ വിഹിതം കമ്മിഷനായിട്ടാണ് നല്കിയിരുന്നത്. അതുകൊണ്ട് അന്യായമായ മാർഗ്ഗങ്ങളിൽ കൂടെയും വരവ് വർദ്ധിപ്പിക്കാൻ ഉദ്യോഗസ്ഥന്മാർ ശ്രമിച്ചു. അതിന്റെ ഭാരവും കർഷകനിൽ തന്നെ വന്നു ഭവിച്ചു.

കുത്തകകളാണ് മറ്റൊരിനം. കുരുമുളക്, പുകയില, തടി, ഏലം, മെഴുക്, ആനക്കൊമ്പ് എന്നിവയുടെ വ്യാപാരം സർക്കാരിനു കുത്തകയായിരുന്നു. ഇതിൽ കർഷകനു ഏറ്റവും ദ്രോഹകരമായത് സർക്കാരിന്റെ കുരുമുളകു കുത്തകയായിരുന്നു. കർഷകന്റെ പ്രധാന വരുമാനമാർഗ്ഗമായിരുന്ന കുരുമുളക് വളരെ കുറഞ്ഞ വിലയ്ക്ക് കർഷകനിൽനിന്ന് വാങ്ങി കൂടിയ വിലയ്ക്ക് വില്ക്കുകയായിരുന്നു ചെയ്തത്. ഡച്ചുകമ്പനിക്കും ഇംഗ്ലീഷുകാർക്കും കണ്ടിക്ക് 55 രൂപാ മുതൽ 70 രൂപാവരെ വില വച്ചു വിറ്റിരുന്ന കുരുമുളക് കണ്ടിക്ക് 15 രൂപാ വിലവച്ചാണ് ചെറുകിട വ്യാപാരികളിൽനിന്നും സർക്കാർ വാങ്ങിയത്. കർഷകനു കിട്ടിയ വില അതിലും തുച്ഛം. കരാറനുസരിച്ചുള്ള കുരുമുളക് കമ്പനിക്കു നല്കാതെ ഒളിച്ചുകടത്തി കണ്ടിക്കു നൂറു രൂപയ്ക്കുമേൽ സർക്കാർതന്നെ കച്ചവടം നടത്തിയപ്പോൾ കർഷകൻ കുരുമുളക് ഒളിച്ചു കടത്തിയാൽ അയാളുടെ ചെവിയും മൂക്കും മറ്റും നഷ്ടപ്പെടും.

ഇപ്രകാരം ജനങ്ങൾക്കു ദുരിതമായിരുന്നുവെങ്കിലും രാജാവു സമ്പന്നനായിരുന്നു. സമ്പത്തുമുഴുവൻ രാജാവിന്റെ പ്രശസ്തിക്കും പ്രതാപത്തിനും വേണ്ടി ചെലവാക്കി. സൈന്യം തന്നെയായിരുന്നു പ്രധാന ചെലവിനം. കുത്തകകളിലൂടെ സമ്പാദിച്ചതെല്ലാം മിക്കവാറും ആയുധങ്ങളും വെടിക്കോപ്പുകളും വാങ്ങാനാണ് ചെലവാക്കിയത്. കോട്ടകൊത്തളങ്ങൾ, കൊട്ടാരങ്ങൾ, ക്ഷേത്രങ്ങൾ എന്നിവയ്ക്കുവേണ്ടിയും ധാരാളം ചെലവായി. മതപരമായ ചടങ്ങുകൾക്കുവേണ്ടിയുള്ള ചെലവുകളാണ് അതിഭീമമായിരുന്നത്. ഏറെക്കാലമായി തീപിടിച്ചുനശിച്ചുകിടന്ന ശ്രീപത്മനാഭക്ഷേത്രം പുനർനിർമ്മിച്ചത് പാഴ്ച്ചെലവായി കണക്കാക്കുന്നില്ല. എന്നാൽ 105 വർഷമായി അവിടെ മുടങ്ങിക്കിടന്ന തുലാമാസത്തെ ഉത്സവത്തിനു പകരം ആണ്ടിൽ രണ്ടുപ്രാവശ്യം, തുലാമാസത്തിലും മീനമാസത്തിലും, പത്തുദിവസം വീതം ഉത്സവം നടത്താനുള്ള ഏർപ്പാട് വമ്പിച്ച ചെലവുള്ളതായിരുന്നു. അതിനു പുറമെ എല്ലാ മാസങ്ങളിലും ഓരോതരം വിശേഷ ദിവസങ്ങളും ആർഭാടപൂർവ്വം കൊണ്ടാടാനുള്ള ഏർപ്പാടും ഉണ്ടായിരുന്നു. ഖജനാവിനെ കാലിയാക്കിയ ചെലവുകൾ വേറെയും ഉണ്ട്. ആറുവർഷത്തിലൊരിക്കൽ ഏർപ്പെടുത്തിയ മുറജപം ഓരോ പ്രാവശ്യവും

56 ദിവസം നീണ്ടുനിന്നു. കേരളമൊട്ടുക്കുമുള്ള ബ്രാഹ്മണരെ വരുത്തി അവരുടെ ചെലവും പാരിതോഷികങ്ങളും സർക്കാർ തന്നെ ചെലവിട്ടു. ഷോഡശ ദാനങ്ങളാണ് ധൂർത്തിന്റെ മകുടോദാഹരണം. ഹിരണ്യഗർഭദാനം, തുലാ പുരുഷദാനം, ബ്രഹ്മാണ്ഡകടാഹദാനം, കല്പവൃക്ഷദാനം, ഹിരണ്യാശ്വദാനം, ഗോസഹസ്രദാനം, സ്വർണ്ണകാമധേനുദാനം, ഹിരണ്യാശ്വരഥദാനം, ഹേമ ഹസ്തിരഥദാനം, പഞ്ചലാംഗലദാനം, ഭൂമിദാനം, വിശ്വചക്രദാനം, കല്പ കലതാദാനം, സപ്തസാഗരദാനം, മണിധേനുദാനം, മഹാഭൂതകടാഹദാനം എന്നീ പതിനാറുദാനങ്ങളാണവ. ഇതിൽ തുലാപുരുഷദാനത്തെപ്പറ്റി ശ്രീ. ശങ്കുണ്ണിമേനോൻ നല്കുന്ന സുദീർഘമായ വിവരണത്തിൽ നിന്ന് അത് എത്രമാത്രം ചെലവുള്ളതാണ് എന്നു കാണാം. 16 ദാനങ്ങളും ഇതുപോലെ ചെലവുള്ളതാണ്. തിരുവിതാംകൂറിനെപ്പറ്റി സമ്പൂർണ്ണമായ പഠനം നടത്താൻ ക്രി. 1816 ൽ മദ്രാസ് സർക്കാർ നിയോഗിച്ച ലഫ്റ്റനന്റുമാരായ വാർഡ്, കോണർ എന്നിവരുടെ പഠനറിപ്പോർട്ടിൽ മാർത്താണ്ഡവർമ്മയെപ്പറ്റി ഇപ്രകാരം പറയുന്നു. 1729 ൽ ഭരണമേറ്റു 30 വർഷം ഭരണം നടത്തിയ മാർത്താണ്ഡവർമ്മയാണ് അയൽരാജ്യങ്ങളെ കീഴടക്കുന്നതിൽ ഏറ്റവും വിജയിച്ചത്. സ്വന്തം പ്രജകളെ ഭരിക്കുന്നതിൽ നിർദാക്ഷിണ്യവാനായ അദ്ദേഹം അത്രതന്നെ ക്രൂരനും അന്ധവിശ്വാസിയുമായിരുന്നു. പൗരോഹിത്യത്തിനു പരിപൂർണ്ണമായി വിധേയനായ അദ്ദേഹം അവർക്കു നേട്ടമുണ്ടാക്കുന്ന കർമ്മങ്ങൾക്കായി ഖജനാവു മുടിച്ചു.[1] മാർത്താണ്ഡവർമ്മ ക്രൂരനും അതിമോഹിയും ആയിരുന്നുവെന്നു 1743 ൽ കൊച്ചിയിലെ ഡച്ച്ഗവർണ്ണർ ഗൊള്ളനെസ്സി രേഖപ്പെടുത്തിയിട്ടുണ്ട്.[2] ആക്രമണപരിപാടികളുടെ അവസാനത്തിലാണ് ദാനകർമ്മങ്ങൾ ആരംഭിച്ചത്. ചതി, ദേവാലയങ്ങൾ കൊള്ളചെയ്യൽ, ബ്രഹ്മഹത്യ തുടങ്ങിയ നിരവധി പാപകർമ്മങ്ങൾക്കു പരിഹാരമായാണ് ഷോഡശദാനങ്ങൾ. ഹിരണ്യഗർഭ ദാനമാകട്ടെ രാജാവിന് ക്ഷത്രിയത്വം നേടാനുള്ള മാർഗ്ഗമായിരുന്നു.

രാമവർമ്മയുടെ കാലത്തെ കോശസ്ഥിതി

ഇംഗ്ലീഷുകാരോടുള്ള സൗഹൃദം ഒരിക്കലും കൈവിടരുതെന്നും വരവിലധികം ഒരിക്കലും ചെലവാക്കരുതെന്നും മാർത്താണ്ഡവർമ്മ തന്റെ ഭാഗിനേയ പിൻഗാമിയെ വിലക്കിയിരുന്നുവെന്നതാണ് ചരിത്രം. ഈ രണ്ടു കാര്യങ്ങളിലും മാർത്താണ്ഡവർമ്മയ്ക്കു നിഷ്ടയില്ലായിരുന്നു എന്നതാണ് വസ്തുത. അദ്ദേഹം ബ്രാഹ്മണപ്രീതിക്കുവേണ്ടി കൈയ്യയച്ചു ചെലവിട്ടുവെങ്കിലും യുദ്ധവും അതോടനുബന്ധിച്ചുള്ള കൊള്ളകളും ധനസമ്പാദനത്തിനായി പ്രയോഗിച്ചിരുന്നു. ഇംഗ്ലീഷുകാരോടുള്ള മൈത്രിയിൽ അദ്ദേഹം ഒരിക്കലും ആത്മാർത്ഥതയുള്ളവനായിരുന്നില്ല. മാർത്താണ്ഡവർമ്മയുടെ രാജ്യവ്യാപനശ്രമങ്ങൾക്കെല്ലാം സഹായിച്ചതു ഇംഗ്ലീഷുകാർ ആയിരുന്നു എങ്കിലും കരാറനുസരിച്ചുള്ള കുരുമുളകുപോലും ഇംഗ്ലീഷുകാർക്ക് നല്കിയിരുന്നില്ല എന്ന് അഞ്ചുതെങ്ങിലെ ചീഫ് മദ്രാസ് ഗവർണ്ണർക്ക് എഴുതിയിരുന്നല്ലോ. ഇംഗ്ലീഷുകാർക്ക് നല്കിയിരുന്നതിനേക്കാളും കുറഞ്ഞവിലയ്ക്കാണ് ഡച്ചുകാർക്ക് കുരുമുളകു നല്കിയിരു

ന്നത് എന്നും പരാതിയുണ്ടായിരുന്നു. ഇംഗ്ലീഷുകാർ തന്റെ രാജ്യം ആക്രമിക്കുന്നു എന്നും സൈനികമായി തന്നെ സഹായിക്കണമെന്നും രാജാവ് പോണ്ടിച്ചേരിയിലെ ഫ്രഞ്ച് ഗവർണർക്ക് കത്തയച്ചിരുന്നു.[3] കുളച്ചൽക്കോട്ടകെട്ടാൻ ഫ്രഞ്ചുകാർക്ക് അനുവാദവും നല്കിയിരുന്നു. കളക്കാടുപ്രദേശം തിരുവിതാംകൂറിനു നല്കാൻ ഇംഗ്ലീഷുകാർ സമ്മതിക്കുമെന്ന ധാരണയിൽ അനുവാദം പിന്നീടു റദ്ദാക്കുകയായിരുന്നു.

രാമവർമ്മയ്ക്കു ഇംഗ്ലീഷുകാരോടുണ്ടായിരുന്ന മൈത്രിയും വിധേയത്വവും നാടിന് അപകടകരമാം വിധം വലുതായിരുന്നു. എങ്കിലും ചെലവു ചെയ്യുന്ന കാര്യത്തിൽ അദ്ദേഹം ഒരു ലോപവും കാണിച്ചിരുന്നില്ല. മാർത്താണ്ഡവർമ്മയെ പിൻതുടർന്ന് അദ്ദേഹവും രാജ്യവിസ്തൃതി വരുത്തുവാൻ ശ്രമിച്ചുവെന്നും അതിനു കനത്ത വില നല്കേണ്ടിവന്നുവെന്നും വാർഡും കോണറും രേഖപ്പെടുത്തിയിട്ടുണ്ട്.[4] സാമൂതിരിയിൽനിന്നു കൊച്ചിയെ രക്ഷിക്കാൻ പറവൂരും, ആലങ്ങാടും, കുന്നത്തുനാടും തിരുവിതാംകൂറിനു വിട്ടുകൊടുക്കാമെന്ന് മാർത്താണ്ഡവർമ്മ ജീവിച്ചിരിക്കെത്തന്നെ കൊച്ചിരാജാവ് പറഞ്ഞതാണ്. എന്നാൽ അതിനു ബുദ്ധിമാനായ അദ്ദേഹം സമ്മതിച്ചില്ല. പക്ഷേ, രാമവർമ്മരാജാവ് അതിന് സമ്മതിക്കുകയും ആലങ്ങാടും പറവൂരും കുന്നത്തുനാടും നേടുകയും ചെയ്തു. അതു ഗുരുതരമായ ദുരിതങ്ങൾക്കും, ധനനഷ്ടത്തിനും മാനഹാനിക്കും ഇടയായി എന്നു നാം കണ്ടു. കളക്കാടു പ്രദേശത്തെ രാജ്യസമ്പാദന യത്നങ്ങൾക്കും ഇതേ അനുഭവം തന്നെയുണ്ടായി. രാജ്യം കർണാട്ടിക് നവാബിനു പണയപ്പെടുത്താനും കരുത്തനായ ഹൈദർഖാന്റെ ശത്രുതനേടാനും അതു കാരണമായി.

ബ്രാഹ്മണ പ്രീതിക്കുവേണ്ടിയുള്ള ചെലവുകളുടെ കാര്യത്തിൽ അദ്ദേഹം മാതുലനേക്കാൾ ഒട്ടും പിന്നിലായിരുന്നില്ല. മാർത്താണ്ഡവർമ്മ നടത്തിയ ഹിരണ്യഗർഭദാനം അദ്ദേഹത്തിനുമാത്രമേ ക്ഷത്രിയത്വം നല്കിയിരുന്നുള്ളു എന്നതിനാൽ തനിക്കും തന്റെ പിൻഗാമികൾക്കും ക്ഷത്രിയത്വം ലഭിക്കാൻ വേണ്ടി കൂടുതൽ ചെലവ് ചെയ്ത് അദ്ദേഹം ഹിരണ്യഗർഭദാനം നടത്തിയെന്ന് അദ്ദേഹത്തിന്റെ സമകാലികനായിരുന്ന ഡച്ച് ഗവർണ്ണർ മൂൺസ് രേഖപ്പെടുത്തിയിട്ടുണ്ട്. നാല്പതു വർഷം നീണ്ട ഭരണത്തിനിടയിൽ ഏഴു മുറജപങ്ങളും കെങ്കേമമായി നടത്തി. തിരുവിതാംകൂറിനു വെളിയിൽ 13 പുണ്യസ്ഥലങ്ങളിൽ ബ്രാഹ്മണർക്കുവേണ്ടി സത്രങ്ങൾ ഏർപ്പെടുത്തി. 1784 ൽ ഒരു മാസത്തെ രാമേശ്വരം യാത്രയും 1788 ൽ ആലുവായിൽവച്ചു നടത്തിയ മഹായജ്ഞവും മതകാര്യങ്ങളിൽ അദ്ദേഹം പ്രദർശിപ്പിച്ച ധാരാളിത്വം പ്രകടമാക്കി. ഹൈദരുടെ മലബാർ ആക്രമണകാലത്ത് അവിടെനിന്നും അഭയാർത്ഥികളായി തിരുവിതാംകൂറിലേക്കു വന്നവരോടു രാജാവു കാട്ടിയ ഔദാര്യം, രാഷ്ട്രീയാന്തരീക്ഷം കലങ്ങിമറിഞ്ഞു കിടന്ന തമിഴ്നാട്ടിൽ നിന്നു ധാരാളം ബ്രാഹ്മണരെ തിരുവിതാംകൂറിലേക്കാകർഷിച്ചു. അവർക്കു ഭക്ഷണം നല്കാൻ നാടുനീളെ ക്ഷേത്രങ്ങളിൽ ഊട്ടുപുരകൾ സ്ഥാപിച്ചു. ധർമ്മരാജാവ് എന്ന വിശേഷണം അവർ രാജാവിനു നല്കി.

ഒരു ലക്ഷം വരുന്ന സൈന്യമാണ് തിരുവിതാംകൂറിനുണ്ടായിരുന്നത്. പുറമെ 50,000 വരുന്ന കരുതൽ സൈന്യവും. നാടിനെ രക്ഷിക്കാൻ ഈ സൈന്യത്തിനു കഴിഞ്ഞില്ലെങ്കിലും നാട്ടുകാരെ അടിച്ചമർത്താൻ ഇത് ആവശ്യമായിരുന്നു എന്ന് വാർഡും കോണറും രേഖപ്പെടുത്തിയിരിക്കുന്നത്[5]. പരിമിതമായ വരുമാനമുള്ള ഒരുരാജ്യത്തിന് ഇതു താങ്ങാനാവാത്ത ഭാരമായിരുന്നു. ഇതിനുപുറമെയാണ് 1795 ലെ ഉടമ്പടി പ്രകാരം ഇംഗ്ലീഷുകാർക്ക് ആണ്ടുതോറും കൊടുക്കേണ്ടിവന്ന നാലുലക്ഷം രൂപ. അയൽരാജ്യങ്ങളെ ആക്രമിക്കാൻ വമ്പിച്ച സൈന്യശേഖരം നടത്തിയ തിരുവിതാംകൂറിനു സ്വയരക്ഷക്കായി വിദേശശക്തിയെ ആശ്രയിക്കേണ്ടിവന്നത് അതിമോഹത്തിന്റെ ഫലമാണ്. താങ്ങാനാവാത്ത ചെലവുകൾ നേരിടാൻ നിലവരി, തലവരി, തുടങ്ങിയ യുദ്ധനികുതികൾ നാട്ടുകാരുടെ മേൽ കെട്ടിവച്ചു. സ്വത്തിന്റെ അഞ്ചിലൊന്നുവരുന്ന പുരുഷാന്തരം (മരണനികുതി) ആണ് താങ്ങാനാവാത്ത മറ്റൊരു നികുതി. പട്ടാളത്തിന്റെ സഹായത്തോടുകൂടിപ്പോലും പിരിച്ചെടുക്കാൻ കഴിയാത്തവിധം ദുർവഹമായിരുന്നു ഈ നികുതികൾ. രാജപ്രീതിക്കായി ഈ നികുതികൾ ജനങ്ങളിൽ അടിച്ചേല്പിച്ചയാളാണ് ദിവാൻ കേശവദാസ് എന്ന് പൗളിനോസ് ബർത്തലോമിയോ രേഖപ്പെടുത്തി (A voyage to the East India). രാജാവിന്റെ ധൂർത്തിനു ദിവാൻ കൂട്ടുനിന്നു എന്നാണ് വ്യംഗ്യം. നികുതികൾ പിരിച്ചെടുക്കാൻ കഴിയാതെവന്നപ്പോൾ കിട്ടുന്നിടത്തുനിന്നെല്ലാം കടം വാങ്ങുക എന്നതു പതിവാക്കി. മദ്രാസിലും ബോംബെയിലും, തിരുനൽവേലിയിലും, നാട്ടിലുമുള്ള വർത്തകന്മാരോടു കടം വാങ്ങിയ തുകകൾക്കു കണക്കില്ല. 1795 ൽ പുറക്കാട്ടെ ജനാർദ്ദനപൈ എന്ന വ്യാപാരിയിൽ നിന്ന് 12 ശതമാനം പലിശയ്ക്കു രണ്ടുലക്ഷം രൂപ വാങ്ങിയത് 1814 വരെയും കൊടുത്തു തീർത്തില്ല.[6] ചെന്ന പട്ടണത്തെ പുരുഷോത്തമദാസിനോടു പലിശയ്ക്കു കടം വാങ്ങിയ തുകയും അപ്രകാരം തന്നെ.[7] തിരുനൽവേലിയിലെ വിശ്വനാഥ ഡക്കേദാറിൽ നിന്നും വാങ്ങിയ തുകയും 12 ശതമാനം പലിശയും ചേർത്ത് 1801 ൽ രൂപ 8,30,858 ½ എന്നു കണക്കാക്കപ്പെട്ടിരുന്നു.[8] ആലപ്പുഴ വ്യാപാരശാലയിലുള്ള ബോംബേക്കാരൻ നവരോജിയിൽനിന്നും വാങ്ങിയ പണവും പലിശയും കൂടെ ആ വർഷം രൂപ 4,35,000 പണം എന്നു കാണുന്നു.[9] 1790 മുതൽ വിവിധ ആവശ്യങ്ങൾക്കായി പല തവണകളായി 14 ലക്ഷം രൂപ തന്നിൽനിന്നും സർക്കാർ കടം വാങ്ങിയെന്നു വർത്തക പ്രമാണിയായിരുന്ന മാത്തൂത്തരകൻ പരാതിപ്പെട്ടു[10] ഇപ്രകാരം ഋണബാദ്ധ്യതയിൽ രാജ്യം മുങ്ങിക്കിടക്കവെയാണ് 1798 ൽ രാമവർമ്മ മരണമടഞ്ഞത്. രാജാവിന്റെ ഉദ്യോഗസ്ഥന്മാർ സമർത്ഥന്മാരായിരുന്നുവെന്നും രാജാവിനു ഭരണകാര്യങ്ങളിൽ സാമാന്യപരിജ്ഞാനമുണ്ടെന്നുമാണ് 1781 ൽ ഡച്ച് ഗവർണ്ണർ മൂൺസ് രേഖപ്പെടുത്തിയത്.[11] സംഗീതം, സാഹിത്യം, നാട്യശാസ്ത്രം എന്നിവയിൽ അദ്ദേഹത്തിന്റെ വൈദുഷ്യം തർക്കമറ്റതാണ്. ഏതാനും ആട്ടക്കഥകളും *ബാലരാമഭാരതം* എന്ന നാട്യശാസ്ത്രഗ്രന്ഥവും അദ്ദേഹം രചിച്ചിട്ടുമുണ്ട്. നാലു ഭാര്യമാ

രുള്ള അദ്ദേഹത്തിന്റെ അവസാന നാളുകൾ ഭോഗലാലസമായിരുന്നു എന്നാണ് അറിയുന്നത്. തന്റെ 62-ാം വയസ്സിൽ സാമൂതിരി കുടുംബത്തിലെ വിദുഷിയും യുവതിയുമായ മനോരമത്തമ്പുരാട്ടിക്കയച്ച പ്രേമലേഖനം പരിജനങ്ങളിൽ പരിഹാസമുയർത്തി.

തന്റെ 74-ാം വയസ്സിൽ രാമവർമ്മ അന്തരിക്കുമ്പോൾ 16 വയസ്സു മാത്രം പ്രായമുള്ള ബാലരാമവർമ്മ മാത്രമേ അനന്തരാവകാശിയായി ഉണ്ടായിരുന്നുള്ളൂ. രാജാവിന്റെ അനുജനും മൂത്തഭാഗിനേയനും അദ്ദേഹത്തിനു മുമ്പുതന്നെ അന്തരിച്ചിരുന്നു. മാർത്താണ്ഡവർമ്മയുടെ കീഴിൽ നല്ല ഭരണപരിചയം നേടിയ രാമവർമ്മ തന്റെ 34-ാം വയസ്സിലായിരുന്നു ഭരണമേറ്റത്. പെട്ടെന്നു ഭരണാധികാരിയാവുമെന്ന പ്രതീക്ഷ ബാലരാമവർമ്മയ്ക്കില്ലായിരുന്നതുകൊണ്ട് ഭരണകാര്യത്തിൽ പരിചയം നേടാൻ അദ്ദേഹത്തിനു തീരെ സാധിച്ചില്ല. മാത്രമല്ല, രാമവർമ്മ രാജാവിന്റെ അവസാന വർഷങ്ങളിൽ (1792-98) ഭരണം മിക്കവാറും ദിവാൻ കേശവദാസിന്റെ നിയന്ത്രണത്തിലായിരുന്നു. പ്രധാന കാര്യങ്ങളിൽപോലും ദിവാൻ തീരുമാനം എടുത്തശേഷം രാജാവിനെ അറിയിക്കുകയായിരുന്നു പതിവ്. സ്തുതിവചനങ്ങൾകൊണ്ട് രാജാവിനെ പ്രീണിപ്പിക്കാൻ ദിവാൻജിക്ക് അസാധാരണ പാടവമായിരുന്നു ഉണ്ടായിരുന്നത്. ഇംഗ്ലീഷ് ഈസ്റ്റിന്ത്യാ കമ്പനിയുടെ ശക്തമായ പിൻബലവും ദിവാൻജിക്കുണ്ടായിരുന്നു. നാട്ടുരാജ്യങ്ങളിൽ രാജാവിനെ പാവയാക്കിവച്ചുകൊണ്ട് മന്ത്രിമാരിലൂടെ ഭരണം നിയന്ത്രിക്കുക എന്ന രാജ്യതന്ത്രം ഇംഗ്ലീഷുകാർ നടപ്പാക്കിത്തുടങ്ങിയിരുന്നു. കർണാട്ടിക് നവാബിന്റെ സാമന്തനായിരുന്ന തിരുവിതാംകൂർ രാജാവിനെ 1795 ലെ ഉടമ്പടിയിലൂടെ ഈസ്റ്റിന്ത്യാകമ്പനിയുടെ സാമന്തനാക്കിത്തീർത്തതിന് ദിവാൻജിയായിരുന്നു കാരണക്കാരൻ. അദ്ദേഹം ദിവാനാകുന്നതിനു മുമ്പുതന്നെ ഇംഗ്ലീഷുകാരോടു രാജാവിനുണ്ടായിരുന്ന പൂർണ്ണ വിധേയത്വം ഒരു കരാറിലൂടെ ഉറപ്പിക്കുക മാത്രമായിരുന്നു അദ്ദേഹം ചെയ്തത് എന്നു പറയാം. അതിന്റെ അംഗീകാരമെന്നോണം 'രാജാ' എന്ന സ്ഥാനപ്പേർ ഗവർണ്ണർ ജനറൽ അദ്ദേഹത്തിനു നല്കി. ദിവാനായി നിയമിതനായ ഉടനെ തന്നെ കേശവപിള്ള എന്ന പേർ മാറ്റി കേശവദാസ് എന്നപേർ അദ്ദേഹം സ്വീകരിച്ചിരുന്നു. രാജകുടുംബാംഗമല്ലാത്ത ഒരാൾക്കു 'രാജാ' എന്ന ബഹുമതി ബിരുദം നല്കപ്പെടുന്നതും ആദ്യമായാണ്. മഹാരാഷ്ട്രത്തിൽ ശിവജിയുടെ പിൻഗാമികൾ കോലാപ്പൂരിലും സത്താറയിലും പെൻഷൻകാരെപ്പോലെ വാഴുമ്പോൾ മന്ത്രി (പേഷ്വാ) യുടെ പിൻമുറക്കാർ ചക്രവർത്തിമാരെപ്പോലെ നാടുവാഴുന്നതും അദ്ദേഹത്തിനറിവുള്ളതാണ്. ഹൈദരും ടിപ്പുവും മൈസൂറിലെ നവാബുമാരായിരിക്കെ യഥാർത്ഥ രാജാവ് തടവറയിലെന്നപോലെ കഴിയുന്നതും പരക്കെ അറിവുള്ളതാണ്. രാജാവിനെ നിഷ്പ്രഭനാക്കുന്ന മന്ത്രിമാരുടെ ചരിത്രം ലോകചരിത്രത്തിൽ നിരവധിയാണ്. നാടിന്റെ സാമ്പത്തിക സ്ഥിതി മെച്ചപ്പെടുത്താൻ രാജാ കേശവദാസിനു സാധിച്ചുവെങ്കിൽ ഒരു പക്ഷേ, അദ്ദേഹം അജയ്യനായി തുടരുമായിരുന്നു. അതിനദ്ദേഹത്തിനു

സാധിച്ചില്ല. എങ്കിലും മാതുലന്റെ ശേഷക്രിയകളിൽ വ്യാപൃതനായിരുന്ന ബാലരാമവർമ്മരാജാവ് പന്ത്രണ്ടാം തിരുമാസം (ശ്രാദ്ധം) കഴിയുംവരെ ഭരണകാര്യങ്ങൾ ദിവാൻജിക്കു തന്നെ വിട്ടു കൊടുത്തിരുന്നു. ഭരണകാലം മുഴുവൻ അടിയന്തിരങ്ങൾ ആഘോഷിക്കാൻ താല്പര്യം കാട്ടിയിരുന്ന രാമവർമ്മയുടെ ശ്രാദ്ധം അടിയന്തിരവും മൂന്നുദിവസം ബഹുകേമമായി ത്തന്നെ ദിവാൻജി കൊണ്ടാടി. ധൂർത്തനായ രാജാവിന്റെ പ്രീതിക്കു വേണ്ടി അടിയന്തിരങ്ങൾ കൊണ്ടാടിയായിരുന്നു രായസംകേശവപിള്ള വലിയദിവാൻജിയായിത്തീർന്നത്. തന്റെ എല്ലാമായിരുന്ന പൊന്നുതമ്പു രാന്റെ ശ്രാദ്ധം അടിയന്തിരവും കേരളം മുഴുവൻ അറിയുന്ന മഹാസംഭ വമായി മാറ്റാൻ അദ്ദേഹം ശ്രദ്ധിച്ചു.[12] ബാലരാമവർമ്മയേയും അതു പ്രീതി പ്പെടുത്തുമെന്ന് ഒരുപക്ഷേ, അദ്ദേഹം പ്രതീക്ഷിച്ചിരിക്കാം.

യുവാവായ രാജാവിന് അദ്ദേഹത്തിന്റെ സ്വന്തം ഉപദേഷ്ടാക്കൾ വേറെ ധാരാളമായിരുന്നു. അന്തരിച്ച രാജാവിന് അരുമന, തിരുവട്ടാർ, വടശ്ശേരി, നാഗർകോവിൽ എന്നിവിടങ്ങളിൽ നിന്നും നാലു ഭാര്യമാർ ഉണ്ടാ യിരുന്നു.[13] അവർക്കുവേണ്ടി നാലു അമ്മവീടുകളും തിരുവനന്തപുരത്ത് അദ്ദേഹം പണിയിച്ചിരുന്നു. അതിനുപുറമേ അദ്ദേഹം ജീവിച്ചിരിക്കെ തന്നെ അന്തരിച്ച മകയിരം തിരുനാൾ, അശ്വതി തിരുനാൾ എന്നീ ഇളയ രാജാക്കന്മാർക്കും തിരുവനന്തപുരത്തെ പ്രഭുകുടുംബങ്ങളിൽ നിരവധി സംബന്ധങ്ങൾ ഉണ്ടായിരുന്നു. മാതുലന്മാരുടെ ഭാര്യാഗൃഹങ്ങളിൽ നിന്നും ബാലരാമവർമ്മയ്ക്കും നാലു ബന്ധം ഉണ്ടായിരുന്നു. മാതുല ന്മാരുടെ അമ്മവീടുകളിലെ തമ്പിമാരായിരുന്നു പ്രധാനമായും ബാലരാ മവർമ്മയുടെ ഉപദേഷ്ടാക്കൾ. ദിവാൻജിയുടെ ആസ്ഥാനം മിക്കവാറും ആലപ്പുഴ ആയിരുന്നതുകൊണ്ട് രാജാവും ദിവാനുമായുള്ള സമ്പർക്കവും വിരളമായിരുന്നു. അധികാരം മുഴുവൻ കേന്ദ്രീകരിച്ചിരുന്നതുകൊണ്ടും നാടു താരതമ്യേന വളരെ വിസ്തൃതമായിരുന്നതുകൊണ്ടും ദിവാൻ എല്ലാ യിടത്തും ചുറ്റിക്കറങ്ങുക പതിവായിരുന്നതുകൊണ്ടും രാജാവും മന്ത്രി യുമായുള്ള അകല്ച്ച ഏറിക്കൊണ്ടിരുന്നു. കൊ. 974 മകരമാസത്തിൽ ശ്രാദ്ധത്തിനുശേഷം രാജ്യകാര്യങ്ങളിലെല്ലാം നേരിട്ടു നിർവ്വഹിക്കാൻ രാജാവു തീരുമാനിച്ചു. നികുതി പിരിവുകൾ ഊർജ്ജിതപ്പെടുത്തുവാനും കടങ്ങൾ ആവുന്നിടത്തോളം കൊടുത്തുതീർക്കുന്നതിനുമാണ് രാജാവ് മുൻഗണന കല്പിച്ചത്. നാട്ടിൽ വമ്പിച്ച എതിർപ്പുകൾ വിളിച്ചുവരുത്തുന്ന അത്തരം നടപടികൾക്ക് രാജാകേശവദാസ് തയ്യാറല്ലായിരുന്നു. അധികാ രത്തിന്റെ താക്കോൽസ്ഥാനങ്ങളിലെല്ലാം കേശവദാസിന്റെ വിശ്വസ്തരും ബന്ധുക്കളുമാണുണ്ടായിരുന്നത്. കിഴക്കുംമുഖം വലിയ സർവ്വാധികാ ര്യക്കാരായിരുന്നത് അദ്ദേഹത്തിന്റെ സ്യാലൻ പാറശ്ശാലക്കാരൻ പത്മ നാഭ ചെമ്പകരാമനായിരുന്നു. തെക്കുംമുഖം വലിയസർവ്വാധികാരിയുടെ സ്ഥാനത്ത് തന്റെ ഭാഗിനേയനായ ഇരയിമ്മൻതമ്പിക്ക് പേഷ്ക്കാർ എന്ന പുതിയ ഉദ്യോഗപ്പേർ നല്കി നിയമിച്ചിരുന്നു. സൈന്യത്തെ രണ്ടായി തിരിച്ചു ഒന്നിന്റെ തലവനായി തന്റെ അനുജൻ കുമാരൻ തമ്പിയും നിയ

മിക്കപ്പെട്ടിരുന്നു. തന്റെ ആശ്രിതനായ കുഞ്ചുനീലൻപിള്ള എന്നയാളെ കൊട്ടാരം സമ്പ്രതിയായും അദ്ദേഹം വച്ചിരുന്നു. സബ്സിഡിയറി സൈന്യത്തിന്റെ കമാന്ററായി നിയമിതനായ മേജർ ബാനർമാൻ തിരുവിതാംകൂറിലെ റസിഡന്റായി നിയമിക്കപ്പെട്ടിരുന്നതിനാൽ ദിവാൻജിയുമായി ഉറ്റ സൗഹൃദത്തിലായിരുന്നു. അദ്ദേഹം കൊച്ചിയുടെ കൂടെ റസിഡന്റായിരുന്നതുകൊണ്ട് മിക്കവാറും ആലപ്പുഴ തന്നെ ആസ്ഥാനമാക്കിയിരുന്നത് ദിവാൻജിയുമായി കൂടുതൽ അടുക്കാൻ ഇടയാക്കി.

മേല്പറഞ്ഞ സാഹചര്യത്തിൽ ദിവാൻജിയെ ഒഴിവാക്കുക എന്നതു എളുപ്പമുള്ള കാര്യമല്ലായിരുന്നു. എങ്കിലും ദിവാൻജിയെ മുഖംകാണിക്കാൻപോലും അനുവദിക്കാതെ തന്റെ അപ്രീതി അദ്ദേഹം പ്രകടമാക്കി. മലബാറിലെ ഏറനാട്ടുനിന്നും സാമൂതിരിയോടൊപ്പം തിരുവനന്തപുരത്തു വന്നു താമസം ഉറപ്പിച്ച മൂന്നു നമ്പൂതിരി സഹോദരന്മാർ രാജാവുമായി ഉറ്റ സമ്പർക്കത്തിലായിരുന്നു. ഉതിയേരി (ഉദയഗിരി) ജയന്തൻ ശങ്കരൻനമ്പൂതിരി, ജയന്തൻ ജയന്തൻ, ജയന്തൻ സുബ്രഹ്മണ്യൻ എന്നിവരായിരുന്നു അവർ. അനേകവർഷം മുമ്പു തിരുവനന്തപുരത്തു വന്നു താമസം ഉറപ്പിച്ചശേഷം മൈസൂർ പടയിൽനിന്നും കോഴിക്കോടിനെ മോചിപ്പിച്ചശേഷവും നാട്ടിലേക്കു മടങ്ങാൻ കൂട്ടാക്കാത്ത സാമൂതിരിയുടെ സിൽബന്ധികളായിരുന്നു അവർ. അന്തരിച്ച ധർമ്മരാജാവിന്റെ സുഹൃത്തായിരുന്ന സാമൂതിരിയിലൂടെ തിരുവിതാംകൂർ കൊട്ടാരത്തിലും അവർ സേവകന്മാരായിക്കൂടി. രാജാവിന് ദിവാൻജിയുടെ നേർക്കുള്ള അപ്രീതിക്കു കാരണം ഇവരുടെ ഏഷണിയാണന്നു പറയപ്പെടുന്നു. അതെങ്ങനെയായാലും രാജാവിനു ദിവാനോട് അപ്രീതി തോന്നാൻ മതിയായ കാരണങ്ങളുണ്ടായിരുന്നു എന്നു വ്യക്തമാണ്. 1799 മേടമാസത്തിലെ ആറാട്ടു ദിവസം രാത്രി വലിയ കൊട്ടാരത്തിലെ സദ്യയിൽ പങ്കെടുത്തശേഷം ശ്രീവരാഹത്തുള്ള ഒരു ബന്ധുഗൃഹത്തിൽ പോയ ദിവാൻജി പെട്ടെന്നു മരണ ഗോഷ്ടികൾ കാട്ടി മുറ്റത്തു മരിച്ചു വീഴുകയായിരുന്നു. ഇംഗ്ലീഷുകാരുടെ സുഹൃത്തായ ദിവാൻജിയുടെ മരണത്തെപ്പറ്റി അന്വേഷിക്കാൻ കമ്പനി നിയോഗിച്ച ഡോക്ടർ സെയ്ട്രേഴ്സ് (Seytres) റിപ്പോർട്ട് ചെയ്തത് മരണം ഭക്ഷ്യവിഷം മൂലമായിരുന്നു എന്നാണ്.[14]

നമ്പൂതിരി ഭരണം

കൊ. 974 മേടം എട്ടാം തീയതിയായിരുന്നു കേശവദാസിന്റെ മരണം. മരണവാർത്തയറിഞ്ഞ ഗവർണ്ണർ ജനറൽ കമ്പനിയുടെ സുഹൃത്തായ കേശവദാസിന്റെ മരണത്തിൽ അനുശോചനം രാജാവിനെ അറിയിക്കാനും അദ്ദേഹത്തിന്റെ സ്ഥാനത്തു യോഗ്യനായ മറ്റൊരാളെ നിയമിക്കുന്നതിനു രാജാവിനെ ഉപദേശിക്കാനും മേജർ ബാനർമാനോടു നിർദ്ദേശിച്ചു. എന്നാൽ ബാനർമാന്റെ നിർദ്ദേശം ഒന്നുംകൂടാതെ തന്നെ ആ മാസം 19–ാം തീയതി നമ്പൂതിരി സഹോദരന്മാരിൽ മൂത്തയാളായ ജയന്തൻ ശങ്കരനെ അടക്കി വലിയ സർവ്വാധികാരിയാക്കി[15] രാജാവു നിയമിച്ചു. രാജാ

വിനോടു ഏറ്റവും അടുത്തയാൾ അനുജൻ ജയന്തൻ ജയന്തനായിരുന്നു. ശങ്കരനാരായണൻചെട്ടി, മാത്തൂത്തരകൻ എന്നീ രണ്ടു കരാറുകാർ ജയന്തൻ ജയന്തൻ മുഖാന്തരം രാജാവിനോടു ശുപാർശ ചെയ്തിട്ടാണത്രെ ജയന്തൻശങ്കരനെ മന്ത്രിയാക്കിയത്. ജയന്തൻ സുബ്രഹ്മണ്യനെ വലിയകൊട്ടാരം വിചാരിപ്പുകാരനാക്കിവച്ചു. ഭരണകാര്യങ്ങൾ ജയന്തൻ ജയന്തനുമായി ആലോചിച്ചിട്ടും ചെട്ടിയും തരകനും കൂടെ നിർവ്വഹിച്ചു എന്നാണ് അക്കാലത്തു വലിയ പടത്തലവനായിരുന്ന മാർത്താണ്ഡൻ ചെമ്പകരാമൻ എഴുതിയ പ്രസ്താവനയിൽ പറയുന്നത്.[16] നാട്ടുകാർക്ക് രാജാവിനെ കാണണമെങ്കിൽ ജയന്തൻ സുബ്രഹ്മണ്യന്റെ അനുവാദമുണ്ടായിരിക്കണം. ശങ്കരനാരായണൻ ചെട്ടി പാണ്ടിയിൽനിന്നും തക്കല വന്നു സ്ഥിരതാമസമാക്കി സർക്കാർ കരാറുകളും കുത്തകകളും നടത്തി വരുന്ന ആളായിരുന്നു. മാത്തൂത്തരകനും അതുപോലെതന്നെ കരാറുകാരനും വ്യാപാരിയും കപ്പലുടമയുമൊക്കെയായിരുന്ന ഒരു ധനികനായിരുന്നു. നാട്ടിൽ ഉപ്പു വിതരണത്തിന്റെ മുഴുവൻ കുത്തകയും തരകനായിരുന്നു. തരകൻ ആലുവായ്ക്കു സമീപം കുത്തിയ തോടിൽ നിന്നും വന്ന് ആലപ്പുഴ സ്ഥിരതാമസമാക്കിയിരുന്ന ആളായിരുന്നു. കൊച്ചിയിലും തിരുവിതാംകൂറിലും വമ്പിച്ച വ്യാപാരസ്ഥാപനങ്ങളുള്ള തരകൻ വലിയ ദിവാൻജി[17] യോടും ഈസ്റ്റിന്ത്യാ കമ്പനിയോടും വളരെ അടുപ്പത്തിലായിരുന്നു.

നാട്ടിൽ നികുതിപിരിവു ഊർജ്ജിതപ്പെടുത്തണമെന്നുള്ള സദുദ്ദേശ്യമായിരിക്കാം നമ്പൂതിരിയെ ദിവാനായി നിയമിക്കാൻ കാരണമായത്. നാട്ടുകാരനായ ഒരു ദിവാന് മുഖം നോക്കാതെ കർശനമായ നികുതി പിരിവു നടപ്പിലാക്കുക പ്രയാസമാണെന്നു കേശവദാസിന്റെ കാലത്തു ബോദ്ധ്യമായതാണ്. പരദേശിയായ ഒരാൾക്കു അക്കാര്യത്തിൽ പ്രയാസമുണ്ടാവില്ല എന്ന് രാജാവ് കരുതിക്കാണണം. ഉദാരമതിയായ ധർമ്മരാജാവ് ഇടപെട്ട് കർശനമായ നികുതി പിരിവ് അസാദ്ധ്യമാക്കിയിരുന്നത് ബാലരാമവർമ്മയ്ക്ക് അറിയാമായിരുന്നിരിക്കണം[18]. അത്തരം സ്ഥിതി ഉണ്ടാകരുതെന്നു കരുതിയായിരിക്കണം നമ്പൂതിരി സഹോദരന്മാരുടെ അനുവാദം കൂടാതെ ആർക്കും തന്നെ കാണാൻ അനുവാദം നല്കാത്തത്. പക്ഷേ, നികുതിപാലകർ അതിക്രമങ്ങളും അഴിമതികളും കാട്ടിയാൽ അതു രാജാവിന്റെ ശ്രദ്ധയിൽ പെടുത്താനുള്ള സംവിധാനം ഉണ്ടായിരുന്നില്ല. ഭരണപരിചയം തീരെയില്ലാത്ത 17 വയസ്സുമാത്രം പ്രായമുള്ള രാജാവിന് നിർദ്ദയമായ ഭരണംമൂലമുണ്ടാകാവുന്ന പ്രശ്നങ്ങളെപ്പറ്റി തീരെ അറിവില്ലായിരുന്നു. മൈസൂറിലെ ഭരണാധികാരികൾക്കെതിരെ മലബാറിലെ ജനങ്ങൾ എങ്ങനെ പ്രതികരിച്ചു എന്നറിയാനുള്ള വിവേകം ജയന്തൻ ശങ്കരൻ തമ്പൂതിരിക്കും ഇല്ലാതെ പോയി. അതുകൊണ്ടുതന്നെ രണ്ടുമാസം തികച്ച് അധികാരത്തിലിരിക്കാൻ നമ്പൂതിരിക്കും ശിങ്കിടികൾക്കും സാധിച്ചില്ല.

തന്റെ അധികാരത്തിനതീതമായി പ്രവർത്തിച്ച ദുർഭരണാധികാരിയായാണ് ജയന്തൻ ശങ്കരൻ നമ്പൂതിരിയെ ചരിത്രകാരന്മാർ ചിത്രീകരിച്ചിട്ടുള്ളത്. രാജാവിന്റെ ഇംഗിതപ്രകാരം നിർദ്ദയമായി നികുതി പിരിവു

കൾ നിർവ്വഹിച്ചു എന്നതാണ് അദ്ദേഹത്തെപ്പറ്റി പറയാവുന്നത്. അദ്ദേഹത്തിനു നല്കിയ നിയമന ഉത്തരവിൽ അദ്ദേഹത്തിന്റെ ചുമതലകളും അധികാരങ്ങളും രാജാവ് വ്യക്തമാക്കിയിട്ടുണ്ട്.

> തോവാള മുതൽ പറവൂർ വരെയുള്ള രാജ്യകാര്യം വിചാരിക്കുന്നതിന് 74-ാമാണ്ടു മേടമാസം 19 മുതൽക്കു വലിയ സർവ്വാധികാര്യമായിട്ടു തന്നെ ആക്കുകകൊണ്ടു നാളതുമുതൽ തിരുവനന്തപുരത്തു തെക്കുമുഖത്തു ചേർന്ന മണ്ഡപത്തിൽ വാതുക്കൽ പതിനൊന്നിലും കിഴക്കേ മുഖത്തു ചേർന്ന മണ്ഡപത്തിൽ വാതുക്കൽ പത്തിലും പടിഞ്ഞാറുമുഖത്തു ചേർന്ന മണ്ഡപത്തിൽ വാതുക്കൽ പന്ത്രണ്ടിലും ആകെ മണ്ഡപത്തിൽ വാതുക്കൽ 33 ലും ആക്കിയിരിക്കുന്ന കാര്യക്കാരന്മാർക്കും സർവ്വാധികാര്യക്കാരൻമാരും മേലെഴുത്തു പിള്ളമാരും കാര്യം വിചാരിക്കേണ്ടും പ്രകാരത്തിനു എഴുതിക്കൊടുത്തിരിക്കുന്ന ചട്ടവര്യോലപ്രകാരം വച്ചിരിക്കുന്ന പതിവിനു നേരുനീക്കം വരാതെയും കാര്യം വീഴ്ചവരാതെയും കൂടിയാവലാതിയും തീർത്തു ക്ഷേത്രകാര്യങ്ങളും ഈശ്വരസേവ, തിങ്ങൽഊട്ട്, പട്ടാളം, കുഞ്ച്കൂട്ടം, പുള്ളി, കോട്ടപ്പടി, വെടിപ്പുര, പടവെഞ്ഞനാതിമുളകുവക, നെൽപ്പുര, ഈടംവയ്പു കച്ചവടംവക ഉൾപ്പെട്ട കാര്യങ്ങളും വിചാരിച്ചു ആണ്ടുതോറും മുതൽ ചെലവുവകയ്ക്കു കണക്കുകളും എഴുതിതീർപ്പുവായിച്ചുകേട്ടു നമ്മെ ബോധിപ്പിച്ചു അനുഭവവും അടുത്തൂണുംപറ്റി ചട്ടവര്യോലപ്രകാരം വലിയ സർവ്വാധികാര്യവും വിചാരിച്ചു നടന്നു കൊള്ളുകയും വേണം എന്നും...[19]

ചട്ടവര്യോലപ്രകാരം (ചട്ടപ്പടി) ഭരണം നടത്തണമെന്നും കണക്കു തന്നെ ബോദ്ധ്യപ്പെടുത്തണമെന്നും വ്യക്തമായ നിർദ്ദേശമാണ് നല്കപ്പെട്ടിരുന്നത്. നിർദ്ദേശങ്ങൾക്കതീതമായി നമ്പൂതിരി പ്രവർത്തിച്ചു എന്നു കരുതുവാൻ വയ്യ. തന്റെ നിർദ്ദേശങ്ങൾ അപ്പടി നടപ്പിലാക്കാത്തതിന് ശക്തനായ വേലുത്തമ്പിദളവയെ പില്ക്കാലത്തു വധിക്കാൻപോലും ഈ രാജാവു ഒരുമ്പെട്ടതാണ്. നമ്പൂതിരിയുടെ ഭരണകാലത്ത് അതിക്രമങ്ങൾ നടന്നിട്ടുണ്ടെങ്കിൽ അവ രാജാവിന്റെ അറിവോടെയായിരുന്നു എന്നു വേണം കരുതാൻ. പരാതിക്കാരുടെ അപ്പീലു കേൾക്കാനുള്ള ഏർപ്പാട് രാജാവു തന്നെ വേണ്ടെന്നുവച്ചിരുന്നു. നമ്പൂതിരിഭരണത്തിനെതിരെ ജനകീയ പ്രക്ഷോഭണം ഉയർന്നുവരാൻ പ്രധാനകാരണം ഇതാണ്.

നികുതികുടിശ്ശിക മുഴുവൻ പിരിച്ചെടുക്കുക എന്നതിനാണ് നമ്പൂതിരി മുൻഗണന നല്കിയത്. അതിലേക്കായി ശങ്കരനാരായണപിള്ളയെ വലിയമേലെഴുത്തുപിള്ള (ധനകാര്യ സെക്രട്ടറി) യായി നിയമിച്ചിരുന്നു. രാജാകേശവദാസിന്റെ കാലത്തു നടപ്പിലാക്കിയിരുന്നതും എന്നാൽ പിരിച്ചെടുക്കാൻ സാധിക്കാതിരുന്നതുമായ യുദ്ധനികുതിയിൽ കുടിശ്ശിക വരുത്തിയവരുടെ ഒരു പട്ടിക തയ്യാറാക്കുകയാണ് ചെട്ടി ആദ്യമായി ചെയ്തത്. 'നിലക്കടമ'യായിരുന്നു യുദ്ധനികുതിയിൽ പ്രധാന ഇനം. കൊ വ 948 ൽ

കണ്ടെഴുതപ്പെട്ട നെൽപ്പാടങ്ങളുടെ വിസ്തീർണ്ണം മാത്രം കണക്കാക്കി ചുമത്തപ്പെട്ട നികുതിയായിരുന്നു അത്[20]. ആദായം കണക്കാക്കാതെയുള്ള നികുതിയായിരുന്നതുകൊണ്ട് അതു സാർവ്വത്രികമായി എതിർക്കപ്പെട്ടിരുന്നു. അതുകൊണ്ട് നിലക്കടമ പിരിച്ചെടുത്തിരുന്നില്ല. ഇതു മുഴുവൻ പിരിച്ചെടുക്കാനാണ് ശങ്കരനാരായണപിള്ള ഉദ്യമിച്ചത്. ആളുകളുടെ വലിപ്പച്ചെറുപ്പം നോക്കാതെ കുടിശ്ശികക്കാരിൽനിന്നെല്ലാം തുക പിരിച്ചെടുക്കാൻ മർദ്ദനമുറകൾ തന്നെ സ്വീകരിച്ചു. വലിയ ദിവാൻജിയുടെ കാലത്ത് നല്ല സ്വാധീനശക്തിയുണ്ടായിരുന്ന പല പ്രമാണികളെയും പരസ്യമായി ശിക്ഷിക്കാനും അപമാനിക്കാനും തുടങ്ങിയപ്പോൾ എതിർപ്പുകളും കുതിച്ചുയർന്നു. സ്വന്തം വിചാരിപ്പുകാരനായി (പ്രിൻസിപ്പൽ സെക്രട്ടറി) ആലപ്പുഴയുണ്ടായിരുന്ന നീലകണ്ഠൻ ചെമ്പകരാമൻ എന്ന ഉയർന്ന ഉദ്യോഗസ്ഥനുപോലും ദേഹദണ്ഡം അനുഭവിക്കേണ്ടിവന്നു. അദ്ദേഹത്തേയും അനുജൻ അയ്യപ്പൻതമ്പിയേയും 'പരുന്തുറാഞ്ചിക്കെട്ടെ'ന്നു പറഞ്ഞു വന്ന മുക്കാലിയിൽ കെട്ടിവച്ച് രണ്ടുമുന്നു ദിവസം തുടർച്ചയായി കുതിരക്കവഞ്ചി കൊണ്ടടിച്ചു. ചിറയിൻകീഴു തിരുമുഖക്കണക്കൻ [21] ആയിരുന്ന കേശവൻചെമ്പകരാമൻപിള്ളയേയും ഇപ്രകാരം അടിപ്പിച്ചു. നാഞ്ചിനാട്ടെ കർഷകപ്രമാണിമാരുടെമേലും ഇത്തരം ദണ്ഡനീതി നടപ്പാക്കാൻ ആരംഭിച്ചുവെങ്കിലും, അവിടെ സർവ്വാധികാരിയായിരുന്ന അമ്പലവാണൻതാണുവൻ അതപകടകരമാണെന്നു അറിയിച്ചതുകൊണ്ടു നാഞ്ചിനാട്ടുകാരെ മാത്രം ദണ്ഡിച്ചില്ല. നൂറുവർഷം മുമ്പുതന്നെ അവിടെയുള്ള കർഷകർക്കു സംഘടനാസ്വാതന്ത്ര്യം രാജാവു നല്കിയിരുന്നു. ഉദ്യോഗസ്ഥന്മാരിൽ നിന്നും അതിക്രമം ഉണ്ടായാൽ അവർ സംഘടിച്ചു കൃഷി ബഹിഷ്കരിച്ച് നാട് പട്ടിണിയിലാക്കും എന്നു ഭയന്നാണ് അവരെ വെറുതെ വിട്ടത്.

ജനങ്ങളുടെ പ്രതിഷേധത്തിനിടയായ മറ്റൊരു സംഗതി വിവിധയിനം കുത്തകകളായിരുന്നു. ഉപ്പുകുത്തക, പരുത്തി കുത്തക, പാക്കുകുത്തക, മഞ്ഞൾകുത്തക എന്നിവയാണവ. ഇവയുടെ ക്രയവിക്രയം കുത്തകയായി നല്കിയിരുന്നതുകൊണ്ട് ഉല്പാദകനു ശരിയായ വിലകിട്ടുകയുമില്ല, ഉപഭോക്താവിനു അധികവില നല്കുകയും വേണം. ഇതിൽ ഉപ്പുകുത്തക മാത്തൂത്തരകനുമാത്രമാണു നല്കപ്പെട്ടത്. ഉപ്പിന്റെ വിലക്കയറ്റം നാടുനീളെ അസംതൃപ്തിക്കു കാരണമായി. കുത്തകകളെല്ലാം തരകനും ചെട്ടിക്കും അവരുടെ സിൽബന്ധികൾക്കും മാത്രമായിരുന്നു.

ഉദ്യോഗസ്ഥന്മാരുടെ ഇടയിലുണ്ടായ അസംതൃപ്തിയും ചില്ലറയല്ലായിരുന്നു. വലിയദിവാൻജിയുടെ ആൾക്കാർക്കു പ്രാമാണ്യമുണ്ടായിരുന്ന സ്ഥാനത്തു അപരിചിതർ ഭരണം കൈയാളുന്നത് ഉദ്യോഗസ്ഥന്മാരിലധികംപേരും ഇഷ്ടപ്പെട്ടിരുന്നില്ല. ധർമ്മരാജാവിന്റെ കാലത്ത് സീനിയോറിറ്റിക്കു വേണ്ട പരിഗണന നല്കിയിരുന്നു. അതിനു പകരം ഇപ്പോൾ പരദേശികളായ നമ്പൂതിരി സഹോദരന്മാരും, ശങ്കരനാരായണപിള്ളയുമാണ് ഭരണത്തിന്റെ തലപ്പത്തുണ്ടായിരുന്നത്. മാത്തൂത്തരകൻ ഉദ്യോഗസ്ഥനല്ലായിരുന്നെങ്കിലും ഉത്തരതിരുവിതാംകൂറിലെ ചില ഉദ്യോഗസ്ഥന്മാർ തരകന്റെ

ആജ്ഞാനുവർത്തികളായിരുന്നു. തിരുവാർപ്പു കൃഷ്ണപിള്ള സർവ്വാധികാര്യക്കാർ, ചാലയിൽ പത്മനാഭനണ്ണാവി സർവ്വാധികാര്യക്കാർ, കിഴക്കുംമുഖം വലിയമേലേഴുത്തു പിള്ളയായ യോഗീശ്വരൻ രാമൻ എന്നിവരായിരുന്നു തരകന്റെ ശിങ്കിടികൾ. ഇരവിപുത്തൂർ ശങ്കരപിള്ള, അമ്പലവാണൻതാണുവൻ എന്നിവർ ചെട്ടിയുടെ സഹായികളും ആയിരുന്നു. വലിയ യജമാനൻ പത്മനാഭചെമ്പകരാമൻ ഭരണനിർവ്വഹണത്തിനും മർദ്ദനങ്ങൾക്കും ആവശ്യമായ സൈനികസഹായങ്ങൾ നല്കിയിരുന്നു. ഇപ്പറഞ്ഞവരൊഴികെ ബഹുഭൂരിപക്ഷം ഉദ്യോഗസ്ഥന്മാരും നമ്പൂതിരിഭരണത്തെ എതിർത്തവരോ അസംതൃപ്തരോ ആയിരുന്നു.

അസംതൃപ്തരായ ഉദ്യോഗസ്ഥന്മാരിൽ പ്രധാനി 'ശ്രീപണ്ടാരവകവെച്ചെഴുത്തുകാര്യപ്രവൃത്തി'[22] യായിരുന്ന വേലുത്തമ്പിയായിരുന്നു. ഭീഷണിപ്പെടുത്തി നിശ്ചിത ദിവസത്തിനുള്ളിൽ പണം തന്നുകൊള്ളാമെന്ന് കൈച്ചീട്ട് എഴുതിവാങ്ങുകയായിരുന്നു ശങ്കരനാരായണപിള്ളയുടെ ആൾക്കാർ ചെയ്തുപോന്നത്. ഭീഷണിക്കുവഴങ്ങാത്തവരെയാണ് ദണ്ഡിച്ചിരുന്നത്. വേലുത്തമ്പിയുടെമേലും ഇപ്രകാരം സമ്മർദ്ദം ചെലുത്തി 20,000 പണത്തിനു കൈച്ചീട്ടെഴുതിവാങ്ങി. രാജാവിനെകണ്ടു പരാതിപ്പെടാൻ ശ്രമിച്ചെങ്കിലും ജയന്തൻ സുബ്രഹ്മണ്യൻ അദ്ദേഹത്തെ അതിനനുവദിച്ചില്ല. അദ്ദേഹം നേരെപോയത് നാഞ്ചിനാട്ടു കർഷക പ്രമാണികളെ കാണാനാണ്. അവരുടെ നേതാവായിരുന്ന പെരിയവീട്ടു മുതലിയാർ മുഖാന്തിരം പ്രമാണികളെ വിളിച്ചുകൂട്ടി അമിതനികുതി ചുമത്തിയതിനെതിരെ രാജാവിനോടു പരാതിപ്പെടാൻ തീരുമാനിച്ചു. ഒറ്റയ്ക്കു പോയാൽ രാജാവിനെ സന്ദർശിക്കാൻ അനുവാദം കിട്ടുകയില്ലാ എന്നതുകൊണ്ടു സംഘടിതമായി നിവേദനം നടത്താനാണു തീരുമാനിച്ചത്. കൊ വ 832 മകരം 22-ാം തീയതിയിലെ (1657 ഫെബ്രുവരി) നീട്ടിൻ പ്രകാരം തിരുവിതാംകൂർ രാജാവായിരുന്ന രവിവർമ്മ നാഞ്ചിനാട്ടു കർഷകർക്കു സംഘടിച്ചു രാജാവിനു നിവേദനം നല്കാനുള്ള അവകാശം നല്കിയിരുന്നു. ആളുകളെ വിളിച്ചു കൂട്ടുന്നതിന് ഒരു വലിയ വെങ്കലമുരശും ഒരു വലിയകാഹളവും, നാലു വെള്ളിവെന്തയങ്ങളും നല്കിയിരുന്നു.[23] അവർക്കു പ്രത്യേകമായി നല്കപ്പെട്ടിരുന്ന ഈ അവകാശം പ്രയോജനപ്പെടുത്തി തിരുവനന്തപുരത്തുപോയി രാജാവിനോടു നിവേദനം നല്കാനായിരുന്നു ഉദ്ദേശ്യം. നാഞ്ചിനാട്ടുകാർ ഇരണിയൽ കൊട്ടാരത്തിൽ ഇടവമാസം 27-ാം തീയതി വന്നുചേരണമെന്നും അവിടെയുള്ളവരുമായി ചേർന്നു കുഴിത്തുറയും, കളിയിക്കാവിളയും, നെയ്യാറ്റിൻകരയും, നേമത്തും സന്ധിക്കണമെന്നുമായിരുന്നു തീരുമാനം. തെക്കുനിന്നുള്ളവർ തിരുവനന്തപുരത്തെത്തുമ്പോൾ വടക്കുനിന്നുള്ളവരും അതുപോലെ തന്നെ അവിടെവന്നെത്തത്തക്കവണ്ണം എല്ലാ മണ്ഡപത്തിൻവാതില്ക്കലും എഴുതി അറിയിച്ചു. വേലുത്തമ്പിയുടെ നേതൃത്വത്തിൽ നാഞ്ചിനാട്ടെ പന്ത്രണ്ടുപിടാകക്കാരും ഇരണിയൽ, കുഴിത്തുറ, കളിയിക്കാവിള തുടങ്ങിയ സ്ഥലങ്ങളിൽ വച്ച് അവരോടുകൂടിയവരുമായ വമ്പിച്ച പുരുഷാരം

തിരുവനന്തപുരത്ത് എത്തിയപ്പോൾ കരമനവച്ചു തിരുവനന്തപുരം നിവാസികൾ ആഘോഷപൂർവ്വം അവരെ സ്വീകരിച്ച് കിഴക്കേക്കോട്ടയിൽ എത്തിച്ചു. രാജാവിനെ കണ്ടു സങ്കടനിവൃത്തിവരുത്തുന്നതിനു താമസമുണ്ടാകുമെന്നുകണ്ടതുകൊണ്ട് കോട്ടയ്ക്കുവെളിയിൽ വടക്കുപടിഞ്ഞാറുഭാഗത്തുള്ള ശീവേലിമൈതാനത്തിൽ എല്ലാപേരും കൂടിയിരിക്കാൻ ഏർപ്പാടുചെയ്തു. നമ്പൂതിരിമാരും കൂട്ടരും കോട്ടയ്ക്കുവെളിയിൽ പോകാതിരിക്കാൻ നാട്ടുകാരെ കാവലുമിട്ടു. പറവൂരിൽനിന്നും വലിയ സർവ്വാധികാര്യക്കാർ അയ്യപ്പൻചെമ്പകരാമന്റെ നേതൃത്വത്തിൽ - ഏറ്റവും സീനിയറായ അദ്ദേഹത്തെ അവഗണിച്ചുകൊണ്ടായിരുന്നു ജയന്തൻ ശങ്കരൻ നമ്പൂതിരിക്കു ദിവാൻപട്ടം കൊടുത്തത് - ഒരുകൂട്ടം ആൾക്കാർ തിരുവനന്തപുരത്തേയ്ക്കു പുറപ്പെട്ടിട്ടുണ്ടെന്നു ഈ സമയം വേലുത്തമ്പിക്കു വിവരം കിട്ടി. മാത്തൂത്തരകന്റെയും അദ്ദേഹത്തിന്റെ ശിങ്കിടികളായ തിരുവാർപ്പുകൃഷ്ണപിള്ള, യോഗീശ്വരൻ രാമൻ, ചാലയിൽ പത്മനാഭനണ്ണാവി എന്നിവരുടെയും ജനദ്രോഹപ്രവൃത്തികൾക്കു വിധേയരായ മറ്റൊരുകൂട്ടം ജനങ്ങൾ ആലപ്പുഴ സംഘടിച്ച് അവിടെനിന്നും വരുന്നതായി അറിവു കിട്ടി. എല്ലാപേർക്കും തിരുവനന്തപുരത്തു താമസിക്കാൻ സൗകര്യമുണ്ടാവുകയില്ലെന്നതിനാൽ ഓരോപിടാക (കര)യിൽനിന്നും അഞ്ചോപത്തോപേർ വീതം തിരുവനന്തപുരത്തു വന്നാൽമതിയെന്നും അവിടെനിന്നും വീണ്ടും സന്ദേശങ്ങൾ പോയി.

തിരുവനന്തപുരത്തു വമ്പിച്ച ജനാവലി കൂട്ടം ചേരുകയാണെന്നു വിവരം ലഭിച്ച റസിഡണ്ട് മേജർ ബാനർമാൻ പാളയംകോട്ട (തിരുനൽവേലി) നിന്നും വേഗം അവിടെ എത്തി ജനങ്ങളുടെ പരാതികൾ കേട്ടറിഞ്ഞു. അദ്ദേഹം രാജാവിനെ സന്ദർശിച്ച് നമ്പൂതിരിമാരെയും സിൽബന്ധികളെയും പറ്റിയുള്ള പരാതികളെപ്പറ്റി അന്വേഷിക്കണമെന്നാവശ്യപ്പെട്ടു. അതിൻപ്രകാരം തെളിവെടുപ്പുനടത്തിയതിൽ നമ്പൂതിരി സഹോദരന്മാരും അവരുടെ സ്യാലനും ക്ഷുദ്രപ്രയോഗവിദഗ്ധനുമായ പാലനാട്ടു നമ്പൂതിരിയും കുറ്റക്കാരാണെന്നു കണ്ടു അവരെ തടവിൽ വച്ചു. ശങ്കരനാരായണപിള്ളയെ കൈയിലും കാലിലും വിലങ്ങുവച്ച് പട്ടാളത്തെ ഏല്പിച്ചു. ചെട്ടിയുടെ സിൽബന്ധികളായ ഇരവിപുതൂർക്കട ശങ്കരപ്പിള്ള, അമ്പലവാണൻ താണുപിള്ള, വലിയ യജമാൻപാർത്ഥിവപുരം പത്മനാഭൻ ചെമ്പകരാമൻ എന്നിവരേയും, പത്മനാഭൻ അണ്ണാവി, യോഗീശ്വരൻരാമൻ എന്നിവരേയും പട്ടാളക്കാവലിൽ വച്ചു. തിരുവാർപ്പുകൃഷ്ണപിള്ളയെ വിലങ്ങുവച്ചു ജയിലിലുമാക്കി. മാത്തൂത്തരകനെ കൂട്ടിക്കൊണ്ടുവരുവാൻ ആൾക്കാരെ അയക്കുകയും ചെയ്തു. നാട്ടുകാരുടെ പരാതികളെപ്പറ്റി വിശദമായി പഠിക്കാൻ ദളവാകൃഷ്ണൻ ചെമ്പകരാമൻ, വലിയ സർവ്വാധികാര്യം വെങ്കിടേശ നാരായണൻ, വലിയമേലെഴുത്തുകാരായ പിറചൂടും പെരുമാൾമാതേവൻ, കുമാരസ്വാമി മുത്തുപ്പെരുമാൾ, സർവ്വാധികാരികുമാരൻചെമ്പകരാമൻ, സമ്പ്രതിഅരത്തൻകണ്ടൻ എന്നിവരെ ഒരു കമ്മിറ്റിയായി നിയോഗിച്ചു. ചർച്ചകൾ ദിവസങ്ങളോളം നീണ്ടു

പോയെങ്കിലും എല്ലാക്കാര്യത്തിലും തീരുമാനമുണ്ടായില്ല. നികുതികളെ സംബന്ധിച്ച കാര്യത്തിൽ രാജാവു പിടിവാശി തുടർന്നതാണ് കാരണം. തന്മൂലം രാജാവിനെ നേരിട്ടുകണ്ടു സംസാരിക്കണം എന്ന് ജനപ്രതിനിധികൾ ആവശ്യപ്പെട്ടു. അതു രാജാവിനു സമ്മതമായിരുന്നില്ല. അങ്ങനെ കീഴ്വഴക്കമില്ല എന്നതായിരുന്നു അദ്ദേഹത്തിന്റെ വാദം. മതിലകം രേഖകൾ പരിശോധിച്ച് അതിനു കിഴ്വഴക്കം ഉണ്ട് എന്ന് തെളിയിച്ചതിനു ശേഷമേ രാജാവു വഴങ്ങിയുള്ളൂ. കൊ വ 963 ൽ അന്നു തിരുവിതാംകൂർ രാജാവായിരുന്ന കോട്ടയം കേരളവർമ്മയ്ക്കെതിരായി പിള്ളമാരും മാടമ്പിമാരും (രണ്ടുവകജ്ജനങ്ങൾ) നെയ്യാറ്റിൻകര കോട്ടയിൽ സംഘടിച്ച് ഉമയമ്മറാണിയോടു പരാതിപ്പെട്ടകാര്യമാണ് തെളിവായി അവർ ഹാജരാക്കിയത്. അങ്ങനെ ജനപ്രതിനിധികളുമായി നേരിട്ട് സംസാരിക്കാൻ രാജാവ് തയ്യാറായി.

ഭരണമാറ്റം

നികുതികൾ ശരിയായി പിരിക്കാതെ രാജ്യത്തിന്റെ വമ്പിച്ച കടബാദ്ധ്യത തീർക്കാനാവില്ലെന്നും കടബാദ്ധ്യത തീർന്നില്ലെങ്കിൽ നാടിന്റെ സ്വാതന്ത്ര്യം തന്നെ നഷ്ടമാവുമെന്നും രാജാവു പറഞ്ഞു. വ്യാപാരികൾ സർക്കാരിനു കടം നല്കിയത് ഇംഗ്ലീഷുകാരുടെ ഉറപ്പോടുകൂടിയാണ്. 12 ശതമാനം പലിശ അന്നത്തെ നിരക്കിൽ വളരെ കൂടുതലാണ്. ആണ്ടുതോറും വർദ്ധിച്ചുവരുന്ന കടങ്ങൾ കൊടുത്തു തീർന്നില്ലെങ്കിൽ അവർ ഈസ്റ്റിന്ത്യാകമ്പനിയോടു പരാതിപ്പെടുമെന്നും കമ്പനി ഇക്കാര്യത്തിൽ ഇടപെട്ടാൽ ഭരണം ഏറ്റെടുക്കുമെന്നും കർണ്ണാടകം ഉൾപ്പെടെ പല സംസ്ഥാനങ്ങളിലും അതാണ് സംഭവിച്ചുവരുന്നതെന്നും രാജാവിനു നല്ല നിശ്ചയമുണ്ടായിരുന്നു. അതിന്, അന്യായമായ നികുതികൾ ഒഴിവാക്കിയാൽ നികുതിപിരിവു എളുപ്പമാകുമെന്നും കടംതീർക്കാൻ സാധിക്കുമെന്നും ജനപ്രതിനിധികൾ പറഞ്ഞു. അവർ നല്കിയ ഉറപ്പു സ്വീകരിച്ചുകൊണ്ടു ഒരു പരീക്ഷണത്തിനു രാജാവു സമ്മതിച്ചു. ഉപ്പ്, പരുത്തി, നാടൻപാക്ക്, മഞ്ഞൾ എന്നിവയിന്മേലുള്ള കുത്തക എടുത്തുകളഞ്ഞു. തെങ്ങിൻമേൽ ഉള്ള നികുതിയും വേണ്ടെന്നുവച്ചു. നിലക്കടമ ഒന്നു പകുതിയായികുറച്ചു. "നിങ്ങൾ സങ്കടം പറഞ്ഞതിനു ഒക്കെയും കേട്ടുതീർത്തു തന്നല്ലോയെന്നും അമ്മാവൻ എഴുന്നള്ളിയിരിക്കുമ്പോൾ അമ്മാവനേയും അറിയിച്ചു ദിവാൻ ഏതാനും പണത്തിനു കടം ഉണ്ടാക്കിവച്ചതു തീർക്കുന്നതിനു നിങ്ങൾ വിചാരിച്ചു ആയതിനുകൂടെ ഒഴിച്ചിൽ വരുത്തണമെന്നും" പറഞ്ഞു രാജാവ് പരാതിക്കാരെ യാത്രയാക്കി.

ഭരണത്തിലെ അതിക്രമങ്ങൾക്കുകാരണക്കാരായവരെ ശിക്ഷിച്ചതിനുശേഷം മാത്രമേ കൂട്ടം പിരിഞ്ഞുപോയുള്ളൂ. നമ്പൂതിരിസഹോദരന്മാരെയും അവരുടെ സിൽബന്ധികളായ പലനാട്ടു നമ്പൂതിരി, ചോലക്കര നമ്പൂതിരി എന്നിവരെയും പാണ്ടിയിലേക്കു നാടുകടത്തി. ആഭിചാരക്കുറ്റമാണ് അവരുടെമേൽ ചുമത്തിയത്. അന്തരിച്ച ധർമ്മരാജാവിന്റെ പല്ലക്ക് സ്വന്തം യാത്രയ്ക്കു ഉപയോഗിച്ചു എന്നോരാരോപണവും ജയന്തൻ ശങ്ക

രൻനമ്പൂതിരിയെപ്പറ്റിയുണ്ടായിരുന്നു.[24] കഴമ്പുള്ള ആരോപണമൊന്നും നമ്പൂതിരിക്കെതിരെ ഉണ്ടായിരുന്നില്ല എന്നതാണ് സത്യം. അതുകൊണ്ട് തിരുവിതാംകൂർ ചരിത്രകാരന്മാർ ഒരു കള്ളക്കഥയും ജയന്തൻ ശങ്കരൻന മ്പൂതിരിയെപ്പറ്റി പറഞ്ഞുണ്ടാക്കിയിട്ടുണ്ട്. നമ്പൂതിരിയുടെ പ്രേരണയിൽ കരപ്പുറം ദേശം കൊച്ചീരാജാവിനു വിട്ടുകൊടുത്തുകൊണ്ട് രാജാവ് ഒരു നീട്ടു തോട്ടപ്പായിനമ്പൂതിരി വശം കൊടുത്തയച്ചുവെന്നും രാജാകേശവ ദാസ് വഴിക്കുവച്ച് അത് പിടിച്ചെടുത്തുവെന്നുമാണ് ആ കഥ. ഒറ്റയടിക്ക് കേശവദാസിനെ വാഴ്ത്താനും നമ്പൂതിരിയെ കരിതേച്ചു കാണിക്കാനും ഉദ്ദേശിച്ചുകൊണ്ടുള്ളതാണ് ഇക്കഥ. രാജാവ് ഒരു നീട്ടെഴുതികൊടുത്താൽ ചേർത്തല താലൂക്കുമുഴുവൻ കൊച്ചിയുടെ ഭാഗമായിത്തീരുമെന്നു കരു തുന്ന കണ്ടുപിടിത്തം നമ്മുടെ ചരിത്രകാരന്മാർക്കുണ്ടായത് വിസ്മയക രമായിരിക്കുന്നു. രാജാവിനെ മന്ദബുദ്ധിയായിട്ടാണു ചരിത്രകാരന്മാർ കണ്ടത്. അദ്ദേഹം ബുദ്ധിമാനല്ലായിരിക്കാം. പക്ഷേ, സ്വേച്ഛാപ്രമത്തനും ഉഗ്രശാസനനും ആയിരുന്നു എന്നു അദ്ദേഹത്തിന്റെ ചെയ്തികൾ സൂക്ഷ്മമായി പരിശോധിച്ചാൽ കാണാം.

ശങ്കരനാരായണപിള്ളയെ ചെവി അറുത്തു തടവിൽ വച്ചു. വലിയ യജമാനൻ പത്മനാഭൻ ചെമ്പകരാമനെയും, അമ്പലവാണൻ താണുവൻ (സർവ്വാധികാരി) മുത്തു വൈരവൻ ശങ്കരൻ (വലിയമേലേഴുത്തുപിള്ള) എന്നിവരെയും പാണ്ടിയിലേക്കു നാടുകടത്തി. ഏറ്റവും കഠിനമായ ശിക്ഷ നല്കിയത് മാത്തൂത്തരകനായിരുന്നു. സുറിയാനിക്രിസ്ത്യാനികളെ എല്ലാം റോമാസഭയുടെ കീഴിൽ, സ്വദേശിമെത്രാന്റെ കീഴിൽ, ഒന്നാക്കി നിർത്താനുള്ള ശ്രമത്തിലായിരുന്നു തടവിലാകുന്നതിനു മുമ്പ് തരകൻ. സദുദ്ദേശ്യത്തോടെയായിരുന്നു സംരംഭമെങ്കിലും റോമാസഭയിലും സുറി യാനിസഭയിലും വളരെയേറെ എതിർപ്പിനു അതു കാരണമായി. വലിയ ദിവാൻജിയുടെ കാലത്ത് സർക്കാരിലുള്ള സ്വാധീനം ഉപയോഗിച്ച് പല പള്ളികൾക്കു നേരെയും അതിക്രമങ്ങൾ കാട്ടി. സർക്കാരിനെ സ്വാധീ നിച്ചു ധാരാളം നിലങ്ങളും പുരയിടങ്ങളും സ്വന്തം പാർശ്വവർത്തികളായ പള്ളിക്കാർക്ക് കൊടുപ്പിച്ചു എന്നും കുടമാളൂർ കൊട്ടാരം ഉൾപ്പടെ പല പഴയ കൊട്ടാരങ്ങളും പള്ളികൾക്കു കൊടുപ്പിക്കാൻ സർക്കാരിൽ സമ്മർദ്ദം ചെലുത്തിയെന്നും ആരോപണമുണ്ടായിരുന്നു. വലിയ ദിവാൻജി ജീവിച്ചിരിക്കെ അദ്ദേഹത്തിന്റെ സെക്രട്ടറിയായിരുന്ന നീലക ണ്ഠൻചെമ്പകരാമൻ തരകന്റെ സഹായിയായിരുന്നു. എന്നാൽ നമ്പൂ തിരി അധികാരത്തിൽ വന്നപ്പോൾ പുത്തൻകൂറ് മെത്രാനായിരുന്ന മാർദി വന്നാന്യോസിനെ സ്വന്തം ബംഗ്ലാവിൽ തരകൻ തടഞ്ഞുവച്ചത് ഒരു പക്ഷേ, നീലകണ്ഠൻ ചെമ്പകരാമൻ എതിർത്തിരിക്കാം. അതേ തുടർന്നാണ് അദ്ദേഹത്തെ മുക്കാലിൽ കെട്ടിവച്ചു പരസ്യമായി അടിച്ചത്. വേലുത്തമ്പിയുടെ നേതൃത്വത്തിൽ ജനം തിരുവനന്തപുരത്തു സംഘടി ച്ചിരിക്കവേ ആലപ്പുഴ വിശുദ്ധ മിഖായേൽ പള്ളിയിൽവച്ച് മാർദിവന്നാ ന്യോസിനെ ബലമായി റോമാസഭയിലേക്കു മാറ്റുന്ന ചടങ്ങു നടക്കുക

യായിരുന്നു. ഉടൻ തന്നെ തിരുവനന്തപുരത്തെത്താൻ തരകനു നീട്ടുവരികയും ചെയ്തു. രാജദൂതന്മാരൊപ്പം തിരുവനന്തപുരത്തേക്കു പുറപ്പെട്ട തരകൻ വഴിമദ്ധ്യേ അഞ്ചുതെങ്ങുകോട്ടയിൽനിന്നും ഇംഗ്ലീഷുകാരുടെ ഒത്താശയോടെ രാത്രിസമയം വള്ളത്തിൽകയറി രക്ഷപ്പെടാൻ ഒരു ശ്രമം നടത്തി. മിഥുനമാസത്തിലെ കാലവർഷക്കൊടുങ്കാറ്റുമൂലം രക്ഷപ്പെടാൻ സാധിക്കാതെ പോയി. എങ്കിലും ഇംഗ്ലീഷുകാർ തരകന് അഭയം നല്കി. കോട്ടയിൽനിന്നും തരകൻ രക്ഷപ്പെടാതെ നാട്ടുകാർ കാവൽ നിന്നു. തിരുവിതാംകൂറിൽനിന്നും രാജശാസനം വന്നപ്പോൾ തരകനെ വിട്ടുകൊടുക്കാതെ ഇംഗ്ലീഷുകാർക്കു നിവൃത്തിയില്ലാതെ വന്നു. തിരുവനന്തപുരത്തെത്തിയ ദിവസം ദളവാ കൃഷ്ണൻചെമ്പകരാമനൊപ്പം തരകൻ കഴിഞ്ഞുവെങ്കിലും പിറ്റേദിവസം തന്നെ തരകന്റെ രണ്ടു ചെവികളും അറുത്ത് ജയിലിലാക്കി. റസിഡണ്ടിന്റെ അസിസ്റ്റന്റായിരുന്ന രാമലിംഗമുതലിയാർ മുഖാന്തരം സഹായാഭ്യർത്ഥന നടത്തിയെങ്കിലും ഫലമുണ്ടായില്ല. പത്തുലക്ഷം രൂപയുടെ ഒരു കൈച്ചീട്ടു എഴുതിവാങ്ങിയശേഷം അതു കിട്ടുംവരെ തരകനെ തടങ്കലിൽ വയ്ക്കാൻ തീരുമാനമായി. കൊ.965 മുതൽ വിവിധ ആവശ്യങ്ങൾക്കായി സർക്കാരിനു കൊടുത്ത 14 ലക്ഷം രൂപ തനിക്കു കിട്ടാനുണ്ടെന്നായിരുന്നു തരകന്റെ വാദം.

കൊ വ 974 മിഥുനം 19-ാം തീയതിയോടെ (1799 ജൂലൈ) പ്രക്ഷോഭകരുടെ എല്ലാ ആവശ്യങ്ങളും പരിഹരിക്കപ്പെട്ടു. വലിയ സർവ്വാധികാര്യക്കാരന്മാരിൽ ഏറ്റവും സീനിയറായ പടിഞ്ഞാറെ മുഖം വലിയ സർവ്വാധികാര്യക്കാർ ചിറയിൽകീഴ് അയ്യപ്പൻ ചെമ്പകരാമൻ ദിവാനായി നിയമിക്കപ്പെട്ടു. അടുത്തചിങ്ങമാസം ഒന്നാംതീയതി മുതൽ വേലുത്തമ്പിയെ മാവേലിക്കര മുളകുമടിശ്ശീല സർവ്വാധികാരിയായി രാജാവു നിയമിച്ചു.[25] വാണിജ്യകാര്യമന്ത്രിയുടെ സ്ഥാനമാണ് മുളകുമടിശ്ശീല സർവ്വാധികാരിക്കുള്ളത്. രാജാകേശവദാസിന്റെ ആശ്രിതനായിരുന്ന കുഞ്ചുനീലൻപിള്ള സമ്പ്രതിയായി വീണ്ടും നിയമിക്കപ്പെട്ടു. ദളവാ കൃഷ്ണൻചെമ്പകരാമനും ദിവാൻ അയ്യപ്പൻ ചെമ്പകരാമനും മുളകുമടിശ്ശീല വേലുത്തമ്പിയും സമ്പ്രതി കുഞ്ചുനീലൻപിള്ളയുമായിരുന്നു പുതിയ ഭരണകൂടത്തിലെ പ്രധാനികൾ.

പുതിയ ഭരണാധികാരികൾ ഭരണമേറ്റുവെങ്കിലും ഭരണത്തിന്റെ കടിഞ്ഞാൺ രാജാവിൽതന്നെയായിരുന്നു എന്നു അദ്ദേഹം എഴുതിയ നീട്ടുകളിൽനിന്നും കാണാം. കൊ 975 ധനു ഏഴാംതീയതി എഴുതിയ നീട്ടിൻപ്രകാരം ബോംബെക്കാരൻ നവറോജിക്കു മുതലും പലിശയുമായി കൊടുക്കാനുള്ള 4,35,000 പണത്തിൽ പ്രതിമാസം 40,000 പണം മാവേലിക്കര മുളകു മടിശ്ശീലയിൽനിന്നും കൃത്യമായി കൊടുത്തുകൊള്ളണമെന്നു നിർദ്ദേശിച്ചിരുന്നു.[26] ആ മാസം 14-ാം തീയതി അയച്ച മറ്റൊരു നീട്ടിൽ, വിവിധ ഇനങ്ങളിലായി കഴിഞ്ഞ ആറുമാസംകൊണ്ട് പത്മനാഭപുരം ഈടം വയ്പിൽ ശേഖരിച്ച പണത്തിൽനിന്നും 3,65,013 പണം ചെന്നപട്ടണത്തിലെ പുരുഷോത്തമദാസിനു കൊടുത്തുകൊള്ളണമെന്നു തമ്പി

വേലായുധൻ ചെമ്പകരാമനു (വേലുത്തമ്പി) നിർദ്ദേശം നല്കി.[27] ആ വർഷം കർക്കടകമാസത്തിൽ രാജാവു തമ്പിക്കയച്ച മറ്റൊരു നീട്ടിൽ ഇപ്രകാരം പറഞ്ഞിരിക്കുന്നു. "തിരുനൽവേലിക്കാരൻ വിശ്വനാഥ ഡാക്കർക്കു 975 മേടമാസം മുതൽ പ്രതിമാസം 30,000 രൂപ മുളകുമടിശ്ശീലയിൽനിന്നും കൊടുക്കാൻ നിശ്ചയിച്ചിരുന്നെങ്കിലും അതുവരെ ആകെ 20,000 രൂപ മാത്രമേ കൊടുത്തതായി കാണുന്നുള്ളൂ. തമ്പിയെ വിളിച്ചു ചോദിച്ചതിൽ കർക്കടകമാസം മുതൽ മുടങ്ങാതെ പ്രതിമാസം 20,000 വീതം കൊടുത്തുകൊള്ളാമെന്നേറ്റിരിക്കുന്നു. ഇനിമേൽ, അതിലെന്തെങ്കിലും വീഴ്ച വന്നാൽ തവണ മുടക്കം തീരുംവരെ മുളകുമടിശ്ശീല കച്ചേരിക്കു മുമ്പിൽ മറിപ്പ്[28] ഇരിക്കാൻ ഒരാളെ വയ്ക്കുന്നതായിരിക്കും. അങ്ങനെ മറിപ്പിരിക്കുന്നയാൾക്ക് പ്രതിദിനം അഞ്ചുരൂപ വേലുത്തമ്പി സ്വന്തം കൈയിൽ നിന്നും പടി നല്കണം. നാടിന്റെ ഋണബാദ്ധ്യത ഒഴിവാക്കുന്നതിൽ രാജാവു എന്തുമാത്രം ബദ്ധശ്രദ്ധനായിരുന്നു എന്നു ഇതിൽനിന്നും കാണാം. രാജാവ് ദുർബ്ബലനായ ഒരു ഭരണാധികാരിയല്ലായിരുന്നുവെന്നും തന്റെ നിർദ്ദേശങ്ങൾ നടപ്പാക്കാത്ത ഉദ്യോഗസ്ഥന്മാരെ അവർ എത്ര ഉന്നതന്മാരായാലും ശിക്ഷിക്കാൻ അദ്ദേഹം മടിച്ചില്ല എന്നും കാണാം. ദിവാൻ അയ്യപ്പൻ ചെമ്പകരാമൻപിള്ളയ്ക്കു അദ്ദേഹം ഏറ്റിരുന്നപോലെ കടബാദ്ധ്യതകൾ തീർക്കുന്നതിനു യാതൊന്നുംചെയ്യാൻ സാധിച്ചിരുന്നില്ല. അദ്ദേഹം ഏതാനും മാസങ്ങൾക്കുശേഷം രോഗബാധിതനായി കിടപ്പിലായിരുന്നു എന്നാണു പറയപ്പെടുന്നത്. എന്നാൽ കമ്പനി റിക്കാർഡുകൾ പ്രകാരം അദ്ദേഹം പരവൂർ കോട്ടയിൽ തടവിൽ ആക്കപ്പെട്ടിരുന്നു എന്നാണ് കാണുന്നത്. മേല്പ്പറഞ്ഞ നീട്ടുകൾ എല്ലാം മുളകുമടിശ്ശീല സർവ്വാധികാരിയായ വേലുത്തമ്പിക്കാണ് എഴുതി അയച്ചിരിക്കുന്നത് എന്നതുകൊണ്ടു ആ സമയത്തു ദിവാൻ ഭരണതലത്തിൽ ഇല്ലായിരുന്നു എന്നു വേണം കരുതാൻ. എന്നാൽ കൊ. 975 കന്നി 14 ന് എഴുതിയ മുളകുമടിശ്ശീല കണക്കിൽ ഇപ്രകാരം കാണുന്നു.

> ..... രാണുവച്ചലവു ഉൾപ്പെട്ടവകൈക്കു ഏതാനും തിരവിയം വർത്തകന്മാരോടും വെള്ളക്കാരോടും തിവാൻ രായ കേശവതാസു കടം വാങ്ങിചെലവിട്ടിരിക്ക കൊണ്ടും ആവകൈക്കടം 74-ാമാണ്ടു ആടിമാസം വരെയും മീട്ടാതെ പലിചെ വർത്തിച്ചു വരുക കൊണ്ടും ഇക്കാര്യത്തിനു തളവാ കൃഷ്ണൻചെമ്പകരാമപിള്ളയും വലിയ സർവ്വാധികാരിയം അയ്യപ്പൻ ചെമ്പകരാമപിള്ളയും സമ്പ്രതി കുഞ്ചുനീലൻപിള്ളയും വരുത്തി വിചാരിച്ചാറെ രാച്ചിയത്തു ഒള്ള മുതൽ കൊണ്ടു നിതാനച്ചെലവു പൊകെ മിച്ചമില്ലെന്നും പുറനാട്ടിൽ ഒള്ള വർത്തകന്മാരിടെ പറ്റിലും വെള്ളക്കാററിടെ പറ്റിലും കടംവാങ്ങിച്ചിരിക്കകൊണ്ടും അവർക്കു ഏറിയ പലിചൈ വച്ചു എഴുതി കൊടുത്തിരിക്ക കൊണ്ടും ആ വകൈ കടം ഇപ്പോൾ തന്നെ മീട്ടിത്തീർക്കാഞ്ഞാൽ വലുതായിട്ടു കാരിയതോഴങ്ങൾ വരുന്നതാ കൊണ്ടും ഈ വകെക്കും മുതലും പലിചൈയും എഴുതി

> ച്ചുകണ്ടാറെ ഇരുപത്തിയഞ്ചുനൂറായിരം രൂപയോളം കൊടുപ്പാൻ കാണുക കൊണ്ടും തിരുവനന്തപുരത്തു മതിലകത്തു നമ്മുടെ വകയ്ക്കായിട്ടു വച്ചിരിക്കുന്ന മടിച്ചീലയിൽ പത്തുനൂറായിരം രൂപയുടെ വകൈ എടുക്കുന്നതിനു...."[29]

പത്മനാഭപുരം കൊട്ടാരത്തിൽ രാജാവിന്റെ വക 10 ലക്ഷം രൂപാ വിലവരുന്ന ആഭരണങ്ങൾ ശ്രീ. പത്മനാഭസ്വാമിക്ഷേത്രത്തിൽ പണയം വച്ച് അത്രയും തുക അവിടെനിന്നും എടുത്തു കടം വീട്ടുവാനാണ് തീരുമാനം. കുരുമുളക്, പുകയില എന്നിവയുടെ കുത്തകയിൽനിന്നുള്ള ആദായംകൊണ്ട് രണ്ടു വർഷങ്ങളിലായി ബാക്കി 15 ലക്ഷം രൂപയുടെ കടം തീർക്കാനുമായിരുന്നു തീരുമാനം. തീരുമാനം ദളവായും ദിവാനും മറ്റുമായി ആലോചിച്ചു എടുത്തതാണ്. എന്നാൽ 975 ധനുമാസത്തിലും അതിനുശേഷവും അയച്ച നീട്ടുകളിൽ വേലുതമ്പിയേയും വലിയ മേലെഴുത്തുപിള്ളയേയും പറ്റിയല്ലാതെ ദിവാനെപ്പറ്റി ഒരു പരാമർശവുമില്ല. അതുകൊണ്ട് ആറുമാസത്തിലധികം അയ്യപ്പൻ ചെമ്പകരാമൻ ദിവാനായിരുന്നില്ല എന്നു കരുതേണ്ടിയിരിക്കുന്നു. 1799 ഡിസംബർ മാസത്തിൽ (975ധനു) അയ്യപ്പൻ ചെമ്പകരാമൻ ആലപ്പുഴ വച്ചു ബന്ധനസ്ഥനാവുകയും അവിടെനിന്നും പരവൂർക്കു മാറ്റിത്താമസിപ്പിക്കപ്പെടുകയും ചെയ്തു. ആറുലക്ഷം രൂപയുടെ പണാപഹരണം അദ്ദേഹം നടത്തിയതായും ആരോപണം ഉണ്ടായിരുന്നു.

മെക്കാളെയുടെ വരവ്

അയ്യപ്പൻ ചെമ്പകരാമൻ തടവിലായിരുന്നപ്പോൾ രാജാവിന്റെ പ്രധാന ഉപദേഷ്ടാക്കളായിരുന്നത് സമ്പ്രതി കുഞ്ചുനീലൻപിള്ള കൊട്ടാരം വിചാരിപ്പുകാരൻ പത്മനാഭൻ തമ്പി തുടങ്ങി കുറേപ്പേരായിരുന്നു. നാടുകടത്തപ്പെട്ട ശങ്കരനാരായണപിള്ളയും വലിയ യജമാനൻ പത്മനാഭൻ ചെമ്പകരാമനും തിരിച്ചെത്തിയിരുന്നു. ഇംഗ്ലീഷുകാർക്കു നല്കാനുള്ള കപ്പത്തിൽ മുടക്കം വന്നിരുന്നു എന്നു മാത്രമല്ല ഇംഗ്ലീഷുകാരിൽനിന്നും അവരുടെ സിൽബന്ധികളായ ചില വ്യാപാരികളിൽ നിന്നും കടം വാങ്ങിയ തുകകൾ തിരിച്ചു നല്കിയിരുന്നുമില്ല. തിരുവിതാംകൂറിന്റെ മേൽ കൂടുതൽ ശക്തമായ നിയന്ത്രണം ഈസ്റ്റിന്ത്യാകമ്പനിക്ക് ആവശ്യമാണെന്നും 1795 ലെ ഉടമ്പടി അപര്യാപ്തമാണെന്നും ഇംഗ്ലീഷുകാർക്കു തോന്നിത്തുടങ്ങി. ഫ്രാൻസിൽ നെപ്പോളിയന്റെ നേതൃത്വവും തന്മൂലം ഇന്ത്യയുടെ നേർക്കുണ്ടായേക്കാവുന്ന ഫ്രഞ്ച് ഭീഷണിയും അപ്രകാരം ചിന്തിക്കാൻ കമ്പനി സർക്കാരിനെ പ്രേരിപ്പിച്ചു. സാമ്രാജ്യവാദിയായ വെല്ലസ്ലി പ്രഭു ഗവർണർ ജനറലായി നിയമിക്കപ്പെട്ടതുമുതൽ നാട്ടുരാജ്യങ്ങളുടെ മേലുള്ള ബ്രിട്ടീഷ് നിയന്ത്രണത്തിനു കൂടുതൽ ശക്തി വേണമെന്ന ലക്ഷ്യം നടപ്പിലായിത്തുടങ്ങി. നാലാം മൈസൂർ യുദ്ധവും ടിപ്പുവിനെ വധിച്ച് പാവരാജാവിനെ വാഴിച്ചതും ഈ ലക്ഷ്യ

ത്തോടെയായിരുന്നു. ഈ ലക്ഷ്യത്തോടെയാണ് മേജർ ബാനർമാനെ മാറ്റി പകരം കൂടുതൽ സീനിയറായ കേണൽ മെക്കാളെയെ റസിഡണ്ടായി തിരുവിതാംകൂറിൽ നിയമിച്ചത്. 1795 ലെ ഉടമ്പടിക്കു പകരം മറ്റൊരു ഉടമ്പടിക്ക് സമ്മതിക്കാൻ രാജാവിനെ നിർബ്ബന്ധിക്കണമെന്ന നിർദ്ദേശത്തോടെയാണ് മെക്കാളെയെ ഇങ്ങോട്ടയച്ചത്.

ക്രി. 1800 ജനുവരി മാസത്തിൽ മെക്കാളെ നിയമിതനായി. രാജാവിനെ സന്ദർശിച്ച മെക്കാളേയ്ക്കു ദിവാന്റെ അസാന്നിദ്ധ്യം തീരെ ഇഷ്ടപ്പെട്ടില്ല. ദിവാനുമായി ബന്ധപ്പെടാനുള്ള ശ്രമങ്ങളൊന്നും വിജയിച്ചില്ല. കേശവദാസിന്റെ അനുജനായ കുമാരൻ തമ്പിയും ഭാഗിനേയൻ ഇരയിമ്മൻതമ്പിയും കമ്പനി ഉദ്യോഗസ്ഥരുമായി സമ്പർക്കത്തിലായിരുന്നു. കേശവദാസിന്റെ കുടുംബത്തോടു രാജാവിന്റെ പുതിയ ഉപദേഷ്ടാക്കൾ കാണിക്കുന്ന ക്രൂരതകൾ അവർ വിവരിച്ചുകൊടുത്തു. കുമാരൻ തമ്പിക്കു അടുത്ത ദിവാനാകാനുള്ള ശ്രമമായിരുന്നു അതിനു പിറകിൽ. ഇക്കാര്യം മെക്കാളെ രാജാവിനോടു ശുപാർശ ചെയ്തെങ്കിലും അദ്ദേഹം അതിനു വഴങ്ങിയില്ല. ഒരു ഒത്തുതീർപ്പെന്ന നിലയിൽ ഏറ്റവും സീനിയറായ പാറശ്ശാല പത്മനാഭൻ ചെമ്പകരാമനെ (കിഴക്കുംമുഖം വലിയ സർവ്വാധികാരി) ദിവാനായി വയ്ക്കാൻ രാജാവു സമ്മതിച്ചു. പത്മനാഭൻ ചെമ്പകരാമൻപിള്ള വലിയദിവാൻജിയുടെ സ്യാലനായിരുന്നതുകൊണ്ട് അക്കാര്യത്തിൽ കമ്പനിക്ക് എതിരില്ലായിരുന്നു. പക്ഷേ, കുമാരൻതമ്പിക്കും ഭാഗിനേയനും അതിലും തൃപ്തിയുണ്ടായിരുന്നില്ല. ദുർബ്ബലനായ പത്മനാഭൻ ചെമ്പകരാമൻ സമ്പ്രതി കുഞ്ചുനീലൻപിള്ളയുടെ ആജ്ഞാനുവർത്തിമാത്രമാണെന്നും കേശവദാസിന്റെ കുടുംബാംഗങ്ങളായ തങ്ങളെപ്പറ്റി നിത്യവും രാജാവിനോടു ദുർബോധന നല്കിക്കൊണ്ടിരിക്കുകയാണെന്നും അവർ മെക്കാളെയെ അറിയിച്ചു. കുഞ്ചുനീലൻപിള്ളയെ സമ്പ്രതി സ്ഥാനത്തുനിന്നും കളയാനായി മെക്കാളെയുടെ ശ്രമം.[30]

ഗവർണ്ണർ ജനറലിന്റെ നിർദ്ദേശപ്രകാരം കേശവദാസിന്റെ മരണത്തെപ്പറ്റി ഒരന്വേഷണം നടത്താൻ മെക്കാളെ ആരംഭിച്ചു. 200 പണം പ്രതിഫലം പറ്റിക്കൊണ്ടു താനാണ് കേശവദാസിന് വിഷം ചേർത്ത ഭക്ഷണം നല്കിയതെന്നു ഒരു ബ്രാഹ്മണൻ മൊഴിനല്കി. കുഞ്ചുനീലൻപിള്ളയുടെ പ്രേരണയാണ് അതിനു പിന്നിലെന്നും സൂചനയുണ്ടായി. 1800 ജൂലൈ 23-ാം തീയതി മെക്കാളെ രാജാവിനെ സന്ദർശിച്ച് കുഞ്ചുനീലൻപിള്ളയെയാണ് തനിക്കു സംശയമെന്നും അയാളെ മാതൃകാപരമായി ശിക്ഷിക്കണമെന്നും ആവശ്യപ്പെട്ടു. 26-ാം തിയതി കുഞ്ചുനീലൻപിള്ളയെ അറസ്റ്റുചെയ്തു വിസ്തരിക്കാൻ തുടങ്ങി. ഉടൻ രാജാവു ഇടപെട്ടു കുഞ്ചുനീലൻപിള്ള കുറ്റക്കാരനല്ലെന്നും അയാളെ വിട്ടയക്കണമെന്നും ആവശ്യപ്പെട്ടു. വലിയ ദിവാൻജി മരിച്ചത് ഭക്ഷ്യവിഷം മൂലമാണെന്ന കാര്യം തന്നെ തനിക്കറിവില്ലെന്ന് ദിവാൻ പത്മനാഭൻ ചെമ്പകരാമനും മൊഴിനല്കി. കുഞ്ചുനീലൻപിള്ളയ്ക്കെതിരായി മൊഴി നല്കിയ നാലു സാക്ഷികളും രാജാവിന്റെ ഇംഗിതം അറിഞ്ഞു പിന്മാറിക്കളഞ്ഞു.

ഈ നിലയിൽ തന്റെ ശുപാർശ അംഗീകരിക്കപ്പെടുകയില്ലെന്നു മനസ്സിലാക്കിയ മെക്കാളെ മേൽ നടപടികൾ വേണ്ടെന്നു വച്ചു. രാജാവും ഉപദേഷ്ടാക്കളും ചേർന്നു കേശവദാസിന്റെ കുടുംബത്തെ ദ്രോഹിക്കുകയാണെന്ന് മെക്കാളെ 1800 ഒക്ടോബർ മാസത്തിൽ ഗവർണ്ണർ ജനറലിനെഴുതി. ജനറൽ കുമാരൻ തമ്പിയിൽനിന്നും സൈന്യത്തലവന്റെ സ്ഥാനം വീണ്ടും പത്മനാഭൻ ചെമ്പകരാമനു നല്കപ്പെട്ടു. അയ്യപ്പൻ ചെമ്പകരാമനു പകരം പടിഞ്ഞാറെ മുഖം വലിയ സർവ്വാധികാരിയായി നിയമിക്കപ്പെട്ടിരുന്ന നീലകണ്ഠൻ ചെമ്പകരാമനെ അവിടെ നിയമിച്ചു. തങ്ങളുടെ ജീവൻപോലും അപകടത്തിലാണെന്നു കുമാരൻ തമ്പിയും ഇരയിമ്മൻതമ്പിയും മെക്കാളെയെ കണ്ടു പരാതിപ്പെട്ടുകൊണ്ടിരുന്നു.

കുമാരൻ തമ്പിയെ ദിവാനാക്കുന്നതിനു രാജാവു തയ്യാറായില്ലെങ്കിലും കുഞ്ചുനീലൻ പിള്ളയുടെ ആജ്ഞാനുവർത്തിയായിരുന്ന പത്മനാഭൻ ചെമ്പകരാമനെ ദിവാൻ പദത്തിൽ നിന്നും മാറ്റാൻ രാജാവു സമ്മതിച്ചു. വലിയ ദിവാൻജിയുടെ ആരാധകനായിരുന്ന മുളകുമടിശ്ശീല സർവ്വാധികാരി വേലുത്തമ്പിയെ ആ സ്ഥാനത്തു നിയമിക്കുന്നതിനു ഈസ്റ്റിന്ത്യാകമ്പനിക്കു സമ്മതമായിരുന്നു. 1801 മാർച്ച് (കൊ. 976 മീനം13) മാസത്തിൽ അദ്ദേഹം ദിവാനായി നിയമിക്കപ്പെട്ടു. ദിവാന്റെ ആസ്ഥാനമായ ആലപ്പുഴയിൽ അദ്ദേഹം താമസം ഉറപ്പിച്ചു തിരുനൽവേലി ജില്ലയിലെ ബ്രിട്ടീഷ് സൈന്യത്തിന്റെ കമാണ്ടർ കൂടിയായ കേണൽ മെക്കാളേയ്ക്ക് ഈ സമയം അവിടെ നല്ല തിരക്കായിരുന്നു. പാളയക്കാർക്കെതിരെയുള്ള സൈനികനടപടി ശക്തിപ്പെട്ടുകൊണ്ടിരുന്ന കാലമായിരുന്നു അത്. ഈ അവസരം നോക്കി, രാജാവിന്റെ ഉപദേഷ്ടാക്കളെപ്പറ്റി നിരന്തരം പരാതികൾ അയച്ചുകൊണ്ടിരുന്ന കുമാരൻ തമ്പിയേയും ഇരയിമ്മൻതമ്പിയേയും തടവിലാക്കാൻ രാജാവു കല്പിച്ചു. ഒരു ദിവസം രാത്രി അവർ രണ്ടുപേരേയും കടൽപ്പുറത്തുകൊണ്ടുപോയി വെട്ടിക്കൊന്നതായി പറയപ്പെടുന്നു. ഈ സംഭവത്തെപ്പറ്റി അക്കാലത്തു കിഴക്കുംമുഖം വലിയ സർവ്വാധികാരിയായിരുന്ന കൃഷ്ണൻ ചെമ്പകരാമൻ കൊ. 992 ൽ ഇപ്രകാരം പ്രസ്താവിച്ചു. "പിന്നത്തേതിൽ വേലുത്തമ്പിയെ വരുത്തി രാജ്യകാര്യവിചാരത്തിനു ആക്കിയാറെ, ജനറാളും (കുമാരൻ തമ്പി) പേഷ്ക്കാരും (ഇരയിമ്മൻതമ്പി) ജന്നപട്ടണത്തേക്കു എഴുതിയതിൽ ചില എഴുത്തുകൾ വഴിമേൽവച്ചു പിടികിട്ടിയെന്നും അവരു രാജ്യത്തേക്കു ദോഷങ്ങളായിട്ടു പിന്നെയും പലതും വിചാരിച്ചുവരുന്നു എന്നു കുഞ്ചുനീലൻപിള്ള മുതൽപേരു തിരുമനസ്സറിയിച്ചു അവരേയും കേശവപിള്ള ദിവാൻജിയുടെ കൂടെ പാർത്തിരുന്ന ഭാഷക്കാരൻ പത്മനാഭപിള്ളയേയും നീലൻപിള്ള കാര്യക്കാരെയും മുമ്പിൽ കാതറുത്തുവിട്ടിരുന്ന ശങ്കര നാരായണൻ ചെട്ടിയേയും ആയാണ്ട് ഇടവമാസത്തിൽ ശിക്ഷിപ്പിക്കയും ചെയ്തു.[31]

വേലുത്തമ്പിസ്ഥാനമേറ്റു രണ്ടുമാസത്തിനടുപ്പിച്ചു നടന്ന ഈ സംഭവത്തിനു അദ്ദേഹത്തിനും കൈയുണ്ടാകുമെന്നു സ്റ്റേറ്റ് മാനുവൽകാരൻ നാഗമയ്യ സംശയിക്കുന്നു. പക്ഷേ, കുഞ്ചുനീലൻപിള്ളയുമായും ശങ്കര

നാരായണൻചെട്ടിയുമായും വേലുത്തമ്പി യോജിച്ചു പ്രവർത്തിച്ചു എന്നു കരുതാൻ പ്രയാസമാണ്. വേലുത്തമ്പിയോടു ലോഹ്യത്തിലല്ലാതിരുന്ന അക്കാലത്തെ വലിയ പടത്തലവൻ മാർത്താണ്ഡൻ ചെമ്പകരാമനും ഈ സംഭവത്തെപ്പറ്റി വിവരിച്ചിരിക്കുന്നത് കൃഷ്ണൻ ചെമ്പകരാമന്റെ പ്രസ്താവന പോലെതന്നെയാണ്.[32]

കുറിപ്പുകൾ

1. Ward and Connor. *Memoir of the Survey of the Travancore and Cochin States*, Vol. 1 p. 92
2. 'Dutch in Malabar' p. 53
3. *ആനന്ദരംഗപ്പിള്ളയുടെ ഡയറിക്കുറിപ്പുകൾ* പുറം 247. 1748 ഒക്ടോബർ 25 ലെ കുറിപ്പ്.
4. Ward and Connor, Vol I പുറം 93 ആഭ്യന്തര കലാപങ്ങൾ അടിച്ചമർത്താൻ ഒരു വലിയ സൈന്യത്തെ നിലനിർത്തേണ്ടത് ആവശ്യമായിരുന്നു എന്നും പ്രസ്താവമുണ്ട്.
5. Ward and Cannor, Vol II p. 93
6. *Rama Varma of Travancore*. p. 93, Vol. 1
7. വി ആർ പരമേശ്വരൻപിള്ള. *വേലുത്തമ്പിദളവ*, പുറം 69
8. *Travancore State Manual* (T K Velu Pillai) Vol. II App പുറം 207-208
9. വി ആർ പരമേശ്വരൻപിള്ള. *വേലുത്തമ്പിദളവ* പുറം 69
10. എം ഒ ജോസഫ്. *മാത്തൂത്തരകൻ*, പുറം
11. *Dutch in Malabar* p. 110 പ്രധാന രാജ്യകാര്യങ്ങളെപ്പറ്റി രാജാവ് ഉദ്യോഗസ്ഥൻമാരോടു ചോദിച്ചറിയുമായിരുന്നത്രേ.
12. '974 മകരം 23 ന് അത്താഴമൂട്ടം 24 നു തിരുമാസവും 25 നു വന്മുറിയും ഇതിന്മണ്ണം തീരുമാസം കഴിഞ്ഞിട്ടില്ലെന്നു പേരായ അത്ര ആഘോഷത്തിൽ' നടത്തിയെന്നു മതിലകം രാജ്യകാര ചുരുണയിൽ വിവരണം.
13. വിവാഹം അക്കാലത്തു പതിവില്ലായിരുന്നു. 'കൂട്ടിരിക്കുക' എന്ന പതിവു മാത്രമേ ഉണ്ടായിരുന്നുള്ളൂ. പുടവയും കവണിയും കൊടുക്കുക എന്ന ലളിതമായ ചടങ്ങിൽ ഒതുങ്ങിനിന്ന ആ ബന്ധത്തിനു വലിയ പവിത്രതയൊന്നും ഇല്ലായിരുന്നു.
14. B Sobhanan. *Tragic end of Raja Kesava Das and his family*, Journal of Kerala Studies. Vol. III Parts III &IV. ഒരു വർഷത്തിനുശേഷം തെളിവെടുപ്പു നടത്തിയ റസിഡണ്ടു മെക്കാളെ രാജാവിന്റെ സമ്പ്രതിയായിരുന്ന കുഞ്ചുനീലൻപിള്ളയാണ് കൊലപാതകത്തിനു ഉത്തരവാദിയെന്നു കണ്ടെത്തി. പക്ഷേ, രാജാവും കേശവദാസിന്റെ സ്യാലൻ പാറശ്ശാല പത്മനാഭപിള്ളയും അതിനോടു വിയോജിച്ചു. അന്നു രാജാവിനെ അമിതമായി സ്വാധീനിച്ചിരുന്ന

കുഞ്ചുനീലൻപിള്ളയോടു മെക്കാളേയ്ക്കു വെറുപ്പായിരുന്നു എന്നതു വസ്തുതയാണ്. കേശവദാസിന്റെ അനുജനും മന്ത്രിസ്ഥാനമോഹിയുമായിരുന്ന കുമാരൻതമ്പിയും ഭാഗിനേയൻ ഇരയിമ്മൻതമ്പിയും ഇംഗ്ലീഷ് പക്ഷപാതികളും കുഞ്ചുനീലൻപിള്ളയുടെ എതിരാളികളുമായിരുന്നു എന്നതും വസ്തുതയാണ്. കുഞ്ചുനീലൻപിള്ളയെ അവരെല്ലാംകൂടി പ്രതിക്കൂട്ടിലാക്കിയതാണെന്നു കരുതാൻ ന്യായമുണ്ടെങ്കിലും തിരുവിതാംകൂർ ചരിത്രകാരന്മാർ പിള്ളയെ തന്നെയാണ് കൊലയാളിയായി കല്പിക്കുന്നത്. നമ്പൂതിരി സഹോദരന്മാരുടെ പണിയാണിതെന്നു കരുതാനാണു ന്യായം. അവരുടെ സ്യാലൻ പാലനാട്ടു നമ്പൂതിരിയെന്ന മാന്ത്രികൻ കൂടെയുണ്ടായിരുന്നു.

15. നാട്ടിൽ മൂന്നു മുഖങ്ങളും ഓരോന്നിനും ഓരോ വലിയ സർവ്വാധികാര്യക്കാരും ഉണ്ടായിരുന്നു. അവർക്കു മുകളിലുള്ള അടക്കി വലിയ സർവ്വാധികാര്യക്കാരെയാണ് ദിവാൻ എന്നു വിദേശികൾ പറഞ്ഞിരുന്നത്. കേശവദാസനു മുമ്പുതന്നെ ദളവാ പദവി ഒരു ഉപദേഷ്ടാവിന്റേതായിത്തീർന്നു. കേശവദാസിന്റെ കാലത്തു തന്നെ കൃഷ്ണൻ ചെമ്പകരാമൻ എന്നയാൾ ദളവയായുണ്ടായിരുന്നത് പിന്നീടും ആ പദവിയിൽ തുടർന്നു.

16. വേലുത്തമ്പിദളവായുടെ കാലത്തെ സംഭവങ്ങളെപ്പറ്റി തെളിവെടുപ്പു നടത്തിയ കേണൽ മൺറോ കൊ. 992 ൽ വലിയപടത്തലവൻ മാർത്താണ്ഡൻ ചെമ്പകരാമനിൽനിന്നും വാങ്ങിയ പ്രസ്താവന. മതിലകം രാജ്യകാര്യ ചുരുണ നമ്പർ 186, *Travancore State Manual* Vol. II (T K Velu Pillai)

17. കേശവദാസിനുശേഷം വന്ന ദിവാൻജിമാരിൽനിന്നും തിരിച്ചറിയാൻവേണ്ടി വലിയ ദിവാൻജി എന്നദ്ദേഹത്തെ ബഹുമാനപൂർവ്വം ആളുകൾ പറഞ്ഞുപോന്നു.

18. കർശനമായ നികുതി പിരിവിനുള്ള ശ്രമത്തെ ഉദാരമതിയായ ധർമ്മരാജാവ് ഇടപെട്ടു നികുതിയിളവു നല്കിയതിനു ഉദാഹരണം പൗളിനോസ് പാതിരി വിവരിക്കുന്നുണ്ട്. അതു പിന്നീട് വിവരിക്കുന്നുണ്ട്. അത്തരം ഇടപെടലുകൾ ഉണ്ടാവാതിരിക്കാൻ വേണ്ടി രാജാവ് ആരെയും കാണുന്നതിൽ നിന്നും ഒഴിഞ്ഞുമാറി.

19. വി ആർ പരമേശ്വരൻ പിള്ള. *വേലുത്തമ്പിദളവാ*, പുറം 52-53

20. ആർ മഹാദേവയ്യൻ. *Travancore Revenue Manual* Vol. IV p. 164-5 യുദ്ധനികുതികൾ പിരിച്ചെടുത്തു കടം വീട്ടുവാൻ സാധിച്ചിരുന്നില്ല എന്നും നാട്ടിൽ അസംതൃപ്തി വളർന്നു വരികമൂലം ധർമ്മരാജാവിന്റെ അവസാന കാലവും പിൻഗാമിയുടെ ആദ്യകാലവും ക്ലേശപൂർണ്ണമായിരുന്നു എന്നും സർ ടി മാധവറാവുവിന്റെ തിരുവിതാംകൂർ ചരിത്രത്തിൽ നിന്നും ഉദ്ധരിക്കുന്നു.

21. മണ്ഡപത്തിൽ വാതിൽതോറും റവന്യു കണക്കുകൾ സൂക്ഷിക്കുന്നയാൾ.

22. ശ്രീപത്മനാഭക്ഷേത്രം വക വസ്തുക്കളുടെ വിചാരിപ്പുകാരൻ. ക്ഷേത്രംവക വസ്തുക്കളിൽ കൂടുതലും നാഞ്ചിനാട്ടായിരുന്നതിനാൽ തമ്പിക്കു നാഞ്ചിനാട്ടുകർഷകരുമായി നല്ല അടുപ്പമായിരുന്നു.
23. ദേശിവിനായകംപിള്ളെ. *Mudaliar Manuscripts*, Kerala Society Papers, Series 7, Document 4. വെന്തയം = ചിലങ്ക. മുരശിന്റെ ഓരോ വശത്തും ഘടിപ്പിച്ച ചിലങ്കകൾ മുരശുകൊട്ടുമ്പോൾ കിലുങ്ങി ശബ്ദമുണ്ടാക്കുന്നു.
24. രാജാവിനും കുടുംബാംഗങ്ങൾക്കും പ്രത്യേകം പല്ലക്കുകളുണ്ടായിരിക്കും. ആ പല്ലക്കിലായിരിക്കും മൃതദേഹം ശ്മശാനത്തിലേക്കു കൊണ്ടുപോവുക. അതിനുശേഷം ആ പല്ലക്ക് ശ്രീകണ്ഠേശ്വരത്തെ പോണ്ടർ തെരുവിലുള്ള പല്ലക്കുപുരയിൽ ഉപേക്ഷിക്കപ്പെടുകയാണു പതിവ്, (വി നരസിംഹൻതമ്പി, *തിരുവിതാംകൂർ രാജവംശവും വലിയകൊട്ടാരവും* പുറം 71) ഇപ്രകാരം ഉപേക്ഷിക്കപ്പെട്ട പല്ലക്കു രാജാവിന്റെ മരണം കഴിഞ്ഞു ഒരു വർഷത്തിനുശേഷം നമ്പൂതിരി ഉപയോഗിച്ചത് തെറ്റെന്നു പറയാനാവില്ല. ദിവാൻ എന്ന നിലയിൽ നമ്പൂതിരിക്കു പുതിയ പല്ലക്ക് സർക്കാരിൽ നിന്നു നല്കപ്പെടാൻ അർഹതയുള്ളതാണ്. 19-ാം നൂറ്റാണ്ടിന്റെ തുടക്കത്തിലും ശ്രീകണ്ഠേശ്വരത്തെ പോണ്ടൻതെരുവ് ഉപേക്ഷിക്കപ്പെട്ട പല്ലക്കുകളും ശവപ്പറമ്പായിരുന്നത്രെ!
25. വി ആർ പരമേശ്വരൻപിള്ള. *വേലുത്തമ്പിദളവാ*, പുറം 65 "നിനക്കു മാവേലിക്കരമുളകു മടിശ്ശീല സർവ്വാധികാര്യം വിചാരിപ്പാൻ പിടിപാടു സാധനം തന്ന് ആക്കുകകൊണ്ട് മാസം ഒന്നുക്കു 600 പണം വീതം 975 ആവണിമാസം ഒന്നുമുതല്ക്കു മാവേലിക്കര മുളകു മടിശ്ശീലയിൽ നിന്നും പറ്റി പറ്റുശീട്ടും കൊടുത്തു......"
26. Do. പുറം 69
27. Do. പുറം 70
28. Do. പുറം 68. മറിപ്പെന്നത് ധർണ എന്ന ഹിന്ദുസ്ഥാനി പദത്തിന്റെ മലയാളമാണ്. പണം കിട്ടാനുള്ള ഉത്തമർണ്ണൻ അധമർണ്ണനു മുമ്പിൽ ധർണ നടത്തുക ഇന്ത്യയൊട്ടുക്കും അന്നു നടപ്പുള്ള ഏർപ്പാടായിരുന്നു.
29. Document No. 187, *Appendix to Travancore State Manual*, Vol. II (T K Velu Pillai)
30. B Sobhanan. *Tragic end of Raja Kesava Das and his family*, Journal of Kerala Studies Vol. II parts III&IV
31. കിഴക്കേമുഖത്തു വലിയ സർവ്വാധികാര്യം വിചാരിച്ച വർക്കല കൃഷ്ണൻ ചെമ്പകരാമൻ എഴുതിയ വര്യോല, പുറം 85 ചരിത്രത്തിന്റെ ഏടുകൾ, കിഴക്കേ മഠത്തിൽ ഗോവിന്ദൻ നായർ.
32. C V R Document No. 208, *Travancore State Maual*, Vol. II App. P. 261.

ത്രിമൂർത്തികൾ

ലഫ്റ്റനന്റ് കേണൽ കോളിൻ മെക്കാളെ

പതിനൊന്നുവർഷം തിരുവിതാംകൂറിൽ റസിഡണ്ടായിരുന്ന മെക്കാളെയെപ്പറ്റി ചരിത്രകാരന്മാർക്കു നല്ല അഭിപ്രായം പറയാനില്ല. അദ്ദേഹം മഹാ ധിക്കാരിയും വെള്ളക്കാരന്റെ വലിപ്പത്തിൽ ഊറ്റംകൊണ്ടിരുന്നവനുമാണെന്നും, അദ്ദേഹത്തിന്റെ ഔദ്യോഗിക നിലയെപ്പറ്റിയോ വ്യക്തി ജീവിതത്തെപ്പറ്റിയോ കമ്പനി റിക്കാർഡുകളിൽ ഒരു നല്ല അഭിപ്രായം രേഖപ്പെടുത്തിക്കാണുന്നില്ല.[1] മെക്കാളെയുടെ പ്രതികാരബുദ്ധിയും, അധികാരമോഹവും, നിർദ്ദയത്വവും, എതിരഭിപ്രായത്തോടുള്ള അസഹ്യതയും തിരുവിതാംകൂർ ചരിത്രകാരന്മാർ ഒരുപോലെ വിവരിച്ചിട്ടുള്ളതാണ്. നയതന്ത്ര വിശാരദന്മാരായ ബ്രിട്ടീഷ് ഉദ്യോഗസ്ഥന്മാർക്ക് സ്കോട്ടുലന്റുകാരനായ മെക്കാളെ ഒരപവാദമായിരുന്നു. പരുക്കൻ സ്വഭാവക്കാരനായ ഒരു പട്ടാളക്കാരൻമാത്രമായിരുന്നു അദ്ദേഹം. ഒരു പട്ടാള ഉദ്യോഗസ്ഥനെന്ന നിലയിലും അദ്ദേഹം ഒരു വിജയമായിരുന്നില്ല.

1801 ഫെബ്രുവരിമാസത്തിൽ പാളയംകോട്ടയുള്ള തന്റെ ബംഗ്ലാവിൽ അത്താഴം കഴിച്ചുകൊണ്ടിരിക്കെ തൊട്ടടുത്തുള്ള ജയിലിൽ കഴിഞ്ഞിരുന്ന വിപ്ലവകാരികൾ ഊമത്തുരൈ എന്ന കട്ടബൊമ്മന്റെ നേതൃത്വത്തിൽ തടവുചാടിപ്പോയത് നാണക്കേടായിത്തീർന്നു.. ജയിൽചാടിയവരുടെ ദയകൊണ്ടുമാത്രമാണ് മെക്കാളെ രക്ഷപ്പെട്ടത്. രക്ഷപ്പെട്ടുപോയവർ പാഞ്ചാലംകുറിച്ചിയിൽ മടങ്ങിച്ചെന്ന് ഞൊടിയിടകൊണ്ട് കോട്ട പുതുക്കിപ്പണിയിച്ചതും അവിടെ ആക്രമണം നടത്തിയ മെക്കാളെയ്ക്കും സൈന്യത്തിനും നേരിട്ടതിരിച്ചടികളും ഒരു കമാണ്ടർ എന്ന നിലയിൽ അദ്ദേഹത്തിനു ഭൂഷണമായിരുന്നില്ല.[2] 1901 മാർച്ചുമാസം 30-ാം തീയതി നടന്ന ആ വിഫലശ്രമത്തിനുശേഷം സൈനിക നടപടികൾ കേണൽ ആഗ്ന്യൂ

എന്നയാളെ ഏല്പിച്ചശേഷം മെക്കാളെ വീണ്ടും തിരുവനന്തപുരത്തേക്കു പോയി. ഒരു സുഹൃദ് രാജ്യത്തിലേക്കുള്ള സ്ഥാനപതി എന്ന നിലയിലല്ല മെക്കാളെ തിരുവനന്തപുരത്തു തിരിച്ചുവന്നത്. തിരുവിതാംകൂറിനെ ഒരു സാമന്തരാജ്യമായിട്ടു മാത്രമേ മെക്കാളെ കരുതിയുള്ളൂ. ആ വർഷം (1801ൽ) നവാബിന്റെ ഭരണം അവസാനിപ്പിച്ച് കർണ്ണാടകസംസ്ഥാനഭരണം ഈസ്റ്റിന്ത്യാക്കമ്പനി ഏറ്റെടുത്തു. തന്മൂലം, നവാബിന്റെ സാമന്തനായിരുന്ന രാജാവിനു ബ്രിട്ടീഷ് മേല്ക്കോയ്മ നിഷേധിക്കാനാവാത്ത നിലയിലായി. 1795 ലെ ഉടമ്പടി തിരുത്തിയെഴുതേണ്ട ആവശ്യത്തിനു റസിഡണ്ടിൽനിന്നും തിരുവിതാംകൂറിന്റെ മേൽ സമ്മർദ്ദം ഇതുമൂലം കൂടിവന്നു.

രാജാവിന്റെ പ്രതികരണം

ഒരു ദുർബ്ബലനായ രാജാവായി ബാലരാമവർമ്മയെ ചരിത്രകാരന്മാർ ചിത്രീകരിക്കുന്നത് തീരെ ശരിയല്ല. തന്റെ നാടിന്റെ സ്വാതന്ത്ര്യം ഇംഗ്ലീഷുകാർക്ക് അടിയറവയ്ക്കുന്നതിനെ അദ്ദേഹം ജീവിതകാലം മുഴുവൻ എതിർത്തു. അക്കാരണത്താൽ ഉദ്ധതനായ മെക്കാളെയുമായുള്ള പ്രഥമസന്ദർശനത്തിൽ തന്നെ റസിഡണ്ടിനെതിരെ വെറുപ്പാണ് അദ്ദേഹത്തിലുടലെടുത്തത്. നാട്ടുരാജ്യങ്ങളിലെ മന്ത്രിമാരെ ആജ്ഞാനുവർത്തികളാക്കിവച്ചുകൊണ്ട് നാടിന്റെ ഭരണം പരോക്ഷമായി നിയന്ത്രിക്കുന്ന ബ്രിട്ടീഷ് സമ്പ്രദായത്തെപ്പറ്റി രാജാവിനു നല്ലവണ്ണം അറിയാമായിരുന്നു. അതുകൊണ്ടുതന്നെയാണ് കമ്പനിയുമായി സഹകരിക്കുന്ന തന്റെ മന്ത്രിമാരെ സംശയദൃഷ്ട്യാ അദ്ദേഹം വീക്ഷിച്ചത്. ഇംഗ്ലീഷുകാരുമായുള്ള സൗഹൃദം ഒരിക്കലും ഉപേക്ഷിക്കരുത് എന്ന് അദ്ദേഹത്തിന്റെ മാതുലൻ ഉപദേശം നല്കിയിരുന്നുവെങ്കിലും എന്തുകൊണ്ടോ മെക്കാളെയുമായി യോജിച്ചുപോകാൻ അദ്ദേഹത്തിനു സാധിച്ചിരുന്നില്ല.

രാജാവിനേക്കാൾ കുറെക്കൂടെ പ്രായോഗികബുദ്ധി ഉണ്ടായിരുന്ന വേലുത്തമ്പി, രാജാകേശവദാസിന്റെ കാല്പാടുകളെ പിന്തുടർന്ന് ഇംഗ്ലീഷുകാരുമായുള്ള ചങ്ങാത്തം നിലനിർത്താനായിരുന്നു ആഗ്രഹിച്ചത്. തന്നെക്കാൾ സീനിയറായ ചിലരെ ഒഴിവാക്കിയിട്ടു തന്നെ ദിവാനാക്കിയത്[3] ഇംഗ്ലീഷുകാരുടെ സമ്മർദ്ദംമൂലമാണെന്നും അദ്ദേഹം ബോധവാനായിരുന്നു. കുലമഹിമയും[4] നേതൃത്വഗുണവും ഒത്തിണങ്ങിയിരുന്നിട്ടുപോലും പരുക്കൻ സ്വഭാവക്കാരനായ മെക്കാളെയുമായി യോജിച്ചുപോകാൻ അദ്ദേഹം വളരെ ശ്രദ്ധിച്ചു. ഉടമ്പടി പുതുക്കലിനെപ്പറ്റി നിരന്തരം മെക്കാളെ വേലുത്തമ്പിയുടെ മേൽ സമ്മർദ്ദം ചെലുത്തിക്കൊണ്ടിരുന്നപ്പോഴും അദ്ദേഹം വിനയപൂർവ്വം നല്കിയ മറുപടി, തനിക്കു ഭരണപരിചയം കുറവാണെന്നും അതുകൊണ്ട് രാജാവുമായി ഇക്കാര്യത്തെപ്പറ്റി ചർച്ചചെയ്തു അദ്ദേഹത്തെക്കൊണ്ട് സമ്മതിപ്പിക്കാൻ അല്പം സാവകാശം വേണമെന്നുമായിരുന്നു. ഉടമ്പടിയിൽ ഉൾപ്പെടുത്താൻ മെക്കാളെ മുന്നോട്ടുവച്ച ചിലവ്യവസ്ഥകൾ ഒരുവിധത്തിലും രാജാവിനു സ്വീകാര്യ

മാവുകയില്ല എന്ന് ദിവാന് നല്ല നിശ്ചയമുണ്ടായിരുന്നു. എങ്കിലും അദ്ദേഹം നിരാശനാകാതെ, റസിഡണ്ടിനെയും രാജാവിനെയും തമ്മിൽ യോജിപ്പിക്കാൻ ശ്രമം തുടർന്നുകൊണ്ടേയിരുന്നു. പക്ഷേ, ഭരണകാര്യങ്ങളിൽ വ്യാപൃതനായി അവിശ്രാന്തം ഓടിനടന്ന അദ്ദേഹത്തിനു രാജാവുമായി സമ്പർക്കം വളരെ വിരളമായേ ഉണ്ടായിരുന്നുള്ളൂ. അതേസമയം, സമ്പ്രതി കുഞ്ചുനീലൻപിള്ള, വലിയമേലെഴത്തു മുത്തുപിള്ള, വലിയകൊട്ടാരം വിചാരിപ്പുകാരനായിരുന്ന പപ്പുത്തമ്പി തുടങ്ങിയവർ എപ്പോഴും തിരുവനന്തപുരത്തുതന്നെ ഉണ്ടായിരുന്നതുകൊണ്ട് അവർക്കു ദിവാനേക്കാൾ കൂടുതൽ രാജാവിനെ സ്വാധീനിക്കാൻ കഴിഞ്ഞിരുന്നു.

ക്രി. 1802 അവസാനം പുതുക്കിയ ഉടമ്പടിയുടെ നക്കലുമായി ബംഗാളിൽ ചെന്നു ഗവർണർജനറലുമായി നേരിട്ടു സംസാരിച്ച് ഉടമ്പടിക്കു അവസാനരൂപം നല്കാമെന്നു മെക്കാളെ പ്രതീക്ഷിച്ചു. അതിനുവേണ്ടി ദിവാന്റെ മേൽ അദ്ദേഹം കൂടുതൽ സമ്മർദ്ദം ചെലുത്തിയെങ്കിലും കൂടുതൽ സമയം വേണമെന്നാണ് ദിവാൻ അപ്പോഴും പറഞ്ഞത്. ഡിസംബർ 24-ാം തീയതിക്കുമുമ്പ് കരടിനു രൂപം നല്കിയാൽ അതു കൽക്കത്താ കൗൺസിലിന്റെ അംഗീകാരത്തോടെ മടങ്ങിവരാൻ ആറുമാസം വേണ്ടിവരുമെന്നും അത്രയും സമയംകൊണ്ട് എല്ലാം ശരിയാക്കണമെന്നുമായിരുന്നു മെക്കാളെ പറഞ്ഞത്. കരാറിന്റെ രൂപരേഖയുമായി മെക്കാളെ പത്മനാഭപുരത്തുപോയി രാജാവിനെ കാണാൻ ശ്രമിച്ചു. കൽക്കത്തായ്ക്കുപോകുമ്പോൾ ഗവർണ്ണർ ജനറലിനു ചില സമ്മാനങ്ങൾ തന്നയയ്ക്കാമെന്നു ദിവാൻ പറഞ്ഞപ്പോൾ മെക്കാളെ നല്കിയ മറുപടി, ഗവർണർ ജനറലിനു ഏറ്റവും ഇഷ്ടപ്പെടുന്ന സമ്മാനം പുതുക്കിയ ഉടമ്പടിയാണെന്നും അതുകൊണ്ടു അതു രാജാവിനെക്കൊണ്ടു അംഗീകരിപ്പിക്കണമെന്നുമായിരുന്നു. പത്മനാഭപുരത്തുചെന്ന റസിഡണ്ടിനു ഒന്നുരണ്ടുദിവസം രാജാവിനെ കാണാൻപോലും സാധിച്ചില്ല. പിന്നീട് 24-ാം തീയതി രാജാവിനെകണ്ട് റസിഡണ്ട് ആവശ്യപ്പെട്ട കാര്യങ്ങൾ ഇപ്രകാരമാണ്. ഫ്രഞ്ചുകാരുടെ നിലപാടുകാരണം ഇന്ത്യയിൽ ഈസ്റ്റിന്ത്യാക്കമ്പനിയുടെ സൈനികശേഷി വർദ്ധിപ്പിക്കാൻ നിവൃത്തിയില്ല. കമ്പനിയുടെ ചിരകാല സുഹൃത്തെന്നനിലയിൽ ഇക്കാര്യത്തിൽ തിരുവിതാംകൂറിന്റെ സഹായം ആവശ്യമാണ്. തിരുവിതാംകൂറിന്റെ അയൽ രാജ്യങ്ങളിൽ ഇപ്പോൾ കമ്പനിക്കു പ്രശ്നങ്ങളൊന്നും ഇല്ലാത്തതുകൊണ്ട് ഇനി തിരുവിതാംകൂർ സൈന്യത്തിന്റെ ആവശ്യം കമ്പനിക്ക് ഇല്ല. അതേസമയം കമ്പനിയുടെ സൈനികശേഷി വർദ്ധിപ്പിക്കേണ്ടിയിരിക്കുന്നതിനാൽ ഇപ്പോഴുള്ളതിനേക്കാൾ ഒരു റജിമെന്റ് (നാലു ബറ്റാലിയൻ) ബ്രിട്ടീഷ് പട്ടാളത്തെക്കൂടെ തിരുവിതാംകൂറിൽ നിർത്തണം. അതിന്റെ ചെലവുകൂടെ തിരുവിതാംകൂർ വഹിക്കണം.

രാജാവിന്റെ പ്രതികരണം ഊഹിക്കാവുന്നതേയുള്ളൂ. തിരുവിതാംകൂറിന്റെ സാമ്പത്തികസ്ഥിതി ഇപ്പോൾതന്നെ വളരെ മോശമാണ്. മൂന്നു ബറ്റാലിയൻ സൈന്യത്തിന്റെ ചെലവുപോലും വഹിക്കാൻ കഴിയാതി

രിക്കെ നാലു ബറ്റാലിയൻ സൈന്യത്തിന്റെ ചെലവുകൂടി വഹിക്കുക എന്നത് അചിന്ത്യമാണ്. എന്നിരുന്നാലും കമ്പനിയുടെ ബുദ്ധിമുട്ടുകൾ മനസ്സിലാക്കാവുന്നവയായതുകൊണ്ട് കഴിവനുസരിച്ച് വേണ്ട ധനസഹായം ആവശ്യം വരുമ്പോൾ നല്കാൻ തയ്യാറാണ്. അതിനുവേണ്ടി കരാർ പുതുക്കേണ്ട ആവശ്യമില്ല. കുരുമുളകിന് കമ്പനി ഇപ്പോൾ നല്കുന്ന വില തീരെ കുറവാണ്. അത് കൂട്ടിത്തന്നില്ലെങ്കിൽ തിരുവിതാംകൂറിന്റെ സ്ഥിതി ഇനിയും കഷ്ടത്തിലാവും. തിരുവിതാംകൂറിന്റെ സംരക്ഷണത്തിനുപോലും കൂടുതൽ പണം നല്കേണ്ടി വരില്ല എന്ന മുൻ ഉടമ്പടിയിലെ നാലാം വകുപ്പും രാജാവു ചൂണ്ടിക്കാട്ടി. രാജാവു പറഞ്ഞതെല്ലാം താൻ ഗവർണർ ജനറലിന്റെ ശ്രദ്ധയിൽപ്പെടുത്താമെന്നും കുരുമുളകിന്റെ വില ഇപ്പോഴത്തെ വാണിജ്യക്കരാറിന്റെ കാലാവധി തീരുമ്പോൾ പരിഗണിക്കാവുന്നതേയുള്ളൂവെന്നും മെക്കാളെ പറഞ്ഞു. ചർച്ച ആകപ്പാടെ പരാജയമായിരുന്നു എന്നു റസിഡണ്ടിനു മനസ്സിലായി. വേലുത്തമ്പി രാജാവിനെ വേണ്ടവണ്ണം സ്വാധീനിച്ചിരിക്കാമെന്നും അതുകൊണ്ടു രാജാവ് കരടു ഉടമ്പടി അംഗീകരിക്കുമെന്നുമായിരുന്നു മെക്കാളെ പ്രതീക്ഷിച്ചിരുന്നത്. ദളവാ[5] തന്നെ ചതിക്കുകയായിരുന്നോ എന്ന് റസിഡണ്ട് സംശയിച്ചു. തന്റെ എതിരാളികളെ ഒടുക്കാൻവേണ്ടി റസിഡണ്ടിനോടു ദളവാ സൗഹൃദം നടിച്ചതാണോ എന്നും മെക്കാളെ സംശയിക്കാതിരുന്നില്ല. ദളവായേക്കാൾ രാജാവിനെ സ്വാധീനിച്ചിരുന്നത് അദ്ദേഹത്തിന്റെ മറ്റ് ഉപദേഷ്ടാക്കളായിരുന്നു എന്നു മെക്കാളെ വേണ്ടവണ്ണം ധരിച്ചിരുന്നില്ല.

കൽക്കത്തായ്ക്കു പോയ റസിഡന്റ് ഏപ്രിൽമാസം മടങ്ങിയെത്തി. രാജാവിന് ഗവർണർ ജനറലിന്റെ ഒരു സന്ദേശവും കുറെ പാരിതോഷികങ്ങളും മെക്കാളെകൊണ്ടുപോന്നു. വിലപിടിപ്പുള്ള ഒരു ജോഡി ഷാൾ, സങ്കീർണ്ണമായ ഉടയാടകൾ എന്നിവയായിരുന്നു സമ്മാനങ്ങൾ. സന്ദേശത്തിൽ, ഉടമ്പടിക്ക് അവസാനരൂപം നല്കുന്നതിന് താൻ റസിഡണ്ടിനെ ചുമതലപ്പെടുത്തിയിട്ടുണ്ടെന്നും അതിനംഗീകാരം നല്കി രാജാവ് തനിക്കു കമ്പനിയോടുള്ള സൗഹൃദം തെളിയിക്കണമെന്നും ഗവർണർ ജനറൽ എഴുതിയിരുന്നു. വേലുത്തമ്പിയുടെ ഭരണസാമർത്ഥ്യത്തെ പ്രശംസിച്ചുകൊണ്ടും സന്ദേശത്തിൽ പരാമർശമുണ്ടായിരുന്നു. പാരിതോഷികങ്ങൾ ദളവായ്ക്കും അയച്ചുകൊടുത്തിരുന്നു. ഇതിലൊക്കെ സന്തുഷ്ടനായ ദളവാ ഉടമ്പടി പുതുക്കുന്നതിനനുകൂലമായി രാജാവിന്റെ മേൽ സമ്മർദ്ദം ചെലുത്തി. രാജാവു വഴങ്ങുമെന്നുള്ള ശുഭപ്രതീക്ഷയാണ് തനിക്കുള്ളതെന്നും ദളവാ റസിഡണ്ടിനെ ധരിപ്പിച്ചു. റസിഡണ്ടും അത് വിശ്വസിച്ചു. ഒരു റജിമെന്റ് എന്നതിനു പകരം ഒരു ബറ്റാലിയൻ എന്നാക്കികുറച്ചാൽ രാജാവ് സമ്മതിച്ചേക്കും എന്നായിരുന്നു വേലുത്തമ്പി പറഞ്ഞത്. അപ്രകാരം സമ്മതിച്ചുകൊണ്ട് റസിഡന്റ് 1903 മാർച്ച് 3-ാം തീയതി സന്ദേശം അയച്ചു. രാജാവിനെക്കൊണ്ട് കരാർ പുതുക്കുന്നതിനു സമ്മതിപ്പിക്കുന്നതിൽ ദളവാ വിജയിച്ചു എന്നും റസിഡണ്ട് കൽക്കത്തയ്ക്ക്

എഴുതി. എന്നാൽ രാജാവിന്റെ മനസ്സ് ദളവാ ശരിക്കു മനസ്സിലാക്കിയിരുന്നില്ല എന്നതാണ് വാസ്തവം.

ഒരു വധശ്രമം

ഉടമ്പടി പുതുക്കാൻ രാജാവു സമ്മതിച്ചില്ലെങ്കിൽ കുഴപ്പമുണ്ടാകുമെന്നും ഇംഗ്ലീഷുകാർ ബലം പ്രയോഗിക്കാൻ മടിക്കുകയില്ലെന്നും ദളവാ രാജാവിന് സൂചന നല്കിയിരുന്നു. അതുമൂലമാണ് നാലു ബറ്റാലിയനു പകരം ഒരു ബറ്റാലിയൻ കൂടുതലായി വച്ചാൽ അത് രാജാവ് സമ്മതിച്ചേക്കുമെന്നു വേലുത്തമ്പിക്കു തോന്നലുണ്ടായിരുന്നത്. എന്നാൽ രാജാവിന്റെ അടുത്ത ഉപദേഷ്ടാക്കൾ മുൻകരാറിൽ എന്തെങ്കിലും മാറ്റം വരുത്തുന്നതിനുതന്നെ എതിരായിരുന്നു. അതാണ് ശരിയെന്നു രാജാവിനും തോന്നി. എന്നാൽ കഴിഞ്ഞ രണ്ടു വർഷത്തിലേറെയായി മെക്കാളെയിൽ നിന്നുണ്ടായിരുന്ന സമ്മർദ്ദവും അതിനു വേലുത്തമ്പി കൂട്ടുനില്ക്കുന്നതും രാജാവിനു സഹിക്കാവുന്നതിലേറെയായിരുന്നു. കേശവദാസനെപ്പോലെ വേലുത്തമ്പിയേയും ഒഴിവാക്കിയാൽമാത്രമേ ഈ സ്ഥിതിവിശേഷത്തിൽനിന്നും മോചനം ലഭിക്കുകയുള്ളൂ എന്നു രാജാവിന്റെ ഉപദേഷ്ടാക്കൾ കരുതി. രാജാവും അതിനു സമ്മതം മൂളി. 1804 മാർച്ചുമാസത്തിലെ ആറാട്ടിന് ദളവാ തിരുവനന്തപുരത്തെത്തുമ്പോൾ അന്നുരാത്രിയാണ് അതിനു പറ്റിയ അവസരമായി ഇവർ കരുതിയത്.[6] മരണം യാദൃച്ഛികമാണെന്നു വരുത്താനും കഴിയുമായിരുന്നു. പകരം ദളവയായി നിയമിക്കാൻ ആളെയും അവർ നിശ്ചയിച്ചിരുന്നു. പടിഞ്ഞാറെമുഖം വലിയസർവ്വാധികാര്യക്കാർ നീലകണ്ഠൻ ചെമ്പകരാമൻ. അദ്ദേഹം രാജാകേശവദാസന്റെ മനസ്സാക്ഷിസൂക്ഷിപ്പുകാരനായിരുന്നല്ലോ. അക്കാരണത്താൽ ജയന്തൻ ശങ്കരൻ നമ്പൂതിരിയുടെ കാലത്ത് ശാരീരികവും മാനസികവുമായ പീഡനങ്ങൾ അനുഭവിക്കേണ്ടിവന്നയാളുമാണ്. നല്ല ഭരണപരിചയമുള്ള ആളും അന്നത്തെ ഉദ്യോഗസ്ഥന്മാരിൽ ഏറ്റവും സീനിയറും ആയിരുന്നതുകൊണ്ട് അദ്ദേഹം ഇംഗ്ലീഷുകാർക്കും സ്വീകാര്യനാവും എന്നും ഉറപ്പുണ്ടായിരുന്നു.

പദ്ധതി നടപ്പിലാക്കാൻ ചുമതലപ്പെട്ടിരുന്നത് വലിയ യജമാനൻ പത്മനാഭൻ ചെമ്പകരാമനായിരുന്നു. ജനറൽ കുമാരൻതമ്പിയുടെ പ്രതിയോഗിയായിരുന്ന അദ്ദേഹത്തിന് ഇംഗ്ലീഷുകാരോടുള്ള വിരോധം ഏറെയായിരുന്നു. അക്കാരണത്താലാണ് നമ്പൂതിരി ഭരണത്തിനു കൂട്ടുനിന്നതും അതിനുശേഷം നാടുകടത്തപ്പെട്ടതും. എന്നാൽ കുമാരൻതമ്പിയുടെയും മറ്റും മരണശേഷം അദ്ദേഹം വീണ്ടും രാജസേവകനായി കൂടിയിട്ടുണ്ടായിരുന്നു. ഇംഗ്ലീഷുകാരുടെ അപ്രീതിക്കുപാത്രമായ സമ്പ്രതി കുഞ്ചുനീലൻപിള്ളയും ഇക്കാലത്ത് പത്മനാഭപുരത്തിനുസമീപം വഴിക്കലംപാട്ടുള്ള സ്വഗൃഹത്തിൽ കഴിയുകയായിരുന്നു. പറവൂർനിന്നും - പടിഞ്ഞാറുമുഖത്തിന്റെ ആസ്ഥാനം അവിടെയായിരുന്നു - നീലകണ്ഠചെമ്പകരാമനെയും വഴിക്കലംപാട്ടുനിന്നു കുഞ്ചുനീലൻപിള്ളയേയും ആറാട്ടിനു

മുമ്പു തിരുവനന്തപുരത്തു വരുത്താൻ ദൂതന്മാരെ അയച്ചു. തിരുവട്ടാർ സ്വദേശിയായ നീലകണ്ഠൻചെമ്പകരാമനു തിരുവനന്തപുരത്തു താമസിക്കാൻ വീടും തയ്യാറാക്കിയിരുന്നു.

തനിക്കെതിരായി ഒരു ഗൂഢാലോചന നടക്കുന്നു എന്ന വിവരം ആലപ്പുഴ താമസം ഉറപ്പിച്ചിരുന്ന ദളവായ്ക്കു കിട്ടി. രാജാവിന്റെ ഭാര്യഗൃഹങ്ങളിലൊന്നായ അരുമന അമ്മവീട്ടിൽ നിന്നുമാണ് വിവരം ലഭിച്ചത്.[7] മാർച്ചുമാസം 17-ാം തീയതി വിവരംകിട്ടിയ ഉടനെ മെക്കാളെയുമായി ദളവാ ബന്ധപ്പെട്ടു. രാജാവിന് എന്തെങ്കിലും തെറ്റിദ്ധാരണയുണ്ടെങ്കിൽ അതു നേരിട്ടുകണ്ട് സംസാരിച്ചു തീർക്കണമെന്നു മെക്കാളെ തമ്പിയെ ഉപദേശിച്ചു. ആവശ്യമുണ്ടെങ്കിൽ തിരുവനന്തപുരത്തു തന്റെ അസിസ്റ്റന്റ് രാമലിംഗമുതലിയാരുമായും ബന്ധപ്പെടാൻ അദ്ദേഹം ദളവായോടു പറഞ്ഞു. അതിൻപ്രകാരം മാർച്ച് 20-ാം തീയതി ദളവാ തിരുവനന്തപുരത്തെത്തി. അന്നു തന്നെ രാജാവിനെ മുഖംകാണിക്കാൻ ശ്രമിച്ചുവെങ്കിലും രാജാവ് അന്നു സമ്മതിച്ചില്ല. അന്നു രാത്രി ദളവായുടെ ഭൃത്യന്മാരും അനുചരന്മാരും പട്ടാളത്തിന്റെ പിടിയിലായി. ദളവാ രാമലിംഗമുതലിയാരുമായി സമ്പർക്കം പുലർത്തി. മെക്കാളെ രാജാവിനു നല്കാൻ ഒരു കത്തു മുതലിയാർക്കയച്ചിരുന്നു. ആ കത്ത് മുതലിയാർ രാജാവിനെ ഏല്പിച്ചു. ചില ദ്രോഹികളുടെ ഉപദേശം കേട്ട രാജാവ് ദുഷ്ക്കർമ്മത്തിനൊരുങ്ങിയിരിക്കുന്നതായി തനിക്കറിവുകിട്ടിയിരിക്കുന്നുവെന്നും അതുപ്രകാരം എന്തെങ്കിലും സംഭവിക്കുകയാണെങ്കിൽ അതു നാടിന്റെ സമാധാനത്തിനും സുരക്ഷിതത്വത്തിനും ഹാനികരമാവുമെന്നും അതിൽ താക്കീത് ഉണ്ടായിരുന്നു. തനിക്ക് ദുരുദ്ദേശ്യമൊന്നും ഇല്ലെന്നമട്ടിലായിരുന്നു രാജാവിന്റെ പ്രതികരണം. എങ്കിലും രാജാവ് ദളവായ്ക്കു അഭിമുഖം നിഷേധിച്ചപ്പോൾ താൻ തന്നെ രാജാവിനെ നേരിട്ടു കാണാം എന്നു മുതലിയാർ നിശ്ചയിച്ചു. മുതലിയാരുമായുള്ള സംഭാഷണത്തിൽ രാജാവിനു ദളവായുടെ നേർക്കുള്ള അപ്രീതിക്കുള്ള കാരണങ്ങൾ പുറത്തുവന്നു. തന്റെ ഉത്തരവുകൾ പൂർണ്ണമായും നടപ്പാക്കുന്നതിൽ ദളവായ്ക്കുള്ള താല്പര്യക്കുറവാണത്രെ അദ്ദേഹത്തിന്റെ അപ്രീതിക്കു കാരണമായത്. അത്രയും മനസ്സിലാക്കിയ ഉടനെതന്നെ മുതലിയാർ റസിഡണ്ടിനു അടിയന്തര സന്ദേശമയച്ചു: 26-ാം തീയതിയോ അടുത്ത ദിവസമോ റസിഡണ്ടുതന്നെ നേരിട്ടു വന്നു രാജാവിനെ കണ്ടില്ലെങ്കിൽ അദ്ദേഹത്തിനു പിന്നീടൊരിക്കലും ദളവായെ കാണാൻ സാധിച്ചുവെന്നു വരികയില്ല.[8] സന്ദേശം ലഭിച്ച ഉടനെ മെക്കാളെ തിരുവനന്തപുരത്തു പാഞ്ഞെത്തി. ആറാട്ടുകഴിയുംവരെയും ആരെയും കാണുകയില്ല എന്നുപറഞ്ഞു രാജാവു ഒഴിഞ്ഞുമാറാൻ ശ്രമിച്ചുവെങ്കിലും ഉടൻ തന്നെ കാണണമെന്നു മെക്കാളെയും ശാഠ്യംപിടിച്ചപ്പോൾ രാജാവു വഴങ്ങി. തനിക്കു ദളവായോടു അപ്രിയത്തിനുള്ള കാരണങ്ങൾ രാജാവു റസിഡണ്ടിനോടു വിവരിച്ചു. ഉടൻതന്നെ ദളവായെയും വരുത്തി അദ്ദേഹത്തിനു പറയാനുള്ളതു പറയാൻ റസിഡണ്ട് സൗകര്യമൊരുക്കി. രാജാവിന്റെ അപ്രീതിക്കു കാരണ

മായ എല്ലാ കാര്യങ്ങളെപ്പറ്റിയും ദളവാ തന്റെ നിലപാട് സമർത്ഥമായി വിവരിച്ചു. അതോടുകൂടി രാജാവിന് ദുശ്ശങ്കകളെല്ലാം മാറി. താൻ ഭ്രാന്തന്മാരുടെ വാക്കുകേട്ടതാണ് ഇതിനെല്ലാം കാരണമായതെന്ന് അദ്ദേഹം റസിഡണ്ടിനോടു സമ്മതിച്ചു.

രാജാവിനെ തെറ്റിദ്ധരിപ്പിച്ച 'ഭ്രാന്തന്മാരെ' ശിക്ഷിക്കണമെന്നു മെക്കാളെ നിർബ്ബന്ധിച്ചു. ജനറൽ കുമാരൻ തമ്പി, പേഷ്കാർ ഇരയിമ്മൻ തമ്പി എന്നിവരുടെ വധത്തിനു കാരണമായവരെയും ശിക്ഷിക്കണമെന്നു കരുതി ഒരു അന്വേഷണക്കമ്മീഷനെ നിയമിച്ചു. അന്വേഷണത്തിൽ എട്ടുപേർ ഉപജാപകന്മാരാണെന്നു വലിയ സർവ്വാധികാരികാര്യക്കാരായ തിരുവട്ടാർ നീലകണ്ഠൻ ചെമ്പകരാമൻ കണ്ടെത്തി. വലിയ യജമാൻ പാർത്ഥിവപുരം പത്മനാഭൻ ചെമ്പകരാമൻ, സമ്പ്രതിയായിരുന്ന വഴികലംപാട് കുഞ്ചുനീലൻപിള്ള, വലിയ കൊട്ടാരം വിചാരിപ്പുകാർ പപ്പുത്തമ്പി, വലിയ മേലെഴുത്തു മുത്തുപ്പിള്ള, പുള്ളിപ്പട്ടാളം വിചാരിപ്പുകാർ കൊച്ചുനാരായണപിള്ള, ചെല്ലംവകവിചാരിപ്പുകാർ അഹിവദനൻ പിള്ള എന്നിവരായിരുന്നു അവർ. ഇവരിൽ ആദ്യത്തെ രണ്ടുപേരെയും ഉദയഗിരിക്കോട്ടയിലും[9] മറ്റുള്ളവരെ മറ്റുപലയിടങ്ങളിലുമായി തടവിലാക്കി. മറ്റു സ്ഥലങ്ങളിലേയ്ക്കു കൊണ്ടുപോയവർ ആത്മഹത്യചെയ്യുകയോ മരിക്കുകയോ കൊല്ലപ്പെടുകയോ ആണുണ്ടായത്. ഇവരിൽ നീലകണ്ഠൻ ചെമ്പകരാമന്റെ ശിക്ഷ അന്യായമായിരുന്നു. സമർത്ഥനായ ആ ഉദ്യോഗസ്ഥനെ വടക്കൻ പറവൂർ നിന്നും കുതിരയെ അയച്ച് രാജാവു തിരുവനന്തപുരത്തേയ്ക്കു വരുത്തുകയായിരുന്നു. കുഞ്ചുനീലൻപിള്ളയ്ക്കു ജനറൽകുമാരൻതമ്പിയുടെയും ഇരയിമ്മൻതമ്പിയുടെയും മരണത്തിൽ പങ്കുണ്ടായിരുന്നുവെങ്കിലും വേലുത്തമ്പിയുടെ വധശ്രമത്തിൽ അദ്ദേഹത്തിനു പങ്കില്ലായിരുന്നു. പത്മനാഭപുരത്തുനിന്നും അദ്ദേഹത്തെ ആളയച്ചു രാജാവു തിരുവനന്തപുരത്തേയ്ക്കു വരുത്തുകയായിരുന്നു. സമർത്ഥനായ ആ ഉദ്യോഗസ്ഥൻ രാജാവിന്റെ ഹിതമനുസരിച്ചു പ്രവർത്തിച്ചിട്ടുള്ളതല്ലാതെ ഒരിക്കലും ദിവാൻ പദവി കാംക്ഷിച്ചിരുന്നില്ല എന്നതു വളരെ വ്യക്തമാണ്.[9a] രാജാവു വേലുത്തമ്പിയെ ദിവാനായി നിയമിച്ചശേഷമാണ് കുമാരൻതമ്പിയേയും ഇരയിമ്മൻതമ്പിയേയും വധിച്ചത്. വേലുത്തമ്പിക്കുശേഷവും നീലകണ്ഠൻ ചെമ്പകരാമനെയാണ് ദളവയാക്കാൻ രാജാവ് ഉദ്ദേശിച്ചിരുന്നത് എന്നു കാണാം. വലിയ യജമാനൻ പത്മനാഭൻചെമ്പകരാമന് രാജാകേശവദാസിന്റെ കുടുംബത്തോടുള്ള വിരോധം മനസ്സിലാക്കാവുന്നതേയുള്ളൂ. അദ്ദേഹത്തിന്റെ ജൂനിയറായ കുമാരൻതമ്പിക്കു ജനറൽ സ്ഥാനം നല്കി നിയമിച്ചത് കേശവദാസായിരുന്നു. ഇവർക്കെല്ലാം മുകളിൽ ഉള്ള വലിയ പടത്തലവൻ മാർത്താണ്ഡൻചെമ്പകരാമന് കർണൽസ്ഥാനം മാത്രമേ അന്നു നല്കപ്പെട്ടിരുന്നുള്ളൂ. കുമാരൻതമ്പിയോടല്ലാതെ വേലുത്തമ്പിയോട് വലിയ യജമാനനു പകയൊന്നും ഇല്ലായിരുന്നു.

വേലുത്തമ്പിയെ വധിക്കാനുള്ള ശ്രമം ഉപജാപകരുടെ പദ്ധതിയാ

യിരുന്നു എന്നു പറയുന്നതിൽ അർത്ഥമില്ല. രാജാവിനു ഇംഗ്ലീഷുകാരോടു പൊതുവേയും മെക്കാളെയോടു പ്രത്യേകമായും ഉണ്ടായിരുന്ന വെറുപ്പിനു കുറേപ്പേർ ബലിയാടുകളായി എന്നുമാത്രം. മെക്കാളെയോടു സഹകരിച്ചതിനുശേഷം വേലുത്തമ്പിയെ വധിക്കുവാൻ രാജാവു തന്നെ തീരുമാനിച്ചതാണ്. അദ്ദേഹത്തിന്റെ പാർശ്വവർത്തികൾ അതിനു ഒത്താശ ചെയ്തു എന്നു മാത്രം. വേലുത്തമ്പിക്കെതിരായി പ്രവർത്തിച്ചതിനു വലിയമേലേഴുത്തു മുത്തുപിള്ള, പുള്ളിപ്പട്ടാളം വിചാരിച്ച നാരായണൻചെമ്പകരാമൻ (കൊച്ചുനാരായണപിള്ള) എന്നിവർ മാത്രമാണ് ഉത്തരവാദികൾ എന്നാണ് അന്ന് കിഴക്കുംമുഖം വലിയ സർവ്വാധികാര്യക്കാരായിരുന്ന കൃഷ്ണൻ ചെമ്പകരാമൻ പ്രസ്താവിച്ചിരിക്കുന്നത്. അന്നു വലിയ പടത്തലവനായിരുന്ന മാർത്താണ്ഡൻ ചെമ്പകരാമനാകട്ടെ വേലുത്തമ്പിയെ വധിക്കാനുള്ള ശ്രമത്തെപ്പറ്റി ഒന്നും തന്നെ പറയുന്നില്ല. രാജാവിനുനേരെ കുറ്റാരോപണം നടത്തുന്നതിലുള്ള വൈമുഖ്യമാണതിനു കാരണം. വലിയ മേലെഴുത്തു മുത്തുപ്പിള്ളയും കൊച്ചുനാരായണപിള്ളയും ചേർന്നു ദിവാനെ വധിക്കാൻ പദ്ധതിയിട്ടു എന്നുകരുതുന്നതിനേക്കാൾ രാജാവിന്റെ ഇംഗിതം നടപ്പിലാക്കാൻ അവർ ശ്രമിച്ചു എന്നു കരുതുന്നതാവും ശരി. രാജാവിനെ ഒരു തിരുമണ്ടൻ ആയിട്ടാണ് ഇംഗ്ലീഷുകാർ രേഖപ്പെടുത്തിയിട്ടുള്ളത്. തന്റെ മന്ത്രിമാർ തന്നെ അനുസരിക്കുന്നില്ല എന്ന തോന്നൽ അപകർഷതാബോധംമൂലം അദ്ദേഹത്തിനുണ്ടായതായിരിക്കാം. രാജാകേശവദാസനെയും അയ്യപ്പൻ ചെമ്പകരാമനെയും വേലുത്തമ്പിയെയും അദ്ദേഹം ഒഴിവാക്കിയതിനു ഇതല്ലാതെ മറ്റൊരു കാരണവും കാണുന്നില്ല. ഇംഗ്ലീഷുകാരെ ഭയന്ന് ഇതെല്ലാം രഹസ്യമായി നിർവ്വഹിക്കാൻ അദ്ദേഹം ശ്രദ്ധിക്കുകയും സ്വന്തം സുരക്ഷിതത്വത്തിനു വേണ്ടി തന്റെ ആജ്ഞാകരന്മാരെ അദ്ദേഹം കൈവിട്ടുകളയുകയുമാണ് ചെയ്യുന്നത്. ഇതുമൂലം ഉദ്ദേശിച്ചതിൽനിന്നും വിപരീതമായ ഫലമാണുണ്ടായത്. മെക്കാളെയുടെ ഇടപെടലുകൾമൂലം ജീവൻ രക്ഷിച്ച ദളവാ റസിഡണ്ടിനു കൂടുതൽ വിധേയനാവുകയാണുണ്ടായത്.

പട്ടാളവിപ്ലവം

ദളവായെ റസിഡണ്ടിനോടു കൂടുതൽ അടുപ്പിച്ച മറ്റൊരു സംഭവമാണ് സൈനിക കലാപം. ഇത്തവണ വേലുത്തമ്പിയെ മാത്രമല്ല മെക്കാളെയെയും വധിക്കുന്നതിനായിരുന്നു ഉദ്യമം. പക്ഷേ, രാജാവു പുള്ളിപ്പട്ടാളത്തിന്റെ ഈ സംരംഭത്തിനു കൂട്ടുനിന്നില്ലെന്നു മാത്രമല്ല പട്ടാള കലാപത്തെപ്പറ്റി മുൻകൂർ അറിവ് ദളവായ്ക്കു നല്കി എങ്ങനെയും രക്ഷപ്പെട്ടുകൊള്ളാൻ പറയുകയുംചെയ്തു. രാജാവിന്റെ ഈ മനസ്സുമാറ്റത്തിനു കാരണമുണ്ടായിരുന്നു. വേലുത്തമ്പിയുടെ നേർക്കുണ്ടായ വധശ്രമത്തെപ്പറ്റി റസിഡണ്ട് ഗവർണർ ജനറലിന് എഴുതിയ കത്തിൽ രാജാവിന്റെ നടപടിയെ അപലപിക്കണമെന്ന് ആവശ്യപ്പെട്ടിരുന്നു. കമ്പനിയുടെ വിശ്വസ്തനായ ദളവായെ വധിക്കുന്നത് കമ്പനിയോടു കാണിക്കുന്ന ശത്രുതാ

നടപടിയായി കാണുമെന്നു രാജാവിനെ ഓർമ്മിപ്പിച്ചാൽ അദ്ദേഹം ഭയന്ന് കമ്പനിയുടെ നേർക്കു കൂടുതൽ സൗഹാർദ്ദപൂർവ്വം പെരുമാറുമെന്നും മെക്കാളെ എഴുതി. ഗവർണ്ണർ ജനറൽ അപ്രകാരംതന്നെ രാജാവിനെഴുതി. പരോക്ഷമായി രാജാവിനു താക്കീത് നല്കിക്കൊണ്ടും എന്നാൽ അനുനയപൂർവ്വവുമായിരുന്നു കത്ത്. കൂടാതെ രാജാവിനും ദളവായ്ക്കും വിലപിടിപ്പുള്ള സമ്മാനങ്ങളും കത്തിനോടൊപ്പം അയച്ചുകൊടുത്തു. തന്റെ തെറ്റു ഗവർണ്ണർ ജനറൽ പൊറുത്തതിലും മറ്റുള്ള രാജാക്കന്മാരിൽ അധികമായി ഗവർണ്ണർ ജനറൽ തന്നോടു സൗഹൃദം കാട്ടിയതിലും രാജാവ് അതീവ സന്തുഷ്ടനായി. ദളവായുടെയും റസിഡണ്ടിന്റേയും നേർക്ക് രാജാവിനുണ്ടായിരുന്ന മനംമാറ്റത്തിന്റെ പശ്ചാത്തലം ഇതായിരുന്നു.

സന്തുഷ്ടനായ രാജാവ് പുള്ളിപ്പട്ടാളത്തെ കൂടുതൽ കാര്യക്ഷമമാക്കുന്നതിനുള്ള ചുമതല മെക്കാളെയെ ഏല്പിച്ചു. തിരുവിതാംകൂർ സൈന്യത്തിൽ കുഞ്ചുക്കൂട്ടം എന്നും പുള്ളിപ്പട്ടാളം എന്നും രണ്ടു വിഭാഗമുണ്ടായിരുന്നു. കുഞ്ചുക്കൂട്ടം ആവശ്യപ്പെടുമ്പോൾ മാത്രം സേവനത്തിനെത്തേണ്ട, പരിശീലനം സിദ്ധിച്ച നായന്മാരുടെ കരുതൽ സൈന്യം (മിലിഷ്യാ) ആയിരുന്നു. പുള്ളികൾ വിദഗ്ദ്ധ പരിശീലനം ലഭിച്ച സ്ഥിരം സൈന്യവും. ഇന്ത്യയിലെ നാട്ടുരാജ്യ സൈന്യങ്ങളിൽ വച്ച് താരതമ്യേന സുശിക്ഷിതരായിരുന്നു പുള്ളിപ്പട്ടാളം. മൈസൂർ സൈന്യത്തിനൊപ്പം നില്ക്കത്തക്കവണ്ണം കേശവദാസ് അവരുടെ നിലവാരം മെച്ചപ്പെടുത്തിയിരുന്നു. സബ്സിഡിയറി റജിമെന്റിന്റെ ഒന്നോ രണ്ടോ ബറ്റാലിയൻ കൂടെ തിരുവിതാംകൂറിൽ നിയമിക്കുന്നതിനുപകരം പുള്ളിപ്പട്ടാളത്തെ കൂടുതൽ നവീകരിച്ച് ഇംഗ്ലീഷുകാർക്കു ആവശ്യം വരുമ്പോൾ വിട്ടു കൊടുക്കാനായിരുന്നു റസിഡണ്ടും തിരുവിതാംകൂറുമായി ധാരണയിലെത്തിയത്. അതിനു വേണ്ടിയാണ് പുള്ളിപ്പട്ടാളത്തെ കേണൽ മെക്കാളെയുടെ നിയന്ത്രണത്തിൽ വിട്ടുകൊടുത്തത്.

പുള്ളിപ്പട്ടാളത്തെ കൂടുതൽ കാര്യക്ഷമമാക്കാനും കുഞ്ചുക്കൂട്ടത്തിന്റെ സേവനം അവസാനിപ്പിക്കാനുമായിരുന്നു മെക്കാളെ ശുപാർശ ചെയ്തത്. നെപ്പോളിയന്റെ നേതൃത്വത്തിൽ ഫ്രഞ്ചുകാർ ഇന്ത്യ ആക്രമിക്കുമെന്ന തോന്നലുണ്ടായിരുന്നതിനാൽ ഇംഗ്ലീഷുകാരായ ഓഫീസർമാരുടെ കീഴിൽ തിരുവിതാംകൂർ സൈന്യത്തെ സംഘടിപ്പിക്കാനും ശ്രമം നടന്നു. പ്രതിമാസം ആറര രൂപ മാത്രം ശമ്പളം ലഭിച്ചിരുന്ന സാധാരണ ഭടന്റെ ശമ്പളം കൂട്ടാനും അയോഗ്യരായവരെ പറഞ്ഞയക്കാനും മെക്കാളെ നടപടി എടുത്തു. ശമ്പളം നല്കുന്നതിൽ മുടക്കം വരുത്താതിരിക്കാനും നടപടിയെടുത്തു, സൈന്യത്തിലെ ഓരോ കുപ്പിണിയും (കമ്പനി) ഓരോ ഇംഗ്ലീഷ് ഓഫീസറുടെ ചുമതലയിൽ ആക്കാനും ശ്രമമുണ്ടായി. ഇതെല്ലാം വിപരീതഫലമാണ് പുള്ളിപ്പട്ടാളത്തിൽ ഉണ്ടാക്കിയത്. പുള്ളിപ്പട്ടാളത്തിൽ സേവനം അനുഷ്ഠിച്ചിരുന്നവർ താരതമ്യേന അഭിജാതരായിരുന്നു. അതേസമയം ബ്രിട്ടീഷ് പട്ടാളത്തിൽ സംസ്കാര

ശൂന്യരായ ധാരാളം പേർ താഴേക്കിടയിൽ ഓഫീസർമാരായിട്ടുണ്ടായിരുന്നു. ഇത് പുള്ളികളുടെ ആത്മാഭിമാനത്തിനു മുറിവേല്പിച്ചു. സൈന്യത്തിന്റെ നിയന്ത്രണം ഇംഗ്ലീഷുകാരെ ഏല്പിച്ചാൽ ക്രമേണ ഭരണകൂടം തന്നെ അവർ കൈയടക്കും എന്നു മനസ്സിലാക്കാനുള്ള സാമാന്യബുദ്ധിയും പുള്ളികൾക്കുണ്ടായിരുന്നു. 1857 ൽ ഇംഗ്ലീഷ് പട്ടാള ആഫീസർമാർക്കു നേരെ ഇന്ത്യൻ ശിപായിമാർക്കു ഉളവായ ചേതോവികാരം തന്നെയാണ് 53 വർഷം മുമ്പ് തിരുവിതാംകൂറിലെ പുള്ളിപ്പട്ടാളത്തിനും ഉണ്ടായത്.

കൊ. 980 തുലാമാസം ഒന്നാം തീയതിമുതൽ (1804 ഒക്ടോബർ) പുള്ളിപ്പട്ടാളത്തിന്റെ ശമ്പളത്തിൽ കുറവു വരുത്തുന്ന വാർത്ത കാട്ടുതീ പോലെ പടപ്പാളയങ്ങളിലെല്ലാം പരന്നു. ഉദയഗിരി, ആലപ്പുഴ, മാവേലിക്കര, പറവൂർ എന്നീ പാളയങ്ങളിൽനിന്നും വിപ്ലവത്തിനുള്ള ആഹ്വാനം ഉയർന്നു. വേലുത്തമ്പിയേയും മെക്കാളയേയും പിടികൂടി വധിക്കാനും ഉദയഗിരിക്കോട്ടയിൽ തടവിൽ കഴിയുന്ന നീലകണ്ഠൻ ചെമ്പകരാമനെ ദളവയായി നിയമിക്കാനും ആയിരുന്നു പരിപാടി. ഉദയഗിരിയിൽ തന്നെ തടവിൽ കഴിയുന്ന വലിയ ജയമാനൻ പത്മനാഭൻ ചെമ്പകരാമനെയും നീലകണ്ഠൻ ചെമ്പകരാമനെയും മോചിപ്പിച്ച് വിപ്ലവകാരികൾ തിരുവനന്തപുരത്തേക്കു കൊണ്ടുപോയി. തിരുവനന്തപുരത്തും ഉദയഗിരിയിലുമുള്ള പുള്ളികൾ ഇളകിയ വിവരം അറിഞ്ഞ ഉടനെ രാജാവ് ആലപ്പുഴയിലുള്ള വേലുത്തമ്പിയേയും മെക്കാളെയേയും വിവരം അറിയിച്ചു. കലാപം ആലപ്പുഴ പാളയത്തിൽ വ്യാപിക്കുന്നതിനു മുമ്പു തന്നെ അവർ രണ്ടുപേരും കൊച്ചിയിലേക്കു ഓടിപ്പോയി. അന്നു കിഴക്കുംമുഖം വലിയ സർവ്വാധികാര്യക്കാർ ആയിരുന്ന കൃഷ്ണൻ ചെമ്പകരാമൻ വിപ്ലവത്തെ വിവരിച്ചത് ഇങ്ങനെയാണ്.

> 980-ാം മാണ്ട് മാവേലിക്കരവച്ച് പൂജവയ്പുകഴിഞ്ഞു തുരുവനന്തപുരത്തു എഴുന്നള്ളിയതിന്റെ ശേഷം കിഴക്കും വടക്കും പാർത്തിരുന്ന പുള്ളി പട്ടാളത്തിൽ ഉള്ള ആളുകൾക്കു ശമ്പളത്തിൽ ഏതാനും വേലുത്തമ്പിയായിട്ടു കുറവു ചെയ്തിരിക്കുന്നു എന്നും ആയതിനു വേലുത്തമ്പിയേയും ശേഷം കാര്യസ്ഥന്മാരേയും മാറ്റി. അതിന്റെ അവസ്ഥപോലെയും വിചാരിച്ച് നീലകണ്ഠൻ ചെമ്പകരാമൻ പിള്ളയ്ക്ക് അടക്കി വിചാരം കൊടുപ്പിക്കണമെന്നും നിശ്ചയിച്ച് കിഴക്ക് പാർത്തിരുന്ന പുള്ളിപ്പട്ടാളത്തിൽ ഉള്ളവരുകൂടി ഉദയഗിരിയിൽ പാർപ്പിച്ചിരുന്ന നീലകണ്ഠൻ ചെമ്പകരാമൻപിള്ളയേയും പത്മനാഭൻ ചെമ്പകരാമൻപിള്ള വലിയ യജമാനനേയും വിലങ്ങിൽനിന്നും അഴിച്ചു കൂട്ടിക്കൊണ്ടു തിരുവനന്തപുരത്തു ശീവേലിയിൽ വന്നു കൂട്ടം കൂടി പാർത്തു ആലപ്പുഴയും മാവേലിക്കരയും പറവൂരും പാർക്കുന്ന പുള്ളിപ്പട്ടാളങ്ങൾക്കു എഴുത്തുകളും കൊടുത്തയച്ച് അവർ എല്ലാവരും കൂട്ടം കൂടി തിരുമനസ്സി

ലേയും മക്കാളി സായ്പിന്റേയും വേലുത്തമ്പിയുടേയും നേർക്കു ചില അതിക്രമങ്ങൾ ചെയ്യാൻ ഭാവിച്ചിരിക്കുന്ന പ്രകാരം കേട്ടു മക്കാളി സായിപ്പും വേലുത്തമ്പി ദളവയും കൊച്ചിയിൽ മാറി പാർത്തും കൊണ്ട് നാം കൃഷ്ണപുരത്തു ചെന്നു പാർത്ത് അവിടെയുള്ള നാട്ടുകാരേയും ശേഖരിച്ച് പുള്ളി പട്ടാളത്തിലുള്ള ആളുകൾ തെക്കുനിന്നും വടക്കോട്ടു വരാതെയും വടക്കുനിന്നും തെക്കോട്ടുപോകാതെയും വിചാരിച്ചു കൊള്ളത്തക്കവണ്ണം വേലുത്തമ്പിയുടെ എഴുത്തു കൊടുത്തയയ്ക്ക കൊണ്ടു അതിൻവണ്ണം കൃഷ്ണപുരത്തു പാർത്തിരിക്കുമ്പോൾ നാട്ടാർക്കും രണ്ടു വക ജനത്തിനും നീട്ടും തിരുവെഴുത്തും കൊടുത്തയച്ച് തിരുവനന്തപുരത്ത് വരുത്തി പുള്ളിപ്പട്ടാളത്തിൽ ഉള്ളവരുടെ തോക്കും വയ്പിച്ച് അതിൽ പ്രമാണിയായിട്ടുള്ള എജമാനമാർ സുബേദാർ മുതലായിട്ടുള്ളവരേയും നീലകണ്ഠൻ ചെമ്പകരാമൻപിള്ളയേയും ശിക്ഷിച്ചപ്രകാരവും, ഏറ്റുമാനൂർ മുഖത്തുള്ള നായന്മാരേയും, ഈഴവരേയും, മാർഗ്ഗക്കാരേയും ശേഖരിച്ച് മക്കാളി സായിപ്പും, വേലുത്തമ്പിയും, പടിഞ്ഞാറേമുഖത്ത് വല്യസർവ്വാധിക്കാരും ഒരു വാർ പട്ടാളവും കൊണ്ട് ആലപ്പുഴ വന്ന് അവിടെ പാർത്തിരുന്ന പുള്ളിപ്പട്ടാളത്തിൽ ഒള്ളവരിടേയും തോക്കും വയ്പിച്ചു എന്നും കൃഷ്ണപുരത്തു ശേഖരിച്ചിരുന്ന ആളുകളേയും ശേഖരിച്ച് ആലപ്പുഴ ചെല്ലത്തക്കവണ്ണവും വെലുത്തമ്പിയുടെ എഴുത്തു വന്ന് ആലപ്പുഴചെന്നപ്പോൾ പുള്ളിപ്പട്ടാളത്തിൽ പ്രമാണിയായിട്ടു കൂടി ഇരുന്നതിൽ കൊല്ലം കൃഷ്ണപിള്ള എന്നൊരുത്തനെ ആനക്കാലിൽ കെട്ടിച്ചു കൊന്ന് ശേഷം പേരുടെ സംഗതികൾ വിസ്തരിച്ചു വരിക കൊണ്ട് നാമും കൂടെ ഇരുന്നു കേട്ടു അതിൽ ഏതാനും പേരേയും ശിക്ഷിച്ചു. പറവൂരു പാർക്കുന്ന ആളുകളുടെ സംഗതി വിചാരിക്കുന്നതിനായിട്ടു പടിഞ്ഞാറെ മുഖത്ത് വലിയ സർവ്വാധികാര്യക്കാരെ പറവൂരും എന്നെ മാവേലിക്കരയും പറഞ്ഞയച്ചും വച്ച് വേലുത്തമ്പിയും മക്കാളി സായിപ്പും തിരുവനന്തപുരത്തേക്കു പോകയും ചെയ്തു.[10]

ആറുവർഷം മുമ്പു വേലുത്തമ്പി നയിച്ച ജനനേതാക്കളും തിരുവനന്തപുരത്തു ശീവേലിയിലാണ് സംഘം ചേർന്നതെന്ന് ഓർക്കുമല്ലോ. വേലുത്തമ്പിക്കെതിരായി പുള്ളിപ്പട്ടാളം സംഘടിച്ചത് അവിടെ തന്നെയെന്നത് യാദൃച്ഛികമാകാം. അന്നു വലിയ പടത്തലവനായിരുന്ന മാർത്താണ്ഡൻ ചെമ്പകരാമൻ ഇടപെട്ടു തിരുവനന്തപുരത്തു സംഘം ചേർന്ന പട്ടാളക്കാരുടെ ആയുധം വയ്പിച്ചു എന്നു അദ്ദേഹം പിന്നീടു രേഖപ്പെടുത്തി.[11]

1804 നവംബർ 16-ാം തീയതിയായിരുന്നു പട്ടാള വിപ്ലവം പൊട്ടിപ്പുറപ്പെട്ടത്. നവംബർ 23-ാം തീയതി അവർ ശീവേലിയിൽ സംഘടിച്ചു.

കലാപം ആരംഭിച്ച ഉടനെതന്നെ ആരുവാമൊഴി കോട്ടയിൽ പുള്ളിപ്പട്ടാളം അണിനിരന്ന് തിരുനൽവേലിയിൽനിന്നും ബ്രിട്ടീഷ് പട്ടാളം വരാതെ കാവൽ നിന്നു. നവംബർ 17-ാം തീയതി കൊച്ചിയിൽ അഭയം പ്രാപിച്ച ദളവായേയും റസിഡണ്ടിനേയും പറവൂർ ഉണ്ടായിരുന്ന കലാപകാരികൾ വളഞ്ഞു. മെക്കാളെ മലബാറിൽനിന്നും ഒരു സൈനിക ഘടകം ഉടനെ കൊച്ചിയിലെത്തണമെന്ന് സന്ദേശം അയച്ചു. മലബാറിൽനിന്നു വന്ന സൈന്യം പറവൂരിലുള്ള പുള്ളികളെ ആയുധം വയ്പിച്ചു. ദളവായുടെ ശുപാർശ പ്രകാരം, കലാപകാരികളോടു ആയുധം വച്ചു കീഴടങ്ങാൻ ആവശ്യപ്പെടുന്ന ഒരു വിളംബരം രാജാവു പുറപ്പെടുവിച്ചു. ലഹളക്കാർ അതു ചെവിക്കൊണ്ടില്ല. നാട്ടുകാർ കലാപകാരികൾക്കെതിരെ ആയുധ മെടുക്കണമെന്നു മറ്റൊരു വിളംബരവും ഉണ്ടായി. നാട്ടിൻപുറങ്ങളിലും കടൽത്തീരത്തും നിന്ന് അതിനു നല്ല പ്രതികരണമുണ്ടായി. മാർഗ്ഗക്കാർ (ക്രിസ്ത്യാനികൾ) ധാരാളമായി മുമ്പോട്ടു വന്നു. തിരുവനന്തപുരത്തും ആലപ്പുഴയും ഉള്ള പുള്ളികൾ നാട്ടുകാരിൽ നിന്നുണ്ടായ ഈ പ്രതികര ണത്തിൽ സ്തബ്ധരായി. പുള്ളിപ്പട്ടാളം രാജാവിനെതിരായിട്ടാണു കലാപം ഉണ്ടാക്കുന്നത് എന്നാണു വിളംബരം കണ്ട നാട്ടുകാർ ധരിച്ചത്. നൂറ്റാണ്ടുകളായി രാജാവിനോടുള്ള ആദരവ് നാട്ടുകാരിൽ രൂഢമൂലമാ യിരുന്നു. കലാപകാരികൾ ഒന്നടങ്കം ആയുധം വച്ചു കീഴടങ്ങാനുണ്ടായ സാഹചര്യം ഇതായിരുന്നു. വേലുത്തമ്പിയേയും റസിഡണ്ടിനേയും വധി ക്കുവാനുള്ള തങ്ങളുടെ ശ്രമത്തിനു രാജാവിന്റെ അനുഗ്രഹം ഉണ്ടാവു മെന്നാണ് ലഹളക്കാർ പ്രതീക്ഷിച്ചത്. നമ്പൂതിരി ദിവാനേയും കൂട്ടരേയും ഒഴിപ്പിച്ചതു പോലെ വേലുത്തമ്പിയേയും ഒഴിപ്പിക്കുവാൻ സാധിക്കുമെ ന്നവർ കരുതിയിരിക്കണം. രാജാവിന്റെ മനംമാറ്റം അവർ തീരെ പ്രതീ ക്ഷിച്ചില്ല. മെക്കാളെയുടെ മേല്നോട്ടത്തിൽ അടുത്തകാലത്ത് രൂപീകരി ക്കപ്പെട്ടിരുന്ന, മൂന്നു ബറ്റാലിയനുകളുള്ള കർണ്ണാടിക് ബ്രിഗേഡ് അതിന്റെ കമാണ്ടർ ആയ മേജർ ഡാലിയുടെ കീഴിൽ, കലാപകാരികളെ നിരായുധരാക്കുന്നതിൽ വ്യാപൃതരായതും അവർക്കു തിരിച്ചടിയായി ത്തീർന്നു. ഡിസംബർ ആദ്യം കലാപം നിശ്ശേഷം കെട്ടടങ്ങി.

കലാപത്തിനു നേതൃത്വം നല്കിയ കൃഷ്ണപിള്ള സുബേദാർക്കു ദളവാ തന്നെ ഏറ്റവും കഠിനമായ ശിക്ഷ വിധിച്ചു. ആനയുടെ കാലുക ളിൽ കെട്ടി കീറിക്കൊല്ലുകയായിരുന്നു ശിക്ഷ. മറ്റുള്ളവരെ വിസ്തരിച്ചു. തക്കതായ ശിക്ഷ നല്കാൻ അതാതു വലിയ സർവ്വാധികാര്യക്കാരന്മാരെ ചുമതലപ്പെടുത്തി. കലാപം ശമിപ്പിക്കുന്നതിൽ ദളവാ കാട്ടിയ തന്റേടവും ആത്മാർത്ഥതയും കമ്പനിയോടുള്ള സൗഹൃദവും റസിഡണ്ട് വളരെ യേറെ വാഴ്ത്തി. ഇക്കാര്യത്തിൽ ഗവർണർ ജനറൽ എന്നും ദളവായുടെ മേൽ സന്തുഷ്ടനായിരിക്കുമെന്നും അറിയിച്ചു. ഈ ഭംഗിവാക്കുകളിൽ വിശ്വസിച്ച ദളവാ വളരെ സന്തോഷിച്ചു. രാജാവാകട്ടെ തന്റെ തുണ യ്ക്കായി ആരും ഇല്ലെന്നുള്ള തോന്നലിൽ ദളവായ്ക്കു കൂടുതൽ വിധേ യനാവുകയും ചെയ്തു.

ഉടമ്പടി പുതുക്കുന്നു

പട്ടാളകലാപം ഈസ്റ്റിന്ത്യാ കമ്പനിക്കു അപ്രതീക്ഷിതമായി ലഭിച്ച ഒരു അനുഗ്രഹമായിത്തീർന്നു. ആഭ്യന്തര സുരക്ഷിതത്വത്തിനുപോലും തിരുവിതാംകൂർ സൈന്യത്തെ വിശ്വസിക്കാനാവില്ല എന്നു രാജാവിനെ ബോദ്ധ്യപ്പെടുത്താൻ ഈ സംഭവത്തിനു കഴിഞ്ഞു. "ഇപ്പോൾ ഈ ഉടമ്പടി ചെയ്തിരിക്കുന്നത് പിറകേ വരുന്ന ശത്രുക്കളോട് യുദ്ധം ചെയ്തു രാജ്യത്തെ രക്ഷിക്കുന്നതിനാകെ കൊണ്ടു" എന്നു 1795 ലെ ഉടമ്പടിയിലെ ഒമ്പതാം വകുപ്പിൽ പറഞ്ഞിരിക്കുന്നതുകൊണ്ട് ആഭ്യന്തര കലാപത്തിൽ നിന്നും രാജാവിനെ രക്ഷിക്കാൻ ഇംഗ്ലീഷുകാർക്ക് ബാദ്ധ്യതയില്ല; അതുകൊണ്ട് ആഭ്യന്തരവും ബാഹ്യവുമായ ശത്രുക്കളിൽനിന്നു സംരക്ഷണം വേണമെങ്കിൽ ഉടമ്പടി പുതുക്കി എഴുതുക തന്നെ വേണം. അതിലേയ്ക്കു പ്രതിവർഷം നാലുലക്ഷം രൂപ അധികച്ചെലവു വരുന്ന ഒരു റജിമെന്റ് ബ്രിട്ടീഷ് സൈന്യത്തെക്കൂടി തിരുവിതാംകൂറിനു വേണ്ടി നിയോഗിക്കേണ്ടതായും വരും. ഈ ഉദ്ദേശ്യത്തോടുകൂടി ഗവർണ്ണർ ജനറൽ 1904 ഡിസംബർ 17-ാം തീയതി മദ്രാസ് ഗവർണ്ണർക്കയച്ച കത്തിൽ ഇപ്രകാരം പറഞ്ഞിരിക്കുന്നു.

> ഈ കലാപം തിരുവിതാംകൂർ രാജാവുമായുണ്ടാക്കിയ സൈനിക ഉടമ്പടി പരിഷ്കരിക്കുവാനുള്ള ഒരവസരംകൂടി നമുക്കു പ്രദാനംചെയ്യുന്നുണ്ടെന്നാണ് എന്റെ വിശ്വാസം. ഞാൻ കരാറിൽ വരുത്താനുദ്ദേശിക്കുന്ന പരിഷ്കാരം ഇവയാണ്. തിരുവിതാംകൂർ ചെലവിൽ നിർത്തിയിട്ടുള്ള കമ്പനിപ്പട്ടാളത്തെ (സബ്സിഡിയറി സൈന്യം) അവിടെ സ്ഥിരമാക്കുകയും അവയുടെ നിയന്ത്രണം പൂർണ്ണമായും നമുക്കു നല്കുകയും വേണം. തിരുവിതാംകൂറിന്റെ ഏതേതെല്ലാം സ്ഥലങ്ങളിലാണ് അവയെ നിർത്തേണ്ടതെന്ന കാര്യവും മറ്റും നമ്മുടെ താല്പര്യാനുസരണം തീരുമാനിക്കേണ്ടതാണ്. ഈ വ്യത്യാസങ്ങൾ ഉടമ്പടി വ്യവസ്ഥകളിൽ കഴിയുന്നതും വേഗം ഉൾക്കൊള്ളിക്കുന്നതിനുള്ള നിർദ്ദേശം ഞാൻ തിരുവിതാംകൂർ റസിഡണ്ടിന് നല്കുന്നുണ്ട്.
>
> ഇന്ത്യയിലെ ബ്രിട്ടീഷ് ഗവർമെണ്ടിന്റെ സുരക്ഷിതത്വത്തിനും താല്പര്യത്തിനും അനിവാര്യമാണ് തിരുവിതാംകൂറിന്റെ മേൽ നമുക്കുള്ള സ്വാധീനം സംരക്ഷിക്കുകയും ഉറപ്പിക്കുകയും ചെയ്യുന്നത് എന്നകാര്യം ഈ അവസരത്തിൽ പ്രസ്താവിക്കുന്നത് ഉചിതമായിരിക്കും. ഇപ്പോൾ തിരുവിതാംകൂർ രാജാവ് അഭിമുഖീകരിക്കുന്ന അടിയന്തരാവസ്ഥ നമ്മുടെ ശക്തിയും സ്വാധീനവും വർദ്ധിപ്പിക്കുവാൻ ഉപകരിക്കുമെന്നാണ് എന്റെ സുചിന്തിതമായ അഭിപ്രായം. തന്മൂലം നമ്മുടെ ശക്തി ഉപയോഗിച്ച് രാജാവിന്റെ അധികാരം പുനഃസ്ഥാപിക്കുകകയും നമ്മുടെ സ്വാധീനം ശക്തമാക്കുകയും വേണം."[12]

കലാപം പൂർണ്ണമായി അവസാനിച്ചു എന്ന് ഡിസംബർ 11-ാം തീയതി റസിഡണ്ട് ഗവർണ്ണർ ജനറലിനെഴുതിയെങ്കിലും മേല്പറഞ്ഞ കത്തെഴുതുമ്പോൾ ആ കത്ത് കൽക്കത്തയിൽ എത്തിയിരുന്നില്ല. തിരുവിതാംകൂറിലേയ്ക്ക് ഇതുവരെ സൈന്യത്തെ അയച്ചുകൊടുത്തില്ലെങ്കിൽ ഉടൻതന്നെ അയച്ചു കൊടുക്കണമെന്ന നിർദ്ദേശവും കത്തിലുണ്ടായിരുന്നു.

ഗവർണ്ണർ ജനറലിൻ നിന്നും നിർദ്ദേശം ലഭിച്ച ഉടനെ വടക്കുനിന്നും കിഴക്കുനിന്നും സബ്സിഡിയറി സൈന്യം തിരുവിതാംകൂറിലേയ്ക്കു നീങ്ങി. മേജർ ജനറൽ മാക്ഡവല്ലിന്റെ കീഴിലുള്ള രണ്ടു കമ്പനി സൈന്യം ഒന്നു കോഴിക്കോടുനിന്നും മറ്റൊന്നു പാളയംകോട്ടനിന്നും തിരുവിതാംകൂറിലേക്കു വരുന്നു എന്നു കേട്ടപ്പോൾ ആദ്യം രാജാവിന് ആശ്വാസമാണു തോന്നിയത്. എന്നാൽ അതു തിരുവിതാംകൂറിൽ തന്നെ സ്ഥിരമായി നിർത്താനാണു ഉദ്ദേശ്യമെന്നു കേട്ടപ്പോൾ രാജാവിന് ആശങ്കയായി. സൈന്യം തിരുവിതാംകൂറിൽ പ്രവേശിക്കുന്നതു തല്ക്കാലം നിറുത്തിവയ്ക്കണമെന്നു രാജാവിന്റെ അഭിലാഷപ്രകാരം ദളവാ റസിഡണ്ടിനെ അറിയിച്ചു, അതിൻപ്രകാരം സൈന്യം തിരുവിതാംകൂറിനുള്ളിൽ പ്രവേശിക്കുന്നതു തല്ക്കാലം നിർത്തിവയ്ക്കുകയാണെന്നും എന്നാൽ ഗവർണർ ജനറൽ നിർദ്ദേശിക്കുന്ന പുതിയ വ്യവസ്ഥകളോടുകൂടി പുതുക്കിയ ഉടമ്പടി ഉടൻ തന്നെ ഒപ്പു വയ്ക്കാൻ രാജാവിനെ പ്രേരിപ്പിക്കണമെന്നും റസിഡണ്ട് ദിവാന് 1805 ജനുവരി 4-ാം തീയതി മറുപടി നല്കി. തുടർന്ന്, റസിഡണ്ടും ദളവായും രാജാവും തമ്മിൽ അടിയന്തരമായി ആശയവിനിമയം നടന്നു. റസിഡണ്ടിന്റെ സഹായിയായി ഡിവേഗാസ് എന്ന ദ്വിഭാഷിയും ചർച്ചകളിൽ പങ്കെടുത്തു. ചർച്ചകളെ സംബന്ധിച്ച് മെക്കാളെ ഗവർണർ ജനറലിനയച്ച റിപ്പോർട്ടിൽ ഇപ്രകാരം പറഞ്ഞിരിക്കുന്നു.

> രാജ്യത്തിന്റെ പരിമിതമായ വരവിലൊതുങ്ങാത്തതാണ് കൂടുതലായി നാമാവശ്യപ്പെടുന്ന പ്രതിവർഷമുള്ള നാലുലക്ഷം രൂപയെന്ന് എന്നെ ബോദ്ധ്യപ്പെടുത്താൻ ദിവാൻ ഏറെ ബുദ്ധിമുട്ടുന്നുണ്ട്. ഇത് തെളിയിക്കുവാൻ വേണ്ടി രാജ്യത്തിലെ വരവു ചെലവു കണക്കുകൾ കാണിച്ച് എന്നെ ബോദ്ധ്യപ്പെടുത്താമെന്നു അദ്ദേഹം പറയുന്നു. മുമ്പില്ലാത്തപോലെ ഇത്തരമൊരു നിലപാടു സ്വീകരിച്ചതിൽ ഞാൻ സന്തോഷിക്കുന്നു. കണക്കുകൾ ലഭിച്ചതിനുശേഷം അതു പരിശോധിച്ച് നീതിയുക്തമായ തീരുമാനം ചെയ്യുവാൻ നമ്മുടെ ഗവൺമെന്റ് ഒരുക്കമാണെന്നു ഞാനദ്ദേഹത്തെ അറിയിക്കുകയും ചെയ്തിട്ടുണ്ട്. ഈ കണക്കുകൾ തയ്യാറാക്കി സമർപ്പിക്കുന്നതുവരെയും ഒരു റജിമെന്റ് നാടൻ പട്ടാളത്തിനു വരാവുന്ന ചെലവ് നല്കണമെന്നുകൂടി ഉടമ്പടിയിൽ വ്യവസ്ഥ ചെയ്യണമെന്നു ഞാനുദ്ദേശിക്കുന്നു. ഈ പരിതസ്ഥിതിയിൽ കൂടുതലായി നാമാവശ്യപ്പെടുന്ന തുകയുടെ പകുതി ഒപ്പു വയ്ക്കുന്ന തീയതിമുതൽ

> ഒരു കൊല്ലത്തേയ്ക്കു വേണ്ടെന്നു വയ്ക്കുന്നതും ബുദ്ധിപൂർവ്വമല്ലേ എന്ന കാര്യം ഗവർണർ ജനറലിന്റെ പരിഗണനയ്ക്കു ഞാൻ വിടുന്നു.[13]

അവസാനം മെക്കാളെയും ദളവായുമായി സംസാരിച്ചു എഴുതി ഉണ്ടാക്കിയ ഒരു നക്കൽ കരാറുമായി ജനുവരി ഏഴാം തീയതി പുലരിക്കു മുമ്പ് ദളവായും രാമലിംഗ മുതലിയാരുമായി രാജാവിനെ സന്ദർശിച്ചു. സന്ദർശനത്തെപ്പറ്റി അന്നു തന്നെ രാമലിംഗ മുതലിയാർ റസിഡണ്ടിന് ഇപ്രകാരം എഴുതി:

> ഇന്നുച്ച കഴിഞ്ഞു രണ്ടു മണിക്ക് താങ്കളെ കാണുവാൻ മഹാരാജാവ് സമയനിശ്ചയം ചെയ്തിരിക്കുന്നു. പുതുക്കിയ ഉടമ്പടി അദ്ദേഹത്തിനും നാടിനും ഗുണകരമായിരിക്കുമെന്നു ഞാൻ ഊന്നിപ്പറഞ്ഞിട്ടുണ്ട്. നിരവധി ഉദാഹരണങ്ങൾ പറഞ്ഞു കേൾപ്പിക്കുകയും എതിരു നിന്നാലുള്ള ഭവിഷ്യത്തുകളെപ്പറ്റി ഓർമ്മിപ്പിക്കുകയും ചെയ്തു. അദ്ദേഹത്തിനു അതേപ്പറ്റി ബോദ്ധ്യപ്പെട്ടിട്ടുണ്ടെന്നാണു തോന്നുന്നത്.... ദിവാൻ വേലുത്തമ്പി ഇപ്പറഞ്ഞ കാര്യങ്ങൾ മുഴുവൻ ശരിവയ്ക്കുകയും ഉടമ്പടിയിൽ ഒപ്പുവയ്ക്കാൻ സംശയിക്കേണ്ടെന്നും അമാന്തം പ്രയാസങ്ങൾക്കിട വരുത്തുമെന്നും പറയുകയും ചെയ്തു.[14]

നിശ്ചിത സമയത്തു തന്നെ രാജാവിനെ സന്ദർശിച്ച റസിഡണ്ടിനു തോന്നിയത് രാജാവ് വീണ്ടും പഴയ പല്ലവി തന്നെ ഉരുവിടുന്നു എന്നാണ്. റസിഡണ്ട് മുതലിയാരോടു ഇപ്രകാരം കല്പിച്ചു:

> ഇന്നു വൈകുന്നേരംതന്നെ മന്ത്രിയെക്കണ്ട് എന്റെ ചോദ്യത്തിനു രാജാവിന്റെ മറുപടിയുമായി എന്നെ വന്നു കാണാൻ പറയുക. മറുപടി കിട്ടിയതിനുശേഷമേ വെല്ലസ്ലി പ്രഭുവിനു എഴുതുവാൻ പറ്റുകയുള്ളൂ. രാജാവിന്റെ ഇന്നത്തെ പെരുമാറ്റം കണ്ടിട്ടു തോന്നുന്നത് അദ്ദേഹത്തിന്റെ മറുപടി കിട്ടിയശേഷം മതി ഡിവേഗാസിനെ കാണുന്നതെന്ന്. ഈസ്റ്റിന്ത്യാ കമ്പനിയുമായി പുതിയൊരു ഉടമ്പടിയിൽ പ്രവേശിക്കുന്നത് നിഷേധിക്കുക എന്നതാണോ രാജാവിന്റെ തീരുമാനം? ആണോ അല്ലയോ?[15]

എന്നിട്ടും രാജാവിന്റെ നിലപാടിൽ മാറ്റമൊന്നും ഉണ്ടായില്ല. പിന്നീടാണ് അവസാനകൈ മെക്കാളെ പ്രയോഗിച്ചത്. രാജാവിനെയും കുടുംബത്തെയും മുമ്പിലത്തെപ്പോലെ ബഹുമാന്യ പദവിയിൽ നിർത്തണമെന്നു തന്നെയാണ് തന്റെ ആഗ്രഹമെന്നും ഒരു വിളംബരംമൂലം തിരുവിതാംകൂറിന്റെ ഭരണമേറ്റെടുക്കുന്നതിനു തന്നെ പ്രേരിപ്പിക്കരുതെന്നും അദ്ദേഹത്തെ അറിയിക്കാൻ ഒരു കത്തുമായി റസിഡണ്ട് മുതലിയാരെ

നിയോഗിച്ചു. അനുസരിക്കുകയല്ലാതെ മറ്റൊരു പോംവഴിയും രാജാവിനുണ്ടായിരുന്നില്ല.

പുതുക്കിയ ഉടമ്പടി ഒപ്പുവയ്ക്കൽ ചടങ്ങ് ആർഭാടപൂർവ്വം തന്നെ കൊണ്ടാടപ്പെട്ടു. ഗവർണ്ണർ ജനറൽ സമ്മാനിച്ച സുവർണ്ണ കവചം അണിഞ്ഞുകൊണ്ടാണ് ദളവാ ചടങ്ങിൽ പങ്കെടുത്തത്. രാജാവാകട്ടെ, ഒട്ടും സന്തുഷ്ടനല്ലായിരുന്നു. 1805 ജനുവരി 12-ാം തീയതി ഉടമ്പടിയിൽ ഒപ്പുവച്ചു. തനിക്കു ഉടമ്പടി വായിച്ചു പഠിക്കാനുള്ള സമയം പോലും റസിഡണ്ട് തന്നില്ലെന്നു രാജാവ് പിന്നീട് ഗവർണ്ണർ ജനറലിനോടു പരാതിപ്പെട്ടു. മേയ് രണ്ടാം തീയതിയിലെ കൽക്കത്താ കൗൺസിൽ യോഗത്തിൽ വച്ച് ഉടമ്പടി അംഗീകരിക്കപ്പെട്ടു. ജൂലൈ 27-ാം തീയതി അഞ്ചുതെങ്ങിലെ പടനിലത്തു വച്ചു വളരെ ആഘോഷപൂർവ്വം തന്നെ ഉടമ്പടിയുടെ അസ്സൽ രാജാവിനു കൈമാറി. തിരുവിതാംകൂറിനുവേണ്ടി രാജാവും ഗവർണർ ജനറലിനു വേണ്ടി മക്കാളെയും ഉടമ്പടിയിൽ ഒപ്പുവച്ചു. മേലുദ്യോഗസ്ഥന്മാരും പൗരപ്രമാണികളും പങ്കെടുത്ത ആർഭാടപൂർവ്വമായ ചടങ്ങിൽ വേലുത്തമ്പി പ്രധാന സൂത്രധാരനായിരുന്നു.

1795 ലെ കരാറിൽനിന്നും പ്രകടമായ വ്യത്യാസങ്ങൾ ഇവയാണ്. പുതിയ കരാറിലെ രണ്ടാം വകുപ്പനുസരിച്ച് കമ്പനിക്ക് സൈന്യത്തെ അയച്ചുകൊടുത്തു സഹായിക്കേണ്ട ബാദ്ധ്യത തിരുവിതാംകൂറിനില്ല. മൂന്നാം വകുപ്പനുസരിച്ച് ഒരു റജിമെന്റ് സബ്സിഡിയറി സൈന്യം കൂടെ തിരുവിതാംകൂറിനുവേണ്ടി നിയോഗിക്കും. അതിനുവേണ്ട ചെലവ് രൂ. 4,01,655. 1805 ജനുവരി ഒന്നു മുതൽ ആറു ഗഡുക്കളായി പ്രതിവർഷം തിരുവിതാംകൂർ നല്കണം. അഞ്ചാം വകുപ്പിൽ കപ്പം നല്കുന്നതിനു വീഴ്ച വന്നാലത്തെ നടപടി വിവരിക്കുന്നു. കുടിശ്ശിക കപ്പം ഈടാക്കുന്നതുവരെ രാജ്യത്തിന്റെ ഒരു ഭാഗമോ ഏതെങ്കിലും വകുപ്പുകളോ കമ്പനിക്കുനേരിട്ടു ഏറ്റെടുക്കാവുന്നതാണ്. ഇപ്രകാരം ആവശ്യം വരികയാണെങ്കിൽ ഗവർണ്ണർ ജനറലിന്റെ ഉത്തരവ് 10 ദിവസത്തിനകം നടപ്പിൽ വരുത്താൻ രാജാവ് ബാദ്ധ്യസ്ഥനാണ്. അതിനു തടസ്സമുണ്ടാവുകയാണെങ്കിൽ രാജ്യഭരണം മുഴുവനായി ഏറ്റെടുക്കാൻ ഗവർണർ ജനറലിനു അധികാരമുണ്ടായിരിക്കും. മറ്റു രാജ്യങ്ങളുമായുള്ള തിരുവിതാംകൂറിന്റെ ഇടപാടുകൾ കമ്പനിയുടെ അനുവാദത്തോടെ വേണമെന്നു ഏഴാം വകുപ്പ് അനുശാസിക്കുന്നു. കമ്പനിയുടെ അറിവോ സമ്മതമോ കൂടാതെ വെള്ളക്കാരെയും വിദേശികളെയും തിരുവിതാംകൂറിൽ താമസിപ്പിക്കുന്നതിനെ എട്ടാം വകുപ്പ് നിരോധിക്കുന്നു.

രാജ്യത്തിന്റെ രണ്ടതിർത്തികളിലും സൈന്യത്തെ തയ്യാറാക്കി നിർത്തിക്കൊണ്ടു ഭീഷണിയിലൂടെയായിരുന്നു രാജാവിനെക്കൊണ്ടു ഉടമ്പടിയിൽ ഒപ്പു വയ്പ്പിച്ചത്. ഒപ്പുവച്ചുവെങ്കിലും കൂടുതൽ സൈന്യത്തിന്റെ ഭാരം തിരുവിതാംകൂറിന്റെ മേൽ അടിച്ചേല്പിക്കുകയില്ല എന്ന പ്രതീക്ഷ രാജാവിനുണ്ടായിരുന്നു. കൂടുതൽ ഔദാര്യം കാട്ടുന്നതിന് ഗവർണ്ണർ ജനറലിനോടു ശുപാർശ ചെയ്യാമെന്നു മെക്കാളെ സമ്മതിച്ചിട്ടുണ്ടായിരുന്നു.

പക്ഷേ, സംഭവിച്ചതു മറിച്ചായിരുന്നു. ഒപ്പു വയ്ക്കൽ കഴിഞ്ഞ ഉടനെ തന്നെ വടക്കുനിന്നും കിഴക്കുനിന്നും ബ്രിട്ടീഷ് സൈന്യം തിരുവിതാംകൂറിൽ പ്രവേശിക്കുകയാണുണ്ടായത്. സൈന്യത്തിനു സ്ഥിരമായി തിരുവിതാംകൂറിൽ താമസിക്കാൻ കൊല്ലത്തു എല്ലാ സൗകര്യങ്ങളും ഏർപ്പാടു ചെയ്യുകയും ചെയ്തു. പുള്ളിപ്പട്ടാളത്തിന്റെ കലാപം കഴിഞ്ഞ ഉടനെ സബ്സിഡിയറി സൈന്യത്തെ തിരുവിതാംകൂറിൽ നിയോഗിക്കുന്നതിന് രാജാവിനു സന്തോഷമായിരുന്നു എങ്കിലും പെട്ടെന്ന് മൂന്നു ബറ്റാലിയൻ സൈന്യത്തെയും തിരുവിതാംകൂറിൽ നിർത്താൻ റസിഡണ്ട് ഏർപ്പാടു ചെയ്തത് രാജാവിൽ ആശങ്ക വളർത്തി. ഇതിന്റെ അർത്ഥം എന്താണെന്നു അദ്ദേഹം റസിഡണ്ടിനോടു എഴുതി ചോദിച്ചതിൽ കൽക്കത്തായിൽനിന്നും മറ്റൊരു ഉത്തരവു വരുന്നതുവരെ ഈ നില തുടരട്ടെ എന്നാണു മറുപടി കിട്ടിയത്. സൈനിക കലാപത്തെതുടർന്നു റസിഡണ്ടുമായുണ്ടായ സൗഹാർദ്ദം അതോടെ അവസാനിക്കുകയുംചെയ്തു.

മാർത്താണ്ഡവർമ്മയ്ക്കു മുമ്പു മാടമ്പിമാരായിരുന്നു പടനായകന്മാർ; നായന്മാർ പടയാളികൾ. പക്ഷേ, മാടമ്പിമാർ കണ്ണും അടച്ചു രാജാവിനെ അനുസരിക്കുന്നവരായിരുന്നില്ല. നാടിനു ഗുണമല്ലാത്തതു അവർ യോജിച്ച് എതിർത്തു. ഇതു അച്ചടക്ക രാഹിത്യമായി മാർത്താണ്ഡവർമ്മ കരുതി. അവരെ ഉന്മൂലനാശം വരുത്തി. തന്റെ ഇച്ഛയ്ക്കൊത്തു പ്രവർത്തിക്കുന്ന ഒരു സംസ്ഥാന സൈന്യത്തെ സംഘടിപ്പിച്ചതു അതുകൊണ്ടായിരുന്നു. ഇത്തരം ഒരു സൈന്യം വലിയൊരു പുലിവാലായിത്തീരുമെന്നു അദ്ദേഹം കരുതിയില്ല. കർണ്ണാടിക് നവാബിനെതിരെയും മൈസൂറിനെതിരെയും തിരുവിതാംകൂറിനെ രക്ഷിക്കാൻ ഇത്തരം ഒരു സൈന്യത്തിനു സാധിക്കുകയില്ല എന്നു രാമവർമ്മ മനസ്സിലാക്കി. നാടിന്റെ രക്ഷ അദ്ദേഹം ഇംഗ്ലീഷുകാരെ ഏല്പിച്ചതു അതുകൊണ്ടാണ്. ആഭ്യന്തര സുരക്ഷിതത്വത്തിനും ഇത്തരം ഒരു സൈന്യം ഭീഷണിയാവുമെന്നു മനസ്സിലായതു ബാലരാമവർമ്മയുടെ കാലത്താണ്. നാടിനെ പൂർണ്ണമായും ഇംഗ്ലീഷുകാർക്കടിമപ്പെടുത്തുന്ന 1805 ലെ കരാറിൽ ഒപ്പു വയ്ക്കേണ്ടി വന്നത് അതുമൂലമാണ്. മാർത്താണ്ഡവർമ്മയുടെ അധികാര മോഹം വരുത്തിവച്ച ഈ വിനയ്ക്കു വേലുത്തമ്പിയേയും ബാലരാമവർമ്മയേയും കുറ്റപ്പെടുത്തുന്ന ചരിത്രകാരന്മാർ കഥയറിയാതെ കഥകളി കാണുകയാണ്.

കുറിപ്പുകൾ

1. വി ആർ പരമേശ്വരൻപിള്ള. *വേലുത്തമ്പിദളവാ*, പുറം 111, ഉദ്ധരണം 'Mill and Wilson'
2. Bishop Caldwell. *A History of Tinnelvelly* പുറം 196
3. ദിവാനായി നിയമിക്കപ്പെട്ടപ്പോൾ വെറും മുപ്പത്താറു വയസ്സുമാത്രം പ്രായമുണ്ടായിരുന്ന വേലുത്തമ്പി കുമാരൻതമ്പി, നീലകണ്ഠൻ ചെമ്പകരാമൻ, കുഞ്ചുനീലൻപിള്ള എന്നിവരെക്കാൾ ജൂനിയറായിരുന്നു.

4. വേലുത്തമ്പിയുടെ മാതൃമാതുലൻ തിരുവിതാംകൂറിൽ മന്ത്രിയായിരുന്നു.
5. വേലുത്തമ്പി ദിവാൻപദം ഏറ്റു കുറെ മാസങ്ങൾ കഴിഞ്ഞു ദളവാ കൃഷ്ണൻചെമ്പകരാമൻ മരണമടഞ്ഞു. അതിനുശേഷം (977) വേലുത്തമ്പിയെ ദളവായായും നിയമിച്ചു. പില്ക്കാലത്തു ദിവാൻ പദവിയും ദളവാ പദവിയും ഒന്നായിത്തീർന്നു. ദളവാപദവിക്കു അന്തസ്സു കുറവായതുകൊണ്ട് കേശവദാസ് അതിനെ ദിവാൻ എന്നു മാറ്റിയതാണെന്ന ശങ്കുണ്ണിമേനോന്റെ പരാമർശം ശരിയല്ല. കേശവദാസനെ ദളവയാക്കിയിരുന്നില്ല എന്നതാണ് സത്യം.
6. 911 തുലാം മാസത്തിലെ ആറാട്ടു ദിവസമാണ് പിള്ളമാരേയും മാടമ്പിമാരേയും പിടികൂടി വധിക്കാൻ മാർത്താണ്ഡവർമ്മ ഏർപ്പാടു ചെയ്തിരുന്നത്. 974 മീനമാസത്തിലെ ആറാട്ടു ദിവസമായിരുന്നു ദിവാൻ കേശവപിള്ളയെ വധിക്കാനും ഏർപ്പാട് ചെയ്തത്. 980 മീനമാസത്തെ ആറാട്ടിന് വേലുത്തമ്പിയെ വധിക്കാൻ ഏർപ്പാടു ചെയ്തത് ആറാട്ട് അതിനുപറ്റിയ ദിവസമായിരുന്നതുകൊണ്ടായിരിക്കാം.
7. രാജാവിന് നാഗർകോവിൽ, വടശ്ശേരി, തിരുവട്ടാർ, അരുമന എന്നീ നാല് അമ്മ വീടുകളിലും ഭാര്യമാരുണ്ടായിരുന്നു. ഈ അമ്മ വീടുകളുമായി ബന്ധപ്പെട്ടവരായിരുന്നു രാജസേവകന്മാരിൽ പലരും. അവർ തമ്മിലുള്ള ഈർഷ്യ രഹസ്യങ്ങൾ ചോർന്നുപോകാൻ കാരണമായി. തിരുവട്ടാർ നീലകണ്ഠൻ ചെമ്പകരാമൻ ദളവയാകുന്നത് അരുമന അമ്മവീട്ടുകാർക്ക് ഒരുപക്ഷേ, ഇഷ്ടമല്ലായിരിക്കം.
8. ശ്രീ പത്മനാഭ സ്വാമിക്ഷേത്രത്തിൽ കൊടിയേറിക്കഴിഞ്ഞാൽ ആറാട്ടുവരെ പട്ടണത്തിൽ മരണംമൂലം അശുദ്ധിയുണ്ടാകാൻ പാടില്ല എന്ന കാരണത്താലാണ് വധശിക്ഷകൾ ആറാട്ടു കഴിയുംവരെ നീട്ടിക്കൊണ്ടുപോയത്.
9. നീലകണ്ഠൻ ചെമ്പകരാമനും വലിയ യജമാനനും കൊച്ചിയിൽ കടന്നു രക്ഷപ്പെടാൻ ഒരു ശ്രമം നടത്തി. പക്ഷേ, കൊച്ചിരാജാവ് അവരെ പിടികൂടി ഇംഗ്ലീഷുകാരെ ഏല്പിച്ചു. 'ശക്തൻ തമ്പുരാൻ', പുറം 393.
10. *കൃഷ്ണൻ ചെമ്പകരാമൻ എഴുതിയവര്യോല*, സാഹിത്യ പരിഷത്ത് ത്രൈമാസികം, വൃശ്ചികം 1108.
11. CVR Document No. 208, *Travancore State Manual*, Vol. II Appendix p. 261.
12. ശങ്കുണ്ണിമേനോൻ. *തിരുവിതാംകൂർ ചരിത്രം*, പുറം 239
13. Do. Do. പുറം 245-46
14. Do. Do. പുറം 244-45
15. Do. Do. പുറം 244

കുഞ്ചുനീലൻ പിള്ള

ചരിത്ര പുരുഷന്മാരെ മഹാന്മാരെന്നും ദുഷ്ടന്മാരെന്നും രണ്ടായി തിരിക്കുക രാജഭക്തന്മാരായ ചരിത്രകാരന്മാരുടെ പതിവായിരുന്നു. പലപ്പോഴും യുക്തിഹീനമായ വിലയിരുത്തലുകളാണ് അതിനുകാരണം. രാജാകേശവദാസന്റെയും വേലുത്തമ്പിയുടെയും ആരാധകർ ഒരു ദുഷ്ട കഥാപാത്രമായാണ് കുഞ്ചുനീലൻപിള്ളയെ ചിത്രീകരിച്ചത്. കേശവദാസിന്റെ മരണത്തിനു സൂത്രധാരത്വം വഹിച്ചയാൾ എന്ന മെക്കാളെയുടെ കണ്ടെത്തലും വേലുത്തമ്പിയെ വധിക്കാൻ ശ്രമിച്ച ഗൂഢാലോചനക്കാരിൽ ഒരാൾ എന്ന നിലയിൽ ശിക്ഷിക്കപ്പെട്ടയാളും, ജനറൽ കുമാരൻ തമ്പി, പേഷ്കാർ ഇരയിമ്മൻ തമ്പി എന്നിവരുടെ വധത്തിനു കാരണക്കാരൻ എന്നതുമാണ് ആ ധാരണയ്ക്ക് ഇടനല്കിയത്. സമർത്ഥനും വിശ്വസ്തനുമായ ഉദ്യോഗസ്ഥനെന്ന നിലയിൽ പിള്ളയോട് വേലുത്തമ്പിക്ക് ഈർഷ്യയായിരുന്നു. വേലുത്തമ്പി മെക്കാളെയുടെ സുഹൃത്തായിരുന്ന കാലത്തു തിരുവിതാംകൂറിന്റെ സ്വാതന്ത്ര്യം കാംക്ഷിച്ചു പ്രവർത്തിച്ചയാളായിരുന്നു നീലൻപിള്ള എന്നതാണു വസ്തുത.

കേശവദാസ് തന്റെ ബന്ധുക്കളെയും വിശ്വസ്തന്മാരെയും താക്കോൽസ്ഥാനങ്ങളിൽ പ്രതിഷ്ഠിച്ചകൂട്ടത്തിൽ അദ്ദേഹം ദിവാനായി പോയപ്പോൾ സ്വന്തം സ്ഥാനത്ത് സമ്പ്രതിയായി നിയമിച്ചയാളാണ് നീലൻപിള്ള. ക്രി. 1792 ൽ കേശവദാസ് മൈസൂറിൽനിന്നു രാജാവിനെഴുതിയ കത്തിൽ ഈ അവസ്ഥയെല്ലാം സമ്പ്രതി കുഞ്ചുനീലൻപിള്ള വായിച്ചു കണ്ട് തിരുമനസ്സിൽ അറിയിച്ചുകൊള്ളുകയും വേണം എന്ന് പറഞ്ഞിട്ടുള്ളതിൽനിന്നും അപ്പോൾ തന്നെ നീലൻപിള്ള സമ്പ്രതിയായിരുന്നു എന്നുകാണാം.[1] കേശവദാസ് കഴിഞ്ഞാൽ ഏറ്റവും സീനിയർ ഉദ്യോഗസ്ഥൻ അദ്ദേഹമായിരുന്നു. കേശവദാസിന്റെ മരണത്തെത്തുടർന്ന്

സ്ഥാനഭ്രംശം സംഭവിച്ച ഉദ്യോഗസ്ഥന്മാരിൽ നീലൻപിള്ളയുംപെടും. ജയന്തൻ ശങ്കരൻ നമ്പൂതിരിയുടെ അനുജൻ സുബ്രഹ്മണ്യനെ സമ്പ്രതിയുടെ സ്ഥാനത്തു നിയമിച്ച് അയാളുടെ അനുവാദം കൂടാതെ ആർക്കും രാജാവിനെ കാണാൻ പാടില്ലെന്നു ശട്ടം കെട്ടിയതായി മതിലകം രേഖയിൽ നിന്നുകാണം. നമ്പൂതിരി സഹോദരന്മാരെ തടവിലാക്കിയശേഷം ജനപ്രതിനിധികളുമായി ചർച്ചചെയ്യാൻ നിയോഗിച്ചതും സമ്പ്രതി അരത്തൻ കണ്ടൻ എന്നൊരാളെയാണ്. സ്ഥാനഭ്രംശം വന്ന ഉദ്യോഗസ്ഥന്മാരെ പുനഃപ്രതിഷ്ഠിച്ച കൂട്ടത്തിലാണ് നീലൻപിള്ള വീണ്ടും സമ്പ്രതിയായത്. ഈ സാഹചര്യത്തിൽ കേശവദാസിന്റെ വധത്തിനുപിന്നിൽ നീലൻ പിള്ള ഉണ്ടായിരുന്നു എന്നു കരുതാൻ വയ്യ. നമ്പൂതിരി സഹോദരന്മാരുടെ സഹോദരീഭർത്താവായ മാന്ത്രികൻ പാലനാട്ടുനമ്പൂതിരിയെ ക്ഷുദ്രപ്രയോഗത്തിന് വിചാരണചെയ്തു നാടുകടത്തിയതിൽ നിന്നു മരണത്തിനുകാരണക്കാരനായി ജനം സംശയിച്ചത് അയാളെയാണെന്ന് വ്യക്തമാണ്. രാജാവിനുമേൽ കുഞ്ചുനീലൻപിള്ളയ്ക്കുണ്ടായിരുന്ന അമിതമായ സ്വാധീനം മെക്കാളെയ്ക്കും ഒരുപക്ഷേ, വേലുത്തമ്പിക്കും ഇഷ്ടപ്പെട്ടിരുന്നില്ല. അതുകൊണ്ട് കുഞ്ചുനീലൻപിള്ളയെ ശിക്ഷിക്കാൻ അയാളുടെ പേരിൽ ദുരാരോപണം ഉന്നയിക്കുകയായിരുന്നു മെക്കാളെ ചെയ്തത്. രാജാവുമാത്രമല്ല കേശവദാസിന്റെ സ്യാലൻ പാറശ്ശാല പത്മനാഭപിള്ള പോലും കുഞ്ചുനീലൻപിള്ളയെ കുറ്റവിമുക്തനാക്കുകയായിരുന്നു. കുഞ്ചുനീലൻപിള്ളയ്ക്കെതിരെ സാക്ഷി പറഞ്ഞ നാലുപേരും പിന്നീട് കാലുമാറിയതും പ്രസ്താവ്യമാണ്.

ജനറൽ കുമാരൻ തമ്പി പേഷ്കാർ ഇരയിമ്മൻ തമ്പി എന്നിവരുടെ വധവുമായി കുഞ്ചുനീലൻപിള്ളയ്ക്കു ബന്ധമുണ്ടായിരിക്കാം. വലിയപടത്തലവൻ മാർത്താണ്ഡൻ ചെമ്പകരാമനും[3] വലിയ സർവ്വാധികാര്യക്കാരൻ കൃഷ്ണൻ ചെമ്പകരാമനും[3] പില്ക്കാലത്ത് നല്കിയ പ്രസ്താവനകളിൽ കുഞ്ചുനീലൻപിള്ളയെ കുറ്റപ്പെടുത്തിക്കാണുന്നു. രാജഹിതപ്രകാരം നീലൻപിള്ള ആ കൃത്യം നിർവ്വഹിച്ചിരിക്കാം. ഇവർ രണ്ടുപേരും അധികാരമോഹികളായിരുന്നു എന്നും രാജാവിനെതിരെ ബ്രിട്ടീഷ് ഉദ്യോഗസ്ഥന്മാരോട് നിരന്തരം ഏഷണി പറഞ്ഞിരുന്നു എന്നതും വസ്തുതയാണ്. കുമാരൻ തമ്പിക്കു ദിവാനാകാനും ഭാഗിനേയൻ ഇരയിമ്മൻ തമ്പിക്ക് വലിയസർവ്വാധികാര്യക്കാരനാകാനുമായിരുന്നു മോഹം. എന്നാൽ അവർ ഇരുവരും ആ പദവികൾ അർഹിക്കുന്നവരായിരുന്നില്ല. രാജാ കേശവദാസിന്റെ പ്രതാപകാലത്ത് അനർഹമായ പ്രൊമോഷൻ നൽകി നിയമിച്ചവരാണ് അവർ രണ്ടുപേരും. സർവ്വസൈന്യാധിപനായിരുന്ന വലിയ പടത്തലവൻ മാർത്താണ്ഡൻ ചെമ്പകരാമനു കർണ്ണൽ സ്ഥാനംമാത്രം ഉണ്ടായിരുന്നപ്പോൾ ജനറൽ എന്നൊരു പുതിയ തസ്തിക സൃഷ്ടിച്ച് കുമാരൻ ചെമ്പകരാമനു മുകളിൽ സ്ഥാനം നല്കാനായിരുന്നു ഈ അകൃത്യം കേശവദാസ് ചെയ്തത്. തന്റെ ഭാഗിനേയനും യുവാവുമായ ഇരയിമ്മൻ തമ്പിക്കു വേണ്ടി പുതുതായി സൃഷ്ടിച്ചതാണ്

പേഷ്ക്കാർ എന്ന തസ്തിക. സർവ്വാധികാര്യക്കാരൻമാരെ മറികടന്നുള്ള നിയമനമായിരുന്നു അത്. ജയന്തൻ ശങ്കരൻ നമ്പൂതിരിക്കു ശേഷം അയ്യപ്പൻ ചെമ്പകരാമൻ ദിവാനായപ്പോൾ അയാൾക്കെതിരായും പിന്നീട്, സ്വന്തം സ്യാലൻ പാറശ്ശാല പത്മനാഭപിള്ള ദിവാനായപ്പോൾ അയാൾക്കെതിരായും കുമാരൻതമ്പി ഈസ്റ്റിന്ത്യാക്കമ്പനിക്കു പരാതികളയച്ചു.[4] കേശവദാസിന്റെ കുടുംബക്കാരെ രാജാവു ദ്രോഹിക്കുന്നു എന്നാണ് പരാതി. അവർ അർഹിക്കാത്ത നിയമനം നല്കിയില്ല എന്നല്ലാതെ കേശവദാസിന്റെ കുടുംബത്തെ രാജാവു ദ്രോഹിച്ചതായി തെളിവില്ല. വേലുത്തമ്പി ദിവാനായി നിയമിക്കപ്പെട്ടപ്പോൾ വീണ്ടും ഇവർ പരാതി അയച്ചതാണ് അവരെ തടവിലാക്കാൻ കാരണമായത്.

കേശവദാസ് കഴിഞ്ഞാൽ ഏറ്റവും സീനിയറായിരുന്ന കുഞ്ചുനീലൻപിള്ള രാജാവിന്റെ വിശ്വസ്തനായ സമ്പ്രതിയായിരിക്കാനല്ലാതെ ദിവാൻപദവി മോഹിച്ചിരുന്നില്ല എന്നാണു കാണാൻ കഴിയുക. അയ്യപ്പൻ ചെമ്പകരാമനും പാറശ്ശാല പത്മനാഭപിള്ളയും വേലുത്തമ്പിയും ദിവാൻജിമാരായപ്പോഴും സമ്പ്രതിയായിരിക്കാനാണ് നീലൻപിള്ള താല്പര്യം കാണിച്ചത്. രാജാവിന്റെ വിശ്വസ്തൻ എന്ന നിലയിൽ ഭരണകാര്യങ്ങളിൽ ദിവാൻമാരേക്കാൾ നീലൻപിള്ള സ്വാധീനം ചെലുത്തിയിരുന്നു എന്നതാണ് സത്യം. കുമാരൻതമ്പിയേയും ഇരയിമ്മൻ തമ്പിയേയും വധിച്ചത് രാജനിയോഗം മൂലമല്ലാതെ സ്വാർത്ഥ താല്പര്യം പ്രമാണിച്ചാണെന്നു തോന്നുന്നില്ല. എങ്കിലും ആ കുറ്റത്തിൻമേലാണ് നീലൻപിള്ളയ്ക്കു ഉദ്യോഗം നഷ്ടപ്പെട്ടത്. മെക്കാളെയ്ക്കും വേലുത്തമ്പിക്കും നീലൻപിള്ള അനഭിമതനായിരുന്നല്ലോ.

വേലുത്തമ്പിയെ വധിക്കാൻ രാജാവു ഉത്തരവു നല്കിയതിനും കുഞ്ചുനീലൻപിള്ളയ്ക്കു ഉത്തരവാദിത്വം ഉണ്ടെന്നു തോന്നുന്നില്ല. ഉദ്യോഗം നഷ്ടപ്പെട്ട നീലൻപിള്ള പത്മനാഭപുരത്തിനു സമീപമുള്ള സ്വഭവനത്തിൽ കഴിയുകയായിരുന്നു. അയാളെ ആളയച്ചു തിരുവനന്തപുരത്തു വരുത്തുകയായിരുന്നു രാജാവു ചെയ്തത്. ഉദ്യോഗം ഒഴിഞ്ഞശേഷവും കുഞ്ചുനീലൻപിള്ളയ്ക്കു രാജാവിനുമേൽ സ്വാധീനമുണ്ടെന്നു മെക്കാളെയും വേലുത്തമ്പിയും സംശയിച്ചിരിക്കാം. ആ സംശയം ശരിയാണെങ്കിൽ കുഞ്ചുനീലൻപിള്ളയുടെ കഴിവിനെപ്പറ്റി ബഹുമാനമാണു തോന്നുക.

കുറിപ്പുകൾ

1. വി ആർ പരമേശ്വരൻപിള്ള. '*രാജാകേശവദാസ്*', 1993 പുറം 118
2. '*Travancore State Manual*', Vol II (*T. K.Velu Pillai*) Appendix p. 261
4. 'ചരിത്രത്തിന്റെ ഏടുകൾ', പുറം 85
   B Sobhanan. '*Tragic End of Raja Kesava Das and his family*', *Journal of Kerala Studies*,23 Vol. III Parts III & IV

ഒരു സൗഹൃദത്തിന്റെ അന്ത്യം

സൗഹൃദത്തിന്റെ വസന്തം

സബ്സിഡിയറി സൈന്യത്തെ മുഴുവൻ കൊല്ലത്തു സ്ഥിരമായി പാർപ്പിക്കാനുള്ള എല്ലാ സൗകര്യങ്ങളും ദളവാ ചെയ്തു. സൈന്യത്തിന്റെ കമാണ്ടർ എന്ന നിലയിൽ റസിഡണ്ടിനു താമസിക്കാൻ ബംഗ്ലാവും കൊല്ലത്തു തീർത്തുകൊടുത്തു. അതാണു പില്ക്കാലത്തു റസിഡൻസി യായിത്തീർന്നത്. ആലപ്പുഴയിൽ നിന്നും താമസം മാറ്റി കൊല്ലവും കൊച്ചിയും റസിഡൻസികളാക്കി. പ്രധാന രാജ്യകാര്യങ്ങളിൽ റസിഡ ണ്ടുമായി ആലോചിക്കാൻ നിഷ്കർഷിച്ചിരുന്ന ദളവാ തന്റെ ആസ്ഥാ നവും കൊല്ലത്തേക്കു മാറ്റി. ആലപ്പുഴ തിരുവിതാംകൂറിന്റെ വാണിജ്യ തലസ്ഥാനവും കൊല്ലം ഭരണ തലസ്ഥാനവുമായി മാറി. ക്ഷേത്രകാര്യ ങ്ങളിലും മറ്റു മതപരമായ കാര്യങ്ങളിലും മാത്രം ശ്രദ്ധിച്ചുകൊണ്ട് രാജാവ് തിരുവനന്തപുരത്തും പത്മനാഭപുരത്തുമായി കഴിഞ്ഞുകൂടി.

ഇംഗ്ലീഷുകാരുമായുള്ള സൗഹാർദ്ദംമൂലം നാടിന് ഗുണകരമായി പലതും ചെയ്യാൻ സാധിക്കുമെന്നു രാജാകേശവദാസനെപ്പോലെ തന്നെ വേലുത്തമ്പിയും വിശ്വസിച്ചു. "എല്ലാ കാര്യങ്ങളിലും ദളവാ ദിവാനെ (കേശവദാസിനെ) പിന്തുടരുന്നതായാണ് കാണുന്നത്" എന്നു മെക്കാളെ രാമലിംഗ മുതലിയാർക്കെഴുതി.[1] കേശവദാസിന്റെ കാല്പാടുകളെ പിന്തു ടർന്നു വാണിജ്യപുരോഗതിക്കായി ദളവാ വളരെയേറെ യത്നിച്ചത് ഒരു വേള ഈസ്റ്റിന്ത്യാക്കമ്പനിയുടെ താല്പര്യം കൂടെ കണക്കിലെടുത്തുകൊ ണ്ടാവണം. ആലപ്പുഴയുടെ അഭിവൃദ്ധിക്കും ചങ്ങനാശ്ശേരിയെ ഒരു വാണിജ്യ കേന്ദ്രമാക്കുന്നതിനും വേണ്ടി ദളവാ ശ്രദ്ധ പതിപ്പിച്ചു. മദ്രാസ് പ്രവിശ്യയെ കൊല്ലവുമായി ബന്ധിപ്പിക്കുന്ന കൊല്ലം ചെങ്കോട്ടറോഡിന്റെ വികസനം ഈ ലക്ഷ്യങ്ങളോടെയായിരുന്നു. പാളയംകോട്ടയും കൊല്ല

വുമായുള്ള സൈന്യ സമ്പർക്കത്തിനും വാണിജ്യവികസനത്തിനും ഈ റോഡു വളരെ പ്രയോജനകരമായിരുന്നു.

ഇംഗ്ലീഷുകാരുമായുള്ള മൈത്രിമൂലം തിരുവിതാംകൂറിനനുകൂലമായി തീരുമാനിക്കപ്പെട്ടതാണ് കൂടൽ മാണിക്കം ക്ഷേത്രത്തിലെ തച്ചുടയകൈമളുടെ നിയമനം. തച്ചുടയകൈമളുടെ നിയമനത്തെച്ചൊല്ലി തിരുവിതാംകൂറും കൊച്ചിയുമായി തർക്കമുണ്ടാകുന്നത് ശക്തൻ തമ്പുരാൻ കൊച്ചി രാജാവായിരിക്കുമ്പോഴാണ്. കൊ. 517 മുതൽ 903 വരെ ആ നിയമനം നടത്തിയിരുന്നത് കായംകുളം രാജാക്കന്മാരായിരുന്നു.[2] കൊ. 922 ൽ കായംകുളം തിരുവിതാകൂറിൽ ലയിച്ചതുകൊണ്ട് കൈമളുടെ നിയമനാധികാരം തിരുവിതാംകൂറിനാണെന്നാണ് തിരുവിതാംകൂറിന്റെ വാദം. 941 കന്നി മാസം 24-ാം തീയതി തിരുവിതാംകൂറിനയച്ച തീട്ടൂരത്തിൽ ഇരിങ്ങാലക്കുട തച്ചുടയ കൈമളുടെ സ്ഥാനം പണ്ടേ ഉള്ളതാകകൊണ്ട് കീഴ്മര്യാദപോലെ നടത്തിച്ചേക്കുകയുമാം, എന്നു കൊച്ചീരാജാവ് സമ്മതിച്ചിരുന്നതുമാണ്.[3] കൊ. 902 ൽ നിയമിതനായിരുന്ന തച്ചുടയകൈമൾ കൊ. 954 ലാണ് മരിച്ചത്. കൊ. 945 ൽ ഭരണമേറ്റ ശക്തൻ തമ്പുരാൻ തച്ചുടയകൈമളെ നിയമിക്കാനാവശ്യമായ തീട്ടൂരം തിരുവിതാംകൂർ രാജാവിനു നല്കാൻ വിസമ്മതിച്ചു. ക്ഷേത്രത്തിലെ മരാമത്തുപണികൾക്കു മേല്നോട്ടം വഹിക്കുന്നവനാണ് കൈമളെന്നും അപ്രകാരം പണിയൊന്നും ആവശ്യമില്ലാത്തതിനാൽ കൈമളെ നിയമിക്കേണ്ട ആവശ്യമില്ലെന്നുമുള്ള വിതണ്ഡാവാദമായിരുന്നു ശക്തന്റേത്. പൗരോഹിത്യത്തിന്റെയും ഫ്യൂഡൽ പ്രഭുത്വത്തിന്റെയും ശത്രുവായിരുന്ന ശക്തൻ തമ്പുരാൻ അസാധാരണാധികാരങ്ങളുള്ള കൈമൾ സ്ഥാനത്തേക്കു അയൽ രാജ്യത്തിന്റെ പ്രതിനിധിയെ വാഴിക്കാൻ ഇഷ്ടപ്പെട്ടിരുന്നില്ല എന്നതാവാം ഒരു കാര്യം. തിരുവിതാംകൂറിന്റെ പ്രതിനിധിയെ തന്റെ നാട്ടിൽ വാഴിക്കുന്നത് തന്റെ മേല്ക്കോയ്മയായ ഹൈദർ ഖാനെ പ്രകോപിപ്പിക്കുമെന്നും ഒരുപക്ഷേ അദ്ദേഹം ഭയന്നിരിക്കാം. അതെന്തായാലും, 1805 ൽ ശക്തൻ തമ്പുരാൻ അന്തരിക്കുന്നതുവരെ തച്ചുടയകൈമളെ നിയമിക്കാൻ അദ്ദേഹം തിരുവിതാംകൂറിനെ അനുവദിച്ചിരുന്നില്ല. തിരുവിതാംകൂർ രാജാവ് ഈസ്റ്റിന്ത്യാ കമ്പനിയോട് ഇക്കാര്യത്തെപ്പറ്റി പരാതിപ്പെട്ടിട്ടും പ്രയോജനമുണ്ടായില്ല. അഞ്ചുവർഷത്തിലേറെക്കാലം കൊച്ചിയിൽ റസിഡണ്ടായിരുന്ന മെക്കാളെയ്ക്ക് ഒരു പ്രാവശ്യംപോലും തമ്പുരാനെ കാണാൻ സാധിക്കാത്തവിധം അദ്ദേഹം തന്ത്രപൂർവ്വം ഒഴിഞ്ഞുമാറുകയായിരുന്നു എന്നതാണ് വസ്തുത. ശക്തൻ തമ്പുരാന്റെ മരണശേഷം 1807 ൽ അടുത്ത കൈമളുടെ നിയമനം തിരുവിതാംകൂർ രാജാവുനടത്തിയത് വേലുത്തമ്പിക്ക് ഇംഗ്ലീഷുകാരുമായുണ്ടായിരുന്ന മൈത്രിമൂലമായിരുന്നു എന്നു പറയാം.

തന്റെ മിത്രമായ പാലിയത്തച്ചനെ കൊച്ചിയിലെ പ്രധാന സചിവനായി നിയമിക്കാനിടയായതും വേലുത്തമ്പിക്ക് മെക്കാളെയുടെ മേലുണ്ടായിരുന്ന സ്വാധീനം മൂലമായിരുന്നു. പാലിയത്തച്ചന്മാർ പാരമ്പര്യമായി

കൊച്ചിയിലെ സചിവന്മാരായിരുന്നു എങ്കിലും തിരുവിതാംകൂറിന്റെ മിത്രമായിരുന്ന കോമി അച്ചൻ കൊ. 954 ൽ മരിച്ചപ്പോൾ അദ്ദേഹത്തിന്റെ പിൻഗാമി ബാലനായിരുന്നതുകൊണ്ട് ആ പദവി നഷ്ടപ്പെട്ടു. ശക്തന്മാരായ സ്വരൂപികളെ ഒഴിവാക്കാൻ ജാഗരൂകനായിരുന്ന ശക്തൻ തമ്പുരാൻ അച്ചനു പ്രായപൂർത്തിയായശേഷവും തന്റെ മന്ത്രിയാക്കിയില്ല. തിരുവിതാംകൂറും കൊച്ചിയും തമ്മിൽ ചുങ്കക്കാര്യത്തിലും മറ്റുമുണ്ടായിരുന്ന തർക്കങ്ങൾ സംബന്ധിച്ച് കൊ. 981 കുംഭം 20 ന് 'ദളവാതമ്പി വേലായുധൻ ചെമ്പകരാമനും ആലങ്ങാടു മുഖത്തു സർവ്വാധികാര്യം കുമാരൻ ചെമ്പകരാമനും ഏറ്റുമാനൂർ മുഖത്തു സർവ്വാധികാര്യം മാതേവൻ അയ്യപ്പനും സർവ്വാധികാര്യം ശങ്കരൻ പത്മനാഭനും അന്നമനട കാര്യക്കാർ രാമൻ ഗോവിന്ദനും വലിയമേലെഴുത്തു സൂര്യനാരായണൻ ശങ്കരനാരായണനും പാലിയത്തു മേനോനും അണ്ണുപ്പട്ടര് സർവ്വാധികാര്യക്കാരും ചെറുപറമ്പത്തു കുഞ്ഞികൃഷ്ണമേനവനും തൃപ്പുണിത്തുറ കോയ്മകോട്ടപ്പുറത്തു രാമരു തിരുപ്പാടും കൂടെ ഇരുന്നു എറണാകുളത്തുവച്ച് ഇരുപുറത്തും എഴുതീട്ടുള്ള വര്യോലയും വായിച്ചുകേട്ട് അങ്ങും ഇങ്ങും അനുസരിച്ചു തീർന്ന കാര്യങ്ങൾക്കു വര്യോല എഴുതി[4] . തർക്കവുമായി ബന്ധപ്പെട്ട ഒരു സ്വരൂപി എന്ന നിലയിലാണ് പാലിയത്തു മേനവൻ കരാറിൽ ഒപ്പിട്ടത്. അദ്ദേഹം അന്നു മന്ത്രിയായിരുന്നില്ല. ചർച്ചകളിൽ പങ്കെടുത്തപ്പോൾ പാലിയത്തച്ചനുമായി പരിചയപ്പെട്ട വേലുത്തമ്പി അച്ചന് അവകാശപ്പെട്ട മന്ത്രിസ്ഥാനം നല്കുവാൻ മെക്കാളെയുടെ മേൽ സ്വാധീനം ചെലുത്തി. അന്നു ശക്തൻ തമ്പുരാൻ അന്തരിച്ചു ആറുമാസം കഴിഞ്ഞിരുന്നതിനാൽ അദ്ദേഹത്തിന്റെ പിൻഗാമിയെക്കൊണ്ടു നിയമനം നടത്തിക്കുവാൻ റസിഡണ്ടിനു പ്രയാസമുണ്ടായില്ല. അഞ്ചുവർഷമായി കൊച്ചി ഭരണകൂടവുമായി അടുക്കാൻപോലും കഴിയാതിരുന്ന മെക്കാളെ തന്റെ മിത്രത്തിന്റെ മിത്രത്തെ മന്ത്രിയാക്കാൻ ഉത്സാഹം കാണിച്ചു. മന്ത്രിയായി തീർന്ന പാലിയത്തച്ചൻ സാധുവായിരുന്ന രാജാവിൽ നിന്നും അധികാരം മുഴുവൻ ക്രമേണ കൈയടക്കി. മാത്രമല്ല, രാജാവിന്റെ രക്ഷയ്ക്കെന്ന വണ്ണം തൃപ്പുണിത്തുറ കോവിലകത്തിന്റെ സംരക്ഷണം തിരുവിതാംകൂർ പട്ടാളത്തെ ഏല്പിക്കുകയും ചെയ്തു. അങ്ങനെ ഹൈദർ കൊച്ചിയുടെ മേൽ അധീശത്വം സ്ഥാപിക്കുന്നതിനു മുമ്പുള്ള സ്ഥിതിയിലേക്കു തിരുവിതാംകൂർ കൊച്ചി ബന്ധം പുനഃസ്ഥാപിക്കപ്പെട്ടു.

പിണക്കത്തിന്റെ തുടക്കം

ക്രി. 1805 ലെ ഉടമ്പടിക്കു ശേഷം രണ്ടു വർഷം ദളവായും റസിഡണ്ടുമായുള്ള സൗഹൃദം തുടർന്നു. അഹംഭാവിയും അധികാരമോഹിയുമായ റസിഡണ്ടും അത്രതന്നെ അഭിമാനിയായ ദളവായും തമ്മിൽ ഏഴു വർഷം എങ്ങനെ സൗഹൃദത്തിൽ കഴിഞ്ഞു എന്നതുതന്നെ വിസ്മയകരമായ കാര്യമാണ്. രാജ്യനന്മയ്ക്കു ഈ സൗഹൃദം അനിവാര്യമാണെന്നതുകൊണ്ട് അനിഷ്ടാനുഭവങ്ങൾ പലതും ദളവാ സഹിച്ചും

പൊറുത്തും കഴിഞ്ഞു എന്നുവേണം കരുതാൻ. ഈ നിലയ്ക്കു ഒരു അറുതി വന്നത് ആരുടെ ഭാഗത്തുനിന്നുള്ള വീഴ്ചമൂലമാണെന്നു ചോദിച്ചാൽ പെട്ടെന്നൊരു ഉത്തരം കണ്ടെത്താൻ പ്രയാസമാകും. എങ്കിലും, രാജാവും ദളവായും റസിഡണ്ടും ഉൾപ്പെട്ട മൂവർ ഭരണത്തിൽ ആരെയെങ്കിലും ഒരാളെമാത്രം കുറ്റപ്പെടുത്തണമെങ്കിൽ അതു ദളവായെ മാത്രം ആയിരിക്കും. എന്തെന്നാൽ തുടക്കം മുതൽ ഒടുക്കംവരെ റസിഡണ്ടിന്റെയും രാജാവിന്റേയും പ്രവർത്തനശൈലികളിൽ വ്യത്യാസം ഇല്ലായിരുന്നു. രാജാവുമായുള്ള ആദ്യസന്ദർശനത്തിൽ തന്നെ തന്റെ നയരാഹിത്യം റസിഡണ്ട് പ്രകടമാക്കിയിരുന്നു.[5] അന്നുമുതൽ തന്നെ രാജാവ് മെക്കാളെയോടുള്ള വെറുപ്പു പ്രകടിപ്പിക്കുകയും ആ വെറുപ്പ് അവസാനം വരെയും ഉള്ളിലൊതുക്കി വയ്ക്കുകയും ചെയ്തിരുന്നു. മെക്കാളെയെ ഇവിടെ ആവശ്യമില്ലെന്നും കമ്പനിയുമായുള്ള ഇടപാടുകൾ ബോംബേ ഗവർണ്ണറും അഞ്ചുതെങ്ങിലെ കമേർഷ്യൽ റസിഡണ്ടു (സി ആർ) മായി താൻ നിർവ്വഹിച്ചുകൊള്ളാമെന്നും രാജാവ് ഗവർണ്ണർ ജനറലിന് എഴുതിയതാണ്.[6] 1805 ജനുവരി 7-ാം തീയതി കാലത്ത് ഉടമ്പടി പുതുക്കുന്നതിനെപ്പറ്റി ദളവായും രാമലിംഗമുതലിയാരും രാജാവിനോടു സംസാരിച്ചപ്പോൾ രാജാവ് അതിനു സമ്മതം മൂളിയതാണ്. എന്നാൽ അന്നു തന്നെ അപരാഹ്നത്തിൽ റസിഡണ്ട് രാജാവിനെ സന്ദർശിച്ചപ്പോൾ സംഭാഷണം അലസിപ്പിരിഞ്ഞത് രാജാവിന് റസിഡണ്ടിന്റെ നേർക്കുള്ള അഭിപ്രായമാണ് സൂചിപ്പിക്കുന്നത്. പതിനൊന്നുവർഷത്തെ ഔദ്യോഗിക ജീവിതത്തിനുശേഷം മെക്കാളെ തിരുവനന്തപുരം വിട്ടപ്പോഴും രാജാവും റസിഡണ്ടുമായുള്ള ബന്ധം ഇതുതന്നെയായിരുന്നു. നയം മാറ്റമുണ്ടായതു വേലുത്തമ്പിയുടെ ഭാഗത്താണെന്നു ഇതു വ്യക്തമാക്കുന്നു.

മെക്കാളെയും വേലുത്തമ്പിയുമായുള്ള സൗഹൃദത്തിനു ഭംഗം നേരിട്ടത് പല കാരണങ്ങളാലാണ്. അതിൽ ഏറ്റവും പ്രധാനം കപ്പം നല്കിയതിൽ വന്ന വീഴ്ചയായിരുന്നു. ബാലരാമവർമ്മ ഭരണമേറ്റ 1798-99 മുതൽ 1804-5 വരെയുള്ള ഏഴുവർഷവും കപ്പത്തുകയായ 42,914 പവൻ കൃത്യമായി കമ്പനിക്കു നല്കിയിട്ടുണ്ടായിരുന്നു.[7] അതിന്റെ ഖ്യാതിയും ബാലരാമവർമ്മയ്ക്കായിരുന്നു, വേലുത്തമ്പിക്കല്ല. എന്തെന്നാൽ വേലുത്തമ്പി ദളവാ ആകുന്നതിനു മുമ്പും ബാലരാമവർമ്മ മൂപ്പേറ്റ ശേഷം കപ്പക്കുടിശ്ശിക വരുത്തിയിട്ടില്ലായിരുന്നു. എങ്കിലും ഉടമ്പടി പുതുക്കിയശേഷമുള്ള രണ്ടുവർഷങ്ങളിലും മുമ്പിലുള്ള കപ്പത്തുകയല്ലാതെ ഒട്ടും കൂടുതൽ നല്കിയിരുന്നില്ല. കൂടുതലായി ചുമത്തിയ കപ്പത്തുക (രൂ. നാലുലക്ഷം) യുടെ പകുതി രണ്ടുവർഷത്തേയ്ക്കു കൊടുത്താൽ മതിയെന്നു റസിഡണ്ടു സമ്മതിച്ചു എങ്കിലും അതുപോലും നല്കപ്പെട്ടിരുന്നില്ല. പുതുക്കിയ ഉടമ്പടി പ്രകാരമുള്ള അധിക കപ്പം നല്കുകയില്ല എന്നു തന്നെ രാജാവു ശഠിച്ചിരുന്നതായി തോന്നുന്നു. കൂടുതൽ കപ്പം നല്കുന്നത് അസാദ്ധ്യമെന്ന് വരവുചെലവു കണക്കുകൾ ഹാജരാക്കി ബോദ്ധ്യപ്പെടുത്താമെന്നു ദളവാ പറഞ്ഞതു റസിഡണ്ടു സമ്മതിച്ചെങ്കിലും അങ്ങ

നെയും സംഭവിച്ചിട്ടില്ല.[6] അടുത്തകാലത്തു രൂപീകൃതമായ കർണ്ണാടിക് ബ്രിഗേഡിനെ പിരിച്ചുവിട്ടാൽ ആണ്ടൊന്നിനു ഒന്നരലക്ഷം രൂപയോളം ലാഭിക്കാമെന്നുള്ളതിനാൽ അതിനു രണ്ടുവർഷത്തെ സാവകാശം നല്കുകയാണ് റസിഡണ്ട് ചെയ്തത്. അതുവരെ അധിക കപ്പത്തിന്റെ പകുതി നല്കിയാൽ മതിയെന്നാണു പറഞ്ഞിരുന്നത്. എന്നാൽ കുറവു ചെയ്ത തുക പോലും തിരുവിതാംകൂറിൽനിന്നും ഈടാക്കാൻ സാധിക്കാതെ പോയതു സ്വാഭാവികമായും റസിഡണ്ടിന്റെ കഴിവുകേടുകൊണ്ടാണെന്ന് കമ്പനി അധികൃതർ കുറ്റപ്പെടുത്തി. ഇതു ദളവായുടെ നേർക്കുള്ള റസിഡണ്ടിന്റെ പെരുമാറ്റത്തെ കൂടുതൽ കഠിനമാക്കി. രാജാവാകട്ടെ, കർണ്ണാടിക് ബ്രിഗേഡിനെ പിരിച്ചുവിടാൻ തയ്യാറല്ലായിരുന്നു. സുശിക്ഷിതമായ ആ സൈന്യം രാജ്യരക്ഷയ്ക്കു മാത്രമല്ല തന്റെ അന്തസ്സു നിലനിർത്താനും ആവശ്യമാണെന്നായിരുന്നു അദ്ദേഹത്തിന്റെ വാദം. ഇപ്രകാരം, പിശാചിനും നടുക്കടലിനും ഇടയിൽപ്പെട്ട ഗ്രീക്കു കഥാനായകന്റെ സ്ഥിതിയിലായ ദളവാ രണ്ടിലൊരു വിനയെ വരിക്കാൻ നിർബ്ബന്ധിതനായി. രാജാവിന്റെ പക്ഷം ചേരാനാണു പിന്നീട് അദ്ദേഹം തീരുമാനിച്ചത്.

അപ്രകാരം തീരുമാനിക്കാനും കാരണമുണ്ടായിരുന്നു. റസിഡണ്ടുമായുള്ള സൗഹൃദംമൂലം നേട്ടങ്ങളുണ്ടായിയെങ്കിലും താൻ രാജാവിന്റെയും ഉദ്യോഗസ്ഥന്മാരുടേയും പ്രമാണികളുടേയും മുമ്പിൽ ഒറ്റപ്പെട്ടുപോകുന്നതായി ദളവാ കണ്ടു. റസിഡണ്ടിന്റെ കോടാലിക്കൈ ആയി താൻ തീർന്നിരിക്കുകയാണെന്നുള്ള പരുഷവാക്കുകൾ അദ്ദേഹത്തിന്റെ അഭിമാനത്തെ വ്രണപ്പെടുത്തി. അധികാരത്തിലെത്താനും അതു നിലനിർത്താനും അദ്ദേഹം കാട്ടിയ ക്രൂരതകളെപ്പറ്റി നിറം പിടിപ്പിച്ച കഥകളും നാട്ടിലെങ്ങും പ്രചരിച്ചു. 1804 ലെ പട്ടാളവിപ്ലവത്തിനുശേഷം പിരിച്ചുവിടപ്പെട്ട പുള്ളികൾ നാട്ടിലെങ്ങും തമ്പിക്കെതിരായ വിമർശനങ്ങൾക്കു പ്രചാരം നല്കി. ജനങ്ങളുമായി സമ്പർക്കമില്ലാതെ അകന്നുനിന്ന രാജാവിനു നേർക്കു ജനങ്ങളുടെ ആദരവും സഹതാപവും കൂടിവരികയും ചെയ്തു. അതും രാജാവിനഹിതമായ എന്തെങ്കിലും ചെയ്യുന്നതിൽ നിന്നും വേലുത്തമ്പിയെ വിലക്കി.

മെക്കാളെയുടെ മതനയം

ഒരു പുരോഹിതന്റെ മകനായ മെക്കാളെ തികഞ്ഞ മതവിശ്വാസിയായിരുന്നതിൽ അത്ഭുതമില്ല. പക്ഷേ, അദ്ദേഹം ഒരു മതവെറിയൻ ആയിരുന്നില്ല. ക്രിസ്തുമതവിശ്വാസികൾക്കു നേരെ അദ്ദേഹം അതിയായ മമത പുലർത്തിയിരുന്നുവെങ്കിൽ അതു മത വൈരാഗ്യം കൊണ്ടായിരുന്നില്ല. അധികാരത്തിന്റെ വേരുകൾ നാട്ടിലുറപ്പിക്കാനുള്ള രാജ്യതന്ത്രത്തിന്റെ ഭാഗമായിരുന്നു അത്. മതവിശ്വാസത്തിന്റെ പേരിലെങ്കിലും തങ്ങളോടൊപ്പം നില്ക്കുന്ന ഒരുവിഭാഗം ആളുകൾ നാട്ടിലുണ്ടാവുക നല്ലതാണല്ലോ. പോർട്ടുഗീസുകാർ കേരളം വിട്ടിട്ടു നൂറ്റാണ്ടുകൾ കഴിഞ്ഞിട്ടും അവർ ആദരിക്കപ്പെട്ടത് അവരുടെ ഒത്താശയോടെ സ്ഥാപിതമായ കത്തോ

ലിക്കാസഭമൂലം ആണല്ലോ. ഒരു നൂറ്റാണ്ടിലേറെക്കാലം ശക്തമായി കേരളത്തിൽ നിലനിന്ന ശേഷവും സ്ഥലം വിടേണ്ടിവന്ന ലന്തക്കാരെ ചൊല്ലി കണ്ണീർക്കണംപോലും പൊഴിക്കാൻ കേരളത്തിൽ ആരുമില്ലാതെപോയത് അവർ മതകാര്യത്തിൽ കാണിച്ച അനാസ്ഥമൂലമാണ്. അത്തരം ഒരു സ്ഥിതിവിശേഷം ഇംഗ്ലീഷുകാർക്കുണ്ടാവരുതെന്നു അവർ കരുതി. ഇംഗ്ലീഷ് ഈസ്റ്റിന്ത്യാകമ്പനി മതപ്രബോധനം ഗൗരവമായെടുക്കണമെന്നു നിർദ്ദേശിക്കുന്ന ഒരു ബിൽ 1793 ൽ ബ്രിട്ടീഷ് പാർലമെന്റിൽ വില്യം വിൽബർ ഫോഴ്സ് എന്നയാൾ അവതരിപ്പിച്ചു.[9] ബിൽ പാസായില്ലെങ്കിലും ഇക്കാര്യത്തിൽ ബ്രിട്ടീഷ് സർക്കാരിനു മേൽ സമ്മർദ്ദം ഏറിവന്നു. ഈ സാഹചര്യത്തിലാണ് 1800 ൽ കൽക്കത്തായിലെ പുരോഹിതനായിരുന്ന ഡോക്ടർ ബുക്കാനൻ മദ്രാസിലും മൈസൂറിലും കേരളത്തിലുമുള്ള സാമൂഹികസ്ഥിതികളെപ്പറ്റിയും മതപ്രചരണസാദ്ധ്യതകളെപ്പറ്റിയും ആരായാൻ നിയുക്തനായത്.

ക്രി. 1806 ൽ ഡോ. ബുക്കാനനും 1805 ൽ മദ്രാസ് ഗവണ്മെന്റിൽ നിന്നും നിയോഗിച്ച കെർ എന്നയാളും ഇതേ ഉദ്ദേശ്യത്തോടെ തിരുവിതാംകൂറിൽ വന്നു. അന്നു തിരുവിതാംകൂറിലെ ക്രിസ്ത്യാനികൾ പ്രധാനമായും മൂന്നു ചേരിയിലായിരുന്നു. റോമാസഭയുടെ കീഴിൽ ലത്തീൻ ആചാരക്രമങ്ങൾ പാലിച്ചിരുന്ന ലത്തീൻ കത്തോലിക്കരും റോമാസഭയുടെ കീഴിൽ തന്നെ സുറിയാനി ആചാരക്രമങ്ങൾ പാലിച്ചിരുന്ന സിറിയൻ കത്തോലിക്കരും ആയിരുന്നു ഭൂരിഭാഗംപേരും. സ്വതന്ത്ര മെത്രാൻ എന്ന ആശയം വച്ചു പുലർത്തിയിരുന്ന കുറേ പള്ളികൾ സുറിയാനി ആചാരക്രമങ്ങൾ പാലിച്ചിരുന്നു. അവരെ പുത്തൻകൂറുകാരെന്നും പറഞ്ഞിരുന്നു. ലോകമെങ്ങും വ്യാപിച്ചുകിടന്ന റോമാസഭയ്ക്കു പോർട്ടുഗീസുകാരോടും സ്പെയിൻകാരോടും അടുപ്പമായിരുന്നതിനാൽ അവരുമായി അടുത്ത ബന്ധം ആംഗ്ലിക്കൻ സഭയ്ക്ക് സുഖകരമായിരുന്നില്ല. സുറിയാനി ക്രിസ്ത്യാനികളാകട്ടെ, ക്രിസ്ത്യാനികളെന്ന നിലയിൽ ഇംഗ്ലീഷുകാരേക്കാൾ പുരാതനത്വം അവകാശപ്പെട്ടിരുന്നതിനാൽ അവരെ സഭയുടെ ബന്ധുക്കളായി കരുതണമെന്നും ബുക്കാനനും കെറും ശുപാർശ ചെയ്തു. പഴയകൂറുകാരോടും ലത്തീൻസഭയോടും അത്രയ്ക്കല്ലെങ്കിലും വേണ്ടവണ്ണം നല്ലബന്ധം പുലർത്തണമെന്നും ശുപാർശ ചെയ്യപ്പെട്ടു. എന്നാൽ പരസ്പരം വഴക്കടിച്ചുകൊണ്ടിരുന്ന ഈ മൂന്നു ചേരികളിൽ ആരോടു കൂടുതൽ അടുത്താലും അതു മറ്റുള്ളവർ സംശയദൃഷ്ടിയോടെ വീക്ഷിക്കുമെന്ന അവസ്ഥയും ഉണ്ടായിരുന്നു. അതുകൊണ്ടു പുത്തൻകൂറുകാരോടു കൂടുതൽ അടുപ്പവും പഴയകൂറുകാരോടു അതിൽ കുറവായ മമതയും മെക്കാളെ പുലർത്തി. ലത്തീൻ സഭയോടാകട്ടെ, അദ്ദേഹത്തിനു നല്ല ബന്ധം ഉണ്ടായിരുന്നുമില്ല.

ഭരണകാര്യങ്ങളിൽ ക്രിസ്ത്യാനികൾക്കു വേണ്ടി ഇടപെടാൻ മെക്കാളെയെ പ്രേരിപ്പിച്ച ചരിത്ര വസ്തുത ഇപ്രകാരമാണ്. കൊച്ചി സംസ്ഥാനത്തിനു മേൽ അധീശത്വം സ്ഥാപിച്ചിരുന്ന പോർട്ടുഗീസുകാർ അവി

ടുത്തെ ക്രിസ്ത്യാനികളുടെ മേലുള്ള നീതിനിർവ്വഹണം ഏറ്റെടുത്തിരുന്നു. പോർട്ടുഗീസുകാരിൽനിന്നും കൊച്ചിയുടെ അധീശത്വം നേടിയെടുത്ത ഡച്ചുകാരും ക്രിസ്ത്യാനികളുടെ മേലുള്ള പ്രത്യേകാധികാരം രാജാവിനു വിട്ടുകൊടുത്തിരുന്നില്ല. 1795 ൽ ഡച്ചുകാരെ കൊച്ചിയിൽനിന്നും നിഷ്കാസനം ചെയ്ത് ഇംഗ്ലീഷുകാർ കൊച്ചിസംസ്ഥാനത്തിന്റെ മേൽ അധീശത്വം സ്ഥാപിച്ചുവെങ്കിലും ഇംഗ്ലീഷുകാർക്കു ക്രിസ്ത്യാനികളുടെ മേലുള്ള നിയമ നിർവ്വഹണാധികാരം ശക്തൻ തമ്പുരാൻ ജീവിച്ചിരുന്ന കാലത്തു വകവച്ചു കൊടുത്തിരുന്നില്ല. ശക്തൻ തമ്പുരാന്റെ മരണശേഷം (1806) വാരാപ്പുഴ രൂപതയിലെ കർമ്മലീത്താ മെത്രാൻ ഇംഗ്ലീഷുകാരുമായി മൈത്രി സ്ഥാപിക്കാൻ ഒരുമ്പെട്ടു. വരാപ്പുഴ രൂപതയുടെ കീഴിൽ തിരുവിതാംകൂറിലും ധാരാളം പള്ളികളുണ്ടായിരുന്നതുകൊണ്ട് തിരുവിതാംകൂറിലെ പള്ളികളുടെ കാര്യത്തിലും മെക്കാളെ ഇടപെടാൻ ആരംഭിച്ചു. വരാപ്പുഴ രൂപതയുടെ കീഴിലുള്ള സുറിയാനിപ്പള്ളികളിൽ ചിലത് പുത്തൻകൂറുമായിച്ചേർന്നു റോമാസഭയ്ക്കുള്ളിൽ ഒരു സ്വദേശി മെത്രാനെ വാഴിക്കാൻ ശ്രമിച്ചതിനെ രൂപതയിലെ ചില പാതിരിമാർ എതിർത്തു. ഇപ്രകാരം പള്ളികൾ ചേരിതിരിഞ്ഞിരിക്കെ ആരെ സഹായിച്ചാലും മറ്റൊരു വിഭാഗത്തിന്റെ അപ്രീതി നേടുകയായിരിക്കും ഫലം. മെക്കാളെയും വേലുത്തമ്പിയും തമ്മിൽ അകലാനും ഇതു സഹായകരമായി. മെക്കാളെയുടെ സഹായം നേടിയ ക്രിസ്ത്യാനികൾ വേലുത്തമ്പിയെ ക്രിസ്ത്യൻ വിരോധിയായി കണ്ടു.

മാത്തൂത്തരകൻ വീണ്ടും

ക്രി. 1799 ലെ ജനകീയ വിപ്ലവത്തെതുടർന്ന് ചെവിയറുത്തു തടവിലാക്കപ്പെട്ട മാത്തൂത്തരകൻ കൂടുപോയ കടന്നൽ മാതിരി വീണ്ടും വീണ്ടും വേലുത്തമ്പിക്കുനേരെ പാഞ്ഞുവന്നു. കൊ. 965 മുതൽ "തിരുനാൾ, തിരുവന്തള്ളി, തിരുമാസം, ഹിരണ്യഗർഭദാനം, തുലാപുരുഷദാനം, മുറജപം, പൂജ, അടിയന്തിരം, കൊട്ടാരംപണി, പട്ടാളത്തിനു ശമ്പള ച്ചെലവ്, വർത്തകൻമാരോടു വാങ്ങിച്ച കടം തിരിച്ചു കൊടുക്കൽ" എന്നീ വകയിൽ 14 ലക്ഷം രൂപ തനിക്കു സർക്കാരിൽനിന്നും കിട്ടാനുണ്ടെന്നായിരുന്നു തരകന്റെ അവകാശവാദം. തരകനോടു അനുഭാവമുണ്ടായിരുന്ന ബാലരാമവർമ്മ ഈ കണക്കുകൾ പരിശോധിക്കാൻ മന്ത്രിമാരായ അയ്യപ്പൻ ചെമ്പകരാമൻ, പത്മനാഭൻ ചെമ്പകരാമൻ, വേലുത്തമ്പി എന്നിവരോടെല്ലാം ആവശ്യപ്പെട്ടുവെങ്കിലും അവരെല്ലാം കണ്ടെത്തിയത് തരകൻ സർക്കാരിനു പണം നല്കാനുണ്ടെന്നാണ്. അയ്യപ്പൻ ചെമ്പകരാമൻപിള്ളയാകട്ടെ, രണ്ടുലക്ഷം രൂപ തരകനു പിഴയിടുക കൂടിയുണ്ടായി. രാജാവിനു അയ്യപ്പൻ ചെമ്പകരാമൻപിള്ളയുടെ നേർക്കുണ്ടായ വിരോധത്തിനു കാരണവും ഒരുപക്ഷെ, ഇതായിരിക്കാം. വീണ്ടും വീണ്ടും പരാതിയുമായി തരകൻ രാജാവിനെ സമീപിച്ചുകൊണ്ടിരുന്നതിനാൽ കുപിതനായ വേലുത്തമ്പിയും തരകനു രണ്ടുലക്ഷം രൂപാ പിഴയിടുകയും

പിഴയീടാവുന്നതുവരെ തടവിലാക്കുകയുംചെയ്തു. 1804 മേയ് മാസത്തിൽ തടവിലായ തരകൻ ജൂലൈ മാസത്തിൽ മോചിതനായെങ്കിലും ബോംബെക്കാരൻ നവറോജിക്കു നല്കാനുള്ള പണത്തിനു വേണ്ടി മെക്കാളെ ഇടപെട്ട് തരകനെ വീണ്ടും തടവിലാക്കി. തരകന്റെ വ്യാപാര ശാലയിലെ ചരക്കുകളും കപ്പലുകളും വിറ്റു നവറോജിയുടെ കടംവീട്ടി 1805 മാർച്ചുമാസത്തിൽ വീണ്ടും മോചിതനായി.

മോചിതനായ ഉടനെ തരകൻ വരാപ്പുഴ മെത്രാന്റെ സാന്നിദ്ധ്യത്തിൽ തന്റെ പരാതി മെക്കാളെയുടെയും വേലുത്തമ്പിയുടേയും മുന്നിൽ അവതരിപ്പിച്ചു. റസിഡണ്ടിന്റെ മദ്ധ്യസ്ഥതയിൽ വീണ്ടും കണക്കുകൾ പരിശോധിക്കാമെന്ന് ദളവാ സമ്മതിച്ചു. റസിഡണ്ടിന്റെ ദ്വിഭാഷിയായ ജോർജ്ജ്ഹ്യൂസിന്റെ സാന്നിദ്ധ്യത്തിൽ റസിഡണ്ടിന്റെ ആസ്ഥാനമായ പോഞ്ഞിക്കരവച്ച് തരകന്റെയും സർക്കാരിന്റെയും പ്രതിനിധികൾ കണക്കുകൾ പരിശോധിച്ചു. രാമലിംഗമുതലിയാർ, സർവ്വാധികാര്യക്കാർ താണുവൻ ചെമ്പകരാമൻപിള്ള, മുളകുമടിശ്ശീല വൈക്കം പത്മനാഭപിള്ള എന്നിവരും ഉണ്ടായിരുന്നു. 14 ലക്ഷത്തിന്റെ സ്ഥാനത്ത് രൂ. 85000 മാത്രമേ തരകനു നല്കാനുള്ളൂ എന്നു റസിഡണ്ടുതന്നെ വിധി കല്പിച്ചു. (കൊ. 982 കുംഭം 27) ഈ സമയം റസിഡണ്ടും ദളവയുമായുള്ള മൈത്രി മിക്കവാറും അവസാനിച്ചിരുന്നു. വനം ഇടപാടിൽ സർക്കാരിനു തരകൻ നല്ലൊരു തുക നല്കാനുണ്ടെന്നു പറഞ്ഞു തരകനു നേരെ ജപ്തി നടപടികൾ ദളവാ ആരംഭിച്ചു. ഈ വിവരം സ്ഥാനപതി സുബ്ബയ്യൻ മുഖാന്തരം രാജാവിന്റെ ദ്വിഭാഷി ഡിവേഗാസ് റസിഡണ്ടിനെ അറിയിച്ചു. അതിനു മറുപടിയായി മെക്കാളെ ദളവയ്ക്കു ഇപ്രകാരം എഴുതി :

> മാത്തൂത്തരകന്റെ ഇപ്പോഴത്തെ സ്ഥിതി കണക്കിലെടുക്കുകയാണെങ്കിൽ താങ്കളുടെ ഈ പ്രവൃത്തി തീരെ അനുചിതവും ക്രമരഹിതവും താങ്കളിലർപ്പിതമായിട്ടുള്ള ചുമതലയ്ക്ക് വിരുദ്ധവുമാണ്. താങ്കളുടെ കല്പന പിൻവലിച്ച്, മാത്തൂത്തരകന്റെ നികുതി ബാദ്ധ്യതയെക്കുറിച്ചുള്ള കാര്യക്കാരുടെ റിപ്പോർട്ട് എനിക്കു അയച്ചുതരണം. അവയുടെ നിജസ്ഥിതി മനസ്സിലാക്കാൻ എനിക്കു കാര്യക്കാരന്മാരിൽ നിന്നും തെളിവെടുക്കുകയും വേണം. നിങ്ങളുടെ പ്രജയോ സിൽബന്ധിയോ ആരായിരുന്നാലും ശരി, വെറും ശത്രുത കൊണ്ടുമാത്രം ഒരാളെ നശിപ്പിക്കുന്നതു ഞാൻ തടയും. ദളവായുടെ നടപടി അനീതിയാണങ്കിൽക്കൂടി റസിഡണ്ടിന്റെ നടപടി അദ്ദേഹത്തിന്റെ അധികാരസീമയ്ക്കു പുറത്താണല്ലോ.

ഏതായാലും റസിഡണ്ടിന്റെ കത്തുകിട്ടിയ ദളവാ മേൽനടപടികൾ നിറുത്തി വച്ചു. എല്ലാരേഖകളുമായി കൊല്ലത്തുചെന്ന് ദളവയെകാണാൻ റസിഡണ്ട് തരകനെ ഉപദേശിച്ചു. ഇപ്പോൾ ദളവാ തന്നെ ഭയന്നിരിക്കുകയാണെന്നും റസിഡണ്ട് തരകനോടു പറഞ്ഞു. കൊല്ലത്തുള്ള തന്റെ സഹോദരപുത്രൻ ഡോക്ടർ കെന്നത്ത് മെക്കാളെയ്ക്കുകൊടുക്കാൻ

ഒരെഴുത്തും കൊടുത്തയച്ചു. ദളവായെ ഭയന്ന മാത്തൂത്തരകൻ തന്റെ പൗത്രനായ കൊച്ചു മാത്തുവിനെ കൊല്ലത്തയച്ച് കെന്നത്ത് മെക്കാളെയുമൊത്തു ദളവായെകാണാൻ ഏർപ്പാടു ചെയ്തു. റസിഡണ്ട് തരകനെ വഞ്ചിക്കുകയാണു ചെയ്തത്. തരകനുകൊടുക്കാനുള്ള രൂ. 85,000 ത്തിൽ രൂപാ 59,000 തന്നെ ഏല്പിക്കണമെന്നും ബാക്കിതുക (രൂ. 26,000) തരകനു നല്കിയാൽ മതിയെന്നുമായിരുന്നു കെന്നത്തിനുള്ള കത്തിൽ പറഞ്ഞിരുന്നത്. അതിൻ പ്രകാരം രൂ. 26,000 തരാമെന്നും എന്നാൽ രൂ. 85,000 നും രസീത് നല്കണമെന്നും ദളവാ കൊച്ചുമാത്തുവിനോടു പറഞ്ഞു. അപ്രകാരം രസീതു നല്കുന്നതുവരെ കൊല്ലം വിടാൻ കൊച്ചുമാത്തുവിനെ ദളവാ അനുവദിച്ചതുമില്ല. ഈ വിവരം അറിഞ്ഞു മാത്തൂത്തരകൻ റസിഡണ്ടിനെ സമീപിച്ചപ്പോൾ താൻ രൂ. 59,000 ദളവായിൽനിന്നും വാങ്ങിയിട്ടുണ്ടെന്നും മുഴുവൻ തുകയ്ക്കും രസീതു കൊടുത്ത് രൂ. 26,000 പറ്റിക്കൊള്ളണമെന്നും അദ്ദേഹം തരകനെ ഉപദേശിച്ചു. മറ്റു പോംവഴിയില്ലാത്തതുകൊണ്ട് പൗത്രന്റെ രക്ഷയ്ക്ക് തരകൻ മുഴുവൻ തുകയ്ക്കും ഒപ്പിട്ടുകൊടുത്തു. റസിഡണ്ടുവാങ്ങിയ 59,000 രൂപായിൽനിന്നും ജേംസ് തത്ത എന്ന സായിപ്പിന് നഷ്ടപരിഹാരമായി 16,000 രൂപ കൊടുത്തു. ജാപ്പാണത്തെ ഒരു സായിപ്പിനും, രാമലിംഗമുതലിയാർക്കും തരകൻ 10,000 രൂപനല്കാനുണ്ടെന്നു പറഞ്ഞ് ആ തുകയും മെക്കാളെ പിടിച്ചുവച്ചു. ബാക്കി രൂ. 33,000 ഹുണ്ടികയായി നല്കാമെന്ന് റസിഡണ്ടുപറഞ്ഞതു വാങ്ങാൻ തരകൻ കൂട്ടാക്കിയില്ല. തരകനു വേണ്ടി മെക്കാളെയോടു ശുപാർശ ചെയ്ത വരാപ്പുഴ മെത്രാനും ഇതിനിടയിൽ തരകനെതിരായി തിരിഞ്ഞു. രൂപതയിലെ പള്ളികളിൽനിന്നും തരകൻ അന്യായമായി പിരിവു നടത്തിയെന്നും അതിൽ 30,908 രൂപ തിരുവിതാംകൂർ സർക്കാരിനും 14,000 രൂപ കൊച്ചി സർക്കാരിനും നല്കിയെന്നും ആ തുകകൾ തരകനിൽനിന്നും പിടിച്ചു തനിക്കു നല്കണമെന്നും അദ്ദേഹം റസിഡണ്ടിനോട് പരാതിപ്പെട്ടു. സ്വദേശിമെത്രാനെ വാഴിച്ചതിന് തരകൻ രണ്ടു സർക്കാരിനും നല്കിയതുകയാണിത്. തരകൻ കൊച്ചിസർക്കാരിനു നല്കാനുള്ള തുകയ്ക്ക് അവിടെയുള്ള അദ്ദേഹത്തിന്റെ വസ്തുവകകളും കണ്ടുകെട്ടപ്പെട്ടു. അന്തിരിക്കപ്പിത്താനു തരകൻ നല്കാൻ വിധിയായ രൂ. 23,500 ന് തരകനു വീണ്ടും ജയിലിൽ പോകേണ്ടതായും വന്നു. തന്റെ അധികാരപരിധിവിട്ട ക്രിസ്ത്യാനികളെ സഹായിക്കാൻ പുറപ്പെട്ട മെക്കാളെ എന്തെല്ലാം കുഴപ്പങ്ങളിലാണു ചെന്നു ചാടിയത് എന്നു കാണിക്കാൻ വേണ്ടിമാത്രം തരകന്റെ കഥ ഇവിടെ വിവരിച്ചതാണ്.[10]

പള്ളിക്കാര്യങ്ങൾ

രാജാ കേശവദാസിന്റെയും ജയന്തൻ ശങ്കരൻ നമ്പൂതിരിയുടെയും കാലത്ത് സർക്കാരിലുള്ള സ്വാധീനം ഉപയോഗിച്ച് പള്ളികളുടെ നിയന്ത്രണം ഏറ്റെടുക്കാൻ മാത്തൂത്തരകൻ വളരെയേറെ കടുംകൈകൾ കാണിച്ചിരുന്നു. എന്നാൽ മെക്കാളെ തിരുവിതാംകൂറിൽ വരുമ്പോൾ തര

കൻ സർക്കാരിനു അനഭിമതനായിരുന്നു. തരകന്റെ രാഷ്ട്രീയ സ്വാധീനം അവസാനിച്ചുവെങ്കിലും പള്ളികളിൽ ചേരിതിരിഞ്ഞുള്ള പ്രവർത്തനം തുടർന്നു. മറുചേരിയിലുള്ള പള്ളികൾ പിടിച്ചെടുക്കാൻ ഓരോ ചേരിയും ജാഗരൂകരായിരുന്നു. ഇതിൽ പുത്തൻകൂറുകാരോട് ഏറ്റവും കൂടുതൽ അനുഭാവം മെക്കാളെ കാട്ടിയെന്നും അതിൽ കുറവായ അനുഭാവം പഴയകൂറുകാരോടുകാട്ടിയെന്നും നേരത്തെ പ്രസ്താവിച്ചിരുന്നല്ലോ. ലത്തീൻ പള്ളികളോട് മെക്കാളെ ഒട്ടും അനുഭാവം കാട്ടിയില്ല. പോർട്ടുഗീസുകാർ പണിയിച്ച 50 ലത്തീൻ പള്ളികൾ സുറിയാനികൾ കൈയടക്കിയതായി കൊച്ചിയിലെ ലത്തീൻ ബിഷപ്പ് 1806 ൽ കമ്പനി സർക്കാറിനോട് പരാതിപ്പെട്ടു. വീണ്ടും, 1807 ജൂലൈയിൽ ബിഷപ്പ് ഗവർണ്ണർജനറലിനയച്ച പരാതിയിൽ തന്റെ കീഴിലുള്ള ആറുപള്ളികൾ മെക്കാളെ ബലാൽക്കാരമായി കൈയടക്കി സുറിയാനികൾക്കു കൊടുത്തതായി പറയുന്നു. ഇടപ്പള്ളി, അങ്കമാലി, പാപ്പിനിവട്ടം, അഞ്ചിക്കൈമൾ, ചൊവ്വര, മാലിയങ്കര എന്നീ പള്ളികളാണവ. മാമ്പള്ളിപള്ളിയിലെ ക്രിസ്ത്യാനികളുടെ അഭിലാഷമനുസരിച്ച് അതിന്റെ നിയന്ത്രണം കൊച്ചി രൂപതയ്ക്കു വിട്ടുകൊടുത്തുകൊണ്ടു 1807 ഫെബ്രുവരിയിൽ വേലുത്തമ്പി ദളവാ ഉത്തരവയച്ചു. മെക്കാളെ ഇടപെട്ട് ഒരുമാസത്തിനകം ഈ ഉത്തരവു പിൻവലിപ്പിച്ചു.[11] പതിനാറാം നൂറ്റാണ്ടിന്റെ തുടക്കം മുതൽ വേണാടിലെ ഭരണാധികാരികൾ തീരദേശവാസികളായ ലത്തീൻ കത്തോലിക്കരോട് വളരെ അനുഭാവപൂർവ്വമായിരുന്നു പെരുമാറിയത്. ബാലരാമവർമ്മയുടെ കാലത്തും സ്ഥിതി അതുതന്നെയായിരുന്നു. എന്നാൽ മെക്കാളെയുടെ കാലത്ത് സുറിയാനി ക്രിസ്ത്യാനികൾക്കു ലഭിച്ച അമിതമായ രാഷ്ട്രീയ സ്വാധീനം, സർക്കാരിനെ എതിർക്കാനുള്ള കരുത്ത് അവർക്ക് നേടിക്കൊടുത്തു. വേലുത്തമ്പിയെ ക്രിസ്ത്യൻ വിരോധിയായി ചിത്രീകരിക്കാൻ സുറിയാനികളായ ചരിത്രകാരന്മാർ ശ്രമിച്ചതിന്റെ കാരണം ഇതാണ്.[12]

വേലുത്തമ്പിയെ ക്രിസ്ത്യൻ വിരോധിയായിക്കാണാൻ മറ്റൊരു സംഭവവുമുണ്ടായി. ജർമ്മൻകാരനായ പ്രൊട്ടസ്റ്റന്റ് മിഷനറി റിംഗിൾടാബ് ആണ് അതിനു കാരണമായത്. നാഗർകോവിലിന് സമീപമുള്ള മൈലാടിയിലെ സാധുക്കൾക്കുവേണ്ടി ഒരു പള്ളി പണിയിക്കുകയായിരുന്നു അദ്ദേഹത്തിന്റെ ലക്ഷ്യം. ജർമ്മൻകാരനാണെങ്കിലും പ്രൊട്ടസ്റ്റന്റായിരുന്നതിനാൽ തിരുവിതാംകൂറിൽ പ്രവേശിക്കാനുള്ള അനുവാദം മെക്കാളെ അദ്ദേഹത്തിന് നല്കി. ഡോ. കെർ, മി. ബ്ലാക്ബേൺ എന്നിവരുടെ ഉപദേശവും, ശുപാർശയും, ധനസഹായവും റിംഗിൾടാബിനുണ്ടായിരുന്നു. ആരുവാമൊഴി കടന്നു തോവാളയിൽ പ്രവേശിച്ചപ്പോൾ തന്നെ അവിടത്തെ ബ്രാഹ്മണരുടെ എതിർപ്പിന് അദ്ദേഹം പാത്രമായി. ഡിവേഗാസ് മുഖാന്തരം മെക്കാളെ രാജാവിനോട് ശുപാർശചെയ്തിരുന്നതിനാൽ മൈലാടിയിൽ പ്രേഷണപ്രവർത്തനം നടത്താൻ 1806 ൽ റിംഗിൾടാബിന് സാധിച്ചു. ഏപ്രിൽമാസത്തിൽ കൊച്ചിയിൽവച്ച് മെക്കാളെയെ സന്ദർശിച്ച റിംഗ്ടാബ് മൈലാടിയിൽ ഒരു പള്ളി തുടങ്ങാൻ രാജാവിന്റെ അനുവാദം

നേടിത്തരണമെന്നാവശ്യപ്പെട്ടു. ഇക്കാര്യം ദളവായോട് ശുപാർശചെയ്തു ശരിയാക്കാൻ കെന്നത്ത് മെക്കാളെയ്ക്ക് ഒരു കത്തുമായി മെക്കാളെ റിംഗിൾടാബിനെ കൊല്ലത്തയച്ചു. ആഗസ്ത് മാസത്തിൽ റിംഗിൾടാബ് വേലുത്തമ്പിയെ ആലപ്പുഴ വച്ചു കണ്ടു. ക്രിസ്തുമതത്തിൽ ഏതുവിഭാഗത്തിലാണ് റിംഗിൾടാബ് പെടുന്നത് എന്ന് ദളവാ ചോദിച്ചതിന് താൻ മെക്കാളെയുടെ മതവിഭാഗത്തിൽപെട്ടയാളാണെന്നു അദ്ദേഹം മറുപടി നൽകി. പരസ്പരം വഴക്കടിക്കുന്ന മൂന്നു ചേരികൾക്ക് പുറമെ നാലാമ തൊരെണ്ണം കൂടെ കൊണ്ടുവരുന്നതിൽ ദളവായ്ക്ക് ആശങ്കയുണ്ടായിരുന്നു. അടുത്തുള്ള കടൽതീരത്ത് ലത്തീൻകാരും ഹിന്ദുക്കളായ പരവന്മാരും തമ്മിൽ നൂറ്റാണ്ടുകളായി സംഘട്ടനം സാധാരണയായിരുന്നു. ക്രിസ്തുമതം സ്വീകരിച്ച് ബൈബിൾ പ്രബോധനം നടത്തിയിരുന്ന വേദമാണിക്കം എന്നൊരാൾ അപ്പോൾതന്നെ മൈലാടിക്കു സമീപമുള്ള ഹിന്ദുക്കളുടെ എതിർപ്പിന് ശരവ്യനായിരുന്നു. റിംഗിൾടാബിനെ മൈലാടിക്കു ക്ഷണിച്ചതും വേദമാണിക്കമായിരുന്നു. റിംഗിൾടാബിന്റെ പ്രവർത്തനം നിയമസമാധാനപ്രശ്നമാകുമെന്ന് ഭയന്ന് ദളവാ അന്നു റസിഡണ്ടുമായി നല്ല ബന്ധത്തിലായിരുന്നതിനാൽ ഉടൻ ഒരു തീരുമാനമെടുത്തില്ല. റസിഡണ്ടുമായി സ്വരച്ചേർച്ചയില്ലാതിരുന്ന രാജാവ് ഇതിനു സമ്മതിക്കുകയില്ലെന്നു ദളവായ്ക്കറിയാമായിരുന്നു. അതുകൊണ്ട് അവസാന തീരുമാനം രാജാവിനു വിട്ടുകൊണ്ട് ദളവാ പ്രശ്നം കൈയ്യൊഴിഞ്ഞു. ഒക്ടോബർ മാസത്തിൽ ഡോ. ബുക്കാനൻ തിരുവിതാംകൂർ സന്ദർശിച്ചപ്പോൾ കുറേ ദിവസം രാജാവിന്റെ അതിഥിയായി തിരുവനന്തപുരത്ത് താമസിച്ചു. മൈലാടിയിൽ പള്ളിവയ്ക്കുന്നതിന് അനുവാദം നല്കുന്ന കാര്യം അദ്ദേഹം രാജാവിനെ ഓർമ്മിപ്പിച്ചു. ശുചീന്ദ്രത്തു തേരോട്ടത്തിനു താൻ അവിടെ പോകുന്നുണ്ടെന്നും അപ്പോൾ ഇക്കാര്യത്തെപ്പറ്റി അന്വേഷിച്ച് തീരുമാനമെടുക്കാമെന്നും രാജാവ് വാക്കു നല്കി. ശുചീന്ദ്രത്തു തേരോട്ടം 1807 ലും 1808 ലും നടന്നുവെങ്കിലും രാജാവിന്റെ അനുവാദം പള്ളിവയ്ക്കുന്നതിന് ലഭിച്ചില്ല.[13] 1807 മുതൽ തന്നെ റസിഡണ്ടും ദളവായുമായുള്ള ബന്ധം ഉലഞ്ഞു തുടങ്ങിയിരുന്നു. അതിന് ശേഷം മൈലാടിയിലെ പള്ളിക്കാര്യം വിസ്മൃതമായി.

ശീതസമരം

പുതുക്കിയ ഉടമ്പടിയിലെ വ്യവസ്ഥയനുസരിച്ച് 1805 ജനുവരിമുതൽ ആണ്ടൊന്നിനു എട്ടുലക്ഷം രൂപാ കപ്പം നല്കണമായിരുന്നതിൽ രണ്ടു വർഷത്തേയ്ക്ക് ആണ്ടൊന്നിന് രണ്ടുലക്ഷം രൂപയുടെ ഇളവുനല്കിയിരുന്നു. എന്നാൽ 1805 ലും 1806 ലും നാലുലക്ഷം രൂപയല്ലാതെ ഒട്ടും കൂടുതൽ നല്കിയിരുന്നില്ല. അതുകൊണ്ട് 1807 ആദ്യം മുതൽ മെക്കാളെയുടെ ക്ഷമ നശിച്ചു. ഫെബ്രുവരി 18-ാം തീയതി അദ്ദേഹം തിരുവിതാംകൂറിന്റെ സ്ഥാനപതിയായി റസിഡൻസിയിലുണ്ടായിരുന്ന സുബ്ബയ്യന് ഇപ്രകാരം എഴുതി.

.... ഉടമ്പടിയനുസരിച്ച് ബ്രിട്ടീഷ് ഗവണ്മെന്റിന്റെ ഉപദേശം രാജ്യത്തിന്റെയും ജനത്തിന്റെയും ഗുണത്തിനുവേണ്ടി എല്ലാകാര്യങ്ങളിലും മഹാരാജാവ് അനുസരിക്കേണ്ടതുണ്ട്. ഈ വിപുലമായ വ്യവസ്ഥ നടപ്പിലാക്കുവാനുള്ള അധികാരം റസിഡണ്ടിനു നല്കുകയും ചെയ്തിട്ടുണ്ട്. അദ്ദേഹമാവട്ടെ തന്റെ ഉപദേശം കൊണ്ട് തെറ്റുകൾ തിരുത്തിപ്പിക്കുകയും വീഴ്ചകളെ ഫലവത്തായി നിർമ്മാർജ്ജനം ചെയ്യുകയും നീതി നടപ്പാക്കുകയും ആണു വേണ്ടത്. രാജ്യഭരണം (കമ്പനി) നേരിട്ടു കൈവശമാക്കുകയെന്ന ആശയം ഇവിടെ ഉദിക്കുന്നില്ല. അതുമല്ലെങ്കിൽ, ഇത്തരം പ്രവൃത്തികൾ കൊണ്ട്, രാജ്യം ഏറ്റെടുക്കുകയെന്ന അങ്ങേയറ്റത്തെ നടപടി ഒരിക്കലും ആവശ്യമല്ലാതായിത്തീരും. പിന്നെയും ഒരുചോദ്യമുദിക്കാം. തന്റെ ഉപദേശം അനുസരിക്കപ്പെടുമെന്ന് റസിഡണ്ടിന് എന്താണുതീർച്ച? ഉത്തരം ലളിതമാണ്. സർക്കാർ കല്പിക്കുന്ന കാര്യങ്ങൾ ധിക്കരിക്കുവാൻ ഏതെങ്കിലും മന്ത്രി ധൈര്യപ്പെടുമെങ്കിൽ, അയാളെപിടിച്ച് വലിയതുറയിൽ വലിച്ചെറിയും. തന്റെ യജമാനനെ നശിപ്പിക്കുവാൻ മുതിരുന്ന ഏതുമന്ത്രിയുടേയും ഗതി ഇതുതന്നെയായിരിക്കും. എന്നാൽ അങ്ങനെ ചെയ്യുന്ന ഒരു മന്ത്രിയെ രക്ഷിക്കുവാൻ ഒരു രാജാവ് സന്നദ്ധനായി വന്നാലോ? തന്റെ ചെങ്കോൽ നഷ്ടപ്പെടുവാൻ ഒരുങ്ങിയാലോ? ഇത്തരമൊരു സന്ദർഭത്തെക്കുറിച്ച് ഞാൻ കൂടുതലൊന്നും പറയുന്നില്ല. അതിന്റെ പ്രത്യാഘാതം ഏവർക്കും അറിയാവുന്നതാണല്ലോ....

ഈ കത്ത് ഒരു കാര്യം വ്യക്തമാക്കുന്നു. കപ്പം മുടക്കിയത് ദളവാ സ്വാഭിപ്രായപ്രകാരമാണെന്നും, രാജാവിന്റെ ഇംഗിതത്തിനെതിരായി ദളവാ പ്രവർത്തിക്കുകയാണെന്നും സുബ്ബയ്യൻ രാജാവിനെ ധരിപ്പിച്ചു. കമ്പനിയുടെ ആശ്രിതനായ ദളവാ രാജാവിനെ ധിക്കരിച്ചും കമ്പനിയോടു ശത്രുത പുലർത്തുന്നതായി തോന്നിയ റസിഡണ്ടിനേയും ദളവായേയും തമ്മിൽ അകറ്റാൻ സുബ്ബയ്യൻ ബോധപൂർവ്വം ശ്രമിക്കുകയായിരുന്നു. 1807 മേയ്മാസത്തിൽ, മാത്തൂത്തരകന്റെ മേൽ വേലുത്തമ്പി അനാവശ്യമായി കർശനനടപടികൾ എടുക്കുകയാണെന്ന് റസിഡണ്ടിനെ അറിയിച്ചതും സുബ്ബയ്യനാണ്. "ഡിവേയ്ഗാസ് മുഖേന എന്നെ അറിയിക്കുവാനായി താങ്കൾ സുബ്ബയ്യനോട് പറഞ്ഞിരുന്നത്, മാത്തൂത്തരകൻ ചില മലമ്പ്രദേശങ്ങൾക്കുവേണ്ടി കൊടുക്കാനുണ്ടെന്നു പറയുന്ന നികുതി ഈടാക്കാൻ താങ്കൾ നിശ്ചയിച്ചു എന്നാണല്ലോ" എന്ന് മേയ് 12-ാം തീയതി റസിഡണ്ട് ദളവായ്ക്കയച്ച കത്തിൽ പറയുന്നതിൽനിന്നും അപ്രകാരം മനസ്സിലാക്കാം. ദളവായ്ക്ക് ഒരുകാര്യം റസിഡണ്ടിനെ അറിയിക്കണമെന്നുണ്ടെങ്കിൽ അതിന് മൂന്നു വഴികളാണുള്ളത്. ഒന്ന് രാമലിംഗംമുതലിയാർ മുഖാന്തരം അറിയിക്കുക, രണ്ട് ഡിവേഗാസ് മുഖാന്തരം മെക്കാളെയ്ക്ക് നേരിട്ടെഴുതുക, മൂന്നാമത്തേത് സുബ്ബയ്യനു നേരിട്ടെഴുതി മെക്കാളെയോട്

സംസാരിക്കാൻ പറയുക. ഇതു മൂന്നുമല്ലാതെ ദ്വിഭാഷിയായ ഡിവേഗാസ് മുഖാന്തരം ഒരു സന്ദേശം സുബ്ബയ്യനെഴുതി മെക്കാളെയെ നേരിട്ട് കണ്ടു പറയാൻ ഏർപ്പാടുചെയ്യേണ്ട ആവശ്യമില്ലല്ലോ. തിരുവിതാംകൂറിന്റെ സ്ഥാനപതിയായി റസിഡൻസിയിൽ ഇരുന്നുകൊണ്ട് സുബ്ബയ്യൻ ദളവാ യ്ക്കെതിരെ ഏഷണികൾ പറയുകയായിരുന്നു എന്ന് വ്യക്തമാണല്ലോ.

ദളവായെ കടലിലെറിയുമെന്നു 1807 ഫെബ്രുവരിയിൽ മെക്കാളെ ഭീഷണിപ്പെടുത്തുമ്പോൾ സുബ്ബയ്യന്റെ ഏഷണിയല്ലാതെ മെക്കാളെയ്ക്ക് ദളവായോട് മറ്റൊരു വിദ്വേഷകാരണവുമില്ലായിരുന്നു. ആ കത്തെഴുതു മ്പോൾ റസിഡണ്ടിന്റെ നിർദ്ദേശപ്രകാരം തിരുവിതാംകൂറിലെ ഉദ്യോഗ സ്ഥന്മാരും മാത്തൂത്തരകന്റെ പ്രതിനിധികളും കൊച്ചിയിലെ റസി ഡൻസിയിൽ വച്ചു റസിഡണ്ടിന്റെ ദ്വിഭാഷിയുടെ സാന്നിദ്ധ്യത്തിൽ തര കന്റെ കണക്കുകൾ പരിശോധിക്കുകയായിരുന്നു. 1807 മാർച്ച് മാസത്തി ലാണ് (കൊ. 992 കുംഭം 7) കണക്കുനോട്ടം അവസാനിപ്പിച്ച് മെക്കാളെ വിധിപറഞ്ഞത്. 1807 മേയ് മാസത്തിലാണ് മാത്തൂത്തരകനുവേണ്ടി സുബ്ബ യ്യൻ ദളവായ്ക്കെതിരായി അടുത്ത ഏഷണിപറഞ്ഞത്. മേയ് 12-ാം തീയതി ദളവായ്ക്കു മെക്കാളെ ഭീഷണിക്കത്തയച്ചശേഷവും റസിഡ ണ്ടിന്റെ ഇംഗിതപ്രകാരമാണ് ദളവാകാര്യങ്ങൾ നിർവ്വഹിച്ചത്. ആഗസ്ത് മാസത്തിലാണ് (കൊ. 982 കർക്കടകം 28) തരകൻ കൊടുക്കാനുള്ള തുകയിൽനിന്നും രൂപാ 59,000 മെക്കാളെയെ ഏല്പിച്ചിട്ട് രൂപാ 85,000 ന്റെ രസീത് ദളവാ വാങ്ങിയത്. സുബ്ബയ്യൻ തനിക്കെതിരെ നടത്തുന്ന ഗൂഢാലോചനയെപ്പറ്റി ദളവായ്ക്ക് സംശയം തോന്നിത്തുടങ്ങിയിരുന്നു.

ഏതാനും നാൾക്കകം സുബ്ബയ്യന്റെ ഗൂഢാലോചനകളെപ്പറ്റി വേലു ത്തമ്പിക്ക് വ്യക്തമായ സൂചന ലഭിച്ചു. രാജാവിന്റെ ഭാര്യാഗൃഹമായ അരു മന അമ്മവീട്ടിൽ നിന്നാണ് വിവരം അറിഞ്ഞത്. ദളവായെ പിരിച്ചുവിട്ട് സുബ്ബയ്യനെ ദളവയായി നിയമിക്കാൻ രാജാവിന്റെ മേൽ സമ്മർദ്ദമു ണ്ടെന്നും രാമലിംഗമുതലിയാരും ആലോചനയിൽ പങ്കാളിയാണെന്നും മറ്റുമായിരുന്നു വാർത്ത. വാർത്ത കിട്ടിയ ഉടനെ ദളവാ സുബ്ബയ്യനെ ആല പ്പുഴയ്ക്ക് വിളിപ്പിച്ചു. തന്റെ ഏഷണികൾ പുറത്തായിരിക്കാം എന്ന് ഭയന്ന സുബ്ബയ്യൻ അങ്ങോട്ടു പോകാൻ ധൈര്യപ്പെട്ടില്ല. മുതലിയാരുമായി ആലോചിച്ചതിൽ രാജാവിനെ കണ്ട് ഉപദേശം നേടാൻ ആണു പറഞ്ഞത്. തന്റെ ഭയപ്പാട് രാജാവിനോട് പറഞ്ഞപ്പോൾ ധൈര്യമായി പോകാനാണ് അദ്ദേഹം ഉപദേശിച്ചത്. ദളവാ അത്ര ദുഷ്ടനൊന്നും അല്ലെന്നും കുഴപ്പ മൊന്നും ഉണ്ടാവുകയില്ലെന്നും അദ്ദേഹം പറഞ്ഞു. മെക്കാളെയുടെ സേവ കനായി മാറിയ സുബ്ബയ്യനെ രാജാവിന് വെറുപ്പായിരുന്നു എന്നതാണ് വസ്തുത. അയാളെ കൊന്നുകളയാൻ ഏർപ്പാടുചെയ്യുകയായിരുന്നു അദ്ദേഹം. അതുതന്നെ സംഭവിച്ചു. ആലപ്പുഴയ്ക്കുപോയ സുബ്ബയ്യൻ പാമ്പുകടിയേറ്റുമരിച്ചു എന്ന വാർത്തയാണ് തിരുവനന്തപുരത്തു കിട്ടി യത്. വിവരം അറിഞ്ഞ ഉടനെ തന്നെ മുതലിയാർ തിരുവനന്തപുരത്തു നിന്നും തന്റെ താമസം കൊച്ചിയിലേയ്ക്കു മാറ്റി.[14]

സുബ്ബയ്യൻ റസിഡണ്ടിനെ മനസ്സിലാക്കിയതുപോലെയല്ല കാര്യങ്ങളെന്നും കൂടുതൽ കപ്പം നല്കുന്നതിനെ എതിർത്തത് രാജാവാണെന്നും ദളവാ അദ്ദേഹത്തിന്റെ ഇംഗിതത്തിനു വഴങ്ങുകമാത്രമേ ചെയ്തുള്ളുവെന്നും രേഖകളിൽനിന്നും കാണാം. കപ്പം വർദ്ധിപ്പിച്ചതിനെതിരെ ഗവർണ്ണർ ജനറലിനോടു നിരവധി പരാതികൾ അയച്ചതെല്ലാം രാജാവായിരുന്നു, ദളവായല്ല. അവയ്ക്കൊന്നും പരിഹാരം കാണാതെ വന്നപ്പോൾ, മിന്റോ പ്രഭു ഗവർണ്ണർ ജനറലായി 1807 ജൂലൈ മാസത്തിൽ എത്തിയ ഉടനെ, രാജാവ് വിശദമായ ഒരു ഹർജി വീണ്ടും എഴുതി അയച്ചു. 1807 ഒക്ടോബർ മാസത്തിൽ ലഭിച്ച ആ ഹർജിയിൽ മെക്കാളെയുടെ ഔദ്ധത്യവും അധികാരഗർവ്വും സ്വേച്ഛാപ്രമത്തതയും ശക്തിയായി വിമർശിക്കപ്പെട്ടിരുന്നു. സമത്വത്തിന്റെ അടിസ്ഥാനത്തിൽ എന്നും കമ്പനിയുടെ ഒരു ആത്മാർത്ഥസുഹൃത്തായിരിക്കാനാണു താനാഗ്രഹിക്കുന്നതെന്നും രാജാവു പ്രസ്താവിച്ചിരുന്നു. ആ കത്തിനും പിന്നീടയച്ച രണ്ടു ഓർമ്മപ്പെടുത്തൽ കുറിപ്പുകൾക്കും മറുപടി കിട്ടാതെ വന്നശേഷം 1808 ജൂൺ മാസത്തിലാണ് ദളവാ ഗവർണ്ണർ ജനറലിനു ആദ്യമായി കത്തയച്ചത്. ദയവായി രാജാവിന്റെ കത്തുകൾക്ക് മറുപടി നല്കണമെന്നായിരുന്നു ആ കത്തിന്റെ സാരം. റസിഡണ്ട് മുഖാന്തരമല്ലാതെ നേരിട്ടു മദ്രാസിലേക്കും കൽക്കത്തായിലേയ്ക്കും കത്തുകളയയ്ക്കുന്നതിനെതിരെ ഒരു താക്കീതാണ് മറുപടിയായി ദളവായ്ക്കു ലഭിച്ചത്. അതിൽ അദ്ദേഹം വിരണ്ടുപോയി. രാജാവിന്റെ അഭിപ്രായം ഭയന്നാണ് താൻ ചില തെറ്റുകൾ ചെയ്തുപോയതെന്നും മേലിൽ താൻ റസിഡണ്ടിനോടു വിശ്വസ്തത പുലർത്തുമെന്നും അദ്ദേഹം റസിഡണ്ടിനെഴുതി. 60,000 രൂപയുടെ ഒരുകെട്ടു നാണയങ്ങളും കത്തിനോടൊപ്പം എത്തിച്ചുകൊടുത്തു. അതിനുശേഷം 1808 ഒക്ടോബർ 30-ാം തീയതി ഡോ. മെക്കാളെ രാജാവിനെ നേരിട്ടു കണ്ടു. കുടിശ്ശിക എപ്പോൾ തീർക്കാൻ സാധിക്കുമെന്നു ഉറപ്പുപറയണമെന്നാവശ്യപ്പെട്ടു. കിട്ടുമ്പോൾ തരാമെന്നല്ലാതെ ഒരു ഉറപ്പും നല്കാൻ രാജാവു തയ്യാറായില്ല. രംഗം വഷളാവുന്നു എന്നു കണ്ട ദളവാ ഇടപെട്ട് രണ്ടുലക്ഷം രൂപ ഉടൻ തരാമെന്നും മറ്റൊരു മൂന്നു ലക്ഷം രൂപ മാർച്ച് മാസത്തിൽ തരാമെന്നും പറഞ്ഞു ഡോ. മെക്കാളെയെ സമാധാനപ്പെടുത്തി. അന്നു തന്നെ ദളവായോട് രാജാവിന്റെ പെരുമാറ്റത്തെപ്പറ്റി മെക്കാളെ വളരെ ഈർഷ്യയോടെ സംസാരിച്ചു.[15] പുതുക്കിയ ഉടമ്പടിയോടുള്ള എതിർപ്പ് രാജാവിനാണെന്നും ദളവാ അപ്പോഴും കമ്പനിയുടെ സൗഹൃദമാണ് കാംക്ഷിച്ചിരുന്നതെന്നും മെക്കാളേയ്ക്കു തോന്നി.

ശത്രുതകൾക്കു തുടക്കം

ഒക്ടോബർ 30-ാം തീയതി ഡോ. കെന്നത്ത് മെക്കാളെയെ സമാധാനിപ്പിക്കാൻ വേണ്ടി ദളവാ സൗഹൃദം അഭിനയിച്ചതാവാം. ആ സന്ദർശനം കഴിഞ്ഞ ഉടനെ തന്നെ കൊല്ലത്തുനിന്നും സബ്സിഡിയറി സൈന്യത്തെ ബലം പ്രയോഗിച്ച് ഒഴിപ്പിക്കാൻ ശ്രമമാരംഭിച്ചു. '...........

മണ്ടപത്തിൽ വാതിൽതോറും ഒള്ള വിരുത്തിക്കാറരേയും മറ്റുള്ള നായന്മാരേയും വരുത്തി അമ്പും എയിത്തും അഭ്യാസങ്ങൾ വശമാകത്തക്കവണ്ണം എഴുതി അയച്ചിരിക്കുന്നു എന്നും കിഴക്കേമുഖത്തും അതിനവണ്ണം ശട്ടം കെട്ടിക്കൊള്ളണമെന്നും വേലുത്തമ്പിയുടെ സാധനം വരികകൊണ്ടു' കിഴക്കും മുഖം വലിയസർവ്വാധികാര്യക്കാരായിരുന്ന കൃഷ്ണൻ ചെമ്പകരാമനും അതിനുള്ള ഏർപ്പാടുകൾ ചെയ്തു എന്ന് അദ്ദേഹം പിന്നീട് രേഖപ്പെടുത്തി. ആ വർഷം (1808 നവംബർ - ഡിസംബർ) വൃശ്ചികമാസത്തിലെ കാർത്തിക ഉത്സവത്തിൽ സംബന്ധിക്കാൻ ഇളയരാജാവായ കേരളവർമ്മ കുമാരനല്ലൂർക്കു പോകുന്നവഴി കൊല്ലത്ത് പുതുക്കുളങ്ങരകൊട്ടാരത്തിൽ മൂന്നു ദിവസം താമസിച്ചുകൊണ്ട് വേലുത്തമ്പിയുമായും, അദ്ദേഹത്തിന്റെ അനുജൻ ചെമ്പകരാമൻതമ്പി, മുളകുമടിശ്ശീല പത്മനാഭ പിള്ള എന്നിവരുമായും രഹസ്യാലോചനകൾ നടത്തിയതായും കൃഷ്ണൻ ചെമ്പകരാമൻ പ്രസ്താവിച്ചിട്ടുണ്ട്. ഇളയരാജാവിനെ കുമാരനല്ലൂർക്കും അവിടെനിന്നും തിരികെ വർക്കലവരെയും അനുഗമിച്ച കൃഷ്ണൻ ചെമ്പകരാമൻ ഉടൻ തന്നെ ആലപ്പുഴചെന്ന് ദളവായെ കാണാൻ നിർദ്ദേശം ലഭിച്ചു. പടിഞ്ഞാറുമുഖം വലിയ സർവ്വാധികാര്യക്കാർ മാതേവൻ ചെമ്പക രാമൻപിള്ളയും ആലപ്പുഴ എത്തിയിട്ടുണ്ടായിരുന്നു. രണ്ടുപേരോടുമായി ദളവാ പറഞ്ഞു:

> നാലുലക്ഷം രൂപ കപ്പമായിരുന്നത് മക്കാളെ സായ്പ്പ് എട്ട് ലക്ഷം ആക്കിയിരിക്കുകയാണ്. നാടിന് ശല്യമുണ്ടാക്കാൻ കഴിയും വിധം ഒത്ത മദ്ധ്യത്തിലുള്ള കൊല്ലം പട്ടണത്തിൽ കമ്പനി പട്ടാളത്തേയും താമസിപ്പിച്ചിരിക്കുന്നു. ആ പട്ടാളത്തെ അവിടെനിന്ന് ഒഴിപ്പിക്കത്തക്കവണ്ണം തിരുമനസ്സുകൊണ്ട് ഉത്തരവായിരിക്കുന്നു. അതിലേയ്ക്കായി വേണ്ട നടപടികൾ എടുക്കാനാണ് നിങ്ങളെ വിളിച്ചുവരുത്തിയത്.

രാജ്യരക്ഷയ്ക്കായി വന്നിരിക്കുന്ന കമ്പനിപ്പട്ടാളത്തെ ഒഴിപ്പിക്കുന്നത് ശരിയല്ലെന്നും കപ്പത്തുകയിൽ കുറവു വരുത്തുവാൻ സായിപ്പിനോട് വീണ്ടും അപേക്ഷിക്കയാണ് വേണ്ടതെന്നും രണ്ടുപേരും പറഞ്ഞുവെങ്കിലും രാജകല്പന അനുസരിക്കയേ വേണ്ടൂ എന്നു പറഞ്ഞ് രണ്ടുപേരേയും ദളവാ യാത്രയാക്കി. കൊച്ചിയിലുള്ള ബ്രിട്ടീഷ് സൈന്യം തിരുവിതാംകൂറിലേക്കു കടക്കാതിരിക്കാൻ പടിഞ്ഞാറുമുഖം വലിയസർവ്വാധികാര്യക്കാരേയും ചുമതലപ്പെടുത്തി. കൊല്ലത്തെ സൈന്യം ആരുവാമൊഴി കടക്കാതിരിക്കാനും തെക്കുംമുഖം വലിയസർവ്വാധികാര്യക്കാരൻ കുമാരൻ ചെമ്പകരാമനെയും ചുമതലപ്പെടുത്തി.

നാടുനീളെ ആളുകളെ കൂട്ടി ആയുധപരിശീലനം നല്കിയിരുന്നത് രഹസ്യമായിട്ടായിരുന്നുവെങ്കിലും ഡിസംബർ 5-ാം തീയതി അതിനെപ്പറ്റി മെക്കാളെയ്ക്ക് വിവരം ലഭിച്ചു. നവംബർ 22-ാം തീയതി മുതൽ ചിറയിൻകീഴ് ദേശത്ത് പടസന്നാഹം നടക്കുന്നതായി അഞ്ചുതെങ്ങു കോട്ട

യിൽ നിന്നാണ് വിവരം ലഭിച്ചത്. കുളച്ചൽ പ്രദേശത്തുള്ള 6000 നായന്മാരുൾപ്പെടെ 20,000 പേർക്ക് ആയുധപരിശീലനം നല്കിവരുന്നതായും ആരുവാമൊഴിയിൽ നിന്നും ഇരുമ്പയിരുകൊണ്ടുവന്ന് ഉദയഗിരികോട്ടയിൽ വെടിയുണ്ടകൾ വാർക്കുന്നതായും വിവരം ലഭിച്ചു. പിരിച്ചുവിടപ്പെട്ട പുള്ളികളെയും പട്ടാളത്തിലേക്ക് തിരിച്ചുവിളിച്ചിരുന്നു. തിരുവിതാംകൂറിലെ യുദ്ധസന്നാഹങ്ങളെപ്പറ്റി അറിവുലഭിച്ച ഉടൻ തന്നെ കൊല്ലത്തെ സബ്സിഡിയറി സൈന്യത്തിന്റെ കമാണ്ടറായ കേണൽ ചാമേഴ്സിനോട് തയ്യാറായിരുന്നുകൊള്ളാൻ മെക്കാളെ അറിയിച്ചു. ദിവാനെ അറസ്റ്റുചെയ്യുവാനും കിഴക്കുനിന്നും വടക്കുനിന്നും ബ്രിട്ടീഷ് സൈന്യത്തെ തിരുവിതാംകൂറിലേക്കയക്കാനും മദ്രാസ് കൗൺസിലിന്റെ അനുവാദം റസിഡണ്ട് ആവശ്യപ്പെട്ടു. കോഴിക്കോട്ടും തൃശ്ശിനാപ്പള്ളിയിലും ഉള്ള ബ്രിട്ടീഷ് സൈന്യം മെക്കാളെ ആവശ്യപ്പെട്ടാൽ ഉടൻ തിരുവനന്തപുരത്തേക്കു നീങ്ങുന്നതിന് മദ്രാസ് കൗൺസിൽ ഉത്തരവായി. യുക്തമായ നടപടികൾ എടുക്കുന്നതിന് മെക്കാളെയ്ക്കും അനുവാദം നല്കി.

സമകാലിക ലോകരാഷ്ട്രീയത്തെപ്പറ്റി സാമാന്യബോധമുള്ള ഒരാൾ വേലുത്തമ്പിയെപ്പോലെ യുക്തിരഹിതമായ ഒരു നടപടിക്ക് ഒരുമ്പെടുകയില്ലായിരുന്നു. മഹാരാഷ്ട്രരും ഫ്രഞ്ചുകാരും കമ്പനിക്കെതിരായി ഉടനെ പുറപ്പെടുമെന്നും റഷ്യൻ പട്ടാളം പേർഷ്യവഴി ഇന്ത്യയിൽ വരുമെന്നുമൊക്കെ ആരോ രാജാവിനെയും ദളവായേയും ധരിപ്പിച്ചിരുന്നു.[16] തിരുനൽവേലിയിലെ പാളയക്കാരന്മാരും സാമൂതിരിപോലും തന്റെ തുണയ്ക്കെത്തുമെന്നും അദ്ദേഹം സ്വപ്നം കണ്ടു.[17] 1803 ൽ മഹാരാഷ്ട്രരും 1806 ൽ ഹോൾക്കരും കീഴടങ്ങിയതോടെ ഇംഗ്ലീഷുകാർ ഇന്ത്യയിൽ അജയ്യരായിക്കഴിഞ്ഞു എന്ന കാര്യം ദളവാ മനസ്സിലാക്കിയില്ല. 1805 ലെ ട്രഫാൽഗർ യുദ്ധത്തിനു ശേഷം ഇംഗ്ലീഷുകാർ ലോകത്തിൽ സമുദ്രാധിത്യം സ്ഥാപിച്ചു എന്നും കാണാൻ ദളവായ്ക്കു കഴിഞ്ഞില്ല. കൊച്ചിയിലെ പാലിയത്തച്ചൻമാത്രമെ അദ്ദേഹത്തിന്റെ തുണയ്ക്കുണ്ടായിരുന്നുള്ളൂ. തിരുവിതാംകൂറിനു പാലിയത്തച്ചനിൽനിന്നു ലഭിക്കാവുന്നതിനേക്കാൾ സഹായം പാലിയത്തച്ചനു തിരുവിതാംകൂറിൽ നിന്നായിരുന്നു വേണ്ടിയിരുന്നത്.

വേലുത്തമ്പിയുടെ സഹായത്താൽ കൊച്ചിയിൽ മന്ത്രിയായ പാലിയത്തച്ചൻ രാജാവിനെ തടവുകാരനെപ്പോലെ ആക്കിവച്ചു രാജ്യഭരണം കൈയടക്കാൻ ശ്രമിച്ചതായി നേരത്തേ പ്രസ്താവിച്ചിരുന്നല്ലോ. രാജാവിന്റെ വിശ്വസ്തനായ നടവരമ്പത്ത് കുഞ്ഞികൃഷ്ണമേനോൻ തനിക്കൊരെതിരാളിയാവുമെന്ന് അച്ചൻ ഭയന്നു. അച്ചൻ കുഞ്ഞികൃഷ്ണമേനോനെ വകവരുത്തുമെന്ന് കരുതിയ രാജാവ് മേനോന്റെ സംരക്ഷണം മെക്കാളെയെ ഏല്പിച്ചു. മേനോൻ മെക്കാളെയോടൊപ്പം താമസവുമാക്കി. അദ്ദേഹത്തെ കള്ളക്കേസിൽ കുടുക്കി റസിഡൻസിയിൽനിന്നും വിടുവിക്കാൻ അച്ചൻ ശ്രമിച്ചുവെങ്കിലും റസിഡണ്ട് അതിന് സമ്മതിച്ചില്ല. മേനോനെ എങ്ങനെയും റസിഡൻസിയിൽനിന്നും മോചിപ്പിക്കാൻ അച്ചൻ വഴിക

ളാരാഞ്ഞു. ഇംഗ്ലീഷുകാർക്കെതിരായ നീക്കം കൊച്ചിരാജാവ് ഒരിക്കലും സമ്മതിക്കുകയില്ലാത്തതിനാൽ വലിയ പടയൊരുക്കം നടത്താൻ അച്ചന് സാദ്ധ്യമായിരുന്നില്ല. അങ്ങനെയാണ് വേലുത്തമ്പിയുടെ സഹായം അച്ചൻ ആവശ്യപ്പെട്ടത്. മെക്കാളെയെ വധിച്ചാൽ ചിലപ്പോൾ യുദ്ധംതന്നെ വേണ്ടിവരുകയില്ലെന്നു കരുതിയ ദളവാ തിരുവിതാംകൂറിൽനിന്നും സൈന്യത്തെ അയച്ച് അച്ചനെ സഹായിക്കാമെന്നേറ്റു. മുളകുമടിശ്ശീല സർവ്വാധികാരി വൈക്കം പത്മനാഭപിള്ളയുടെ നേതൃത്വത്തിൽ ഒരു വിഭാഗം തിരുവിതാംകൂർ പട്ടാളവും അച്ചൻ സംഘടിപ്പിച്ച മൂന്നു നാലായിരം പേരും ചേർന്ന് ഡിസംബർ 28-ാം തീയതി രാത്രി പോഞ്ഞിക്കരയുള്ള റസിഡൻസി ആക്രമിക്കാൻ പരിപാടിയിട്ടു.

രാജിക്കാര്യം

യുദ്ധസന്നാഹങ്ങൾ നടക്കുന്നതിനിടയിലും, അത് രഹസ്യമായി വയ്ക്കുന്നതിനുവേണ്ടി, ദളവാ ഒരു സമാധാന ദൂതനെ മെക്കാളെയുമായി സന്ധിക്കാൻ ഏർപ്പാട് ചെയ്തു. ദൂതൻ കർണ്ണാടിക് ബ്രിഗേഡിന്റെ തലവനായ മേജർ ഡാലിയുമൊത്ത് ഡിസംബർ 24-ാം തീയതി പോഞ്ഞിക്കരച്ചെന്ന് മെക്കാളെയെ സന്ദർശിച്ചു. 1805 ലെ ഉടമ്പടിയിൽ ചില ഭേദഗതികൾ വരുത്താൻ റസിഡണ്ട് സഹായിക്കണമെന്നും അതു സാധിച്ചില്ലെങ്കിൽ ദളവാ രാജിവച്ച് പോകാൻ ഒരുക്കമാണെന്നുമായിരുന്നു സന്ദേശം. ആദ്യത്തേത് സാദ്ധ്യമല്ലെന്നും ദളവാ രാജിവയ്ക്കുകയാണെങ്കിൽ അദ്ദേഹത്തിന് ബ്രിട്ടീഷ് ഇന്ത്യയിൽ മാന്യമായ അഭയവും അടിത്തൂണും നല്കാമെന്നും റസിഡണ്ട് പറഞ്ഞു. ദളവായുടെ സഹായികൾക്ക് സംരക്ഷണവും അദ്ദേഹം വാഗ്ദാനം ചെയ്തു. ദളവായുടെ രാജിക്കുവേണ്ടി രാമലിംഗ മുതലിയാരും മാദ്ധ്യസ്ഥം വഹിച്ചു. ഡിസംബർ 26-ാം തീയതി രാജിക്കുള്ള സന്നദ്ധത പ്രകടിപ്പിച്ച് ദളവാ റസിഡണ്ടിനെഴുതി. ഉടമ്പടിയിലെ വ്യവസ്ഥകൾ പാലിക്കാൻ കഴിയാതെ വന്നതിനാലാണ് രാജിവയ്ക്കുന്നതെന്ന് പറഞ്ഞിരുന്നു. രണ്ടുപ്രാവശ്യം തന്റെ ജീവൻ രക്ഷിക്കാൻ തയ്യാറായതിൽ മുതലിയാരോട് ദളവാ നന്ദി പറഞ്ഞു. രണ്ടായിരം രൂപയും മലബാറിലേക്ക് പോകാൻ ഒരു പല്ലക്കും അയച്ചു തരണമെന്നും അദ്ദേഹം ആവശ്യപ്പെട്ടു.

ഡിസംബർ 26-ാം തീയതി രാത്രി തന്നെ മേജർ ഡാലിയും റസിഡൻസിയിലെ ഒരു ഗുമസ്തനും ദളവായുടെ അകമ്പടിക്കാവശ്യമായ കുറെ ഭടന്മാരുമായി പുറപ്പെട്ട് അടുത്തദിവസം കാലത്തുതന്നെ ആലപ്പുഴയിലെത്തി റസിഡണ്ടിന്റെ കത്ത് ദളവായ്ക്ക് നല്കി. സന്തുഷ്ടി പ്രകടിപ്പിച്ച ദളവാ കത്ത് തയ്യാറാക്കാൻ സെക്രട്ടറി പത്മനാഭപിള്ളയോട് പറഞ്ഞു. പിറ്റേ ദിവസം (ഡിസംബർ 28) രാത്രി പുറപ്പെടാമെന്നും തനിക്കും ഡാലിക്കും ഓരോ പല്ലക്കുകൾ ഏർപ്പാടുചെയ്യണമെന്നും അദ്ദേഹം പറഞ്ഞു. കൊടുങ്ങല്ലൂർനിന്നും പുറപ്പെടുമ്പോൾ ഒരു ജമേദാരും നാലു അംഗരക്ഷകരും കൂടെയുണ്ടായിരുന്നാൽ കൊള്ളാമെന്നും പറഞ്ഞു.

28-ാം തീയതി വൈകുന്നേരം പോകാൻ തയ്യാറായപ്പോൾ അന്നു ശുഭദിനമല്ലെന്നും 29-ാം തീയതി വൈകുന്നേരം പുറപ്പെടാമെന്നും ദളവാ പറഞ്ഞു. കൊച്ചിയിലെ റസിഡൻസി ആക്രമണത്തെപ്പറ്റിയുള്ള വാർത്തയ്ക്കുവേണ്ടി അദ്ദേഹം കാത്തിരിക്കുകയായിരുന്നു. 29-ാം തീയതി വൈകുന്നേരം ദളവായെ സന്ദർശിച്ചപ്പോഴാണ് താൻ വഞ്ചിക്കപ്പെടുകയായിരുന്നു എന്ന് ഡാലിക്കു മനസ്സിലായത്. തന്റെ രാജാവിനെയും ജനങ്ങളേയും ഉപേക്ഷിച്ച് ഒരു വിശ്വാസവഞ്ചകനാകാൻ താൻ ആഗ്രഹിക്കുന്നില്ലെന്നും താൻ രാജിവയ്ക്കുമെന്ന് പ്രതീക്ഷിച്ച റസിഡണ്ട് മണ്ടനാണെന്നുമാണ് അദ്ദേഹം ഡാലിയെ അറിയിച്ചത്. ബ്രിട്ടീഷുകാരോട് യുദ്ധത്തിനു പോകുന്നത് അബദ്ധമായിരിക്കുമെന്ന് ഡാലി ഓർമ്മിപ്പിച്ചപ്പോൾ താൻ ഏർപ്പാട് ചെയ്തിട്ടുള്ള യുദ്ധസന്നാഹങ്ങളെ അദ്ദേഹം വിവരിച്ചു. മഹാരാഷ്ട്രർ ഇംഗ്ലീഷുകാർക്കെതിരെ ഉടനെ യുദ്ധമാരംഭിക്കുമെന്നും റഷ്യാക്കാരും ഫ്രഞ്ചുകാരും പേർഷ്യവഴി ഇന്ത്യയിലേക്ക് വരുന്നുണ്ടെന്നും മധുരയിലെ പാളയക്കാരന്മാരും കണ്ണൂരിലെ മാപ്പിളമാരും തന്റെ തുണയ്ക്കെത്തുമെന്നും മറ്റും അദ്ദേഹം പറഞ്ഞു. ഈ സമയം മെക്കാളെയുടെ തല കൊച്ചിത്തെരുവുകളിൽ ഉരുളുകയായിരിക്കും എന്നുകൂടെ ദളവാ പറഞ്ഞപ്പോൾ ഡാലി സ്തംഭിച്ചുപോയി. തന്റെ ജീവൻപോലും അപകടത്തിലാണെന്ന് അദ്ദേഹം ഭയന്നു. തന്റെ ആകെ സമ്പാദ്യമായ രൂപ 12,000 ഡാലി മെക്കാളെയെ ഏല്പിച്ചിരിക്കുകയായിരുന്നു. അതിപ്പോൾ കൊള്ളയടിക്കപ്പെട്ടിരിക്കാമെന്നും അദ്ദേഹം ഭയന്നു. വിഷണ്ണനായി പുറത്തിറങ്ങിയ ഡാലിയെ ദളവാ ധൈര്യമായിരിക്കാൻ ആശ്വസിപ്പിച്ചു. അദ്ദേഹം താമസസ്ഥലത്തെത്തിയപ്പോൾ 12,000 രൂപായുടെ ഒരു കൈച്ചീട്ട് അവിടെ എത്തിച്ചിരുന്നു.[19]

ദളവാ പ്രതീക്ഷിച്ച പോലെ മെക്കാളെയുടെ തല തെരുവിൽ ഉരുണ്ടില്ല. 28-ാം തീയതി രാത്രി രണ്ടു മണിക്ക് റസിഡൻസിയിൽ പ്രവേശിച്ച സംയുക്ത സൈന്യത്തിന് റസിഡണ്ടിനെ അവിടെ കാണാൻ കഴിഞ്ഞില്ല. അന്നു പകൽതന്നെ, എറണാകുളത്ത് സംശയകരമായ പട്ടാള നീക്കങ്ങൾ നടക്കുന്നു എന്ന് റസിഡണ്ടിന് അറിവു കിട്ടിയപ്പോൾ അദ്ദേഹത്തിന് അപകടം മനസ്സിലായി. നേരത്തെ ഉണ്ടായിരുന്ന ഒരു രഹസ്യ അറയിൽ അദ്ദേഹം ഒളിച്ചിരുന്നു. നിരാശരായ ആക്രമകാരികൾ റസിഡൻസിയിലെ റിക്കാർഡുകൾ നശിപ്പിക്കുകയും കൊള്ളയടിക്കുകയും ചെയ്തു. കൊച്ചിത്തെരുവിൽ ബ്രിട്ടീഷ് അനുകൂലികളായ ക്രിസ്ത്യാനികളുടെ സ്ഥാപനങ്ങളും കൊള്ളയടിക്കപ്പെട്ടു. അക്രമകാരികൾ സ്ഥലം വിട്ടശേഷം രഹസ്യഅറയിൽനിന്നും റസിഡണ്ട് പുറത്തുവന്നു. മലബാറിൽ നിന്നും സൈന്യങ്ങളുമായി വന്ന 'പീഡ് മോണ്ട' എന്ന കപ്പൽ തുറമുഖത്തു കിടപ്പുണ്ടായിരുന്നു. അതിൽ കയറി അദ്ദേഹം രക്ഷപ്പെട്ടു. മട്ടാഞ്ചേരിയിൽ താമസിച്ചിരുന്ന കുഞ്ഞികൃഷ്ണമേനോനെയും ലഹളക്കാർക്കു കണ്ടുകിട്ടിയില്ല. അദ്ദേഹവും മക്കാളെയോടൊപ്പം ചേർന്നു. അവിടെനിന്നും പുറംകടലിൽ നങ്കൂരമിട്ടുകിടന്ന 'സ്നോ' എന്ന കപ്പലി

ലേയ്ക്ക് താമസം മാറ്റി. ഏതാനും ദിവസങ്ങൾക്കു ശേഷം സംയുക്ത സൈന്യം കൊച്ചിപ്പട്ടണം വിട്ടു എന്നറിഞ്ഞുകൊണ്ട് റസിഡണ്ട് വീണ്ടും കൊച്ചിയിൽ എത്തി. അവിടെ ഉണ്ടായിരുന്ന വെള്ളക്കാരെ ഇതിനകം കൊഴിക്കോട്ടേയ്ക്ക് അയച്ചിരുന്നു. മലബാറിൽനിന്നും വന്ന സൈന്യത്തെക്കൊണ്ട് മാത്രം കൊച്ചിപ്പട്ടണം പ്രതിരോധിക്കാൻ കഴിയുകയില്ല എന്ന് തോന്നിയതുകൊണ്ട് മെക്കാളെ കൊല്ലത്തേയ്ക്കു കുറച്ചു ഭടന്മാരെ അയച്ചുതരാൻ എഴുതി.

ഒരു ദുരാരോപണം

ഡിസംബർ 29-ാം തീയതി നടന്ന മറ്റൊരു സംഭവം വിവിധരീതിയിൽ ചരിത്രകാരന്മാർ വിവരിക്കുന്നുണ്ട്. ഒരു ഡോക്ടറും (Dr. Hume) 33 വെള്ളക്കാരായ പട്ടാളക്കാരും[19] കൊല്ലത്തുനിന്നും ആലപ്പുഴയ്ക്കു പോകുന്നവഴി പുറക്കാടുവച്ച് പിടികൂടപ്പെട്ടുവെന്നും അവരെ പള്ളാത്തുരുത്തി ആറ്റിൽ കെട്ടിത്താഴ്ത്തി കൊല്ലാൻ വേലുത്തമ്പി ഉത്തരവായി എന്നുമാണ് ദളവായുടെ വിമർശകരുടെ വിവരണം. പട്ടാളക്കാരോടൊപ്പം ഉണ്ടായിരുന്ന ഭൃത്യൻ രാമലിംഗം പറഞ്ഞതായിട്ടാണ് ഈ കഥ പ്രചരിപ്പിച്ചത്. വേലുത്തമ്പിയുടെ വിമർശകരായ നാഗമയ്യ തുടങ്ങിയവർ നാണം കെട്ട ക്രൂരകൃത്യമായി ഇതിനെ വിവരിച്ചിട്ടുണ്ട്. വധത്തിനുത്തരവാദി മുളകുമടിശ്ശീല സർവ്വാധികാര്യക്കാർ പത്മനാഭ പിള്ളയാണെന്നാണ് ചരിത്രകാരനായ ഗ്രാന്റ് (James Grant, History of India) പറയുന്നത്. റ്റി കെ വേലുപ്പിള്ള തുടങ്ങിയവർ മുഖവിലയ്ക്കെടുക്കുന്നു. നടക്കാത്ത സംഭവമാണിതെന്നു കരുതുന്ന ചരിത്രകാരന്മാരുമുണ്ട്. ബ്രിട്ടീഷ് ഭടന്മാർ കൊല്ലത്തുനിന്നും വടക്കോട്ട് സഞ്ചരിച്ചുവെങ്കിൽ അവർ തീർച്ചയായും പിടികൂടപ്പെടാൻ സാദ്ധ്യതയുണ്ട്. എന്തെന്നാൽ, ബ്രിട്ടീഷ് സൈന്യവും ഉരുക്കളും വടക്കുനിന്നും കൊല്ലത്തേക്കും കൊല്ലത്തുനിന്ന് വടക്കോട്ടും പോകുന്നതിനെ തടയാൻ ദളവാ, വലിയ സർവ്വാധികാര്യക്കാർ കൃഷ്ണൻ ചെമ്പകരാമനോട് പ്രത്യേകം ഏർപ്പാടുചെയ്തിരുന്നതാണ്. വലിയ സർവ്വാധികാര്യക്കാർ ഏർപ്പെടുത്തിയിരുന്ന ആൾക്കാർ ജലമാർഗ്ഗം സഞ്ചരിച്ച് ബ്രിട്ടീഷ് ഭടന്മാരെ പിടികൂടിയിരിക്കാം എന്നത് വിശ്വാസ്യമാണ്. എന്നാൽ അവരെ ഹീനമായ രീതിയിൽ വധിച്ചു എന്നു പറയുന്നതിന് അത്ര വിശ്വാസ്യതപോരാ.

ഡിസംബർ 29-ാം തീയതി രാത്രിവരെയും മേജർ ഡാലി ദളവായോടൊപ്പം ഉണ്ടായിരുന്നു. ഡാലി മെക്കാളെയ്ക്കു പിന്നീടയച്ച റിപ്പോർട്ടിൽ ഈ സംഭവത്തെപ്പറ്റി യാതൊരു പരാമർശവും ഇല്ല. കർണ്ണാടിക് ബ്രിഗേഡിന്റെ കമാന്ററായ ഈ ബ്രിട്ടീഷ് ആഫീസർ 30 ബ്രിട്ടീഷ് പട്ടാളക്കാരും ഡോക്ടറും ആലപ്പുഴവച്ച് വധിക്കപ്പെട്ടത് അറിയാതിരിക്കുമോ? മറ്റൊരു വസ്തുതയും ഇവിടെ പ്രസക്തമാണ്. 1809 ജനുവരി ആദ്യം കൊല്ലത്തെ ലഫ്. കേണൽ ചാമേഴ്സ് ദളവായ്ക്കയച്ച കത്തിൽ ഡോ. ഹ്യൂമിനേയും അനുചരന്മാരേയും വിട്ടുകിട്ടണമെന്നാവശ്യപ്പെട്ടു. അവർ

തന്റെ കൺമുമ്പിൽ വച്ച് വധിക്കപ്പെട്ടു എന്ന് രാമലിംഗം എന്ന ഭൃത്യൻ ചാമേഴ്സിനെ അറിയിച്ചുവെങ്കിൽ പിന്നെന്തിനാണ് അവരെ വിട്ടുകിട്ടണമെന്ന് ചാമേഴ്സ് ആവശ്യപ്പെടുന്നത്? ചാമേഴ്സിന്റെ കത്തിന് ജനുവരി 10-ാം തീയതി ദളവാ അയച്ച മറുപടിയിൽ അഴീക്കൽ ഉള്ള സ്ത്രീകളുടെയും കുട്ടികളുടെയും നേരെ ബ്രിട്ടീഷ് പട്ടാളം വെടിവച്ചതിനെപ്പറ്റി കഠിനമായി വിമർശിച്ചിട്ടുണ്ട്. സംസ്കാരമുള്ളവരാരും ചെയ്യാത്ത ഒരു ഹീന കൃത്യമാണിതെന്നും അദ്ദേഹം അതിനെ വിശേഷിപ്പിച്ചിട്ടുണ്ട്. ഒരു ഡോക്ടറെയും 30 പട്ടാളക്കാരെയും ഹീനമായി വധിച്ചശേഷമാണ് അത്തരം ഒരു കത്തയച്ചതെന്ന് കരുതാനാവില്ല. വേലുത്തമ്പിയുടെ റൈറ്റർ ആയിരുന്ന ഒരു കൊച്ചുശങ്കരപ്പിള്ളയുടെ മൊഴി ബ്രിട്ടീഷ് റിക്കാർഡുകളിലുണ്ട്.[20] ഡോ. ഹ്യൂമിനെയും കൂടെയുള്ളവരെയും വധിക്കാനുള്ള ദളവായുടെ ഉത്തരവ് താനാണ് എഴുതിയെന്ന് അയാൾ സമ്മതിച്ചുവത്രേ! തമ്പിയുടെ ദുരന്തത്തിനുശേഷം അദ്ദേഹത്തിന്റെ സിൽബന്ധികളോട് പട്ടാളക്കാർ ചോദിച്ചറിഞ്ഞതായി പറയുന്ന വാർത്തയ്ക്കു യാതൊരു വിലയും കല്പിക്കേണ്ടതില്ല. രാമലിംഗവും കൊച്ചുശങ്കരപ്പിള്ളയും പറഞ്ഞതായി പറയുന്ന കഥകൾ തമ്മിൽ വലിയ പൊരുത്തവുമില്ല. വേലുത്തമ്പിയുടെ മരണശേഷം എഴുതിയുണ്ടാക്കിയ മൊഴികളാണവയെന്നേ കരുതാനാവൂ.

വേലുത്തമ്പിയുടെ ഭരണകാലത്തെ എല്ലാ സംഭവങ്ങളും അന്നത്തെ മേലുദ്യോഗസ്ഥന്മാരിൽനിന്നും 1817 ൽ മൺറോസായിപ് എഴുതിവാങ്ങിയിട്ടുണ്ട്. വലിയസർവ്വാധികാര്യക്കാർ കൃഷ്ണൻ ചെമ്പകരാമനും വലിയപടത്തലവൻ മാർത്താണ്ഡൻ ചെമ്പകരാമനും വിശദമായ പ്രസ്താവനകൾ എഴുതിക്കൊടുത്തിട്ടുണ്ട്. അതിൽ രണ്ടിലും പള്ളാത്തുരുത്തി സംഭവത്തെപ്പറ്റി ഒന്നും പറയുന്നില്ല. വേലുത്തമ്പിയുടെ കടുത്ത വിമർശകനും ഇംഗ്ലീഷ് പക്ഷപാതിയുമായിരുന്ന മാർത്താണ്ഡൻ ചെമ്പകരാമൻ വേലുത്തമ്പിയുടെ എല്ലാ ദുഷ്കൃത്യങ്ങളും എടുത്തുപറയാനും, 'ദുർമ്മന്ത്രി' എന്ന് അദ്ദേഹത്തെ വിശേഷിപ്പിക്കാനും തയ്യാറായി. അദ്ദേഹവും ഡോക്ടറേയും പട്ടാളക്കാരേയും ഹീനമായി വധിച്ചതായി പറയുന്നില്ല. മെക്കാളെയുടെ നേരെയുണ്ടായ വധശ്രമവും സുബ്ബയ്യനെ വധിച്ചതും പ്രസ്താവനയിലുണ്ട്. ഇതിൽനിന്നെല്ലാം മനസ്സിലാവുക അസാധാരണമായ യാതൊന്നും സംഭവിച്ചില്ല എന്നു തന്നെ.

തുറന്ന യുദ്ധം

മെക്കാളെയ്ക്കെതിരായ വധശ്രമത്തിന് രൂപം നല്കിക്കൊണ്ടിരുന്നപ്പോൾ മദ്രാസിലെ കമ്പനി സർക്കാർ സമാധാനശ്രമം തുടരുകയായിരുന്നു. കമ്പനിയുടെ തഞ്ചാവൂരിലെ റസിഡണ്ടായ ബ്ലാക്ബേൺ മുഖാന്തരമായിരുന്നു ശ്രമം നടന്നത്. കമ്പനിയുടെ വാണിജ്യ പ്രതിനിധിയായി വളരെക്കാലം ആലപ്പുഴയിൽ സേവനം അനുഷ്ഠിച്ചിരുന്ന ബ്ലാക്ബേൺ കേശവദാസിന്റെ കാലത്തും പിന്നീടും തിരുവിതാംകൂർ സർക്കാരുമായി

ഉറ്റബന്ധം പുലർത്തിയിരുന്നു. മെക്കാളെയുടെ ശുപാർശപ്രകാരം ദളവായെ അറസ്റ്റ് ചെയ്യാൻ ഡിസംബർ 18-ാം തീയതി മദ്രാസ് കൗൺസിൽ അനുവാദം നല്കിയിരുന്നു. ബ്ലാക്ബേണിന്റെ ഇടപെടൽ മൂലമായിരിക്കാം പ്രസ്തുത അനുവാദം ഡിസംബർ 25-ാം തീയതി പിൻവലിച്ചു. മെക്കാളെയുടെ നടപടികളിൽ വിശ്വാസം പോരാഞ്ഞിട്ടാണ് അപ്രകാരം ചെയ്തതെന്ന് ഡിസംബർ 29-ാം തീയതി ലണ്ടനിലേക്കയച്ച രഹസ്യ റിപ്പോർട്ടിൽ ഗവർണ്ണർ ജനറൽ പറയുകയും ചെയ്തു. അന്നുതന്നെ രാജാവിനയച്ച കത്തിൽ മെക്കാളെയെ മാറ്റി പകരം ബ്ലാക്ബേണിനെ നിയമിക്കുന്നു എന്നറിയിക്കുകയുണ്ടായി.

ബ്ലാക്ബേൺ സമാധാനശ്രമം നടത്തുന്നതിനിടയിൽ കൊല്ലത്ത് യുദ്ധം ആരംഭിച്ചുകഴിഞ്ഞു. തെക്കുംമുഖം വലിയസർവ്വാധികാര്യക്കാർ കുമാരൻ ചെമ്പകരാമന്റെ നേതൃത്വത്തിലുള്ള തിരുവിതാംകൂർ സൈന്യം പരവൂറിൽനിന്നും കൊല്ലത്തെ ബ്രിട്ടീഷ് സൈന്യത്തെ ഡിസംബർ 30-ാം തീയതി ആക്രമിച്ചു. ഈ ആക്രമണം പ്രതീക്ഷിച്ചിരുന്ന ലഫ്. കേണൽ ചാമേഴ്സ്, ദിവാന്റെ ബംഗ്ലാവിന് സമീപമുള്ള ഒരു പൊങ്ങിയ ഭാഗത്തായി ക്യാപ്റ്റൻ ക്ലാഫാമിന്റെ കീഴിൽ ഒരു സൈനിക വിഭാഗത്തെ നിർത്തിയിരുന്നു. വലിയസർവ്വാധികാര്യക്കാരുടെ കീഴിൽ സുശിക്ഷിതരല്ലാത്ത വലിയൊരു സൈന്യമാണുണ്ടായിരുന്നത്. ക്യാപ്റ്റൻ ക്ലാഫാമിന്റെ കീഴിലുള്ള അഞ്ചുകമ്പനി സൈന്യത്തിന് ആക്രമണകാരികളെ പിന്തിരിപ്പിക്കാൻ കഴിഞ്ഞു. അടുത്ത ദിവസം കാലത്തെ മേജർ ഹാമിൽട്ടന്റെ കീഴിൽ രണ്ടുകമ്പനി പട്ടാളം കൂടെ വന്നതിനെത്തുടർന്ന് ദളവായുടെ ബംഗ്ലാവ് ബ്രിട്ടീഷ് പട്ടാളത്തിനധീനമായി. 1809 ജനുവരി രണ്ടാം തീയതി കിഴക്കുംമുഖം വലിയസർവ്വാധികാര്യക്കാർ കൃഷ്ണൻ ചെമ്പകരാമന്റെ കീഴിൽ കരുനാഗപ്പള്ളിയിലും കാർത്തികപ്പള്ളിയിലുംനിന്നും സംഘടിപ്പിച്ച സൈന്യം നീണ്ടകരവഴി പടിഞ്ഞാറെ കൊല്ലത്ത് പ്രവേശിച്ചു. വിവരമറിഞ്ഞ ഹാമിൽട്ടൺ തന്റെ കീഴിലുള്ള സൈന്യവുമായി വന്ന് അവരെ അവിടെനിന്നും തുരത്തി. നീണ്ടകര വഴി നായന്മാർ അഴീക്കലേയ്ക്കു പിൻവാങ്ങുന്നതിനിടയിൽ ബ്രിട്ടീഷ് സൈന്യം വെടിവച്ചതുകൊണ്ട് കരയിലും വെള്ളത്തിലുമായി ധാരാളം പേർക്കു വെടിയേല്ക്കുകയും മുറിവേല്ക്കുകയും ചെയ്തു. ആലപ്പുഴനിന്നും കുറെ സൈനികർ അഴീക്കൽ വന്നു വീണ്ടും വെടിതുടങ്ങിയെങ്കിലും പ്രയോജനമുണ്ടായില്ല. അഴീക്കലിനു നേരെ ബ്രിട്ടീഷ് പട്ടാളം വെടിതുടർന്നുകൊണ്ടിരുന്നു. കുട്ടികൾക്കുനേരെയുള്ള ഈ വെടിവയ്പിനെയാണ് വേലുത്തമ്പി അപലപിച്ച് ചാമേഴ്സിന് കത്തയച്ചത്. ഈ പരാജയം അറിഞ്ഞ് ആലപ്പുഴയിൽനിന്നും കർണാട്ടിക് ബ്രിഗേഡുമായി കരുനാഗപ്പള്ളിയിലെത്തിയ ദളവാ മേലിൽ അഴികടക്കാൻ ശ്രമിക്കേണ്ട എന്ന് അവിടെയുള്ളവർക്കു നിർദ്ദേശം നല്കി. ഇംഗ്ലീഷുകാർ അങ്ങോട്ടു കടന്നുവരാതിരിക്കാൻ മറുകരയ്ക്കുനേരെ ഉണ്ടായില്ലാവെടികൾ വച്ചുകൊണ്ടിരിക്കാൻ സൈന്യത്തിനു നിർദ്ദേശം നല്കിയ ശേഷം അദ്ദേഹം കുണ്ടറയ്ക്കു പോയി.

ആലപ്പുഴ ആസ്ഥാനമാക്കിവച്ചുകൊണ്ട് കൊല്ലത്തിനും കൊച്ചിക്കും എതിരായ സൈനിക നടപടികൾ നിയന്ത്രിക്കുവാനായിരുന്നു ദളവാ ഉദ്ദേശിച്ചിരുന്നത്. വടക്കുനിന്നും തെക്കുനിന്നും ഉള്ള രണ്ടാക്രമണങ്ങളും ചെറുത്തു നില്ക്കാൻ കൊല്ലത്തെ സബ്സിഡിയറി സേനയ്ക്കു കഴിഞ്ഞപ്പോൾ ആ ഭാഗത്തേയ്ക്ക് താൻ കൂടുതൽ ശ്രദ്ധപതിപ്പിക്കേണ്ടിയിരിക്കുന്നു എന്ന് ദളവായ്ക്ക് ബോദ്ധ്യമായി. അതിനുവേണ്ടി തന്റെ പ്രവർത്തന കേന്ദ്രം ആലപ്പുഴനിന്നും കുണ്ടറ (കൊല്ലത്തിന് സമീപം) യ്ക്കു മാറ്റി. വലിയ പടത്തലവൻ യുദ്ധോദ്യമത്തിന് എതിരായിരുന്നുവെന്നതിനാൽ വൃദ്ധനായ അദ്ദേഹത്തിന് ചുമതലകളൊന്നും നല്കിയില്ല. വേലുത്തമ്പിയുടെ നിർദ്ദേശംപോലെ സൈനിക കാര്യങ്ങൾ നിർവ്വഹിക്കാൻ രാജകീയവിളംബരം മൂന്നു വലിയ സർവ്വാധികാര്യക്കാരന്മാരെയും നിയോഗിച്ചു. കൊച്ചിയിലെ സൈനികപ്രവർത്തനങ്ങളിൽ പാലിയത്തച്ചനെ സഹായിക്കാൻ മുളകുമടിശ്ശീല സർവ്വാധികാര്യക്കാർ വൈക്കം പത്മനാഭ പിള്ളയെ സൈന്യസമേതം ഏർപ്പാടു ചെയ്തു. വടക്കുംമുഖം വലിയസർവ്വാധികാര്യക്കാരെ പരവൂർ കേന്ദ്രമാക്കി കൊല്ലത്തിനു തെക്ക് ഭാഗത്തെ സൈനിക നേതൃത്വം ഏല്പിച്ചു. സുപ്രീം കമാന്ററായ തന്നെ സഹായിക്കാൻ അനുജൻ ചെമ്പകരാമൻ തമ്പിയും ഉണ്ടായിരുന്നു.

ആധുനിക യുദ്ധമുറകൾ പരിചയമുള്ള ബ്രിട്ടീഷ് ആഫീസറന്മാരുടെ കീഴിൽ തിരുവിതാംകൂർ പട്ടാളം മലബാറിലും കുടകിലും തമിഴ്നാട്ടിലും നല്ല പ്രകടനങ്ങൾ കാഴ്ചവച്ചുവെങ്കിലും അവരുടെ അടുത്ത തലമുറയിൽപെട്ടവരായിരുന്നു വേലുത്തമ്പിയുടെ കീഴിലുണ്ടായിരുന്നത്. രണ്ടോ മൂന്നോ മാസത്തെ ആയുധ പരിചയം മാത്രമുള്ള കരുതൽ സൈന്യവും അവരോടൊപ്പം ഉണ്ടായിരുന്നു. പരിചയ സമ്പന്നരായ ജനറൽ കുമാരൻ തമ്പി, വലിയ യജമാൻ പത്മനാഭൻ ചെമ്പകരാമൻ, വലിയ പടത്തലവൻ മാർത്താണ്ഡൻ ചെമ്പകരാമൻ എന്നിവർ നേതൃത്വനിരയിലില്ലായിരുന്നു. പെട്ടെന്നൊരു തുറന്നയുദ്ധം വേണ്ടിവരുമെന്നുള്ള പ്രതീക്ഷയും ദളവായ്ക്കുണ്ടായിരുന്നുവെന്ന് തോന്നുന്നില്ല. ജനുവരി മാസത്തിൽ ഫ്രഞ്ചുസൈന്യം എത്തുമെന്നും അതുവരെ കൊല്ലത്തുള്ള സൈന്യത്തെ നിശ്ചലമായി നിർത്തണമെന്നും ആണ് അർമീനിയൻ ദൂതന്മാർ നിർദ്ദേശിച്ചത്. ദളവായുടെ നിർദ്ദേശപ്രകാരമോ അല്ലാതെയോ തന്നെ പെട്ടെന്നാണ് റസിഡണ്ടിന് നേരെയും കൊല്ലത്തിന് നേരെയും ആക്രമണമുണ്ടായത്. രണ്ടിടത്തും പറ്റിയ പരാജയങ്ങൾമൂലം പാലിയത്തച്ചൻ നിരാശനാകാതിരിക്കാൻ ദളവാ അങ്ങോട്ടു കത്തുകൾ അയച്ചുകൊണ്ടിരുന്നു. ജനുവരി മൂന്നിനയച്ച കത്തിൽ റസിഡണ്ടിന്റെ സഹായത്തിനായി പുറം കടലിൽ മലബാറിൽനിന്നും വന്ന ബ്രിട്ടീഷ് സൈന്യത്തെ ഉടൻ തന്നെ കൊച്ചിയിൽനിന്നും ഒഴിപ്പിക്കണമെന്നെഴുതിയിരുന്നു.[21] തിരുവിതാംകൂർ സൈന്യത്തെ നയിച്ച വലിയ സർവ്വാധികാര്യക്കാരന്മാരാകട്ടെ ദളവായുടെ നടപടികളുടെ സാധുതയെപ്പറ്റി ബോധവാന്മാരായിരുന്നുമില്ല. തന്മൂലം ഉദ്യോഗസ്ഥന്മാരെയും ബഹുജനങ്ങളെയും ബോധവല്ക്കരിക്കാനായി

രുന്നു അദ്ദേഹത്തിന്റെ പുറപ്പാട്. ജനുവരി 12-ാം തീയതി (984 മകരം 1) കുണ്ടറനിന്നും അദ്ദേഹം പുറപ്പെടുവിച്ച വിളംബരം ആ ഉദ്ദേശ്യത്തോടു കൂടിയായിരുന്നു. അതൊരു വിപ്ലവാഹ്വാനമായിരുന്നു എന്ന് പറയാനാവില്ല. പരശുരാമൻ കേരളം സൃഷ്ടിച്ചനാൾ മുതൽ വാണുപോന്ന തിരുവിതാംകൂർ രാജാക്കന്മാരെ വാഴ്ത്തിക്കൊണ്ടും തൃപ്പടിദാനം, നവാബുമായുണ്ടാക്കിയ സന്ധി, അഞ്ചുതെങ്ങിൽ കോട്ടകെട്ടി ഇംഗ്ലീഷുകാരെ കുടിയിരുത്തിയത്, അവർ ദ്രോഹികളായി മാറിയത്. സമ്മർദ്ദം ചെലുത്തി പത്തുലക്ഷം വരാഹൻ തിരുവിതാംകൂറിൽ നിന്നും വാങ്ങിയത്, പിന്നീട് ആറു ലക്ഷം രൂപ കപ്പം വേണമെന്നു പറഞ്ഞത്, വീണ്ടും ലക്ഷം രൂപ കൂടെ വേണമെന്നു പറഞ്ഞ് ഭീഷണി തുടങ്ങിയിരിക്കുന്നത് എന്നിവ വിവരിച്ചുകൊണ്ടും ഉള്ള വിളംബരത്തിൻ ഇങ്ങനെ പറയുന്നു.

> പുള്ളിപ്പട്ടാളം, ഈശ്വരസേവ, വഴിയൂട്ട് ആദിയായിട്ടുള്ളതൊക്കെയും നിർത്തി ആ വകയിൽ കൂടുതലും ഇവർക്കു കൊടുക്കണമെന്നും രാജ്യകാര്യം ഇടപെട്ടതൊക്കെയും റസിഡണ്ട് മെക്കാളെയെ ബോധിപ്പിച്ച് നടക്കണമെന്നും നിർദ്ദേശിച്ചശേഷം ഇപ്പോൾ താൻ കൂടെ ഉദ്യോഗം രാജിവച്ച് അവരുടെ രാജ്യത്തുപോയി പാർക്കണമെന്നും മറ്റും പറയുന്നതുകൊണ്ട്, രാജ്യം അവരുടെ കൈവശത്തിലായാൽ കോയിക്കൽ കൊട്ടാരം, കോട്ടപ്പടി ഉൾപ്പെട്ട സ്ഥലങ്ങളിൽ അവരുടെ പാറാവും, വരുതിയും, ആക്കിത്തീർത്തു രാജമുദ്ര, പല്ലക്ക്, പൗരുഷം ഉൾപ്പെട്ട ബഹുമാനങ്ങളും ദേവാലയം, ബ്രഹ്മാലയം, ബന്ധിച്ചുള്ള ശട്ടവട്ടങ്ങളും നാട്ടുകൂട്ടവും നിർത്തി ഉപ്പുമുതൽ സർവ്വവും കുത്തകയായിട്ടു ആക്കിത്തീർത്ത് തരിശു കിടക്കുന്ന നിലവും പുരയിടവും അളന്നു കുടിക്കുത്തകയായിട്ടു കെട്ടി നിലവരിതെങ്ങുവരി അതിക കരങ്ങളും കുടികളിൽ കൂട്ടി വച്ച് അല്പ പിഴയ്ക്കു നീചന്മാരെക്കൊണ്ട് ശിക്ഷയും കഴിപ്പിച്ച് ക്ഷേത്രങ്ങളിൽ കൊടിയും കെട്ടി വർണ്ണഭേദമില്ലാതെ ബ്രാഹ്മണ സ്ത്രീ മുതലായ സംസർഗ്ഗവും ചെയ്തു യുഗഭേദംപോലെ അധർമ്മങ്ങളായിട്ടുള്ള വട്ടങ്ങൾ ആക്കി തീർക്കുകയും ചെയ്യും. അതുകൊണ്ട് നാട്ടിലുള്ള മര്യാദയ്ക്ക് ഊനംവരാതിരിക്കാൻ ആവുന്നതുചെയ്യുക എന്നു നിശ്ചയിച്ച് "അവർ തുടങ്ങിയിരിക്കുന്നതിനെ പ്രതിക്രിയയായിട്ട് ചെയ്യേണ്ടിവന്നു" എന്നു പറഞ്ഞ് യുദ്ധോദ്യമത്തെ ന്യായീകരിക്കുക മാത്രമാണ് ദളവാചെയ്തത്.

കുണ്ടറവിളംബരം ഇംഗ്ലീഷുകാർക്ക് പ്രയോജനകരമായിത്തീർന്നു. എന്തെന്നാൽ യുദ്ധം ചെയ്യാനുള്ള തീരുമാനം തന്റേതാണെന്നു ദളവാ പ്രഖ്യാപിക്കുകയാണുണ്ടായത്. തീരുമാനം രാജാവിന്റേതും അത് നടപ്പാക്കുന്നത് ദളവായും ആയിരുന്നു എന്നതാണ് വസ്തുത. അത് ഇംഗ്ലീഷുകാർക്ക് അറിയുകയും ചെയ്യാമായിരുന്നു. രാജാവിന്റെ തീരുമാനം താൻ നടപ്പിലാക്കുക മാത്രമാണു ചെയ്യുന്നതെന്ന് ദളവാ പറഞ്ഞിരുന്നുവെങ്കിലും

ഫലം മറ്റൊന്നായിരുന്നു. രാജാവിനെതിരെ യുദ്ധത്തിന് മുതിർന്നാൽ ഇംഗ്ലീഷുകാർക്ക് ജനങ്ങളിൽനിന്നും ശക്തിയായ എതിർപ്പു നേരിടേണ്ടി വരുമായിരുന്നു എന്ന് അവർക്കറിയാം. അതുകൊണ്ട് കുണ്ടറ വിളംബരം വരുംവരെയും ഇംഗ്ലീഷുകാർ പ്രതിരോധിക്കുകമാത്രമെ ചെയ്തുള്ളു. ജനുവരി 12-ാം തീയതി കുണ്ടറ വിളംബരം വന്ന ഉടനെ ബ്ലാക്ബേൺ മുഖാന്തരമുള്ള സമാധാനശ്രമം ഉപേക്ഷിച്ച് യുദ്ധം ചെയ്യാനുള്ള തീരുമാനം ജനുവരി 15-ാം തീയതി മദ്രാസിലെ ബ്രിട്ടീഷ് കൗൺസിൽ കൈക്കൊണ്ടു. 17-ാം തീയതി മദ്രാസ് ഗവർണ്ണർ പുറപ്പെടുവിച്ച വിളംബരത്തിൽ കമ്പനി സൈന്യം "തിരുവിതാംകോട് ദേശത്ത് സമാധാനവും വേണ്ടും ചട്ടങ്ങളും നിദാനപ്പെടുത്താനാണ് തിരുവിതാംകൂറിൽ പ്രവേശിക്കുന്നതെന്നും സമാധാനം ആഗ്രഹിക്കുന്ന പൊതുജനം അതിൽ ഭയപ്പെടരുതെന്നും 'തിരുവിതാംകോട്ട രാജാ അവർകളെ ദിവാൻജിയുടെ ദ്രോഹബലത്തിൽ നിന്നുമീളുവാനും ആ അയോഗ്യനായ മന്ത്രിയുടെ വല്ലഭക്ഷയം വരുത്തുന്നതിനും' ആണ് സൈന്യത്തെ നിയോഗിക്കുന്നതെന്നും എടുത്തുപറഞ്ഞിരുന്നു. അതായത് മന്ത്രിയുടെ ദ്രോഹങ്ങളിൽ നിന്നും രാജാവിനെ രക്ഷിക്കാൻ വേണ്ടിയാണ് സൈന്യത്തെ അയക്കുന്നതെന്നു വിവക്ഷ. രാജാവിനോടു കൂറുള്ളവരൊക്കെ ഇംഗ്ലീഷ് സൈന്യത്തോട് സഹകരിക്കണമെന്നാണാഹ്വാനം. രാജഭക്തരായ പൊതുജനം വേലുത്തമ്പിയോടു കൂറുകാട്ടാതിരിക്കാൻ ആ വിളംബരം പ്രയോജനപ്പെട്ടു. തിരുവിതാംകൂറിലെ വലിയപടത്തലവൻപോലും ഈ ആഹ്വാനത്തിൽ വീണുപോയതായാണ് അദ്ദേഹത്തിന്റെ പ്രസ്താവനയിൽ നിന്നും മനസ്സിലാകുന്നത്. ടിപ്പുവിൽനിന്നും തിരുവിതാംകൂറിനെ രക്ഷിച്ച ഇംഗ്ലീഷുകാരോട് ദളവാകാട്ടിയ ദുഷ്ക്രിയത്വങ്ങളും വിളംബരത്തിൽ വിവരിച്ചിരുന്നു. ജീവചരിത്രകാരന്മാരായ എം ഒ ജോസഫ്, ജോസഫ് ചാഴിക്കാടൻ, എൻ കെ ജോസ് എന്നിവർപോലും മദ്രാസ് ഗവർണ്ണറുടെ വിളംബരത്തോട് യോജിക്കുന്നതായാണ് കാണുന്നത്. ഒരുപക്ഷേ, കുണ്ടറവിളംബരത്തിന്റെ പോരായ്മയും കമ്പനിവിളംബരത്തിലടങ്ങിയിട്ടുള്ള നയചാതുര്യവും മൂലമാകാം ഇത്തരം അഭിപ്രായങ്ങൾ രൂപപ്പെട്ടത്. രാജാവിന്റെയും രാജ്യത്തിന്റെയും രക്ഷയ്ക്കായിട്ടാണ് താൻ യുദ്ധം ചെയ്യുന്നതെന്ന് ദളവാ പറയുന്നുണ്ടെങ്കിലും അത് രാജാവിന്റെ നിർദ്ദേശപ്രകാരമാണെന്ന് ഒരിടത്തും പറഞ്ഞിട്ടില്ല. അബദ്ധംമൂലമോ മനപ്പൂർവ്വമോ ആകാം അങ്ങനെ പറയാത്തത്. കൊല്ലത്തുവച്ച് ഇളയ രാജാവ് മുഖാന്തരം ദളവായ്ക്ക് ലഭിച്ച വ്യക്തമായ നിർദ്ദേശംമൂലമാണ് തമ്പി യുദ്ധത്തിനിറങ്ങിയത്. ആലപ്പുഴ വച്ച് വിളിച്ചുകൂട്ടിയ ഉദ്യോഗസ്ഥരോട് ദളവാ പറഞ്ഞതും രാജകല്പന പാലിക്കാനും യുദ്ധകാര്യങ്ങൾ രാജാവിന് നേരിട്ട് റിപ്പോർട്ട് ചെയ്യാനുമായിരുന്നു. എന്നിട്ടും വിളംബരത്തിൽ അക്കാര്യം സൂചിപ്പിക്കുകപോലും ചെയ്യാത്തത് ഒരുപക്ഷേ, മനപ്പൂർവ്വമാകാം. യുദ്ധം പരാജയപ്പെട്ടാൽ ഉത്തരവാദിത്വത്തിൽ നിന്ന് രാജാവിനെ ഒഴിവാക്കാൻ വേണ്ടിയാണ് അപ്രകാരം ചെയ്യാത്തത് എന്ന് അനന്തര

സംഭവങ്ങൾ സൂചിപ്പിക്കുന്നു. യുദ്ധാവസാനം എല്ലാ ഉത്തരവാദിത്വവും തന്നിൽ ചുമത്തി രാജാവ് സ്വയം രക്ഷിക്കണമെന്ന് അദ്ദേഹം രാജാവിനോടഭ്യർത്ഥിച്ചതിൽനിന്നും അതു വ്യക്തമാകുന്നു.

കുണ്ടറവിളംബരത്തിന് ശേഷം ദളവായുടെ ആസ്ഥാനം താല്ക്കാലികമായി കുണ്ടറ തന്നെയായിരുന്നു. പിന്നീടുള്ള യുദ്ധങ്ങൽ ദളവായുടെ നേരിട്ടുള്ള നിർദ്ദേശപ്രകാരമായിരുന്നു. ജനുവരി 15-ാം തീയതി കിഴക്കെക്കൊല്ലത്തെ ബ്രിട്ടീഷ് സൈന്യത്തിന് നേരെ തിരുവിതാംകൂർ സൈന്യത്തിന്റെ മറ്റൊരു ആക്രമണമുണ്ടായി. അന്നത്തെ യുദ്ധത്തെപ്പറ്റി ദളവാ പാലിയത്തച്ചനയച്ച കത്തിൽ ഇപ്രകാരം വിവരിച്ചിരിക്കുന്നു.

> നാമും ശേഷം കാര്യസ്ഥന്മാരും വാർപട്ടാളവും[22] മലയാം പട്ടാളവും വില്ലരു നായന്മാര് മൂന്നു നാഴിക വടക്ക് കിളികൊല്ലൂരായിട്ടും കുണ്ടറ ആയിട്ടും ഇറങ്ങി പാർത്തിരിക്കുമ്പോൾ കുമ്പഞ്ഞിവകയിൽ കൊല്ലത്ത് പാർക്കുന്ന പട്ടാളവും സോൾദസുമാരും നമ്മുടെ പാളയത്തിൽ കടക്കത്തക്കവണ്ണം നിശ്ചയിച്ച് തെയ്യാറായിട്ട് പാർക്കുന്ന പ്രകാരം കേൾക്ക കൊണ്ട അവര് ഇങ്ങോട്ട് കടക്കാതെ ചെറുക്കുന്നതിന് നീണ്ടകര വഴിയും തട്ടാമൂല വഴിയും അയത്തിൽ വഴിയും ആശ്രാമം വഴിയും ഇതിൽ വണ്ണം നാല് കൈവഴിയായിട്ട് പട്ടാളവും വില്ലരെയും കാര്യസ്ഥന്മാരെയും തിരിച്ച് 4-ാംനു ഉഷയ്ക്കുമ്പോൾ കിഴക്കെ കൊല്ലത്ത് കടന്നു കുമ്പഞ്ഞി പട്ടാളത്തിലുള്ളവരും ആയിട്ട് വെടി തുടങ്ങി. എട്ടുനാഴിക നേരത്തെ യുദ്ധം നടന്നതിൽ അറുനൂറു പേരിന് മേൽ എഴുന്നൂറുപേർക്കകവും ഇങ്ങേപ്പുറത്ത് പാർപ്പട്ടാളത്തിലും പരവൂർ പാർത്തുവരുന്ന പട്ടാളത്തിലും കൊട്ടാരക്കര പാർത്ത പട്ടാളത്തിലും വില്ലന്മാര് നായന്മാരിലായിട്ട് ഇരുനൂറുപേർക്കു മേൽ മൂന്നുപേർക്കകം മുറിയും പാട്ടും ഉണ്ടാകയും ചെയ്തു. കുമാരൻ ചെമ്പകരാമൻ പിള്ള വലിയ സർവ്വാധികാര്യക്കാരേയും വടക്കെമുഖത്ത് സർവ്വാധികാര്യക്കാരെയും കൊട്ടാരക്കരപാർത്ത പട്ടാളത്തിനെയും തിരുവനന്തപുരത്ത് മുഖത്തും പരവൂരുമുള്ള വില്ലരേയും തട്ടാമൂലവഴിക്കും നീണ്ടകരെ വഴിക്കും കിഴക്കെമുഖത്ത് വലിയ സർവ്വാധികാര്യക്കാരേയും നിയമിച്ചിരുന്നാറെ ശേഷം രണ്ട് (പൊടിവ്) കൂടെ ഇക്കൈ രണ്ടും വന്ന് വന്നെത്തുവാൻ കുറഞ്ഞോന്ന് താമസിച്ചു പോകകൊണ്ടും തെക്കെ മുഖത്തെക്കൈ (പൊടിവ്) പോകകൊണ്ടും അവയ്ക്ക കുറഞ്ഞോന്ന് അപജയവും വലിയ തോക്ക് രണ്ടുനാലു വലിപ്പാൻ ആളില്ലാതെ അവരുടെ കൈയിൽ എത്തുവാൻ എടവന്നിട്ടും ഉണ്ട്. നാലുകൈയും ഒന്നിച്ച് കൂടിഇരുന്നുവെങ്കിൽ ഇന്നത്തെ കുറികൊണ്ട് തന്നെ അവരുടെ തീർച്ചവരുന്നതത്രെ ആകുന്നു. ഇനിയും രണ്ട് നാലുദിവസത്തിനകം ഒരു യുദ്ധം കൂടുന്നതിന് വിചാരിച്ചു വരുന്നു.[23]

എത്രമാത്രം അസമർത്ഥമായാണ് ആക്രമണം ഏർപ്പാടുചെയ്തിരുന്നതെന്നു ആ വിവരണത്തിൽനിന്നും വ്യക്തമാണ്. ജനുവരി മൂന്നാം തീയതി അച്ചനയച്ച കത്തിൽ താൻ അടുത്ത വെള്ളിയാഴ്ച കൊല്ലത്തെ സൈന്യത്തെ ആക്രമിക്കാൻ പോവുകയാണെന്ന് ദളവ പറഞ്ഞിരുന്നു. എന്നാൽ 15-ാം തീയതി മാത്രമേ അതുനടന്നുള്ളു. അതിനിടയിൽ മലബാറിൽനിന്നും ബ്രിട്ടീഷ് സൈന്യം ചാമേഴ്സിന്റെ തുണയ്ക്കായി കൊല്ലത്തെത്തിയിരുന്നു. 15-ാം തീയതി നാലുമുഖമായി ആക്രമണത്തിന് ഏർപ്പാട് ചെയ്തിരുന്നെങ്കിലും രണ്ടുവഴിക്കുള്ള സൈന്യം എത്തിച്ചേരാൻ താമസിച്ചതുകൊണ്ട് ഇംഗ്ലീഷുകാർക്ക് ആക്രമണകാരികളെ പരാജയപ്പെടുത്താൻ പ്രയാസമുണ്ടായില്ല. എട്ടുനാഴികകൊണ്ട് പരാജയം പൂർണ്ണമായി. ആയിരത്തോളം പേർ മരിക്കുകയോ മുറിവേല്ക്കുകയോ ചെയ്യാൻ മൂന്നുമണിക്കൂർ സമയമേ എടുത്തുള്ളൂ. വിലപിടിപ്പുള്ള നാലു പീരങ്കികൾ വലിച്ചുകൊണ്ടുപോകാൻ പോലും മിനക്കെടാതെ തോറ്റവർ തിരിഞ്ഞോടിയതുകൊണ്ട് പീരങ്കികൾ ബ്രിട്ടീഷ് സൈന്യത്തിനു കിട്ടുകയും ചെയ്തു.

മേല്പറഞ്ഞ തോല്വിക്കുശേഷം രണ്ട് വിഭാഗം തിരുവിതാംകൂർ സൈന്യം കൊച്ചിയിലേയ്ക്കു പോയി. അവർ ആയിരം പേരുള്ള മൂന്നു വിഭാഗങ്ങളായി പിരിഞ്ഞ് കൊച്ചി പട്ടണത്തെ മൂന്നുഭാഗത്തുനിന്നും ആക്രമിച്ചു. മേജർ ഹെവിറ്റിന്റെ കീഴിലുള്ള ബ്രിട്ടീഷ് സൈന്യം ജനുവരി 19-ാം തീയതി ആദ്യം ഇടതുഭാഗമായി വന്നവരെ ഓടിച്ചുകളഞ്ഞശേഷം മറ്റ് രണ്ട് മുഖങ്ങൾക്കുനേരെ വെടിതുടങ്ങി. ഇരുഭാഗത്തും നാശനഷ്ടങ്ങൾ വളരെയുണ്ടായെങ്കിലും ആക്രമണകാരികൾ പിൻവാങ്ങി. പട്ടണത്തിലേയ്ക്ക് ആഹാരസാധനങ്ങൾ കടക്കാതെ ഉപരോധിക്കുകയായിരുന്നു അടുത്തതായി തിരുവിതാംകൂർ സൈന്യം ചെയ്തത്. വള്ളങ്ങളാൽ നഗരത്തിനുചുറ്റും അവർ വലയം സൃഷ്ടിച്ചു. പീഡ്മൊണ്ടീസ് എന്ന കപ്പലിലുണ്ടായിരുന്ന മെക്കാളെ വള്ളങ്ങളെ കായലിനുള്ളിലേയ്ക്ക് ഓടിച്ചുകളഞ്ഞു. എങ്കിലും ചെറിയതോതിൽ ഉപരോധം പിന്നെയും തുടർന്നു. ജനുവരി 25-ാം തീയതി കിഴക്കുഭാഗത്തുനിന്നും തിരുവിതാംകൂർ സൈന്യം വീണ്ടും കൊച്ചിക്കുനേരെ ഒരാക്രമണം കൂടെ നടത്തി. തയ്യാറെടുക്കാൻ ധാരാളം സമയം ലഭിച്ചിരുന്നതുകൊണ്ട് ബ്രിട്ടീഷ് പട്ടാളത്തിന് അവരെ ഓടിച്ചുകളയാൻ ഒരുപ്രയാസവും ഉണ്ടായില്ല.

മെക്കാളെയ്ക്കു പകരം റസിഡണ്ടായി നിയമിതനായ ബ്ലാക്ബേൺ ജനുവരി 24-ാം തിയതി വരെയും പാളയംകോട്ടയിൽ താമസിച്ച് സമാധാന ശ്രമങ്ങൾ നടത്തുകയായിരുന്നു. കൊല്ലത്തിനും കൊച്ചിക്കും നേരെ ആക്രമണം നടത്തിയ സൈന്യത്തെ പിരിച്ചുവിടാനും, ദളവായെ നീക്കാനും, മുടക്കമുള്ള കപ്പപ്പണം ഉടൻ കൊടുത്തുതീർക്കുവാനുമാണ് ഇടനിലക്കാർ മുഖേന രാജാവിനോട് ബ്ലാക്ബേൺ ആവശ്യപ്പെട്ടത്. സമാധാന ശ്രമങ്ങൾ ഫലിക്കാത്തതുകൊണ്ടും കൊച്ചിയ്ക്കുണ്ടായ ആക്രമണം ചെറുത്തു നില്ക്കാൻ മെക്കാളെയ്ക്കു സാധിച്ചതുകൊണ്ടും

ബ്ലാക്ബേൺ ദൗത്യം അവസാനിപ്പിച്ച് ജനുവരി 24-ാം തീയതി തഞ്ചാവൂരിലേയ്ക്കു മടങ്ങി. ഇനി സമാധാന ശ്രമമൊന്നും ഇല്ലെന്നുള്ള വിവരത്തിന് ജനുവരി 29-ാം തീയതി ദളവായ്ക്ക് അറിയിപ്പുലഭിച്ചു. ഉടൻ തന്നെ, ഏത് വിധേനയും കൊച്ചിയിലുള്ള ബ്രിട്ടീഷ് പട്ടാളത്തെ ഒഴിപ്പിക്കണമെന്ന് കാണിച്ച് ദളവാ പാലിയത്തച്ചന് എഴുതുകയും നാലു ദിവസത്തിനകം താൻ കൊല്ലത്തെ ബ്രിട്ടീഷ് പട്ടാളത്തെ ഒഴിപ്പിക്കുമെന്നറിയിക്കുകയും ചെയ്തു. എന്നാൽ ലഫ്. കേണൽ കപ്പേജിന്റെ നേതൃത്വത്തിൽ ഒരു വലിയ സൈന്യം മലബാറിൽനിന്നും പുറപ്പെട്ടിട്ടുണ്ടെന്നുകേട്ട പാലിയത്തച്ചൻ കൂടുതൽ സാഹസത്തിന് മുതിർന്നില്ല. ബ്രിട്ടീഷുകാർക്ക് കീഴടങ്ങാനുള്ള നീക്കം അദ്ദേഹം രഹസ്യമായി ആരംഭിച്ചുകഴിഞ്ഞു. ഫെബ്രുവരി 10-ാം തിയതി കീഴടങ്ങികൊണ്ടുള്ള കത്ത് അദ്ദേഹം നല്കി.

ദളവാ ഒരവസാന കൈയെന്ന നിലയിൽ ജനുവരി 31-ാം തീയതി കൊല്ലത്തെ ബ്രിട്ടീഷ് സൈന്യത്തിനു നേരെ മറ്റൊരാക്രമണവും നടത്താതിരുന്നില്ല. നാല്പതിനായിരം ഭടന്മാരാണ് ഈ അവസാന യുദ്ധത്തിൽ അദ്ദേഹത്തോടൊപ്പം ഉണ്ടായിരുന്നത്. മുമ്പത്തെപ്പോലെ തന്നെ അതും കനത്ത പരാജയത്തിലവസാനിച്ചു. ഈ വാർത്ത കൊച്ചിയിലെത്തിയപ്പോൾ ആണ് ചഞ്ചലഹൃദയനായിരുന്ന പാലിയത്തച്ചൻ ബ്രിട്ടീഷുകാർക്ക് കീഴടങ്ങാൻ തീരുമാനിച്ചത്. കൊച്ചിയിലും കൊല്ലത്തും അത്യന്തം പ്രതികൂലമായ സാഹചര്യം നിലവിൽവന്നപ്പോഴാണ് മദ്രാസ് ഗവർണറയച്ച കത്തിന് മറുപടി നല്കാൻ ബാലരാമവർമ്മ തയ്യാറായത്. പൂർവ്വകാലത്തെപ്പോലെ ഇപ്പോഴും കമ്പനിയുടെ സൗഹൃദമാണ് താൻ കൊതിക്കുന്നതെന്നും റസിഡണ്ട് മെക്കാളെയാണ് കുഴപ്പങ്ങൾക്കെല്ലാം കാരണമെന്നും അദ്ദേഹം എഴുതി. പാലും പഞ്ചസാരയും പോലെയാണ് കമ്പനിയും തിരുവിതാംകൂറുമായുള്ള ബന്ധം. അതിൽ വീണ വിഷമാണ് മെക്കാളെയെന്നും അദ്ദേഹം കൂട്ടിച്ചേർത്തു. നിഷ്പക്ഷമതിയായ മറ്റൊരാളെ പകരം നിയമിച്ചാൽ തീരാവുന്ന കുഴപ്പങ്ങളെ ഉള്ളൂ എന്നും അദ്ദേഹം പറഞ്ഞു. ബ്ലാക്ബേൺ പാളയംകോട്ട വിട്ടിരുന്നതിനാൽ തിരുനൽവേലി കളക്ടർ മുഖാന്തരമാണ് സന്ദേശം അയച്ചത്. പരിപൂർണ്ണമായ പരാജയത്തിനുശേഷം അയച്ച ഈ സന്ദേശത്തിന് ഇംഗ്ലീഷുകാർ യാതൊരുവിലയും കല്പിച്ചില്ല. ദളവായെ പിരിച്ചുവിടാനും റസിഡണ്ട് മെക്കാളെയുടെ നിർദ്ദേശപ്രകാരം മറ്റൊരാളെ നിയമിക്കാനും ഗവർണ്ണർ രാജാവിനോടാവശ്യപ്പെട്ടു. ലഫ്. കേ. സെന്റ് ലെഗറുടെ കീഴിൽ തൃശ്ശിനാപ്പള്ളിയിലുണ്ടായിരുന്ന സൈന്യവിഭാഗം തിരുവിതാംകൂറിലേക്കു നീങ്ങാനും അതിന് മുമ്പുതന്നെ നിർദ്ദേശം നല്കിയിരുന്നു, ഫ്രഞ്ചുകാരും, റഷ്യയും, മഹാരാഷ്ട്രരും ഇംഗ്ലീഷുകാർക്കെതിരെ യുദ്ധത്തിനു വരുമെന്ന പ്രത്യാശയാൽ രാജാവ് മദ്രാസ് ഗവർണറുടെ നിർദ്ദേശം അവഗണിച്ചതേയുള്ളൂ.

സെന്റ്ലെഗറുടെ കീഴിലുള്ള ബ്രിട്ടീഷ് സൈന്യം ഫെബ്രുവരി ആറാം തീയതി ആരുവാമൊഴി ചുരത്തിന് കിഴക്ക് എത്തി പാളയം

അടിച്ചു. സുശക്തമായ ഒരു കോട്ടകൊണ്ട് ഇരുഭാഗത്തേയും മലകളെ ഘടിപ്പിച്ചിരുന്നതിനാലും ശക്തമായ കാവലുണ്ടായിരുന്നതിനാലും കോട്ട കടന്ന് സൈന്യത്തിന് തിരുവിതാംകൂറിൽ പ്രവേശിക്കുക എളുപ്പമായിരുന്നില്ല. എങ്കിലും കൊയ്ത്തുകാലം സമീപിച്ചിരുന്നതുകൊണ്ട് നാഞ്ചിനാട്ടിലെ ജനങ്ങൾ ഭയവിഹ്വലരായി. അവരെ സമാധാനിപ്പിക്കാൻ ഇളയ രാജാവായ കേരളവർമ്മയെ രാജാവ് അങ്ങോട്ടയച്ചു. കേരളവർമ്മ നാഗർകോവിലിൽ പോയി താമസിക്കാനാണ് നിർദ്ദേശമെങ്കിലും അദ്ദേഹം പത്മനാഭപുരത്തുചെന്ന് താമസിച്ച് ക്ഷേത്രത്തിൽ നെയ്യഭിഷേകവും മറ്റും കഴിച്ച് അവിടെത്തന്നെ ഉണ്ടായിരുന്നു. തിരുവനന്തപുരത്ത് വേദബ്രാഹ്മണരെ വരുത്തി ജനുവരി 19-ാം തീയതി മുതൽ ഹോമങ്ങളും, പൂജകളും, മന്ത്രങ്ങളും മുടങ്ങാതെ നടത്തി.[24] ഫെബ്രുവരി 9-ാം തീയതി ബ്രിട്ടീഷ് പട്ടാളം ആരുവാമൊഴികോട്ട പിടിച്ചടക്കിയതായി വിവരം ലഭിച്ചതുകൊണ്ട് ദളവാ കൊല്ലത്തുനിന്നും അസിസ്റ്റന്റ് ജനറൽ കൃഷ്ണൻ ചെമ്പകരാമൻപിള്ളയുടെ നേതൃത്വത്തിൽ ഒരു വിഭാഗം സൈന്യവുമായി അങ്ങോട്ടുപോയി. തല്ക്കാലം നെടുമങ്ങാട്ടുകൊട്ടാരത്തിൽ പോയി താമസിക്കാൻ രാജാവിനോടു വേലുത്തമ്പി നിർദ്ദേശിച്ചുവെങ്കിലും ഗർഭിണിയായ ആറ്റിങ്ങൽ റാണിലക്ഷ്മീബായി അതിനു വിസ്സമ്മതിച്ചതുകൊണ്ട് താമസം മാറിയില്ല.

ഇതുവരെ നടന്ന യുദ്ധങ്ങളെല്ലാം വലിയ പടത്തലവനായിരുന്ന മാർത്താണ്ഡൻ ചെമ്പകരാമന്റെ അറിവുകൂടാതെ ദളവാ തന്നെ നേരിട്ട് നിർവ്വഹിച്ചതാണ്. അതിൽ പടത്തലവൻ കുണ്ഠിതനായിരുന്നു. ബ്രിട്ടീഷ് സൈന്യം ആരുവാമൊഴിയിലെത്തിയെന്നറിഞ്ഞ ഉടനെ തന്നെ എങ്ങനെയും അത് മുന്നോട്ട് കടക്കാതിരിക്കത്തക്കവണ്ണം സമാധാനം സ്ഥാപിക്കണമെന്ന് അദ്ദേഹം രാജാവിനോടുപറഞ്ഞു. അതിനു രാജാവിന്റെ അനുവാദം ലഭിച്ചു. പാണ്ടിയിലെ സെമീന്ദാരായിരുന്ന പാൽവർണ്ണനാഥപിള്ളയുടെ മാദ്ധ്യസ്ഥത്തിൽ അതിനുവേണ്ടി പടത്തലവൻ ശ്രമിച്ചു. ഇദ്ദേഹമായിരുന്നു ബ്ലാക്ബേണിനും തിരുവിതാംകൂറിനുമിടയ്ക്ക് നേരത്തെ സമാധാനശ്രമം നടത്തിയത്. അദ്ദേഹം വീണ്ടും സമാധാനശ്രമം നടത്തുന്നതിനിടയിൽ വളരെ സാഹസികമായ രീതിയിലാണ് ഇംഗ്ലീഷുകാർ ആരുവാമൊഴി കോട്ട കടന്നത്. രാത്രി സമയം കീഴ്ക്കാംതൂക്കായ മലയിൽ ഏണിവച്ച് കയറി മറുഭാഗത്തെത്തി ഉറങ്ങിക്കിടന്ന കാവൽ ഭടന്മാരെ ഇംഗ്ലീഷുകാർ കീഴടക്കുകയായിരുന്നു. കോട്ട കൈവശമായ ഉടനെ ബ്രിട്ടീഷ് സൈന്യം കോട്ടയിലെ യുദ്ധസന്നാഹങ്ങളെല്ലാം നശിപ്പിച്ചു. ഉടനെ തന്നെ കീഴടങ്ങൽ കാണിക്കുന്ന വെള്ളക്കൊടികൾ പാതവക്കിലെങ്ങും പറത്താൻ വലിയ പടത്തലവൻ ഏർപ്പാട് ചെയ്തു. എങ്കിലും വേലുത്തമ്പി അതുകാര്യമാക്കിയില്ല.

കുണ്ടറനിന്നും പത്മനാഭപുരത്തെത്തിയ ദളവാ ഇളയരാജാവുമായി ചർച്ചചെയ്തു യുദ്ധം തുടരാൻ തന്നെ നിശ്ചയിച്ചു. വെള്ളക്കൊടി പറത്താൻ ഏർപ്പാടുചെയ്ത വലിയപടത്തലവന്റെ നടപടിയെ ഇളയരാജാവ്

കഠിനമായി ഭർത്സിച്ചു. ആരുവാമൊഴിയിൽനിന്നും പിൻവാങ്ങിയ തിരുവിതാംകൂർ സൈന്യം നാഗരുകോവിലും കോട്ടാറുമായി സംഘടിച്ചിരുന്നു. അസിസ്റ്റന്റ് ജനറൽ കൃഷ്ണൻ ചെമ്പകരാമൻപിള്ള കുറേ സൈന്യവുമായി കുണ്ടറനിന്നും വന്ന് അവരോടൊപ്പം ചേർന്നു. ഇളയരാജാവിനെ തിരുവനന്തപുരത്തു മടക്കി അയച്ചശേഷം തമ്പിയും നാഗരുകോവിലിലെത്തി. ഫെബ്രുവരി 17-ാം തീയതി ആരുവാമൊഴിയിൽനിന്നും വന്ന ബ്രിട്ടീഷ് സൈന്യം തിരുവിതാംകൂർ സൈന്യവുമായി ഏറ്റുമുട്ടി. തിരുവിതാംകൂർ സൈന്യം അവിടെയും പരാജയപ്പെട്ടു. വളരെപ്പേർ മരിക്കുകയും മുറിവേല്ക്കുകയുംചെയ്തു എന്നു മാത്രമല്ല ഒമ്പതുവലിയ പീരങ്കികളും ഇംഗ്ലീഷുകാരുടെ കൈവശത്തിലായി. അന്നുതന്നെ ദളവാ പത്മനാഭപുരത്തേക്കു മടങ്ങി വലിയ പടത്തലവനുമായി സന്ധിച്ചു. താൻ രാജാവിന്റെ നിർദ്ദേശപ്രകാരമാണ് സമാധാനത്തിനപേക്ഷിച്ചതെന്നും പാൽവർണ്ണനാഥപിള്ളയുടെ മറുപടി കിട്ടുന്നതിനുമുമ്പ് നാഗർകോവിലിൽ വച്ച് ഇംഗ്ലീഷുകാരുമായി ഏറ്റുമുട്ടിയത് ശരിയല്ലെന്നും പടത്തലവൻ ദളവായോട് പറഞ്ഞു. തന്റെ അറിവുകൂടാതെ ദളവാ ഓരോ സൈനിക നടപടികൾ എടുക്കുന്നതിൽ പൊതുവേയും അദ്ദേഹം പ്രതിഷേധം പ്രകടിപ്പിച്ചു. ഇതൊക്കെ താൻ രാജാവിനോടു പറഞ്ഞുകൊള്ളാമെന്നും പടത്തലവനോട് സമാധാനം പറയേണ്ട ചുമതല തനിക്കില്ലെന്നും പറഞ്ഞ് തമ്പി ഒഴിഞ്ഞുമാറി.

സ്ഥാനമൊഴിയൽ

പത്മനാഭപുരത്തുനിന്നും തിരുവനന്തപുരത്ത് പോയ ദളവാ രാജാവിനെ മുഖം കാണിച്ചു. കൊല്ലത്തുനിന്നും പത്മനാഭപുരത്തുനിന്നും അശുഭവാർത്തകളാണ് അദ്ദേഹത്തിനവിടെ കിട്ടിയത്. 19-ാം തീയതി ബ്രിട്ടീഷ് പട്ടാളം ഉദയഗിരി കോട്ടയും പത്മനാഭപുരം കോട്ടയും യാതൊരു എതിർപ്പും കൂടാതെ കൈവശപ്പെടുത്തി. ഉദയഗിരിയിൽ 150 പീരങ്കികളാണ് ഇംഗ്ലീഷുകാർക്ക് ലഭിച്ചത്. പത്മനാഭപുരത്തുനിന്നും നല്ലൊരു ആയുധശേഖരം അവർക്കു ലഭിച്ചു. കൊല്ലത്തുനിന്നും ലഭിച്ച വാർത്ത അതിലും ഗുരുതരമായിരുന്നു. കൊല്ലത്തിനും കുണ്ടറയ്ക്കുമിടയിൽ കിളികൊല്ലൂരിൽ തിരുവിതാംകൂർ സൈന്യത്തിനുണ്ടായിരുന്ന വമ്പിച്ച സൈനിക സങ്കേതം ലഫ. കേണൽ സ്റ്റുവർട്ടിന്റെ നേതൃത്വത്തിലുള്ള ബ്രിട്ടീഷ് പട്ടാളം ആക്രമിച്ചു. കേണൽ പിക്ടിന്റെ കീഴിൽ മറ്റൊരു വിഭാഗം സൈന്യം കൂടെയെത്തി. അയ്യായിരം വരുന്ന തിരുവിതാംകൂർ സൈന്യം മൺകോട്ടയും, കിടങ്ങും, വലിയതോക്കുകളും ആയിട്ട് അവിടെ നിലയുറപ്പിച്ചിരുന്നു. 19-ാം തീയതി തിരുവിതാംകൂർ സൈന്യം നിശ്ശേഷം പരാജയപ്പെട്ടു. പീരങ്കികളും മറ്റും ഉപേക്ഷിച്ച് അവർ ഓടിപ്പോയി. ഈയവസ്ഥയിൽ ഇനി യുദ്ധപ്രഹസനം തുടർന്നു പോകുന്നതുകൊണ്ടു യാതൊരു പ്രയോജനവുമില്ലെന്ന് എല്ലാപേർക്കും ബോദ്ധ്യമായി. ദളവാ പദം ഒഴിയാൻ വേലുത്തമ്പി നിശ്ചയിച്ചു. എല്ലാതെറ്റുകളും തന്നിൽ ആരോ

പിച്ചു രാജാവു രക്ഷപ്പെടണം എന്നദ്ദേഹം രാജാവിനെ ഉപദേശിച്ചു. കമ്പനി നിർദ്ദേശിച്ചതുപോലെ റസിഡണ്ടിന്റെ ഉപദേശ പ്രകാരം കാര്യങ്ങൾ നിർവ്വഹിച്ചുകൊള്ളാനും അദ്ദേഹം രാജാവിനോടു പറഞ്ഞു.

വേലുത്തമ്പി തിരുവനന്തപുരം വിട്ട് വടക്കോട്ടുപോയ ഉടനെ തന്നെ രാജാവ് വീണ്ടും പത്മനാഭപുരത്തുണ്ടായിരുന്ന കേണൽ സെന്റ് ലെഗറോട് സമാധാനാഭ്യർത്ഥന നടത്തി. ഒരു വ്യവസ്ഥയുടെ അടിസ്ഥാനത്തിൽ സമാധാനാഭ്യർത്ഥന സ്വീകരിക്കപ്പെട്ടു. സമാധാനാഭ്യർത്ഥന ആത്മാർത്ഥമാണെന്നു തെളിയിക്കാൻ, സെന്റ് ലെഗറുടെ രണ്ട് ദൂതന്മാരെ കൊല്ലത്തയച്ച് കേണൽ ചാമേഴ്സുമായി സമ്പർക്കം പുലർത്താനും, ചാമേഴ്സിനെക്കണ്ടശേഷം ദൂതന്മാർ നിരപായം തിരിച്ചു പത്മനാഭപുരത്തെത്താനും രാജാവു സഹായിക്കണമെന്നതായിരുന്നു വ്യവസ്ഥ. അതംഗീകരിക്കപ്പെട്ടു. ദൂതന്മാർ കൊല്ലത്തുപോയി ചാമേഴ്സുമായി സമ്പർക്കം പുലർത്തിയശേഷം പത്മനാഭപുരത്തു തിരിച്ചെത്തി. ഫെബ്രുവരി 26-ാം തീയതി സെന്റ് ലെഗറും സൈന്യവും കരമനയാറിന്റെ തെക്കേക്കരയിൽ പാളയം അടിച്ചു കിടന്നു. കേണൽ ചാമേഴ്സിന്റെ കീഴിലുള്ള സൈന്യവിഭാഗം 26-ാം തീയതി അഞ്ചുതെങ്ങിലെ പടനിലത്തെത്തി പാളയമടിച്ചു. അടുത്തദിവസം കേണൽ മെക്കാളെയും അഞ്ചുതെങ്ങിലെത്തി കോട്ടയുടെ ചുമതല ഏറ്റെടുത്തു. പിന്നീടവിടെനിന്നും പൂന്തുറയെത്തി സെന്റ് ലെഗറുമായി സന്ധിച്ചു. മേജർ ഹെവിറ്റിന്റെ കീഴിൽ ആറുകമ്പനി പട്ടാളവും മെക്കാളെയോടൊപ്പം ഉണ്ടായിരുന്നു. തിരുവനന്തപുരത്തെത്തിയപാടെ വേലുത്തമ്പിയേയും, ചെമ്പകരാമൻതമ്പിയേയും, മുളകുമടിശ്ശീല പത്മനാഭപിള്ളയേയും, അവരണംപിള്ളയും. കുതിരപ്പക്ഷിയും പലദിക്കിലുമായിട്ട് ഓടിപ്പോകകൊണ്ട് അവരെയും ഉടനെ പിടികൂടി തിരുവനന്തപുരത്തുള്ള ബ്രിട്ടീഷ് പട്ടാളത്തെ ഏല്പിക്കണമെന്ന് രാജാവ് എല്ലാ മുഖങ്ങളിലേയ്ക്കും മണ്ഡപത്തിൻ വാതിലുകളിലേക്കും എഴുതിയയച്ചു.[25] തമ്പിവേലായുധൻ ചെമ്പകരാമന്റെ ചെമ്പകരാമപ്പട്ടം എടുത്തുകളഞ്ഞുവെന്നും അദ്ദേഹം പഴയപോലെ വെറും വേലുത്തമ്പിയായി എന്നും വിളംബരത്തിൽനിന്നും കാണാം. അദ്ദേഹവും മേല്പറഞ്ഞ സഹായികളും ഒളിവിൽപ്പോയിട്ട് അപ്പോഴേയ്ക്കും പത്തു ദിവസം കഴിഞ്ഞിരുന്നു.

കുറിപ്പുകൾ

1. ശങ്കുണ്ണിമേനോൻ. *തിരുവിതാംകൂർ* ചരിത്രം, പുറം 236
2. കേരളത്തിലുള്ള നിരവധി സ്വതന്ത്ര സങ്കേതങ്ങളിൽ ഒന്നായിരുന്ന ഇരിങ്ങാലക്കുട ഊരാണ്മസഭയുടെ ശുപാർശപ്രകാരം ഏതുരാജാവിനെയും രക്ഷാപുരുഷനായി നിയമിക്കാൻ സങ്കേതങ്ങൾക്ക് അവകാശമുണ്ടായിരുന്നു. അപ്രകാരമാണ് വിശിഷ്ടമായ കൂടൽമാണിക്യം സംഭാവനചെയ്ത കായംകുളം രാജാവിന് തച്ചുടയ കൈമളുടെ നിയമനാധികാരം ലഭിച്ചത്.
3. പുത്തേഴത്തു രാമമേനോൻ. *ശക്തൻ തമ്പുരാൻ*, പുറം 362.

4. *കൊച്ചീരാജ്യ ചരിത്രം*, പുറം 685-686
5. ആദ്യമായി റസിഡണ്ട് രാജാവിനെ സന്ദർശിച്ചപ്പോൾ ദിവാൻ കൂടെ ഇല്ലാതിരുന്നതിൽ മെക്കാളെ നീരസം പ്രകടിപ്പിച്ചു. ഉടൻതന്നെ സമീപത്തുണ്ടായിരുന്ന സമ്പ്രതിയോടു രാജാവു ചേദിച്ചു ഈ യാൾക്കു ദിവാൻ ഉണ്ടെങ്കിൽ മാത്രമേ നാക്കു പൊങ്ങുകയുള്ളോ എന്ന്. ചോദ്യം മലയാളത്തിലായതുകൊണ്ട് കൂടുതൽ ഒന്നും സംഭവിച്ചില്ല.
6. ശങ്കുണ്ണിമേനോൻ. *തിരുവിതാംകൂർ ചരിത്രം*, പുറം 234
7. ബി ശോഭനൻ, *Velu Thampi and the British* പുറം 48
8. വരവുചെലവു കണക്കുകൾ ഹാജരാക്കി, കപ്പം കൊടുക്കുന്നതിനുള്ള കഴിവുകേടു റസിഡണ്ടിനെ ബോദ്ധ്യപ്പെടുത്താൻ സാധിക്കുമായിരുന്നില്ല. പിന്നീടു ദിവാന്റെ ചുമതലകൾ ഏറ്റെടുത്ത കർണൽ മൺറോ ചുരുങ്ങിയ കാലംകൊണ്ടു മുഴുവൻ കപ്പത്തുകയും കുടിശ്ശികസഹിതം കൊടുത്തുതീർത്തതായി കാണാം. പല നികുതികളും അദ്ദേഹം വെട്ടിക്കുറയ്ക്കുകയും ചെയ്തു. എന്നാൽ അനാവശ്യചെലവുകളിലും അദ്ദേഹം കുറവു വരുത്തി.
9. M K Kuriakose. *History of Christianity in India - Source Materials.*
10. മാത്തൂത്തരകൻ അവസാനം ജയിലിൽ കിടന്നുകൊണ്ട് മദ്രാസ് ഗവർണ്ണർക്കും റസിഡണ്ടിനും അയച്ച പരാതികളിൽ തന്റെ അനുഭവങ്ങൾ സവിസ്താരം പ്രതിപാദിച്ചിട്ടുണ്ട്. ഹർജിയുടെ പൂർണ്ണരൂപം എം ഒ ജോസഫിന്റെ *തച്ചിൽ മാത്തൂത്തരകൻ* എന്ന പുസ്തകത്തിൽ അനുബന്ധമായി ചേർത്തിരിക്കുന്നു.
11. B Sobhanan. *Christianity in Kerala*, Journal of Kerala Studies Vol. IV Part IV Dec. 1977
12. എം ഒ ജോസഫ്, *തച്ചിൽ മാത്തൂത്തരകൻ*, ജോസഫ് ചാഴിക്കാടൻ, *വേലുത്തമ്പിദളവാ*, ഇ എൽ ജോസ്, *വേലുത്തമ്പിദളവാ Agur Church History of Travancore*. മി. അഗൂർ ആംഗ്ലിക്കനായിരുന്നു.
13. P G Edwin. *The First Protestant Mission in Travancore*, Journal of Indian History Vol. L11 April 1974 Part I
14. തിരുവനന്തപുരം വിട്ടുപോയശേഷം 1807 ഡിസംബർ 26-ാം തീയതിയും 1808 ജനുവരി 10-ാം തീയതിയും രാമലിംഗമുതലിയാർ കേണൽ മെക്കാളെയ്ക്കു അയച്ച കത്തുകളിൽനിന്നും ആണ് ഈ വസ്തുതകൾ വെളിവായത്. Nagam Aiya. 'Travancore State Manual', Vol I പുറം 430-31
15. ബി ശോഭനൻ. *Dewan Velu Tampi and the British*, പുറം 70-71
16. 1808 നവംബറിൽ തിരുവനന്തപുരത്തു വന്ന മൂന്നു അർമീനിയക്കാരാണ് റഷ്യയും ഫ്രാൻസും 1809 ജനുവരിയിൽ ഇന്ത്യ ആക്രമിക്കുമെന്നു രാജാവിനെ ധരിപ്പിച്ചത്. ഈ വസ്തുതയായിരുന്നു ഇളയരാ

ജാവ് കൊല്ലത്തുവച്ചു വേലുത്തമ്പിയെ ധരിപ്പിച്ചത്. ജനുവരിയിൽ കൊല്ലത്തെ സൈനികകേന്ദ്രം ആക്രമിക്കാൻ തമ്പി ഉടൻ തന്നെ തീരുമാനമെടുത്തു. മൊറീഷ്യസിലെ ഫ്രഞ്ചു ഗവർണ്ണറുമായി ദളവാ എഴുത്തുകുത്തുകൾ നടത്തിയിരുന്നു. സഹായ വാഗ്ദാനം അവിടെ നിന്നും ഉണ്ടായി. ഫ്രഞ്ചുകാരുമായി വേലുത്തമ്പിക്കുണ്ടായിരുന്ന ബന്ധം നീരസത്തോടെ അന്നത്തെ വലിയ പടത്തലവനായിരുന്ന മാർത്താണ്ഡൻ ചെമ്പകരാമൻ വിവരിച്ചിട്ടുണ്ട്.

17. ഇംഗ്ലീഷുകാരെ നാട്ടിൽനിന്നും കെട്ടുകെട്ടിച്ചില്ലെങ്കിൽ ക്രിസ്തുമതത്തിന് ഇവിടെ അമിത സ്വാധീനം ലഭിക്കുമെന്നാണ് ദളവാ സാമൂതിരിക്കയച്ച കത്തിൽ പറഞ്ഞിരുന്നത്. എട്ടു ദിവസത്തിനകം തിരുവിതാംകൂറിലെ ബ്രീട്ടീഷ് സൈന്യം നിഷ്കാസിതരാവുമെന്നും എഴുതിയിരുന്നു. ഈ കത്ത് സാമൂതിരിയുടെ മന്ത്രി ഇംഗ്ലീഷുകാരെ ഏല്പിച്ചു.
18. 1808 ഡിസംബർ 30-ാം തീയതി മേജർ ഡാലി മെക്കാളെയ്ക്കയച്ച കത്തിൽ നിന്നുള്ള വിവരം. വി ആർ പരമേശ്വരൻപിള്ളയുടെ വേലുത്തമ്പിദളവാ പുറം 133. 1808 ഡിസംബർ 29-ാം തീയതി വേലുത്തമ്പി ഒരു രാജിക്കത്ത് വലിയ സർവ്വാധികാര്യക്കാർ മുഖാന്തരം രാജാവിനു നല്കിയതിന്റെ ശരിപ്പകർപ്പ് ബ്രിട്ടീഷ് രഹസ്യ രേഖകളിലുണ്ട്. ഒരുപക്ഷേ, രാജിവച്ചുപോകാൻ ദളവാ തയ്യാറായിരുന്നിരിക്കാം.
19. ഒരു സ്ത്രീയും ഡോ. ഹ്യൂമും 12 വെള്ളക്കാരും 34 നാടൻ പട്ടാളക്കാരുമെന്നാണ് ശങ്കുണ്ണിമേനോൻ പറയുന്നത്. സ്ത്രീ ലഫ്. കേണൽ ചാമേഴ്സിന്റെ ഭാര്യയായിരുന്നു. അസുഖം ബാധിച്ച അവരെ കൊല്ലത്തുനിന്നും കൊച്ചിയിലേക്കയയ്ക്കുകയായിരുന്നു. അവരെ മാന്യമായിത്തന്നെ കൊച്ചിയിലേക്കയയ്ക്കുകയായിരുന്നു ദളവാ ചെയ്തത്.
20. *Dewan Velu Tampi and the British*, പുറം 84
21. *കൊച്ചിരാജ്യചരിത്രം*, പുറം 694-95
22. ആധുനിക യുദ്ധമുറകളും തോക്കിന്റെ ഉപയോഗവും പരിശീലിച്ച പ്രത്യേക സൈന്യവിഭാഗത്തെയാണ് വാർപട്ടാളം എന്നുപറയുന്നത്. വാൾ, കുന്തം, അമ്പും വില്ലും, കഠാര എന്നീ നാലു വിധ ആയുധപരിശീലനം മാത്രമുള്ളവരാണ് മലയാം പട്ടാളം. വാർപട്ടാളത്തെയാണ് കർണ്ണാടിക് ബ്രിഗേഡ് എന്നു ഇംഗ്ലീഷ് റിക്കാർഡുകളിൽ പറയുന്നത്. കർണ്ണാടിക് ബ്രിഗേഡിന്റെ കമാന്റർ മേജർ ഡാലി ആയിരുന്നുവെങ്കിലും ആ ബ്രിഗേഡും ഇംഗ്ലീഷുകാർക്കെതിരെ യുദ്ധം ചെയ്യുന്നുവെന്നു 10-4-1809-ൽ ഗവർണ്ണർ ജനറൽ മദ്രാസ് ഗവർണ്ണർക്കയച്ച കത്തിൽ കാണുന്നു.
23. *കൊച്ചിരാജ്യചരിത്രം*, പുറം 696-697.
24. *മതിലകം ചുരുണ* 2002 ഓല 8;
25. Showcase record No. 21; 984 കുംഭം 15.

അസ്വസ്ഥതയുടെ നാളുകൾ

ഉമ്മിണിത്തമ്പി പുതിയ ദളവാ

തിരുവനന്തപുരം പട്ടണത്തിന് തെക്കും വടക്കും സെന്റ് ലഗറുടേയും ചാമേഴ്സിന്റെയും കീഴിലുള്ള ബ്രിട്ടീഷ് പട്ടാളം താവളമടിച്ച് കിടന്നിരുന്നതിനാൽ ഒരു തടവുകാരന്റെ നിലയായി രാജാവിന്റേത്. മെക്കാളെയാകട്ടെ പൂന്തുറയുള്ള കച്ചവടകേന്ദ്രം അദ്ദേഹത്തിന്റെ പുതിയ റസിഡൻസിയാക്കി തിരുവിതാംകൂറിന്റെ ഭരണം നിയന്ത്രിക്കാൻ തയ്യാറെടുത്തു. രണ്ടുകാര്യങ്ങളിൽ പ്രത്യേകം സമ്മർദ്ദം തുടർന്നുകൊണ്ടിരുന്നു. വേലുത്തമ്പിയേയും സഹായികളെയും ഉടൻ പിടിച്ചേല്പിക്കണം. കുടിശ്ശികയുള്ള കപ്പം മുഴുവൻ ഉടൻതന്നെ കൊടുത്തുതീർക്കണം. കർണ്ണാട്ടിക് ബ്രിഗേഡുൾപ്പെടെയുള്ള മുഴുവൻ സൈനികരേയും ആയുധം വയ്പിച്ച് പിരിച്ചുവിടാനും ഏർപ്പാടു ചെയ്തു. പറവൂരും, മാവേലിക്കരയും, ആലപ്പുഴയും ഉണ്ടായിരുന്ന വെടിക്കോപ്പുകളും മറ്റു ആയുധസാമഗ്രികളും തിട്ടപ്പെടുത്തി ബ്രിട്ടീഷ് പട്ടാളത്തെ ഏല്പിക്കാൻ വടക്കും മുഖം വലിയ സർവ്വാധിക്കാര്യക്കാരെയും വലിയപടത്തലവനെയും ചുമതലപ്പെടുത്തി. അവിടെയുള്ള കോട്ടകളും പടപ്പാളയങ്ങളും ഇടിച്ചുനിരത്തി. രാജാവിന്റെ അംഗരക്ഷയ്ക്കുവേണ്ടി 500 പേരുള്ള ഒരു ചെറിയ വ്യൂഹത്തെ മാത്രം അനുവദിച്ചുകൊടുത്തു.

ദളവായുടെ ചുമതലകൾ ഏല്പിച്ചതു തെക്കുംമുഖം വലിയ സർവ്വാധികാര്യക്കാരായ കുമാരൻ ചെമ്പകരാമപ്പിള്ളയെയാണ്. വേലുത്തമ്പിയെയും സഹായികളെയും പിടികൂടാൻ സർവ്വാധികാര്യക്കാരന്മാർക്ക് നിർദ്ദേശം കൊടുത്തിരുന്നു എങ്കിലും ഒരാഴ്ചയായിട്ടും അക്കാര്യത്തിൽ ഒരു പുരോഗതിയും ഉണ്ടായില്ല. രാജാവിനിക്കാര്യത്തിൽ താല്പര്യമില്ലായിരുന്നു എന്നതാണുവാസ്തവം. കുമാരൻ ചെമ്പകരാമന് ഒട്ടും

തന്നെ താല്പര്യമില്ലായിരുന്നു. എന്തെന്നാൽ അദ്ദേഹവും വേലുത്തമ്പിയുടെ സ്യാലനും വിശ്വസ്തനുമായിരുന്നു. പുതുമന അമ്മവീട്ടിൽ ഉമ്മിണിത്തമ്പി എന്നയാൾ ഈ വിവരം മെക്കാളെയെ അറിയിച്ചു. അദ്ദേഹം അന്തരിച്ച മകയിരം തിരുനാൾ ഇളയരാജാവിന്റെ ദൗഹിത്രനും[1] വേലുത്തമ്പിയുടെ ശത്രുവുമായിരുന്നു. കഴിഞ്ഞ ആറുമാസമായി വേലുത്തമ്പിയുടെ ക്രോധത്തിൽനിന്നും രക്ഷപ്പെട്ട് ഒളിച്ചുകഴിയുകയായിരുന്നു അദ്ദേഹം. തന്നെ ഭരണച്ചുമതല ഏല്പിച്ചാൽ വേലുത്തമ്പിയേയും കൂട്ടരേയും ഉടൻ പിടിച്ചേല്പിക്കാമെന്നും കപ്പക്കുടിശ്ശിക ഉടൻ തീർക്കാമെന്നും യുദ്ധത്തിലുണ്ടായ നഷ്ടപരിഹാരമായ 1,89,977 പഗോഡയും കമ്പനിക്കു നല്കാമെന്നും ഉമ്മിണിത്തമ്പി ഏറ്റു. മാർച്ചുമാസം ആറാം തീയതി റസിഡണ്ട് മദ്രാസിലേയ്ക്ക് ഉമ്മിണിത്തമ്പിയുടെ പേർ ശുപാർശചെയ്തു. വേലുത്തമ്പിയുടെ വിരോധിയെന്ന നിലയിൽ ഉമ്മിണിത്തമ്പി കമ്പനി സർക്കാരിനോട് കൂറുള്ളവനായിരിക്കും എന്നും രേഖപ്പെടുത്തി. വേലുത്തമ്പിയെ പിടികൂടുന്ന കാര്യത്തിൽ രാജാവ് ഉദാസീനനായതുകൊണ്ട് കമ്പനിയിൽനിന്നും നേരിട്ട് ഇക്കാര്യത്തിലേക്ക് ആളെ നിയോഗിക്കാൻ ഉദ്ദേശിക്കുകയാണെന്നും അദ്ദേഹം എഴുതി. മാർച്ച് മാസം 13-ാം തീയതി ഉമ്മിണിത്തമ്പി ദളവായായി നിയമിതനായി.

പുതിയ ഉദ്യോഗത്തിൽ പ്രവേശിച്ച ഉമ്മിണിത്തമ്പി, വേലുത്തമ്പിയുമായി സഹകരിച്ച മൂന്നു വലിയസർവ്വാധികാര്യക്കാരെയും ഏതാനും സർവ്വാധികാര്യക്കാരന്മാരെയും, കാര്യക്കാരന്മാരെയും മറ്റും പിരിച്ചുവിട്ടു. മല്ലൻപിള്ള കാര്യക്കാർ എന്ന തന്റെ വിശ്വസ്തനെ വേലുത്തമ്പിയെ പിടികൂടുവാൻ പ്രത്യേക ചുമതലയുള്ള ഉദ്യോഗസ്ഥനായി നിയമിച്ചു. മാർച്ചുമാസം 24-ാം തീയതി ഒമ്പത് ലക്ഷം രൂപാ തിരുവനന്തപുരം മിലിട്ടറി ക്യാമ്പിലും രണ്ടുലക്ഷം രൂപ മാവേലിക്കര ക്യാമ്പിലും കപ്പക്കുടിശ്ശിക വകയിൽ കൊടുത്തു. കുടിശ്ശിക അടച്ചുതീർത്ത ഉടനെതന്നെ സെന്റ് ലഗറുടെ കീഴിലുള്ള പട്ടാളത്തെ തിരികെ കൊല്ലത്തേക്കു അയച്ചു.

വേലുത്തമ്പിയുടെ അന്ത്യം

രാജാവിനോടു യാത്രപറഞ്ഞുപോയ വേലുത്തമ്പി നേരെ അഞ്ചുതെങ്ങിലേയ്ക്കാണുപോയത്. അവിടെ കമേഴ്സ്യൽ റസിഡണ്ടായിരുന്ന സെബാസ്റ്റ്യൻ ഡയസുമായി അദ്ദേഹത്തിന് നല്ല ബന്ധമായിരുന്നു ഉണ്ടായിരുന്നത്. ഫെബ്രുവരി 20-ാം തീയതി അഞ്ചുതെങ്ങിലെത്തിയ അദ്ദേഹം ഡയസ് കൊല്ലത്തേയ്ക്ക് താമസം മാറ്റിയതായി അറിഞ്ഞു. ദ്വിഭാഷിയായ ഫെർണാണ്ടസിനായിരുന്നു കോട്ടയുടെ ചുമതല. കൊച്ചിയിൽനിന്നും കൊല്ലത്തെത്തിയിരുന്ന മെക്കാളെയെ പരവൂർവച്ച് സന്ധിക്കാനാണ് തന്റെ പരിപാടിയെന്ന് തമ്പി ഫെർണാണ്ടസിനോട് പറഞ്ഞു. തനിക്ക് പരവൂർക്കു പോകാൻ കുറെ വള്ളങ്ങൾ ഏർപ്പാടുചെയ്യാമോ എന്നു ചോദിച്ചതിൽ വള്ളങ്ങളെല്ലാം നാട്ടുകാർ പിടിച്ചെടുത്തു എന്ന മറുപടിയാണ് അദ്ദേഹത്തിന് ലഭിച്ചത്. വള്ളങ്ങൾ തിരികെ കൊടുപ്പിക്കാൻ ഏർപ്പാടു

ചെയ്തശേഷം, താൻ കരവഴി പരവൂർക്കുപൊയ്ക്കോളാമെന്ന് പറഞ്ഞ് തമ്പിയും അനുയായികളും വർക്കലയ്ക്കുപോയി. സി ആർ കൊല്ലത്തു നിന്നും മടങ്ങി വരാൻ എഴുതണമെന്നും മടങ്ങിവന്നാൽ ഉടൻ തന്നെ അറിയിക്കണമെന്നും അദ്ദേഹം ആവശ്യപ്പെട്ടു.[2] സി ആർ മുഖാന്തരം പരവൂർവച്ച് റസിഡണ്ടിനെ കണ്ടു കീഴടങ്ങാമെന്നായിരിക്കണം ഒരുപക്ഷേ, തമ്പി ഉദ്ദേശിച്ചത്. വർക്കലയെത്തിയ വേലുത്തമ്പി മെക്കാളെയെ കാണുക എന്ന പരിപാടി ഉപേക്ഷിക്കുകയാണ് ചെയ്തത്. കൊല്ലത്തു നിന്നും തെക്കോട്ടുപോകും വഴി കപ്പലിൽനിന്നും കരയ്ക്കുനേരെ വെടിവച്ചുകൊണ്ടാണ് റസിഡണ്ട് വരുന്നതെന്ന് മനസ്സിലാക്കിയതുകൊണ്ടാകാം ആ ഉദ്ദേശ്യം കൈവിട്ടത്. വർക്കലനിന്നും വെള്ളലൂരിലുള്ള (വെളിയം) കേശവൻ ചെമ്പകരാമൻപിള്ള എന്ന ജന്മിയുടെ വീട്ടിലേയ്ക്കാണ് അദ്ദേഹം പോയത്. അവിടെ താമസിക്കുമ്പോൾ തന്നെയും സഹായികളെയും പിടികൂടാൻ രാജകീയ വിളംബരം ഉണ്ടായി എന്നതറിഞ്ഞുകൊണ്ട് അനുജൻ ചെമ്പകരാമൻ തമ്പിയോടൊപ്പം അദ്ദേഹം ഒളിവിൽ പോയി.

വേലുത്തമ്പിയെ പിടികൂടാൻ നിയുക്തനായ മല്ലൻപിള്ള കാര്യക്കാർ ആദ്യം പോയത് മണ്ണടിക്ഷേത്രത്തിലേയ്ക്കായിരുന്നു. അവിടെനിന്നും മാവേലിക്കരയെത്തി ദളവായുടെ സെക്രട്ടറിയായിരുന്ന കൊച്ചുരാമൻപിള്ളയെ പിടികൂടി. ഓമല്ലൂരുള്ള പറകുളം മലയിൽ തമ്പിയും അനുജനും ഒളിച്ച് താമസമാണെന്നറിഞ്ഞു കുറെ ആൾക്കാരെയും കൂട്ടി അങ്ങോട്ടു പോയി. പക്ഷേ, അവരെത്തുമ്പോഴേയ്ക്കും തമ്പി അവിടം വിട്ടിരുന്നു. മാർച്ചുമാസം 21-ാം തീയതി സുബേദാർ കുമാരൻപിള്ളയും കുറെ ഭടന്മാരും കാര്യക്കാരോടൊപ്പം ചേർന്നു. വീണ്ടും ഓമല്ലൂരെത്തിയ കാര്യക്കാരും അനുചരന്മാരും അവിടെവച്ച് ചെമ്പകരാമൻ തമ്പിയുടെ ഭൃത്യനായ ഒരു പയ്യനെക്കണ്ട് ചോദ്യം ചെയ്തതിൽ തമ്പിയും അനുജനും മണ്ണടിമഠത്തിൽ കണ്ടേയ്ക്കാമെന്നു മനസ്സിലാക്കി. മണ്ണടിമഠം വളഞ്ഞ കാര്യക്കാർക്കും അനുചരന്മാർക്കും, തമ്പി തലേദിവസം ക്ഷേത്രദർശനം നടത്തിയതായി അവിടത്തെ പൂജാരിയിൽനിന്നും മനസ്സിലായി. മഠത്തിലെ ഒഴിഞ്ഞ ഉപഗൃഹത്തിൽ തമ്പിയും അനുജനും ഒളിച്ചിരിപ്പുണ്ടായിരുന്നു. വാതിൽ തുറക്കാൻ വിസമ്മതിച്ചുവെങ്കിലും അതു ചവുട്ടിപ്പൊളിക്കാൻ തുടങ്ങിയപ്പോൾ അനുജൻ ചെമ്പകരാമൻ തമ്പി വാതിൽ തുറന്നു. കഴുത്തിൽ കുത്തേറ്റു മരണം വരിച്ചനിലയിൽ വേലുത്തമ്പിയെകണ്ടെത്തി. പല്ലക്കിലേറ്റിയ മൃതശരീരത്തെയും ബന്ധനസ്ഥനായ ചെമ്പകരാൻ തമ്പിയേയും കാര്യക്കാർ തിരുവനന്തപുരത്തേയ്ക്കു കൊണ്ടുപോയി.

മൃതശരീരത്തെ സാധാരണ ചടങ്ങുകളോടെ സംസ്കരിക്കണമെന്ന് രാജാവു നിർദ്ദേശിച്ചു. കേശവദാസിന്റെ മൃതദേഹത്തിന് ആ ബഹുമതി നല്കിയില്ല എന്നാണ് പറയപ്പെടുന്നത്. ബ്രിട്ടീഷ് പട്ടാളത്തെ ഏല്പിച്ച മൃതദേഹത്തെ ഉള്ളൂർ കുന്നിൽ കൊണ്ടുപോയി തൂക്കിലിടാനാണ് ഉമ്മിണിത്തമ്പി ആജ്ഞാപിച്ചത്. വേലുത്തമ്പിയോടുള്ള പൂർവ്വ വൈരാഗ്യം

തീർക്കാൻ ഈ അവസരം ഉമ്മിണിത്തമ്പി ഉപയോഗിച്ചു. ഈ നടപടി ഗവർണ്ണർ ജനറലിന്റെ കൗൺസിൽ കഠിനമായ കുറ്റകൃത്യമായി പ്രഖ്യാപിച്ച് മെക്കാളെയോട് സമാധാനം ആവശ്യപ്പെട്ടു. മൃതദേഹത്തോടുകാട്ടിയ അപമര്യാദയ്ക്ക് താനുത്തരവാദിയല്ലെന്നും അത് ദളവാ ചെയ്യിച്ചതാണെന്നും റസിഡണ്ട് എഴുതിയയച്ചുവെങ്കിലും ഗവർണർ ജനറൽ തൃപ്തനായില്ല. കമ്പനിയോടു യുദ്ധം ചെയ്തയാളെന്നനിലയിൽ തമ്പിയുടെ മൃതദേഹത്തിന്റെ അവകാശം കമ്പനിക്കാണെന്നും മൃതദേഹത്തെ ദളവാ തൂക്കിലിട്ടത് റസിഡണ്ടിന്റെ പ്രീതിക്കായിരിക്കാമെന്നും മറ്റുമാണ് ഗവർണർ ജനറൽ റസിഡണ്ടിനെഴുതിയത്.

വേലുത്തമ്പിയുടെ മൃതദേഹം തൂക്കിലിടുന്നതിൽ ഒതുങ്ങിനിന്നില്ല ഉമ്മിണിത്തമ്പിയുടെ രോഷം. അനുജൻ ചെമ്പകരാമൻ തമ്പിയുടെ മേൽ ഹീനമായ ശാരീരിക ദണ്ഡനം ഏല്പിക്കുന്നതിനുവേണ്ട ഏർപ്പാടുകൾ ദളവാ ചെയ്തു. ചെമ്പകരാമൻ തമ്പി കമ്പനിയുടെ ബന്ദിയാണെങ്കിലും വേണ്ടുവോളം ദേഹണ്ഡങ്ങൾ നടത്താൻ വേണ്ടി അദ്ദേഹത്തെ റസിഡണ്ട് ദളവായ്ക്കു വിട്ടുകൊടുത്തു. വൈക്കംപത്മനാഭ പിള്ളയും കോട്ടയം സർവ്വാധികാരി കുഞ്ഞികുട്ടി പിള്ളയും തൂക്കിലിടപ്പെട്ടു. ചെമ്പകരാമൻ തമ്പിയെയും അനുജൻ കുമാരൻ തമ്പിയെും ജയിലിലാക്കി.[3] വേലുത്തമ്പിയുടെ അനുജനും മറ്റു രണ്ടുപേരുടെയും ജ്യേഷ്ഠനുമായ കുഞ്ചുപിരാട്ടിത്തമ്പി ശിക്ഷഭയന്നു നാടുവിട്ടോടി മദ്രാസിൽ ചെന്നു. അദ്ദേഹം പൊലീസ് കമ്മീഷണർ മുഖാന്തരം മദ്രാസ് ഗവർണ്ണർക്കെഴുതിക്കൊടുത്ത പ്രസ്താവനയിൽ തന്റെ തറവാടു സ്വത്തിൽ ജ്യേഷ്ഠന് യാതൊരവകാശവുമില്ലെങ്കിലും അതുമുഴുവൻ അന്യായമായി സർക്കാരിൽനിന്നും കണ്ടുകെട്ടിയതായി പറഞ്ഞിട്ടുണ്ട്. തന്റെ ജ്യേഷ്ഠൻ കൊല്ലത്താണ് സ്ഥിരതാമസമായിരുന്നതെന്നും കുടുംബവീട്ടിൽ വന്നിട്ടുതന്നെ വളരെക്കാലമായെന്നും എഴുതിക്കൊടുത്തു. സർക്കാർ പണം സ്പർശിക്കുകപോലും ചെയ്യരുതെന്ന് ഞങ്ങളുടെ അമ്മ വിലക്കിയിയിരുന്നു. 10 വർഷം മുമ്പു വലിയ സർവ്വാധികാരിയായിരുന്ന തന്റെ ഒരമ്മാവൻ വീട്ടിനുള്ളിൽ ഒരുലക്ഷം പഗോഡ കുഴിച്ചിട്ടിരുന്നതായി പറഞ്ഞുകേട്ടിരുന്നു എന്നും അതെടുക്കുവാൻ വേണ്ടി സർക്കാരുദ്യോഗസ്ഥന്മാർ വീടുമുഴുവൻ പൊളിച്ചുകളഞ്ഞ് അതിന്റെ അസ്ഥിവാരം പോലും കിളച്ചുനോക്കിയെന്നും പ്രസ്താവനയിലുണ്ട്. സർക്കാർ കണ്ടുകെട്ടിയ സ്വത്ത് ഇപ്രകാരം വിലയിട്ടു.

ഭൂസ്വത്ത്	20,000	പഗോഡ
സ്വർണ്ണം വെള്ളി ഉരുപ്പടികൾ	1500	പഗോഡ
ചെമ്പ്, പിച്ചളപാത്രങ്ങൾ	400	പഗോഡ
രൊക്കം	1400	പഗോഡ
തുണിത്തരം	200	പഗോഡ
കന്നുകാലി	500	പഗോഡ
	24,000	പഗോഡ

ഇതുമുഴുവൻ തങ്ങൾക്കവകാശപ്പെട്ടതാണെന്നും അവ മടക്കിക്കിട്ടണം എന്നും കുഞ്ചുപിരാട്ടിത്തമ്പി ആവശ്യപ്പെട്ടു. തനിക്ക് ഭരണകാര്യങ്ങളെപ്പറ്റി വളരെയൊന്നും അറിയില്ല. അനുജൻ ചെമ്പകരാമൻ തമ്പിക്ക് അതെല്ലാം നല്ല നിശ്ചയമാണ്. തന്നെ ദളവയായി നിയമിക്കുകയാണെങ്കിൽ കമ്പനിക്ക് നല്കാനുള്ള കപ്പം മുടക്കം കൂടാതെ കൊടുത്തുകൊള്ളാമെന്നും തമ്പി എഴുതിക്കൊടുത്തു. പ്രസ്താവന എഴുതിക്കൊടുത്ത ഉടനെ തന്നെ കുഞ്ചുപിരാട്ടിയെയും തടവിലാക്കി.[4] വസ്തുവകകൾ ഒന്നും മടക്കിക്കൊടുത്തില്ല എന്നുമാത്രമല്ല സ്ഥാവരവസ്തുക്കൾ മറിച്ച് വില്ക്കുകയും അതും ജംഗമസ്വത്തും സർക്കാരിലേയ്ക്ക് മുതൽ കൂട്ടുകയും ചെയ്തു.

വേലുത്തമ്പിയെ പിടികൂടിയ മല്ലൻപിള്ള കാര്യക്കാരെ വലിയ സർവ്വാധികാര്യക്കാരായി ഉയർത്തി. അദ്ദേഹത്തെ സഹായിച്ച സുബേദാർ കുമാരൻപിള്ളയെ അംഗരക്ഷസേനയുടെ കമാണ്ടറായും നിയമിച്ചു. വേലുത്തമ്പിയെ പിടികൂടുന്നവർക്ക് 50000 രൂപ സർക്കാരിൽനിന്നും വാഗ്ദാനം ചെയ്തിരുന്നു. ആ തുകയ്ക്ക് അവകാശിയായ മല്ലൻ പിള്ള കാര്യക്കാർക്ക് അതു വാങ്ങുവാൻ ധൈര്യം വന്നില്ല. എന്തെന്നാൽ മരണാനന്തരം വേലുത്തമ്പി ഒരു രക്തസാക്ഷിയായിക്കഴിഞ്ഞിരുന്നു. ആ തുക തന്റെ അസിസ്റ്റന്റുമാരായ ജാർജ് ഹ്യൂസിനും രാമലിംഗമുതലിയാർക്കും നല്കാൻ മെക്കാളെ തീരുമാനിച്ചു. വേലുത്തമ്പിയെ പിടിക്കാൻ റസിഡണ്ട് സ്വന്തം നിലയിൽ നാലാം റജിമെന്റിലെ ക്യാപ്റ്റൻ ന്യൂവാൾ എന്നയാളെയും നിയോഗിച്ചിരുന്നു. ന്യൂവാളിനും കൂടെയുള്ള ഭടന്മാർക്കും തമ്പിയെ പിടികൂടുന്നതിൽ ഒന്നും ചെയ്യാൻ സാധിച്ചില്ലെങ്കിലും, തന്റെ ഭടന്മാരുടെ കരുതൽ മൂലമാണ് വേലുത്തമ്പിക്ക് നാടുവിടാൻ സാധിക്കാതെ പോയതെന്നും അതുകൊണ്ട് പാരിതോഷികത്തിൽ തങ്ങൾക്കും പങ്കു വേണമെന്നും അവർ അവകാശം ഉന്നയിച്ചു. ഇത്രയുമായപ്പോൾ മല്ലൻ പിള്ളയും പണം വാങ്ങാൻ തയ്യാറായി. 20000 രൂപാ വീതം ന്യൂവാളിനും മല്ലൻ പിള്ളയ്ക്കും നല്കാനും ബാക്കിയുള്ള 10000 രൂപ മുതലിയാർക്കും ഹ്യൂസിനും നല്കാനും മക്കാളെ തീരുമാനിച്ചു.

രാജാവും ദളവായും വിരുദ്ധചേരികളിൽ

വേലുത്തമ്പിയുടെയും സഹായികളുടെയും ശത്രു എന്നതിൽ കവിഞ്ഞ് ദളവയാകാനുള്ള യോഗ്യതകളൊന്നും ഉമ്മിണിത്തമ്പിക്കില്ലായിരുന്നു. ഭരണപരിചയം തീരെയില്ല. അമിതമദ്യപാനവും റസിഡണ്ടുമായുള്ള മൈത്രിയും ഏതുനെറികേടുകാട്ടാനും അദ്ദേഹത്തിന് ധൈര്യം നല്കി. വേലുത്തമ്പിയോടും കുടുംബത്തോടും കാട്ടിയ ക്രൂരതമൂലം വേലുത്തമ്പിയുടെ ശത്രുക്കളുടെപോലും ഈർഷ്യ സമ്പാദിക്കാൻ അദ്ദേഹത്തിനു കഴിഞ്ഞു. മെക്കാളെയുടെ മിത്രമെന്ന നിലയിൽ രാജാവിനും അദ്ദേഹത്തെ വെറുപ്പായിരുന്നു. രാജാവിന്റെ അംഗരക്ഷകസേനയുടെ കമാണ്ടറായി സുബേദാർ കുമാരൻപിള്ള നിയമിതനായിരുന്നതുകൊണ്ട്

രാജാവ് മിക്കവാറും ബന്ദിയെപ്പോലെയാണ് കഴിഞ്ഞത്. ആയിടയ്ക്കു തിരുവനന്തപുരം സന്ദർശിച്ച തഞ്ചാവൂർ റസിഡണ്ട് ബ്ലാക്ബേൺ രാജാവിന്റെ പരിതാപകരമായ നിലയെപ്പറ്റി രേഖപ്പെടുത്തി. ഭരണം തന്റെ കൈയിലാണെന്നും രാജാവിനതിൽ കാര്യമില്ലെന്നും തെളിയിക്കാൻ ദളവാ ഉത്സുകനായിരുന്നു.

ആറുവർഷത്തിലൊരിക്കൽ നടക്കേണ്ട ശ്രീ പത്മനാഭസ്വാമി ക്ഷേത്രത്തിലെ മുറജപം കീഴ്നടപ്പനുസരിച്ച് നടത്തുന്നതിന് ദളവായ്ക്കു താല്പര്യമില്ലായിരുന്നു. 1737 മുതൽ മുടങ്ങാതെ ആർഭാടപൂർവ്വം നടത്തപ്പെട്ടിരുന്ന മുറജപം 1810 ൽ നടക്കേണ്ടതാണ്. ഇക്കാര്യത്തിൽ ദളവാ താല്പര്യം കാട്ടാതിരുന്നതുകൊണ്ട് 1809 ഒക്ടോബർ മാസത്തിൽ അദ്ദേഹത്തെ പിരിച്ചുവിട്ടുകൊണ്ട് രാജാവ് ഉത്തരവ് പാസാക്കി. പക്ഷേ, അദ്ദേഹത്തിന്റെ ഉത്തരവ് നടപ്പിലാക്കാൻ അദ്ദേഹത്തിന് കഴിവുണ്ടായിരുന്നില്ല. ഈ അവസ്ഥയിൽ തിരുവിതാംകൂറിന്റെ ഭരണം കമ്പനി ഏറ്റെടുക്കുകയല്ലാതെ മറ്റൊരുപോംവഴിയും ഇല്ലെന്ന് 1809 ഒക്ടോബർ 5-ന് റസിഡണ്ട് ഗവർണ്ണർ ജനറലിനെഴുതി. പക്ഷേ, ഇത്തരം ഒരു നടപടിക്ക് ബ്രിട്ടീഷ് ഗവണ്മെന്റ് അനുവദിക്കുകയില്ലെന്ന് അറിയാമായിരുന്നതുകൊണ്ട് റസിഡണ്ടിന്റെ ശുപാർശ ഗവർണ്ണർ ജനറൽ തള്ളിക്കളഞ്ഞു. രാജാവിനെ പങ്കെടുപ്പിക്കാതെ ദളവാതന്നെ സൈന്യത്തെ നിയോഗിച്ച് നാമമാത്രമായരീതിയിൽ മുറജപം നടത്തി.

രാജാവിന്റെ വ്യക്തിജീവിതത്തിലും ദളവാ ഇടപെട്ടു. രാജാവിന്റെ ഇഷ്ടഭാര്യയായ അരുമന അമ്മച്ചിയെ തിരുവനന്തപുരത്തുനിന്നും മാറ്റി അരുമനയ്ക്കയച്ചു. രാജാവിനു വേലുത്തമ്പിയോടുണ്ടായിരുന്ന ഈർഷ്യ മാറ്റിയെടുത്തത് അവരായിരുന്നു. സുബ്ബയ്യന്റെ ഉപജാപത്തെപ്പറ്റി വേലുത്തമ്പിക്കറിവുകൊടുത്തതും അവരായിരുന്നു. ദളവായുടെ ഇത്തരം കടുംകൈകൾ ഇളയരാജാവായ കേരളവർമ്മയ്ക്കും തീരെ സഹിക്കാവുന്നതായിരുന്നില്ല. അദ്ദേഹം ഉമ്മിണിത്തമ്പിയെ വധിക്കാൻ ഒരു പിസ്റ്റളുമായി നടക്കുകയാണെന്ന് 1809 ഡിസംബർ 6-ാം തിയതി റസിഡണ്ട് കൽക്കത്തയ്ക്കെഴുതി. അതുകൊണ്ട് ഇളയരാജാവിനെ മാവേലിക്കരയോ ആലപ്പുഴയോ മാറ്റിത്താമസിപ്പിക്കേണ്ടതാണെന്നു മെക്കാളെ ശുപാർശ ചെയ്തു. സ്വന്തം ഡയറിയിൽ മെക്കാളെ ഇപ്രകാരം എഴുതി:

> അയാൾക്ക് ഒരു സമയവും സ്വസ്തതയില്ല. എപ്പോഴും എന്റെ സഹായം ആവശ്യപ്പെടുന്നു. സ്വതവേ തന്റേടിയാണെങ്കിലും ഇന്നലെ എന്നെ വന്നുകണ്ടപ്പോൾ മുഴുവൻ സമയവും അയാൾ കരയുകയായിരുന്നു. അയാളെ വിഷം കൊടുത്തോ അല്ലാതെയോ കൊല്ലുമെന്നു തീർച്ചയാണ്. തനിക്കെതിരെയുള്ള വമ്പിച്ച എതിർപ്പിനെ നേരിടാനുള്ള കരുത്ത് അയാൾക്കില്ലാതായിരിക്കുന്നു.

ഉമ്മിണിത്തമ്പിയെ വധിക്കാൻ രാജാവു ശപഥം ചെയ്തിരിക്കുകയാണെന്ന് നഗരത്തിൽ ജനസംസാരമുണ്ടെന്ന് തിരുവനന്തപുരത്തെ

സബ്സിഡിയറി സേനയുടെ കമാന്ററായ മേജർ സ്കാട്ടും രേഖപ്പെടുത്തി.[5]

ബുദ്ധിശൂന്യനായ തമ്പി നാഞ്ചിനാട്ടിലെ കർഷകസംഘത്തോട് കലഹിക്കാനും മുതിർന്നു. വിദേശിയായ ജയന്തൻ ശങ്കരൻ നമ്പൂതിരി പോലും അന്യായ നികുതി പിരിവ് നിർദ്ദയം നടപ്പിലാക്കിക്കൊണ്ടിരുന്നപ്പോൾ നാഞ്ചിനാടുകർഷകരോട് അക്രമമൊന്നും കാണിക്കാതെ അവരെ ഒഴിവാക്കിയിരുന്നു. അവരോട് എന്തെങ്കിലും അന്യായം കാട്ടിയാൽ, എഴരപിടാകയിലുമുള്ള കർഷകരെ വിളിച്ചുകൂട്ടി നിസ്സഹകരണം, കൃഷിബഹിഷ്കരണം മുതലായ നടപടികളെടുക്കുവാൻ അവർ മടിച്ചിരുന്നില്ല. ആളുകളെ വിളിച്ചുകൂട്ടുന്നതിനുള്ള വെങ്കലമുരശും, വെള്ളിവെന്തയങ്ങളും, കാഹളവും ഒന്നര നൂറ്റാണ്ടിന് മുമ്പ് മുതൽ തന്നെ (കൊ. 832) തിരുവിതാംകൂർ രാജാവ് അവർക്കു നല്കിയിരുന്നതാണ്. ഇംഗ്ലീഷുകാർക്കു നല്കുവാൻ അന്യായപ്പിരിവ് നടത്തിയതിനെതിരെ പ്രതിഷേധിച്ച കർഷകരിൽനിന്നും അവരുടെ വെങ്കലമുരശും, കാഹളവും കാര്യക്കാരന്മാർ പിടിച്ചെടുത്ത് ഉമ്മിണിത്തമ്പിയുടെ ആസ്ഥാനമായ ആലപ്പുഴയ്ക്ക് അയച്ചു. തമ്പി അവ പൊട്ടിച്ചുകളഞ്ഞു.[6]

ഇപ്രകാരം ഉമ്മിണിത്തമ്പിയുടെ ദുർഭരണം പൊടിപൊടിക്കുമ്പോഴാണ് 1809 ഒക്ടോബർ പത്താം തീയതി റസിഡണ്ട് ഗവർണ്ണർ ജനറലിനയച്ച ശുപാർശ തള്ളിക്കൊണ്ടു മറുപടി വന്നത്. രാജാവും ദളവായും നിരന്തരം പൊരുതിക്കൊണ്ടിരിക്കുന്ന സാഹചര്യത്തിൽ തനിക്ക് റസിഡണ്ടിന്റെ ചുമതലകൾ നിർവ്വഹിക്കാൻ പ്രയാസമാണെന്ന് മെക്കാളെ ഗവർണർ ജനറലിനെഴുതി. മെക്കാളെയുടെ രാജി സ്വീകരിച്ചുകൊണ്ട് കൽക്കത്തയിൽനിന്നും മറുപടികിട്ടുകയാൽ ജനുവരി ഏഴാം തീയതി അദ്ദേഹം ഉദ്യോഗമൊഴിഞ്ഞുപോയി. റസിഡണ്ടിന്റെ ചുമതലകൾ സബ്സിഡിയറി സേനയുടെ കമാണ്ടറായി തിരുവനന്തപുരത്തുണ്ടായിരുന്ന മേജർ സ്കോട്ട് നിർവ്വഹിച്ചു. ഇതു ദളവായെ വളരെയധികം വിഷമത്തിലാക്കി. മെക്കാളെയെപ്പോലെ രാജാവിന്റെ ശത്രുവായിരുന്നില്ല മേജർ സ്കോട്ട്.

പുതിയ സാഹചര്യം പ്രയോജനപ്പെടുത്തി ഉമ്മിണിത്തമ്പിയെ വധിക്കാൻ രാജാവും ഇളയരാജാവും പദ്ധതിയിട്ടു. ഭരണകാര്യങ്ങളെപ്പറ്റി ചർച്ച ചെയ്യാൻ സർവ്വാധികാര്യക്കാരന്മാരെയും കാര്യക്കാരന്മാരെയും തിരുവനന്തപുരത്തു വരുത്തി ഒരു കോൺഫറൻസ് (കച്ചേരി) നടത്താൻ രാജാവ് ദളവായോടുനിർദ്ദേശിച്ചു. കൊല്ലത്തുനിന്നും തിരുവനന്തപുരത്തേയ്ക്ക് വരുന്ന വഴി കഴക്കൂട്ടത്തുവച്ച് ദളവായെ വധിക്കുകയായിരുന്നു ഉദ്ദേശ്യം. ഈ വിവരം രഹസ്യമായി ദളവായ്ക്ക് അറിവുകിട്ടി.[7] അദ്ദേഹം കച്ചേരി കൊല്ലത്തുവച്ചുനടത്തി. രാജാവിനെ ധിക്കരിക്കുന്ന ഈ പ്രവൃത്തിമൂലം ഇരുകൂട്ടരുമായുള്ള ശത്രുത രൂക്ഷമായി. രണ്ടിലൊരാൾ വധിക്കപ്പെടണമെന്ന നിലവന്നു. അങ്ങനെയിരിക്കെ 1810 നവംബർ മാസത്തിൽ കേണൽ ജാൺ മൺറോ റസിഡണ്ടായി തിരുവനന്തപുരത്തെത്തി.

പിൻതുടർച്ചാ തർക്കം

അത്യന്തം ദുർഘടം പിടിച്ച ഒരു ദൗത്യം ഏറ്റെടുത്ത് വിജയിക്കുവാൻ കഴിവുള്ള ഒരു തന്ത്രജ്ഞനായിരുന്നു കേ. മൺറോ. തിരുവനന്തപുരത്തെ പ്രശ്നങ്ങൾ നല്ല വണ്ണം മനസ്സിലാക്കിയശേഷമാണ് വിഷമം പിടിച്ച തന്റെ ദൗത്യം അദ്ദേഹം സ്വീകരിച്ചത്. തിരുവനന്തപുരത്തെത്തിയ ഉടനെ രണ്ട് മൂന്നു തവണ രാജാവിനെ സന്ദർശിച്ചു അദ്ദേഹം സംഭാഷണം നടത്തി. പെട്ടെന്നാണ് അതിസാരം പിടിപെട്ട് രാജാവ് 29-ാം വയസ്സിൽ അകാല ചരമം പ്രാപിച്ചത്. അതൊരു കൊലപാതകമാണെന്ന് പരക്കെ ജനസംസാരമുണ്ടായിരുന്നു. അസുഖം പിടിപെട്ട രാജാവിനെ മൺറോയുടെ സ്വന്തം ഡോക്ടറാണ് ചികിത്സിച്ചതെന്നും അതുമൂലമാണ് അസുഖം മൂത്ത് മരണത്തിനിടയായതെന്നും വലിയസർവ്വാധികാര്യക്കാർ മല്ലൻ പിള്ള പിന്നീട് മദ്രാസ് ഗവർണ്ണർക്കെഴുതി.[8] ഈ ആരോപണം അവിശ്വസിക്കാനാവാത്ത സംഭവവികാസങ്ങളാണ് രാജാവിന്റെ മരണത്തെത്തുടർന്നുണ്ടായത്.

സാധാരണ രാജാവ് അന്തരിച്ചാൽ അന്നു തന്നെ ഇളയ രാജാവ് മൂപ്പേല്ക്കുകയാണ് പതിവ്. അതിനുവേണ്ടി ആരുടെയെങ്കിലും അനുവാദം തേടുകയോ മുഹൂർത്തത്തിനുവേണ്ടി കാത്തിരിക്കുകയോ പതിവില്ല. എന്നാൽ കേരളവർമ്മയുടെ മൂപ്പുവാഴ്ച അപ്രകാരം നടന്നില്ല. മരണദിവസം തന്നെ അന്നു കാർത്തികപ്പള്ളിയിൽ താമസമായിരുന്ന ആറ്റിങ്ങൽ റാണി ആയില്യം തിരുനാൾ ഗൗരിലക്ഷ്മീബായി തിരുവനന്തപുരത്തെത്തി കിരീടാവകാശം തിനിക്കാണെന്നു തർക്കം ഉന്നയിച്ചതുമൂലമാണ് കേരളവർമ്മയുടെ കിരീടധാരണം നടക്കാതെ പോയത്. കേരളവർമ്മയുടെ ദത്ത് നിയമാനുസൃതമല്ലെന്നും അതുകൊണ്ട് അദ്ദേഹത്തെ മൂപ്പു വാഴിക്കാൻ പാടില്ല, എന്നുമാത്രമല്ല അന്തരിച്ച രാജാവിന്റെ ശേഷക്രിയകൾ ചെയ്യുന്നതിൽനിന്നും കേരളവർമ്മയെ വിലക്കണമെന്നുപോലും ഉമ്മിണിത്തമ്പി റസിഡണ്ടിനോട് പറഞ്ഞു. അംഗരക്ഷകസേന ഉമ്മിണിത്തമ്പിയുടെ വിശ്വസ്തന്റെ കീഴിലായിരുന്നില്ല. മരണത്തിന്റെ അടുത്ത ദിവസം തന്നെ ലക്ഷ്മീബായിയും ഉമ്മിണിത്തമ്പിയുമായി പൂന്തുറയുള്ള റസിഡണ്ടിന്റെ താമസസ്ഥലത്തുചെന്നു അവകാശവാദം ഉന്നയിച്ചു. രാജകുടുംബത്തിൽ സന്തതിയില്ലാതെവന്നാൽ കോലത്തുനാട്ടിൽ നിന്നും അവിവാഹിതയായ രാജകന്യകയെ ദത്തെടുത്ത് അതിൽനിന്നും ജനിക്കുന്ന പുരുഷ സന്താനത്തിനുമാത്രമെ ചിറവാമൂപ്പ് (തിരുവിതാംകൂർ സിംഹാസനം) ലഭിക്കുകയുള്ളൂ എന്ന് കൊ. 923 ൽ മാർത്താണ്ഡവർമ്മ കല്പിച്ച നിനവിനു വിരുദ്ധമാണ് കേരളവർമ്മയുടെ ദത്ത് എന്നാണ് വാദത്തിന്റെ സാരം.

ബന്ധപ്പെട്ടവരുമായി ആലോചിച്ചു തീരുമാനം അറിയിക്കാമെന്ന് മൺറോ പറഞ്ഞ് റാണിയേയും ദളവായേയും യാത്രയാക്കി. മരണത്തിന്റെ നാലാം ദിവസം (നവംബർ 10), എട്ടരയോഗക്കാരെയും, ശ്രീപത്മനാഭസ്വാമി ക്ഷേത്രത്തിലെ തന്ത്രിയായ തരണനല്ലൂർ നമ്പൂതിരിപ്പാടി

നെയും, ചില ശാസ്ത്രിമാർ, നാട്ടുപ്രമാണിമാർ എന്നിവരെയും വരുത്തി റസിഡണ്ട് അവരുടെ അഭിപ്രായം ആരാഞ്ഞു. കേരളവർമ്മ 12 വർഷം മുമ്പ് ആറ്റിങ്ങൽ റാണിയുടെ പുത്രനായി ദത്തെടുക്കപ്പെട്ടയാളാണെന്നും റാണിയുടെ മടിയിലിരുത്തി പൂർവ്വാചാര പ്രകാരം ചൗളം[9] നടത്തിയിട്ടുണ്ടെന്നും, റാണിപെറ്റ മകൻ ഉണ്ടായിരുന്നിട്ടും മൂത്ത മകനെന്നനിലയിൽ റാണിയുടെ ചരമാനന്തരക്രിയകൾ നടത്തിയതു കേരളവർമ്മയാണെന്നും ഈ കാരണത്താൽ നിയമാനുസൃതം അംഗീകരിക്കപ്പെട്ട ദത്തുപുത്രനാണദ്ദേഹമെന്നും രാജ്യാവകാശി അദ്ദേഹം തന്നെയെന്നും പഴമക്കാർ റസിഡണ്ടിനെ അറിയിച്ചു. തന്നോട് പറഞ്ഞതുകൊണ്ടുമാത്രം കാര്യമായില്ല, ശ്രീപത്മനാഭക്ഷേത്രത്തിന്റെ മുമ്പിൽവച്ച് എട്ടരയോഗം കൂടി തീരുമാനമെടുക്കണമെന്നും തീരുമാനം എഴുതി ക്ഷേത്രത്തിൽ മണിയടിച്ച് സത്യം ചെയ്ത് തന്നെ ഏല്പിക്കണമെന്നും റസിഡണ്ട് യോഗക്കാരോടും മറ്റുമായി പറഞ്ഞു. താനൊരുതീരുമാനത്തിലെത്തുംവരെ അന്തരിച്ച രാജാവിന്റെ ശേഷക്രിയകൾ കേരളവർമ്മ നടത്തട്ടെയെന്നും റാണി തിരികെ കാർത്തികപ്പള്ളിയിലേയ്ക്കു മടങ്ങിപ്പോകട്ടെയെന്നുംകൂടി മൺറോ ഉത്തരവായി. ഔദ്യോഗികമായി എട്ടരയോഗം കൂടണമെങ്കിൽ പുഷ്പാഞ്ജലിസ്വാമിയാർ അദ്ധ്യക്ഷതവഹിക്കണം. സ്വാമിയാർക്ക് ക്ഷേത്രപരിസരം വിട്ടുപോകാൻ കീഴ്വഴക്കമില്ലാത്തതുകൊണ്ടാണ് ക്ഷേത്രത്തിൽ വച്ച് യോഗം കൂടി തീരുമാനം എടുക്കണമെന്ന അഭിപ്രായമുണ്ടായത്. അതിൻപ്രകാരം ശ്രീകോവിലിനുമുമ്പിലെ അഭിശ്രവണമണ്ഡപത്തിൽ യോഗം പോറ്റിമാരും, വാദ്ധ്യാന്മാരും, ശാസ്ത്രിമാരും, ഉയർന്ന ഉദ്യോഗസ്ഥന്മാരും പ്രമാണിമാരുമെല്ലാം കൂടിയിരുന്ന് യോഗ തീരുമാനം എഴുതിവായിച്ചു. ഓരോരുത്തരായി തീരുമാനം വായിച്ച് മണ്ഡപത്തിലെ മണിയടിച്ച് സത്യം ചെയ്തു. തീരുമാനം എഴുതിയ കടലാസ് റസിഡണ്ടിന്റെ സെക്രട്ടറിയായ നഞ്ചപ്പയ്യനെ ഏല്പിച്ചു.

വസ്തുതകൾ വിവരിച്ചശേഷം തിരുവിതാംകൂർ രാജകുടുംബത്തിലേയ്ക്ക് പുരുഷസന്തതികളെ ദത്തെടുത്ത കീഴ് വഴക്കമുണ്ടെന്നുംകൂടെ യോഗക്കാർ കൂട്ടിച്ചേർത്തു. അതിൽ വിശ്വാസം വരാത്ത ഉമ്മിണിത്തമ്പിയുടെ പാർശ്വവർത്തികൾ പുരുഷസന്തതിയെ ദത്തെടുത്തതിന് തെളിവായി രേഖകൾ കാണണമെന്ന് പറഞ്ഞു. രേഖകളിൽ കൃത്രിമം കാണിക്കാതിരിക്കാൻ ഗ്രന്ഥപ്പുര പൂട്ടി നഞ്ചപ്പയ്യൻ മുദ്രവെച്ചു. പിറ്റേദിവസം ഗ്രന്ഥപ്പുര തുറന്ന് കൊ. 511 മുതൽ നാളിതുവരെയുള്ള രേഖകൾ പരിശോധിച്ചതിൽ പലതവണ പുരുഷന്മാരെ ദത്തെടുത്തതായി കാണപ്പെട്ടു. ഏറ്റവും ഒടുവിൽ അശ്വതിതിരുനാൾ ഉദയമ്മറാണി കോട്ടയത്തുനിന്നും കേരളവർമ്മയെ ദത്തെടുത്തതും മാർത്താണ്ഡവർമ്മയുടെ മാതുലനായ രാമവർമ്മയെ രണ്ടുസഹോദരിമാരൊപ്പം ദത്തെടുത്തതും രേഖകളിൽനിന്നും കണ്ടെടുത്തു. ഇത്രയുമായപ്പോൾ, ഈ കാര്യങ്ങളെല്ലാം താൻ കമ്പനി സർക്കാരിനെഴുതി അയക്കാമെന്നും അവിടെനിന്നും ഉത്തരവുവരുന്നതുവരെ കാത്തിരിക്കണമെന്നും മൺറോ ബന്ധപ്പെട്ടവരോടു

പറഞ്ഞു.

പഴമക്കാർക്കെല്ലാം അറിയാവുന്ന ഒരുവസ്തുതയും ഉണ്ടായിരുന്നു. 17 വർഷം മുമ്പ് രാമവർമ്മ രാജാവിന്റെ അനുജൻ രവിവർമ്മ അന്തരിച്ചപ്പോൾ തന്നെ ബാലരാമവർമ്മയ്ക്കു പുറമെ മറ്റൊരു രാജകുമാരൻ കൂടെ വേണ്ടതാണെന്നു തോന്നിയിരുന്നതാണ്. ബാലരാമവർമ്മ മൂപ്പേല്കുമ്പോൾ ഒരു ഇളമുറക്കാരൻ ഉണ്ടായിരിക്കണമെന്നത് ആവശ്യമാണ്. ബാലരാമവർമ്മ മൂപ്പേറ്റ ഉടൻതന്നെ കേരളവർമ്മയെ ദത്തെടുക്കാൻ ശ്രമം നടന്നു. അന്ന് ആറ്റിങ്ങൽ റാണിയായിരുന്ന ഭരണിതിരുനാൾ തമ്പുരാട്ടിയുടെ എതിർപ്പുമൂലം അതുനടന്നില്ല. ഭരണിതിരുനാൾ റാണിയുടെ ജേഷ്ഠത്തിയുടെ മകനായിരുന്നു കേരളവർമ്മ. റാണിക്കു രണ്ടു പുത്രിമാർ - ലക്ഷ്മീബായിയും പാർവ്വതീബായിയും - മാത്രമേ ഉണ്ടായിരുന്നുള്ളു എങ്കിലും തനിക്കൊരു ആൺകുഞ്ഞ് കൂടെ ഉണ്ടാകുമെന്നുള്ള പ്രത്യാശ നശിച്ചിട്ടില്ലായിരുന്നു. ഭരണിതിരുനാളും അനുജത്തി ഉത്രം തിരുനാളും 1789 ൽ മാവേലിക്കര ആറാട്ടുകടവ് കോയിക്കൽനിന്നും ദത്തെടുക്കപ്പെട്ടവരായിരുന്നു. കോലത്തിരി കുടുബത്തിലെ ചെങ്ങകോവിലകം ശാഖയിൽ പെട്ടവരായിരുന്നു ആറാട്ടുകടവുകോയിക്കൽ താമസിച്ചിരുന്നത്. ഭരണിതിരുനാളിന്റെ ജ്യേഷ്ഠത്തിയായ അത്തം തിരുനാൾ അന്നു വിവാഹിതയായിരുന്നതുകൊണ്ടാണ് ആറ്റിങ്ങലിലേയ്ക്ക് ദത്തെടുക്കപ്പെടാതിരുന്നത്. എങ്കിലും രണ്ട് അനുജത്തിമാരോടൊപ്പം അവരും അവരുടെ മാതാവും ആറ്റിങ്ങൽ തന്നെയാണ് പില്കാലത്തു താമസിച്ചിരുന്നത്. ഇളയമ്മയുടെ മകളായ ലക്ഷ്മീബായി കേരളവർമ്മയെ വിശാഖം അണ്ണൻ എന്നാണ് വിളിച്ചുപോന്നത്. ജ്യേഷ്ഠത്തിയുടെ മകനെ ദത്തെടുക്കുന്നതിൽ ഭരണിതിരുനാൾ എതിരുനിന്നിരുന്നതിനാൽ രാജാകേശവദാസ് അക്കാര്യത്തിൽ താല്പര്യം കാണിച്ചില്ല. എന്നാൽ ജയന്തൻ ശങ്കരൻ നമ്പൂതിരി മന്ത്രിയായ ഉടനെ തന്നെ റാണിയുടെ മേൽ സമ്മർദ്ദം ചെലുത്തി കേരളവർമ്മയെ ദത്തെടുപ്പിച്ചു. കുറച്ചുനാൾകഴിഞ്ഞ് റാണിക്ക് ഒരു പുത്രൻ ജനിച്ചുവെങ്കിലും 1808 ൽ റാണി അന്തരിച്ചപ്പോൾ ശേഷക്രിയകൾ നടത്തിയത് കേരളവർമ്മയായിരുന്നു. മാതാവിന്റെ മരണശേഷം മാതൃസഹോദരിയായ ഉത്രം തിരുനാൾ ആറ്റിങ്ങൽ റാണിയായതുകൊണ്ട്, ലക്ഷ്മീബായിത്തമ്പുരാട്ടി നെടുമങ്ങാട്ടും കാർത്തികപ്പള്ളിയിലും ആയിരുന്നു താമസിച്ചിരുന്നത്. കോലത്തിരി രാജകുടുംബം താവഴികൾ തമ്മിലുള്ള കലഹത്തിനു പ്രസിദ്ധമാണ്. തന്റെ അണ്ണന്റെ രാജ്യാവകാശത്തെ ചോദ്യം ചെയ്യാൻ ലക്ഷ്മീബായിയെ പ്രേരിപ്പിച്ചത് ഉമ്മിണിത്തമ്പിക്കു പുറമെ കോലത്തിരി കുടുംബത്തിലെ തന്നെ ചില അംഗങ്ങളുമായിരുന്നു. ടിപ്പുവിന്റെ കാലത്ത് തിരുവിതാംകൂറിൽ വന്ന ആ കുടുംബക്കാർ തിരുവിതാംകൂറിന്റെ പലഭാഗങ്ങളിലായി അപ്പോഴും താമസമുണ്ടായിരുന്നു.

സർക്കാർ ഉത്തരവ് കൽക്കത്തെയിൽനിന്നും വന്നില്ലെന്ന് പറഞ്ഞ് കിരീടധാരണം നീണ്ടുപോയി. റസിഡണ്ട് ഈ സമയം പൂന്തുറനിന്നും തന്റെ ആസ്ഥാനം മണക്കാടുള്ള കൃഷ്ണൻ കോവിൽതോപ്പിലേയ്ക്ക്

(ഇപ്പോഴത്തെ ശിങ്കാരത്തോപ്പ്) മാറ്റി രാജ്യകാര്യങ്ങളിൽ കൂടുതൽ ശ്രദ്ധിച്ചു. തുലാമാസം 24-ാം തീയതി ബാലരാമവർമ്മ മരിച്ച ശേഷം ധനു മാസമായിട്ടും തീരുമാനമൊന്നുമുണ്ടായില്ല. ധനുമാസത്തിലെ ഭദ്ര ദീപപ്രതിഷ്ഠയ്ക്കു രാജാവുണ്ടായിരിക്കണമെന്നു എട്ടരയോഗം റസിഡ ണ്ടിനെ അറിയിച്ചു. തരണനല്ലൂർ നമ്പൂതിരിയെകൊണ്ടു രാജാവിന്റെ ചുമ തലകൾ നിർവ്വഹിക്കാൻ ഉത്തരവുകിട്ടി. മകരം ഒന്നിനുള്ള മകരശീവേ ലിയും തരണനല്ലൂർ നിർവ്വഹിച്ചു. മകരമാസത്തിലെ പെരുന്തിരുഅമൃത പൂജ രാജാവില്ലാത്തതുകൊണ്ട് വേണ്ടെന്നുവച്ചു. പക്ഷേ, മകരത്തിലെ രോഹിണി പട്ടത്താനം കേരളവർമ്മ തന്നെ നിർവ്വഹിച്ചു. മീനം 18-ാം തീയതി ശ്രീ പത്മനാഭക്ഷേത്രത്തിൽ കൊടിയേറണമെങ്കിൽ രാജാവു ണ്ടായേപറ്റൂ എന്നു എട്ടരയോഗം ശഠിച്ചപ്പോൾ, ആ മാസം മൂന്നാം തീയതി കേരളവർമ്മയ്ക്കു പട്ടംനല്കാൻ കൽക്കത്തയിൽനിന്നും ഉത്തരവുണ്ട് എന്ന് റസിഡണ്ട് അറിയിച്ചു. കൃഷ്ണൻ കോവിൽ തോപ്പിൽ ചെന്ന് കേര ളവർമ്മ കമ്പനി സർക്കാരിന്റെ ഉത്തരവ് ഏറ്റുവാങ്ങി. ഉത്തരവ് ഇപ്രകാ രമായിരുന്നു.

.....ഇപ്പോഴ തിരുവിതാംകോട്ട് സംസ്ഥാനത്തിൽ മഹാരാജാ അവർകൾ നാടുനീങ്ങിപ്പോയതിന്റെ ശേഷം അനന്തരസ്ഥാനത്തിന് സംശയം വരികകൊണ്ട് ആ സംശയം വന്നിട്ടുള്ളത് വേണ്ട വണ്ണം വിസ്ത രിക്കുകയുംചെയ്തു.

ഒന്നാമതു വിസ്തരിച്ചതിന്റെ ശേഷം തമ്പുരാട്ടിമാരുടെ സന്തതി അല്ലാതെ ഒള്ളവർക്ക് അവകാശമില്ലായെന്നു നിശ്ചയം കാണുകയും ചെയ്തു.

രണ്ടാമത്, തമ്പുരാട്ടിമാരെക്കൂടാതെ ദത്തെടുത്ത പ്രകാരം കീഴ്നാ ളിൽ നടന്നിട്ടും ഇല്ല.

മൂന്നാമത്, തമ്പുരാട്ടിമാർക്ക് ജനിച്ചിട്ടുള്ള പുത്രന്മാർക്കല്ലാതെ മറ്റൊ രുത്തർക്കും അവകാശവും ഇല്ല....

ഇളയരാജാവായ കേരളവർമ്മ രാജാ അവർകളുടെ അമ്മയ്ക്ക് ഈ സംസ്ഥാനത്തിലേക്ക് തമ്പുരാട്ടി സംബന്ധം ഇല്ലായ്ക കൊണ്ട് മേലെ ഴുതിയ രാജാവ് അവർകൾക്ക് രാജ്യഭാരം കൊടുക്കുന്നത് എത്രയും മര്യാ ദയ്ക്ക് വ്യത്യാസമാകുന്നു.

ഇക്കാര്യാദികൾ കൊണ്ടു നിശ്ചയമായിട്ടു കാണപ്പെടുന്നത് എന്തെ ന്നാൽ മൂത്തതമ്പുരാട്ടി അവർകൾക്ക് തന്നെ ഈ രാജ്യത്തിലേയ്ക്ക് അവ കാശമാകുന്നു. ആയതുകൊണ്ട് സർക്കാർ ഇങ്കിരീസ് കമ്പനി ബഹദൂർ അവർകളിടെ കല്പന എന്തെന്നാൽ ആറ്റിങ്ങൽ മൂപ്പിൽ ലക്ഷ്മി അമ്മ എന്ന വലിയ തമ്പുരാട്ടി അവർകൾക്കുതന്നെ രാജ്യഭാരം നിശ്ചയിച്ചിരി ക്കുന്നു.[10] ഉത്തരവു വായിച്ച് സ്തബ്ധനായ കേരളവർമ്മ അപ്പോൾതന്നെ അറസ്റ്റിലാവുകയും, അന്ന് വടക്കേക്കൊട്ടാരത്തിൽ താമസിപ്പിച്ചശേഷം മലബാറിലേക്കയക്കപ്പെടുകയും ചെയ്തു. മലബാറിൽ അദ്ദേഹം താമ സിക്കുന്നത് അപകടകാരണമാകുമെന്ന് കോഴിക്കോട് കളക്ടർ എഴുതി

യതുകൊണ്ട് കേരളവർമ്മയെ മദ്രാസിന് സമീപം ഒരു ഗ്രാമത്തിൽ വീട്ടുതടങ്കലിൽ വച്ചു.[11] ബാലരാമവർമ്മയുടെ ശ്രാദ്ധകർമ്മങ്ങളിൽ പങ്കെടുക്കാൻപോലും അദ്ദേഹം അനുവദിക്കപ്പെട്ടില്ല. അദ്ദേഹത്തിന്റെയും റാണി ലക്ഷ്മിബായിയുടേയും മാതാമഹിക്ക് ഒരു നോക്കു കാണുവാൻ പോലും പിന്നീട് അനുവാദം നല്കപ്പെട്ടില്ല.

വിസ്മയകരമായ മറ്റൊരുകാര്യം, ഗവണ്ണർ ജനറലിന്റെ ഉത്തരവ് രാജാവ് അന്തരിച്ച് ഒരു മാസത്തിനകം (986 വൃശ്ചികം) തന്നെ തിരുവനന്തപുരത്ത് കിട്ടിയിരുന്നു എന്നുള്ളതാണ്. നീതിരഹിതമായ ഈ ഉത്തരവ് നടപ്പാവുമ്പോഴുണ്ടാകാവുന്ന പ്രത്യാഘാതങ്ങളെക്കുറിച്ചുള്ള ആശങ്കമൂലം അതു പുറത്താക്കാതെ റസിഡണ്ട് സൂക്ഷിച്ചുവച്ചിരിക്കുകയായിരുന്നു. അന്തരീക്ഷം അല്പം തണുക്കട്ടെയെന്ന് തന്ത്രജ്ഞനായ മൺറോ കരുതിയിരിക്കാം. കേരളവർമ്മയെ തിരുവിതാംകൂറിൽനിന്നും ഒഴിവാക്കുക എന്നത് ഈസ്റ്റിന്ത്യാ കമ്പനി നേരത്തെ തന്നെ തീരുമാനിച്ചിരുന്ന കാര്യമാണെന്ന് വ്യക്തമാണ്. മെക്കാളെ തന്നെ അത് ശുപാർശചെയ്തതായിരുന്നു. കമ്പനിക്ക് ബാലരാമവർമ്മയേക്കാൾ ഭയം കേരളവർമ്മയെപ്പറ്റിയായിരുന്നു. കേരളവർമ്മയ്ക്ക് മെക്കാളെയോടുള്ള വിദ്വേഷം ഫലത്തിൽ കമ്പനിയുടെ നേർക്ക് തിരിഞ്ഞു എന്നതുകൊണ്ടാണത്. മെക്കാളെയുടെ ഉറ്റസുഹൃത്തായി ഏഴുവർഷത്തോളം കഴിഞ്ഞ വേലുത്തമ്പിയെ മെക്കാളെയ്ക്കെതിരെ തിരിച്ചുവിട്ടത് കേരളവർമ്മയാണെന്നു കൃഷ്ണൻ ചെമ്പകരാമന്റെ പ്രസ്താവനയിൽനിന്ന് വ്യക്തമാണ്. 1808 നവംബർ മാസത്തിൽ കേരളവർമ്മ മൂന്നു ദിവസം കൊല്ലത്ത് താമസിച്ച് വേലുത്തമ്പിയെ അവിടെ വരുത്തി ചർച്ച ചെയ്തശേഷമാണ് വേലുത്തമ്പി മെക്കാളെയെ വധിക്കാനുള്ള ശ്രമത്തിനു സന്നദ്ധനായത്. ഈ സമയത്തിന് തൊട്ടുമുമ്പാണ് മൂന്നു അർമീനിയൻ ചാരന്മാർ അഞ്ചുതെങ്ങുവഴി തിരുവനന്തപുരത്ത് വന്ന് ഫ്രഞ്ചുകാരും റഷ്യാക്കാരും ഇന്ത്യയിൽ ആക്രമണത്തിനു വരുന്നുവെന്ന് രാജാവിനെ അറിയിച്ചത്. കേരളവർമ്മയുമായി കൂടിക്കാഴ്ച കഴിഞ്ഞ ഉടനെ മേലുദ്യോഗസ്ഥന്മാരെ ആലപ്പുഴ വിളിച്ചുവരുത്തി ദളവാ പറഞ്ഞത് ഇംഗ്ലീഷ് പട്ടാളത്തെ കൊല്ലത്തുനിന്നും ഒഴിപ്പിക്കണമെന്നത് രാജാജ്ഞയാണെന്നാണ്. നാട്ടിൽ സൈനിക സന്നാഹങ്ങൾ ഏർപ്പാട് ചെയ്തശേഷം ഉണ്ടാകുന്ന ഓരോ സംഭവവികാസങ്ങളെപ്പറ്റിയും രാജാവിനെ അറിയിക്കണമെന്നാണ് വേലുത്തമ്പി കാര്യക്കാരന്മാർക്ക് നിർദ്ദേശം നല്കിയത്. തന്നെ അറിയിക്കണമെന്ന് ആരോടും പറഞ്ഞില്ല. കൊല്ലത്തിനെതിരായ സൈനിക നീക്കം നിയന്ത്രിച്ചിരുന്നത് രാജകൊട്ടാരത്തിൽനിന്നുമാണെന്ന സൂചനയാണ് കൃഷ്ണൻ ചെമ്പകരാമൻ നല്കുന്നത്. നീണ്ടകരഭാഗത്തുനിന്നുണ്ടായ ആക്രമണം വേലുത്തമ്പിയുടെ അറിവോടെ ആയിരുന്നില്ല എന്നും വിവരം അറിഞ്ഞ് അവിടെ എത്തിയ അദ്ദേഹം മേൽ നടപടികൾ നിർത്തിവയ്ക്കാൻ ആവശ്യപ്പെടുകയാണുണ്ടായത് എന്നും പ്രസ്താവനയിൽ നിന്നുകാണാം. രാജാവിന്റെ അനുവാദത്തോടെ മാർത്താണ്ഡൻ ചെമ്പകരാമൻ (പടത്തലവൻ) ഇംഗ്ലീഷു

കാരുമായി സമാധാന സ്ഥാപനത്തിന് ശ്രമിക്കുകയും വെള്ളക്കൊടി പാറിക്കുകയും ചെയ്തപ്പോൾ കേരളവർമ്മ അതിനെ കഠിനമായി വിമർശിച്ചു എന്ന് പടത്തലവനും രേഖപ്പെടുത്തിയിട്ടുണ്ട് ഇതെല്ലാം സൂചിപ്പിക്കുന്നത് ഇംഗ്ലീഷുകാരുമായി ശത്രുത പുലർത്തിയത് മറ്റാരെക്കാളും കേരളവർമ്മയാണെന്നാണ്. ബാലരാമവർമ്മ നിർഗുണനായിവർത്തിക്കുകയും വേലുത്തമ്പി കേരളവർമ്മയിൽനിന്നും നിർദ്ദേശങ്ങൾ സ്വീകരിക്കാൻ തുടങ്ങുകയും ചെയ്തതോടെയാണ് കുഴപ്പങ്ങളിലേക്ക് നീങ്ങിയത്. കുഞ്ചുനീലൻ പിള്ള പപ്പുതമ്പി, പത്മനാഭൻ ചെമ്പകരാമൻ വലിയ യജമാൻ എന്നിവരുടെ തിരോധാനത്തിനുശേഷം രാജാവിനെ സ്വാധീനിച്ചത് കേരളവർമ്മയായിരുന്നു. ദളവാപദവി കൊതിച്ച സ്ഥാനപതി സുബ്ബയ്യനെ ആലപ്പുഴയ്ക്കയച്ച് കൊല്ലിച്ചതിലും കേരളവർമ്മയ്ക്ക് കൈയുണ്ടെന്നാണ് കരുതേണ്ടത്. മെക്കാളെയെവിട്ട് കേരളവർമ്മയോടടുക്കാൻ വേലുത്തമ്പിയെ പ്രേരിപ്പിച്ച പ്രധാന ഘടകവും ഇതുതന്നെയായിരിക്കണം. ചാരവിദ്യയിൽ വിദഗ്ദ്ധന്മാരായ ഇംഗ്ലീഷുകാർക്കിതെല്ലാം അറിയാമായിരുന്നു.[12] എങ്കിലും ബാലരാമവർമ്മ ജീവിച്ചിരിക്കുമ്പോൾ കേരളവർമ്മയെ തിരുവനന്തപുരത്തുനിന്നും അകറ്റാൻ മാർഗ്ഗമില്ല എന്നവർക്കറിയാം. ബാലരാമവർമ്മയുടെ അകാല ചരമത്തിനിടയായ സംഗതിയും അതായിരിക്കണം.

ഉമ്മിണിത്തമ്പിയുടെ അന്ത്യം

ബാലരാമവർമ്മയുടെയും കേരളവർമ്മയുടെയും തിരോധാനത്തോടെ തനിക്കുള്ള പ്രതിബന്ധങ്ങൾ നീങ്ങി എന്നാണ് ഉമ്മിണിത്തമ്പി കരുതിയത്. സംഭവിച്ചത് മറിച്ചായിരുന്നു. രാജ്യഭരണം റസിഡണ്ടിനെ ഏല്പിക്കുകയാണ് റാണിചെയ്തത്. 986 മീനം 6-ാം തീയതി കിരീടധാരണ സമയത്ത് റാണി ഇപ്രകാരം പറഞ്ഞു.

> അതിപുരാതനകാലം മുതൽ പ്രഗത്ഭന്മാരായ എന്റെ പൂർവ്വികന്മാർ ഭരണം നടത്തിയിരുന്നതും കുറഞ്ഞോരുകാലമായി ബഹുമാനപ്പെട്ട ഈസ്റ്റിന്ത്യാക്കമ്പനിയാൽ സംരക്ഷിക്കപ്പെട്ടുപോരുന്നതുമായ ഈ രാജ്യത്തിന്റെ ഭരണഭാരം എന്റെ കൈകളിൽ വന്നുചേരുമെന്നുള്ള കാര്യം നാം സ്വപ്നേപി പ്രതീക്ഷിച്ചതല്ല. ശ്രീ പത്മനാഭന്റെ നിശ്ചയം അതാണ്. അത് ഞാൻ ആദരിക്കുന്നു. അത്യന്തം ഗുരുതരമായ ഈ ചുമതല വഹിക്കാൻ യുവതിയായ എനിക്ക് കഴിവോ യോഗ്യതയോ ഇല്ല. ബഹുമാനപ്പെട്ട കമ്പനിയും ആയി ശ്രീ പത്മനാഭസ്വാമി ബന്ധം ഉറപ്പിച്ചത് മുതൽ ഒരു ശിശുവിനെയെന്നപോലെ കമ്പനി നെഞ്ചോടുചേർത്ത് തിരുവിതാംകൂറിനെ സംരക്ഷിക്കുകയാണ്.

പ്രിയപ്പെട്ട സായിപ്പേ, എന്റെ രാജ്യത്തെ സംബന്ധിക്കുന്ന എല്ലാ കാര്യങ്ങളെയും ഇന്നു മുതൽ ഞാൻ അങ്ങയിൽ സമർപ്പിക്കുകയാണ്.

ഭംഗിവാക്കുകളല്ലായിരുന്നു ഇവ. ഉമ്മിണിത്തമ്പിയുടെ പിടിപ്പുകേടും ദുസ്സാമർത്ഥ്യങ്ങളും ഇതിനകം മൺറോയ്ക്ക് ബോദ്ധ്യമായിക്കഴിഞ്ഞിരുന്നു. തമ്പിയുടെ നയരാഹിത്യം പരക്കെ വെറുപ്പിനും കാരണമായി. കമ്പനിക്ക് നല്കാനുള്ള കുടിശ്ശിക തുക ഇതിനകം 15 ലക്ഷമായി വർദ്ധിച്ചിരുന്നു. അതുകൊണ്ട് സംസ്ഥാനത്തിന്റെ വരവ് ചെലവുകൾ നിയന്ത്രിക്കേണ്ടത് റസിഡണ്ടിന്റെ കൂടെ ആവശ്യമായിത്തീർന്നു. കൊ. 986 ഇടവം 16 മുതൽ (1811 ജൂൺ) ഭരണപരമായ എല്ലാ ചുമതലകളും റസിഡണ്ട് തന്നെ ഏറ്റെടുത്തു.[13]

കൊ. 986 മിഥുനമാസം 22-ാം തീയതി റാണി റസിഡണ്ടിന് ഇപ്രകാരം എഴുതി:

> വലിയമ്മാവൻ തിരുമനസ്സുകൊണ്ട് പലർക്കും പലവിധത്തിൽ അനുഭവങ്ങൾ കല്പിച്ചുകൊടുത്തുവന്നത്. 73-ാമാണ്ട് നാടുനീങ്ങിയതിന്റെ ശേഷം രാജ്യകാര്യം വിചാരിപ്പാൻ ആക്കിയിരുന്ന ഉതിയേരി നമ്പൂരിയായിട്ടും അയ്യപ്പൻ ചെമ്പകരാമൻപിള്ളയായിട്ടും വേലുത്തമ്പിയായിട്ടും തിരുമനസ്സറിയിച്ചു കുറപ്പാനുള്ളതും കുറച്ച് ഒരുപ്രകാരത്തിൽ കൊടുത്തുവരുമ്പോൾ ഉമ്മിണിത്തമ്പി ആയതിന്റെ ശേഷം തിരുമനസ്സറിയിക്കാതെ അവനുബോധിച്ചതിൻവണ്ണം ഒക്കെയും കുറച്ചിരിക്കകൊണ്ട് ഇനിമേൽ അക്കാര്യത്തിന് രണ്ടു പേരെവച്ച് പരിശോധിക്കണം.

ഭരണച്ചുമതലകൾ മൺറോയെ ഏല്പിച്ചുവെങ്കിലും ഉമ്മിണിത്തമ്പി അപ്പോഴും ദളവാ പദവിയിൽ നിന്നും നീക്കപ്പെട്ടിരുന്നില്ല. ഉമ്മിണിത്തമ്പിയുമായി റാണിക്കുണ്ടായിരുന്ന ഈർഷ്യ വ്യക്തമാകുന്ന മറ്റൊരു കത്ത് അടുത്തമാസം റാണി റസിഡണ്ടിനയച്ചു. ഉമ്മിണിത്തമ്പിക്ക് 'കൂട്ടിരിക്കാൻ' അനുവദിച്ചുകൊടുത്തിരുന്ന ഉമ എന്ന ദേവദാസിയെ നാടകശാലയിലേക്ക് മാറ്റണമെന്നായിരുന്നു ആ കത്ത്. ഉമയെ തന്നിൽനിന്നും മാറ്ററുതെന്ന് തമ്പി മൺറോയോട് അപേക്ഷിച്ചു. റാണി അത് അനുവദിച്ചുകൊടുത്തില്ല. തന്റെ സഹായിയെ റാണിക്ക് അത്രമാത്രം വെറുത്തുതുടങ്ങിയിരുന്നു. റാണിയുടെ ഇംഗിതത്തിന് വഴങ്ങിയ റസിഡണ്ട് റാണിക്കും ഭർത്തൃവിയോഗം വിധിച്ചു. ചങ്ങനാശ്ശേരി കൊട്ടാരത്തിലെ രാജൻ കോയിക്കൽ (രാജരാജവർമ്മ) ആയിരുന്നു റാണിയുടെ ഭർത്താവ്. അദ്ദേഹത്തിനെന്തോ അസുഖമാണെന്നു പറഞ്ഞ് റാണിയുടെ വാസസ്ഥലമായ ശ്രീപാദം കോയിക്കൽനിന്നും രാജരാജവർമ്മയെ മാറ്റി മാർത്താണ്ഡമഠത്തിൽ താമസിപ്പിക്കാനും പിന്നീടദ്ദേഹത്തെ ചങ്ങനാശ്ശേരിക്കു മാറ്റി താമസിപ്പിക്കാനും മൺറോ ഉത്തരവിട്ടു. ഈ വാർത്ത റാണിയെ അറിയിക്കുകപോലുമുണ്ടായില്ല. മാതാമഹിയിൽ നിന്നുമാണ് റാണി ഈ വിവരം അറിഞ്ഞത്. വിവരം അറിഞ്ഞ ഉടനെ (987 ചിങ്ങം 5) ഭർത്താവിനെ തനിക്കുവിട്ടുതരണമെന്ന് കാണിച്ച് അവർ റസിഡണ്ടിന് അപേക്ഷനല്കി! കന്നിമാസം എട്ടാം തീയതി റാണി റസിഡണ്ടിനെഴുതി: മാസച്ചെലവിന്

അഞ്ഞൂറുരൂപ തരാമെന്ന് സമ്മതിച്ചത് ഇതുവരെ കിട്ടിയില്ല. ഉടൻ അയച്ച് തരണം. ആ മാസം തന്നെ റസിഡണ്ടിനോട് റാണിയുടെ ശുപാർശ : കൊ. 974 ൽ ധർമ്മരാജാവിന്റെ ശ്രാദ്ധത്തിന് 89,367 രൂപചെലവായപ്പോൾ 987 തുലാത്തിൽ ബാലരാമവർമ്മയുടെ ശ്രാദ്ധത്തിന് 89,367 രൂപാ ചെലവുമതി എന്ന് റസിഡണ്ട് പറഞ്ഞത് തീരെ കുറവാണ്. 16,000 രൂപയെങ്കിലും കൂടുതൽ അനുവദിക്കണം. തുലാമാസത്തിൽ റാണിയുടെ പരാതി വീണ്ടും: കൊട്ടാരം വക ആടുകളെ ബ്രിട്ടീഷ് പട്ടാളത്തിലെ ആളുകൾ പിടിച്ചുകൊണ്ടുപോകുന്നു. 850 ആടുകളോളം ഇതുവരെ കൊണ്ടുപോയിട്ടുണ്ട്. അതിന്റെ വില അനുവദിച്ച് തരണം. വൃശ്ചിക മാസത്തിൽ വീണ്ടുമൊരു കത്ത്. ചെല്ലം വിചാരിപ്പുകാരനായ അപ്പാകുട്ടിയെ റാണിക്കിഷ്ടമല്ല. അയാളെ മാറ്റണമെന്നാവശ്യപ്പെട്ടപ്പോൾ അയാൾ മിടുക്കനാണെന്നും ആരെങ്കിലും എന്തെങ്കിലും പറയുന്നതുകേട്ട് റാണി അതൊന്നും വിശ്വസിക്കരുതെന്നുമായിരുന്നു റസിഡണ്ടിന്റെ മറുപടി. അതുകേട്ട് റാണി വിരണ്ടുപോയി. എല്ലാ കാര്യങ്ങളും കർണ്ണലിന്റെ ഹിതം പോലെ നടന്നാൽ മതിയെന്നും താൻ ആരുടെയും വാക്കുകൾ കേട്ടും ഒരുകാലത്തും ഒന്നും പ്രവർത്തിക്കുകയില്ലെന്നും റാണി ഉറപ്പുനല്കി. രാജരാജേശ്വരി റാണി ലക്ഷ്മീബായിയുടെ ഈ ദയനീയാവസ്ഥ ഒരു പക്ഷേ, ഉമ്മിണിത്തമ്പിയെ രസിപ്പിച്ചിരിക്കണം. ധനുമാസം 17-ാം തീയതി റാണി റസിഡണ്ടിന് ഇങ്ങനെ എഴുതി:

> ഉമ്മിണിത്തമ്പിക്ക് ഉദ്യോഗം കൊടുത്തനാൾമുതൽക്ക് അവന് ബോധിച്ചതിൻവണ്ണം രാജ്യത്തെ മുതലും എടുത്ത് രൂപം കൂടാതെ ഉള്ള ചിലവുകളും ഇടുവിച്ച് അമ്മാവൻ എഴുന്നള്ളിയിരിക്കുമ്പോൾതന്നെ പലപ്രകാരത്തിൽ ദ്രോഹങ്ങളായിട്ട് ഒക്കയും കാണിച്ചിരിക്കുന്നതും പറഞ്ഞിരിക്കുന്നതും പിന്നത്തതിൽ നമ്മുടെ അടുക്കലും വന്ന് പലകൂട്ടവും ദ്രോഹങ്ങളായിട്ടു പറഞ്ഞിരിക്കുന്ന അവസ്ഥയും വർത്തമാനങ്ങളും കർണ്ണൽ വഴിപോലെ ബോധിച്ചിരിക്കുന്നതല്ലോ ആകുന്നു. ആയതിന് അവനെ അതിന് തക്കവണ്ണം ശിക്ഷിപ്പാനുള്ളതാകകൊണ്ട് അവന്റെ മുദ്രയും വയ്പിച്ച് വസ്തുവക സർവ്വവും എടുപ്പിച്ച് അവനെ വിലങ്ങിലുമാക്കി ഒരു വീട്ടിൽ പാർപ്പിച്ച് അവന് ചിലവിന് ഇടങ്ങഴി അരിവീതം കൊടുത്ത് പാർപ്പിക്കണമെന്നത്രെ നമ്മുടെ മനസ്സിൽ തോന്നിയിരിക്കുന്നത്. അതുകൊണ്ട് ഇത്മണ്ണം ഉമ്മിണിത്തമ്പിയുടെ കാര്യത്തിന് കർണ്ണൽ വിചാരിച്ച് തരേണമെന്ന് നാം അപേക്ഷിച്ചിരിക്കുന്നു. അതിനാൽ ഇക്കാര്യത്തിന് മഹാരാജ മാന്യരാജ ശ്രീ ഗൗണർ മെണ്ടാരവർകൾക്ക എഴുതി അയച്ച ബോധിപ്പിച്ചിട്ടും ഇക്കാര്യത്തിന്റെ മാർഗ്ഗം വരുത്തുകയും ചെയ്യുമല്ലോ.[14]

ആറുമാസത്തിലേറെയായി ഉമ്മിണിത്തമ്പി അധികാരരഹിതനായിട്ട്. അതിന് മുമ്പ് ചെയ്ത തെറ്റുകൾക്കാണ് തമ്പിയെ വിലങ്ങു

വച്ച് ജയിലിലിലിടാനും വസ്തുവകകൾ കണ്ടുകെട്ടാനും റാണി ശുപാർശചെയ്തത്. കേശവദാസിനോട് ബാലരാമവർമ്മകാട്ടിയ പ്രാകൃതമായ രാജനീതിയാണ് റാണിക്കും തോന്നിയത് റാണിക്ക് ഉമ്മിണിത്തമ്പിയോടുള്ള വിദ്വേഷം മതിയായ കാരണങ്ങളാലല്ലായിരുന്നു. ചെലവു ചുരുക്കാൻ തമ്പിയെടുത്ത നടപടികളാണ് റാണിയെ ചൊടിപ്പിച്ചത്. മതപരമായ ചടങ്ങുകൾക്കുവേണ്ടി പണം ധൂർത്തടിക്കുക ധർമ്മരാജാവു മുതൽ തുടർന്നുവന്ന നയപരിപാടിയാണ്. ഉമ്മിണിത്തമ്പി ഇതിനെ കർശനമായി നിയന്ത്രിച്ചത് ക്ഷേത്രോപജീവികൾ റാണിയോട് പരാതിപ്പെടാൻ കാരണമായി. ധർമ്മരാജാവ് തന്റെ ഔദാര്യം പ്രകടിപ്പിക്കാൻവേണ്ടി സർക്കാരിന്റെ വസ്തുവകകൾ സ്ഥാപനങ്ങൾക്കും വ്യക്തികൾക്കും കരമൊഴിവായി കൈയയച്ചു നല്കിയിരുന്നു. പിന്നീടുവന്ന മന്ത്രിമാർ അവയിലെല്ലാം കുറവുവരുത്തിയെങ്കിലും അക്കാര്യത്തിൽ കൂടതുതൽ ശ്രദ്ധചെലുത്തിയത് ഉമ്മിണിത്തമ്പിയായിരുന്നു. അപ്രകാരം കുറവുചെയ്തതൊന്നും റാണിയുടെ അനുമതിയോടുകൂടെയായിരുന്നില്ല എന്ന പരാതിയാണ് 986 മിഥുനം 12-ാം തീയതി റാണി റസിഡണ്ടിനു നല്കിയത്. റാണിക്ക് തമ്പിയോടുള്ള വിദ്വേഷം ന്യായമായകാരണങ്ങളാലല്ല എന്നു മനസ്സിലാക്കിയെങ്കിലും മൺറോ തമ്പിക്കു ഇപ്രകാരം എഴുതി: ബ്രിട്ടീഷ് സർക്കാരിന്റെയും റാണിയുടെയും നോട്ടത്തിൽ ദിവാൻ പദവി ആവശ്യമായികാണുന്നില്ല എന്നതുകൊണ്ട് താങ്കളെ ആ ചുമതലകളിൽനിന്നും ഒഴിവാക്കിയിരിക്കുന്നു." തമ്പിയെ കൂടുതൽ ശിക്ഷിക്കാൻ അദ്ദേഹം ഒരുമ്പെട്ടില്ല.

റാണി അധികാരമേറ്റ 1811 മാർച്ച് മാസംമുതൽ ഏതാണ്ട് പത്തുമാസംവരെ ഉമ്മിണി തമ്പിയെ ദളവാ പദത്തിൽ നിന്നും മാറ്റാതെ തന്നെ റസിഡണ്ട് ഭരണം നടത്തുകയായിരുന്നല്ലോ. തിരുവിതാംകൂർ ഭരണം ബ്രിട്ടീഷ് സർക്കാർ ഏറ്റെടുത്തതായി പ്രഖ്യാപനമൊന്നുമില്ലായിരുന്നതുകൊണ്ട് ഈ ഭരണസമ്പ്രദായം നാട്ടുകാരിലും വിശിഷ്യ ഉദ്യോഗസ്ഥന്മാർക്കിടയിലും അതിയായ അമർഷം സ്വാഭാവികമായും സൃഷ്ടിച്ചു. ഉമ്മിണിത്തമ്പിയുടെ പാർശ്വവർത്തികളല്ലാത്തവരുടെ ഇടയിൽ പോലും ഇത് എതിർപ്പിന് കാരണമായി. അന്ന് റസിഡൻസിയായിരുന്ന മണക്കാടുള്ള കൃഷ്ണൻകോവിൽ തോപ്പിലെ ബംഗ്ലാവ് ഭരണകാര്യങ്ങൾ ചർച്ചചെയ്യാനെന്നുപറഞ്ഞ് റാണി പതിവായി സന്ദർശിച്ചിരുന്നത് ജനങ്ങളുടെ ഇടയിൽ പലതരം പരിഹാസകഥകൾക്കും കാരണമായി. ജനം കൃഷ്ണൻ കോവിൽ തോപ്പിന് ശിങ്കാരത്തോപ്പെന്ന് പേരുനല്കി. റാണിയുടെ ഭർത്താവിനെ ചങ്ങനാശ്ശേരിക്ക് മാറ്റി താമസിപ്പിക്കാൻ മൺറോ ഉത്തരവായത് അപവാദകഥകൾക്ക് നിറം പകർന്നു. റസിസൻസി തിരുവനന്തപുരത്തുനിന്നും ആറ്റിങ്ങലിന് വടക്കുള്ള നിലക്കാമുക്കിലേയ്ക്ക്

മാറ്റി[15] അപവാദകഥകൾക്ക് വിരാമമിടാൻ ശ്രമിച്ചു. എങ്കിലും ദളവാ പദവി അവസാനിപ്പിച്ചുകൊണ്ടുള്ള ഉത്തരവു ഉദ്യോഗസ്ഥന്മാരുടെ അതൃപ്തിക്കുകാരണമായി. വലിയ സർവ്വാധികാര്യക്കാരായിരുന്ന മല്ലൻ ചെമ്പകരാമൻ - വേലുത്തമ്പിയെ പിടികൂടിയതിന് ആ പദവിയിലേയ്ക്കുയർത്തപ്പെട്ട മല്ലൻ പിള്ള - കേണൽ മൺറോയുടെ നടപടികളെ നിശിതമായി വിമർശിച്ചുകൊണ്ട് മദ്രാസ് ഗവർണ്ണർക്ക് കത്തെഴുതി. മല്ലൻ ചെമ്പകരാമൻ ഉൾപ്പെടെ എല്ലാ മേലുദ്യോഗസ്ഥന്മാരെയും റസിഡണ്ട് പിരിച്ചുവിട്ടു. മല്ലൻ ചെമ്പകരാമനുപകരം തെക്കും മുഖം വലിയസർവ്വാധികാര്യക്കാരായി നിയമിതനായ കുമാരൻ ചെമ്പകരാമപ്പിള്ളയ്ക്കും ചില കാര്യക്കാരന്മാർക്കും ഇതേ അനുഭവം തന്നെയുണ്ടായി. അതേപ്പറ്റി 987 മകരം 28-ാം തീയതി റാണി നമുക്കു സഹോദരതുല്യനായിരിക്കുന്ന റസിഡണ്ടിന് ഇപ്രകാരം എഴുതി: “അഗ്രശാലപ്പക്കം തിങ്ങൾ ഉൾപ്പെട്ട വകയ്ക്കും കുംഭമാസം ഒന്നാം തീയതി തിരുവോണം പട്ടത്താനം തിരുവേലിയാക കൊണ്ടു ആ വകയ്ക്കും കോപ്പുകൾ കൂട്ടേണ്ടുന്നതിനു തെക്കുമുഖത്തു സർവ്വാധികാര്യം വിചാരിക്കുന്ന കുമാരൻ ചെമ്പകരാമൻ പിള്ളയെ കർണ്ണലിന്റെ ആളുവന്നു കൂട്ടിക്കൊണ്ടുപോന്നിരിക്ക കൊണ്ടും കാര്യക്കാരന്മാരു രണ്ടുപേരും ചൊല്ലിക്കൊള്ളാതെ പൊയ്ക്കളകകൊണ്ടും അഗ്രശാലപ്പക്കം ഉൾപ്പെട്ട നിദാന അടിയന്തിരത്തിനു അരിയും കോപ്പും വിറകും വരുത്തികൊടുക്കാതെയും 29-ാം തീയതിമുതൽക്കു പട്ടത്താനം സദ്യ തുടങ്ങുന്നവകയ്ക്കു കോപ്പുകൾ വരുത്തി ഏൽപ്പിക്കാതെയും മുട്ടായിട്ടു വന്നിരിക്കുന്നപ്രകാരം വലിയ ഭരിപ്പു മാതേവൻ പറഞ്ഞുകേട്ടു.” റാണിയുടെ അറിവുപോലും ഇല്ലാതെ സർക്കാരിലെ ഏറ്റവും സീനിയർ ഉദ്യോഗസ്ഥനെ നിലയ്ക്കാമുക്കിലേയ്ക്കു പിടിച്ചു കൊണ്ടുപോയതിൽ നിന്നും മൺറോയുടെ ഭരണശൈലി മനസ്സിലാക്കാവുന്നതേയുള്ളു.

തിരുവിതാംകൂർ കമ്പനി ഭരണത്തിൽ

കമ്പനി ഉദ്യോഗസ്ഥനായ റസിഡണ്ടിന് തിരുവിതാംകൂർ ഭരണം നേരിട്ടു നിർവ്വഹിച്ചതു നിയമാനുസൃതമല്ലെന്ന് അദ്ദേഹത്തിനു നല്ലവണ്ണം അറിയാമായിരുന്നു. അതുകൊണ്ടാണ് ഉമ്മിണിത്തമ്പിയെ ദളവാപദത്തിൽ നിന്നും നീക്കാതെ വച്ചുകൊണ്ടിരിക്കാൻ മൺറോ ശ്രമിച്ചത്. 1793 ലെ ഇന്ത്യാ ആക്ടിലെ 92-ാം വകുപ്പനുസരിച്ചു ബ്രിട്ടീഷ് ഇന്ത്യയുടെ വിസ്തൃതി വർദ്ധിപ്പിക്കുന്ന ഏതൊരു നടപടിയും കർശനമായി വിലക്കപ്പെട്ടിരുന്നു. ബോർഡ് ഓഫ് ഡയറക്ടേഴ്സിന്റേയോ ബോർഡ് ഓഫ് കമ്മിഷണേഴ്സിന്റേയോ പ്രത്യേകാനുവാദം അതിനാവശ്യമാണ്. അതു ലഭിക്കാൻ സാദ്ധ്യതയും ഇല്ല എന്നു മൺറോയ്ക്കറിയാമായിരുന്നു. അതിനെതിരായി പ്രവർത്തിച്ചാൽ ബ്രിട്ടീഷ് പാർലമെന്റിന്റെ ശിക്ഷാനടപടികൾക്കു വിധേയനാകേണ്ടി വരുമെന്നും അദ്ദേഹത്തിനറിയാം. എങ്കിലും സദുദ്ദേശ്യത്തോടുകൂടി ഏതു സാഹസികതയ്ക്കും അദ്ദേഹം ഒരുക്കമായിരുന്നു.[16] അദ്ദേഹത്തിനു മദ്രാസ് ഗവർണ്ണറുടെയും ഒരുപക്ഷെ, ഗവർ

ണ്ണർ ജനറലിന്റെയും പിൻബലം ഉണ്ടായിരുന്നിരിക്കാം. എന്നാലും, ബ്രിട്ടീഷ് ഗവണ്മെന്റ് ഇത് ഒരിക്കലും അനുവദിക്കില്ലെന്നറിയാമായിരുന്നതുകൊണ്ട്, ഭരണം കൈവിടുന്നതിനു മുമ്പ് ഭരണം അടിമുടി അഴിച്ചു പണിത് കാര്യക്ഷമതയുള്ളതാക്കിത്തീർക്കാൻ അദ്ദേഹം അശ്രാന്തപരിശ്രമം ചെയ്തു. അത് മറ്റൊരിടത്തു വിവരിക്കുന്നുണ്ട്.

ഉമ്മിണിത്തമ്പിയെ വിലങ്ങുവച്ചു ജയിലിലാക്കണമെന്നു റാണി ആവശ്യപ്പെട്ടുവെങ്കിലും റസിഡണ്ട് അതിനൊരുമ്പെടാത്തതിനു കാരണം തമ്പി അത്തരം ശിക്ഷ അർഹിക്കുന്നില്ല എന്നു തോന്നിയതുകൊണ്ടാണെന്നു മുമ്പു പറഞ്ഞല്ലോ. എന്നാൽ റാണിയിൽനിന്നും വീണ്ടും സമ്മർദ്ദം ഉണ്ടായതിനെത്തുടർന്ന് ഉമ്മിണിത്തമ്പിയെ തിരുവിതാംകൂറിൽനിന്നും പുറത്താക്കുന്നതാണു നല്ലതെന്നു റസിഡണ്ടിനു തോന്നി. അതിനൊരവസരം ഉണ്ടായി. 1812 മേയ് മാസത്തിൽ കൊല്ലത്തെ ബ്രിട്ടീഷ് പട്ടാളത്തിൽ റസിഡണ്ടുൾപ്പെടെയുള്ള ഉദ്യോഗസ്ഥന്മാരെ വധിക്കാൻ ഒരു ഗൂഢാലോചനയുണ്ടായി.[17] ജമേദാർഷേക്ഹുസൈൻ, രണ്ടു ഹവിൽദാർമാർ, ഒരു നായിക്, 26 സാധാരണ പട്ടാളക്കാർ, ഒരു ഫക്കീർ എന്നിവർ ഗൂഢാലോചനയിൽ ഉൾപ്പെട്ടിരുന്നു. മേയ് 22-ാം തീയതി ഓഫീസർമാർ അത്താഴ വിരുന്നിനു ഒത്തു കൂടുമ്പോൾ പെട്ടെന്നു അവരുടെ മേൽ ചാടി വീഴാനും ബാരക്കുകൾക്കു തീ കൊളുത്തുവാനുമായിരുന്നു പരിപാടി. ആരോ എത്താത്തതിനാൽ പരിപാടി നടന്നില്ല. പിറ്റേദിവസം വെങ്കിടരായ എന്നൊരാൾ അയാളുടെ ജമേദാരെ വിവരം അറിയിച്ചു. 25-ാം തീയതി മുഴുവൻ പട്ടാളക്കാരേയും അണിനിരത്തി അവരിൽ സംശയമുള്ളവരെ പിടികൂടി വിസ്തരിച്ചു. വിശദമായ തെളിവെടുപ്പിൽ ഗൂഢാലോചനയുടെ ലക്ഷ്യം വ്യക്തമായില്ല. ഇംഗ്ലീഷുകാരോടുള്ള വിരോധം വ്യാപകമായിരുന്നു എന്ന കാര്യം മാത്രം വ്യക്തമായി.

പരസ്പരവിരുദ്ധമായ പല കാര്യങ്ങളും തെളിവെടുപ്പിൽ പുറത്തു വന്നു. പഴശ്ശിയിലെ ഇളയരാജ, കാർത്തികപ്പള്ളി രാജകുമാരൻ, ദിവാനായിരുന്ന ഉമ്മിണിത്തമ്പി, തിരുവിതാംകൂറിലെ ചില ഉദ്യോഗസ്ഥന്മാർ എന്നു വേണ്ട കൊച്ചീരാജാവിന്റെയും തിരുവിതാംകൂർ റാണിയുടേയും പേരുകൾ പോലും പറയപ്പെട്ടു. ഭീഷണികൾകൊണ്ടോ, പ്രലോഭനങ്ങൾ കൊണ്ടോ സത്യം കണ്ടെത്താൻ സാധിച്ചില്ല. എങ്കിലും ഇപ്രകാരം ഒരു തീരുമാനം എടുത്തു:

> ഗൂഢാലോചനക്കാരിൽ ഭൂരിപക്ഷവും മുസ്ലീങ്ങളായിരുന്നതുകൊണ്ട് തിരുവിതാംകൂറിൽ മുസ്ലീം ഭരണം നടപ്പിലാക്കാനായിരുന്നു ഗൂഢാലോചനയുടെ ലക്ഷ്യം. ഹിന്ദുക്കൾക്കു അപ്രീതി ഉണ്ടാകാതിരിക്കാൻ ആദ്യം പഴശ്ശിയെ രാജാവായും ഉമ്മിണിത്തമ്പിയെ ദിവാനായും വയ്ക്കുക. ഉമ്മിണിത്തമ്പി വെറുക്കപ്പെട്ടവനായതുകൊണ്ടു പിന്നീടയാളെ മാറ്റി ഷേക്ഹുസൈൻ തന്നെ ദിവാനാവുക:

ഈ കണ്ടെത്തലിന്റെ ഫലമായി ഷേക് ഹുസൈനും 19 മുസ്ലീങ്ങളും 10 ഹിന്ദുക്കളും വധിക്കപ്പെട്ടു.

തിരുവിതാംകൂർ ഹജൂർ കോടതി പഴശ്ശിയേയും ഉമ്മിണിത്തമ്പിയേയും മരണശിക്ഷയ്ക്കു വിധിച്ചു. പഴശ്ശിയുടെ ശിക്ഷ മദ്രാസ് കൗൺസിൽ ഇളവുചെയ്തു. ഹജൂർ കോടതിയുടെ അദ്ധ്യക്ഷൻ മൺറോ തന്നെയായിരുന്നുവെങ്കിലും തമ്പിയുടെ വധശിക്ഷ ജീവപര്യന്തമായി കുറവു ചെയ്യാൻ മൺറോ മദ്രാസ് കൗൺസിലിനു ശുപാർശ ചെയ്തു. നേരത്തെ ബ്രിട്ടീഷ് സർക്കാരിനു അയാൾ ചെയ്ത സഹായവും മണ്ടനും ഭീരുവുമായ അയാൾ മേലിൽ ശല്യങ്ങളുണ്ടാക്കുകയില്ലെന്നും പരിഗണിച്ചായിരുന്നു ശുപാർശ. അമിത മദ്യപാനിയായ അയാൾ അധികനാൾ ജീവിച്ചിരിക്കുകയില്ല എന്നും എഴുതിയിരുന്നു. അതിൻപ്രകാരം ആദ്യം ചിങ്കൽപേട്ടിലും പിന്നീട് നെല്ലൂരും അദ്ദേഹത്തെ വീട്ടുതടങ്കലിൽ വച്ചു. 12 വർഷം തന്നോടൊപ്പം താമസിച്ചിരുന്ന ഉമയെന്ന കൂത്തച്ചിയെ തനിക്കു കൂടെ വിട്ടുതരണമെന്നു തമ്പി ആവശ്യപ്പെട്ടെങ്കിലും റാണി അതിനെ എതിർത്തു. തന്റെ സ്വകാര്യ സ്വത്തുക്കൾ വീട്ടിൽനിന്നും പിടിച്ചെടുത്തതും ആവശ്യപ്പെട്ടെങ്കിലും നല്കിയില്ല. നെല്ലൂർ താമസിക്കവെ, കാശിയിൽ പോകാൻ അനുവാദം ചോദിച്ചുവെങ്കിലും അതും നല്കപ്പെട്ടില്ല.[18] ഇങ്ങനെ ചെയ്ത കുറ്റങ്ങൾക്കു ശിക്ഷിക്കപ്പെടാത്ത തമ്പി ചെയ്യാത്ത കുറ്റത്തിനു ജീവിതാന്ത്യംവരെ തടവുകാരനായി കഴിഞ്ഞു.

ഭരണം തിരിച്ചേല്പിച്ചത്

കമ്പനിക്കു ലഭിക്കേണ്ട കപ്പത്തിൽ മുടക്കം വന്നാൽ തിരുവിതാംകൂർ മുഴുവനായോ അതിന്റെ ഏതാനും ഭാഗങ്ങളോ ഏറ്റെടുക്കാൻ കമ്പനിയെ അധികാരപ്പെടുത്തുന്ന 1805 ലെ കരാർ വകുപ്പ് 5 പ്രകാരമായിരുന്നു തിരുവിതാംകൂർ ഭരണം മൺറോ ഏറ്റെടുത്തത്. ക്രി. 1811 ൽ ഭരണമേറ്റ മൺറോ 1813 അവസാനത്തോടുകൂടി കമ്പനിക്കു നല്കാനുള്ള കുടിശ്ശിക മുഴുവൻ കൊടുത്തുതീർത്തു. അതുകൊണ്ട് മറ്റൊരു ദിവാനെ നിയമിച്ച് ഭരണം കൈമാറേണ്ടത് ആവശ്യമായി വന്നു. അതിനായി അന്നു ഹജൂർ കോടതിയിലെ ജഡ്ജിയായിരുന്ന ദേവൻ പത്മനാഭന്റെ പേർ ശുപാർശ ചെയ്യപ്പെട്ടത് മദ്രാസ് കൗൺസിൽ അംഗീകരിച്ചു. എങ്കിലും ദേവൻ പത്മനാഭൻ മറ്റൊരു ജഡ്ജിയെ ചവുട്ടിയെന്നാരോപിച്ചുകൊണ്ട് ഭരണകൈമാറ്റം നടന്നില്ല. 1818 വരെ മൺറോ തന്നെ അധികാരം കൈവശം വച്ചു. അതിനുശേഷം തന്റെ വിശ്വസ്തനായിരുന്ന നഞ്ചപ്പയ്യൻ എന്നയാളെ ദിവാനായി നിയമിച്ച് അധികാരം കൈമാറി. (1818 ഫെബ്രുവരി) അത്യന്തം പ്രതികൂലമായ സാഹചര്യത്തിലും തിരുവിതാംകൂറിൽ ഒരു നല്ല ഭരണം കാഴ്ച വയ്ക്കാൻ തനിക്കു സാധിച്ചുവെന്ന കൃതാർത്ഥത അദ്ദേഹത്തിനുണ്ടായിരുന്നു. ആദ്യത്തെ മൂന്നുവർഷം കൊണ്ടുതന്നെ കമ്പനിക്കു നല്കാനുണ്ടായിരുന്ന പതിനെട്ടു ലക്ഷം രൂപയും കൊടുത്തുതീർക്കുവാൻ സാധിച്ചു. കൂടാതെ ജനദ്രോഹപരമായ കുത്തകകളും നികു

തികളും ഒഴിവാക്കുകയും ചെയ്തു. ഭരണത്തിൽ നീതിയും മനുഷ്യത്വവും കൈവരുത്താനും തനിക്കു സാധിച്ചുവെന്നും അദ്ദേഹം രേഖപ്പെടുത്തി. അഴിമതിക്കാരും വഞ്ചകരുമായ തന്റെ മന്ത്രിമാർ വരുത്തിവച്ച കടക്കെണിയിൽനിന്നും തന്നെയും തന്റെ രാജ്യത്തെയും രക്ഷിച്ചത് മൺറോ ആണെന്നു റാണി ഗവർണ്ണർ ജനറലിന് എഴുതി.

കുറിപ്പുകൾ

1. അന്തരിച്ച രാജാവിന്റെ ഭാര്യാപുത്രനാണ് ഉമ്മിണിത്തമ്പി എന്നാണ് ഇംഗ്ലീഷു റിക്കാർഡുകളിൽ. എന്നാൽ മകയിരം തിരുനാൾ ഇളയ രാജാവിന്റെ രണ്ടു ദൗഹിത്രന്മാരാണ് കവിയായ ഇരയിമ്മൻതമ്പിയും ദളവാ ഉമ്മിണിത്തമ്പിയും എന്നാണറിയപ്പെട്ടിരുന്നത്. തമ്പി ഇരവി എന്നാണ് ഉമ്മിണിത്തമ്പിയുടെ ശരിയായ പേര്.
2. ബി ശോഭനൻ. *A fresh look at Velu Thampi*, Journal of Kerala Studies, Vol. IV, Part I
3. ചെമ്പകരാമൻ തമ്പിയും തടവിൽ കിടന്നു മരിച്ചു എന്നാണു കരുതപ്പെടുന്നത്. മരണസമയത്ത് വേലുത്തമ്പിയോടൊപ്പം ഉണ്ടായിരുന്നത് ചെമ്പകരാമൻ തമ്പിയായിരുന്നു. പത്മനാഭൻ തമ്പി എന്നൊരു സഹോദരൻ വേലുത്തമ്പിക്കുണ്ടായിരുന്നതായി ചരിത്രകാരന്മാർ പറയുന്നത് ശരിയല്ല, (Sobhanan's *Dewan Velu Tampi and the British, App.D*)
4. 1810 ജനുവരിയിൽ കുഞ്ചുപിരാട്ടിയെ ജയിൽവിമുക്തനാക്കി. അനിയൻ കുഞ്ചുപിരാട്ടിത്തമ്പി മുതൽ പുരുഷന്മാരും പെണ്ണുങ്ങളും കുഞ്ഞുങ്ങളും ചെരിവരെ പരരാച്ചിയത്തിൽ ഒളിച്ചുപോയി എന്നാണ് മതിലകം രേഖ. Document No. 200 Appendix to Travancore State Manuel Vol. II (T.K. Velu Pillai) എൻ ബാലകൃഷ്ണൻ നായരുടെ *സ്വരാജ്യാഭിമാനി* പുറം 356-358 കാണുക.
5. ടി കെ വിജയമോഹൻ. *ഉമ്മിണിത്തമ്പി*, Journal of Kerala Studies Vol. V
6. ദേശിവിനായകം പിള്ള. 'Mudaliar Manuscripts', Document No. 19 Kerala Society Papers Series 7
7. മാതൃസഹോദരീ ഭർത്താവായ തിരുമുല്പാടാണു ഉമ്മിണിത്തമ്പിക്കു രഹസ്യവിവരം നല്കിയത്. പ്രസിദ്ധകവിയായ ഇരയിമ്മൻതമ്പിയുടെ പിതാവാണ് തിരുമുല്പാട്.
8. മല്ലൻപിള്ള ഇപ്പോൾ മല്ലൻ ചെമ്പകരാമനാണ്. ദളവാ കഴിഞ്ഞാൽ സംസ്ഥാനത്തെ ഏറ്റവും ഉയർന്ന ഉദ്യോഗസ്ഥനും അദ്ദേഹം തന്നെ. ഉമ്മിണിത്തമ്പിയുടെ വിശ്വസ്തനായിരുന്ന അദ്ദേഹം ഉമ്മിണിത്തമ്പിയുടെ സ്ഥാനനഷ്ടത്തിനുശേഷം റസിഡണ്ട് ദളവായുടെ ചുമതലകൾ ഏറ്റെടുത്തതിൽ ഉള്ള എതിർപ്പുമൂലമാണ് റസിഡണ്ടിനെപ്പറ്റി പരാതി അയച്ചത്. ഒരു വേള രാജാവിന്റെ മരണകാരണം ദളവാ

ആയിരിക്കാം.

9. ചൗളം = ക്ഷൗരം. ആദ്യമായി തലമുടി മുറിക്കുന്നത് അമ്മയുടെ മടിയിലിരുത്തിവേണമെന്ന ആചാരമര്യാദ.
10. ഉള്ളൂർ എസ് പരമേശ്വരയ്യർ. *Colonel Munro, Kerala Society Papers Series* 7 പുറം 63-64
11. കേരളവർമ്മയെ താമസിപ്പിച്ചിരുന്ന കുഗ്രാമത്തിനു തമ്പുരാൻപുരം എന്നുപേരുകിട്ടി. അതിപ്പോൾ താമ്പരം എന്ന പട്ടണമായി അറിയപ്പെടുന്നു.
12. ഇംഗ്ലീഷുകാരുമായുള്ള യുദ്ധത്തിൽ കുറഞ്ഞപക്ഷം രാജാവിന്റെ സമ്മതമെങ്കിലും ഉണ്ടായിരുന്നു എന്നു ഗവർണ്ണർ രേഖപ്പെടുത്തി.
13. ദളവാപദത്തിൽനിന്നും പിരിച്ചുവിടാതെ മറ്റൊരാൾക്കു ദളവായുടെ ചുമതലകൾ നല്കുക ധർമ്മരാജാവിന്റെ കാലം മുതൽ പതിവായിരുന്നു. രാജാകേശവദാസ്, ജയന്തൻ ശങ്കരൻനമ്പൂതിരി, അയ്യപ്പൻ ചെമ്പകരാമൻ, പത്മനാഭൻതമ്പി എന്നിവർ ദിവാൻമാരായിരുന്നപ്പോൾ കൃഷ്ണൻ ചെമ്പകരാമന്റെ മരണശേഷംമാത്രമേ വേലുത്തമ്പി ദളവാ പദവി സ്വീകരിച്ചുള്ളൂ.
14. ഐ മാത്യു. *Travancore a Hundred Years Ago*, Document No. 16, Kerala Society Papers, series 8.
15. ആലംകോട് അഞ്ചുതെങ്ങുറോഡിൽ ആറ്റിങ്ങൽനിന്നും 5 നാഴിക ദൂരത്തുള്ള ഗ്രാമമാണ് നിലയ്ക്കാമുക്ക്. സബ്സിഡിയറി സൈന്യത്തിന്റെ കമാൻഡർ എന്ന നിലയിൽ കൊല്ലത്തും ഒരു റസിഡൻസിയുണ്ടായിരുന്നു. തിരുവനന്തപുരത്തിനും കൊല്ലത്തിനും മദ്ധ്യേയാണ് എന്ന പരിഗണന വച്ചിട്ടായിരിക്കണം നിലയ്ക്കാമുക്കിൽ റസിഡൻസി തുടങ്ങിയത്. അഞ്ചുതെങ്ങിന്റെ ചുമതലയും റസിഡണ്ടിനാക്കി.
16. മദ്രാസ് സൈന്യത്തിൽ ക്വാർട്ടർ മാസ്റ്റർ ജനറലായിരിക്കെ അദ്ദേഹം നിർഭയമായി പ്രകടിപ്പിച്ച അഭിപ്രായത്തിന് സൈനികകോടതിയുടെ ശിക്ഷാവിധിക്കു പാത്രമാകേണ്ട സ്ഥിതിയുണ്ടായി. ബ്രിട്ടീഷ് പ്രൈംമിനിസ്റ്റർ അദ്ദേഹത്തെ കുറ്റവിമുക്തനാക്കുകയും ശ്ലാഘിക്കുകയും ചെയ്തു. അവസാന തീരുമാനം ഉണ്ടാകാൻ താമസിച്ചതുകൊണ്ടാണ് 1810 മാർച്ചു മാസത്തിൽ അദ്ദേഹം റസിഡണ്ടായി നിയമിതനായെങ്കിലും ഒക്ടോബർ മാസം അവസാനംവരെ പുതിയ ജോലിയിൽ പ്രവേശിക്കാൻ സാധിക്കാതെ പോയത്.
17. B N Mehta. *A little known event in the history of Travancore*, Journal of Indian History Vol. XXIX Part I
18. T K Vijaya Mohan. *Ummini Thampi, Journal of Kerala Studies*, Vol. II p. 267.

പുതിയ ഭരണക്രമം

ഭരണവ്യവസ്ഥ മാർത്താണ്ഡവർമ്മയ്ക്കു മുമ്പ്

കേരളത്തിൽ 12 നാടുകൾ ഉണ്ടായിരുന്നു എന്നാണ് അവിടെ സന്ദർശിച്ച (1341-46) ലോകസഞ്ചാരി ഇബ്ൻബതൂത്ത രേഖപ്പെടുത്തിയിരിക്കുന്നത്. അവയിൽ 50000 ഭടന്മാരുള്ള ശക്തന്മാരായ രാജാക്കന്മാരും 3000 ഭടന്മാരുള്ള ദുർബ്ബലന്മാരും ഉണ്ടായിരുന്നുവത്രെ. ഓരോ നാടിന്റെയും അതിർത്തിയിൽ അതിർത്തി കാണിക്കുന്ന അടയാളമുണ്ടായിരുന്നത്രെ. നാടുവാഴികൾ ഒരിക്കലും തമ്മിൽ പിണങ്ങിയില്ലത്രെ.[1] അതിനു കാരണം അധികാരം ഒരിക്കലും നാടുവാഴിയിൽ കേന്ദ്രീകരിച്ചിരുന്നില്ല എന്നതാണ്. ഓരോ നാടുവാഴിയുടെ കീഴിലും കീഴീടുകളായ സ്വരൂപങ്ങളുണ്ടായിരുന്നു. സ്വരൂപത്തിന്റെ മേലധികാരി നാടുവാഴി കുടംബത്തിലെ താവഴിക്കാരനോ അല്ലെങ്കിൽ ബന്ധുവോ ആയിരുന്നു. സ്വരൂപങ്ങൾക്കുകീഴിൽ ദേശവാഴികളായ മാടമ്പിമാരും അവർക്കു കീഴിൽ സ്വയംഭരണമുള്ള തറകൾ, സങ്കേതങ്ങൾ (ദേവസ്വം), ഇല്ലങ്ങൾ (ബ്രഹ്മസ്വം) എന്നിവയും ഉണ്ടായിരുന്നു.[2] മാടമ്പിമാരും സ്വരൂപികളും നാടുവാഴികളും ആഭ്യന്തര സമാധാനം സംരക്ഷിക്കുന്നതിന് നേതൃത്വം നല്കുകമാത്രമാണ് ചെയ്തിരുന്നത്. ഈ പദവിയെല്ലാം പാരമ്പര്യമായിട്ടാണ് ലഭിച്ചിരുന്നതെങ്കിലും കീഴ്ഘടകങ്ങളുടെ ഒത്താശയില്ലാതെ ആർക്കും അവരുടെ ചുമതലകൾ നിർവ്വഹിക്കാനാവില്ലായിരുന്നു. നാടുവാഴിയുടെ കീഴിൽ അമ്പതിനായിരം ഭടന്മാരുണ്ടെന്നു പറഞ്ഞാൽ അവർ മുഴുവൻ സമയസൈനികരായിരുന്നില്ല. ആയുധാഭ്യാസം ലഭിച്ച കർഷകരായിരുന്നു അവർ.[3] മാടമ്പിമാരുടെ കീഴിൽ അവർ നിർദ്ദേശിക്കുന്ന ദൗത്യങ്ങൾ നിർവ്വഹിക്കുന്ന സന്നദ്ധസേവകർ (volunteers) മാത്രമായിരുന്നു അവർ.

അറബിവണിക്കുകളുടെ താല്പര്യങ്ങൾക്കുവേണ്ടി കോഴിക്കോട്

സാമൂതിരി മറ്റുനാടുകൾക്കു മേൽ ആധിപത്യം ഉറപ്പിക്കാൻ ശ്രമിച്ചതുമൂലമാണ് കേരളരാജാക്കന്മാരിൽ അനൈക്യം ഉടലെടുത്തത്. സാമൂതിരി പക്ഷക്കാരെ പന്നിയൂർ കൂറുകാരെന്നും എതിരാളികളെ ചോകിരം (ശുകപുരം) കൂറുകാരെന്നും പറഞ്ഞിരുന്നു. പോർട്ടുഗീസുകാരുടെ വരവും അവർ കൊച്ചിയിൽ ആസ്ഥാനമുറപ്പിച്ചതും ചേരിതിരിവിനെ രൂക്ഷമാക്കി. അറബികളും പോർട്ടുഗീസുകാരും തമ്മിലുള്ള വാണിജ്യ മത്സരമായിരുന്നു ചേരിതിരിവിനുപിന്നിൽ. പിന്നീട് ഡച്ചുകാരുടെയും ഇംഗ്ലീഷുകാരുടെയും രംഗപ്രവേശം ചേരിതിരിവുകൾ കൂടുതൽ വ്യാപകമാക്കുകയാണുണ്ടായത്. നാടുവാഴികൾ തമ്മിൽ മാത്രമല്ല നാടുവാഴികളും സ്വരൂപികളും മാടമ്പിമാരും തമ്മിലും ഭിന്നതകളുണ്ടായി. വേണാടിന്റെ കീഴിലെ സ്വരൂപമായ തിരുവിതാംകൂർ ഇംഗ്ലീഷുകാരുടെ പക്ഷത്തും മറ്റു സ്വരൂപങ്ങൾ (ദേശിംഗനാട്, ഇളയിടം, പേരകത്താവഴി) എന്നിവ ഡച്ചുകാരുടെ പക്ഷത്തും നിന്നത് ഇതിനുദാഹരണമാണ്. ആറ്റിങ്ങലും തിരുവിതാംകൂറും ഉൾപ്പെട്ട തൃപ്പാപ്പൂർ സ്വരൂപത്തിലെതന്നെ മാടമ്പിമാർ രണ്ടുചേരിയിലായിനിന്നതും ഡച്ച് ഇംഗ്ലീഷ് മത്സരത്തിന്റെ പ്രതിഫലനമായിരുന്നു. ഈ സാഹചര്യത്തിൽ രാജാക്കന്മാർ നാട്ടുകാരിൽ നിന്നകന്ന് വിദേശികളെ കൂടുതൽ ആശ്രയിക്കാനിടയായി. രാജവാഴ്ചയുടെ നെടുംതൂണുകളായിരുന്ന ഫ്യൂഡൽ പ്രഭുക്കന്മാർ രാജദ്രോഹികളായി കാണപ്പെട്ടത് ഇങ്ങനെയായിരുന്നു.

ഡച്ച്ഗവർണർ ഗൊള്ളനെസ്സി 1743 ൽ ഇപ്രകാരം രേഖപ്പെടുത്തി: രാജാവ് നീതിയുടെ പരിധികടക്കാതിരിക്കുന്നിടത്തോളം കാലം പ്രജകൾ അദ്ദേഹത്തെ പൂർണ്ണമായി ആദരിക്കുന്നു. രാജാവ് ചിലരോട് അനീതി കാട്ടിയാലും സമൂഹം ഒന്നായി അദ്ദേഹത്തെ എതിർക്കുന്നില്ല. പക്ഷേ, സമൂഹത്തിനൊന്നാകെ ദോഷകരമായ എന്തെങ്കിലും ആജ്ഞ രാജാവിൽ നിന്നുണ്ടായാൽ അതുതീർച്ചയായും ആദരിക്കപ്പെടുകയില്ല.[4] ഈ അനാദരവ് രാജദ്രോഹമായാണ് തിരുവിതാംകൂർ രാജാവായ മാർത്താണ്ഡവർമ്മ കണ്ടത്. ഹിതാനുവർത്തികളല്ലാത്തവരെ മാർത്താണ്ഡവർമ്മ ഉന്മൂലനാശം ചെയ്തെങ്കിലും ഫ്യൂഡൽ വ്യവസ്ഥിതി ആകെ തുടച്ചുമാറ്റാൻ അദ്ദേഹം ശ്രമിച്ചില്ല. പ്രഭുക്കന്മാർ നിർവ്വഹിക്കുന്ന പ്രാദേശിക സ്വയംഭരണം അവസാനിപ്പിച്ച് അധികാരം രാജാവിൽ കേന്ദ്രീകരിക്കുന്നത് അപ്രായോഗികമെന്ന് ഒരുപക്ഷേ, അദ്ദേഹം കരുതിയിരിക്കാം. പ്രഭുക്കന്മാർ തമ്മിൽ കലഹിച്ചിരുന്നതിനാൽ ഫ്യൂഡൽ വ്യവസ്ഥിതി പൂർണ്ണമായി അവസാനിപ്പിച്ചത് രാമവർമ്മയാണെന്നാണ് വാർഡും കോണറും രേഖപ്പെടുത്തിയിരിക്കുന്നത്.[5] പ്രഭുക്കന്മാർ തമ്മിലുള്ള കലഹം രൂക്ഷമായിരുന്നില്ല എന്നും എന്നാൽ നാടിനെ രക്ഷിക്കാൻ കഴിവില്ലാത്ത സൈന്യത്തെ ഉപയോഗിച്ച് ജനങ്ങളെ മർദ്ദിച്ചത് രൂക്ഷമായിരുന്നു എന്നും അവർ രേഖപ്പെടുത്തി.

ഭരണക്രമത്തിൽ മാറ്റം

തിരുവിതാംകൂറും ആറ്റിങ്ങലും സ്വരൂപങ്ങൾ ഉൾപ്പെട്ട തൃപ്പാപ്പൂർ സ്വരൂപത്തിന്റെ പൂർണ്ണനിയന്ത്രണം 1737 ൽ മാർത്താണ്ഡവർമ്മയ്ക്കു

ലഭിച്ചു. 1727 ൽ തന്നെ തിരുവിതാംകൂറിലെ ദേശവാഴികളായിരുന്ന എട്ടു മാടമ്പിമാരും മന്ത്രിമാരായിരുന്ന ഇളമ്പയിൽ പണ്ടാല ഇടത്തുറ പോറ്റി എന്നിവരും നിഷ്കാസനം ചെയ്യപ്പെട്ടിരുന്നു. 1737 ൽ ആറ്റിങ്ങൽ റാണിയുടെ കീഴിലുള്ള ഫ്യൂഡൽ പ്രഭുക്കന്മാരെ വധിക്കുകയോ നിഷ്കാസനം ചെയ്യുകയോ ചെയ്തു. അതോടുകൂടി വടയാറ്റുപിള്ള ഒഴികെയുള്ള തൃപ്പാപ്പൂരിലെ എല്ലാ മാടമ്പിമാരും ഒഴിവായി. വടയാറ്റുപിള്ള തൃപ്പാപ്പൂരിലെ മാടമ്പിമാരിലൊരാളായിരുന്നെങ്കിലും ആ കുടുംബത്തിന്റെ ആസ്ഥാനം കൊല്ലത്തായിരുന്നതിനാലും ദേശിംഗനാടു രാജവംശവുമായി ആ കുടുംബം സ്ഥിരമായി ശത്രുതയിലായിരുന്നതിനാലുമാണ് വടയാറ്റുപിള്ളമാരെ മാടമ്പിമാരായി തുടരാൻ മാർത്താണ്ഡവർമ്മ അനുവദിച്ചത്. കൊല്ലത്തെതന്നെ ചാണാക്കി കുടുംബക്കാരേയും മാടമ്പിമാരായി തുടരാൻ അനുവദിച്ചുവെങ്കിലും ആ കുടുംബം പിന്നീട് അന്യം നിന്നുപോയി.

ആറ്റിങ്ങൽ റാണിയുടെ ഭരണാധികാരം എടുത്തുകളഞ്ഞു. അവരുടെ ചെലവിനായി ചിറയിൻകീഴുള്ള ഏതാനും ദേശവഴികളിലെ ആദായം വിട്ടുകൊടുത്തു. ആ പ്രദേശങ്ങളുടെ ഭരണംപോലും റാണിക്ക് വിട്ടുകൊടുത്തില്ല. ശ്രീപാദം വക എന്നാണ് ആ ദേശവഴികളെ പറഞ്ഞിരുന്നത്. അതിന്റെ ഭരണം രാജാവിന്റെ നേരിട്ടുകീഴിലുള്ള ഒരു കാര്യക്കാർക്കു നല്കി. ആദായം റാണിക്കു നല്കാൻ ഏർപ്പാടുചെയ്തു. റാണിക്ക് ആണ്ടുതോറും അഞ്ചുതെങ്ങുകോട്ടയിൽ നിന്നു കിട്ടിക്കൊണ്ടിരുന്ന 150 പഗോഡ (525 രൂപ) പാട്ടവും റാണിക്കു നല്കേണ്ടെന്നും തനിക്കാണ് നല്കേണ്ടതെന്നും 1748 ൽ മാർത്താണ്ഡവർമ്മ അറിയിച്ചു.[6] റാണി മാർത്താണ്ഡവർമ്മയുടെ ഇളയമ്മയായതിനാൽ അവർ പീഡിപ്പിക്കപ്പെട്ടിരുന്നില്ലെങ്കിലും മിക്കവാറും ഒരു തടവുകാരിയെപ്പോലെയാണ് കഴിഞ്ഞിരുന്നതെന്ന് ഫോർബ്സ് എന്ന ഇംഗ്ലീഷുകാരൻ 1772 ൽ രേഖപ്പെടുത്തി.[7]

പ്രാദേശിക ഭരണാധികാരികളായ മാടമ്പിമാരുടെ ഭരണത്തിലിരുന്ന ഭൂമിയെല്ലാം രാജാവിന്റെ വക (പണ്ടാരവക)യായി. അവയുടെ ഭരണത്തിനായി തൃപ്പാപ്പൂർ സ്വരൂപം മുഴുവൻ എട്ടു മണ്ഡപത്തിൻ വാതിലുകളായി വിഭജിച്ചു. ഓരോന്നും ഓരോ കാര്യക്കാരുടെ ഭരണത്തിൻകീഴിലാക്കി. തോവാള, അഗസ്തീശ്വരം, കൽക്കുളം, വിളവംകോട്, നെയ്യാറ്റിൻകര, തിരുവനന്തപുരം കിഴക്ക്, തിരുവനന്തപുരം പടിഞ്ഞാറ്, ചിറയിൻകീഴ് എന്നിവയായിരുന്നു അവ. ഓരോമണ്ഡപത്തിൻ വാതിലും അനേകം അധികാരങ്ങൾ (കേൾവി, അഥവാ പ്രവൃത്തി) ആയി വിഭജിച്ച് ഓരോ അധികാരിയുടെ അല്ലെങ്കിൽ പ്രവൃത്തിക്കാരുടെ ചുമതലയിലാക്കി. മുമ്പു മാടമ്പിമാർ നിർവ്വഹിച്ചിരുന്ന എല്ലാ ഭരണച്ചുമതലകളും കാര്യക്കാരുടെയും അധികാരിയുടെയും കീഴിലായി. എല്ലാ കാര്യക്കാരന്മാരുടെയും മുകളിൽ രാജാവിന് തൊട്ടുതാഴെ സർവ്വാധികാരി എന്ന ഉദ്യോഗസ്ഥനുണ്ടായിരുന്നു. ആറ്റിങ്ങൽ റാണിയിൽ നിന്ന് ഭരണംപിടിച്ചെടുക്കുമ്പോൾ തൃപ്പാപ്പൂർ സ്വരൂപത്തിന്റെ സർവ്വാധികാരിയായി റാണിയുടെ കീഴിൽ പ്രവർത്തിച്ചിരുന്ന കൃഷ്ണനണ്ണാവി ആയിരുന്നു 1754 വരെയെങ്കിലും മാർത്താണ്ഡവർമ്മയുടെ കീഴിൽ പ്രധാന സിവിൽ ഭരണാധികാരിയായിരുന്നത്.[8]

പണ്ടാരവകഭൂമിയുടെ കൈവശക്കാരന്റെ പേര്, ഭൂമിയിൽനിന്നുള്ള ആദായം, കൈവശത്തിന്റെ സ്വഭാവം (ഒറ്റി, പാട്ടം, ദാനം, വിരുത്തി മുതലായവ) എന്നിവ കാണിക്കുന്ന ആയക്കെട്ടുകൾ തയ്യാറാക്കുന്ന കണ്ടെഴുത്ത് അടുത്തതായി ഏറ്റെടുത്തു. ഭൂമിയിൽനിന്നുള്ള ആദായത്തിന്റെ അടിസ്ഥാനത്തിലാണ് അതിന്റെ വിസ്തൃതി നിശ്ചയിച്ചത്. ഭൂമിക്ക് അടിസ്ഥാന നികുതിയില്ല. ആദായത്തിന്റെ വിഹിതമാണ് പലയിനത്തിലുള്ള കരമായി നിശ്ചയിച്ചത്. ദേവസ്വം ഭൂമിക്കും ബ്രഹ്മസ്വം (ഇല്ലം വക) ഭൂമിക്കും രാജഭോഗമില്ല. എങ്കിലും ക്ഷേത്രങ്ങളുടെയും ഇല്ലങ്ങളുടെയും ഭൂമികളിൽ നിന്നുള്ള കരം സർക്കാർതന്നെ പിരിച്ചെടുത്തുനല്കാൻ ഏർപ്പാടാക്കിയതുകൊണ്ട് ക്ഷേത്രങ്ങൾക്കും ഇല്ലങ്ങൾക്കും കുടിയാനവനുമായി നേരിട്ടു ബന്ധമില്ലാതായി. ഇതുമൂലം ബ്രാഹ്മണ ഇല്ലങ്ങൾ സ്വയം ഭരണസ്ഥാപനങ്ങൾ അല്ലാതാവുകയും അവ വെറും ജന്മിമാർ മാത്രമാവുകയും ചെയ്തു. 1739 ൽ അവസാനിച്ച കണ്ടെഴുത്തിന്റെ സൂത്രധാരൻ മല്ലൻ ചെമ്പകരാമൻ ആയിരുന്നു.

തൃപ്പാപ്പൂർ സ്വരൂപത്തിലെ ഏറ്റവും പ്രധാന സ്വയം ഭരണസ്ഥാപനം തിരുവനന്തപുരത്തെ ശ്രീ പത്മനാഭസ്വാമി ക്ഷേത്രമായിരുന്നു. തൃപ്പാപ്പൂർ (ശ്രീപാദപുരം) എന്നാൽ ശ്രീ പത്മനാഭന്റെ നാടെന്നാണർത്ഥം. ക്ഷേത്രങ്ങളോടനുബന്ധിച്ച് ആറു മഠങ്ങൾ കാലാകാലങ്ങളിൽ രാജാക്കന്മാർ സ്ഥാപിച്ചവയായുണ്ടായിരുന്നു.[9] അവയ്ക്ക് നാടിന്റെ നാനാഭാഗങ്ങളിലുമായി ധാരാളം ഭൂസ്വത്തും നല്കപ്പെട്ടിരുന്നു. ഓരോ മഠത്തിന്റെയും ഭരണാധികാരിയായിരുന്ന പിള്ളമാരാണ് അതാതുമഠത്തിന്റെയും സ്വത്തുക്കൾ കൈകാര്യം ചെയ്തിരുന്നത്. പാരമ്പര്യക്കാരായ ഈ പിള്ളമാരെ മാറ്റി അവയുടെ നിയന്ത്രണം ഒരു സർക്കാർ ഉദ്യോഗസ്ഥന്റെ കീഴിലാക്കി. കണ്ടെഴുത്തിന്റെ സൂത്രധാരനായിരുന്ന മല്ലൻ ചെമ്പകരാമനായിരുന്നു ഇപ്രകാരം ആദ്യം നിയമിക്കപ്പെട്ട ഉദ്യോഗസ്ഥൻ. മുമ്പു ക്ഷേത്രഭരണസമിതിയായിരുന്ന എട്ടരയോഗത്തിന്റെ കീഴിലായിരുന്നു ആറു മഠത്തിൽ പിള്ളമാർ പ്രവർത്തിച്ചിരുന്നത്. ശ്രീ പത്മനാഭസ്വാമി ക്ഷേത്രത്തിന്റെ വക ഭൂമി (ശ്രീ പണ്ടാര വക) ഒരു സർക്കാർ ഉദ്യോഗസ്ഥന്റെ കീഴിലായതോടുകൂടി എട്ടരയോഗം ഒരു ഉപദേശക സമിതി മാത്രമായിത്തീർന്നു.

ഭരണമാറ്റം ഉത്തരദിക്കുകളിൽ

തൃപ്പാപ്പൂർ സ്വരൂപത്തിൽ വടയാറ്റു പിള്ളയുടെ കീഴിലുണ്ടായിരുന്ന ദേശവഴികൾ ഒഴികെ മറ്റെല്ലാ ഭൂമിയും ശ്രീപാദം, ശ്രീപണ്ടാരവക, ദേവസ്വം, ബ്രഹ്മസ്വം എന്നിവ ഉൾപ്പെടെ സർക്കാർ നിയന്ത്രണത്തിലായി എങ്കിലും കീഴടക്കപ്പെട്ട വടക്കൻ നാടുകളിൽ മാടമ്പിമാരുടെയും മറ്റു സ്വയംഭരണസ്ഥാപനങ്ങളുടെയും ഭൂമി കുറേക്കാലം കൂടി മുമ്പത്തെപ്പോലെ തുടരാൻ അനുവദിക്കപ്പെട്ടു. പേരകത്താവഴിയും ഇളയിടത്ത് സ്വരൂപവും പേരകത്താവഴിയിലെ കേരള വർമ്മയുടെ ഭരണത്തിലായിരുന്നു. ആ രണ്ടു സ്വരൂപങ്ങളും തൃപ്പാപ്പൂരിന്റെ കീഴീടുകളായിരുന്നതി

നാൽ അവിടത്തെ കുരുമുളകുകൂടെ അഞ്ചുതെങ്ങിലെ ഇംഗ്ലീഷുകാർക്ക് നല്കണമെന്ന് 1735 ൽ മാർത്താണ്ഡവർമ്മ കൊട്ടാരക്കര രാജാവിന് കത്തയച്ചു.[10] പക്ഷേ, രാജാവ് ഡച്ച് പക്ഷത്തായിരുന്നതുകൊണ്ട് 1739 ൽ അദ്ദേഹത്തെ കരുതൽ തടങ്കലിൽവച്ച് മാടമ്പിമാരുടെ ഒത്താശയോടെ അവിടത്തെ ഭരണം തിരുവിതാംകൂർ ഏറ്റെടുത്തു. 1741 ൽ കേരളവർമ്മ അന്തരിച്ചപ്പോൾ ഡച്ചുകാരുടെ പ്രേരണയിന്മേൽ കേരളവർമ്മ കരപ്പുറത്തുനിന്ന് ദത്തെടുത്ത സ്ത്രീയെ ഇളയിടത്തുറാണിയായി വാഴിച്ചു. മാടമ്പിമാർ അവരുമായി സഹകരിക്കാത്തതുകൊണ്ട് അവരെ നിഷ്കാസനം ചെയ്യാൻ മാർത്താണ്ഡവർമ്മയ്ക്കു പ്രയാസമുണ്ടായില്ല. നാട്ടിൽ ഫ്യൂഡൽ ഭരണം തുടന്നു.

ദേശിംഗനാട് രാജാവ് ഉണ്ണിക്കേരളവർമ്മ കായംകുളത്തെ ഇളയരാജാവിനെ തന്റെ പിൻഗാമിയായി ദത്തെടുത്തിരുന്നു. 1739 ലെ യുദ്ധത്തിൽ കായംകുളം രാജാവ് വധിക്കപ്പെടുകയാലും ഉണ്ണിക്കേരളവർമ്മ അതിനു മുമ്പുതന്നെ അന്തരിക്കുകയാലും കായംകുളവും ദേശിംഗനാടും ഒന്നായി കായംകുളം രാജാവിന്റെ ഭരണത്തിലായി. തിരുവിതാംകൂറിനു കപ്പം കൊടുത്ത് സാമന്തനായിരുന്നുകൊള്ളാമെന്നു സമ്മതിച്ച കായംകുളം രാജാവ് പിന്നീട് ഡച്ചുകാരുമായും വടക്കൻ രാജാക്കന്മാരുമായും യോജിച്ച് തിരുവിതാംകൂർ രാജാവിനെതിരെ തിരിയുകയാൽ 1747 സെപ്തംബർ മാസത്തിൽ കായംകുളം രാജാവിനെ നിഷ്കാസനം ചെയ്യുകയും അദ്ദേഹം കൊല്ലത്തെ ഡച്ചുകോട്ടയിൽ അഭയം പ്രാപിക്കുകയും ചെയ്തു.[11] കായംകുളത്തും ദേശിംഗനാടും മാടമ്പിഭരണം തുടന്നു.

തെക്കുംകൂറും വടക്കുംകൂറും വെൺപാലനാട്ടിന്റെ രണ്ട് താവഴിസ്വരൂപങ്ങളായിരുന്നു. അതിൽ തെക്കുംകൂർ രാജാവ് 1750 ൽ തിരുവിതാംകൂറിന്റെ മേല്ക്കോയ്മ സ്വീകരിച്ച് ഉടമ്പടിചെയ്തു. ഇതിനെ എതിർത്ത വടക്കുംകൂർ രാജാവ് തെക്കുംകൂർരാജാവിനെ ചതിയിൽ വധിച്ച് അവിടം വടക്കുംകൂറിനോടു ചേർത്തു. ആവർഷം തന്നെ തിരുവിതാംകൂർ സൈന്യം തെക്കുംകൂറും വടക്കുംകൂറും പിടിച്ചടക്കി. അവിടെയും മാടമ്പിമാരെ നിഷ്കാസനം ചെയ്തില്ല.

കായംകുളവുമായുള്ള യുദ്ധത്തിൽ ചെമ്പകശ്ശേരിയിലെ നമ്പൂതിരി രാജാവ് തിരുവിതാംകൂറിനെ സഹായിച്ചിരുന്നു. അതേത്തുടർന്ന് ചെമ്പകശ്ശേരി രാജ്യം തിരുവിതാംകൂറിന്റെ സംരക്ഷണയിലായി. എങ്കിലും കൊച്ചിരാജാവിന്റെ പ്രേരണയിൽ കൊച്ചിയുടെയും ചെമ്പകശ്ശേരിയുടെയും സൈന്യം ആലപ്പുഴയ്ക്കടുത്ത് വച്ച് തിരുവിതാംകൂറിനോട് യുദ്ധം ചെയ്തു. യുദ്ധത്തിൽ പരാജയപ്പെട്ട ചെമ്പകശ്ശേരി രാജാവ് തൃശ്ശൂർക്കു പോയി സാമൂതിരിയെ അഭയം പ്രാപിച്ചു. കൊച്ചിരാജാവിനെ ഈ സാഹസത്തിനു പ്രേരിപ്പിച്ചത് കൊച്ചിരാജാവും കരപ്പുറത്തെ കറുത്തതമ്പാനുമായുള്ള തർക്കത്തിൽ മാർത്താണ്ഡവർമ്മ കരപ്പുറം തമ്പാനെ അവിടത്തെ അധിപതിയായി അംഗീകരിച്ചതാണ്. 1750 ലായിരുന്നു ഈ സംഭവം.[12] 1754 ൽ കരപ്പുറം തമ്പാൻ കരപ്പുറം ദേശം തിരുവിതാംകൂറിനു വിട്ടുകൊടുത്തു.

തൃപ്പാപ്പൂരിനു വടക്കുള്ള ദേശങ്ങളിൽ രാജാക്കന്മാർ നാടുവിട്ടുപോ

യെങ്കിലും അവിടുള്ള മാടമ്പിമാർ സ്വതന്ത്രരായി തുടർന്നു. അവരിൽ പലരും തിരുവിതാംകൂർ രാജാവിനോട് കൂറുകാട്ടിയില്ല. അവർ തമ്മിൽ തമ്മിലും തിരുവിതാംകൂറിന്റെ മേല്ക്കോയ്മക്കെതിരായും ലഹളകളിൽ ഏർപ്പെട്ടു. ബുദ്ധിമാനും നയതന്ത്രജ്ഞനുമായിരുന്ന രാമയ്യൻ എത്ര ശ്രമിച്ചിട്ടും ലഹളകൾ ഒതുങ്ങിയില്ല. രാജാവ് നേരിട്ടുവന്ന് ലഹളക്കാരോടു സംസാരിക്കണമെന്ന് ദളവാ അപേക്ഷിച്ചെങ്കിലും മാർത്താണ്ഡവർമ്മ അതിനു തയ്യാറായില്ല. ഇതിനകം രൂപീകൃതമായിരുന്ന സംസ്ഥാന സൈന്യത്തെ ഉപയോഗിച്ച് ലഹളകളെ നേരിടാനായിരുന്നു ശ്രമിച്ചത്. തുടർന്ന് മാടമ്പിമാരുടെ ഭൂമി മുഴുവൻ സർക്കാർ ഏറ്റെടുത്തു. ഹിതാനുവർത്തികളായ മാടമ്പിമാരെ ജന്മികളായി തുടരാൻ അനുവദിച്ചു എങ്കിലും മറ്റുള്ളവരുടെ സ്വത്തു മുഴുവൻ സർക്കാരിലേക്കു കണ്ടുകെട്ടി. പന്തളം രാജാവിനെയും പൂഞ്ഞാർ തമ്പുരാനെയും തിരുവിതാംകൂറിന്റെ സാമന്തന്മാരായി തുടരുവാൻ അനുവദിച്ചു. ഏതാനും കാര്യക്കാരന്മാർക്ക് മുകളിൽ സർവ്വാധികാര്യക്കാരന്മാരെയും നിയമിച്ചു.[13] എങ്കിലും കലാപങ്ങൾ കാരണം നാട്ടിൽ നിയമസമാധാനം നടപ്പിലായില്ല. മാവേലിക്കര ആസ്ഥാനമാക്കിക്കൊണ്ട് രാമയ്യൻ ദളവ വടക്കൻ നാടുകളുടെ ഭരണം കൈകാര്യം ചെയ്തുകൊണ്ടിരിക്കെ 1756 ൽ അന്തരിച്ചു. 1758 ൽ മാർത്താണ്ഡവർമ്മ അന്തരിക്കുമ്പോഴും നാട്ടിൽ കലാപം കൊടുമ്പിരിക്കൊണ്ടുതന്നെ ഇരിക്കുകയായിരുന്നു.

സൈന്യം

കലാപങ്ങൾ നാടുനീളെ ഉയർന്നപ്പോൾ സൈന്യത്തെ ഉപയോഗിച്ച് അവയെ അടിച്ചമർത്തേണ്ടതായിവന്നു. അതിലേക്കായി നാടിന്റെ വിവിധ ഭാഗങ്ങളിലായി അനേകം മൺകോട്ടകൾ പണിയിച്ച് അവിടെയെല്ലാം സൈനികരെ താമസിപ്പിച്ചു. ആഭ്യന്തര സമാധാനത്തിനുവേണ്ടി പലഭാഗങ്ങളിലായി നിറുത്തിയിരുന്ന സൈന്യത്തെ 'കുഞ്ചുകൂട്ടം' എന്നാണു പറഞ്ഞിരുന്നത്. സായുധപോലീസിന്റെ ചുമതലയായിരുന്നു കുഞ്ചുകൂട്ടത്തിനുണ്ടായിരുന്നത്. കുഞ്ചുകൂട്ടത്തിന്റെ തലവൻ ഇളയരാജാവായ രാമവർമ്മയായിരുന്നു. യുവരാജാവായിരിക്കെ രാമവർമ്മയുടെ പേര് കുഞ്ചു എന്നായിരുന്നതുകൊണ്ടാണ് കുഞ്ചുകൂട്ടം എന്ന പേരുണ്ടായിരുന്നത്. രാമവർമ്മയുടെ കീഴിലുണ്ടായിരുന്ന ഈ സൈന്യത്തെപ്പറ്റി വാർഡും കോണറും രേഖപ്പെടുത്തിയിരുന്നത് വിദേശികളിൽ നിന്നു രാജ്യത്തെ രക്ഷിക്കുന്നതിൽ ഈ സൈന്യം തീരെ അസമർത്ഥരായിരുന്നുവെങ്കിലും നാട്ടുകാരുടെമേൽ ഭീകരമായാണ് അവർ പെരുമാറിയതെന്നാണ്.[14] കേരളത്തിൽ ആദ്യമായാണ് ഇപ്രകാരം ഒരു മുഴുവൻസമയ സൈന്യം ഉണ്ടാകുന്നത്.

സംസ്ഥാന സൈന്യം എന്നതു കേരളത്തിൽ പതിവില്ലായിരുന്നു. യുദ്ധാവശ്യങ്ങൾക്ക് ആയുധാഭ്യാസം ലഭിച്ച കർഷകരെ കൂട്ടി മാടമ്പിമാർ രാജാവിന്റെ സഹായത്തിനെത്തുകയായിരുന്നു പതിവ്. ആറ്റിങ്ങൽ റാണിയുടെ കീഴിലുള്ള മാടമ്പിമാരോടു യുദ്ധം ചെയ്യാൻ തിരുവിതാംകൂറിലെ

രണ്ട് മന്ത്രിമാരും (ഇളമ്പയിൽ പണ്ടാല, ഇടത്തുറപ്പോറ്റി) എട്ടുമാടമ്പിമാരും വിസമ്മതിച്ചതാണ് 1727 ൽ മധുരനായ്ക്കരിൽ നിന്ന് വമ്പിച്ച ദ്രവ്യം നല്കി വാടക സൈന്യത്തെ കൊണ്ടുവരാൻ തിരുവിതാംകൂർ രാജാവിനെ പ്രേരിപ്പിച്ചത്. മധുരപ്പട (വടുകപ്പട) യ്ക്കുകൊടുക്കാനുള്ള ദ്രവ്യത്തിനു വേണ്ടി നാട്ടിലെ കർഷകരിൽ അന്യായ നികുതി ചുമത്തിയപ്പോൾ മന്ത്രിമാരും മാടമ്പിമാരും എതിരാളികളാവുകയാണുണ്ടായത്. മധുരപ്പടയോടൊപ്പം വന്ന ആറുമുഖംപിള്ള എന്നയാൾ ദളവയായി നിയമിക്കപ്പെട്ടു. ആറ്റിങ്ങലുമായുള്ള യുദ്ധത്തിൽ മധുരപ്പട പരാജയപ്പെടുകയും ചെയ്തപ്പോൾ അവർക്കുകിട്ടാനുള്ള ശമ്പളം കിട്ടാതാവുകയും അവർ ദളവായെ ബന്ധിയായി പിടിച്ചുകൊണ്ട് കളക്കാടുകോട്ടയിലേയ്ക്കു പോവുകയും ചെയ്തു. അവിടെ നിന്നും ദളവായെ സൂത്രത്തിൽ രാജാവ് രക്ഷപ്പെടുത്തി. പിന്നീട് തിരുനെൽവേലിയിൽ നിന്ന് മറവന്മാരെയും മറ്റും ചേർത്ത് ദളവായുടെ കീഴിൽ ഒരു സംസ്ഥാന സൈന്യം മാർത്താണ്ഡവർമ്മ രൂപീകരിച്ചു. തിരുവിതാംകൂറിലെ മാടമ്പിമാരുടെ കീഴിൽ സേവനം അനുഷ്ഠിച്ചിരുന്ന കുറെപ്പേരെയും ചേർത്ത് സൈന്യത്തെ വിപുലീകരിച്ചു. വീണ്ടും 1744-ൽ കായംകുളം രാജാവുമായുണ്ടായ യുദ്ധത്തിനു വേണ്ടി സ്വാമിക്കണ്ണ് അണ്ണാവി എന്ന കാര്യക്കാരെ തിരുനൽവേലിക്കയച്ച് ഒരുകുതിരപ്പടയേയും സംഘടിപ്പിച്ചു.[15]

വാൾ, കുന്തം, കഠാര, അമ്പും വില്ലും എന്നീ നാലു ആയുധപ്രയോഗങ്ങളിൽ നായന്മാർ അദ്വിതീയരായിരുന്നുവെങ്കിലും കോട്ട പിടിക്കാനും, കുതിര സവാരിയും മറ്റും അവർക്കു തീരെ അറിയില്ലായിരുന്നു. കുളച്ചൽ യുദ്ധത്തിൽ തിരുവിതാംകൂറിനു കിട്ടിയ ഡിലനോയിയും കൂടെയുണ്ടായിരുന്ന 24 പടയാളികളും തിരുവിതാംകൂർ സൈന്യത്തിന് വലിയ മുതൽക്കൂട്ടായിരുന്നു. ആധുനിക യുദ്ധമുറകൾ സൈന്യത്തെ അഭ്യസിപ്പിക്കാനും ചെറുതും വലുതുമായ തോക്കുകൾ നിർമ്മിക്കുന്നതിനും ഡിലനോയിക്കു കഴിഞ്ഞു. തിരുനെൽവേലി പ്രദേശത്തുനിന്ന് കുതിരപടയാളികളായ പഠാണികളെയും തിരുവിതാംകൂർ സൈന്യത്തിനു ലഭിച്ചു. ആറുമുഖം പിള്ളയ്ക്കുശേഷം അയാളുടെ അനുജൻ താണുപിള്ളയും അതിനുശേഷം രാമയ്യനും ദളവാമാരായി. വലിയകപ്പിത്താൻ പദവിയിലേയ്ക്കുയർന്ന ഡിലനോയിയും രാമയ്യൻ ദളവായും ചേർന്നാണ് വടക്കൻ രാജ്യങ്ങളെ തിരുവിതാംകൂറിനോട് ചേർത്തത്. തെക്കുംകൂറിലും വടക്കുംകൂറിലും നടന്ന യുദ്ധങ്ങളിൽ സർവ്വാധികാരി കൃഷ്ണനണ്ണാവിയും പങ്കെടുത്തിരുന്നതായി കാണുന്നു.[16]

ക്രി. 1754 നു ശേഷം ആഭ്യന്തര കലാപങ്ങൾ അടിച്ചമർത്തുകയായിരുന്നു സൈന്യത്തിന്റെ പ്രധാന ജോലി. 1755 ൽ സാമൂതിരിയെ കൊച്ചിയിൽനിന്നും ഓടിക്കുന്നതിന് തിരുവിതാംകൂറിന്റെ സഹായം കൊച്ചിരാജാവ് അഭ്യർത്ഥിച്ചു. ആലങ്ങാടും പറവൂരും നല്കാമെന്നും കൊച്ചിയിലെ കുരുമുളക് 500 കണ്ടി ഒഴികെ ബാക്കി മുഴവനും നല്കാമെന്നും വാഗ്ദാനം ചെയ്തുവെങ്കിലും ആ ക്ഷണം സ്വീകരിക്കാൻ മാർത്താണ്ഡവർമ്മ തയ്യാ

റായില്ല. കളക്കാടു പ്രദേശത്തെ വൈഷമ്യങ്ങളും നാട്ടിലെ കലാപങ്ങളുമാണ് ക്ഷണം സ്വീകരിക്കാതിരിക്കാനുള്ള കാരണം.1762 ഓടുകൂടി കലാപങ്ങൾ അടിച്ചമർത്താൻ കഴിഞ്ഞതുകൊണ്ട് സാമൂതിരിക്കെതിരായുള്ള യുദ്ധത്തിന് രാമവർമ്മരാജാവു തയ്യാറായി, അപ്പോഴേക്കും സാമൂതിരിയുടെ ദുർബ്ബലനായ പിൻഗാമി രാജ്യവികസനത്തിൽ താല്പര്യം കാട്ടാതിരിക്കുകയും ചെയ്തു. അതുകൊണ്ട് തിരുവിതാംകൂർ സൈന്യത്തിന്റെ മുന്നേറ്റം സുഗമമായിരുന്നു. എന്നാൽ കമ്പം, കളക്കാട്, വള്ളിയൂർ തുടങ്ങിയ മരുപ്രദേശങ്ങളിൽ ദീർഘകാലം പിടിച്ചുനില്ക്കാൻ നായന്മാർക്കു കഴിയുമായിരുന്നില്ല. പക്ഷെ, മഹ്ഫൂസ്ഖാൻ, യൂസഫ്ഖാൻ, മേജർ ഹാർട്ട്ലി തുടങ്ങിയ പ്രഗത്ഭന്മാരായ പടനായകന്മാരുടെ കീഴിൽ നല്ല പ്രകടനമാണ് അവർ കാഴ്ചവച്ചത്. സുശിക്ഷിതമായിരുന്ന ടിപ്പുവിന്റെ സൈന്യത്തോട് ഏറ്റുമുട്ടിയ നായർ പട്ടാളത്തെ പരിഷ്കരിക്കുന്നതിന് രാജാകേശവദാസ് ശ്രദ്ധാലുവായിരുന്നു. ബ്രിട്ടീഷ് സൈന്യത്തിലെ റാങ്കുകൾ സംസ്ഥാന സൈന്യത്തിലും ഏർപ്പെടുത്തി:യജമാൻ (ക്യാപ്റ്റൻ), വലിയജയമാൻ (മേജർ), വലിയ പടത്തലവൻ (കർണൽ) എന്നിവയായിരുന്നു അവ. മൈസൂർ യുദ്ധത്തിനുശേഷം സ്വന്തം അനുജന് ജനറൽ എന്ന പദവിയും നല്കി. ടിപ്പുവിന്റെ സൈന്യത്തിൽ ഫ്രഞ്ചുകാരായ ഓഫീസർ പ്രവർത്തിച്ചുകൊണ്ടിരുന്നതുകൊണ്ടാണ് മൈസൂർ സൈന്യത്തിനു നല്ലശിക്ഷണം ലഭിച്ചത് എന്ന് മനസ്സിലാക്കിയ ദിവാൻ ഏതാനും ബ്രിട്ടീഷ് ഓഫീസർമാരെ തിരുവിതാംകൂറിലേക്കു വിട്ടുതരണമെന്ന് മദ്രാസ് ഗവർണ്ണറോടപേക്ഷിച്ചു. തന്ത്രശാലിയായ ഗവർണ്ണർ സംസ്ഥാന സൈന്യത്തിന് ബ്രിട്ടീഷ് ഓഫീസർമാരെ വിട്ടുകൊടുക്കുക പതിവില്ലെന്നുപറഞ്ഞ് വിനയപുരസ്സരം ആ അപേക്ഷ നിരസിച്ചു. വേണമെങ്കിൽ ഒരു ബറ്റാലിയൻ[17] ബ്രിട്ടീഷ് സൈന്യത്തെ തിരുവിതാംകൂറിന് വിട്ടുകൊടുക്കാമെന്നും എഴുതിയിരുന്നു. ഇതു ചതിയാകുമെന്നു മനസ്സിലാക്കിയെങ്കിലും രാജാവ് സമ്മതിക്കുകയാണുണ്ടായത്.

നാലുലക്ഷം രൂപയാണ് ആണ്ടൊന്നിന് മേല്പറഞ്ഞ വകയ്ക്ക് നല്കേണ്ടിയിരുന്നതെങ്കിലും 1799 വരെ ആ വകയിൽ കമ്പനിക്ക് തിരുവിതാംകൂറിൽ നിന്നും ഒന്നും നല്കേണ്ടിവന്നില്ല. കർണ്ണാടിക് നവാബുമായുണ്ടാക്കിയ 1785 ലെ കരാറിൻ പ്രകാരം നവാബിന്റെ നാട്ടിൽ കലാപങ്ങളുണ്ടായാൽ നവാബിന്റെ അമിൽദാരന്മാർ ആവശ്യപ്പെടുമ്പോൾ തിരുവിതാംകൂർ സൈന്യത്തെ അയച്ചുകൊടുക്കണമെന്ന് വ്യവസ്ഥയുണ്ടായിരുന്നു. തിരുനെൽവേലി, മധുര എന്നീ ജില്ലകളിൽ നവാബിനും ഇംഗ്ലീഷുകാർക്കും എതിരെ നിരന്തരം പാളയക്കാരന്മാർ സമരം ചെയ്തുകൊണ്ടിരുന്നതിനാൽ തിരുവിതാംകൂർ സൈന്യത്തിന്റെ ഒരു വിഭാഗം അവിടത്തെ സ്വാതന്ത്ര്യപ്രേമികളെ അടിച്ചമർത്താൻ നിയോഗിക്കപ്പെട്ടിരുന്നു. 1800 ൽ കലാപങ്ങൾ ഒരുവിധം അടിച്ചമർത്തപ്പെടുകയും 1801 ൽ നവാബിന്റെ രാജ്യം പൂർണ്ണമായും ഈസ്റ്റിന്ത്യാക്കമ്പനി ഏറ്റെടുക്കുകയും ചെയ്തതോടുകൂടി തിരുവിതാംകൂർ സൈന്യത്തിന്റെ സേവനം ഇംഗ്ലീ

ഷുകാർക്ക് ആവശ്യമില്ലാതായി. ഇതുകൂടുതൽ പ്രശ്നങ്ങൾ സൃഷ്ടിക്കുകയാണുണ്ടായത്. ഇക്കാലത്ത് ഒരുലക്ഷം വരുന്ന സ്ഥിരം സൈന്യവും അരലക്ഷത്തോളം കരുതൽ സൈന്യവും തിരുവിതാംകൂറിനുണ്ടായിരുന്നു എന്നാണ് പൗളിനോസ് ബർത്തലോമിയോ രേഖപ്പെടുത്തിയിരുന്നത്. കരുതൽ സൈന്യത്തെ വേണ്ടെന്നുവച്ചു. മറ്റൊരു തൊഴിലും അറിഞ്ഞുകൂടാതിരുന്ന ഇത്രയുംപേർക്കു തൊഴിലില്ലാതായത് ഒരുപ്രശ്നം. മൈസൂറിന്റെ പതനത്തോടുകൂടി നാട്ടിനു വിദേശഭീഷണി ഇല്ലാതായതുകൊണ്ട് ഒരുലക്ഷം വരുന്ന മഹാസൈന്യത്തിന്റെ ചുമതല നാട്ടുകാരെ അടിച്ചമർത്തുക എന്നതുമാത്രമായിരുന്നു. ഉദ്യോഗസ്ഥന്മാരുടെ ദുർഭരണംമൂലം നാട്ടിൽ കലാപങ്ങൾക്ക് ഒരിക്കലും കുറവുണ്ടായില്ല. ഇത്തരം കലാപങ്ങളിൽ ഒന്നുമാത്രമായിരുന്നു 1799 ൽ വേലുത്തമ്പിയുടെ നേതൃത്വത്തിൽ നടന്നത്. ഈ കലാപത്തേയും അടിച്ചമർത്താൻ വലിയ യജമാൻ പത്മനാഭൻ ചെമ്പകരാമന്റെ നേതൃത്വത്തിൽ സൈന്യത്തെ വിനിയോഗിച്ചുവെങ്കിലും രാജാകേശവദാസിനോടു കൂറുപുലർത്തിയ സൈന്യം അതിനു മുതിർന്നില്ല. മാത്രവുമല്ല മർദ്ദനനയം അനുവർത്തിക്കുന്നതിനെ ബ്രിട്ടീഷ് റസിഡണ്ട് മേജർ ബാനർമാൻ വിലക്കുകയും ചെയ്തു. സമരക്കാരുമായി ഒത്തുതീർപ്പുണ്ടാക്കാൻ ബാനർമാൻ രാജാവിൽ സമ്മർദ്ദം ചെലുത്തുകയും ചെയ്തു. അങ്ങനെയാണ് സർക്കാരിനെതിരായ കലാപം ആദ്യമായി വിജയിച്ചത്.

രാജ്യരക്ഷയ്ക്കുവേണ്ടി ഇംഗ്ലീഷുകാർക്ക് കപ്പം കൊടുക്കേണ്ടിവന്ന തിരുവിതാംകൂറിന് വലിയൊരു സൈന്യം ദുസ്സഹമായ സാമ്പത്തിക ഭാരമായിരുന്നു. സൈന്യത്തിന്റെ എണ്ണത്തിൽ കുറവുവരുത്തുന്നത് സൈനിക കലാപത്തിനു കാരണമാവുമെന്ന് ഭയന്നിരിക്കെയാണ് കപ്പം ഇരട്ടിയാക്കുന്നതിന് കമ്പനിയുടെ സമ്മർദ്ദമുണ്ടായത്. അപ്പോഴേയ്ക്കും തിരുവിതാംകൂർ സൈന്യത്തെ പിരിച്ചുവിടണമെന്നും ഉപദേശമുണ്ടായി. സൈനികകലാപ ഭീഷണി ഒരുവശത്തും ബ്രിട്ടീഷ് സമ്മർദ്ദം മറുവശത്തുമുണ്ടാവുകയാൽ ചെകുത്താനും കടലിനുമിടയിലത്തെ സ്ഥിതിയിലായി വേലുത്തമ്പി ദളവ. സൈന്യത്തിന്റെ എണ്ണം കുറയ്ക്കുന്നതിന് പ്രാരംഭമായി തിരഞ്ഞെടുക്കപ്പെട്ട ഭടന്മാരെ ചേർത്തുള്ള ഒരു ബ്രിഗേഡ് രൂപീകരിക്കുകയും കർണ്ണാടിക് സൈന്യത്തിലെ സമർത്ഥന്മാരായ ജൂനിയർ ആഫീസർമാരേയും ഇംഗ്ലീഷുകാരായ ആഫീസർമാരേയും അതിൽ നിയമിക്കുകയും ചെയ്തു. കേണൽ മെക്കാളെയുടെ മേൽനോട്ടത്തിൽ പ്രത്യേക പരിശീലനം ലഭിച്ച ഈ ബ്രിഗേഡിനെ കർണ്ണാടിക് ബ്രിഗേഡ് (വാർ പട്ടാളം) എന്ന് പറഞ്ഞിരുന്നു. ഇംഗ്ലീഷുകാരനായ മേജർ ഡാലിയായിരുന്നു ബ്രിഗേഡ് കമാന്റർ. കൊ. 980 തുലാം (1804) ഒന്നാം തിയതി മുതൽ സൈന്യത്തിൽ പിരിച്ചുവിടൽ ആരംഭിക്കുമെന്ന ഒരു ശ്രുതി നാടിന്റെ വിവിധഭാഗങ്ങളിൽ പാളയം അടിച്ചുകിടന്ന സൈനികരുടെ ഇടയിൽ കാട്ടുതീപോലെ വ്യാപിച്ചു. അവർ വേലുത്തമ്പിക്കും മെക്കാളെയ്ക്കും എതിരായി കലാപക്കൊടി ഉയർത്തി. ബ്രിട്ടീഷ് പട്ടാളത്തിന്റെ സഹായത്തോടുകൂടി കലാപം അടിച്ചമർത്തപ്പെടുകയും കലാപത്തിനു

നേതൃത്വം നല്കിയവരെ വിചാരണ ചെയ്തു പിരിച്ചുവിടുകയും ചെയ്തു. സ്വന്തം പട്ടാളത്തിൽ നിന്നുപോലും രക്ഷപ്പെടാൻ ബ്രിട്ടീഷ് സഹായം ആവശ്യമാണെന്നു വന്നപ്പോൾ ബ്രിട്ടീഷ് സബ്സിഡിയറി സേനയുടെ എണ്ണം വർദ്ധിപ്പിക്കാനും കപ്പം ഇരട്ടിയാക്കാനും സമ്മതിക്കാതെ തരമി ല്ലെന്നായി. അധികകപ്പം നല്കാൻ വേണ്ടി സംസ്ഥാന സൈന്യത്തെ പിരിച്ചുവിടാൻ അപ്പോഴും രാജാവിനും ദളവായ്ക്കും ഭയമായിരുന്നു. തിരു വിതാംകൂറിലെ എല്ലാ പ്രധാന നായർ കുടുംബങ്ങളിലും പെട്ടവരായി രുന്നു തിരുവിതാംകൂർ സൈന്യം. അവരെ പിരിച്ചുവിടുന്നത് ഒരു പ്രബല സമുദായത്തെ ഒന്നാകെ കലാപത്തിനു പ്രേരിപ്പിക്കുകയാവും ഫലമെന്നു ദളവാ മനസ്സിലാക്കി. അതൊഴിവാക്കാൻ പരമാവധിശ്രമിച്ചിട്ടും സാധി ക്കാതെ വന്നപ്പോഴാണ് രാജാവും ദളവായും ഇംഗ്ലീഷുകാർക്കെതിരെ തുറന്ന യുദ്ധത്തിനൊരുങ്ങിയത്. ഇക്കാര്യത്തിലും രാജാവിന്റെ പങ്ക് ദള വായുടേതിനൊടൊപ്പമോ അല്പം കൂടുതലോ ആയിരുന്നു എന്നുവേണം കരുതാൻ.[16] ആഗ്രഹം നടക്കാതെ പോയി. കർണ്ണാടിക് ബ്രിഗേഡ് ദളവാ യോടൊപ്പം നിന്നുവെങ്കിലും അതിനെ നയിച്ച ഇംഗ്ലീഷ് ആഫീസർമാ രുടെ അഭാവത്തിൽ പ്രയോജനരഹിതമായി. കർണ്ണാടിക് ബ്രിഗേഡ് ഉൾപ്പെടെ മുഴുവൻ തിരുവിതാംകൂർ സൈന്യവും പിരിച്ചുവിടപ്പെട്ടു.

പുതിയ ഭരണക്രമം

ക്രി. 1763 ൽ ആലങ്ങാടും പരവൂരും തിരുവിതാംകൂറിനുലഭിച്ചത് മുതൽ അവ രണ്ടും രണ്ട് മണ്ഡപത്തിൽ വാതിലുകളായി പുനഃസംഘടി പ്പിക്കപ്പെട്ടു. ക്രി. 1750 ൽ തന്നെ കറുത്ത തമ്പാനിൽ നിന്ന് ഏറ്റുവാങ്ങിയ കരപ്പുറം ദേശത്തെ ചേർത്തല എന്നപേരിൽ മണ്ഡപത്തിൻ വാതിലാ ക്കിയിരുന്നു. ഇപ്രകാരം തിരുവിതാംകൂറിനെ ആകെ 33 മണ്ഡപത്തിൽ വാതിലുകളായി രാമവർമ്മ രാജാവിന്റെ കാലത്തു വിഭജിച്ചു. മണ്ഡപ ത്തിൻ വാതിലുകളെ പത്തു സർവ്വാധികാരിമാരുടെ കീഴിലാക്കി. മണ്ഡ പത്തിൻ വാതിലുകളെ അധികാരങ്ങളായി വിഭജിച്ച് അധികാരി അഥവാ പ്രവർത്തികാരുടെ ചുമതലയിലാക്കി. റവന്യൂ ഭരണം കാര്യക്ഷമമാക്കാൻ 1751 ലും, 1773 ലും, 1802 ലും കണ്ടെഴുത്തുകൾ നടത്തി. 1802 ൽ നടന്ന കണ്ടെഴുത്തിൽ പോലും ഭൂമിയുടെ ശരിയായ വിസ്തൃതി അതിൽ വിത യ്ക്കാൻ ആവശ്യമായ നെൽവിത്തിന്റെ അടിസ്ഥാനത്തിലും കരയുടെ വിസ്തൃതി അതിൽ വിതയ്ക്കാനാവശ്യമായ പയർ വിത്തിന്റെ അടിസ്ഥാ നത്തിലുമായിരുന്നു നിശ്ചയിച്ചത്. വിളവിന് ചേതം വന്നാൽ കർഷകനു നികുതി കുറച്ചു കിട്ടാൻ പരാതിപ്പെടാം. അന്വേഷണം നടത്തി തെളിവെടുക്കാൻ പ്രത്യേകം ഉദ്യോഗസ്ഥന്മാരുണ്ട്. അവരെ തടസ്ഥർ എന്നു പറയുന്നു.

സർവ്വാധികാര്യക്കാരും, കാര്യക്കാരും, അധികാരിമാരും റവന്യൂ ഉദ്യോഗസ്ഥന്മാർ മാത്രമായിരുന്നില്ല. സർക്കാരിന്റെ ഭരണചുമതലക ളെല്ലാം ഈ ഉദ്യോഗസ്ഥന്മാരാണ് നിർവ്വഹിച്ചിരുന്നത്. നിയമസമാധാ നം, നീതിന്യായം, പൊതുമരാമത്ത്, സർക്കാർക്ഷേത്രങ്ങളുടെ ഭരണം

എന്നിവയും അവരിൽ നിക്ഷിപ്തമായിരുന്നു. പൊലീസ് ഇല്ലാതിരുന്നതുകൊണ്ട് ആയുധപരിശീലനം ലഭിച്ച നായന്മാരെ ഉപയോഗപ്പെടുത്താൻ ഏർപ്പാടുണ്ടായിരുന്നു. നായന്മാർ ആഴ്ചയിൽ ഒരുപ്രാവശ്യം അധികാരിയുടെ മുമ്പിൽ വന്ന് ആയുധവിദ്യയിലുള്ള കഴിവ് തെളിയിക്കേണ്ടതാണ്. കഴിവ് കുറഞ്ഞവരെ പിരിച്ചുവിടാനും കഴിവനുസരിച്ച് ആഴ്ചപ്പടി നിശ്ചയിക്കാനും അധികാരിക്ക് അധികാരം ഉണ്ടായിരുന്നു.[19] സിവിൽ വ്യവഹാരങ്ങൾ സലയുടെ തോതനുസരിച്ച് അധികാരിക്കോ, കാര്യക്കാർക്കോ, സർവ്വാധികാര്യക്കാർക്കോ തീരുമാനിക്കാം, സലയുടെ അഞ്ചിലൊന്നു ഫീസായി ഉദ്യോഗസ്ഥനു നല്കണം. വ്യക്തമായ സിവിൽ നടപടിക്രമങ്ങളോ ക്രിമിനൽ നടപടിക്രമങ്ങളോ ഇല്ലായിരുന്നു. എങ്കിലും മാർത്താണ്ഡവർമ്മയുടെ കാലം മുതൽ ഉദ്യോഗസ്ഥന്മാർ പാലിക്കേണ്ട നടപടിക്രമങ്ങൾ ഉൾക്കൊള്ളിച്ചുകൊണ്ടുള്ള ചട്ടവര്യോലകൾ ഉണ്ടായിരുന്നു.

മന്ത്രിമാർ

മാർത്താണ്ഡവർമ്മ തിരുവിതാംകൂർ ഭരണം ഏല്ക്കുന്നതിനു രണ്ട് വർഷം മുമ്പുതന്നെ പാരമ്പര്യമന്ത്രിമാരായിരുന്ന ഇളമ്പയിൽ പണ്ടാലയും ഇടത്തറപോറ്റിയും മധുരപ്പടയുടെ കാര്യത്തിൽ പ്രതിഷേധിച്ച് സ്ഥാനത്യാഗം ചെയ്തിരുന്നു. പ്രാദേശിക ഭരണാധികാരികളായിരുന്ന എട്ടുമാടമ്പിമാരും അവരോടൊത്തു നാടുവിട്ടു. മധുരപ്പടയുടെ തലവനായിവന്ന ആറുമുഖം പിള്ള ദളവാ മാത്രമായിരുന്നു ഏക മന്ത്രി. ദളവാ എന്നാൽ സൈന്യത്തിന്റെ ചുമതലയുള്ള പ്രതിരോധമന്ത്രി മാത്രമായിരുന്നു. 1737 ൽ ആറ്റിങ്ങൽ റാണിയിൽ നിന്ന് തൃപ്പാപ്പൂർ മൂപ്പേറ്റപ്പോൾ തൃപ്പാപ്പൂർ സ്വരൂപത്തിലെ സർവ്വാധികാര്യക്കാർ ആയിരുന്ന കൃഷ്ണനണ്ണാവി സിവിൽഭരണത്തലവനായി തുടർന്നു. ക്രി വ 1755 വരെയെങ്കിലും കൃഷ്ണനണ്ണാവി സർവ്വാധികാര്യക്കാരായി തുടർന്നതായി അഞ്ചുതെങ്ങു രേഖകളിൽ കാണാം. 1737 മുതൽ ദളവാസ്ഥാനം വഹിച്ചിരുന്നത് രാമയ്യൻ ആയിരുന്നു. കൃഷ്ണനണ്ണാവി സർവ്വാധികാര്യക്കാരും രാമയ്യൻ ദളവായും ഏതാണ്ട് തുല്യപദവിയുള്ളവരായിരുന്നു എന്നു അഞ്ചുതെങ്ങു രേഖകളിൽ നിന്ന് അനുമാനിക്കാമെങ്കിലും മുഖ്യൻ കൃഷ്ണനണ്ണാവി തന്നെയായിരുന്നു. തൃപ്പാപ്പൂരിനുവടക്കുള്ള ദേശങ്ങളുടെ മിലിട്ടറി ഗവർണ്ണർ കൂടെയായിരുന്നു ദളവാ. 1755 ൽ തൃപ്പാപ്പൂർ സ്വരൂപത്തിന് വടക്കുള്ള ദേശങ്ങളുടെ ഭരണം സർക്കാർ ഏറ്റെടുത്തപ്പോൾ അവിടെ സർവ്വാധികാരിമാരെയും കാര്യക്കാരന്മാരെയും അധികാരിമാരെയും നിയമിച്ചു. അതുമുതൽ ആ പ്രദേശങ്ങളുടെയെങ്കിലും സിവിൾ ഭരണം രാമയ്യനിൽ നിക്ഷിപ്തമായിരിക്കാം. 1755 നു ശേഷം സർവ്വാധികാര്യക്കാരന്മാരുടെ എണ്ണം കൂടുകയാൽ അവർക്കു മുകളിൽ വലിയ സർവ്വാധികാര്യക്കാർ എന്നൊരു ഉദ്യോഗസ്ഥൻ നിയമിതനായി. മൈസൂർ സംസ്ഥാനത്തെ ഭരണക്രമം തിരുവിതാംകൂറിലും അനുകരിക്കുകയായിരുന്നു എന്ന് തോന്നുന്നു. തുല്യ പദവിയുള്ള സർവ്വാധികാർ, ദളവാ എന്നിവരായിരുന്നു

മൈസൂറിൽ മന്ത്രിമാർ. സർവ്വാധികാർ സിവിൽ ഭരണത്തിന്റെയും ദളവാ യുദ്ധകാര്യങ്ങളുടെയും മന്ത്രിമാരായിരുന്നു.

രാമവർമ്മയുടെ ഭരണകാലത്തെ ഉത്തരാർദ്ധം മിക്കവാറും ഉദ്യോഗസ്ഥ ഭരണമായിരുന്നു എന്നുപറയാം. പുതിയ ഭരണക്രമത്തോട് ഇണങ്ങിച്ചേരാനുള്ള വൈമുഖ്യംമൂലം പഴയ മാടമ്പിമാരുടെ പിൻ തലമുറ നാട്ടിൽ അസ്വസ്ഥത ഉണ്ടാക്കിക്കൊണ്ടിരുന്നു. സൈന്യത്തിന്റെ ഉപയോഗം ഭരണത്തിൽ കൂടിവന്നതുകൊണ്ട് സർവ്വാധികാര്യക്കാരന്മാരുടെ എണ്ണം പത്തായും വലിയ സർവ്വാധികാര്യക്കാരന്മാരുടെ എണ്ണം മൂന്നായും വർദ്ധിച്ചു. രാമയ്യനുശേഷം കുറെക്കാലം അയ്യപ്പൻ മാർത്താണ്ഡപിള്ള ദളവാ ആയിരുന്നുവെങ്കിലും പിന്നീട് തുടർച്ചയായി തമിഴ് ബ്രാഹ്മണരാണ് ദളവാമാരായി നിയമിതരായത്. സൈന്യത്തിന്റെ ഉപയോഗം കൂടുതലും ആഭ്യന്തര ഭരണത്തിലായിരുന്നതുകൊണ്ട് ദളവമാർ നാമമാത്ര മന്ത്രിമാരെ ആയിരുന്നുള്ളൂ. സിവിൽ ഭരണവും സൈന്യവും മിക്കവാറും നായന്മാരുടെ കുത്തകയായിരുന്നതിനാൽ അവർ ദളവാമാരെ മേലധികാരിയായി അംഗീകരിച്ചില്ല. ഒരു വർഷത്തിൽ രണ്ട് ദളവാമാർ മരണപ്പെട്ടത് യാദൃച്ഛികമല്ലെന്ന് രാജാവിന് അറിയാമായിരുന്നിട്ടും അദ്ദേഹത്തിനൊന്നും ചെയ്യാനുമാകുമായിരുന്നില്ല.[20] ഏതായാലും ബ്രാഹ്മണ ദളവാമാർ അതിനുശേഷം നിയമിതരായില്ല. പകരം മൂന്നു വലിയ സർവ്വാധികാര്യക്കാർക്കും മുകളിൽ 'അടക്കി വലിയ സർവ്വാധികാര്യക്കാർ' എന്നൊരു ഉദ്യോഗം സൃഷ്ടിക്കപ്പെട്ടു.[21]

പില്ക്കാലത്ത് വലിയ ദിവാൻജിയെന്നും രാജാ കേശവദാസ് എന്നും അറിയപ്പെട്ട കേശവപിള്ള അഥവാ രാമൻ കേശവൻ അസാധാരണ വ്യക്തിത്വത്തിന്റെ ഉടമയായിരുന്നു. രാജസേവയിൽ അദ്വിതീയന്മാരായിരുന്ന തമിഴ് ബ്രാഹ്മണരെ കടത്തിവെട്ടുന്നതായിരുന്നു ആ രംഗത്തിൽ അദ്ദേഹത്തിന്റെ പാടവം. മുഖസ്തുതിയിൽ ഏറെ ആനന്ദംകണ്ടിരുന്ന രാമവർമ്മയാണ് ബുദ്ധിമാനായ കേശവപിള്ളയെ രായസം പ്രവൃത്തിയിൽ നിന്ന് വലിയ ദിവാൻജി പദത്തിലേക്കുയർത്തിയത്. വർത്തകപ്രമാണിയായിരുന്ന പോക്കുമൂസയുടെ കീഴിൽ കണക്കപ്പിള്ളയായിരുന്ന കേശവപിള്ളയ്ക്ക് പേർഷ്യൻ ഭാഷാപരിജ്ഞാനവും വാണിജ്യകാര്യത്തിലുള്ള പരിചയവും കൈമുതലായിരുന്നു.[22] ഉത്തരതിരുവിതാംകൂറിൽ ഓരോ മണ്ഡപത്തിൻവാതില്ക്കലും ഉണ്ടായിരുന്ന കച്ചവടകേന്ദ്രങ്ങൾ സർക്കാരിനുനല്കേണ്ട ചുങ്കപ്പിരിവ് കുത്തകയായി നല്കിയത് പോക്കുമൂസ ആയിരുന്നു എന്ന് 1757 ലെ ഹജൂർ ഖജന ഏറടവിൽ നിന്നുകാണാം.[23] രാജാവിന്റെ വാണിജ്യോപദേഷ്ടാവായിരുന്ന പോക്കുമൂസായിലൂടെയായിരുന്നു കേശവപിള്ള കൊട്ടാരം രായസമായി നിയമിക്കപ്പെട്ടത്. പേർഷ്യൻ ഭാഷയിലും വാണിജ്യത്തിലും ഉള്ള പരിജ്ഞാനം ഇംഗ്ലീഷുകാരുമായുള്ള അടുപ്പത്തിനുകാരണമായി. വളരെ വേഗം സമ്പ്രതിപദത്തിലേയ്ക്കുയർന്ന (രാജാവിന്റെ സെക്രട്ടറി) അദ്ദേഹം രാജാവിന്റെ വിശ്വസ്തനെന്ന നിലയിൽ ആ പദവിയെ വലിയ സർവ്വാധികാര്യക്കാരുടെ തുല്യ

തയിലേക്കുയർത്തി.[24] ഇംഗ്ലീഷുകാരുടെ ആത്മമിത്രമായിരുന്ന രാജാവിന്റെ ഉള്ളറിഞ്ഞുപ്രവർത്തിക്കാനുള്ള കേശവപിള്ളയുടെ കഴിവ് അദ്ദേഹത്തെ ഇംഗ്ലീഷുകാരുടെയും വിശ്വസ്തനാക്കി.

കുമാരൻ ചെമ്പകരാമപ്പിള്ളയുടെ മരണ ശേഷം 1788 സെപ്തംബർ മാസത്തിൽ (964 കന്നി 8) കേശവപിള്ള അടക്കി വലിയ സർവ്വാധികാര്യക്കാർ ആയി നിയമിക്കപ്പെട്ടു എന്ന് ശ്രീ. ശങ്കുണ്ണിമേനോൻ പറയുന്നു. [25] എന്നാൽ 1796 ൽ പൗളിനോസ് പാതിരി ഡച്ച്ഗവർണർ ഏഞ്ചൽ ബക്കിന്റെ വസതിയിൽ വച്ച് രാജാവിനെ സന്ദർശിച്ചപ്പോൾ അതിന് മുമ്പു തന്നെ കേശവപിള്ള പ്രധാനമന്ത്രിയായിക്കഴിഞ്ഞിരുന്നു എന്ന് പ്രസ്താവിക്കുന്നുണ്ട്.[26] എന്നാൽ 965 ചിങ്ങം 3-ാം തീയതി (1789 ആഗസ്ത്) രാജാവ് കേശവപിള്ളയ്ക്കയച്ച കത്തിൽ സമ്പ്രതിരാമൻ കേശവൻ എന്നാണുപറഞ്ഞുകാണുന്നത്. [27] സമ്പ്രതിയായിരിക്കെ തന്നെ അദ്ദേഹം പ്രധാനമന്ത്രിയുടെ ചുമതലകൾ നിർവ്വഹിച്ചിരുന്നു എന്നാണ് ഇതിൽനിന്നു മനസ്സിലാക്കാവുന്നത്. കേശവപിള്ള ദളവയായി നിയമിക്കപ്പെട്ടു എന്നും ദളവ എന്ന പദത്തിന് പരിഷ്കാരം പോരാത്തതുകൊണ്ട് ദിവാൻ എന്ന പദവി അദ്ദേഹം ഏറ്റുവെന്നും ചില ചരിത്രകാരന്മാർ പറയുന്നു.[28] ഇതു ശരിയല്ല. കേശവപിള്ള ദളവയായി ഒരിക്കലും നിയമിക്കപ്പെട്ടില്ല. അദ്ദേഹം അടക്കി വലിയ സർവ്വാധികാര്യക്കാരായി നിയമിക്കപ്പെടുന്നതിന് ഒരു വർഷം മുമ്പ് തന്നെ ദളവാ ആയി നിയമിക്കപ്പെട്ട കൃഷ്ണൻ ചെമ്പകരാമൻപിള്ള ദിവാൻ വേലുത്തമ്പിയുടെ ഭരണകാലത്ത് കൊ. 977 ൽ മരണമടയുന്നതുവരെ ആ പദവിയിൽതന്നെ തുടർന്നു. 977 ന് ശേഷം അടക്കി വലിയസർവ്വാധികാര്യവും ദളവാപദവിയും വേലുത്തമ്പി ഒന്നായി ഏറ്റെടുക്കുകമൂലമാണ് വേലുത്തമ്പി ദളവാ എന്നുപറയപ്പെട്ടത്.[29] അടക്കി വലിയസർവ്വാധികാര്യം എന്നതിന്റെ പേർഷ്യൻ രൂപമാണ് ദിവാൻ എന്നത്. കേശവപിള്ള തന്റെ കത്തുകളിൽ പേർഷ്യൻ പദങ്ങൾ ധാരാളം ഉപയോഗിക്കുക പതിവായിരുന്നു. അടക്കി വലിയ സർവ്വാധികാര്യം എന്നതിനെക്കാൾ ലളിതമാണ് ദിവാൻ എന്ന പദം. മന്ത്രിപദം ലഭിച്ചപ്പോഴും രാജാവിന് മുമ്പിൽ തന്റെ എളിമയെ പ്രകടിപ്പിക്കാൻ കേശവദാസ് എന്ന പേർ സ്വീകരിച്ചു.

കേശവദാസിന്റെ കാലത്താണ് നാടിനെ മൂന്നു മുഖങ്ങളായി തിരിച്ച് മൂന്ന് വലിയസർവ്വാധികാര്യക്കാരന്മാരെ വച്ചത്. അതിൽ തെക്കും മുഖത്തിൽ പതിനൊന്നും, കിഴക്കും മുഖത്തിൽ പത്തും, പടിഞ്ഞാറുമുഖത്തിൽ പന്ത്രണ്ടും മണ്ഡപത്തിൽ വാതിലുകളുണ്ടായിരുന്നു. തെക്കുംമുഖത്തിന്റെ ആസ്ഥാനം പത്മനാഭപുരവും, കിഴക്കുംമുഖത്തിന്റെ ആസ്ഥാനം മാവേലിക്കരയും, പടിഞ്ഞാറെമുഖത്തിന്റെ ആസ്ഥാനം പറവൂരും ആയിരുന്നു. പടിഞ്ഞാറേമുഖം വലിയസർവ്വാധികാര്യക്കാരായി ചിറയിൻകീഴ് അയ്യപ്പൻ ചെമ്പകരാമൻ പിള്ളയും കിഴക്കുംമുഖം വലിയ സർവ്വാധികാര്യക്കാർ പാറശ്ശാല പത്മനാഭൻ ചെമ്പകരാമപ്പിള്ളയും, തെക്കുംമുഖത്തിൽ പേഷ്കാർ ഇരയിമ്മൻതമ്പിയും നിയമിതരായി. പത്മനാഭൻ ചെമ്പകരാമൻ ദിവാൻജിയുടെ സ്യാലനും, ഇരയിമ്മൻ തമ്പി ഭാഗി

നേയനും ആയിരുന്നു. ദിവാൻജിയുടെ ആസ്ഥാനം മിക്കവാറും ആലപ്പുഴയായിരുന്നു. ആലപ്പുഴയെ അദ്ദേഹം തിരുവിതാംകൂറിന്റെ വാണിജ്യതലസ്ഥാനമാക്കി ഉയർത്തി. ദിവാൻജിയുടെ സെക്രട്ടറിയായിരുന്ന തിരുവട്ടാർ നീലകണ്ഠൻ ചെമ്പകരാമനും, കൊട്ടാരം സമ്പ്രതിയായിരുന്ന കുഞ്ചു നീലൻപിള്ളയും കേശവദാസിന്റെ വിശ്വസ്തന്മാരായിരുന്നു. കൃഷ്ണൻ ചെമ്പകരാമൻ ദളവയായിരുന്നുവെങ്കിലും സൈനിക കാര്യങ്ങളും വിദേശ ബന്ധവും കേശവദാസ് തന്നെ പൂർണ്ണമായും കൈകാര്യംചെയ്തു. തിരുവിതാംകൂറിന്റെ അതിർത്തിയിൽ നിന്ന് ടിപ്പുവിന്റെ സൈന്യം പിൻവാങ്ങിയശേഷം ദിവാൻജിയുടെ മരണംവരെ ഒമ്പതുവർഷക്കാലം തിരുവിതാംകൂർ സൈന്യത്തെ ഈസ്റ്റിന്ത്യാ കമ്പനിയുടെ സേവനത്തിന് വിട്ടുകൊടുത്തത് അദ്ദേഹത്തെ ഇംഗ്ലീഷുകാരുടെ ഏറ്റവും അടുത്ത ബന്ധുവാക്കി. അതിനിടയിലാണ് ആയിക്കോട്ടയിൽ നിറുത്തിയിരുന്ന രണ്ട് ബറ്റാലിയൻ ഇംഗ്ലീഷ് സൈന്യത്തെ പിൻവലിക്കണമെന്ന് തിരുവിതാംകൂറിന്റെ ആവശ്യം നിരാകരിക്കപ്പെട്ടതും അതിനെ സ്ഥിരം സംരക്ഷണസേനയായി നിർത്താൻ 1795 ൽ കരാറുണ്ടാക്കിയതും. 1765 ൽ തിരുവിതാംകൂറിനെ കർണ്ണാടിക് നവാബിന്റെ സാമന്തനാക്കിയ ഉടമ്പടിയിൽ കേശവദാസിന് പങ്കില്ലെങ്കിലും തിരുവിതാംകൂറിനെ കൂടുതൽ അസ്വതന്ത്രമാക്കിയ 1795 ലെ ഉടമ്പടിയുടെ പൂർണ്ണ ഉത്തരവാദിത്വം അദ്ദേഹത്തിനുള്ളതാകുന്നു. 1805 ലെ ഉടമ്പടിയാണ് തിരുവിതാംകൂറിന്റെ അടിമത്തം പൂർണ്ണമാക്കിയതെങ്കിലും അതിന് പ്രേരകമായത് 1795 ലെ ഉടമ്പടിയായിരുന്നു എന്നതാണ് വസ്തുത.

നാടിനെ കടക്കെണിയിലും സ്വാതന്ത്ര്യനഷ്ടത്തിലും എത്തിച്ച രാജാ കേശവദാസിന്റെ ഭരണം അവസാനിപ്പിച്ച ബാലരാമവർമ്മയ്ക്ക് അതിനുള്ള ന്യായീകരണമുണ്ടായിരുന്നു. കേശവദാസ് തന്നെ രാജാവിന്റെ അനുമതിയോടെ നടപ്പാക്കിയ നികുതികൾ മുഴുവനും പിരിച്ചെടുക്കാൻ സാധിച്ചിരുന്നുവെങ്കിൽ വിദേശ കടങ്ങൾ വീട്ടാൻ ഒരുപക്ഷേ, സാധിക്കുമായിരുന്നു. ഉദ്യോഗസ്ഥ അഴിമതികളും നാട്ടിൽ കലാപം ഉണ്ടാകുമെന്നുള്ള ഭയവും കർശന നടപടികൾ എടുക്കുന്നതിൽ നിന്ന് ദിവാൻജിയെ പിന്തിരിപ്പിച്ചു. അന്നു വലിയ സർവ്വാധികാര്യക്കാരായിരുന്ന മൂന്നു പേരിലൊരാളെയോ തുല്യപദവിയിലിരുന്ന ജനറൽ കുമാരൻ തമ്പിയേയോ ദിവാനായി നിയമിച്ചാൽ അവർക്ക് കർശന നടപടികളെടുക്കാൻ സാധിക്കുമായിരുന്നില്ല എന്നതും പരമാർത്ഥമാണ്. നാടുമായി ബന്ധമില്ലാത്ത ഒരാളെ ദിവാനായി നിയമിച്ചാൽ അതു പോംവഴിയാകുമെന്ന് കരുതിയ രാജാവ് മലബാറിൽ നിന്ന് തിരുവനന്തപുരത്ത് അഭയാർത്ഥിയായി വന്നുതാമസമാക്കിയ ഉതിയേരി ജയന്തൻ നമ്പൂതിരിയെ ദിവാനാക്കി. തിരുനൽവേലിയിലെ കുളത്തൂർനിന്നും വന്നു തക്കല താമസമാക്കിയ ശങ്കരനാരായണൻ ചെട്ടിയെ ധനകാര്യോപദേഷ്ടാവായും നിയമിച്ചു. കേശവദാസിന്റെ വിശ്വസ്തന്മാരായിരുന്ന തിരുവട്ടാർ നീലകണ്ഠൻ ചെമ്പകരാമനും സമ്പ്രതി കുഞ്ചുനീലൻ പിള്ളയും പിരിച്ചുവിടപ്പെട്ടു എന്നുമാ

ത്രമല്ല നീലകണ്ഠൻ ചെമ്പകരാമനെ പരസ്യമായി മുക്കാലിയിൽ കെട്ടി അടിക്കുകയും ചെയ്തു. പൊതുജനങ്ങൾക്ക് രാജാവിനെ കണ്ട് പരാതി പറയാനുള്ള സൗകര്യം എടുത്തുകളഞ്ഞതാണ് ഏറ്റവും ബുദ്ധിശൂന്യ മായ നടപടിയായത്. ദിവാന്റെ അനുജന്റെ അനുവാദമില്ലാതെ ആരും രാജാവിനെ കാണരുതെന്ന് വിലക്കിയിരുന്നു. ശ്രീ പത്മനാഭസ്വാമി ക്ഷേത്രം വിചാരിപ്പുകാരനായ വേലുത്തമ്പിയെപ്പോലും രാജാവിനെ കാണുന്നതിൽനിന്നും വിലക്കിയതാണ് കലാപം ഉണ്ടാക്കാൻ വേലുത്ത മ്പിയെ പ്രേരിപ്പിച്ചത്. വെറും അമ്പതുദിവസങ്ങൾക്കുശേഷം നമ്പൂതി രിക്കു സ്ഥാനം ഒഴിയേണ്ടിവന്നത് ജനങ്ങളിൽ അപ്പോഴും പ്രതികരണ ശേഷി നഷ്ടപ്പെട്ടില്ല എന്നതിന് ഉദാഹരണമാണ്.

"പിന്നത്തേതിൽ 974-മാണ്ട് മിഥുനമാസത്തിൽ പടിഞ്ഞാറെ മുഖത്ത് സർവ്വാധികാര്യം വിചാരിച്ച അയ്യപ്പൻ ചെമ്പകരാമൻ പിള്ള വല്യസർവ്വാ ധികാര്യക്കാരെ വരുത്തി അടക്കിവിചാരം വച്ചാറെ ഒരുസംവത്സരം തിക യുന്നതിനുമുമ്പ് ദീനമായി പോകകൊണ്ട് കിഴക്കേ മുഖത്ത് സർവ്വാധി കാര്യം വിചാരിച്ച പാറയിശ്ശാല പത്മനാഭൻ ചെമ്പകരാമൻപിള്ളയെ വരുത്തി അടക്കിവിചാരത്തിനാക്കി" എന്നാണ് കിഴക്കുമുഖം വലിയ സർവ്വാധികാര്യക്കാരായി പിന്നീടു നിയമിതനായ കൃഷ്ണൻ ചെമ്പകരാ മപിള്ള പ്രസ്താവിച്ചിട്ടുള്ളത്. തിരുവട്ടാർ നീലകണ്ഠൻ ചെമ്പകരാമനെ പടിഞ്ഞാറെ മുഖം വലിയ സർവ്വാധികാര്യക്കാരായും, കുഞ്ചുനീലൻ പിള്ളയെ സമ്പ്രതിയായും വേലുത്തമ്പിയെ മുളകുമടിശ്ശീല സർവ്വാധി കാര്യക്കാരായും നിയമിച്ചു. '976-ാമാണ്ട് മീനമാസം വരെയും വിചാരിച്ച് വന്നാറെ, കേശവ പിള്ള ദിവാൻജിയുടെ അനുജൻ കുമാരൻ തമ്പി ജന റാളും, ഇരയിമ്മൻ തമ്പി പേഷ്കാറും ജന്നപട്ടണത്തേക്ക് കായിതങ്ങൾ കൊടുത്തയക്കയും ദിവാൻ ഉദ്യോഗത്തിന് ശ്രമിക്കയും ചെയ്തുവരുന്നു എന്നും, അവരും വലിയസർവ്വാധികാര്യക്കാരും (പത്മനാഭൻ ചെമ്പക രാമൻ) തമ്മിൽ സംബന്ധികളാകുന്നു എന്നും സമ്പ്രതി കുഞ്ചുനീലൻ പിള്ള മുതൽ പേര് തിരുമനസ്സറിയിച്ച് അവരുടെ മുദ്രയും വെയ്പിച്ച് ജന റാലെയും പേഷ്കാരേയും പാറാവിലാക്കി വലിയ സർവ്വാധികാര്യക്കാരെ വീട്ടിലും അയച്ചു.... പിന്നത്തരിൽ വേലുത്തമ്പിയെ വരുത്തി രാജ്യകാര്യം വിചാരത്തിന് ആക്കി. വേലുത്തമ്പിയെ ദിവാൻ ആക്കിയത് ഇംഗ്ലീഷുകാ രുടെ സമ്മർദ്ദംമൂലമോ കുഞ്ചുനീലൻ പിള്ളയ്ക്ക് ആ പദവിയിൽ താല്പ ര്യമില്ലാതിരുന്നതുകൊണ്ടോ ആണെന്നു സ്പഷ്ടമാണ്. പാറശ്ശാല പത്മ നാഭൻ ചെമ്പകരാമപിള്ള സ്ഥാനം ഒഴിഞ്ഞപ്പോൾ ഏറ്റവും സീനിയർ ഉദ്യോഗസ്ഥനും കഴിവുറ്റവനും സമ്പ്രതി കുഞ്ചുനീലൻപിള്ള ആയിരു ന്നു.'[30] ദിവാന്റെ ആസ്ഥാനം ആലപ്പുഴ ആയിരുന്നതുകൊണ്ട് കൊട്ടാരം വിട്ടാൽ രാജാവിനുമേലുള്ള സ്വാധീനം കുറയുമെന്ന് ബുദ്ധിമാനായ സമ്പ്രതി മനസ്സിലാക്കിയിരുന്നിരിക്കാം. രാജാ കേശവദാസ് മുതൽ ഉമ്മി ണിത്തമ്പി വരെയുള്ള എല്ലാ ദിവാന്മാർക്കും രാജകോപം നേരിടേണ്ടിവ ന്നത് രാജാവിൽനിന്നും അകന്നുള്ള ഔദ്യോഗിക ജീവിതംമൂലമാണ്.

രാജാവിനെതിരെ കലാപമുണ്ടാക്കിയ വേലുത്തമ്പിയെ ദിവാൻ പദവിയിൽ നിന്ന് പിരിച്ചുവിടണമെന്നാവശ്യപ്പെട്ട വലിയമേലെഴുത്ത് (ചീഫ് അക്കൗണ്ട്സ് ഓഫീസർ) മുത്തുപ്പിള്ള 'പുള്ളിപ്പട്ടാളം വിചാരിച്ച നാരായണൻ ചെമ്പകരാമൻ, എന്നിവർ പകരം നിശ്ചയിച്ചത് പടിഞ്ഞാറെമുഖം നീലകണ്ഠൻ ചെമ്പകരാമനെ ആണെന്നതിൽ നിന്നു[31] അപ്പോഴും കുഞ്ചു നീലൻ പിള്ളയ്ക്ക് ദിവാനാകാൻ മോഹമില്ലായിരുന്നു എന്നാണ് കരുതേണ്ടത്. വേലുത്തമ്പിക്കെതിരായ ഗൂഢാലോചനയിലോ പട്ടാളകലാപത്തിലോ കുഞ്ചുനീലൻപിള്ളയ്ക്ക് പങ്കുണ്ടായിരുന്നതായി കൃഷ്ണൻ ചെമ്പകരാമൻ പറയുന്നില്ല. എങ്കിലും കുഞ്ചുനീലൻ പിള്ളയെ ശിക്ഷിക്കാൻ മെക്കാളെ നടത്തിയ ശ്രമം ഒരുപക്ഷെ, വേലുത്തമ്പിയുടെ പ്രേരണമൂലം ആകാം.

വേലുത്തമ്പി നിർദ്ദയനായ ഒരു ഭരണാധികാരിയായിരുന്നു എന്നു മിക്കവാറും എല്ലാ ചരിത്രകാരന്മാരും പറയുന്നു. നിർദ്ദയനായിരുന്നില്ല എന്നതാണ് രാജാകേശവദാസിന്റെ പരാജയകാരണം. വേലുത്തമ്പി നയിച്ച ജനകീയ സമരം ഒത്തുതീർപ്പായപ്പോൾ രാജാവ് പരാതിക്കാരോട് ഇങ്ങനെ പറഞ്ഞു. "നിങ്ങളുടെ ആവലാതികൾക്കെല്ലാം ഞാൻ പരിഹാരമുണ്ടാക്കി. ഇനി അമ്മാവന്റെ അറിവോടുകൂടി ദിവാൻ കേശവദാസ് വരുത്തിവച്ച കടംതീർക്കുവാൻ നിങ്ങൾ തന്നെ വഴിയുണ്ടാക്കണം." കരക്കുടിശ്ശികകൾ പിരിച്ചെടുക്കാൻ ശക്തമായ നടപടികൾ തന്നെ വേണ്ടിവന്നു. പട്ടാളച്ചെലവുകുറയ്ക്കാനും അദ്ദേഹം പ്രേരിതനായി. തെങ്ങുകയറ്റക്കാർ ആദ്യം സമരം ചെയ്തു. പിന്നീട് ഉയർന്ന ഉദ്യോഗസ്ഥന്മാരായിരുന്നു അദ്ദേഹത്തിനെതിരെ തിരിഞ്ഞത്. ഒടുവിൽ പട്ടാളവും അദ്ദേഹത്തിനെതിരെ കലാപമുണ്ടാക്കി. "വേലുത്തമ്പിയുടെ ഭരണനടപടികളും അതിലെ വിജയവും ധാരാളം ശത്രുക്കളെ ഉണ്ടാക്കി" എന്നാണ് വാർഡും കോണറും പറയുന്നത്. ദാക്ഷിണ്യരഹിതമായ നടപടികളിലൂടെ അല്ലായിരുന്നുവെങ്കിൽ അദ്ദേഹവും മുൻഗാമികളെപ്പോലെ തടവിലാവുകയോ, നാടുകടത്തപ്പെടുകയോ, വധിക്കപ്പെടുകയോ ചെയ്യുമായിരുന്നു എന്നതു തീർച്ചയാണ്. ഇംഗ്ലീഷുകാരുമായി സഹകരിച്ച് നാടിന് ഗുണകരമായ പലതും ചെയ്യാൻ അദ്ദേഹത്തിനു സാധിച്ചു, യുദ്ധം ആരംഭിക്കുന്നതിന് ഏതാനും ദിവസങ്ങൾക്കുമുമ്പുവരെ ഒത്തുതീർപ്പിനുള്ള ശ്രമങ്ങൾ അദ്ദേഹം നടത്തിയിരുന്നു. നാടിന്റെ അഭിലാഷങ്ങൾ പ്രതിഫലിപ്പിച്ച രാജാവിനോടോ അല്ലെങ്കിൽ ഇംഗ്ലീഷുകാരോടോ മാത്രം വിശ്വസ്തനായിരിക്കുക എന്ന ചോദ്യം ഉയർന്നപ്പോൾ അദ്ദേഹം ആദ്യത്തേത് തെരഞ്ഞെടുത്ത് മരണം വരിച്ചു.

ദളവാ എന്ന നിലയിൽ ഉമ്മിണിത്തമ്പി ഒരു തികഞ്ഞ പരാജയമായിരുന്നു. വേലുത്തമ്പിയുടെ ശത്രു എന്നതിൽ കവിഞ്ഞ് ഒരു ദിവാനാകാനുള്ള യോഗ്യതകളൊന്നും അയാൾക്കില്ലായിരുന്നു. വേലുത്തമ്പിയെപ്പോലെ നിർദ്ദയനായിരുന്നുവെങ്കിലും അദ്ദേഹത്തിനുണ്ടായിരുന്ന ഭരണപാടവം ഉമ്മിണിത്തമ്പിക്കില്ലായിരുന്നു. നാടിനുവേണ്ടി ചരമം വരിച്ചു

എന്ന ബഹുമതി വേലുത്തമ്പിക്കു ലഭിച്ചപ്പോൾ മക്കാളെയുടെ പാദസേവകൻ എന്ന നിലയിൽ ഉമ്മിണിത്തമ്പി നാട്ടുകാരാൽ വെറുക്കപ്പെട്ടു. തിരുവിതാംകൂർ പട്ടാളത്തെ കർണ്ണാടിക് ബ്രിഗേഡുൾപ്പെടെ പിരിച്ചു വിട്ടത് വമ്പിച്ച ചെലവ് ഒഴിവാക്കിയെങ്കിലും അതിന്റെ പ്രയോജനം അനുഭവപ്പെട്ടില്ല. എന്തെന്നാൽ, മർദ്ദനോപാധിയായിരുന്ന പട്ടാളത്തിന്റെ സഹായമില്ലാതെ നികുതികൾ പിരിച്ചെടുക്കുക അസാദ്ധ്യമായിരുന്നു. തന്മൂലം കമ്പനിക്കുള്ള കപ്പം പോലും അടച്ചു തീർക്കാൻ ഉമ്മിണിത്തമ്പിക്കു കഴിഞ്ഞില്ല. കപ്പം കുടിശ്ശികയായാൽ സംസ്ഥാനത്തിന്റെ ഒരു വകുപ്പോ അല്ലെങ്കിൽ ഒരു ഭാഗമോ ഏറ്റെടുക്കാൻ 1805 ലെ ഉടമ്പടിയുടെ അഞ്ചാം വകുപ്പനുസരിച്ചു കമ്പനി സർക്കാരിന് അവകാശമുണ്ടായിരുന്നു. രാജ്യാവകാശിയേയും ദളവായേയും തടവിലാക്കിയശേഷം സംസ്ഥാനത്തിന്റെ മുഴുവൻ ഭരണവും ഏറ്റെടുക്കുകയാണ് മൺറോ ചെയ്തത്.

ഭരണത്തെപ്പറ്റി വിദേശികൾ

മൺറോയ്ക്കുമുമ്പുള്ള തിരുവിതാംകൂർ ഭരണത്തെ നിശിതമായി വിമർശിക്കുന്നതാണ് വാർഡും കോണറും നടത്തിയ പഠനം. അന്ധവിശ്വാസിയും ക്രൂരനുമായ മാർത്താണ്ഡവർമ്മ ബ്രാഹ്മണർക്കുവേണ്ടി ബ്രാഹ്മണവിധിപ്രകാരം ഭരണം നടത്തിയെന്നാണ് പറയുന്നത്. ഒരു സൈന്യത്തെ സംഘടിപ്പിച്ച അദ്ദേഹം അയൽരാജ്യങ്ങൾക്കെതിരായും സ്വന്തം ജനതയ്ക്കെതിരായും ഒരുപോലെ നീതിരഹിതമായി പെരുമാറിയെന്നും പറയുന്നു. ക്രൂരതയിലും രാജ്യവികസനത്തിലും രാമവർമ്മ രാജാവ് തന്റെ മുൻഗാമിയെ അനുകരിച്ചു. ഒരു യൂറോപ്യന്റെ ശിക്ഷണത്തിൽ പരിശീലനം നേടിയ സൈന്യത്തെ അയൽരാജ്യങ്ങൾ കീഴടക്കാൻ അദ്ദേഹം വിനിയോഗിച്ചു. അയൽ രാജാക്കന്മാരാകട്ടെ തമ്മിൽ കലഹിച്ചിരുന്നതല്ലാതെ യോജിച്ച് ശത്രുവിനെ നേരിടാൻ ശ്രമിച്ചതുമില്ല. ടിപ്പുവിൽനിന്ന് രാജ്യത്തെ രക്ഷിക്കാൻ കഴിയാത്ത തിരുവിതാംകൂർ സൈന്യം നാട്ടുകാരെ അടിച്ചമർത്തുന്നതിൽ വിരുതുകാട്ടി. രാമവർമ്മയുടെ പിൻഗാമിയും അദ്ദേഹത്തെപ്പോലെ തന്നെ ദുർബ്ബലനും ദുർമ്മതിയുമായിരുന്നു. അയാൾ സ്വന്തം മന്ത്രിമാരുമായി നിരന്തരം പോരാടിക്കൊണ്ടിരുന്നു. എന്നാൽ രാജാവിന്റെ ആദ്യകാലദുഷ്കൃത്യങ്ങൾ ശക്തനായ ഒരാളുടെ (വേലുത്തമ്പി) മുമ്പിൽ ഫലിച്ചില്ല. ആ മന്ത്രിയുടെ നടപടികളും അവയുടെ വിജയവും ഒരുകൂട്ടം എതിരാളികളെ അദ്ദേഹത്തിന് നേടിക്കൊടുത്തു രാജാവിനാൽ പ്രോത്സാഹിപ്പിക്കപ്പെട്ട ഈ എതിരാളികൾ ആ മന്ത്രിയുടെ സ്ഥാനത്ത് മറ്റൊരാളെ പ്രതിഷ്ഠിക്കുമായിരുന്നു ബ്രിട്ടീഷ് റസിഡന്റ് ഇടപെട്ടില്ലായിരുന്നുവെങ്കിൽ. ബ്രിട്ടീഷ് സൈന്യത്തെയും പാലിയത്തച്ചനെയും വിമർശിച്ച വാർഡും കോർണറും വേലുത്തമ്പിയെ കുറ്റപ്പെടുത്തുന്നില്ല. പിരിച്ചുവിടപ്പെട്ട ദളവയുടെ ആരാധകരും പിരിച്ചുവിടപ്പെട്ട വമ്പിച്ച സൈന്യവും കലാപക്കൊടി ഉയർത്തി. പുതുതായി നിയമിതനായ ദളവാ ഉമ്മിണിത്തമ്പിയാകട്ടെ അസംതൃപ്തിയെ

വർദ്ധിപ്പിച്ചതേ ഉള്ളൂ. കമ്പനിക്കു നല്കേണ്ട കപ്പം നല്കാതിരിക്കാൻ ഈ സ്ഥിതിവിശേഷം എടുത്തുകാട്ടപ്പെട്ടു. ഉടമ്പടി വ്യവസ്ഥയനുസരിച്ച് രാജ്യഭരണം കമ്പനി ഏറ്റെടുക്കണമെന്ന സ്ഥിതി വന്നപ്പോഴാണ് രാജാവ് മരിച്ചതും റാണി വാഴിക്കപ്പെട്ടതും. രാജ്യഭരണം, നന്ദി സൂചകമായി റസിഡണ്ടിനെ ഏല്പിച്ച റാണി ലക്ഷ്മിഭായിയെപ്പറ്റി നല്ലതേ ചരിത്രകാരന്മാർ പറയുന്നുള്ളൂ.[32]

രാമവർമ്മ രാജാവിന്റെ ഭരണത്തെപ്പറ്റി പ്രശംസിക്കുകയാണ് ഫാദർ പൗളിനോസ് ബർത്തലോമിയോ. നികുതി പിരിവ് സുഗമമാക്കുവാനും നാട്ടിൽ ശാന്തിയും സമാധാനവും നിലനിറുത്തുവാനുമായി സൈന്യം രാജ്യത്തങ്ങോട്ടുമിങ്ങോട്ടും മാർച്ചുചെയ്യുക സാധാരണമാണ്. രാജ്യത്താസകലം സുരക്ഷിതത്വം വീണ്ടും പ്രാബല്യത്തിൽ വന്നിരിക്കുന്നു. കൊലയും കൊള്ളയും എങ്ങും കേൾക്കുന്നില്ല. രാജവീഥിയിൽ ആർക്കും നിർഭയം സഞ്ചരിക്കാം. മതപരമായ ചടങ്ങുകളെ ആരും തടസ്സം ചെയ്യുന്നില്ല. ഏതവസരത്തിലായാലും നീതി തങ്ങൾക്കു ലഭിക്കുമെന്ന ബോധം ജനങ്ങൾക്കുണ്ട്. പുഴകൾ തമ്മിലും പുഴയും കടലും തമ്മിലും യോജിപ്പിക്കുന്ന തോടുകൾ ഈ മഹാരാജാവ് കുഴിച്ചുണ്ടാക്കിയിട്ടുണ്ട്. ഇദ്ദേഹത്തിന്റെ നിർദ്ദേശാനുസരണം കന്യാകുമാരിമുതൽ കൊടുങ്ങല്ലൂർവരെ ഒരു റോഡ് നിർമ്മിച്ചിട്ടുണ്ട്. അതിന്റെ ഫലമായി രാജ്യത്തിന്റെ ഏതു ഭാഗത്ത് എന്തു നടന്നാലും 24 മണിക്കൂറിനകം വിവരം രാജാവിനു ലഭിക്കുന്നു. ചെലവുകൾ കഴിച്ച് സർക്കാരിന് ആണ്ടൊന്നുക്ക് 5 ലക്ഷം രൂപ മിച്ചമുണ്ടാവും. അതിൽ പകുതി കരുതൽ ധനമായി ഖജനാവിൽ സൂക്ഷിക്കുന്നു. അടിയന്തരാവശ്യങ്ങൾക്കു മാത്രമേ അതെടുക്കുകയുള്ളൂ.[33] ക്രി. 1780–1787 കാലത്തെ സ്ഥിതിയാണിത്. സൈന്യം നിരന്തരം റോന്തു ചുറ്റിയിരുന്നുവെന്നും നികുതി പിരിവിനെ സഹായിക്കാനായിരുന്നു അതെന്നും പറയുമ്പോൾ പട്ടാളഭരണമാണ് നിലനിന്നതെന്നു വ്യക്തമാകുന്നു. സുരക്ഷിതത്വം വീണ്ടും കൈവന്നു എന്നു പറയുന്നതിൽ നിന്നു അടുത്ത കാലംവരെ സുരക്ഷിതത്വം ഇല്ലായിരുന്നു എന്നും സിദ്ധിക്കുന്നു. രാജാവ് യാത്ര ചെയ്യുമ്പോൾ അയ്യായിരമോ ആറായിരമോ വരുന്ന സൈന്യം അകമ്പടി സേവിച്ചിരുന്നു എന്ന് മറ്റൊരിടത്തു പൗളിനോസ് പറയുന്നതിൽനിന്നു സരുക്ഷിതത്വത്തിന്റെ തോതു ഊഹിക്കാവുന്നതേയുള്ളൂ. 1787ൽ ദിവാൻ കേശവദാസിനെപ്പറ്റി ഫാ. പൗളിനോസ് ഇപ്രകാരം എഴുതി. "ഈ അധികാരമോഹിയായ യുവാവ് ഇന്ത്യൻ ഭരണാധിപന്മാരെപ്പോലെ ദിവാൻജി എന്ന പദവി സ്വീകരിക്കുകയും രാജാവിനെ തൃപ്തിപ്പെടുത്തുവാനായി ജനങ്ങളിൽനിന്നും അമിതമായ നികുതി പിരിക്കുകയും ചെയ്തിരുന്നു."[34] ഇതു മൈസൂർ ആക്രമണത്തിനു രണ്ടുവർഷം മുമ്പത്തെ സ്ഥിതിയാണ്. ടിപ്പുവിന്റെ ആക്രമണത്തെത്തുടർന്ന് ഏർപ്പെടുത്തിയ നിലവരി, കടമാവരി തുടങ്ങിയ യുദ്ധനികുതികൾ എത്ര ഭീകരമായിരുന്നു എന്ന് ഊഹിക്കാവുന്നതേയുള്ളൂ.

തിരുവിതാംകൂർ ദിവാനെന്ന നിലയിലും റസിഡണ്ട് എന്ന നിലയിലും

എട്ടുവർഷത്തിലേറെ പ്രവർത്തിച്ച കേണൽ മൺറോ 1832 ൽ ബ്രിട്ടീഷ് പാർലമെന്റിന് സമർപ്പിച്ച പ്രസ്താവനയിൽ തിരുവിതാംകൂറിൽ നില വിലുണ്ടായിരുന്ന ഭരണത്തെ അതിനിശിതമായി വിമർശിച്ചിരിക്കുന്നു.[35] “മനുഷ്യനെയും അവന്റെ സ്വത്തിനേയും പൂർണ്ണമായും അടിച്ചമർത്തലിന് വിധേയമാക്കാൻ വേണ്ടി മാത്രം രൂപപ്പെട്ട മറ്റൊരു ഭരണ വ്യവസ്ഥയും ലോകത്തുകാണുകയില്ല.” ധാരാളം ഉദാഹരണങ്ങൾ അദ്ദേഹം വിവരി ക്കുന്നു.. അഴിമതിയും അനീതിയും ഉദ്യോഗസ്ഥന്മാരിൽ വ്യാപകമായി രുന്നു. അവർക്കുണ്ടായിരുന്ന അനിയന്ത്രിതമായ അധികാരം കവർച്ച യ്ക്കും, കള്ളത്തരത്തിനും ബലപ്രയോഗത്തിനുമാണു ഉപയോഗിക്കപ്പെ ട്ടത്. സ്വകാര്യലാഭമുണ്ടെങ്കിൽമാത്രമേ മുകളിൽനിന്നുള്ള ഉത്തരവുകൾ അവർ നടപ്പിലാക്കിയിരുന്നുള്ളു. അങ്ങനെയല്ലെങ്കിൽ, ഉത്തരവുകൾ പാർവ്വത്യകാരന്മാർക്ക് അയച്ചുകൊടുത്തിട്ടുണ്ട് എന്ന് പറഞ്ഞ് കാര്യ ക്കാരന്മാർ തടിതപ്പും. നികുതികൾ പിരിച്ചാൽ രസീത് കൊടുക്കുകയോ കണക്കിൽ ചേർക്കപ്പെടുകയോ ചെയ്യില്ല. പരാതിപ്പെട്ടാൽ പരാതിക്കാ രനെ കള്ളക്കേസിൽ കുടുക്കാൻ പൊലീസിന്റെയും മജിസ്ട്രേട്ടിന്റെയും അധികാരമുള്ള റവന്യൂ ഉദ്യോഗസ്ഥന് കഴിയും. സിവിൽ വ്യവഹാര ത്തിന്റെ വിധികല്പിക്കാൻ റവന്യൂ ഉദ്യോഗസ്ഥന് അധികാരമുണ്ട്. സല യുടെ അഞ്ചിലൊന്നു ഫീസായി ഉദ്യോഗസ്ഥന് കിട്ടും. അതുകൊണ്ട് സലകൂട്ടി വച്ച് അന്യായഫീസ് വസൂലാക്കും. പൊലീസിന്റെയും ന്യായാ ധിപന്റെയും, ജയിലറുടെയും ചുമതലകൾ റവന്യൂ ഉദ്യോഗസ്ഥനായിരു ന്നതുകൊണ്ടും നിയമ വാഴ്ച വികലമായിരുന്നു. “സർക്കാർ പണം സ്വന്തം ആവശ്യത്തിനുപയോഗിക്കാത്ത ഉദ്യോഗസ്ഥൻ തിരുവിതാംകൂ റിലുണ്ടായിരുന്നോ എന്നു സംശയമാണ്.” ഒരിടത്തു മൺറോ രേഖപ്പെ ടുത്തി. മറ്റൊരിടത്ത് ഇങ്ങനെ പറയുന്നു, “ഈ വ്യവസ്ഥിതിയിലെ ക്രൗര്യം, അഴിമതി, അധികാരദുർവ്വിനിയോഗം എന്നിവ എത്ര വിവരി ച്ചാലും അധികമാവില്ല. ദ്രോഹകരവും, ജനപീഡനകരവും, ദുഷ്കീർത്തി കരവുമായ കാര്യങ്ങൾ നിർവ്വഹിക്കുന്നതിൽ അത്യന്തം ജാഗ്രതകാണിച്ച അവർ (ഉദ്യോഗസ്ഥർ) മനുഷ്യത്വം, ഭൂതദയ, നീതിനിർവ്വഹണം എന്നി വയിൽ വളരെ പിന്നോക്കമായിരുന്നു.” ഈ ഉദ്യോഗസ്ഥന്മാർക്കു നാമ മാത്രമായ ശമ്പളമാണുണ്ടായിരുന്നത്. അതുപോലും ഖജനാവിൽനിന്ന് നല്കിയിരുന്നില്ല. പക്ഷേ, നാട്ടുകാരിൽ നിന്ന് പലതരം പിരിവുകൾ നട ത്താൻ അവരെ അനുവദിച്ചിരുന്നു. അതുകൊണ്ട് അവർ കൊള്ള നട ത്തിയാലും രാജാവു കണ്ണടയ്ക്കുകയേ ഉള്ളൂ. ദിവാൻ മുതൽ അധികാ രിവരെയുള്ള എല്ലാം രാജാവു നേരിട്ടാണ് നിയമിച്ചിരുന്നത്. നിയമനം നടക്കുമ്പോൾ വമ്പിച്ച തുക രാജാവിന് നല്കേണ്ടതുണ്ട്. അതിനുപു റമേ പിറന്നാൾ തുടങ്ങിയ വിശേഷ ദിവസങ്ങളിൽ വേറെയും പാരിതോ ഷികങ്ങൾ നല്കണം. അതുകൊണ്ട് ഉദ്യോഗം ലഭിച്ചാൽ രണ്ടോ മൂന്നോ വർഷംകൊണ്ട് ചെലവായ തുകയും വമ്പിച്ച സമ്പാദ്യവും അവർ നേടാൻ ശ്രമിക്കുന്നു. അങ്ങനെ സമ്പാദിക്കുന്ന മുതലും പലപ്പോഴും രാജാവിനു

തന്നെ ലഭിക്കുന്നു. കുറ്റവാളിയെന്ന നിലയിൽ ഒരു ഉദ്യോഗസ്ഥനെ പിടികൂടിയാൽ അയാളെ പിരിച്ചുവിടുക മാത്രമല്ല അയാളുടെ കുടുംബസ്വത്തു മുഴുവൻ സർക്കാരിലേക്കു കണ്ടുകെട്ടുകയും ചെയ്യുന്നു. പകരം മറ്റൊരാളെ നിയമിക്കുമ്പോൾ വീണ്ടും രാജാവിനു നല്ലൊരുതുക ലഭിക്കുന്നു. ഇപ്രകാരം അഴിമതി രാജാവിൽ നിന്ന് തുടങ്ങുന്നു. ഉദ്യോഗസ്ഥനാകട്ടെ രാജാവിനെ മാത്രമേ ഭയക്കേണ്ടതുള്ളൂ. രാജപ്രീതിയുണ്ടെങ്കിൽ ആരെയും ദ്രോഹിക്കാം. മേലുദ്യോഗസ്ഥൻ ശാസിച്ചാൽ കീഴുദ്യോഗസ്ഥന്മാർ സംഘടിതമായി അയാളെ എതിർക്കും. രാജപ്രീതിയുണ്ടെങ്കിൽ ആരെയും പേടിക്കണ്ട.

മൺറോയുടെ പരിഷ്കാരങ്ങൾ

രാജപ്രീതിയുള്ള ഉദ്യോഗസ്ഥന്മാർ ദിവാനെ ധിക്കരിച്ചതാണ് വേലുത്തമ്പിയെ നിർദ്ദയനാക്കിയത്. ആദ്യകാലത്തു റസിഡണ്ടിന്റെ ഒത്താശയോടുകൂടിയും പില്കാലത്ത് രാജാവിന്റെ അനുഗ്രഹത്തോടുകൂടിയും അദ്ദേഹം ഉദ്യോഗസ്ഥരിൽ അച്ചടക്കം പാലിച്ചു. മൺറോയ്ക്കാകട്ടെ റാണിയെ ഭയപ്പെടേണ്ടതില്ലായിരുന്നു. റാണിയുടെ വിശ്വസ്തനായ തെക്കുംമുഖം വലിയ സർവ്വാധികാര്യക്കാരെപ്പോലും പിടികൂടി റസിഡൻസിയിൽ തടവിൽ വയ്ക്കാൻ അദ്ദേഹം മടിച്ചില്ല.[36] മുമ്പേപോലെ ഉദ്യോഗസ്ഥന്മാരെ പിരിച്ചുവിട്ട് അവരുടെ സ്വത്തു കണ്ടുകെട്ടുന്ന പതിവ് അവസാനിപ്പിച്ച് കുറ്റം ചെയ്തവരെ പൊതുസ്ഥലത്തുവച്ച് ചാട്ടവാർ കൊണ്ടു അടിക്കുക പതിവാക്കി. ഇത് ഉദ്യോഗസ്ഥന്മാരിൽ ശിക്ഷണബോധം വളർത്തി. ഉദ്യോഗസ്ഥന്മാരുടെ ആവലാതികൾ കേട്ട് തീരുമാനമെടുക്കാൻ ഹജൂർ കോർട്ട് ഏർപ്പെടുത്തി.[37] ഹജൂർ കോർട്ടിന്റെ അദ്ധ്യക്ഷൻ അദ്ദേഹം തന്നെയായിരുന്നു. രാജാവ് യുക്തംപോലെ ഉദ്യോഗസ്ഥന്മാരെ നിയമിക്കുന്ന പതിവു മാറ്റി യോഗ്യതാനുസരണം തിരഞ്ഞെടുപ്പു നടത്താൻ ഒരു ആറംഗ കമ്മീഷനെ നിയമിച്ചു.[38]

ചെലവു ചുരുക്കലിനു മുൻഗണന നല്കി. ആണ്ടുതോറും കമ്പനിക്കു നല്കേണ്ട കപ്പം (8 ലക്ഷം രൂപ) കുടിശ്ശികയായി 18 ലക്ഷത്തിലെത്തിയിരുന്നു. അതിനു പുറമെ 6 ലക്ഷം രൂപ പലർക്കായി കടം വീട്ടാനും ഉണ്ടായിരുന്നു. ചെലവു ചുരുക്കൽമൂലം മൂന്നുവർഷം കൊണ്ട് കുടിശ്ശികയും കടവും ആണ്ടുതോറുമുള്ള കപ്പവും കൊടുത്തു തീർക്കാൻ സാധിച്ചു. അനിയന്ത്രിതമായിരുന്ന കൊട്ടാരച്ചെലവ് മാസം രൂപ 500 ആയി ചുരുക്കി. ദിവാന്റെ ഹജൂർ കച്ചേരിയുടെ ചെലവ് പ്രതിമാസം 6000 രൂപയിൽ നിന്നു 1500 രൂപയായി കുറച്ചു. രാമവർമ്മയുടെ ശ്രാദ്ധം അടിയന്തിരത്തിന് കേശവദാസ് രൂപ 89,367 ചെലവാക്കിയ സ്ഥാനത്ത് ബാലരാമവർമ്മയുടെ ശ്രാദ്ധം അടിയന്തിരത്തിനു രൂപ 35,257 മാത്രമാണ് മൺറോ ചെലവാക്കിയത്; അതും റാണിയുടെ നിർബ്ബന്ധം മൂലം. ഉദ്യോഗസ്ഥന്മാരിൽനിന്ന് രാജാവ് ഈടാക്കിയിരുന്ന അമിതദ്രവ്യം അവസാനിച്ചപ്പോൾ ഉദ്യോഗസ്ഥ അഴിമതിയും കുറവുണ്ടായി. അതു ഖജനാവിനെ പോഷി

പ്പിച്ചതാണ് കടങ്ങൾ വീട്ടാൻ സാദ്ധ്യമാക്കിയത്.

പൊലീസ്, ജുഡീഷ്യൽ അധികാരങ്ങൾ റവന്യു ഉദ്യോഗസ്ഥന്മാരിൽ നിന്നു എടുത്തുമാറ്റിയതാണ് മറ്റൊരു പ്രധാനപരിഷ്കാരം. സൈന്യം പിരിച്ചുവിടപ്പെട്ടിരുന്നതിനാൽ 200 പേരുള്ള ഒരു പൊലീസ് വകുപ്പ് (കാവൽ) ഉമ്മിണിത്തമ്പിയുടെ കാലത്തുതന്നെ ഏർപ്പെടുത്തിയിരുന്നു. എങ്കിലും അത് റവന്യൂ ഉദ്യോഗസ്ഥന്മാരുടെ കീഴിലായിരുന്നു പ്രവർത്തിച്ചിരുന്നത്. 500 പേരുള്ള കാവൽ വകുപ്പ് ദിവാന്റെ നേരിട്ടുള്ള നിയന്ത്രണത്തിലായിരുന്നു മൺറോ ഏർപ്പാടാക്കിയത്. ഓരോ മണ്ഡപത്തിൻ വാതില്ക്കലും പത്തു ശിപായിമാർ വീതമുള്ള പൊലീസ് ഓരോ ഠാണാനായിക്കിന്റെ കീഴിലും ഉണ്ടായിരുന്നു. ജില്ലാ കോടതികളുടെ അധികാരപരിധിക്കുള്ളിൽ ഠാണാനായിക്കിനുമേൽ ദരോഗ എന്ന ഉദ്യോഗസ്ഥനെ നിയമിച്ചു. അഞ്ചുജില്ലാകോടതികളും തിരുവനന്തപുരത്ത് അപ്പീൽകോടതിയും (ഹജൂർ കോടതി) ഉൾപ്പെട്ടതായിരുന്നു മൺറോ ഏർപ്പെടുത്തിയ നീതിന്യായവകുപ്പ്. ജില്ലാ കോടതികളുടെ എണ്ണം പിന്നീട് എട്ടാക്കി. ജില്ലാ കോടതിയിൽ ഓരോന്നിലും രണ്ട് ജഡ്ജിമാരും ഒരു ശാസ്ത്രിയും ഉണ്ടായിരുന്നു. ഹജൂർ കോടതി ദിവാനും നാലു ജഡ്ജിമാരും ഉൾപ്പെട്ടതായിരുന്നു. കോടതികൾക്കു മാർഗ്ഗനിർദ്ദേശം നല്കുന്ന 34 വകുപ്പുകളുള്ള ചട്ടവര്യോലയും തയ്യാറാക്കി. ജഡ്ജിമാർക്കു നല്ല ശമ്പളം നല്കി പ്രലോഭനങ്ങളിൽനിന്നും ഒഴിവാക്കി. ജഡ്ജിമാർ നായന്മാരും ബ്രാഹ്മണരുമായിരുന്നെങ്കിലും ക്രിസ്ത്യാനികൾ കൂടുതലുള്ളിടത്ത് ക്രിസ്ത്യാനി ജഡ്ജിമാരെയും നിയമിച്ചിരുന്നു. ജഡ്ജിമാർ സ്വതന്ത്രമായി പ്രവർത്തിക്കാനും നിർഭയരായിരിക്കാനും ശ്രദ്ധിച്ചു. ഒരു പൗരനു 30,000 രൂപ നഷ്ടപരിഹാരം നല്കാൻപോലും കോടതിവിധിയുണ്ടായി.[40] പന്ത്രണ്ടു വയസ്സുള്ള ബാലനെ മണ്ണുചുമക്കാൻ ശിക്ഷിച്ച ജില്ലാ ജഡ്ജിമാർക്ക് 108 പണം വീതം ഹജൂർ കോടതി വിധിച്ചു.[41] കുറ്റാന്വേഷണം, കുറ്റക്കാരെ പിടികൂടി കോടതിയിൽ എത്തിക്കൽ, കോടതി വിധിയനുസരിച്ചുള്ള ശിക്ഷകൾ നടപ്പാക്കൽ എന്നിവയായിരുന്നു പോലീസിന്റെ ചുമതലകൾ. ജില്ലാ കോടതിയിലും ഹജൂർകോടതിയിലും കുറ്റവാളികളെ പ്രോസിക്യൂട്ട് ചെയ്യുന്നതിന് പണ്ടാരവക (സർക്കാർ) വക്കീലന്മാരുണ്ടായിരുന്നു. പൊലീസിന്റെ ഊർജ്ജിതമായ പ്രവർത്തനംമൂലം കള്ളക്കടത്തുകൾ സാരമായി കുറയുകയും സർക്കാർ കുത്തകകളിൽനിന്നും വരുമാനം വർദ്ധിക്കുകയും ചെയ്തു. മാർത്താണ്ഡവർമ്മയുടെ കാലംമുതൽ കള്ളക്കടത്തുകാരുടെ ചെവി, മൂക്ക് എന്നിവ അറുത്തുവിടുകയായിരുന്നു ശിക്ഷ. ഇത് അവസാനിപ്പിച്ച് അടി ശിക്ഷ വിധിച്ചു. അതു ഫലപ്രദമല്ലെന്നു കണ്ടപ്പോൾ തടവിലാക്കി മണ്ണുചുമപ്പിക്കുക എന്ന ശിക്ഷ വിധിച്ചു. ആദ്യ കുറ്റവാളിക്ക് നാലു മാസവും രണ്ടാം തവണ എട്ടുമാസവും മൂന്നാം തവണ അതിലധികം യുക്തംപോലെയുമാണ് ശിക്ഷ വിധിച്ചത്.[42]

പൊലീസ് ജുഡീഷ്യൽ അധികാരങ്ങൾ ഒഴിവായതുകൊണ്ട് റവന്യൂ ഉദ്യോഗസ്ഥന്മാർക്ക് നികുതിപിരിവിൽ കൂടുതൽ ശ്രദ്ധിക്കാൻ കഴിഞ്ഞു.

മണ്ഡപത്തിൻ വാതില്ക്കൽ എന്നതിനെ താലൂക്കെന്നും കാര്യക്കാരെ തഹസീൽദാർ എന്നും നാമകരണംചെയ്തു. സർവ്വാധികാര്യക്കാരും വലിയ സർവ്വാധികാര്യക്കാരും ജില്ലാ പേഷ്ക്കാരായി മാറി. താലൂക്കുകച്ചേരി മാനേജരുടെ പേര് തിരുമുഖം പിടിച്ച പിള്ള എന്നതുമാറ്റി സമ്പ്രതിയെന്നാക്കി. നികുതിദായകനിൽ നിന്നു പിരിക്കുന്ന തുകയ്ക്കു രസീതു നല്കണമെന്നും അതു അന്നത്തെ ദിവസവര്യോല യിൽ (നാൾവഴി) ചേർക്കണമെന്നും കർശനമായ നിർദ്ദേശങ്ങൾ നൽകി. ഇപ്രകാരം പിരിച്ചെടുക്കുന്ന തുക അഞ്ചു ദിവസത്തിലൊരിക്കൽ ഖജനാവിൽ അടയ്ക്കണം. പിരിവു തുകയിൽ നിന്നും ചെലവുചെയ്യാൻ പാർവ്വത്യകാർക്കു അധികാരമില്ല. താലൂക്കിൽ നിന്നോ പേഷ്ക്കാരിൽ നിന്നോ ഉള്ള അനുവാദത്തിന്റെ അടിസ്ഥാനത്തിൽ ഖജനാവിൽ നിന്നു പണം വാങ്ങി വേണം ചെലവു ചെയ്യാൻ. രൂപാവരിയും, പുരുഷാന്തരവും നിറുത്തൽ ചെയ്ത ശേഷവും[43] നികുതിവരുമാനം പ്രതിവർഷം നാലുലക്ഷത്തിൽ നിന്നും 15 ലക്ഷമായി ഉയർന്നു എന്നത് ഭരണത്തിലെ അഴിമതിയും കഴിവുകേടും എന്തുമാത്രമായിരുന്നു എന്നു കാണിക്കുന്നു.

മൂന്നു വലിയ സർവ്വാധികാര്യക്കാരന്മാരുടെയും ചുമതലകൾ ഹജൂർ ഓഫീസിൽ കേന്ദ്രീകരിച്ചത് സ്തുത്യർഹമായ ഒരു നടപടി ആയിരുന്നില്ല. ധനകാര്യം, ഖജനാ, റവന്യൂ എന്നീ മൂന്നു വകുപ്പുകൾ ഹജൂർകച്ചേരി കൈകാര്യം ചെയ്തു. ധനകാര്യവകുപ്പിൽ ഒരു സൂപ്രണ്ടും ഒരു ഡെപ്യൂട്ടി സൂപ്രണ്ടും ഉണ്ടായിരുന്നു. പരിചയസമ്പന്നനായ ശങ്കരനാരായണ പിള്ളയെന്നയാളെ സൂപ്രണ്ടായും മലബാറിൽ നിന്നു വന്ന രാമപ്പണിക്കർ എന്നയാളെ ഡപ്യൂട്ടി സൂപ്രണ്ടായും നിയമിച്ചു. സംസ്ഥാനത്തെ വരവുചെലവുകണക്കുകൾ പരിശോധിക്കുക, ബ്രിട്ടീഷ് സർക്കാരുമായുള്ള പണമിടപാടുകൾ നിർവ്വഹിക്കുക, ബഡ്ജറ്റ് തയ്യാറാക്കുക എന്നിവയായിരുന്നു ധനകാര്യവകുപ്പിന്റെ ചുമതലകൾ. വരവുചെലവുകണക്കുകൾ മാസത്തിൽ രണ്ടു തവണ കൊട്ടാരത്തിലയച്ചുകൊടുക്കുന്നതും ധനകാര്യവകുപ്പായിരുന്നു. മുഖങ്ങളിലും താലൂക്കുകളിലും ക്ഷേത്രങ്ങളിലും ഉണ്ടായിരുന്ന ഖജനാവുകൾ നിർത്തലാക്കി പണമിടപാടുകളെല്ലാം ഹജൂർ ട്രഷറിയുടെ കീഴിലാക്കി. ധനകാര്യവകുപ്പു സൂപ്രണ്ടും ദിവാനും ഒപ്പിട്ടുകൊടുത്താൽ മാത്രമെ അവിടെനിന്നു പണം നല്കുമായിരുന്നുള്ളു. ഹജൂർ ഖജനാവിന്റെ മേലധികാരിയായി ട്രഷറിസൂപ്രണ്ടെന്നുപേരുള്ള ഉദ്യോഗസ്ഥനുണ്ടായിരുന്നു. നികുതി പിരിവുകൾ ക്രമീകരിക്കാൻ മദ്രാസ് സർവ്വീസിൽനിന്നു നഞ്ജപ്പയ്യ എന്ന ഉദ്യോഗസ്ഥനെ നികുതി വകുപ്പിന്റെ മേലധികാരിയാക്കി വച്ചു. അദ്ദേഹത്തിന്റെ കീഴിൽ പരിചയം നേടാൻ പത്മനാഭപിള്ള എന്നൊരാളെ ഡപ്യൂട്ടിയായും നിയമിച്ചു.

ദേവസ്വം ദേശസാൽക്കരണമാണ് മൺറോയുടെ ഒരു പ്രധാന പരിഷ്കാരം. സർക്കാരിന്റെ കീഴിൽ ഉണ്ടായിരുന്ന ക്ഷേത്രങ്ങളുടെ ഭരണം കാര്യക്കാരുടെയോ അധികാരിയുടെയോ കീഴിൽ പ്രവർത്തിച്ചിരുന്ന ചന്ത്രക്കാരന്മാരിൽ നിക്ഷിപ്തമായിരുന്നു. എന്നാൽ സർക്കാരിന്റെയല്ലാത്ത,

ചെറുതും വലുതുമായ നിരവധിക്ഷേത്രങ്ങൾ വേറെയും ഉണ്ടായിരുന്നു. ഈ ദേവസ്വങ്ങൾക്ക് സ്വന്തമായി ധാരാളം ഭൂസ്വത്തുക്കളുണ്ടായിരുന്നുവെങ്കിലും കാരാളന്മാർ ക്ഷേത്രത്തിനു നല്കാനുള്ളതു നല്കാത്തതുകൊണ്ടും ഊരാളന്മാരുടെ കെടുകാര്യസ്ഥതകൊണ്ടും അവ ക്ഷയോന്മുഖമായിരുന്നു. 378 മേജർ ക്ഷേത്രങ്ങളുടെയും 1171 മൈനർ ക്ഷേത്രങ്ങളുടെയും ഭരണം സർക്കാർ ഏറ്റെടുക്കാൻ മൺറോ ഉത്തരവായി. ദേവസ്വം കുടിയാനവന്മാരിൽനിന്നും ദേവസ്വം ജീവനക്കാരിൽനിന്നും ലഭിക്കുവാനുള്ള വരികൾ ഏറെക്കാലമായി കുടിശ്ശികയിലായിരുന്നു. കുടിശ്ശികക്കാരുടെ പിൻഗാമികളിൽ നിന്നു അവ പിരിച്ചെടുക്കുക എളുപ്പമല്ലായിരുന്നതിനാൽ നാലുവർഷങ്ങൾക്കുമുമ്പുള്ള കുടിശ്ശികകൾ എഴുതിത്തള്ളിക്കൊണ്ട് 1812 ൽ ഉത്തരവായി. ഓരോ ദേവസ്വത്തിന്റെയും ഭരണക്രമവും ചെലവുകളും നിശ്ചയിക്കാൻ ഒരു കമിഷനെ നിയമിച്ചു. ആറു ഉദ്യോഗസ്ഥാംഗങ്ങളും നാലു അനുദ്യോഗസ്ഥാംഗങ്ങളും ഉള്ള പ്രസ്തുത കമ്മിഷൻ ക്ഷേത്രങ്ങൾക്കുവേണ്ട പതിവുകൾ നിശ്ചയിച്ചു. അത്രയും ക്ഷേത്രങ്ങളെ കെടുതിയിൽനിന്നും രക്ഷിക്കാൻ ഇതു സഹായിച്ചു.

വാണിജ്യവ്യവസായങ്ങളിൽ മൺറോ കാട്ടിയ പ്രത്യേക താല്പര്യം അഴിമതികൾ അവസാനിപ്പിക്കാനും കാരണമായി. ഉപ്പുകുത്തകയായിരുന്നു ഏറെ അഴിമതിക്ക് ഇടം നല്കിയത്. ഉപ്പു വിചാരിപ്പുകാരന്മാർ ഉദ്യോഗത്തിൽ പ്രവേശിക്കുംമുമ്പ് സത്യപതിജ്ഞ ചെയ്യാൻ വ്യവസ്ഥ ചെയ്തു. കുരുമുളകു കുത്തകയിൽ വമ്പിച്ച ആദായമാണ് സർക്കാർ ഉണ്ടാക്കിയിരുന്നത്. 500 റാത്തലുള്ള ഒരു കണ്ടി കുരുമുളകിന് സർക്കാർ 15 രൂപ വച്ച് കർഷകന് നല്കിയപ്പോൾ പർവ്വതത്തിനു കിഴക്ക് അതിന്റെ പത്തിരട്ടി വിലയുണ്ടായിരുന്നു. അതാണ് കള്ളക്കടത്തിന് കച്ചവടക്കാരെ പ്രേരിപ്പിച്ചത്. കർഷകനു കണ്ടിയൊന്നിന് 30 രൂപാ നല്കാൻ മൺറോ ഉത്തരവായി. കള്ളക്കടത്ത് തടഞ്ഞതുകൊണ്ട് ഉപ്പുകുത്തകയിൽ നിന്നുള്ള വരവ് രൂ. 50,000 ൽ നിന്നു 1,50,000 ആയി. പുകയില കുത്തകയിൽ നിന്നുള്ള വരവ് 5 ലക്ഷത്തിൽനിന്നു 11 ലക്ഷം രൂപയായി വർദ്ധിച്ചു. കന്യാകുമാരിയിൽ ഒരു മുത്തുച്ചിപ്പി വളർത്തൽ കേന്ദ്രം ആരംഭിച്ചു. നാട്ടിൽ പലയിടത്തും പുതിയ ചന്തകൾ സ്ഥാപിച്ചു. ഇപ്പോൾ സെക്രട്ടേറിയറ്റും സ്റ്റേഡിയവും ഉള്ള സ്ഥലത്ത് 1817 ൽ ഒരു തിങ്കളാഴ്ച ചന്ത വിപുലമായ തോതിൽ ആരംഭിച്ചു.[44] (പിന്നീടത് ഇപ്പോഴത്തെ പാളയം മാർക്കറ്റിൽ ഒതുങ്ങി). ആലപ്പുഴയിൽ ഒരു വാണിജ്യകേന്ദ്രം ഒരു വാണിജ്യ ഏജന്റിന്റെ കീഴിൽ സ്ഥാപിച്ചു.

സമൂഹത്തിന്റെ ഉന്നമനത്തിലും മൺറോയുടെ ശ്രദ്ധ പതിഞ്ഞു. അടിമവ്യവസ്ഥ അവസാനിപ്പിച്ചുകൊണ്ട് 1812 ൽ വിളംബരം പുറപ്പെടുവിച്ചു. അതിനു ഒരു വർഷം മുമ്പു മാത്രമാണ് ഇംഗ്ലണ്ടിൽ അതു നിർത്തലാക്കിയത്. ആധുനിക വിദ്യാഭ്യാസം നടപ്പിലാക്കുന്നതിനു ക്രിസ്ത്യാനികൾക്കു സഹായം നല്കി. അതു മറ്റുള്ളവർക്കും മാതൃകയായി. ഉത്തരതിരുവിതാംകൂറിലും മദ്ധ്യ തിരുവിതാംകൂറിലും ഭാഷാവിദ്യാലയങ്ങൾ

ആരംഭിച്ചത് പില്കാലത്ത് തിരുവിതാംകൂറിനുണ്ടായ വിദ്യാഭ്യാസപുരോഗതിക്ക് അടിസ്ഥാനമായി. കോട്ടയം സെമിനാരിക്ക് ആവശ്യമായ സ്ഥലവും 8000 രൂപ ഗ്രാന്റും നല്കി. കല്ലടയിലെ ഒരു തുരുത്തും 2000 രൂപയും വീണ്ടും നല്കി. ഈ തുരുത്തിന് മൺറോതുരുത്ത് എന്ന് പിന്നീടു പേരായി. പാഠശാലകൾ സ്ഥാപിക്കാൻ ചർച്ച് മിഷൻ സൊസൈറ്റിക്കും ലണ്ടൻ മിഷൻ സൊസൈറ്റിക്കും സംഭാവനകൾ നല്കി. ഇന്ത്യയിൽ ചർച്ച് മിഷൻ സൊസൈറ്റി സ്ഥാപിക്കുന്നതിന് പ്രേരണയുണ്ടായത് മൺറോയിൽനിന്നാണ്. വിദ്യാഭ്യാസരംഗത്ത് ഈ സൊസൈറ്റിയുടെ സംഭാവന ചെറുതല്ല.

മൺറോ, ഒരു വിലയിരുത്തൽ

പ്രാദേശിക സ്വയംഭരണം രൂഢമായിരുന്ന കേരളത്തിൽ രാജാവിൽ കേന്ദ്രീകരിച്ച അധികാരങ്ങളോടുകൂടിയ ഭരണവ്യവസ്ഥ സ്ഥാപിച്ചതാണ് തിരുവിതാംകൂറിന്റെ ദുരിതങ്ങൾക്കും കലാപങ്ങൾക്കും കാരണമായത്. വമ്പിച്ച ഒരു സൈന്യത്തെ ഉപയോഗിച്ച് കലാപങ്ങൾ ഒതുക്കേണ്ടിവന്നു. ഈ സൈന്യം തന്നെ ഒരു ഭാരമാവുകയും ജനത്തിനും സർക്കാരിനും ഭീഷണിയാവുകയുമാണ് ചെയ്തത്. രാജാക്കന്മാർ തോന്നിയതു പോലെ നിയമിച്ച ഉദ്യോഗസ്ഥന്മാർക്കും ഭരണീയർക്കും ഭരണക്രമത്തിലുണ്ടായ പെട്ടെന്നുള്ള മാറ്റം ഉൾക്കൊള്ളാൻ സാധിച്ചില്ല. വേലുത്തമ്പിയെപ്പോലെ പ്രഗത്ഭനായ ഒരു ഭരണാധികാരിക്കുപോലും നേരെയാക്കാൻ സാധിക്കാത്തവിധം ഭരണകൂടം കഴിവുകെട്ടതും അഴിമതി നിറഞ്ഞതും ജനവിരുദ്ധവും ആയിക്കഴിഞ്ഞിരുന്നു. ഫ്യൂഡൽ വ്യവസ്ഥയും നാട്ടുക്കൂട്ടങ്ങളും നിന്നുപോയതുകൊണ്ട് പുതിയ ഭരണക്രമത്തെ ഫലവത്തും അഴിമതിരഹിതവും ജനോപകാരപ്രദവുമാക്കുക മാത്രമേ മൺറോയ്ക്കു കരണീയമായിരുന്നുള്ളു. മൺറോയുടെ പരിഷ്കാരങ്ങളെ ബോർഡ് ഓഫ് കൺട്രോൾ എതിർത്തുവെങ്കിലും പഴയ വ്യവസ്ഥിതിയിലേക്കു തിരിച്ചു പോകാൻ കഴിയില്ലെന്നു മനസ്സിലാക്കിയ മൺറോ പുതിയ ഭരണക്രമത്തെ ശക്തമാക്കുകയാണുണ്ടായത്. അധികാരവികേന്ദ്രീകരണത്തിനുവേണ്ടി മൺറോ ഒന്നും ചെയ്തില്ല എന്നതു ശരിതന്നെ. പക്ഷേ, അധികാരങ്ങൾ രാജാവിൽമാത്രം കേന്ദ്രീകരിച്ചിരുന്നതിനു മാറ്റമുണ്ടാക്കി. ഉദ്യോഗസ്ഥന്മാരെ തെരഞ്ഞെടുക്കുന്നതിന് ഒരു കമ്മിഷനെ നിയമിച്ചത് ഈ വഴിക്കുള്ള നീക്കമായിരുന്നു. നീതിന്യായവും പൊലീസും എക്സിക്യൂട്ടീവിൽ നിന്ന് എടുത്തുമാറ്റിയത്, രാജാവിനു കപ്പം കൊടുക്കുന്ന സ്വേച്ഛാധികാരികളാണ് ഉദ്യോഗസ്ഥന്മാരെന്ന നില അവസാനിപ്പിച്ചു. ആധുനിക വിദ്യാഭ്യാസത്തിന് തുടക്കമിട്ടത് ലോകത്തെ മനസ്സിലാക്കുവാനുള്ള കഴിവ് പൗരന്മാർക്കുണ്ടാക്കുവാൻ ഭാവിയിൽ പ്രയോജനപ്പെട്ടു. ജനവിരുദ്ധമായ നികുതികൾ നിർത്തിയത് ജനദ്രോഹത്തിനുള്ള ഉദ്യോഗസ്ഥന്മാരുടെ സാദ്ധ്യതകൾ കുറച്ചു. ഭരണനടപടികൾ റസിഡണ്ടിന്റെയും മദ്രാസ് കൗൺസിലിന്റെയും സൂക്ഷ്മ നിരീക്ഷണത്തിലാക്കിയത് അനാവശ്യ ഇടപെടലായി

ചിലർ കരുതിയെങ്കിലും അതു ദോഷത്തേക്കാൾ ഏറെ ഗുണമാണുണ്ടാക്കിയത്. എന്തെന്നാൽ രാജാവിന്റെ ഭരണം, ഏതെങ്കിലും വിധത്തിലുള്ള നിയന്ത്രണമില്ലെങ്കിൽ ഏകാധിപത്യം തന്നെ. രാജാവും ബ്രിട്ടീഷ് സർക്കാരും യജമാനന്മാരായുള്ള ദിവാന്റെ ഭരണം ഏകാധിപത്യത്തേക്കാൾ എന്തുകൊണ്ടും മെച്ചംതന്നെ. മാർത്താണ്ഡവർമ്മയുടെ കാലത്ത് ആരംഭിച്ച ഏകാധിപത്യം ഒട്ടാകെ മാറ്റിയെടുക്കാൻ മൺറോയുടെ കാലത്തു കഴിഞ്ഞു എന്നതാണ് സത്യം.

കുറിപ്പുകൾ

1. വേലായുധൻ പണിക്കശ്ശേരി. *സഞ്ചാരികളും ചരിത്രകാരന്മാരും* (1972) 1959–60
2. ദേവസ്വവും ബ്രഹ്മസ്വവും ഭൂമികളിൽ നാടുവാഴിക്കധികാരമില്ലായിരുന്നു. ആഭ്യന്തര സ്വയംഭരണം അവയ്ക്കുണ്ടായിരുന്നു.
3. കെ കെ എൻ കുറുപ്പ്. *പഴശ്ശിസമരങ്ങൾ*, പുറം 2 'ഓരോ കർഷകനും ഓരോ പടയാളിയായിരുന്നു.'
4. 'Galletti. *Dutch in Malabar*, p. 51
5. Ward and Conner. *Memoir of the Survey of the Travancore and Cochine*, Vol I (1994) p. 93
6. *Anjgengo Consultations*, Vol. IIA, 1748 ഒക്ടോബർ 27ലെ രേഖ കാണുക.
7. K P Padmanabha Menon. *History of Kerala*, Vol. II p. 29
8. ക്രി. 1726 ൽ ആറ്റിങ്ങൽ റാണിയുടെ പ്രതിനിധിയെന്ന നിലയിൽ ഇടവായിൽ ഒരു ഫാക്ടറി സ്ഥാപിക്കാൻ അഞ്ചുതെങ്ങിലെ അലക്സാണ്ടർ ഓമുമായി കരാറുണ്ടാക്കിയത് കൃഷ്ണനണ്ണാവി ആയിരുന്നു. Logan, 'A Collection of Treaties Engagements and Other Papers of Importance,' പുറം 13-14. അണ്ണാവി എന്നാൽ ഉന്നതാധികാരി എന്നാണ്.
9. കാഞ്ചീപുരം മഠം, രാമവർമ്മൻ തിരുമഠം, മാർത്താണ്ഡൻ മഠം, രവിവർമ്മൻ തിരുമഠം, പഞ്ചാണ്ടൻ മഠം, കുന്നാണ്ടൻ മഠം എന്നിവയായിരുന്നു ആറു മഠങ്ങൾ, കാഞ്ചീപുരം മഠം രവിവർമ്മ സംഗ്രാമധീരനും, രാമവർമ്മൻ തിരുമഠം (രാമനാമഠം) ചെമ്പകരാമവർമ്മയും, മാർത്താണ്ഡമഠം ദേശിങ്ങനാട്ടെ വീരമാർത്താണ്ഡവർമ്മ കുലശേഖരപ്പെരുമാളും ഏർപ്പെടുത്തിയതാണ്. രവിവർമ്മൻ മഠം പാൽപ്പായസ മഠമായി. രാമനാമഠത്തിൽ പിള്ളയേയും മാർത്താണ്ഡമഠത്തിൽപിള്ളയേയും എട്ടുവീട്ടിൽ മാടമ്പിമാരുടെ കൂട്ടത്തിൽ പെടുത്തിയിട്ടുള്ളതു ശരിയല്ല.
10. *A Collection of Treaties, Engagements and Other Papers of Importance*, പുറം 26-27
11. *Anjengo Consultations*, Vol. II A, പുറം 11 30.9. 1747 ലെ രേഖ

12. *Anjengo Consultations*, Vol. II B, 15.5 1750 ഡയറി
13. മതിലകം രാജ്യകാര്യച്ചുരുണ 83 പുറം 52
14. Ward and Conner. *Memoir of the Survey of the Travancore and Cochin States*, Vol I p. 94
15. മതിലകം ചുരുണ 53, പുറം 44
16. *Anjengo Consultations*, Vol II B; 30.8.1749 ലെ രേഖ
17. തിരുവിതാംകൂറിലേയ്ക്കയച്ച ബറ്റാലിയൻ ആണ് പട്ടാളം എന്ന മലയാള പദത്തിന്റെ മൂലരൂപം.
18. T P Sankarankutty Nair. *A Tragic Decade in Kerala History*, പുറം 118 10.4.1809 ൽ ഗവർണ്ണർ ജനറൽ മദ്രാസ് ഗവർണ്ണർക്കയച്ച കത്തിൽ ദളവായ്ക്കു രാജാവിന്റെ സമ്മതം ഉണ്ടായിരുന്നു എന്നു വ്യക്തമാക്കുന്നു.
19. മതിലകം ചുരുണ 2252 ഓല 832-3 എ പി ഇബ്രാഹിം കുഞ്ഞ്. മാർത്താണ്ഡവർമ്മ, പുറം 187-188.
20. ക്രി. 1781 ൽ കൊച്ചിയിലെ ഡച്ച് ഗവർണ്ണർ സ്ഥാനത്തുനിന്നും വിരമിച്ച മൂൺസ് ദളവാമാരുടെ മരണത്തിലെ അന്തർനാടകം വിവരിച്ചുകൊണ്ട് ബറ്റേവിയായിലേക്കു റിപ്പോർട്ടയച്ചിരുന്നു. *Dutch in Malabar* p.111
21. പതിനെട്ടാം നൂറ്റാണ്ടിൽ ഇന്ത്യയുടെ രാഷ്ട്രഭാഷ പേർഷ്യൻ ആയിരുന്നു. രാജാക്കന്മാരും ഈസ്റ്റിന്ത്യാക്കമ്പനിയുമായി എഴുത്തുകുത്തുകൾ ആ ഭാഷയിലായിരുന്നു.
23. C V R Document No. 148, *Travancore State Manual* (T K Velu Pillai) Vol. II p. App. 155-6
24. ക്രി. 1783 സെപ്തംബർ മാസത്തിൽ രാമവർമ്മയെ കാണാൻ പത്മനാഭപുരത്തെത്തിയിരുന്ന പൗളിനോസ് പാതിരിയെ രാജാവു സ്വീകരിച്ചത് സമ്പ്രതി കേശവപിള്ളയുടെ വീട്ടിൽ വച്ചായിരുന്നു. രാജാവും കേശവപിള്ളയുമായുണ്ടായിരുന്ന ബന്ധം ഇതു സൂചിപ്പിക്കുന്നു. ശങ്കുണ്ണിമേനോൻ. *തിരുവിതാംകൂർ ചരിത്രം* (മലയാളം) പുറം 208.
25. ശങ്കുണ്ണിമേനോൻ. *തിരുവിതാംകൂർ ചരിത്രം*, പുറം 212.
26. വി ആർ പരമേശ്വരൻപിള്ള. *രാജാകേശവദാസ്,* 1993 പുറം 87.
27. ശങ്കുണ്ണിമേനോൻ. പുറം 166 ദിവാൻ പദവി സ്വീകരിച്ചത് മൈസൂർ സംസ്ഥാനത്തെ അനുകരിച്ചാണ്. അവിടെ ഹൈദർഖാൻ ദളവാ ആയി നിയമിക്കപ്പെട്ടപ്പോൾ അദ്ദേഹത്തിന്റെ സേവകനായിരുന്ന ഖണ്ഡേറാവുവിനെ ദിവാനായി നിയമിക്കുകയാണുണ്ടായത്. പിന്നീട് ഖണ്ഡേറാവുവിനെ തടവിലാക്കി രണ്ടു പദവികളും ഹൈദർ ഏറ്റെടുത്തു.
29. കിഴക്കേമഠത്തിൽ ഗോവിന്ദൻനായർ. *ചരിത്രത്തിന്റെ ഏടുകൾ* പുറം 85 "പിന്നത്തേതിൽ 977-ാമാണ്ട് കൃഷ്ണൻ ചെമ്പകരാമപിള്ള ദളവാ കഴിഞ്ഞതിന്റെ ശേഷം ദളവാഉദ്യോഗത്തിനും വേലുത്തമ്പിയെ

തന്നെ വച്ച് വടക്കു ആലപ്പുഴ ചെന്നു പാർത്തിരിക്കുമ്പോൾ..."

30. ക്രി. 1792 ൽ കേശവദാസ് മൈസൂറിൽനിന്നു രാജാവിനയച്ച കത്തിൽ അന്നു കുഞ്ചുനീലൻപിള്ള സമ്പ്രതിയായിരുന്നു എന്നു കാണാം (രാജാകേശവദാസ്, പുറം 118)
31. കൃഷ്ണൻ ചെമ്പകരാമന്റെ പ്രസ്താവന, *ചരിത്രത്തിന്റെ ഏടുകൾ* പുറം 85.
32. Ward and Conner, p. 92-97
33. Fra Paulina Da San Bartolomeo. *A voyage to the East Indies*, (Translation W. Johnson) p. 176
34. ശങ്കുണ്ണിമേനോൻ, പുറം 212.
35. Ulloor S Parameswara Iyer. *Colonel Munro, Kerala Society Papers series* 8,p. 41-62
36. തെക്കുംമുഖം വലിയ സർവ്വാധികാര്യക്കാർ കുമാരൻ ചെമ്പകരാമനെ മൺറോയുടെ നിലക്കാമുക്കിലെ റസിഡൻസിയിലേക്കു പിടിച്ചുകൊണ്ടുപോയതുമൂലം തിരുവോണം പട്ടത്താനത്തിനു കോപ്പു കൂട്ടാൻ സാധിക്കുന്നില്ലെന്നു റാണി പരാതിപ്പെട്ടു. 1. Mathew. *Travancore: A Hundred Years Ago*, K.S. Papers series 8, p. xi - xii
37. *Kerala Society Papers, Series* 8, പുറം 66, കൊ.വ. 987 കന്നി 23-ാം തീയതിയിലെ നീട്ട്. നാലംഗങ്ങളും ദിവാനും ഹജൂർകോർട്ടിൽ ഉൾപ്പെട്ടിരുന്നു.
38. Kerala Society Papers, Series 8, പുറം 64 കൊ.വ. 987 വൃശ്ചികം 7-ാം തീയതിയിലെ നീട്ട്.
39. പിരിച്ചെടുക്കാൻ പ്രയാസമുള്ള ദ്രോഹകരങ്ങളായ നികുതികൾ നിർത്തിവയ്ക്കാൻ വേലുത്തമ്പിദളവ ശ്രമം ആരംഭിച്ചെങ്കിലും അതു പൂർത്തിയാക്കാൻ വിപരീത സാഹചര്യങ്ങൾമൂലം സാദ്ധ്യമായില്ല.
40. 'കേണൽ മൺറോ', *Kerala Society Papers series* 7, പുറം 53
41. 'ചരിത്രത്തിന്റെ ഏടുകൾ', പുറം 16, കൊ. 988 വൃശ്ചികം 25 ലെ ഉത്തരവ്
42. കെ രമേശൻനായർ. *കേരളാ പൊലീസ് നൂറ്റാണ്ടുകളിലൂടെ*, പുറം 77-78
43. R Mahadeva Iyer, *Travancore Land Revenue Manual*, Vo. IV പുറം 202-203 നിലവരിയും തലവരിയും രൂപാ വരിയിൽ ഉൾപ്പെടും.
44. *ചരിത്രത്തിന്റെ ഏടുകൾ*, പുറം 95 കൊ.വ. 992 മേടം 7-ലെ നീട്ട്.

ഗ്രന്ഥസൂചി

English Books

1.	Achutha Menon, C	Cochin State Manual
2.	Augur, C M	A Church History of Travancore
3.	Caldwell, Bishop R	A History of Tinnevelly
4.	Dames, M L	The Book of Duarte Barbosa
5.	Danvers, F C	Portuguese in India
6.	Day, Francis	The Land of the Perumals
7.	Galletti, et al.	The Dutch in Malabar
8.	Gibbs, H A R	Selection from Travels of Ibn Batuta
9.	Gopal, M H (Ed.)	History of Vijayanagar Empire by M.H. Rama Sarma
10.	Gupta, P L	Early Coins from Kerala
11.	Kanakasabha Pillai	The Tamils Eighteen Hundred Years Ago
12.	Kesavan Veluthat	Political Structure of Early Medieval South India
13.	Koshy, M O	Dutch Power in Kerala
14.	Krishna Iyer K V	Zamorins of Calicut
15.	Kuriakose M K	History of Christianity in India: Source Materials
16.	Logan, William	Malabar

17. Logan, William	A Collection of Treaties, Engagements and Other Papers of Importance
18. Mahadeva Iyer, R	Travancore Revenue Manual Vol. IV
19. Maheswaran Nair, K	Chronicles of Trivandrum Pagoda
20. Maheswaran Nair, K	Sanskritic Sources of Travancore History (unpublished Ph.D.Thesis)
21. Mark de Lannoy	Kulasekhara Perumals of Travancore
22. McPherson, Kenneth	Indian Ocean: A History of People and the Sea
23. Menon, A G	SriPadmanabhaswami Temple (unpublished Ph.D. Thesis)
24. More Leena	English East India Company and the Local Rulers in Kerala: A Case Study of Attingal and Travancore
25. Nagam Aiya, V	Travancore State Manual
26. Narayanan, M G S	Cultural Symbosis in Kerala
27. Narayanan, M G S	Perumals of Kerala
28. Nilakanta Sastri	A History of South India
29. Nilakanta Sastri	The Pandyan Kingdom
30. Nilakanta Sastri	The Colas
31. Padmanabha Menon, K P	History of Kerala, Volumes I&II
32. Panicker, K M	Malabar and the Portuguese
33. Panicker, K M	Malabar and the Dutch
34. Parameswara Iyer, Ulloor S	Important Matilakom Records
35. Pillai, K K	Studies in the History of South India, with Special Reference to Tamilnadu
36. Pillai, K K	Suchindram Temple
37. Ramaswamy, N S	Political History of the Carnatic under the Nawabs
38. Sankarankutty Nair T P	Tragic Decade in Kerala
39. Sathyanatha Iyer, R	History of Nayaks of Madura
40. Sobhanan, B	Rama Varma of Travancore

41. Sundaram Pillai, P — Some Early Sovereigns of Travancore
42. Velu Pillai, T K — Travancore State Manual Vol. II
43. Venkitaramanayya, V — Early Muslim Expansion of South India
44. Ward and Conner — A Memoir of the Survey of the Travancore and Cochin States Vol. I
45. Wilks, Mark — Historical Sketches of the South of India in an Attempt to Trace History of Mysoor
46. Letters to Tellicherry
47. Anjengo Consultations

മലയാളം പുസ്തകങ്ങൾ

1. ഇബ്രാഹിം കുഞ്ഞ്, എ പി — മാർത്താണ്ഡവർമ്മ
2. കരീം, സി. കെ — ഹൈദരാലിയുടെയും ടിപ്പുവിന്റെയും കേരളം
3. കുഞ്ഞൻപിള്ള, ഇളംകുളം — ചില കേരള ചരിത്ര പ്രശ്നങ്ങൾ
4. കുഞ്ഞൻപിള്ള, ഇളംകുളം — കേരള ചരിത്രത്തിലെ ഇരുളടഞ്ഞ ഏടുകൾ
5. കുഞ്ഞൻപിള്ള, ഇളംകുളം — ഉണ്ണുനീലിസന്ദേശം ചരിത്ര ദൃഷ്ടിയിലൂടെ
6. കുഞ്ഞൻപിള്ള, ഇളംകുളം — കേരളം അഞ്ചും ആറും നൂറ്റാണ്ടുകളിൽ
7. കുഞ്ഞൻപിള്ള, ഇളംകുളം — ചേര സാമ്രാജ്യം ഒമ്പതും പത്തും നൂറ്റാണ്ടുകളിൽ
8. കുഞ്ഞൻപിള്ള, ഇളംകുളം — ഉണ്ണുനീലിസന്ദേശം (Ed.)
9. കുഞ്ഞൻപിള്ള, ഇളംകുളം — ലീലാതിലകം (Ed.)
10. കുറുപ്പ്, കെ കെ എൻ — പഴശ്ശിസമരങ്ങൾ
11. ഗോവിന്ദൻനായർ, കിഴക്കേമഠത്തിൽ — ചരിത്രത്തിന്റെ ഏടുകൾ
12. ഗംഗാധരൻ തിക്കുറിശ്ശി, (Ed.) — ഇരവിക്കുട്ടിപ്പിള്ളപ്പോര്
13. ഗോപാലകൃഷ്ണൻ, പി കെ — കേരളത്തിന്റെ സാംസ്കാരിക ചരിത്രം
14. ജോസഫ് എം. ഒ — മാത്തൂത്തരകൻ
15. ജോസഫ് ചാഴിക്കാടൻ — വേലുത്തമ്പിദളവാ
16. ജോസ്, എൻ കെ — വേലുത്തമ്പിദളവാ
17. തോമ്മാക്കത്തനാർ, പാറമ്മാക്കൽ — വർത്തമാനപുസ്തകം

18. ത്രിവിക്രമൻ തമ്പി, ജി (Ed.) വലിയകേശിക്കഥ
19. ദാമോദരൻ, കെ കേരള ചരിത്രം
20. പത്മനാഭമേനോൻ, കെ പി കൊച്ചിരാജ്യ ചരിത്രം
21. പരമേശ്വരയ്യർ, ഉള്ളൂർ എസ് കേരള സാഹിത്യചരിത്രം, ഒന്നാം ഭാഗം
22. പരമേശ്വരപിള്ള, വി ആർ (Ed.) പുറനാനൂറ്
23. പാച്ചുമൂത്തത്, വൈക്കം തിരുവിതാംകൂർ ചരിത്രം
24. ബാലകൃഷ്ണൻ, പി കെ കേരള ചരിത്രവും ജാതികളും
25. ബാലകൃഷ്ണൻ നായർ, എൻ സ്വരാജ്യാഭിമാനി
26. രമേശൻ നായർ, കെ കേരളാ പോലീസ് നൂറ്റാണ്ടുകളിലൂടെ
27. രാജരാജവർമ്മ, എൻ ശ്രീവഞ്ചിരാജ്യ ചരിത്രം
28. രാമകൃഷ്ണൻ, എസ് (പരിഭാഷ) ആനന്ദരംഗപിള്ളയുടെ ഡയറിക്കുറിപ്പുകൾ
29. രാമവർമ്മരാജ, പി. ആർ പൂഞ്ഞാർ രാജവംശ ചരിത്രാവലോകം
30. രാജരാജവർമ്മ, വടക്കുംകൂർ (Ed.) ശുകസന്ദേശം
31. രാജരാജവർമ്മ രാജ, എം ശ്രീവഞ്ചി രാജ്യചരിത്രം
32. വിശ്വനാഥൻനായർ, നെന്മാറ(Ed.) അകനാനൂറ് (3 വാല്യം)
33. വേലായുധൻ പണിക്കശ്ശേരി സഞ്ചാരികൾ കണ്ട കേരളം
34. വേലായുധൻ പണിക്കശ്ശേരി കേരളം പതിനഞ്ചും പതിനാറും നൂറ്റാണ്ടുകളിൽ
35. വേലായുധൻ പണിക്കശ്ശേരി മാർക്കോപോളോ ഇന്ത്യയിൽ
36. വൈദ്യനാഥയ്യർ, ജി (Ed.) പതിറ്റുപ്പത്ത്
37. ശങ്കുണ്ണിമേനോൻ, പി തിരുവിതാംകൂർ ചരിത്രം (വി. വ. സി. കെ. കരിം)
38. ശങ്കുഅയ്യർ, എസ് കേരള ചരിത്രത്തിലെ അജ്ഞാത ഭാഗങ്ങൾ
39. ശിവശങ്കരൻ നായർ, കെ പ്രാചീന കേരളത്തിന്റെ രാഷ്ട്രീയ ചരിത്രം
40. ശിവശങ്കരൻ നായർ, കെ ന്യൂഹാഫ് കണ്ട കേരളം
41. ശിവശങ്കരൻ നായർ, കെ വാണിജ്യത്തിലൂടെ പാരതന്ത്ര്യം
42. ശിവശങ്കരൻ നായർ, കെ വേണാടിന്റെ പരിണാമം
43. ശിവശങ്കരൻ നായർ, കെ മാർത്താണ്ഡവർമ്മ മുതൽ മൺറോ വരെ

പ്രബന്ധങ്ങൾ

1. Beena Sarasam A Rare Coin of Early Venadu Ruler Kotha Ravi, Madras Coins Society Bulletin VII

2. Chidambara Krishna Iyer S — Kalakkad Raja, Kerala Society Papers, Vol I pp. 262-65
3. Desivinayagam Pillai, S — Mudaliar Manuscripts, Kerala Society Papers, series7
4. Desivinayagam Pillai, S — Ancient Forts of Kalkulam and Udayagiri, Kerala Society Papers, series 6
5. Edwin, P G — A debate on Travancore in British Parliament, Journal of Kerala Studies, Vol III
6. Edwin, P G — The First Protestant Mission in Travancore, Journal of Kerala Studies, Vol IV, Part IV
7. Govinda Warrier, A — Studies in Tali, Kerala Society Papers Vol I, series 4
8. Krishna Iyer, S — The Diary of Captain Hackert, Journal of Kerala Studies, Vol VII pp. 37-48
9. മഹേശ്വരൻ നായർ, കെ — വീര രവിവർമയും സമകാലിക പാണ്ഡ്യരും, വിജ്ഞാനകൈരളി 2.6
10. Mathew, I — Travancore: A Hundred Years Ago
11. Mangalam, S J — Roman Coins from Kerala, Studies in South Indian Coins, Vol II pp. 61-68
12. Metha, B M — A Little Known Event in the History of Travancore, Journal of Indian History
13. നാരായണൻ, എം ജി എസ് — മഹോദയചേരന്മാരുടെ കാലം, വിജ്ഞാനകൈരളി, 6.5
14. നാരായണൻ, എം ജി എസ് — കേരളക്കരയിലെ അശോക ശിഷ്യന്മാർ, വിജ്ഞനകൈരളി, 1.2
15. Parameswara Iyer, Ulloor, S — Genealogy of the Sovereigns of Travancore, Journal of Kerala Studies, Vol X
16. പരമേശ്വര അയ്യർ, ഉള്ളൂർ എസ് — കോട്ടയത്ത് കേരളവർമ്മതമ്പുരാൻ സാഹിത്യപരിഷത്ത് ത്രൈമാസികം വാള്യം III ലക്കം 2

17. Parameswara Iyer, Ulloor, S — Colonel Monro, Kerala Society Papes Series 7
18. Pillai. K K — Matrilineal System of Inheritance in Kerala, Journal of Kerala Studies, Vol. I
19. Rajaraja Varma Raja, M — Some Travancore Dynastic Records, Kerala Society Papers, Series 1, 3, 6 (3 parts)
20. Ravi Varma. C A — The Castes of Malabar, Kerala Society Papers, Vol II Series 9
21. ശിവശങ്കരൻ നായർ, കെ — വിസ്മൃതമായ ദേശിംഗനാട്, വിജ്ഞാനകൈരളി 22.9
22. ശിവശങ്കരൻ നായർ, കെ — തിരുവനന്തപുരം സഭ, സംസ്കാര കേരളം, ജനുവരി-ഫെബ്രുവരി 1991
23. ശിവശങ്കരൻ നായർ, കെ — തിരുവനന്തപുരം, എണ്ണൂറുവർഷം മുമ്പ്, പ്രാചീന കേരളം പുസ്തകം 1, ലക്കം 1
24. Sobhanan, B — Trade Monopoly of Travancore, Journal of Kerala Studies, Vol III
25. Sobhanan, B — Tragic End of Raja Kesava Das and His Family, Journal of Kerala Studies Vol II, Part III & IV
26. Sobhanan, B — Macaulay and Christianity in Kerala, Journal of Kerala Studies, Vol IV, Part
27. Sundaram Pillai, R — Some Early Sovereigns of Travancore, Indian Antiquary Vol XXIV
28. Vasudeva Poduval, R — Chempanthoputhu Copper Plate, Travancore Archeological Series, Vol VIII
29. Vijayamohan, T K — Ummini Thampi, Journal of Kerala Studies, VolI

ശാസനങ്ങൾ

1. നെടുംചടയന്റെ മദ്രാസ് മ്യൂസിയം ചെപ്പേട്; Indian Antiquary Vol. XXII പുറം 57-78
2. Do. കഴുകുമലശാസനം; Travancore Archeological Series, Vol II പുറം 17-18
3. Do. തിരുവനന്തപുരം മ്യൂസിയം ശിലാശാസനം; TAS I പുറം 232-5

4. രാജശേഖരദേവന്റെ വാഴപ്പള്ളി ചെപ്പേട്; TAS II പുറം 13-14
5. കരുനന്തടക്കന്റെ പാർത്ഥിവശേഖരപുരം ചെപ്പേട്; TAS I പുറം 19-29
6. തൃപ്പരപ്പ് ചെപ്പേട് ; TAS I പുറം 292-295
7. അയ്യനടിതിരുവടികളുടെ തരിസ്സാപ്പള്ളി ശാസനങ്ങൾ, TAS II പുറം 67-68, 80-82
8. വിക്രമാദിത്യവരഗുണന്റെ പാലിയം ചെപ്പേട് ; TAS I പുറം 277-282
9. Do. തിരുനന്തിക്കര ശാസനം; TAS I പുറം 42
10. ചിതറാൽ ശാസനം; TAS I പുറം 284-287
11. കിഴാനടികളുടെ തിരുനന്തിക്കര ശാസനം; TAS IV പുറം 144
12. കോതരവിയുടെ നെടുംപുറം തളി ശാസനം; TAS VIII പുറം 43-45
13. ശ്രീവല്ലഭകോതയുടെ മാമ്പള്ളി ചെപ്പേട്; TAS IV പുറം 9-10
14. Do. തിരുവൻമണ്ടൂർ ശാസനങ്ങൾ; TAS II പുറം 23, 24-25
15. പെരുന്ന ക്ഷേത്രശാസനം; TAS II പുറം 34
16. രാജരാജചോളന്റെ ദർശനം കോപ്പ് ശാസനം; TAS I പുറം 346
17. Do. ശുചീന്ദ്രം ശാസനം; TAS II പുറം 7
18. Do. തിരുനന്തിക്കര ശാസനം; TAS I പുറം 413-4
19. Do. ശേനൂർശാസനം; Epigraphia Indica Vol XXII പുറം 213-66
20. ഭാസ്കരരവിയുടെ ജൂതശാസനം; Epigraphia Indica Vol III പുറം 68-9
21. Do. തൃക്കടിത്താനം ശാസനങ്ങൾ; TAS V No. 56, 61 and TAS II പുറം 40
22. മാളുവക്കോന്റെ തൃക്കടിത്താനം ശാസനം TAS V പുറം 182
23. രവിരാമന്റെ തൃക്കടിത്താനം ശാസനം TAS V പുറം 174-75
24. രാജേന്ദ്രചോളന്റെ തിരുവലങ്ങാട്ടു ശാസനം; South Indian Inscription Vol III No. 205 പുറം 411
25. Do. കന്യാകുമാരി ശാസനം TAS I പുറം 241
26. രാജാധിരാജന്റെ മണിമംഗലം ശാസനം; S II III പുറം 61
27. തിരുവല്ലാക്ഷേത്ര ചെപ്പേടുകൾ; TAS II പുറം 173-203
28. കുലശേഖരപെരുമാളിന്റെ തിരുവാലൂർ ശാസനം; TAS IV പുറം 145-46
29. കുലശേഖരകോയിലധികാരികളുടെ പെരുന്ന ശാസനം; TAS Vol. V No. 12
30. കൊല്ലം രാമേശ്വരം ശാസനം; TAS V പുറം 40
31. നരലോകവീരന്റെ ചിദംബരം ശാസനം; SII Vol IV പുറം 33
32. പരാന്തകപാണ്ഡ്യന്റെ കന്യാകുമാരി ശാസനം; TAS I പുറം 52-55
33. വീരകേരളവർമ്മന്റെ ചോളപുരം ശാസനം; TAS IV പുറം 17
34. Do. ശുചീന്ദ്രംശാസനം TAS IV പുറം 19
35. കോതരവിവർമ്മ പുരവശ്ശേരി ശാസനങ്ങൾ TAS VII പുറം 79, 81
36. Do. ഉദയംപേരൂർ ശാസനം TAS VII പുറം 99

37. Do. ഉളിയന്നൂർ ശാസനം TAS VI പുറം 65
38. ഉദയമാർത്താണ്ഡവർമ്മയുടെ തിരുവട്ടാർ ശാസനം TAS I പുറം 418
39. Do. കിള്ളിയൂർ ശാസനം TAS VII പുറം 25
40. Do. കിളിമാനൂർ ചെപ്പേട് TAS V പുറം 72-85
41. Do. കൊല്ലൂർ മഠം ചെപ്പേട് TAS IV പുറം 46-65
42. Do. തിരുവമ്പാടി ഗോശാല ശാസനം TAS III പുറം 50-57
43. മണികണ്ഠരാമവർമ്മയുടെ മിത്രാനന്ദപുരം ശാസനം; TAS III പുറം 28-29
44. Do. വെള്ളായണി ശാസനം TAS III പുറം 35-36
45. ദേവധരൻ കേരളവർമ്മയുടെ മാമ്പള്ളിപ്പട്ടയം TAS IV പുറം 76-80
46. Do. വീരകേരളപുരം ശാസനം IA Vol XXIV പുറം 282-83
47. രാമൻകേരളവർമ്മയുടെ കഠിനംകുളം ശാസനം TAS IV പുറം 70
48. Do. പത്മനാഭസ്വാമിക്ഷേത്രശാസനം TAS IV പുറം 67-68
49. കേരളരാമവർമ്മയുടെ വെള്ളാലൂർ ശാസനം TAS V പുറം 71
50. രവികേരളവർമ്മയുടെ കണ്ടിയൂർ ശാസനം; TAS I പുറം 408-413
51. Do. തിരുവല്ലം ശാസനം TAS III പുറം 40-43
52. Do. മണലിക്കര ശാസനം TAS III പുറം 61-63
53. Do. കൽക്കുളം ശാസനം പുറം 127
54. രവിഉദയമാർത്താണ്ഡവർമ്മയുടെ ആറ്റൂർ ചെപ്പേട്, TAS IV No. 15 പുറം 86-88
55. പത്മനാഭ മാർത്താണ്ഡവർമ്മയുടെ വർക്കല ശാസനം TAS IV പുറം 151-52
56. രവിവർമ്മ കുലശേഖരന്റെ വലിയശാല ശാസനം TAS II പുറം 58-59
57. ഉദയമാർത്താണ്ഡവർമ്മയുടെ കേരളപുരം ശാസനം TAS IV പുറം 91
58. ഇരവി ഇരവിവർമ്മയുടെ തിരുവിടയ്ക്കോടു ശാസനം TAS V പുറം 142-43
59. ഭൂതലവീര ഉദയമാർത്താണ്ഡവർമ്മയുടെ കന്യാകുമാരി മുട്ടം ശാസനം TAS VI പുറം 181
60. രാമമാർത്താണ്ഡവർമ്മയുടെ നാവായ്ക്കുളം ശാസനം TAS I പുറം 423
61. കോട്ടയം കേരളവർമ്മയുടെ തിരുവിതാംകോടു ശാസനം TAS VII പുറം 27-9

www.ingramcontent.com/pod-product-compliance
Lightning Source LLC
LaVergne TN
LVHW040552051026
849519LV00004B/1319
* 9 7 8 9 3 8 6 6 3 7 1 3 0 *